# అజేయుడు

## కురువంశ ప్రాచీనగాథ

భాగం : 1

## పాచికలాటకు ప్రారంభం

ఆనంద్ నీలకంఠన్

అనువాదం : ఆర్. శాంతసుందరి

MANJUL

మంజుల్ పబ్లిషింగ్ హౌస్

*First published in India by*

**Manjul Publishing House**
*Corporate and Editorial Office*
• 2ⁿᵈ Floor, Usha Preet Complex, 42 Malviya Nagar, Bhopal 462 003 - India
*Sales and Marketing Office*
• C-16, Sector 3, Noida, Uttar Pradesh 201301 - India
Website: www.manjulindia.com

*Distribution Centres*
Ahmedabad, Bengaluru, Bhopal, Kolkata, Chennai,
Hyderabad, Mumbai, New Delhi, Pune

Originally published in India in English by Platinum Press
an imprint of Leadstart Publishing Pvt Ltd

© Story: Anand Neelakantan, 2013
© Illustrations: Leadstart Publishing 2013

Telugu translation of
*Ajaya: Epic of the Kaurava Clan - Book 1*

This edition first published in 2015
Fourth impression 2022

Copyright © Anand Neelakantan 2013

**ISBN    978-81-8322-539-7**

Translation by Santha Sundari
Typesetting by Balaji Graphics

Printed and bound in India by Repro India Limited

నా అపర్ణకీ

మా అనన్య, అభినవ్‌కి

# రచయిత గురించి

నేను పుట్టింది త్రిపూనితుర అనే ఒక మారుమూల గ్రామంలో. అది కేరళలో కొచ్చిన్ ఊరిబైట శివార్లలో ఉంది. వేంబనాడ్ సరస్సు అవతల ఎర్నాకులానికి తూర్పున ఉన్న ఈ ప్రాంతంలో కొచ్చిన్ రాజవంశం ఒకప్పుడు నివసించేది. అక్కడ ఉండే వందకి పైగా దేవాలయాలవల్ల ఆ గ్రామం ప్రసిద్ధి చెందింది. అక్కడ శాస్త్రీయకళలు వర్ధిల్లాయి. కళాకారులు మంచి పేరుప్రతిష్ఠలు సంపా దించుకున్నారు. ఒక సంగీత విద్యాలయం కూడా స్థాపించబడింది. దేవాలయాల్లోనుంచి వినిపించే 'చెండా' వాద్యం ధ్వనులూ సంగీత విద్యాలయం గరుకు గోడలని తప్పించుకుని వినిపించే వేణునాదాలూ నా చిన్నప్పుడు వినటం నాకింకా గుర్తే. ఆ పాతకాలంనాటి మధురమైన క్షణాల అవశేషాలని వేగంగా పెరుగుతున్న కొచ్చిన్ నగరం, గల్ఫ్ దేశాలనుంచి వచ్చిన డబ్బూ మాయం చేస్తోంది. భారతదేశమంతటా పరచుకున్న నరకకూపాల్లాటి నగరాలలాగే, ఎటువంటి ప్రత్యేకతాలేని ప్రాంతంగా మారిపోయింది మా గ్రామం.

అవసరమైనదానికన్నా ఎక్కువ దేవాలయాలున్న ఊళ్లో పెరగటంవల్ల పురాణగాథలు నన్ను ఆకట్టుకోవటంలో ఆశ్చర్యమేమీ లేదు. కానీ విచిత్రంగా నాకు ఆ మహాకావ్యాల లోని ప్రతినాయకులమీదే ఎక్కువ ఆసక్తి కలిగింది. జీవితం గడుస్తూ పోయింది... నేను ఇంజనీరుని అయాను, ఇండియన్ ఆయిల్ కార్పొరేషన్‌లో ఉద్యోగం సంపాదించు కున్నాను. బెంగుళూరుకు మకాం మార్చాను. అపర్ణని పెళ్లి చేసుకుని, నా కూతురు అనన్యకీ, కొడుకు అభినవ్‌కీ స్వాగతం పలికాను. కానీ పూర్వకాలానికి చెందిన ఆ గొంతులు నా మనసుని విడిచిపోనని ఇంకా వినిపిస్తూనే ఉండిపోయాయి. పరాజితులైన వారి గాథలూ, శాపగ్రస్తులైన వారి కథలూ చెప్పమని అవి నన్ను ప్రేరేపించటం మానలేదు. మన ఇతిహాసాల్లో వర్ణించిన సంప్రదాయాలని గుడ్డిగా అంగీకరిస్తూ, మౌనంగా ఉండిపోయిన ఆ మహానాయకులని విస్మరిస్తూ వచ్చాం. వారికి కొత్త జీవితాన్ని ప్రసాదించమని నా మనసు నన్ను ప్రేరేపిస్తూనే ఉంది.

ఇది ఆనంద్ రాసిన రెండవ పుస్తకం. జాతీయస్థాయిలో ప్రథమస్థానంలో నిలిచి అద్భుతమైన విజయాన్ని సాధించిన 'అసుర' పరాజితుల గాథ (ప్లాటినమ్ ప్రెస్ 2012) తరవాత వెలుగుచూసిన పుస్తకం ఇది. అజయ-2, రైజ్ ఆఫ్ కలి, 2014లో విడుదల అవుతుంది.

ఆనంద్ నీలకంఠన్, ఈమెయిల్ mail@asura.co.in

రైజ్ ఆఫ్ కలి త్వరలో విడుదల అవుతుంది.

# విషయసూచిక

# రచయిత వివరణ

**దుర్యోధనుడి గురించి ఎందుకు రాయవలసి వచ్చింది?**

చాలాకాలం క్రితం నేను ఒక దృశ్యాన్ని చూశాను. పాఠకుల్లో చాలామంది అలాంటి దృశ్యాన్ని చూడటం అలా ఉంచి, దాన్ని గురించి విని కూడా ఉండరు. ఆ రోజు పెద్ద ఉత్సవం జరుగుతోంది. నడినెత్తిన సూర్యుడు నిప్పులు చెరుగుతున్నప్పటికీ ఆ పండగ వాతావరణంలో ఎటువంటి మార్పూ రాలేదు. ఆలయంలోని అధిష్ఠాన దైవానికి పూజలు చేసేందుకు ఆ ఊరేగింపులో లక్షమందికి పైగా పాల్గొన్నారు. భక్తులు అన్ని వర్గాలకీ కులాలకీ చెందినవారు. వాళ్ల ఉత్సాహం చూసి అందరూ మంత్ర ముగ్ధులవసాగారు. విచిత్రం ఏమిటంటే ఆ ఉత్సవం జరుపుకుంటున్నది – ఆయనకి ఎటువంటి అభిమానులూ లేరని ఇన్నాళ్లుగా నేను అనుకుంటున్న వ్యక్తి కోసం! కేరళలోని పొరువళి గ్రామంలో ఉన్న మలనాడ ఆలయంలో వెలసిన ఆ దేవుడు మరెవరో కాదు, భారత పౌరాణిక సాహిత్యంలో అత్యధిక ద్వేషానికి గురైన దుర్యోధనుడు. భక్తులమాట నమ్మవలసి వస్తే, ఈ ఊరేగింపుకి సంబంధించిన సంప్రదాయం కొన్ని శతాబ్దాలక్రితం మహాభారత యుగానికి చెందినదని అనుకోవాలి.

ఈ ఆలయానికి సంబంధించి ఒక అద్భుతమైన కథ ప్రచారంలో ఉంది: అజ్ఞాత వాసంలో ఉన్న పాండవులని వెతుక్కుంటూ దుర్యోధనుడు ఈ గ్రామానికి వచ్చాడు. దాహంతో గొంతెండిపోయిన అతను ఒక వృద్ధురాలిని మంచినీళ్లిమ్మని అడిగాడు. అనాలోచితంగా ఆమె తన దగ్గరున్న తాటికల్లుని అతనికిచ్చింది. రాకుమారుడు దాన్ని గటగటా తాగేశాడు. అతను క్షత్రియ యోధుడనీ, తనవంటి అస్పృశ్యురాలు, కురతి జాతి స్త్రీ ఇచ్చిన కల్లు తాగి అతను కులభ్రష్టుడు అయిపోయాడనీ అప్పటికిగాని ఆమెకి తెలీలేదు. మరుక్షణం ఆమె విపరీతంగా భయపడింది. తను రాకుమారుడికి నిజం చెబితే మరణదండన తప్పదని అనుకుంది. అయినప్పటికీ తనని నమ్మిన అతన్ని మోసగించటం ఇష్టం లేక ప్రాణాపాయానికి కూడా వెరవకుండా తను చేసిన 'నేరాన్ని' అతనికి చెప్పేసింది. ఇక శిక్షకోసం వేచిచూస్తూ ఉండగా దుర్యోధనుడి మాటలువిన్న ఆమె నిర్ఘాంతపోయింది. "అమ్మా ఆకలిదప్పులకి కులం లేదు. నీకు అపాయం కలుగుతుందని తెలిసికూడా దాహార్తితో ఉన్న ఒక మనిషి దప్పిక తీర్చిన నువ్వు పుణ్యాత్మురాలివి," అన్నాడు.

ఉన్నతకులంలో పుట్టినవారు ఎప్పుడు గ్రామానికి వచ్చినా వాళ్లని శిక్షించేందుకో, పురుగులకన్నా హీనంగా చూసేందుకో వస్తారన్నది ఆ గ్రామస్థులకి అనుభవమే. వారికి భిన్నంగా ఉన్న ఆ రాజవంశీయుణ్ణి చూసేందుకు జనం పరిగెత్తుకుని వచ్చారు. ఆ గ్రామ పరిసరాలని తాను ఒక ఆలయనిర్మాణం కోసం దానం చేస్తున్నాననీ, కానీ ఆ ఆలయంలో ఎటువంటి విగ్రహమూ ఉండకూడదనీ హస్తినాపుర రాకుమారుడు ప్రకటించాడు. కురవజాతి అస్పృశ్యుడు ఆ ఆలయంలో అర్చకుడుగా ఉండాలని కూడా ఆదేశించాడు. ఈనాటివరకూ ఆ వృద్ధురాలి కుటుంబానికి చెందినవారే ఆలయంలో అర్చకులుగా ఉంటున్నారు. అక్కడ

ఎటువంటి విగ్రహప్రతిష్ఠాపనా జరగలేదు. విగ్రహం లేకపోయినా ఆ ఆలయంలోని అధిష్ఠాన దైవం దుర్యోధనుడే. అప్రధాన దేవతలుగా దుర్యోధునిడి భార్య భానుమతీ, తల్లి గాంధారీ, మిత్రుడు కర్ణుడూ పూజలు అందుకుంటారు. పేదవారినీ, బలహీనులనీ కాపాడేందుకు దుర్యోధనుడి ఆత్మ అక్కడే నివసిస్తుందన్నది జనం నమ్ముతారు. దీనులూ, అసహాయులూ, రోగాలతో బాధపడే వారూ, పేదలూ, తమకన్నా ఎక్కువ బలవంతుల చేతిలో కష్టాలు అనుభవించేవారూ ఆయనకే మొరపెట్టుకుంటే వారి సమస్యలని ఆయన ఆత్మ పరిష్కరిస్తుందని నమ్ముతారు. బలహీనులనీ, అణచివేతకి గురైనవారినీ ఈ దైవం కాపాడుతుంది.

ఈ కథ వినగానే ముందు నేను దాన్ని నమ్మలేదు. దేశం ఉత్తరదిక్కు సరిహద్దు ప్రాంతంలో, హస్తినాపురంలో ఉండే రాకుమారుడు దేశంలోని దక్షిణ కొసన ఉన్న చిన్న గ్రామానికి ఎందుకు రావలసి వచ్చింది? కొన్నివేల సంవత్సరాల క్రితం మూడువేల కిలోమీటర్లు ప్రయాణం చేసి వచ్చాడా? ఆ ప్రశ్నకి నాకు లభించిన సమాధానం నాకు చెంపపెట్టులా అనిపించింది. ముప్పైరెండేళ్లు మాత్రమే బతికిన ఆదిశంకరాచార్యుడు కేరళలోని ఒక గ్రామంనుంచి అన్నిసార్లు కేదార్‌నాథ్‌కీ, బదరీనాథ్‌కీ ఎందుకు ప్రయాణం చేశాడు? అని నన్ను అడిగాడు ఆ గ్రామస్థుడు. శతాబ్దాలుగా లెక్కలేనంతమంది రచయితలకి స్ఫూర్తినిచ్చిన మహాభారత ఇతిహాసాన్ని మళ్లీ చదవాలన్న ఉత్సుకతతో నేను వెంటనే ఇంటికి పరిగెత్తాను. పొరువళి గ్రామస్థుల కళ్ళతో దుర్యోధనుణ్ణి చూడటం మొదలుపెట్టాక, అతను విభిన్నమైన రూపంలో సాక్షాత్కరించసాగాడు. అది టెలివిజన్ సీరియల్స్‌లోనూ, సంప్రదాయ బద్ధంగా రచించబడిన మహాభారత పునశ్చరణలలోనూ ఉన్న కుట్రలు పన్నుతూ, గర్జిస్తూ, దురహంకారంతో విర్రవీగే ప్రతినాయకుడి రూపం కాదు. దానికి బదులు, నిక్కచ్చైన నిజాయితీతో, ధీశాలీ, ఆత్మవిశ్వాసంతో నిండిన రాకుమారుడి రూపం, తాను నమ్మిన దానికోసం పోరాడగల మనోబలం ఉన్న రాకుమారుడి రూపం నాఎదుట సాక్షాత్కరించింది. తన దాయాదులు, పాండవులు దైవాంశ గలవారని దుర్యోధనుడు ఎన్నడూ నమ్మలేదు. ఆధునిక దృష్టితో ఆలోచిస్తే, వాళ్లు తమ గురించి అలా ప్రచారం చేసుకోవటం అర్థం లేనిదిగానూ, అమాయకులైన ప్రజలని మోసగించేందుకు ఈనాటి రాజకీయ నాయకులు చేసే ప్రచారంలాగానూ అనిపించి వెన్ను జలదరిస్తుంది.

కర్ణుణ్ణి కులంపేరు చెప్పి అవమానించేటప్పుడు అది అతని జీవితంలో గొప్ప కీలకమైన మలుపు తిరుగుతుంది. ఆ మలుపుకి కారకుడు దుర్యోధనుడు. కర్ణుడికి అంగరాజ్యాన్ని కట్టబెట్టి అతన్ని రాజుని చేయటం దుర్యోధునుడి వ్యక్తిత్వాన్ని స్పష్టంగా మన ముందుంచుతుంది. ఒక సూతుణ్ణి రాజుగా ప్రతిష్ఠించి ఆ కౌరవ రాకుమారుడు సంప్రదాయాలని ఎదిరిస్తాడు. అంతేకాదు, ఎటువంటి స్వార్థమూ లేకుండా అతనాపని చేస్తాడు. ఏకలవ్యుడిపట్ల అతని ప్రవర్తనా, సుభద్రకోసం పోరాడటానికి నిరాకరించటం, పాండవులని ధైర్యంగా ఎదుర్కొనటం, తన మిత్రులమీద అతనికి ఉన్న అపార నమ్మకం... ఇవన్నీ కూడా అతన్ని ఒక కథానాయకుడిగానే నిలబెడతాయి తప్ప ద్వేషించతగ్గ ప్రతినాయకుడిగా కాదు. ద్రౌపదిపట్ల తన ప్రవర్తనకి అతను సంజాయిషీ చెప్పుకోడు. అతనిలోని లోటుపాట్లు అతన్ని ఒక మానవమాత్రుడిగా, నమ్మదగ్గ వ్యక్తిగా నిలబెడతాయి. మిగిలిన ప్రధానపాత్రల్లాగ ధర్మం, అద్భుతాలు, దైవత్వం అనే ముసుగు వేసుకుని తాము చేసే పనులని సమర్థించుకోవటానికి ప్రయత్నించడు. పాండవులూ, కృష్ణుడూ

చేసిన పనుల గురించి పుంఖానుపుంఖాలుగా గ్రంథాలు వెలువడ్డాయి. కర్ణుడి గురించీ, ద్రౌపది గురించీ ఎన్నో గొప్ప గ్రంథాలు రాశారు. భీముడి గురించీ, అర్జునుడి గురించీ, కుంతి గురించీ అన్ని భారతీయ భాషల్లోనూ అత్యుత్తమమైన రచనలున్నాయి. సంస్కృతంలో భాసుడు రాసిన 'ఊరుభంగ' దుర్యోధనుడి జీవితంలోని చివరిక్షణాలని చిత్రిస్తుంది. అలాగే కన్నడకవి రన్న రాసిన 'గదాయుధ' కూడా దుర్యోధునిడి కథనే చిత్రిస్తుంది. ఈ ఇద్దరు తప్ప ఇంకే రచయితా దుర్యోధనుడిపట్ల సానుభూతితో రచనలు చెయ్యలేదు.

యుద్ధంలో పరాజితులైనవారి దృక్కోణం నుంచి మహాభారతాన్ని అర్థం చేసుకునే ప్రయత్నమే ఈ 'అజయ'. దుర్యోధన అనే మాటకి అపరాజితుడు అనే ఒక అర్థం కూడా ఉంది. ఇంకోలా చెప్పాలంటే, అతను 'అజయ' (అజేయుడు). అతని అసలు పేరు సుయోధనుడే అయినప్పటికీ పాండవులు అతన్ని అవమానించేందుకు 'దుః' అనే ఉపసర్గని తగిలించి 'అధికారాన్నీ, ఆయుధాలనీ ప్రయోగించటం చేతకాని వాడు' అనే పెడర్థాన్ని సృష్టించారు. దుర్యోధనుడి కథలో కర్ణుడు, అశ్వత్థామ, ఏకలవ్యుడు, భీష్ముడు, ద్రోణుడు, శకునిలాంటి ఎందరి కథలో అల్లుకుపోయి కనిపిస్తాయి. వీళ్ళందరూ పరాజితులు, అవమానానికి గురైనవారు, అణచివేతకి గురైనవారు. దేవతల సాయం కోరకుండా పోరాడినవాళ్ళు. తమ ఉద్దేశం న్యాయమైన దేనని నమ్మినవారు. ఉక్కపోతతో నిండిన ఒకానొక మధ్యాన్నంవేళ, పోరువళి గ్రామంలోని పచ్చని వరిపొలాల గుండా సుయోధనుడి గౌరవార్థం ఊరేగింపు వెళ్తున్నప్పుడు, తన సరళమైన ప్రశ్నతో నా నోరు మూయించిన ఆ గ్రామస్థుడికి నేను ఆలస్యంగా ఇస్తున్న సమాధానమే ఈ 'అజయ' కావచ్చు. మా ప్రభువు దుర్యోధనుడు నిజంగానే దుర్మార్గుడైతే, భీష్ముడు, ద్రోణుడు, కృపుడు, కృష్ణుడి పూర్తి సైన్యం, ఆయన పక్షాన ఎందుకు యుద్ధం చేసినట్టు?

భూమిక

# గాంధార దేశం

సేనాధిపతి భవనంలోకి ప్రవేశించిన సమయంలో వర్షం పడుతోంది. ఒకేరీతిగా విడవకుండా కురిసే వాన మంద్రస్థాయిలో చేస్తున్న ధ్వని తప్ప భవనంలో ఎటువంటి చడీచప్పుడూ లేదు. వాతావరణం భయంగొలిపేలా ఉంది. చెక్కమెట్ల దగ్గర సేనాధిపతి ఆగిపోయాడు. ఆయన మనసు జరగబోయే కీడుని శంకించసాగింది. ఆయన పాదాలచుట్టూ ఎర్రరంగు నీటిమడుగులు రకరకాల ఆకారాలు దాల్చి ఉన్నాయి. మల్లెపూలలాంటి తెల్లటి చలువరాతి నేలమీద ఆ ఎరుపురంగు మరీ కొట్టొచ్చినట్టు కనిపిస్తోంది. తన కవచాన్ని సర్దుకుంటూ ఒక్కసారిగా ఒళ్లంతా భరించరాని నొప్పితో వణికిపోతూ ముఖం చిట్లించాడు. ఆయన ఒంటినిండా ఉన్న గాయాలనుంచి రక్తం కారుతోంది, అయినప్పటికీ తన ఆజానుబాహు శరీరాన్ని నిటారుగా నిలబెట్టాడు. దూరాన ఉన్న హిమపర్వతాలమీదినించి వీచే చల్లటి గాలికి ఆయన పొడవాటి నల్లటి గడ్డం చెదరసాగింది. ఆ గాలి మంచు పెంకుల్లా ఆయన శరీరానికి గుచ్చుకుని బాధపెట్టసాగింది. ఈ కొనదేలిన రాళ్లతో నిండిన కొండలూ, మంచుతో కప్పబడిన లోయలూ ఆయనకి కొత్త. అందుకే ఎముకలు కొరికే ఆ చలిని ఆయన భరించలేకపోయాడు. ఆయన తూర్పుదేశం మనిషి, గంగానది మైదాన ప్రాంతాల్లో పుట్టాడు. ఆయన కుడిచేతిలో పట్టుకున్న కత్తి, గడిచిన గంట సేపటిలో వందలాది మందిని వధించింది.

ఆయన అనుచరులు కొద్దిదూరంలో వినయంగా నిలబడ్డారు. వర్షం జోరు తగ్గి సన్న చిరుజల్లులా పడుతోంది. చూరునుంచి కారిన వర్షపునీరు మురికి కాలవల్లో పడి, మడుగులు కట్టి, ఆ తరవాత కొండవాలుమీదినించి వేగంగా ప్రవహించి ధూళితోనిండిన మైదాన ప్రాంతం మీదుగా దూరాన ఉన్న సముద్రం వైపు పరుగులు పెడుతోంది. ఆ నీటి ప్రవాహం వెంట గుర్తు తెలియని యోధుల రక్తమాంసాలు కొట్టుకుపోతున్నాయి. కొన్ని గంటల క్రితం ఆ యోధులు ఆ పర్వతప్రాంతపు గాంధార నగరానికి కాపలా కాసినవారే.

సేనాధిపతి కదలక మెదలక విగ్రహంలా నిలబడ్డాడు. పై అంతస్తులోనుంచి సన్నగా వినిపిస్తున్న ఏడుపు వినగానే ఆయన భృకుటి ముడిపడింది. ఎక్కడో ఒక కోడి కూసింది, వెంటనే కోడిపెట్టలు గోల చెయ్యసాగాయి. కోటగోడల బైటి వీధిలో ఎవరో సరుకులమ్మేవాడు కేకలు పెడుతూ వెళ్లాడు. దాని వెనకనే ఒక ఎద్దుబండి వెళ్లింది, దానికి ఉన్న చిరుగంటల శబ్దం క్రమంగా దూరంగా వెళ్లిపోయింది. సేనాధిపతి మెట్లు ఎక్కేందుకు అన్నట్టు ఒక్క అడుగు ముందుకి వేసి మళ్లీ ఆగిపోయాడు. ఏదో ఆయన దృష్టిని ఆకర్షించింది. భారంగా, బాధతో

కిందికి వంగి దాన్ని తీశాడు. అది చెక్కతో చేసిన ఒక బండి, దాని చక్రం ఒకటి విరిగిపోయి ఉంది. చిన్నపిల్లల ఆటవస్తువు అది. చక్రం విరిగినవైపు ఎండిపోయిన రక్తంమరక కనిపించింది. గట్టిగా నిట్టూర్చి ఆయన మెట్లెక్కడం మొదలుపెట్టాడు. చెక్కతో చేసిన మెట్లు ఆయన బరువు భరించలేక కిర్రుకిర్రుమని గోలపెట్టాయి. ఎవరో హెచ్చరించినట్టు ఏడుపు ఆగిపోయింది.

పొడవాటి వసారా చాలా దూరం వరకూ సాగి, అటు చివర నీడల్లో మాయ మైంది. బైట మంచుకురవడం ప్రారంభమై వసారా పొడుగునా ఉన్న చెక్కతో చేసిన కూర్చునే బల్లలమీద పడసాగింది. అలా పడ్డ మంచు వింత ఆకారాలని సంతరించుకోసాగింది. చనిపోయిన సైనికులని తొక్కకుండా సేనాధిపతి జాగ్రత్తగా అడుగులు వేస్తూ నడవసాగాడు. విరిగిపోయిన బొమ్మ బండీని ఎడమచేతిలో ఉంచుకుని, కుడిచేతిలో వంపు తిరిగిన తనదేశపు కత్తిని పట్టుకున్నాడు. ఆ పర్వత ప్రాంతాల్లో పడే మంచునీ, అక్కడి వాతావరణంలోని చలినీ ఆయన తిట్టుకుంటూ, తన మాతృభూమిలోని వెచ్చని ఎండపడే మైదానాలకోసం తహతహలాడాడు. త్వరగా చెయ్యవలసిన పని ముగించి గంగానదీ తీరానికి వెళ్లిపోవాలని అనుకున్నాడు. కొంచెం ఆగి చెవి ఒగ్గి విన్నాడు. లోపల ఎవరో తనకోసం వేచి ఉన్నారనీ, వాళ్లు కదులుతూంటే దుస్తులు చప్పుడు చెయ్యడం వినిపిస్తోందనీ గ్రహించాడు. గాయపడ్డ ఆయన శరీరం బిగుసుకుంది. చేతిలోని బండి బొమ్మ భారంగా తోచింది. 'అసలు దీన్నెందుకు తీసుకున్నాను,' అనుకున్నాడు. కానీ ఇప్పుడు దాన్ని పారవెయ్యాలని అనిపించలేదు. కత్తిమొనతో ఓరగా వేసి ఉన్న తలుపుని నెమ్మదిగా నెట్టాడు. గదిలోకి ప్రవేశించాడు. మసక వెలుతురుతో నిండిన ఆ గదిలో మంచి ఒడ్డూ పొడుగూ ఉన్న ఆయన శరీరం నీడ పడింది. గదిలోని చీకటికి అలవాటు పడ్డ ఆయన కళ్ళకి, కొంతసేపటికి ఆ స్త్రీ కనబడింది. గదిలో పరుచుకున్న నీడలు ఆమెని సగం కప్పేశాయి. కళ్లు దించుకుని, మోకాళ్లని రెండు చేతులతోనూ చుట్టేసి కూర్చుని ఉందామె. అలసిపోయినట్టు, విధి నిర్ణయానికి ఎదురు చూస్తున్నదానిలా ఉంది. దీర్ఘంగా నిట్టూర్చిన సేనాధిపతి శరీరంలోని కండరాలు కొంచెం సడలాయి. 'దేవుడి దయవల్ల, ఈరోజు ఇక రక్తపాతం జరగదు,' అనుకున్నాడు.

ఒక మూలనున్న నూనెదీపం క్షమాపణ కోరుతున్నట్టు మసకవెల్తుర్ని కొంతమేర ప్రసరిస్తోంది. తన వెలుగు పరిధి చేరుకోని గది మూలల్లోని చీకటిని అది మరింత చిక్కబరుస్తోంది. సేనాధిపతి వత్తిని పైకి తోసేసరికి దీపం తన బంగారు వెలుగుని ఆ అపురూప సౌందర్యరాశి మీద ప్రసరింపజేసింది. 'దైవం సృష్టించిన ఇటువంటి సౌందర్యంతో నిండిన ప్రాణులకి దుఃఖం కలిగించడమే విధి నా కోసం నిర్దేశించింది,' అనుకున్నాడాయన, హఠాత్తుగా క్రోధం కమ్ముకోగా. తన తండ్రి స్త్రీలోలుడు అవటంవల్ల, ఆయన వ్యామోహాన్ని సంతృప్తి పరిచేందుకు, ఒకానొక క్షణాన తాను బ్రహ్మచర్య వ్రతం పడతానని ప్రతిజ్ఞ చేసినందుకు, ఆ రోజుని తిట్టుకున్నాడు. తన జీవితంలో తటస్థపడ్డ స్త్రీలందరికీ దాదాపు అది బాధ కలిగించింది, కొందరి జీవితాలనే నాశనం చేసింది. 'ఆ స్త్రీల జాబితాకి మరో దుఃఖిత పేరు ఈరోజు జోడించబోతున్నాను,' అనుకున్నాడు నిస్పృహగా. వెంటనే పశ్చాత్తాపంతో కూడిన చిరునవ్వు నవ్వి, తాను ఇంత గొప్ప బ్రహ్మచారి అయివుండీ స్త్రీలను వెతికి, వేటాడి, వాళ్లకోసం రక్తపాతం సలపవలసి వస్తోంది కదా, విధి లీలలు ఎంత విచిత్రమైనవి, అనుకున్నాడు.

తన మనసులో తలెత్తే ఇటువంటి కుంగదీసే ఆలోచనలని వదిలించుకుని, సేనాధిపతి

తన ఎదుటనున్న సౌందర్యరాశికి వంగి నమస్కరించాడు. "అమ్మా, నేను గంగాదత్తుడిని, దేవవ్రతుడు నాపేరు. హస్తినాపుర ముఖ్య రాజప్రతినిధిని. భీష్ముడు అనే పేరు బహుశా నువ్వు వినే ఉంటావు. అదీ నాపేరే. హస్తినాపుర రాజు, ధృతరాష్ట్రుడు నా సోదరుని కుమారుడు. అతన్ని వివాహమాడమని నిన్ను కోరేందుకు వచ్చాను," అన్నాడు.

తరవాత పరుచుకున్న చిక్కటి నిశ్శబ్దంలో నిప్పురవ్వలు చిమ్మే అందమైన ఆమె కళ్లను చూడలేక భీష్ముడు చూపులు మరలచ్చుకున్నాడు. ఎన్నో ఏళ్లదాకా తన కళ్లలోకి సూటిగా చూసే ఆ కళ్లని ఆయన మరిచిపోలేకపోయాడు. ప్రపంచానికి కనిపించకుండా ఆ కళ్లమీద వస్త్రం కప్పబడిన తరవాత కూడా ఆ నిప్పులు కక్కే కళ్లని ఆయన మరిచిపోలేదు. ఆ అమ్మాయి గొంతులోంచి చీల్చుకుంటూ బైటికి వచ్చిన వెక్కిళ్లు ఆయన హృదయాన్ని ఛేదించాయి. అంతలోకే సంబాళించుకుని ఆమె లేచి నిలబడింది, తల ఎత్తి రాజసం ఉట్టిపడే గొంతుతో, "రాజప్రతినిధి భీష్మా! మీకు అతిథిమర్యాదలు చెయ్యటంలో గాంధారదేశం ఎలాంటి లోటూ కనబరచలేదని తలుస్తాను. మిమ్మల్ని స్వయంగా ఆహ్వానించేందుకు మా తండ్రి ఇక్కడ లేనందుకు నేను క్షమాపణ వేడుకుంటున్నాను. ఆయన తరపున గాంధారదేశ రాజకుమారిని, గాంధారిని, మీకు స్వాగతం తెలుపుతున్నాను," అంది.

ఎటువంటి భావమూ లేకుండా పలికిన ఆ గొంతు విని భీష్ముడు ప్రాన్పడిపోయాడు. తన మనసులోని మాటలన్నీ వెంటనే ఆమెకి చెప్పెయ్యాలి అన్న వింత భావన కలిగింది; తన రాజ్యం కోసం తను తప్పనిసరిగా చెయ్యవలసిన పనులన్నిటినీ ఆమె ముందు మనసువిప్పి చెప్పాలన్న కోరిక బలంగా కలిగింది. చుట్టూ అంత విషాదం అలుముకుని ఉన్నప్పటికీ హుందాగా, ఎంతమాత్రం తొణకకుండా ఉన్న ఆ అమ్మాయి ముందు తను చాలా బలహీనుడిలా, తుచ్ఛుడిలా తోచాడు ఆయనకి. అనాగరికుడిలా అనిపించాడు. తన మనసులో మళ్లీ కోపం తలెత్తితే బావుండు, ఆమె సన్నని నడుం పట్టుకుని ఎత్తి, రథంలో కూర్చోబెట్టి వీరగాథల్లోని వీరుడిలా హస్తినాపురం తీసుకెళ్లి పోవచ్చు, అనుకున్నాడు. కానీ ఆయన ఆ పని చెయ్యలేకపోయాడు. ఆయన పాతకాలం యోధుడు, స్త్రీలపట్ల మర్యాదగా ప్రవర్తించే ఉత్తముడు.

"నా ఇష్టాయిష్టాలంటూ ఏవీ లేవు, కదా ప్రభూ? హస్తినాపుర రాజప్రతినిధి తన సోదరుడి కుమారుడి కోసం ఒక రాజకుమార్తెని అపహరించి తీసుకువెళ్లాలని నిర్ణయించినప్పుడు, భరతఖండం సరిహద్దు ప్రాంతాల్లో నివసించే మావంటివారి మాటకి విలువేముంటుంది? అనవసరంగా విచారించకండి... మా పోరాటం చివరి దశకి చేరుకుంది. మీరు కోరుకున్నట్టు గానే గాంధారదేశం ఘోర పరాజయం పొందింది. నేను మీ బందీని, మీ వెంట వచ్చి అంధుడైన మీ సోదరుడి కుమారుడిని వివాహం చేసుకుంటాను."

భీష్ముడి నోటివెంట మాటలు రాలేదు. వెనుతిరిగి దూరంగా ఉన్న మంచుకొండల వైపు చూస్తూ ఈ క్షణాన ఆమె తన వెన్నులో బాకుతో పొడిచి తనని తుదముట్టించగలదని అనుకున్నాడు. అయినా ఆమెవైపు తిరగలేదు. ఆ నీలికళ్ల సూటి చూపులని తట్టుకునే ధైర్యం ఆయనకి లేకపోయింది. ఈ సౌందర్యవతి చేతిలో కత్తిపోటుకి గురై చనిపోతే, ఎటువంటి ఆనందమూ లేని తన శుష్క జీవితం ముగిసిపోతే... అదే మంచిది అనుకున్నాడు. లోకంలో ఇంత అందమైన స్త్రీలు ఉన్నప్పటికీ వాళ్లని అసమర్థులైన, నిర్వీర్యులైన తన సోదరుడి కుమారులకోసం అపహరించటం తప్ప ఇంకేమీ చెయ్యలేని స్థితిలో ఉండటం కన్నా అదే మేలని

అనిపించింది. హస్తినాపుర సింహాసనం మీద ఎటువంటి మూర్ఖుడు కూర్చున్నా తను చెయ్యవలసింది మాత్రం ఇదే! జీవితమంతా వరసగా యుద్ధాలు చేస్తూ నమ్మకద్రోహం తలపెడుతూ, రాజకీయాలలో మునిగి తేలుతూ, కుట్రలూ కుతంత్రాలూ పన్నుతూ గడిపాడు, ఇక వాటితో విసిగిపోయాడు. ఎప్పుడూ ఇంకొకరిని రక్షించటమే పనిగా - తన తండ్రిని, దేశాన్ని, సోదరులని, వారి కుమారులని- కానీ ఎప్పుడూ తనకోసం జీవించలేదు. అదంతా రోత పుట్టింది. అయినప్పటికీ భారతావనిలో హస్తినాపుర రాజప్రతినిధిని ఎదిరించే రాజుగాని, యువరాజుగాని ఎవరూ లేరు.

గాంధారి తనని వెన్నుపోటు పొడవాలని ఒకవైపు ఆశిస్తూనే భీష్ముడు అక్కడినుంచి బైటికి నడిచాడు. కానీ ఆమె భయం భయంగా తనవెనకే రావటం చూసి నిరాశచెందాడు. వాళ్ళు వసారాలోకి రాగానే మంచులా శరీరాన్ని గడ్డకట్టించే గాలి ఒంటికి తగిలి భీష్ముడు గజగజ వణికాడు. వెనక్కి తిరిగి చూసేసరికి, గాంధారి తన చేతిలోని బొమ్మ బండికేసి చూడటం ఆయనకి కనిపించింది. ఆయన దాన్నింకా చేతిలో ఉంచుకున్నందుకు సిగ్గుపడ్డాడు, దాన్ని అవతల పారెయ్యాలనీ, ఆమెకి కనబడకుండా దాచెయ్యాలనీ అనిపించిందాయనకి. ఇంతలో ఆయనకి ఎవరిదో ఏడుపు వినిపించింది. అది గాంధారి ఏడుపు కాదు, ఇంతకు ముందు ఆమె కూర్చున్న స్థలం, గది లోపలిభాగం నుంచి వినవచ్చింది అది. భీష్ముడికి ఆ ఏడుపు వినబడిందని తెలిసి గాంధారి ముఖంలో భయం, ద్వేషం ఒక్క క్షణం కనిపించాయి. భీష్ముడు వెంటనే గదివైపు తిరిగాడు. గాంధారి ఆయన చేతిని గట్టిగా పట్టుకుని ఆయన్ని అటు వెళ్ళకుండా ఆపాలని ప్రయత్నించింది. ఎన్నో ఏళ్ళుగా అణచిపెట్టుకున్న కోపాన్నీ, నిస్పృహనీ వెళ్ళగక్కుతూ ఆయన మండిపడుతూ ఆమెని ఒక్కతోపు తోసి, గదిలోకి వెళ్ళాడు. గాంధారి పడిపోయింది కానీ మరుక్షణం లేచి ఆయనవెంట పరిగెత్తి ఆపాలని చూసింది. తన పొడవాటి గోళ్ళతో ఆయన్ని రక్కింది, కొరికింది, కానీ ఫలితం దక్కలేదు.

ఆ ఏడుపు మంచం కిందినుంచి వినబడుతోంది. ఆజానుబాహువు భీష్ముడు కిందికి వంగాడు, కింద దాక్కున్న వ్యక్తి హఠాత్తుగా కత్తిదూసి తన ముఖాన్ని గాయ పరచకుండా తన కత్తిని తనకి అడ్డుపెట్టుకున్నాడు. ఒక చిన్న చెయ్యి బొమ్మబండికోసం బైటికి వచ్చి మరుక్షణం మంచం కిందికి వెళ్ళిపోయింది. కానీ ఈ లోపలే భీష్ముడు ఆ చేతిని పట్టుకుని బలంగా లాగాడు. మంచం కింద దాక్కున్నది ఒక చిన్న పిల్లవాడు, ఐదేళ్ళైనా ఉంటాయో ఉండవో. భీష్ముడు వాడిని స్పష్టంగా చూసేందుకు ఎత్తుకుని వసారాలోకి నడిచాడు. ఆ పిల్లవాడి ఒంటినిండా రక్తం ఉంది కానీ ఎడమకాలిమీద చిన్న గాయం తప్ప ఇంకెక్కడా గాయాలు లేవు. ఆ చిన్న వయసులోనే వాడిలో బోలెడంత ద్వేషం పేరుకుపోయిందన్న దానికి నిదర్శనంగా వాడు తన పెద్దపెద్ద కళ్ళతో ఆ యోధుడివైపు, ఒక జంతువు చూసినట్టు చూశాడు. అటువంటి సమయాల్లోనే భీష్ముడికి తనమీద తనకే రోతపుడుతుంది. యుద్ధభూమిలో వేనవేల బాణాలకి ఎదురొడ్డి నిలిచే ఆయన ఛాతీమీదున్న కవచాన్ని చీలుస్తూ ఆ పిల్లవాడి చూపులు ఆయన హృదయానికి గుచ్చుకున్నాయి. ఆ పిల్లవాడిని ప్రాణాలతో విడిచిపెట్టవద్దని భీష్ముడి గురువులు సలహా ఇచ్చి ఉండేవారు. ఒక రాజ్యం మీద విజయం సాధించి నప్పుడు అందులోని పురుషులందరినీ చంపివేయడం, స్త్రీలని చెరబట్టడం తెలివైన పని. దానివల్ల ఆపదలూ, భవిష్యత్తులో ప్రతీకారం కోసం చేసే యుద్ధాలూ నివారించబడతాయి. భీష్ముడి చెవులకి, ఆ చిన్ని గుండెలోకి కత్తిని దింపమని చెపుతున్న తన తండ్రి గొంతు వినిపించినట్టయింది.

నెమ్మదిగా, చాలా నెమ్మదిగా భీష్ముడు ఆ బాలుణ్ణి దింపాడు. వెంటనే వాడు నేలమీదికి ఒరిగిపోయాడు. కాలికి గాయం అవడంవల్ల వాడు నిలబడలేకపోతున్నాడు. "ఎవరీ బాలుడు?" అని భీష్ముడు గాంధారిని అడిగాడు.

"వీడి పేరు శకుని, గాంధారదేశ రాకుమారుడు. వీడిని మీరు చంపేస్తారని నాకు తెలుసు. క్షత్రియధర్మం అదే కదా, అవునా? యోధుల యుద్ధ నియమాలు నాకు తెలుసు. కానీ ఆ పని నేను చూస్తూండగా చెయ్యవద్దని బతిమాలుకుంటున్నాను. వాడు నా చిన్ని సోదరుడు... దయచేసి కరుణ చూపండి..." అంది గాంధారి దీనంగా. భీష్ముడు నిటారుగా నిలబడ్డాడు. అంతకుముందు ఎంతో అహంకారం ప్రదర్శించిన రాకుమారి అలా కాళ్లా వేళ్లా పడడం, తన పాదాల దగ్గర ఆ పిల్లవాడు మూలుగుతూ పడి ఉండడం ఆయన చూడలేక ఇబ్బంది పడ్డాడు. ఆయన చేతిలోని కత్తి వణికింది. నెమ్మదిగా కింద కూర్చుని బొమ్మబండిని ఆ పిల్లవాడి పక్కనే పెట్టాడు. మరుక్షణం వాడు దాన్ని లాక్కుని తన గుండెలకి హత్తుకున్నాడు. భీష్ముడి కళ్లలో నీళ్లు నిండాయి. తన బలహీనత చూసి తనకే అసహ్యం వేసి ఆ పిల్లవాడిని దూరంగా నెట్టివేశాడు. శకుని బాధతో దీనంగా మూలిగాడు. "నేను వీడిని చంపను. నీకు వాడంటే ఎంత ప్రేమో నాకు అర్థమైంది. వీణ్ణి నీవెంట హస్తినాపురానికి తీసుకురా. ఒక కౌరవ రాకుమారుడిలా అక్కడే పెరిగి పెద్దవాడవుతాడు," ఒక పక్క తాను అంత సులభంగా గాంధారికి లొంగిపోతున్నందుకు ప్రతిక్షణం తనని తాను నిందించుకుంటూ అన్నాడు భీష్ముడు.

గాంధారి పెద్దగా నిట్టూర్చింది. తన సోదరుడి ప్రాణాలు కాపాడినందుకు ఆమెలో అంతకుముందున్న ఒత్తిడి మాయమయింది. భీష్ముడు లేచి నిలబడి ఆ ఇద్దరివైపూ చూశాడు. గాలి తీవ్రత పెరిగింది, ఆ చలికి ఆయన వణికిపోయాడు. గాంధారి పిల్లవాడిని ఎత్తుకుంది, కానీ వాడి బరువుకి ఆమె కాళ్లు తడబడ్డాయి. భీష్ముడు చేతులు జాపి వాడిని ఆమె దగ్గర్నుంచి తీసుకున్నాడు. ఆయన వాడిని ఎత్తుకుంటూ ఉండగా వాడు అంతులేని ద్వేషంతో ఆయన ముఖంమీద ఉమ్మివేశాడు. రక్తం చారలున్న వాడి ఉమ్మిని భీష్ముడు చేత్తో తుడుచుకుని, ముందుకి సాగాడు. ఆయన ముఖం కఠినమైన నల్లరాయిలా బిగుసుకుంది.

* * *

దుమ్మూధూళీతో నిండిన గంగాతీరమైదాన ప్రాంతాలకి వాళ్లు బైలుదేరారు. హస్తినాపురంలోని రాజభవనంవైపు సాగిపోయారు. భరతఖండమంతటా ప్రసిద్ధిపొందిన రాజధాని నగరమది. యోధుడైన భీష్ముడి గుర్రం జీనుమీద శకుని నిస్త్రాణగా పడుకున్నాడు. సౌందర్యరాశి గాంధారి మరొక గుర్రం మీద వెనకే వచ్చింది. ప్రయాణం చేస్తున్నంతసేపూ భీష్ముడు, తన మరొక సోదరుడి కుమారుడు, పాండుకి భార్య కాదగిన కన్యకోసం వెతకడం గురించే ఆలోచిస్తూ ఉండిపోయాడు. లేకపోతే అంత అనుభవజ్ఞుడైన ఆ యోధుడు, తన ముందున్న పిల్లవాడి కళ్లలో ప్రతీకార జ్వాలలు రగలడం గమనించకుండా ఉండేవాడు కాదు. సుదీర్ఘమైన, ఘనత చెందిన తన జీవితంలో కౌరవుల రాజప్రతినిధి చేసిన ఉపేక్షించరానంత పెద్ద పొరపాటు అది.

# 1. కురువంశపు రాకుమారుడు

“నిన్ను కనిపెడతాను, సుయోధనా. ఏ మూల దాక్కున్నా వెతికి బైటికి లాగుతాను. ఒరే పిరికిపందా! బైటికిరా! మీ నాన్నలా నేను అంధుణ్ణి కాను. నిన్ను పట్టుకుని చావ బాదుతాను...” భీముడి గొంతు హస్తినాపుర రాజభవనం వసారాల్లో మారుమోగింది.

చిన్న పిల్లవాడు పెద్దమంచం కింద దాక్కున్నాడు. భయంతో గజగజ వణకసాగాడు. ఖాళీగా ఉన్న ఆ గది ఆకలిగొన్న రాక్షసి నోటిలా వాడిని భయపెట్టసాగింది. తనతండ్రి మంచం కింద చీకటిలో దాక్కున్న ఆ పిల్లవాడు, తనని పట్టుకుని పీడించాలనుకుంటున్న భీముడికి చిక్కకుండా ఉండాలని అనుకున్నాడు. తన తండ్రి నుంచి ఎల్లప్పుడూ వచ్చే పునుగు వాసనలు వాడి ముక్కుకి సోకి, ఆయన త్వరగా వస్తే బావుండునని ఆశించాడు. గత ఆరునెలలుగా ప్రతీరోజూ ఇలాగే గడుస్తోంది. భీముడు తనని తరమటం, తను పారిపోయి ఈ మంచం కింద దాక్కోవటం, భీముడు వెతికి వెతికి అలిసిపోయి ఆ ప్రయత్నాన్ని ఎప్పుడు విరమించు కుంటాడా అని గుబగుబలాడే గుండెతో, భయంభయంగా ఎదురుచూడటం. సుయోధనుడికన్నా ఏడాది చిన్నవాడైనప్పటికీ, భీముడు వాడికన్నా ఒక అడుగు పొడవుగా ఉంటాడు. సుయోధనుడు పాలిపోయి బక్కపల్చగా ఉంటాడు. బలహీనుడైన వాడు ఎవరు కనిపించినా వారిపట్ల క్రూరంగా ప్రవర్తించటంలో భీముడికి ఆనందం దొరుకుతుంది. వాడిది దుడుకు స్వభావం. మెదడులో ఉన్న లోటుని వాడు శారీరకమైన బలంతో బాగానే భర్తీ చేసుకున్నాడు.

* * *

బాగా బలిసిన భీముడు తనకోసం, తన తమ్ముడికోసం రాజభవనం మూల మూలల్లో వెతుకుతూ ఉంటాడని సుయోధనుడికి తెలుసు. ‘వాడికి సుశాసనుడు కనబడకుండా ఉంటే బావుండు,’ అనుకున్నాడు. సుశాసనుడు చాలా చురుకుగా కదలగలడు. ఏ చెట్టుమీదికైనా సులభంగా ఎక్కిపోగలడు. అప్పుడు లావుపాటి భీముడు చెయ్యగలిగిందల్లా, చెట్టుపైనుంచి తనని వెక్కిరిస్తున్న వాడిమీదికి రాళ్లు రువ్వటమే. భీముడి గురి ఎంతమాత్రం సరిగ్గా ఉండదు. ఎన్నోసార్లు వాడు విసిరిన రాళ్లు తగిలి గవాక్షాల అద్దాలు పగలటం కద్దు. అప్పుడు క్రమశిక్షణ విషయంలో కఠినంగా ఉండే పెద తాత, భీష్ముడు వాడిని కోప్పడిన సందర్భాలు చాలానే ఉన్నాయి. సుయోధనుడికి తన చిన్నారి చెల్లి సుశల అంటే ప్రాణం అని తెలిసి భీముడు చీటికీ మాటికీ ఆ పిల్లని ఏడిపిస్తూ ఉంటాడు, ముఖ్యంగా దాని అన్నలు చుట్టుపక్కలే ఉన్నారని తెలిస్తే. అలా జరిగిన ప్రతిసారీ సుయోధనుడో, సుశాసనుడో భీముడితో కొట్లాటకి దిగుతారు. రక్తపాతం కాకుండా ఆపేందుకు అక్కడ పెద్దలెవరూ లేనట్టయితే, ఆ కొట్లాట పెరిగి ఘర్షణగా మారేది. భీముడికి సహాయంగా వాడి నలుగురు సోదరులూ రంగంలోకి దూకేవారు.

కానీ సుయోధనుడు అందరికన్నా ఎక్కువగా ద్వేషించేది భీముణ్ణి కాదు. చనిపోయిన తన పినతండ్రి కొడుకులందరిలోకీ పెద్దవాడు యుధిష్ఠిరుడంటేనే ఎక్కువ భయం. తన మేనమామ శకుని ఎన్నిసార్లు ఆ ధర్మనిష్ఠాపరుడైన యుధిష్ఠిరుడితో జాగ్రత్తగా ఉండమని హెచ్చరించలేదు? ఇంకా చిన్నవాడైన సుయోధనుడికి మేనమామ చెప్పిన వారసత్వ హక్కులూ, రాజకీయాలూ అంతబాగా అర్థం కాకపోయినప్పటికీ, యుధిష్ఠిరుడి కపటబుద్ధి సుయోధనుడికి వెగటు పుట్టించేది. యుధిష్ఠిరుడికి పది సంవత్సరాలు, దాదాపు సుయోధనుడి వయసే. ఈ ప్రపంచంలో తనే అందరికన్నా అణకువ గలవాడిలా, దైవభీతి గలవాడిలా, అమాయకుడిలా ప్రవర్తించేవాడు యుధిష్ఠిరుడు. కానీ కొట్లాట జరిగినప్పుడు వాడు తన్నే తన్నులే అందరికన్నా క్రూరంగా ఉండేవి. భీమ్ముడి పశుప్రాయమైన ప్రవర్తనని సుయోధనుడు అర్థం చేసుకోగలిగేవాడు, కానీ యుధిష్ఠిరుడి దురాక్రమణ మాత్రం వాడిని అయోమయంలో పడవేసేది. పెద్దవాళ్ల సమక్షంలో యుధిష్ఠిరుడు పెదతండ్రి పిలలపట్ల చాలా ప్రేమగా, ఆప్యాయంగా ఉండేవాడు, అందుకే పిల్లలు మాత్రమే ఉన్నప్పుడు వాడు కనబరిచే దుష్ట ప్రవృత్తి వాళ్లకి అర్థం అయేది కాదు.

చాలాసార్లు చుట్టుపక్కల కుంతి గాని, గాంధారి గాని ఉన్నట్టయితే, యుధిష్ఠిరుడు సుయోధుడినీ, సుశాసనుడినీ ప్రేమగా ముద్దు పెట్టుకునేవాడు. ఆ దృశ్యం గాంధారికి కనిపిస్తుందని కాదు. తన భర్తలాగే తనుకూడా అంధురాలిగా జీవించాలని నిర్ణయించు కుని ఆవిడ కళ్లకి గంతలు కట్టుకుంది. సుయోధనుడికి అర్థంకాని విషయాలలో అదికూడా ఒకటి. ఈ అందమైన ప్రపంచాన్ని చూడకుండా ఉండాలని ఎవరైనా ఎలా అనుకోగలరు? తమ పెదనాన్న భీష్ముడిని ధిక్కరించేందుకే ఆవిడ అలాటి పని చేసిందని శకుని మామ సుయోధనుడితో ఒకసారి అన్నాడు. భీష్ముడు బలవంతంగా ఒక అంధుడికి ఆమెని ముడి పెట్టడమే కారణమని అన్నాడు. కానీ ఆ మాటలు సుయోధనుడిని మరింత అయోమయానికి గురిచేశాయి. అంటే మహారాజు ధృతరాష్ట్రుడి మీద తన తల్లికి ప్రేమ లేదా? శకుని మామ చెప్పినది నిజమేనా అని వాడు ఒకసారి తల్లిని, అలా శాశ్వతంగా చీకటిలో ఉండాలని అనుకోవడం ధిక్కరించటం కోసమేనా అని అడిగాడు. ఆవిడ జవాబుగా నవ్వి వాడి జుట్టుని ప్రేమగా చెదరగొట్టింది. నోటితో ఆవిడ జవాబు చెప్పకపోయినా ఆవిడ కళ్లకి కట్టుకున్న పట్టువస్త్రం మీద వాడికి తడి మరక కనిపించింది. ఆవిడ ఏడుస్తోందా? అనుకున్నాడు.

తను ఒక సామాన్య మానవుడి ఇంట్లో ఎందుకు పుట్టలేదా అని సుయోధనుడు వాపోయేవాడు. వాడి పినతండ్రి, విదురుడు, దాసీ పుత్రుడన్న విషయం కూడా సుయోధనుడు శకుని చెప్పగా విన్నాడు. రాజు ధృతరాష్ట్రుడినీ, ఆయన సోదరుడు పాండురాజునీ కన్నతండ్రే విదురుడికి కూడా తండ్రి అనే విషయం కూడా శకుని చెప్పాడు.

"అయితే ఏమైంది?" అని అడిగాడా పిల్లవాడు అమాయకంగా. వాడు పెద్ద వాడయాక అర్థం అవుతుందని అన్నాడు శకుని. ఆ మాటవిని సుయోధనుడికి నిరాశ కలిగింది. 'నేనెప్పుడు పెద్దవాడినవుతానో?' అనుకున్నాడు మనసులో ఆశగా. బహుశా అప్పటికి తనని పీడించేవాడిమీద పగ తీర్చుకోవటం సాధ్యం అవుతుందేమో. ప్రస్తుతానికి తాను ఒంటరివాడు. నీడల్లో దాక్కుంటూ, గున్న ఏనుగులా ఉండే భీముడు తను దాక్కున్నచోటుని తెలుసుకోకూడదని ప్రార్థించటం ఒక్కటే చెయ్యగలడు.

* * *

"మీ నాన్న మంచంకింద దాక్కున్నావని నాకు తెలుసులే, మూర్ఖపు గుడ్డివాడి కొడుకువి, కాచుకో, నీ మట్టిబుర్రని నాకాలితో ఒక్క తన్ను తన్నానంటేనా..."

'దేవుడా! నేను వీడికి దొరికిపోయాను, ఇక పట్టేసుకుంటాడు,' అనుకోగానే సుయోధనుడి గుండె వేగంగా కొట్టుకోసాగింది. అస్తమిస్తున్న సూర్యుడి పలుచని వెలుతురులో భీముడి ఆకారం గోడమీద పెద్ద నీడని సృష్టించింది. సుయోధనుడికి వాడి కాళ్లు మాత్రమే కనిపించాయి, కానీ అంతమాత్రానే వాడు హడలిపోసాగాడు. గట్టిగా అరవాలనుకున్నాడు, కానీ తనకి సహాయం చేసేందుకు ఎవరూ రారని వాడికి తెలుసు. ఈ క్రూర ప్రపంచంలో తాను ఏకాకినని అనిపించింది వాడికి. ఈ లోకమంతా తనమీద కుట్ర పన్నుతోందని అనుకున్నాడు. గోడమీద ఇంకొక నీడపడింది. అది భీముడి తమ్ముడు అర్జునుడిదా? వాడు కూడా నా దుస్థితి చూసి ఆనందించేందుకు వచ్చాడా? మంచం కింది చీకటి మూలల్లోకి ఇంకా లోపలికి దూరాడు సుయోధనుడు.

"భీమా, ఇక్కడేం చేస్తున్నావు?" ఎవరిదో పెద్దవాళ్ల గొంతు అది. సుయోధనుడు జాగ్రత్తగా తొంగి చూశాడు. ఎవరది? అస్తమిస్తున్న సూర్యుడు ద్వారానికి బైట దృశ్యాలన్నిటికీ నిప్పురంగు పులుముతున్నాడు. ఎరుపు బంగారం రంగుల్లో ప్రకృతి మెరిసిపోతోంది. ఈ వచ్చిన మనిషి కదలని నీడలా ద్వారానికి అడ్డంగా నిలబడ్డాడు.

ఇలా మధ్యలో ఎవరో రావటంతో ఆశ్చర్యపోతూ భీముడు పక్కకి తిరిగి చూశాడు. వాడి ముఖంలోని క్రోధం సుయోధనుడి కంటపడింది.

"ఎప్పుడూ ఎందుకు నన్ను వెన్నంటే ఉంటారు మీరు? అమ్మతో చెపుతాను ఉండండి," అంటూ భీముడు గొంతుపెంచి అరిచినా, ఆ పలికేతీరులో ఏదో సంశయం ఉన్నట్టు తోచింది. సుయోధనుడు తను దాక్కున్న చోటినుంచి బైటికి పాకటం ప్రారంభించాడు.

"నువ్వు చిన్న రాకుమారుణ్ణి తరమటం చూశాను. ఏదో కొంటె పని చెయ్యబోతున్నావని తెలుసు. అందుకే నీ వెనకే వచ్చాను."

"కానీ మేం ఊరికే ఆడుకుంటున్నాం, అంతే..."

"ఇది ఆట అని నేను అనుకోను."

"చిన్నాన్న గారూ, మీరిక్కడ ఏం చేస్తున్నారు? ఇలాంటి చోటికి మీవంటివారు రాకూడదని మీకు తెలుసు కదా?" అన్నాడు భీముడు పోయిన ఆత్మవిశ్వాసాన్ని తిరిగి పుంజుకుంటూ. దాడిని దాడితో ఎదుర్కోవడమే సరైన పద్ధతి అనుకున్నాడు భీముడు. వ్యంగ్యంగా తను అన్న మాటలు తన పినతండ్రిని ఎంత బాధపెడతాయో వాడికి తెలుసు.

తన పినతండ్రి భుజాలు కుంగిపోవటం చూశాడు సుయోధనుడు. 'మళ్లీ మంచం కింద దాక్కోవటమే మంచిదేమో?' అనుకున్నాడు.

విదురుడు చుట్టూ పరికించాడు, చుట్టుపక్కల ఎవరూ లేరని నిర్ధారణ చేసుకున్నాక భీముడివైపు కదిలాడు. భీముడు వెనకడుగు వేశాడు. "దీన్ని గురించి మనం భీష్మాచార్యులతో మాట్లాడి తేల్చుకుందాం," అన్నాడు విదురుడు.

"నన్నుక్షమించండి చిన్నాన్న గారూ, నావల్ల తప్పుయిపోయింది, క్షమించండి! నేనిక్కడినుంచి

వెళ్లిపోతున్నాను," అంటూ సుయోధనుడివైపు ద్వేషం నిండిన ఒక చూపు విసిరి గదిలోనుంచి బైటికి నడిచాడు. వెళ్లేప్పుడు విదురుడి శరీరం తన శరీరానికి తాకకుండా అతి జాగ్రత్తని ప్రదర్శించాడు.

సుయోధనుడి మనసులో తన పినతండ్రి పట్ల కృతజ్ఞతాభావం ఉప్పొంగింది. పరిగెత్తి నల్లటి, పొడవాటి విదురుడిని కౌగలించుకున్నాడు. ఒక్క క్షణం విదురుడు నివ్వెరపోయాడు. వెంటనే ఆయన సుయోధనుణ్ణి సుతారంగా విడిపించుకున్నాడు. సుయోధనుడు పినతండ్రి వైపు చూశాడు, వాడి అమాయకపు ముఖంలో బాధ కదలాడింది.

"రాకుమారా, సుయోధనా! నువ్వా పని చెయ్యకూడదని నీకు కూడా తెలుసు. నన్ను నువ్వు తాకకూడదు, ముఖ్యంగా స్నానం చేసిన తరవాత. సాయంకాలపు పూజకి సిద్ధం అవాలి నువ్వు."

"కానీ మీరు నా చిన్నాన్నగారే కదా!" అన్నాడు రాకుమారుడు. తన బద్ధ శత్రువునుంచి ఇంతకు ముందే తనని ఆయన కాపాడాడని చెప్పాలని అనిపించింది సుయోధనుడికి.

"అయినప్పటికీ నాయనా, నువ్వు నన్ను తాకరాదు," అన్నాడు విదురుడు. ఎంతో సరళమైన ఆ మాటల్లో ఎంతో వ్యథ దాగి ఉందని గ్రహించాడు సుయోధనుడు. అందగాడు విదురుడు అస్తమిస్తున్న సూర్యుడివైపు చూస్తూ నిలబడ్డాడు.

"కానీ ఎందుకు తాకకూడదు?"

"ఇక మాటలు చాలు, నేనింక ఇక్కడ ఉండకూడదు," అని విదురుడు వెళ్లేందుకు ఉద్యుక్తుడయాడు.

సుయోధనుడు ఆయన వెనకే పరిగెత్తుకెళ్లి ఆయన చెయ్యిపట్టి లాగాడు. విదురుడు గబుక్కున తన చెయ్యి లాగేసుకున్నాడు.

"కానీ చెప్పండి చిన్నాన్నా! మిమ్మల్ని ఎందుకు తాకకూడదు?"

"ఇప్పుడు నీకు అర్థం కాదు, సుయోధనా! పెద్దవాడివైనాక నువ్వే తెలుసుకుంటావు. ఇక నన్ను వెళ్లనీ," విదురుడు వెనుతిరిగి గబగబా నడుచుకుంటూ వెళ్లిపోయాడు.

సుయోధనుడు ఆయన వైపే చూస్తూ నిలబడ్డాడు. వాడి మనసులో విచారం, అయోమయం అలుముకోసాగాయి. సూర్యుడు అస్తమించాడు, హస్తినాపురాన్ని చీకటి ముసుగు పూర్తిగా కప్పివేసింది. ఆ పిల్లవాడు నిలువెల్లా వణుకుతూ, భావోద్రేకానికి గురై అలాగే నిలబడ్డాడు. తన తండ్రి గదిలోకి వెళ్లేందుకు వెనుదిరిగి, తను త్వరగా పెరిగి పెద్దవాడయితే బావుండుననీ, తన మనసుని కలచివేసే ప్రశ్నలకి జవాబులని త్వరగా తెలుసుకోగలుగుతాననీ, వాటిని పెద్దలు ప్రస్తుతం తనకి చెప్పటం లేదనీ వాపోయాడు. అప్పుడు వాడికి తన పినతండ్రి కళ్లల్లో కనిపించిన వేదన జ్ఞాపకం వచ్చింది. బహుశా పెద్దవాడవడం అంత మంచిది కాదేమో అనిపించింది.

* * *

భీముడి గురించి మేనమామ శకునితో అత్యవసరంగా మాట్లాడాలని అనిపించింది సుయోధనుడికి. బహుశా ఆయన సభలో ఉండి ఉంటాడు. సుయోధనుడికి తన పినతండ్రి

కొడుకులంటే ఎంత అయిష్టం! పినతండ్రి పాండు చనిపోయి ఆరునెలలయింది, అయినా ఆయన కుమారులకి ఇంకా అందరూ సాంత్వన సందేశాలు పంపుతూనే ఉన్నారు. దానివల్ల వాళ్లు మరింత దుర్మార్గులుగా తయారయారు. ప్రస్తుతం వాళ్లకి అదనంగా కొన్ని లాభాలు కలిగాయి. వాళ్ల తల్లికి ఇంతకు మునుపటికన్నా ఎక్కువ అధికారం లభించింది. పాండు రెండవ భార్య, మాద్రి భర్తతో బాటు చితిమీద సహగమనం చేసింది. ఆ తరవాత కుంతి, తన ముగ్గురు కుమారులతోబాటు మాద్రి కుమారులిద్దరినీ వెంటపెట్టుకుని రాజభవనానికి వచ్చింది.

సుయోధనుడికి రాజసభకి వెళ్లాలని అనిపించలేదు. అక్కడ తీవ్రమైన వాగ్వివాదాలు జరగకుండా ఉండాలని కోరుకున్నాడు. ఈ మధ్య కొన్ని నెలల లోపల రెండుసార్లు అలాంటి వాదనలు జరిగాయి. మొదటిసారి భీష్మాచార్యుడు విదురుడిని ప్రధానమంత్రిని చెయ్యాలని నిశ్చయించినప్పుడు జరిగింది. అప్పుడు సుయోధనుడు శకుని పక్కనే కూర్చున్నాడు. భీష్ముడు లేచి నిలబడి చారిత్రాత్మకమైన ఆ ప్రకటన చేశాడు.

"ఈరోజు హస్తినాపురానికి ప్రత్యేకమైన రోజు. మహారాజు ధృతరాష్ట్రుడి అంగీకారంతో, సూక్ష్మబుద్ధీ, పాండిత్యమూగల విదురుడిని హస్తినాపురానికి ప్రధానమంత్రిగా నియమిస్తున్నాను," అని భీష్ముడు ప్రకటించగానే సభలో అలజడి తారస్థాయికి చేరుకుంది.

"కానీ, ప్రభూ, అతను శూద్రుడు, రాజభవనంలోని దాసీకి పుట్టినవాడు!" రాజాస్థానంలోని పురోహితుడు ధౌమ్యుడనే యువకుడు లేచి నిలబడి గోలని అధిగమించి గట్టిగా అరిచాడు. సుయోధనుడు తలెత్తి శకునివైపు చూశాడు, ఆయన సుతారంగా తన మోకాళ్లని నిమురు కుంటూ, వ్యంగ్యంగా నవ్వుతూ కూర్చుని ఉన్నాడు.

భీష్ముడు చేతులు పైకి ఎత్తగానే గొడవ సద్దుమణిగింది. "ధౌమ్యాచార్యా, మహారాజు ధృతరాష్ట్రుడూ, మరణించిన పాండురాజూ, మరి విదురుడూ, ముగ్గురూ మా తండ్రి శంతన మహారాజు మనుమలేనని మీకు నేను జ్ఞాపకం చెయ్యనక్కర్లేదనుకుంటా?" అన్నాడు భీష్ముడు.

"కానీ, ప్రభూ..."

"మహారాజు మాతామహురాలు, సత్యవతి మత్స్యకారుల కుటుంబంలో పుట్టిన దనీ, ఆమె రాజవంశీయుడైన మా తండ్రిని వివాహమాడిందనీ నేను మీకు చెప్పాలా? ఆమె కుమారుడు, విచిత్రవీర్యుడు నిస్సంతానంగా చనిపోయినప్పుడు, వంశాన్ని కొనసాగించేందుకు, అదే స్త్రీ మీలాంటి వారిని ధిక్కరించే సాహసం చేసింది కదా? తన ఇంకొక పుత్రుడు వ్యాసుడిని పిలిచి, ప్రాచీన నియోగ పద్ధతిని అనుసరించి, తన ముగ్గురు కోడళ్లకీ గర్భాధానం చెయ్యమని చెప్పింది కదా?"

"అయ్యా, నియోగం అంటే..."

"ధౌమ్యా మీ ధర్మోపదేశాలు మాకు అవసరం లేదు. కృష్ణద్వైపాయన వ్యాసుడు ఎవరో మాకు చెప్పండి," అన్నాడు భీష్ముడు. యువ పురోహితుడు ఆ ప్రశ్నకి జవాబు చెప్పలేక ఇబ్బంది పడటం చూసి, "నిజం చెప్పటానికి అంత తడబాటు దేనికి? వ్యాసుడు మా సవతి తల్లి సత్యవతికి పుట్టిన అక్రమ సంతానం. ఆయన తండ్రి పరాశరుడు. మా తండ్రితో వివాహానికి పూర్వం ఆమె వ్యాసుడికి జన్మనిచ్చింది. ఒక మత్స్య కన్యకి పుట్టిన వ్యాసుడు ధృతరాష్ట్రుడికీ, పాండుకీ, విదురుడికీ తండ్రి. మరి అలాంటప్పుడు విదురుడి కులం ఏది?" అన్నాడు భీష్ముడు ఎప్పుడూ

ఉండే గాంభీర్యాన్ని వదిలి కొంటెగా నవ్వుతూ.

"వీడు భీష్ముడికి దొరికిపోయాడు!" అన్నాడు శకుని సుయోధనుడి చెవిలో రహస్యంగా. వివరంగా చెప్పమన్నట్టు వాడు తన మేనమామకేసి చూశాడు. భీష్మ పితామహుడు ధౌమ్యుడి వాదనలనే అటూ ఇటూ తిప్పి, మెలికపెట్టి ఎంతో సమర్థంగా అతని నోరు మూయించాడని అన్నాడు శకుని. తన తల్లి వల్ల విదురుడు శూద్రుడు అవుతాడని ధౌమ్యుడు అంటే, కురువంశం మొత్తం వాళ్ల మాతామహురాలు మత్స్యకన్య అయినందువల్ల శూద్రులు అవుతారని భీష్ముడు తేల్చాడు. విదురుడి జన్మ క్రమాన్ని ప్రశ్నించినట్టయితే, మహారాజు వంశం మొత్తాన్ని ప్రశ్నించినట్టే. తాను ఓడిపోయానని ధౌమ్యుడు గ్రహించాడు. ధౌమ్యుడు మూగబోయినట్టు కూర్చోవటం సుయోధనుడికి కనిపించింది. ఆ తరవాత కొత్త ప్రధానమంత్రి ప్రమాణ స్వీకారం చేస్తూ తాను మరణించే వరకూ రాజ్యానికి సేవ చేస్తానని అన్నాడు.

కొత్త ప్రధానమంత్రిని ఆరోజు శకుని అమితంగా అభినందించినా, వాళ్లిద్దరికీ ఒకరంటే ఒకరికి విపరీతమైన అయిష్టం ఉందని సుయోధనుడికి అనిపించింది.

రెండోసారి జరిగిన వాగ్వివాదం కూడా సుయోధనుడికి చాలా స్పష్టంగా గుర్తుంది. ఆ గొడవ మొదలైంది పినతల్లి కుంతి సభకి వచ్చేందుకు అనుమతించమని భీష్ముణ్ణి కోరటం వల్లే. భీష్ముడు అంగీకరించి తన నిర్ణయాన్ని తెలిపినపుడు మళ్లీ ధౌమ్యుడే కోపంగా అడ్డుపడి స్త్రీలు సభలో పాల్గొనటం అనేది ఇంతకు ముందెన్నడూ జరగలేదని అన్నాడు. ఆ సంప్రదాయ వాది బ్రాహ్మణుడు ఎన్నో స్మృతుల్లో నుంచి ఉదాహరణలు ఉటంకించి వితంతువులు బహిరంగ ప్రదేశాలలో కనబడరాదని అవి నిర్దేశించాయనీ, స్త్రీలు అధికార పదవుల్లో ఉండటం అసంభవం అనీ వాదించాడు.

శాస్త్రాల గురించి జరిగిన ఈ వాగ్యుద్ధంలో భీష్ముడు విదురుడిని ముందుకి తోశాడు. ఆ పండితుడు తన పాండిత్య ప్రదర్శనతో వేదాల నుంచి ధారాళంగా ఉదాహరణలని ఇస్తూ ఆ శాస్త్రాలు చదువుకున్న బ్రాహ్మణులని తలలు వంచుకునేలా చేశాడు. ప్రాచీన కాలం నుంచే స్త్రీలూ, వితంతువులూ రాజ్యానికి సంబంధించిన వ్యవహారాల్లో ముఖ్యమైన పాత్ర ఎలా పోషించారో సోదాహరణంగా వివరించాడు విదురుడు. తర్కం పని చెయ్యకపోయే సరికి పురోహితులు వ్యక్తి దూషణకి దిగారు. వేదాలని చదివే అధికారం విదురుడికి లేదనీ, వాటినుంచి ఉదాహరణలు ఉటంకించే ప్రశ్నే లేదనీ అన్నారు. విదురుడి బాధ ఇంకా సుయోధనుడికి తెలియవస్తూనే ఉంది.

అదృష్టవశాత్తూ అలా దాడికి గురైన ప్రధానమంత్రిని ఆదుకునేందుకు, నిరంతరం సంచారం చేసే సన్యాసి, ప్రస్తుతం ఈ లోకంలో అందరికన్నా గొప్ప వేద పండితుడు, కృష్ణద్వైపాయన వ్యాసుడు సభలోకి వచ్చాడు. భీష్ముడూ, అంధ మహారాజు సైతం లేచి నిలబడి ఆ మహనీయుడికి పాదాభివందనం చేశారు. ఎదుట ఉన్న చిక్కు ప్రశ్నకి జవాబు చెప్పమని భీష్ముడు ఆయన్ని కోరగా, భయంకరంగా కొనసాగుతున్న ఆ వాగ్యుద్ధాన్ని ఆ ముని తనకే సొంతమైన హాస్యంతోనూ, వివేకంతోనూ అంత మొందించాడు. అన్ని వేదాలగురించీ అతి క్షుణ్ణంగా తెలిసిన ఆయన ప్రస్తుతం భరత ఖండంలోని మౌఖిక సాహిత్యాన్ని వరుస క్రమంలో ఉంచి, దాన్ని రాబోయే తరాల కోసం రాసి పెట్టే పనిలో ఉన్నాడు. విదురుడు చెప్పినదే నిజమని ఆయన పురోహితులకి చెప్పాడు.

"వేదాలలో నుంచి ఉదాహరణలు ఇచ్చేందుకు ఒక శూద్రుడికి అధికారం ఎక్కడిది? మునీశ్వరా, బహుశా విదురుడితో మీకున్న విశేషమైన బంధుత్వం వల్ల ఆయన్ని సమర్థిస్తున్నారేమో," అన్నాడు ధౌమ్యుడు తనని సమర్థించే వారి వైపు చూసి నర్మగర్భంగా నవ్వుతూ.

పురోహితుడి మాటలకి అర్థం ఏమిటని సుయోధనుడు తన మేనమామని అడిగేసరికి ఆయన వాడిని మాట్లాడవద్దని అన్నాడు. కానీ సుయోధనుడు వాతావరణంలో ఉన్న ఒత్తిడిని గ్రహించాడు. శకుని ఆ మునిని తదేకంగా గమనిస్తున్నాడు.

ధౌమ్యుడు గాయపరచాలని అన్న మాటలు విని వ్యాసుడు నెమ్మదిగా నవ్వాడు, "నీ మనసులో మాట చెప్పవెందుకు, నాయనా? నేను కూడా శూద్రుడినే. అంతేకాదు, అవివాహితకి జన్మించాను. నల్లరంగులో ఉండే మత్స్యకారుల కుటుంబంలోని స్త్రీకి పుట్టిన అక్రమ సంతానాన్ని. నా తండ్రి గొప్ప పండితుడు, బ్రాహ్మణుడు. ఆయన పేరు పరాశరుడు. నాకు వేదాలలోని జ్ఞానాన్ని బోధించడానికి నా కులం గురించి ఒక్కసారి కూడా ఆయన వెనకాడలేదు."

పురోహితులు ఆయన ముందు ఇబ్బందిగా కదులుతూ నిల్చున్నారు.

"మా తండ్రి బోధించిన విషయాలకి దేశవ్యాప్తంగా చేసిన నా యాత్రల ద్వారా గడించిన పరిజ్ఞానాన్నీ, రుషులు, మునుల ధర్మోపన్యాసాల నుంచి గ్రహించిన జ్ఞానాన్నీ జోడించాను. ఈ పండితోత్తముల్లో ఒక్కరు కూడా నా కులం ఏమిటని అడగలేదు. హిమాలయాల నుంచి మూడు మహాసముద్రాలు కలిసే పవిత్ర నగరం దాకా యాత్రలు చేశాను. ఇంట్లో నేను ఏ భాష మాట్లాడతానని గాని, ఏ ప్రాంతపు మాండలికంలో మాట్లాడతానని గాని ఏ పండితుడూ నన్ను అడగలేదు. వాళ్లు అన్ని కులాలకీ, మతాలకీ చెందినవారు. ఎవరి ఆలోచనలు వారివి, అయినప్పటికీ అందరిదీ సార్వజనీనమైన భాష, అదే మానవమాత్రుడి పట్ల ప్రేమ ప్రదర్శించే భాష. వాళ్లు నగరాలకి దూరంగా, అన్ని రకాల సుఖ సౌకర్యాలనీ నిరాకరించి, ప్రశాంతమైన అరణ్యాలలో నివసించేందుకు వెళ్లిపోయారు. అధికారాన్ని వదలకుండా పట్టుకోలేదు, మన ఇష్టాయిష్టాలతో ప్రమేయం లేకుండా ఏదో ఒక కులంలో జన్మిస్తాం. పై కులంలో పుట్టినందుకు తాము చాలా ఉన్నతులని వాళ్లు భావించరు. కానీ ఇక్కడ మీరేం చేస్తున్నారు? కులం, మతం, భాష పేరుతో మనుషులని విడదీసేందుకు మీ పాండిత్యాన్నీ, మేధస్సునీ ఉపయోగించు కుంటున్నారు. కానీ నిజమైన మహనీయులు ఈ ప్రపంచాన్నంతా మెరుగుపరిచేందుకే ప్రయత్నించారు. అదే మీకూ వాళ్లకీ ఉన్న భేదం. సత్యాన్ని తెలుసుకునే తెలివితేటల్ని మీకు ప్రసాదించమని ఆ భగవంతుణ్ణి ప్రార్థిస్తున్నాను. పరశురాముడి వంటి వారి చేతికి అధికారం చిక్కితే, ఈ పవిత్ర భరత ఖండంలో రక్తపాతం, యుద్ధాలూ తప్ప ఇంకేమీ ఉండవన్నది నా భవిష్యవాణి."

సభలో పూర్తి నిశ్శబ్దం తాండవించింది. శకుని చెయ్యి సుయోధనుడి భుజం మీద బిగుసుకునే సరికి వాడు నొప్పితో ముఖం చిట్లించాడు. ఆ చేతి పట్టు నుంచి విడిపించుకుందామని అనుకున్నాడు కాని తన మేనమామవైపు చూసేసరికి వాడికి భయం వేసింది. శకుని మునివైపు కోపంగా చూస్తున్నాడు, తన కళ్లలో ఆయనపట్ల శత్రుత్వాన్ని బాహాటంగా ప్రదర్శిస్తున్నాడు.. మరుక్షణం శకుని తలవంచి మేనల్లుడి వైపు చూశాడు. ఆయన ముఖంలోని ఒత్తిడి తగ్గి సుయోధనుడి భుజం మీద ఉన్న తన పట్టుని కూడా సడలించాడు.

"కుంతికి సభలో ప్రవేశించేందుకు అనుమతిస్తున్నాను," అని భీష్ముడు ప్రకటించ గానే సభా భవనం కరతాళ ధ్వనులతో మారుమోగిపోయింది.

శకుని అహంకారాన్ని ప్రదర్శిస్తూ లేచి నిటారుగా నిలబడ్డాడు. "మహాప్రభూ, మరి నా సోదరి గాంధారి విషయమో? ఆమె కూడా సభకి రావచ్చా?"

భీష్ముడు శకునివైపు చాలాసేపు కన్నార్పకుండా చూసి, "ఎందుకు రాకూడదు? ఇది చాలా మంచి మార్పు, ముందడుగు అనాలి. పాతకాలపు స్త్రీలలాగా గాంధారీ, కుంతీ మన సభలో తమ తెలివిని ప్రదర్శించి తమ ఆశీస్సులని ఇస్తే బావుంటుంది," అన్నాడు.

శకుని కూర్చుని సుయోధనుణ్ణి చూసి కన్నుకొట్టాడు. వ్యాస మహర్షి తల అడ్డంగా ఆడిస్తూ సభాస్థలిని వదిలి బైటికి నడిచాడు. ఆరోజు సభలో జరిగినదానికి ఇంకా బాధపడుతూనే ఉన్నాడు సుయోధనుడు. గాంధారికి ఇప్పుడు తన పిల్లలతో కాలం గడిపేందుకు తీరికలేదు.

ఎప్పుడూ కుంతి చెప్పినదానికి వ్యతిరేకంగా ఏమనాలా అని ఆలోచించటంలోనే సమయం గడుపుతూ ఉంటుంది. ఆ ఇద్దరు శక్తిశాలురైన స్త్రీల మధ్యా రాజభవనం కుట్రలూ కుతంత్రాలతో వేగిపోసాగింది. ఇద్దరూ తమ పిల్లల భవిష్యత్తు కోసం పోరాడసాగారు. పదేళ్ల వయసున్న సుయోధనుడికే వాతావరణంలో పేరుకుంటున్న ఒత్తిడి తెలిసివచ్చింది. కానీ రాజభవనంలోని పురుషులు మాత్రం ఆ ఇద్దరు స్త్రీలమధ్యా జరుగుతున్న ప్రచ్ఛన్నయుద్ధం గురించి తమకి ఏమీ తెలీనట్టే ప్రవర్తించసాగారు.

ఒకానొక సందర్భంలో సుయోధనుడితో శకుని, "చూశావా, పురోహితులు మీ అమ్మ కన్నా కుంతికే ఎక్కువ ప్రాధాన్యం ఇస్తున్నారు!" అన్నాడు. ఆ పురోహితులే కొన్ని వారాల క్రితం రాజసభలో కుంతి ఉండేందుకు వీల్లేదని వాదించారు. సుయోధనుడు అర్థం కానట్టు చూసేసరికి శకుని నవ్వుతూ, "ఆ ఛాందసులకి మీ పినతల్లి బాగా నచ్చింది. ధౌమ్యుడి కన్నా సంప్రదాయవాది ఆమె. ఆమె అభిప్రాయాలన్నీ సంప్రదాయ బద్ధమైనవే. నాయనా, నువ్వు జాగ్రత్తగా ఉండకపోయావంటే ఏదో ఒకనాడు నిన్నూ, నీ సోదరులనీ వాళ్లు వీధిలోకి తరిమేస్తారు, ఇక మీ తలిదండ్రుల విషయం చెప్పేదేముంది. అందరూ కలిసి బిచ్చమెత్తుకో వలసిందే!" అన్నాడు.

"కానీ మామా..." అంటూ అమాయకమైన నల్లని కళ్లతో సుయోధనుడు తల పైకెత్తి చూసేసరికి శకుని పెదవులమీద వక్రమైన నవ్వు కనిపించింది.

"విచారించకు నాయనా, నిన్ను కాపాడేందుకు నేనున్నాను," అన్నాడు ప్రేమగా వాడి జుట్టు చెరుపుతూ.

భీముడి చేతుల్లోంచి వెంట్రుకవాసిలో తప్పించుకున్న సుయోధనుడికి శకుని సాంగత్యం సుఖంగా తోచింది. వాడు పొడవాటి వసారాల గుండా నడిచాడు. గోడలకి బిగించి ఉన్న ప్రమిదెలని సేవకులు వెలిగిస్తున్నారు. సభా భవనం నుంచి ఏవో ధ్వనులు వినిపించాయి వాడికి. వెలుతురుతో నిండిన సభలోకి వాడు ప్రవేశిస్తూ ఉంటే ద్వారపాలకులు వంగి నమస్కరించారు. హస్తినాపుర రాజు ధృతరాష్ట్రుడు రత్నఖచిత సింహాసనం మీద కూర్చుని ఉన్నాడు. ఆయన తలమీది అమూల్యమైన కిరీటం మీద, సభ మధ్యలో వేలాడే కొమ్మలసెమ్మెలోని దీపాలు స్వర్ణకాంతుల్ని ప్రతిఫలింపజేస్తున్నాయి. ఆయన పక్కనే అంతే దివ్యంగా ఉన్న మరో ఆసనం

మీద కురువంశ రాజ ప్రతినిధి, భీష్ముడు ఆసీనుడై ఉన్నాడు. శకుని మాత్రం ఎక్కడా కనిపించలేదు.

సుయోధనుడు భీష్మపితామహుడిని గమనించసాగాడు. ఏవో లేఖలని చూడటంలో మునిగి ఉన్నాడాయన. సభలోని సదస్యులకి తన సలహా అవసరం అనుకున్నప్పుడు మాత్రమే జోక్యం కలిగించుకుంటున్నాడు. ప్రధానమంత్రి విదురుడు ఆయన పక్కనే నిలబడి ఏదో రాసుకుంటున్నాడు. సుయోధనుడికి విదురుడంటే ఇష్టం. కానీ తన తలిదండ్రులతో సహా అందరూ ఆయన్ని ఎందుకు అంత లోకువగా చూస్తారో మాత్రం వాడికి అర్థం కాదు. సుయోధనుడు గాంధారి దృష్టిని ఆకర్షించేందుకు ప్రయత్నించాడు. కానీ వాడిని గమనించినది భీష్ముడు. వెంటనే వచ్చి తన ఒళ్లో కూర్చోమని వాడిని పిలిచాడు. తనకి ఎవరి ఒళ్లోనైనా కూర్చునే వయసు దాటిపోయిందని వాడికి అనిపించినా, ఆయన మాట తీసెయ్యలేక, కొన్ని నిమిషాలు భీష్ముడి తొడమీద కూర్చున్నాడు. భీష్ముడు తనని ముద్దుపెట్టుకోమని కోరేసరికి త్వరగా ఆయన బుగ్గమీద చిన్న ముద్దు పెట్టి, కిందికి దూకి పారిపోయాడు. సభలో అందరూ వాడిని చూసి గారాబంగా నవ్వడం వినిపించింది వాడు చాలా సిగ్గుపడిపోయాడు. వాడికి తన మేనమామ శకునిని చూడాలనిపించింది.

# 2. గురువు రాక

సుయోధనుడికి క్షితిజం దగ్గర మూడు నల్లటి నీడల్లాంటివి కనిపించాయి. హస్తినా పురాన్ని సమీపిస్తున్నకొద్దీ అవి నెమ్మదిగా పెద్ద ఆకారం దాల్చసాగాయి. తెల్లవారగట్లే సుయోధనుడు మామిడికొమ్మని పట్టుకుని వేలాడుతున్నాడు. వాడి బరువుకి ఆ కొమ్మ మూలిగినట్టు చప్పుడు చేస్తోంది. వాడి తమ్ముడు సుశాసనుడు ఆసరికే పైకొమ్మలమీదికి ఎక్కి పండిన పళ్లని కిందపడవేస్తున్నాడు. వాళ్ల చెల్లెలు సుశల తన పరికిణీని జోలెలా చేసి కిందపడే పళ్లని పట్టుకునేందుకు అటూ ఇటూ పరిగెత్తుతోంది. వీళ్లు తమ చెట్టుమీదికి వచ్చారని చెప్పి ఉడతలు కోపంగా కిచకిచలాడాయి.

ఇంకా పూర్తిగా తెల్లవారకపోయినా వేసవికాలం అవటంచేత వేడిగా ఉంది, అంతటా దుమ్మూ ధూళీ ఎగురుతోంది. కానీ అందరు పిల్లల్లాగే వీళ్లు ముగ్గురూ కూడా వేడిని లక్ష్యం చేయటం లేదు. వేసవి పెట్టే ఇబ్బందులు పండిన మామిడిపళ్ల మధురమైన వాసనముందు లెక్కలోకి రాలేదు. అంతేకాక, గురు కృపాచార్యుల శిక్షణ తరగతులు ఇంక కాసేపట్లో ప్రారంభం అవుతాయి. అప్పుడు ఇంక కోట బైట ఉన్న మామిడి తోపుల్లోకి ఆయన కళ్లు కప్పి పారిపోవటం సాధ్యం కాదు. క్రితంరోజు సాయంకాలం వీళ్లు ముగ్గురూ కొండ శిఖరం అంచుకి వెళ్లినప్పుడు ఈ మామిడిచెట్టు వాళ్లకి అనుకోకుండా కనిపించింది. సామాన్యంగా తిండిపోతు భీముడు పచ్చికాయలని కూడా వదలకుండా అన్నీ తినేస్తాడు. ఆ తోపు చుట్టుపక్కల సుయోధనుడుగాని, వాడి తోబుట్టువులుగాని కనిపిస్తే నిర్దయగా చావబాదుతాడు. భవనం కాపలావాళ్లు ఎవరి పక్షం వహించాలో, ఎవరి చేతిలో అధికారం ఉందో తెలుసు కాబట్టి చూసీచూడనట్టు ఉండిపోతారు.

తమ పినతండ్రి కుమారులు ఐదుగురూ కొండ కింది భాగంలో ఉండటం చూసి సుయోధనుడు ఆ దుష్టుడు భీముడు తమని పీడించడని ఊరట చెందాడు. తను కూర్చున్న కొమ్మమీది నుంచి వాడికి పాండవులు ఐదుగురూ కనిపిస్తున్నారు. అందరి కన్నా పెద్దవాడు, యుధిష్ఠిరుడు పద్మాసనం వేసుకుని కూర్చుని, తన వయసుకి మించిన గాంభీర్యంతో ధ్యానం చేస్తున్నాడు. భీముడు ఒక సంకరజాతి కుక్కని తరుముతున్నాడు. అర్జునుడు విలువిద్య అభ్యసిస్తున్నాడు. వాడి దృష్టి పూర్తిగా తను కొట్టే గురిమీదే ఉంది. అర్జునుడు బాణాన్ని గురిపెట్టినవైపు చూసి సుయోధనుడు వణికిపోయాడు. చెట్టుమీద గూటిలో తన పిల్లలకి ఆహారం తినిపిస్తున్న పక్షిని కొట్టేందుకు ప్రయత్నిస్తున్నాడు అర్జునుడు. పక్షిని హెచ్చరిస్తూ అరవాలని అనుకున్నాడు, కానీ వాడాపని చేసేలోపలే అర్జునుడు బాణం వదిలాడు.

అదృష్టవశాత్తూ అది కాస్తలో గురి తప్పింది. అర్జునుడు కోపంగా కాలితో నేలని తన్నాడు. కవలలు నకుల సహదేవులు గుడ్డతో చేసిన బంతితో ఆడుకుంటున్నారు.

కొంతసేపటి క్రితం సుయోధనుడికి దూరంగా కనబడిన మూడు ఆకారాలూ అక్కడికి చేరుకున్నాయి. ఒక బ్రాహ్మణుడూ, ఆయన భార్యా, వాళ్ల కుమారుడూ అక్కడికి చేరుకున్నారు. ఆ బాలుడికి ఎనిమిదేళ్లు ఉంటాయేమో. పొడవాటి నల్లటి గడ్డంతో ఉన్న ఆ పొడవాటి తెల్లటి బ్రాహ్మణుడు అర్జునుడిని సమీపించటం చూశాడు సుయోధనుడు. ఆయన భార్య వెనకే నిలబడి ఉండిపోయింది. ఆమె చాలా నీరసంగానూ, బలహీనంగానూ కనిపించింది. ఏ క్షణాన్నైనా స్పృహ తప్పి పడిపోతుందేమో అన్నట్టు ఉంది. వారి వెంట ఉన్న బాలుడు కదలకుండా నిలబడ్డాడు. వాడి పెద్దపెద్ద నల్లటి కళ్లనిండా ఎంతో ఆశ్చర్యం కనిపించింది. అర్జునుడితో మాట్లాడుతున్న వాడి తండ్రి, భీముడు తన కళ్లని గుండ్రంగా తిప్పుతూ బెదిరిస్తున్నట్టు భయంకరంగా తన కుమారుడివైపు నడవటం గమనించలేదు. జగడాలమారి భీముడు పళ్లికిలిస్తూ ఆ బాలుడివైపు వేలితో చూపిస్తూంటే వాడు హడిలిపోయి వాళ్ల అమ్మ చేతిని గట్టిగా పట్టుకున్నాడు. కొండమీదినుంచి కిందికి పరిగెత్తి భీముడితో పోరాడాలనిపించింది సుయోధనుడికి. తను భీముడితో పోరాడి గెలవకపోవచ్చు, వాడిచేతిలో చావుదెబ్బలు తినచ్చు, కానీ ఆ లోపల ఆ చిన్న పిల్లవాడికి పారిపోయే అదను దొరుకుతుంది అనుకున్నాడు.

సుశాసనుడు కూడా భీముణ్ణి గమనించాడు. అన్నిటికన్నా పెద్ద మామిడిపండు చేత్తోపట్టుకుని భీముడి మీదికి విసిరేందుకు చెట్టుమీద సర్దుకుని నిలబడ్డాడు. ఆ పండు బొద్దుగా ఉండే భీముడి ముఖానికి తగిలి, పగిలి వాడి ముఖంనిండా దాని గుజ్జు అంటుకోవడం ఊహించి సుయోధనుడు నవ్వుకున్నాడు.

పాండవ కవలలిద్దరూ పరిగెత్తుకొచ్చి ఉత్సాహంగా ఏదో చెప్పారు. గాలి వాళ్ల మాటలని కొండమీదికి మోసుకొచ్చింది. వాళ్ల గుడ్డ బంతి బావిలో పడిందని చెప్పటం రాకుమారుడి చెవులకి లీలగా వినబడింది. భీముడికి ఆ బ్రాహ్మణ పిల్లవాడిలో ఆసక్తి పోయింది, గబగబా బావి దగ్గరకి పరిగెత్తాడు. ఆసరికే సుశాసనుడు మామిడిపండుని భీముడిమీదికి విసిరాడు, భీముడు పరిగెత్తటంతో అది గురి తప్పి నేలమీదపడి దొర్లుకుంటూ ఒక పొదలోకి పోయింది.

"అన్నయ్యా, అన్నిటికన్నా మంచి పండుని పారేశావు," అంది సుశల ఏడుపు గొంతుతో.

"నోరు మూసుకో!" అని గదిమాడు సుశాసనుడు. బుంగమూతి పెట్టిన చెల్లెలి వైపు చూసి సుయోధనుడు చిరునవ్వు నవ్వాడు.

ఇంతలో యుధిష్ఠిరుడు తన ధ్యాన ముద్రని వదిలి లేచి నిలబడి, ఎంతో మర్యాదగా ఆ బ్రాహ్మణుడికి పాదాభివందనం చేసి, నమస్కరించి ఆయనతో ఏదో అంటున్నాడు. అలా యుధిష్ఠిరుడు అతి వినయం ప్రదర్శించినప్పుడల్లా వాణ్ణి చూస్తే సుయోధనుడికి అసహ్యం వేస్తుంది. కవలలిద్దరూ నీటిమీద తేలుతున్న బంతిని చూపిస్తూ ఉంటే, భీముడు అంత ఎత్తులేని బావి గోడమీదనుంచి తొంగి చూడసాగాడు. "ఆ గున్న ఏనుగు గాడిని బావిలోకి తోసెయ్యాలని ఉంది, సుయోధనా!" అన్నాడు సుశాసనుడు ఆశగా. సుయోధనుడు గట్టిగా నవ్వాడు.

యుధిష్ఠిరుడు బ్రాహ్మణుడిని బావి దగ్గరకి తీసుకెళ్లాడు, తన వింటిని గట్టిగా పట్టుకుని అర్జునుడు వాళ్ల వెనకే నడిచాడు. నీరసంగా ఉన్న ఆ స్త్రీ వెనక ఉండిపోయింది. ఇద్దరు సైనికులు

కోట ముఖద్వారం దగ్గర కాపలా కాస్తున్నారు. వాళ్లిద్దరి ముఖాల్లో విసుగు స్పష్టంగా కనిపిస్తోంది. బ్రాహ్మణుడు బావిలోకి తొంగిచూసి, భుజానికున్న వింటిని తీశాడు. అమ్ములపొది లోంచి ఒక బాణాన్ని తీసి బాణం రెండో కొసకి తన ఉత్తరీయాన్ని ముడివేశాడు. తరవాత తన వెంట తెచ్చుకున్న వస్తువుల మూటకి కట్టిన తాడు విప్పి దాన్ని ఉత్తరీయం రెండో కొసకి కట్టాడు. పడిపోతాడేమో అని భయం వేసేట్టుగా బావి గోడమీద వంగి, జాగ్రత్తగా గురిచూసి బాణాన్ని చీకటిగా ఉన్న లోతైన బావిలోకి కొట్టాడు. పాండవ సోదరులు ఆనందంతో అరిచే అరుపులు వినిపించాక బ్రాహ్మడి గురి సూటిగా బంతిని తాకిందని సుయోధనుడికి అర్థమైంది.

సుయోధనుడు తన తమ్ముడికేసి చూశాడు, వాడు సంభ్రమంతో ఆ దృశ్యాన్ని చూస్తున్నాడు. చీకటిగా ఉన్న బావిలో ముప్పై అడుగుల లోతున నీళ్లమీద పైకీ కిందికీ కదులుతున్న బంతిని కొట్టగలగటం సామాన్యమైన విషయం కాదు. బ్రాహ్మణుడు బంతిని పైకి లాగ, బాణం ములికినించి దాన్ని తొలగించి, అందరికన్నా చిన్నవాడు సహదేవుడి చేతికిచ్చాడు. అర్జునుడు ఆ బ్రాహ్మణుడి కాళ్లమీద పడ్డాడు, కానీ ఆయన దాదాపు ఆరాధనాభావం కనబరుస్తూ చాలా సున్నితంగా వాడిని లేవనెత్తాడు.

ఆ బ్రాహ్మణుడు పంచపాండవులని దేని గురించో అడగటం కనిపించింది సుయోధనుడికి. యుధిష్ఠిరుడు ఉత్సాహం పట్టలేకుండా రాజభవనంవైపు చూపిస్తున్నాడు. అక్కడ జరుగుతున్నది అర్థం చేసుకునేందుకు ప్రయత్నిస్తున్నవాడిలా కనిపిస్తున్నాడు భీముడు. సుయోధనుడి చూపులు వాళ్లమీదినుంచి బ్రాహ్మణ బాలుడిమీదికి మళ్లాయి. వాడు తన తలిదండ్రులకి కొన్ని అడుగుల దూరంలో తచ్చాడుతున్నాడు. చుట్టూ చూస్తున్న వాడి కళ్లు ఎండలో మెరుస్తున్న పసుపుపచ్చని మామిడి పండుని చూశాయి. ఆశగా దానివైపు చూస్తూ హఠాత్తుగా అటు పరిగెత్తాడు. దాన్ని వాడు తాకేలోపల ఒక చిన్న నల్లని ఆకారం ఒక పొద వెనకనుంచి దూకి, ఒక్క ఉదుటున పండుని చేజిక్కించుకుని, నిర్ఘాంతపోయి నిలబడివున్న బాలుడిమీది నుంచి లంఘించి తన ప్రాణాలన్నీ ఆ పండులోనే ఉన్నట్టు వేగంగా పారి పోయింది. మ్రాన్పడిపోయిన బాలుడు తేరుకుని వాడిని వెంబడించాడు, దొంగతనంగా అక్కడ జొరబడిన పిల్లవాడు వెనక్కి వెనక్కి చూస్తూ పరిగెత్తటంవల్ల తన దారికి పర్వతంలా అడ్డుగా నిలబడ్డ భీముణ్ణి చూడలేదు. ఆఖరి క్షణాన వాడికి భీముడి మహాకాయం భయంకరంగా తనవైపే చూడటం కనిపించింది. భీముడు యుద్ధానికి సిద్ధంగా ఉన్న భంగిమలో నిలబడి ఉన్నాడు, ఆ బాలుడు దగ్గరకి రాగానే వాడి తలమీద భయంకరంగా కొట్టబోయాడు. కానీ వాడు తలకిందికి వంచి తప్పించుకున్నాడు, నడక ఆపకుండా ముందుకి వెళ్లి, వంగి భీముడి రెండు కాళ్లనీ పట్టుకుని ఒక్కగుంజు గుంజాడు. అంతే భీముడు బొక్కబోర్లా పడిపోయాడు.

సుయోధనుడికీ, సుశాసనుడికీ ఇక నవ్వు ఆపుకోవటం సాధ్యం కాలేదు. పొట్టపట్టుకుని పడీపడీ నవ్వసాగారు, వాళ్లతోబాటు చిన్నారి సుశల కూడా చప్పట్లు చరుస్తూ, కిందికీ పైకీ గెంతుతూ నవ్వటం మొదలుపెట్టింది. బ్రాహ్మణుడు తలతిప్పి ఆ పేదపిల్లవాడి చుట్టూ రాకుమారులు మూగటం చూశాడు. వాడి చేతిలో వాళ్ల పోట్లాటకి కారణమైన మామిడిపండు ఉంది. ఆయన కుమారుడు కొంత దూరంలో నిలబడి, శాయశక్తులా గట్టిగా ఏడవసాగాడు. అందరూ తను పోగొట్టుకున్న పండు మీద ఆసక్తి కనబరచటం చూసి వాడు ఏడుపు స్థాయిని ఇంకా పెంచాడు. పాపం దీనంగా వున్న ఆ పేద పిల్లవాడిని పంచపాండవులూ, ఆ బ్రాహ్మణుడూ చుట్టుముట్టారు.

ద్వారపాలకులవైపు తిరిగి బ్రాహ్మణుడు, "భటులారా!" అని గట్టిగా అరిచాడు.

ఏ పనీ లేక విసుగ్గా జారగిలిబడి కూర్చున్న ఇద్దరు భటులూ అయిష్టంగా లేచి నిలబడి కాళ్లీడ్చుకుంటూ వాళ్ల దగ్గరకి వచ్చారు. ఎర్రని ఎండ ప్రతి గడ్డి పరకనీ కాల్చేస్తున్నట్టు మండిపోతోంది. నీడలో కూర్చున్న తమని లేపినందుకు ఆ కొత్తగా వచ్చిన మనిషిని భటులిద్దరూ మనసులోనే తిట్టుకున్నారు. రాకుమారులూ, బ్రాహ్మణుడూ తనవైపు ఉరిమిచూస్తూ ఉంటే ఆ బికారి పిల్లవాడు భయంతో వణికిపోయాడు. భీముడి కళ్లు రక్తదాహంతో ఎర్రబడి ఉన్నాయి. కిందపడి అవమానం పాలైనందుకు వాడు కోపంతో రగిలిపోతున్నాడు. గాలి దిశ మారటంతో సుయోధనుడికీ, వాడి తోబుట్టువులకీ వాళ్ల మాటలు స్పష్టంగా వినిపించ సాగాయి.

భీముడు ఆపేద పిల్లవాడివైపు వెళ్లటానికి ప్రయత్నించేసరికి బ్రాహ్మణుడు వెంటనే, "వాడిని తాకి అపవిత్రుడివి కావద్దు," అన్నాడు. భీముడు అయోమయంగా బ్రాహ్మణుడివైపు చూశాడు. బ్రాహ్మణుడు పేద పిల్లవాడిని, "నీ కులం ఏమిటి?" అని అడిగాడు.

బ్రాహ్మణుడు అడిగిన ప్రశ్న ఏమిటో అర్థం కాగానే పిల్లవాడు తలదించుకున్నాడు. అందరూ తన పేరు అడగకముందే కులం గురించి ఎందుకు అడుగుతారో వాడికి అర్థం కాలేదు. వాడు గొణిగినది చెట్టుమీద కూర్చున్న కౌరవ రాకుమారులకి వినిపించ లేదు.

"ఏమిటీ! ఒక నిషాదుడు హస్తినాపుర కోట ద్వారానికి ఇంత సమీపంగా రావటమా? ఒక అస్పృశ్యుడు రాజమార్గాన నడవటమా? ఒక రాజు రాజ్యాన్ని పాలించే విధానం ఇదేనా? అయినా ఒక అంధుడు ఇంతకన్నా ఏం చెయ్యగలడని ఎదురుచూడగలం? ధర్మవిరుద్ధమైన ఇలాంటి పనులు ఇక్కడ జరగటంలో పెద్ద ఆశ్చర్యమేమీ లేదు," అని ఆ బ్రాహ్మణుడు యుధిష్ఠిరుడివైపు తిరిగి "కౌరవుల రాజ్యంలో ధర్మవిరుద్ధమైన ఇలాంటి పనులు చేసేవారికి ఎటువంటి శిక్ష పడుతుంది?" అని అడిగాడు.

పాండవులు సిగ్గుపడుతూ ఏం జవాబు చెప్పాలో తెలీనట్టు మౌనంగా ఉండి పోయారు. అందరూ ఒకరి ముఖం ఒకరు చూసుకున్నారు. "వీడి తలకాయ పగల గొట్టగలను," అన్నాడు భీముడు. తన ఆకారంలో సగం ఉన్న ఆ నిషాద బాలుడి చేతిలో అవమానం పాలైనందుకు ఇంకా వాడికి లోలోపల మండిపోతోంది.

"నోరెత్తకు!" బ్రాహ్మణుడు అలా అనేసరికి భీముడు బిత్తరపోయాడు. యుధిష్ఠిరుడి వైపు తిరిగి బ్రాహ్మణుడు, "నువ్వు కాబోయే మహారాజువి. ఈ దుష్టుడికి ఎలాంటి శిక్ష విధించాలో నువ్వు చెప్పు. నా బావ, కృపాచార్యుడు మీకు ఎలాంటి విద్య బోధించాడో తెలుసుకోవాలని ఉంది నాకు," అన్నాడు.

యుధిష్ఠిరుడు సరైన సమాధానం కోసం వెతుక్కుంటూ ఒత్తిడికి లోనయాడు. 'కృపాచార్యులవారి బావగారా? అంటే ద్రోణాచార్యులా మీరు? ఈ ప్రసిద్ధుడైన గురువు కోసమే అన్నమాట మేమందరం ఎదురుచూస్తున్నది!' అనుకున్నాడు.

ఆశ్చర్యంతో కళ్లు విప్పార్చుకుని సుయోధనుడు గుట్ట వాలు మీదినుంచి జారుతూ కిందికి దిగసాగాడు. అతని తోబుట్టువులు అతని వెనకాలే కిందికి దిగారు. ద్రోణుడు యుధిష్ఠిరుడితో అన్న ఒక మాట సుయోధనుడి చెవులకి కటువుగా తోచింది, "కాబోయే మహారాజు!" యుధిష్ఠిరుడు హస్తినాపురానికి కాబోయే రాజు ఎలా అవుతాడు? ఇప్పుడు

రాజ్యాన్ని ఏలుతున్న రాజు ధృతరాష్ట్రుడు. ఆయన పెద్ద కుమారుడిని నేను కదా!' అన్న అనుమానం వచ్చింది సుయోధనుడికి. 'మా తండ్రి అంధుడవటం వలన ఆయన పక్షాన మా చిన్నాన్న పాండురాజు పరిపాలించాడు. అంతమాత్రాన పాండురాజు కొడుకు సింహాసనాన్ని అధిష్ఠించాలని లేదు కదా? హస్తినాపురానికి రాజయే అర్హత పాండురాజు కొడుక్కి ఎలా వస్తుంది! సరిగ్గా ఇలాంటి కుట్ర ఏదో జరుగుతుందనే శకుని మామ నన్ను ముందుగా హెచ్చరించాడు.'

సుయోధనుడూ, వాడి తోబుట్టువులూ సమీపించటం చూసి, తెల్లగా, శుష్కించినట్టున్న బ్రాహ్మణ బాలుడు కొద్దిగా భయపడుతూ తన తల్లికి మరింత దగ్గరగా జరిగాడు. సుయోధనుడు ఆ బాలుడివైపు చూశాడు. వాడి కనుముక్కు తీరు నదరుగా కనిపించింది. వాడి వంకీల జుట్టు భుజాలని తాకుతోంది. విల్లులాంటి పెదవులూ, కోటేరులాంటి ముక్కూ వాడి అమాయకత్వాన్నీ, అంతఃసౌందర్యాన్నీ తెలియజేస్తున్నట్టు ఉన్నాయి. వాడిపక్కనుంచి వెళ్తూ కౌరవ రాకుమారుడు చిరునవ్వు నవ్వాడు.

"అశ్వత్థామా, ఇలారా!" అని బ్రాహ్మణుడు పిలవగానే వాడు తన తండ్రి దగ్గరికి భయ పడుతూ వెళ్లాడు. "ఈ దుష్టుడికి ఎలాంటి శిక్ష వెయ్యాలంటావు?" అన్నాడు బ్రాహ్మణుడు.

అశ్వత్థామ సమాధానం చెప్పేంతలో, ఆ నల్ల పిల్లవాడు కాలికి బుద్ధి చెప్పాడు, పరిగెత్తు తూండగా వాడి చేతిలోని మామిడిపండు కింద పడిపోయింది. అశ్వత్థామ మీదినుంచి కోతిలా దూకి వేగంగా అడవివైపు పరిగెత్తి, తనని బంధించిన వారినుంచి తప్పించుకున్నాడు వాడు.

ఇసుకలో పడిపోయిన మామిడిపండుని తీసుకునేందుకు అశ్వత్థామ పరిగెత్తాడు, కాని వాడు దాన్ని తాకేలోపలే, వాడి తండ్రి వాడిని ఆపి, "వెళ్లి ఆ పిల్లవాడిని పట్టుకురా!" అన్నాడు.

ఎవరూ కదల్లేదు. ఆ పిల్లవాడు పొదల్లోకి పరిగెత్తి మాయమయాడు. పొదల ఆకులు కాసేపు కదిలి మరుక్షణం ఆగిపోయాయి. భటులు అయిష్టంగా వాడిని వెంబడించారు. రాజమార్గాన్ని అపవిత్రం చెయ్యటమేకాక రాజోద్యానం నుంచి మామిడిపండు దొంగిలించే సాహసం చేసిన ఆ నిషాదుడిని తరిమి పట్టుకోవటానికి వాళ్లు అడవిలోకి పరిగెత్తారు. పేదవారు ఎప్పుడూ మిగిలిపోయిన ఆహారం కోసం రాజభవనం ద్వారం దగ్గరకి రావటం పరిపాటే కాబట్టి ఇలాంటి చిన్న చిన్న నియమోల్లంఘనలని భటులు అంతగా పట్టించుకోరు. రాజుగారు రాజమార్గాన వెళ్లి వచ్చేప్పుడు తప్ప కుల నియమాలు అంత నిక్కచ్చిగా పాటించ బడవు. ఇటువంటి పనికిమాలిన నేరానికి ఒక చిన్నపిల్లవాడిని తరిమి పట్టుకోవటానికి ఆ ఎండలో పరిగెత్తటం మూర్ఖంగా తోచింది. కానీ భటులు వాడికోసం గాలిస్తున్నట్టు బాగానే నటించారు. బ్రాహ్మణుడు అక్కడినుంచి త్వరగా వెళ్లిపోతే తాము మళ్లీ వెళ్లి సగంలో వదిలేసిన పాచికలాట ఆడుకోవచ్చు కదా అని ఆశించారు. కానీ ఆ బ్రాహ్మణుడు వాళ్లని వదిలిపెట్టలేదు. ఆ కాల్చే ఎండలో నిలబడి, అసమర్థులైన హస్తినాపుర భటులు ఆ నేరస్థుడిని పట్టుకోగలుగుతారా లేదా అని వేచి చూడసాగాడు.

"ఎప్పుడు వచ్చావు బావా?" రాకుమారుల గురువు కృపాచార్యుడి గంభీరమైన కంఠం ద్రోణుడి ఆలోచనలని చెదరగొట్టింది. వెనువెంటనే రాకుమారులందరూ తమ గురువుకి నమస్కరించారు. కృపాచార్యుడు వాళ్లవైపు చూసి, "ఈ మండుటెండలో ఆడుకోవటం తప్ప మీకింకేమీ పనిలేదా? నిన్న మీకు చెప్పిన పాఠాలు నేర్చుకోవటం పూర్తి చేశారా?" అన్నాడు.

"చేశాం గురువర్యా," అన్నాడు అర్జునుడు. ఆ విషయం మరిచిపోయినందుకు సుయోధనుడు మనసులో తనని తాను తిట్టుకున్నాడు.

"మీరందరూ వెళ్లి నిన్నటి పాఠాలని పునశ్చరణ చేసుకోండి. మా బావని భీష్ముడి దగ్గరకి తీసుకువెళ్లాలి నేను," అని రాకుమారులకి చెప్పి ద్రోణుడివైపు చూసి, "ప్రయాణం బాగా జరిగిందా? ఏయ్, అశ్వత్థామా! పెద్దవాడివవుతున్నావే, దాదాపు నా అంత ఎత్తుకి ఎదిగి పోయావు!" అంటూ తల్లి వెనక నక్కిన ఆ చిన్న బాలుడిని పట్టుకోబోయాడు కృపాచార్యుడు.

"కృపా, వాడిని తాకద్దు. వాడు నిషాద బాలుణ్ణి ముట్టుకున్నాడు," అన్నాడు ద్రోణుడు.

"ఏమీ పరవాలేదు, ద్రోణా! అవన్నీ అర్థంలేని మాటలు," అంటూ కీచుమని అరుస్తున్న అశ్వత్థామ నడుం పట్టుకుని కృపాచార్యుడు వాడిని గాలిలోకి ఎగరవేశాడు.

వాడి తల్లి కృపి తన సోదరుడు వాతావరణంలోని ఒత్తిడిని సడలించినందుకు సంతోషిస్తూ ముఖం విప్పార్చుకుని చూసింది. ద్రోణుడు ఇంకా భటులనే గమనిస్తున్నాడు. కానీ కృపుడు మాత్రం చిన్నారి బాలుడు అశ్వత్థామని విశాలమైన తన భుజాలమీదికి ఎక్కించుకుని రాజభవనంవైపు నడవసాగాడు. పాండవ రాకుమారులూ, కృపీ అతన్ని అనుసరించారు. ద్రోణుడు అయిష్టంగా వెనుదిరిగి, భరతఖండంలోని అతిపెద్ద రాజ్యం, హస్తినాపురంలో జరిగే వ్యవహారాలు ఎంత అవకతవకగా ఉన్నాయా అనే ఆలోచనలో పడ్డాడు. 'కురు సైన్యాధిపతితో ఒకసారి మాట్లాడాలి, ఇలాంటి కుల నియమాలని ఉల్లం ఘించటం పెద్ద నేరమని చెప్పాలి. వరుణదేవుడికి కోపం రావటంలో ఆశ్చర్యమేముంది? రెండేళ్లుగా రాజ్యంలో ఒక్క చినుకు పడలేదు. వరుణిడి ఆశీర్వాదాలు హస్తినకి లభించటం లేదు,' అనుకున్నాడు.

కోట ద్వారాలు దాటి సురక్షితంగా కోట లోపలికి వాళ్లందరూ చేరుకున్నాక కృపుడి భుజాలమీద కూర్చున్న బాలుడు వెనక్కి తిరిగి సుయోధనుడినీ, అతని తోబుట్టువులనీ చూశాడు. వాళ్లు తాము కోసిన మామిడిపళ్లని లెక్కపెట్టుకుంటున్నారు. అశ్వత్థామ వాళ్లని చూసి చిరునవ్వు నవ్వాడు, సుయోధనుడు కూడా అశ్వత్థామవైపు చూసి నవ్వాడు. భవిష్యత్తులో తమ జీవితంలో ఎటువంటి మలుపులు రాబోతున్నాయో వాళ్లిద్దరికీ అప్పుడు తెలీదు.

అంతకు ముందు పొదలమాటుకి పరిగెత్తిపోయిన నిషాద బాలుడు, రాకుమారులు మరిచిపోయి వదిలేసిన మామిడిపళ్లని ఏరుకునేందుకు బైటికి వచ్చాడు. సుశాసనుడు వాడి నడుముని గట్టిగా పట్టుకున్నాడు, కానీ సుయోధనుడు అక్కడికి రాగానే వాణ్ణి వదిలేశాడు. ఆ నిషాద బాలుడికి సుయోధనుడు దగ్గరికి రాగానే, 'నేను తన కాళ్లమీద పడతానని అనుకుంటున్నాడా?' అన్న అనుమానం వచ్చింది. చాలా కష్టపడి కన్నీళ్లని ఆపుకున్నాడు. చింకిపాతల్లో ఉన్న ఆ పేదబాలుడు వీలైనంత హుందాగా ఉండేందుకు ధైర్యాన్ని కూడగట్టు కున్నాడు. సుయోధనుడు కిందపడిన ఒక మామిడిపండుని తీసి వాడికి ఇవ్వబోయాడు. ఆ పేద బాలుడు ముందు నిర్ఘాంతపోయాడు, కానీ తేరుకుని ఆ విలువైన పండుని అందుకునేందుకు చెయ్యిజాపాడు. వాడు మనసులో 'ఎందుకు రాకుమారా అంత ఆశ్చర్యం? అవునులే, ఆకలి సంగతి నీకేం తెలుసు?' అనుకున్నాడు. అడవి జంతువులా ఆ పండుని పీక్కుని తినసాగాడు. సుయోధనుడు తన చెల్లి చెయ్యి పట్టుకుని దగ్గరికి లాక్కుని ఆమె ఒడిలో దాచుకున్న మామిడి

పళ్లు తీసుకున్నాడు. ఆ పిల్ల వద్దని గోలపెడుతున్నా వినిపించుకోకుండా, రాకుమారుడు ఆ పళ్లన్నింటినీ ఆ పేద నిషాదుడి ముందు కుమ్మరించి వెనక్కి వెళ్లి నిలబడ్డాడు.

ఆకలికి తాళలేక ఆ బాలుడు తనకోసం పస్తులుంటున్న తన కుటుంబంకోసం ఆహారం వెతుక్కుంటూ రాజుగారి నివాసస్థానానికి రావలసి వచ్చింది. రాజ భటులు వాణ్ణి పట్టుకుంటారని వాడి పినతల్లి భయపడింది. వాళ్లు బాగా ఉన్న రోజుల్లో దొంగతనానికి పాల్పడాలని వాడెప్పుడూ అనుకోలేదు. కానీ పేదరికం నీతినియమాల హద్దులని చెరిపివేసింది. తన పిన్ని పొదలమాటునుంచి అక్కడ జరుగుతున్నదంతా చూస్తూ ఉంటుందనీ ఆమె వెంట ఆమె సంతానం కూడా ఉంటుందనీ వాడికి తెలుసు. రెండురోజులుగా వాళ్లెవ్వరూ ఏమీ తినలేదు. వాడు తను చెయ్యదల్చుకున్న పనిగురించి పిన్నికి చెప్పినప్పుడు చిన్నగా వారించింది. తనకి వచ్చిన ఆ అనాలోచితమైన ఆలోచనకి వాడిప్పుడు విచారిస్తున్నాడు. హస్తినాపుర భటులు ఖాండవ వనంలోని భయంకరమైన చెరసాలలో తనని తప్పక పడవేస్తారు.

"ఆ మామిడిపళ్లు నీకోసమే," అన్నాడు రాకుమారుడు.

పేద పిల్లవాడు కాసేపు అర్థంకానట్టు నిలబడి ఉండిపోయాడు, కానీ మరుక్షణం చురుగ్గా పళ్లన్నీ ఏరుకున్నాడు. రాకుమారుడి మనసు మారేలోపల వాటిని చేజిక్కించుకోవాలని ఆత్రుత పడ్డాడు. కానీ వాడి చిన్న చేతుల్లో అన్ని పళ్లు ఇమడలేదు. వాడి చేతిలోంచి జారిపడ్డవాటిని ఏరేందుకు సుయోధనుడు ముందుకి కదిలాడు. పిల్లవాడు పళ్లని తన గుండెలకి హత్తుకుని పట్టుకునేసరికి తను ఏరిన పళ్లని సుయోధనుడు వాటిమీద పేర్చాడు.

"వాళ్లు నిన్ను చూడకముందే ఇక్కడినుంచి వెళ్లిపో," అన్నాడు సుయోధనుడు మళ్లీ పాచికలాటలో మునిగిపోయిన భటులవైపు చెయ్యి చూపిస్తూ.

బాలుడు తన పిన్ని దగ్గరికి పరిగెత్తాడు. ఆమె ఊపిరి బిగబట్టి వాడినే గమనిస్తోంది. నిషాదబాలుడు అడవిలోకి ప్రవేశిస్తూ ఉండగా సుయోధనుడు వాణ్ణి పిలిచాడు. అది విని వాడి గుండె గుబగుబలాడింది. రాకుమారుడు తనకి ఇచ్చిన పళ్లని లాగేసుకుంటాడా? వాడికి కోపంతోనూ, నిస్పృహతోనూ కళ్లనీళ్లు వచ్చాయి.

నిషాదుడు వెంటనే ఆగాడు. వాడు వెనక్కి తిరిగి చూశాడు. రాకుమారుడు నవ్వుతూ చెయ్యి ఊపి, "అన్నట్టు, నీపేరేమిటి?" అన్నాడు.

పైన సూర్యుడు నిప్పులు చెరుగుతున్నాడు. ఆ భయంకరమైన వేడికి వాడి కాళ్లకింది మట్టి కరిగిపోతున్నట్టు అనిపించింది. వాడు గుండెలనిండా ఊపిరి పీల్చుకుని, "ఏకలవ్యుడు," అని గట్టిగా అరిచాడు. వాడు తను అంత పొగరుగా పేరు చెప్పినందుకు తనే ఆశ్చర్యపోతూ, రాకుమారుడు చెప్పే సమాధానం వినిపించుకోకుండా తనకి బాగా అలవాటైన అడవిలోకి పారిపోయాడు.

* * *

ఆ మధ్యాహ్నం ఎండలో పాఠాలు మందకొడిగా సాగుతున్నాయి. సుయోధనుడు మాత్రం ఏకలవ్యుడి ఆకలిగొన్న, అలసిన ముఖం గురించే ఆలోచిస్తూ కూర్చున్నాడు. రాజుగారి భవనం దగ్గరికి రాగల సాహసాన్ని కలిగించిన వాడి పేదరికం గురించి ఆలోచించసాగాడు. తనకి వేదాలలో ఉన్న పాండిత్యాన్ని ప్రదర్శించి కొత్త గురువుగారి మెప్పు సంపాదించేందుకు

అర్జునుడు చేస్తున్న ప్రయత్నాలు పెడచెవిన పెట్టి వాడి మనసు ఏకలవ్యుడి మీదే నిలిచిపోయింది. 'వాడి గురించీ, వాడి కుటుంబం గురించీ నేనింకా తెలుసుకోవాలేమో!' అనుకున్నాడు రాకుమారుడు. ఇంతలో వాడికి అశ్వత్థామ తననే చూస్తూ ఉండటం కనిపించింది. తన తండ్రి పక్కనే కూర్చున్న వాడి ముఖం సంతోషంతో మెరిసిపోతోంది. ఆ వయసు పిల్లలకి మాత్రమే సాధ్యమైన రీతిలో ఇద్దరూ నవ్వుతూ కళ్లతోనే సంభాషించుకున్నారు. పాఠాలు ఎంత విసుగ్గా ఉన్నాయో, అన్న భావం ఇద్దరి కళ్లలోనూ కనిపించింది.

"సుయోధనా, పగటి కలలు మాని పాఠం విను!" గురువు గారు కోపంగా అన్న ఆ మాటలతో రాకుమారుడు ఉలిక్కిపడి, వేదాల వంటి శుష్కమైన విషయం నేర్చుకునేందుకు, పవిత్ర గ్రంథాలలోని ఉపదేశాలని వినేందుకూ సిద్ధమయాడు. గురువుగారి గద్దింపు వాడిని జీవితం నుంచీ, కలలనుంచీ ఈ భూమిమీదికి కిందికి లాగింది.

వేదాలని వల్లించటంలో అర్జునుడూ, యుధిష్ఠిరుడూ పోటీపడ్డారు. సుయోధనుడు నిద్ర ఆపుకునేందుకు ప్రయత్నించాడు. బైటి నేల అస్తమిస్తున్న సూర్యుడి ఎర్రని వెలుగులో స్నానం చేస్తున్నట్టుగా ఉంది. రాజభవనానికి చాలా దూరంగా అలసిపోయిన ఒక నల్లని నిషాద స్త్రీ, ఆమె ఐదుగురు పిల్లలూ, చాలా కాలం తరవాత కడుపునిండా తిని సంతృప్తిగా నిద్రపోతున్నారు. వాళ్లకి కొన్ని అడుగుల దూరంలో మరొక చిన్న పిల్లవాడు నిషాదులు పారవేసిన మామిడి టెంకలని పళ్లతో గీరి తింటున్నాడు.

# 3. అడవి బిడ్డ

కురువంశ రాకుమారుడు అలా ఎందుకు ప్రవర్తించాడో ఏకలవ్యుడికి అర్థం కాలేదు. రాజప్రాంగణంలోకి ప్రవేశించి మామిడిపళ్లు దొంగిలించటానికి ప్రయత్నించటం దుస్సాహసమే, కానీ ఆకలి వాడి భయాన్ని తరిమివేసింది. పట్టుబడితే భటుల చేతుల్లో చావుదెబ్బలు తినేందుకైనా వాడు సిద్ధంగానే ఉన్నాడు, కానీ విలువైన పట్టువస్త్రాలు ధరించిన రాకుమారుడి విచిత్ర ధోరణిని మాత్రం ఎదురుచూడలేదు. ఇందులో ఎక్కడో ఏదో మోసం ఉండి ఉండాలి. ఉన్నతకులంలో పుట్టిన వారెవరూ అలా ప్రవర్తించలేదు. సింహం పిరికిదైనా గడ్డి తింటుందని ఎవరైనా ఊహించగలరా? ఆ మామిడి పళ్లలో విషం ఉందా అని వాడు తన పినతల్లిని అడిగాడు. అంత సులభంగా, ఉదారంగా రాకుమారుడు పళ్లని తనకి ఇవ్వడం వాడిలో అనుమానాన్ని రేకెత్తించింది. కానీ వాడి పినతల్లి పిల్లలు వాటిని వాడి దగ్గర్నుంచి ఆబగా లాక్కోవటం చూసి విషం సంగతీ, వాటికోసం రాకుమారులతో పోరాడవలసిన అవసరం సంగతీ పూర్తిగా మరిచిపోయాడు. వాడి పినతల్లి మధ్యలో కల్పించుకుని అన్నిటి కన్నా మంచి పళ్లని తన పిల్లలకి ఇచ్చింది. బాగా పండని పండు వాడికి దక్కింది. ఇలాంటి పక్షపాతం వాడికి కొత్తేమీ కాదు, అయినా బాధ వేసింది. ఇలాంటి విషయాలకి ఏడవకూడదని వాడు నిర్ణయించుకున్నాడు. తనకి పదేళ్లు నిండాయి, ఎదిగిన మగవాడితో సమానమని అనుకున్నాడు. చిన్నచిన్న విషయాలకి మగవాళ్లు ఏడవరు కదా!

ఏకలవ్యుడికి ఊహ తెలిసినప్పటినుంచీ, తన పినతల్లీ, ఆమె ఐదుగురు కొడుకులూ, తనూ భరతఖండంలో ఊరూరూ తిరుగుతూనే ఉన్నారు. అలాంటివారికి ఆ అనుభవం కొత్తకాదు. వాడికి తన తల్లి గుర్తులేదు, పినతల్లి చెప్పే అద్భుతమైన కథల్లో తప్ప వాడికి తండ్రి ఉనికి గురించి ఏమీ తెలీదు. వాడు పుట్టగానే వాడితల్లి మరణించింది. ఆ మనోవేదన భరించలేక వాడి తండ్రి తన కొడుకుని తన తమ్ముడి దగ్గర వదిలి ఎటో వెళ్లిపోయాడు. ఒక్కోసారి వాడి తండ్రి గురించి మాట్లాడేప్పుడు, ఆయన తూర్పు దేశాలలో ఎక్కడో రాజుగా రాజ్యం ఏలుతున్నాడని చెప్పేది పినతల్లి. ఏదో ఒకరోజు తామందరినీ పేదరికం నుంచి విముక్తులని చేస్తాడని అనేది. కానీ ఎక్కువసార్లు తన కొడుకుని వదిలి వెళ్లిపోయినందుకు ఆయన్ని నానా మాటలూ అనేది ఆమె. ఏకలవ్యుడు అనాథ అనే విషయాన్ని తరచు గుర్తుచేస్తూనే ఉండేది.

తన మోకాళ్ల ఎత్తువరకే ఉన్న చిన్న పిల్లవాడిగా తనని ఎత్తుకుని ఆడించే ఒక వ్యక్తి ఏకలవ్యుడికి లీలగా గుర్తున్నాడు. తన తండ్రి ఎవరిదగ్గర తనని వదిలి వెళ్లాడో ఆ పినతండ్రే ఆయన. భరతఖండం మధ్య ప్రాంతాల్లో ఎక్కడో ఆయన శవం ఒక అడవి లోపల మట్టిలో కలిసిపోయి ఉంది ప్రస్తుతం. ఒక అంగడి నుంచి ఆయన కోడిగుడ్లు దొంగిలిస్తూ పట్టుబడ్డాడు.

వాళ్లు కొట్టిన దెబ్బలకి ప్రాణాలు కోల్పోయాడు. తాము ఎప్పుడూ ఆకలితోటే అలమటించేవారు. అలాటి సమయాల్లో పినతల్లి తన భర్తని తలుచుకుని విలపించేది. ఆయనే జీవించి ఉంటే తాము రాజుల్లా బతికేవాళ్లం కదా అని శోకాలు పెట్టేది. ఆమె మాటలు నిజంకాదని తెలుసుకునేంత వయసు ఏకలవ్యుడికి వచ్చింది. తమలాంటివారిని ఎందరినో చూశాడు వాడు. గొప్ప నాగరికత నీడలో బతికే జనం, తమకన్నా ఉన్నతులైనవారి ముందు అణగిమణగి ఉండేవాళ్లు, తమవంటి దురదృష్టవంతులతో మాత్రం క్రూరాతిక్రూరంగా పోటీపడే వాళ్లు.

ఏకలవ్యుడు తన దాయాదులని భరించేవాడు, కానీ ఇంకొక చిన్న కుర్రాడు వాళ్లని వెంబడించటం ప్రారంభించాడు. తమకన్నా మురికిగా, పాచిపట్టిన పళ్లతోనూ, కాళ్లమీద పుళ్లతోనూ అర్భకంగా ఉండేవాడు. పగుళ్లువారి ఎండిపోయినట్టుండే వాడి చర్మంలోంచి వాడి పక్కటెముకలు పొడుచుకు వచ్చేవి. ఉబ్బిన పొట్టలో బొడ్డుమాత్రం పుట్టగొడుగులా బైటికి ఎత్తుగా కనిపించేది. వీళ్లు వాడిని ఎన్నిసార్లు దూరంగా తరిమినా వాడు బెదరలేదు. ఏకలవ్యుడి పినతల్లి వాడిమీద రాళ్లు కూడా రువ్వింది, అయినా గజ్జి కుక్కలా వాడు వాళ్లని వదల్లేదు. వాళ్లు పారేసిన ఎంగిలికూడు తింటూ, ఆహారం కోసం దేబిరిస్తూ వెంటపడ్డాడు. రాళ్లని తప్పించుకుంటూ పరిగెత్తేవాడు, కానీ మళ్లీ వాళ్లని అనుసరించటం మాత్రం మానలేదు. ఒక్కోసారి ఏకలవ్యుడి పినతల్లికి వాడిమీద జాలి కలిగేది. మిగిలిన ఆహారంలోంచి కొంత వాడికి పెట్టేది. దాన్ని వాడు రెండు చేతులతోనూ గుంజుకుని ఆకలిగొన్న అడవి మృగంలా ఆబగా తినేవాడు. కానీ అలా జరగటం అరుదే, ఎందుకంటే వాళ్లకే సరిపోయినంత ఆహారం ఎప్పుడూ ఉండేదికాదు.

అయినప్పటికీ ఆ అర్భకుడు వాళ్లని వెంబడించటం మానలేదు. ఏకలవ్యుడి పినతండ్రిని కొట్టిచంపిన ఊళ్లోనే వాడికి వీళ్లు కనిపించారు. మరొక మనిషి అదే సమయంలో తిండి దొంగిలిస్తూ పట్టుబడ్డాడు. వాడికీ అదే గతి పట్టింది. ఆ మనిషి శవం పక్కనే చిన్నపిల్లవాడు కూర్చుని ఏడుస్తూ ఉండటం ఏకలవ్యుడి పినతల్లి చూసింది. తన దుఃఖాన్ని కూడా మరిచిపోయి ఆ అర్భకుడిమీద జాలితో, తనకి ఆరోజు ఏమీ తినాలని అనిపించకపోవటంచేత, తన వంతు ఆహారాన్ని వాడికి ఇచ్చింది. అలా ఆ కొద్దిపాటి ఆహారాన్నీ వాడికి ఇచ్చిన మరుక్షణం ఆమెకి తప్పుచేశానన్న భావన కలిగింది. ఇప్పుడు ఆ పిల్లవాడు ఒక శాపంలా వాళ్లని చుట్టుకున్నాడు. ఒక్కోరోజు ఏ వర్తకుడో తన వ్యాపారం అభివృద్ధి కావాలని దేవుడికి మొక్కుకుని పేదలకి అన్నదానం చేసినప్పుడు వాళ్ల అదృష్టం పండేది. అలాంటి సమయాల్లో తన పినతల్లి ఎంతో ఔదార్యం చూపిస్తూ మిగులూ తగులూ కాకుండా ఆ పేదబాలుడికి కడుపునిండా తిండిపెట్టటం గమనించాడు ఏకలవ్యుడు. వాడితో ఎంతో దయగా కూడా మాట్లాడేది. అటువంటి ఒక సందర్భంలోనే వాళ్లు మాట్లాడుకుంటూ ఉన్నప్పుడు ఆ పిల్లవాడి పేరు జరుడు అని ఏకలవ్యుడికి తెలియవచ్చింది.

ప్రస్తుతం ఏకలవ్యుడు జరుడి ఆకలి చూపులని తప్పించుకుని మరోవైపు చూడసాగాడు. తను మామిడి పండు తినటం పూర్తిచేస్తే ఆ టెంకని నాకేందుకు వాడు వేచిచూస్తున్నాడని ఏకలవ్యుడికి అర్థమైంది. టెంకని పూర్తిగా చీకివేశానని అనుకున్నాక ఏకలవ్యుడు దాన్ని పారవేశాడు. ఒక నిషాదుడి ఎంగిలి తినేంత నీచస్థితికి దిగజారిన ఆ అభాగ్యుడిని చూస్తే ఏకలవ్యుడికి రోత కలిగింది, కానీ ఆకలిగొన్న ఆ చిన్నపిల్లవాడిపట్ల క్రూరంగా ప్రవర్తిస్తున్నందుకు వాడు తనని తాను అసహ్యించుకున్నాడు. ఆ బాలుడు ఎదురు తిరిగే ధోరణిని

ప్రదర్శించలేదు. వాడు ఒక కుక్కలాంటివాడు. ఏకలవ్యుడు అసహ్యంతో నేలమీద ఉమ్మివేశాడు. 'మా జీవితాలు కూడా ఆ మామిడిటెంకల్లాంటివే, చీకి నమిలి పారవేయతగినవి', అనుకున్నాడు వాడు బాధగా.

ఆ బాలుడు టెంకకోసం చెత్తలో వెతకటం ఏకలవ్యుడికి కనిపించింది. అది దొరకగానే సంతోషంతో జరుడు వేసిన కేక విని వాడికి కన్నీళ్లు వచ్చాయి. ఎలుకలాగ జరుడు ఆ టెంకని పళ్లతో గీరసాగాడు, కానీ అప్పటికే దాని గుజ్జుని ఏకలవ్యుడు పూర్తిగా చీకి వేశాడు. ఎంతో గొప్పగా ఔదార్యం చూపిస్తూ తనకి పళ్లిచ్చిన రాకుమారుడిని చంపి వెయ్యాలన్నంత కోపం వచ్చింది ఏకలవ్యుడికి. రాకుమారుల, వర్తకుల దయాధర్మం మీద బతకటం వాడికి బాధ అనిపించింది. పుల్లల్లాంటి తన చేతులవైపూ, కాళ్లవైపూ చూసుకున్నాడు. 'నేనిప్పుడు పెద్దవాడినై పోయాను,' అనుకున్నాడు. 'ఇక నా కుటుంబాన్ని నేనే పోషించాలి,' అన్న ఆలోచన కూడా వచ్చింది వాడికి. వాడొక నిషాదుడు. వాడి కుటుంబంలో ఎవరైనా పురుషులు ఉండి ఉంటే వాడికి వేటాడటం నేర్పేవారు, కానీ వాళ్లందరూ వింధ్య పర్వతాలని వదిలి తమ తెగ నివసించే సుదూర ప్రాంతాలకి తరలిపోయారు. ఏకలవ్యుడు నిద్రపోతున్న తన పినతల్లికేసీ, ఆమె పిల్లల కేసీ చూశాడు. మరుక్షణం వాడి మనసులో జాలీ, నిస్సహాయతా ఉవ్వెత్తు అలల్లా ఎగసిపడ్డాయి.

ఏకలవ్యుడు తన దుస్తుల్లో ఒక పెద్ద మామిడిపండుని దాచి ఉంచుకున్నాడు. పినతల్లీ, ఆమె పిల్లలూ నిద్రపోయాక దాన్ని తిందామని అనుకున్నాడు. తను మాత్రమే ఆ పండుని పూర్తిగా తినాలని వాడి కోరిక. అన్ని పళ్లలోకీ మేలైన పండు అదే. అది పినతల్లి కంటపడితే తప్పక ఆమె దాన్ని తన పిల్లలకే ఇస్తుందని వాడికి తెలుసు. దాన్ని వాడు బైటికి తీశాడు. వెంటనే జరుడి కళ్లు ఆశతో మెరిశాయి. పొదలతో నిండిన చిన్న కొండలవెనుక చంద్రుడు ఉదయించాడు. నేలంతా చంద్రుడి వెండి వెలుగు పరుచుకుంది. ఏకలవ్యుడు జరుడివైపు చూశాడు. పండు వాడివైపు విసరాలని అనుకున్నాడు కానీ అంత మంచి పండుని అలా ఇచ్చేసేందుకు వాడికి మనసొప్పలేదు. నున్నని ఆ పండుని పళ్లతో కొరికాడు, రసం పీల్చాడు. జరుడు గుటకలు మింగాడు. వాడిని చూసి అసహ్యం వేసి ఏకలవ్యుడు సగం తిన్న ఆ పండుని వాడివైపు విసిరి వేశాడు. వెంటనే వాడు దాన్ని చేజిక్కించుకున్నాడు.

ఏకలవ్యుడు లేచి నిలబడేసరికి వాడికి గుర్రపుడెక్కల చప్పుడు వినిపించింది. దూరంగా, ముళ్లపొదల వెనక గుర్రాలమీద మనుషుల ఆకారాలు కనిపించాయి. నాగులు! ఏకలవ్యుడు భయంతో కొయ్యబారిపోయాడు. వాడి కాళ్లు నేలకి అతుక్కుపోయాయి. నాగజాతి మనుషులు అన్ని తెగల్లోకి భయంకరమైనవాళ్లు. చీకటి ముసుగులో వాళ్లు రాజభవనంవైపు వెళ్తున్నారు. గుర్రాల జూలు వెన్నెల్లో మెరవటం ఏకలవ్యుడికి కనిపించింది. వాడి పినతల్లి నిద్రలో కొద్దిగా కదిలి నిట్టూర్పు విడిచింది. ఆ దండుని ఒక పొడవాటి ఆకారం ముందుకి నడిపించటం ఏకలవ్యుడు చూశాడు. వెన్నెల అతని శరీరాన్ని తడుముతోంది, ఆ వెండి వెలుగులో అతని రూపం భయం గొలిపేలా ఉంది. జరుడు ఇంకా మామిడిపండుని చీకుతూనే ఉన్నాడు. తినేప్పుడు నోటితో వాడు చేస్తున్న చప్పుడు నాగులకి వినబడి వాళ్లు అటువైపు వస్తారేమోనని ఏకలవ్యుడు భయపడ్డాడు.

కానీ అటువంటి పేదపిల్లలకోసం ఆగే ఆలోచనలో లేరు నాగులు. వాళ్ల నాయకుడు తన అనుచరులతో రహస్యంగా ఏదో అనగానే, అందరూ తమ గుర్రాలని రాజభవనంవైపుకి

దౌడు తీయించారు. ఏకలవ్యుడు వాళ్ల వెనకే పరిగెత్తటం ప్రారంభించాడు, అది చూసి జరుడు కూడా వాడిని అనుసరించాడు. తను చేస్తున్నది తెలివితక్కువ పని అని తెలిసినా, ఏకలవ్యుడికి నాగులు ఎక్కడికి వెళ్తున్నారో చూడాలని అనిపించింది. వాడి మనసులో ఎక్కడో ఒక మూల వాళ్లు హస్తినాపురాన్ని కైవసం చేసుకుని రాజభవనంలో ఉన్న కులీనులపట్ల, వాళ్లు తనలాంటి అస్పృశ్యులపట్ల ఎలా ప్రవర్తించారో అదేవిధంగా ఏహ్యభావం ప్రకటిస్తే బాగుండునన్న కోరిక తలెత్తింది. కానీ అలాంటి కల నెరవేరటం అసాధ్యమని కూడా వాడికి తెలుసు. హస్తినాపురం చాలా శక్తివంతమైన నగరం, పదిమంది నాగులు కలిసి దాడి చేసినంత మాత్రాన దాన్ని ఆక్రమించటం అసంభవం. అయినప్పటికీ నాగుల నాయకుడు, తక్షకుడు భరత ఖండంలోని గొప్ప నగరాలమీద దాడిచేస్తూ జనాన్ని హడలగొడుతూనే ఉన్నాడు. తక్షకుడు! నాగుల నాయకుడైన ఆ యువకుణ్ణి ఏకలవ్యుడు అప్పుడు గుర్తుపట్టాడు. నాగులు చేస్తున్న ఆ రహస్యదాడిని అతనే ముందుండి నడిపిస్తున్నాడు. హస్తినాపురం మీద జరుగుతున్న ఆ దాడి చూసి ఏకలవ్యుడి రోమాలు నిక్కపొడుచుకున్నాయి. తన పుల్లల్లాంటి కాళ్లకున్న శక్తినంతా వినియోగించి పరిగెత్తాడు వాడు. యజమాని వెంట వచ్చే కుక్కపిల్లలా జరుడు వాడితో సమానంగా పరిగెత్తుకు రాసాగాడు.

ఎటువంటి చడీచప్పుడూ లేని ఆ రాత్రివేళ పరిగెత్తే గుర్రపుడెక్కల చప్పుడు యుద్ధభేరుల్లా మారుమోసాగింది. ఈ లోకంలోని అతిశక్తివంతమైన రాజధానిమీద దాడిచేసేప్పుడు అంత శబ్దం చెయ్యటం మూర్ఖమని ఏకలవ్యుడికి అనిపించింది. హస్తినాపుర కాపలా భటులు ఈ పాతికమంది నాగులని క్షణంలో నమిలి మింగేస్తారు. వీళ్ల ప్రయత్నం ఎంత బుద్ధితక్కువదో పదేళ్ల పిల్లవాడికి కూడా అర్థమైపోతోంది. వీళ్లు అంత తెలివితక్కువ మనుషులా? ఎలాగైనా సరే తక్షకుడే గెలవాలని ఏకలవ్యుడి కోరిక. ముందు వెళ్తున్న అమాయకుల్లో చాలామంది ఈరోజు చనిపోతారు. కాదు, వాళ్లు అమాయకులు కాదు. ఏకలవ్యుడిలాంటి వాళ్లు కాదు. మానవత్వంలేని వాళ్లు, వాడిలాంటి వాళ్లపట్ల ఏహ్యభావం కనబరిచేవాళ్లు, మహా అయితే జాలి చూపిస్తారేమో! సరైన కులంలో, పై కులంలో పుట్టిన తనకన్నా వయసులో పెద్దవాళ్లు నేర్చుకున్న దానికన్నా, అస్పృశ్య నిషాదకులంలో పుట్టి పది సంవత్సరాలే జీవించిన ఏకలవ్యుడు జీవితాన్ని గురించీ, మానవ స్వభావాన్ని గురించీ ఎక్కువ నేర్చుకున్నాడు.

ఉన్నతకులంలో పుట్టినవాళ్లు తనని అసహ్యించుకొనటం, నీచంగా చూడటం ఏకలవ్యుడు అర్థం చేసుకోగలిగేవాడు. ఎందుకంటే వాడికి కూడా వాళ్లపట్ల అలాంటి భావమే ఉంది. జరుడిపట్ల కూడా వాడికి అలాంటి ఏహ్యభావమే ఉంది ఎందుకంటే వాడు నిషాదులకన్నా హీనమైన కులంలో పుట్టాడు. బహుశా, నాగులు రాజ్యాన్ని వశపరుచుకోగలిగితే మార్పు వస్తుందేమో, లేక రాదో! అయినప్పటికీ ఉన్నత స్థానాల్లో ఉన్న శక్తిమంతులు అధోగతిపాలైతే తనలాంటివారికి కొంత తృప్తి దొరుకుతుంది. 'పరమశివా! ఇవాళ తక్షకుడు గెలిచేట్టు చూడు!' అంటూ ప్రార్థించాడు ఏకలవ్యుడు. కానీ సుయోధనుడి ముఖం వాడిని వెంటాడటం మానలేదు. రాకుమారుడు తనపట్ల అంత జాలి ఎందుకు చూపించినట్టు? కులీనులు దయ చూపిస్తారని ఎదురుచూడ కూడదు. అంతా అయోమయంగా అనిపించింది. 'నానుంచి ఏదైనా సాయంకోరి అలా చేశాడా? పైకులంలో పుట్టిన వాళ్లు మాపట్ల అంత దయగా ఉండరే!' అనుకున్నాడు. కానీ హస్తినాపుర రాకుమారుడు అస్పృశ్యుడైన నిషాద బాలుడినుంచి ఎటువంటి సాయం ఆశించగలడు? 'అందరినీ నిప్పులో కాలిపోనీ. ఆ కులం వాళ్లందరూ ఒకే రకం. ఇవాళ తక్షకుడే

గెలిస్తే, రాజభవనం కాలి దగ్ధమై, బూడిద అయిపోవటం కళ్లారా చూడగలుగుతాం!'

తన ఆలోచనల్లో మునిగిపోయిన ఏకలవ్యుడు, దాడికి పాల్పడ్డ జట్టునుంచి తక్షకుడూ, ఇంకొక నలుగురు వీరులూ విడిపోవడం చూడలేదు. ఆక్రమణదారులు ద్వారం దగ్గర ఉన్న భటులతో తలపడ్డారు. కోటలోని గంటలు హెచ్చరిస్తూ గట్టిగా మోగసాగాయి. ఆ గంటల రణగొణధ్వనిలో, గుర్రాలు సకిలించే శబ్దాలమధ్య, కత్తులు ఒరుసుకునే చప్పుడు మధ్య తక్షకుడూ, అతన్ని అనుసరించిన నలుగురు నాగులూ కోటగోడ కిందికి చేరుకున్నారు. వందలాది కౌరవ సైనికులు తాటి నిచ్చెనల సాయంతో ఎత్తైన కోటగోడలని దిగి వచ్చి నాగులని అడ్డుకుని వారితో తలపడటం చూశాడు ఏకలవ్యుడు. ఇరవైమంది నాగులు అంతమంది సైనికులని ఎదిరించలేకపోయారు.

జరుడు తన చెయ్యిపట్టి గుంజి ముఖద్వారానికి ఎడమపక్కన చూడమని సైగ చేసినప్పుడు కానీ ఏకలవ్యుడి దృష్టి అటు పోలేదు. కోట గోడపైనుంచి ఒక తాటినిచ్చెన బైటికి వేలాడుతోంది, తక్షకుడూ, అతని అనుచరులు నలుగురూ దాన్ని పట్టుకుని గబగబా గోడమీదికి ఎక్కుతున్నారు. వాళ్లు గోడపైకి చేరుకునేసరికి, అంతవరకూ మబ్బులచాటున దాక్కున్న చంద్రుడు అకస్మాత్తుగా బైటికి వచ్చాడు. ఆ వెలుగులో ఏకలవ్యుడికి గోడమీద నల్లటి ఆకారం ఒకటి కనిపించింది. ఆ మనిషి నాగుల నాయకుడికి కోటలోకి ప్రవేశించేందుకు సాయం చేస్తున్నాడు. ఏకలవ్యుడు వెంట్రుకలు నిక్కపొడుచుకున్నాయి. తక్షకుడు ఏనుగు కుంభస్థలాన్ని కొట్టబోతున్నాడు! తను ఆరాధించే ఆ సాహసవీరుణ్ణి ఆ పని చేస్తుండగా చూడాలన్న కుతూహలాన్ని వాడు నిగ్రహించు కోలేకపోయాడు. ఎలాగైనా సరే తను కోటలోపలికి వెళ్లి జరగబోయే దాన్ని చూడాలి' అను కున్నాడు. జరుడు వాణ్ణి ఆపేందుకు ప్రయత్నించాడు, కానీ ఏకలవ్యుడు వాణ్ణి దూరంగా నెట్టివేసి, ముందుకి పరిగెత్తాడు. జరుడు ఒక్కక్షణం తటపటాయించి, ఒళ్లు దులపరించుకుని, వాడివెంట పరిగెత్తాడు.

* * *

ఏకలవ్యుడు గబగబా తాటి నిచ్చెన ఎక్కాడు. కుడివైపు కొన్ని వందల అడుగుల దూరంలో భయంకరమైన యుద్ధం జరుగుతోంది. చురుగ్గా పైకి ఎక్కుతున్న ఏకలవ్యుడి వేగాన్ని అందు కునేందుకు జరుడు అవస్థ పడసాగాడు. నలుగురు నాగులూ, వాళ్లకి రహస్య సమాచారం అందించినవాడూ ఏకలవ్యుడికి కనిపించారు. నీడల మాటున నక్కుతూ వాళ్లు రాజభవనంవైపు పరిగెత్తిపోతున్నారు. వెనకాల ఏదో చప్పుడైతే ఏకలవ్యుడు తలతిప్పి చూశాడు. జరుడు దాదాపు వాడి దగ్గరికి వచ్చేశాడు. నిచ్చెనమెట్లు మరీ ఎత్తుగా ఉండటంచేత వాడు ఎక్కటానికి కష్టపడుతూ ఉంటే ఏకలవ్యుడు వాణ్ణి శాపనార్థాలు పెడుతూ చెయ్యిపట్టుకుని పైకి లాగాడు.

"నువ్వెందుకు వచ్చావు?" అన్నాడు రహస్యంగా ఏకలవ్యుడు. దానికి సమాధానంగా జరుడు వెర్రి నవ్వొకటి నవ్వాడు. వాణ్ణి తిట్టుకుంటూ ఏకలవ్యుడు ఆ గోడవెంట పరిగెత్తాడు. కానీ ఆ సరికే నాగులు మాయమయారు. ఎక్కడికి వెళ్లుంటారు? వాళ్లని లోపలికి రానిచ్చిన ఆ రాజద్రోహి ఎవరై ఉంటారు? మళ్లీ బైట నిశ్శబ్దం అలుముకోసాగింది. యుద్ధం ముగిసిందా? ఎప్పటిలాగే సంఖ్యలో ఎక్కువున్న హస్తినాపుర సైనికులు నాగుల శౌర్యాన్ని నేలరాచి ఉంటారు. ఆ దాడి ఆత్మహత్యతో సమానమని తెలిసికూడా నాగులు తమ నాయకుడికి కోటలో ప్రవేశించే అవకాశం కల్పించేందుకు ప్రాణాలర్పించారు. ఆ ఏకపక్ష యుద్ధం గురించి ఆలోచించినకొద్దీ

ఏకలవ్యుడికి నాగులపట్ల గౌరవం పెరిగిపోసాగింది. కానీ నాగుల నాయకుడు ఎక్కడ మాయ మయాడు? 'ఈ జరుడివల్ల నేను ఆలస్యం చేశాను. ఈ మూర్ఖుడు అడ్డుపడకపోతే వాళ్లని చూపులతో వెంబడించేవాడినే. వీడి పని తరవాత పడతాను,' అని అనుకున్నాడు ఏకలవ్యుడు.

ఇంతలో అకస్మాత్తుగా వాడికి వాళ్లు మళ్లీ కనిపించారు. నీడలలోనుంచి బైటికి వచ్చి వాళ్లు రాజభవనంవైపు పరిగెత్తసాగారు. భటులు మరిన్ని కాగడాలు వెలిగిస్తున్నారు, కానీ నాగులు సమీపించేవైపు ఇంకా నీడలు పరుచుకునే ఉన్నాయి. వాళ్లు రాజభవనాన్ని చేరుకునేంతలో కౌమారదశలో ఉన్న ఒక బాలుడు వాళ్లని ఆపాడు. తక్షకుడు కత్తి ఝుళిపిస్తూ వాడిని తప్పించు కునిపోవాలని ప్రయత్నించాడు, కానీ ఆ బాలుడు అతన్ని కదలనివ్వలేదు, తక్షకుడి కత్తివేటులని తప్పించుకుంటూ నిగనిగలాడే అతని శరీరాన్ని తన కత్తితో పొడిచేందుకు ప్రయత్నించసాగాడు. కోటపై అంతస్థులో ఒక తలుపు తెరుచుకుంది. ఒక పురుషుడు గొడవ జరుగుతున్న ఆ ప్రదేశానికి పరిగెత్తుకుని వస్తూ ధీరుడైన ఆ బాలుణ్ణి వెనక్కి వెళ్ళిపొమ్మని అరిచాడు. అక్కడ జరుగుతున్న నాటకీయమైన సంఘటనని ఏకలవ్యుడు దిగ్భ్రమతో చూడసాగాడు. పరిగెత్తుకు వచ్చిన ఆ పురుషుణ్ణి ఒక నాగుడు కాలితో తన్నగానే అతను కుప్పకూలిపోయాడు. కానీ ఆ బాలుడు మాత్రం వెనక్కి తగ్గలేదు. ఒంటినిండా కత్తిపోట్లు వున్నప్పటికీ పోరాడటం మానలేదు. ఇంతలో నాగులని కోటలోపలికి రానిచ్చిన మనిషి చల్లగా చీకట్లోకి జారుకున్నాడు. సైనికులు అన్నివైపులనుంచీ పరిగెత్తుకుని వచ్చారు, కానీ ఆ రాజద్రోహిని జరుడూ, ఏకలవ్యుడూ తప్ప ఇంకెవరూ గమనించలేదు.

పొడవుగా, బలిష్ఠంగా ఉన్న ఒక ఆకారం ఆ బాలుడిని పక్కకి తోసేసి నాగుల నాయకుడితో హోరాహోరీ పోరాటానికి తలపడింది. తనని ఆ రోజు ఉదయం పట్టుకున్న బ్రాహ్మణ గురువుగా ఏకలవ్యుడు అతన్ని గుర్తుపట్టాడు. తక్షకుడు గెలవాలని దేవుణ్ణి ప్రార్థించాడు వాడు. అన్నివైపులనుంచీ బాణాల వర్షం కురవసాగింది. ఇద్దరు నాగులు అప్పటికే వాటికి బలయారు. సైనికులు గురువుగారిని గుర్తుపట్టగానే బాణాలు వెయ్యటం ఆపేశారు. ఆ బ్రాహ్మణయోధుడి గుండెలని ఏదైనా బాణం చీలుస్తుందేమోనని వాళ్లు భయ పడ్డారు. తక్షకుడూ, మిగిలిన నాగులూ గురువుతో యుద్ధం చెయ్యటం ఆపలేదు. కొందరు కురుయోధులు ఆయనకి సాయం చేసేందుకు వస్తే వాళ్లని వెళ్లిపొమ్మని ఆయన తిరస్కారంగా సైగ చేశాడు. ఆ అనాగరికులకి ఆయన ఒక్కడే వంద సైనికుల పెట్టు. అద్భుతమైన ఖడ్గ విన్యాసాలతోనూ, చురుకైన కౌశలం తోనూ ద్రోణుడు తక్షకుడితో సహా ముగ్గురు నాగజాతి యోధులని ఒక్క అంగుళం కదలనీయకుండా ఆపి ఉంచాడు. ఆయన కత్తి వారిని ఒకటి రెండుసార్లు గాయ పరిచింది. తక్షకుడు ఎటూ కదలలేని స్థితిలో యుద్ధం చెయ్యసాగాడు.

ఇంతలో ఏకలవ్యుడికి ఆజానుబాహుడైన కురుసేనాధిపతి, భీష్ముడు కనిపించాడు. రాజభవనం మిద్దెమీదకి వచ్చి నిలబడ్డాడాయన. అక్కడినుంచే ఆయన గట్టిగా సైనికులని ఆజ్ఞాపిస్తూ ఉంటే, వాళ్లు విచ్చుకత్తులతో అన్నివైపులనుంచీ పరిగెత్తి రాసాగారు. ఆ గోల విని ద్రోణుడు వెనక్కి తిరిగి చూసి, తనకి ఎవరి సహాయమూ అవసరం లేదని అన్నాడు. ఆ ఒక్క క్షణం సరిపోయింది తక్షకుడు పారిపోవటానికి. ద్రోణుడు వెనక్కి తిరిగాడో లేదో, అదే అదనుగా తక్షకుడు కోటగోడకి వేలాడుతున్న తాటి నిచ్చెన దగ్గరకి పరిగెత్తాడు. అవలీలగా దాన్ని ఎక్కి గోడ అటువైపుకి దూక బోయాడు. ద్రోణుడు ఆగ్రహావేశంతో గర్జిస్తూ తక్షకుడిని పట్టుకునేందుకు అతని వెంటపడ్డాడు. కానీ ఇంకా ప్రాణాలతో ఉన్న మిగిలిన నాగులిద్దరూ ఆయన్ని కొద్ది

నిమిషాలపాటు కదలకుండా పట్టుకున్నారు. కానీ ద్రోణుడు ఆగకుండా పరిగెత్తటానికి ప్రయత్నిస్తూనే వాళ్లిద్దరి తలలూ నరికివేశాడు. తక్షకుడు దాదాపు ఆయన చేతులకి చిక్కినట్టే అనిపించింది. ఆయన కత్తివేటుకి తక్షకుడి కుడికాలు తెగిపోవలసిందే కానీ, కొన్ని అంగుళాలలో కాలు కత్తికి అందకుండా పోయింది. నిరాశతో ద్రోణుడు తనని తాను తిట్టుకున్నాడు. భటులు శక్తి కొద్దీ పారిపోతున్న తక్షకుడి మీదికి బాణాలను వదిలారు. అతను గోడవెంబడి పరిగెడుతూ తన గుర్రంకోసం ఆత్రుతగా వెతకసాగాడు. రెండు బాణాలు తక్షకుడి శరీరంలో గుచ్చుకున్నాయి. అతను పరిగెత్తటం ఆపకుండానే తన భుజంలోనూ, తొడలోనూ దిగబడిన బాణాలని తీసేందుకు ప్రయత్నించటం ఏకలవ్యుడికి కనబడింది. ద్రోణుడు కూడా కోటగోడ వెంబడి పరిగెడుతూ, కిందపడ్డ సైనికుల శరీరాలని అలవోకగా దాటుకుంటూ పారిపోతున్న తక్షకుడిని వెంబడించాడు.

తక్షకుడు తప్పించుకోవాలని తను కోరుకున్నప్పటికీ, ద్రోణుడి అద్భుతమైన ప్రావీణ్యాన్ని చూసి ఏకలవ్యుడి మనసులో ఆయనపట్ల ఆరాధనాభావం పెరిగిపోసాగింది. ఎవరైనా అంత బాగా ఎలా యుద్ధం చెయ్యగలరు? ఎంత అందంగా, లాఘవంగా పోరాడుతున్నాడు? 'నాకు కూడా అలా యుద్ధం చెయ్యాలని ఉంది!' అనుకున్నాడు ఏకలవ్యుడు ఆవేశంగా. ద్రోణుడి శక్తినీ, కౌశలాన్నీ చూసి అప్రతిభుడయ్యాడు వాడు. సరిగ్గా అప్పుడే వాడికి ఒక కేక వినిపించింది. ఇనపములికి ఉన్న ఒక బాణం ద్రోణుడి ఎడమ పాదానికి గుచ్చుకుంది. ఆ దెబ్బకి ఆయన గోడమీదినించి దొర్లి కింద పడిపోయాడు. బోర్లా పడిపోయిన ఆయన దగ్గరికి సైనికులు పరిగెత్తారు. తక్షకుడు పరిగెత్తటం మానలేదు. అతను సన్నగా ఈల వెయ్యగానే ఒక గుర్రం సకిలించి తన యజమాని దగ్గరికి పరిగెత్తటం ఏకలవ్యుడికి కనిపించింది.

"పట్టుకోండి వాణ్ణి... పట్టుకోండి..." అంటూ ద్రోణుడు లేచి నిలబడేందుకు ప్రయత్నించాడు. ఒక చేత్తో తన పాదంలోంచి తీసిన బాణం ఉంది. రక్తం అంటి తడిగా ఉన్న ములికి వెన్నెలలో మెరిసింది. భటులు వేగంగా తక్షకుడిని వెంబడిస్తూ ఉండగా, అతను గోడ మలుపు తిరిగి మాయమయాడు. "వెంటాడండి... మూర్ఖుల్లారా, వాడు పారిపోతున్నాడు!" అని అరిచాడు ద్రోణుడు.

కింద కోట ద్వారాలు తెరుచుకున్నాయి. వందలమంది అశ్వసైనికులు బైటికి వచ్చి, నాగుల నాయకుడిని తరుముతూ తమ గుర్రాలని దౌడు తీయించారు.

ద్రోణుడు కుంటుతూ కోటలోపలికి వెళ్లిపోయాడు. పోరాటం ఆరకంగా ముగియటం ఆయనకి చాలా విసుగు కలిగించింది. భీష్ముడు తన చేతులు వెనక్కి కట్టుకుని, ముఖంలో ఏ భావమూ లేకుండా నిలబడ్డాడు. గాలికి ఆయన పొడవాటి నెరిసిన గడ్డం ఎగరసాగింది. విశాలమైన ఆయన నుదుటిమీద కనీకనిపించకుండా లీలగా ముడతలు పడ్డాయి. విదురుడు ఆయన పక్కనే నిలబడి ఇబ్బందికి గురైనట్టు కనిపిస్తున్నాడు. భీష్ముడి నిలువెత్తు ఆకారాన్ని చూడగానే ద్రోణుడు క్షణంపాటు తడబడ్డాడు. చుట్టూ పడి ఉన్న సైనికుల శవాలకేసి ఒకసారి చూసి, సైన్యాధిపతి ముఖం వైపు చూశాడు, అది గర్వంతో వెలిగిపోతూ ఉండటం గమనించా డాయన.

"మీ సైనికులు అసమర్థులు, ప్రభూ! నాగుల నాయకుడు తప్పించుకుపోవటానికి కారణం వీళ్లకి మంచి శిక్షణ లేకపోవటమే. ఆ దుష్టుడికి బదులు నన్ను బాణంతో కొట్టారు,"

అన్నాడాయన తప్పు పడుతున్నట్టుగా. కానీ ద్రోణుడు తనని సమర్ధించుకునేందుకే అలా అంటున్నాడనీ, ఆక్రమణదారు తప్పించుకుపోవటం తన తప్పువల్ల కాదని చెప్పటానికే అలా సైనికులమీదికి తప్పుని నెట్టేస్తున్నాడనీ విదురుడు అర్థం చేసుకున్నాడు.

భీష్ముడు సూటిగా ద్రోణుడి ముఖంవైపు చూశాడు. ద్రోణుడు తన చూపులు మరల్చుకున్నాడు. చివరికి ఆ సైన్యాధిపతి ఇలా అన్నాడు, "మీరు రాకుమారులకి మాత్రమే శిక్షణ ఇవ్వటం మంచిది. రాజభవనం రక్షణాభారం నిపుణులకి వదిలిపెట్టండి. మీ ఖడ్గ విన్యాసాన్ని ప్రశంసిస్తున్నాను, కానీ గొప్ప సాహసవీరుడినని నిరూపించు కునేందుకు మీరు ఆత్రుత పడటాన్ని మాత్రం నేను సమర్ధించటం లేదు. విదురా, గురువు గారిని ఆయన మందిరానికి తీసుకువెళ్ళు, ఆయనకి విశ్రాంతి అవసరం."

ద్రోణుడి ముఖం కోపంతోనూ, అవమానంతోనూ ఎర్రబడింది. విదురుడు ఆయన కళ్ళలోకి చూడకుండా ఉండేందుకు ప్రయత్నించాడు. ద్రోణుడు అవమానంతో దహించుకు పోసాగాడు. తనకి రాజుగారి కొలువులో ఉద్యోగం ఇచ్చిన అధికారి తనని అవమానించాడు, పైగా ఒక శూద్రుడి ఎదుట అలా అవమానించటాన్ని ఆయన భరించలేకపోయాడు. ఎదురు జవాబు చెప్పాలని అనిపించినా, అది ఎలాంటి ఫలితానికి దారితీస్తుందోనని భయపడి ఊరుకున్నాడు. ఆయనకి ఉద్యోగం అవసరం. ఇది దొరికేవరకూ ఆయన చాలా కష్టాలు పడ్డాడు. ఊళ్ళు పట్టుకుని తిరగటం, ఒక రాజ్యం వదిలి మరో రాజ్యానికి ప్రయాణం చేస్తూ ఉద్యోగం వెతుక్కోవటం గుర్తుకొచ్చి ఆయన వణికిపోయాడు. ఆ బాధలన్నిటినీ భరించాడు. పేదరికం ఆయన్ని వెన్నంటే ఉండేది. తనకి ఊహ తెలిసినప్పటినుంచీ అదే పరిస్థితి. తన కుటుంబాన్ని పోషించాల్సిన బాధ్యత ఉంది ఆయనకి. ఆయనలోని యోధుడు అహంకారి భీష్ముడిని ద్వంద్వయుద్ధానికి పిలవాలని అనుకున్నాడు. ఒకవేళ అనుభవజ్ఞుడైన ఆ గొప్ప యోధుడి చేతిలో తాను ఓడిపోవచ్చు. ఎంతైనా ఆ మహావీరుడు తన శత్రువుల మనసుల్లో భయాన్ని ఉసిగొల్పుతాడన్న ప్రతీతి ఉంది. ఆయన చేతుల్లో ప్రాణాలు పోగొట్టుకున్నా అది తనకి గౌరవమే అనుకున్నాడు ద్రోణుడు. యౌవనంలో ఉన్నప్పుడు ద్రోణుడు అలాంటి కలలే కనేవాడు. యోధులు అటువంటి మరణాన్నే కోరుకుంటారు, గౌరవంగా, తలపైకెత్తుకుని మరణించాలి. ఇంతలో అమాయకమైన అశ్వత్థామ ముఖం గుర్తొచ్చింది ద్రోణుడికి. తనకన్నా తన కుమారుడికి మెరుగైన జీవితం దక్కాలి. 'వాడికోసం తనకు జరిగిన అవమానాన్ని భరించి గర్వాన్ని అణచుకోవాలి. ప్రతి తండ్రికీ ఇది తప్పనిసరి,' అనుకున్నాడు.

విదురుడివైపు తిరిగి, "నా వెంట ఎవరు రానవసరం లేదు," అని గబగబా తన మందిరంవైపు నడిచాడు.

విదురుడు వెనక్కి తగ్గాడు. ద్రోణుడి బాధ ఆయనకి అర్థమైంది. అందుకే ఆయన మాటలని తనకి అవమానంగా పరిగణించలేదు. వెళ్ళిపోతున్న ద్రోణుడివైపు చూశాడు విదురుడు. ద్రోణుడి భుజాలు కుంగిపోవటం గమనించాడు. ఒక్కొక్కసారి భీష్ముడు అవతలి వారి మనసు తీవ్రంగా గాయపడేట్టు మాట్లాడతాడు.

"అది అసంభవమే అని నాకు తెలుసు కానీ, తక్షకుడు పట్టుబడితే మాత్రం నాకు తెలియజేయండి," అని నిట్టూర్చి భీష్ముడు వెళ్ళిపోయాడు.

అప్పుడు చూశాడు విదురుడు ఆ చిన్న పిల్లవాడిని. స్పృహ కోల్పోయిన ఒక మనిషిని

కుదిపి లేపేందుకు ప్రయత్నిస్తున్నాడు వాడు. బాలుడి దగ్గరకి నడిచి, "ఇతను బాగా గాయపడ్డాడా?" అని అడిగాడు విదురుడు.

అంత మంచి దుస్తులు తొడుక్కున్న మనిషిని అక్కడ చూసి బాలుడు ఆశ్చర్యపోయాడు. "నాకు తెలీదు, స్వామీ!" అన్నాడు.

"నువ్వే కదా ధైర్యంగా తక్షకుడికి అడ్డువెళ్లి ఆపేందుకు ప్రయత్నించావు? నీ పేరేమిటి, బాబూ?" అని అడిగాడు విదురుడు.

"నా పేరు వసుసేనుడు, మహానుభావా! ఈయన మా తండ్రి, అధిరథుడు... రథసారథి. నన్ను కర్ణుడని కూడా అంటారు. ఈయన్ని మా ఇంటికి తీసుకెళ్లేందుకు దయచేసి సాయం చెయ్యండి, ప్రభూ! మా అమ్మ కంగారు పడుతూ ఉంటుంది."

ఇంకేమీ అడగకుండా విదురుడు కింద పడి ఉన్న ఆ వ్యక్తి భుజాలు పట్టుకుని పైకెత్తాడు. కర్ణుడు తన తండ్రి కాళ్లు పట్టుకుని ఎత్తబోయాడు, కానీ అంత బరువున్న మనిషిని ఎత్తలేక పోయాడు.

నీడలో నిలబడిన జరుడు పక్కనే ఉన్న ఏకలవ్యుడితో, "మనం కాస్త సాయం చెయ్యాలేమో," అన్నాడు. ఏకలవ్యుడు వాణ్ణి ఆపేలోపల వాడు పరిగెత్తాడు.

ఏకలవ్యుడు కోపంగా, వీడు సమస్య తెచ్చిపెడతాడులాగుంది! మమ్మల్ని పట్టుకుని చావబాదక వదలరు. ఎంత తెలివితక్కువ వెధవ ఈ జరుడు! అని తిట్టుకున్నాడు. ఇంక వేరే దారి లేదు, వాణ్ణి వెనక్కి లాగి ఎవరికంటా పడకముందే పారిపోవాలి. ఏకలవ్యుడు జరుడి వెంట పరిగెత్తి వాడి జుట్టు పట్టుకుని ఆపేందుకు ప్రయత్నించసాగాడు. ఆ చప్పుడు విని భటులు అప్రమత్తమయారు. భటుల కేకలు విని కర్ణుడూ, విదురుడూ తలెత్తి చూస్తే ఇద్దరు నిషాద బాలుళ్లు తమవైపే పరిగెత్తుకుని వస్తూ కనిపించారు. ఇద్దరూ ఆశ్చర్యంనుంచి తేరుకునే లోపల జరుడు వాళ్ల సమీపానికి వచ్చేశాడు. అధిరథుడిని లేవనెత్తేందుకు ప్రయత్నించసాగాడు. ఏకలవ్యుడు రొప్పుతూ కొన్ని అడుగుల దూరంలో ఆగిపోయాడు.

"అయ్యా! మేం సాయం చేసేందుకు వచ్చాం," అన్నాడు జరుడు తన పెద్ద పెద్ద కళ్లతో విదురుడిని చూస్తూ.

జరుడి బక్కచిక్కిన శరీరాన్ని చూసి విదురుడు పగలబడి నవ్వాడు. భటులు చుట్టుముట్టి, తప్పించుకునేందుకు ప్రయత్నిస్తున్న ఏకలవ్యుడిని పట్టుకున్నారు. కానీ విదురుడు చెయ్యి ఎత్తి, "వాడిని వదలండి.... పల్లె నుంచి వచ్చిన నా మేనల్లుళ్లు వీళ్లు," అన్నాడు.

ఆ మాటలు విని భటులకన్నా ఎక్కువగా ఏకలవ్యుడే ఆశ్చర్యపోయాడు. భటులు అయిష్టంగా వాడిని వదిలేశారు. ప్రధానమంత్రికి నమస్కరించి వెళ్లిపోయారు వాళ్లు. ఇంకేమీ మాట్లాడకుండా ఏకలవ్యుడు వాళ్లతో కలిసి స్పృహ కోల్పోయిన అధిరథుణ్ణి అతని ఇంటికి చేరవేసేందుకు సాయం చేశాడు. అతని ఇల్లు కోటలో అన్నిటికన్నా కింది భాగంలో, గుర్రపుశాల దగ్గర ఉంది.

ఇంటి గుమ్మంలో ఒక స్త్రీ నిలబడి ఉంది. "మా అమ్మ, రాధ," అన్నాడు కర్ణుడు.

ఆ నిరుపేద ఇంట్లో వెదురుతో చేసిన ఒకే ఒక మంచం ఉంది. దానిమీద అధిరథుణ్ణి సుతారంగా పడుకోబెట్టారు వాళ్లు. విదురుడు కర్ణుడి తల్లిని నీళ్లు తెమ్మని అడిగాడు, నీళ్లతో

బాటు కాసిని తులసి ఆకులూ, వంటింట్లో వాడే దినుసులూ కూడా తీసుకురమ్మన్నాడు. జరుడూ, ఏకలవ్యుడూ కదలటానికే భయపడుతున్నవారిలా ఒక మూల నిలబడ్డారు. తాము ఏమైనా చేస్తే ప్రధానమంత్రికి కోపం వస్తుందని భయపడసాగారు. భటుల దగ్గర్నించి ఆయన తమని ఎందుకు కాపాడాడో ఏకలవ్యుడికి అర్థం కాలేదు. పరిశుభ్రంగా ఉన్న ఆ చిన్న ఇంటిని పరికించి చూడసాగాడు వాడు. వీళ్లు పేదరికంలో బతుకుతున్నారు, అయినా వాడు వాళ్లని చూసి అసూయపడ్డాడు. 'వీళ్లకి తల దాచుకునేందుకు ఒక ఇల్లంటూ ఉంది, అదృష్టవంతులు,' అనుకున్నాడు. తన పినతల్లీ, ఆమె సంతానం ఆరుబైట పడుకునే దృశ్యం కళ్లలో మెదలగానే వాడి మనసులో చేదుభావాలు ఉవ్వెత్తున లేచాయి.

ప్రధానమంత్రి తను తయారుచేసిన కషాయాన్ని గాయపడిన అధిరథుడి ఎండిన పెదవులకి అందిస్తూ ఉంటే అతని భార్య అటూ ఇటూ తిరుగుతూ హడావిడి చెయ్యసాగింది. కాసేపటికి అధిరథుడు కదిలి కళ్లు తెరిచాడు. అతని భార్య కన్నీళ్లు కారుస్తూనే చిరునవ్వు నవ్వింది. విదురుడు వెళ్లిపోయేందుకు లేచి నిలబడ్డాడు. కానీ తనింట్లో ఏమీ తినకుండా వెళ్లటానికి వీల్లేదని రాధ అడ్డుపడింది. తన భర్త ప్రాణాలు కాపాడినందుకు ఆమె విదురుడికి ఎన్నోసార్లు కృతజ్ఞతలు చెప్పింది. ఆమె భర్తకి తగిలిన గాయం చిన్నదేననీ, ప్రాణానికి ఏమీ భయంలేదనీ విదురుడు అన్నాడు. పేదవారైన తమ ఇంట్లో ఏమైనా ఆహారం తీసుకుని వెళ్లమని అధిరథుడు కూడా బతిమాలాడు. చివరికి విదురుడు ఒప్పుకున్నాడు. వద్దంటే వాళ్లు బాధపడతారనీ, అలా బాధపెట్టటం బావుండదనీ అనుకున్నాడాయన. అధిరథుడివైపు చూస్తూ, "నీ కుమారుడు చాలా ధైర్యశాలి. సైన్యంలో శిక్షణ పొందితే హస్తినాపురానికి అతను చాలా విలువైన యోధుడవగలడు," అన్నాడు.

"స్వామీ, మేమా నిరుపేదలం, సూతులం. నా కొడుక్కి ఎవరు శిక్షణ ఇస్తారు? నేను వాడికి నా వృత్తినే నేర్పుతున్నాను. రాజ్యంలోకెల్లా మంచి సారథిగా తీర్చిదిద్దుతాను. కానీ విలువిద్య నేర్పడం మా కులస్థాయికీ, మా ఆర్థిక పరిస్థితికీ తగనిది," అని అధిరథుడు జవాబిచ్చాడు.

తను గురవుతున్న అవమానం ఎవరికీ కనిపించకుండా ఉండేందుకు ఆ సూతపుత్రుడు తలవంచుకుని నిలబడి ఉండటం ఏకలవ్యుడికి కనిపించింది. 'వీడు యోధుడవగా లేనిది నేను మాత్రం ఎందుకు అవకూడదు?' అనుకున్నాడు ఆవేశంగా. పక్కకి తిరిగి చూసేసరికి జరుడి చూపులు ఉడుకుతున్న ఆహారపదార్థాల పాత్రమీదే ఉండటం కనిపించింది వాడికి. వాడి కళ్లు తినటానికి ఏమైనా పెట్టమని ప్రాధేయపడుతున్నట్టుగా ఉన్నాయి.

విదురుడు చాలాసేపు మౌనంగా ఉండిపోయాడు. ఆ తరవాత "ఊఁ.... చూస్తాను అధిరథా! అది సాధ్యమోకాదో నాకు తెలీదు, కానీ ప్రయత్నం మాత్రం చేస్తాను. ఆచార్యుల వారు మంచి మనిషి, గొప్ప గురువు. తక్షకుడి దాడిని అడ్డుకుని ఈరోజు రాత్రి నీ కుమారుడు మన రాజ్యానికి ఎనలేని సేవ చేశాడు. వీడిని శిష్యుడిగా స్వీకరించమని అడుగుతాను. కానీ ఆయన సంప్రదాయాలని పాటించే మనిషి మరి మీ కులం వాళ్లకి... భీష్మ పితామహుడి చేత ఒక మాట చెప్పించి చూస్తాను. బహుశా అప్పుడైతే... అయినా ప్రయత్నించి చూస్తాను..." అన్నాడు.

విదురుడి గొంతులో సందేహం తొంగి చూసింది, అయినా అధిరథుడు ఎంతో

మురిసిపోయాడు. ప్రధానమంత్రి తనతో ఇలా మాట్లాడితే ఏ సారథికైనా ఆనందంగా ఉండదూ? తన కొడుకు భవిష్యత్తు సురక్షితంగా ఉండటంకన్నా ఏం కావాలి!

ఏకలవ్యుడు అసూయతో రగిలిపోయాడు. కొంతమందికి అన్నీ ఎంత సులభంగా సమకూరుతాయి! తనకి కూడా అటువంటి అవకాశం దొరుకుతుందా అని ప్రధానమంత్రిని అడగాలని అనుకున్నాడు, కానీ తనకీ, కర్ణుడికీ సామాజిక స్థాయిలో పెద్ద తేడా ఉంది. అందుకే అడిగే ధైర్యం చెయ్యలేకపోయాడు. కింది పెదిమని పళ్లతో కొరుక్కుంటూ, ఈర్ష్యతో వేగిపోతూ, తన పరిస్థితికి కోపం తెచ్చుకుంటూ, తను అతితక్కువ కులంలో పుట్టినందుకు విచారిస్తూ ఉండిపోయాడు. 'అయినా గురువెవడికి కావాలి? ఈ లోకమే నా గురువు,' అనుకున్నాడు మనసులో. 'ఈ అదృష్టం చేజిక్కించుకున్నవాడికన్నా నేనే మంచి విలుకాడిగా తయారవుతాను,' అనుకుంటూ ఏకలవ్యుడు, ఆనందంతో పరవశిస్తున్న ఆ పేదవాడి ఇంటి నుంచి పారిపోవాలని అనుకున్నాడు. జరుడు వాడి వేళ్లు పట్టుకుని లాగాడు. అసలే విసుగ్గా ఉన్న ఏకలవ్యుడు వాడిని నోరుమూసుకోమని కసిరాడు. జరుడు తనకి ఆకలిగా ఉందని సైగ చేశాడు. వాడి బుర్రలోకి ఆ ఆలోచన తప్ప ఇంకేదీ రాదు. ఏ క్షణాన్నైనా ప్రధానమంత్రి మనసు మార్చుకుని వెళ్లిపోదాం అంటే ఇక వాడికి నరకమే. రాకుమారుడు సుయోధనుడూ, ఈ ప్రముఖుడూ ఏకలవ్యుడి పట్ల చూపిన దయాభావం అలాగే ఉంటుందని చెప్పలేం. అందుకే వాడు నోరు మూసుకుని ఆత్రుతగా చూడసాగాడు.

జరుడి ఆకలిచూపుల్ని రాధ గమనించింది. శుభ్రంగా ఉన్న నేలమీద మూడు అరటి ఆకులు వేసింది. అతిథులని వచ్చి కూర్చుని భోజనం చెయ్యమని ఆహ్వానించింది. అంత పెందలాడే భోజనం చెయ్యలేనన్నాడు విదురుడు, పైగా ఇంకా ఉదయం పూట స్నానమైనా చెయ్యలేదని అన్నాడు. రాధ వడ్డించిన పదార్థాలన్నీ తినాలనిపించింది ఏకలవ్యుడికి. వాడికి విపరీతమైన ఆకలి వేస్తోంది. మామిడిపండు తప్ప ఇంకేమీ తినలేదు, కానీ ఆ పరాయివాళ్ల ముందు తను ఆకలిగా ఉన్నట్టు ప్రదర్శించటం వాడికి ఇష్టం లేకపోయింది. అందుకని నెమ్మదిగా తింటూ, మారు వడ్డించబోతే వద్దని అన్నాడు. కానీ రాధ వడ్డించినదంతా జరుడు ఆబగా తినసాగాడు. ఇక వడ్డన ఆగిపోయిందని తెలిశాక వాడు అయిష్టంగా లేచి నిలబడ్డాడు. తన వేళ్లని నాక్కుంటూ వేళ్లకి అతుక్కున్న ఆహారాన్ని కూడా ఆస్వాదించసాగాడు. జరుడు అలా జంతువులా తినటం చూసి ఏకలవ్యుడికి అసహ్యం వేసింది. పెరట్లో చేతులు కడుక్కుంటున్నప్పుడు జరుడి ముఖం తృప్తితో వెలిగిపోవటం కనిపించింది వాడికి. వాడి లేకితనానికి తిడదామని అనుకునేలోపల విదురుడు వాళ్లని రమ్మనీ, అధిరథుడి కుటుంబానికి వీడ్కోలు చెప్పమనీ పిలిచాడు.

* * *

"ఎవరు నువ్వు? కోటలోపలికి ఎలా ప్రవేశించావు?" అని అడిగాడు విదురుడు. ప్రస్తుతం ఆయన చిరునవ్వు నవ్వటం లేదు.

ఏకలవ్యుడు వణికిపోయాడు. చివరికి ఈయన తన అసలు స్వరూపం బైట పెడుతున్నాడు. సమాజంలో తనకన్నా ఉన్నతస్థాయిలో ఉన్న వ్యక్తులు కనబరిచే స్వభావం ఎట్టకేలకు కనిపించిందని వాడికి వింతగా ఒక రకమైన సాంత్వనే లభించింది. "మేము నిషాదులం, సమీపంలోని అడవిలో తలదాచుకుని బతుకుతున్నాం. తక్షకుడు తన అనుచరులతో కోటమీదికి దాడిచేసేందుకు వెళ్తూ ఉండటం మాకు కనిపించింది," అన్నాడు వాడు. కానీ

మరుక్షణం తను చాలా ఘోరమైన పొరపాటు చేశానని వాడికి అర్థమైంది.

"వాడి పేరు తక్షకుడని నీకెలా తెలుసు?" అన్నాడు విదుకుడు. ఆయన ముఖం ఏ భావమూ లేకుండా శిలా విగ్రహంలా కనిపించింది.

"అదా, అడవిలో అందరికీ ఆ పేరు తెలుసు. అప్పుడప్పుడూ అడవిలోకి వచ్చి మాకు తిండి పెడుతూ ఉంటాడు. ఏదో ఒక రోజు మీ అందర్నీ చంపేస్తానని, అప్పుడు ఈ రాజభవనంలో నిషాదులూ, నాగులూ, కిరాతుల్లాంటి ఆటవికులు ఉంటారనీ అంటూ ఉంటాడు," అన్నాడు జరుడు.

జరుడు ఆ మాటలు ఎంతో యథాలాపంగా అనటం విని మళ్లీ ఒకసారి ఏకలవ్యుడు భయంతో వణికిపోయాడు. ఇక తమ ప్రాణాలు పోతాయనే అనుకున్నాడు. వాడి కాళ్లు గజగజ వణకసాగాయి. విదురుడు కొంతసేపు ఏమీ మాట్లాడలేదు.

చివరికి, "తక్షకుడిని నిరంతరం గమనిస్తూ, వాడు చేసే పనుల గురించి నాకు సమాచారం అందించినట్టయితే మీకు బహుమతి లభిస్తుంది" అన్నాడు విదుకుడు.

"మాకు తిండి దొరుకుతుందా?" అన్నాడు జరుడు మెరిసే కళ్ళతో.

"భోజనమే కాదు, ఇంకా ఎన్నో ఇస్తాం. ప్రస్తుతానికి ఇది తీసుకోండి," అంటూ వాళ్లవైపు రెండు రాగి నాణాలు విసిరాడాయన.

"ఇవేమిటి?" అన్నాడు జరుడు. వాడెప్పుడూ డబ్బు చూడలేదు, దాన్ని ఉపయోగించలేదు.

"నీ సోదరుణ్ణి అడుగు. వాటితో ఆహారం ఎలా కొనుక్కోవచ్చో చెపుతాడు. తక్షకుడి గురించి ఎప్పటికప్పుడు నాకు సమాచారం అందిస్తూ ఉంటే ఇలాంటివి ఇంకా దొరుకుతాయి."

విదురుడి నల్లటి కళ్లు తనకేసి గుచ్చిగుచ్చి చూస్తూండటం గమనించి ఏకలవ్యుడు చూపులు తిప్పుకున్నాడు. జరుడు నోరు మూసుకుంటే బావుండునని అనుకున్నాడు, కానీ అలా జరగలేదు.

"మీలాగే... మంచి దుస్తులు వేసుకున్న మనిషిని చూశాం.... ఆయన తక్షకుడు కోటలోకి ప్రవేశించేందుకు గోడ బైటికి తాడు వేశాడు..." ఏకలవ్యుడు తనకేసి గుర్లురిమి చూడటం గమనించి జరుడు మాట మధ్యలో ఆపివేశాడు.

"ఎవరు? ఎవరతను? చెప్పు!" విదురుడి కళ్లు కోపంతో నిప్పులు చెరగసాగాయి.

"ఆయన పేరు తెలీదయ్యా! కానీ మళ్లీ కనిపిస్తే గుర్తుపట్టగలం," జరుడు ఏమైనా అనే లోపల ఏకలవ్యుడు చప్పున జవాబు చెప్పాడు. జరుడు అనే మాటలవల్ల తామిద్దరూ ఇబ్బందిలో పడతామేమోనని వాడి భయం. వాడు నిబ్బరంగా ఉండేందుకు ప్రయత్నిస్తూ ఈయన తమని ఎప్పుడు వదిలిపెడతాడా అని చూడసాగాడు.

"ఊс... సరే ఇక మీరిద్దరూ వెళ్లచ్చు," అన్నాడు విదురుడు శాంతంగా.

ఏకలవ్యుడు జరుడి చెయ్యి పట్టుకుని రాజభవనం ద్వారం దగ్గరికి నడిచాడు. విదురుడు తమనే చూస్తున్నాడని వాడికి అనిపించింది. భటులు ఇద్దరినీ ఆపి, నిజంగానే వాళ్లు ప్రధానమంత్రి బంధువులా అని అడిగారు. ఏకలవ్యుడు నోరు తెరిచేలోపల జరుడు అదేమీ కాదని అన్నాడు. విదురుడికి ఇక వీళ్లిద్దరూ కనిపించరని రూఢి చేసుకున్నాక ఆ పిల్లవాళ్లిద్దరినీ

తనిఖీ చేసి జరుడి గుప్పిట్లో ఉన్న నాణాన్ని తీసేసుకున్నారు. ప్రధానమంత్రి దాన్ని తనకి ఇచ్చాడని జరుడు అభ్యంతరం చెప్పబోతే వాణ్ణి చావగొట్టారు. ఏకలవ్యుడు దెబ్బలు పడేదాకా ఆగలేదు. ఏహ్యభావంతో తన దగ్గరున్న నాణాన్ని కింద పారవేశాడు. భటుడు దాదాపు వాడి కాళ్లని తాకేంతగా వంగి దాన్ని తీసుకోవటం చూసి వాడి అహం తృప్తిపడింది. వాడి ముఖం మీద వంకర నవ్వు చూసి రెండో భటుడు చాచి లెంపకాయ కొట్టాడు.

* * *

విదురుడి మనసులో కలత రేగింది. అందరినీ ఒకచోట సమావేశపరిచి ఆ పిల్లలిద్దర్నీ పిలిపించి ఆ వ్యక్తిని గుర్తుపట్టమని అడగచ్చు, కానీ ద్రోహం తలపెట్టిన ఆ గూఢచారి తను బైట పడిపోయానని తెలిస్తే అప్రమత్తం అవుతాడు. ఆ వ్యక్తి ప్రముఖుడైనట్టయితే, ఇద్దరు నిషాద బాలురు ఆనవాలు పట్టినంత మాత్రాన దోషిగా నిర్ణయించటం కష్టమే. అందుకే వేచి ఉండటమే మంచిది. కానీ ఆ రాజద్రోహి మరింత హాని తలపెట్టేలోగా అతన్ని తను పట్టుకోవలసి ఉంటుంది. విదురుడు తల తిప్పి చూసేసరికి రాజభవనం మొదటి అంతస్థు మిద్దెమీద పొడవాటి ఒక ఆకారం నిలబడి ఉండటం కనిపించింది. ఆయన ముఖం పశ్చిమ దిక్కుకి తిరిగి ఉంది. ప్రార్థిస్తున్నట్టు తలవంచి నిలబడి ఉన్నాడా మనిషి. సూర్యోదయం అయ్యే తూర్పు దిక్కుకి తిరిగి ప్రతి ఒక్కరూ ప్రార్థించే ఆ దేశంలో ఒకరు మాత్రం పడమరవైపు తిరిగి ప్రార్థించటం విదురుడికి వింతగా తోచింది. ఆ మనిషెవరో చూసేందుకు విదురుడు అక్కడే నిలబడ్డాడు. ఆయన చాలాసేపు అదే భంగిమలో ఉండిపోయాడు. కానీ ప్రార్థన ముగించి ఇటువైపు తిరిగేసరికి ఉదయించే సూర్యుడి కిరణాలు ఆయన ముఖం మీద పడ్డాయి. ఆయన గాంధార రాకుమారుడు, శకుని. ఇద్దరి కళ్లూ కలుసుకున్నాయి. అంతదూరం నుంచి కూడా ఆ నల్లటి కళ్లలో తీవ్రమైన కసి, పగ నిండి ఉండటాన్ని విదురుడు పసిగట్టగలిగాడు. "నాకు నేరస్థుడు దొరికాడనే అనిపిస్తోంది," అనుకున్నాడు విదురుడు. కానీ రుజువు లేదు. వేచి చూడాలి.

* * *

పైనున్న మిద్దెమీద రాకుమారుడు శకుని తనకి తాను ఇచ్చుకున్న వాగ్దానాన్ని మళ్లీ ఒకసారి మననం చేసుకున్నాడు. ఐదేళ్ల వయసులో చేసుకున్న వాగ్దానం అది. అప్పుడు భీష్మ పితామహుడు అతని రాజ్యాన్ని వశం చేసుకున్నాడు, ఆ గాంధార రాజ్యాన్ని ధ్వంసం చేశాడు, వస్తువుని అపహరించినట్టు తన సోదరిని ఎత్తుకుపోయి పేరుకే రాజుగా ఉన్న ఒక మూర్ఖుడికి, అంధుడికి కట్టబెట్టాడు. శకుని ఎంతో ఆప్యాయంగా పడమటికేసి చూశాడు. అతనికి అత్యంత ప్రియమైన తన దేశం అటువైపే ఉంది. ప్రతిరోజూలాగే అతను తలవంచి, భరతఖండాన్ని మట్టుపెడతాను అనే ప్రతిజ్ఞని మళ్లీ ఒకసారి మనసులో అనుకున్నాడు. క్రితం రోజు చేసిన ప్రయత్నం విఫలమైంది, కానీ మళ్లీ ప్రయత్నించకుండా ఉండడతను. కుటిలంగా అయోమయంగా వున్న కులవ్యవస్థ కొనసాగుతున్నప్పటికీ, భరతఖండానికి శక్తికేమీ తక్కువలేదు. బైటినుంచి వచ్చినవాళ్లు దాన్ని గెలవటం, నాశనం చెయ్యటం కష్టమే. ఈ పని ఈ దేశస్థుల సాయంతోనే చెయ్యాల్సి ఉంటుంది. ఈ పాచికలాటలో తక్షకుడు ఒక పావు మాత్రమే. అతను అతిజాగ్రత్తగా అలాంటి ఇంకొందరిని గమనిస్తూ, వాళ్లని ఉపయోగించుకునే అదనుకోసం వేచి చూస్తున్నాడు. అందరికన్నా ముఖ్యమైనవాడు రాజభవనంలోనే ఉన్నాడు. రాకుమారుడు సుయోధనుడి మందిరంవైపు నడుస్తూ శకుని తనలో తానే నవ్వుకోసాగాడు. పాఠం నేర్పవలసిన సమయం ఆసన్నమైంది.

# 4. రథసారథి కుమారుడు

కర్ణుడు ఒకసారి తన మనసులో దాచుకున్న కోరికని తలిదండ్రులకి చెప్పాడు. తనకి విలువిద్యలో నైపుణ్యం సాధించాలని ఉందని అన్నాడు. అది విన్న చాలా రోజులవరకూ వాడి తండ్రి ఏమీ సమాధానం చెప్పలేదు. తరువాతి కొన్ని వారాల్లో వాడి తల్లి ఆ విషయం గురించి తన భర్తతో చాలాసార్లు ప్రస్తావించింది. కానీ జవాబుగా ఆయన నోటివెంట ఏవో అర్థంలేని శబ్దాలు మాత్రమే వెలువడ్డాయి. గుండె దడదడలాడుతూ ఉంటే, కర్ణుడు తన తండ్రి తన కోరిక తీర్చాలని శివుణ్ణి ప్రార్థిస్తూ వేచి ఉన్నాడు. ఒకరోజు అధిరథుడు దేవాలయానికి వెళ్తూ కర్ణుడిని తనవెంట రమ్మన్నాడు. నిమ్నకులం వారైనందువల్ల గర్భగుడిలోకి వాళ్లకి ప్రవేశం లేదు, కానీ బైట ఆవరణలో ప్రార్థించుకునేందుకు అనుమతి సంపాదించుకునే అదృష్టం వాళ్లకి దక్కింది. ఒక విశాలమైన మర్రిచెట్టుకింద, ఎత్తైన అరుగుమీద కృపాచార్యుడు కూర్చుని తన స్నేహితులతో ఏదో వాదిస్తున్నాడు. పాచికలాట జోరుమీదుంది. కృపుడు తన స్నేహితులలో ఒకరిని ఓడించబోతూ ఉండగా ఈ తండ్రీ కొడుకులు ఆయన్ని సమీపించారు.

అధిరథుడు తన అంగవస్త్రాన్ని భుజం మీదినుంచి తీసి, మర్యాద పూర్వకంగా నడుముకి కట్టుకున్నాడు. కృపుడికి కొంతదూరంలో నిలబడి కళ్లు దించుకున్నాడు. సూతులు బ్రాహ్మలతో మాట్లాడేటప్పుడు అలా కిందికి చూడటం గౌరవభావాన్ని తెలియజేస్తుంది. కర్ణుడు తన తండ్రి వెనక నిలబడి ఆత్రుతగా చూడసాగాడు. కృపుడు వాదనని ఆపి ఆశ్చర్యంగా అధిరథుడివైపు చూశాడు. ఈ సారథి ఇక్కడేం చేస్తున్నట్టు?

"అయ్యా, నాదొక చిన్న విన్నపం..."

"నా దగ్గర చిల్లిగవ్వ లేదు, అప్పివ్వలేను. నా దగ్గర ధనమే ఉంటే ఇంకా కొన్ని పాత్రలు మధువు గ్రోలి ఉండేవాడినే!" అంటూ పకపకా నవ్వాడు కృపుడు.

కృపుడు ఛాందస భావాలు లేని బ్రాహ్మణుడని కర్ణుడికి తెలుసు. సామాజిక నిబంధనలనీ, నైతిక నియమాలనీ పట్టించుకోడాయన. ప్రస్తుతం రాజభవనంలోకి ద్రోణుడు ప్రవేశించాక, కృపుడు ఎంత గొప్ప పండితుడైనప్పటికీ, యుద్ధవిద్యలో ఎంత నైపుణ్యం సాధించిన వాడైనప్పటికీ, రాకుమారుల శిక్షకుడి స్థానంనుంచి ఆయన్ని ఇంక తొలగిస్తారన్న వదంతులు ఆ నోటా ఆ నోటా వినబడసాగాయి. కానీ కృపాచార్యుడు ఈ లోకంలో దేన్నీ లెక్క చెయ్యనట్టుగా ప్రవర్తించటం మొదలుపెట్టాడు. వేకువజామునే ఆయన పానశాలలో తన మిత్రులతో నవ్వుతూ సరదాగా గడుపుతూ కనబడేవాడు. ఆ సమయంలో ఆయన కులానికి చెందిన మిగతావాళ్లు స్నానపానాదుల్లో, భగవంతుణ్ణి ప్రార్థించటంలో మునిగి ఉండేవాళ్లు. సంప్రదాయాలని పాటించే

బ్రాహ్మణ సము దాయానికి ఆయనలోని ఈ విలక్షణమైన ప్రతిభ తమ ప్రత్యేకమైన జీవన విధానానికి ప్రమాదకరంగా ఉన్నట్టు తోచేది. వేదశాస్త్రాల్లో వాళ్లకన్నా ఆయనకి ఎక్కువ పాండిత్యం ఉండటం వాళ్లకి మరో సమస్యగా మారింది. పైగా తనని ఎదిరించే ధైర్యం ఉన్న వాళ్లతో వాగ్యుద్ధానికి సిద్ధంగా ఉంటాడు. శాస్త్ర గ్రంథాల గురించి ఆయన అడిగే ప్రశ్నలకి వాళ్ల దగ్గర సమాధానాలుండవు. కఠినమైన కుల నియమాలని ఆయన కావాలని ఎద్దేవా చేసేవాడు, వాటిని బాహాటంగా తిరస్కరిస్తూ తన వాదాలని సమర్థించుకునేందుకు వేదాలనుంచీ, ఉపనిషత్తులనుంచీ ఉదాహరణలు ఇచ్చేవాడు. ఈ అసంప్రదాయవాది బ్రాహ్మణుడు తమకి సాయం చేస్తాడన్న చిన్నపాటి ఆశ తన తండ్రికి ఉందని కర్ణుడికి తెలుసు.

"అయ్యా, నాకు భిక్ష అక్కర్లేదు. వీడు నా కుమారుడు, కర్ణుడు. మీ వద్ద యుద్ధవిద్యలు నేర్చుకోవాలనీ, పెద్ద యోధుడిగా అవాలనీ వాడి కోరిక."

"ఓహో! వీడికి యోధుడినవాలని ఉందా?" అంటూ తను కూర్చున్న అరుగుమీదినుంచి కృపాచార్యుడు కిందికి గెంతి కర్ణుడి దగ్గరకి వేగంగా వచ్చాడు. కర్ణుడికి కొన్ని అంగుళాల దూరంలో ఆగి, వాడి కళ్లలోకి తొంగి చూశాడు. కర్ణుడు అసంకల్పితంగా వెనక్కి తగ్గి కొన్ని అడుగులు దూరం జరిగాడు. బ్రాహ్మణుడిని తాకి కుల నిషేధాలకి ఎక్కడ భంగం వాటిల్ల జేస్తానో అని వాడు భయపడ్డాడు. తన తండ్రి నిర్ఘాంతపోయి చూడటం కర్ణుడికి కనిపించింది. అంత దగ్గరగా వచ్చి ఆ సరికే కృపుడు కులనియమాలని ఉల్లంఘించాడు. దేవాలయంలోని పూజారి ద్వారం దగ్గరనుంచి ఈ దృశ్యం చూస్తూనే ఉన్నాడు. ఆయన ముఖం మరింతగా ముడుచుకుపోయింది. కృపుడు కర్ణుణ్ణి తోశాడు, వాడు పడబోయి నిలదొక్కుకున్నాడు. వెంటనే ఆయన కర్ణుడి జుట్టు పట్టుకుని ఒక చేత్తో వాణ్ణి పైకెత్తాడు. వాడి ముఖం మీద చాచికొట్టి, బలమైన తన ఎడమచేత్తో వాడి పొట్టలో గుద్దాడు. కర్ణుడు నొప్పితో ముఖం చిట్లించాడే తప్ప నోరు తెరిచి అరవలేదు.

"అయ్యా... అయ్యా... వాణ్ణి కొట్టకండి," అని వేడుకున్నాడు అధిరథుడు.

"ఒరే, మూర్ఖుడా, దీన్ని కొట్టటం అంటారనుకుంటున్నావా? నీ కుమారుడు ధైర్యశాలి. మంచి శిక్షణ ఇస్తే యోధుడిగా రాణిస్తాడు. నొప్పిని ఓర్చుకోగలుగుతున్నాడు," అని కృపుడు కర్ణుడిని కిందికి దింపాడు. మరుక్షణం వేగంగా, అలవోకగా అరుగుమీదికి గెంతాడు. కూర్చుని తన పొడవాటి నల్లటి గడ్డాన్ని వేళ్లతో నిమురుకోసాగాడు.

"మీరు వాడికి విద్య నేర్పుతారా, స్వామీ?" అంటూ ఆనందబాష్పాలని ఆపుకోలేక పోయాడు అతిరథుడు.

"ఎందుకు నేర్పను?" అంటూ ఉంటే కృపుడి లావాటి పెదవుల మీద ఒక కొంటె నవ్వు నాట్యమాడింది.

"వీడు సూతుడు... అంటే మేం శూద్రులం కదా స్వామీ!" అన్నాడు అధిరథుడు.

"వీడు నాగుడో, నిషాదుడో, లేక మ్లేచ్ఛుడో ఎవరైనా కానీ, వీడి కులంతో నాకేం పని? వీడు మంచి యోధుడు కాగలడు," అంటూ కృపుడు కర్ణుడికేసి చూశాడు. వాడి ముఖం గర్వంతో, ఆనందంతో వెలిగిపోతోంది.

ఎప్పట్నుంచీ రమ్మంటారయ్యా?" అన్నాడు అధిరథుడు, చేతులు జోడించి, తలవంచి.

"వెయ్యి బంగారు నాణాలు ఎంత త్వరగా ఇవ్వగలిగితే అంత త్వరగా," అన్నాడు కృపుడు ముఖంలో ఏ భావమూ లేకుండా.

"అయ్యా....! "అధిరథుడికి తన చెవులమీద నమ్మకం కలగలేదు. తను సరిగ్గానే విన్నాడా, అన్న అనుమానం వచ్చింది. తనకి అరవై ఏళ్లు నిండేదాకా హస్తినాపుర రాజ్యంలో ఉద్యోగం చేసినా అంత ధనం తాను సంపాదించలేడు.

"మేం పేదవాళ్లం స్వామీ..." అన్నాడు.

"అది నా తప్పు కాదు, మిత్రమా! నీ కుమారుడు ఏ కులం వాడు అన్నది నాకు అనవసరం. నాకు ధనమే ముఖ్యం. మధువు చాలా విలువైనది, అన్ని మంచి వస్తువులూ విలువైనవే. యుద్ధవిద్యలో ఉన్నంత నేర్పు జూదకళలో నాకు లేదు. ధనం చెల్లించగలిగినప్పుడు నీ కుమారుణ్ణి పంపించు, నేను వాణ్ణి భరతఖండం మొత్తంలో అందరికన్నా గొప్ప యోధుడిగా తీర్చిదిద్దుతాను. అలా కాని పక్షంలో నీలాగే రథాన్ని తోలుకునే సారథి అవమను."

"కానీ, అయ్యా..."

"మూర్ఖుడా! రోజంతా నీతో మాట్లాడుతూ వృథాగా గడపలేను. నా స్నేహితులు ఎదురుచూస్తున్నారు. ధనంతో రా, మాట్లాడుకుందాం," కృపుడు వెనుతిరిగి పాచికలాట ఆడేందుకు ఉద్యుక్తుడయాడు.

తండ్రీ కొడుకులు మౌనంగా నిలబడ్డారు. ఇద్దరూ ఒక్క మాట కూడా మాట్లాడుకోలేదు. సూర్యుడు ఆకాశంలో ఎత్తుకి ఎక్కాడు. మైదానాలమీదనుంచి వీచే వేడిగాలికి దుమ్ము రేగసాగింది. ధనవంతుడైన వర్తకుడు దేవుడికి కానుకలు సమర్పించుకునేందుకు వచ్చేసరికి పూజారి దేవాలయం లోపలికి వెళ్లిపోయాడు. కర్ణుడు తన తండ్రివైపు చూడలేకపోయాడు. కృపుడు తనని కొట్టిన చెంప దెబ్బా, గుద్దిన గుద్దూ ఇప్పుడు బాధపెట్టసాగాయి. శూద్రుడికి విద్య నేర్పనని అని ఉంటే ఇంకా బాగుండేది. కర్ణుడు సిగ్గుతో ముఖం తిప్పుకున్నాడు.

అధిరథుడు కర్ణుడి భుజంమీద చెయ్యివేశాడు. వాడు తల పైకెత్తి తండ్రివైపు చూశాడు. అతని కళ్లు తడిగా మెరుస్తూ కనిపించాయి. ఆ క్షణంలో కర్ణుడికి తనమీద తనకే అసహ్యం వేసింది. తన కులంలో తన వయసున్న పిల్లవాళ్లలా తనెందుకు ఉండలేకపోతున్నాడు? ఒక సారథి కొడుకు అయి ఉండి యోధుడవాలని ఆశించటమా! తను ఆ ప్రాంతంలో అందరికన్నా గొప్ప రథసారథిగా పేరు తెచ్చుకోవాలనీ, తన తండ్రి గర్వపడేలా తయారవాలనీ అప్పటి కప్పుడు కర్ణుడు గట్టి తీర్మానం చేసుకున్నాడు.

"కర్ణా, విచారించకు, మనకి ఏదో ఒక మార్గం దొరక్కపోదు. నువ్వు తక్కువ కులం వాడివి, నీకు నేర్పను అని ఆయన అనలేదు కదా. నా రథాన్ని అమ్మేస్తాను. మన పూరింటికి కూడా ఎంతో కొంత లభిస్తుంది. ఇంకేదైనా పని వెతుక్కుంటాను. ఏదో ఒకటి చేద్దాం."

"నాకు ఇంక యోధుడిని అవాలన్న కోరిక లేదు. నాన్నా, నాకు రథం నడపటం నేర్పించు. నా కోసం రథాన్నీ, ఇంటినీ అమ్మేస్తానని అనద్దు," అన్నాడు కర్ణుడు కోపంతోనూ, అవమానంతోనూ వణికిపోతూ.

అటుగా వెళ్లేవాళ్లు ఆగి వాళ్లవైపు చూడసాగారు. ఆ సందడి విని కృపుడు తలతిప్పి చూశాడు. కర్ణుడి గుండె ఒక్క క్షణం కొట్టుకోవటం మర్చిపోయింది. బహుశా కృపాచార్యుడు వేళాకోళానికి ధనం ఇమ్మని అడిగాడేమో, ఇప్పుడు వెనక్కి పిలిచి తను రేపటినుంచీ అతని శిక్షణా తరగతులకి రావచ్చునని అంటాడేమో అనిపించింది వాడికి.

“పోండిరా ఇక్కణ్ణుంచి, ఏమిటీ గోల? మీలాంటి పనికిమాలిన వెధవలు మమ్మల్ని నింపాదిగా పాచికలైనా ఆడుకోనివ్వరా? వెళ్లండి, వెళ్లండి....,” అంటూ కృపుడు వాళ్లని అనరాని మాటలు జోడించి మరీ తిట్టాడు.

తండ్రీ కొడుకులిద్దరూ తమ ఇంటిదారి పట్టేవేళకి దేవాలయంలో గంటలు మోగ సాగాయి. అప్పుడప్పుడూ వినవచ్చే కాకుల అరుపులూ, కృపాచార్యుడూ, ఆయన స్నేహితులూ నవ్వే నవ్వుల ధ్వనీ వారిద్దరికీ వినిపించసాగింది. ఇద్దరూ దిగాలుపడి ఆ ఉక్కపోతతో నిండిన వాతావరణంలో దుమ్మునిండిన దారిలో నడవసాగారు. ఇంటికి చేరుకోగానే ఒక్క మాటైనా మాట్లాడకుండా కర్ణుడు తిన్నగా పెరట్లోని బావి దగ్గరకి వెళ్లాడు. బాగా లోతుకి ఉన్న నల్లని నీటిలో తన అందమైన ముఖం ప్రతిబింబించటం, నీటి కదలికవల్ల అది చెదురుతూ ఉండటం కనిపించింది వాడికి. ఒక్కక్షణం అందులో దూకి అన్నిటికీ స్వస్తి చెప్పెయ్యాలన్న కోరిక కలిగింది. ఇంతలో వాడికి తన తల్లి ఏడవటం, తండ్రి గద్గదస్వరంతో ఏదో అనటం వినిపించింది. వెంటనే పళ్లు కొరుకుతూ, ‘నా తల్లిదండ్రుల పట్ల నేను నెరవేర్చవలసిన కర్తవ్యం ఉంది నాకు,’ అనుకున్నాడు. ఇక జీవితాంతం సామాన్యమైన రథసారథిగా ఉండిపోవలసిందే, అన్న ఆలోచన వాడి మనసుని ముక్కలు చేసింది. తన తలిదండ్రుల మీద తనకి అంత ప్రేమే లేకపోతే, హాయిగా ఆ బావిలోని నల్లటినీటిలోకి దూకి ఆరోజు తన జీవితాన్ని ముగించి ఉండేవాడే.

* * *

కర్ణుడికి విలువిద్యలో శిక్షణ ఇమ్మని ద్రోణుడిని అడుగుతానని విదురుడు అనేదాకా, కృపుడిని కలిసినప్పుడు జరిగిన ఆ సంఘటన గురించి తండ్రిగాని, కొడుకుగాని ఒక్కమాట మాట్లాడలేదు. తను ఒక యోధుడిని అవుతానన్న ఆశని కర్ణుడు పూర్తిగా వదులుకున్నాడు. ఒక సేవకుడిగానే మిగిలిపోయేందుకు తన మనసుని సమాధానపరుచుకున్నాడు. కానీ ఇప్పుడు వాడి మనసులో కొత్త ఆశ మొలకెత్తింది. చివరికి మహాశివుడు ఒక పేద సూతబాలుడిమీద తన దయాదృష్టి ప్రసరించాడు.

కాలకృత్యాలు తీర్చుకునేందుకు మర్నాడు కర్ణుడు వేకువజామునే నిద్రలేచాడు. తన ఉత్సాహాన్ని ఎంతమాత్రం అణచుకోలేకపోయాడు వాడు. ఆ చిన్న ఇంటి వసారాలో తన తండ్రి నిద్రలేచేందుకు ఎదురుచూస్తూ అటూ ఇటూ పచార్లు చెయ్యసాగాడు. కర్ణకఠోరమైన కాకుల అరుపులు కూడా వాడి చెవులకి సంగీతంలా తోచాయి. పెందలాడే నిద్రలేచిన కొందరు నదీతీరానికి వేగంగా వెళ్తున్నారు. సన్నగా వీచే గాలి మల్లెల పరిమళాన్నీ, దూరంగా మోగే గుడిగంటలు ధ్వనినీ మోసుకోస్తోంది. ముందు రాధ బైటికి వచ్చి కర్ణుడికి తాగేందుకు పాలు ఇచ్చింది. వాడు హడావిడిగా వాటిని తాగేసి చప్పుడు అయ్యేట్టు ఆ ఇత్తడి పాత్రని నేలమీద పెట్టాడు. తరవాత ఆమె వాడి జుట్టూ, చెవిపోగులూ సవరించసాగింది.

తల్లి తనమీద చూపిస్తున్న ప్రేమానురాగాలని తప్పించుకునేందుకు ప్రయత్నిస్తూ, "నాన్న ఏడీ?" అని అడిగాడు కర్ణుడు. తల్లి చిరునవ్వు నవ్వటం చూసి, ఇరుగుపొరుగువాళ్లు బైటికి రాగానే ఆమె వెళ్లి తమకి పట్టిన అదృష్టం గురించి వాళ్లందరికీ చెపుతుందని వాడికి అర్థమైంది. చివరికి వాడి తండ్రి పూజ ముగించి బైటికి వచ్చాడు. కర్ణుడు వసారా లోనుంచి కిందికి దూకి వీధిలోకి పరిగెత్తాడు.

"కర్ణా, ఏమిట్రా ఆ దూకుడు? పూజ చేశావా లేదా?"

కర్ణుడికి విసుగనిపించింది. పూజా, కాలకృత్యాలూ అన్నీ పెందలాడే ముగించేశాడు వాడు, కానీ ప్రస్తుతం తండ్రితో వాదించటం వాడికి ఇష్టం లేకపోయింది. తలెత్తి తూర్పు దిక్కు ఎర్రబారటం చూశాడు. ధగధగ మెరిసిపోతున్న సూర్యుడు దయగా ప్రపంచంమీద దృష్టి సారిస్తున్నాడు. ఆ దృశ్యాన్ని కళ్లలో బంధించాలని అనుకున్నట్టు కర్ణుడు కళ్లు మూసుకున్నాడు. చెదిరిపోకుండా దాన్ని మనసులో నిలిపాడు. ప్రార్థించేందుకు మాటలు దొరకలేదు వాడికి. వాడి మనసులో భావోద్వేగాలు ఉవ్వెత్తున ఎగసిపడుతున్నాయి. మాటలు దొరకనందుకు వాడు సంతోషించాడు. వెలిగే సూర్యుడితో మమేకం అయినట్టు తోచింది వాడికి. అన్నిటినీ సమానంగా స్పృశించే సూర్యకిరణాలు వాడి శరీరాన్ని ముద్దాడినట్టు అనిపించి, వాడికి హాయినీ, సంతోషాన్నీ అందించాయి. అధిరథుడి చెయ్యి తన భుజం మీద పడగానే కర్ణుడు పారవశ్యంలోంచి అయిష్టంగా మేలుకున్నాడు. చిరునవ్వు నవ్వుతూ రాజభవనంవైపు అడుగులు వేశాడు. అధిరథుడు వెనక్కి తిరిగి భార్యవైపు చూశాడు. కన్నీళ్లతో ఆమె గడపలో నిలబడి ఉండటం కనపడిందతనికి. తన కళ్లలో ఉబికే కన్నీరు ఆమెకి కనిపిస్తుందేమో అన్న భయంతో అతను గిరుక్కున వెనుదిరిగాడు. కర్ణుడు ఆసరికే కొంత దూరం ముందుకి వెళ్లిపోయాడు. ఉత్సాహంతో ఉరకలు వేస్తున్న తన కుమారుణ్ణి కలుసు కునేందుకు అధిరథుడు గబగబా నడిచాడు. వాళ్లు దేవాలయాన్నీ, మర్రిచెట్టునీ దాటారు. చెట్టుకింద కృపుడూ ఆయన మిత్రులూ పాచికలాడుతూ వాళ్లకి మళ్లీ కనిపించారు. కృపాచార్యుడు అధిరథుణ్ణి పిలిచాడు, కానీ వేగంగా వెళ్తున్న తండ్రీ కొడుకులకి ఆగి ఆయన చెప్పేది వినేంత సమయం లేకపోయింది. నైతికంగా పతనమైన ఆ బ్రాహ్మణుడి వికటాట్టహాసం వాళ్ల చెవుల్లో మారుమోగింది.

కోట లోపలి ద్వారం వద్ద భటులు వాళ్లిద్దరినీ అడ్డుకున్నారు. వాళ్లు తాము ఎందుకు వచ్చారో చెప్పారు. భటుల నాయకుడు వాళ్లకేసి అనుమానంగా చూసి, ఒక భటుడి ద్వారా భవనం లోపలికి సందేశం పంపించాడు. కొంతసేపటికి ఒక భటుడు బైటికి వచ్చి విదురుడు భీష్ముడితో ముఖ్యమైన విషయం మాట్లాడుతున్నాడని చెప్పాడు. వాళ్లని వేచి ఉండమని అన్నారు. సూర్యుడు మిట్టమధ్యాన్నం నిప్పులు చెరగసాగాడు, వాళ్ల నీడలు కురచగా అయిపోయాయి. వాళ్లకి అప్పటికీ ప్రవేశం దొరకలేదు. గడిచే ప్రతిక్షణం వాళ్లని మరింత ఆందోళనకి గురిచేసింది. రాజభవనంలోనుంచి ఏ భటుడు బైటికి వచ్చినా వాళ్ల గుండెలు దడదడలాడసాగాయి. ప్రధానమంత్రి తాను ఇచ్చిన మాట మర్చిపోయాడని వాళ్లు ఆశలు పూర్తిగా వదులుకోబోతుండగా లోపల్నించి రమ్మని పిలుపు వచ్చింది. రాజోద్యానంలో ఒక మూలగా నిలబడ్డ విదురుడి వైపు చూపించాడు భటుడు. ద్రోణుడు గట్టిగా అరుస్తూ సూచనలివ్వటం, కత్తులు ఒకదానితో ఒకటి కొట్టుకునే ధ్వనీ వాళ్లకి లీలగా వినిపించాయి.

విదురుడు వాళ్లిద్దరినీ చూసి చిరునవ్వు నవ్వాడు. ఆలస్యమైనందుకు క్షమాపణ కోరాడు.

అంత వినయం చూపిస్తున్న ఆ వ్యక్తి మోసగాడా లేక నిజంగానే గొప్ప సహృదయుడా అనేది కర్ణుడు తేల్చుకోలేకపోయాడు. ముగ్గురూ కోట లోపలి ద్వారాన్నీ, బైటిద్వారాన్నీ దాటి రాజుగారి పళ్లతోటలోకి చేరుకున్నారు. రాకుమారులు శిక్షణ పొందే స్థలానికి చేరుకునే సరికి, కర్ణుడికి సుయోధనుడూ, సుశాసనుడూ ఒక మూల మోకాళ్లమీద కూర్చుని కనిపించారు. వాళ్ల తలలు అవమానభారంతో కిందికి వంగిపోయాయి. ద్రోణుడు పాండవ మధ్యముడు అర్జునుడికి సరైన భంగిమలో నిలబడి ఎలా గురిపెట్టాలో నేర్పుతున్నాడు. ద్రోణుడి పోలిక లున్న ఒక చిన్న బ్రాహ్మణ బాలుడు రాకుమారులు కొట్టిన బాణాలని ఏరుతున్నాడు, ఒక లావుపాటి పిల్లవాడు గద తిప్పటం అభ్యసిస్తున్నాడు. అర్జునుడు వింటినారి సంధించటం మిగతా పిల్లలందరూ చూస్తున్నారు. అర్జునుడి బాణం వెంట్రుకవాసిలో గురి తప్పేసరికి ద్రోణుడు కోపంతో తల అడ్డంగా ఆడించాడు. కానీ కర్ణుడు అర్జునుడి నేర్పు చూసి మనసు లోనే మెచ్చుకున్నాడు. ఎంతో అనుభవం ఉన్న విలుకాడిలా వేశాడు ఆ బాణాన్ని అర్జునుడు. అసలు వాడు ద్రోణుడి దగ్గర శిక్షణ ప్రారంభించి కొన్ని వారాలే అయింది. 'ఏదో ఒక రోజు నేను కూడా అలా బాణం వెయ్యగలుగుతానేమో,' అనుకున్నాడు రథసారథి కొడుకు.

"గురువర్యా....", అని పిలిచాడు విదురుడు గౌరవంగా.

చాలాసేపు ద్రోణుడు వాళ్ల ఉనికిని గమనించనట్టే ఉండిపోయాడు. చివరికి ఆయన వాళ్లకేసి తలతిప్పి చూడగానే, ఆయన ముఖంలోని భావం చూసి కర్ణుడు జంకాడు. ఆయన అనబోయేదేమిటో వాడు ముందే గ్రహించాడు.

"చెప్పండి ప్రధానమంత్రీ, నానుంచి ఏమాశించి వచ్చారు?" అంటూ తన శిష్యులని నిశ్శబ్దంగా ఉండమని సైగచేశాడు ద్రోణుడు.

"ఈ పిల్లవాడి పేరు కర్ణుడు. నా మిత్రుడు, అధిరథుడి కుమారుడు," అంటూ తండ్రివెనక నక్కిన కర్ణుడిని విదురుడు ఇవతలికి లాగాడు.

"ప్రస్తుతం శిక్షణా తరగతి జరుగుతోంది, మంత్రివర్యా!"

"గురువర్యా, కర్ణుడికి మీవద్ద శిక్షణ పొందాలని ఉంది...."

ప్రధానమంత్రి కంఠంలో కర్ణుడికి ఆత్మవిశ్వాసం లోపించినట్టు తోచింది. చాలాసేపు ద్రోణుడు మౌనంగా ఉండిపోయాడు. కర్ణుడి గుండె కొట్టుకోవటం దాదాపు మర్చిపోయింది. వాడు పిడికిళ్లు బిగించాడు.

"నేను రాజకుటుంబీకులకి మాత్రమే శిక్షణ ఇస్తాను, ప్రధానమంత్రీ!" అన్నాడు ద్రోణుడు ఎట్టకేలకు నోరువిప్పి.

"నిన్న ఈ పిల్లవాడు మన రాజ్యానికి గొప్ప ఉపకారం చేశాడు. నేనితనికి మాటిచ్చాను..."

"మంత్రివర్యా, మళ్లీ చెపుతున్నాను, నేనిచ్చే శిక్షణ రాకుమారులకి మాత్రమే," అంటూ, ఛాతీమీద చేతులు కట్టుకుని ద్రోణుడు అటువైపు ముఖం తిప్పేసుకున్నాడు.

"నేను భీష్మపితామహుడితో మాట్లాడాను. మీరు ఈ పిల్లవాణ్ణి శిష్యుడిగా అంగీకరిస్తే తనకి ఎటువంటి అభ్యంతరమూ ఉండదని అన్నాడాయన. అసలు హస్తినాపురానికి ఎంత ఎక్కువమంది యోధులు దొరికితే అంత మంచిది అన్నాడాయన."

"మాన్యులైన మంత్రివర్యులు, నానోటివెంట ఈ మాటలు అనిపించరని ఆశించాను, కానీ మీరు నన్ను బలవంతపెడుతున్నారు కాబట్టి అడుగుతున్నాను, వీడు ఏ కులానికి చెందినవాడో అడగండి."

"కానీ, అది ఏ విధంగా..."

"మీరు కూడా వీరి కులానికి చెందినవారే కాబట్టి సానుభూతి కనబరుస్తున్నారని నాకు అర్థమైంది. వీడు సూతుడు, రథాలు తోలుకునే నిమ్నజాతికి చెందినవాడు. నేను బ్రాహ్మణుణ్ణి, అయినా నేను వీడికి విద్య గరపాలని మీరు ఆశిస్తున్నారా?"

విదురుడి ముఖం అవమానంతో ఎర్రబడింది. రాజాస్థానంలో ఆయన హోదా ద్రోణుడికన్నా చాలా ఉన్నతమైనది. అయినప్పటికీ తనకన్నా పైకులంలో పుట్టిన బ్రాహ్మణుడిని నిలదీసే ఆత్మవిశ్వాసం విదురుడికి లేకపోయింది. కర్ణుడికి ఈ వాగ్వివాదం ఇంక వినాలని అనిపించలేదు. ఇక ఈ విషయం ముగిసిపోయిందని వాడికి అర్థమైంది. వాడి తండ్రి వాడిని కదలకుండా పట్టుకున్నాడు, కానీ వాడు కన్నీళ్లని ఆపుకోలేకపోయాడు.

ద్రోణుడు పోట్లాటకి కాలుదువ్వేవాడిలా విదురుడివైపు చూసి, "ఇక్కడికి వచ్చి ఒక నిమ్నకులం వాడిని శిష్యుడిగా స్వీకరించమని నన్ను బలవంతపెట్టగలనని అనుకోకండి. ప్రధానమంత్రిగా మీరు నన్ను గురుస్థానం నుంచి తొలగించవచ్చు. మీరు అలా ఆజ్ఞాపిస్తే నా భార్యనీ, కుమారుడినీ వెంటపెట్టుకుని హస్తినాపురం వదిలి వెళ్లిపోతాను. ఇంకొక రాజ్యంలో, బ్రాహ్మణులని గౌరవించేచోట, వాళ్ల నమ్మకాలకి విరుద్ధంగా ఏమైనా చెయ్యమని అడగని చోట, పస్తులుంటూ జీవించవలసి వచ్చినా సరే వుంటాను. ఒక శూద్రుడి ఆజ్ఞలకి తలవంచటం కన్నా పస్తులుండటమే మేలు. మీరూ భీష్ములవారూ ఏమైనా చేసుకోండి, కానీ నేను ఒక నిమ్నజాతివాడికి విద్య నేర్పనుగాక నేర్పను," అన్నాడు.

మోకాళ్లమీద కూర్చున్న సుయోధనుడు లేచి నిలబడ్డాడు. ద్రోణుడు అది చూసి, "ఓరీ, మూర్ఖుడా! నా తరగతిలో నీ ఇష్టం వచ్చినట్టు ప్రవర్తించవచ్చని అనుకుంటు న్నావా? నేను విధించిన శిక్ష ప్రకారం నడుచుకో!" అనేసరికి సుయోధనుడు మళ్లీ మోకాళ్లమీద వంగి కూర్చున్నాడు.

"ద్రోణా, మీరు రాజ్యాన్నీ, యువరాజునీ అవమానించారు. దేనికైనా ఒక హద్దుంటుంది..." అంటూ విదురుడు కత్తి దూశాడు.

"ఓయీ, నీచజాతివాడా, నువ్వు నన్ను బెదిరిస్తున్నావా? శూద్ర ప్రధానమంత్రీ, అంధుడైన రాజూ, అహంకారి యువరాజూ! ఇక ఒక సూతుడు యుద్ధవిద్యలు నేర్చుకోవాలని అను కోవటంలో ఆశ్చర్యమేముంది? ఆ తరవాత ఒక నిషాదుడు వచ్చి నా శిష్యరికం కోరతాడేమో!"

కర్ణుడు తన గురించి కన్నా ప్రధానమంత్రి గురించి ఎక్కువ బాధపడ్డాడు. విదురుడు తన కోపాన్ని అణచుకుంటున్నాడని కర్ణుడు గమనించాడు.

"త్వరలోనే భీష్ముడి వద్దనుంచి మీరు వార్త వినవలసివస్తుంది," అంటూ కావాలనే, అతినాటకీయంగా వంగి ద్రోణుడికి నమస్కరించాడు.

ఆ నమస్కారంలోని వ్యంగ్యం, దెబ్బకొట్టటం కంటే ఎక్కువ బాధ పెట్టింది ద్రోణుడిని.

"నువ్వు... నువ్వు... ఒక బ్రాహ్మణుణ్ణి అవమానించేందుకు నీకు ఎన్ని గుండెలు? చూస్తాను, ఒక బ్రాహ్మణుడి ఆక్రోశాన్ని వినే చెవులు హస్తినాపురానికి ఉన్నాయో, లేక అవి ఒక శూద్రుడి మొరని మాత్రమే వినిపించుకుంటాయో, చూస్తాను. ఇక ఇక్కణ్ణించి తమరు దయచెయ్యండి! ఈ స్థలం క్షత్రియులకోసం నిర్ణయించబడింది, నీలాంటివారికోసం కాదు. రథసారథినీ, నీవంటి నీ తోటివారినీ ఇక్కణ్ణించి తీసుకుని వెళ్లు. నేను కురు సైన్యాధిపతికే సమాధానం చెప్పుకుంటాను."

ఇంకేమీ మాట్లాడకుండా విదురుడు అక్కణ్ణించి వెళ్లిపోయాడు. తలవంచుకుని కర్ణుడు ఆయన వెనకాలే కదిలాడు. అధిరథుడు మాత్రం ఒక్కక్షణం అక్కడే తచ్చాడి, భారమైన మనసుతో వెనుదిరిగాడు.

* * *

ద్రోణుడు ఆ పేద రథసారథితో మాట్లాడాలనుకోలేదు. అతని కుమారుడిలో గొప్ప యోధుడయ్యే లక్షణాలున్నాయని ఆయన గ్రహించాడు. తక్షకుడు దాడిచేసిన రోజు రాత్రి కోటని ఆ పిల్లవాడు రక్షించటం ఆయన స్వయంగా చూశాడు. కానీ దురదృష్టవశాత్తూ వాడు తప్పుకులంలో పుట్టాడు. ఒక మనిషిగా, తండ్రి తన కుమారుడి కోరిక తీర్చాలని ఆరాటపడటాన్ని ద్రోణుడు అర్థం చేసుకున్నాడు. కానీ ఆయన గురువు, పరశురాముడు ఇచ్చిన శిక్షణలో కులాల పవిత్రతనీ, స్వచ్ఛతనీ గౌరవించాలన్న విషయాన్ని నేర్చుకున్నాడు. ఆ నియమాన్ని ఉల్లంఘించే సాహసం ఆయన చెయ్యలేకపోయాడు. తన బావమరిది కృపుడికీ ఆయనకీ తేడా ఉంది. కృపుడంటే ఆయనకి అసహ్యం, భయం రెండూ ఉన్నాయి. కృపుడు ఆయనకన్నా గొప్ప పండితుడు, బహుశా యుద్ధవిద్యలో కూడా మెరుగైనవాడు, కానీ నమ్మదగినవాడు కాదు, ఎటు వంటి ఛాందసభావాలూ లేని స్వతంత్రుడు. పనికట్టుకుని నియమాలని ఉల్లంఘించ టంలో అతనికి ఆనందం దొరుకుతుంది. కానీ ద్రోణుడు అటువంటి పనులు చెయ్యలేడు. 'పెంచి పోషించవలసిన కుమారుడు ఉన్నాడు నాకు,' అనుకున్నాడు ద్రోణుడు అశ్వత్థామకేసి చూస్తూ. ఆయన కళ్లు అపారమైన పుత్రప్రేమతో మెరిశాయి. కానీ అశ్వత్థామ మాత్రం వెళ్లిపోతున్న రథసారథి కొడుకునే కన్నార్పకుండా చూస్తూ ఉండిపోయాడు. 'ఆ దుష్టుడు, సుయోధనుడితో పరిచయం అయేవరకూ నా కుమారుడు ఎంతో బుద్ధిగా ఉండేవాడు. వాడే వీడిని చెడగొట్టాడు,' అనుకున్నాడు రాజ గురువు కోపంగా. కానీ హస్తినాపురంలో ఉద్యోగులకి మంచి జీతాలు దొరికేవి. ఇప్పుడు ద్రోణుడికి కొత్తగా ఒక విచారం పట్టుకుంది, విదురుడు నాకు వ్యతిరేకంగా భీష్ముడికి చెప్పి ఆయన మనసు విరిచేస్తే నన్ను ఆయన ఉద్యోగం వదిలి వెళ్లి పోమంటాడా? మళ్లీ నేను పేదరికంలో మగ్గిపోవలసిందేనా? నా కుమారుడి పరిస్థితి ఏమవుతుంది ఇదంతా కేవలం ఒక రథసారథి వల్లనా? వాడు మూర్ఖంగా తన తాహతుకి మించి కన్న కలల వల్లనా?'

సుయోధనుణ్ణి చూసినప్పుడల్లా ద్రోణుడికి తన బావమరిది కృపుడు గుర్తుకొస్తాడు. కానీ కృపుడితో పోలిస్తే సుయోధనుడికి పట్టుదల ఎక్కువ. ఆ పిల్లవాడు అన్నిటినీ ప్రశ్నిస్తాడు. వాడికి వచ్చే సందేహాలలో ఎక్కువభాగం సమాధానం లేనివే. వాడి ముందు ద్రోణుడు చేతకానివాడిలా ఉండిపోయేవాడు. అందుకే ద్రోణుడు వాడిపట్ల అనవసరంగా కోపం తెచ్చుకుని క్రూరంగా ప్రవర్తించేవాడు. సామాన్యంగా తమకి ఇష్టంలేని శిష్యులపట్ల గురువు లందరూ అలాగే ప్రవర్తిస్తారు. సుయోధనుడు పొగరు బోతని అనుకుని ఆయన వాడిని ఎక్కువ బాధపెట్టే మాటలే అనేవాడు. వాడి నైపుణ్యాన్నీ, తెలివితేటలనీ పాండవులతో పోల్చేవాడు. అవకాశం దొరికినప్పుడల్లా

వాడిని అవమానించేవాడు. ఎదురుతిరిగే వాడి స్వభావాన్ని నాశనం చేసి సమాజంలో ఇమిడే విధంగా తీర్చిదిద్దాలన్నది ఆయన ఆలోచన. శక్తిమంతుడైన మనిషిలో అటువంటి స్వభావం ఉంటే దానివల్ల వినాశనం తప్పక జరుగుతుందని ఆయనకి తెలుసు. ఆ పిల్లవాడిలోని దుందుడుకు ప్రవర్తనని లొంగదీసుకుని మచ్చిక చెయ్యకపోతే వాడు రాజ్యాన్ని కుదిపికుదిపి తన ఇష్టప్రకారమే అందరూ నడుచుకోవాలని శాసించవచ్చు. తన శిష్యులని సమాజంలో ఒదిగిపోయేట్టు తీర్చిదిద్దటం ఒక గురువుగా తన బాధ్యత అని ద్రోణుడు నమ్మాడు. విద్య నేర్పటం అంటే ఎంతోకాలంగా నిలిచి కొనసాగుతున్న వ్యవస్థని ఎదిరించి, మార్చేందుకు ప్రయత్నించే తిరుగుబాటుదార్లను తయారుచెయ్యటం కాదు. చివరికి దేవతలూ, దేవతల ప్రతినిధులైన మనుషులూ కలిసి కుట్రచేసి అటువంటి తిరుగుబాటుదార్లని అణచివేసి, నామరూపాల్లేకుండా చేస్తారన్నది ఆయన ప్రగాఢ విశ్వాసం. ఈ దేశ చరిత్ర ఆయనకి నేర్పినది అదే. రావణుడు, వాలి, బలి చక్రవర్తివంటివారిని ఎంతో ఎత్తుకి వెళ్లి పతనమైనవారికి ఉదాహరణలుగా అంగీకరించక తప్పదు. సమాజం సనాతనమైనది, శాశ్వతమైనది, మార్పు చెందనిది. ఇటువంటి రాజ్యంలో తిరుగుబాటుదార్లూ, సంస్కర్తలూ వెళ్లేది ఒక చోటికే – మట్టిలోకి. వాళ్లని మట్టిలోకి అణచివేసేందుకు దేవతలు అవతారాలు ఎత్తారు. అదే ధర్మం. దాన్ని కాపాడేందుకే వాళ్లు మనుషులుగా జన్మించారు.

ఏమాత్రం విసిగించినా ద్రోణుడు సుయోధనుడిని కొట్టేవాడు, అవమానకరమైన శిక్షలు విధించేవాడు. మొండివాడైన ఆ రాకుమారుణ్ణి ఆ అవమానాలు కదిలించి కన్నీళ్లు తెప్పించక పోతే అన్నిటికన్నా ఘోరమైన మాటలు అని వాణ్ణి అవమానించేవాడు. సుయోధనుణ్ణీ, వాడి తోబుట్టువులనీ అంధుడి కుమారులనీ, తండ్రిలాగే వాళ్లు కూడా తప్పేదో ఒప్పేదో చూడలేరనీ దుర్భాషలాడేవాడు. అలా అనగానే ఆరోజుకి రాకుమారుడు మారుమాట్లాడకుండా ఉండి పోయేవాడు. గురువుగారి మాటలకి పాండవులు నవ్వేవారు. ఆ పిల్లవాడిలోని ప్రమాదకరమైన వైఖరిని తను అణచివేస్తున్నాననీ, ఆ విధంగా ముఖ్యమైనవారి మెప్పు సంపాదించుకుంటున్నాననీ అనుకున్నాడు ద్రోణుడు. తన తరవాత తన కుమారుడు అశ్వత్థామ రాజగురువు పదవిని అధిష్ఠించి భావితరం రాకుమారులకి సలహాలిస్తాడని ఊహించాడు. ఆ అందమైన ప్రపంచంలో విదురుడిలాంటి శూద్రుడికి, పదవిని చేజిక్కించుకునే వాడికి స్థానం ఉండదు.

అశ్వత్థామ సుయోధనుడితో మాట్లాడటం చూసిన ద్రోణుడు కోపంతో మండిపడి, చేతులు నొచ్చేదాకా తన కుమారుణ్ణి చావబాదాడు. తన పేదరికం గురించీ, విదురుడితో జరిగిన వాగ్వివాదం గురించీ, తన భయాలు, మనసులో లేచే అనుమానాల గురించీ ఆయన అణచి పెట్టుకున్న ఆవేశాన్నంతా ఆ చిన్నపిల్లవాడు అశ్వత్థామ మీద చూపించాడు. భోరుమని ఏడుస్తున్న ఆ బాలుణ్ణి పాండవులవైపు నెట్టి, బలవంతాన తనకి అత్యంత ప్రియశిష్యుడైన అర్జునుడి పక్కన కూర్చోబెట్టాడు. గురువుగారి కుమారుడి దైన్యస్థితి చూసి నవ్వు వస్తున్నా అర్జునుడు దాన్ని దాచుకున్నాడు. గురువుగారు సుయోధనుణ్ణి కోప్పడుతున్న సమయంలో భీముడు అశ్వత్థామని రెండుసార్లు గిల్లి, పిరికివాడని వెక్కిరించాడు. అది విని అశ్వత్థామ ఇంకా గట్టిగా ఏడుస్తూ ఉంటే, వాడి తండ్రి మళ్లీ వాణ్ణి కొట్టాడు.

మామిడిచెట్ల దట్టమైన గుబురులోంచి, ఇక్కడ జరుగుతున్న నాటకం మొత్తం చూశాయి రెండు జతల నల్లటి కళ్లు. గురువుగారు తన కుమారుణ్ణి కొడుతూ ఉంటే, "ఈయన ఇక నీకు విద్య బోధిస్తాడనే అనుకుంటున్నావా? కర్ణుడిలాంటి వాడికే యుద్ధ విద్యలు నేర్పనన్నాడే!

మనం నిషాదులం. సూతులకన్నా మరింత తక్కువకులం మనది," అన్నాడు జరుడు ఏకలవ్యుడితో.

"నోరు ముయ్యరా, తెలివితక్కువ దద్దమ్మా! మరీ ఎక్కువ మాట్లాడతావు నువ్వు. నేను ఈయన దగ్గర నేర్చుకుని తీరతాను. అక్కడ ఉండి ఎంత నేర్చుకోవచ్చో, అంతా ఇక్కడినుంచి చూసి కూడా నేర్చుకోవచ్చు, పాపం, ఆ సుయోధనుణ్ణి చూడు, అతనిలాగే అర్జునుడికి ఆయన నేర్పేది జాగ్రత్తగా గమనించి నేర్చుకుందాం. ఎవరూ, చివరికి ద్రోణాచార్యులు కూడా తన దగ్గర నేర్చుకోకుండా నన్ను ఆపలేరు. ఏదో ఒకరోజు ఆయన ప్రియశిష్యుణ్ణి ఓడించి ఆయన్ని ఆశ్చర్యపరుస్తాను," ఏకలవ్యుడి నిర్భయమైన ఈ కలల ఊహాగానాన్ని విని జరుడు నవ్వసాగాడు. జరుడిని తన్నేందుకు ఏకలవ్యుడు వెనక్కి తిరిగాడు.

* * *

"మళ్లీ ఆలస్యంగా వచ్చారు మీరు!" అంటూ పార్శవి భర్తకి సామాన్యమైన భోజనం వడ్డించి పక్కనే కూర్చుంది.

విదురుడు చిన్నగా నవ్వి అయిష్టంగా తినటం ప్రారంభించాడు. "చాలు," అని మారు వడ్డించబోతూ ఉంటే చెయ్యి అడ్డుపెట్టి లేచాడు. "పిల్లలు నిద్రపోయారా?" భార్య ఇచ్చిన వస్త్రానికి చేతులు తుడుచుకుంటూ అడిగాడాయన.

"అదేదో వింత అయినట్టు అడుగుతున్నారు. ఎన్నో రాత్రులు మీరు ఇంటికి రాకుండా కార్యాలయంలోనే నిద్రపోతారు. తీరా ఎప్పుడైనా ఇంటికి వస్తే మళ్లీ కార్యాలయానికి వెళ్లే సమయం అయిపోతుంది. ఎందుకిలా పనిచేస్తున్నారు?"

"పార్శవీ, మామీద ఎంత ఒత్తిడి ఉందో నీకు తెలీదు. నాకు భీష్ముణ్ణి చూస్తే జాలేస్తోంది. అలసిపోయిన తన భుజాలమీద ఆ వృద్ధుడు రాజ్యభారాన్నంతా మోస్తున్నాడు. నా కర్తవ్యం..."

"అయితే కుటుంబంపట్ల మీకు ఎటువంటి కర్తవ్యమూ లేదా? ఇంత గొప్ప పండితులు మీరు, మీ పిల్లలపట్ల మీ బాధ్యత గురించి నేను మీకు గుర్తు చెయ్యాలా? మీరు ఈ రాజ్యానికి ప్రధానమంత్రి, కానీ మనం ఎలా జీవిస్తున్నామో ఒక్కసారి చూడండి. మనకంటూ ఒక ఇల్లు కూడా లేదు. ఇంటిపని చేసేందుకు సేవకులని పెట్టుకోవటం మీకు ఇష్టం ఉండదు. రథాన్ని కూడా రాజ్యం పనులకే వాడుకుంటారు. కార్యాలయం దాకా కాలినడకన వెళ్లి రావటానికి పట్టే సమయాన్ని రథంలో వెళ్లి మిగుల్చుకోవచ్చు. ఆ సమయాన్ని మాతో గడపచ్చు. ఇరుగు పొరుగు మనని చూసి గేలి చేస్తున్నారు. మీకన్నా చిన్న ఉద్యోగాలు చేసేవారి పరిస్థితి కూడా మనకన్నా మెరుగ్గా ఉంది. రాజుగారి సోదరుడు మీరు, కానీ మన ఇంటి పరిస్థితి ఎలా ఉందో చూడండి. భీష్ముడికి ఈ విషయం తెలీదా?"

"దీన్ని గురించి మనం చాలాసార్లు మాట్లాడుకున్నాం, పార్శవీ," అంటూ విదురుడు తన కుమారులిద్దరూ నిద్రపోతున్న గదివైపు గబగబా వెళ్లాడు. వాళ్ల పక్కనే కూర్చుని మౌనంగా వాళ్ల ముఖాలకేసి చూడసాగాడు.

"వాళ్ల గురించి మనం ఆలోచించాలి. రోజులు బాగాలేవు. మన పిల్లలు బుద్ధిగా చదువుకుంటున్నారు, కానీ వాళ్లు పెద్దయేసరికి వాళ్లకి ఉద్యోగాలు దొరుకుతాయా? అన్ని పదవులూ బ్రాహ్మణులకోసం పరిరక్షితం చేసి ఉంచుతున్నారు. వాళ్ల భవిష్యత్తు గురించి నాకు భయంగా ఉంది."

"దేవుణ్ణి నమ్ముకో, పార్శవీ. మనం ఎవరికీ చెడు చెయ్యలేదు. మనుషుల మంచితనంలో విశ్వాసం ఉంచు. భవిష్యత్తు గురించి ఎక్కువ గాభరాపడటం చూస్తే నీకు భగవంతుడిలో నమ్మకం లేదనిపిస్తోంది."

"అలా అయితే మీరూ, భీష్ముడూ రాజ్యం భవిష్యత్తు గురించి ఎందుకంత ఆందోళన పడుతున్నారు? దాని విషయం భగవంతుడికి వదిలిపెట్టెయ్యచ్చు కదా?" అలా ఎదురు జవాబు చెప్పిన వెంటనే పార్శవికి తాను పొరపాటు చేశానన్న బాధ కలిగింది. ఆమె భర్త రాజ్యాన్ని గురించి ఎవరైనా ఏమైనా అంటే బాధపడతాడు. ఆయన మారుమాటాడకుండా లేచి తన పడకగదివైపు నడిచాడు. ఆమె ఆయనవైపే చూస్తూ ఉండిపోయింది.

ఇంటిపనులన్నీ ముగించి ఆమె పడకగదిలోకి వెళ్లేసరికి విదురుడు గోడవైపు తిరిగి పడుకుని ఉన్నాడు. ఆమె మంచం అంచున కూర్చుని, తామిద్దరి మధ్యా ఏర్పడిన ఆ అపార్థాన్ని ఛేదించేందుకు సరైన మాటలని వెతుక్కోసాగింది.

ఇంతలో ఆయన హఠాత్తుగా ఆమెవైపు తిరిగి, "ఒక్కోసారి నేను పడుతున్న ఈ కష్టం వల్ల అసలు ఏమైనా ప్రయోజనం ఉంటోందా అని అనుమానం వస్తూ ఉంటుంది," అన్నాడు.

ఆయన చెయ్యి గట్టిగా పట్టుకుని, "ఏమైంది?" అంది.

"ఏమీ కాలేదు. ఒక పేద కుర్రవాడికి మంచి చెయ్యబోయి, గురువుగారి చేత అవమానించబడి తలెత్తుకోలేకపోయాను. ఈ రాజ్యంలో అన్నిటికన్నా ఎక్కువ ప్రాధాన్యం కులానికే ఉందని తేటతెల్లమయింది."

ఎప్పుడు మౌనంగా ఉండాలో ఆమెకి తెలుసు. ఆయన దీర్ఘంగా ఊపిరి పీల్చి వదలటం వింటూ ఉండిపోయింది. అప్పటికి తెల్లవారవచ్చింది.

"మనం స్వయంగా ఒక ఇల్లు కట్టుకుందాం. నువ్వు చెప్పింది నిజం. మనం పోయాక పిల్లలకి తలదాచుకునేందుకు కనీసం ఒక ఇల్లయినా ఉండాలి," వినీ వినిపించనంత నెమ్మదిగా అన్నాడు విదురుడు.

పార్శవి ఏమీ అనలేదు. తాము కట్టుకోబోయే ఇంటి గురించి ఆమె ఇంతకు ముందు ఎన్నోసార్లు వింది. మళ్లీ భర్తతో వాదనకి దిగదల్చుకోలేదామె. బదులు చెప్పకుండా, దుప్పటి కిందికి దూరి, తన చేతిని భర్త ఛాతీమీద ఉంచింది. ఆమె వేళ్లకి ఆయన గుండె కొట్టుకోవటం తెలిసింది. అలాగే కలతనిద్రలోకి జారుకుంది.

* * *

కర్ణుడు తన పూరింట్లో ఒక మూల కూర్చున్నాడు. చీకటిలోకి అదే పనిగా చూడసాగాడు. ఏదో ఒకరోజు అర్జునుడితో పోటీచేసి సవాలు చెయ్యాలని వాడు కలగనటంలేదు. సూత కులంలో పుట్టి, ఇంత హీనంగా, దయనీయంగా గడుపుతున్న తన జీవితాన్ని అంతమొందించే అతిమంచి మార్గం ఏదని ఆలోచిస్తున్నాడు.

# 5. ఛాందసభావాలు లేని బ్రాహ్మణుడు

తనని పీడిస్తున్న దోమలని కృపుడు శాపనార్థాలు పెట్టసాగాడు. మళ్లీ పాచికలాటలో ధనం పోగొట్టుకున్నాడు. అందుకే ఇంటికి వెళ్లి కృపి ముఖం చూడలేకపోయాడు. ఇంతక్రితం ఎన్నో రాత్రుళ్లు గడిపినట్టే ఆ మర్రిచెట్టుకిందే నిద్రపోవాలని నిశ్చయించుకున్నాడు. వేళకి ఇల్లు చేరుకోవటం అనేది ఆయన పాటించకపోయినా, ఏ వేళకి ఇంటికి వెళ్లినా తన సోదరి తనకోసం ఎదురుచూస్తూనే ఉంటుందని ఆయనకి తెలుసు. ఆమెని ద్రోణుడికి ఇచ్చి పెళ్లి చెయ్యటం పొరపాటయింది, అనుకున్నాడు కృపుడు. తన బావగారంటే ఆయనకి ద్వేషమేమీ లేదు. కానీ ద్రోణుడు తనకి ఎప్పుడూ ఉచిత సలహాలు ఇస్తూ ఉండటం ఆయనకి చాలా రోతగా ఉండేది. పైగా తనకే అన్నీ తెలిసినట్టు ప్రవర్తించేవాడు ద్రోణుడు. ఆ వైఖరి కూడా కృపుడికి నచ్చేది కాదు. నక్షత్రాలులేని నల్లని ఆకాశం ఒక తడిసిన గొడుగులా ఆయన్ని కప్పి ఉంచింది. కీచురాళ్లు చేసే రొద భరింపరానిదిగా ఉంది, వాటితోపాటు కప్పల బెకబెకలు నరకాన్నే సృష్టిస్తున్నాయి. వాన కురుస్తున్న వాసన ఆయన ముక్కుకి సోకిన, నదిలో ఉవ్వెత్తున ఎగసిపడే అలల చప్పుడు వినవచ్చింది. వర్షం జోరుగా పడితే ఆయన ఇంటికి వెళ్లక తప్పదు. కానీ ఆ ఆలోచన కృపుడికి ఎంతమాత్రం రుచించలేదు.

తొలకరి చినుకులు ఎదురుచూస్తున్న నేలమీద పడ్డాయి. ఏమిటా చప్పుడు? ఎవరో నీటిలో దూకిన చప్పుడు కదూ? ఎవరో మూర్ఖుడు నదిలోదూకి మునిగి పోతున్నాడు. అబ్బ, నేను చుట్టుపక్కల లేని సమయంలో వీడు ఆత్మహత్యా ప్రయత్నం చేసి ఉండకూడదూ? కృపుడు నదీతీరానికి పరిగెత్తాడు. నల్లని తల ఒకటి ప్రవాహంలో మునుగుతూ తేలుతూ ఉండటం కనిపించింది. అంత రాత్రివేళ నదిలోకి దూకటం ఆయనకి ఇష్టం లేకపోయింది. నదిలో దూకిన ఆ మూర్ఖుడు చనిపోవటం ఖాయం. కృపుడు మంచి ఈతగాడు, కానీ నీటిలో పడ్డవాణ్ణి ఒడ్డుకి ఈడ్చుకుని రాగలనా రాలేనా అని ఆయన నిశ్చయించుకోలేకపోయాడు. ఏదైతే అదే అవుతుందిలే అనే ధోరణితో తొడకొట్టి నదిలోకి దూకేశాడు కృపుడు.

నీళ్లు ఆయన్ని లోపలికి లాగేసరికి ఊపిరి సలపక ఒక్క క్షణం అవస్థ పడ్డాడు. ప్రవాహ వేగం చూసి ఆశ్చర్యపోయాడాయన. తను ఊహించినదానికన్నా నీళ్లు చల్లగా ఉన్నాయి. నది తన చీకటిగర్భంలోకి లక్షలచేతులతో ఆయన్ని లాక్కుంటున్నట్టు తోచింది. వర్షానికి పెనుగాలి తోడై వర్షధారలు నిర్దయగా, బలంకొద్దీ నేలమీద పడసాగాయి. నదిలో పడ్డ మనిషి ఏమయాడు? ఎక్కడున్నాడు? అనుకునేంతలో మూడువందల గజాల దూరంలో ఆ మనిషి తల కిందికీ పైకీ ఆడుతూ కనిపించింది కృపుడికి. వెధవ, ఈపాటికి చచ్చిపోయి ఉంటాడు!

కృపుడు శాపనార్థాలు పెడుతూ మునిగిపోతున్న ఆ ఆకారంవైపు ఈదసాగాడు. తన బలాన్నంతటినీ ఉపయోగిస్తూ, మునిగిపోతున్న మనిషి జుట్టుని పట్టుకోగలిగేసరికి, ఒక జీవితకాలం గడిచిపోయినట్టు అనిపించింది ఆయనకి. వెంటనే తీరంవైపు ఈదటం మొదలుపెట్టాడు. డస్సిపోయిన స్థితిలో ఆయన స్పృహ కోల్పోయిన ఆ మనిషిని ఒడ్డుమీదికి చేర్చాడు. అది రేవుకి కొంతదూరంలో ఉంది. ఆ మూర్ఖుడిని నాలుగు తన్ని కేకలు వెయ్యాలని అనిపించింది కృపుడికి, కానీ వెధవ స్పృహలో లేడు. గుండెలనిండా గాలి పీల్చుకున్నాక కృపుడు ఆ మనిషి తప్పకుండా బోలెడన్ని నీళ్లు మింగిఉంటాడని గ్రహించి వాడి పొట్టని ఒత్తసాగాడు. వాడు తేరుకునేదాకా వేచి ఉండటం దుర్భరమనిపించింది. కృపుడు ఇంక ప్రయత్నం విరమిద్దామని అనుకునే వేళకి తడిసి ముద్దయి ఉన్న ఆ శరీరంలో కదలిక కనిపించింది. ఆ మనిషి స్పృహలోకి వచ్చాడు.

"ఓరీ, మూర్ఖుడా! ఎవరివిరా నువ్వు?" అంటూ చాచి లెంపకాయ కొట్టాడు కృపుడు. మరుక్షణం ఆయనకి వెక్కిళ్లు వినిపించాయి.

"నన్ను క్షమించండి."

కృపుడు నిర్ఘాంతపోయాడు. ఆ గొంతు ఒక చిన్నపిల్లవాడిది. ఆయన అనుకున్నట్టు ఏ తాగుబోతుదో కాదు. తనముందు దీనాతిదీనంగా ఉన్న ఆ బాలుణ్ణి చూసి కృపుడికి జాలి ముంచుకొచ్చింది. ఇంత చిన్న వయసులో వీడు ఎంత బాధ అనుభవించి ఉంటే ఇటువంటి పనికి ఒడిగట్టవలసి వచ్చి ఉంటుందో కదా? అనుకున్నాడు.

"ఏమైంది నాయనా? ఎందుకు ఆత్మహత్య చేసుకోవాలనుకున్నావు?" అంటూ కృపుడు తన చేతిని ఆ పిల్లవాడి తలమీద ఉంచి, వాణ్ణి గుర్తుపట్టేందుకు ప్రయత్నించసాగాడు.

"అయ్యా, నేను నీచకులానికి చెందిన తుచ్ఛుణ్ణి, సూతుణ్ణి. రథసారథి పుత్రుణ్ణి. నాకు ఎవరూ ఏమీ నేర్పేందుకు ఒప్పుకోవటం లేదు."

సూతుడా! అంటే ఆ రథంతోలే అధిరథుడి కుమారుడా? ఆరోజు వాళ్లిద్దరూ తన దగ్గరకి రావటం, తాను వాళ్లతో ప్రవర్తించిన తీరూ అన్నీ కృపుడికి జ్ఞాపకం వచ్చాయి. 'నేను చేసిన పొరపాటుని దిద్దుకునేందుకు ప్రయత్నించలేదా? ఆరోజు వాళ్లు నా పక్కనుంచి వెళ్తూ ఉన్నప్పుడు, వాళ్లని పిలిచి నేను ఆ పిల్లవాణ్ణి శిష్యుడిగా స్వీకరిస్తానని చెప్పాలని అనుకోలేదా? కానీ నా మాట వినిపించుకునే స్థితిలో లేని వాళ్లు హడావిడిగా వెళ్లిపోయారు,' అని తనని తాను సమర్థించుకోజూశాడు కృపుడు. కానీ తను చాలా దుర్మార్గంగా ప్రవర్తించానని ఆయనకి తెలుసు. అందులో ఎటువంటి సందేహమూ లేదు. ఆ దీనుడైన బాలుడివైపు చూసి, "నీపేరు మర్చిపోయాను, కానీ నువ్వూ, మీ నాన్నా నా దగ్గరకి రావటం నాకు గుర్తుంది. నాపేరు కృపుడు."

"కృపాచార్యులవారా? అయ్యా, నన్నెందుకు కాపాడారు? పనికిమాలిన ఒక సూతుడి కోసం మీ ప్రాణాలని ఆపదకి ఎందుకు గురిచేశారు?"

"నీ పేరేమిటి, చెప్పు?"

"గురువర్యా, నా అసలుపేరు వసుసేనుడు. కర్ణుడని కూడా పిలుస్తారు."

"కర్ణా, ఎంత మూర్ఖుడివి! నే చెప్పేది విను. తక్కువ కులంలో పుట్టాను, లాంటి పనికిమాలిన విషయాలు పదేపదే చెప్పకు నువ్వు. ఎవరూ ఎక్కువా, తక్కువా కారు. నీ అంతట నువ్వే తక్కువ కులంలో పుట్టానని ఒప్పుకుంటే లోకం దాన్ని సంతోషంగా ఆమోదిస్తుంది."

"కానీ నేను ఒక రథసారథి పుత్రుణ్ణి."

"నీకు ఏ విషయమూ తెలీదు. అందుకే వినటం నేర్చుకో. నోరు తెరవకు. అది నీకు జీవితంలో బాగా ఉపయోగపడుతుంది. ఈ విషయం నీకు నేను ఒక్కసారే చెపుతాను, ఎందుకంటే ఈ సలహా ఉచితంగా అందిస్తున్నాను. నిజానికి ఈ సలహా ఇచ్చినందుకు నీ దగ్గర డబ్బు తీసుకోవాలి, కానీ ప్రస్తుతం నేను నీకు రుణపడి ఉన్నాను. నిన్ను మృత్యుముఖం నుంచి కాపాడే అవకాశం నాకిచ్చావు. అందుకు నన్ను చూస్తే నాకే గర్వంగా ఉంది. అందుకే ఈసారికి నీకు ఉచితంగా ఒక విషయం నేర్పుతాను. కానీ ముందు ఈ విషయం చెప్పు, ఈ అపరాత్రివేళ నదిలోకి దూకవలసిన అవసరం నీకేమొచ్చింది?"

వర్షం కొద్దిగా తగ్గుముఖం పట్టింది. తనలో ఎన్నింటినో దాచుకున్న నదివైపు చూస్తూ మౌనంగా కూర్చున్నాడు కర్ణుడు.

"నువ్వు ఏమనుకుంటున్నావో నాకు తెలుసు. నీకు కలిగే అనుభవాలకి నన్ను తిట్టుకుంటున్నావు. నేను హృదయం లేనివాడిననీ, ఈ లోకం క్రూరమైనదనీ అనుకుంటున్నావు. పేద కుటుంబంలో పుట్టినందుకు నిన్ను నువ్వు తిట్టుకుంటున్నావు. నీ తండ్రి కేవలం ఒక రథసారథి అయినందుకు విచారిస్తున్నావు. నీ పూరింటిని చూసి, ధనవంతుల ఇంట్లో పుట్టి ఉంటే ఎంత బావుండేది అని అనుకుంటున్నావు."

"అయ్యా, నేనలా ఏమీ..." కర్ణుడికి ఆ బ్రాహ్మణుడివైపు చూడాలని అనిపించ లేదు. అంతకన్నా ఆ నదే వాడికి ఓదార్పు ఇవ్వగలదన్నట్టు అనిపించింది.

"నీకు అలాంటి ఆలోచనలు రావటంలో తప్పేమీ లేదు. అవి నిన్ను జీవితంలో మరింత కష్టపడి ప్రయత్నించేందుకు, నీ కలలని సాకారం చేసుకునేందుకు దోహదం చేస్తాయి. కానీ నీ నిస్పృహనీ, క్రోధాన్నీ సరైన మార్గంలో ఎలా పెట్టాలో నీకు తెలియాలి. జీవితం జూదం లాంటిది. పాచిక ఎటు పడుతుందో నీకు తెలీదు. కానీ పాచిక వేసిన తరవాత పావులని ఏ విధంగా కదపాలి అనేది నీ చేతిలో ఉన్న విషయం. నువ్వు క్షత్రియుడిగానో, బ్రాహ్మణుడిగానో పుట్టకపోవటం యాదృచ్ఛికం. నువ్వు నిషాదుడి గానో, నాగజాతివాడిగానో పుట్టి ఉండచ్చు. అప్పుడు నీ పూరిల్లు నీకు రాజభవనంలా కనిపించి ఉండేది. పాచిక వెయ్యటం జరిగిపోయింది, ఇక నువ్వు చెయ్యగలిగిందేమీ లేదు. కానీ బ్రాహ్మణుడివో, క్షత్రియుడివో, నిషాదుడివో, ఎవరివి కావాలంటే ఆ జాతివాడివి అయేట్టు ఎంచుకోవటం నీ ఇష్టం."

కర్ణుడు అయోమయంగా చూసేసరికి కృపుడు చిరునవ్వు నవ్వాడు. "నేను మాట్లాడేటప్పుడు నాకేసి చూడు. ఇంకెవరుగానో పుట్టటం ఎలాగా అని నీకు అనుమానం వస్తోంది. నీవంటి మూర్ఖులకి యాదృచ్ఛికమైన పుట్టుకే నిజమని నమ్మకం కలిగిస్తుంది ఈ సమాజం. బ్రాహ్మణ పుట్టుక పుడితేనే నువ్వు బ్రాహ్మణుడివి కాగలవని మతాధికారులు నీకు చెప్పారు. నీ తలిదండ్రులు అస్పృశ్యులైతే, ఇక మిగతా కులాల వారందరికీ నువ్వు బానిసగానే బతకాలి. మనదేశ ప్రజలని మోసం చెయ్యటం చాలా సులభం."

"కానీ, వేదాల్లో..."

"వేదాల్లో ఇటువంటి పనికిమాలిన విషయాలేమీ లేవు. ప్రజల్లో అధికశాతం అసలు వేదాలు చదవనే లేదు. నువ్వు చెప్పు, బ్రాహ్మణుడంటే ఎవరు?"

"మీరు... కృపాచార్యా..."

"వేదాలని తుచ తప్పక పాటిస్తే, బ్రాహ్మణుడంటే బ్రహ్మని వెతికి తెలుసుకున్నవాడు. తనలోని భగవంతుణ్ణి గుర్తించినవాడు. జ్ఞానాన్ని ఆర్జించి తన ఆలోచనల్లో దేవుడు ఉన్నాడని తెలుసుకున్నవాడు. నేనుగాని, ద్రోణుడుగాని దేవుణ్ణి తెలుసుకున్న వాళ్లలా కనిపిస్తున్నామా? దాదాపు ప్రతిరోజూ నా ఇంటికి దారి ఎటో తెలుసుకోవటమే నావల్లకాదు! తన కర్తవ్యాన్ని నిర్వర్తిస్తూ, కార్యాచరణలో దేవుణ్ణి కనిపెట్టినవాడే క్షత్రియుడు. ధనాన్ని సృష్టించి, వ్యాపారంలో దేవుణ్ణి చూడగలిగినవాడే వైశ్యుడు. సమాజసేవ చేస్తూ, ప్రేమలో దైవాన్ని చూసేవాడే శూద్రుడు. ఒక వ్యక్తి ఎక్కడ పుట్టాడు? ఎవరికి పుట్టాడు? అనేది పూర్తిగా అప్రస్తుతం. ఒక బ్రాహ్మణుడికి పుట్టిన శూద్రుడివి కావచ్చు నువ్వు, లేదా శూద్రుడి ఇంట్లో పుట్టిన బ్రాహ్మణుడివి కావచ్చు. బుద్ధిలేని మతాధికారులు ఏమైనా అంటారు, కానీ పవిత్రగ్రంథాలు దైవాన్ని కనుగొనే మార్గాలలో మిగతా అన్నిటికన్నా ఈ మార్గమే మేలైనది అని ఎక్కడా చెప్పలేదు. అంతేకాదు, దైవాన్ని కనుగొనకపోవటం కన్నా కనుగొనటం మేలనీ చెప్పలేదు. వేదాలు రాసినవారు ప్రకృతి రహస్యాలనీ, ఈ విశ్వాన్నీ చూసి అచ్చెరువొందారే తప్ప, ఇదే పరమసత్య మన్న ధోరణి వారు కనబరచలేదు. తను నివసించే ఈ విశ్వంలోని అద్భుతాలని చూసి మనిషి అనుభవించే ఆశ్చర్యాన్ని మాత్రమే వేదాలు చెప్పాయి."

"గురువర్యా, మీరు చెప్పినదంతా నిజమే కావచ్చు, కానీ మనం ఉంటున్న సమాజం మాటేమిటి?"

"వేదాలు సమాజం గురించి స్పష్టంగా చెప్పాయి. సమాజంలో సమతౌల్యం ఉండాలంటే నాలుగు వర్ణాలు ఉండటం అవసరం. జ్ఞానం, ఆలోచన, మార్గం, చర్య, శక్తి, నాయకత్వం, ధనం, సంపద, కళలు, ప్రేమ – ఇవన్నీ శరీరావయవాల వంటివి. వీటిలో ఒకటే ముఖ్యమని ఎవరూ అనలేరు. అందుకే నాలుగు వర్ణాలూ, బ్రహ్మలో నాలుగు భాగాలని అంటారు. దొంగ బ్రాహ్మలు తాము బ్రహ్మ శిరస్సు నుంచి వచ్చామని గొప్పలు చెప్పుకోవటం నువ్వు వినే ఉంటావు; క్షత్రియులు బ్రహ్మ చేతులనుంచీ, వైశ్యులు తొడలనుంచీ వచ్చారని కూడా అంటారు వాళ్లు." కృపుడు చెప్పటం ఆపి కర్ణుడికేసి చూసి నవ్వుతూ, "ఇంక..."

"నాలాంటి శూద్రులు దేవుడి పాదాలనుంచి పుట్టారు," అన్నాడు కర్ణుడు ఆ బ్రాహ్మణుడి వైపు సూటిగా చూస్తూ.

"దాని గురించి చిన్నబుచ్చుకుంటున్నావా, కర్ణా?" అన్నాడు తనకే ప్రత్యేకమైన పద్ధతిలో ఒక కనుబొమ పైకెత్తి నవ్వుతూ. "మన పవిత్ర గ్రంథాలు ఇటువంటి దృష్టాంతాన్ని ఉపయోగించటానికి కారణం ప్రతి వర్ణమూ ముఖ్యమైనదే అని చెప్పటానికి. కానీ ఇప్పుడు ఏం జరుగుతోందో చూస్తున్నావుగా? శిరస్సు తాను మాత్రమే ముఖ్యమని విర్రవీగుతోంది. ఎంత మూర్ఖం! హృదయం లేని మెదడు చనిపోయినదానితో సమానం. చేతులు లేకుండా శరీరం ఏ పనీ చెయ్యలేదు. అలాగే తొడలు లేకపోతే కాళ్లు శరీరంతో కలిసి ఉండలేవు, శరీరం

కదల్లేదు. ప్రస్తుతం తనకి కాళ్ల అవసరం లేదని గొప్పలు పోతోంది శిరస్సు! ఎటువంటి వ్యాయామమూ లేకుండా శిరస్సు కృశించిపోతుంది. పైగా కాళ్లకి రక్తప్రసరణ ఆపెయ్యమని అది హృదయాన్ని ఆదేశిస్తోంది. అందుకే సమాజం ఎటూ కదల్లేని స్థితికి చేరుకుంది. చేతులు ఊరికే అటూ ఇటూ ఊగుతూ ఉంటాయి. అప్పుడప్పుడూ ఒకదాన్నొకటి కొట్టుకుంటాయి. ఒక్కోసారి చప్పట్లుకొట్టి గోలచేస్తాయి, కానీ దానికి అర్థమేమీ ఉండదు. శిరస్సు కొన్ని స్మృతులను సృష్టిస్తుంది. అవి ఎటువంటి ప్రయోజనమూ లేని తాత్విక విషయాలూ, ఆచారాలూ, తప్ప ఇంకేమీ కావు. శిరస్సు మానవజాతికి ఉపయోగపడే విషయాలని ఉత్పత్తి చెయ్యటం మానేసింది. తొడలకి కూడా చేతులు రక్షణ ఇవ్వవు. అవి ఒకదానితో మరొకటి పోట్లాడుకోవటంలోనే మునిగి ఉన్నాయి. వాటికి శిరస్సు నుంచి జ్ఞానం కాని, కాళ్లనుంచి కదలిక గాని లభించదు. అవి ఉన్న చోటనే ఉండి, లావెక్కి అందవికారంగా తయారవుతాయి. కాళ్లకి రక్తప్రసరణ జరగకుండా అడ్డుకుంటాయి. మన సమాజం ఈనాడు ఉన్న పరిస్థితి ఇది. శిరస్సు అంటే బ్రాహ్మణులు, తమకి కాళ్లు అంటే శూద్రుల అవసరం లేదని అంటున్నారు. కాళ్లు లేకుండా వాళ్లు ఎక్కడికి వెళ్లగలరు? ఉన్నచోటే ఉండి, కృంగి కృశించిపోతారు."

"కానీ, గురువర్యా, మన దేశంలో ఎంతోమంది మేధావులు పుట్టారు కదా? మీరు అనేదే నిజమైతే మరి ఎలా..." "కర్ణా నువ్వు చెప్పేది గతం గురించి. మరి వర్తమానం మాటేమిటి? పడమటి దిక్కున ఉన్న అనాగరికులు వేగంగా ముందుకు పోతున్నారు. మనం దొరికిన అవకాశాన్ని కూడా పోగొట్టుకున్నాం. వేదాల గురించి అబద్ధాలు ప్రచారం చేస్తూ అధిక సంఖ్యాకులకి విద్య అందనీయకుండా చేస్తే ఏదో ఒకరోజు మనని ఆ అనాగరికులు పరిపాలించటం మొదలుపెడతారు. మనం మ్లేచ్ఛులని హీనంగా పిలిచే జాతి మన దేశాన్ని ఆక్రమించుకుని గాంధారదేశ సరిహద్దులనుంచో, దక్షిణ సముద్రతీర ప్రాంతంనుంచో మనమీద దాడిచేసే అవకాశం ఉంది. కానీ వాళ్లకి దొరికేది డొల్లపోయిన మన నాగరికత మాత్రమే. నాగరికత మూలాలు క్షీణించిపోయి చాలాకాలమైందని తెలుసుకుంటారు. చిన్నపాటి కుదుపుకే పైపొర పగిలిపోతుంది. అప్పుడు మనలాంటి మూర్ఖులమీద వాళ్లు అధికారం చెలాయిస్తారు; బ్రాహ్మణులనీ, క్షత్రియులనీ, వైశ్యులనీ, శూద్రులనీ ఏమీ తేడా చూడకుండా సమానంగా కాళ్లకింద మట్టగించి వదులుతారు. మన బావిలో కప్పలు ఇదంతా కూడా వేదాల్లో ఉందని అంటారని ఖచ్చితంగా చెప్పగలను. ఇది రాబోయే కలియుగానికి నాంది అనో, అలాంటి అర్థంలేని మరో మాటలో అంటారు," కృపుడు మాట్లాడటం ఆపి మేఘావృతమైన ఆకాశంవైపు చూశాడు.

"కానీ, స్వామీ, కులధర్మం పాటించటం మూలానేకదా ఎవరైనా మోక్షం సాధించ గలిగేది?" అన్నాడు, కర్ణుడు. కృపాచార్యుడి మాటలు విని నిర్ఘాంతపోతూ వాడు వర్షం సంగతి కూడా మరిచాడు. ఒక పెద్దమనిషి తనతో అటువంటి, గంభీరమైన, ముఖ్యమైన విషయాలు మాట్లాడటం అరుదని అనిపించింది వాడికి.

"అది కూడా తప్పుడు వ్యాఖ్యానమే. అసలు మోక్షమంటే ఏమిటి? దానికి అర్థం జీవితంలో ఆనందాన్ని వెతుక్కోవటం. ఆ మాటకి ఇంకో అర్థం ఏదీ లేదు. మిగతా దంతా ఊహాగానమే. నువ్వు నా మిత్రుడు, చార్వాకుణ్ణి ఒకసారి కలుసుకోవాలి. ఈ విషయాలన్నీ నాకన్నా బాగా ఆయన వివరించగలుగుతాడు. యోధుడివి అవటంలోనే నీకు నిజమైన

ఆనందం లభించేట్టు ఉంటే, నువ్వు దానికోసమే తీవ్రంగా ప్రయత్నించాలి. నీ మనసులో అణుమాత్రం అనుమానం ఉండకూడదు. నీ లక్ష్యాలకోసం ఎటువంటి పోరాటాన్నైనా చెయ్యాలని నువ్వు సంకల్పిస్తే ఏ గురువూ, ఏ పవిత్రగ్రంథాలూ నిన్ను ఆపలేవు."

కృపుడు కర్ణుణ్ణి చూసి చిరునవ్వు నవ్వాడు. 'ఈ పిల్లవాడిలో అటువంటి సంకల్పబలం ఉందా?' అని ఆలోచించాడు.

"కానీ నా కులంవల్ల నాకు ఎవరూ నేర్పరు..." తనకి తెలిసిన ఒకేఒక తిరుగు లేని సత్యాన్ని చెప్పాడు కర్ణుడు.

"ఆహా, వసుసేనా, కర్ణా! నీ గొంతులో నాపట్ల నింద ధ్వనిస్తోంది. కానీ నీ కులంవల్ల నిన్ను కాదనలేదు నేను. నాకు గురుదక్షిణగా ధనం చెల్లించమని కోరాను, కానీ నువ్వు ఇచ్చేందుకు సిద్ధంగా లేవు. నాకు ధనవ్యామోహం ఉందని కాదు. మర్రిచెట్టు కింద ఆరడుగుల నేలా, చెట్టు కొమ్మల్లోంచి తొంగిచూసే చిన్న ఆకాశంముక్క నాకు చాలు. కానీ ఒక విషయం ఎప్పుడూ మర్చిపోవద్దు – ప్రతిదానికీ మూల్యం చెల్లించాల్సి ఉంటుంది. నీదగ్గర ఎంత ఉంటే అంత ధనంతో రేపు నా దగ్గరకు రా. అది చాలు, నిన్ను భరతఖండంలోని యోధులు అందరి కన్నా గొప్ప యోధుడిగా తీర్చి దిద్దుతాను."

"కానీ మా నాన్నవద్ద అంత ధనం లేదు..." అన్నాడు కర్ణుడు. వాడి గుండె వేగంగా కొట్టుకోసాగింది.

"నీ దగ్గర ఉన్నదే తీసుకురా, కానీ ఒక విషయం గుర్తుంచుకో, జీవితంలో ఇతర విషయాలన్నిటిలాగే, నువ్వు చెల్లించే ధనాన్ని బట్టి నీకు విద్య అందుతుంది. మరైతే కర్ణా, ఎంత మూల్యం చెల్లించబోతున్నావు?"

'ఇప్పుడు వీడికి పరీక్ష పెట్టాలి,' అనుకున్నాడు కృపుడు.

"మీకోసం ఏమైనా పనులు చేసి పెట్టగలను."

"హాహా! నీలాంటి పిల్లవాడు ఏం పనులు చెయ్యగలడు? నిన్ను చూస్తుంటే, విద్య నేర్చుకునేందుకు మూల్యం చెల్లించేట్టు కనబడటంలేదు. నాకు దయాదాక్షిణ్యాలు లేవని నువ్వు అనుకోవచ్చు, కానీ మనసులో ఏమీ దాచుకోకుండా అన్నీ స్పష్టంగా చెప్పేరకం నేను. కొంతమంది నీదగ్గర ఏమీ తీసుకోకుండానే ఎన్నో ఇస్తామని అనచ్చు. అటువంటివాళ్లని చూసే ఎక్కువ భయపడాలి, ఎందుకంటే నువ్వు అతివిలువైనవి అనుకునేవాటినే వాళ్లు నీ దగ్గర్నుంచి తీసేసుకుంటాను. అంతేకాదు, నీ పరిస్థితులు అతిక్లిష్టంగా ఉన్న సమయంలోనే వాళ్లు తమ కోరికలని బైటపెడతారు. చివరికి నేను కోరేదే అన్నిటికన్నా చవకైనదనీ, తక్కువ ప్రమాదకరమైన దనీ గ్రహిస్తావు. నీలాంటివాళ్లు నావంటివారి దగ్గర విద్య నేర్చుకునేందుకు ఇష్టపడరు. అందరికన్నా కఠినుడైన గురువు, అంటే జీవితం, అతికష్టమైన పాఠాలు నేర్పాలని నిశ్చయించి నప్పుడే నీలాంటి వాళ్లు నేర్చుకుంటారు. మీ నాన్నని బికారిని చేసి నాకు ఉపయోగకరమైనది ఇవ్వటానికి నువ్వు ఒప్పుకోవటం లేదు కనుక, నేను కూడా నీకు నిరుపయోగమైనదే నేర్పుతాను. నీ దగ్గర ఉన్న తృణమో పణమో తీసుకుని రేపు ఉదయం నాదగ్గరకు రా, బ్రాహ్మణుడిలా ప్రవర్తించటం ఎలాగో నీకు నేర్పుతాను.

"కానీ నాకు అర్చకుడిని అవాలని లేదు," అన్నాడు కర్ణుడు కోపంగా గబుక్కున లేస్తూ.

"మూర్ఖుడా, నేను చెప్పేది వినిపించుకో! భరతఖండంలో ప్రస్తుతం జీవించి ఉన్న అతిగొప్ప యోధుడెవరో తెలుసా నీకు? ద్రోణుడో, కౌరవ సైన్యాధిపతో, నేనో కాదు. సుదూర దక్షిణ ప్రాంతంలో బ్రాహ్మణుల తెగ ఒకటి నివసిస్తోంది. అది కల్పిత కథే కావచ్చు, కానీ కొన్నివేల సంవత్సరాల క్రితం బలిచక్రవర్తి అనే గొప్ప అసుర మహారాజు అక్కడి ప్రాంతాన్నంతా పరిపాలించేవాడు. వామన విష్ణువు ఆయన్ని ఓడించి అక్కడ బ్రాహ్మణుల ఆధిపత్యాన్ని నెలకొల్పాడు. ఆ తరవాత గొప్ప అసుర చక్రవర్తి, రావణుడు ఆ సామ్రాజ్యాన్ని జయించి ఆ తెగలని పారద్రోలాడు. తన తమ్ముడు, విభీషణుడు చేసిన నమ్మకద్రోహంవల్ల యుద్ధంలో రావణుడు మరణించాడు. అప్పుడు బ్రాహ్మణులు మళ్లీ సమూహంగా ఏర్పడ్డారు. ఆ విభీషణుడి ప్రాపకంలోనే గోకర్ణ నుంచి కన్యాకుమారిదాకా ఉన్న భూభాగం వాళ్ల హస్తగత మైంది. అప్పటినుంచీ ఒక వెయ్యేళ్లపాటు ఆ ప్రాంతాన్ని వాళ్లు చాలా నిర్దయగా పరిపాలించారు. అసుర ప్రముఖులని కేవలం కీలుబొమ్మలుగా చేసి, ఊహకి అందనంత అమానుషమైన కులవ్యవస్థని బలవంతంగా అమలుచేశారు. సూతుడిగా పుట్టటంవల్ల నష్టపోయానని అనుకుంటున్నావా? పరశురామక్షేత్రంలో ఉండే అస్పృశ్యులని చూస్తే ఆమాట అనవు. వాళ్లని చూస్తే నష్టపోవటం అంటే ఏమిటో అర్థమవుతుంది. అది అతి సుందరమైన ప్రాంతం, కానీ ఈ లోకంలో అందమైన అన్నిటిలాగే అది ప్రాణాంతకమైన విషంతో నిండి ఉంది."

"పరశురాముడా? కానీ ఆయన హస్తినాపురానికి శత్రువు కదా! మరి నేను... ఎలా...?"

"కర్ణా, నువ్వు నేర్చుకోదలుచుకుంటే అందరికన్నా గొప్ప గురువు వద్దే నేర్చుకోవాలి. ఈనాడు భరతఖండంలో అందరిలోకీ శక్తివంతుడైన, తిరుగులేని యోధుడు భార్గవ పరశు రాముడు. దక్షిణ ప్రాంతపు రాజ్యాల కూటమికి ఆయనే నాయకుడు. చరిత్ర ప్రారంభదశనుంచీ కూడా పరశురాముళ్లు నిర్భయంగా యుద్ధాలు చెయ్యటంలో పేరు సంపాదించుకున్నారు. ఉత్తరప్రాంతపు రాజ్యాలమీద వరసగా దాడులు చేస్తూనే వచ్చారు. తమ మతాన్నీ, సామాజిక నియమాలనీ మనమీద రుద్దాలని ప్రయత్నించారు. శ్రీరాముడే కనక వాళ్లని ఒకసారి ఓడించి ఉండకపోయినట్టయితే, గంగా, యమునా నదీప్రాంతాల్లో ఉండే క్షత్రియులని అందరినీ తుదముట్టించి ఉండేవారే. చివరిసారి వాళ్లు మనమీద దాడి చేసినది, వివాహం అయిన కాశీ రాకుమారి అంబని భీష్ముడితో అపహరించే సాకుతో. అది సంధి చేసుకోవటంతో ముగిసింది. కానీ ఆ సమయంలో భార్గవుడు దాదాపు ఉత్తరజనపదం మీద ఆధిపత్యం సాధించినట్టే అనిపించింది. వెయ్యి సంవత్సరాలపాటు భరతఖండాన్ని పరిపాలించిన రాజులందరికీ వాళ్లు పక్కలో బల్లెంలాగే తయారయారు. వాళ్ల దృష్టిలో మన కులవ్యవస్థ ఉండవలసినంత పటిష్ఠంగా లేదు, మన మతవిశ్వాసాలు అంత స్వచ్ఛంగా లేవు. ఆయన నాకూ, ద్రోణుడికీ కూడా గురువు. కేవలం బ్రాహ్మలకీ, దక్షిణ రాజ్యాల కూటమికి చెందిన రాకుమారులకీ మాత్రమే ఆయన విద్య గరపుతాడు." కర్ణుడి ముఖంలో అమితమైన ఆశ్చర్యం చూసి కృపుడు నవ్వుకున్నాడు.

"నేను బ్రాహ్మణుణ్ణీ కాను, క్షత్రియుణ్ణీ కాను, నేనెలా..." అంటూ ఆగాడు కర్ణుడు.

"బ్రాహ్మణులు ప్రవర్తించే పద్ధతిని నేను నీకు నేర్పుతాను. అప్పుడు నువ్వు దక్షిణ ప్రాంతానికి వెళ్లి, ప్రస్తుతం జీవించి ఉన్న అతిగొప్ప గురువు దగ్గర విద్యనభ్యసించగలుగుతావు. అన్నిటికన్నా మంచి విషయం ఏమిటంటే, ఆయన గురుదక్షిణ అడగడు. నీ పూరింటినీ, మీ నాన్న గుర్రాన్నీ, బండినీ వదులుకోవటం నీకు ఇష్టంలేదు కాబట్టి, నాకు గురుదక్షిణ

చెల్లించకుండా ఉండేందుకు ప్రయత్నిస్తున్నావు కాబట్టి, నీకు ఈ సలహా ఇస్తున్నాను. కానీ, జాగ్రత్త, చివరికి నువ్వు ఆయనకి పెద్ద మూల్యమే చెల్లించుకోవలసి రావచ్చు, కానీ అది ధనం రూపంలో మాత్రం ఉండదు. కానీ ఆ విషయాలతో నాకేమీ సంబంధం లేదు. అంత గొప్ప గురువు దగ్గర నేర్చుకునే యోగ్యత నీకు ఉందనే నా ఉద్దేశం."

"కానీ అది మోసం చెయ్యటం అనిపించుకోదా?"

"భార్గవుడు చేస్తున్నదే మోసం. వేదాలకి ఆయన చెప్పే వ్యాఖ్యానం ఎంత సంకుచితంగా ఉంటుందో తెలుసా? అది వింటే నా మిత్రుడు చార్వాకుడికి గుండెపోటు వస్తుంది. నాయనా, ఏదో ఒకరోజు ఆయనగాని, ఆయన శిష్యులలో ఎవరో ఒకరుగాని ఈ రాజ్యాన్ని ఆక్రమించుకుని పరిపాలించటం ప్రారంభిస్తారు. మన సమాజం ఎంతగా భ్రష్టుపట్టి పోయిందో చూసి, నాకు అలా జరిగినట్టు తరచు కల వస్తూ ఉంటుంది. ఏదో ఒకనాడు ఎవరైనా ఒక రాజకుమారుడు మానవుల దుస్థితి చూసి కలత చెంది, రాజ్యాన్నీ, రాజభవనాన్నీ వదిలివెళ్లి ఏ చెట్టుకిందో కూర్చుని జ్ఞానం సంపాదించేందుకు బహుశా ప్రయత్నిస్తాడేమో! తనని తాను ధ్వంసం చేసుకుంటున్న ఈ సమాజాన్ని ఉద్ధరించి శాంతి ప్రసాదిస్తాడేమో! కానీ భార్గవుడి శిష్యులు ఈ భూమండలం నలుమూలలకీ తప్పకుండా ప్రయాణం చేస్తారు. వాళ్లు యోధుల్లా ఖడ్గాలు ధరించి వెళ్తారో, పరివ్రాజకులలా కర్రలు పట్టుకుని వెళ్తారో తెలీదు. ఆ విధంగా దయామయులైన రాజులు సాధించిన మానవత్వాన్ని ధ్వంసం చేసి, శాశ్వతమైన వినాశనాన్ని సృష్టిస్తారు."

"గురువర్యా, తక్షకుడు అందరికన్నా ప్రమాదకరమైనవాడని అనుకున్నాను," అన్నాడు కర్ణుడు.

ఆ పిల్లవాడి గ్రహింపుశక్తినీ, తెలివితేటలనీ చూసి కృపుడు ఆనందంతో చిరునవ్వు నవ్వాడు. "నాయనా, తక్షకుడూ, భార్గవుడూ ఒకే నాణానికి రెండు పార్శ్వాల్లాంటివాళ్లు. అటువంటి మతిభ్రమించిన వాళ్ల మధ్య మనవంటి సామాన్యులు చిక్కుకుపోతారు. భార్గవులూ, తక్షకులూ మరణించరు, వేర్వేరు కాలాల్లో వేర్వేరు పేర్లతో మళ్లీమళ్లీ జన్మిస్తూనే ఉంటారు. అటువంటి దాడి జరిగేటప్పుడు, హస్తినాపురంలో ఎంతమంది యోధులు ఉన్నా తక్కువే. యోధులు అవసరం, వాళ్ల కులాలు ఏమిటో అనవసరం. నువ్వు చెయ్యబోయే పని మనందరి కోసమూ చేస్తావు. సూర్యోదయం వేళకి రా, నీకు గాయత్రీమంత్రం ఉపదేశిస్తాను. ఒక సూతుణ్ణి బ్రాహ్మణుడుగా మార్చగలనో లేదో చూస్తాను," అని కృపుడు అక్కణ్ణించి కదిలాడు. వేగంగా ప్రవహిస్తున్న నది ఒడ్డున తడిసి ముద్దయిపోయిన కర్ణుణ్ణి అక్కడే వదిలి వెళ్లిపోయాడు కృపుడు.

రాత్రి గాలివాన జోరున కురుస్తున్నప్పుడు కలిగే అలజడిలాంటిది కర్ణుడి మనసుని ఊపివేసింది. రకరకాల భావాలు మనసులో ఘర్షణ పడుతూండగా వాడు అక్కడే నిలబడి పోయాడు. తూర్పు తెల్లవారుతూ ఉండగా స్నానం చేసి దుస్తులు మార్చేందుకు ఇంటికి పరిగెత్తాడు. ఆశ్చర్యపోయి చూస్తున్న తల్లిని కౌగలించుకున్నాడు. ఆ సమయంలో ఆమె ఆవరణలో తులసిమొక్కకి నీళ్లు పోస్తోంది. మరుక్షణం పొడిగా ఉన్న బట్టలు తీసుకుని నదివైపు పరిగెత్తాడు. ఈరోజు వాడు బ్రాహ్మణుడిగా మారబోతున్నాడు. బహుశా ఇంకొన్నాళ్లకి క్షత్రియుడవచ్చు. తను ఏం కావాలనుకుంటే అదే కాగలడు. తన గురువు చెప్పిన మాటలు వాడి మనసులో గాఢంగా ముద్రించబడ్డాయి. ఆ కుర్రవాడికి ఈ లోకంలోని అంతులేనన్ని అవకాశాలు చేతులుచాచి పిలుస్తున్నట్టు అనిపించింది.

# 6. కయ్యానికి కాలుదువ్విన నపుంసకుడు

"ఈనాడు ఈ దుష్టుడు చేసిన నేరమేమిటి?" సుయోధనుణ్ణి కన్నెర్రచేసి చూస్తూ భీష్ముడు విదురుణ్ణి అడిగాడు.

విదురుడు సమాధానం చెప్పేలోగా ధౌమ్యుడినీ ఇంకొందరు అర్చకులనీ వెంట పెట్టుకుని కుంతి అక్కడికి దూసుకొచ్చింది. ఇలా చెప్పకుండా వాళ్ళు లోపలికి రావటం భీష్ముడికి నచ్చలేదని విదురుడు గ్రహించాడు. తను భీష్మపితామహుణ్ణి ముందే హెచ్చరించి ఉండవలసింది. అర్చకులందరూ ధౌమ్యుడి నాయకత్వంలో కుంతిని కలుసుకునేందుకు వెళ్ళారని ఆయనకి తెలిసింది. కానీ వాళ్ళందరివెంటా కుంతి కూడా భీష్ముడి వద్దకు వస్తుందని ఆయన అనుకోలేదు.

ధౌమ్యుడు కృపాచార్యుడికి వ్యతిరేకంగా మొరపెట్టుకుంటూ తన కష్టాల జాబితాని తెరిచాడు. భీష్ముడు ఓర్పు కోల్పోతూ వాటిని విన్నాడు. చివరికి రాజ్యంలో అందరికీ స్వేచ్ఛా స్వాతంత్ర్యాలు ఉన్నాయనీ, తాము సరి అనుకున్నది నమ్మే హక్కు అందరికీ ఉందనీ, అంతేకాక తాము నమ్మినదాన్ని ఇతరులకి బోధించే హక్కు కూడా వాళ్ళకి ఉందనీ చెప్పాడు, భీష్ముడు. వ్యాసుడిలాంటి మహాపండితుడు కృపాచార్యుడు, చార్వాకుడివంటి యువకులని మెచ్చుకున్నప్పుడు, తను దాన్ని వ్యతిరేకించేంత గొప్పవాణ్ణి కానని అన్నాడు భీష్ముడు. కానీ, అర్చకులు కావాలనుకుంటే కృపుడి దగ్గరకెళ్ళి, తాము చెపుతున్నది నిజమే అని రుజువు చేసేందుకు వేదాలని చూపించి, అందులో కులం గురించీ, విగ్రహారాధన గురించీ, ఆచారాల గురించీ, బ్రాహ్మణులని పూజించాలన్న విషయం గురించీ నిదర్శనాలు చూపించవచ్చు అని అన్నాడు.

భీష్ముడు కనబరిచిన ఈ అద్భుతమైన వైఖరికి విదురుడి పెదవులు చిరునవ్వుతో విచ్చుకున్నాయి. అది గమనించిన కుంతి మరింత కోపానికి గురై, "పితామహా! మీరు చెప్పిన వ్యక్తులు మన ధర్మాన్ని నాశనం చేస్తున్నారు," అంది.

భీష్ముడు తలతిప్పి కన్నార్పకుండా కుంతికేసి చూస్తూ, "అమ్మా, మనది సనాతన ధర్మం. దాన్ని వాళ్ళు నాశనం చెయ్యలేరు. వాళ్ళే కాదు, మానవమాత్రులు ఎవరూ చెయ్యలేరు. ఈ కాలానికి సరిపోయేట్టు వాళ్ళు దానికి కొత్త నిర్వచనం ఇస్తున్నారంతే. విభిన్న యుగాల్లో ప్రజల అవసరాలమేరకు ధర్మం కొత్త రూపాన్ని సంతరించుకుంటూ ఉంటుంది. మన అర్చకులే వేదాల్లో ఉన్నదాన్ని అణచిపెట్టి, దానికి తప్పుడు భాష్యం ఇచ్చి ధర్మాన్ని ధ్వంసం చేస్తున్నారని కొందరు అనవచ్చు. అయినా నేను వ్యాసుడిలా, కృపాచార్యుడిలా, ఇంకా మాట్లాడితే చార్వాకుడిలా పండితుణ్ణి కాను. నేను కేవలం ఒక యోధుణ్ణి. నాకున్న పరిమిత జ్ఞానంతోనూ, లోకజ్ఞానంతోనూ నేను కృపుడితోనే ఏకీభవిస్తానని చెప్పగలను, కానీ చార్వాకుడితో బహుశా

పూర్తిగా ఏకీభవించనేమో. ఇది నా వ్యక్తిగతమైన విశ్వాసం, దీన్ని బలవంతంగా ఎవరిమీదా రుద్దను. అదే విధంగా మీరు కూడా మీ ఇష్టమొచ్చినదాన్ని నమ్మవచ్చు. మీ హక్కులని కాలరాచే అధికారం నేను ఎవరికీ ఇవ్వను. తార్కికమైన ప్రసంగాలతో బ్రాహ్మణులకి విరాళా లివ్వవద్దని కృపుడు జనానికి నచ్చజెపుతున్నాడు. మీరు కూడా జనం దగ్గరకి వెళ్లి కృపుణ్ణి పట్టించుకోవద్దనీ, అతని మాటలు నమ్మవద్దనీ చెప్పి, వాళ్లు మళ్లీ మీవైపుకి వచ్చేట్టు ఒప్పించగలిగితే, అందులో నాకు ఎటువంటి ఆక్షేపణా ఉండదు. అది మీకూ కృపుడికీ సంబంధించిన వ్యవహారం. ఒకవేళ కృపుడు జనాన్ని దేవాలయాలకి వెళ్లకుండా బలవంతంగా ఆపుతున్నట్లయితే నా దగ్గరికి రండి. అప్పుడు హస్తినా పురంలో భటులూ, కారాగారాలూ అకారణంగా లేవని ఆయన తెలుసు కుంటాడు. ఇది మీ అందరికీ వర్తిస్తుంది. ఎవరైనా కృపుడికి గాని, చార్వాకుడికి గాని హాని తలపెట్టినా ఇదే నియమం వాళ్లకీ వర్తిస్తుంది."

"కానీ, పితామహా..." అని కుంతి అభ్యంతరం చెప్పబోయింది. ఇంతలో విదురుడు గబగబా భీష్ముడి ఎదుట బల్లమీద తాళపత్రాలు సర్దసాగాడు. తన చిరునవ్వు ఆమెకి కనబడటం ఆయనకి ఇష్టం లేకపోయింది. భీష్ముడి ప్రతిక్రియ ఎలా ఉండబోతోందో విదురుడికి తెలుసు.

"కుంతీ, ఇటువంటి ప్రయోజనం లేని విషయాలతో నీ సమయాన్నీ, నా సమయాన్నీ వృథా చెయ్యకు. పెంచి పెద్ద చెయ్యవలసిన కొడుకులు ఐదుగురు ఉన్నారు నీకు. నీకు రాజకీయాల్లో ఆసక్తి ఉంటే నీ బావగారికి రాజ్యాన్ని పరిపాలించటంలో సహాయం చెయ్యరాదూ? ఈ రాజ్యాన్ని ఏలటం కళ్లున్నవాడికే చాలా కష్టం," అన్నాడు భీష్ముడు.

కుంతీ ఆమె వెంట వచ్చిన బ్రాహ్మణుల గుంపూ కోపంగా వెళ్లిపోయారు.

భీష్ముడు ఒక పక్కగా కళ్లు దించుకుని నిలబడ్డ సుయోధనుడికేసి చూశాడు. వాడు కోపాన్నీ, అవమానాన్నీ అణచుకునేందుకు ప్రయత్నిస్తున్నాడు. "నాయనా, సత్యమే ఎప్పటికీ నిలుస్తుంది. దానిని చూడటానికే ప్రయత్నించు," అన్నాడాయన.

సుయోధనుడిని అంత క్రితమే విదురుడు భీష్ముడి దగ్గరకి తీసుకొచ్చాడు. పాండవులలో రెండవవాడు, భీముడు కురు రాకుమారుడైన విక్రముడి చేతిని విరిచేశాడు. భీముణ్ణి 'గున్న ఏనుగు' అనే సాహసం చేసినందుకు విక్రముడు చెల్లించిన మూల్యం అది. విక్రముడు బాధ భరించలేక పెట్టే కేకలు విని సుయోధనుడూ, సుశాసనుడూ అక్కడికి వచ్చారు. వాళ్లిద్దరూ భీముడితో తలపడ్డారు, కానీ భీముడు వాళ్లని చితకబాదాడు. ఆ తరవాత సుయోధనుడూ, సుశాసనుడూ చీకట్లో దాక్కుని ఏమరుపాటుగా ఉన్న భీముణ్ణి పట్టుకున్నారు. విదురుడు ఆ సమయంలో అక్కడికి వచ్చి వాళ్లిద్దరినీ భీష్ముడి దగ్గరకి లాక్కెళ్లి ఉండకపోతే భీముడు వాళ్ల చేతుల్లో చనిపోయేవాడే. కుంతి తన కొడుకుని లాక్కుపోయింది.

ఇక భీష్ముడు తన మనవలవైపు చూసి, "మీరందరూ ఇక్కడికి ఎందుకు వచ్చారు?" అన్నాడు.

"రాకుమారుడు సుయోధనుడికి నేను అడ్డుపడి ఉండకపోతే, ఇప్పుడు మనం వీణ్ణి హత్యానేరానికి, భీముణ్ణి చంపినందుకు, విచారిస్తూ ఉండేవాళ్లం," అన్నాడు విదురుడు అవమానంతో ఎర్రబడిన సుయోధనుడి ముఖంకేసి కళ్లెర్రజేసి చూస్తూ.

"పితామహా, మేము ఆడుకుంటున్నాం, అలా చెయ్యాలని..."

"సుయోధనా, నీ శత్రువులెవరో, మిత్రులెవరో తెలుసుకునే వయసు వచ్చింది నీకు. భీముణ్ణి కొట్టికొట్టి చంపాలనుకున్నావుట, అదేం పని?"

సుయోధనుడి ముఖం పాలిపోయింది. భీష్ముడి ముందు వాడు భయంతో వణికిపోతూ నిలబడ్డాడు. "సమాధానం చెప్పు!" అన్నాడు భీష్ముడు అలక్ష్యం చెయ్యటాన్ని సహించలేనట్టుగా.

"పితామహా, ఊరికే సరదాకి అలా చేశాం. మేం మాట్లాడుకుంటూ ఉంటే–" భీష్ముడు కన్నార్పకుండా తననే గమనిస్తూంటే సుయోధనుడు వాక్యాన్ని పూర్తి చెయ్యలేకపోయాడు.

"హత్య చేసేందుకు కుట్ర పన్నటం సరదాగా చేసిన పనా? భీముడు నీ పినతండ్రి కుమారుడు. నా దృష్టిలో మీరిద్దరూ సమానమే. ఒక క్షత్రియుడిగా పోటీ మనస్తత్వం ఉండటం మంచిదే. కానీ హత్య చేసేంత రౌద్రం పనికిరాదు."

"పితామహా, వాళ్లు మమ్మల్నీ, మా చెల్లినీ ఎప్పుడూ ఏడిపిస్తూ, చిత్రహింసలు పెడుతూ ఉంటారు. సేవకులపట్ల క్రూరంగా ప్రవర్తిస్తారు. చాలా స్వార్థపరులు. మా నాన్నని అంధుడని అంటారు–"

సుయోధనుడి ఆక్రోశం భీష్ముడిని కదిలించలేకపోయింది. "అంతమాత్రాన చీకటిలో దాక్కుని దెబ్బకొట్టటం సరైన కారణం అనిపించుకోదు. నువ్వు క్షత్రియుడివే అయితే, పౌరుషంతో పోరాడు. వయసువచ్చినకొద్దీ నీ మనసూ, శరీరం బలంగా రూపొందాలి."

సుయోధనుడు మౌనంగా ఉండిపోయాడు. అవమానభారంతో తల వంచుకున్నాడు. భీష్ముడిపట్లా, విదురుడిపట్లా వాడి మనసు దుఃఖంతో నిండిపోయింది. భీముడి మీద ప్రతీకారం తీర్చుకునే హక్కు తనకి లేదా?

"నేను చెప్పేది వినిపించుకో, సుయోధనా," అన్నాడు భీష్ముడు. ఆయన గొంతు ఇప్పుడు కోపంగా కాక, కాస్త సానుభూతి సంతరించుకున్నట్టుగా పలికింది. ఇంకా ఇలా చెప్పసాగాడు, "ఏదో ఒకరోజు ఈ రాజ్యాన్ని నువ్వు పరిపాలిస్తావు. అందుకే నీకు నీ శత్రువులెవరో, మిత్రులెవరో తెలియాలి. శిక్షణ పొందే సమయంలో నువ్వు ఏదో లోకంలో పగటికలలు కంటూ ఉంటావనీ, పాఠాలు సరిగ్గా నేర్చుకోవటం లేదనీ నాకు సమాచారం అందింది. నీ ప్రవర్తన గురించి ద్రోణుడు ఎప్పుడూ నాతో మొర పెట్టుకుంటూనే ఉంటాడు. వీధులవెంట ఊరికే తిరుగుతూ, ఎవరితోపడితే వారితో మాటలు కలపటం మాను. రాకుమారుడిలా ప్రవర్తించు. రాజ్యబహిష్కారం పొందిన వాళ్ల ఇళ్లకీ, అస్పృశ్యుల ఇళ్లకీ వెళ్లవలసిన అవసరం నీకేమొచ్చింది? నువ్వు క్షత్రియుడివి. అదే విధంగా ప్రవర్తించు. బ్రాహ్మణులనీ, పండితులనీ గౌరవించు. చార్వాకుడితోనూ, కృపుడితోనూ సహవాసం మానెయ్యి. వాళ్ల ఆలోచనలు నీకు సాయం చెయ్యవు. ఒక రాజు అందరు చెప్పేదీ వినాలి, కానీ ఏ విషయంలోనూ అతి పనికిరాదు. ద్రోణుడూ, చార్వాకుడూ ఇచ్చే సలహాలని గౌరవించు, ఆ తరవాత రాజ్యానికీ, సమాజానికీ హితవుగా ఉండే పనులే చెయ్యి. వ్యక్తి నోట వచ్చే ప్రతిమాటా నిజం కాదు. సత్యం మారుతూ ఉంటుంది. దీన్ని అర్థం చేసుకోవటమే వివేకం అంటే. అప్పుడే నువ్వు ఒక మంచి రాజుగా రూపొందగలవు."

"కానీ, పితామహా, లోకంలో ఎంతో వ్యథ ఉంది. మీరు వివేకంతోనే పరిపాలించారు. అలాంటప్పుడు మన రాజ్యంలో ఎంతోమంది పందులకన్నా హీనంగా ఎందుకు జీవిస్తున్నారు?"

విదురుడి గుండె ఆగినంత పనయింది. సుయోధనుడి నిర్భయత్వం ఆయన్ని విస్మితుణ్ణి చేసింది. భీష్ముడితో అన్ని సంవత్సరాలు పనిచేసిన తనే, ఆ ప్రశ్న అడిగే ధైర్యం ఎన్నటికీ చేసి ఉండేవాడు కాడు.

భీష్ముడు చాలాసేపు తదేకంగా సుయోధనుడివైపు చూస్తూ ఉండిపోయాడు. నెమ్మది నెమ్మదిగా ఆయన ముఖంమీద చిరునవ్వు మెరిసింది, "నాయనా! ఇటువంటి మాటలు మాట్లాడితే ఏదో ఒక రోజున నువ్వు బాధపడవలసి వస్తుంది. ఈ సమాజాన్ని నేను నిర్మించానని అనుకుంటున్నావా? దీన్ని నేను వారసత్వంగా పొందాను. ఒక క్షత్రియుడిగా నా ధర్మం, నా కర్తవ్యం నేను నిర్వర్తిస్తున్నాను. నేను చెయ్యగలిగింది న్యాయంగా పరిపాలించటం, అంతే. ఈ ప్రపంచాన్ని ఒక్కరోజులో మార్చెయాలన్న అసంభవమైన కలలు నాకు లేవు. ఒక మొక్కని నాటి మర్నాటికల్లా అది పెద్ద వృక్షంగా పెరిగిపోవాలని అనుకో గలనా? దానికి నీళ్ళు పొయ్యాలి, పెంచి పోషించాలి, తగినంత ఎండ తగిలేలా చూడాలి, వానలు అందేట్టు చూడాలి, ఎరువు వెయ్యాలి, అప్పుడు గాని అది నెమ్మదిగా పెరగటం ప్రారంభించదు. అణచివేత, పక్షపాతం, కొద్దిమందికి మాత్రమే అన్నీ అందుబాటులో ఉండటం, ఇలాంటివి నాగరికత ప్రారంభ మైనప్పట్నించీ ఉన్నవే. నేను పుట్టకముందే కొన్ని శతాబ్దాలుగా కులవ్యవస్థ బాగా వేళ్లూనుకుని ఉంది. ఒక్కరోజులో దాన్ని కూల్చటం నాకు సాధ్యం కాదు, పైగా నేను సంఘ సంస్కర్తని కాను. పేదవారూ, పుట్టుకవల్ల అణచివేతకు గురైనవారూ మరింత కష్టాలకి గురి కాకుండా చూడగలను, అంతే. అధికారమదం కులీనుల తలకెక్కకుండా చూడగలను. రాజు మీ నాన్నే అయినా పరిపాలనాభారం అలసిన నా భుజాలమీదే చాలాకాలంగా మోస్తున్నాను. అది సులభమైన పని అనుకుంటున్నావా? మీ నాన్న, మీ పినతల్లి అనుకుంటున్నది కాదు రాజ్యం పరిపాలించటమంటే. వాళ్లు అధికారంవల్ల లభించే లాభాలు మాత్రమే చూశారు. బాధ్యత లన్నిటినీ నేనే భరించాను.

"శరీరంలో యువక రక్తం ఉరకలేస్తున్నప్పుడు పేదరికాన్నీ, వ్యథలనీ రూపుమాపాలన్న అసాధ్యమైన కలలు కంటావు. కానీ కలలకి ఒక బహుచెడ్డ అలవాటుంది. అవి జీవితంలో చిక్కుముళ్లని పుట్టించి దాన్ని తప్పుదోవ పట్టిస్తాయి. ప్రస్తుతం నీ కర్తవ్యం విద్యార్థిగా విద్య నేర్వటం. కలలు కంటూనే ఉండు కానీ నీ కాళ్లు దృఢంగా నేలమీదే ఉండేట్టు చూసుకో. చార్వాకుడు, ద్రోణుడు, కృపుడు చెప్పే మాటలు విని దారి తప్పకు. శకునికి దూరంగా ఉండు. ఎవరైనా నిన్ను అంధుడి కుమారుడివి అని అంటే, వాళ్లకి క్షమించు. ఇంకే రకంగానూ నీమీద పగ తీర్చుకోలేనివాళ్లే అలాంటి మాటలంటారు. దాన్ని ఒక అభినందనగా స్వీకరించు. వెళ్లు, వెళ్లి ద్రోణుడు నేర్పేదంతా నేర్చుకో," అని సుయోధనుణ్ణి ఇక వెళ్లమన్నట్టు తల పంకించాడు.

భీష్ముడు గవాక్షం దగ్గర నిలబడి బైటికి చూడసాగాడు. దూరంగా, పచ్చని పొలాలకీ, పల్లెలకీ ఆవల, నదీతీరానికి ఆవల కొండలు మసకగా కనిపిస్తున్నాయి పడమటి దిశగా ఎడారి ఉన్న ప్రాంతంలో దుమ్ము లేగటం కనిపించింది. ఇసుక తుఫాను రేగబోయే లక్షణాలతో ఆ ప్రాంతం ఎవరికీ అంతుపట్టని కాల్పనిక గాథలా తోచింది. ఆ కురువృద్ధుడి నుదిటిమీది ముడతలు మరింత లోతుని సంతరించు కోవటం చూసి విదురుడు ఆందోళన చెందాడు. రాజ్యాన్ని పరిపాలించి ఇద్దరూ బాగా డస్సిపోయారు. చిన్నచిన్న అపార్థాలూ, జగడాలూ, అన్నదమ్ములమధ్య నిరంతరం తలెత్తే తగవులూ, కుటుంబసభ్యుల మధ్య వివాదాలూ వాళ్లిద్దరినీ బాధకి గురిచేశాయి. రాజ్యం లోలోపల శిథిలమైపోసాగింది.

భీష్ముడు విదురుడివైపు చూసి, మాటల్లో కాస్త హాస్యాన్ని కనబరుస్తూ, "నాయనా, విదురా, ఎందుకంత దిగులుగా ఉన్నావు?" అన్నాడు.

"ప్రభూ, శకుని కుర్రవాళ్ళని పాడుచేస్తున్నాడు. అతన్ని గాంధారదేశానికి పంపించెయ్యక పోయినట్టయితే, మన రాజ్యాన్ని మట్టిలో కలిపేస్తాడు."

"నువ్వు అతనికి మరీ ఎక్కువ శక్తిని ఆపాదిస్తున్నావు. ఆ కొండప్రాంతంలో ఉన్న ఆవగింజంత అతని రాజ్యం ఎంతో శక్తిమంతమైన మన రాజ్యానికి ఎటువంటి హాని చెయ్యగలదు? లేదు నాకు మన రాజ్యంలోనే దాగి ఉన్న ప్రమాదాలు ఎక్కువ ఆందోళనని కలిగిస్తున్నాయి. మనం చాలా ఎక్కువ మూల్యం చెల్లించి పరశురాముడితో సంధి చేసుకున్నాం, దాన్ని గురించి ఇప్పుడు చింతిస్తున్నాను. కానీ అప్పుడు మనకి వేరే మార్గం లేకపోయింది, అవునా? ఆ సంధి ఒప్పందమో, లేక నా బ్రహ్మచర్య వ్రతానికి భంగం కలిగించి కాశీరాజు కుమార్తెని వివాహం చేసుకోవటమో... అన్నట్టు ఆమె పేరేమిటి?" అంటూ భీష్ముడు మళ్ళీ గవాక్షం బైట ఉన్న ప్రపంచాన్ని చూడ సాగాడు.

మౌనంగా ఉండటమే మంచిదని గ్రహించాడు విదురుడు. చాలాసార్లు భీష్ముడు గతంలో తను ఎదుర్కొన్న సమస్యల గురించే మాట్లాడతాడు. ప్రాచీన రాజ్యం కాశీని జయించిన భీష్ముడు ఆ రాజ్యంలోని ముగ్గురు అందగత్తెలైన రాకుమారులనీ హస్తినాపురానికి తెచ్చాడు. ఆ రాకుమార్తెలు, అంబ, అంబిక, అంబాలిక. తన సవతి సోదరుడు, విచిత్రవీర్యుడికిచ్చి పెళ్ళి చేసేందుకే వాళ్ళని ఆయన అపహరించి హస్తినకి తీసుకువచ్చాడు. అంబ ఆసరికే శాల్వ రాకుమారుణ్ణి ప్రేమించింది. భీష్ముడికి ఈ విషయం తెలిసిన వెంటనే ఆమెని విడిచిపెట్టాడు. కానీ అంబని భీష్ముడి చెరనుంచి విడిపించేందుకు శాల్వుడు ఆయనతో యుద్ధం చేసి ఘోర పరాజయాన్ని పొందాడు. దానితో అతని అహం దెబ్బతిన్నది. తన దగ్గరికి మళ్ళీ వచ్చిన అంబని అతను తిరస్కరించాడు. అంబ మళ్ళీ తిరుగుప్రయాణమై హస్తినకి చేరుకుని, తనని పెళ్ళాడమని భీష్ముణ్ణి వేడుకుంది. కానీ తన తండ్రికిచ్చిన మాట ప్రకారం కఠోరమైన బ్రహ్మచర్య వ్రతాన్ని చేపట్టిన భీష్ముడు ఆమెని వివాహమాడ నిరాకరించాడు.

ఈ కథని భీష్ముడూ, మిగతావాళ్ళూ చాలాసార్లు చెప్పగా విన్నాడు విదురుడు. ఆ సంఘటనలన్నీ తను పుట్టకముందు జరిగినవే అయినప్పటికీ, తను ప్రత్యక్షంగా చూసినట్టు అనిపిస్తుంది ఆయనకి. కలువకన్నుల అందగత్తె, కాశీ రాకుమార్తె దీనంగా భీష్ముడిని వివాహ మాడమని వేడుకోవటం విదురుడికి కళ్ళెదుట కనిపిస్తుంది. తను వేడుకున్నా, శపించినా వాటి ప్రభావం కురు సైన్యాధిపతి మీద ఇసుమంతైనా లేకపోవటం చూసి, అంబ మళ్ళీ తన తండ్రి రాజ్యానికి తిరిగివెళ్ళింది. కానీ ఆయన కూడా ఆమెని తిరస్కరించి పంపివేశాడు. ఆ సమయంలోనే పరశురాముడి వేగులవాళ్ళు ఆమెని చూశారు. ఆ తరవాతే దక్షిణప్రదేశకూటమి విశాలమైన మైదానప్రాంతాన్ని ఆక్రమించాలని కుట్రచేసి పథకాన్ని నిర్మించుకుంది.

"నేను సంధి చేసుకునేందుకు ఒప్పుకుని ఉండకూడదు," భీష్ముడు ఇలా మథన పడటం విదురుడు ఎన్నిసార్లు విన్నాడో ఆయనకే లెక్క తెలీదు. బాధపడుతూ ఆయన ఇంకా చెప్పటం కొనసాగించాడు, "ఈ పవిత్రభూమిలో కులం అనే రాక్షసి తన వేళ్ళు అంతటా వ్యాపింపజేస్తూ పెరిగిపోతోంది, భార్గవ పరశురాముడితో తుదివరకూ పోరాడలేకపోయినందుకు నేను సిగ్గుపడుతున్నాను. అయినా, ఆయన వెంట ఉన్న దుష్టులైన సైనికులూ మన రాజ్యాన్ని

సర్వనాశనం చేసేశారు. ఒకప్పుడు ఎంతో ఆత్మాభిమానం కనబరిచిన అసురులు ఆయన్ని ఎలా సహించగలుగుతున్నారు? ఆ ప్రాచీన రాజ్యాలు బ్రాహ్మణుల గుప్పిట్లోకి ఎలా వెళ్లాయి? ఒకానొకప్పుడు బలిచక్రవర్తి పరిపాలనలో అందరు మానవులూ సమానమని అనుకొన్న అసురులు, రావణుడి వంటి అభిమానమూ, గొప్ప తెలివితేటలూ గల రాజుని పుట్టించిన అసురులు వీళ్లేనా అని నాకు అనుమానం వస్తుంది. పరాజయం మనుషులని ఎలా మార్చి వేస్తుందో చూసినప్పుడల్లా నాకు మళ్లీమళ్లీ ఆశ్చర్యం వేస్తూ ఉంటుంది. చరిత్ర కఠినాత్మురాలైన గురువు. చివరి అసుర చక్రవర్తి, రావణుడు ఏలిన ఆ గొప్ప సామ్రాజ్యాన్ని తాను జయించినప్పుడు, దక్షిణప్రాంతంలో నివసించే పేదలని తాను ఎటువంటి దైన్యస్థితికి గురి చేస్తున్నాడో ఆ రాముడు కూడా ఊహించి ఉండడు. దక్షిణ ప్రాంతాన్ని విభీషణుడికీ, పరశురామ సంతతికీ ఇచ్చి రాముడు మనకి తీరని గొప్ప హాని చేశాడు. రాముడే స్వయంగా ఆ రాజ్యాన్ని పరిపాలించి ఉంటే ఆ చెడుని ఆయన సమూలంగా పెకలించి ఉండేవాడేమో! కొన్ని శతాబ్దాలపాటు అణచివేతకు గురైన అక్కడి ప్రజలు ఎటువంటి స్థితికి చేరుకున్నారో చూడు!"

విదురుడు చూపులు మరల్చుకున్నాడు. ఇక్కడ హస్తినాపురంలో పరిస్థితి అంతకన్నా మెరుగ్గా ఏమీ లేదని అనాలనుకున్నాడు. రథసారథి కుమారుడికి విద్య నేర్పమని అన్నప్పుడు తనని ద్రోణుడు అవమానించి అన్నమాటలు ఆయన్ని ఇంకా బాధపెడుతూనే ఉన్నాయి.

భీష్ముడు తన ప్రధానమంత్రి కళ్లలోకి చూసి చిరునవ్వు నవ్వాడు. "నీ మనసులోని ఆలోచనలని గ్రహించాను. ఇక్కడి పరిస్థితి కూడా అక్కడిలాగే ఘోరంగా ఉందని అను కుంటున్నావు. కానీ నువ్వింకా ప్రపంచాన్ని చూడలేదు. నా మాటల్ని సమర్థించుకునేందుకు ఇలా అనవలసివస్తున్నందుకు బాధగానే ఉంది, కానీ చెప్పాలి. నువ్వు నా సోదరుడి కుమారుడివి, అయినప్పటికీ మీ అమ్మ భవనంలోని దాసి కాబట్టి నువ్వు శూద్రుడివి. ఇక్కడ నీ కులాన్ని వేలెత్తి చూపుతున్నారు, నీలో ఉన్న ప్రతిభనీ, జ్ఞానాన్నీ లెక్కచెయ్యకుండా నిన్ను ఎగతాళి చేస్తున్నారు. కుంతీ, ఆమెకి సలహాలిచ్చే బ్రాహ్మలూ నిన్ను ద్వేషిస్తున్నారు. అందుకే నీకు నీ జీవితం దుర్భరమని అనిపిస్తోంది. కానీ విదురా, పరశురాముడి ఆజ్ఞలని అనుసరించి పరిపాలన సాగే రాజ్యాలలో ఎక్కడైనా నువ్వు ఉండి ఉంటే, నువ్వు నగరానికి దూరంగా, అస్పృశ్యుడిగా, ఎవరికీ అందుబాటులో లేనంత దూరంలో, నిరక్షరాస్యుడిగా, మూర్ఖుడిలా, ఒక హీనమైన పందిలాగ జీవిస్తూ ఉండేవాడివి. కులం అంటే అలా ఉంటుంది. అంతేకాని ఈర్ష్యతో కొందరు అనే ఈ అవమానకరమైన మాటలు కాదు. నా రాజధాని ముచిరపట్టణంలోగాని, మధురలోగాని ఉండినట్టయితే, ఈపాటికి నేను నాభవనాన్ని ఆవుపేడతోనూ, పంచితంతోనూ కడిగించి, నీ పాదాలు అక్కడి నేలని అపవిత్రం చేసినందుకు దాన్ని పరిశుభ్రం చేయిస్తూ ఉండేవాడిని. మనం వేదాలకి వాళ్లు చెప్పే భాష్యాన్నీ ప్రజలమీద వాళ్లు విధించిన నియమాలనీ పాటించటం లేదని పరశురాముడికీ, ఆయన శిష్యులకీ మనమీద కోపం."

భీష్ముడి మాటలు విని విదురుడి ముఖం ఎర్రబడింది. తన మూలాలని గుర్తు చేసేసరికి సిగ్గనిపించింది. తను మాత్రం కష్టపడి వేదాలని అధ్యయనం చెయ్యలేదా? ఉపనిషత్తులనీ, గణిత, ఖగోళ, జ్యోతిషశాస్త్రాలనీ, సంగీతాన్నీ, నేర్చుకోదగిన వాటన్నింటినీ నేర్చుకోలేదా? తన మాతృభూమికి మనస్ఫూర్తిగా సేవ చెయ్యలేదా? తన ఎదుటనున్న, ఆత్మాభిమానంతో నిండిన ఈ వ్యక్తిపట్ల నిబద్ధుడై ఉండలేదా? కురువృద్ధుడు, భీష్మపితామహుడు సైతం ఒక పేద శూద్ర

బాలుడిపట్ల దయ కనబరిచి వాడికి సాయం చేశాడే! తనలోని ప్రతిభనీ, తెలివితేటలనీ లెక్కచేయలేదేమో! తనని ప్రధానమంత్రిని చేస్తే భీష్ముడికి విశాలహృదయం గలవాడినన్న భావన కలిగిందేమో! తానో విలువైన శునకం, వివేకవంతుడు, సౌందర్యవంతుడూ అని విదురునికి అనిపించినా, తానో శునకాన్నే అనిపించేది చివరకి. అలాంటి భావన కలిగినప్పుడల్లా విదురుడికి తన పదవిమీదా, భీష్ముడిమీదా ఏహ్యాభావం కలిగేది.

"నేను కాశీ రాకుమారిని తిరస్కరించటాన్ని ఆ దుర్మార్గుడు తన ప్రచారానికి తెలివిగా ఉపయోగించుకున్నప్పటికీ, దక్షిణప్రాంత రాజ్యాల కూటమితో, దాని నాయకుడు పరశురాముడితో మనం సలిపిన పోరాటానికి కారణం అది కాదు. ఆ వ్యవహారాన్ని కారణంగా చూపి పరశురాముడు మన మిత్రరాజ్యాలని మనకి సాయం రాకుండా చేశాడు. మనం భయంకరమైన వింధ్యారణ్యాలలో శత్రువుతో తలపడవలసి వచ్చింది. అక్కడ మనుషుల ప్రాణాలు విలువలేకుండా ఎలా నాశనమయాయో గుర్తుచేసుకుంటే నేను నిలువెల్లా వణికి పోతాను. పరశురాముడు జరిపిన అతిక్రూరమైన మారణకాండలో, ఎంతో కాలంగా ఆ అరణ్యాలలో ప్రశాంతంగా నివసిస్తున్న నాగులూ, నిషాదులూ, కిరాతులూ, వానరులూ చనిపోయారు. వాళ్లు అస్పృశ్యులూ, దూరంగా ఉంచవలసినవాళ్లూ, అపరిశుభ్రమైన, అపవిత్రమైన కులాలకి చెందినవారూ కావటంచేత వాళ్లు జీవించినా, జీవించి ఉండకపోయినా పెద్ద ఉపయోగం లేదన్నది ఆ మారణకాండ వెనక ఉన్న భావన. ఇక నేను చెయ్య గలిగినది ఏమీ లేకపోయింది కదా? లేకపోతే వాళ్లని అయిపులేకుండా తుదముట్టించి ఉండేవాడు పరశురాముడు. ఆయన పెట్టిన నిబంధనలకి ఒప్పుకోక తప్పలేదు. నాకు వేరే దారి లేకపోయింది..."

దూరంగా క్షితిజం దగ్గర ఇసుక తుఫాను బైలుదేరింది. గాలిలో దాని సూచనలు విదురుడికి తోచాయి. 'మీరు అంబని వివాహం చేసుకుని పరశురాముడు చెప్పింది అబద్ధమని నిరూపించి ఉండవచ్చు,' అని అనాలనుకున్నాడాయన, కానీ ధైర్యం చాలలేదు.

"ఆ అమ్మాయిని వివాహం చేసుకోవటం నాకు సాధ్యమై ఉండేది కాదు. బ్రహ్మచర్య ప్రతిజ్ఞ పూనిన తరవాతే నాకు భీష్ముడన్న పేరు వచ్చింది. లేనట్టయితే నేను కేవలం గంగాదత్తుడిగా మిగిలిపోయేవాణ్ణి. నేను సాధించినదంతా బ్రహ్మచర్యం వల్లనే, అందుకే దానికి రుణపడి ఉన్నాను. లేదు, నాకు వేరే దారి లేకపోయింది. సంధి చేసుకుని పరశురాముడి విద్యాబోధనా విధానాన్నీ, ఆ బ్రాహ్మణ సమాజాన్నీ మన రాజ్యంలోకి ప్రవేశించటానికి అనుమతించాను. ఇప్పుడు చూడు మనం ఎక్కడ ఉన్నామో. మరుగైపోతున్న కులవిధానాలు మళ్లీ రెండింతలు శక్తిని పుంజుకుని వెనక్కి వచ్చాయి. నా తండ్రి మత్స్యకన్యని పెళ్లాడినప్పుడు రహస్యంగా అందరూ చెవులు కొరుక్కున్నారే తప్ప, ఆమెని రకరకాల మాటలంటూ నిందించలేదు. అయినా అలా ఎవరైనా అని ఉంటే ఆమె సహించేది కాదు. నా సవతితల్లి సత్యవతి వంటి దృఢ మనస్కురాలిని ఇంకెవరినీ చూడలేదు నేను. ఆవిడ చాలా గొప్ప వనిత. పరశురాముడు వింటే దిగ్భ్రాంతికి గురవుతాడేమో కాని, కురువంశం మొత్తం ఒక మత్స్యకన్య గర్భాన జన్మించినదే. ఒక రాజు సామాన్యుడైన మత్స్యకారుడి కుమార్తెని పెళ్లాడటం! ఈనాడు అటువంటిది మనం ఊహించగలమా? కాలం అధ్వాన్నంగా మార్పు చెందింది, అందులో నా పాత్ర కూడా ఉంది అనేదే రోజూ నన్ను బాధపెడుతూ ఉంది."

పొడిగాలి వీచి పట్టుతెరలు కదిలాయి. సన్నని ఎడారి ఇసుక గదిలోకి ఆ గాలితోపాటు వచ్చింది. కింద ఉద్యానవనంలో పిల్లవాళ్లు ఆడుకునేప్పుడు వేసే కేకలు కూడా లీలగా వినిపించసాగాయి.

"ఇంకొంతమంది నాగులనీ, నిషాదులనీ బలిచేసి యుద్ధాన్ని కొనసాగించి ఉండ వలసిందేమో. కానీ పేదవారికి సాయం చేస్తున్నాననీ, రాజ్యం పొలిమేరల్లో నివసించే తెగలు పడే బాధలకి స్వస్తి చెప్పేందుకు ప్రయత్నిస్తున్నాననీ అనుకుని సంధి ఒప్పందం చేసుకున్నాను. భార్గవుడు తన యోధుల సమూహాన్ని వెంటపెట్టుకుని వెనక్కి వెళ్లిపోయి, మనని ప్రశాంతంగా జీవించనివ్వాలని అనుకున్నాను. పరశురాముడి సేన చేతుల్లో నామరూపాలు లేకుండా తెగలు తుడిచిపెట్టుకుపోకూడదని అనుకున్నాను. వారిని కాపాడుతున్నానని అనుకున్నాను. ఇచ్చిన మాట ప్రకారం భార్గవుడు నైరుతి దిక్కున ఉన్న తీరప్రాంతాలకి వెళ్లిపోయాడు, కానీ ఆయన ఇక్కడ వదిలిపోయిన వారసత్వపు చీకటి నీడలు మనని ఇంకా భూతాల్లా పట్టుకుని వదలటం లేదు. తక్షకుడు అనే దుష్టశక్తిని ఆయన సృష్టించాడు."

తక్షకుడు అనే పేరు వినగానే తన ఆలోచనల్లో కొట్టుకుపోతున్న విదురుడు అప్రమత్తం అయాడు. "తక్షకుడి దాడి గురించి నా అనుమానాలు నాకున్నాయి. ఆ రాత్రి కోటలో ప్రవేశించేందుకు అతనికి ఎవరు సాయం చేశారో నాకు తెలుసనే అనుకుంటున్నాను."

కానీ భీష్ముడు ఇంకా గవాక్షం దగ్గరే నిలబడ్డాడు. దూరంగా ఉన్న కొండలవైపూ, గోధుమ పొలాలగుండా మెలికలు తిరుగుతూ ప్రవహిస్తున్న నదివైపూ తదేకంగా చూడసాగాడు. తరచు విదురుడికి మధ్యాన్నభోజనం చెయ్యటానికి వీలుండదు. ఆ రోజూ అదే జరిగింది. పని ఒత్తిడి రోజురోజుకీ పెరిగిపోవటంచేత క్షణం విశ్రాంతి దొరకదు. భీష్ముడు నిరంతరం విదురుడిమీద అదనపు బాధ్యతల భారాన్ని మోపుతూనే ఉంటాడు. "ఆ కాళరాత్రి తక్షకుడికి సాయం చేసినది శకునే అని నా అనుమానం," అన్నాడు విదురుడు.

భీష్ముడు విదురుడివైపు తలతిప్పి చూశాడు. "నీకెందుకలాంటి అనుమానం వచ్చింది? శకునా? ఎందుకూ కొరగాని వాడిమీదా అనుమానం? నమ్మలేకపోతున్నాను," అన్నాడు.

తన దగ్గర ఇంకా రుజువు ఏదీ లేకుండా నోరు జారినందుకు విదురుడు తనని తాను తిట్టుకున్నాడు. అలా తొందరపడి శకుని పేరు చెప్పినందుకు భీష్ముడు తనని ఎన్ని తిట్లు తిడతాడో విదురుడికి తెలుసు. "అతను పడమటివైపు తిరిగి ప్రార్థించటం చూశాను," అనేసి విదురుడు ఆగిపోయాడు. భీష్ముడి ముఖంలో కనిపించిన విస్మయం ఆయన్ని ఇబ్బందిపెట్టింది.

"శకుని పడమటివైపు తిరిగి ప్రార్థించటం చూసినంతమాత్రాన అతనే రాజద్రోహి అనే నిర్ణయానికి వచ్చేశావా? అయితే తూర్పువైపుకి తిరిగి ప్రార్థించటం రాజభక్తికి నిదర్శనం అన్నమాట, కదూ? రాజద్రోహులు పడమటివైపు తిరిగి ప్రార్థిస్తారు, ఇదేనా నీ సిద్ధాంతం? ఇక్కడ ఏ దిక్కుకి తిరిగి ప్రార్థించాలనుకున్నా అలా చేసే స్వేచ్ఛ ప్రజలకి ఉంది. కొందరు తలకిందులుగా కూడా భగవంతుణ్ణి ప్రార్థిస్తారు, దిగంబరంగా తిరిగే సాధువులూ, అఘోరీల లాంటివారు. ఇంక కొందరైతే అసలు ప్రార్థనే చెయ్యరు, చార్వాకుడిలా. వాళ్లందరూ కూడా నీ ఉద్దేశంలో రాజద్రోహులేనా? నువ్వు కాస్త తార్కికంగా ఆలోచిస్తావని అనుకున్నాను, విదురా!"

"అదొక్కటే కాదు, కింద పడిపోయిన ఒక నాగసైనికుడికి ఆ రాత్రి అతను సాయం చెయ్యటం చూశాను. అప్పుడు అతని ముఖంలో కనిపించిన భావం నాకు సరైనదిగా తోచలేదు," అన్నాడు విదురుడు. అది విని భీష్ముడు నవ్వు ఆపుకోవటం చూశాడు విదురుడు. అతనిలో ఉండే అభద్రతా భావాలన్నీ వేయిపడగల విషసర్పంలా తలలెత్తాయి. తాను అంత మూర్ఖంగా మాట్లాడినందుకు బాధపడ్డాడు కానీ చివరికి, "ఆ దాడి వెనక శకుని కుట్రే ఉందని నాకు అనిపిస్తోంది," అన్నాడు.

భీష్ముడు తనపట్ల ఎంతో విధేయుడై ఉన్న విదురుడి దగ్గరికి వెళ్లి ఆయన భుజం చుట్టూ చెయ్యి వేశాడు. "నాయనా, విదురా! నీకు కొంత విశ్రాంతి ఇవ్వటం అవసరమనిపిస్తోంది నాకు. చిత్తభ్రాంతితో ఏవేవో ఊహించుకుంటున్నావు. తక్షకుడు ఎవరో, అతను ఎటువంటివాడో అర్థం చేసుకునేందుకు ఎప్పుడైనా ప్రయత్నించావా?"

"వాడొక ఉగ్రవాది!"

"వాళ్లు అందరినీ భయపెడతారు, కానీ ఉగ్రవాదులు కారు. బలహీనులనీ, అణచివేతకు గురైనవారినీ కాపాడటంలో మనం విఫలమయాం కాబట్టే నాగుల నాయకత్వంలో ఈ తిరుగుబాటు తలెత్తింది. బలవంతులు బలహీనులని పీడించ కుండా రక్షించటం రాజ్యం బాధ్యత. రాజ్యం ఆ పని చెయ్యలేనప్పుడు బలహీనులు ఎదురుతిరుగుతారు. ఒక రకంగా చూస్తే, నేను పరశురాముడితో సంధి చేసుకున్నందు వల్లే తక్షకుడు ఎదురుతిరిగాడు. పరశురాముడు అనే నాణేనికి తక్షకుడు రెండో పార్శ్వం."

"పితామహా... అది సరైన పోలిక..."

"అవును, సరైన పోలిక అనిపించటం లేదు కదూ? ఆలోచించు, విదురా! పరశు రాముడికి కావలసినది ఏమిటి? బ్రాహ్మణాధిపత్యమూ, మన వేదాలకి తను చెప్పే భాష్యమూ పూర్తిగా చెల్లుబాటు కావాలన్నది ఆయన కోరిక. సర్వాధికారాలకీ తనే కేంద్రంగా ఉండాలనుకుంటాడు పరశురాముడు. ఆయన కులస్థులు ఇతర కులాలన్నిటి తోనూ వెయ్యి సంవత్సరాలుగా యుద్ధం చేస్తూనే ఉన్నారు, ముఖ్యంగా క్షత్రియులతో. సంపూర్ణమైన బ్రాహ్మణ రాజ్యాన్ని నెలకొల్పాలన్నది వారి లక్ష్యం. దక్షిణ ప్రాంతమంతా కులవ్యవస్థ వల్ల కలిగే కీడుని ద్వేషించేది. కానీ ప్రస్తుతం, అది ఉద్భవించిన ఉత్తర ప్రాంతంలో కన్నా కూడా ఎక్కువగా దక్షిణప్రాంతం కులవ్యవస్థలో చిక్కుకుపోయి ఉంది. మా తండ్రి, శంతనుడు వివేకంతో పరిపాలించటంవల్లా, మా తల్లి సత్యవతివల్లా, వ్యాసమహర్షిలాంటివారి ప్రయత్నం వల్లా, మన రాజ్యం నెమ్మదిగా మానవత్వాన్ని తిరిగి సంతరించుకుంటోంది. కానీ దక్షిణ జనపదాలలో వ్యవహారం మరింత అధ్వాన్నంగా తయారయింది. ప్రతి దేశంలోనూ సంస్కృతీ, వివేకమూ, ఆలోచనలూ, సమృద్ధీ ఒక్కోసారి ఉన్నతిని చేరుకుంటే, మరోసారి పతనమవుతూ ఉంటాయి. దక్షిణ ప్రాంతంలోని గొప్ప సామ్రాజ్యాలని పరశురాముడు ధ్వంసం చేశాడు. మన సామ్రాజ్యంతో పోలిస్తే అవి ఇప్పుడు ఉప్పుటేరుల్లా ఉన్నాయనిపిస్తుంది."

"కానీ దీనికీ తక్షకుడు శక్తి సంపాదించుకుని యోధులని సమకూర్చుకోవటానికీ ఏమిటి సంబంధం?"

"తక్షకుడంటే మరెవరో కాదు, నాగుల పరశురాముడు. అతనికి కూడా ఒక నిర్దుష్టమైన

లోకం కావాలి. అక్కడ పీడితులే నియంతలుగా ఉండాలి. సమానత్వం గురించి అతను మాట్లాడేదంతా పైపై మాటలే. అతను కనక గెలిస్తే ఇంకొక నియంతలా తయారవుతాడు, అచ్చం పరశురాముడిలాగే. అప్పుడు బ్రాహ్మణులనీ, క్షత్రియులనీ, వైశ్యులనీ వేటాడతాడు. అంతేకాదు, ఎక్కువ అణచివేతకు గురవలేదు అని తను అనుకున్న శూద్రులని కూడా వెంటాడి వేటాడతాడు. నిజం చెప్పాలంటే, పరశురాముడి ఆధిపత్యం కన్నా ఇది ఇంకా ఘోరంగా ఉంటుంది, ఎందుకంటే అందరు బ్రాహ్మణులూ ఆయన ప్రతిపాదించిన సంకుచిత మైన ఆదర్శవాదాన్ని ఆమోదించలేదు. పరశురాముడు తన లక్ష్యాన్ని సాధిస్తే, కృపుడు, చార్వాకుడు లాంటి బ్రాహ్మలు ఎదురుతిరిగి ఆయన చేతిలో మరణించవచ్చు. కానీ తక్షకుడి విషయంలో అలా ఎదురుచెప్పేవారెవరూ లేరు, ఒక్క హస్తినాపుర రాజ్యాధికారం తప్ప. ఒక పేద నిషాదుడినో, నాగుడినో మాటల చాతుర్యంతో భ్రమింపజేయటం సాధ్యమే, ఎందుకంటే వాళ్ళకి కడుపునిండా తిండి లేదు, కొత్త ప్రపంచాన్ని సృష్టించి ఇస్తామంటే వాళ్ళు ఎదురుచెప్పరు ఎందుకంటే పోగొట్టుకునేందుకు వాళ్ళకి ప్రపంచమే లేదు. అటువంటి వారిని ఎవరైనా తమ లక్ష్యం కోసం బలి చెయ్యటం సులభం. తక్షకుడు ఎంచుకున్న బలగంలోని వాళ్ళని పస్తులుండేందుకు మనం ఏనాడో వదిలేశాం. వాళ్ళ పొలాలని మనం హస్తగతం చేసుకున్నాం, అరణ్యాలలోనుంచి వాళ్ళని పారదోలాం, మన రాజమార్గం మీద కనబడకుండా వాళ్ళని తరిమికొట్టాం, అందుకే ఇక నాగుల నాయకుడిని ఆశ్రయించటం తప్ప వాళ్ళకి వేరే మార్గం లేదు. బ్రాహ్మణులకీ, క్షత్రియులకీ తప్ప ఇంకెవరికీ విద్య అందించటం ఏ బ్రాహ్మణగురువుకీ సమ్మతం కాకపోవటంవల్ల, నిరక్షరాస్యులైన అజ్ఞానుల సమూహాలని తయారుచేస్తున్నాం. వాళ్ళు తక్షకుడికోసం ప్రాణాలు బలి ఇచ్చేందుకు కూడా వెనకాడరు. మన విద్యాలయాలు పిల్లలకి నేర్చుకోదగిన విషయాలు నేర్చకపోతే, ఇంకో రకమైన విద్యాలయాలు వాటి స్థానంలో ముందుకొచ్చి, వేరే విధమైన పాఠాలు బోధిస్తాయి. ఆ పాఠాలు మన పిల్లలు నేర్వటం మనకి నచ్చకపోవచ్చు. మన చితిని మనమే చేజేతులా పేర్చుకుంటున్నాం."

విదురుడు మౌనంగా నిలబడి, తనకి చిన్నతనంలో అందుబాటులో ఉండిన విద్యా, జ్ఞానమూ ఈనాడు ఏ శూద్రకులంలో పుట్టిన బాలుడికీ లభించటం అసాధ్యమని అనుకుంటూ ఆలోచనల్లో మునిగిపోయాడు. ఈ ప్రాంతంలో వ్యవహారాలు అంతగా మార్పు చెందాయి, అధ్వాన్నంగా తయారయాయి. తనలా తక్కువ కులంలో జన్మించిన ఏ వ్యక్తికీ ప్రభుత్వ కార్యాలయాల్లో కనీసం పద్దులు రాసే ఉద్యోగం కూడా దొరకదు, ఇక హస్తినాపుర ప్రధానమంత్రి అయే అదృష్టం ఎక్కడిది! ప్రతిభకి గుర్తింపు పోయింది. పదవులన్నీ కులాన్నిబట్టే నిర్ణయించబడతాయి.

"ఆ ధీరుడైన పిల్లవాడి విషయం ఏమైంది విదురా?"

భీష్ముడు కర్ణుడి విషయం గుర్తుచెయ్యగానే విదురుడి మనసులోని కోపం, కసి ఉవ్వెత్తున లేచాయి. ద్రోణుడు చేసిన అవమానం ఇంకా ఆయన్ని ముల్లులా బాధ పెడుతూనే ఉంది. "ఆచార్యుడు ఆ బాలుణ్ణి తిరస్కరించాడు. వాడు బ్రాహ్మణుడో, క్షత్రియుడో కాకుండా సూతుడైనందుకు విద్య నేర్పనని అన్నాడు."

"ఆ విషయం నాకు తెలుసు. కానీ ప్రస్తుతం కృపుడి వద్ద విద్యాభ్యాసం చేస్తున్నాడని విన్నానే?"

"అవును, కానీ కృపుడు వాడికి యుద్ధవిద్యలు నేర్పుతున్నాడనుకోను."

"అవును, అదే విచిత్రం అనిపిస్తోంది. ఆ బ్రాహ్మణుడిని అర్థం చేసుకోలేకపోతున్నాను. ఒక బ్రాహ్మణుడికి మాత్రమే తెలియవలసిన ఆచారకర్మలని అయన కర్ణుడికి ఎందుకు నేర్పిస్తున్నాడు? ఆ పిల్లవాడు అర్చకుడైతే రాజ్యానికి ఒక గొప్ప యోధుడు లభించకుండా పోతాడు. వాడి పూర్వీకులు బ్రాహ్మణులు కానందువల్ల, ఏ దేవాలయంలోనూ వాడికి అర్చకుడిగా ప్రవేశం దొరకదు. అసలు ఆ దరిదాపులకే వాణ్ణి రానివ్వరు. మరైతే కృపుడు ఏం చేస్తున్నట్టు?"

"అయ్యా, తమరు ద్రోణుడితో ఒకసారి మాట్లాడగలిగితే..."

"విదురా, ద్రోణాచార్యుడు మాట వినే రకం కాదు. ఆయన నా ఆజ్ఞలని ధిక్కరించే పరిస్థితిని కొనితెచ్చుకోవటం నాకిష్టంలేదు. ఆయన గొప్ప గురువు, యోధుడు. నా ఆజ్ఞని ధిక్కరిస్తే ఆయన్ని నేను రాజ్యంనుంచి పంపివెయ్యవలసి వస్తుంది. అప్పుడాయన మన శత్రురాజ్యాలలో ఏదైనా ఒకదానిలో తలదాచుకోవలసి రావచ్చు. ద్రోణుడు పరశురాముడి శిష్యుడు. మళ్ళీ తన గురువు దగ్గరకి ఈయన వెళ్ళిపోయాడంటే దానివల్ల మనం సర్వనాశనం అయిపోతాం. ద్రోణుడిలాంటి అనుభవజ్ఞుడైన యోధుడిని రాజగురువు పదవిలో ఉంచేందుకు కర్ణుడివంటి శిక్షణ లేనివాణ్ణి వదులుకునేందుకే నేను ఇష్టపడతాను. చాలామంది పిల్లవాళ్ళు ముందు ఎంతో ప్రతిభచూపి తరవాత ఎందుకూ కొరగాకుండా పోతారు. అలాంటప్పుడు ద్రోణుణ్ణి వదులుకుని సమస్యల్లో చిక్కుకోవటం ఎందుకు? మన వ్యవస్థలో కర్ణుడిలాంటి వారికి స్థానం లేకపోవటం దురదృష్టమే. కానీ జీవితం మనపట్ల న్యాయంగా ఎప్పుడుంది?"

'ఈ సంభాషణ ఎటూ తెగటం లేదు,' అనుకున్నాడు విదురుడు. ప్రతివ్యక్తీ ఒక గాడిలో నడిచేవాడే, చివరికి భీష్ముడు కూడా... ఆయనంటే తనకి ఎంతో గౌరవం, కానీ ఆయన కూడా సంప్రదాయవాదే. బ్రాహ్మణుడైన ఆచార్యుణ్ణి సవాలుచేసి, కలహాన్ని సృష్టించి ప్రమాదాన్ని కొనితెచ్చుకోలేదు. బహుశా బాహాబాహీ ఎదురు తిరగటాన్ని నివారించటమే వివేకవంతుల లక్షణం అయిఉండవచ్చు, కానీ అది బాధ పెట్టక మానదు.

"శకుని గురించి నన్నేం చెయ్యమంటారు?"

"అతన్ని గమనిస్తూ ఉండు. ఎవరూ కూడా సందేహానికి అతీతులు కారు, చివరికి నువ్వూ నేనూ అయినా సరే. మనసనేది చాలా ప్రమాదకరమైనది, ఏ క్షణాన్నైనా అది మారిపోవచ్చు. శకునిని జాగ్రత్తగా గమనించు, అలాగే కృపుడి మీదా, కర్ణుడి మీదా కూడా ఒక కన్ను వేసి ఉంచు. ఆ అహంకారి బ్రాహ్మణుడు ఎటువంటి అనర్థానికి కారణమవుతాడో తెలుసుకో. ఏదో ఒకనాడు ఆయన్నీ, ఆయన మిత్రుడు చార్వాకుడినీ మతిభ్రమించినవారని ప్రకటించి చెరసాలలో పెట్టిస్తాను. సూతుడైన బాలుడికి గాయత్రీమంత్రం ఉపదేశించి అర్చకులకి కోపం తెప్పిస్తాడా! ఒకవేళ ఆ పని చెయ్యాలని అనుకున్నా అర్చకుల ఎదుటే ఎందుకు చెయ్యటం? కృపుడి గురించి చాడీలు చెప్పేందుకు రోజు విడిచి రోజు తన భట్రాజులని వెంటపెట్టుకువచ్చే కుంతితో చర్చిస్తూ కూర్చునే తీరిక నాకు లేదు."

విదురుడు భీష్ముడికి నమస్కరించి వెళ్ళిపోయేందుకు వెనుదిరిగాడు, కానీ భీష్ముడి గొంతు విని ఆగాడు, "అంబ... ఆఁ, ఇప్పుడు జ్ఞాపకం వచ్చింది ఆమె పేరు... అంబ... పాపం ఆమె

పరశురాముడి నమ్మకాలకీ, నా ప్రతిజ్ఞకీ బలైపోయింది. పాంచాల దేశంలో ఆశ్రయం పొంది, అక్కడే బాధలుపడి మరణించింది. తలుచుకుంటే చాలా బాధగా ఉంటుంది. ఆమె కుమారుడు ఎలా ఉన్నాడో!"

విదురుడు సమాధానం చెప్పలేదు. చివరికి భీష్ముడికి కాశీ రాకుమారి పేరు గుర్తుకొచ్చిందని ఆయనకి నవ్వు వచ్చింది కానీ దాన్ని అణచుకున్నాడు. ఆ కథని ఇంతకు ముందు చాలాసార్లు విని ఉండటంచేత, ముఖంలో ఏ భావమూ కనబడనీయకుండా, మౌనంగా ఉండటం అలవాటు చేసుకున్నాడు. భీష్ముడు కళ్లు మూసుకుని తన ప్రపంచంలో తాను ఉండిపోయాడు. విదురుడు ఆయనకి నమస్కరించి సెలవు తీసుకున్నాడు. ఆయనకి ఆకలి వెయ్యసాగింది. సేవకులు తన మందిరంలో ఈసరికి ఆహారాన్ని అందజేసి ఉంటారనుకుని అటువైపు నడిచాడు. ఇంకొక ప్రమాదం పొంచి ఉన్నదన్న సంగతి భీష్ముడికి చెప్పటం మరిచానని ఆయనకి జ్ఞాపకం వచ్చింది. వేగులవాళ్లు అంబ కుమారుడి గురించి ఆయనకి సమాచారం అందించారు. తిరస్కారానికి గురైన అంబ కుమారుడు పెరిగిపెద్దవాడవుతున్నాడనీ, శక్తిమంతుడైన యోధుడిగా తయారవుతున్నాడనీ విదురుడికి తెలిసింది. చాలాకాలంపాటు నిరాశా నిస్పృహలతో తల్లడిల్లిన అంబ చివరికి ఆత్మహత్య చేసుకుంది. కానీ ఆలోపల భీష్ముడి పట్ల తన కుమారుడి మనసులో విషబీజాలు నాటింది. పాంచాలరాజు ద్రుపదుడి రాజ్యంలో తలదాచుకున్న అంబ అక్కడే తన కుమారుణ్ణి కన్నది. సంధి ఒప్పందంలో పరశురాముడు, భీష్ముడు వంటి గొప్ప వ్యక్తులు ఒడంబడికలు చేసుకున్నప్పుడు, కొన్నివేలమంది యుద్ధంలో బలైనప్పుడు, ఆ ఘర్షణకి మూలకారణమైన స్త్రీని వాళ్లు మరిచిపోయారు. పరశురాముడి కోరిక నెరవేరింది. భీష్ముడి బ్రహ్మచర్యవ్రత ప్రతిజ్ఞకి భంగం వాటిల్లలేదు. ఆయన వివాహమాడని రాకుమారి ఆమె ప్రియుడివల్ల గర్భవతి అయిందని తరవాత తెలిసింది. పదిసంవత్సరాలపాటు ఆమె భీష్ముడినీ, తన తల రాతనీ తిట్టుకుంటూ పాంచాలదేశంలోనే గడిపింది. చివరికి ఆమె మేడపైనుంచి కిందికి దూకి, ఇంద్రధనుస్సు రంగులు వెదజల్లే జలధార పక్కన, చలువరాతి నేలమీద పడి ప్రాణాలు కోల్పోయినప్పుడు, ఆమె కుమారుడు, ఆమెకి జరిగిన అన్యాయానికి పగ తీర్చుకుంటానని నిశ్చయించుకున్నాడు.

భీష్ముడి శత్రువుల సుదీర్ఘమైన జాబితాకి మరొక పేరు చేరిందని కాదు విదురుడు బాధపడింది. ద్రుపద మహారాజు దత్తు తీసుకున్న ఆ బాలుడు ఒక రాకుమారుడిలాగే పెరిగాడు, కానీ అతను ఆయన కుమారుడు కాడు. అతను ఒక నపుంసకుడు, పేరు శిఖండి. ఏదో ఒకరోజు భీష్ముడి చావుకి తానే కారణమవుతానని అతను ప్రతిజ్ఞ చేశాడు. ఒక నపుంసకుడు ఆయన్ని సవాలు చెయ్యటాన్ని మించిన అవమానం కురు సైన్యాధిపతి భీష్ముడికి ఉండదు. ఆ మహావీరుడికి ఈ వార్త ఎలా తెలియజేయాలో విదురుడికి పాలుపోలేదు.

# 7. పాఠం

సుయోధనుడు ద్రోణుడినే గమనిస్తున్నాడు. వాడి మనసులో భయమూ, కోపమూ ఒకదానితో ఒకటి పోటీ పడసాగాయి. ఈ శిక్షణా తరగతులంటే వాడికి ఇష్టం లేదు, అడవిలో హాయిగా తిరగాలనీ, పక్షులనీ, సీతాకోకచిలుకలనీ చూస్తూ ఆనందంగా గడపాలనీ ఉంటుంది. గత నాలుగేళ్ళుగా ప్రతిరోజూ ఈ చిత్రహింసని అనుభవిస్తున్నాడు. ద్రోణుడు వాడిని అదే పనిగా దుర్భాషలాడుతూ ఉంటే, ఏమీ పట్టనట్టు శూన్యంగా చూస్తూ, మూర్ఖుడిలా కూర్చోవటం మాత్రమే వాడికి గుర్తుండిపోయింది. మొదట్లో సుయోధనుడు తనకి విద్య నేర్పే గురువులని రకరకాల ప్రశ్నలు అడిగేవాడు. ద్రోణుడు రాకముందు రాకుమారులకి శిక్షణ ఇచ్చిన కృపుడు ఏ ప్రశ్నకైనా చిరునవ్వుతో సమాధానం ఇచ్చేందుకు సిద్ధంగా ఉండేవాడు. కానీ ద్రోణుడు వచ్చాక అంతా పూర్తిగా మారిపోయింది.

అన్నిటికన్నా సరదాగా గడిచిన సమయం, ఎప్పుడూ ప్రయాణం చేసే తపస్వి చార్వాకుడు కృపుణ్ణి కలిసేందుకు వచ్చినప్పుడు. వారిద్దరితో గడిపిన సాయంకాలాలు అద్భుతంగా ఉండేవి. సుయోధనుడూ, అశ్వత్థామా, వారిద్దరూ నిరంతరం ఎంతో స్నేహంగా వాదించుకుంటూ ఉంటే చెవులప్పగించి శ్రద్ధగా వినేవారు. వాళ్లందరూ వేగంగా ప్రవహించే నది ఒడ్డున కూర్చునేవారు. చెట్లకొమ్మలమీద గూటికి చేరుకునే కాకులనీ, రోజంతా పనిచేసి ఇంటికి తిరిగివెళ్లే స్త్రీ పురుషులనీ, వారివెంట వచ్చే పశువులనీ చూసేవారు. కొందరు తలలమీద బుట్టలు మోసుకువెళ్తూ ఉంటే, మరికొందరు ఎద్దుబళ్లలో తమ గ్రామం వైపు వెళ్తూ కనబడేవారు. భక్తులు దేవాలయాలవైపు నడిచేవారు, అక్కడ పూజారులు దేవుణ్ణి స్తుతిస్తూ మంత్రాలు వల్లిస్తూ ఉండేవాళ్లు. దేవాలయం మెట్ల దగ్గర బిచ్చగాళ్లు భక్తులు దేవుడి కోసం, పూజారి కోసం తెచ్చే నైవేద్యాలలో కొంత తమకి కూడా దక్కుతుందన్న ఆశతో ఉన్నదానికన్నా దీనంగా కనిపించేందుకు ప్రయత్నిస్తూ ఉండేవారు. మల్లెపువ్వులూ, మిఠాయిలూ, ఉడకబెట్టిన పప్పులూ అమ్మేవాళ్లు ఆ జనం మధ్య దారి చేసుకుంటూ తిరిగేవారు. ఇద్దరు ఆచార్యులూ వాదించుకునే విషయాల గురించి చుట్టూ ఉన్న జీవితం పట్టించుకునేది కాదు. తాత్విక విషయాలూ, దేవుళ్లూ, జనం మనసులోని ఆలోచనలూ, ఇవేవీ లెక్క చెయ్యకుండా జీవితం ముందుకి సాగిపోయేది. కానీ వయసులో పెద్దవారయిన ఆ ఇద్దరు ఆచార్యులూ వాదించుకోవటం విని వినోదించే ఆ పిల్లవాళ్ల ఆనందాన్ని అది అపహరించలేకపోయేది. సుయోధనుడూ, అశ్వత్థామా, వాళ్లకన్నా తక్కువ తెలివితేటలున్న సుశాసనుడు సైతం ద్రోణాచార్యుడి శిక్షణా తరగతులన్నిటికన్నా, అలా గడిపిన సాయంకాలాలనుంచే ఎక్కువ నేర్చుకున్నారు.

* * *

తలమీద హఠాత్తుగా దెబ్బ పడేసరికి సుయోధనుడు తన ఆలోచనల్లోంచి ఒక్క కుదుపుతో వర్తమానంలోకి వచ్చాడు. తోటి విద్యార్థులు నవ్వేసరికి అవమానంతో వాడి చెవులు ఎర్రబడి వేడెక్కాయి.

"ఓరీ, మూర్ఖుడా! ప్రశ్నకి సమాధానం ఏమిటో చెప్పు?" అని కసిరాడు ద్రోణుడు.

సుయోధనుడు అసలు ప్రశ్నే వినలేదు. వాడు నిస్సహాయంగా తన మిత్రుడు, అశ్వత్థామ కేసి చూశాడు. కానీ అశ్వత్థామ రాకుమారుడి చూపులతో తన చూపులు కలపలేదు, నేలవైపు చూస్తూ కూర్చున్నాడు. ఒక్క క్షణం, అశ్వత్థామ తన తండ్రి ప్రవర్తనకి సిగ్గుపడుతున్నాడేమో అని అనుకున్నాడు సుయోధనుడు. అప్పుడు కనబడింది అశ్వత్థామ పెదవులు బిగించి నవ్వు ఆపుకునేందుకు చేస్తున్న ప్రయత్నం. అంత నవ్వు తెప్పించేదేముంది? "నేను ప్రశ్న వినలేదు, ఆచార్యా!" అని సుయోధనుడు అనగానే పిల్లలు ఇంకా గట్టిగా నవ్వారు.

"నువ్వు బుద్ధిహీనుడివనీ, నీ తండ్రిలాగే మంచేదో చెడేదో తెలుసుకోలేని అంధుడివనీ నాకు తెలుసు. కానీ నువ్వు చెవిటివాడివి కూడా అని తెలీదే?" ద్రోణుడు ఈ మాటలు నవ్వుతూనే అన్నా, ఆయన కళ్లల్లో ద్వేషం సుయోధనుడికి కనబడింది. అంత అవమానాన్నీ భరిస్తూ, అన్యాయంగా ద్రోణుడు తనని అనరాని మాటలు అంటూ ఉంటే, మిగతా పిల్లలందరూ నవ్వుతూ ఉంటే సుయోధనుడు ఒంటరిగా నిలబడ్డాడు.

"ఎప్పుడు చూసినా ఆ పనికిమాలిన బ్రాహ్మణులు కృపుడి వెంటా, చార్వాకుడి వెంటా తిరుగుతూ ఉంటావు. అర్చకులని ఎగతాళి చేస్తూ ఆ దుష్టులు తమ నెలవుగా చేసుకున్న ఆ మర్రిచెట్టుకిందే కాలాన్ని గడుపుతూ ఉంటావు. నువ్వు నా కుమారుణ్ణి కూడా తప్పుదారి పట్టించావు. వీధుల్లో తిరుగుతూ, నిషేధాలనీ, అస్పృశ్యతనీ పట్టించుకోవు, ప్రతివాడినీ తాకుతావు, శూద్రుల ఇళ్లల్లో భోజనం చేస్తావు, మురికి వాడల్లోని పిల్లలతో కలిసి ఆడుకుంటావు. నీ మిత్రుడు కృపుడు ఆ సూతుడి కుమారుడు, కర్ణుడికి, బ్రాహ్మణ కర్మలు నేర్పుతున్నాడని నీకు తెలుసా? రామ రామ! కలియుగం సమీపంలోనే ఉన్నట్టుంది. సూతులు గాయత్రీమంత్రం నేర్చుకుంటున్నారు, శూద్రులు అక్షరజ్ఞానం సంపాదించుకుంటున్నారు! కృపుడు, చార్వాకుడు లాంటివాళ్లు అదృష్టం కొద్దీ బ్రాహ్మణులుగా జన్మనెత్తారు. కానీ తమ కర్మఫలాన్ని వృథా చేసుకుంటూ అందరికీ వేదాధ్యయనం నేర్పుతున్నారు. ఈ ప్రపంచం ఎక్కడికెళుతోంది? ఇక నీ విషయం, రాకుమారా, సుయోధనా... కాదు, నిన్ను దుర్యోధనుడని పిలుస్తాను, ఎందుకంటే నీకు అదే తగిన పేరు - ఆయుధాలని ఎలా ఉపయోగించాలో తెలియని వాడు, అడుగులు సవ్యంగా వెయ్యలేనివాడు, మూర్ఖుడు... నీ పూర్వీకులకీ, హస్తినా పురానికీ నీవల్ల అవమానమే తప్ప ఇంకేమీ లభించదు, రాకుమారా!"

ఆ మాటలు విని అందరూ భయంతో నిశ్శబ్దంగా ఉండిపోయారు. కానీ సుయోధనుడు మాత్రం తన గురువుకేసి సూటిగా చూస్తూ, "ఆచార్యా, అవమానానికి కారణమేదీ నాకు కనిపించటం లేదు. నా అంతరాత్మ చెప్పినదాన్నే నేను చేశాను," అన్నాడు.

"దుర్యోధనా, ప్రతి మనిషీ తన ఇష్టం వచ్చినట్టు ప్రవర్తిస్తే ఈ సమాజం చాలా త్వరగా కూలిపోతుంది. అందుకే నియమ నిబంధనలనేవి ఉంటాయి, నిషేధాలుంటాయి. అవన్నీ వేదాలు ఆదేశించినవి. అది మన ధర్మం," అంటూ తన మనసులో కొన్ని వందలసార్లు అభ్యాసం చేసిన ఉపన్యాసం ఇస్తూ ద్రోణుడు అటూ ఇటూ నడవసాగాడు.

సుయోధనుడి గుండె జారిపోయింది. ధృతరాష్ట్రుడి కుమారులకి అందరూ పెట్టిన పేర్లు చాలా వక్రంగా అనిపించి వాడికి కోపంగా తెప్పించాయి. అందరు రాకుమారుల పేర్లూ శుభసూచకమైన 'సు' అనే అక్షరంతోనే ప్రారంభమైనప్పటికీ, వాళ్ళు చిన్నపిల్లలుగా ఉన్నప్పటి నుంచే, వాళ్ళ పరోక్షంలో 'సు'కి బదులు అశుభసూచకమైన 'దుః' అనే అక్షరాన్నే అందరూ ఉపయోగించేవారు. సుయోధనుడి పేరు దుర్యోధనుడుగా, సుశాసనుడి పేరు దుశ్శాసనుడిగా, సుశల పేరు దుశ్శలగా, అలా అందరి పేర్లూ మారిపోయాయి. ద్రోణుడి వ్యంగ్యబాణాలవల్ల ఆ అశుభసూచకమైన పేర్లే నిలిచిపోయాయి.

"ప్రళయం వచ్చి ఈ ప్రపంచం అంతమయేదాకా నీ సమాధానం కోసం నేను వేచి చూడాలా? ఇంకెవరైనా నా ప్రశ్నకి సమాధానం చెప్పగలరా?" అంటూ ద్రోణుడు పాండవుల కేసి చూశాడు. వాళ్ళు ఆత్రుతగా సమాధానం చెప్పేందుకు ముందుకొచ్చారు.

"నాయనా, యుధిష్ఠిరా, నువ్వు చెప్పు సమాధానం."

యుధిష్ఠిరుడు అవలీలగా వేదాలని వల్లెవేస్తూ ఉంటే ద్రోణుడు చాలా శ్రద్ధగా విన్నాడు. సుయోధనుడు ఏమీ వినలేదు. ఎప్పుడూ ద్రోణుడి కోపానికి తానే గురి కావటం వాడికి మనస్తాపాన్ని కలిగించింది. చికాకుతో అక్కడినుంచి వెళ్ళిపోయి కృపుడూ, చార్వాకుడూ చెప్పే మాటలు వినాలనిపించింది. కళకళలాడే వీధుల్లో జీవితాన్ని అనుభవించాలని వాడి మనసు తహతహలాడింది. ఏనాడో మరిచిపోయిన ఈ శ్లోకాలూ, పనికిమాలిన ఆచారకర్మలవల్ల తనకేం ఉపయోగం ఉంది, అనిపించింది.

విద్యార్థులందరూ లేచి నిలబడి బయలుప్రదేశం నుంచి అరణ్యం వైపు నడిచారు. అశ్వత్థామ సుయోధనుడి చెయ్యిపట్టుకు గుంజాడు, కానీ సుయోధనుడు వాడివైపు కోపంగా చూశాడు. వాడి తండ్రి తనని అవమానిస్తున్నప్పుడు వాడు నవ్వు ఆపుకోవటం సుయోధనుడు మరిచిపోలేదు.

"సుయోధనా, నేను కావాలని అలా చెయ్యలేదు, ఆ విషయం మర్చిపో," అంటూ అశ్వత్థామ సుయోధనుడి భుజంమీద చెయ్యి వెయ్యబోయాడు, కానీ వడు ఆ చేతిని తోసేసి ముందుకి నడిచాడు.

ద్రోణుడు వేగంగా అరణ్యంవైపు నడవసాగాడు, పాండవులు ఆయన్ని ఉత్సాహంగా అనుసరించారు. సుయోధనుడు సుశాసనుడికోసం వెతికాడు, కానీ కేకలు పెడుతూ పరిగెత్తు తున్న పిల్లలమధ్య వాడు కనిపించలేదు. అంతటా దుమ్ము లేస్తోంది, సూర్యుడి తాపం పెరిగిపోతోంది.

"మా నాన్న నువ్వు అనుకుంటున్నంత చెడ్డవాడు కాదు," అన్నాడు సుయోధనుడి వెనకే వస్తున్న అశ్వత్థామ.

"అది నాకు అనవసర విషయం," అని ద్రోణుడి కుమారుడిని తప్పించు కునేందుకు సుయోధనుడు నడక వేగాన్ని పెంచాడు. కానీ తన ప్రాణమిత్రుడిపట్ల కసి పెంచుకోవటం తనకు సాధ్యంకాదని వాడికి తెలుసు. అసలు అశ్వత్థామ వాడికి ఉన్న ఏకైక మిత్రుడు. సుయోధనుడు హఠాత్తుగా ఆగిపోయి, "అసలు ఆచార్యులవారు మనని ఎక్కడికి తీసు

కెళ్తున్నారు?" అన్నాడు. తను అలా అనగానే అశ్వత్థామ తన పక్కకి వచ్చి నిలబడటం, వాడిలో ఒత్తిడి తగ్గటం సుయోధనుడు గమనించాడు.

"బహుశా ఆయుధాలని ప్రయోగించటం నేర్పుతారేమో," అన్నాడు అశ్వత్థామ. ఇద్దరూ ఒకరినొకరు నిర్ఘాంతపోయి చూసుకున్నారు. అటువంటి పాఠాలంటే ఇద్దరికీ హడలు. ఎందుకంటే ప్రతిక్షణం గురువుగారు వాళ్ళని పాండవులతో పోలుస్తారు. అర్జునుడు అందరి కన్నా గొప్ప విలుకాడుగా రూపొందుతున్నాడు. ఇతర విద్యార్థులు ఎంత ప్రయత్నించినా అంత నేర్పు చూపించలేకపోతున్నారు. తన కుమారుణ్ణి పొగడటానికి వెనకాడే ద్రోణుడు అర్జునుడి విషయంలో మాత్రం ప్రశంసలని కురిపిస్తాడు.

సుయోధనుడూ, అశ్వత్థామా అక్కడికి చేరుకునేసరికి విద్యార్థులందరూ నేల మీద కూర్చున్నారు, ద్రోణాచార్యుడు కొత్త పరీక్షకి వాళ్ళని సిద్ధం చేస్తున్నాడు. విద్యార్థుల గోల, మధ్యాన్నపు ఎండా సుయోధనుణ్ణి నీరసపెట్టసాగాయి, కానీ పాఠం ముగిసే దాకా అక్కణ్ణించి తప్పించుకునేందుకు లేదు. వాడు చుట్టూ చూశాడు, అరణ్యంలో ఏదో కదలటం వాడికి కనిపించింది. దూరంగా ఉన్న పొద ఒకటి అసహజంగా కదలసాగింది. ఆకుల కదలిక గాలి వీచటం వల్ల కాదని తోచింది. వాడు చాలాసేపు తదేకంగా అటే చూశాడు. ఆ పొద వెనక ఉన్నదేదో మళ్ళీ కదులుతుందని ఎదురుచూశాడు. తూనీగలు ఝుమ్మని అంతటా ఎగరసాగాయి గడ్డిమీద వాలి అంతలో భయపడ్డట్టు ఎగిరిపోతున్నాయి. మళ్ళీ పొద కదలటం సుయోధనుడికి కనిపించింది. నాగుల యోధుడెవరైనా అక్కడ దాక్కోలేదు కదా? హఠాత్తుగా తమమీద దాడి చెయ్యడు కదా? తన తండ్రి నేర్పే పాఠం మీద ధ్యాస పెట్టమని అశ్వత్థామ సుయోధనుణ్ణి రహస్యంగా హెచ్చరించేసరికి, సుయోధనుడు అతికష్టం మీద తన చూపులు మరల్చు కున్నాడు.

నేలమీద ఒక వలయం గీసి, ద్రోణుడు దాని మధ్యలో నిలబడ్డాడు. "నిశ్శబ్దంగా ఉండండి!" అన్నాడు చెయ్యి పైకెత్తి. అంతవరకూ గుసగుసగా మాట్లాడుతున్న విద్యార్థులు మౌనం పాటించారు. "ఈనాడు ఒక ముఖ్యమైన పరీక్ష పెట్టబోతున్నాను. ఎవరు ముందు కొస్తారు?" అన్నాడు ద్రోణుడు.

ఎవరూ కదల్లేదు. అందరు పిల్లవాళ్ళకీ తాము కూర్చున్న నేల ఎంతో ఆసక్తి కరంగా కనిపించినట్టు, కళ్ళు దించుకుని నేలవైపు చూస్తూ కూర్చున్నారు.

"ఎవరూ లేరా... మొట్టమొదట ఈ పరీక్షని ఎదుర్కొనేందుకు ఒక్క విద్యార్థి కూడా సిద్ధంగా లేడా? సరే మంచిది, అలా అయితే నేనే ఎవరో ఒకర్ని పిలవవలసి వస్తుంది," అంటూ ద్రోణుడు అందరినీ పరికించాడు. ప్రతి విద్యార్థీ ఆచార్యుడు తనని పిలవకుండా ఉండాలని ప్రార్థించాడు. "అశ్వత్థామా!" అశ్వత్థామ లేచి నిలబడ్డాడు, మిగిలిన విద్యార్థులందరూ బతుకు జీవుడా అనుకున్నారు. "ఇలా వచ్చి, ఈ వలయంలో నిలబడు. నీ విల్లంబులు తీసుకురావటం మరవద్దు," అన్నాడు ద్రోణుడు.

సుయోధనుడు ధైర్యం చెపుతున్నట్టు తలాడించాడు. అశ్వత్థామ నెమ్మదిగా విల్లూ, అమ్ములపొదీ పట్టుకుని తన తండ్రి గీసిన వలయంలోకి నడిచాడు.

"అటుచూడు," అంటూ దూరాన ఉన్న మామిడిచెట్టుని చూపించాడు. "నీకేం కనిపిస్తోంది?" అని అడిగాడు.

ఇదేమైనా చిక్కుప్రశ్నా? అశ్వత్థామ గుండె వేగంగా కొట్టుకోసాగింది. అక్కడ మామిడి చెట్టు తప్ప ఇంకేముంది చూసేందుకు?

"ఒక మామిడిచెట్టు."

"అంధుడి పుత్రుడితో స్నేహం చేస్తే నీకు ఇంకేం కనిపిస్తుంది? వెళ్లు, వెళ్లి నీ స్థానంలో కూర్చో."

అశ్వత్థామ కూర్చుని సుయోధనుడివైపు చూడకుండా ఉండేందుకు ప్రయత్నించాడు.

సుయోధనుడు కోపంతో రగిలిపోతున్నాడు. ఆచార్యుడు ప్రతిదానికీ అంధుడైన తన తండ్రి ప్రసక్తి ఎందుకు తీసుకొస్తాడు? ఆయన అంధుడు అవటం ఆయన తప్పా? అది శివుడి నిర్ణయం కాదా? ఇక ఈయన అక్కడ చూడమన్నది ఏమిటో? నాగ యోధుడు దాక్కున్న పొదని ఆయన చూశాడా? సుయోధనుడు మామిడిచెట్టు మీద ధ్యాస ఉంచేందుకు ప్రయత్నించాడు. ఆ చెట్టులో అంత ప్రత్యేకత ఏముంది?

"భీమా!"

పర్వతాకారుడైన ఆ పాండవుడు ఎప్పటిలాగే ఏనుగులా నడుస్తూ ఆ వలయం దగ్గరకి చేరుకున్నాడు. ద్రోణుడు కళ్లతోనే ప్రశ్నించాడు.

"చెట్టుకి కొన్ని పండిన మామిడిపళ్లు వేలాడుతూ కనిపిస్తున్నాయి నాకు," అన్నాడు భీముడు. విద్యార్థులందరూ గట్టిగా నవ్వారు.

"చిన్ని రాకుమారుడికి ఆకలిగా ఉన్నట్టుంది!" ద్రోణుడు అలా అనగానే భీముడి ముఖం కొత్తపెళ్లికూతురి ముఖంలా సిగ్గుతో ఎర్రబడింది. "వెళ్లి కూర్చో, నాయనా!" అన్నాడు ద్రోణుడు.

తన సోదరులనీ, పినతండ్రి కుమారులనీ వరసగా ద్రోణుడు పిలుస్తూ ఉంటే సుయోధనుడు ఆ మామిడిచెట్టులోని ప్రత్యేకత ఏమిటా అని చూడసాగాడు. ఏ విద్యార్థీ కూడా గురువుగారికి సంతృప్తికరమైన సమాధానం ఇవ్వకపోయేసరికి చివరిగా గురువు తన పేరు పిలవటం వినిపించింది సుయోధనునికి. వాడు లేచి ఆ వలయం వద్దకి నడిచాడు. వలయాన్ని సమీపిస్తూండగా అవి వాడికి కనిపించాయి, రెండు చిలుకలు చెట్టుపైకొమ్మమీద కూర్చుని ఉన్నాయి. అది వసంతరుతువు, ప్రేమికులకి అనువైన వాతావరణం. ఆ చిలుకలు ఒకదాన్ని ఒకటి ప్రేమించుకుంటూ పొంచి ఉన్న ఆపదని గ్రహించలేకపోయాయి. వాటిని చూడగానే గురువుగారి ప్రశ్న ఏమిటో గ్రహించి సుయోధనుడు హడిలిపోయాడు.

"అక్కడ నీకేం కనిపిస్తోంది?"

"నాకు ప్రేమ కనిపిస్తోంది."

"ఏమిటి, నువ్వేమైనా కవివా? విల్లు ఎక్కుపెట్టి అక్కడ ఏం కనిపిస్తోందో చెప్పు."

"ఆచార్యా, నాకు ప్రాణాలతో ఉన్న రెండు జీవాలు, ప్రేమలో ఐక్యమైన రెండు ఆత్మలు కనిపిస్తున్నాయి. వాటి కళ్లలో పరమానందం, కంఠంలో ఉత్సవోత్సాహం ఉండటం తెలుస్తోంది. వాటిమీద పందిరిలా విస్తరించిన నీలాకాశం ఉంది. వాటి రెక్కలని అల్లల్లాడించే గాలి నన్ను కూడా చల్లగా తాకుతోంది. పండిన మామిడిపళ్ల సువాసన నా నాసికాపుటాలని తాకుతోంది..."

అకస్మాత్తుగా పడిన చెంపదెబ్బకి సుయోధనుడి బుగ్గ కమిలిపోయింది. కాళ్లు తడబడి కింద పడబోయాడు. ద్రోణుడు తనని కొట్టాడని గ్రహించేందుకు వాడికి ఒక్క క్షణం పట్టింది. "మూర్ఖుడా, పనికిమాలిన వెధవా! నన్ను ఎగతాళి చేస్తున్నావురా? నువ్వు రాకుమారుడివి కాబట్టి ఒక పేద బ్రాహ్మణ్ణి వెటకారం చెయ్యవచ్చునా నీ ఉద్దేశం? నిన్ను ఒక యోధుడిగా తీర్చిదిద్దాలని ప్రయత్నిస్తూ ఉంటే, ఆడదానిలా మాట్లాడతావా! నా కళ్లకి కనబడకుండా ఇక్కణ్ణించి వెళ్లిపో!"

అవమానంతో తల వంచుకుని సుయోధనుడు వెనక్కి వెళ్లిపోయాడు. గురువు అన్న కఠోరమైన మాటలు బాధపెట్టాయి. వాడు గురువుని అవమానించాలని ఎంత మాత్రం అనుకోలేదు.

"ఆడది!" అని అరిచాడు భీముడు. పిల్లలందరూ నవ్వారు.

భీముడితో తలపడాలనిపించింది సుయోధనుడికి, కానీవాడు అటువైపు కదిలే లోపల ద్రోణుడు చివరి విద్యార్థిని, అర్జునుణ్ణి పిలిచాడు.

పాండవ మధ్యముడు లేచి వలయం వైపు నడిచాడు. తన ప్రియశిష్యుణ్ణి చూసి ద్రోణుడి ముఖం విప్పారింది. వలయం మధ్యకి చేరుకునేముందు గురువుకి పాదాభివందనం చేశాడు. సుశాసనుడు ఏదో చెడుమాట అనేసరికి కౌరవ పక్షానికి చెందిన పిల్లవాళ్లు కిసుక్కున నవ్వారు. ద్రోణుడు వాళ్లకేసి కళ్లెర్రజేసి చూసేసరికి మౌనం దాల్చారు. విల్లుకి బాణాన్ని సంధించి నిలబడిన అర్జునుడివైపు తిరిగాడు ద్రోణుడు. అస్తమిస్తున్న సూర్యుడు బాణం ములికిని ముద్దుపెట్టుకున్నాడు. అది రక్తవర్ణం సంతరించుకుని ధగధగా మెరిసింది. "చెప్పు నాయనా, అక్కడ నీకేం కనిపిస్తోంది?" అన్నాడు ద్రోణుడు.

"నాకు పక్షికన్ను కనిపిస్తోంది, దాన్నే నేను గురిపెట్టాలి."

"భలే, అర్జునా! దాన్ని ఛేదించు!"

"ఒద్దు..." అని అరిచాడు సుయోధనుడు, కానీ అర్జునుడి బాణం వేగంగా దూసుకుపోయింది. అది దాని కంటినీ, మెదడునీ ఛేదించింది. ఆ తాకిడికి పక్షి కొన్ని అడుగులు గాలిలోకి లేచి, బాణంతోబాటు నేలకొరిగింది.

ఆ గొప్ప విలువిద్యాప్రదర్శన చూసి పాండవులు హర్షధ్వానాలు చేశారు. ద్రోణుడు ఆనందబాష్పాలు రాలుస్తూ తన ప్రియశిష్యుడిని కౌగలించుకున్నాడు. ఆ పక్షుల జంటలోని జీవించి ఉన్న పక్షి హృదయవిదారకంగా విలపించసాగింది. దాని ఆర్తనాదం ఆకాశంలో ప్రతిధ్వనించింది. ఆకాశంలో చెట్టుచుట్టూ ఎగిరి ఎగిరి చివరికి చనిపోయిన పక్షి పక్కనే వాలింది. జతని కోల్పోయినందుకు కీచుగా అరిచే దాని అరుపులూ, చనిపోయిన పక్షిని ముక్కుతో పొడుస్తూ లేపేందుకు అది చేసే ప్రయత్నమూ ఎవరూ పట్టించుకోలేదు. ఒక అంధుడి కుమారుడు తప్ప దాని దీనావస్థని ఎవరూ గమనించలేదు. అర్జునుడి గురితప్పని అస్త్ర నైపుణ్యాన్నీ, విద్యపట్ల శ్రద్ధనీ, ఎప్పుడూ గురిమీదే నిలిచే అతని దృష్టినీ ద్రోణుడు సుదీర్ఘోపన్యాసం ఇచ్చి కొనియాడాడు. ఒక యోధుడికి ఉండవలసిన అతిముఖ్యమైన లక్షణాలు స్థిరమైన లక్ష్యమూ, ఎటువంటి పరిస్థితిలోనైనా విజయం సాధించాలన్న సంకల్పమూ, ఏది ముఖ్యమో దానిమీద మాత్రమే దృష్టి నిలపటమూ, అని అన్నాడు. ఎందుకు అని ప్రశ్నించకుండా, తనకన్నా ఉన్నతస్థానంలో ఉన్నవారు ఆదేశించినప్పుడు అస్త్రాన్ని సంధించటమే ఒక యోధుడి ధర్మం అని వివరించాడు.

సుయోధనుడు ఆయన చెప్పిన మాటలేవీ వినలేదు. తన గురువు కోపంగా పిలుస్తున్నా వినిపించుకోకుండా చనిపోయిన ఆ పక్షి దగ్గరికి నడిచాడు. పక్షి దగ్గరకి చేరుకుంటూ ఉండగా, జతలోని రెండోపక్షి సుయోధనుడివైపు అనుమానంగా చూసింది, గట్టిగా అరిచింది. బహుశా వాణ్ణి శాపనార్థాలు పెట్టిందేమో! సుయోధనుడికి కళ్లనీళ్లు ఆగలేదు. ఆ చిన్నపక్షికి రాకుమారుడి బాధ అర్థమైనట్టుంది. తప్పొప్పుల గురించిన ఆలోచనలవల్ల కృత్రిమంగా మారని వారికి ప్రకృతి అటువంటి తెలివితేటలు ప్రసాదిస్తుంది. అందుకే ఆ పక్షికి ఈ మనిషి తనకి ఎటువంటి హానీ చెయ్యబోడని అర్థమైంది. ధర్మాన్ని కాపాడే యోధుల చేతుల్లో మరణించిన తన తోటిపక్షి కోసం బాధపడుతూ కదలకుండా అక్కడే కూర్చుంది. హస్తినాపుర రాకుమారుడు కాస్త దూరంగా మోకాళ్లమీద వంగి కూర్చున్నాడు. వాడి మనసు దుఃఖభారంతో బరువెక్కింది. చనిపోయిన పక్షి రెక్కలు గాలికి ఎగరసాగాయి. దానిలో ఇంకా ప్రాణం ఉందేమోనని వేచి చూశాడు సుయోధనుడు. కానీ మృత్యువు తను తీసుకున్నదాన్ని తిరిగి ఇవ్వదు. పక్షికే ముందు ఆ విషయం అర్థమై విలపించటం మానేసింది. కానీ రాకుమారుడు మూర్ఖుడు, వాడు వేదాలు సరిగ్గా చదువుకోలేదు. మృత్యువు దుస్తులు మార్చుకోవటం లాంటిదేననీ, ఆత్మ మరణించదనీ వాడికి తెలీదు. ఇంకా అలాగే కూర్చుని ఆ పక్షి కదులుతుందనీ, అప్పుడు తను దాన్ని రాజభవనానికి తీసుకెళ్లి వైద్యం చేసి మళ్లీ ఆరోగ్యం సంపాదించుకునేందుకు సాయం చెయ్యాలనీ ఆశిస్తూ ఉండిపోయాడు. వాడిని అలా అక్కడే వదిలి ద్రోణుడూ, శిష్యులూ విజయోత్సాహంతో రాజభవనంవైపు నడిచారు. ధర్మం ఏది అనే పాఠాన్ని శిష్యుల మనసుల్లో బాగా నాటుకునేలా నేర్పాడు ద్రోణుడు; కనీసం పాండవులు దాన్ని క్షుణ్ణంగా నేర్చుకున్నారు.

సుయోధనుడు మరణించిన ఆ పక్షిని తాకేందుకు చేయి చాపాడు, ఇంతలో ఎవరో పరిగెత్తుకు రావటం వినిపించి ఉలిక్కిపడ్డాడు. ఇద్దరు నల్లరంగు కుర్రవాళ్లు పొదమాటునుంచి వేగంగా వచ్చి, చనిపోయిన ఆ పక్షిని తీసుకున్నారు. పారిపోతున్న ఆ ఇద్దరు నిషాద బాలుళ్లనీ చూసి సుయోధనుడు, "ఏయ్!" అని కేకపెట్టాడు. కత్తి దూశాడు కాని ఒక్క క్షణం తటపటాయించి వెనక్కి చూసేసరికి విద్యార్థులందరూ భవనంవైపు వెళుతూ కనిపించారు. ఆ నిషాదులని వెంబడించటం ప్రమాదకరం. అరణ్యం నిండా నాగుల యోధులు విస్తరించి ఉన్నారు. హస్తినాపుర యువరాజు వాళ్ల చేతికి చిక్కాడంటే ఇంక సర్వనాశనం తప్పదు. అది చాలా మూర్ఖమూ, నిర్లక్ష్యమూ అనిపించుకుంటుంది. కానీ తన జంట పక్షి శవం మీద ఆర్తనాదం చేస్తూ ఎగురుతున్న పక్షి రాకుమారుణ్ణి ముందుకే వెళ్లేట్టు చేసింది. 'నా రక్షణ గురించి లక్ష్యంలేదు నాకు,' అనుకుంటూ దట్టమైన అరణ్యంలోకి వెళ్లి పోయాడు సుయోధనుడు.

* * *

వందలాది అడుగుల ఎత్తున్న చెట్లు అస్తమిస్తున్న సూర్యుడి మసక వెల్తురుని కూడా లోపలికి చొరబడనివ్వటంలేదు. కీచురాళ్ల రణగొణధ్వనీ, కప్పల బెకబెకలూ అతని భయాన్ని ఇనుమడింపజేశాయి. ఆ దొంగలు ఎక్కడా కనబడలేదు. దట్టంగా అల్లుకున్న లతల్లో, తీగల్లో ఎటో మాయమయారు. కొంతసేపటికి రాకుమారుడు తను దారి తప్పానని గ్రహించాడు. పక్షిని చేజిక్కించుకున్న వాళ్లని వెంబడించినందుకు తనను తాను తిట్టుకున్నాడు. పొదలనీ, కిందికి పెరిగిన కొమ్మలనీ కత్తితో నరుకుతూ దారీతెన్నూ లేకుండా ముందుకి సాగాడు.

శోకిస్తున్న చిలుక గొంతుని బట్టి మధ్య మధ్యలో సరైన దారిలో నడవసాగాడు. దట్టమైన చెట్లూ, మొక్కలూ లేని ఒక ఖాళీ ప్రదేశానికి చేరుకునేసరికి చీకటి పడిపోయింది. పక్షి కూడా ఎటో ఎగిరిపోయింది.

అక్కడ ఒక చిన్న మంటా, దానిచుట్టూ ఏడుగురు పిల్లలతో కూర్చున్న ఒక స్త్రీ కనిపించారు. ఆ పిల్లల వయసుల్లో తేడాలున్నాయి. మంటలో లేస్తున్న జ్వాలలు వెలుగు వాళ్ల నల్లటి ముఖాలమీద పడి చూసేందుకు అవి భయంకరంగా కనిపించాయి. చనిపోయిన పక్షిని ఆ మంటలో ఆ స్త్రీ కాలుస్తోంది. పిల్లలందరూ ఎప్పుడు తిందామా అన్నట్టు ఎదురు చూస్తున్నారు. సుయోధనుడు నిర్ఘాంతపోయాడు. ఎంత క్రూరత్వం! ఏమిటీ దారుణం! ఎటువంటి పిశాచాలైతే వీళ్లు ఇలాంటి పనిచేస్తారు? వాళ్లని వెంటనే హస్తినాపురానికి లాక్కెళ్లి శిక్షించాలనిపించింది వాడికి కానీ సుయోధనుడు ఏమైనా చేసే లోపల, ఒక చెయ్యి వాడి భుజం మీద పడి ఆపింది. ఉలిక్కిపడి సుయోధనుడు వెనక్కి తిరిగి, "అశ్వత్థామా!" అన్నాడు. సుయోధనుడి గొంతు విని అక్కడ ఉన్న కుర్రవాళ్లలో అందరికన్నా పెద్దవాడు వీళ్లవైపు చూశాడు. అశ్వత్థామ వెంటనే సుయోధనుణ్ణి అక్కడ దట్టంగా పెరిగిన పొదలమాటుకి నెట్టి, మాట్లాడవద్దని సైగ చేశాడు. నిషాదబాలుడు వాళ్లు ఉన్నవైపు కొన్ని క్షణాలు తదేకంగా చూసి, పక్షి పూర్తిగా కాలిందో లేదో చూసేందుకు లేచాడు. పక్షిని బైటికి తీసి, ముక్కలు కోసి అందరికీ తలా ఒక ముక్కా ఇచ్చాడు.

"ఏకలవ్యా, నాకు పెద్ద ముక్క ఇవ్వాలి, నేనే కదా పక్షిని తెచ్చింది?" అని ఒక చిన్నపిల్లవాడు అరిచాడు.

"ఒరే జరుడా, ఎంత పెద్ద పొట్టరా నీది!" అంటూ తిడుతూ ఏకలవ్యుడు ఒక నలుసంత మాంసం ఆ ముక్కకి జోడించి వాడి చేతిలో పెట్టాడు. ఆకలిగొన్న శునకంలా జరుడు దాన్ని లాక్కుని ఆబగా తినసాగాడు.

నిషాదుల కుటుంబం ఆ పక్షి మాంసాన్ని లొట్టలు వేసుకుంటూ తినటం చూసి సుయోధనుడు అవాక్కయాడు. అందరూ చేతులకి అంటుకున్న మాంసాన్ని నాక్కుంటూ ఉండగా ఏకలవ్యుణ్ణి ఉద్దేశించి, "వేటాడటంలో నువ్వు మరింత నేర్పు సాధించటం బావుంది. ఇది చిన్న పక్షే, కానీ ఏమీ లేనిదానికన్నా ఇది నయమే. పిల్లలు ఆకలితో అలమటించి పోతున్నారు. రేపు ఇంకాస్త పెద్ద జంతువుని చంపటానికి ప్రయత్నించు," అంది ఆ స్త్రీ.

"కానీ వీడు కాదు..." అంటూ జరుడు నోరు విప్పాడు, కానీ ఏకలవ్యుడు ఒక్క తన్ను తన్నేసరికి ఊరుకున్నాడు.

"ఎంత కర్కోటకుడు!" అన్నాడు సుయోధనుడు రహస్యంగా పొదల్లోంచి.

"వాళ్ల గురించి అలాంటిమాట అనద్దు, రాకుమారా! ఆ స్త్రీ ఏమందో వినలేదా? ఎన్నో రోజులుగా వాళ్లు పస్తులుంటున్నారు. ఆకలిబాధ ఎవరిచేతైనా ఇలాంటి పనులే చేయిస్తుంది. అర్జునుడి దృష్టిలో ఆ పక్షి ఒక గురి, అంతే, నీ దృష్టిలో అది ప్రేమ, సౌందర్యం, వీళ్లకి అది ఆహారం."

సుయోధనుడు చాలాసేపటివరకూ మౌనంగా ఉండిపోయాడు. మంట ఆరిపోయి, నిషాదుల కుటుంబం నిద్రపోయాక వాడు చివరికి లేచి నిలబడ్డాడు. అశ్వత్థామ కూడా లేచాడు.

వాళ్లు మళ్లీ రాజభవనానికి చేరుకునే దారి వెతుక్కోవాలి. అశ్వత్థామ పక్కనుంటే అంతక్రితం సుయోధనుడిని ఇబ్బంది పెట్టిన కంగారు మాయమైంది. చెట్ల ఆకుల సందుల్లోంచి చంద్రుడి కిరణాల వెలుగు నేలమీద వలయాలు సృష్టించసాగింది. ఇద్దరు బాలురూ ఆ వెలుతురు వలయాలమీద అడుగులు వేస్తూ భవనం వైపు వెళ్తున్నప్పుడు, సుయోధనుడు, "మన రాజ్యంలో ఈ తెగల పరిస్థితి చాలా విచారకరంగా ఉంది. ఇంతమందికి తినటానికి ఆహారం కూడా లేకపోవటం మనం సిగ్గుపడవలసిన విషయం. ఈ అస్పృశ్యులు ఎంత దుర్భరమైన జీవితాన్ని గడుపుతున్నారు! ఈ లోకంలో ఇంత అన్యాయం ఎందుకుంది? భీష్మ పితామహుడు దీన్ని గురించి ఎటువంటి చర్యలూ తీసుకోడేం? ఈ పనికిమాలిన నిషేధాలనీ, కుల నియమాలనీ చూస్తూ ఉంటే నాకు అసహ్యం వేస్తోంది."

"సుయోధనా, పేదరికం నీ ఇంట్లో ప్రవేశించేముందు తలుపుతట్టి నీకులం ఏమిటని అడుగుతుందా? మా తండ్రికి ఈ కొలువులో స్థానం దొరక్కముందు మేమెంత పేదగా జీవించామో ఊహించగలవా? ఇక్కడికి రాకముందు నేనెప్పుడూ పాలు ఎలా ఉంటాయో చూడలేదు. ఒకసారి నా మిత్రులు పిండి నీళ్లలో కలిపి పాలని చెప్పి నన్ను ఆట పట్టించారు. పాలు అలాగే ఉంటాయి కామోసు అనుకుని నేను దాన్ని తాగాను. నిజమే తక్కువ కులాల పరిస్థితి ఏమీ బాగాలేదు, కానీ ప్రతి కులంలోనూ నిరుపేదరికం ఉంది. కొద్దిమంది దగ్గరే సంపద, అధికారం, సౌకర్యాలూ ఉన్నాయి. ఎక్కువమంది జీవితాలు కష్టంగానే గడుస్తున్నాయి."

"నాకు ఇదంతా రోతగా ఉంది."

"అయితే దీన్ని మార్చు, మిత్రమా! ఎంతైనా ఒకరోజు ఈ రాజ్యానికి నువ్వే రాజువి కాబోతున్నావు. అప్పుడు కూడా నీలో ఇలాంటి తీవ్ర భావాలే ఉంటాయని ఆశిస్తున్నాను. ఎంతో గొప్ప నీతివర్తనులని కూడా అధికారం భ్రష్టులని చేస్తుంది."

"నేను రాజయాక ఈ వ్యవస్థని పూర్తిగా మార్చివేస్తాను. నిజంగా... ఏయ్, ఎవరది? నీకు కనిపిస్తున్నాడా?"

ఎవరో ఒంటరిగా వాళ్లవైపుకే వస్తున్నాడు. అశ్వత్థామా, సుయోధనుడూ వెంటనే చెట్టుచాటున దాక్కున్నారు. చంద్రుడికి మబ్బులు అడ్డం వచ్చాయి, దగ్గరకు వచ్చే వ్యక్తి ముఖం చీకట్లో కనిపించటం లేదు. అతను వాళ్లని సమీపించేసరికి ఇద్దరూ కత్తులు దూసి, చెట్టుచాటు నుంచి ఇవతలికి దూకి, "ఆగు!" అని అరిచారు.

మరుక్షణం ఆ వ్యక్తి కూడా కత్తి దూశాడు. అదే సమయంలో చంద్రుడు మబ్బుల చాటునుంచి బైటికి వచ్చాడు. "ఏయ్! నువ్వు ఆ రథసారథి కుమారుడివి కదూ?" అన్నాడు సుయోధనుడు వాణ్ణి అక్కడ చూసి.

"రాకుమారా! సరిగ్గా గుర్తుపట్టావు. నేనే వసుసేనుడిని, కర్ణుడిని. మీ తండ్రిగారి దయవల్లే మా తండ్రికి రథసారథిగా పని దొరికింది. రాధా, అధిరథుడూ నా తలి దండ్రులు.

"ఇంత రాత్రివేళ ఇక్కడికి రావటానికి కారణం?"

"నేను... నేను... నేను దక్షిణ దేశానికి తీర్థయాత్రకి వెళ్తున్నాను."

"తీర్థయాత్రకా? తీర్థయాత్రలు చేసేంత వయసుందా నీకు? మరి దక్షిణ దిశగా ఏ ప్రాంతానికి వెళ్తున్నావు?"

"ఆఁ... రామేశ్వరం, గోకర్ణం, ముచిరపట్నం, మధుర, శ్రీశైలం, కాళహస్తి... మా గురువుగారు నన్ను తీర్థయాత్రలు చెయ్యమన్నారు," అన్నాడు కర్ణుడు వాళ్లిద్దరి వైపూ సూటిగా చూస్తూ.

"కృపాచార్యులవారు నిన్ను తీర్థయాత్రలు చెయ్యమని చెప్పటం ఏమిటో విచిత్రంగా ఉంది. కానీ నీ యాత్ర సుఖంగా సాగుగాక, మిత్రమా! అక్కణ్ణించి వెనక్కి వచ్చాక నన్ను కలువు," అన్నాడు సుయోధనుడు.

కర్ణుడు వంగి నమస్కరించి, వెనక్కి తిరిగి చూడకుండా ముందుకి నడిచాడు. అతను చేరుకోవలసిన గమ్యం చాలా దూరంలో ఉంది. సుదీర్ఘమైన ప్రయాణం చేసిగాని అక్కడికి చేరుకోలేడు. పరశురాముడి రాజ్యం దక్షిణ ప్రాంతపు కొసన, నైరుతి దిశలో ఉంది. ఆరునెలలు మండే ఎడారులనీ, ఎత్తైన పర్వతాలనీ, ఉరకలెత్తే నదులనీ దాటి కష్టపడి ప్రయాణం చేసిగాని అక్కడికి చేరుకోవటం సాధ్యం కాదు. యక్షులూ, కిరాతులూ, నిషాదులూ, నాగులూ, గంధర్వులూ, వానరులూ వంటి ప్రమాదకరమైన తెగలెన్నో దారిలోని అరణ్యాల్లో ఉంటున్నాయి. ఒక కౌమారదశలోని బాలుడు అటువంటి ప్రయాణం చేపట్టటం ఎంతో అపాయకరం. కానీ కర్ణుడు దృఢంగా అడుగులు వేస్తూ వెళ్లటం చూసి, ఈ లోకంలో ఏదీ వాణ్ణి ఆపలేదని అనుకున్నాడు సుయోధనుడు. హస్తినాపుర యువరాజూ, అశ్వత్థామా చూస్తూ ఉండగానే కర్ణుడు చెట్లలోకి మాయమయాడు.

"అశ్వత్థామా, కర్ణుడు వెనక్కి వచ్చేస్తాడని అనిపిస్తోంది నాకు. వాడు అర్చక పదవి చేపట్టడు. వాడి హావభావాలు చూస్తేనే నాకా విషయం తెలిసిపోతోంది. ఎంత హుందాగా, ఆత్మవిశ్వాసంతో నడిచిపోతున్నాడో! ఇది కృపాచార్యుడు ఆడుతున్న ఆట."

"అలా కలలు కంటూ ఉండు, మిత్రమా!" అని అశ్వత్థామ నవ్వాడు. మళ్లీ తనే, "పద కాస్త వ్యాయామం చేద్దాం. ఒక పేద బ్రాహ్మణ బాలుడితో సమానంగా ఈ రాకుమారుడు పరిగెత్తగలడో లేదో చూద్దాం," అని అశ్వత్థామ వేగంగా రాజభవనం వైపు పరుగు లంకించుకున్నాడు. అలా పరిగెత్తుతూ గట్టిగా కేకలు పెడుతూ, నిద్రపోతున్న పక్షులని చెదరగొడుతూ ఉంటే, అవి చెట్లమీద భయంకరంగా అరవసాగాయి. సుయోధనుడు హాయిగా నవ్వుతూ వాణ్ణి వెన్నంటి పరిగెత్తటం మొదలుపెట్టాడు.

# 8. నాగలి పట్టిన రాముడు

శీతాకాలం సమీపించేసరికి కర్ణుడు ఎడారి దాటి ప్రాచీన పవిత్ర నగరం, ప్రభాసానికి చేరుకున్నాడు. అతనివెంట ఇంకా కొంతమంది వర్తకులు కూడా అక్కడి దాకా ప్రయాణం చేశారు. కృపాచార్యుడు నేర్పిన బ్రాహ్మణ ఆచారకర్మలు కర్ణుడికి బాగా ఉపయోగపడ్డాయి. సత్రాలూ, ఆలయాలూ మంత్రం వేసినట్టు తలుపులు తెరిచి అతనికి స్వాగతం పలికాయి. అతను ధరించిన యజ్ఞోపవీతం ఉచితంగా భోజనవసతి కల్పించింది. ధనవంతులైన వర్తకులూ, రాకుమారులూ అతనికి వంగివంగి నమస్కరించారు. తను చేస్తున్న ఈ మోసం కర్ణుడిని తరచు బాధపెట్టేది. తాను సూతుడిననీ, వాళ్లు అనుకుంటున్నట్లు సద్బ్రాహ్మణుణ్ణి కాదనీ ఎలుగెత్తి చాటుకోవాలని అనిపించేది. కానీ తిండికి కరువువల్లా, నిజం చెబితే తనకి పని దొరకదన్న భయంవల్లా కర్ణుడు నోరెత్తలేదు. అతను పరశురామక్షేత్రానికి చేరుకోవలసి ఉంది. బ్రాహ్మణుడంటే కేవలం బ్రాహ్మణకులంలో పుట్టినవాడు కాదనీ, జ్ఞానార్జనకోసం ప్రయత్నించే వాడనీ కృపుడు చెప్పాడు కదా? తను జ్ఞానాన్ని సంపాదించుకునే ప్రయత్నంలో ఉన్నాడు కాబట్టి బ్రాహ్మణుడినని చెప్పుకుంటే తప్పేం లేదు. ఎదురుతిరిగి మనసుని కాల్చేస్తున్న అంతరాత్మ నోరు మూయించేందుకు కర్ణుడు తన గురువు మాటల్ని గుర్తుచేసుకున్నాడు.

ప్రభాస నగరంలో కర్ణుడు కొన్ని వారాలు గడిపి యమునానదీ మైదానప్రాంతం నుంచి వలస వచ్చిన పశువుల కాపరులని గమనించాడు. వాళ్లు యాదవులు, మధురానగరం నుంచి పారిపోయి వచ్చినవారు. వారి రాజ్యాన్ని మగధ సామ్రాట్టు, జరాసంధుడు ఆక్రమించుకున్నాడు. ప్రభాసనగర పరిసరాల్లో యాదవులు సోమనాథ దేవాలయం సమీపంలో నివాసం ఏర్పరచుకున్నారు. కానీ ప్రస్తుతం అక్కడినుంచి వెళ్లిపోయే ఆలోచనలో ఉన్నారు. ఆలయ సమీపంలో యాదవ నాయకుడు నిర్వహిస్తున్న అన్నదానానికి ఇతర బ్రాహ్మణులతోపాటు కర్ణుడికి కూడా ఆహ్వానం అందింది. అతను వెళ్లేందుకు సందేహించాడు, తను మోసగాడినని కనిపెట్టేస్తారేమోనని భయపడ్డాడు. తను సూతుడని తెలిసిపోయి, తనకన్నా పైకులంవారితో కలిసి భోజనం చేశాడని ఎవరికైనా తెలిస్తే తనకి చావు మూడుతుంది. కానీ నిరాకరించే మార్గం కనబడక, అందరితోబాటు వెళ్లక తప్పలేదు.

యాదవులు వచ్చి బ్రాహ్మణుల కాళ్లు కడుగుతున్నప్పుడు కర్ణుడు సామాన్యంగా ఉండేందుకు ప్రయత్నించాడు. కాళ్లు కడిగిన మట్టినీళ్లని పవిత్రంగా భావించి అక్కడికి వచ్చినవారందరూ తమ తలలమీద జల్లుకున్నారు. ఆ తరవాత బ్రాహ్మణులందరినీ ఒక పెద్ద గదిలోకి ఆహ్వానించారు. అక్కడ నేలమీద అరటి ఆకులు పరిచి ఉన్నాయి. భోజనం చేసేముందు

అక్కడికి వచ్చిన వందలాది బ్రాహ్మణులతోబాటు కర్ణుడు కూడా మంత్రాలు చదువుతూ ఉన్నప్పుడు, అతనికి తనకన్నా వయసులో కొన్ని సంవత్సరాలు పెద్దవాడైన ఒక నల్లటి యువకుడు కనిపించాడు. తన నొక్కుల జుట్టులో నెమలీక తురుముకుని, మెడలో బంతిపూల మాల వేసుకుని ఉన్న ఆ యువకుడు సొగసుకాడిలా, అందంగా ఉన్నాడు. పసుపుపచ్చని దుస్తులు వేసుకుని, అందరికీ స్పష్టంగా కనిపించేలా ఒక వెదురు మురళిని నడుముకున్న పట్టీలో దోపుకుని ఉన్న ఆ యువకుడు ఎంతో స్నేహంగా, ఆత్మవిశ్వాసంతో మెలగటంవల్ల అతనిలోని ఆకర్షణ ఇంకాస్త పెరిగింది. కానీ అతన్ని చూసి కర్ణుడు ఇబ్బందికి గురయాడు. ఆ యువకుడిలో కొట్టొచ్చినట్టు కనబడే ఉత్సాహం చూస్తే అతని చూపులకి చిక్కకుండా ఏ విషయాన్నైనా దాచటం అసాధ్యమనిపించింది కర్ణుడికి. తను ప్రమాదకరమైన వ్యక్తి సమక్షంలో ఉన్నానని అనిపించింది. కానీ అక్కడ ఉన్నవారిలో అటువంటి ఇబ్బంది కలిగింది ఒక్క కర్ణుడికి మాత్రమే. ఆ యువకుడు అందర్నీ ఆకట్టుకుంటూ, తియ్యగా, చమత్కారంగా మాట్లాడుతూ ఉంటే అందరూ అతని నోటివెంట వచ్చే ప్రతిమాటనీ ఆస్వాదిస్తూ, అతని ఛలోక్తులు విని అట్టహాసం చేస్తూ ఆనందిస్తున్నారు. 'నేను రహస్యాన్ని దాస్తున్నందువల్లే నాలో అపరాధభావం తలెత్తు తోందేమో,' అనుకున్నాడు కర్ణుడు. ఈ దురవస్థ త్వరగా సమసిపోతే బావుండునని ప్రార్థించాడు.

"ఎందుకు నాయనా, నీకంతగా చెమటలు పోస్తున్నాయి?" అని అడిగాడు. కర్ణుడి పక్కనే కూర్చున్న ఒక వృద్ధ బ్రాహ్మణుడు. కొంతకాలంగా ఆయన కర్ణుడితో కలిసి ప్రయాణం చేస్తున్నాడు. తన అంగవస్త్రంతో కర్ణుడి శరీరాన్ని విసురుతూ, జ్వరమేమైనా తగిలిందా అని అతని నుదుటిని తాకి చూశాడు.

"ఏమీ లేదు, స్వామీ!" అన్నాడు కర్ణుడు వెంటనే, ఆ బ్రాహ్మణుడు చూపిస్తున్న సానుభూతికి కలతచెందుతూ. నల్లటి యువకుడు తమవైపే రావటం చూసి కర్ణుడు కంగారు పడ్డాడు. భోజనం చెయ్యటం ఆపాడు. తన ఛాతీలోపల గుండె దడదడలాడటం అతనికి తెలిసివచ్చింది.

ఆ నల్లటి యువకుడు కొద్ది అడుగుల దూరంలోకి వచ్చేసరికి, కర్ణుడికి తన గుట్టు బట్టబయలైందన్న నమ్మకం కలిగింది. ఇంతలో ఒక గంభీరమైన గొంతు ఆ గదిలో వినిపించింది, "నమస్కారం, పండితోత్తములారా! మీ రాక మాకెంతో గౌరవ కారణం."

ద్వారం దగ్గర చేతులు జోడించి నిలబడిన నిలువెత్తు వ్యక్తివైపు అందరూ తలలు తిప్పి చూశారు. ఆయన తెల్లని దుస్తులు ధరించి ఉన్నాడు. విశాలమైన ఆయన భుజాలు కండలు తిరిగి ఉన్నాయి. వంకులు లేకుండా ఉన్న కేశాల్ని ఆయన గట్టిగా ముడివేసి నుదుటికి కుడిభాగాన పైన కట్టుకున్నాడు. ఆయన వ్యక్తిత్వం శక్తితో, అధికారంతో, హుందాతనంతో నిండి ఉంది. కానీ వీటన్నిటికన్నా ఆయన్ని ప్రత్యేకంగా నిలబెట్టినది ఆయన చిరునవ్వు. ఆ కళ్లలో కనిపించిన దయనీ, కరుణనీ కర్ణుడు ఇంతకుముందెన్నడూ, ఎక్కడా, ఎవరిలోనూ చూడలేదు. ఆ కళ్లు వినోదంతో కొంటెగా మెరుస్తున్నాయి.

"కృష్ణా, ఇక్కడేం చేస్తున్నావు? రా! వచ్చి నాతోబాటు అతిథిసత్కారం చెయ్యి," అని ఆయన అనగానే ఆ నల్లటి యువకుడు ఆయనవైపు వెళ్లాడు. అతని కళ్లలో ప్రశ్నిస్తున్నట్టు ఉన్న చిరునవ్వు చెరగలేదు, అలాగే అతని చూపులు కర్ణుడిమీదనుంచి వైదొలగలేదు. కర్ణుడి ఆకలి

ఎప్పుడో చచ్చిపోయింది. ఆకులో భోజనాన్ని అలాగే వదిలి అతను లేచాడు. చేతులు కడుక్కునేందుకు బైటికి వెళ్లేసరికి, కృష్ణుడు తన పక్కనే వచ్చి నిలబడటం కనిపించింది. కృష్ణుడు చేతులు కట్టుకుని నవ్వుతూ నిలబడి ఉన్నాడు. కర్ణుడు హఠాత్తుగా ఆగాడు. అతని భయం ఎటో పారిపోయింది. అతని రహస్యం వెల్లడయింది, పరిణామాలని ఎదుర్కొనేందుకు సంసిద్ధుడయాడు.

"ఎవరు తమ్ముడూ, నువ్వు?" అని అడిగాడు కృష్ణుడు.

"వసుసేనుడిని, కర్ణుడిని."

"ఓహో! నీ కులం ఏది?"

కర్ణుడు సమాధానం చెప్పలేదు, కానీ 'అది అంత అవసరమా?' అని గొంతు చించుకుని అరవాలనిపించింది. ఎప్పుడూ మనసులో తలెత్తే నిస్పృహా, చికాకూ పెరగసాగాయి. తను చేసిన ప్రయత్నాలన్నీ వృథా అయాయి. పడిన కష్టాలూ, శ్రమా, గంగా నదిలో చలికి వణుకుతూ నిలబడిన ఉదయాలూ, అలా నిలబడి కృపుడి దగ్గర నేర్చుకున్న గాయత్రీమంత్రం, వేదాలూ, అన్నీ ఎందుకూ కొరగాకుండా పోయాయి. తన పేరులో ఉన్న కులం వల్ల, తనలో ఎంత ప్రతిభ ఉన్నప్పటికీ, ఇంకా కష్టపడి నేర్చుకోవాలన్న తపన ఇతరులకన్నా ఎన్నోరెట్లు ఎక్కువగా ఉన్నప్పటికీ, ప్రయోజనం మాత్రం శూన్యం.

తాను కేవలం ఒక సూతుడినని కర్ణుడు సమాధానం చెప్పేలోపల ఇంతకు ముందు ఖంగుమని పలికిన గంభీరమైన గొంతు మళ్లీ వినిపించింది, "ఇక్కడున్నావా కృష్ణా? అందరూ నా ప్రియసోదరుడు వేణువు వాయిస్తే వినాలని వేచి చూస్తూ ఉంటే, ఇక్కడ నిలబడి కబుర్లు చెపుతున్నావా? ఈ బ్రాహ్మణ పండితుడికి వినోదం కలిగించే అవకాశం ఇస్తావా నాకు?"

"కానీ, సోదరా, బలరామా..."

కృష్ణుడు అభ్యంతరం చెబుతూ ఇంకా ఏమైనా అనేలోపల, బలరాముడు కర్ణుడి చెయ్యి పట్టుకుని అక్కణ్ణించి నిష్క్రమించాడు. యాదవ నాయకుడితో సమానంగా నడవటానికి కర్ణుడు కష్టపడ్డాడు. బలరాముడు తల వెనక్కి తిప్పి, "కృష్ణా, నీకు అన్నిటి కన్నా బాగా వచ్చిన విద్యని ప్రదర్శించు. పరిపాలనకి సంబంధించిన విషయాలు యాదవసభకి వదిలెయ్యి, నాయనా!" అన్నాడు.

* * *

తన సోదరుడు కర్ణుణ్ణి తన మందిరంవైపు లాక్కెళుతూ ఉంటే, కృష్ణుడు తల అడ్డంగా ఆడిస్తూ వినోదంగా అటే చూస్తూ నిలబడ్డాడు. బలరాముడికి తనేం చేస్తున్నాడో తెలుసా? 'ఇలా నడమంత్రపు సిరి పొందినవాళ్లు సమాజాన్నీ, రాజ్యాన్నీ ధ్వంసం చేస్తారు. భావోద్వేగాలలో కొట్టుకుపోయే స్త్రీపురుషులు, తమ ఇంద్రియాలు చెప్పినట్టు వింటూ, తార్కికమైన ఆలోచనలు లేకుండా అందరినీ సర్వనాశనం చేసేస్తారు. అందరికీ వారివారి స్థానం నిర్దేశించబడి, చతుర్వర్ణాల వ్యవస్థ ఉన్నప్పుడే సమాజం సుస్థిరంగా ఉంటుంది,' అనుకున్నాడు కృష్ణుడు.

అంత సామర్థ్యంగల వ్యవస్థని నిర్మించి, సుస్థిరమైన సమాజాన్ని సృష్టించేందుకు చేసిన ప్రయత్నాన్ని కృపుడూ, చార్వాకుడూ ఎందుకు వ్యతిరేకిస్తున్నారో కృష్ణుడికి అర్థం కాలేదు. చతుర్వర్ణ వ్యవస్థలో ప్రతి వ్యక్తీ తన కులాన్నీ, ధర్మాన్నీ తెలుసుకుంటాడు. తద్వారా జీవితంలో

తను పయనించవలసిన మార్గం ఏదని అతనికి తెలుస్తుంది. రథసారథుల కులంలో జన్మించినవాడు ఆ వృత్తిలో నైపుణ్యం సాధించి తనకి వీలైనంత ఎత్తుకి ఎదగవచ్చు. చిన్నప్పటినుంచే అతనికి తన కులవృత్తి అబ్బుతుంది. ఎవరైనా తనతో పోటీ చేస్తారన్న భయం ఉండదు. అతని జీవనోపాధికి ఎటువంటి ప్రమాదమూ ఉండదు. ఇతర వృత్తుల్లో కూడా ఇటువంటి సదుపాయాలే ఉంటాయి. వ్యాపారమైనా, ఆలయంలో అర్చకుడి వృత్తి అయినా, వైద్యవృత్తి అయినా అంతే. తమకి ఎంతమాత్రం ఉపయోగపడని వృత్తుల్లో నేర్పు సంపాదించేందుకు స్త్రీపురుషులు విలువైన తమ జీవితకాలాన్ని వ్యర్థం చెయ్యలేదు. దానికి బదులు తమ కులవృత్తిలోనే వాళ్ళు నైపుణ్యం సాధించారు.

మరి ప్రత్యామ్నాయం లేదా? అందరూ తమకి ఇష్టమైన వృత్తి నేర్చుకుని మనుగడకోసం ఒకరితో ఒకరు పోటీ చేస్తూ, మృగాలలాగ జీవించటమేనా? అటువంటి సమాజాలు నిలబడలేవు. సామాజిక వ్యవస్థని కాపాడేందుకు శ్రీమహావిష్ణువే స్వయంగా సృష్టించినది చతుర్వర్ణం. 'నేను ఈ లోకంలో జన్మించినది దీన్ని కాపాడేందుకే అనే కల ఎందుకు ఎప్పుడూ నాకు వస్తూ ఉంటుంది? బహుశా నేను విష్ణువు అవతారాన్నేమో. మునులు ఏనాడో విష్ణువు ఈ లోకంలో అవతారం ఎత్తుతాడని చెప్పనే చెప్పారు,' అనే ఆలోచన రాగానే కృష్ణుడికి నవ్వు వచ్చింది, "నేను విష్ణువుని, ఈ లోకాన్ని కాపాడేందుకు వచ్చాను," అన్న ఆలోచన అందంగా అనిపించింది. ఎందుకు కాకూడదు? ఈ లోకంలో ధర్మాన్ని నిలబెట్టేందుకే నేను వచ్చాను. కులధర్మాన్ని పాటించినప్పుడు గ్రామీణ జీవితం ఎంత బావుండేది! రాధ, నా మొట్టమొదటి ప్రియురాలు. ఇప్పుడెక్కడున్నావు? ఈ మాటలు కృష్ణుడు పైకే అన్నంత పని చేశాడు. వెంటనే తల విదిల్చి, వ్యంగ్యంగా నవ్వాడు. 'నాకు భావోద్వేగం కలుగుతోందా? ఎన్నటికీ అలా జరగదు. ఆదర్శ పురుషుడి లక్ష్యం స్థితప్రజ్ఞత, అంటే పరిస్థితి ఎటువంటిది అయినప్పటికీ తటస్థంగా ఉండగలగటం. అన్ని వేళలా – పుట్టుకలోనూ, మరణంలోనూ, ప్రేమ, యుద్ధం, శాంతిలాంటివి చుట్టుముట్టినా చలించకపోవటం. తామరాకు మీద నీటిబొట్టులా ఈ లోకంలో జీవించటం, ఫలితాలని ఆశించకుండా కర్తవ్య నిర్వహణ చేస్తూ, విజయం, అపజయం లాంటి వాటిని లెక్కచెయ్యకుండా ఉండటం. అదే జీవిత పరమార్థం!'

ధర్మం కోసం కొందరు ప్రాణాలు కోల్పోవలసి రావటం దురదృష్టకరం. వారిలో కొందరు సజ్జనులు, కానీ దారితప్పినవాళ్ళు. కృష్ణుడు హస్తినాపుర యువరాజు గురించి ఆలోచించాడు. సుయోధనుడిది విశాలహృదయం, కానీ మూర్ఖుడైనందువల్ల సమాజంలో అలజడి సృష్టిస్తున్నాడు. ఈనాడు తాను కలుసుకున్న 'బ్రాహ్మణ' యువకుడు కూడా అలా దారితప్పినవాడే. ఆ మూర్ఖుడు ఒక్కక్షణంపాటు కూడా తనని మోసగించలేకపోయాడన్న ఆలోచన రాగానే కృష్ణుడి పెదవులమీదికి చిరునవ్వు వచ్చింది. కర్ణుడు సూతకులంలోనే అందరికన్నా మిన్నగా ఎదిగి ఉండవలసింది, అలా కాకుండా ఇంకేదో అవాలని ప్రయత్నిస్తున్నాడు. దీనివల్ల అతను గొప్ప సమస్యని సృష్టించబోతున్నాడు అన్న విషయం కృష్ణుడికి తెలుసు. అతని జీవితం ఎంత వ్యర్థం! భీష్ముడు కూడా నిజంగా కులీనుడైన పురుషుడే, కానీ ఆయనా తప్పుదారి పట్టాడు. వ్యవస్థకి ఎదురుతిరగదల్చుకుంటే వర్ణ సమానత్వంకోసం పోరాడాలి, అంతేగాని కుల సంకరం చెయ్యకూడదు. దానివల్ల అల్లకల్లోలం సృష్టించబడుతుంది. స్వయానా తన సహోదరుడు, బలరాముడు కూడా పశుపాలన చేసుకునే యాదవులని వాళ్ళ కుల ధర్మాన్ని అనుసరించనీయకుండా ప్రస్తుత వ్యవస్థకి హానిచేసే పనులన్నీ చేపట్టాడు. పశులకాపరుల చేత వ్యవసాయమూ,

వర్తకమూ చేయించేందుకు ప్రయత్నిస్తున్నాడు. ఇదంతా వెళ్లి ఏ విపత్తులో అంతమవుతుందో! 'యుద్ధమొక్కటే దీనికి పరిష్కారమేమో!' అన్న ఆలోచనలో మునిగిపోయాడు కృష్ణుడు విచారంగా. యుద్ధం వెంట మృత్యువూ, వినాశమూ తోడుగా వస్తాయి, కానీ వేరే మార్గం లేదు. 'జీవితం, మృత్యువు! రెండూ ఒకే నాణేనికి రెండు పార్శ్వాలు. అసలు మృత్యువు అనేది ఉందా? ఆత్మ మరణిస్తుందా? లేదు, ఆత్మ శాశ్వతం, తుది మొదలు లేనిది. ఆత్మ! పరమాత్మ తాలూకు విశ్వాత్మలో ఒక భాగం.

ఆ పరమాత్మ తాలూకు సజీవ వ్యక్తీకరణే జీవితం. అదే నిర్జీవరూపం దాలిస్తే మృత్యువు అవుతుంది. ఆత్మ అలాగే ఉంటుంది, లయకి అనుగుణంగా ఈ విశ్వం రూపాలు మాత్రం మారుతూ ఉంటాయి. మృత్యువు నుంచి జీవితానికీ, జీవితం నుంచి మృత్యువుకీ నిర్జీవ, సజీవాలు చేసే నాట్యం, విశ్వశక్తికి సంబంధించినది. ఇది ఒక శాశ్వత పరిభ్రమణం! ఈ విశాల విశ్వంలో కొందరు జీవించి, మరికొందరు మరణించినంత మాత్రాన నష్టం ఏముంటుంది? ఈ విశ్వం కాలాతీతమైనది, తుది మొదలు లేని అనంత విశ్వం ఏనాటినుంచో ఉంది, ఇంకా ఎంతోకాలం ఉండబోతోంది! ఎవరు చనిపోతారో, ఎవరు జీవించి ఉంటారో అది లెక్కచేస్తుందా? మరి అలాంటప్పుడు మనుషులకి యుద్ధం అన్నా, మరణం అన్నా అంత భయం దేనికి? ఈ విశ్వానికి ఒక లయ ఉన్నట్టే, సమాజానికీ, జీవితానికీ కూడా లయ ఉండాలి. సుయోధనుడి వంటి వాళ్లు ఈ లయకి అడ్డుపడుతున్నారు, లయ సవ్యంగా సాగక తాళం తప్పుతోంది. ఈ యువకుడు కూడా ఒక సమస్యగా మారబోతున్నాడు. ఎంతో బాధాకరమైనప్పటికీ కొందరు చనిపోక తప్పదు. ఒక యుద్ధం, అంతా సర్వనాశనం అయేట్టు జరిగే యుద్ధం, ప్రస్తుత అవసరం. అది నా బరువు, బాధ్యత, కర్తవ్యం నా ధర్మం. అనాలేమో, పర్యవసానాలని గురించి విచారించకుండా నా ధర్మాన్ని నేను నెరవేర్చాలి.

'ఎక్కడికి పారిపోతున్నావు, కర్ణా? చివరికి నువ్వు నా ఎదుటికి రాక తప్పదు,' అనుకుంటూ కృష్ణుడు తనలో తాను నవ్వుకున్నాడు.

"కృష్ణా, సభలో అందరూ నీకోసం వేచి ఉన్నారు," అంటూ ఒక యాదవుల పెద్ద వచ్చి కృష్ణుడి భుజాన్ని తాకాడు.

కృష్ణుడు చిరునవ్వు నవ్వి, వేణువు తీసుకుని సభవైపుకి నడిచాడు. అతను లోపలికి రాగానే అందరూ లేచి నిలబడి హర్షధ్వానాలు చేశారు. వాళ్ల ఎదుట నిలబడి కృష్ణుడు నవ్వుతూ మృదంగం వాయించేవారివైపు చూశాడు. వాళ్లు మృదంగాలు శృతి చేసుకుంటూ సిద్ధం అవుతున్నారు. కొద్దిసేపట్లోనే అతని సంగీతం శ్రోతలని మంత్ర ముగ్ధులని చేసి మరో లోకానికి తీసుకెళ్లింది. అక్కడ కేవలం సౌందర్యం, ప్రేమ తప్ప ఇంకేమీ లేదు. వాస్తవ ప్రపంచం కదలకుండా మంత్రించినట్టు ఆగిపోయింది.

* * *

కర్ణుడు నిలువెల్లా వణికిపోతూ యాదవ నాయకుడి ఎదుట నిలబడ్డాడు. బ్రాహ్మణుడని అబద్ధం చెప్పినందుకు ఆ శక్తిమంతుడు తనకి మరణశిక్ష విధించి నట్టయితే ఎదురుతిరగాలని కర్ణుడు నిర్ణయించుకున్నాడు. లీలగా వినిపించే సంగీతాన్ని వినకుండా ఉండేందుకు ప్రయత్నించాడు.

"కూర్చో, మిత్రమా!" అన్నాడు బలరాముడు చేత్తో సైగ చేస్తూ.

ఆయన గొంతులో మైత్రీభావం నిండి ఉండటం చూసి కర్ణుడు ఆశ్చర్యపోయాడు. 'ఈయన తన తమ్ముడంత తెలివైనవాడు కాదేమో, నా మోసాన్ని పసి గట్టలేదనుకుంటాను,' అనుకున్నాడు మనసులో. వెంటనే తల విదిల్చి, తను ఆడే నాటకాన్ని కొనసాగించకుండా, "అయ్యా, మీరు అనుకున్నట్టు నేను బ్రాహ్మణుడిని కాను, నిమ్నకులానికి చెందిన సూతుణ్ణి. శూద్రులలో అది చాలా తక్కువకులం, అస్పృశ్యులకన్నా వీసమెత్తు పైన ఉన్నవాళ్లం మేము" అన్నాడు.

"ఓహో! సూతులంటే ఎవరు? వాళ్లు బ్రాహ్మలకన్నా తక్కువ వాళ్లెలా అయారు, అస్పృశ్యులకన్నా మెరుగైనవారెలా అయారు? నేను కేవలం వ్యవసాయం చేసుకునే అజ్ఞానిని. నాకు అర్థమయేట్టు చెప్పు."

బలరాముడు ఈ ప్రశ్నలు అడుగుతున్నప్పుడు ఆయన గొంతులో నవ్వు ధ్వనించటం కర్ణుడికి తెలిసింది. అందుకు అతనికి కోపం వచ్చింది. ఈ ప్రహసనంలో పాలు పంచు కునేందుకు ఎప్పటికీ తను అంగీకరించి ఉండకూడదు. హస్తినాపురంలోనే ఉండిపోయి, తన తండ్రికి సాయం చెయ్యవలసింది. అంతకన్నా గంగలో దూకి ఆత్మహత్య చేసుకుని ఉంటే ఇంకా బావుండేది, కృపుడు తనని రక్షించేందుకు అంత ప్రయాసపడకుండా ఉండవలసింది. ఇదంతా కృపుడు చేసిన నిర్వాకం. "నా తండ్రి సూతుడు, రథసారథి. ఇక అస్పృశ్యులంటే..." తను అన్న మాటలు ఎంత అసహ్యకరమైనవో కర్ణుడికి హఠాత్తుగా తట్టింది. అలాంటి మాటలు తన నోటివెంట వచ్చాయంటే కులభేదాలకి తను కూడా అతీతుడు కాడనే కదా అర్థం!

ఆత్మాభిమానం ఉన్న, ఆ యువకుడు తను అన్న మాటలకి తానే ఇబ్బంది పడటం చూసి బలరాముడు ఆనందించాడు. "ఇతరులు మాట్లాడే మాటలు తప్పు అని అంటూనే అలాంటి మాటలే నువ్వు కూడా అనగలవు అనే అవగాహన కలగగానే బ్రాహ్మణులని నువ్వు తప్పుపడుతున్నావని గ్రహించావు. బ్రాహ్మణులతో కలిసి ఇంత దూరం ప్రయాణం చేశావు. వ్యక్తులుగా వాళ్లు నీకు ఎంత రోత పుట్టించేట్టు కనిపించారు?"

నిమిషాలు గడిచేకొద్దీ కర్ణుడు సిగ్గుతో కుంచించుకుపోతూ, మౌనంగా ఉండిపోయాడు. తన వెంట ప్రయాణం చేసిన వృద్ధ బ్రాహ్మణుణ్ణి గుర్తుచేసుకున్నాడు. ఆయన తనని సొంత కుమారుడిలా చూశాడు. కర్ణుడు చూసిన బ్రాహ్మణులలో అందరికన్నా పెద్ద పండితులు కొందరున్నారు, ఈయన కూడా ఆ కోవకి చెందినవాడే. ఆయన్ని అందరూ గౌరవిస్తారు. ఒకసారి కర్ణుడు అనారోగ్యం పాలైతే డెబ్బై ఏళ్లు పైబడ్డ ఆయన వైద్యుణ్ణి వెతుక్కుంటూ మూడుగంటలు నడిచి వెళ్లాడు. 'నేను బ్రాహ్మణుణ్ణి కాననీ, సూతుడిననీ తెలిస్తే బహుశా ఆయన అంత శ్రమ పడేవాడు కాదేమో,' అనుకున్నాడు కర్ణుడు బాధగా.

"అక్కడ ఉన్నవాళ్లలో నీకు కొంతమంది ఉదాత్తమైనవాళ్లూ, కొందరు అన్నీ తెలుసునని నటించేవాళ్లూ కనిపించే ఉంటారని నా నమ్మకం. కానీ వారిలో దేన్నీ ప్రశ్నించకుండా అందరూ ఏంచేస్తే దాన్నే అనుసరించేవాళ్లు ఎక్కువమంది ఉంటారు. అందులో పెద్ద విశేషమేమీ లేదు. ఎటువంటి సమూహమైనా ఇలాగే ఉంటుంది. ఒక్క విషయం గుర్తుంచుకో, వాళ్లందరూ వ్యవస్థచే బాధింపబడేవారు. పిరికిగా కులవ్యవస్థని పాటించేవాళ్లు నిజానికి దాన్ని ఛేదించటానికి భయపడేవాళ్లే. వాళ్లు పిరికివాళ్లే తప్ప క్రూరులు కారు. వాళ్లని అర్థం చేసుకోవాలే గాని

నిందించకూడదు. భవిష్యత్తు నీలాంటి యువకుల చేతుల్లో ఉంది. మార్పు తీసుకువచ్చేందుకు నీలాంటివాళ్లే పూనుకుని నాయకత్వం వహించాలి. మన రాజ్యంలో ఇంతకన్నా మంచి వ్యవస్థ ఉండాలి. నువ్వు అస్పృశ్యుడికన్నా మెరుగైనవాడివీ కావు, బ్రాహ్మణుడు, క్షత్రియుడు, వైశ్యుడు లాంటి మరో కులానికీ, వర్ణానికీ చెందినవాడికన్నా తక్కువవాడివీ కావు. నువ్వు నీ గురించి ఏమనుకుంటే అదే కాగలవు. ఆ విషయం ఈసరికి కృపుడు నీకు నేర్పే ఉంటాడని అనుకున్నాను."

కర్ణుడు తన గురువు పేరు విని నిర్ఘాంతపోయాడు. బలరాముడు నవ్వి, "ఎందుకంత ఆశ్చర్యం? నేనూ ఆయనా పాత మిత్రులం. నువ్వు హస్తినాపురం నుంచి బైలుదేరగానే నాకు నీ గురించి లేఖ రాసి పంపాడు. నిజం చెప్పాలంటే, నువ్వు పట్టుబడకుండా ఉండేందుకు నీ గురువు ముందే జాగ్రత్త తీసుకున్నాడు. కొన్ని ఆచారకర్మలు నీకింకా బాగా పట్టుబడ లేదని తెలిసి, ఆ బ్రాహ్మణులందరిలోకీ బాగా పాండిత్యం గల బ్రాహ్మణుడికి నీ బాధ్యత అప్పగించాడు. నీతో కలిసి ప్రయాణం చేసి, ఒకసారి నువ్వు అనారోగ్యానికి గురయితే నీకు సేవ చేసిన ఆ వృద్ధుడు కృపుడి కోరిక మేరకే నీకు మార్గదర్శకుడుగానూ, రక్షకుడుగానూ వ్యవహరించాడు."

ఆ వృద్ధుడి గురించి ఒకప్పుడు తను ఎంతో నిర్దయగా ఆలోచించినందుకు కర్ణుడు సిగ్గుతో చితికిపోయాడు. అంటే ఆయనకి కర్ణుడు సూతుడని తెలుసు, అయినప్పటికీ అతని పట్ల ఏహ్యభావంగాని, పక్షపాతంగాని చూపించలేదు. ఇంతకు ముందు పైకులంలో పుట్టిన వారివల్ల కర్ణుడికి కలిగిన అనుభవాలకి ఇది భిన్నంగా అనిపించింది.

"కర్ణా, జీవితంలో ఒక సంగతి గుర్తుంచుకో, ఏ సమూహమైనా మొత్తం అంతా చెడుగా ఉంటుందని అనుకోవద్దు. వాళ్ల పాపాలని ద్వేషించు, కానీ వాళ్లని ద్వేషించకు. ఔదార్యం కనబరుచు. ఎప్పుడూ ఇస్తూనే ఉంటే ఈ లోకం దాన్ని ఎన్నోరెట్లు పెంచి నీకు తిరిగి ఇస్తుంది. నీవంటి యువకులకి నాలాంటి పెద్దవాళ్లు సలహాలివ్వటం నచ్చదని నాకు తెలుసు, అందుకే ఇంకా ఎక్కువ మాట్లాడి నిన్ను విసిగించను. ముచిర పట్టణానికి వెళ్తున్నావు కనుక, నా ఓడలోనే వెళ్లరాదా? అది వేగంగా నిన్ను గమ్యానికి చేరుస్తుంది. నీ వయసువాడికి ఓడలో ప్రయాణం ఆసక్తికరంగానూ, సాహసకృత్యంలాగానూ అనిపిస్తుంది. అర్చకులు విధించిన నిషేధాన్ని ఉల్లంఘించమని చెపుతున్నానని నాకు తెలుసు. సముద్రం మీద ప్రయాణం చేసినవాళ్లందరూ కులభ్రష్టులైపోయినట్టయితే, అంతకన్నా మనకి జరగగల మంచి ఇంకేముంటుంది? గతంలో మన నాగరికత ఎంతోమంది సాహసికులనీ, నావికులనీ సృష్టించింది. ఆ ప్రాచీన వైభవాన్ని మళ్లీ తీసుకురావాలన్నది నా కోరిక. అందుకే నా కలల నగరం, ద్వారకని సముద్ర తీరాన నిర్మించాను. ఒకప్పుడు దక్షిణ ప్రాంతంలో ఉండిన అసురుల వైభవాన్ని భరతఖండమంతటా ప్రతిష్ఠించాలని ఉంది నాకు. ఈ విశాల భూభాగపు తూర్పుతీరానా, పడమటితీరానా నగరాలకి నిర్మిస్తాను. మన పెద్దపెద్ద నదులవద్ద రేవు పట్టణాలు నెలకొల్పి, ఈ నగరాలన్నిటినీ కలుపుతాను."

బలరాముడు ఆవేశంతో అటూ ఇటూ పచార్లు చెయ్యసాగాడు. తన వంశానికి మాత్రమే కాకుండా, భరతఖండం మొత్తానికి పనికివచ్చే భవిష్యత్ ప్రణాళిక గురించి ఆ గొప్ప యాదవకుల నాయకుడు అలా మాట్లాడుతూ ఉంటే కర్ణుడు దిగ్భ్రాంతికి గురై వింటూ ఉండిపోయాడు. "ఈ ప్రపంచాన్ని నా ప్రజలకోసం నా ముంగిట్లోకి తీసుకొస్తాను. వాళ్లు కేవలం ఏమీ తెలియని

పశుపాలకులుగా మిగిలిపోరాదు. స్వార్థపరులైన అర్చకుల దిశానిర్దేశంలో తాతలకాలంనాటి ఆచారకర్మలు పాటిస్తూ, అర్థంలేని, అర్థంకాని మంత్రాలు వల్లిస్తూ వ్యర్థజీవితాలు గడపకూడదు. నువ్వు చూసే ఉంటావు, రాజులు తమకి ఇష్టమైన ఆయుధాలు ధరించి తిరుగుతూ ఉంటారు. వాళ్లు నాయకులు ఎందుకంటే వాళ్లు ఇతరులకి హాని కలిగించగలరు, కోరుకున్నవారిని ఘోరంగా గాయపరచి చంపివేయగలరు. ఖడ్గంపట్ల భయంవల్లే జనం వారిని గౌరవిస్తారు. యౌవనంలో ఉండగా నేను కూడా నా గదవల్ల గౌరవాన్ని సంపాదించు కున్నాను, కానీ వివేకం నెమ్మదినెమ్మదిగా నా మెదడులోకి ఇంకటం మొదలుపెట్టాక, నిజమైన నాయకత్వం అంటే నా చర్యలద్వారా గౌరవం సంపాదించుకోవటమే అని అర్థం చేసుకున్నాను. అందుకే ఇప్పుడు గదని పారవేసి నాగలి చేతపట్టాను. అది కేవలం వ్యవసాయ పరికరం కాదు. దాన్ని ప్రగతికి చిహ్నంగా ధరించాను. వ్యవసాయం వృద్ధి చెందాలి, వర్తకం వర్ధిల్లాలి. ఇది ఒక కల, దీన్ని నేను కృపుడితో, భీష్ముడితో, విదురుడితో, చార్వాకుడితో కలిసి కన్నాను. అంతగా ఆశ్చర్యపోకు నాయనా. మనందరిదీ ఒకటే కల, మనం వాటిని సాధించే మార్గంలోనే తేడా ఉంటుంది. ఈ లోకంలోనుంచి ఆకలిని తుడిచి వేసి, అందరికీ గౌరవంగా జీవించే అవకాశం కల్పించాలి. జంతువుల్లా జీవించే జనానికి ఇటువంటి సాయం చెయ్యటం మేం జీవించి ఉండగా నిజం కాలేకపోవచ్చు, కానీ నీవంటి యువకులు ఉండగా ఇక మాకు విచారం దేనికి? నీలాంటివాళ్లు వేలయోజనాలు ప్రయాణం చేసి జ్ఞానాన్ని సంపాదించుకునే సాహసం చేస్తున్నారు కదా?"

కర్ణుడి గొంతు భావోద్వేగంతో పూడుకుపోయింది. ఇంతకుముందు ఎవరూ ఆ సూతపుత్రుడితో ఇలా మాట్లాడలేదు, తమతో సరిసమానంగా చూసి అతనిలో అంత నమ్మకం ఉంచలేదు. అతను ఆనందాతిరేకంతో ఉబ్బితబ్బిబ్బయాడు. తను నిజంగానే గొప్ప యోధు డవుతాడేమో! అది అంతవరకూ ఒక స్వార్థపూరితమైన కలగా మాత్రమే ఉండింది, కానీ ప్రస్తుతం మరింత గొప్ప ప్రయోజనాన్ని సాధించినట్టు తోచింది. యోధుడవటం కేవలం పేదరికాన్ని తప్పించుకునేందుకు చేసే ఉపాయమే కాదు, ఆ మార్గంలో పయనించి తనని తాను తెలుసుకోగలుగుతాడు, సాహసకార్యాలు చేస్తాడు. ఒక చిన్నపాటి ఆకాంక్ష కాదు, అంతకన్నా మహత్తరమైన లక్ష్యం. ఇక ఆ కల అతని ఏకైక లక్ష్యం, అదృష్ట దురదృష్టాలని నిర్ణయించే విషయం అవుతుంది.

"కర్ణా, పరశురాముడి రాజ్యాన్ని చేరుకున్నాక, అక్కడ నీకు కనిపించబోయే ఎన్నో విషయాలు నీకు కోపాన్నీ, ఏహ్యభావాన్నీ కలిగించవచ్చు. అహంకారంతో నిండిన ఒక జాతి అర్థంలేని నిషేధాలకింద నలుగుతూ, కులవిభేదాలకి బందీలై నీచాతినీచంగా జీవించటం చూస్తావు. కానీ భావోద్వేగాలకి గురై తొందరపాటుతో ఎటువంటి తప్పులూ చెయ్యకు. అక్కడికి నువ్వు ఒక ప్రయోజనంకోసం వెళ్తున్నావన్నది గుర్తుంచుకో. పరశురాముడి ప్రతిభాపాటవాలతో సరితూగగల యోధుడు ఈ భరతఖండంలోనే లేడు. భీష్ముడూ, ద్రోణుడూ కూడా ఆయనముందు దిగదుడుపే. ఆయన దగ్గర నేర్చుకోగలిగినదంతా నేర్చుకో. ఆ నేర్పుని ఒక మహత్తర కార్యం కోసం వినియోగించే రోజు వస్తుంది. పరశురాముడు అడిగితే నువ్వు బ్రాహ్మణుడివే అని తొట్రుపాటు పడకుండా ధైర్యంగా చెప్పు."

బలరాముడు అన్న చివరి మాటలు కర్ణుడికి మళ్లీ ఒకసారి వాస్తవాన్ని గుర్తు చేశాయి. తనని భయానికి గురిచేసే ఆ ప్రశ్న పరశురాముడు అడిగితే ఏమని సమాధానం చెప్పాలి?

తను ఇంతవరకూ ఎన్నడూ అబద్ధం చెప్పి ఎరగడు. కానీ ఇప్పుడు లక్ష్యసాధన కోసం చెప్పవలసి వస్తుంది. ఇది దొంగతనం లాంటిదే కదా?

"కర్ణా, నీ కులం గురించి ఆయన అడిగితే సంకోచించకు. ఆయన కళ్లలోకి సూటిగా చూసి నీది బ్రాహ్మణ కులమని ధైర్యంగా చెప్పు. ఆయన సంకీర్ణమైన పద్ధతిలో వక్రంగానే అడుగుతాడు, కానీ నువ్వు మాత్రం మన పవిత్రగ్రంథాలలో సజీవంగా ఉన్న నిజాన్నే సమాధానంగా చెప్పు. నీకు జ్ఞానార్జన చెయ్యాలన్న ఆకాంక్ష ఉంది, ఒక బ్రాహ్మణుడికి ఉండవలసిన ముఖ్యమైన గుణం అదే. పరశురాముడికన్నా నువ్వే నిజమైన బ్రాహ్మణుడివి. నువ్వు యోధుడివై సమాజానికి సేవ చేస్తే క్షత్రియుడవై, బలహీనులని రక్షించేవాడివి అవుతావు. నువ్వు చేసే పని సమాజాన్ని సమృద్ధవంతం చేస్తే నువ్వు వైశ్యుడివవుతావు. నీ ప్రేమతో ప్రజలకి సంతోషాన్ని ప్రసాదిస్తే, సానుభూతినీ, సేవలనీ అందిస్తే, శూద్రుడివవుతావు. ఆ రకంగా చతుర్వర్ణాలూ నీలో ఉంటాయి, అంతేకాదు నువ్వు ఒక మానవుడిగా మారతావు. అంతకన్నా గొప్ప విషయం ఇంకేదీ లేదు."

సముద్రం మీదనుంచి వీస్తున్న ఉప్పుగాలికి గవాక్షాలకున్న తెరలు మెల్లగా కదల సాగాయి. వస్తువులని ఓడలలోకి ఎక్కించమని శ్రామికులకి ఇచ్చే ఆదేశాలు లోపలికి కూడా వినిపిస్తున్నాయి. కర్ణుడు వంగి యాదవ నాయకుడికి పాదాభివందనం చేశాడు. ఎంతో ఆప్యాయంగా ఆయన కర్ణుడికి ఆశీస్సులు అందజేశాడు. బంగారు నాణేలు గల ఒక చిన్న సంచీ కర్ణుడికి ఇచ్చాడు. "ఇవి నీ ఖర్చులకి పనికివస్తాయి. వస్తువులు తీసుకువెళ్లే నా మొదటి ఓడ ఏ నిమిషాన్నైనా బైలుదేరవచ్చు. దాన్ని పవిత్రమైన ఈ ప్రభాసనగరం రేవునుంచే మొదటిసారి బైటికి పంపాలని అనుకున్నాను. చూడు, తెరచాపలు లేస్తున్నాయి. సోమనాథుడి కృపాదృష్టి ఎప్పుడూ నీమీద ఉండాలని కోరుకుంటున్నాను. జీవితంలో అంతా నీకు మంచే జరగాలని కోరుకుంటున్నాను, కర్ణా! ఇక నేను వెళ్లి నా వ్యాపారానికి సంబంధించిన వ్యవహారాలు చూడాలి, కానీ ఏదో ఒకనాడు ఇంకా కాస్త తీరికగా మనిద్దరం తప్పక కలుసు కుందాం, ఆసరికి ఈ భరతఖండంలో అందరికన్నా గొప్ప యోధుడన్న పేరు సంపాదించు కుంటావు, మిత్రమా! మా కలలని కూడా నీవెంట తీసుకెళ్తున్నావన్నది గుర్తుంచుకో. నీ లక్ష్యాన్ని సాధించిన తరవాత, ఈ భూభాగంలోని ప్రతి గడ్డిపరకకీ నువ్వెంత రుణపడి ఉన్నావో మాత్రం మరిచిపోవద్దు. దేవుడు నిన్ను చల్లగా చూడాలి!"

తన తీవ్రమైన భావోద్వేగాన్ని దాచేందుకు బలరాముడు చటుక్కున అటువైపు తిరగటం కర్ణుడు గమనించాడు. ఆ సూతపుత్రుడి పక్కనుంచి కలలో నడుస్తున్నట్టు నడిచి వెళ్లిపోయా డాయన. కర్ణుడికి ప్రేరణలాంటిది కలిగింది. అతనిలో తన గురించి అంతవరకూ ఉండిన సందేహాలన్నీ పటాపంచలయాయి. పదినెలల్లో కృపాచార్యుడు నేర్పలేనిది బలరాముడు పది నిమిషాల్లో కర్ణుడికి నేర్పాడు. తను చేస్తున్న మోసం గురించి బాధపడుతూ యాదవుడి మందిరంలోకి ప్రవేశించినప్పటి కర్ణుడికీ, ఇప్పటి కర్ణుడికీ పోలికే లేదు. ప్రస్తుతం తన భవితవ్యం గురించి స్పష్టమైన అవగాహన ఉన్న యువకుడతను. ఎటువంటి నిషేధాలూ అతన్ని ఆపలేవు. ఏ మనిషీ అతని దారికి అడ్డం రాలేదు. కానీ వెలుతురుతో నిండిన ఆ మధ్యాన్నం కర్ణుడు మందిరంలోనుంచి బైటికి నడిచివస్తూ, నల్లని కృష్ణుడు తన దారికి అడ్డుగా నిలబడి ఉండటం చూశాడు.

"ఎవరు నువ్వు?" అని అడిగాడు కృష్ణుడు.

కర్ణుడు నవ్వి, "నేను ఎవరినీ కాను, ప్రభూ!" అన్నాడు.

"తెలివైనవాడివే! కానీ నాకు సూటిగా సమాధానం చెప్పు. ఎవరు నువ్వు?"

"నేను అందరినీ," అని కర్ణుడు గట్టిగా నవ్వుతూ, కృష్ణుణ్ణి తన దారినుంచి సుతారంగా పక్కకి తోశాడు.

కృష్ణుడు అతన్ని ఆపాలనుకున్నాడు కానీ కొద్దిదూరంలో తన సోదరుడు నిలబడి ఉండటం కనిపించిందతనికి. కర్ణుడు వెళ్ళిపోతూ ఉంటే కృష్ణుడు మౌనంగా ఉండి పోయాడు.

శ్రామికులు ఓడని నీళ్ళలోకి నెట్టారు, అది అలలమీద నెమ్మదిగా కిందికీ, పైకీ ఊగసాగింది. కర్ణుడు ఓడలోకి ఎక్కే సమయానికి సరంగులు తెరచాపలని సరిచూస్తున్నారు. ఓడని నడిపే ప్రధాన నావికుడు కర్ణుడి చిన్నమూటని ఒక మూలగా పెట్టమని చెప్పాడు. చాలాసేపటివరకూ కర్ణుడు ధగధగలాడే ఎత్తైన సోమనాథ ఆలయ గోపురాన్నీ, విశాలమైన ప్రభాస నగరాన్నీ చూస్తూ కూర్చుని ఉండిపోయాడు. అస్తమించే సూర్యుడి వెలుతురుపడి సముద్రం కాషాయవర్ణంలోకి మారింది. అంతటా సముద్రపు పక్షుల అరుపులు ప్రతిధ్వనించ సాగాయి. ఓడ కిర్రుమని చప్పుడు చేస్తూ బైలుదేరటం కర్ణుడికి తెలిసింది. లంగరు పైకి ఎత్తి, వరుసగా కూర్చున్న నావికులు ఓడని సముద్రమధ్యానికి తీసుకెళ్ళేందుకు బలంగా తెడ్లు వెయ్యసాగారు. తెరచాపలు గాలివాటుకి సర్దుకునేప్పుడు ఓడ కాస్త ఊగింది, ఆ తరవాత స్థిరంగా ముందుకి పోసాగింది. పడిపోకుండా నిలదొక్కుకునేందుకు కర్ణుడు ఓడమీది అడ్డుకర్రలను గట్టిగా పట్టుకున్నాడు. ఆలయ గోపురాలు మెరవటం, పడమటి దిక్కున సముద్రం ఎర్రబడటం చూస్తూ నిలబడ్డాడు కర్ణుడు.

"దక్షిణంవైపుకి తిప్పండి!" అని ఎవరో కేకపెట్టారు. ఓడ తన దిశని మార్చుకుని వేగాన్ని పెంచింది.

కర్ణుడి నల్లటి నిడుపాటి జుట్టు గాలికి ఎగరసాగింది, ఆకాశంలో శుక్రగ్రహం కనబడింది, కర్ణుడు మౌనంగా నిలబడి ఒక పక్క ఆశ, మరోపక్క భయం కమ్ముకురాగా, అలజడికి గురవసాగాడు. సముద్రయానం చెయ్యటం ప్రారంభించగానే అతను కులభ్రష్టుడయాడు. ఆ ఆలోచన రాగానే కర్ణుడికి అమితోత్సాహం అనిపించింది. సూర్యుడి చివరి కిరణాలు ఆశీర్వదిస్తున్నట్టు అతని శరీరాన్ని ముద్దాడి, మరుక్షణం సముద్రపు లోతుల్లోకి మునిగిపోయాయి. గాలికి ఊగుతూ, నావికుల పాటలకి అనుగుణంగా తూగుతూ ఓడ ఆ యువకుణ్ణీ, అతని భవిష్యత్తు భారాన్నీ మోసుకుంటూ విపత్కరమైన దేవతల భూభాగానికి తీసుకెళ్ళసాగింది.

# 9. మృగం

పక్షుల కిలకిలారావాలకి అరణ్యం నెమ్మదిగా నిద్రలేచింది. జరుడికి మెత్తటి పచ్చిక పడక మీదినుంచి లేవాలనిపించలేదు. చెట్లనీడలో వెచ్చగా పడుకుని, నేల సిగ్గుతో తన మంచువలువలను తొలగించుకోవటం, చూస్తూనే ఉండాలని ఉంది వాడికి. పైన దట్టంగా అల్లుకున్న చెట్ల ఆకుల సందుల్లోనుంచి సూర్యకిరణాలు పొడుచుకుని వస్తున్నాయి. చెట్ల చిటారుకొమ్మలమీద కోతులు చురుగ్గా అల్లరి చెయ్యటం మొదలుపెట్టాయి. ఒక కొమ్మమీది నుంచి మరో కొమ్మకి దూకుతూ, ఒక దాన్నొకటి చూసి అకారణంగా కిచకిచమని అరుస్తున్నాయి. జరుడు కనుకొలకులలోంచి చూసేసరికి ఏకలవ్యుడు వింటిని తయారుచేస్తూ కనిపించాడు. కుతూహలం వాడి బద్ధకాన్ని వదిలించింది. వాడు ఒక్క ఉదుటున లేచాడు ఏకలవ్యుడి వద్దకు పరిగెత్తి పొదిలోనుంచి ఒక బాణాన్ని బైటికి తీశాడు.

"ఒరే, గాడిదా, దాన్ని ముట్టుకోకు!" ఏకలవ్యుడు తల ఎత్తకుండానే గట్టిగా అరిచాడు. వాడు వింటిని బాగా రుద్ది మెరిసేట్టు చేస్తున్నాడు. అది ఎండపడి మెరవసాగింది.

"నిజంగా నువ్వు విలుకాడివి అవాలని అనుకుంటున్నావా?" జరుడు అడిగిన ప్రశ్నకి సమాధానం రాలేదు. 'ఏకలవ్యుడు విలువిద్య నేర్చుకుంటే మాకు తినేందుకు ఇంకా ఎక్కువ తిండి దొరుకుతుంది,' అనుకుంటూ వాడు తన వేలితో పదునైన బాణం ములికిని తాకాడు.

తనకి గట్టిగా తగిలిన రాయివైపు చూస్తూ, "అబ్బా!" అన్నాడు వాడు. ఏకలవ్యుడు విసిరినరాయి సూటిగా వెళ్లి జరుడి మోకాలికి తగిలి, దూరంగా దొర్లిపోయింది.

తర్జనితో బెదిరిస్తూ, "దాన్ని తాకద్దని చెప్పానా లేదా?" అన్నాడు ఏకలవ్యుడు, జరుడు మూలగటం చూసి.

తనకన్నా వయసులో పెద్దవాడయిన ఏకలవ్యుడు తనని అలా కసురుకోవడం జరుడికి అలవాటు లేదు. ఒక్క రాత్రిలో ఏమైందోగాని ఏకలవ్యుడు అధికారం, ఆధిపత్యం లభించినట్టు ప్రవర్తించసాగాడు. ఏకలవ్యుడు వింటికి నారి సంధించి రెండుసార్లు దాన్ని మీటడం చూస్తూ కూర్చున్నాడు జరుడు. తరవాత చాలా ముఖ్యమైన పని చేస్తున్నవాడిలా ఒక బాణాన్ని చేతిలోకి తీసుకుని, ఒక కన్ను మూసి అది వంకర లేకుండా ఉందో లేదో పరీక్షించి, బాణాన్ని సంధించి గురిచూశాడు. ఒక పెద్దచెట్టు మానుమీద పెద్ద వలయాన్ని గీశాడు, దాని వైశాల్యం పదిహేను అడుగులుంది. జరుడు ఊపిరి బిగబట్టి చూడసాగాడు. ఏకలవ్యుడు బాణం వేసేలోపల ఒక యుగం గడిచినట్టనిపించింది వాడికి. అది గాలిలో రివ్వున ఎగిరింది. జరుడు అత్తిచెట్టుకేసి చూశాడు, కానీ దాని మానులో బాణం గుచ్చుకుని ఉండటం కనబడలేదు. ఏకలవ్యుడు

గురితప్పటమే కాదు, వాడు వేసిన బాణం అసలు అంత పెద్ద చెట్టునే తాకలేదు. జరుడు పగలబడి నవ్వాడు, ఆనందంతో పిల్లిమొగ్గలు వేశాడు. ఏకలవ్యుడు వాణ్ణి తన్నబోయేసరికి తప్పించుకుని ఇంకా గట్టిగా నవ్వసాగాడు. తనమీద ఏకలవ్యుడికి ఉండిన ఆధిపత్యం పోయిందని వాడికి తెలిసింది. ఏకలవ్యుణ్ణి చూస్తే వాడికి ఇప్పుడు భయం లేదు. వాడు కూడా తనలాంటి ఏ గుర్తింపూలేని సామాన్యమైన పేద బాలుడే అని అనుకున్నాడు జరుడు. వాడు బాణాన్ని వెతికేందుకు ఉత్సాహంగా పరిగెత్తాడు. చెట్టుకి పది అడుగుల దూరంలో అది పడి ఉండటం చూసి ఆనందం పట్టలేక కేకలు పెట్టాడు. అసలది నేలలో కూడా దిగబడలేదు. అంటే, అది దేనినీ ఛేదించలేదన్న మాట, వినయంగా అక్కడ పడి ఉండిపోయింది... ఎండిపోయిన ఒక కఱ్ఱముక్క, దానికి ఒక పదునైన ములికీ, అంతే.

తను అలా ఎగతాళిగా నవ్వుతూ ఉంటే ఏకలవ్యుడికి కోపం వస్తోందని జరుడు గ్రహించాడు, కానీ వాడికి అది మహాసరదాగా ఉంది. ఏకలవ్యుడు తనని పట్టుకోబోయే వరకూ అలాగే వెక్కిరిస్తూ హఠాత్తుగా వాడికి దొరక్కుండా పారిపోయి మఱ్ఱిచెట్టు ఎక్కేశాడు. ఎత్తున ఉన్న కొమ్మమీద పుల్లల్లా ఉన్న తన కాళ్లని వేలాడేసుకు కూర్చుని, ఏకలవ్యుణ్ణి చూస్తూ కోతిలా కీచుమని అరవసాగాడు. ఏకలవ్యుడు వాణ్ణి బాణాలతో కొట్టేందుకు ప్రయత్నించాడు, కానీ అవి అంత ఎత్తుకి చేరుకోలేకపోయాయి. అది చూసి జరుడి సంతోషం ఇనుమడించింది, వాడు పైనుంచి ఏకలవ్యుడి మీదికి చిన్నచిన్న రెమ్మలు విసరసాగాడు. కొన్ని ఏకలవ్యుడికి తగిలాయి. దాంతో వాడు మరింత మండిపడ్డాడు. జరుడు ఎంతో ఎత్తుకి ఎగబాకగలడు, కోతిలా ఒక కొమ్మ మీదినుంచి మరో కొమ్మమీదికి దూకగలడు, అయినా వాడికి కళ్లు తిరగవు. ఏకలవ్యుడు తనని అందుకోలేడని వాడికి తెలుసు. చివరికి ఏకలవ్యుడు ప్రయత్నం విరమించు కుని హస్తినాపురంవైపు నడిచాడు. జరుడు గబగబా చెట్టుదిగి, ఏకలవ్యుడికి కొంతదూరంగా ఉంటూ అతన్ని అనుసరించాడు.

ఒకగంటసేపు నడిచాక, ద్రోణుడు రాకుమారులకి విద్య నేర్పుతున్న బహిరంగ ప్రదేశానికి ఇద్దరూ చేరుకున్నారు. ఏకలవ్యుడు ఆయన నేర్పే పాఠాలని చూసేందుకు ఒక పొద వెనక దాక్కున్నాడు. వాడికి అప్పుడే దగ్గర్లో ఉన్న మరో పొద మాటున నక్కి నిలబడ్డ జరుడు కనిపించాడు. అది చూసి ఏకలవ్యుడు మనసులోనే తిట్టుకున్నాడు. ఏకలవ్యుణ్ణి ఇంకా ఏడిపించేందుకు జరుడు వాడికేసి చెయ్యి ఊపి నాలుక బైటపెట్టి వెక్కిరించాడు. ఇంతకు ముందు వాళ్లకి చిలుక దొరికిన చోటికే మళ్లీ వచ్చినందుకు జరుడు సంతోషించాడు. ఈరోజు ఆ గడ్డం ఆయన శిష్యులతో జింకని కొట్టమని చెపుతాడేమో! చిలుకని దొంగిలించినట్టు జింకని కూడా దొంగిలించగలిగితే కొన్నాళ్లపాటు తిండి గురించి విచారించక్కర్లేదు, అనుకున్నాడు వాడు.

ఎన్నో గంటలపాటు గురువు నేర్పుతున్న విలువిద్యని శ్రద్ధగా గమనించాక, తను చేస్తున్న అభ్యాసం పూర్తిగా తప్పు అని ఏకలవ్యుడు గ్రహించాడు. విల్లుని పట్టుకునే పద్ధతి, నిలబడే భంగిమ, గురిచూసి కొట్టే సమయంలో తలని నిలబెట్టే పద్ధతి... అన్నీ తప్పే. రాకుమారులు ఎలా చేస్తున్నారో చూసి మనసులోనే దాన్ని ముద్రించుకున్నాడు. ఎంతో అద్భుతంగా బాణాలని వేస్తూ, గొప్ప నేర్పు ప్రదర్శిస్తున్న ఒక అందగాడైన యుక్తవయసు రాకుమారుడితో గురువు చాలా ప్రేమగా ప్రవర్తిస్తున్నాడు. చిలుక కంట్లో తగిలేలా బాణంవేసి తమకి ఆహారాన్ని

సమకూర్చినవాడు ఆ రాకుమారుడే. 'నేను ఇతనికన్నా ఎక్కువ నైపుణ్యం సాధిస్తాను,' అని ప్రతిజ్ఞ చేశాడు ఏకలవ్యుడు. తిన్నగా గురువుగారి దగ్గరకెళ్లి నాకు విలువిద్య నేర్పుతారా అని అడగాలనిపించింది ఏకలవ్యుడికి. ప్రయత్నిస్తే ఏమవుతుంది? కృపాచార్యుడు సూతపుత్రుడికి విద్య నేర్పిస్తున్నాడన్న వార్తలు కర్ణాకర్ణిగా వాడు విన్నాడు. అయినా కులవ్యవస్థలో నిషాదుల కన్నా సూతులు ఎన్నోమెట్లు పైన ఉన్నారు, కానీ ప్రయత్నించటంలో తప్పేముంది? 'ఆయన నన్ను అవమానిస్తే ఏం చెయ్యాలి?' అన్న అనుమానం వచ్చింది వాడికి. ఎన్నో రకాల ఆలోచనలు ఏకలవ్యుణ్ణి కలవరపెట్టసాగాయి. తిరస్కరించబడతానేమో అని భయపడ్డాడు, కానీ వాడి మనసుని దహించివేస్తున్న ఆకాంక్ష వాణ్ణి నిలవనివ్వలేదు. సాయంకాలానికల్లా ద్రోణుడిని అడిగి చూడాలి అని నిశ్చయించుకున్నాడు.

ఏకలవ్యుడు ద్రోణుణ్ణి సమీపించే వేళకి సూర్యుడు పశ్చిమాద్రి వెనక అస్తమించబోతూ ఉన్నాడు. విద్యార్థులు బారులు తీరి కూర్చుని ఉన్నారు. ద్రోణుడు ఏదో మంత్రం పఠిస్తున్నాడు. ఏమాత్రం ఉత్సాహం లేకుండా రాకుమారులు వల్లిస్తున్నారు. ఒక్కొక్క అడుగూ ముందుకి వెళ్తూ ఉంటే ఏకలవ్యుడి ధైర్యం తగ్గిపోసాగింది. వెనక్కి పరిగెత్తి మళ్లీ పొదల మాటున దాక్కోవాలని అనిపించింది, కానీ అప్పటికే ఆలస్యమైపోయింది. తన వెనక అడుగుల చప్పుడు వినిపించింది. ఆ దిక్కుమాలిన వెధవ జరుదు తన వెనకే ఉన్నాడని గ్రహించాడు. వాళ్లు సమీపిస్తూ ఉంటే ద్రోణుడు ఆ అస్పృశ్యులని చూసి నిర్ఘాంతపోయాడు. మంత్రోచ్చారణ ఆగిపోవటం, అందరి కళ్లూ తమవైపు తిరగటం ఏకలవ్యుడికి తెలియవచ్చింది. ద్రోణుడు శిలాప్రతిమలా కదలకుండా ఉండిపోయి, తనకీ ఆ తక్కువకులం కుర్రవాళ్లకీ గల దూరం స్మృతుల్లో చెప్పినట్టుగా ఉందా లేదా అని మనసులోనే కొలవసాగాడు. కండలు తిరిగిన తన ఛాతీమీద చేతులు కట్టుకుని నిలబడ్డాడు ద్రోణుడు, ప్రశ్నార్థకంగా కనుబొమలెత్తి చూడసాగాడు. ఏకలవ్యుడు వణికిపోయాడు. రాకుమారులు రోజూ అలా చెయ్యటం చూసి ఆచార్యుడి పాదాలను తాకి నమస్కరిద్దామా అనుకున్నాడు. ఆ ఆలోచన రాగానే ఒక్క అడుగు ముందుకి వేశాడు.

"ఆగు!"

ద్రోణుడు అలా అరిచేసరికి ఏకలవ్యుడు కొయ్యబారిపోయాడు. 'ఎందుకు ఇక్కడికి వచ్చాను?' అని వాపోయాడు.

"ఇక్కడికెందుకు వచ్చావు?"

ఏకలవ్యుడికి నోరు పెగల్లేదు. "అయ్యా... నాకు... నాకు... మీరు నన్ను శిష్యుడిగా స్వీకరిస్తే బావుంటుందని..." ఎలాగో అనుకున్నది చెప్పేశాడు.

"ఇంతకుముందు నిన్నెక్కడో చూసినట్టు అనిపిస్తోంది. ఆగు, ఎటువంటి నీతీనియమాలూ లేని ఈ ప్రదేశానికి వచ్చిన కొత్తలో నిన్ను చూశాను. మామిడిపళ్లు దొంగిలించిన నిషాదుడివి నువ్వే కదూ?" అని అడిగాడు ద్రోణాచార్యుడు.

ఏకలవ్యుడికి వెంటనే వెనక్కి తిరిగి పారిపోవాలనిపించింది. 'నేను ఇక్కడికి రాకుండా ఉండవలసింది. అస్పృశ్యులకి ఇక్కడ చోటు లేదు,' అనుకున్నాడు.

రాజగురువు, ద్రోణుడు కుంచించుకుపోయిన నిషాదబాలుడికేసి కన్నార్పకుండా

చూశాడు. సుయోధనుడివైపు తిరిగి ద్రోణుడు కోపంగా, "మీ తండ్రి ఏం చేశాడో చూడు. ఇలాంటి తుచ్ఛులు ధైర్యంగా బ్రాహ్మణులకి ఎదుటపడి, విద్య నేర్పమని అడిగేందుకు వీళ్లని ఎగదోశాడు. ఈ రాజ్యం ఎంత భ్రష్టుపట్టిపోయిందో, చూశావా? ఇలాంటి పరిస్థితి వస్తుందని నాకు తెలుసు. కౌరవుల గురించి చాలాకాలం క్రితమే నేను భీష్మాచార్యుడిని హెచ్చరించాను. శూద్రుణ్ణి ప్రధానమంత్రిని చెయ్యటం, అర్హతలేనివారందరికీ స్వేచ్ఛాస్వాతంత్ర్యాలు ఇవ్వటం, ఇదంతా చూస్తే అసహ్యం వేస్తోంది! మొదట సూతపుత్రుడు నన్ను యుద్ధవిద్యలు నేర్పమని అడిగాడు, ప్రధానమంత్రి స్వయంగా ఆ విషయంలో వాడిని సమర్థించాడు. ఇక ఇప్పుడు అస్పృశ్యులు కూడా విలువిద్య నేర్చుకోవాలని అనుకుంటున్నారు. ఇక కలియుగం ప్రారంభం కాబోతోందన్న సూచనలు కనిపిస్తున్నాయి. ఇప్పుడే పరిస్థితి ఇలా ఉంటే, ఇక ఈ రాజ్యానికి నువ్వు రాజువైతే ఎలా ఉంటుంది, రాకుమారా? అయినా నువ్వు రాజువి అయితే కదా?"

సుయోధనుడి కళ్లలో క్రోధాగ్ని కనిపించింది, కానీ అతను సమాధానం చెప్పే లోపల ద్రోణుడు నిషాదబాలుడివైపు తిరిగాడు. ఏకలవ్యుడు అవమానభారంతో తల దించుకుని ఇంకా అక్కడే నిలబడ్డాడు.

జరుడు తన వెనకనుంచి నవ్వటం ఏకలవ్యుడికి తెలిసింది. సుయోధనుడు ఆ నిరుపేద బాలుడికేసి ఆసక్తిగా చూడటం కనబడింది. ద్రోణుడు కూడా దీనావస్థలో ఉన్న ఆ బాలుడికేసి చూశాడు. వాడి కాళ్లనిండా పుళ్లున్నాయి, మట్టికొట్టుకున్న వాడి జుట్టు అట్టలు కట్టుకుపోయింది. సన్నటి పుల్లల్లాంటి కాళ్లూ, ముందుకి పొడుచుకువచ్చిన పొట్టా, ఒంటి నిండా దద్దుర్లతో, అసలే ఎవర్నీ మెచ్చని స్వభావం ఉన్న ద్రోణుడి కళ్లకి, వాడు పరమ అసహ్యకరమైన వస్తువులా కనిపించాడు. ద్రోణుడి ముఖకవళికలని గమనిస్తున్న ఏకలవ్యుడి గుండె ఒక్క క్షణం కొట్టుకోవటం మానేసింది.

జరుడు కదలకుండా నిలబడేందుకు ప్రయత్నించాడు, కానీ దురదలని భరించలేక గోక్కోవాలన్న తపన వాడిని నిలవనియ్యలేదు. అక్కడ పవిత్రుడైన బ్రాహ్మణుడూ, పట్టువస్త్రాలు ధరించిన రాకుమారులూ ఉన్నారన్న విషయాన్ని కూడా పట్టించుకోకుండా ఆ ఊరకుక్కలాంటి వాడు గోళ్లతో శరీరాన్ని గోక్కుంటూ రకరకాల గీతలని సృష్టించసాగాడు. తను చేసే పనికి పరిహారంగా ఎత్తుపళ్లు చూపిస్తూ వాడు నవ్వాడు.

"పోరా... పో ఇక్కణ్ణుంచి!" అని అరిచాడు ద్రోణుడు. ఆయన ఛాతీ కోపోద్రేకంతో ఎగసిపడుతూ ఉంటే అక్కడ ఉన్న విద్యార్థులందరూ నవ్వసాగారు. చాలామంది రాకుమారులకి కోతిపిల్లలా ఉన్న ఆ పేదబాలుడు వినోదాన్ని అందించేవాడిలా కనిపించాడు. కౌరవ రాకుమారుల్లో ఒకడు సన్నగా ఈల కూడా వేశాడు. సుయోధనుడూ, సుశాసనుడూ, అశ్వత్థామా, ముగ్గురూ నవ్వసాగారు. కౌరవ రాకుమారులు నవ్వుతూ ఉంటే భీముడికి కూడా నవ్వు వచ్చింది, కానీ తన అన్న తనవైపే చూస్తూ ఉండటం చూసి వెంటనే నవ్వకుండా ఉండిపోయాడు. తన సోదరులలాగా గంభీరంగా ఉండాలని ప్రయత్నిస్తూ, ఆ ఇద్దరు అస్పృశ్యులూ తన గురువుపట్ల అవమానకరంగా ప్రవర్తిస్తున్నందుకు, కోపం ప్రదర్శించాలని చూశాడు.

"నిశ్శబ్దం!" ద్రోణుడి కోపం కౌరవులమీదికి మళ్లింది. నవ్వులు ఆగిపోగానే ద్రోణుడు ఆ ఇద్దరు అస్పృశ్యులకేసీ కోపంగా చూశాడు. జరుడు ద్రోణుడి ఆలోచనలని పసిగట్టాడు,

అందుకే వెనక్కి తగ్గాడు. వాడి ముఖంమీది వెర్రి నవ్వు మాయమై దాని స్థానంలో భయం చోటు చేసుకుంది. ద్రోణుడు ఏకలవ్యుడివైపు నాలుగు అడుగులు వేసి, "నాయనా!" అన్నాడు. ఆయన గొంతులోని కాఠిన్యం మాయమైంది. ఏకలవ్యుడు ఆశ్చర్యపోతూ తలెత్తి చూశాడు. 'మహాశివుడు చివరికి నామీద తన ఆశీస్సులు కురిపించినట్టున్నాడు,' అనుకున్నాడు. ఇంతలో జరుడు మరికొన్ని అడుగులు వెనక్కి వేశాడు. "నేను నీకు విద్య నేర్పలేను. రాకుమారులకి విద్య నేర్పేందుకు ప్రభుత్వం నన్ను పిలిపించింది. ఒక నిషాదుడిని శిష్యుడిగా స్వీకరించలేను. అరణ్యానికి తిరిగివెళ్లి మీ వాళ్లతో కలిసి జీవిస్తూ నీ ధర్మాన్ని నెరవేర్చు. నీకు ఇచ్చేందుకు నా దగ్గర ఏమీ లేదు," అన్నాడు ద్రోణుడు.

ఏకలవ్యుడు నిరాశతో కుంగిపోయాడు, ఓడిపోయినవాడిలా నేల చూపులు చూస్తూ ఉండిపోయాడు.

"కానీ నీకు ఉపయోగపడే మంచి సూచన ఒకటి ఇవ్వగలను," అన్నాడు. సూచనలూ, సలహాలూ చవకగా దొరుకుతాయి, వాటిని ఎవరైనా ఇవ్వగలరు. ఏకలవ్యుడు తలెత్తి చూసే సరికి ద్రోణుడు జరుడికేసే తదేకంగా చూడటం కనిపించింది. వాడు ఇంకా వెనక్కి అడుగులు వేశాడు. "చూసేందుకు పాపిష్టిలా ఉన్న వీడెవడు?" అని అడిగాడు ద్రోణుడు.

ఏకలవ్యుడు ఏహ్యభావంతో జరుడికేసి చూస్తూ, "వీడొక అనాథ, చీడపురుగులా మమ్మల్ని వదలకుండా పట్టుకుని కొన్నాళ్లుగా పీడిస్తున్నాడు," అన్నాడు.

"ఊఁ, అదే అనుకున్నాను. వాడి శరీర వర్ణం నిషాదులకన్నా నల్లగా ఉంది. వాడి కులం ఏమిటి?"

ఈ సంభాషణ ఎటు దారి తీస్తూ ఉందో ఏకలవ్యుడికి అర్థం కాలేదు. జరుడి కులం గురించి తనెప్పుడూ ఆలోచించలేదు. "నాకు తెలీదు," అంటూ గొణిగాడు.

"నీది ఏ కులం?" ఈసారి ద్రోణుడు జరుడినే అడిగాడు. జరుడు కొన్నిసార్లు కళ్లు రెపరెపలాడించాడే తప్ప సమాధానం చెప్పలేదు. తన కులమేదో వాడికే తెలీదు. ఇంతకు ముందు ఎవరూ దాన్ని గురించి అడగలేదు. "నాయనా, ఈ కులంలేని వాడి విషయంలో జాగ్రత్తగా ఉండు. వాడు పాపిష్టుడు. వాడిని వదిలించుకో, లేకపోతే నిన్ను దురదృష్టంపాలు చేస్తాడు. నీకు కనీసం ఒక కులం అంటూ ఉంది. నిమ్నకులమైనా, అసలు ఏదో ఒకటి ఉంది కదా! నీ కులధర్మం నీకు ఉంది. వీడికి ఏమీ లేదు. ఎటువంటి విలువలూ వీడిని జీవితంతో ముడిపెట్టవు, ఎంతకైనా తెగించగలడు. ఒక మృగంకన్నా వీడు మెరుగైనవాడేమీ కాదు. వాడి ముఖం చూడు ఎంత ఘోరంగా, అవతలివారికి అరిష్టం కలిగించేట్టు ఉందో! వీడు నీవెంట ఉన్నంతకాలం అదృష్టం నిన్ను వరించదు. అరణ్యంలోకి వెళ్లి నీ కులధర్మం ప్రకారం జీవించు. మంచి నిషాదుడిలా జీవిస్తే పై జన్మలో ఉన్నత కులంలో జన్మించే అవకాశం ఉండవచ్చు. క్రమక్రమంగా, ఎన్నో జన్మల పిమ్మట, ప్రతి జన్మలోనూ నీ కులధర్మాన్ని అనుసరిస్తూ జీవించావంటే, బ్రాహ్మణుడిగా నీ పునర్జన్మలలో జన్మించే అవకాశం నీకు ఉంటుంది. ఈ జన్మలో నిషాదుడిగానే జీవించాలని దేవుడు నిన్ను ఆదేశించాడు, దాన్ని అంగీకరించు. వీడిలాంటి నీచులతో సాంగత్యం చేసి నీ జన్మని వృథా చేసుకోకు, మరింత కిందికి దిగజారకు," అని ద్రోణుడు వెనక్కి తిరిగాడు. రాకుమారులు కూడా ఆయన్ని అనుసరిస్తూ ఇంటిదారి పట్టారు.

సూర్యుడు నీలిరంగు కొండల వెనుకకు దాదాపు దిగిపోయాడు. సాయం సంధ్యాకాంతి

లోకమంతటా విస్తరించి ఇంకొక రోజుకి స్వస్తి పలికింది. తనకి మామిడిపళ్లు ఇచ్చిన రాకుమారుడి కళ్లు తనని గుచ్చి గుచ్చి చూడటం గమనించాడు ఏకలవ్యుడు. కానీ ఆ కళ్లలోకి చూడాలని అనిపించలేదు. తన ప్రపంచం మొత్తం ముగిసిపోయినట్టు అనిపించింది వాడికి.

* * *

దూరం నుంచి నిషాద బాలుణ్ణి గమనిస్తూ సుయోధనుడు తన మిత్రుడి చెవిలో రహస్యంగా, "నీ తండ్రి ప్రవర్తన చాలా హేయంగా ఉంది," అన్నాడు. తన ప్రాణ స్నేహితుడి నోట ఆ వాస్తవాన్ని విని అశ్వత్థామ మనసు బాధతో కుంగిపోయింది.

"ఆయన అలా ఎందుకు ప్రవర్తిస్తాడో నాకు తెలీదు, సుయోధనా! ఇంట్లో కూడా ఆయన క్రమశిక్షణ గురించి చాలా కఠినంగా ఉంటాడు, కానీ నామీద ఆయనకున్న ప్రేమని నేను ఎప్పుడూ గ్రహించగలుగుతాను. ప్రేమగా ఉన్నప్పుడు ఆయన మరో మనిషిలా మారిపోతాడు. మా అమ్మతో ప్రేమగా, ఆప్యాయంగా ఉంటాడు. తన కష్టార్జితంలో కొంత ఆమె అప్పు డప్పుడూ తన సోదరుడు, కృపుడికి ఇస్తూ ఉంటుందని ఆయనకి తెలుసు. దాన్ని కృపుడు జూదం ఆడేందుకు ఉపయోగించుకుంటాడు, లేదా హస్తినాపురంలోని మురికివాడల్లో పేదవారికోసం పనిచేసే తన మిత్రుడు, చార్వాకుడికి ఇస్తాడు. మా తండ్రి ఒక్కోసారి ఏమాత్రం జాలి చూపించ కుండా నన్ను కొడతాడు. తరవాత ఏ అర్ధరాత్రివేళో, నేను నిద్రపోయాననుకుని నా దగ్గరకొచ్చి సున్నితంగా నన్ను ముద్దు పెట్టుకుంటాడు. అలాంటప్పుడు తన ప్రేమతో ఆయన నా మనసుని బద్దలు చేస్తాడేమో నని అనిపిస్తుంది నాకు. ఆయన్ని అర్థం చేసుకోవటం కష్టం. తను చిన్నప్పటి నుంచీ పుట్టి పెరిగిన ఇంటినీ, ఆయనకున్న బంధువులందరినీ వదిలి, మాకు మెరుగైన జీవితాన్ని అందించేందుకే ఇక్కడికి వచ్చాడు. క్షత్రియులతో సాంగత్యం చేస్తే లాభమేమీ ఉండబోదనీ, కురువంశ రాకుమారులకి యుద్ధవిద్యలు నేర్పటంవల్ల తన బ్రాహ్మణ వంశానికి ద్రోహం చెయ్యటం తప్ప ఆయన ఏమీ సాధించలేడనీ, ఆయన గురువు, పరశురాముడు ముందే హెచ్చరించాడు. తన నమ్మకాలకీ, సహజంగా ఉన్న సహృదయతకీ మధ్య నలిగిపోతున్నాడు, సుయోధనా! ఏదో ఒక రోజున ఆయనలోని సహజ స్వభావం తను నేర్చుకున్న విద్యని అధిగమిస్తుందనీ, భార్గవ పరశురాముడి బోధనలని ఆయన నిరాకరిస్తాడనీ ఆశిస్తున్నాను."

తన సోదరుడితో మాట్లాడుతున్న ద్రోణాచార్యుడి కుమారుడి మాటలు సుశాసనుడు విన్నాడు. వెటకారంగా నవ్వుతూ, "ఒరే, పిరికి బ్రాహ్మడా, మీ నాన్నని నువ్వు ఎంత సమర్థించినా, ఆయనమీద మాకు ఉన్న అభిప్రాయం మారదు. ఆయనకి వేపకాయంత వెర్రి ఉంది, తీవ్రవాది, అందుకే పిచ్చిపిచ్చిగా ఆలోచిస్తాడు. ఇక అర్జునుడి మెప్పు పొందేందుకు ఏమైనా చేస్తాడు. నీమీద ఆయనకున్న ప్రేమంతా ఉత్త నాటకం, అంతా పైపై నటనే. అసలు ఆయన పుత్రుడివి నువ్వా లేక ఆ పనికిమాలిన పాండవుడా అని నాకు అనుమానం. సహృదయుడట, హూ!" అన్నాడు సుశాసనుడు.

"ఒరే, తిండిపోతా! నీ వికారమైన నోటిని మూసుకుని ఉండకపోయావంటే, నీ పాచిపళ్లు రాలగొడతాను, జాగ్రత్త!" అని అశ్వత్థామ కోపంగా అరిచాడు, అదే సమయంలో సుశాసనుడి ముఖాన్ని గుద్దటానికి ప్రయత్నించాడు. సుయోధనుడు అడ్డుపడి ఉండకపోతే ఆ దెబ్బ గురిగా వాడికి తగిలేదే.

చాలా వెనకగా ఉండిపోయిన అశ్వత్థామవైపు తిరిగి, "ఇక ఇంటికి వెళ్దాం, రా!" అని పిలిచాడు ద్రోణుడు.

ముగ్గురు యుక్తవయసు కుర్రవాళ్లూ అయిష్టంగా కదిలారు. ఇంటికి చేరుకున్నాక ఒక పేద నిషాద బాలుడితో అలా వ్యవహరించినందుకు తన తండ్రిని నిలదీయాలని నిశ్చయించుకున్నాడు అశ్వత్థామ. తండ్రికి తను అలా నిలదీస్తే తీవ్రమైన కోపం వస్తుందని తెలిసినా, అతను ఆ పని చెయ్యాలనే అనుకున్నాడు.

* * *

విశాలమైన ఆ ప్రాంతంలో కనుచూపుమేర వరకూ చుక్కలతో నిండిన నీలాకాశం పరుచుకుని ఉంది. రాజభవనంలోని దీపాలు దక్షిణంవైపున్న ఆకాశాన్ని బంగారు వెలుతురుతో నింపాయి. దట్టమైన అరణ్యం లోపల ఎక్కడో ఒక పక్షి అరణ్యపుత్రుడిని ఇంటికి రమ్మని పిలిచినట్టు కీచుమని అరిచింది. కబుర్లు చెప్పుకుంటూ నడిచివెళ్తున్న విద్యార్థులు నల్లటి నలుసుల్లా కనిపించేంత దూరం వెళ్లిపోయాక, ఏకలవ్యుడిలో కదలిక కనబడింది. వాడి మనసు కోపంతోనూ, ద్వేషంతోనూ నిండిపోయింది. 'అన్నిటికీ ఈ జరుడే కారణం. కులభ్రష్టుడు, అపరిశుభ్రంగా, మురికి కాలువలో ఎలుకలా ఉండే వీడివల్లే ఎక్కడికెళ్లినా నన్ను దురదృష్టం వెంటాడుతోంది. ద్రోణాచార్యుడు చెప్పింది నిజమే. మొదటిసారి వీడి ముఖం చూసినప్పుడే నేను నా తలిదండ్రులని పోగొట్టుకున్నాను. మా కుటుంబంలోకి ఈ దుర్మార్గుడు అడుగిడగానే నా పినతండ్రి చనిపోయాడు. ఆరుగురు పిల్లల ఆకలితీర్చే బాధ్యత మా పినతల్లి మీద పడింది. వీడివల్లే గురువు నన్ను తిరస్కరించాడు. వాడి వికారమైన ముఖం, ఎన్నడూ స్నానం చెయ్యని మురికి పట్టిన శరీరం, గోళ్లకింద మురికీ, రసి కారే కాళ్లకున్న పుళ్లూ! వాడి వెంట దురదృష్టం ఎందుకు వస్తుందో చూసేవారెవరైనా చెప్పగలరు." అనుకున్నాడు ఏకలవ్యుడు.

దురదృష్టం కొద్దీ సరిగ్గా ఆ సమయంలోనే జరుడు ఏకలవ్యుడి దీనస్థితిని వెటకారం చెయ్యాలని అనుకున్నాడు. ఏకలవ్యుడి కలలు కల్లలవటం చూసి వాడు ఆనందంతో కుప్పిగంతులు వేస్తూ కోతిలా కీచుకీచుమని అరిచాడు,"అహ్హహ్హా నేను ముందే చెప్పా కదా! నీకు కావలిసిందే, నా మాట వినలేదు కదూ! ఎంతో పెద్ద పదవిలో ఉన్న ధనికుడు చెప్పినా ఆ సూతపుత్రుడిని ఆయన శిష్యుడిగా చేసుకునేందుకు అంగీకరించనప్పుడు, అందవికారమైన నీ ముఖాన్ని చూసి అంగీకరిస్తాడని ఎలా అనుకున్నావు? భలే అయిందిలే!"

మొదటి రాయి ముక్కుకి తగలగానే జరుడు బాధతో గావుకేక పెట్టాడు. ముందు ఆశ్చర్యంగా ప్రారంభమైన ఆ కేక తరవాత భయంతో అరవటంగా మారింది. ఇంకా కొన్ని రాళ్లు సూటిగా వాడికి తగలసాగాయి. రక్తం కారుతున్న తన ముక్కుని చేత్తో అదిమిపెట్టి జరుడు పరుగు లంకించుకున్నాడు. ఏకలవ్యుడు వాడివెంట పడ్డాడు. ఒక్క దూకు దూకి హడిలిపోయి, బిక్క చచ్చిపోయి ఉన్న జరుడిని దొరకపుచ్చుకున్నాడు. తనలోని ఆగ్రహాన్నీ, ఉక్రోషాన్నీ జరుడిమీద చూపిస్తూ వాణ్ణి విపరీతంగా కొట్టసాగాడు, కాళ్లతో తన్న సాగాడు. తన కాళ్లూ, చేతులూ నొప్పి పుట్టేదాకా అలా కొడుతూనే ఉన్నాడు. విపరీతంగా రక్తమోడుతున్న ఆ బాలుణ్ణి ఊరకుక్కలా చచ్చేందుకు అక్కడే వదిలి అరణ్యంలోని చీకటిలోకి నడిచాడు.

ఆకాశంలో నల్లటి మబ్బులు కమ్ముకొచ్చి వర్షం మొదలైంది. అయినా జరుడు పడ్డచోటే

కదలకుండా ఉండిపోయాడు. ఎర్రమట్టి నేలమీద కుండపోతగా వర్షం కాసేపు కురిసింది. తెల్లవారబోయే ముందు వర్షం ధాటి తగ్గి చిరుజల్లుగా మారింది. తూర్పున ఆకాశం బూడిద రంగుకి మారే వేళకి దురదృష్టపు పోగులా పడి ఉన్న జరుడు మూలుగుతూ చేతులూ, కాళ్లూ నేలకి తాటించి లేచాడు. అరణ్యగర్భంలో ఎక్కడో ఒక అడవి జంతువు, రాత్రి ముగిసిపోతున్నందుకా అన్నట్టు పెడబొబ్బ పెట్టింది. హస్తినాపురంలోని వీధికుక్కలు దానికి సమాధానం చెప్పాయి. వాటి అరుపులు అన్నివైపులా ప్రతిధ్వనించాయి. జరుడు బలహీనంగా ఉన్న కాళ్లమీద లేచి నిలబడ్డాడు. వాడి ఒంటినించి కారుతున్న రక్తం నీళ్లతో కలిసి వాడి కాళ్లచుట్టూ మడుగు కట్టింది. నుజ్జు నుజ్జయిన తన శరీరంవైపు చూసుకునేసరికి వాడి గొంతులోనుంచి ఒక కేక వెలువడింది. అది మనిషి కేకలా కాక, ఏదో జంతువు కేకలా వినిపించింది. మళ్లీ ఒకసారి అలాగే అరిచాడు వాడు. ఈసారి వాడి అరుపుకి ఎవరో సమాధానం ఇచ్చారు. ఆ సమాధానం అరణ్యంలోనుంచా, కొండలమీదినుంచా, లేక నగరానికి వెళ్లే సన్నని ఇరుకు దారిలోనుంచా అనేది తెలీలేదు. ఆ క్షణాన ఆ చిన్నపిల్లవాడు చనిపోయి, వాడి స్థానంలో ఒక మృగం పుట్టింది. జరుడూ, వాడి ఆకలీ తప్ప ఏమీ మిగల్లేదు, ఇంకేమీ లెక్కలోకి రాలేదు. నిషేధాలూ, వేదాలూ కులనియమాలూ వంటివి వాడికీ వాడి ఆకలికీ మధ్య ఇక అడ్డు నిలవలేవు. ఏ దేవుడూ వాడికి మనుగడ లేకుండా చెయ్యలేడు. కేవలం జంతు స్వభావం, జంతువుకి ఉండే సహజజ్ఞానం ఆ మృగానికి శక్తినిచ్చింది.

నాగుల సేనలు ఎవరికీ కనబడకుండా దాక్కున్న అరణ్యంవైపు చూశాడు జరుడు. అక్కడ తన అభిమాన వీరుడు తక్షకుడు ఏదో ఒకనాడు హస్తినని హస్తగతం చేసుకునేందుకు సిద్ధమవుతున్నాడని వాడికి తెలుసు. అందరినీ ప్రేరేపించగలిగిన అద్భుతమైన ప్రతిభగల ఆ వీరుడికోసం తమ ప్రాణాలను సైతం ఇచ్చేందుకు ఎంతో మంది స్త్రీ పురుషులు సిద్ధంగా ఉన్నారు. తరవాత వాడు పెద్ద పెద్ద దివ్యమైన భవనాలతోనూ, చీకటి రాజ్యమేలే మురికి వాడలతోనూ నిండిన విశాలమైన రాజధానివైపు చూశాడు. అక్కడి మురికివాడల్లో కేవలం బతికి ఉండేందుకు చెయ్యగలిగినదంతా చేసే తనలాంటి పేదలు ఉన్నారు. కానీ తనకి విధి నిర్ణయించిన మార్గాలు రెండే – గొప్ప మృత్యువు, తక్షకుడి ఆధ్వర్యంలో వీరమరణం, లేదా కంపుకొట్టే హస్తినాపుర మురికివాడల్లో అనామకంగా జీవించటం. సూర్యుడి లేతకిరణాలు తడిగా ఉన్న నేలని తాకగానే అరణ్యం రకరకాల పక్షుల కూతలతో మార్మోగసాగింది. ఆ సమయంలో జరుడు తన మార్గాన్ని ఎంచుకున్నాడు. వీరమరణం కన్నా అనామకమైన జీవితమే మేలని అనుకుని హస్తినవైపు నడవటం ప్రారంభించాడు.

* * *

యుద్ధవిద్యల శిక్షణా స్థలానికి ఏకలవ్యుడు మర్నాడు తెలవారగానే చేరుకున్నాడు. జరుడిపట్ల తను ప్రవర్తించిన తీరుకి వాడికి చాలా బాధగానూ, నిస్పృహగానూ అనిపించింది. వాడు చనిపోయినా తనకి ఏమీ పట్టదు అన్న ధోరణిలో జరుణ్ణి కింద పడవేసిన చోటికి చేరుకున్నాడు, కానీ అక్కడ జరుడు లేడు. ఆ మూర్ఖుడు ఏమై ఉంటాడా అని విచారిస్తూ అక్కడే గడ్డిలో కూలబడ్డాడు. సూర్యుడు ఇంకా కాస్త పైకి వచ్చాక ఏకలవ్యుడికి దూరంగా ద్రోణుడు కనిపించాడు. ఆయన రాకుమారులని వెంటపెట్టుకుని మైదానం దగ్గరికి వస్తున్నాడు. ఏకలవ్యుడు పరిగెత్తి అరణ్యంలో దాక్కున్నాడు. తను దాక్కున్న చోటినుంచి ద్రోణుడు ఇచ్చే

శిక్షణని గమనిస్తూ, తను కోరుకున్న విద్యని నేర్చుకునేందుకు ఇది కూడా ఒక పద్ధతేనని అనుకున్నాడు.

అది ప్రారంభం. ఆ రోజు నుంచీ ప్రతిరోజూ వాడు అరణ్యంలో పొదలూ, చెట్లమాటున దాగి గమనిస్తూ విలువిద్య నేర్చుకోసాగాడు. ఆరోజు శిక్షణ ముగిసి రాకుమారులు సుఖంగా ఉండే తమ నివాసాలకి వెళ్లిపోయాక, తను చూసి నేర్చుకున్నదంతా ఆ అరణ్యపుత్రుడు అభ్యసించేవాడు. ఎంతో శ్రద్ధగా కొన్ని నెలలపాటు అభ్యాసం చేశాక తను కూడా అర్జునుడంత అవలీలగా గురిచూసి బాణం వెయ్యగలనని వాడికి తెలియవచ్చింది. ఒక బాణాన్ని నేర్పుగా వేసినప్పుడు, వింటిని పట్టుకున్న చేతులు అస్పృశ్యుడివా, రాకుమారుడివా అని ఆ బాణం అడగదు. అవి తమ లక్ష్యాన్ని పక్షపాతం లేకుండా ఛేదిస్తాయి. రాత్రిపూట రోజూ చేసే అభ్యాసంవల్ల రాకుమారులకి దక్కని ఒక వెసులుబాటు ఆ నిషాదుడికి దక్కింది. చీకట్లో గురిగా బాణం వెయ్యటంలో వాడు నిష్ణాతుడయాడు. విలువిద్య ఏకలవ్యుడికి ఒక పిచ్చిగా మారింది. రాత్రి కొన్ని గంటలపాటు మాత్రమే నిద్రపోయేవాడు.

పగలు చూసి విద్య నేర్వటం, తను చూసినది రాత్రి అభ్యసించటంతో రోజులు గడిచేవి. మొదట్లో జరుడు తనవెంట లేకపోవడం ఒక లోటుగా తోచేది, కానీ త్వరగానే వాడు దానికి అలవాటు పడిపోయాడు. ఒక ఏడాది గడిచాక, అసలు జరుడనేవాడు ఉన్నాడన్న విషయమే మర్చిపోయాడు. జరుడు మాయమవగానే, అదేదో అద్భుతం జరిగినట్టు ఏకలవ్యుడి దశ తిరిగింది. తనని వెక్కిరించేవాళ్లూ, అస్పృశ్యుడు గొప్ప యోధుడు అవటం అనేది అసాధ్యమని చెప్పేవాళ్లూ లేకపోవటంతో ఏకలవ్యుడిలో సహజంగా ఉన్న ఆత్మవిశ్వాసం మళ్లీ తలెత్తింది. కొద్దికాలానికే వాడు భయంకరమైన వేటగాడిగా మారిపోయాడు. ఎంతో నేర్పుగా జంతువులని వేటాడగలగటం వల్ల బోలెడంత ఆహారం ఎప్పుడూ దొరికేది. మాటువేసి జంతువులని వేటాడటంలో వాడు నైపుణ్యం సాధించాడు. చాలాకాలంపాటు వాడి కుటుంబానికి ఆకలంటే ఏమిటో తెలీకుండా పోయింది.

* * *

నగర పారిశుధ్య పర్యవేక్షకుడు పురోచనుడు ముక్కుని వస్త్రాన్ని అడ్డం పెట్టుకున్నాడు. దుర్వాసన భరింపశక్యం కాకుండా ఉంది. సుగంధద్రవ్యాలూ, ధూపాలతో నిండిన రాజభవనం వదిలి మురికికూపంలోకి ప్రవేశించాడు... వానపాముల్లా మెలితిరిగిన సందులూ, పైకప్పు లేని మురికి కాలువలూ, పాదచారులకోసం నిర్మించిన వీధి వారల్లో పేరుకున్న చెత్తాచెదారం. తమ రాజ్యం గురించి హస్తినాపుర ప్రభువులకి ఉన్న అభిప్రాయానికీ, ఇక్కడి వాస్తవిక పరిస్థితికీ హస్తిమ శకాంతర దూరం ఉందని పురోచనుడికి తెలుసు. ఒక పక్క హస్తినాపురం, వైభవంతో-పెద్ద పెద్ద భవంతులతో, విశాలమైన వీధులూ, వాటికి ఇరువైపులా నీడనిచ్చే పెద్ద పెద్ద చెట్లతో, బంగారం పూతపూసిన ఆలయ గోపురాలతో, వజ్ర వైఢూర్యాలూ, పట్టు వస్త్రాలూ అమ్మే ఆడంబరమైన అంగడులతో, కులీనులైన పురుషులతో అందమైన స్త్రీలతో నిండి – అది మరో గ్రహం మీద ఉందా అన్నట్టు బైటికి కనిపిస్తూ ఉంటుంది. మరోపక్క భరతఖండంలోని అధిక సంఖ్యాకులు నివసిస్తున్న, నగరాలున్న అంధకారం నిండిన ప్రాంతం ఇదే. మొదటిది కేవలం ఒక ముసుగు, ప్రభువులు ప్రజలకి చేసే వాగ్దానాల్లాగే అదికూడా బోలుగా కనబడే అబద్ధపు ప్రపంచం!

జనం బళ్లు, అమ్మేవాళ్లు, పందులు, మేకలు, గుర్రాలు.... అన్నీ ఒకదాన్ని మరొకటి తోసుకుంటూ దారి వెతుక్కుంటున్నాయి. ఆ వీధులకి తమదైన ఒక జీవితం ఉంది. నెట్టటం, లాగటం, కీచుమని చప్పుడు చెయ్యటం, చెవులు చిల్లులు పడేట్టు అరవటం, తప్పించుకుని పోయేందుకు ప్రయత్నించటం, ఇలా తనదైన లయలో అక్కడి జీవితం నాడి కొట్టుకున్నట్టు కొట్టుకుంటూ ఉంటుంది. పురోచనుడు ముఖానికి పట్టిన చెమట తుడుచుకుని, ఊపిరి తీసుకునేందుకు ఒక దీపస్తంభాన్ని ఆసరా చేసుకుని ఆగాడు. ఆ స్తంభం అతను పుట్టకముందు ఎన్నో ఏళ్ల క్రితమే విరిగిపోయింది. ఎలుకలు అతని పాదాలమీద పరిగెత్తసాగాయి, హడిలిపోయి వెనక్కి ఒక గెంతు గెంతాడు. అతని అవస్థ చూసి ఒక మురికిపిల్లవాడు నవ్వాడు. వీధికుక్కలు అతన్ని చూసి మొరిగాయి. అతను మళ్లీ నడవటం మొదలుపెట్టి, అడ్డువచ్చిన బళ్లని తప్పించుకుంటూ, గాయాల మచ్చలతో ఉన్న బికారుల చేతులని తోసేస్తూ ముందుకి సాగాడు. అనాగరికులైన అమ్మకందార్లు తమ ముఖాలని అతని ముఖానికి దగ్గరగా తెస్తూ ఉంటే వాళ్లని శాపనార్థాలు పెడుతూ, చేతులతోనూ, భుజాలతోనూ పక్కకి తోస్తూ ఆ జనసముద్రాన్ని ఈదుతూ నడవసాగాడు. కళ్లు మూసుకుని ఒక గోడవార మూత్ర విసర్జన చేస్తున్న ఇద్దరు మనుషుల మీది నుంచి తన చూపులు తిప్పుకున్నాడు. ఎన్నో రోజులు పాతబడ్డ నూనెలో వేడివేడిగా వండుతున్న వేపుడు పదార్థాలకోసం జనం ఒకరితో ఒకరు పోట్లాడుకోసాగారు.

పురోచనుడు ఈ వీధుల్లో చాలాసార్లు నడిచాడు, కానీ ప్రతిసారీ అవి అతన్ని అయోమయానికి గురిచేస్తాయి. ఎవరినైనా దారి అడిగేందుకు అతను ఆగలేకపోయాడు. ఈరోజు అతను అక్కడికి వచ్చిన పని చాలా ఆపదతో కూడుకున్నది. మళ్లీ ఆగి, తను ఎటువైపు వెళ్లాలా అని గుర్తుచేసుకోసాగాడు. ఎడమవైపు ఎటో వెళ్లాలి, ఎక్కడో ఒక గుడిగంట మోగింది, సన్నగా మంత్రోచ్చారణ అతని చెవులకి సోకింది. 'లేదు, అటు కాదు,' అనుకుని కుడివైపు తిరిగాడు. అంగళ్లున్న వ్యాపారకేంద్రం గుండా నడవ సాగాడు. అక్కడ అంగళ్లలో పద్దులు రాసేవాళ్లూ, సేవకులూ, సరకు రవాణా చేసే కూలీలూ, హస్తకళానిపుణులూ, బళ్లు నడిపే వాళ్లూ, తాపీపనివాళ్లూ, కుమ్మరులూ, తోటమాలులూ వంటి అనేక వృత్తులవాళ్లు పగలనక రేయనక అక్కడ పనిచేస్తూనే ఉంటారు. బేరాలాడుతూ, తాము చేసే అంత ముఖ్యంకాని దైనందిన పోరాటంలో ఒక్కోసారి గెలుస్తూ, ఒక్కోసారి ఓడిపోతూ ఉంటారు. పురోచనుడు ఇటువంటి వారికే రుణపడి ఉన్నాడు. వీళ్లే లేకపోతే హస్తినాపుర నగర నడిబొడ్డులో ఎంతో శుభ్రంగా, అందంగా ఉండే వీధులు, మురికిపట్టి అందరూ వాడుకునే దారులుగా మారిపోయి ఉండేవి. అందంగా పద్ధతి ప్రకారం పెంచిన తోటలూ, పెద్దపెద్ద భవనాలూ తమ ఉనికిని కోల్పోయి ఉండేవి.

చాలా అరుదుగా ధనవంతుల ఇంట విందులకీ, వినోదాలకీ అతనికి ఆహ్వానం అందేది. అక్కడికి వచ్చే కులీన స్త్రీలు నగరం గురించీ, పరిపాలన గురించీ అసంతృప్తి తెలియజేసేవారు. *పరిపాలకులు మురికివాడలని ఎందుకు కూల్చివేయరు? అవి చూసేందుకు కంటగింపుగా ఉంటున్నాయి కదా?* తన కంఠాన్ని అలంకరించిన వజ్రాలహారాన్ని సుతారంగా నిమురుకుంటూ ఒక స్త్రీ ఆ మాటలు అనటం విన్నాడు పురోచనుడు. వెంటనే సమాధానం చెప్పాలనేంత కోపం వచ్చిందతనికి. 'ఓసీ, అహంకారీ! ఆ మురికివాడలే లేకపోతే, నువ్వు ఇచ్చే చాలీచాలని జీతంతో నీ తోటమాలిగాని, రథసారథిగాని ఎలా జీవితాన్ని వెళ్లబుచ్చుతారని అనుకుంటున్నావు? ఆ

మురికివాడలే మాయమైపోతే నీ ఇంట్లో పనిచేసేందుకు దాసీ ఎక్కడినుంచి వస్తుంది?' అని అందామనుకున్నాడు.

కానీ అతను ఒక్కమాట కూడా మాట్లాడలేదు. సానుభూతితో తల ఊపుతూ ఉండి పోయాడు. ప్రముఖుల భార్యలని ఎదిరించి ప్రమాదాన్ని కొనితెచ్చుకోవటం మంచిది కాదని అనుకున్నాడు. పురుషులు అంతకన్నా అధ్వాన్నంగా ఉన్నారు. తమ రాజ్యం నుంచి ఈ మచ్చని తుడిచివేసేందుకు ఉపయోగపడే మార్గాల గురించి చర్చించారు. రెండు పాత్రలు మధువు తాగినంతనే తమకి తట్టిన ఈ తెలివైన ఉపాయం పాలకులకి ఎందుకు తట్టలేదా అని ఆశ్చర్యపోసాగారు. ఏకాంతంగా ఉన్నప్పుడు తమ రాజ్యాన్ని తిట్టుకునే వీళ్ళు, భీష్ముడినీ, రాజునీ శాపనార్థాలు పెట్టే వీళ్ళు, తమ గొప్ప నాగరికతని బురదలోకి ఈడ్చి కించపరచిన విదేశీరాణిని దుర్భాషలాడే వీళ్ళు, సమావేశాల్లో ఇలా మాట్లాడటం చూసి పురోచనుడు లోపల్లోపల నవ్వుకున్నాడు. తమ రాజ్యం గురించీ, రాజు గురించీ ఇలాంటి మాటలు మాట్లాడే వీళ్లే అన్యదేశస్థులెవరైనా తమని విమర్శిస్తే, తమ నాగరికతా, మతమూ ఎంత గొప్పవో చెప్పి వాళ్లనోళ్లు మూయిస్తారు. వాళ్ల మూఢభక్తి మతిభ్రమణం స్థాయిలో ఉంటుంది. ఈ ప్రాచీన రాజ్యంలో ఒకపక్క జనంతో కిక్కిరిసి ఉన్న మురికివాడల పేదరికాన్నీ, మరోపక్క దేదీప్య మానంగా వెలిగిపోతున్న ధనసంపదనీ చూసి అన్య దేశస్థులు ఆశ్చర్యపోతే వీళ్లకి అవమానంగా అనిపిస్తుంది. అనాగరికులై ఎటువంటి సంస్కృతీ లేని, భౌతికవాదులైన ఆ దేశస్థులు అద్భుతంగా నిర్మించిన దేవాలయాలనీ, రాజభవనాలనీ మాత్రమే చూసి వెళ్లిపోవచ్చు కదా, అనుకుంటారు వీళ్లు. అన్య దేశస్థులకి కుటుంబ సంబంధమైన విలువలు ఏమీ లేవనీ, వాళ్లు అనైతిక వర్తనులై అపరిశుభ్రంగా ఉంటారనీ అందరికీ తెలుసు. హస్తినాపురం చాలా గొప్ప రాజ్యమని వాళ్ల దగ్గర్నించి యోగ్యతాపత్రం అందుకోవలసిన అవసరం లేదు. అయినప్పటికీ అన్యదేశస్థులు తమ సంగీతంలోనూ, కళలలోనూ ఉన్న ఆధ్యాత్మికతనీ, అదే విధంగా ప్రతి ఆచారకర్మకీ, మూఢవిశ్వాసానికి ఆధారమైన శాస్త్రీయ దృక్పథాన్నీ వాళ్లు చూడలేకపోతున్నారే అన్నది వీళ్లని ఇబ్బందికి గురిచేస్తుంది. ఎందుకు దుర్వాసనతో నిండిన మురికివాడలు చూస్తామనీ, అక్కడ నివసించే శూద్రుల గురించి మాట్లాడతామనీ ఎందుకంత మొండిపట్టు పడతారు? అసలు ఆ విషయాలన్నీ వాళ్లకెందుకు?

ఇటువంటి గొప్ప ఆలోచనలు ఉన్నవారు హస్తినాపురంలోని వారు మాత్రమే కాదు. దుస్తులూ, భాషా, యాసా మారినప్పటికీ, ధనవంతులూ, శిష్టజనులూ అయినవారి ఆలోచనలు అంతటా ఒకేరకంగా ఉన్నాయి. అది కాశీ కావచ్చు, కాంచీపురం కావచ్చు, ముచిరపట్టణం కావచ్చు, ద్వారక కావచ్చు. అన్యదేశస్థుల అభిప్రాయాలు ఎలా ఉన్నప్పటికీ, భరతఖండంలోని వైవిధ్యం కేవలం సరిహద్దుల వరకే పరిమితమై ఉంది. దాని కేంద్రంలో మాత్రం ఆశ్చర్యకరంగా ఆలోచనలకీ, చర్యలకీ ఎటువంటి తేడా కనబడదు. పురోచనుడు గట్టిగా నవ్వాడు. ఇంతకన్నా అపరిశుభ్రమైన ప్రపంచం ఒకటుంది, అనుకున్నాడు. అది కంటికి కనిపించని ప్రపంచం. ఉద్యానంలో పెద్ద రాయిని తొలగిస్తే కనిపించే ప్రపంచం వంటిది. దాని కింద బోలెడన్ని ప్రాణులు ఉంటాయి. అవి తమ చుట్టుపక్కల ఏం జరుగుతోందో పట్టించుకోవు. క్రిమికీటకాలు, పురుగులు, జలగలు, చీమలు, అన్నీ హాయిగా అక్కడ జీవిస్తూ ఉంటాయి. చాలామటుకు అవి ఎవరికీ హాని చెయ్యవు. అర్ధరాత్రి దాటాక ఆహారాన్ని వెతుక్కుంటూ బైటికి వస్తాయి. ఎప్పుడైనా వాటి మధ్య ఒక తేలువంటి ప్రాణి కనబడవచ్చు. దాని తోకలో విషం ఉంటుంది.

శకుని స్పష్టమైన ఆదేశాలిచ్చాడు. ప్రాణాంతకమైన విషంగల అటువంటి ఒక తేలునే పురోచనుడు కలుసుకోవాలి. ఒకప్పుడు ఆ పేరు వింటేనే జనం హడిలిపోయి వణికిపోయే వారు. దుమ్మూధూళీతో నిండిన హస్తినాపుర వీధుల్లోనూ, ధనవంతుల సమృద్ధమైన నివాసాలలోనూ కూడా దుర్జయుడి పేరు వినగానే మాట్లాడటం ఆపివేసేవారు. ప్రత్యక్షంగా అక్కడ లేకపోయినా జనం గొంతులు వినిపించకుండా చెయ్యగల సమర్థత గలవాడు అతను. కబుర్లలో ఉత్సాహం, భయం కలగలిసి వినిపించేవి. మానవ క్రిమి ప్రపంచంలో ఒకప్పుడు దుర్జయుడి ఆధిపత్యం ఉండేది. అతను నిరంకుశుడు. హస్తినాపురంలోని నేరస్థుల ప్రపంచం ఎవరి కళ్ళకీ కనబడదు. అక్కడి బిచ్చగాళ్ళకీ, వ్యభిచార వృత్తి చేసేవాళ్ళకీ, చిన్న చిన్న దొంగతనాలు చేసేవారికీ అతనే రాజు. నేరం అతని ఆయుధం, బాధలు అతని డాలు. జీవితంలో ఏమైనా సాధించాలన్న తీవ్రమైన ఆకాంక్ష గలవాడతను. త్వరగానే దానికి అతను ఏం చెయ్యాలో కనుక్కున్నాడు. దొంగసారా తయారుచెయ్యటం, చిన్న చిన్న దొంగతనాలు చేసేవారిని తన అధీనంలో ఉంచుకోవటం, దోపిడీలే వృత్తిగా ఉన్నవారి దగ్గర డబ్బు రాబట్టటం, వ్యభిచార వృత్తికి దోహదం చెయ్యటం వంటివి కొంత ధనాన్ని సంపాదించి పెడతాయి, నిజమే. కానీ అతను జీవితంలో ఇంకా ఎక్కువ సాధించాలని కోరుకున్నాడు. కొన్ని సంవత్సరాల క్రితం, హస్తినాపురం పంపిన భటుల ప్రత్యేక దళం ఒకటి అతని చీకటి సామ్రాజ్యాన్ని దాదాపు నేలమట్టం చేసివేసింది. కానీ హస్తినాపురం దక్షిణ ప్రాంత రాజ్యాల కూడలితో భయంకరమైన పోరు సలిపే సమయంలో, అంతటా అల్లకల్లోలం నెలకొన్నప్పుడు, దుర్జయుడు మళ్ళీ బలం పుంజుకున్నాడు. కానీ, పరశురాముడితో సంధి ఒప్పందం రాసుకున్నాక, భీష్ముడి దృష్టి మళ్ళీ నేరప్రపంచం వైపు మళ్ళింది. దుర్జయుడిలాంటి వాళ్ళకి కష్టకాలం మొదలైంది. భీష్ముడు స్వయంగా మురికివీధుల్లో తాత్కాలికంగా నివాసం ఏర్పరచుకుని, అపరాధ సామ్రాజ్యాన్ని మట్టుపెట్టాడు. దుర్జయుడు అజ్ఞాతవాసంలోకి జారుకున్నాడు. మళ్ళీ చక్రభ్రమణం మొదటికి వచ్చేదాకా వేచిచూడసాగాడు.

ప్రస్తుతం పురోచనుడు చెయ్యవలసిన పని, ఆ తేలుని అది దాక్కున్నచోటినుంచి బైటికి రప్పించి, దాని కొండికి మరింత బలాన్నీ, విషాన్నీ అందించటం. ఇదేనా ఆ ఇల్లు? లావుపాటి పురోచనుడు కొంచెం సందేహిస్తూ శిరస్త్రాణాన్ని సరిచేసుకున్నాడు, నిటారుగా నిలబడ్డాడు. నడుము పట్టీలో దాచుకున్న బాకుని ఒకసారి తడిమి చూసుకున్నాడు. నిజంగా దుర్జయుడే కనక తనని అంతం చెయ్యదల్చుకుంటే, ఆ బాకు ఎందుకూ పనికిరాదు. ఒక్క అరక్షణంపాటు గంగ ఒడ్డున నాచులో ఇరుక్కున్న ఉబ్బిన తన శరీరం అతనికి ఊహల్లో కనబడింది. అటు వంటి అశుభకరమైన ఆలోచనలని అతను మనసులోంచి నెట్టేశాడు. నిబ్బరంగా ఉండటం అవసరం అనుకుంటూ చివికి పోయిన చెక్కతలుపు మీద వేళ్ళతో నెమ్మదిగా తట్టాడు. అది అయిష్టంగా కిర్రుమంటూ తెరుచుకుంది. తనవైపే తదేకంగా చూస్తున్న కళ్ళు కనిపించాయి అతనికి. సగం తెరిచిన తలుపులోనుంచి వస్తున్న దుర్గంధాన్ని నివారించేందుకు పురోచనుడు నోటితో గాలి పీల్చుకోసాగాడు. "నా పేరు పురోచనుడు, నగర పారిశుధ్య పర్యవేక్షకుడిని," అన్నాడు అధికారం ఉట్టిపడే గొంతుతో.

తలుపు పెద్ద చప్పుడు చేస్తూ మూసుకుంది. ఆ తాకిడికి ఆ కట్టడం మొత్తం దడదడ లాడింది. కింకర్తవ్యం అన్నట్టు పురోచనుడు వీధిలో అలా నిలబడి ఉండిపోయాడు. వెనక్కి తిరగబోతూండగా తలుపు మళ్ళీ తెరుచుకుంది. వంకర్లుపోయిన కుష్ఠురోగి చెయ్యి మాత్రం బైటికి వచ్చి అతనికి డబ్బు ఇవ్వబోయింది. మొదటి ప్రయత్నంలో తను గెలిచాడు, ఈ మూర్ఖుడు

భయపడి తనకి లంచం ఇవ్వాలని చూస్తున్నాడు. ముఖం గంభీరంగా పెట్టుకుని పురోచనుడు ఆ డబ్బు తీసుకున్నాడు. లోపలున్న మనిషికి తను సాయం చెయ్యబోయేవాడిలా ప్రవర్తించాడు. "అతని దశ తిరగబోతోందని దుర్జయుడికి చెప్పు. అతన్ని నేను చూడాలి," అన్నాడు పురోచనుడు. మళ్లీ తలుపు మూసుకుంది. కానీ ఈసారి తనని లోపలికి ఆహ్వానిస్తారని అతనికి అనిపించింది. అతను అనుకున్నట్టే అయింది.

ముఖాముఖి దుర్జయుణ్ణి చూశాక పురోచనుడు నిరుత్సాహపడ్డాడు. అతను చూసేందుకు చిన్న ఆకారంతో, సామాన్యంగా ఉన్నాడు. అతనిది సన్నని మీసకట్టు, నల్లటి జుట్టు. అతను భయంకరంగా అరుస్తూ, చూసేందుకు భీకరంగా ఉంటాడని పురోచనుడు అనుకున్నాడు. లావుగా ఉన్న ఆ అధికారి ఆ నేరసామ్రాజ్యాన్ని ఏలే రాజు నివాసం ఎంత అధ్వాన్న స్థితిలో ఉందో పరిశీలించి చూశాడు. ఎక్కడ చూసినా సాలెగూళ్లు, విరిగిపోయిన పీటలు, చిరిగిపోయిన తివాసీలూ ఉన్నాయి. అంతటా దుర్గంధం అలుముకుని ఉంది. పురోచనుడు చిరునవ్వు నవ్వుతూ తను అనుకున్న దానికన్నా ఈ పని సులభంగా ఉండేట్టు ఉంది అనుకున్నాడు.

"నేను నీకు ఒకటి ఎంచుకునే అవకాశం ఇస్తాను, దాన్ని నువ్వు కాదనలేవు," అన్నాడు దర్పంగా. దుర్జయుడి సమాధానం కోసం ఎదురుచూశాడు.

దుర్జయుడు ముఖంలో ఏ భావమూ ప్రకటించకుండా అలాగే కూర్చుని ఉండిపోయాడు. పురోచనుడి గుండె ఒక్క క్షణం ఆగింది. గాజుగోళాల్లా ఉన్న ఆ కళ్లలోకి చూడటం తప్పయి పోయింది. అక్కడినుంచి బైటపడి తన కార్యాలయానికి వెళ్లిపోవాలనిపించింది అతనికి. ఆ అన్యదేశస్థుడి ప్రణాళికలన్నీ ఇలాగే అధ్వాన్నంగా ఉంటాయి!

"ఏమిటి మీరు ఇస్తాననేది?" ఆ, తేలు సూటిగా అడిగాడు.

తను ఏం చెప్పేటందుకు వచ్చాడో పురోచనుడు మర్చిపోయాడు. "ఆఁ... నువ్వు పడమటి దిక్కుకి తిరిగి ప్రార్థించాలి. నువ్వూ నీ పక్షాన నిలిచినవాళ్లందరూ..." పురోచనుడు తనని తాను తిట్టుకున్నాడు. ఆ మాటలు చివర్న అనవలసినవి. దుర్జయుడి కళ్లు అపనమ్మకంతో పెద్దవి కావటం కనిపించింది పురోచనుడికి. తనని వాళ్లు బైటికి గెంటేలోపల తనని తాను నిగ్రహించుకుని కూర్చున్నాడు. కావాలనే ఒకకాలిమీద మరో కాలు వేసుకుని, చేతులు ఒళ్లో పెట్టుకున్నాడు. వాటిని వణకకుండా ఉంచేందుకు చేసిన ప్రయత్నం అది. అతనికి ఇప్పుడు తను అర్థించేందుకు వచ్చిన వాడిలా అనిపించటం లేదు.

"నీ సామ్రాజ్యాన్ని మళ్లీ పునర్నిర్మించుకోవాలని ఉందా? ఆయుధాలూ, మత్తుపదార్థాలూ గాంధారదేశంనుంచి చాటుగా తీసుకువచ్చి నాగులకి అమ్మే పనిచేస్తావా? మళ్లీ ఈ రాజ్యంలో ప్రతిఒక్కరూ భయపడే వ్యక్తిలా మారాలని ఉందా, దుర్జయా?" నేరాలకి నాయకుడైన ఆ వ్యక్తి ముఖభావంలో ఏమైనా మార్పు వస్తుందా అని చూశాడు పురోచనుడు.

నెమ్మదిగా దుర్జయుడి పెదవులమీద చిరునవ్వు పొడసూపింది. "నువ్వు బాగా తాగి ఉన్నావా, లేక నీ మతి భ్రమించిందా? ఒక నగర పర్యవేక్షకుడివైన నువ్వు నాకు ఈ పనుల్లో సాయం ఎలా చెయ్యగలవు? లంచం తీసుకుని నీ దారిన నువ్వు పో!" అంటూ దుర్జయుడు తను కూర్చున్న విరిగిపోయిన పీట మీదినుంచి లేచాడు.

పురోచనుడు కూడా లేచి నిలబడ్డాడు. దుర్జయుడు అక్కణ్ణించి వెళ్లిపోతూ ఉంటే, "మరీ తొందరపడుతున్నావు, దుర్జయా! శకుని పేరు నువ్వు ఎప్పుడూ వినలేదా?" అన్నాడు.

అంతే, దుర్జయుడు నడుస్తున్నవాడు ఠక్కున ఆగిపోయాడు. "గాంధార రాకుమారుడేనా?" అన్నాడు ఆశ్చర్యపోతూ.

పురోచనుడి భయం మాయమైంది. దుర్జయుడు ద్రాక్షాసవం తీసుకురమ్మని అనగానే ఒక కుర్రవాడు మధుపాత్రతో వచ్చాడు. అలా మధువు గ్రోలుతూ ఇద్దరూ అన్ని వివరాలూ చర్చించుకున్నారు. ఆ కుర్రవాడు తినుబండారాలూ, ద్రాక్షాసవం చాలాసార్లు తీసుకువచ్చాడు.

"వీణ్ణి ఎక్కడో చూశాను," అన్నాడు పురోచనుడు ఆ కుర్రవాణ్ణి గుర్తుచేసుకుంటూ.

"రాజ్యం తిరస్కరించినవాళ్ళకి నేను పని ఇస్తూ ఉంటాను. నేను కలల వ్యాపారిని," అన్నాడు దుర్జయుడు. ఇంతసేపటినుంచీ తాగుతున్నా అతని మాట ఇంకా స్పష్టంగానే ఉంది. "మీ రాజోద్యోగులు వాళ్ల గురించి ఆలోచించరు. నేను జనానికి తక్షణ న్యాయం అందిస్తాను, కానీ మీరో? ఒక విచారణ ముగించేందుకే సంవత్సరాలు తీసుకుంటారు. పేద కుర్రవాళ్లకి విద్య అందించేందుకు నిరాకరిస్తారు, అలాంటి పిల్లల ప్రాణాలని నేను నిలబెడతాను. ఈ జరుడిలాంటి మూర్ఖులు, నగరం వెలుపల ఉండే సుదూరప్రాంతాలనుంచి సంపదలతో నిండిన ఈ నగరానికి గుంపులు గుంపులుగా వస్తారు. తమ స్వస్థానాలకి బంగారు రథాల్లో తిరిగి వెళ్తామని కలలు కంటూ ఉంటారు. ప్రతి వెధవా తనవెంట బోలెడంతమంది సేవకులని తీసుకు వెళ్లాలనీ, గ్రామాన్ని వదిలి నగరానికి వచ్చే ధైర్యం చెయ్యని మూఢులని ఈర్ష్యతో కాలిపోయేట్టు చెయ్యాలనీ అనుకుంటాడు. నేను వాళ్ల కలలతో ఆడుకుని లాభం పొందుతాను," అని నవ్వాడు దుర్జయుడు.

"మరి అమ్మాయిల సంగతి?" అని అడిగాడు పురోచనుడు ఆశగా.

"హాహాహా! అమ్మాయిలు... వాళ్ల తీరే వేరు. ఇది స్వప్ననగరి, మిత్రమా! ఆ కలలని పండించుకుని జీవించేందుకు వస్తారు జనం ఇక్కడికి. అమ్మాయిలు పేదరికాన్ని తప్పించుకునేందుకు దేదీప్యమానంగా వెలిగిపోయే హస్తినాపురానికి పారిపోయి వస్తూ ఉంటారు. అది కళలకీ, నాట్యానికీ, కవిత్వానికీ నిలయం. ఎంత అందమైన అబద్ధం! కానీ వాళ్లు నిజంగా ఇక్కడికి వచ్చేది రాజు ఆస్థానంలో వేశ్యావృత్తిలో స్థిరపడటానికి, లేదా ధనవంతులైన వర్తకులకి ఉంపుడు గత్తెలుగా మారేందుకు. తమ కలలని నిజం చేసుకునేవాళ్లని వేళ్లమీద లెక్కించవచ్చు. మిగతా అందరూ మావంటివారి ముఠాల్లోనో, లేక వీధుల్లో వ్యభిచారవృత్తి చేసుకుంటూనో ఉండిపోతారు. వయసు పైబడ్డాక బిచ్చగత్తెలుగా మారతారు. ఏదో ఒకరోజు హఠాత్తుగా కిందపడి చనిపోతారు. స్త్రీపురుషులిద్దరినీ కలలు కనమని అంటాను, ఆ కలలని నా లాభానికి ఉపయోగించుకుంటాను, పురోచనా! ఆ దుర్మార్గుడు, విదురుడు నామీదికి రక్షకభటులని పంపకముందు నా దగ్గర చాలామంది ఉండేవారు."

"అదంతా ఇక మారిపోతుంది, మిత్రమా!" అన్నాడు పురోచనుడు దుర్జయుడి కళ్లు మిలమిల మెరవటం చూసి సంతోషిస్తూ.

"అవును, నువ్వు నీవెంట నా ఇంటికి అదృష్టాన్ని తీసుకువచ్చావు. పట్టు, ఇద్దరం తనివితీరా తాగుదాం!"

దుర్జయుడు తాగితాగి మత్తులో మైమరిచాక, పురోచనుడు గది లోపలికీ, బైటికీ తిరిగే ఆ చిన్న పిల్లవాడికేసి చూస్తూ ఉండిపోయాడు.

# 10. నాగులు

ఒకరోజు వేటాడుతూ ఏకలవ్యుడు ఇంతకుముందు ఎప్పుడూ వెళ్లని కొత్త ప్రాంతానికి, అడవి లోపలికి వెళ్లాడు. మసక వెన్నెల చెట్ల ఆకుల సందుల్లోంచి నేలమీద పడి చిత్రవిచిత్రమైన ఆకారాలని సృష్టిస్తోంది. ఒక కొండవాగు దగ్గరికి చేరుకున్న ఏకలవ్యుడికి ఎవరో సన్నగా ఈల వేస్తున్న ధ్వని వినిపించింది. వెంటనే వాడు అప్రమత్తుడయాడు. అది హెచ్చరికలాగానో, సూచనలాగానో అనిపించింది. అనుమానంతో వాడు ఒక చెట్టు వెనక దాక్కుని వినసాగాడు. ఎక్కడా ఎటువంటి కదలికా లేదు. ఏకలవ్యుడు కంగారుపడుతూ వేచి చూశాడు. ఎక్కడా ఏమీ కదలకపోయినప్పటికీ వాడికి ప్రమాదం పొంచి ఉందన్న విషయం సహజజ్ఞానంవల్ల తెలిసింది. తనకి దగ్గర్లోనే ఎవరో ఉన్నారని తోచింది. దుర్మార్గ మైనదీ ఏదో, ఎవరో తనని గమనిస్తున్నారు. అతని నరనరానికీ ఆ సంగతి తెలియవచ్చింది. నల్లటి నీడల్లో దాక్కున్నవారెవరో ముందు కదలనీ అనుకుని ఏకలవ్యుడు వేచి చూడసాగాడు, కానీ ఒక్క ఆకు కూడా కదల్లేదు.

'నేను అనవసరంగా భయపడుతున్నానేమో,' అనుకున్నాడు ఏకలవ్యుడు. వెంటనే తను దాక్కున్న చోటునుంచి కదలాలని నిశ్చయించుకున్నాడు. కానీ వాడి శరీరం అంత వేగంగా కదల్లేకపోయింది. రెండు అడుగులు వేసేసరికి వాడు ఉచ్చులో ఇరుక్కున్నాడు, మరుక్షణం నేలకి పదడుగుల ఎత్తులో వేలాడసాగాడు. కాళ్లని ఉచ్చులోనుంచి విడిపించుకోవాలని ప్రయత్నిస్తూండగా కాగడాలు పట్టుకుని చాలామంది పురుషులు తనని చుట్టుముట్టటం కనిపించింది.

ఒక నల్లటి మధ్యవయస్కుడు ఏకలవ్యుడిని సమీపించి అతడి కళ్లలోకి చూశాడు. వాడి ముఖం మీద స్ఫోటకం మచ్చలున్నాయి, నుదుటిమీద గాయం తాలూకు మచ్చ అసహ్యంగా కనిపిస్తోంది. వాడికి ఒక కన్నే ఉంది, కుంటుకుంటూ నడుస్తున్నాడు. "నాగుల లోకానికి స్వాగతం!" అన్నాడు చిరునవ్వు నవ్వుతూ. సూదిగా ఉన్న వాడి ముందు పళ్లమధ్య పెద్ద ఖాళీ ఉంది. ఆ పళ్లు పాము కోరల్లా ఉన్నాయి. పొడుగ్గా సన్నగా ఉన్న ముఖం, ఎడమవైపు ఉన్న గాజుకన్నుతో వాడు పాములా కనిపించాడు. "తాడుని కోసేసి వీణ్ణి కింద పడవేయండి," అన్నాడు వాడు ఆజ్ఞాపిస్తున్నట్టు.

ఏకలవ్యుడు నిలువెల్లా వణికిపోయాడు. ఇక అంతా అయిపోయింది అనుకుంటూ కత్తిపోటుని తట్టుకునేందుకు సిద్ధం అయాడు. ఒకడు తాటిని నరికాడు, తలకిందులుగా వేలాడుతున్న ఏకలవ్యుడు కిందపడేసరికి వాడి ముఖం నేలకి కొట్టుకుంది. లేచేందుకు వాడు చేసే ప్రయత్నాన్ని చూసి వాళ్లందరూ నవ్వసాగారు. నిలువెల్లా నొప్పి ఏకలవ్యుడి శరీరంలో

విద్యుత్తులా ప్రవహించింది. ముఖం రక్తసిక్తమైంది. బలమైన చేతులు వాణ్ణి లేవనెత్తాయి. వాడు విడిపించుకునేందుకు గిలగిలలాడటం చూసి వాళ్లు మళ్లీ నవ్వారు. కాగడాలు రెపరెప లాడేసరికి, వాళ్ల చుట్టూ నీడలు నృత్యం చేశాయి. అక్కడి నేలమీద అవి భయంకరమైన ఆకారాలని సృష్టించాయి. వాళ్లందరూ ఒక వాగు దగ్గరకి నడిచి ఏకలవ్యుణ్ణి అందులోకి విసిరివేశారు. మండుతున్న ఒంటికి మంచులా చల్లగా ఉన్నట్టు అనిపించాయి ఆ నీళ్లు. వాణ్ణి మళ్లీ వాళ్లు బైటికి లాగేవేళకి వాడు తప్పించుకునే తన ప్రయత్నాన్ని మానుకున్నాడు. తనని బంధించిన వారితోబాటు ఒక ఎత్తైన కొండ ఎక్కసాగాడు. వాళ్లలో ఒకడు దారికి అడ్డంగా ఉన్న మొక్కలనీ, పొదలనీ కొడవలితో నరుకుతూ దారి చేస్తూ పోతూ ఉంటే, మిగిలినవాళ్లు ఒకరి వెనక ఒకరు ఆ దారిగుండా నడవటం మొదలుపెట్టారు.

ఎవరూ మాట్లాడలేదు. ఆ నిశ్శబ్దం ఏకలవ్యుణ్ణి ఎక్కువ కంగారు పెట్టింది. చివరికి ధైర్యం కూడగట్టుకుని, “మీరంతా ఎవరు?” అని అడిగాడు.

ఒంటికంటి నాయకుడు, “హస్తినాపుర రాజుని,” అని సమాధానం చెప్పాడు. అతని అనుచరులు వికటాట్టహాసం చేశారు. “అన్నట్టు, నాకు ఒక కన్నే లేదు, అందుకే నేను కేవలం సగం రాజుని,” అన్నాడు నాయకుడు మళ్లీ. ఒక పక్క భయం ఉన్నప్పటికీ ఆ మాటలకి ఏకలవ్యుడు నవ్వాడు. “నాయనా, అందరూ భయపడే కాళీయుడిని నేనే. నా గురించి కథలు వినే ఉంటావు. నన్ను కృష్ణుడు ఓడించాడు. వెయ్యి తలల పాముని ఓడించగలిగాడని అతని గురించి, అతని శౌర్యం గురించీ ఎందరో పొగుడుతూ పాటలు కూడా పాడతారు. ఆ సర్పాన్నే నేను.”

కొద్ది దూరంలో ఖాళీ ప్రదేశం కనిపించేదాకా వాళ్లు అలా నడుస్తూనే ఉన్నారు. అక్కడ తక్షకుడూ, అతని చుట్టూ భయం గొలిపే నాగుల దుస్తులు వేసుకున్న యోధులూ కనిపించే సరికి ఏకలవ్యుడి గుండె దడదడలాడింది. ఒక వృద్ధుడు మంటకి దగ్గరగా కూర్చుని ఉన్నాడు. ఆ చుట్టుపక్కల బోలెడన్ని పూరిపాకలు ఉన్నాయి. స్త్రీలు కలిసి కూర్చుని చేతులు తిప్పుగూ మాట్లాడుకుంటున్నారు. కొందరు పిల్లల్ని ఊపుతూ నిద్రపుచ్చుతున్నారు. పసిపిల్లల ఏడుపుల తోనూ, అరుస్తూ కేకలు పెడుతూ పరిగెత్తుతూ ఆడుకుంటున్న పిల్లలు చేసే గోలతోనూ ఆ ప్రాంతం సందడిగా ఉంది. కొందరు యువకులు పాడుతూ నాట్యం చేస్తున్నారు. ఒక పక్కగా గుంపుగా కూర్చున్న యువతులని ఆకర్షించేందుకు ప్రయత్నిస్తున్నారు. మిగతావాళ్లు సారాయి కాస్తూ, మాంసం ముక్కల్ని కాలుస్తున్నారు. అది భయంకరమైన తిరుగుబాటుదారు, తక్షకుడి తాత్కాలిక నివాసంలాగ లేదు.

వీళ్లు సమీపించటం చూసి తక్షకుడు లేచి నిలబడ్డాడు. కాళీయుడు వంగి నమస్కరించాడు. తక్షకుడికి నమస్కరించాలా వద్దా అని తేల్చుకోలేని స్థితిలో ఏకలవ్యుడు కదలకుండా అలాగే నిలబడి ఉండిపోయాడు. చివరికి వంగి నమస్కారం చేసేసరికి, అందమైన ఆ నాగుల నాయకుడి ముఖంలో చిరునవ్వు కనిపించింది.

“ఓహో! ఇలా దయచేసిన వారెవరు? ఏకలవ్యా, మా నాగుల పేద నివాసానికి స్వాగతం!” అన్నాడు.

మంట దగ్గర కూర్చున్న వృద్ధుడు తలెత్తి ఒకసారి ఏకలవ్యుణ్ణి చూసి, తల అడ్డంగా ఆడిస్తూ

మరుక్షణం చూపులు మరల్చుకున్నాడు. తక్షకుడు నవ్వి ముందుకొచ్చి ఏకలవ్యుణ్ణి కౌగిలించు కున్నాడు. ఏకలవ్యుడు కర్రలా బిగుసుకుని ఉండిపోయాడు.

"నన్నిక్కడికి ఎందుకు తీసుకువచ్చారు?" అన్నాడు ఏకలవ్యుడు. వాడి గొంతులో భయంకన్నా విసుగే ఎక్కువ ధ్వనించింది.

"ఎందుకంటే, నువ్వు ఇక్కడ ఉండవలసిన వాడివే! నీ ఇంటికి నీకు స్వాగతం చెపుతున్నాను, ఏకలవ్యా!" అన్నాడు తక్షకుడు నోరంతా తెరిచి నవ్వుతూ.

కొంతమంది పిల్లలకి తమ ఆటలకన్నా కొత్తగా వచ్చిన ఏకలవ్యుడి మీద ఎక్కువ ఆసక్తి కలిగి, చుట్టూ నిలబడి కుతూహలంగా చూడసాగారు. వారిలో కొందరు ధైర్యవంతులు ఏకలవ్యుడిని గిచ్చి, వాడు ఇబ్బందిపడి ముడుచుకుపోతే చూసి పళ్లు ఇకిలించసాగారు.

"అయితే ఈ కుర్రాడిని పట్టుకోవటం కష్టమయిందా, కాళీయా? ఇతన్ని ఎన్నాళ్లుగా వెంబడిస్తున్నావు? పదిహేనా... ఇరవైయా?"

కాళీయుడు ఏకలవ్యుడివైపు తేరిపార చూస్తూ, "నెలరోజులపైనే అయింది, తక్షకా! ఇతను పుట్టుకతోనే యోధుడు, ఎప్పుడూ అప్రమత్తంగా ఉంటాడు. మాకు దాక్కుంటూ వెంటాడటం కష్టమయింది. ఒకటి రెండుసార్లు అతని కంట పడబోయి తప్పించుకున్నాం. ఇతని బాణానికి ఉన్న గురి అమోఘం, తన చుట్టూ ఉన్న దాన్ని గమనించటంలో ఇతను మంచి తెలివితేటలు ప్రదర్శిస్తాడు. సరైన శిక్షణ ఇస్తే గొప్ప యోధుడయే అవకాశం ఉంది." కాళీయుడి మాటలు విని మంట దగ్గర కూర్చున్న వృద్ధుడు కుతూహలంతో తల ఎత్తి చూశాడు.

"నన్ను ఇక్కడికి ఎందుకు లాక్కు వచ్చారో ఎవరైనా చెప్పగలరా?" ఏకలవ్యుడు కోపాన్ని అణచుకుంటూ అన్నా కూడా, వాడి గొంతులో ధ్వనించిన కోపం అక్కడ ఎవరిమీదా ప్రభావం చూపించలేదు. కొంతమంది వెటకారంగా నవ్వారు, ఎవరో ఆ నిషాదుణ్ణి వెనకనుంచి తోశారు.

"అన్నీ సమయం వచ్చినప్పుడు తెలుస్తాయి, మిత్రమా! కాస్త ఓపికపట్టు. నిన్ను ఒక ఉద్దేశంతో ఇక్కడికి తీసుకువచ్చాం. నీచేత చేయించవలసిన గొప్ప పనులు ఎన్నో ఉన్నాయి. విల్లంబులని ఉపయోగించటంలో నీకున్న నైపుణ్యాన్ని చూశాను. అంతేకాక, నువ్వుకూడా మాలో ఒకడివి. ఒక గొప్ప ప్రయోజనం కోసం పోరాడుతున్నాం. నీవంటి బలిష్ఠులైన యువకులే ఈ తిరుగుబాటుని ముందుకి తీసుకువెళ్తారు," అంటూ ఉపన్యాసధోరణిలో మాట్లాడుతున్న తక్షకుడు, వృద్ధుడు తనవైపే చూడటం గమనించి ఉన్నట్టుండి మాట్లాడటం ఆపి, "అశ్వసేనా!" అని పిలిచాడు. ఒక యువకుడు ముందుకి వచ్చి నమస్కరించాడు. "ఏకలవ్యా, ఇతను అశ్వసేనుడు. ప్రస్తుతం ఇతను నీ అవసరాలు చూస్తాడు. బహుశా భవిష్యత్తులో కూడా ఇతను నీవెంటే ఉంటాడు," అన్నాడు.

గ్రామ శివార్లలో ఏదో అలజడి వినిపించటంతో వాళ్ల మాటలకి అడ్డుకట్టపడింది. నాగుల యోధులు కొంతమందిని తాళ్లతో బంధించి ఈడ్చుకుని వస్తున్నారు. ఆ దృశ్యాన్ని చూసేందుకు గ్రామంలోని జనం అందరూ గుమిగూడారు. పట్టుబడ్డవాళ్లలో ఒకరిద్దరు కాస్త ఉన్నవాళ్లలా కనిపించినప్పటికీ ఎక్కువమంది కష్టపడి పనిచేసే మధ్యవర్గానికి చెందినట్టే ఉన్నారు. ఎటువంటి గొప్ప గొప్ప ఊహలు లేని, మామూలు స్థాయిలో కష్టపడి పనిచేసే నిజాయితీపరుల కోవకి చెందిన పట్నవాసులు. విసుగ్గా, ఒకేరకమైన పనులు చేస్తూ జీవితం వెళ్లదీసే బాపతు.

ఇంట్లో తమ ప్రతాపం చూపించి, బైట భయంభయంగా, అణగిమణగి ఉంటారు. వాళ్ల కళ్లల్లో భయం స్పష్టంగా కనిపిస్తోంది. గ్రామస్థులు వాళ్లని అటూఇటూ నెడుతున్నారు. ఆ గుంపులోని స్త్రీల జుట్లు పట్టుకుని లాగేందుకు గ్రామీణ స్త్రీలు ఒకరితో ఒకరు పోటీపడసాగారు. చిన్న పిల్లలు సరదాగా వాళ్లని పిడిగుద్దులు కొడుతూ నవ్వసాగారు. గజ్జికుక్కలు గుంపుతోబాటు పరిగెత్తసాగాయి. మొరుగుతూ, కరిచేందుకు ప్రయత్నిస్తూ అక్కడ ఉన్న గోలని పెంచసాగాయి. బంధితుల్లో ఒక స్త్రీ చేతిలోని పసిబిడ్డను ఎవరో లాక్కున్నారు. కొంతసేపు ఆ పసిబిడ్డని ఒకరికి ఒకరు అందించుకుంటూ ఆటలాడుకున్నారు జనం. భయంతో ఆ తల్లి పెట్టిన కేకలు విని జనం మరింత వెర్రెత్తిపోయారు.

తక్షకుడూ, అశ్వసేనుడూ ఆ జనసమూహం వద్దకి పరిగెత్తారు. ఏకలవ్యుడు కూడా వాళ్లని అనుసరించబోతూ ఉండగా, మంట దగ్గర కూర్చున్న వృద్ధుడు వాడి చేతిని పట్టుకున్నాడు. "వెంటనే పారిపో, ఇది చాలా ప్రమాదకరమైన చోటు. ఆ మనిషి పిచ్చివాడు, మా ఊరి జనాన్ని పిచ్చివాళ్లని చేసేశాడు. ఇప్పుడు నువ్వు పారిపోకపోతే, ఇక ఎప్పటికీ సాధ్యం కాదు. నువ్వు కూడా ఈ ఊబిలో చిక్కుకోకముందే ఇక్కడినుంచి పారిపో!" అన్నాడు.

ఏకలవ్యుడు నిర్ఘాంతపోతూ ఆ వృద్ధుడివైపు చూశాడు. ఆయన నోట్లో దాదాపు అన్ని పళ్లూ ఊడిపోయి ఉన్నాయి. తలమీద నాలుగు నెరసిన వెంట్రుకలు మాత్రం మిగిలాయి. చూసేందుకు బలహీనంగా ఉన్నా, అది వయసువల్ల వచ్చిన నీరసం కాదు, జీవితం చూసి చూసి అలసిపోయినట్టు కనిపించాడు. "స్వామీ, మీరెవరు? తక్షకుడితో చేరవద్దని నాకెందుకు చెపుతున్నారు?" అని అడిగాడు ఏకలవ్యుడు.

"నాయనా, నిప్పుతో చెలగాటం వద్దు. ద్వేషం నీ మనసుని విషపూరితం చేసే లోపల, ఆగ్రహం నీకు కళ్లు కనబడకుండా చేసేలోపల వెళ్లిపో. ఈ లోకం తక్షకుడు అంటున్నంత చెడ్డదేమీ కాదు. అలాగే అతను రాజవగానే అది స్వర్గంగానూ మారిపోదు. నువ్వు చిన్నవాడివి. అసాధ్యమైన కలలు అమ్మజూపేవారి ఉచ్చులో పడకు. తక్షణం వెళ్లిపో!"

"మీరెవరు, స్వామీ?" అని ఏకలవ్యుడు మళ్లీ అడిగాడు, కానీ ఆ వృద్ధుడు సమాధానం చెప్పలేదు.

చివరికి జనాన్ని అదుపు చెయ్యగలిగారు. బందీలు గ్రామం మధ్యకి చేరుకున్నారు. తక్షకుడు వెదురుతో అప్పటికప్పుడు నిర్మించిన వేదికమీద కూర్చున్నాడు. కొన్ని అడుగుల దూరంలో పట్టుబడిన వాళ్లందర్నీ కలిపి కట్టి నిలబెట్టారు. అదేదో నేర విచారణలాగ అనిపించింది. గ్రామస్థులందరూ చుట్టూ గొంతుక్కూర్చున్నారు. కొందరు ఇంకా ఆవేశం పట్టలేక తిడుతూనే ఉన్నారు. ఏకలవ్యుడికి మార్గనిర్దేశం చెయ్యబోయే యువకుడు, అశ్వసేనుడు జనాన్ని చీల్చుకుంటూ వాడివైపు పరిగెత్తుకుని వచ్చాడు.

మళ్లీ ఆ వృద్ధుడు రహస్యంగా, "నీకేం బుద్ధి లేదా? మూర్ఖుడా! వెంటనే పారిపో! పో, లేకపోతే నీ జీవితం పూర్తిగా మారిపోతుంది," అన్నాడు.

ఏకలవ్యుడికి ఏం చెయ్యాలో పాలుపోలేదు. మనసు ఒకపక్క వృద్ధుడు చెప్పినట్టు చెయ్యమంటోంది, కానీ నిమిష నిమిషానికీ, కుతూహలం వివేకాన్ని మింగేయసాగింది.

అశ్వసేనుడు ఏకలవ్యుణ్ణి సమీపించి ఆగాడు. అతను ఉత్సాహంతోనూ, పరిగెత్తటం

వల్లనూ ఆయాసపడుతున్నాడు. "రా, మా నాయకుడు నిన్ను అక్కడికి వచ్చి, ద్రోహులకి ఎలాంటి శిక్ష విధిస్తారో చూడమని అంటున్నాడు," అన్నాడు.

వృద్ధుడు విచారంతో తల అడ్డంగా ఆడించటం చూసి ఏకలవ్యుడు ఒక్క క్షణం తటపటాయించాడు, కానీ ఆయన్ని పట్టించుకోకూడదని చివరికి నిర్ణయించుకున్నాడు. ఏమో, ఆయనకి మతి సరిగా లేదేమో అనుకుంటూ ఆ నిషాదుడు విచారణ చూసేందుకు ఆ నాగుల యువకుడి వెంట నడిచాడు. "ఆ వృద్ధుడు ఎవరు, అశ్వసేనా?" అని అడిగాడు ఏకలవ్యుడు.

"ఓ, ఆయన్ని పట్టించుకోవద్దు. ఆయనకి పిచ్చి. ఒకప్పుడు ఆయన నాగులకి రాజు, పేరు వాసుకి. మాకు వారసత్వంగా లభించిన సంపదని అంతటినీ విచ్చలవిడిగా ఖర్చు చేసేసి, రాజ్యాన్ని పోగొట్టుకున్న మూర్ఖుడు. ఎప్పుడూ శాంతి, అదీ ఇదీ అంటూ ప్రేలాపన చేస్తూ ఉంటాడు. ఆయన్ని ప్రాణాలతో విడిచిపెట్టటం మా నాయకుడి పెద్దమనసుకి తార్కాణం. లక్ష్యంకోసం పోరాడకపోతే మా నాగుల గతి ఏమవుతుందో తెలియజేసేందుకు మా నాయకుడు ఆయన్ని ఉదాహరణగా చూపిస్తూ ఉంటాడు. ఆయన్ని చూసి అందరూ నవ్వుతారు. ఆయన మాటలని లెక్కచెయ్యద్దు," అన్నాడు అశ్వసేనుడు.

విచారణ జరగబోయే స్థలానికి ఇద్దరూ చేరుకున్నారు. ఒక చెట్టుబోదెమీద కూర్చోమని ఏకలవ్యుడికి చెప్పాడు తక్షకుడు. అప్పటికే దానిమీద కొంతమంది కూర్చుని ఉన్నారు. వాళ్లు కొద్దిగా జరిగి ఏకలవ్యుడు కూర్చోవటానికి చోటిచ్చారు. కాళీయుడు కత్తిని కుడిభుజంమీద ఆనించుకుని, నవ్వుతూ నిలబడ్డాడు. ఆ నాగుడి కళ్లలో సంతోషం చూసి ఏకలవ్యుడు వణికిపోయాడు.

జనంలోనుంచి ఒక మధ్యవయస్కుడు బైటికి అడుగుపెట్టగానే ఉన్నట్టుండి అందరూ నిశ్శబ్దంగా ఉండిపోయారు. అతను తక్షకుడికీ, ఏకలవ్యుడికి కుడిపక్కన కూర్చున్నవారికీ వంగి నమస్కరించాడు. "గౌరవనీయులైన ప్రజాన్యాయస్థానానికి వందనాలు, మన గొప్ప లక్ష్యాన్ని గురించిన రహస్యం వెల్లడిచేసిన ద్రోహులు ఇక్కడే ఉన్నారు. వారికి ఏ శిక్ష విధించాలో నిర్ణయించేందుకే మనం ఇక్కడికి వచ్చాం. కుడివైపు చివర్న కూర్చున్నవాడు మన లక్ష్యానికి అందరికన్నా ఎక్కువ హాని కలిగించాడు. న్యాయస్థానంవారు శివరామ చరణుణ్ణి ఒకసారి చూడాలని మనవి చేసుకుంటున్నాను. ఇతను హస్తినాపుర శివార్లలోని సూర్యనగర గ్రామానికి చెందిన దుర్మార్గుడైన బ్రాహ్మణుడు," అన్నాడు.

వెంటనే ఒక వృద్ధ బ్రాహ్మణుణ్ణి ముందుకి తోశారు. సన్నగా, పొడవుగా ఉన్న ఆయన గర్వంగా తలెత్తుకుని నిలబడ్డాడు. తక్షకుడి వైపు ఆయన నిరసనగా చూశాడే తప్ప, ఆ కళ్లలో భయం ఎక్కడా కనబడలేదు.

"న్యాయస్థానానికి నమస్కరించు!" అని అరిచాడు ఒక భటుడు. ఆ వృద్ధుడు అలాంటి పనేదీ చేసే ధోరణిలో లేనట్టు కనిపించేసరికి భటుడు తన కత్తిపిడితో ఆయన్ని కొట్టాడు. అయినా ఆ బ్రాహ్మణుడు తొణక్కుండా అలాగే నిలబడ్డాడు. తన నుదుటి నుంచి కారుతున్న రక్తాన్ని తుడుచుకునేందుకు కూడా ప్రయత్నించలేదు.

"ఈ మనిషి, తన కుల వృత్తిని అనుసరించకుండా, అరవైఏళ్లు నిండేదాకా అనైతికంగా జీవించాడు. వారసత్వంగా ఇతనికి బోలెడన్ని పంట భూములు దక్కాయి. కొన్ని తరాలకి ముందు

ఇతని పూర్వీకులు నాగులని మోసం చేసి వాటిని కాజేశారు. ఇతను తన దగ్గర పని చేసేవారిని క్రూరంగా హింసించాడు, అనరాని మాటలన్నాడు. ఇతని దగ్గర పని చేసిన వాళ్లు ఇతని నిరంకుశత్వాన్నించి బైటపడి, తప్పించుకుని, గౌరవనీయులైన మన నాయకుడు, నహుషుడి దగ్గర శిక్షణ పొంది మొదటిసారి సైనికులుగా మారారు. మనం గెలుస్తున్నామని ఈ వక్రబుద్ధి గల మనిషికి తెలిసి, గత పదిహేనేళ్లుగా ఈ లోకంలో తనకన్నా దయాళువు ఇంకొకరు లేరన్నట్టు ప్రవర్తించటం మొదలుపెట్టాడు. యాదవకుల నాయకుడు, దుష్టుడైన బలరాముడితో చేరి, కుట్రపన్ని తన గ్రామంలో రకరకాల కళలకి శిక్షణ ఇచ్చే కేంద్రాలని స్థాపించాడు. జనాన్ని ఆకట్టుకునేందుకు కళలవైపుకీ, వర్తకం వైపుకీ మళ్లించి మన లక్ష్యం నుంచి దూరంగా తీసుకెళ్లేందుకు ప్రయత్నిస్తున్నాడు. రాజ్యం ఇతనికి ఎన్నో నిధులని కేటాయించేందుకు ముందుకొచ్చింది. దీనివల్ల ఇతను కుట్ర చేసినట్టు బలమైన నిదర్శనం కనిపిస్తోంది.

"ఇంకొక వింత విషయం ఏమిటంటే, మన శత్రువు రకరకాల మనుషులకి సమానమైన ప్రాముఖ్యం ఇస్తాడు. జన పోరాటాన్ని తక్కువ అంచనా వేసే వాళ్లలో ఎటువంటివాళ్లు ఉన్నారో చూడండి, ఎంతో ఉత్తముడిలా ప్రవర్తించే బలరాముడు, అహంకారి కురు సేనాధిపతి, భీష్ముడు, మతిభ్రమించిన బ్రాహ్మణుడు, కృపుడు, నాస్తికుడైన చార్వాకుడు, నాగుల పోరాటం నుండి విడిపోయిన మనజాతివాళ్లు, ఇంకా ఇలాంటివారే ఎందరో. ఈ వింత జాబితా చాలా సుదీర్ఘమైనది. తన కులానికి చెందినవారు ఎంత వ్యతిరేకించినా, మన ఈ బందీ తన పని తను చేస్తూనే ఉన్నాడు. ఇతనికి ఎటువంటి నీతినియమాలూ, సిద్ధాంతాలూ లేవని నిరూపించ బడింది. ఇది మనకి కూడా ఒక గుణపాఠమే. సామాన్య జనం ఏ ఉద్దేశంతో పోరాడుతున్నారో దాన్ని విఫలం చేసేందుకు మన శత్రువులు ఎంత నీచానికైనా దిగజారుతారు".

ఆ వ్యక్తి మాట్లాడటం ఆపేశాడని గ్రహించేందుకు ఏకలవ్యుడికి ఒక్క క్షణం పట్టింది. అతని వాదనలోని వక్రమైన తర్కం విని ఏకలవ్యుడు నిర్ఘాంతపోయాడు. కానీ, అతని చుట్టూ ఉన్నవాళ్ల ముఖాల్లో ఎక్కడా ఆశ్చర్యం అనేది కనిపించలేదు. వృద్ధ బ్రాహ్మణుడు ఇంకా గర్వంగా తలెత్తుకునే నిలబడి ఉన్నాడు. ముడతలు పడ్డ అతని ముఖం మీద తిరస్కార భావం ఇంకా అలాగే ఉంది. బంధితుల్లో ధనికుడిలా కనిపించే మరొక వ్యక్తి వెక్కివెక్కి ఏడవసాగాడు. ఆ ఏడుపుకి బొద్దుగా ఉన్న అతని శరీరం ఎగిరెగిరి పడసాగింది. మిగతా స్త్రీ పురుషులందరూ కూడా శోకాలు పెట్టసాగారు. కానీ అంతకుముందు ఇచ్చిన ఉపన్యాసాన్ని వాళ్లు అర్థం చేసుకోలేదని అనిపించింది ఏకలవ్యుడికి. అసలు ఈ తిరుగుబాటు దార్లలో చాలా మందికి ఈ పోరాటం ఎందుకు చేస్తున్నాము అనే విషయం అర్థమయి ఉంటుందా అనే అనుమానం కలిగింది ఏకలవ్యుడికి.

తక్షకుడు తాను కూర్చున్నచోటునుంచి లేచి అటూఇటూ పచార్లు చెయ్యసాగాడు. జనం అతను ఏం చేస్తాడా, ఏమంటాడా అని ఎదురుచూస్తున్నారు. సన్నగా వినిపిస్తున్న మాటలు తారస్థాయికి చేరుకుంటూ గొడవగా మార్పు చెందే సమయంలో తక్షకుడు రెండు చేతులూ పైకెత్తటం చూసి జనం మాటలు ఆపివేశారు. "ఈ మనిషి మన జాతికి శత్రువు. ఇటువంటి శత్రువులని ఒక్కొక్కరినే పట్టుకుని కడతేర్చుదాం. మనది ప్రజా పోరాటం. మతం, ధనం, జాతి, భాష, ఒంటి రంగు, కులం పేరిట చూపించబడుతున్న వివక్షకి వ్యతిరేకంగా జరుపుతున్న పోరాటం ఇది. ఈ వ్యక్తి కొందరు పేదలకి విద్యాదానం చేశాడని మీరు అనుకోవచ్చు, ఔషధాలు పంచిపెట్టే ఆరోగ్యకేంద్రాలని నిర్మించేందుకు ఇతను ధనం దానం చేసి ఉండవచ్చు, చిన్న

చిన్న హస్తకళలు నేర్పించే విద్యాలయాలని ప్రారంభించి ఉండవచ్చు, అందుచేత ఇతను మంచివాడని మీరు అభిప్రాయపడవచ్చు. మీకు ఈ విషయాలలోని నిజ స్వభావం తెలియక పోవటం వల్లే మీరు అలా అనుకుంటున్నారు.

"ఇటువంటి శత్రువులు మన లక్ష్యాన్ని తక్కువ అంచనా వేస్తారు. ఈ వ్యక్తి అందించే విద్య-వర్ణాల గురించీ, జాతి గురించీ నేర్పుతుంది. మనలాంటివారి మనసుల్లోకి అటువంటి ఆలోచనల్ని జొప్పించి, వాళ్ళు ఎల్లకాలం ఇతనిలాంటివారికి బానిసలుగా ఉండిపోవాలన్నది ఈ విద్య నేర్పటంలోని ఆశయం. ఆరోగ్యకేంద్రాలు స్థాపించి, తనకింద పనిచేసేవారు ఎప్పుడూ ఆరోగ్యంగా ఉంటూ, తనకోసం మరింత ఎక్కువ పనిచేసి లాభం గడించిపెట్టాలని అనుకున్నాడు ఇతను. శిక్షణా కేంద్రాలని స్థాపించటం వెనుక ఈ వ్యక్తికి ఉన్న అసలు ప్రయోజనం, తనకోసం జీతం తీసుకోకుండా వెట్టిచాకిరీ చేసేవాళ్ళకి శిక్షణనిప్పించి, ధనమదంతో బలిసిన వర్తకులకి వస్తువులని అమ్మి తను మరింత ధనం కూడబెట్టుకోవాలనే ఆశతోనే. వీళ్ళ ఉత్పత్తి చేసిన వస్తువులని మొట్టమొదట కొన్నది ఎవరు? అదిగో అక్కడ నిలబడి ఏడుస్తున్నాడే వాడే.. ఆ బలిసిన వర్తకుడే. ఆ వర్తకుడి వద్ద నుంచి ఆ సరుకులని తిరిగి కొన్నది ఎవరు? బలరాముడు! బలరాముడు అన్యదేశస్థులకి ఆ సరుకులని ఇంకా ఎక్కువ డబ్బుకి అమ్మాడు. బ్రాహ్మణులు సముద్రం మీద ప్రయాణం చెయ్యకూడదన్న నిషేధం ఉంది. కానీ వీళ్ళు మళ్ళీ దాన్ని ప్రారంభించారు. ధనార్జనకోసం ఎంత కఠినమైన నిషేధాలనైనా ఉల్లంఘించేందుకు వీళ్ళు సిద్ధంగా ఉంటారు. బలరాముడు ఏం చేస్తున్నాడో చూడండి. సముద్రతీరాన ఒక స్వర్ణనగరాన్ని నిర్మిస్తున్నాడు. అతనూ, అతని ప్రజలూ ఐశ్వర్యంతో తులతూగుతూ విశాలమైన భవంతుల్లో నివసిస్తూ ఉంటే మనలాంటి మనుషులం - భూమి దున్నేవాళ్లం, అరణ్యపుత్రులం, పేదరికంతో అలమటిస్తూ ఉంటాం. వెండి పళ్లెరాలలో వాళ్లు తీపి వంటకాలు తింటూ ఉంటే, మనం ఎండిన చెట్ల వేళ్లు తిని పొట్టనింపుకుంటాం. వాళ్ల స్త్రీలు పట్టు పీతాంబరాలు ధరించి వగలు పోతూ ఉంటే, మన స్త్రీలకి మానం కాపాడు కునేందుకు చింకిపాతలు తప్ప ఇంకేమీ ఉండవు. వాళ్లవి పెద్ద పెద్ద భవనాలు, పడుకునేందుకు మెత్తటి పరుపులు, అంతటా ఐశ్వర్యం, మనవి దుర్గంధంతో నిండిన గుహలు, కఠిన శిలలు మనం పడుకుని సేదతీరే పరుపులు."

తన చుట్టూ ఉన్న జనం మీద తన మాటల ప్రభావం ఎంతుందో చూసి ఆనందించేందుకు తక్షకుడు మాట్లాడటం ఆపాడు. వాళ్లలో ఉద్రేకం క్షణక్షణానికీ పెరగటం గమనించాడతను. మళ్లీ మాట్లాడటం కొనసాగిస్తూ, "కానీ వాళ్లని ధనవంతుల్ని చేసిందెవరు? ఆ భవంతులనీ, ఉద్యానవనాలనీ, రథాలనీ, రహదారులనీ, కాలిబాటలనీ నిర్మించిందెవరు? అద్భుతమైన శిల్పాలని చెక్కి దేవాలయాలని నిర్మించిందెవరు? మనలాంటివారే. వాళ్లు అనుభవించే భోగభాగ్యాలు మనం రక్తం, స్వేదం కార్చి సమకూర్చినవే. ఒక్క విషయం గుర్తుంచుకోండి, మనం చేసే ప్రతి పనీ, మన శత్రువుల చేతులకి మరింత బలాన్ని ఇస్తోంది. మీరు వాళ్ల ధనాగారం కోసం సంపాదించిపెట్టే ప్రతీ నాణాన్నీ వాళ్లు మనని అణచివేసేందుకే ఉపయోగిస్తారు. నా మిత్రులైన నాగుల్లారా, వానరుల్లారా, యక్ష, కిన్నర, గంధర్వ, అసురుల్లారా, యుద్ధం ఇప్పుడే మొదలైంది!" అన్నాడు.

తక్షకుడు మాట్లాడిన కొద్దీ జనంలో ఆగ్రహావేశాలు పెరుగుతున్నాయని ఏకలవ్యుడు గ్రహించాడు. చివరికి తక్షకుడు మాట్లాడటం ఆపి, ఒక్కక్షణం విరామం తరవాత నాటకీయంగా,

"ఈ హీనాతిహీనమైన నీచులు మనని బానిసలుగా చేసుకుంటూ ఉంటే చూస్తూ ఊరుకోవాలా?" అని గట్టిగా అరిచాడు.

"లేదు.... ఊరుకోకూడదు..." అని జనం ముక్తకంఠంతో అతనికి సమాధానం చెప్పారు.

"మన సోదరీమణులకి ధరించేందుకు దుస్తులు కరువై, మన పసిపిల్లలకి ఆకలి తీరే మార్గం లేక, మనకి తల దాచుకునేందుకు ఇళ్లు లేక నానా అవస్థలూ పడుతూ ఉంటే, మన శ్రమని దోచుకునే ధనమదాంధులు ఐశ్వర్యంలో ఓలలాడటమా?"

"కూడదు..."

"ఈ ద్రోహులని ఏం చెయ్యాలి?" అంటూ తక్షకుడి గొంతు పట్టులా మెత్తగా పలికింది. మరుక్షణం గొంతు పెంచి, "మిత్రులారా, చెప్పండి! ఇప్పుడీ ద్రోహులని ఏం చేద్దామంటారు?" అని అరిచాడు.

"చంపెయ్యాలి... చంపెయ్యాలి!" అంటూ గర్జించారు జనం. ఆ మాటని వల్లిస్తూ జనం దాన్ని తారస్థాయికి తీసుకుపోయారు.

తక్షకుడు నేరస్థులవైపు తిరిగి, "ప్రజాన్యాయస్థానం తీర్పు వినిపించింది. ఇక వాళ్లు చెప్పిన పని చెయ్యటమే తరవాయి," అన్నాడు.

జనం వెల్లువలా విజృంభించారు. అసహాయులైన ఆ స్త్రీ పురుషులు చేసే ఆర్తనాదాలు వాళ్ల ఆవేశాన్ని ఎంతమాత్రం చల్లార్చలేకపోయాయి. వృద్ధ బ్రాహ్మణుణ్ణి వాళ్లు కిందికి తోసి పడవేశారు. ఆయన మోకాళ్లమీద వంగి కూలబడగానే కాళీయుడు కత్తి పైకెత్తాడు. వృద్ధుడు సన్నగా ప్రార్థించసాగాడు. ఒక్క వేటుతో కాళీయుడు ఆయన తల తెగనరికేసరికి మొండెం నుంచి రక్తధార పైకి లేచింది. తెగిన తల ఇంకా ప్రాణంతో ఉన్నట్టు నేలమీద దొర్లుకుంటూ ఏకలవ్యుడి కాళ్ల దగ్గరికి వచ్చి ఆగింది. వాడు భయంతో వెనక్కి తగ్గాడు. ప్రాణంలేని ఆ బ్రాహ్మణుడి కళ్లు ఏకలవ్యుడినే చూడసాగాయి. ఆ కళ్లు ఏకలవ్యుడిని చాలాకాలం వెంటాడుతాయి. ఎవరో దాన్ని కాలితో తొక్కేదాకా ఆయన శరీరం ఎగిరెగిరి పడుతూనే ఉంది.

"ప్రజా విప్లవానికి జయము జయము!" అని అరిచాడు కాళీయుడు.

కొన్ని వేల గొంతులు వంత పలికాయి. బంధితులని ఒక్కొక్కరినే జనం ముందుకి నెడుతూ ఉంటే కాళీయుడూ అతని అనుచరులూ వాళ్లని నిర్దయగా నరికివేయసాగారు. చివరికి బలిసిన వ్యాపారి మాత్రమే మిగిలాడు. కాళీయుడు అతన్ని తెగనరికేందుకు ముందుకి తోశాడు. అతను గజగజ వణికిపోతూ, తనని విడిచిపెట్టమని వేడుకున్నాడు. తనని ప్రాణాలతో విడిచి పెడితే తన దగ్గరున్నదంతా ఇచ్చుకుంటానని తక్షకుడితో అన్నాడు. చివరి క్షణాన తక్షకుడు ఆ వర్తకుడిని క్షమించి విడిచిపెట్టాడు. జనం పూర్తిగా సద్దుమణిగిపోయారు. "మిత్రులారా, ఇతను పేదవారిని మోసగించి దోచుకున్నదంతా ఇచ్చేస్తానని అంటున్నాడు. ఇతన్ని క్షమించి ఇతని వద్ద నున్న సంపదనంతా తీసేసుకుందామంటారా?" అన్నాడు తక్షకుడు.

"వద్దు..." అని అరిచారు జనం. కానీ వాళ్ల గొంతులో ఎక్కడో కాస్త సందేహిస్తున్న భావం ధ్వనించింది.

ఒకే ఒక గొంతు, "సరే," అంది. ఆ మాట అన్నది ఎవరా అని అందరూ తలలు తిప్పి అటు చూశారు.

"సరేనా! సరే అంటున్నారా? ఆ పాపపు సొమ్ము ఎవరికి కావాలి? ఎవరా సరే అన్నది? ముందుకి రండి. నేనా వ్యక్తికి అభినందనలు తెలపాలి," అన్నాడు తక్షకుడు.

జనం భయంతో బిక్కచచ్చిపోయారు. ఎవరూ కదల్లేదు. కాళీయుడు ఏం చెయ్యాలో పాలుపోవ నిలబడి ఉండిపోయాడు. పెద్ద కాగులో పదార్థం ఉడకటం ప్రారంభించినట్టు జనం తమలో తాము మాట్లాడుకునే మాటలు క్రమక్రమంగా చెవులకి సోకటం ప్రారం భించాయి. "మనం యుద్ధం చెయ్యాలంటే ఆయుధాలు కావాలి, సైనికులూ, సరుకులూ కావాలి. అవన్నీ ఎవరు సమకూరుస్తారు? తమ వ్యాపారం నిరాటంకంగా సాగేందుకు మనని దోచుకున్నవాళ్ళు తప్ప ఇంకెవరు? ఈ వర్తకులూ, వ్యాపారస్తులూ, తమవంటి వారితో మనం పోరాడేందుకు మనకి నిధులు సమకూరుస్తారు. వీళ్ల ధనాన్ని మనం పోరాటానికి ఉపయోగించుకుంటాం. ఈ దుష్టుణ్ణి బంధించి ధనం రాబడతాం. వీణ్ణి ఉపయోగించుకుని, వీడి ధనమంతా లాగేసుకున్న తరవాత ప్రజాన్యాయస్థానం తన తీర్పు వినిపిస్తుంది. ఆసరికి వీడుకూడా మనలాగా చేతిలో చిల్లిగవ్వ లేని నిరుపేదగా మారిపోతాడు. వీణ్ణి పట్టుకుపొండి. ఇంతటితో విచారణ ముగిసింది!" అన్నాడు తక్షకుడు.

తక్షకుడు వేదికమీదినుంచి కిందికి దూకాడు. కాళీయుడి అనుచరులు పెనుగులాడుతున్న వర్తకుణ్ణి పట్టి లాక్కెళ్లి ఒక గుడిసెలో పెట్టి బైట తాళం బిగించారు. ఏకలవ్యుడి పక్కనుంచి వెళ్తూ తక్షకుడు చిరునవ్వు నవ్వి వాడి భుజం తట్టాడు, కానీ ఏకలవ్యుడు సమాధానంగా చిరునవ్వు నవ్వలేకపోయాడు. ఆ హింస వాడిని దిగ్భ్రాంతుణ్ణి చేసింది. తను ఊహించుకున్న కలల యోధుడు తక్షకుడు మరణించి, అతని స్థానాన్ని ఒక పిశాచం ఆక్రమించాడు.

ఏకలవ్యుడు నాగుల నాయకుడి వెంట వెళ్లబోయేంతలో ఒక నీరసమైన గొంతు వాణ్ణి పిలిచింది. వృద్ధుడైన నాగరాజు, వాసుకి కొన్ని అడుగుల దూరంలో నిలబడి ఉండటం కనిపించింది. కృశించిన తన శరీరాన్ని ఒక చేతికర్ర ఆధారంగా నిలబెట్టాడు ఆయన. "నాయనా, నువ్వు ఈపాటికి పాఠం నేర్చుకునే ఉంటావనుకుంటా. పారిపో! ఇక్కడే ఉంటే రాక్షసుడిగా మారిపోతావు. ఇప్పుడే పారిపో. ఈ వృద్ధుడి మాట విను!" అన్నాడు.

పన్నెండేళ్లు కూడా లేని ఒక కుర్రవాడు వాసుకి చేతిలోని కర్రని కాలితో తన్నేసరికి ఆయన నిలదొక్కుకోలేక కింద పడ్డాడు. ఆ కుర్రవాడు నవ్వుతూ పారిపోయాడు. ఏకలవ్యుడు ఆ వృద్ధుణ్ణి సాయంపట్టి లేపి కర్రని ఆయనచేతికి అందించాడు. "పారిపో!" అన్నాడాయన మళ్లీ రహస్యంగా.

ఎవరో ఏకలవ్యుణ్ణి పిలిచారు, "ఏకలవ్యా! ఆ పిచ్చివాడితో నీకేం పని? రా, నాయకుడు నిన్ను పిలుస్తున్నాడు!"

'పిచ్చివాడా? ఈ మొత్తం గ్రామంలో ఈయన ఒక్కడికే మతి సరిగ్గా ఉన్నట్టు తోస్తోంది,' అనుకున్నాడు ఏకలవ్యుడు. ఒక్క నిమిషం తటపటాయించాడు. తనని పిలిచిన వ్యక్తి ఇంకెవరితోనో మాట్లాడుతున్నాడు, తనవైపు చూడటం లేదు. ఏకలవ్యుడు చుట్టూ ఒకసారి చూసి, గుండెలనిండా ఊపిరి పీల్చుకుని పరుగు లంకించుకున్నాడు.

"ఏయ్... నిన్నే..." అని ఎవరో అరవటం వినిపించింది ఏకలవ్యుడికి. గ్రామస్థులు తనని వెంబడిస్తున్నారని గ్రహించాడు వాడు. తక్షకుడి విడిదికి వ్యతిరేక దిశలో, అరణ్యంలోకి దూసుకుపోతూ, నేలమీద పడిపోతూ, మళ్లీ లేచి పరిగెడుతూ, రాళ్లు అడ్డమొస్తే తడబడుతూ, మళ్లీ నిలదొక్కుకుంటూ పారిపోసాగాడు. అన్నివైపులనుంచీ బాణాలు వేగంగా వచ్చి దారిలోని చెట్టు బోదెల్లో దిగబడసాగాయి. వాటిని తప్పించు కుంటూ, ప్రాణాలని అరచేత పట్టుకుని పరిగెత్తసాగాడు. కుక్కలు తనని వెంబడిస్తూ సమీపించి మొరగటం వినిపించింది ఏకలవ్యుడికి. తన ఒంటికి తగిలిన గాయాలనుంచి కారుతున్న రక్తాన్నీ, అలసిపోయిన కాళ్లలో శక్తి క్షీణించటాన్నీ, అవి భయంతో వణకటాన్నీ లెక్కచెయ్యకుండా వీలైనంత వేగంగా ముందుకి పరిగెత్తుతూనే ఉన్నాడు. పరిగెత్తి ఒక కొండమీదికి చేరుకున్న ఏకలవ్యుడికి అది హఠాత్తుగా ఒక లోయలోకి దిగిపోవటం కనిపించింది. తనకీ గంగానదికీ మధ్య కొన్ని అడుగుల దూరం మాత్రమే ఉందని గ్రహించాడు. నది ఒక ఇరుకులోయ గుండా పరవళ్లు తొక్కుతూ ప్రవహిస్తోంది. నురగలు కక్కుతూ, రెండు వైపులా ఉన్న రాళ్లు తనని ఆపేందుకు ప్రయత్నిస్తూ ఉంటే వాటిమీదికి ఉరుకుతూ, ప్రవహిస్తోంది. నిర్ణయించుకునేందుకు ఏకలవ్యుడికి కొన్ని క్షణాల వ్యవధి మాత్రమే ఉంది. అతని వెనుక నాగుల యోధులు వేగంగా సమీపిస్తున్నారు. వాళ్లు తనని పట్టుకుంటే తనకి మృత్యువు తథ్యం. కానీ ముందుకి పోతే ప్రాణాలతో ఉండే కొద్ది ఆశ కనిపిస్తోంది. మసక వెన్నెల్లో నది ప్రమాదకరంగా ఉంది. నది ప్రవాహంలో ఎక్కడపడితే అక్కడ పెద్ద పెద్ద బండరాళ్లు పొడుచుకువచ్చి, వేటాడేందుకు పొంచి ఉన్న చిరుతల్లా కనిపిస్తున్నాయి. వంద అడుగుల లోతున ఉన్న ఆ ప్రవాహంలోకి దూకేందుకు ఏకలవ్యుడు ధైర్యం కూడగట్టుకోసాగాడు. పైనున్న కొండల్లో ఉరుముల శబ్దం వినిపించింది.

ఏకలవ్యుడు కొండ అంచువైపు పరిగెత్తేసరికి, పైనున్న చెట్టు కొమ్మలమీదినుంచి ఇద్దరు భీకరమైన యోధులు కిందికి దూకి ఏకలవ్యుడి దారికి అడ్డునిలిచారు. వాడిగా ఉన్న వాళ్ల కత్తిమొనలు వెన్నెలలో మెరుస్తూ ఉంటే, వాళ్లు జాగ్రత్తగా ముందుకి నడిచారు. వాళ్లు కత్తులతో దాడిచేసినప్పుడు మొదటి వేటుని ఏకలవ్యుడు పక్కకి జరిగి తప్పించుకున్నాడు, కానీ నిలదొక్కుకోలేక కింద పడ్డాడు. ఒక బాణం వాడి పక్కనుంచి దూసుకుపోయింది. వాడు కింద పడిపోయి ఉండకపోతే అది వాడి గుండెల్ని చీల్చి ఉండేది. ఇంకొక బాణం వాడి భుజానికి అతి సమీపంలో వచ్చి పడింది. నాగుల్లో ఒకడు తన కత్తిని ఏకలవ్యుడి కంఠానికి గురిపెట్టి విసిరాడు. అది వెళ్లి వెంట్రుకవాసి దూరంలో నేలలో దిగబడింది. ఆ అదను చూసుకుని ఏకలవ్యుడు దొర్లుతూ కొన్ని అడుగుల దూరానికి చేరుకున్నాడు. వాడిచేతికి ఒక రాయి దొరికితే, తన మీద కత్తి విసిరిన వాడి ముఖం మీదికి గురిచూసి విసిరాడు. నాగుడు బాధతో మూలిగి కింద పడ్డాడు. ఇంతలో మరొక బాణం వేగంగా వచ్చి ఏకలవ్యుడి భుజానికి చిన్నపాటి గాయం రేపి ఎటో పోయింది. వాడు తడబడుతూ లేచి కొండ అంచుకి పరిగెత్తాడు. వాడిచుట్టూ బాణాల వర్షం కురుస్తూనే ఉంది. ఉరుములు, మెరుపులతో పెద్ద వాన వచ్చే సూచనలు కనిపించాయి. ఆకాశం మరింత నల్లబడింది, చీకటి అలుముకో సాగింది. మెరుపులు అరణ్యంలో పట్టపగలులాంటి వెల్తుర్ని సృష్టించసాగాయి. నదీ ప్రవాహం ఉధృతి పెరిగింది. ఇంకా కొంతమంది నల్లటి మనుషులు తనని సమీపించటం ఏకలవ్యుడికి కనబడింది.

రెండో నాగుల యోధుడు ఏకలవ్యుడి మీద వెనకనుంచి దాడి చేశాడు. వాడి కత్తి సూటిగా ఏకలవ్యుడి తొడని ఛేదించింది. వాడు బాధతో అరుస్తూ కూలిపోయాడు. వెంటనే పక్కకి దొర్లి

ఒక నాగుల యోధుడు గాలిలోకి ఎగిరి దూకటం చూసి నిర్ఘాంతపోయాడు. వాడు అద్భుతమైన వేగంతో కిందికి దిగి తన కత్తిని సూటిగా ఏకలవ్యుడి గుండెకి గురిపెట్టాడు. ఎలాగైనా ప్రాణాలు కాపాడుకోవాలన్న సహజమైన కోరికో, లేక అదృష్టం వాడివైపు ఉండటమో తెలీదు కాని, ఏకలవ్యుడు గాయపడిన తన కాలిని ఎత్తి తనమీదికి వచ్చిన నాగుణ్ణి శాయశక్తులా గట్టిగా తన్నాడు. మరో దారిలేని పరిస్థితిలో తలెత్తిన బలం అది. ఏకలవ్యుడు పక్కకి దొర్లి తప్పించు కునేందుకు ప్రయత్నిస్తాడని అనుకున్నాడే కాని, గాయపడిన స్థితిలో కూడా వాడు తనని అంత తాపు తంతాడని ఆ నాగుడు ఊహించలేదు. ఏకలవ్యుడు తన్నిన తన్ను నాగుడి తొడల మధ్యభాగానికి తగిలి, ఆ ధాటికి వాడు కొండ మీదనుంచి పడిపోయాడు. ఆ యోధుడు అగాథంలోకి పడిపోతూ భయంతో పెట్టిన పెనుకేక మరుక్షణం వినిపించకుండా పోయింది.

ఏకలవ్యుడివైపు ఇంకా బాణాలు దూసుకుని వస్తూనే ఉన్నాయి. నది చేసే గర్జనని అధిగమించి తనని తరుముతున్న నాగుల కేకలు వాడికి వినిపించసాగాయి. వాడు కష్టపడి లేచి కొద్ది అడుగులు కుంటుతూ నడిచాడు. తొడనుంచి పోటు బైలుదేరి బాధపెడుతున్నా లెక్క చెయ్యలేదు. దూకేందుకు ప్రయత్నించాడు కానీ సాధ్యం కాలేదు. రాయి తగిలి పడిపోయిన మొదటి నాగయోధుడు తేరుకున్నాడు. ఏకలవ్యుణ్ణి పట్టుకునేందుకు ఒక్క దూకు దూకాడు. ఒక్క క్షణంపాటు ఇద్దరూ కొండ అంచున వేలాడారు. ఇంకా కొంతమంది నాగులు సమీపించటం చూసి ఆ ఒక్కక్షణం ఎంత విలువైనదో, ఇక చావో రేవో అని తేల్చుకోవలసిందేనని గ్రహించి, ఏకలవ్యుడు గాయపడిన కాలిని బండరాతికి నొక్కిపెట్టి, నొప్పితోనూ, భయంతోనూ గొంతు చించుకుని అరుస్తూ గంగానదిలోకి దూకాడు. ఏకలవ్యుడిని పట్టుకున్న నాగుడు వాణ్ణి వదలకుండా పట్టుకునే ఉండటంతో, వాడు కూడా నదిలో పడ్డాడు. ఇద్దరూ కలిసి గర్జిస్తున్న ప్రవాహంలో పడిపోయారు. కొన్ని క్షణాల వ్యవధిలో వందలమంది నాగయోధులు కొండ అంచుకి చేరుకుని కోపంతో ముఖాలు ఎరుపెక్కగా, వాళ్ళిద్దరూ కాళ్ళూ చేతులూ కొట్టుకుంటూ కిందికి పడిపోవటం చూస్తూ ఉండిపోయారు. అదృష్టం కొద్దీ నదీ జలాలలో పడటం వల్ల ఏకలవ్యుడు ప్రాణాలతో బైటపడ్డాడు. కానీ వాడి వెంట నదిలో పడిన నాగజాతి యోధుడు పొడుచుకు వచ్చిన రాతిమీద పడటంవల్ల తక్షణం మరణించాడు. అరణ్యపుత్రుణ్ణి గంగ తన అక్కున చేర్చుకుంది.

* * *

ఏకలవ్యుడు తప్పించుకుపోయాడనే వార్త భటులు తక్షకుడికి చేరవేసే వేళకి వర్షం పడటం ప్రారంభమైంది. ఎటువంటి భావమూ ప్రదర్శించకుండా నాగుల నాయకుడు ఆ వార్తని విన్నాడు. కాళీయుడు ఆశ్చర్యపోతూ, వార్త విని విచారం ప్రకటించలేదేమిటని తక్షకుణ్ణి అడిగాడు, ఆ కుఱ్ఱవాణ్ణి వెతికి పట్టుకుని తిరుగుబాటుదార్లు విడిదికి తీసుకురావలసిందేనని మొదట పట్టుపట్టాడు. తక్షకుడు విచిత్రంగా నవ్వి, “ఏకలవ్యుడు ఇంకా చిన్నవాడు. ఈ లోకాన్ని మరీ ఎక్కువగా నమ్ముతాడు. వాడు మళ్ళీ ఇక్కడికే వస్తాడు, కాళీయా! మనసులో ఇంకా ఎక్కువ ఆగ్రహం నింపుకుని మరీ వస్తాడు. తను జీవిస్తున్న ప్రపంచం ఎలాంటిదో అర్థం చేసుకున్న తరవాత, వాడికి మరింత క్రోధం వస్తుంది,” అన్నాడు.

ఆ మాటలు కాళీయుడికి అర్థంకాక భుజాలు ఎగరేసి ఊరుకున్నాడు. యుక్తులు పన్నటం తక్షకుడికి బాగా తెలుసు. వాటిని ఆచరణలో పెట్టటమే తన పని, అనుకున్నాడు కాళీయుడు. కానీ కాళీయుడికి ఏకలవ్యుడు నచ్చాడు, వాడు నదిలో కొట్టుకుపోకుండా, సురక్షితంగా ఒడ్డుకి చేరితే బావుండు అని అనుకున్నాడు.

# 11. నీడల్లో...

రాణీ మందిరం ప్రవేశద్వారం దగ్గర శకుని కోపంతో చిరచిరలాడుతూ నిలబడ్డాడు. తన సోదరిని ఇలా కలవాల్సిరావటం అతనికి అయిష్టంగా ఉంటుంది. నిజమే, ఆమె తనకి తల్లిలాంటిది, పసివాడుగా ఉన్నప్పట్నించీ తనని ఎంతో గారాబం చేసి ముద్దుగా పెంచింది. గాంధారదేశంలో బండరాళ్లతో నిండిన కొండప్రాంతం నుంచి ఫెళ్లున ఎండలు కాసే హస్తినాపుర మైదాన ప్రాంతానికి తాము చేసిన ప్రయాణం అతనికి ఇంకా గుర్తే. ప్రయాణంలో చాలా భాగం భీష్ముడి గుర్రం జీనుమీద కూర్చునే వచ్చాడు శకుని. కురు రాజ్య సైన్యాధిపతి తన గుర్రం మీద శకునిని కూర్చోబెట్టుకుని ప్రయాణం చేస్తే అపురూపమైన సౌందర్యవతి, శకుని సోదరి వెనకాల మౌనంగా వచ్చింది. ఎప్పుడూ ముక్కుమీద కోపం ఉండే సన్యాసుల గురించీ, వింతగొలిపే స్వర్గలోక ప్రాణుల గురించీ కథలు చెప్పి శకునిని నవ్వించేందుకు ప్రయత్నించాడు భీష్ముడు. భీష్ముడి మాటలకి శకుని ఒకటి రెండు సార్లు మనస్ఫూర్తిగానే నవ్వాడు. ఐదేళ్ల ప్రాయంలోనే శకునికి నటించటం సహజగుణంగా అబ్బింది. అతని చిరునవ్వు వెనక ఉన్న కుట్రని ఎంతోమంది పసిగట్టలేకపోయారు.

భీష్ముడు శకునిని చాలా గారాబం చేశాడు. గాంధార దేశానికీ, అక్కడి ప్రజలకీ తాను చేసిన అన్యాయం ఆయనలో అపరాధం చేశానన్న భావాన్ని కలిగించింది. కఠిన స్వభావుడైన భీష్మపితామహుణ్ణి తన ఇంపైన ప్రవర్తనతోనూ, శస్త్రనైపుణ్యంతోనూ శకుని మెప్పించి, ఆయన అభిమానాన్ని చూరగొన్నాడు. కుర్రవాడైన గాంధార రాకుమారుడికి భీష్ముడే స్వయంగా శిక్షణనిచ్చాడు. శకుని తెలివైనవాడు, నేర్పరి, ఏం నేర్పినా చాలా త్వరగా నేర్చుకునేవాడు. తన వినయవిధేయలతో రాజభవనంలోని సిబ్బందిలో ఎక్కువమంది ప్రేమని సంపాదించుకున్నాడు. వాళ్లకి అడపాదడపా చిన్నచిన్న బహుమతులు కూడా ఇస్తూ వాళ్ల మెప్పు పొందాడు. ఎవరితోనైనా సులభంగా వ్యవహరించగలిగేవాడు, ఒక్క తన సోదరితో తప్ప. ఆమె తన భర్తలాగ అంధురాలిగా జీవించాలని కోరుకోవటం వల్ల పెద్ద నష్టమేమీ జరగలేదు. కళ్లకి పట్టు గంతలు ఉన్నా శకుని మనసులో ఏం జరుగుతోందో ఆమెకి తెలిసిపోయేది. తలని ఒక పక్కకి వంచి ఆమె తన సోదరుడి ఆత్మని ఆవరించిన పొరని తొలగించేసేది.

ఒక సేవకుడు రాణీ అంతఃపురం నుంచి బైటికివచ్చి, శకునికి నమస్కరించి, లోపలికి వెళ్లవచ్చుని చెప్పాడు. లోపలికి అడుగుపెట్టగానే చందనపు సువాసన అతన్ని ఉక్కిరిబిక్కిరి చేసింది. ఆ గదిలోని సంపదనీ, ఐశ్వర్యాన్నీ చూస్తే అతనికి గతంలో తనకి చిన్నప్పుడు జరిగిన చెడు అనుభవాలన్నీ గుర్తుకొచ్చాయి. గొంతు సవరించుకుని తాను వచ్చినట్టు తెలియజేశాడు.

ఇంతక్రితం ఎన్నోసార్లు అనుకున్నట్టే, తన సోదరి కావాలనే అంధత్వాన్ని ఎందుకు కోరుకుందో అర్థం కాలేదని అనుకున్నాడు. అది ద్వేషం వల్లనా, ప్రేమవల్లనా? అది ఒక బలవంతపు వివాహం, శక్తిమంతుడైన ఒక వ్యక్తి అసహాయురాలైన రాకుమారికి అయిష్టంగా ఉన్నా పట్టించుకోకుండా చేసిన పెళ్లి. 'భీష్మా! ఏదో ఒక రోజు నీ అంతు చూస్తాను!' అనుకున్నాడు శకుని. పడమటి దిశలో కనుచూపుమేర వరకూ పరుచుకున్న మైదానాలు మసకగా కనిపిస్తున్న సుదూరపు కొండల వెనుక మాయమయాయి. 'ఆ కొండల వెనుక నా రాజ్యం ఉంది,' అనుకున్నాడు శకుని, మనసులోనే ప్రార్థించుకుంటూ.

"కూర్చో, శకునీ!" అంది గాంధారి.

శకుని కూర్చున్నాడు. విషయం ఎలా మొదలుపెట్టాలో అతనికి తెలీలేదు. అవతలివారి మీద తన ఆధిపత్యాన్ని ప్రదర్శించేట్టు ఉండే వ్యక్తిత్వం తన సోదరిది. ఆమె ఎదుట మాట్లాడటం కష్టం. ఆ భూభాగంలో ఆమెని మించిన శక్తిమంతురాలైన స్త్రీ మరొకరు లేరు. అంధుడైన రాజు వెనక ఉండి నడిపించే అసలు శక్తి గాంధారే. చివరికి భీష్మపితామహుడు కూడా ఆమె నిర్ణయాలని చాలా అరుదుగా తిరస్కరిస్తాడు. అమర్యాద కనబరచకుండా ఆ వృద్ధుడికి ఎదురుజవాబులు చెప్పగల ధైర్యం ఆమెకి మాత్రమే ఉంది. చాలా నెమ్మదిగా ఉంటూనే తన మాట నెగ్గించుకోగలదు. తన పెద్ద కుమారుడు సుయోధనుడి మీద ఆమెకి విపరీతమైన ప్రేమ. గాంధారికి తెలియకుండా తన కుమారుడు యుధిష్ఠిరుడికి యువరాజు పట్టం కట్టబెట్టేందుకు ఆమె తోడికోడలు కుంతి చేసే కుట్రలని ఎదుర్కొంటూ గాంధారి పోరాటం చేస్తోందని రాజభవనంలో అందరికీ తెలుసు.

"సోదరా, నేను తిన్నగా అసలు విషయానికే వస్తాను," అంది గాంధారి నెమ్మదిగా. శకుని భయం మరికొంత పెరిగింది. ఆమె అతన్ని 'సోదరా' అని సంబోధించిందంటే ఏదో సమస్య సృష్టించబోతోందన్నమాటే. "నా కుమారులకి దూరంగా ఉండు, శకునీ!" అంది గాంధారి గంతలు కట్టుకున్న కళ్లని శకుని వైపుకి తిప్పి.

శకుని లేచి ఒక గవాక్షం వద్దకి నడిచాడు. గంతలు కట్టుకున్న ఆమె కళ్లకి ఎదురుగా అతనికి కూర్చోవాలని అనిపించలేదు. తన వెంట ఎప్పుడూ ఉండే పాచికలని చేత్తో నిమిరాడు. అవి ఒకదానికి ఒకటి రాసుకునేసరికి గాంధారి ముఖం చిట్లించింది. రెండు ఎముకలు ఒకదానితో ఒకటి ఒరుసుకోవటం ఆమెకి వినిపించింది.

"నేను కేవలం ఒక మంచి మామగా ఉండేందుకు ప్రయత్నిస్తున్నాను, సోదరీ!" అన్నాడు శకుని ఇంకా పడమటి క్షితిజంవైపే చూస్తూ. ధూళితో నిండిన క్షితిజం దగ్గర అస్తమించబోయే సూర్యుడు ఆకాశానికి రకరకాల రంగులు అద్దుతున్నాడు. 'గాంధారదేశంలో ఎంత చల్లగా, హాయిగా ఉండి ఉంటుందో వాతావరణం!' అనుకున్నాడు శకుని ఆపేక్షగా తన మాతృభూమిని తలుచుకుంటూ. గాంధారి వ్యవహారం త్వరగా ముగించి వెళ్లిపోవాలని ఉందతనికి. తను ప్రార్థన చేసుకునేందుకు ఆలస్యం అయిపోతోంది.

"నువ్వు గాంధార దేశానికి వెళ్లిపోయి అక్కడ రాజప్రతినిధిగా కార్యభారాన్ని చేపట్ట కూడదూ? భీష్మపితామహుడు నీకు ఆ పదవి ఇస్తానని చాలాసార్లు అన్నాడు. అక్కడ రాజు హోదా నీదే అవుతుంది. రాజ్యాన్ని నువ్వు నిరాఘాటంగా ఏలుకోవచ్చు. ఇంకా ఇక్కడే ఎందుకు పట్టుకుని వేలాడుతున్నావు?" అంది గాంధారి.

చాలాసేపు శకుని మాట్లాడలేదు. ఆ తరవాత వెనక్కి తిరిగి పాచికలని పక్కనే ఉన్న బల్లమీదికి విసిరికొట్టాడు. అవి దొర్లి ఆగేసరికి రెండిటిమీదా ఆరు అంకె పైన ఉంది. సరిగ్గా పన్నెండు! తన నైపుణ్యానికి తానే ఆనందిస్తూ శకుని హుంకరించాడు.

"ఆ పాచికలని అవతల పారవేయి. అవి సర్వనాశనం చేస్తాయి!" అంది గాంధారి కోపంగా, తలని శబ్దం వచ్చిన వైపుకి వాల్చుతూ.

"నన్ను పాచికలు పారెయ్యమంటున్నావా? మరిచిపోయావా, గాంధారీ? ఇవి సామాన్య మైన పాచికలు కావని నీకు తెలుసుకదా. హత్యకి గురైన మన తండ్రి తొడ ఎముకనుంచి మలిచినవి ఇవి. అదృష్టవశాత్తూ మనవాళ్ళు మరణించిన వారిని పాతిపెడతారు, నువ్వు సొంతం చేసుకున్న ఈ దేశం వారిలా, అనాగరికంగా కట్టెలని కాల్చినట్టు కాల్చరు. మన తండ్రి ఆత్మ ఈ పాచికల్లో ఉంది. ఇవి నా ఆదేశాన్ని పాటిస్తాయి. నేను "నాలుగు!" అన్నానంటే నాలుగు అంకే పడుతుంది. "ఎనిమిది" అంటే ఎనిమిది చూపిస్తాయి. చూడు వీటి ఇంద్రజాలం ఎలాంటిదో. అలాంటి పాచికలని పారవేయమంటావా? నీకు భయంగా ఉందా? పాతవన్నీ మర్చిపోయావా? నేను చిన్నపిల్లవాడిగా ఉన్నప్పుడు ఈ దిక్కుమాలిన రాజ్యాన్ని నాశనం చెయ్యాలనీ, వాళ్ళు మన ప్రియమైన గాంధారదేశాన్ని సర్వనాశనం చేసినందుకు పగ తీర్చుకోవాలనీ అనేదానివి."

"శకునీ, అది చాలాకాలం కిందటి మాట. నేను కూడా అప్పుడు చిన్నదాన్ని. హస్తినాపురం, అక్కడి ప్రజల పేరు వింటేనే ద్వేషంతో రగిలిపోయేదాన్ని. కానీ ఇప్పుడు ఇది నా రాజ్యం, నా ప్రదేశం, ఇక్కడివాళ్ళు నా ప్రజలు. ఇక్కడ నా భర్త రాజ్యమేలుతున్నాడు, రేపు నా కుమారుడు, సుయోధనుడు రాజవుతాడు. నువ్వు మన దేశానికి తిరిగి వెళ్ళి మన పూర్వీకుల ప్రదేశానికి రాజువై రాజ్యం చెయ్యి. ఇక్కడ ఉండి నా కుమారులని పెడదారి పట్టించకు."

"పెడదారి పట్టించటమా? నా సొంత మేనల్లుళ్ళని నేను పాడు చేస్తానా? తన కుమారుడు యుధిష్ఠిరుణ్ణి యువరాజు చేసేందుకు కుంతి ప్రయత్నిస్తోందని నీకు తెలీదా? అప్పుడు నీ కుమారులు ఎక్కడికి పోతారు? నువ్వూ, అంధుడైన నీ భర్తా ఎక్కడికి పోతారు?"

"కుంతా? హో హో, పాపం ఆ వితంతువు నాకు ఎలాంటి హాని చెయ్యగలదు? ఆమె కుమారులు పాండురాజుకి పుట్టినవాళ్ళు కాదని అందరికీ తెలుసు. సింహాసనాన్ని ఆశించే అధికారం, హక్కూ వాళ్ళకి లేవు. పాండు నపుంసకుడు. ఆ పుత్రులని ఆమె ఇతర పురుషుల ద్వారా కన్నది. అలాంటి అక్రమ సంతానానికి హస్తినాపుర సింహాసనాన్ని అధిష్ఠించే అధికారం ఎక్కడిది? నీ కుయుక్తులు నా దగ్గర సాగవు, సోదరా! నేను నీచమైన నీ యుక్తుల వలలో పడను."

శకుని బల్లమీదినుంచి పాచికలని చేతిలోకి తీసుకుని వాటిని ప్రేమగా నిమిరాడు. "నువ్వెంత అమాయకురాలివి, గాంధారీ! కుంతి బ్రాహ్మణులకీ, అర్చకులకీ అంత గౌరవం ఎందుకిస్తుంది? వాళ్ళు భీష్ముణ్ణీ, విదురుణ్ణీ కలుసుకోవాలని అంటే, తను కూడా ముందుండి వాళ్ళవెంట ఎందుకు నడుస్తుంది? ఆమె చాలా ప్రమాదకరమైన ఆట ఆడుతోంది. అదను చూసి, నీకు తెలియకుండానే నిన్ను బోల్తా కొట్టిస్తుంది. కృపుణ్ణి తొలగించి, అతని స్థానంలో ద్రోణుణ్ణి నియమించి ఆ ఛాందసుడికి రాజగురువు పదవి ఇవ్వటం ఎందుకు జరిగింది? పాండవులని గురించి ద్రోణుడు ఇచ్చకాలు మాట్లాడటం ఎప్పుడైనా విన్నావా? పరశురాముడు

వెనకుండి ఈ నాటకమంతా ఆడించటం నీకు కనబడటం లేదా? ధౌమ్యుడికి ఇక్కడ ఏం పని? వీళ్లందరూ టక్కరివాడు ఆ యాదవ కృష్ణుడితో అంత సఖ్యంగా ఎందుకు ఉంటున్నారు? నువ్వెంత సులభంగా అందర్నీ నమ్మేస్తావు, గాంధారీ!"

గాంధారి మౌనంగా ఉండిపోయింది. ఆమె పెదవులమీద సన్నగా చిరునవ్వు తొణికిసలాడింది. శకుని మాట్లాడటం ఆపివేశాక, ఆమె లేచి నెమ్మదిగా అతనివైపు కదిలింది. అతన్ని సమీపించి, "నావైపు చూడు," అంది. శకుని అయిష్టంగా ఆమెవైపు తిరిగి చూశాడు. గంతలు కట్టిఉన్న ఆమె కళ్లవైపు చూడకుండా కళ్లు దించుకున్నాడు. "కుంతి విషయం నేను చూసుకోగలను, నువ్వు అనవసరంగా సమస్యలు సృష్టించకు. మళ్లీ ఏవైనా కుతంత్రాలూ, కుట్రలూ పన్నుతున్నావా? నా కుమారుడికి ఈ రాజ్యానికి రాజయే హక్కు ఉంది. రాజు అవుతాడు కూడా. వాడి పేరుకి మచ్చరావటం నాకు ఇష్టం లేదు. నీ యుక్తులనీ, కుయుక్తులనీ, కుతంత్రాలనీ, మన తండ్రి తొడ ఎముక నుంచి తయారుచేసినవని నువ్వు చెపుతున్న ఆ పాచికలనీ, నా కుమారుల దరిదాపుల్లోకి రాకుండా చూడు. నాకు గతం గురించి ఆలోచన లేదు. నా కుమారులూ, నా భర్త గురించే నా ఆలోచనలన్నీ. ఈ రాజ్యం నన్ను తన కోడలిగా అంగీకరించింది. నువ్వు ఈరోజే గాంధార దేశానికి తిరిగి వెళ్లు. నేను చెప్పేది నీకు స్పష్టంగా అర్థం అవుతోందా, లేక ఇంకా స్పష్టంగా చెప్పాలా సోదరా?"

శకుని ఏమీ సమాధానం చెప్పకుండా గాంధారివైపు నుంచి వెనక్కి తిరిగి అస్తమిస్తున్న సూర్యుణ్ణి చూడసాగాడు. గాంధారి గొంతు పెంచి, "శకునీ, ఈరోజే గాంధారదేశానికి తిరిగి వెళ్ళిపోతానని నాకు మాటిస్తావా?" అంది మళ్లీ.

"ఈ విషయం భీష్ముడితో చర్చించిన తరవాత నీకు చెపుతాను."

"భీష్ముడా... ఆహా... ఆయన ఏమంటాడో నాకు తెలుసు. ఆయనకి నువ్వంటే అమితమైన ప్రేమ. చిన్నతనంలో నీకు అన్యాయం చేశానన్న అపోహతో బాధపడుతూ జీవిస్తున్నాడు. నీకు ఇష్టమైనంత కాలం హస్తినాపురంలో ఉండవచ్చనే అంటాడు," అంది గాంధారి తిరస్కారభావంతో.

"అలాంటప్పుడు నాకు వేరే మార్గం ఏముంటుంది, గాంధారీ? రాజప్రతినిధే అలా అన్నప్పుడు..." అంటూ శకుని ద్వారం దగ్గరికి నడిచాడు. అతని సన్నని పెదాలమీద వంకరనవ్వు నాట్యమాడసాగింది.

"నిన్ను మళ్లీ హెచ్చరిస్తున్నాను, శకునీ! నా పిల్లల దరిదాపులకి రావద్దు, లేకపోతే దాని పర్యవసానం అనుభవిస్తావు!" అని అరిచింది గాంధారి వెళ్లిపోతున్న శకునికి వినబడేలా.

"ఒక్క నాగురించి మాత్రమే అలా అంటావెందుకు? గాంధారదేశానికి అన్యాయం చేసినందుకు ఈ భరతఖండం మొత్తం పరిహారం చెల్లించాల్సి ఉంటుంది," అని శకుని బైటికి నడుస్తూ గొణుక్కున్నాడు. బైటికి రాగానే అతనికి ప్రధానమంత్రి ఎదురుపడ్డాడు. "ఓహో! ఇప్పుడు శూద్రులకి కూడా మహారాణి అంతఃపురంలోకి ప్రవేశం ఉందన్నమాట? ఈ రాజ్యం చాలా వేగంగా ప్రగతి సాధిస్తోంది!" అని వ్యంగ్యంగా అన్నాడు శకుని.

విదురుడు ఏమీ అనకుండా శకునికేసి తేరిపార చూశాడు. చివరికి శకునే కళ్లు దించుకోవలసి వచ్చింది. శకుని అన్నమాటకి సమాధానం చెప్పి విదురుడు అతనికి విలువ

ఇవ్వదల్చుకోలేదు. వెనక్కి తిరిగి చూడకుండా శకుని అక్కడినుంచి వెళ్ళిపోయాడు. కొన్ని క్షణాలు అతను వెళ్ళినవైపే చూస్తూ ఉండిపోయాడు విదురుడు. అతని నుదురు ఆందోళనతో ముడతలు పడింది, వెంటనే ఆయన శకునిని వెంబడించాడు. నల్లటి పొగ వదులుతున్న కాగడాలు వసారాకి రెండువైపులా వెలుగుతున్నాయి. అంతటా పొగ వ్యాపించి మసకగా ఉంది. శకుని గబగబా నడుస్తూ వెళ్ళిపోవటం విదురుడు చూశాడు. అతని పొడవాటి, సన్నని తీగలాంటి శరీరం మీద వెలుగునీడలు దోబూచులాడసాగాయి. అతని పాదరక్షలు చర్మంతో చేసినవి అయినందువల్ల చప్పుడు చెయ్యటం లేదు. విదురుడు తను తొడుక్కున్న పాదరక్షలని తిట్టుకున్నాడు, అవి సంప్రదాయమైన చెక్కతో చేసినవి, ఆయన నడుస్తూ ఉంటే అవి విపరీతంగా చప్పుడు చేస్తున్నాయి. వంగి కాళ్ళకున్న పాదరక్షలని తీసివేసి, గబగబా ముందుకి నడుస్తూ శకునిని చేరుకునేందుకు ప్రయత్నించాడు.

శకుని నెమ్మదిగా సుయోధనుడి గది తలుపు తట్టాడు. లోపలికి రావటానికి అనుమతి లభించేలోపలే తలుపు తీసుకుని లోపలికి ప్రవేశించాడు. విదురుడు తలుపు దగ్గర చేరి వినసాగాడు. అటుకేసి ఏ భటుడూ, కాపలాదారూ రాకూడదని దేవుణ్ణి ప్రార్థించాడు. తను అలా చాటుగా ఎందుకు వినవలసి వచ్చిందో చెప్పటం కష్టమయేది. ప్రధానమంత్రిని అటువంటి ప్రశ్న అడిగే హక్కు ఎవరికీ ఉండదు, అది వేరే విషయం. కానీ పోచికోలు కబుర్లు చెప్పేవారికి మరొక అంశం దొరుకుతుంది. విదురుడిలాంటివాడు అలాంటి పనిచెయ్యక ఇంకేం చేస్తాడు అంటూ అపవాదు వేస్తారు.

* * *

తన మేనమామ గదిలోకి రావటం చూసి సుయోధనుడు లేచి నిలబడ్డాడు. మంచం మీద కూర్చున్న సుశాసనుడూ, సుశలా కూడా మర్యాదగా లేచారు. శకుని సుశల గులాబీ బుగ్గలని గిల్లి, ఆ పిల్ల తల్లిలాగే అందగత్తెగా తయారవుతోందని అన్నాడు. ఆ పిల్ల సిగ్గుపడి బైటికి పారిపోయింది. విదురుడు బైట నిలబడి ఉండటం చూసి ఆ పిల్ల ఉలిక్కిపడింది, కానీ ఏమీ అనకుండా వెళ్ళిపోయింది. విదురుడు మళ్ళీ తన దురదృష్టాన్ని తిట్టుకున్నాడు.

"ఈ గదిలో నిరాశ రాజ్యమేలుతున్నట్టు అనిపిస్తోంది నాకు. నా సోదరి కుమారులకి ఏమైంది?" అని అడిగాడు శకుని నెమ్మదిగా, మంచం పక్కన ఉన్న మెత్తటి ఆసనంమీద కూర్చుంటూ.

"భీముడితో విసిగిపోయాం. ఏదో ఒక రోజు వాణ్ణి హత్య చేస్తాను," అన్నాడు సుయోధనుడు కసిగా.

"ఏమైంది? ఆ గున్న ఏనుగుది కత్తిలాంటి నాలుక, బుర్ర మాత్రం మందం కానీ చేతులు చాలా బలమైనవి. ఈ మూడూ ఒకే మనిషిలో ఉండటం ప్రమాదకరం," అన్నాడు శకుని సుయోధనుడి మాటలకి ముచ్చట పడుతూ.

"ద్రోణాచార్యులు ఈరోజు మళ్ళీ సుయోధనుణ్ణి అవమానించారు. మూర్ఖుడా, అని పిలిచారు. ఆయన దగ్గర శిక్షణ పొందాలంటే రోతగా ఉంది. గురువర్యుల నాలుక అర్జునుణ్ణీ, భీముణ్ణీ వాళ్ళ శౌర్యం గురించీ, యుధిష్ఠిరుడి జ్ఞానం గురించీ, నకుల సహదేవుల తెలివితేటల గురించీ మాత్రమే ఎప్పుడూ మాట్లాడుతూ, వాళ్ళని ప్రశంసిస్తూ ఉంటుంది! మిగతావాళ్ళం,

మేమందరం మందమతులం. ఇక భరించటం మావల్ల కాదు," అన్నాడు సుశాసనుడు విసుగ్గా.

"ద్రోణుడు మిమ్మల్ని మూర్ఖులన్నందుకా స్త్రీలలా ఇలా అలిగారు?" అని ఎగతాళి చేశాడు శకుని, సుయోధనుడు మండిపడతాడని తెలిసే.

"మామా, మా చుట్టూ మమ్మల్ని అవమానించేవాళ్లు చాలామందే ఉన్నారు. అంధులైన మా తలిదండ్రులని ఎగతాళి చేస్తారు, ఇక మీరు కూడా వాళ్లతో చేరటం అనవసరం అనుకుంటా!" అన్నాడు సుయోధనుడు.

"భీముడు నిన్ను మళ్లీ ఓడించినట్టున్నాడే, సుయోధనా!" అన్నాడు శకుని మరో గాయాన్ని రేపుతూ.

సుయోధనుడు పళ్లు కొరుకుతూ మాట్లాడకుండా ఉండిపోయాడు. విసుగ్గా ఒక పూవుల కుండీని కాలితో తన్నాడు. చలువరాతి నేలమీద పడి అది ముక్కలైంది. శకుని గట్టిగా నవ్వి, "అయితే వాళ్లు నిన్ను అంధుడి పుత్రుడని అన్నారా? నా సోదరీ, ఆమె భర్తా ఎంత నిస్సహాయులో చెప్పి వెటకారం చేశారా?" అన్నాడు.

సుయోధనుడు సమాధానం చెప్పలేదు. అతనికి బదులు సుశాసనుడు ఇలా అన్నాడు, "వాళ్లందరూ ఎప్పుడూ అలా వెటకారం చేస్తూనే ఉంటారు - చివరికి ద్రోణుడు కూడా. వేదమంత్రాలు ఏవైనా మర్చిపోయినా, పొరపాటు చేసినా, ఆయన తన ప్రియతములైన పాండవులని తమ పాండిత్య ప్రదర్శన చెయ్యమంటాడు. ఆ తరవాత 'అంధుల సంతానం నుంచి ఇంతకన్నా ఎక్కువ ఏమాశించగలం?' అంటాడు. ఆయన అలా అనటం చాలా క్రూరం. మాటిమాటికీ మన రాజ్యం భవిష్యత్తు బాగుండాలంటే యుధిష్ఠిరుడు రాజవటం ఒక్కటే మార్గమని అంటాడు."

"నాయనలారా, మిమ్మల్ని అంతగా ఎగతాళి చేసేవాళ్లు నిజంగా మీ దాయాదులు కారని ఎవరైనా మీకు చెప్పారా లేదా?"

సుయోధనుడు శకునివైపు తిరిగి ఆశ్చర్యంతో కళ్లు పెద్దవి చేసి, "మా నిజమైన దాయాదులు కారా? మీ మాటకి అర్థం ఏమిటి?" అన్నాడు. సుశాసనుడు కూడా శకునికి దగ్గరగా వచ్చి నిలబడ్డాడు.

"వాళ్లందరూ అక్రమ మార్గంలో పుట్టినవారు!" అని పగలబడి నవ్వుతూ, "నావైపు అలా మూర్ఖుల్లా కళ్లప్పగించి చూడకండి. మీ పినతండ్రి నపుంసకుడన్నది అందరికీ తెలిసిన విషయమే. ఆయన ప్రోద్బలంవల్లే మీ పినతల్లి పరపురుషులకి సంతానాన్ని కన్నది. మీ మరొక పినతల్లి మాద్రి మీకు గుర్తుందా? పాండుతోబాటు ఆయన చితిమీద సహగమనం చేసింది! పరపురుషులకి పిల్లల్ని కనమని ఆమెని కూడా పాండు బలవంతపెట్టాడు. వాళ్లే నకుల సహదేవులు. యుధిష్ఠిరుడు ఎవరో బ్రాహ్మణుడికి పుట్టినవాడు, అర్జునుడు ఇంద్రుడి వంశానికి చెందిన ఒక అనామకుడైన రాకుమారుడి సంతానం, భీముడు ఆటవికుడి పుత్రుడు. ఇంకొకలా చెప్పాలంటే మీ దాయాదులందరూ అక్రమ సంతానమే," అన్నాడు.

ఆ ఇద్దరు కుర్రవాళ్లమీదా తన మాటల ప్రభావం ఎలా ఉందో గమనించేందుకు శకుని ఆగాడు. పిడుగుపాటుకి గురైనవాళ్లలా ఇద్దరూ నిర్ఘాంతపోయారు, కానీ నెమ్మదిగా సుశాసనుడి ముఖం మీద చిరునవ్వు విచ్చుకుంది. తను విన్న విషయాలని నిరాకరిస్తున్నట్టు సుయోధనుడు

తల అడ్డంగా ఆడించసాగాడు. "నువ్వు అనుకుంటున్న దానికన్నా అధ్వాన్నంగా కొన్ని సంఘటనలు జరిగాయి, సుయోధనా! మీ పినతల్లి కుంతి యుక్తవయసులో ఉన్నప్పుడు సూర్యవంశపు రాకుమారుడు ఒకనితో ప్రేమ వ్యవహారం నడిపిందనీ, తత్ఫలితంగా ఆమెకి ఒక పుత్రుడు కూడా కలిగాడనీ, అపనిందకి గురవుతానన్న భయంతో ఆమె ఆ పసికందుని ఎక్కడో వదిలివేసిందనీ, కరాకర్ణిగా జనం అనుకుంటూ ఉంటారు, కానీ వాటికి సరైన ఆధారం దొరకలేదు. కొందరు ఆ పసివాణ్ణి పుట్టగానే కుంతి చంపేసిందంటారు. ఇంకా కొంతమంది అతను ఎవరి దగ్గరో పెరుగుతున్నాడని అంటారు. నిజానికి నేను ఆ కుర్రవాడి కోసం వెతుకుతున్నాను. జీవించి ఉంటే నీకన్నా ఏ రెండేళ్లో పెద్దవాడై ఉంటా."

"మామా, సుయోధనుడు మీరు చెప్పేది వినటం లేదు," అని కేక పెట్టాడు సుశాసనుడు. తన సోదరుడి భుజాలని గట్టిగా పట్టేసుకుని, "సుయోధనా, దీనికి అర్థం నీకు తెలీటం లేదా? యుధిష్ఠిరుడికి హస్తినాపుర సింహాసనాన్ని అధిష్ఠించే అధికారం లేదు. వాడు కేవలం ఒక అక్రమ సంతానం, వివాహేతర సంబంధంవల్ల పుట్టినవాడు. నీతీ నియమంలేని స్త్రీకి కలిగిన పుత్రుడు!" అన్నాడు సంతోషంతో ఊగిపోతూ.

శకుని తన తొడకొట్టి నవ్వాడు. సుయోధనుడు ఆ ఇద్దరివైపూ మౌనంగా చూశాడు.

గది బైట నిలబడిన విదురుడు విచారంగా తల ఆడించాడు. కుంతి గురించి వదంతులు ఆయన కూడా విన్నాడు, కానీ అవతలివారి నైతిక విలువలని ఆయన తనకున్న అభిప్రాయంతో అంచనా వెయ్యలేదు. ఆయన దృష్టిలో నైతికత అనేది వ్యక్తిగతం కుంతీ, ఆమె భర్తా ఏం చేశారన్నది ఇక్కడ అప్రస్తుతం అని ఆయన ఉద్దేశం. యుధిష్ఠిరుడికి హస్తినాపుర సింహాసనాన్ని అదిష్ఠించే అధికారం ఉన్నదన్న ఆలోచన విదురుడి మనసులోకి ఏనాడూ రాలేదు. అతను ధృతరాష్ట్రుడి తమ్ముడు పాండుకుమారుడు. ప్రస్తుతం రాజ్యాన్ని ఏలుతున్న రాజు పెద్దకుమారుడు సుయోధనుడు. తన తండ్రి తరవాత సుయోధనుడే రాజవుతాడన్నది అందరూ అంగీకరించిన విషయం. కానీ యుధిష్ఠిరుడు అక్రమ సంతానం అవటంవల్ల సింహాసనాన్ని దక్కించుకోలేడని శకుని అన్నప్పుడు, ఆ మాట విదురుడికి పిడుగుపాటులా తోచింది. 'రాజభవనంలో తనచుట్టూ ఇంత కుట్ర జరుగుతూ ఉంటే తనకి ఎందుకు తెలీలేదు? ఇది ఇంకా పెద్ద సమస్యకి దారితీసేట్టు ఉంది. ద్రోణుడూ, పురోహితులూ, కుంతితో సఖ్యంగా ఉండే రాజోద్యోగులూ బాహాటంగా తమ అభిప్రాయాలని వెలిబుచ్చుతూ, ధృతరాష్ట్రుడి అనంతరం యుధిష్ఠిరుడికే పట్టం కట్టాల్సి ఉంటుందని అంటూ ఉంటే తను వాటిని పట్టించుకోలేదేం! రాజాస్థానంలో పెద్ద పెద్ద పదవుల్లో ఉన్నవాళ్లు అప్పుడప్పుడూ, ఒకదానికి మరొకదానితో సంబంధం లేకుండా చేసిన వ్యాఖ్యలూ, సంభాషణలూ, రాజ పురోహితులపట్ల యుధిష్ఠిరుడు చూపించే అతివినయమూ, ఇంకా అలాంటివే ఎన్నో చిన్నచిన్న విషయాలూ తను చూసీ చూడనట్టు పోనిచ్చాడు, కానీ ఇప్పుడు వాటిని గురించి మననం చేసుకుంటే అవన్నీ ఒక పద్ధతి ప్రకారం, ఏదో ఉద్దేశంతో చేసినవేనని తనకి అర్థం అవుతోంది. చాలా శక్తిమంతుడైన యుక్తిపరుడు పావులని నేర్పుగా కదుపుతున్నాడు. ఈ ప్రమాదకరమైన ఆట వెనుక పరశురాముడి ప్రమేయం ఉందా? దీన్ని ఆడించే అసలు వ్యక్తి ఆయనేనా?' ఇలా తన ఆలోచనల్లో తాను ఉండిపోయి అశ్వత్థామ సుయోధనుడి మందిరంలోకి ప్రవేశించటం విదురుడు గమనించకుండా ఉండిపోయేవాడే, కానీ అది ఆయన దృష్టిని దాటిపోలేదు. ద్రోణుడి పుత్రుడు తనని చూసి ఉండకూడదని విదురుడు ఆశించాడు.

అశ్వత్థామ లోపలికి ప్రవేశించగానే అతని మిత్రులు ఉత్సాహంగా, అతని రాకకి ఆశ్చర్యపోతున్నట్టు కోలాహలంగా అతన్ని ఆహ్వానించారు. కానీ ద్రోణపుత్రుణ్ణి చూడగానే శకుని ముఖం చిట్లించాడు. ఆ సమయంలో అక్కడికి అశ్వత్థామ రావటం అతనికి నచ్చక, లోపల్లోపలే సణుక్కున్నాడు. సమయం మించిపోతోంది. వేరే మార్గం లేక తాను చెప్పదల్చుకున్నది చెప్పటం కొనసాగించాడు. ఒక కన్ను అశ్వత్థామ మీద వేసి ఉంచి, "సుయోధనా, ఈసారి భీముడు నిన్ను అంధుడి కుమారుడివని అంటే, వాడికి ఏం సమాధానం చెప్పాలో నీకు తెలుసు కదూ?" అన్నాడు.

సుయోధనుడు సమాధానం చెప్పకపోయేసరికి సుశాసనుడు అల్లరిగా నవ్వుతూ, "మామా, అన్నకి భీముడి పశుబలం చూస్తే భయం. వాడితో మా ఇద్దరిలో ఎవరైనా తలపడిన ప్రతిసారీ వాడు మమ్మల్ని ఘోరంగా ఓడించాడు," అన్నాడు.

సుయోధనుడి కళ్లల్లో కోపం రగిలింది, కానీ శకుని చిరునవ్వు నవ్వాడు. అశ్వత్థామ నోరు తెరిచి ఏమీ అనలేదు కానీ అతని కళ్లు శకునిని గుచ్చి గుచ్చి చూశాయి. "నాయనా, భీముడిని ఎదుర్కొనేంత బలం నీకు లేదని నాకు తెలుసు. కానీ వాణ్ణి వదిలించుకునేందుకు వేరే మార్గాలు లేకపోలేదు," అన్నాడు శకుని. ఆ తరవాత గొంతు బాగా తగ్గించి రహస్యం చెపుతున్నట్టు, "కొన్నేళ్ల క్రితం గాంధారదేశంలో మా శత్రువులని ఎలా వదిలించుకున్నామో నీకు చెప్పాను. నీ శత్రువు నీకన్నా బలశాలి అయినప్పుడు, ఉత్త శౌర్యంతో నువ్వు యుద్ధంలో గెలవలేవు, యుక్తులు అవసరం అవుతాయి," అన్నాడు. సుయోధనుడు దిగ్భ్రాంతికి గురైనట్టు కనిపించాడు.

గాంధార రాకుమారుడు శకుని కుట్ర పన్నటం తన చెవులారా విన్న విదురుడికి, అకస్మాత్తుగా లోపలికి వెళ్లి వాళ్ల కూటమిని భంగపరచాలని అనిపించింది. కానీ అలా చేస్తే శకుని కుట్రకి సుయోధనుడి ప్రతిస్పందన ఎలా ఉంటుందో తను తెలుసుకోలేడు, అందుకే అతను తొందరపడలేదు. సుయోధనుడు తలవంచుకుని, పిడికిళ్లు బిగిస్తూ మళ్లీ సడలిస్తూ గదిలో పచార్లు చెయ్యసాగాడు.

చివరికి సుయోధనుడు తలెత్తి తన మిత్రుడికేసి చూశాడు. అశ్వత్థామ కనీకనిపించకుండా తల అడ్డంగా ఆడించాడు. సుయోధనుడు కూడా అదే రీతిలో తల ఊపి తన సమాధానం చెప్పాడు. "శకుని మామా, నేను మీరు చెప్పే యుక్తిని ఆమోదించను. నేను క్షత్రియుణ్ణి, యోధుణ్ణి. కత్తియుద్ధంలో, విలువిద్యలో గొప్ప నైపుణ్యం నాకు లేకపోవచ్చు, కానీ అది నా లోటు. నేను నా నేర్పుని మెరుగుపరుచుకునేందుకు శాయశక్తులా కష్టపడి ప్రయత్నిస్తున్నాను. నా గురువు నా పట్ల బాహాటంగా చూపే అయిష్టంవల్ల నేను విద్య నేర్చుకోవటం అంత సులభంగా లేదు. భీముణ్ణి చూడగానే నా ఆత్మవిశ్వాసం మొత్తం నీరుకారిపోతుంది. భీముడూ వాడి సోదరులూ మాతోగాని, తమకన్నా బలహీనులైన వారితోగాని వ్యవహరించే తీరు నాకు ఎంతమాత్రం నచ్చదు. కానీ వాళ్లని ఓడించేందుకు ఎటువంటి అన్యాయమైన వక్రమార్గాలనీ అనుసరించేందుకు అంగీకరించను. ఏదో ఒకనాడు నిరంతర ప్రయత్నంతోనూ, అభ్యాసంతోనూ నేను భీముడికన్నా గొప్ప యోధుడిగా రూపొందుతాను. అంతవరకూ భీముడి దాష్టీకాన్ని భరించవలసిందేనని ఆ శంకరుడు నన్ను ఆదేశించాడు! నన్ను ఇంకా కష్టపడి ప్రయత్నించమని ప్రోత్సహించటానికే ఇలాంటి పరిస్థితి సృష్టించాడేమో! నా దాయాది ఎంత దుష్టుడైనప్పటికీ వాడికి విషం ఇమ్మని దయచేసి నాకు చెప్పొద్దు."

విదురుడు హాయిగా నిట్టూర్చాడు. శకుని ఇంకా సుయోధనుడితో వాదిస్తూండటం విని, ఇక తను జోక్యం కలిగించుకోక తప్పదని అనుకున్నాడు. ఆయన గదిలోకి ప్రవేశించి ద్వారం దగ్గరే చేతులు కట్టుకుని నిలబడ్డాడు. విదురుడు తమ గదిలోకి రావటం చూసి సుయోధనుడూ, సుశాసనుడూ ఉలిక్కిపడ్డారు. ఒకవేళ శకునీ, అశ్వత్థామా నిర్ఘాంతపోయినా, వాళ్ల ముఖాల్లో ఆ భావం కనిపించలేదు. శకుని పెదవుల చివర సన్నని చిరునవ్వు కదలాడింది. అశ్వత్థామ కేవలం చేతులు జోడించి, వంగి విదురుడికి నమస్కరించాడు. విదురుడు అశ్వత్థామకి సమాధానంగా తల పంకించి యువరాజువైపు కదిలాడు. "మీరందరూ ఇక్కడ ఇలా ఎందుకు సమావేశమయారో తెలుసుకోవచ్చా?" అన్నాడు విదురుడు.

కానీ సమాధానం శకుని దగ్గర్నుంచి వచ్చింది, "మా సమావేశాల్లో నిమ్నకులంవారికి స్థానం ఇవ్వాలని నిర్ణయించుకున్నప్పుడు మీకు ఆహ్వానం పంపుతాం," అన్నాడు.

"ఆ విషయం రేపు రాజప్రతినిధితో రాజసభలో చర్చిద్దాం. కులీనులు సమావేశమై ఒక హత్యకి కుట్ర పన్నే సమయంలో ఒక శూద్రుడు ఆ సమావేశంలో పాలుపంచుకోవచ్చో లేదో భీష్మ పితామహుడే బహుశా చెప్పగలుగుతాడేమో!" అన్నాడు విదురుడు శకునివైపు చూడకుండా. కళ్లు దించుకుని నేల చూపులు చూస్తున్న సుయోధనుణ్ణి విదురుడి చూపులు బాణాల్లా ఛేదించసాగాయి.

"నువ్వు ఎక్కడుండాలో అక్కడ ఉండు, ఇక్కణ్ణించి తక్షణం వెళ్లిపో! ఇది హస్తినాపుర యువరాజు మందిరం. ఈ మందిరాన్ని అపవిత్రం చెయ్యకు," అన్నాడు శకుని విదురుణ్ణి సమీపిస్తూ.

విదురుడు ఏమాత్రం తొణక్కుండా శకునివైపు తిరిగి, "ఆ మాటలు నేనే నీతో అనాలి, మ్లేచ్ఛుడా! నా రాజ్యం వదిలి నీ దేశానికి వెళ్లిపో. ఇది హస్తినాపుర యువరాజు మందిరం. ఇక్కడ ఉంటూ మాదేశాన్ని అపవిత్రం చెయ్యకు!" అన్నాడు.

శకుని సుయోధనుడివైపూ, సుశాసనుడివైపూ చూశాడు, కానీ వాళ్లు అతనివైపు చూడలేదు. శకుని చిరునవ్వు నవ్వి, "ప్రధానమంత్రీ, నేను ఊరికే హాస్యానికన్నాను. అంత కోపం తెచ్చుకుంటారేమిటి? క్షమించండి, మిమ్మల్ని అవమానించాలని అలా అనలేదు," అన్నాడు.

అశ్వత్థామ గట్టిగా నవ్వాడు, కానీ విదురుడు కళ్లెర్రజేసి చూసేసరికి నవ్వటం ఆపివేశాడు. శకుని ఇంక ఏమీ మాట్లాడకుండా బైటికి నడిచాడు. చీమ చిటుక్కుమంటే వినబడేంత నిశ్శబ్దం అలుముకుంది. వెళ్లిపోయేప్పుడు శకుని చేతిలో సుయోధనుడి తెల్లని పట్టు ఉత్తరీయం ఉండటాన్ని ఎవరూ గమనించలేదు. యువరాజుకి మెత్తటి పట్టు వస్త్రాలమీద మోజు. ఎప్పుడూ తెల్లటి పట్టు ఉత్తరీయం వేసుకునేందుకు ఇష్టపడతాడని అందరికీ తెలుసు. యువరాజుని చూస్తే విదురుడికి జాలి ముంచుకొచ్చింది. అతని విశాలమైన భుజాలచుట్టూ చెయ్యి వెయ్యాలనిపించింది కానీ, అలా చెయ్యవద్దని అనుకున్నాడు. శకుని తన తక్కువ కులం గురించి అన్నమాటలు గుర్తుకొచ్చి, రాకుమారుని తాకేందుకు వెనకాడాడు. పైగా శకుని అంత ఏకపక్షంగా దురభిమానం చూపిస్తున్నా ఈ కుర్రవాళ్లెవరూ తనని సమర్థించ లేదని కొంచెం అసంతృప్తి కూడా కలిగింది. "మీరు సిగ్గు పడాలి..." అని ఏదో అనబోతూ ఉంటే అశ్వత్థామ అడ్డం వచ్చాడు.

"మనం సిగ్గుపడాల్సింది ఏమీ లేదు, మంత్రివర్యా. సుయోధనుడు చాలా ఉదాత్తంగా శకునికి సమాధానం చెప్పాడు. నిజాయితీగా, తను అలాంటి ద్రోహం తలపెట్టేంత నీచానికి దిగజారననీ, ఎంతో కాలంగా పాండవులు మొత్తం కురువంశస్థులనందరినీ ఎంతగా పీడిస్తున్నప్పటికీ, తన మనసు అలాంటి పని చేసేందుకు ఒప్పదనీ అన్నాడు. అసలు ఎవరైనా సిగ్గుపడాలి అంటే అది పంచపాండవులూ, పురోహితుల బృందం, అర్చకులూ! వాళ్లే ఈ రాజ్యాన్ని సర్వనాశనం చేసేందుకు కంకణం కట్టుకున్నారు. ఈ రాజభవనంలో పాండవులకి స్థానం లేదన్న విషయం అందరికీ తెలుసు. మీరూ, నేనూ ఇక్కడ ఎంత అన్యులమో వాళ్లూ అంతే. మీకు ఈ హోదా దక్కటానికి కారణం మీ సామర్థ్యం, నేను ఇక్కడ ఉండగలగటం నాకు యువరాజుతో ఉన్న మైత్రివల్ల. కానీ పాండవులకి ఇక్కడ స్థానం దక్కేది కొందరు పురోహితుల యుక్తి చాతుర్యాల వల్లా, చిత్తులమారి అయిన వాళ్ల తల్లి జోక్యం వల్ల."

విదురుడు సమాధానం చెప్పలేదు. అసలు ఎవరూ మాట్లాడలేదు. ఉద్యానవనంలో నుంచి ఏదో పక్షి ఆగి ఆగి కూస్తోంది. దిగులుతో కూడిన దాని కూత ఇబ్బందికరమైన అక్కడి నిశ్శబ్దాన్ని మరింత చిక్కబరిచింది. చివరికి విదురుడే ఇలా అన్నాడు, "సుయోధనా మనం రేపు భీష్మపితామహుణ్ణి చూసేందుకు వెళ్దాం. నీమీద నింద మోపేందుకు కాదు కానీ ఆయన ఈ విషయం గురించి ఏమంటాడో తెలుసుకుంటే మనకి అది ఉపయోగంగా ఉంటుంది. రేపు ఉదయం భీష్మపితామహుడి సమావేశ మందిరానికి మీరు ముగ్గురూ వస్తే బావుంటుందని అనుకుంటున్నాను."

అశ్వత్థామ అభ్యంతరం చెప్పబోతూ ఉంటే సుయోధనుడు అతన్ని వారించి, "నేను అక్కడికి వస్తాను. వీళ్లిద్దరూ కూడా వస్తారు, పినతండ్రీ! భీష్మ పితామహుడి మాటలు వినటం ఎప్పుడూ ఆనందంగానే ఉంటుంది." అన్నాడు విదురుడికి నమస్కరిస్తూ.

కౌరవ ప్రధానమంత్రి మనసులో సుయోధనుడిపట్ల ప్రేమ పెల్లుబికింది. సుయోధనుడి వంచిన తలని ఆయన చేత్తో నిమిరి, అతన్ని దీవించాడు. అశ్వత్థామ ముఖంలో ఆశ్చర్యం కనబడటంతో ఆయన ముఖం సిగ్గుతో ఎరుపెక్కింది. తన ఇబ్బందిని కప్పిపుచ్చుకుంటూ కటువుగా, "చూడండి, యువకులారా! రాత్రి బాగా పొద్దుపోయింది. కాసేపు నిద్రపోతే అందరికీ మంచిది. వెళ్లొస్తాను," అన్నాడు.

విదురుడు సుయోధనుడి మందిరంనుంచి బైటపడి, చాలాసేపు వసారాలో మౌనంగా నిలబడి ఉండిపోయాడు. ఆయనకి సుయోధనుడి విషయం భయంగా ఉంది. ఈరోజు అతను కనబరిచిన ఉదాత్తమైన ప్రవర్తన కాలంతోబాటు కృశించిపోతుంది. సుయోధనుడి మీద ఎంతో గురుతరమైన భారం పడబోతోంది. ఒక్కొక్క అంగుళమే కదుల్తూ సంప్రదాయ వాదులు ఆక్రమించుకుంటున్నారు. ఈ యుద్ధం ఇప్పట్లో ముగిసేది కాదు. తికమకపెట్టే శత్రువు, పరశురాముడు యుక్తులూ, కుతంత్రాలూ పన్నటంలో దిట్ట. సమాజం మీద కళ్లకి కనిపించని అతని పట్టు మరింత బిగుసుకుంటోంది.

చీకటిపడ్డాక రాజోద్యానంలో కూసిన పక్షి ఇప్పుడు రాజభవనం సమీపంలో కూయ సాగింది. దగ్గరలోనే ఉన్న దాని జంట పక్షి దానికి సమాధానంగా కూస్తోంది. అవి జతకోరి కూసేకూతలు కావచ్చు, కానీ ఆ కూతలు విదురుడి మనసులో నిద్రాణంగా ఉండిన భయాన్ని మళ్లీ ఒకసారి రగిల్చాయి. అంధకారంలో ఎక్కడో ఏదో కీడు పొంచి ఉన్నదనీ, ఏ క్షణాన్నైనా

తన మీదికి దూకుతుందనీ ఆయనకి అనిపించింది. ఆ పక్షి కూత ఒక దుశ్శకునం! అలా అనిపించగానే ఆయన వణికిపోతూ, ఎక్కడైనా ఏదైనా పొరపాటు జరిగిందా అని చుట్టూ చూశాడు. ఆ రాత్రి మబ్బులు కమ్మి చీకటిగా ఉంది. అంధకారంలో అక్కడక్కడా వెలిగే దీపాలు నీడల సముద్రంలో మృదువైన వెల్తురుని ప్రసరిస్తూ చిటపటలాడి ఆరిపోసాగాయి. విదురుణ్ణి విచారం, ఆందోళనా పట్టి పీడించసాగాయి. ఆయన మనసులో ఆలోచనలు సుళ్ళు తిరుగుతూ చిక్కుముడులని సృష్టించసాగాయి. ఎక్కడా ఏదీ అసాధారణంగా కనబడలేదు, ఎక్కడా ఎటువంటి అసామాన్యమైన ధ్వనులూ వినిపించలేదు. 'నాకు వృద్ధాప్యం వచ్చేస్తున్నట్టుంది, లేదా భీష్ముడు ఎప్పుడూ అనేట్టు పనిభారం వల్ల నాకు ప్రశాంతత లోపించి, ప్రతిదానికీ బెదురుతున్నట్టున్నాను,' అనుకున్నాడు విదురుడు బడలికతో నిట్టూరుస్తూ. 'ఈరోజు కూడా పని ఎక్కువ ఉంది, ఇంటికి పోలేను. నా కుటుంబంతో గడిపే తీరిక నాకెప్పుడు దొరుకుతుందో? నా కుమారులు నాకోసం ఎదురుచూస్తూ ఉంటారు, కానీ నా తలరాత ఇంతే, ఎప్పుడూ కష్టపడి పని చెయ్యటం, కుటుంబ సభ్యులతో సమయం గడపనందుకు అపరాధ భావంతో బాధపడటం,' అనుకుంటూ తన భార్యాబిడ్డల గురించిన ఆలోచనలని మనసులోంచి తొలగించేందుకు ప్రయత్నించాడు. అలా ఆలోచనల్లో మునిగి, ఎడమవైపుకి తిరిగి, స్తంభాలతో నిర్మించిన పొడవాటి వసారాలో ముందుకి నడిచాడు. ఆ వసారా రాజభవనాన్ని గుండ్రంగా చుట్టి ఉంది. ఆ రాత్రి ఆయన ఎడమవైపుకి కాక కుడివైపుకి తిరిగి ఉంటే, భరతఖండం చరిత్ర బహుశా మరో విధంగా ఉండేది.

* * *

అశ్వత్థామ తన ఇంటికి బైలుదేరేందుకు ఇంకొక అరగంట సమయం పట్టింది. అతని ఇల్లు రాజభవనం సమీపంలోనే ఉంది. నడిచివెళ్లేందుకు పదిహేను, ఇరవై నిమిషాలు పట్టవచ్చు. సుశాసనుడు కూడా తన మందిరానికి వెళ్లేముందు కొన్ని క్షణాలు అక్కడే తచ్చాడాడు. కొంతసేపటికి మందమైన స్తంభం నీడలోనుంచి బలిసిన ఒక వ్యక్తి బైటికి వచ్చాడు. గాలికి అల్లల్లాడుతున్న దీపాల మసక వెల్తురు అతనిమీద పడింది. అంత లావుపాటి శరీరం అయినా అతని ముఖం సన్నగా ఉండటం ఆశ్చర్యం. అతని తలమీద జుట్టు దాదాపు లేదనే అనాలి. స్ఫోటకం మచ్చలతో నిండిన అతని ముఖం మీద విసుగుని సూచించే ముడతలు ఐదు దశాబ్దాల క్రితం నుంచీ, అలాగే చెదరకుండా ఉండిపోయాయి. విదురుడు వెళ్లిన వైపుకి వ్యతిరేక దిశగా అతను నడిచాడు. కాళ్లకి ఉన్న మెత్తని తోలు పాదరక్షలు ఎటువంటి చప్పుడూ చెయ్యలేదు. వసారాలో అక్కడక్కడా వెలిగే కాగడాల వెల్తురు తనమీద పడకుండా భటులు నిద్రలేస్తారేమోనని చప్పుడు చెయ్యకుండా జాగ్రత్తగా నడవసాగాడు. అతను నీడల లోకంలో నివసించే వ్యక్తి.

రాజభవనం పడమటి భాగంలోని ఒక చిన్న గది ముందు ఆగాడతను. ఎక్కువసేపు వేచి ఉండవలసిన అవసరం లేకుండానే, గది తలుపు నెమ్మదిగా తెరుచుకుని, గాంధార రాకుమారుడు బైటికి తొంగిచూశాడు. చిన్నగా తల ఊపి శకుని ఆ లావుపాటి వ్యక్తిని లోపలికి ఆహ్వానించాడు. ఒక మూలగా ఉన్న బల్లమీద ఒక నూనె దీపమూ కొన్ని తాళపత్రాలూ ఉన్నాయి. వాటిలోనుంచి ఒక తాళపత్రాన్ని తీసి శకుని అతనికి ఇచ్చి, "పురోచనా..." అని రహస్యంగా అన్నాడు, కానీ రెండో వ్యక్తి నిర్ఘాంతపోవటం చూసి ఆగాడు. తను చేసిన తప్పు శకునికి తెలియవచ్చింది. ఈ కుట్రలకీ, కుతంత్రాలకీ సంబంధించిన ప్రాణాలు తీసే

వ్యవహారాల్లో పేరు పెట్టి పిలవటం నిషిద్ధం. 'ఏం చేస్తున్నాను నేను! పురోచనుడు జీతం తీసుకుని నా కోసం పనిచేసే సేవకుడు, నేను అతని యజమానిని!' అనుకున్నాడు మనసులో. కానీ పురోచనుడి క్రూరమైన కళ్లలోకి చూడగానే శకుని వెన్ను జలదరించింది. 'ఇక మీదట నేను ఇంకా జాగ్రత్తగా ఉండాలి,' అనుకున్నాడు.

"ఆ బ్రాహ్మణ కుమారుడూ, సుశాసనుడూ పొద్దుపోయేదాకా సుయోధనుడి మందిరం లోనే ఉన్నారు. వెళ్లి నిద్రపోయే ఉద్దేశం లేనట్టు కనిపించారు," అన్నాడు పురోచనుడు తాళపత్రాన్ని శకుని చేతిలోనుంచి తీసుకుంటూ. పురోచనుడి ముఖంమీద విసుగు అనే భావం శాశ్వతముద్ర వేసుకున్నప్పటికీ, ఆ పత్రంలో ఉన్నది చదివాక అతని పెదవులమీద చిరునవ్వు లీలగా పొడసూపింది. ఆ పత్రంలో ఉన్న సందేశం తక్షకుడి కోసం రాసినది. అందులో ఒకే ఒక వాక్యం ఉంది : *ఈరోజు రాత్రికి మీకు ఒక సంచీ అందుతుంది.*

"నేను చెప్పిన ఆజ్ఞలు తుచ తప్పకుండా పాటించమనీ, అనవసరంగా ప్రలోభానికి గురై బుద్ధిలేని ప్రణాళికలేవీ వెయ్యవద్దని చెప్పు."

"మీ ఆజ్ఞలని అతను పాటించడు, మీరు అన్యదేశస్థులు!" అన్నాడు పురోచనుడు. వెగటుతో అతని గొంతు కర్కశంగా పలికింది.

"ఎందుకు పాటించడో చూస్తాను! వాడి తాతలు దిగివచ్చినా, నా దగ్గర డబ్బు తీసుకున్నాక, నేను చెప్పినట్టే చేస్తాడు."

"అలాగే అనుకుందాం," ఉంటూ చిన్నగా నమస్కరించి పురోచనుడు మళ్లీ నీడల్లోకి తప్పుకున్నాడు. అతను ముఖద్వారం దగ్గర భటులని దాటుకుని పోవాలి, అప్పటికే ఆలస్యం అయింది. అర్థరాత్రి దాటాక మొదటి మూడు గంటలూ జనం గాఢనిద్రలో ఉంటారు, ఒక గంట గడిచిపోయింది. తన అక్కణ్ణుంచి తప్పించుకు పారిపోయేందుకు అట్టే సమయం లేదు. ఇంక కొన్ని గంటల్లో తెల్లవారిపోతుంది. ఆ తరవాత తెల్లారేలోపల నది దాటాలి, కాళీయుణ్ణి కలుసుకోవాలి, సందేశాన్ని అందించి, స్నానంచేసి, నగర పారిశుధ్య కార్యాలయానికి వెళ్లాలి. శకుని ఇచ్చిన సంచీని తను అందచేయటానికి నాగులు సిద్ధంగా ఉండాలి. ఎన్నో నెలల క్రితమే ఈ కుట్ర చెయ్యాలన్న యోచన చేసినప్పటికీ ఏరోజు దాన్ని ఆచరణలో పెట్టాలన్నది ఇదమిత్థంగా తేల్చుకోలేదు. సరైన సమయం కోసం శకుని ఎదురుచూశాడు, ఈ రోజు వాళ్ల పంట పండే సమయం ఆసన్నమైంది. భీముడికీ, సుయోధనుడికీ మధ్య ఉన్న తగాదా వికృతరూపం దాల్చింది. భీముడు అవలీలగా సుయోధనుణ్ణి దెబ్బకొట్టాడు.

పురోచనుడు వెళ్లిపోయిన కొన్ని నిమిషాల అనంతరం శకుని తన గదిలోని భోషాణం తెరిచి ద్రాక్షాసవంతో నిండా ఉన్న పాత్రని బైటికి తీశాడు. అది గాంధారదేశం నుంచి తెచ్చుకున్నది, చాలాకాలం నాటిది. కులీనులు ఎంతో విలువైనదిగా భావించే మదిర అది. ఒక చిన్న చెక్కపెట్టెని తీసి, తన నడుముకున్న పట్టీ మడతల్లో దాచాడు. బైట ఎవరైనా సంచరిస్తున్నారా అని ఒకసారి తొంగి చూశాడు. ఎక్కడో ఒక కుక్క అరుపూ, కీచురాళ్ల రొదా తప్ప అంతా నిశ్శబ్దంగా ఉంది. సుయోధనుడి దగ్గర్నుంచి ఇంతక్రితం తీసుకున్న తెల్లనిపట్టు వస్త్రాన్ని శకుని తన భుజాల మీద కప్పుకున్నాడు. భవనం ఉత్తరదిక్కువైపు వేగంగా నడిచాడు. అక్కడే భీముడు నిద్రపోతూ ఉంటాడని శకునికి తెలుసు. తలుపుమీద మూడుసార్లు బాదాక గాని భీముడు తలుపు తెరవలేదు. అతని కళ్లు ఎర్రగా ఉన్నాయి.

"ఏమిటి మీ ఉద్దేశం..." అంటూ భీముడు చటుక్కున ఆగిపోయాడు. శకుని అతని ముఖం ముందు మధుపాత్రని ఆడించటం చూసి భీముడు మాట్లాడటం మరిచాడు.

"లోపలికి రండి..." అన్నాడు భీముడు. తన మామ చేతిలో ఉన్న వస్తువుమీదే ఉన్నాయి అతని కళ్లు.

"ఈ గదిలో గాలి లేదు, ఉక్కపోస్తోంది. ఇంత గొప్ప ద్రాక్షాసవాన్ని ఆరుబైట కూర్చుని ఆస్వాదించాలి. పద, రేవు దగ్గరకెళ్లి గాంధారదేశం నుంచి వచ్చిన ఈ అమృతాన్ని గ్రోలుదాం!"

"ఈ సమయంలో రేవు దగ్గరికా?" అన్నాడు భీముడు గవాక్షంలోనుంచి బైట పరుచుకున్న అంధకారాన్ని అనుమానంగా చూస్తూ. నదీ తీరానికి వెళ్లే సమయం కాదది. ఇన్నేళ్లుగా అతని మనసులో గూడుకట్టుకున్న మూఢనమ్మకాల భయం ఒక్కసారిగా గొంతు చించుకుని అరవసాగింది.

"ఏం? చీకటిని చూస్తే నీకు భయమా?" అన్నాడు శకుని నవ్వుతూ. భీముడి మనసులో ఏం జరుగుతోందో అతనికి స్పష్టంగా అర్థమైపోతోంది.

శకుని మాటలకి భీముడికి రోషం వచ్చింది, "చీకటికి భయపడటానికి నేనేమైనా చిన్నపిల్లవాడినా? పదండి వెళ్దాం" అన్నాడు గబగబా బైటికి నడుస్తూ.

చిరునవ్వు నవ్వుతూ శకుని భీముణ్ణి అనుసరించాడు.

* * *

సుయోధనుడికి మర్నాడు ఉదయం శిక్షణా తరగతిలో భిన్నంగా ఏమీ కనిపించలేదు. భీముడు రాలేదని గమనించాడు కానీ ఈ మధ్య అలా తరచు జరుగుతూనే ఉంది. అలా చెప్పకుండా తరగతికి రాకపోవటం ద్రోణుడికి ఒకవేళ నచ్చకపోయినా, దాన్ని ఆయన బైటికి చూపించలేదు. 'తనుగాని, తన సోదరులుగాని అలాంటి పని చేస్తే ఫలితం ఇంకోలా ఉండేది', అనుకున్నాడు సుయోధనుడు. సాయంకాలం అవుతున్నప్పటికీ భీముడి జాడ లేదు. పాండవులు ఆందోళనపడసాగారు. ఆ మూర్ఖుడు ఎక్కడ మాయమయాడా అని సుయోధనుడు కూడా అనుకున్నాడు. 'బహుశా మత్తుగా ఎక్కడో పడుకుని ఉంటాడు', అని తేలికగా తీసిపారేశాడు సుశాసనుడు. అశ్వత్థామ ఏమీ మాట్లాడలేదు కానీ అతని ముఖంలో కంగారు కనిపించింది. సాయంకాలం అయేసరికి అందరూ తనవైపు అదోరకంగా చూడటం గమనించాడు సుయోధనుడు. భీముడికోసం అందరూ ఆదుర్దాగా వెతకసాగారు. భటులు తప్పిపోయిన పాండవ రాకుమారునికోసం ఊరంతా వెతకసాగారు.

మర్నాడు ఉదయం, రాజభటుల ముఖ్యుడు సుయోధనుణ్ణి నిద్రలేపాడు. అతను రాకుమారునికి నమస్కరించలేదు, అతని ముఖంవైపు చూడలేదు. కటువుగా, "రాకుమారా, హత్యానేరం కింద మిమ్మల్ని అనుమానించి బంధిస్తున్నాం. న్యాయస్థానానికి మిమ్మల్ని వెంటబెట్టుకు రమ్మని ఉత్తర్వు అయింది", అన్నాడు.

"హత్యా? హత్యేమిటి...?" అని సుయోధనుడు అభ్యంతరం చెప్పేందుకు ప్రయత్నించాడు. ముఖ్యభటుడి వెనకే విదురుడు నిలబడి ఉండటం, ఆయన కళ్లు తననే కోపంగా చూస్తూ ఉండటం గమనించాక, ఇక వాదించటం వ్యర్థమే అని అర్థం చేసుకున్నాడు.

తళతళలాడే రాజభవనం వసారాలగుండా కాపలాభటులు రాకుమారుణ్ణి తీసుకు పోయారు. దారిలో విరగబూసిన పువ్వులతో నిండిన మొక్కలు కనిపించాయి. వందలకొద్దీ గవాక్షాలలోనుంచి తనవైపు చూస్తున్న కళ్లు అతన్ని తలదించుకునేలా చేశాయి. తను చేసిన నేరం ఏమిటా అని అనుకోసాగాడు. త్వరలోనే అది అతనికి ఎలాగూ తెలుస్తుంది. భీముణ్ణి హత్యచేసిన నేరానికి అతనిమీద విచారణ జరపబోతున్నారు.

# 12. విచారణ

సుయోధనుణ్ణి వెంటపెట్టుకుని భటులు లోపలికి ప్రవేశించగానే న్యాయస్థానంలో ఉన్నవాళ్లు కోపంగా ఏమేమో మాట్లాడుకోసాగారు. మహారాజు ధృతరాష్ట్రుడు ఆందోళనతో పాలిపోయినట్టు కనిపించాడు, మహారాణి గాంధారి ముఖం ఏ భావమూలేక శిలాప్రతిమలా ఉంది. అందరూ తనవైపు శత్రువుని చూసినట్టు చూడటం గమనించాడు సుయోధనుడు. అతనిలో కూడా క్రమక్రమంగా ఆగ్రహం తలెత్తసాగింది. ఏం జరుగుతోందిక్కడ? హత్యానేరం చేశానని విచారణ జరుపుతున్నారా? ఎవరు ఎవర్ని హత్యచేశారు? అలా ఆలోచిస్తూ ఉండగా అతనికి చటుక్కున తట్టింది, భీముడు హత్యకి గురయాడని వీళ్లకి తెలిసి ఉంటుంది. తమ ఇద్దరి మధ్యా ఉన్న స్పర్ధవల్ల వీళ్లకి ముందుగా తనమీదే అనుమానం వచ్చి ఉంటుంది. రెండు రోజుల క్రితం తను శకునితో ఏమన్నాడో గుర్తుచేసుకునేందుకు ప్రయత్నించాడు సుయోధనుడు. చుట్టూ పరికించి చూసేసరికి తన దాయాదుల కళ్లలో తీవ్రమైన ద్వేష జ్వాలలు రగులుతూ ఉండటం కనిపించింది. అర్జునుడు క్రోధంతో మండిపడుతున్నాడు. 'భీష్ముడూ, ఇతర పెద్దలూ ఇక్కడ ఉండి ఉండకపోతే, ఎటువంటి ప్రశ్నలకీ తావివ్వకుండా వీడు నామీద పగ తీర్చుకునేవాడే!' అనుకున్నాడు సుయోధనుడు అర్జునుడి గురించి.

కుంతి లేచి నిలబడి గంభీరంగా, "వీడు నా కుమారుణ్ణి హత్య చేశాడు. ఈ రాజ్యంలో న్యాయమనేదే లేదా? దీనురాలైన ఒక వితంతువుకి ఈ రాజ్యంలో ప్రశాంతంగా బతికే వీలులేదా? నా కుమారుడు ఎప్పుడూ చాలా స్నేహంగా, ప్రేమగా ఉండేవాడు. ముఖాముఖి పోరాటంలో వాణ్ణి ఓడించలేకపోయినంత మాత్రాన, రాకుమారుడు సుయోధనుడు కుత్సితమైన మార్గాన్ని ఎంచుకున్నాడే! నా కుమారుడు మరణించాడు, నా భీముడు చని పోయాడు. భీష్మపితామహా! జరిగిన అన్యాయం మీకు కనిపించటం లేదా? సుయోధనుడు... కాదు వీడు దుర్యోధనుడు... ఎందుకు భీముణ్ణి చంపవలసి వచ్చింది? నా కుమారుడు... భీముడు... ఎంతో అమాయకుడు..." అంది.

"కుంతీ, నీ కుమారుణ్ణి వెతుకుతాం. అతను చనిపోలేదు. కనబడకుండా పోయాడు, అంతే. అతను హత్యగావింపబడ్డట్టు రుజువులేవీ లేవు. నీ భావోద్రేకాన్ని నిగ్రహించుకో..."

భీష్ముడి ఓదార్పు మాటలకి అడ్డు వస్తూ, "పితామహా! మరణించినవాడు నా కుమారుడు. నేను భావోద్రేకానికి గురైతే దయచేసి నన్ను అర్థం చేసుకోండి. మాకు న్యాయం చేసి అపరాధం చేసినవారిని శిక్షించండి," అంది.

యువ బ్రాహ్మణుడు, ధౌమ్యుడు లేచి నిలబడి, "ఒక వితంతువుకి న్యాయం చేసే

విషయంలో నిరాకరణ పనికిరాదు. వితంతువు ఇచ్చే శాపానికి చాలా శక్తి ఉంటుంది. ఆమె కోల్పోయింది తన కుమారుణ్ణి. దుర్యోధనుడు భీముణ్ణి హత్య చేశాడు. ఒక వ్యక్తి నడవడీ, స్వభావం గురించి మనకి ముందే తెలిసినప్పుడు, అతన్ని శిక్షించేందుకు రుజువులకోసం వేచి ఉండటం అనవసరం. రుజువు దొరకలేదన్న సాకుతో ఒక నేరస్థుడు తప్పించుకోకూడదు. దానికి మారుగా, గతంలో అతని నడవడి ఎలా ఉందో పరిశీలించాలి. దుర్యోధనుడు ఎప్పుడూ క్రమశిక్షణ లేకుండా, మొండిగానే ప్రవర్తించేవాడు. ఈ విషయం అతని గురువుని అడిగితే తెలుస్తుంది," అన్నాడు.

"ధౌమ్యా! న్యాయస్థానంలో ఉన్నప్పుడు రాకుమారుడి గురించి మర్యాదగా మాట్లాడు. రాకుమారుడు సుయోధనుణ్ణి అవమానకరమైన మారుపేర్లతో పిలవక్కర్లేదు," అన్నాడు భీష్ముడు కోపాన్ని అణచుకుంటూ.

"ఇతను దుర్యోధనుడే!" అన్నాడు ధౌమ్యుడు భీష్ముడికి ఎదురు జవాబు చెపుతూ.

పురోహితుల వరుసనుంచీ, కుంతిని గుడ్డిగా సమర్థించే వారు కూర్చున్న చోటినుంచీ నినాదాలు ఏకకంఠంతో వినిపించాయి, "దుర్యోధనుడు సిగ్గుమాలిన పనిచేశాడు... దుర్యోధనుడు... దుర్యోధనుడు..."

సుయోధనుడు న్యాయస్థానం మధ్యలో నిలబడ్డాడు. తను చెయ్యని నేరానికి అవమాన భారంతో అతని హృదయం కుంగిపోసాగింది. ఇంతమంది తనని ద్వేషించేంత ఘోరమైన పని తనేం చేశాడు? వీళ్లకి ఉన్న అర్థంలేని నమ్మకాలకి తను తలవంచని మాట నిజమే. పవిత్రమైన పుట్టుకలాంటి వాటిని తను నమ్మలేదు. కానీ భిన్నమైన అభిప్రాయం తనకి ఉన్నంతమాత్రాన వీళ్లు తనని ఏహ్యభావంతో చూస్తారని ఎప్పుడూ అనుకోలేదు.

"ఈ యువకుడు దురహంకారి. మన పవిత్ర గ్రంథాలలో చెప్పిన నియమాలనీ, నిషేధాలనీ పాటించడు. తక్కువ కులం వారితో కలిసి తిరుగుతూ రాజభవనాన్ని అపవిత్రం చేస్తున్నాడు. అన్నిటికీ వాదిస్తాడు, అన్ని విషయాల గురించీ తన అభిప్రాయాలని తెలియజేసే మొండివాడు. మూర్ఖంగా తను పట్టిన కుందేటికి మూడే కాళ్లని వాదించే రకం. వేదాలని ప్రశ్నించటం ఇతనికి చాలా ఆనందాన్నిస్తుంది. తనకి ఉన్న కొద్దిపాటి తెలివితేటలతో, పండితులతో వాదించేందుకు ప్రయత్నించటమే కాదు, వాళ్లకి తనే బోధించగలనని అనుకుంటాడు. దేవాలయంలోకి ప్రవేశించే ముందు, మన నగరంలో నిండి ఉన్న అపరిశుభ్రమైన బిచ్చగాళ్లకి ధనమూ, ఆహారమూ ఇస్తాడు. వాళ్లు నగరంలోని పవిత్రమైన ప్రదేశాలని ఎంత అపవిత్రం చేస్తున్నారో గ్రహించడు. ఎన్నోసార్లు దేవాలయాలలోని అర్చకులు ఈ విషయమై నాతో మొరపెట్టుకున్నారు. ఈ బిచ్చగాళ్లకి సాయం చెయ్యటం పాపం అనే అర్చకులని ఇతను ఎగతాళి చేస్తాడు. పేదలకి సాయం చేసేందుకు తను చేసే ప్రయత్నాల వల్ల కర్మఫలం అనే సిద్ధాంతానికి అడ్డు పడుతున్నాననీ, జనంలో పేద-ధనిక, బ్రాహ్మణ-శూద్ర అనే భేదాలు పూర్వజన్మ కర్మఫలం వల్ల కలిగేదే అనీ ఇతను అర్థం చేసుకోడు.

"ఏమిటి ధౌమ్యా, అర్థం లేకుండా ఏమేమిటో మాట్లాడుతున్నావు?" అని భీష్ముడు అనేసరికి అక్కడ ఉన్న వారందరూ దిగ్భ్రమకి గురయారు. ఒక బ్రాహ్మణుడు మాట్లాడు తున్నప్పుడు అతనికి ఎవరూ ఎదురు మాట్లాడకూడదు. వయసు పైబడ్డకొద్దీ భీష్ముడి మతి చలిస్తున్నట్టుంది.

"ప్రభూ! నన్ను మాట్లాడనివ్వండి. నేను చెప్పదల్చుకున్న విషయాన్ని చెప్పి, నిరూపించుకోనివ్వండి," అన్నాడు ధౌమ్యుడు కళ్లెర్రజేసి భీష్ముణ్ణి చూస్తూ.

"ఇది దేవాలయ ప్రాంగణం కాదు. నీ ఉపదేశాలన్నీ అక్కడ చెపుదువుగాని. ఇది హస్తినాపుర న్యాయస్థానం. ఇక్కడ హత్య అనే ఒక గంభీరమైన ఆరోపణ విషయం గురించి చర్చించుకుంటున్నాం. ఆరోపించబడినవాడు యువరాజు. మనకి సాక్ష్యం, సాక్షులు కావాలి గాని, నీ అభిప్రాయాలని అనుసరించటం లేదని సుయోధనుడి మీద అభియోగం ప్రకటిం చేందుకు ఇది సందర్భం కాదు. ఇక న్యాయస్థానం విషయానికి వస్తే..."

"వేదాలలో నడవడి–" ధౌమ్యుణ్ణి కాల్చేసేట్టు చూశాడు భీష్ముడు. వెంటనే అతను ఆగిపోయాడు.

"ధౌమ్యవర్యా, మీరు చాలా గొప్ప పండితులు, పవిత్ర గ్రంథాలలోనూ, వేదాలలోనూ చెప్పిన విషయాలని క్షుణ్ణంగా తెలుసుకున్న పారంగతులు. కానీ నేను రెండు విషయాలు మీకు స్పష్టంగా తెలియజేయాలి. మొదటిది, నేను మాట్లాడేటప్పుడు మీరు నా మాటలకి అడ్డు రాకూడదు. రెండోది, వేదాలలో చెప్పిన విషయాలన్నిటి పట్ల ఎంత గౌరవం ఉన్నప్పటికీ, ఈ న్యాయస్థానం రుజువులు ఉన్నాయా, లేదా అనే దాన్ని బట్టే నిర్ణయాన్ని తెలియజేస్తుంది. న్యాయస్థానాల్లో నిర్ణయాలు అలాగే తీసుకుంటారు. అది ఒకవేళ పాపం అయినట్టయితే, దాని తాలూకు కర్మఫలాన్ని రాబోయే ఏ జన్మలోనైనా అనుభవించేందుకు నేను సిద్ధంగా ఉన్నాను. ఇక్కడ ప్రశ్న ఏమిటంటే భీముణ్ణి హత్య చేసినది సుయోధనుడే అని మీరు నిరూపించగలరా? ఈ విచారణ ఇంకా ప్రారంభదశలోనే ఉంది. భీముడు చనిపోయాడని ధ్రువీకరించబడలేదు. రెండు రోజులుగా అతను ఎక్కడా కనిపించటం లేదు. అతను చిన్నపిల్లవాడేమీ కాదు, దాదాపు పద్దెనిమిదేళ్లు నిండాయి. ఆ వయసు కుర్రవాళ్లు తమ ఇష్టం వచ్చినట్టు ప్రవర్తిస్తారు. ప్రపంచాన్ని చూసేందుకు రాజ్యం వదిలి పారిపోయి కూడా ఉండవచ్చు."

కుంతి కోపంగా లేచినిలబడి, "భీష్మపితామహా! ఇలా మాట్లాడుతున్నారేమిటి? నాకు ఎన్నటికీ న్యాయం జరగదు. ఇక్కడ పవిత్ర గ్రంథాలకి గౌరవంగాని, ధౌమ్యుడిలాంటి పండితులకి విలువగాని లేదు. కానీ నాకు ఆశ్చర్యం ఎందుకు వెయ్యాలి? మీ హృదయం పాషాణంలా కఠినంగా అయిపోయింది, భీష్మాచార్యా! ఒక తల్లి ఆవేదన మీకు తెలీదు. మీరు వివాహం చేసుకోలేదు. తలిదండ్రులకి సంతానంపట్ల ఉండే మమకారం మీకు అర్థం కాదు," అంది.

న్యాయస్థానంలో పూర్తి నిశ్శబ్దం అలుముకుంది. మిద్దె మీద కూర్చున్న చాలామంది స్త్రీలు కళ్లు తుడుచుకోవటం సుయోధనుడు గమనించాడు. పినతండ్రి విదురుడు ఎందుకు జోక్యం చేసుకోవటం లేదు? సుయోధనుడు ఆయన దృష్టిని ఆకర్షించేందుకు ప్రయత్నించాడు కానీ ఆయన అతనివైపు చూడటం లేదు. ఆయన శకునినే గమనిస్తున్నాడు.

యుధిష్ఠిరుడు లేచి నిలబడ్డాడు. వరసగా న్యాయస్థానానికీ, ధౌమ్యుడికీ, ద్రోణుడికీ, అక్కడ ఉన్న బ్రాహ్మణులందరికీ వంగి నమస్కరించాక, తనకి మాట్లాడేందుకు అనుమతి ఇమ్మని కోరాడు. బ్రాహ్మణులందరూ అతన్ని ఆశీర్వదించాడు. తరవాత అతను రాజుకీ, రాణికీ, చివరిగా భీష్ముడికీ నమస్కరించాడు. యుధిష్ఠిరుడు అంతసేపు ఒక్కొక్కరికీ గౌరవం చూపిస్తూ

చేసిన ప్రదర్శన భీష్ముడికి విసుగు తెప్పించింది. అందరికన్నా పెద్దవాడైన పాండవుడు, మెత్తటి గొంతుతో నెమ్మదిగా మాట్లాడాడు. అందరూ తనమాట వినేటట్టు చెయ్యటం అతనికి చేతనవును. ఎందుకంటే అంత నెమ్మదిగా మాట్లాడితే కష్టపడి వినాలి, పైగా ఎటువంటి ఆకాంక్షలూ లేని వినయశీలిని అని ఎప్పుడూ తన ప్రవర్తనతో అందరి ముందూ ప్రకటిస్తూ ఉండటంవల్ల సభలోని అంతమందీ అతని మాటలని శ్రద్ధగా వినక తప్పలేదు. "నా సోదరుడు భీముణ్ణి హత్య చేశాడన్న ఆరోపణకి సుయోధనుడు గురవటం చూస్తే నాకు చాలా విచారంగా ఉంది. నాకు సుయోధనుడంటే ఎప్పుడూ ఇష్టమే. అతను ధర్మవర్తనుడనే నమ్మాను. ఈ నా దాయాది చేసిన ఘోరకృత్యానికి సాక్షులెవరూ లేకపోయి నట్టయితే, అతను ఇటువంటి నేరం చేసి ఉండగలడని నమ్మేవాడిని కాను. కానీ అతను హత్య చేస్తూ ఉండగా ఒకరు చూశారు. ప్రభువులు అనుమతిస్తే సాక్షిని ప్రవేశపెట్టగలం."

సుయోధనుడు ఆశ్చర్యపోతూ తలపైకెత్తి చూశాడు. సాక్షిని ప్రవేశపెడతారా? ఏమిటిది?

"మీ దగ్గర సాక్షి ఉంటే పిలిపించండి. ఇక ఆలస్యం దేనికి?" అన్నాడు భీష్ముడు చిరాగ్గా.

"సాక్షి... ఆ... అతను అస్పృశ్యుడు. సాక్ష్యం చెప్పేందుకు ఈ భవనంలోకి ప్రవేశించలేడు," అని గొణిగాడు యుధిష్ఠిరుడు.

"రాకుమారా, యుధిష్ఠిరా! నీ మాటలు విని ఆశ్చర్యపోతున్నాను. అతని కులాన్ని పట్టించుకోవలసిన అవసరం ఏముంది?"

"ప్రభూ, అతను ఇక్కడికి వస్తే రాజభవనం, ఈ సభా అపవిత్రం అయిపోతాయి. అతను నిమ్న కులానికి చెందినవాడు, నిషాదుడు. రాజభవనంవైపు వచ్చే వీధుల్లోకి కూడా వాళ్లని రానివ్వం. మరి అలాంటప్పుడు ఈ సభలో ప్రవేశించి సాక్ష్యం ఎలా చెపుతాడు?" అన్నాడు ధౌమ్యుడు గట్టిగా. బ్రాహ్మణుల సమూహం అంగీకరిస్తున్నట్టు తల ఊపారు.

"ఎటువంటి రుజువు చూపించలేకపోతే, మీవైపు నుంచి సాక్ష్యం చెప్పే వ్యక్తినే న్యాయస్థానంలోకి రానివ్వకపోతే, ఇక ఈ నేరాన్ని కొట్టివేసి, సుయోధనుడు నేరస్థుడు కాడని తీర్పు చెప్పటం తప్ప నాకు మరో మార్గం లేదు. నేను..." భీష్ముడు మాట్లాడటం మధ్యలో ఆపి ధౌమ్యుడివైపు విసుగ్గా చూశాడు. అతను మాట్లాడేందుకు మళ్లీ లేచి నిలబడ్డాడు.

"మేమందరం ఈ విషయాన్ని చర్చించాం. పండితులైన బ్రాహ్మణులందరూ, ఇది ప్రత్యేకమైన పరిస్థితి కాబట్టి అస్పృశ్యుణ్ణి సభలోకి రానివ్వచ్చుని తీర్మానించారు. శాస్త్రాలలో ఇటువంటి వెసులుబాట్లు ఉన్నాయి, కానీ ఈ పాపానికిగాను రాజు ప్రాయశ్చిత్తం చెయ్యవలసి ఉంటుంది. ఒక వెయ్యిమంది బ్రాహ్మణులకి భోజనం పెట్టి కానుకలు సమర్పించుకోవలసి ఉంటుంది."

"రాజు అటువంటిదేమీ చెయ్యడు," ఆగ్రహంతో భీష్ముడి గొంతు వణికింది. "మీరు సాక్షిని రప్పించాలని అనుకుంటే ఇక నియమాలూ, నిబంధనలూ విధించకుండా ఆ పని చెయ్యండి..."

కుంతి లేచి బైటికి నడుస్తూ, "కుమారులారా, ఈ విచారణకి అర్థం లేదు. ఇక్కడ మనకి న్యాయం ఎన్నటికీ లభించదు," అంది. ఆమె నలుగురు కుమారులూ ఆమె వెంట వెళ్లిపోయేందుకు లేచారు.

క్రోధంతో భీష్ముడి కళ్లు నిప్పులు చెరగసాగాయి. ఆయన లేచి నిలబడ్డాడు. కానీ ఆయన ఏమైనా అనే లోపున రాజు నెమ్మదిగా ఇలా అన్నాడు, "ప్రాయశ్చిత్తం చేసేందుకు అంగీకరిస్తున్నాను. బ్రాహ్మణులు ఏం చెయ్యమన్నా చేస్తాను. నిజం బైటికి రావాలి. నా కుమారుడు నిజంగా హత్యచేసి ఉన్నట్టయితే అతన్ని క్షమించను."

భీష్ముడు దస్సిపోయి కూలబడ్డాడు. సాక్షిని తీసుకురమ్మని భటులకి సైగ చేశాడు. నల్లగా ఉన్న ఒక పదిహేడు సంవత్సరాల కుర్రవాణ్ణి భటులు సభలోకి ఈడ్చుకువచ్చారు. వయసుకితగ్గ ఎదుగుదల వాడిలో లేదు. పక్కటెముకలు స్పష్టంగా కనిపిస్తున్నాయి. వాడి జుట్టు వంకీలు తిరిగి ఉంది, పెదవులు లావుగా ఉన్నాయి. కానీ అందరి దృష్టినీ ఆకర్షించినది వాడి భయంకరమైన వికృత రూపం. వాడి ముఖం, శరీరంలోని ఎడమభాగం కాలిపోయి, చర్మం ముడతలు పడి మసకబారిన బంగారు రంగులో ఉంది. మిగతా శరీరమంతా నల్లగా ఉంది. వాడు బెదురుచూపులతో చుట్టూ చూశాడు. తన చుట్టూ ఉన్న ఐశ్వర్యాన్ని చూసి వాడు అవాక్కయాడు. రాజెవరో వాడికి తెలియకపోయినా బాగా కిందికి వంగి, కళ్లు కిందికి దించుకుని నమస్కరించాడు.

"భయపడకు, నిన్నెవరూ ఏమీ చెయ్యరు. నేను అడిగే ప్రశ్నలకి నిజాయితీగా సమాధానం చెపితే, త్వరగానే నువ్వు వెళ్లిపోవచ్చు. నీ పేరేమిటి?" అన్నాడు భీష్ముడు.

"జరుడు," అని గుసగుసమని జవాబిచ్చాడు. ఒక భటుడు వాణ్ణి కర్రతో పొడిచి పెద్దవారితో మాట్లాడేటప్పుడు నోటికి చెయ్యి అడ్డం పెట్టుకోమని కోపంగా తిట్టాడు. వెంటనే జరుడి చెయ్యి వాడి పెదవులని కప్పింది. వాడు భయంతో వణికిపోసాగాడు.

"నోటిమీదినుంచి చెయ్యి తీసి, నిటారుగా నిలబడు. నేను అడిగినదానికి సమాధానం చెప్పు, జరా," అన్నాడు భీష్ముడు కటువుగా.

జరుడు చెయ్యి కిందికి దించి భీష్ముడి ఆదేశం ప్రకారం నిటారుగా నిలబడ్డాడు. సభలో అన్ని వైపులనుంచీ కోపంతో నిండిన గుసగుసలు వినిపించాయి కానీ భీష్ముడు అదేమీ పట్టించుకోకుండా, "నాయనా, నువ్వేం చూశావో స్పష్టంగా వివరించు," అన్నాడు.

"ప్రభూ, రెండు రోజుల క్రితం రాత్రి నేను పెద్ద రాతి మీదున్న దేవాలయం దగ్గర ఉండగా... అదే, నది ఒడ్డున ఉన్న ఆలయం..."

మరుక్షణం న్యాయస్థానంలో గొడవ మొదలైంది. కొందరు అర్చకులు ఒక నిషాదుడు ఆలయం సమీపానికి వెళ్లేంత ధైర్యం ఎలా చేశాడని అరవటం మొదలుపెట్టారు. ఇంకొందరు ధర్మం అడుగంటిపోతోందనీ, కలియుగం సమీపించబోతోందనీ భోరుమంటూ దుఃఖించారు. తన కారణంగా అక్కడ అంత సంక్షోభం నెలకొనేసరికి జరుడు హడిలిపోయాడు.

ఆ గొడవ అణిగిపోయేదాకా భీష్ముడు ఆగాడు. ఆ తరవాత జరుడితో, "భయపడకు. నువ్వు ఏ తప్పూ చెయ్యలేదు. అసలు నువ్వు అక్కడికి ఎందుకు వెళ్లావు?" అన్నాడు.

"తిండి దొరుకుతుందని వెళ్లాను, స్వామీ! ప్రతి రోజూ ఆలయంలో కొన్ని వేలమంది బ్రాహ్మణులకి అన్నదానం జరుగుతుందని మీకు తెలుసుకదా? చెత్తకుండీలు ఎంగిలి విస్తరాకులతో నిండిపోతాయి, ఆ పదార్థాలు చాలా రుచిగా ఉంటాయి, నిజం! దాదాపు ప్రతి రాత్రీ నేనక్కడికి పోతాను. ఒక్కోసారి నాలాంటి వాళ్లు ఇంకా కొంతమంది కూడా వస్తారు.

అప్పుడు ఆ మిగిలిపోయిన పదార్థాల కోసం కొట్లాడుకుంటాం. మాతోపాటు కుక్కలూ, ఎలుకలూ కూడా పోటీకి వస్తాయి. నాకు ఎప్పుడూ ఆకలే, అందుకే అందరూ నిద్రపోయిన తరవాత అక్కడికి వెళ్లి తిండి వెతుక్కుంటాను. ఆ రోజు రాత్రి నేను ఒక్కణ్ణే ఉన్నాను, స్వామీ!" జరుడు ఆగి చుట్టూ చూశాడు. చాలామంది ముఖాలు తిప్పేసుకున్నారు, లేదా ఆ నిషాదుడి నుంచి తమకి ఎటువంటి మైలా అంటుకోకుండా తమ నోటిని చేత్తో మూసుకున్నారు.

"ఎంత రోతగా ఉందో!" అన్నాడు ధౌమ్యుడు. తనని అంతగా అసహ్యించుకుంటున్న అతనివైపు చూసి జరడు తన నల్లని పళ్లు బైటపెట్టి నవ్వాడు.

భీష్ముడు జరుడివైపు చూసి చెప్పటం కొనసాగించమని సైగ చేశాడు. "ఆలయం దగ్గరున్న బండరాతిమీద పొడుగ్గా, బలిష్ఠంగా ఉన్న ఒక మనిషి కూర్చుని ఉండటం నాకు కనిపించింది. అతని పక్కనే తెల్లరంగు వస్త్రం కప్పుకున్న మరో మనిషి ఉన్నాడు. వాళ్లిద్దరూ తాగుతున్నారు. కొంతసేపటికి బలంగా ఉన్న మనిషి ఘోరంగా ఉన్న గొంతుతో పాడటం ప్రారంభించాడు. అతను బండరాతి అంచుమీద కూర్చున్నాడు. తాగిన వాళ్లు అలా కూర్చోవటం చాలా ప్రమాదం. ఇంతలో తెల్లటి వస్త్రం కప్పుకున్న మనిషి అతన్ని నదిలోకి బలంగా తోశాడు. దభీమని అతను నదిలో పడిపోయాడు. ఇక అక్కడ ఉండేందుకు నాకు భయం వేసి, ఉండకూడని చోట ఉన్నానన్నది గుర్తొచ్చి అక్కణ్ణించి పారిపోయాను. నన్ను కనక చూస్తే ఆ తెల్లవస్త్రం కప్పుకున్న మనిషి నన్ను కూడా చంపేస్తాడేమోనని హడిలిపోయాను. కానీ భటులు నన్ను పట్టుకున్నారు, స్వామీ! ఆలయం దగ్గర్నుంచి పారిపోతూంటే నేను దొంగనని అనుకున్నారు. రెండు రోజులుగా వాళ్ల చేతుల్లో చావు దెబ్బలు తింటున్నాను!" అన్నాడు జరుడు.

సుయోధనుడు సభ మధ్యన నిలబడ్డాడు. అతని ముఖంలో దిగ్భ్రాంతి కనిపించింది. ప్రతిరోజూలాగే ఆరోజు కూడా అతను తెల్లని పట్టు వస్త్రాన్ని కప్పుకుని ఉన్నాడు. కొన్ని వందలకళ్లు అతన్ని అప్పటికే దోషిగా నిరూపించేశాయి. రాజు ముఖం పాలిపోయింది, రాణీ గాంధారి తన రెండు చేతులనీ కలిపి గట్టిగా పట్టుకుంది. భీష్ముడు ఆ విషయం చర్చించేందుకు విదురుణ్ణి తన దగ్గరకి రమ్మన్నాడు. న్యాయస్థానంలో ఉన్నవారు ఆవేశంగా వాళ్లలో వాళ్లు మాట్లాడుకోసాగారు.

విదురుడు తను కూర్చున్న చోటినుంచి కదిలే లోపల ధౌమ్యుడు లేచి నిలబడ్డాడు. "మహాప్రభూ! ఇంకా రుజువులు అవసరమా?" అన్నాడు.

భీష్ముడు మళ్లీ జరుడివైపు చూసి, "ఆ తెల్ల వస్త్రం కప్పుకున్న మనిషిని గుర్తించగలవా?" అని అడిగాడు.

జరుడు నెమ్మదిగా అక్కడి జనాన్ని జాగ్రత్తగా చూడసాగాడు. భయంతో శకుని ముఖం తెల్లగా పాలిపోయింది. ఇంతవరకూ అంతా ప్రణాళిక ప్రకారమే జరిగింది. ఏ క్షణాన్నైనా తక్షకుడు మూటని తిరిగి ఇచ్చేస్తాడు. భీముణ్ణి తను నదిలోకి తోసింది ఆ రాకుమారుణ్ణి హతమార్చేందుకు కాదు. అది చాలా సులభమైన పనే. తను ఇంకా పెద్ద పందెం కాసేందుకు యుక్తి పన్నాడు – తన సోదరి కుమారులకీ వారి దాయాదులకీ మధ్య శత్రుత్వాన్ని శాశ్వతం చేసేందుకు పన్నిన పన్నాగం. ఈ అస్పృశ్యుడు తనని గుర్తిస్తే, తను వేసుకున్న ప్రణాళికలన్నీ గంగలో కలుస్తాయి. తను పన్నిన కుట్రలో సుయోధనుడు వాడే తెల్ల పట్టు వస్త్రం వాడటం అనేది చివరిక్షణంలో తనకి తట్టింది. మరీ అప్రమత్తంగా ఉన్న ఏ కాపలాదారైనా తనని చూస్తే

భీముడూ, సుయోధనుడూ రాత్రిపూట వాహ్యాళికి వచ్చారని అనుకుని వాళ్ల గురించి పట్టించుకోడని కుదుటపడ్డాడు. నిజానికి రాత్రిపూట భీముడూ 'సుయోధనుడూ' కలిసి రాజభవనం బైటికి అర్ధరాత్రి వెళ్లారని ఏ భటుడో సాక్ష్యం చెపుతాడనే తను ధీమాగా ఉన్నాడు. కానీ జరుడిలాంటి సాక్షి తారసపడతారని తను ఊహించలేదు.

జరుడి చూపులు సుయోధనుడిమీదా, అతను ఎప్పుడూ కప్పుకునే తెల్ల పట్టువస్త్రం మీదా నిలిచాయి. న్యాయస్థానంలో అందరూ ఊపిరి బిగబట్టి చూస్తున్నారు. భీష్ముడు విదురుడికేసి చూశాడు. విదురుడు గంభీరంగా తల ఊపాడు. అందరూ భీష్ముడు ఏమంటాడా అని ఆత్రుతగా వేచి చూడసాగారు. సరిగ్గా ఆ సమయంలోనే ఆ న్యాయస్థానం వెనుకవైపు ఏదో అలజడి వినిపించింది. అందరూ తలలు తిప్పి చూశారు. కొందరు భటులు గుమిగూడిన జనాన్ని పక్కకి తోస్తున్నారు. కానీ వాళ్ల మధ్యలో ఉన్న భీముడి మహాకాయం మాత్రమే అందరి దృష్టినీ ఆకర్షించింది. అతను వంకరగా నవ్వుతూ ఆ సభలోని వారిని చూస్తున్నాడు.

"ఆఁ... ఏమిటిది..." అంటూ ఏవో అపశబ్దాలు అనబోయి ధౌమ్యుడు తన పెదవులని కొరుకుతూ ఆగిపోయాడు.

కుంతి తన కుమారుడి దగ్గరకి పరిగెత్తి, ఇక ఎన్నటికీ అతన్ని విడిచిపెట్టకూడదు అన్నంత గాఢంగా కౌగలించుకుంది. భీముడి ముఖంలో ఒక పక్క సంతోషం, మరోపక్క ఇబ్బందీ కనిపించాయి. ఆ గందరగోళం సద్దుమణిగాక భీష్ముడు మళ్లీ గొంతు విప్పి, ఎక్కడికి వెళ్లావని భీముణ్ణి అడిగాడు.

భీముడు మళ్లీ జనంవైపు చూశాడు. వాళ్ల ముఖాల్లో కోపం చూసి కొద్దిగా జంకాడు. గత రెండు రోజులుగా అతను అద్భుతమైన అనుభవాలకి గురయాడు. కానీ ఆ అనుభవాలు నిజంగా జరిగాయో, లేక మత్తుమందు ప్రభావంవల్ల అతనికి అలా అనిపించిందా అని స్పష్టంగా చెప్పలేకపోయాడు. అతను తన కథ చెప్పటం ప్రారంభించాడు. అసంభవం అనిపించే ఆ అనుభవాలని జనం కొంత ఆశ్చర్యంతో, కొంత అపనమ్మకంతో వినటం ప్రారంభించి, చివరికి సరదాగా అనిపించటంతో శ్రద్ధగా వినసాగారు. భీముడు మాట్లాడటం ప్రారంభించగానే అతను ఇంకా మత్తు పదార్థాల ప్రభావంలో ఉన్నాడని తెలిసిపోయింది. నాగులుండే అద్భుతమైన లోకం గురించి చెప్పాడు. రెండు రోజుల క్రితం రాత్రి ఒక గంధర్వుడు కలలో కనిపించి, గంగానది మీద ఎగురుదాం రమ్మని పిలిచాడని అన్నాడు. అతను తనకి ఏదో తాగటానికి ఇచ్చాడనీ, అది తాగితే అద్భుత శక్తులు వస్తాయని అన్నాడనీ చెప్పాడు. తను దాన్ని తాగగానే గంధర్వుడు తనని నదిలోకి తోసేశాడనీ, కొంతసేపు ఆ నదిమీద తేలాక తను పాలూ, తేనే కలిసిన సముద్రానికి చేరుకున్నాననీ, అన్నాడు. ఆ మధురమైన తేనె సముద్రంలోనుంచి నాగులు తనని రక్షించి తమ అద్భుత లోకానికి తీసుకెళ్లారనీ, అక్కడ తను నాగరాజు తక్షకుణ్ణి కలుసుకున్నాననీ, ఆయన తనకి గొప్ప ఆతిథ్యం ఇచ్చాడనీ చెప్పాడు. నాగలోకంలో అతిలోక సుందరీమణులతో తను ఆనందంగా గడిపానని చెపుతూ ఆ అనుభవం ఎంత అద్వితీయంగా ఉందో భీముడు వివరంగా చెప్పబోయేంతలో భీష్ముడు సహనం కోల్పోయి, ఆగ్రహంతో తన ఆసనాన్ని పిడికిళ్లతో బాదసాగాడు. అంతటితో భీముడు తన ఊహాలోకాన్ని వదిలి ఈ లోకంలోకి వచ్చాడు.

భీముడు తనని కోపంగా చూస్తున్న బ్రాహ్మణులకేసి చూసి, 'నేనేం తప్పుగా మాట్లాడాను?' అనుకున్నాడు. యుధిష్ఠిరుడితోపాటు అర్జునుడూ, మిగతా తోబుట్టువులూ సిగ్గుతో తలలు

వంచుకున్నారు. సుశాసనుడూ, అశ్వత్థామా నవ్వసాగారు. సుయోధనుడు మాత్రం భీముడివైపు చూస్తూ ఉండిపోయాడు. అతని కళ్లలో జాలీ, ఏహ్యభావం కలగలిసి ఉన్నాయి, కానీ పెద్ద ఆపదనుంచి బైట పడ్డందుకు ఉపశమనం పొందిన ఆనందం కూడా ఉంది. కుంతి తన పెదవులని కొరుక్కుంటూ అయోమయానికి గురయింది. హఠాత్తుగా గాంధారి నవ్వటం ప్రారంభించింది. వెంటనే ధృతరాష్ట్రుడు కూడా నెమ్మదిగా నవ్వసాగాడు. ఆ తరవాత అక్కడ సభలో ఉన్న జనమంతా గట్టిగా నవ్వటం మొదలుపెట్టారు. భీముడి పెదవులు కూడా చిరునవ్వుతో విచ్చుకున్నాయి, ధౌమ్యుడి ముఖం అవమానంతో ఎర్రబడింది, అతని చిరునవ్వు ఇంకా విశాలమై నవ్వు రూపం దాల్చింది. భీముడు చాలా అరుదుగా నవ్వుతాడు. శకునిమీద ఈ అనుకోని మలుపు చూపిన ప్రభావాన్ని గమనిస్తూ విదురుడు మాత్రమే గంభీరంగా ఉండిపోయాడు. గాంధార రాకుమారుడి ముఖంలో ఒత్తిడి తగ్గటం ఆయనకి నచ్చలేదు. ఈ మొత్తం ప్రహసనంలో శకుని పాత్ర ఎంతో కొంత ఉందనీ, ఆ అన్యదేశస్థుడు సామాన్యమైనవాడు కాదనీ విదురుడు గట్టిగా నమ్మాడు.

"పితామహా! నా కుమారుడికి కలిగిన ఈ అనుభవాలవల్ల వాడు బాగా అలసిపోయాడు, మనోఘాతానికి గురయాడు," అంది కుంతి దీనంగా.

"నిజమే, కుంతీ, అతని మనఃస్థితి సవ్యంగా లేదు!" అన్నాడు భీష్ముడు వ్యంగ్యంగా. జనంలో కొంతమంది పగలబడి నవ్వారు. గంభీరంగా ఉన్న విదురుడి ముఖం కూడా చివరికి కాస్త తేలిక పడింది.

"ప్రభూ! భీముడు మృత్యుముఖంలోనుంచి తప్పించుకుని వచ్చాడు. ఆ మృత్యుభయం వల్ల దుర్యోధనుణ్ణి చూసి అతను బెదురుతున్నాడు. ఈ విచారణ మళ్లీ రేపు కొనసాగిస్తే నిజానిజాలు తెలుస్తాయి," అన్నాడు ధౌమ్యుడు కల్పించుకుంటూ.

మంత్రి మండలిలోని ప్రతి మంత్రి దగ్గరనుంచీ విదురుడు తాళపత్రాలను సేకరించాడు. తరవాత వాటిమీద రాజముద్ర వేసి రాజప్రతినిధి, భీష్ముడికి అందించాడు. భీష్ముడు తాపీగా వాటిని చదివాడు. వాటిలో ఎనిమిదింటిని ఒకవైపూ, రెండింటిని మరోవైపూ పెట్టాడు. తరవాత తల ఎత్తి, "ధౌమ్యా, ప్రస్తుతం భీముడికి అతను తాగిన విషానికి విరుగుడు అవసరం. మత్తు పదార్థాలు సేవించి ప్రగల్భాలు పలుకుతున్న ఈ మతిస్థిమితంలేని వాడి మాటలు వినే తీరిక న్యాయస్థానానికి లేదు. రేపు ఇక ఎటువంటి విచారణా ఉండదు. నేను తీర్పు ఇవ్వబోతున్నాను. మహాప్రభువులు నేను ఇచ్చే సూచనలని బట్టి ఉచితరీతిలో చర్య తీసుకుంటారు. మంత్రిమండలి సభ్యుల అభిప్రాయంలో కొంచెం తేడా ఉంది. ఎనిమిది మంది ఏకాభిప్రాయం ప్రకటిస్తే ఇద్దరు భిన్నమైన అభిప్రాయం వెలిబుచ్చారు. అధికశాతం సభ్యులు సుయోధనుడు నిరపరాధి అనే అభిప్రాయపడ్డారు. ఈనాటికి న్యాయస్థానంలో విచారణ ముగిసింది. రేపు మళ్లీ రాజ్యానికి సంబంధించిన ఇతర వ్యవహారాలు చర్చించేందుకు సభ ఇక్కడే సమావేశమవుతుంది," అన్నాడు.

"అలాగే కానివ్వండి," అంటూ ధృతరాష్ట్రుడు లేచాడు. అంధమహారాజునీ, మహారాణినీ వేదికమీదినుంచి సహాయంచేసి కిందికి దింపేందుకు భటులు ముందుకి వచ్చారు.

బ్రాహ్మణులు కోపంతో అభ్యంతరం చెప్పసాగారు, కానీ ధౌమ్యుడు మాత్రం మిన్నకుండి పోయాడు. ఎప్పుడు అణగిమణగి ఉండాలో అతనికి తెలుసు. అతను పాండవులు వద్దకి

వెళ్లాడు. కొందరు బ్రాహ్మణులు వెయ్యిమంది బ్రాహ్మణులకి సంతర్పణ చేసి ప్రాయశ్చిత్తం చేసుకోవటం గురించి గుర్తు చేసేందుకు రాజుని అనుసరించారు. అలసిపోయిన మహారాజు విసుగ్గా సమ్మతి తెలుపుతూ రాణితో తన మందిరంవైపు నడిచాడు.

* * *

సుశాసనుడూ, అశ్వత్థామా సుయోధనుణ్ణి సమీపించి సంతోషంగా అతన్ని కౌగలించుకున్నారు. సభలోని వారందరూ నిష్క్రమిస్తూ ఉంటే విదురుడు సుయోధనుడి భుజం మీద తట్టి, రాజప్రతినిధి అతనికోసం ఎదురుచూస్తున్నాడని చెప్పాడు. రాకుమారుడు గుండె దడదడలాడుతూ ఉండగా విదురుడివెంట బైలుదేరాడు. భీష్ముడి కఠోర వచనాలని తట్టుకునేందుకు సిద్ధం కాసాగాడు. భీష్ముడి మందిరంలోకి ప్రవేశించేటప్పుడు, అక్కడ ఒక అతిథి ఉండటం చూసి అతను ఆశ్చర్యపోయాడు. ఆ వ్యక్తి వయసు పాతికా ముప్ఫై మధ్యలో ఉండవచ్చని అనిపించింది. చాలా శాంతంగా, తన వయసుకి తగ్గట్టు కాకుండా గంభీరంగా, ఆత్మ విశ్వాసంతో ఉన్నట్టు కనిపించాడు. రాజప్రతినిధి అతనితో వ్యవహరించే తీరు చూశాక తను ఒక విలక్షణమైన వ్యక్తి సమక్షంలో ఉన్నానని అనుకున్నాడు సుయోధనుడు.

రాకుమారుణ్ణి చూడగానే అతను నవ్వుతూ లేచి నిలబడ్డాడు. భీష్ముడు కూడా కుడిచేతిని ఎత్తి సుయోధనుణ్ణి ఆశీర్వదించాడు. రాకుమారుడు భక్తితో భీష్ముడికి నమస్కరించి ఒక పక్కగా నిలబడ్డాడు. విదురుడు వెళ్లి భీష్ముడి కుడి పక్కన కూర్చున్నాడు. భీష్ముడు చిరునవ్వు నవ్వి, "సుయోధనా, ఇతను బలరాముడు, యాదవ సభకి నాయకుడు. మాకు సన్నిహిత మిత్రుడు, మంచి తెలివితేటలూ, వివేకమూ, ప్రతిభా కలవాడు. ఇతన్ని ఒక ప్రయోజనం కోసం ఇక్కడికి పిలిపించాను," అన్నాడు.

"ప్రభూ నా గురించి ఇన్ని మంచిమాటలు చెపితే నాకు సంకోచంగా ఉంది," అన్నాడు బలరాముడు చిరునవ్వు నవ్వుతూ. అతని నవ్వు ఆ గదిని పూర్తిగా వెలుగుతో నింపివేసింది. తరవాత సుయోధనుడివైపు చూసి, "సుయోధనా, మీ గురించి ఎంతో విన్నాను. నేను కేవలం పశుపాలకుడినే గాని రాజుని కాను. యాదవుల్లో రాజులంటూ ఎవరూ లేరు. మాది ప్రజా ప్రభుత్వం, ప్రజలచే ఎంచుకోబడ్డ నాయకుడిని నేను. నా పదవి ప్రజలు కోరినంత కాలమే ఉంటుంది," అన్నాడు.

తర్కబద్ధంగా కాకుండా సుయోధనుడు ఎప్పుడూ తన మనసులో సహజంగా కలిగే భావాల ప్రేరణతోనే ఇతరుల వ్యక్తిత్వానికి స్పందిస్తాడు. ఆ యాదవ నాయకుడిపట్ల కూడా అతని మనసులో స్నేహభావం తక్షణం తలెత్తి, అతన్ని చూసి మనస్ఫూర్తిగా నవ్వాడు.

"బలరాముడు హస్తినాపురం మీదుగా కాశీకి వెళ్తున్నాడని విదురుడు నాకు చెప్పినప్పుడు నీకు సాయం చెయ్యమని అతన్ని అడగాలని అనిపించింది, సుయోధనా! నీలో ఆత్మవిశ్వాసం లోపించింది, శక్తిమంతులతో ఎప్పుడూ తగాదాల్లో చిక్కుకుంటూ ఉంటావు, దాయాదులతో నీకు నిరంతరం పోరాటమే. ఇవన్నీ నాకు కలిగించే ఆందోళన తక్కువదేమీ కాదు. ద్రోణుడికి కూడా నువ్వంటే గిట్టదు. నువ్వు అన్నిటికీ ఎదురు తిరుగుతావనీ, తనపట్ల గౌరవం చూపించవనీ అంటూ ఉంటాడు అతను. సుశాసనుడి గురించి ఇటువంటి విషయాలు ఎవరైనా నా దృష్టికి తెస్తే సహించగలను, కానీ నీ విషయంలో అది సాధ్యంకాదు. ఒక రోజు ఈ రాజ్యాన్ని ఏలబోతున్నావు, ఇటువంటి అలవాట్లు ఉంటే నువ్వు ఒక మంచి రాజువి కాలేవు," అన్నాడు

భీష్ముడు ఎప్పటిలాగే సూటిగా అసలు విషయానికి వస్తూ.

ఒక అపరిచిత వ్యక్తి ముందు ఇలా అవమానింపబడటం సుయోధనుడికి ఎంతమాత్రం నచ్చలేదు. కానీ బలరాముడు నవ్వి భీష్ముడితో, "భీష్మాచార్యా! మీరు మరీ కటువుగా మాట్లాడుతున్నారు. ఊరూరా తిరుగుతూ పాటలు పాడేవాళ్లు నా కొత్త నగరం ద్వారకకి వచ్చినప్పుడు సుయోధనుణ్ణి గురించి మొదటిసారి విన్నాను. పాండవ మధ్యముడు అర్జునుడి గొప్పదనం గురించి పాడారు. ద్రోణుడు తన శిష్యులకి పెట్టిన కొత్త పరీక్ష, 'చెట్టుమీద ఉన్న చిలుకలో మీకు ఏం కనిపిస్తోంది?,' అనే దాన్ని గురించి పాడారు. తనకి చెట్టుమీది పక్షిలో తన లక్ష్యం, దాని కన్ను మాత్రమే కనిపిస్తోందన్న అర్జునుడి సమాధానం విని అందరూ అతన్ని చాలా అభినందించారు. అర్జునుడు నిజమైన యోధుడిలా సమాధానం చెప్పాడని ఆ కవులు తనివితీరా ప్రశంసించారు. మా సభలో కృష్ణుడు 'ఇన్నాళ్లకి మనమంతా గర్వించదగ్గ గొప్ప యోధుడు కనిపించాడు,' అని ప్రకటించాడు. కానీ మరోపక్క ఆ పాటలుపాడే కవులు సుయోధనుడు చెప్పిన సమాధానం గురించి చాలా అపహాస్యం చేశారు. అతను పక్షి కళ్లలో ప్రేమ చూశాడనీ, దాన్ని బాణంతో కొట్టేందుకు అంగీకరించలేదనీ చెప్పారు, మరుక్షణం అదే పక్షిని ఎంతో నైపుణ్యంతో అర్జునుడు కొట్టి చంపివేశాడనీ చెప్పారు. ఆ వృత్తాంతం విన్నప్పుడు, భరతఖండానికి కావలసిన అర్జునుడు అయితే అవుగాక, కానీ భరతఖండానికి కావలసిన మానవుడు మాత్రం సుయోధనుడే అనిపించింది నాకు," అన్నాడు.

బలరాముడి అసాధారణమైన వ్యక్తిత్వాన్ని చూసి అతను తనని ప్రశంసిస్తుంటే సుయోధనుడు కొద్దిగా సిగ్గుపడ్డాడు. పక్షి గురించి అతనికి అలాంటి భావం సహజంగానే కలగటంవల్ల అలాంటి సమాధానం చెప్పాడు, అలా చెప్పినందుకు తనతోటి విద్యార్థులూ, పెద్దలూ పౌరుషం లేనివాడని ఎగతాళి చేస్తే చాలా బాధపడ్డాడు. మళ్లీ అలాంటి ప్రశ్న వేస్తే తను అదే సమాధానం చెపుతానని కచ్చితంగా తెలిసినప్పటికీ, ఆ సంఘటన తనతోబాటు అందరూ మరిచిపోవాలనే అనుకున్నాడు అతను.

భీష్ముడు నవ్వు అణచుకుంటూ, "బలరామా, ఈ కుర్రవాడిని ఏం చెయ్యాలో నాకు పాలుపోవటం లేదు. ఒక్కోసారి నేను ఆ వయసులో ఇతనిలాగే ఉన్నానని అనిపిస్తూ ఉంటుంది. అతను ప్రకటించే మనోభావాలూ, చూపించే సానుభూతీ, అవన్నీ నేను మెచ్చుకునే గుణాలే. అయినప్పటికీ నేను ఎప్పుడూ మేధస్సు చెప్పిందే విన్నాను, హృదయానికి లొంగిపోలేదు, యుక్తవయసులో కూడా అలా చెయ్యలేదు. పేదవారు ఎప్పుడూ అణచివేతకి గురవుతూనే ఉంటారు. కానీ తమకన్నా మెరుగైన జీవితాలు గడిపేవారు వాళ్లని చూసి, అయ్యో పాపం!' అని జాలిపడటం వాళ్లకి ఇష్టం ఉండదు. దానధర్మాలు చేసినంత మాత్రాన ఏమీ మార్పు రాదని నేను గ్రహించాను. క్రమక్రమంగా వ్యవస్థలో మార్పు తీసుకురావాలే తప్ప ఉన్నదాన్ని తొందరపడి తలకిందులు చేస్తే ఏమీ ప్రయోజనం ఉండదు. కులవ్యవస్థని నేను మనసారా ద్వేషిస్తాను, కానీ ఎప్పుడూ నా దృష్టి సమతూకంగా ఉండేట్టు జాగ్రత్తపడ్డాను. ఈ కుర్రవాడికి తొందరపాటు ఎక్కువ, ఇతన్ని మార్చటం దాదాపు అసంభవం. సరైన కారణాలకి పోరాడతాడు కానీ సరైన వ్యక్తులతో పోరాడడు, అందుకే చాలామంది బలమైన శత్రువులని సంపాదించుకుంటున్నాడు. ఇది ఇలా కొనసాగనివ్వను... దయాగుణంగల మూర్ఖుడిలా ఎదుగుతున్నాడు.

"ఇతన్ని నీ చేతుల్లో పెడుతున్నాను, బలరామా! ఇతన్ని పౌరుషవంతుడిగా తీర్చి దిద్దేందుకు ఒక నెల రోజులు ప్రయత్నించే తీరిక నీకు ఉందనే అనుకుంటున్నాను. అన్నట్టు నీకు మరో విషయం చెప్పాలి. ద్రోణుడు ఇతన్ని అడిగిన ప్రశ్నే నన్ను అడిగి ఉంటే నేను కూడా ఇతను చెప్పిన సమాధానమే చెప్పి ఉండేవాణ్ణి, కానీ మరుక్షణం చక్కగా గురిచూసి ఆ చిలుకని చంపి, దాని యమయాతనని అంతం చేసి ఉండేవాణ్ణి," అని భీష్ముడు అక్కడినుంచి నిష్క్రమించాడు. ఆయన విశ్వాసపాత్రుడైన విదురుడు కూడా ఆయన్ని అనుసరించాడు.

బలరాముడు వినోదంగా తల అడ్డంగా ఆడిస్తూ నిలబడ్డాడు. అక్కడ నెలకొన్న నిశ్శబ్దం ఇబ్బందికరంగా తోచింది. చిరునవ్వు నవ్వుతున్న ఆ కొత్తవ్యక్తితో ఏం మాట్లాడాలో సుయోధనుడికి తోచలేదు. 'నేనేమీ మూర్ఖుణ్ణి కాను,' అనాలని అనుకున్నాడు. కానీ అలా అనవచ్చో అనకూడదో సుయోధనుడికి ఇదమిత్థంగా తెలీలేదు. గవాక్షంలోనుంచి బైటికి చూశాడు. రాజమార్గమూ, దాని అవతల అంగళ్లూ కనిపించాయి. ఇద్దరు భటులు ఒక నల్లటి మనిషిని గొడ్డుని తోలుకుని పోతున్నట్టు తోలుకుపోవటం, అందరూ వాళ్లవైపు భయంగా చూస్తూ పక్కకి తప్పుకోవటం కనిపించింది. ఆ మనిషిని వాళ్లు వెదురుబెత్తాలతో కొడుతూ రాజమార్గంనుంచి పక్కకి తరుముతున్నారు. ఆ మనిషి దీనంగా ఏడుస్తూ, "కృష్ణా... కృష్ణా... నన్ను కాపాడు," అంటూ మొరపెట్టుకుంటున్నాడు. ఆ మనిషి అనుభవిస్తున్న బాధ గురించి కాక, అతను తమను తాకి ఎక్కడ అపవిత్రం చేస్తాడో అని జనం భయపడటం చూసి నిర్ఘాంతపోయాడు సుయోధనుడు. భటులు అతను ఒక బరువులు మోసే గొడ్డు అన్నట్టు ప్రవర్తిస్తున్నారు. సుయోధనుడు అతన్ని గుర్తుపట్టాడు. తనకి వ్యతిరేకంగా సాక్ష్యం చెప్పిన జరుడే వీడు.

"అతను నా సోదరుడు," తన వెనక బలరాముడి గొంతు దగ్గరగా వినబడి సుయోధనుడు ఉలిక్కిపడ్డాడు. ఆ యాదవ నాయకుడు కూడా అదే దృశ్యాన్ని చూస్తున్నాడు. సుయోధనుడు ఆశ్చర్యపోతూ తలెత్తి అతనివైపు చూశాడు. "ఆ పేద బిచ్చగాడి విషయం కాదు నేను చెప్పేది. వాడు నా తమ్ముడు కృష్ణుణ్ణి ప్రార్థిస్తున్నాడు. కృష్ణుడు అందర్నీ సులభంగా ఆకట్టుకుంటాడు. ఈ మధ్య తను దేవుణ్ణని కూడా చెప్పుకుంటున్నాడు. పవిత్ర గ్రంథాలతో చెప్పబడిన అవతారమూర్తి కృష్ణుడేనని చాలామంది నమ్ముతారు."

"మీరు నమ్ముతారా?" అని అడిగాడు సుయోధనుడు, మొత్తం మీద ఇద్దరి మధ్యా ఉన్న మౌనం తొలగిపోయినందుకు సంతోషిస్తూ.

"దేన్ని? నా తమ్ముడు దేవుడు అన్న విషయాన్నా? హహహ! వాడికి అందర్నీ ఏడిపించటం సరదా. కానీ, మరో రకంగా ఆలోచిస్తే ప్రతి మనిషిలోనూ దేవుడు ఉన్నాడని నమ్ముతాను, కాబట్టి నేనే దేవుణ్ణి అనటంలో అబద్ధమేమీ లేదు. అన్నట్టు భీష్ముడు నీ గురించి చెప్పిన దానిలో ఇసుమంతైనా నిజం ఉందా?"

బలరాముడు అంతసూటిగా అడిగేసరికి సుయోధనుడు సంకోచించాడు. అతని అంతరాత్మ, ఈ వ్యక్తిని నమ్మవచ్చు అని చెప్పింది. తన మనసులో ఇన్నాళ్లుగా అణచిపెట్టుకున్న భావాలన్నీ ఉప్పెనలా బైటికి వచ్చాయి. తనకి హింస అంటే ఎంత అసహ్యమో, దానివల్ల తను పనికిమాలిన యోధుడన్న పేరు ఎలా తెచ్చుకున్నాడో చెప్పాడు. సమాజం కోరుకునే పోటీ మనస్తత్వం, పోరాటంలో పైచెయ్యిగా ఉండటం తనకి ఎంత అయిష్టమో, ద్రోణుడిలాంటి గురువులు కూడా శిష్యుల్లో అటువంటి పోటీతత్వాన్నే ఎలా ఎదురుచూస్తారో చెప్పాడు. తన

దాయాదుల పట్ల తనకి గల ద్వేషం గురించీ, వాళ్లు చనిపోవాలని తను కోరుకోవటం గురించీ చాలా ఆవేశంగా మాట్లాడాడు. అతను చెప్పిన అహింసకి ఇది వ్యతిరేకంగా ఉన్నప్పటికీ, బలరాముడు ఆ విషయాన్ని గమనించనట్టు కనిపించాడు. చివరికి సుయోధనుడు తన వాగ్ధాటిని ముగించి నిశ్శబ్దంగా నిల్చుండిపోయాడు.

బలరాముడు సమాధానం చెప్పేందుకు ఒక యుగం పట్టినట్టు అనిపించింది సుయోధనుడికి. ఆ తరవాత నెమ్మదిగా ఇలా అన్నాడు, "నీలోని భయమే నీచేత అలా మాట్లాడిస్తోంది, సుయోధనా! దాన్ని పొరపాటున నువ్వు కరుణ అనుకుంటున్నావు, హింసపట్ల ద్వేషం అనుకుంటున్నావు. నీ దాయాదులు నీకన్నా మెరుగైన ప్రతిభ కనబరుస్తున్నారనీ, నువ్వు వైఫల్యం చెందుతున్నావనీ భయపడుతున్నావు. నీ మనసులో కల్మషం లేదు, తెలివైనవాడివి, కానీ జీవితంలో ప్రాణాలతో ఉండేందుకూ, సాఫల్యం సాధించేందుకూ అవి సరిపోవు. నీ దాయాదులపట్ల నీ మనసులో ఉన్న ద్వేషం నిన్ను పట్టి పీడిస్తోంది. అవతలి వ్యక్తి చేష్టలు ఎంత ఏహ్యంగా ఉన్నా ఆ వ్యక్తిని ద్వేషించాల్సిన అవసరంలేదు. అతను చేసే పనులని ద్వేషించు, అంతేగాని ఆ వ్యక్తిని కాదు. ఈనాటి అర్థంలేని పోటీతత్వాన్ని నువ్వు ద్వేషించటం సరైన పనే. మానవత్వాన్ని పణంగా పెట్టయినాసరే భౌతికసుఖాల వెంట పిచ్చిపట్టినట్టు పరిగెత్తటం సరికాదు. దురదృష్టవంతులైన తమ తోటివారిపట్ల విజేతల నిర్లక్ష్యవైఖరి కూడా తప్పే. ఇక కులం, మతం, స్త్రీ పురుష అసమానత్వం, హింస, పిడివాదం, లంచగొండితనం, వ్యక్తిపూజ, ఆశ్రితపక్షపాతం, తిరుగుబాటు ధోరణి, మనుషులపట్ల ఇలాంటి అన్యాయాలు జరగటం లాంటివి కూడా నిరసించవలసిన విషయాలే. ఎవరైనా సరే వీటిని ద్వేషించవలసిందే. కానీ వీటి గురించి నువ్వేం చేస్తున్నావు? నీవంటి వాళ్లు వెచ్చగా తమ భవనాల్లో కూర్చుని బైట జరుగుతున్న వాటి గురించి తప్పుపడుతూ, విమర్శిస్తూ ఉంటారు. ఎప్పుడో ఒకసారి అలా మురికివాడలని చుట్టివచ్చి, వాళ్లపట్ల సానుభూతి చూపించి, సాయం చేస్తామని అంటారు. నీకు నచ్చని ఈ విషయాల గురించి స్పష్టంగా ఏమైనా అంటూ బహిరంగ ప్రదేశాల్లో గొడవచెయ్యవెందుకని? అప్పుడే కదా ఇటువంటి వాటిని నిర్మూలించేందుకు నువ్వు కంకణం కట్టుకున్నావని ఇతరులనీ, నిన్ను నువ్వూ నమ్మించుకోవటం సాధ్యమవుతుంది? వ్యవస్థని మార్చేందుకు నువ్వు ఏవైనా గట్టి నిర్ణయాలు తీసుకున్నావా?" అని బలరాముడు మాట్లాడటం ఆపాడు. ఇదంతా విన్నాక సుయోధనుడు మరింత అయోమయానికి గురైనట్టు కనిపించాడు.

"నీకు నేను చెప్పే విషయం అర్థం అవటం లేదు కదూ, రాకుమారా? నేను మంచి వక్తనీ, గురువునీ కాను. సరే సరళమైన మాటల్లో చెపుతాను ఉండు. నాకు జీవితంలో ఒక లక్ష్యం ఉంది. మా ప్రాంతాన్ని వ్యవసాయంతోనూ, వర్తకం ద్వారానూ మళ్లీ సుభిక్షం చెయ్యటమే నా లక్ష్యం. అసుర సంప్రదాయాన్ని మేం కోల్పోయాం. వాళ్లు సముద్రం మీద వ్యాపారం చెయ్యటంలో గొప్ప నిపుణులు. నాగజాతి సంప్రదాయాన్ని కూడా కోల్పోయాం. వాళ్లు నేలని సాగుచేసి బంగారం పండించేవాళ్లు. నా ప్రజలని ఆదిమ జీవితం నుంచి, ఆ అసురుల ప్రాచీన వైభవంవైపు తరలించాలన్నది నా కోరిక. నిషేధాలూ, మతమూ మాకు సంకెళ్లు వేశాయి. నేను వాటినుంచి విడుదల కోరుతున్నాను. ఒక ఒంటరి మనిషి ఇవన్నీ ఎలా చెయ్యగలడని నువ్వు ఆశ్చర్యపోవచ్చు, కానీ నేను చెప్పాలని అనుకుంటున్నదే అది. నా లక్ష్యం చాలా పెద్దది, దాన్ని ఒంటరిగా సాధించటం సాధ్యం కాదు, కానీ అదే నేను జీవించి ఉండేందుకూ, ఏమైనా సాధించేందుకూ స్ఫూర్తిని ఇస్తుంది. నా జీవితంలోని ప్రతిక్షణాన్నీ నేను ఆనందంగా

గడుపుతాను. అలాగే ప్రతిక్షణం నేను వేసే ఒక్కొక్క అడుగూ నన్ను నా లక్ష్యానికి మరింత సమీపానికి చేరుస్తుందని రూఢిపరుచుకుంటాను. నేను నిర్మిస్తున్న అతిసుందరమైన రేవు పట్టణానికి నువ్వొకసారి రావాలి. నీకు అటువంటి కల ఏమైనా ఉందా? నీకన్నా కూడా పెద్దదైన కల? ఆ కల కనడం, దాన్ని సాధించటం అసాధ్యమే కాదు, మతిలేని ఆలోచన అని అనిపిస్తుందా?"

సుయోధనుడికి ఏమని సమాధానం చెప్పాలో తెలీలేదు. తనకి అలాంటి కల ఉందా? తన ఆలోచనలు అస్పష్టంగా ఉంటాయి, మనసుకి ఆ క్షణాన ఎలా తోస్తే అలా చేస్తాడు. ముందుగా ప్రశ్నించకుండా తన గురువు చెప్పినవీ, వేదాల్లో ఉన్నవీ అనుసరించేందుకు ఇష్టపడడు. కానీ తనకి అంత తీవ్రమైన, కాల్చివేసేంత ఆకాంక్ష ఉందో లేదో తనకే తెలీదు.

రాకుమారుడి ముఖంలో అయోమయం చోటుచేసుకోవటం చూసి బలరాముడు మళ్లీ చెప్పటం కొనసాగించాడు, "సుయోధనా నీకు అటువంటి కల ఉందా లేదా అన్న విషయం నీకు కచ్చితంగా తెలీకపోవచ్చు, కానీ ఉందని నేను చెప్పగలను. దాన్ని తెలుసుకునేంత వయసు నీకు లేదు. నీ మనసులో దాగి ఉన్న కలను తెలుసుకునేందుకు ఒక మార్గాన్ని నేను సూచిస్తాను. నీకు తీవ్రమైన భావోద్వేగాన్నీ, ఆగ్రహాన్నీ, చికాకునీ, నిస్పృహనీ, ఆనందాన్నీ, దుఃఖాన్నీ, అన్ని భావాలనీ ఒకే సమయంలో కలిగించే విషయం ఏది? నువ్వు జీవశక్తితో ఉట్టిపడుతున్నావని నీకు ఎప్పుడు అనిపిస్తుంది?"

వెంటనే సుయోధనుడు, "ఈరోజు న్యాయస్థానానికి వాళ్లు వెంటపెట్టుకుని వచ్చిన అస్పృశ్యుణ్ణి చూడగానే నాకు ఆగ్రహం, చికాకూ, ఆనందం, దుఃఖం కలిగాయి వాడి దుస్థితికి కోపం వచ్చింది, నాకు వ్యతిరేకంగా సాక్ష్యం చెప్పినందుకు చికాకు కలిగింది, అలాంటి వారికి నిషిద్ధమైన సభాప్రవేశం దొరికినందుకూ, వాడు చూడలేనివన్నీ చూస్తున్నందుకూ ఆనందించాను, ఇక నాకు దుఃఖం కలగటానికి కారణం, నామీద నేరారోపణ చేసినవాళ్లు తమ స్వార్థానికి అతన్ని వాడుకుంటున్నందుకు. రాజ్యంలోని మురికి వీధులనీ, అక్కడ పందుల్లాగ నివసించే జనాన్నీ చూసినప్పుడు కూడా నాకు ఇలాంటి ఆవేశమే వస్తుంది. వాళ్లని అటువంటి పరిస్థితుల్లో జీవించేటట్టు చేస్తున్న వ్యవస్థమీదా, సంప్రదాయాలమీదా కోపం వస్తుంది. వాళ్లు మేల్కొని ఎదురు తిరగటం లేదని చికాకు పడతాను. కానీ వాళ్లు పరిస్థితులకి లొంగిపోకుండా నిలదొక్కుకోవటం చూసి వాళ్లని అభినందించాలనిపిస్తుంది. ఏమీ లేనితనం నుంచి ఎంతో కొంత సంపాదించుకుని మనుగడ సాగించటం చూస్తే మెచ్చుకోవాలనిపిస్తుంది. నేను వాళ్లకోసం ఏమీ చెయ్యలేకపోతున్నానే అన్న నిస్పృహ కలుగుతుంది. చాలామంది నా రాజ్యంలో ఇటువంటి దీనావస్థలో బతకటం నన్ను కలవర పరుస్తుంది," అన్నాడు.

బలరాముడు నవ్వి సుయోధనుడి భుజాన్ని తాకుతూ, "ఇది ఆరంభం. మన మధ్య జరిగిన ఈ సంభాషణ నీ జీవితాన్ని మార్చివేయదు. అయినప్పటికీ, నీకు ఒక ఆశాకిరణం కనిపించింది. దాన్ని ఉపయోగించుకో. కష్టాలు లేని సమాజం గురించి నువ్వు కనే కల మరీ పెద్దది, వెర్రి కల. అది నీకు జీవితంలో ఒక ప్రయోజనాన్ని కల్పించగలదు. నీకన్నా మెరుగైన వ్యక్తులు ప్రయత్నించి విఫలులయారు. ప్రతి యుగంలోనూ అసాధ్యమనుకున్న కలలు కనేవాళ్లు జన్మిస్తారు. వాళ్లు దోషాలు లేని వారేమీ కాదు, ఈ భూమి మీదికి దిగిన అవతార పురుషులూ కారు. వాళ్లు మర్త్యులు, ఎన్నో లోటుపాట్లతో నిండి ఉన్నవారు. చాలామంది ప్రయత్నించి

వెంట్రుకవాసిలో వైఫల్యం పొందారు, కానీ వాళ్ల ప్రయత్నాలలోని మెరుపు దానివల్ల ఎంతమాత్రం తగ్గలేదు. నేను కూడా కలలు కనటంలో స్వయం శిక్షణ పొందాను. అదే పని భీష్ముడూ, నాస్తికుడైన చార్వాకుడూ కూడా చేశారు. మా మార్గాలు వేరు, కానీ లక్ష్యం ఒకటే. ఏ మార్గం సరైనదో ఎవరికి తెలుసు? శాంతి మార్గం, ధ్యానం, నా అంతరాత్మని ఒక పరమాత్మ సరైన దోవలో నడిపిస్తాడన్న నా నమ్మకం, సరైన మార్గం కావచ్చు. మార్పు అనేది క్రమక్రమంగా ప్రయత్నిస్తేనే సాధ్యపడుతుందనీ, అవసరమైతే హింసతో దాన్ని సాధించాలనీ అనుకునే భీష్ముడి మార్గమే సరైనది కావచ్చు. చార్వాకుడే అందరికన్నా తెలివైనవాడేమో, దేవుడనేవాడు లేడేమో. మానవులు ప్రేమతో, సానుభూతితో ఒకరితో ఒకరు కలిసిమెలిసి సఖ్యంగా ఉంటూ, జీవితాన్ని పూర్తిగా అనుభవించాలని అంటాడాయన. ఒకవేళ మేమందరం చెప్పేదీ తప్పయి కూడా ఉండవచ్చు. అయినా నష్టమేమీ లేదు. అసలు చెయ్యవలసింది కలలు కనటం," అన్నాడు.

"మీరు శాంతి, అహింస అని అంటున్నారు, కానీ ఈలోకంలో ఎక్కడ చూసినా హింసే కనిపిస్తోంది. అహింసా మార్గమే సరైనదని నేనూ అనుకుంటాను, కానీ నాకు ఎప్పుడూ అహింసే ఎదురవుతుంది. భీముడు ప్రతిరోజూ పీడిస్తూ ఉంటాడు. నాకు ఆయుధాలంటే అసహ్యం కాబట్టి నన్ను నేను కాపాడుకునేందుకు అవసరమైన ఆయుధ కౌశలం నాకు అలవడలేదు," తొందరపడి మాట్లాడాక, అలా ఎందుకు అన్నానా అని బాధ పడ్డాడు సుయోధనుడు. బలరాముడు ఎంతో ఆవేశంతో అన్నమాటల ముందు తన మాటలు చాలా పేలవంగా ఉన్నట్టు తోచింది అతనికి.

బలరాముడు మళ్ళీ చిరునవ్వు నవ్వి, "పద, అలా బైటికి వెళ్దాం. అశ్వత్థామనీ, నీ సోదరుడు సుశాసనుణ్ణీ కూడా రమ్మను. భీష్మ పితామహుడు నన్ను కోరినవాటిలో, నీలో ఆయుధాలపట్ల ఆసక్తి కలిగించటం కూడా ఒకటి," అంటూ బలరాముడు బైటికి నడిచాడు.

హఠాత్తుగా అతను అలా ఆదేశించటం సుయోధనుణ్ణి చికాకు పెట్టింది. బలరాముడు తన ప్రశ్నలకి సమాధానం ఇవ్వలేదు. కానీ ఆసరికే సుశాసనుడూ, అశ్వత్థామా బైట నిలబడి వేచి చూస్తున్నారు. సుయోధనుడు వాళ్లని బలరాముడికి పరిచయం చెయ్యగానే ఆ యాదవ నాయకుడికి వాళ్లు వంగి నమస్కారం చేశారు.

"వెళ్లి గదలు తీసుకురండి, బరువైన గదలు," అన్నాడు బలరాముడు. సుశాసనుడు అమితోత్సాహంతో ఆయుధాలు తీసుకువచ్చేందుకు పరిగెత్తాడు.

వాళ్లు అభ్యాసం చేసే మైదానంవైపు నడిచి అక్కడికి చేరుకునేలోపల సుశాసనుడూ, ఒక భటుడూ రకరకాల ఆకారాల్లో ఉన్న గదలని మోసుకుని వచ్చారు. వాళ్లు కొన్ని కత్తులనీ, బాకులనీ, చివరికి విల్లంబులని కూడా తమవెంట తెచ్చారు. ఒక్కొక్క ఆయుధాన్నీ పట్టుకుని దాని బరువునీ, నిర్మాణాన్నీ పరిశీలించాడు బలరాముడు. హస్తినాపురంలోని ఆయుధ కళ ఎంతగొప్పదో వర్ణించసాగాడు. తరవాత బరువైన గదని తీసి సుయోధనుడికి ఇచ్చాడు. తను కూడా ఒక గద తీసుకుని తనతో యుద్ధం చెయ్యమని సుయోధనుణ్ణి పిలిచాడు. బలరాముడు వెంటనే దుస్తులన్నీ విప్పేసి, కేవలం కౌపీనం ధరించి నిలబడి, సుయోధనుణ్ణి కూడా అలాగే చెయ్యమని ఆదేశించాడు. యాదవ నాయకుడి శరీరం చాలా బలిష్ఠంగా ఉండటమూ, కండలు తిరిగిన అతని అవయవాలు అదరటమూ కనిపించింది సుయోధనుడికి. బలరాముడు తన కాళ్లని ఎడంగా వుంచి, గదని పైకెత్తి, పోరాడేందుకు సిద్ధంగా ఉన్న

భంగిమలోకి మారేసరికి, సుశాసనుడూ, అశ్వత్థామా ఊపిరి తీసుకోవటం కూడా మరిచిపోయి ప్రశంసాపూర్వకంగా అతనివైపు చూడసాగారు. మరుక్షణం ఏమాత్రం ముందు సూచన లేకుండా బలరాముడు సుయోధనుడిమీద గదా ప్రయోగం చేశాడు. సుయోధనుడు నిర్ఘాంతపోయాడు.

"మూర్ఖుడా, నిన్ను నువ్వు రక్షించుకో, నన్ను గదతో కొట్టు! కదులు..." అయోమయంగా నిలబడిపోయిన రాకుమారుడి మీద బలరాముడు అరిచాడు. ద్రోణుడు నేర్పిన పాఠాలన్నిటినీ గుర్తు చేసుకునేందుకు ప్రయత్నించాడు సుయోధనుడు, కానీ బలరాముడు సుడిగాలిలా అతన్ని చుట్టివేశాడు. నిర్దయగా అతన్ని గదతో బాదటం మొదలుపెట్టాడు. ఒక్క నిమిషంలో బలరాముడి బలమైన కాళ్లు సుయోధనుణ్ణి నేలమీదినుంచి లేవకుండా నొక్కి పట్టాయి. నవ్వులాటకి చేసినట్టు గదని పైకెత్తి సుతారంగా కిందికి దించి సుయోధనుడి తలకి తాటించాడు. అశ్వత్థామవైపూ, సుశాసనుడివైపూ చూశాడు బలరాముడు. ఇద్దరూ తల పగలటాన్ని చేతి సైగలతో సూచించారు. బలరాముడి కుడికాలికింద ఇరుక్కుపోయి విడిపించుకునేందుకు ప్రయత్నిస్తున్న సుయోధనుణ్ణి చూసి ఇద్దరూ నవ్వేసరికి అతనికి ఆగ్రహం ముంచుకొచ్చింది.

వాళ్లవైపు కోపంగా చూస్తూ సుయోధనుడు వాళ్లని దుర్భాషలాడేలోపల అతని గుండె గొంతులోకి వచ్చినంత పనైంది. అది నిజమైన సంఘటనా లేక తను ఊహల్లో చూసిన విషయమా అని తేల్చుకోలేకపోయాడు. అశ్వాత్థామ పక్కనే నిలబడి అతని దుస్థితి చూసి నవ్వుతున్న ఒక అందమైన అమ్మాయి సుయోధనుడికి కనిపించింది. ఈలోకంలో ఇటువంటి సౌందర్యం ఉందా? ముత్యాలవంటి పలువరస, మెరిసిపోయే కళ్లు, చిన్ని ముక్కు, గులాబి రంగు బుగ్గలు, చెక్కిన శిల్పంలాంటి శరీరం. సుయోధనుడి మనసు కుంగిపోయింది. తను ఇలా నేలమీద పడి ఉండటం చూసి ఆ అమ్మాయికి ఎలాంటి అభిప్రాయం కలుగుతుందో! ఆమె కళ్లూ సుయోధనుడి కళ్లూ కలుసుకున్నాయి, కానీ మరుక్షణం ఆమె సిగ్గుతో ఇబ్బందిపడుతూ చూపులు మరల్చుకుంది.

"నువ్వు హింసని ద్వేషించటంలో ఆశ్చర్యం లేదు, సుయోధనా! అహింస పిరికివాడి మొట్టమొదటి ఆయుధం," అన్నాడు బలరాముడు, అందరూ నవ్వారు. "ప్రతిసారీ భీముడి చేతిలో దెబ్బలు ఎందుకు తింటావో తెలుసా? అతను ఆవేశంగా పోరాడతాడు. అతని ఆవేశం స్వార్థపూరితమే అయి ఉండవచ్చు, నీమీద రెచ్చిపోయి, తను నీకన్నా మెరుగైనవాడినని నిరూపించుకునే ప్రయత్నమే కావచ్చు అది, కానీ అతను నిజమైన ఆవేశంతో పోరాడతాడు. అతన్ని ఓడించాలనుకుంటే నువ్వు అతని కన్నా ఎక్కువ ఆవేశంతో పోరాడాలి. పోరాడాలన్న ఆవేశం ఎంత ఎక్కువ ఉంటే అంత ఎక్కువ నేర్పుగా పోరాడగలుగుతావు. నీకొక మంత్రం చెపుతాను. ఆ పేద అస్పృశ్యుడిని చూస్తే నీకేమనిపించిందో ఇందాక చెప్పావు. నువ్వు ఏదైనా పనిచేసినప్పుడల్లా వాడి ముఖాన్ని గుర్తుచేసుకో. అసాధ్యమనుకుంటున్న నీ కలని వాడి ముఖం గుర్తుచేస్తూ ఉండనీ. నువ్వు ఏ పనైనా చేసేముందు దాని ప్రభావం ఆ పేదవాడి మీదా, వాడిలాంటి అసంఖ్యాకమైన వారిమీదా ఎలా ఉంటుందో ఆలోచించు. పేరు ప్రతిష్ఠల కోసం, పోరాడటమనేది చాలా చిన్న విషయం. నోరులేనివారికోసం, అధికారంలేనివారి కోసం, అజ్ఞానాంధకారంలో కొట్టుకుంటున్నవారికోసం పోరాడటం అనేది నీ నరాల్లో ఉద్రిక్తతని పెంచి

నీ కండరాలకి అసామాన్యమైన బలాన్ని చేకూరుస్తుంది. అప్పుడు నువ్వు ఇంక ఒంటరిగా ఉండవు. ఈ సమస్త విశ్వమూ నీకు సాయం చేసేందుకు ముందుకొస్తుంది. అప్పుడు నిన్నెవరు ఆపగలరు? లే, లేచి పౌరుషంతో పోరాడు," అంటూ బలరాముడు సుయోధనుడి ఛాతీమీది నుంచి కాలిని తొలగించి అతన్ని లేవనెత్తాడు. అందమైన ఆ అమ్మాయి నవ్వు ఆపుకునేసరికి సుయోధనుడి ముఖం కందిపోయింది. "ఇంద, కాచుకో!" అంటూ బలరాముడు మళ్లీ సుయోధనుడి మీదికి గద విసిరాడు. అతను మళ్లీ కింద పడిపోయాడు.

ఆ అమ్మాయీ, ఆమె స్నేహితురాళ్లూ పిచ్చిపట్టినట్టు నవ్వటం మొదలుపెట్టారు. సుయోధనుడికి అవమానంతో రక్తం మరిగిపోతున్నట్టు అనిపించింది. మళ్లీ అతని కళ్లూ ఆమె కళ్లూ కలుసుకునేసరికి అతను భరించలేకపోయాడు. ఈసారి అతను బలరాముడు కొట్టిన దెబ్బనుంచి తప్పించుకుని ఇద్దర్నీ ఆశ్చర్యపరిచాడు. బలరాముడు నవ్వి ఎత్తుగడని మార్చాడు. సుయోధనుడు ఆవేశంగా పోరాడాడు. ఎలాగైనాసరే ఆ అమ్మాయిని ఆకట్టు కోవాలని ప్రయత్నించాడు. ఈసారి సుయోధనుణ్ణి పడదోసేందుకు బలరాముడికి పదిహేను నిమిషాలు పట్టింది. పైగా ఈసారి ఆ ప్రయాసకి బలరాముడు ఆయాసపడటం ప్రారంభించాడు. చెక్కిన శిల్పంలా ఉన్న అతని శరీరం చెమటపట్టి మెరవసాగింది. మళ్లీ సుయోధనుడు అతని కాలికింద చిక్కుకుని లేచేందుకు శాయశక్తులా ప్రయత్నించసాగాడు.

"ఈసారి కాస్త బాగానే పోరాడావు సుయోధనా, కానీ నీకు స్ఫూర్తిని అందించినది నీకున్న పెద్ద కల అన్న నమ్మకం మాత్రం నాకు కలగటం లేదు. లే, నా సోదరి సుభద్రని పరిచయం చేస్తాను. సుభద్రా, ఇతను సుయోధనుడు, హస్తినాపుర యువరాజు. నీ తుంటరి వేషాలు దయచేసి ఇతని దగ్గర వెయ్యకు," అంటూ బలరాముడు తన కాలిని సుయోధనుడి మీదనుంచి తీసి, ఆప్యాయంగా తన సోదరి అందమైన కేశపాశాన్ని నిమిరాడు.

'ఈ లోకంలో అందరికన్నా సౌందర్యవతికి నన్ను పరిచయం చేసేందుకు ఎంత ఘోరమైన స్థితి ఇది!' అనుకున్నాడు సుయోధనుడు బాధగా, కిందనుంచి లేస్తూ. కేవలం కౌపీనం ధరించి ఉన్నాడు, అయినా సంతోషంగా ఉన్నట్టు నవ్వేందుకు ప్రయత్నించాడు, దాదాపు నగ్నంగా ఆ అమ్మాయి ముందు నిలబడటానికి సిగ్గుపడుతూ. అతని భుజంమీద రక్తం గడ్డకట్టింది. ఆ గాయాన్ని తాకి చూడాలనుకున్నాడు, కానీ అది పౌరుషంలేని వ్యక్తి చేష్టలా ఆమెకి కనిపిస్తుందేమోనని ఆగిపోయాడు. మెరిసే ఆమె కళ్లవైపు చూస్తూ ఉండిపోయాడు. ఆమె అతనివైపు కదిలింది.

సుభద్ర రక్తసిక్తమైన అతని భుజాన్ని సుతారంగా తాకి, "నా సోదరుడు క్రూరుడు," అని బలరాముడివైపు చూసి, "రాకుమారుణ్ణి ఎలా గాయపరిచావో చూడు!" అంది.

సుయోధనుడి ముఖం కందగడ్డలా మారింది. అతని గొంతు ఎండిపోతున్నట్టు అనిపించింది.

"సుయోధనా, ఆమెతో కాస్త జాగ్రత్తగా ఉండు, మాయలూ మంత్రాలూ నేర్చినది.. సరే, మీరిక వెళ్లండి, నేను భీష్ముడితో ముఖ్యమైన వ్యవహారాలు చర్చించాలి. రేపు మళ్లీ ఇదే స్థలంలో మన అభ్యాసాన్ని కొనసాగిద్దాం. మీరిద్దరూ కూడా పాల్గొనవచ్చు" అని సుశాసనుడితోనూ, అశ్వత్థామతోనూ అన్నాడు బలరాముడు, దుస్తులు తొడుక్కుంటూ. ఆ సుందరీమణిని ఆ ముగ్గురివద్దే వదిలేసి బలరాముడు వెళ్లిపోయాడు.

సహజంగా సిగ్గరి అయిన సుయోధనుడి మనసులో ఏదో ఒక రకమైన హాయి చోటు చేసుకుంది. అతను ఆ రెండు భావాల మధ్యా నలిగిపోతూ ఇబ్బందిగా నిలబడి ఉండిపోయాడు. ఏం మాట్లాడాలో తోచలేదు. సుశాసనుడు ఆమె చెయ్యి పట్టుకుని, "ఎంత అందమైన కంకణాలో!" అన్నాడు.

"నన్ను తాకద్దు!" అంది సుభద్ర కోపంగా. కానీ ఆమె దాన్ని దాచుకునేలోపలే ఆమె ముఖంమీది చిరునవ్వు సుయోధనుడి కంట పడింది.

సుశాసనుడు ఒక్క క్షణం చిన్నబుచ్చుకున్నాడు, కానీ వాడికి సహజంగా ఉన్న మొండి పట్టుని వదల్లేదు. అమ్మాయిలని ఆకర్షించే గుణం, తిరస్కారాన్ని అంగీకరించని దర్పం వాడి స్వభావంలోనే ఉన్నాయి. అశ్వత్థామ విల్లంబులు తీసుకుని దూరంగా ఉన్న చెట్టుకి గురిపెట్టాడు. అతను సూటిగా లక్ష్యాన్ని ఛేదించగలడని సుయోధనుడికి తెలుసు. అటువంటి కౌశలానికి అప్రతిభురాలు కాని అమ్మాయిలు ఎవరూ ఉండరు. సుయోధనుడికి నిరాశ కమ్ముకొచ్చింది. తను వీళ్లతో పోటీచెయ్యలేడు. ఛీ! కొద్ది నిమిషాల క్రితం ఈ అమ్మాయితో పరిచయం అయింది. కానీ అప్పుడే తన సోదరుడూ, తన ప్రాణమిత్రుడూ తనకి విరోధులనీ, పోటీచేసేవారనీ అనుకుంటున్నాడు!

"సుశాసనా, అశ్వత్థామా, మీరిద్దరూ అనుమతిస్తే సుయోధనుడితో నేను కొన్ని విషయాలు చర్చించాలి," అని చాలా సామాన్యంగా అనేసి, సుభద్ర సుయోధనుడి చెయ్యి పట్టుకుని అక్కడినుంచి నడిచింది.

సుయోధనుడు నిద్రలో నడుస్తున్నవాడిలా ఆమెవెంట కొన్ని అడుగులు నడిచిన తరవాత తను ఇంకా అర్ధనగ్నంగానే ఉన్నానని గ్రహించాడు. అతను ఇబ్బందిగా ఆగిపోయాడు. సుభద్ర అందమైన తన కనుబొమలు పైకెత్తి 'ఏమిటి' అన్నట్టు చూసింది. సుయోధనుడు ఆశగా తన దుస్తులకుప్పవైపు చూసేసరికి ఆమె పగలబడి నవ్వింది. సుయోధనుడు తన దుస్తులు తీసుకునేందుకు వేగంగా పరిగెత్తాడు, కానీ సుశాసనుడూ, అశ్వత్థామా ఒకరివైపు ఒకరు చూసుకుని ఆ దుస్తులమీదికి ముందుగా ఉరికారు. కానీ సుయోధనుడికి ఆ దుస్తులు చాలా అవసరం, ఎలాగైనా వాటిని దక్కించుకోవాలన్న కోరికతో వాళ్లకన్నా వేగంగా పరిగెత్తి ధోవతిని చేజిక్కించుకోగలిగాడు, కానీ అతని అంగవస్త్రాన్ని అశ్వత్థామ తీసేసుకున్నాడు.

"అబ్బ, వాటిని వదిలేసి నావెంట రా," అంది సుభద్ర చిన్నగా తల ఆడిస్తూ. దాంతో రాకుమారుడు పూర్తిగా కుంగిపోయాడు.

సుయోధనుడు అవకతవకగా తన ధోవతిని చుట్టుకుంటూ, దాన్ని ఆమెవైపు తిరిగి కట్టుకోవాలా, లేక పళ్లికిలిస్తున్న తన మిత్రులవైపు తిరిగి కట్టుకోవాలా, ఏది మర్యాదగా ఉంటుంది అన్న మీమాంసలో పడ్డాడు. చివరికి ధోవతిని జారిపోకుండా గట్టిగా బిగించి సుభద్రవైపు తిరిగాడు. అశ్వత్థామ సన్నగా ఈలవెయ్యటం వినిపించింది. సుశాసనుడు కళ్లని మిటకరిస్తూ గేలిచేశాడు. ఇంకా నిద్రలో నడుస్తున్నవాడిలాగే సుభద్ర వెంట నడిచాడు సుయోధనుడు. అశ్వత్థామ సుశాసనుడితో, "రెండు నిమిషాల్లో మనిద్దర్నీ మర్చిపోయాడు, చూశావా?" అనటం విన్నాడు సుయోధనుడు.

"మూర్ఖుడు!" అన్నాడు సుశాసనుడు విసుగ్గా.

వాళ్ల గొంతుల్లో వినిపించిన అసూయకి సుయోధనుడికి నవ్వు వచ్చింది. సుభద్ర అందమైన ముఖాన్ని చూస్తూ ఉండగానే అసంకల్పితంగా అతని చూపులు ఆమె వక్షస్థలం వైపు వెళ్లాయి. మెత్తటి పట్టు రవికె కింద ఆమె వక్షోజాలు కలువ మొగ్గల్లా తోచాయి. ఆమె శరీరంలోని ఒంపుసొంపులలాంటివి అతను ఇంతకుముందు దేవాలయాల్లోని శిల్పాల్లో మాత్రమే చూశాడు. ఆమె అందమైన పిరుదులనీ, పొడవాటి కాళ్లనీ, సుకుమారంగా ఉన్న పాదాలనీ చూపులతోనే పరిశీలించాడు. తన చేతిని పట్టుకున్న ఆమె పొడవాటి వేళ్లనీ, నున్నగా ఉన్న భుజాలనీ, నిడుపైన కేశసంపదనీ చూసి అతనికి మతిపోయింది. ఎక్కడ చూపు నిలపాలో తెలీలేదు. తను నమ్మశక్యం కానంత ఆనందంగా ఉన్నానని మాత్రం అతనికి తెలిసింది. మొదటిసారి ప్రేమలో పడటం ఇంత మధురంగా ఉంటుందని అతను ఎప్పుడూ అనుకోలేదు.

# 13. ధర్మవీరుడు

వాతావరణం వేడిగా ఉండి గాలి బిగదీసింది, ఉక్కపోతగా ఉంది. అయినా చుట్టూ ఉన్న ప్రకృతి మంత్రముగ్ధులని చేసేటంత అందంగా ఉంది. తూర్పుదిక్కున రాజసం ఉట్టిపడుతున్నట్టు ఉన్న నీలంరంగు పర్వతాలు ఆకాశాన్ని ముద్దాడుతున్నాయి. పచ్చటి లోయలు పొగమంచు దుప్పటి కప్పుకుని పడుకున్నాయి. ఒక సన్నటి భూభాగంలో లెక్కలేనన్ని రంగుల పువ్వులు పూశాయి. ప్రకృతి తన సంతాన సాఫల్యాన్ని ఉత్సవంలా జరుపు కుంటున్నట్టుగా ఉంది. వంపులు తిరిగి పారే నదుల తీరాన, ఉప్పుటేర్ల ఒడ్డున కొబ్బరిచెట్లు కాపలాభటుల్లా నిలబడ్డాయి. ముదురు ఆకుపచ్చరంగు సముద్రం తీరాన ఉన్న ఇసుక ఎండపడి మెరుస్తోంది. మహావృక్షాల నీడల్లో సన్నగా వీచేగాలి దోబూచులాడుతోంది. కానీ ఇంత సౌందర్యమూ ఒక ప్రహసనంలా ఉంది.

విశాలమైన ప్రాచీన నగరం, ముచిరపట్టణం ఉత్సవం జరుపుకునే ఉత్సాహంలో ఉంది. క్రమక్రమంగా క్షీణిస్తున్న ఈ నగరంలో ఒక పెద్ద పండుగ జరుపుకునేందుకు వింధ్యకి దక్షిణాన ఉన్న భూభాగాన్ని ఏలే గొప్ప అసుర మహారాజులందరూ సభ ఏర్పాటు చేసుకున్నారు. ధర్మవీరుడు అనే బిరుదుని ఆరోజు ఎవరు గెలుస్తారన్నది వాళ్లు నిర్ణయిస్తారు. ఎంతోమంది దాన్ని గెలుచుకోవాలన్న కోరికతో అక్కడికి వచ్చారు. యుద్ధానికి సంబంధించిన శాఖలన్నింటిలోనూ చాలా కఠినమైన పోటీలు ఉంటాయి. యుద్ధవిద్యలు అన్నింటిలోనూ అత్యుత్తమ నైపుణ్యం ప్రదర్శించిన యోధుడికి ఆ బిరుదు దక్కుతుంది. బ్రాహ్మణకులంలోనూ, క్షత్రియకులంలోనూ ఉన్న యోధులందరూ ఆరు సంవత్సరాలకి ఒకసారి పూర్ణానదీ తీరాన ఉన్న అతిపెద్ద బయలు ప్రదేశానికి చేరుకుని తమలో అందరికన్నా శక్తిమంతుడైన యోధుడు ఎవరా అని నిర్ణయిస్తారు. భరతఖండంలోని అన్ని రాజ్యాలనుంచీ ఈ పోటీలో పాల్గొనేందుకు యోధులు వచ్చినప్పటికీ పరశురాముడి శిష్యులకే ప్రతిసారీ ఈ బిరుదు దక్కుతూ వస్తోంది.

వింధ్య పర్వతాల దక్షిణ ప్రాంతంలో ఉన్న రాజ్యాలన్నిటికీ పరశురాముడే గురువు. ఆయన రాజు కాడు, కానీ రాజులని తయారుచేస్తాడు. మతానికీ, రాజకీయాలకీ సంబంధించిన విషయాలన్నిటిలోనూ అందరు అసుర రాజులూ ఆయన మాటనే శిరసావహిస్తారు. చుట్టూ వ్యాపించి ఉన్న బాధలన్నిటికీ ఆయన కుటుంబసభ్యులే బాధ్యులంటే అందులో తప్పేమీ ఉండదు. కొన్నివేల సంవత్సరాల క్రితం పరశురాముడి కుటుంబసభ్యులు శక్తిమంతులైన అసుర మహారాజులని లొంగదీసుకున్నారు. బలిచక్రవర్తీ, రావణుడూ పతనమైన తరవాత ఒకప్పుడు ఎంతో గర్వంగా జీవించిన అసురజాతిని అణచివేసి వారి మనోబలాన్ని నాశనం

చేశాడు, మొట్టమొదటి పరశురాముడు. ప్రస్తుతం భార్గవ పరశురాముడి ముందూ, ఆయన అనుచరుల ముందూ అసుర ప్రభువులు దాసోహం అంటున్నారు. ఏళ్లతరబడి పరశురాముళ్లు భరతఖండంలోని అన్ని రాజ్యాలమీదా అరవైనాలుగుసార్లు దాడులు చేశారు. తమ మాట వినని రాజుల శిరస్సులు తెగనరికారు. బోలెడంత రక్తపాతం జరిగింది. వీటివల్ల కొన్ని జాతులు నామరూపాల్లేకుండా అంతరించిపోయాయి. దేవతలు, అసురులు, నాగులు, గంధర్వులులాంటి ఎన్నో జాతులు పరశురాముడి నిరంకుశత్వాన్ని ఎదుర్కొన్నాయి. ప్రస్తుతం ఉన్న పరశురాముడూ, అతనికి దాసోహం అన్న అసుర రాజులూ భరతఖండంలో అంతటా తమ మతాన్ని స్థాపించేందుకు కంకణం కట్టుకుని, దేవతల రాజైన ఇంద్రుణ్ణి పదవీచ్యుతుణ్ణి చేశారు. అందరికన్నా చివర్న రాజైన ఇంద్రుడు బలహీనుడు. గంగానది పై ప్రాంతంలో ఒక చిన్న ప్రాంతాన్ని తనకున్న పలుకుబడి సాయంతో పరిపాలించాడు. ఆ విజయం క్షత్రియులమీదా, ఇతర కులాలమీదా బ్రాహ్మణులు సాధించిన ఆధిపత్యానికి చిహ్నంగా నిలిచింది. ప్రస్తుతం పరశురాముడి పేరు వినగానే ప్రతి ఒక్కరూ భీతిల్లుతున్నారు. భార్గవుడికి కావలసినది, సమస్త భరతఖండంలో తానే అందరికన్నా గొప్ప యోధుడిననీ, సేనాధిపతిననీ పేరు సంపాదించుకోవటం.

కానీ విధి ఆయనకి అనుకూలించలేదు. తన వంశంలోని వారిలో, కులవ్యవస్థ పట్టు సడలటం, విస్తృతమైన మార్పులు చోటుచేసుకోవటం చూసిన మొదటి వ్యక్తి ఆయనే. నైతిక విలువలు కొరవడిన దక్షిణ ప్రాంతానికి తన పూర్వీకులు సంస్కృతినీ, మతాన్నీ పరిచయం చేశారని ఆయన చాలా గర్వించేవాడు. తన పూర్వీకులే చతుర్వర్ణాల విలువలనీ, వేదాలనీ వారికి తెలియజేశారని కూడా ఆయనకి గర్వంగా ఉండేది. కానీ విచిత్రంగా దక్షిణప్రాంతం పరశురాముడి అధీనంలోకి వచ్చినకొద్దీ ఉత్తరప్రాంతం మీద ఆయన పట్టు సడలుతూ వచ్చింది. ఉత్తరాన జరుగుతున్న సంస్కరణలు విజృంభించేసరికి ఆయన భరించలేకపోయాడు. ఒకప్పుడు తన మిత్రుడు, తోటి శిష్యుడు భీష్ముడి మీద ద్వేషం పెంచుకున్నాడు. ఈనాటి పరశురాముడి తండ్రివద్ద శిష్యరికం చేస్తున్నప్పుడు నేర్చుకున్న బోధనలను భీష్ముడు నిరాకరించటం ఆయనకి ఆగ్రహం తెప్పించింది. అంతేకాదు, భీష్ముడు తక్కువ కులానికి చెందిన విదురుణ్ణి హస్తినా పురానికి ప్రధానమంత్రిని చేశాడు.

పరశురాముడికి హస్తినాపురంలో జరుగుతున్న మార్పుల గురించి సమాచారం ఎప్పటి కప్పుడు అందుతూనే ఉండేది. దానివల్ల ఆయనకి రాత్రిళ్లు నిద్ర కరువైంది. అక్కడ జరుగుతున్న సంస్కరణలవల్ల బ్రాహ్మలు కోల్పోతున్న ప్రాధాన్యాన్ని తిరిగి సంపాదించుకునేందుకు పరశు రాముడు తన శిష్యులలో అందరికన్నా మంచి శిష్యుడు, కృపుణ్ణి హస్తినాపురానికి పంపాడు. కానీ కృపుడు గురుద్రోహి అని నిరూపించుకున్నాడు. ప్రస్తుతం ద్రోణుడు అర్చకుల మాట వినే రాజులని తయారుచేస్తాడేమోననీ, వాళ్లు మతాన్ని గౌరవిస్తారనీ పరశురాముడి మనసులో చిన్న ఆశ మినుకుమినుకుమనసాగింది. కానీ ఆయనకి ద్రోణుడి మీద పూర్తి నమ్మకం లేదు. పరశురాముడి గూఢచారి, ధౌమ్యుడు తరచు ఆయనకి సమాచారం అందిస్తూ ఉంటాడు ఈ మధ్య అది ఆయన్ని మరింత ఆందోళనకి గురిచెయ్యసాగింది. హస్తినాపురం తరవాత ఉత్తరాన ఉన్న మరొక రాజ్యం ఆయన ప్రభావంనుంచి తప్పుకుని పోతోంది. యువకుడైన యాదవ నాయకుడు, బలరాముడు ఆయనకి ఇంకా పెద్ద సమస్యగా పరిణమించసాగాడు. అర్చక బ్రాహ్మణుల బోధనలని పెడచెవిన పెట్టి అతను సముద్రంమీద వ్యాపారం చెయ్యటం మళ్లీ ప్రారంభించాడు. ఉపఖండంలో ద్వారక అతివేగంగా ముచిర పట్టణాన్ని మించిన రేవుపట్టణంగా

మారుతోంది. పరశురాముడి యుద్ధయంత్రాంగం బలహీనపడుతోంది. తక్షకుడి తిరుగుబాటు సైన్యం అంటే పరశురాముడికి పరమ అసహ్యం. కోల్పోవటానికి ఇంకేమీ లేని నీచకులానికి చెందినవారూ, పేదలూ అతనిపట్ల ఆకర్షితులై సైన్యంలో చేరుతున్నారు. వాళ్ల తనకి ఇబ్బంది కరం అవచ్చు. అయినా ఆ నీచజాతి దారిదోపిడీ దొంగలు భీష్ముడి హస్తినాపురానికిగాని, దక్షిణ రాజ్యకూటమికిగాని సాటిరారన్న విషయం పరశురాముడికి తెలుసు.

పంచపాండవులు బ్రాహ్మణ భావజాలానికి సానుకూలమైన స్పందన తెలియజేస్తున్నప్పటికీ, హస్తినాపుర సింహాసనం తమదేనని అనటంలో అంత బలం కనిపించటంలేదు. యువరాజు సుయోధనుడిలో మరొక భీష్ముడు అయే లక్షణాలన్నీ కనిపిస్తున్నాయి. కానీ నిర్లక్ష్యమూ, తొందరపాటుతనమూ అతన్ని ప్రమాదకరమైన మనిషిని చేస్తున్నాయి. దేవుడు తనపట్ల విముఖుడయాడని పరశురాముడు ఏకాంతంగా దుఃఖించాడు. తన పూర్వీకులు కొన్ని తరాలుగా ఎంతో కష్టపడి ఎన్నో ఏళ్లుగా పోరాడి నిర్మించినదంతా పోగొట్టుకున్నవాడిగా తాను చరిత్రలో నిలిచిపోతానేమోనని బాధపడ్డాడు. భీష్ముడు, బలరాముడులాంటి సంస్కర్తల చేతుల్లో తనకి అత్యంత ప్రియమైన ప్రాంతాన్ని సమర్పించవలసిరావటం గొప్ప విషాదం. తనకి సంతానం లేకపోవటం అనేది అదనపు సమస్య. తన వంశాన్ని కొనసాగించేవారెవరూ లేరు. హస్తినాపురాన్ని హస్తగతం చేసుకోవటం ఒక్కటే మార్గం. సర్వం కోల్పోయేలోపల కొత్త ఉపాయాలు ఆలోచించాలి అని అనుకున్నాడు.

తన ఎదుట నిలబడ్డ అందమైన యువకుడిమీదే పరశురాముడు ఆశలన్నీ పెట్టుకున్నాడు. అతని ముఖం ఉదయించే సూర్యుడంత కాంతివంతంగా ఉంది. ఆ యువకుడి తెల్లని ఒంటి ఛాయనీ, విశాలమైన భుజాలనీ, ధగధగ మెరుస్తున్న కవచకుండలాలనీ పరశురాముడు తేరిపారచూశాడు. ఆ యువకుడు నిలువెల్లా యోధుడిలా కనిపించాడు. హస్తినాపురం నుంచి వచ్చిన పేదబ్రాహ్మణ యువకుడు ఇంత బలమైన యోధుడిలా ఎలా ఉన్నాడు? 'బహుశా యౌవనంలో నేను కూడా ఇలాగే ఉండి ఉంటాను,' అనుకున్నాడు. పరశురాముడు తనలో తాను నవ్వుకుంటూ. ఆయన కృపుడికీ, ద్రోణుడికీ, ఇంకా ఎంతోమంది యోధులకీ శిక్షణ నిచ్చాడు, కానీ ఈ యువకుడిలో ఉన్నంత ప్రతిభా, ఆవేశం ఇంకెవరిలోనూ చూడలేదు. బ్రాహ్మణులు మాత్రమే ఇటువంటి అసామాన్యమైన వ్యక్తులకి జన్మనివ్వగలరు అని అనుకుంటే పరశురాముడి ఛాతీ గర్వంతో పొంగింది. 'సంస్కరణలు చేస్తామనే ఆ మూర్ఖులు నాముందు నిలబడిన ఈ మగధీరుణ్ణి చూడాలి, మళ్లీ కులాల హెచ్చుతగ్గులు అర్థం లేనివని ఎప్పుడూ అనరు,' అనుకున్నాడాయన.

ఆ యువకుడికి పరశురాముడు ఎనిమిదేళ్లపాటు విడువకుండా శిక్షణ ఇచ్చాడు. ఆ శిక్షణ ముగిసే సమయం ఆసన్నమైంది. తన భటులు ఈ కుర్రవాణ్ణి తన భవనానికి తీసుకు వచ్చిన ఆ రోజుని ఆయన మరిచిపోలేదు. రేవు దగ్గర అతను ఊరికే తిరుగాడుతూ వాళ్లకి కనిపించాడు. అతను బ్రాహ్మణుడని తెలిసి వాళ్లు అతన్ని పరశురాముడి వద్దకి తీసుకువచ్చారు. ఆ కుర్రవాడు మాట్లాడే భాషని బట్టి అతను ఉత్తరప్రాంతం నుంచి ఇంతదూరం కాలినడకన వచ్చాడని ఆయన గ్రహించాడు. తను ఒక గురువును వెతుక్కుంటూ వచ్చానని చెప్పి, కృపుడు ఇచ్చిన లేఖని పరశురాముడికి అందించాడు. కృపుడి పేరు వినగానే పరశురాముడు విసుగ్గా ముఖం ముడుచుకున్నాడు, కానీ పరీక్ష పెట్టకుండా ఆయన ఏ బ్రాహ్మణుడినీ ఇంతవరకూ

తిరస్కరించలేదు. తనే స్వయంగా అతన్ని వేదాల గురించీ, మంత్రాల గురించీ, స్మృతుల గురించీ ప్రశ్నించాడు. అతని లోతైన అధ్యయనం చూసి ఆయన సంతోషించాడు. అతనికి ఆయుధవిద్యలో అంత నైపుణ్యం లేకపోయినప్పటికీ ఒక బ్రాహ్మణ కుర్రవాడిలో ఉండవలసిన ధైర్యసాహసాలకన్నా ఎక్కువే ఉన్నాయని అనుకున్నాడు. అతనికి ఒక అవకాశం ఇవ్వాలని నిర్ణయించుకుని తన శిక్షణాతరగతులకి రమ్మని చెప్పాడు. ఆయన నేర్పే విద్యల్లో ప్రాచీన అసురుల రణవిద్య 'కలరి'తోపాటు కొత్తగా అస్త్రవిద్యలో వచ్చిన శాస్త్రీయ పద్ధతులూ, ప్రపంచం నలుమూలలనుంచి నేర్చుకున్న యుద్ధకళలూ ఉన్నాయి. ఆయనవద్ద శిక్షణ పొందిన యోధులు ఉపఖండమంతటిలోనూ భీకరమైనవారనీ, ప్రబలమైనవారనీ పేరు పొందారు.

ఈ కొత్త శిష్యుడు పరశురాముడికి నచ్చాడు. మొదటిరోజునుంచే అతను పరశురాముణ్ణి ఆశ్చర్యపరిచాడు. హస్తినాపురం నుంచి వచ్చిన ఈ బ్రాహ్మణ యువకుడే తను ఎదురుచూస్తున్న ప్రస్తుత ఒరవడిని మార్చివేసే వ్యక్తి కావచ్చు. ద్రోణుడు శిక్షణ గరపుతున్న పాండవ రాకుమారులకి సహకారం అందించే విధంగా ఇతనికి శిక్షణనివ్వాలి. భీష్ముడు వృద్ధుడై పోతున్నాడు. ఏదో విధంగా యుధిష్ఠిరుణ్ణి హస్తినాపురానికి రాజుని చెయ్యగలిగితే, అతనికి సహాయకుడిగా ఉండేట్టు ఇతనికి శిక్షణ ఇస్తే, భీష్ముడికి తాను సంధి ద్వారా కోల్పోయినదంతా తిరిగి పొందవచ్చునని అనుకున్నాడు పరశురాముడు. మళ్ళీ తమ మూలాలని గుర్తించి, మతాన్నీ, కులవ్యవస్థనీ ఉత్తరప్రాంతంలోని జనం కూడా గుర్తిస్తారు, గౌరవిస్తారు.

"నాయనా, వసుసేనా! నువ్వు ఇప్పుడు యుద్ధవిద్యలన్నీ క్షుణ్ణంగా నేర్చావు," అన్నాడు పరశురాముడు సంతోషంగా కర్ణుడివైపు చూస్తూ. కర్ణుడు ఎంతో శ్రద్ధా భక్తులతో తన గురువుకి పాదాభివందనం చేశాడు. పరశురాముడు తన చేతిని కర్ణుడి భుజాలచుట్టూవేసి గుండెలకి హత్తుకుని, "పద, వెళ్దాం!" అన్నాడు. తమకి వంగి నమస్కరిస్తున్న భటులని దాటుకుంటూ చెవులు చిల్లులుపడేట్టు జయజయధ్వానాలు చేస్తున్న జనంవైపు ఇద్దరూ నడిచారు.

కళ్ళు మిరుమిట్లు గొలిపే ఎండకి కర్ణుడు కళ్ళు చికిలించాడు. సూర్యభగవానుడిని తన మనసులోనే మౌనంగా ప్రార్థించాడు. తరవాత నేలని మునివేళ్ళతో తాకి నుదుటికి తాకించుకుని, గర్జిస్తున్న జనసందోహానికి నమస్కరించాడు. లయబద్ధంగా మోగుతున్న ఢంకాలు ఆ ఉత్సాహాన్ని ఇనుమడింపజేశాయి. వివిధ రాజ్యాల పతాకాలు అంతటా రెపరెపలాడుతున్నాయి. ఆ రోజు పరశురాముడివద్ద శిక్షణ పొందిన యువకులు పట్టాలు పొందుతారు. సువిశాలమైన ముచిరపట్టణం ప్రజలూ, సుదూర ప్రాంతాల నుంచి వచ్చిన ఇతరులూ, ఆ వేడుకని చూసేందుకు అక్కడ గుమిగూడారు.

నమ్మశక్యంకాని ఆ రణగొణధ్వనిని అధిగమించి కార్యక్రమాన్ని గురించిన వివరాలు చెప్పేందుకు ఒక వ్యక్తి నానా అవస్థ పడుతున్నాడు. ఆ రోజు ఆయుధ విద్యని ప్రదర్శించ బోయే రాకుమారుల పేర్లూ, బ్రాహ్మణ యువకుల పేర్లూ వరసగా పిలుస్తున్నాడు. తన పేరు పిలవగానే ఆ బయలుప్రదేశం మొత్తం కరతాళధ్వనులతో దద్దరిల్లిపోవటం చూసి కర్ణుడికి అమితోత్సాహం కలిగింది. ఒక అతివిశాలమైన మైదానం మధ్యలో నిర్మించిన ఆ వేదిక తనకి స్పష్టంగా కనిపించేట్టు ఒక ఆసనాన్ని ఎంచుకుని కూర్చున్నాడు. భటులు నాణ్యమైన అరబ్బు గుర్రాలమీద స్వారీచేస్తూ ఆదేశాలని జారీ చేస్తున్నారు.

దక్షిణ రాజ్యకూటమికి చెందిన కొందరు రాకుమారులూ, కొందరు బ్రాహ్మణ యోధులూ

జనాన్ని అబ్బురపరుస్తూ గుర్రపుస్వారీ చేసి చూపారు. గుర్రాలు ఆ మైదానం ఒకవైపునుంచి మరోవైపుకి బ్రహ్మాండమైన వేగంతో పరిగెడుతూ, వయ్యారంగా తమ దారిలో ఉంచిన అడ్డంకుల మీదినుంచి దూకసాగాయి. మెరిసిపోయే కవచాలు ధరించిన యోధులు కత్తులూ, గదలూ పట్టుకుని ఒకరితో ఒకరు తలపడ్డారు. వాళ్ల వేగాన్నీ, చురుకుదనాన్నీ చూసి తీరవలసిందే. దక్షిణ రాజ్యాల రాజులు ఒక్కొక్కరుగా ఆ బయలులోకి సంగీత బృందాలతోనూ, డోలు వాయించేవారితోనూ ప్రవేశించారు. ఆ బృందాలు తమ తమ రాజులు పోరాడే సమయంలో జయధ్వానాలు చేస్తారు. అక్కడికి వచ్చిన రాజుల్లో, రాణుల్లో కొందరు తలిదండ్రులున్నారు. తమ సంతానాన్ని చూసి వారు గర్విస్తున్నారు.

ముచిర పట్టణాన్నీ, పడమటి తీరప్రాంతాన్నీ పరిపాలించే చేరరాజు పరశు రాముడి పాదాలమీద పడి తనని ఆశీర్వదించమని కోరాడు. శక్తిమంతుడైన మధురై నగర పాండ్యరాజు, కాంచీపురానికి చెందిన గొప్ప పల్లవరాజు, దక్షిణ రాజ్య కూటమిలోని ఇతర చక్రవర్తులూ, ఆయన్ని అనుసరించారు. అసుర రాజులు ఆ తరవాత ఆసీనులయారు. తమ యువరాజులు ప్రతిభని ప్రదర్శించటం చూసేందుకు వేచి ఉన్నారు. మహారాణులు, అమూల్యమైన ముత్యాలూ, వజ్రాలూ పొదిగిన నగలు ధరించి మర్యాదగా పలకరించుకున్నారు. తన కుమారుడే గెలవాలని ప్రతీరాణీ మనసులో ప్రార్థించింది. ప్రదర్శన ముగిసిన అనంతరం పరశురాముడు ధర్మవీరుడు అనే బిరుదుని అందరికన్నా గొప్ప యోధుడికి బహూకరిస్తాడు. ధర్మవీరుడు అంటే భక్తి నిష్ఠలనీ, మతాన్నీ, బ్రాహ్మణులనీ, గోవులనీ, ధర్మాన్నీ పరిరక్షించేవాడు అని అర్థం. అది ఎంతో అరుదైన గౌరవం. దాన్ని గెలుచుకున్న యోధుడు దక్షిణ రాజ్య కూటమిలోని నాయకుల్లో ఒకడుగా స్వీకరించబడతాడు.

సంప్రదాయాలనీ, మతాన్నీ పాటించటం గురించి పరశురాముడు సంక్షిప్తంగా ఉపన్యసించాడు. ఆ తరవాత కార్యక్రమం ప్రారంభం కానున్నది అని సూచించేందుకు శంఖాన్ని పూరించాడు. కర్ణుడు పరశురాముణ్ణి సమీపించి, ఆశీస్సులు పొందేందుకు అందంగా వంగి ఆయనకి పాదాభివందనం చేశాడు. ఆ తరవాత అతను ఆయుధాలని చేతబట్టి, వింటికి సంధించేముందు బాణాలు పదునుగా ఉన్నాయాలేదా అని ఒకసారి పరీక్షించి, వాటిని పొదిలో పెట్టాడు. అదే విధంగా వింటినారి బిగువునీ, ఖడ్గాలనీ, బాకులనీ కూడా పరీక్షించాడు. అన్నీ సవ్యంగా ఉన్నాయని తృప్తిచెందాక తనకి ఇష్టమైన గుర్రాన్ని భటుడి దగ్గరనుంచి తీసుకుని అలవోకగా జీనుమీదికి గెంతి కూర్చున్నాడు. అతను కత్తిని ఎత్తి పట్టుకోగానే ఆ ప్రదేశం హర్షధ్వానాలతో మారుమోగింది. వేగంగా వెనుదిరిగి అతను తనతోటి యోధులవైపు గుర్రాన్ని దౌడు తీయించాడు. కర్ణుడికి ఎడమవైపు అతనికి గట్టిపోటీ ఇవ్వగల చేర రాకుమారుడు, ఉదయనుడు ఉన్నాడు. స్థానికులకి అతనంటే చాలా ఇష్టం. కుడివైపు కాళహస్తి రాకుమారుడు ఉన్నాడు. అతను గదాయుద్ధంలో సాటిలేని మేటి. కర్ణుడికి ఒత్తిడి పెరిగి పేగులు మెలిపెట్టినట్టు అనిపించసాగింది. మొదటి పోటీ గుర్రప్పందెం. వాతాపి రాకుమారుణ్ణి ఓడించటం అన్నిటికన్నా కష్టమైన పని అని కర్ణుడికి తెలుసు. కళింగ రాజ్యం నుంచి వచ్చిన బ్రాహ్మణ యోధుణ్ణి చూస్తే కూడా కర్ణుడికి భయం వేసింది. అతను కూడా కర్ణుడిలాగే బహుదూరం నుంచి జ్ఞానార్జన కోసం ప్రయాణం చేసి వచ్చాడు.

పందెం ప్రారంభం చెయ్యమని ఊదిన బూరకి కర్ణుడు స్పందించటం ఒక్కక్షణం

ఆలస్యమైంది. అతని గుర్రం ముందుకి ఉరికేముందే అతనికి ఇటూ అటూ ఉన్న రాకుమారుల గుర్రాలు శరవేగంతో దూసుకువెళ్లాయి. కళింగయోధుడు అందరికన్నా ముందున్నాడు. అతన్ని వెన్నంటే వాతాపి రాకుమారుడి గుర్రం పరిగెడుతోంది. అందర్నీ దాటివెళ్లాలని చేసే ప్రయత్నంలో కర్ణుడి రక్తం పొంగి తలకి ఎక్కసాగింది. చేర రాకుమారుడు అతన్ని ముందుకు పోనివ్వకుండా దారికి అడ్డుపడసాగాడు. తన ఎడమవైపున పరిగెడుతున్న గోకర్ణ రాకుమారుడి గుర్రం విడిచే చెమట వాసన కర్ణుడికి తెలియవచ్చింది. ఇంక ఒక్క విడత ఉందనగా కర్ణుడు ఐదో స్థానానికి చేరుకున్నాడు. చేర రాకుమారుడు నాలుగోస్థానంలో ఉన్నాడు. కళింగదేశం నుంచి వచ్చిన బ్రాహ్మణ రాకుమారుడు చాలా తేడాతో మొదటిస్థానంలో ఉండగా, వాతాపి, గోకర్ణ, చేర రాకుమారులూ, కర్ణుడూ రెండోస్థానంకోసం పోటీ పడసాగారు. చేర రాకుమారుడికి తాను ముందుకి పోవాలన్న ధ్యాసకన్నా కర్ణుడు గెలవకుండా చూడాలన్న తపనే ఎక్కువ ఉన్నట్టు తోచింది. జనం ఆటుపోట్లతో ఎగసిపడే సముద్రంలా ఘోషించసాగారు. చివరి మలుపుని చేరుకునేసరికి కర్ణుడు తన గుర్రం కళ్లేలని బలంగా గుంజాడు, వాతాపి రాకుమారుణ్ణి వేగంగా ముందుకి దూసుకువెళ్లనిచ్చాడు. చేర రాకుమారుడు దూసుకెళ్తున్నది కర్ణుడని పొరబడి ఎడమ వైపుకి జరిగాడు. ఉదయనుడు అకస్మాత్తుగా చేర రాకుమారుడు తన దారిలోకి రావటంవల్ల కంగారుపడి అతన్ని ఢీకొన్నాడు. ఇద్దరి గుర్రాలూ కింద పడ్డాయి, రౌతులిద్దరూ వాటితోబాటు కింద పడిపోయారు. కర్ణుడు గుర్రాన్ని వాళ్లమీదినించి ఉరికించి గోకర్ణ రాకుమారుడి వెనకే ఆ దౌడుని ముగించాడు. రాకుమారుడు ఉదయనుడు కర్ణుడివైపు ఏహ్యభావంతో చూశాడు.

ఇంకా ఎన్నో రకాల పోటీలు జరిగాయి. రథాలని నడిపే పోటీ, ఏనుగులని అదుపులోకి తీసుకుని చెప్పిన మాట వినేట్టు చెయ్యటం, మల్లయుద్ధం, విలువిద్య, ఆయుధాలు లేకుండా చేసే ద్వంద్వయుద్ధం, బాకులతో విన్యాసాలూ, కర్రసాము, గదాయుద్ధం మొదలైనవి – ఆనందం పట్టలేక అరుస్తున్న జనానికి గంటల తరబడి వినోదం కలిగించాయి. ఎన్నో శాఖల్లో వ్యక్తులని ఉత్తమమైన వారని ఎంపిక చెయ్యటం జరిగింది. కానీ అన్ని పోటీలూ ముగిసే వేళకి ధర్మవీరుడు అనే బిరుదు చేర రాకుమారుడికి గాని, హస్తినాపురం నుంచి వచ్చిన బ్రాహ్మణ యువకుడికి గాని దక్కుతుందన్నది స్పష్టంగా తెలిసిపోయింది. ఆనాటి సాయంకాలానికల్లా ఇద్దరూ సమ ఉజ్జీలుగా నిలిచారు. కర్ణుడు విలువిద్యలో అత్యుత్తమమైనవాడినని నిరూపించు కున్నాడు కానీ రథం నడిపే పోటీలో ఓడిపోయాడు. తన కులానికి సంబంధించిన వృత్తి ఏదైతే ఉందో, ఆ రథం నడిపే పోటీలోనే తను ఓడిపోయినందుకు అతను బాధపడ్డాడు. చేర రాకుమారుడు ఖడ్గ చాలనంలో అద్భుతమైన ప్రతిభ ప్రదర్శించాడు. అతను తన కాళ్లూ చేతులూ కదిల్చిన తీరు తప్పుపట్టటానికి వీలులేని విధంగా ఉంది. జనం రెండు పక్షాలుగా విడిపోయారు. కర్ణుడి సమర్థకులూ, ఉదయనుడి సమర్థకులూ బాహాబాహీ కొట్లాటకి దిగారు.

* * *

క్రీడలు జరుగుతున్న ఆ బయలుప్రదేశం వెలుపల పరశురాముడితో తాను స్వయంగా మాట్లాడాలి అని పట్టుపడుతున్న, అలసిసొలసి ఉన్న ఒక బ్రాహ్మణుణ్ణి భటులు ఆపారు. ఆయన చినిగిన దుస్తులూ, పాదరక్షలు లేని పాదాలూ చూసి అతను విశిష్ట వ్యక్తి కాదన్న నిర్ణయానికి వచ్చి, వేచి ఉండమని చెప్పారు. ఆ బ్రాహ్మణుడు చాలాదూరంనుంచి ప్రయాణం చేసి వచ్చాడు. అతను హస్తినాపురంనుంచి మోసుకొచ్చిన వార్త అంత ముఖ్యమైనది కానట్టయితే, దారిపక్కన

ఏ సత్రంలోనో రెండు రోజులు పడుకుని నిద్రపోయేవాడే. ధౌమ్యుడికి పరశురాముడి ప్రియశిష్యుడు ఎవరన్న విషయం తెలిసిపోయింది. అందుకే ధౌమ్యుడి దూతగా ఇతను అందించబోయే సమాచారం అలజడిని రేపగలంత శక్తివంత మైనది. చేరరాజు పరశురాముడికి తెలియకుండా ధౌమ్యుడికి సందేశం పంపాడు. కర్ణుడి పుట్టుపూర్వోత్తరాల గురించి సమాచారం సేకరించమని రాశాడు. ఆయన గూఢచారులు కర్ణుడు ఒక్కడే తమ రాకుమారుడికి దీటైన యోధుడని తెలిపారు. ధర్మవీరుడు అనే బిరుదు కోసం ఉదయనుడితో సమఉజ్జీగా పోటీ చెయ్యగలడని చెప్పారు. చేరరాజుకి ఎందుకోగాని, హస్తినాపురం నుంచి వచ్చిన ఈ యువకుడు బ్రాహ్మణుడు కాదన్న అనుమానం వచ్చింది. అతనిలోని యుద్ధం చేసే సహజనైపుణ్యం అతను తప్పక క్షత్రియుడే అయి ఉంటాడని అనిపించేట్టు చేసింది. ఆ విషయం నిరూపించగలిగితే చాలు, అప్పుడు ఈ మోసగాడిని పోటీ నుంచి పరశురాముడు తొలగించక తప్పదు. ఇంకా అదృష్టం బావుంటే ఈ యువకుడు భీష్ముడు పంపిన గూఢచారి అని కూడా నిరూపించవచ్చు. తన కుమారుడికి ఈ బిరుదు దక్కాలంటే ఇదొక్కటే మార్గం. కానీ తను కోరిన సమాచారం ఇంతవరకూ అందలేదు. అందుచేత పోటీని కొనసాగించటం తప్ప చేరరాజుకి మరోమార్గం లేకుండా పోయింది.

ఆ బ్రాహ్మణుడిని భటులు గనక లోపలికి వెళ్లనిచ్చి ఉంటే, అతను చేర రాకుమారుణ్ణి గాని, పరశురాముణ్ణి గాని కలుసుకుని ఉంటే, జరిగేది వేరే విధంగా ఉండి ఉండేది. కానీ చేర రాకుమారుడికీ, కర్ణుడికీ మధ్య జరగబోయే చివరి పోటీని చూసేందుకు కుతూహల పడుతున్న భటులు ఈ బ్రాహ్మణుడిలాంటి అనవసరమైన మనుషులకోసం తమ సమయాన్ని వృథా చెయ్యటానికి సిద్ధంగా లేరు. రాజ్యం బ్రాహ్మణులకి ఉచితంగా భోజనం పెట్టే ఏర్పాట్లు చేసిన భోజనశాల వద్దకి ఆ బ్రాహ్మణుణ్ణి చేర్చి, పోటీ చూసేందుకు భటులు మళ్లీ వేగంగా వెనక్కి వచ్చారు. వాళ్లు భయపడ్డట్టు చివరి పోటీ విలువిద్యకి సంబంధించినది కానందుకు ఊరట చెందారు. చివరిది కత్తియుద్ధంలో పోటీ. ఆ ప్రాంతాల్లో కర్ణుణ్ణి మించిన విలువిద్యా నిపుణుడు లేడనీ, కత్తియుద్ధంలో చేర రాకుమారుడు నిష్ణాతుడనీ వాళ్లకి తెలుసు. చేర రాకుమారుడి పక్షం వహించే జనం అతనికి జయజయధ్వానాలు పలుకుతూ కర్ణుణ్ణి ఎగతాళి చెయ్యటం ప్రారంభించేసరికి, భటులు కూడా వాళ్లతో చేరిపోయారు. కానీ బ్రాహ్మణ సమూహం మాత్రం కర్ణుడినే ప్రోత్సహిస్తూ చేరరాజుకి కోపం తెప్పించసాగింది. కానీ అతను వివేకం కనబరిచి శాంతంగా ఉండిపోయాడు. తన దూత వచ్చి కర్ణుడు క్షత్రియుడనీ, భీష్ముడు పంపిన గూఢచారి అనీ సమాచారాన్ని అందించాలని భగవంతుణ్ణి ప్రార్థించసాగాడతను.

పోటీల నిర్వాహకుడు ఇద్దరు యోధులనీ వేదిక మీదికి తోడ్కొని వచ్చాడు. ఖడ్గ యుద్ధంలో చేర రాజు తనని చివరి పోటీలో పాల్గొనమని కోరగానే అనాలోచితంగా తను అంగీకరించినందుకు కర్ణుడు ఇప్పుడు చింతించసాగాడు. అతను ఖడ్గవిద్యలో నిపుణుడే కానీ చేర రాకుమారుడి ముందు దిగదుడుపే అనాలి. అతను ప్రస్తుతం బలహీనమైన స్థితిలో ఉన్నాడు. పైగా బైటినుంచి వచ్చినవాడు, బ్రాహ్మణులు తప్ప తన పక్షం వహించేవాళ్లెవరూ లేరు. స్థానికులు తమ రాకుమారుడినే ప్రోత్సహిస్తున్నారు. కర్ణుడికి తన చేతిలోని కత్తి విపరీతమైన బరువుగా ఉన్నట్టు తోచింది, కానీ మరోవైపు తన ప్రత్యర్థి దాన్ని అవలీలగా అటూ ఇటూ తిప్పుతున్నాడు. నిర్వాహకుడు ఇద్దర్నీ వేదిక మధ్యకి నడిపించాడు. వాళ్లిద్దరూ ఒక మోకాలిమీద నేలమీదికి వంగి నమస్కరించారు. కంచుపళ్లెం మోగించిన మరుక్షణం జనం

ఈలలూ, తప్పెట్లూ తాళాలతో గందరగోళం సృష్టించారు. ఇద్దరు యోధులూ ఒక్క గెంతుతో దూరంగా జరిగి ఒకరి శక్తిని మరొకరు అంచనా వేస్తున్నట్టు కాసేపు చూసి కలబడ్డారు. కత్తులూ, డాళ్లూ వేగంగా ఫెళఫెళమని చప్పుడు చెయ్యసాగాయి. కత్తులతో పొడుస్తూ, గాయపరుస్తూ, దెబ్బ కాచుకుంటూ, తప్పించుకుంటూ చురుగ్గా ఇటూ అటూ వేగంగా కదులుతున్న ఆ ఇద్దరు ఖడ్గవీరులూ పోరాడే దృశ్యం అద్భుతంగా ఉంది. కోడి పందేల్లో ఎగిరి దూకే పుంజుల్లాగ ఇద్దరూ ఆరడుగులు గాలిలోకి ఎగిరి మళ్లీ నేలమీదికి దూకుతూ, మళ్లీ గోడకి కొట్టిన బంతిలా పైకి లేస్తూ భయంకరంగా పోరాడసాగారు. అతివేగంగా మోగుతున్న డప్పులు జనాన్ని ఉద్రూత లూగించసాగాయి.

* * *

ధౌమ్యుడు పంపిన దూత భోజనశాలలో కూర్చుని చాలారోజుల తరువాత కడుపునిండా భోజనం చెయ్యసాగాడు. జనం వేసే కేకలు విని ఎందుకు అంత గోల చేస్తున్నారా అని ఆశ్చర్యపోయాడు.

* * *

సంప్రదాయమైన కత్తులతో చేసిన యుద్ధం ఎటువంటి ఫలితాన్నీ స్పష్టంగా ఇవ్వనందున, పోటీ చేసేవారి ప్రతిభని అసురుల ఆయుధం, 'ఉరుమి' ప్రయోగించి చేసే యుద్ధం ద్వారా నిర్ణయించాలని తీర్మానించారు. అది చాలా భయంకరమైన ఖడ్గం. కర్ణుడికి దానితో యుద్ధం చెయ్యటం రాదు. చేర రాకుమారుడి ముఖంమీద చిరునవ్వు చూసి కర్ణుడు గజగజా వణికిపోయాడు. ఉరుమి పొడవు పన్నెండు అడుగులు. పల్చగా, వంగే గుణంగల లోహంతో చేసిన ఆ ఆయుధాన్ని అనుభవజ్ఞులైన యోధులు నడుముకి పట్టీలాగా ధరిస్తారు. నిష్ణాతుడైన యోధుడి చేతిలో అది ఒక ప్రాణాంతకమైన ఆయుధం. దాని ఇష్టం వచ్చినట్టు అది గాలిలో బుసలు కొట్టగలదు, కొండచిలువలా శత్రువు మెడనికాని, చేతుల్నిగాని చుట్టివెయ్యగలదు. ఒక్కసారి దాన్ని ఝుళిపిస్తే తలనీ, చేతినీ శరీరంనుంచి వేరుచెయ్యగలదు. ఆ ఖడ్గాన్ని ఉపయోగించటంలో నైపుణ్యం సాధించటం ఎంతో కష్టం, డాలుతో దాని వేటునుంచి తప్పించుకోవటం మరింత కష్టం!

వంపులు తిరిగిన ఆ ఆయుధాన్ని తనకి అందించగానే కర్ణుడు గుండెలనిండా ఊపిరి పీల్చుకున్నాడు. జనం ఫలితం కోసం అసహనంగా ఎదురుచూస్తున్నారని నమస్కారాలూ అవీ త్వరగా ముగించారు ఇద్దరు యోధులూ. మళ్లీ ఒకసారి ఇద్దరూ తలపడ్డారు, కానీ ఈసారి ఆ పోరాటం మరింత అయోమయంగా, భీతిగొలిపేట్టుగా ఉంది. వంగే గుణం ఉన్న ఆ కత్తులు కొరడాల్లా గాలిని కోయటం మొదలెట్టాయి. చూసేందుకు వెండిపాముల్లా తళతళ లాడుతూ శత్రువు శరీరాన్ని కాటువేసేందుకు సిద్ధంగా ఉన్నట్టు గాలిలో ఒకదాన్నొకటి చుట్టుకోసాగాయి. ఆ ఉరుమి ఖడ్గాలకి ప్రాణం ఉన్నట్టు అనిపించింది. అందుకే అక్కడ ఇద్దరు కాక నలుగురు యోధులు పోరాడుతున్నట్టు ఉంది. తన చెయ్యి తెగిపోకుండా కర్ణుడు రెండుసార్లు తప్పించు కున్నాడు. ఒకసారి చేర రాకుమారుడి తలని దాదాపు నరికేంత పనిచేశాడతను. అది ఇక పోటీలా కాకుండా, ప్రాణాంతకమైన పోరులా మారింది. జనం రక్తం కళ్లజూడాలని ఉవ్విళ్లూరసాగారు.

విధి వక్రించి ఒక్కక్షణం ఉదయనుడి ఉరుమి కర్ణుడి కవచంలో చిక్కుకుపోయింది. చేర రాకుమారుడు దాన్ని విడిపించుకునేందుకు ప్రయాసపడసాగాడు. కానీ ఆ ఒక్క క్షణం కర్ణుడికి

లాభించింది. ఉదయనుడి కళ్లలో కర్ణుడికి భయం కనిపించింది. చేర రాకుమారుడు ఉరుమిని కర్ణుడి మెడకి చుట్టేందుకు ప్రయత్నించడంలో, వెంట్రుకవాసిలో గురితప్పి, అది కర్ణుడి కవచంలో చిక్కుకుపోయింది, ఆ తరవాత తనకి ఇక మూడిందన్న నిజాన్ని అంగీకరించి ఉదయనుడు శాంతించాడు, అతని కళ్లలోని భయం మటుమాయమైంది. ఇలాంటి అవకాశం అతనికే దొరికి ఉంటే కర్ణుడి తలని తెగనరికేందుకు వెనకాడి ఉండేవాడు కాదు. కర్ణుడి ఉరుమి తన మెడని చుట్టివేస్తుందనీ, మరుక్షణం తన తల తెగిపోతుందనీ ఎదురు చూడసాగాడు ఉదయనుడు. జనం భయంతో కొయ్యబారిపోయి నిశ్శబ్దంగా ఉండిపోయారు. చేరమహారాజు హడిలిపోతూ ఆ దృశ్యాన్ని చూడసాగాడు. అప్పుడు కర్ణుడి ఉరుమి గాలిలో వంకర్లు పోతూ ఉదయనుడి శరీరాన్ని వదిలి అతని ఉరుమిని చుట్టుకుంది ఒక్కసారి. గుంజేసరికి ఆ ప్రాణాంతకమైన ఆయుధం ఉదయనుడి చేతిలోనుంచి ఊడివచ్చింది.

పోటీ ముగిసింది. ఈసారి కర్ణుడు ధర్మవీరుడన్న బిరుదుని సాధించుకున్నాడు. ఆ బయలు ప్రదేశమంతా శంఖారావాలతో, ఢంకాల మోతతో, మిన్నంటే జయజయ ధ్వానాలతో మారుమోగింది. చేర రాకుమారుడి మనసు అవమానభారంతో కుంగి పోయింది. హస్తినాపురం నుంచి వచ్చిన యోధుడివైపు అతను ఏహ్యభావంతో చూశాడు. ఎంతో కష్టపడి పోరాడినా ఓడిపోయాడు, ఇక అందరూ తనని మర్చిపోతారు, ఓటమికి దొరికే బహుమతి విస్మరించటమే. తన తండ్రివైపు చూశాడు ఉదయనుడు, కానీ ఆయన చూపులు మరల్చుకున్నాడు. తన కుమారుడు గెలవలేదన్న బాధ ఆయనకి. అంతకన్నా ఆ పోటీలో కర్ణుడు ఉదయనుణ్ణి చంపివేసినా ఆయన సంతోషించేవాడేమో. తలెత్తుకుని వీరమరణం పొందేవాడు, ఒక బ్రాహ్మణుడు ఉదారంగా పెట్టిన ప్రాణభిక్షతో జీవించి ఉండటం కన్నా అదే మెరుగు అని అనుకున్నాడు రాజు. ఆయన పూర్వీకుల్లో ఒకరు, యుద్ధంలో గెలిచినప్పటికీ వెన్నుకి గాయం తగిలిందన్న బాధతో ఆత్మహత్య చేసుకున్నాడు. ఎంతో ధైర్యంగా, శౌర్యం ప్రదర్శిస్తూ యుద్ధం చేసి గెలిచినప్పటికీ, వెన్నుమీద కత్తివేటు తగలటంవల్ల తన గౌరవానికి భంగం వాటిల్లిందని బాధపడ్డాడు ఆ పూర్వీకుడు. అంటే శత్రువు ధాటికి తను భయపడి వెన్నుచూపి పారిపోయినట్టే కదా అని అనుకున్నాడు. ప్రస్తుతం ఉత్తరదిశనుంచి వచ్చిన ఊరూపేరూలేని ఒక యోధుడి చేతిలో ఉదయనుడు ఓడిపోయి ప్రాణాలు కాపాడుకున్నాడు. ఈ ఆలోచనలన్నీ మనసుని చికాకుపెడుతూంటే రాజు బలవంతాన వాటిని అణచుకున్నాడు. తన కొడుకుమీద ఆయనకి జాలి కలిగి నప్పటికీ, తాను చెయ్యవలసిన పనులు ఇంకా ఉండిపోయాయి. ఈ మొత్తం కార్యక్రమానికి ఆయనే ఆధ్వర్యం వహిస్తూ ఉండటంవల్ల అతిథులు తనకోసం వేచి ఉండటం బావుండదు, అనుకున్నాడు. ఒక్క చిన్న పొల్లుమాట అన్నా యుద్ధం జరిగి రక్తం ఏరులై పారుతుంది. అసురులు చాలా సున్నితమనస్కులు. అవమానం నిజంగా జరిగినా, జరిగిందని అనిపించినా తమ గౌరవాన్ని కాపాడుకునేందుకు ఏమైనా చేస్తారు. చిన్న చిన్న విషయాలకే కయ్యానికి కాలుదువ్వే మూర్ఖులు వాళ్లు.

పరశురాముడు తన ఆశ్రితుడు, కర్ణుణ్ణి కౌగలించుకుని అతను గెలిచినందుకు జయజయధ్వానాలు తానే ప్రారంభించాడు. ఆనందంలో కొన్నివేల గొంతులు ఆయన్ని అనుకరించాయి. బ్రాహ్మణులు ఆనందం పట్టలేక నాట్యం చెయ్యటం ప్రారంభించారు. ఎట్లాగయితేనేం అసుర రాకుమారుల గర్వాన్నీ, దురభిమానాన్నీ ఎదుర్కొనేందుకు ఒక యోధుడు బైలుదేరాడు. కృపుడు, ద్రోణుడు ఈ అరుదైన బిరుదుని చాలాకాలం క్రితమే కైవసం

చేసుకున్నారు. ఆ తరవాత ఏ బ్రాహ్మణ యోధుడూ విజయానికి ఆమడదూరానికి కూడా రాలేదు. బ్రాహ్మణులు ఒక్కపాండిత్యంలోనూ, ఆచారకర్మలలోనే కాక ఆయుధాలు పట్టటంలోనూ, అస్త్రశస్త్రంలోనూ కూడా సాటిలేనివారని నిరూపించబడినందుకు వాళ్లందరూ అమితోత్సాహంతో ఒకరిని ఒకరు కౌగలించుకుంటూ, గర్విస్తూ ఆ సందర్భాన్ని ఒక ఉత్సవంలా గడుపుకోసాగారు.

* * *

హస్తినాపురం నుంచి సందేశం మోసుకువచ్చిన బ్రాహ్మణుడు ఎలాగైనాసరే చేరరాజుని కాని, పరశురాముణ్ణి కాని కలవాలని ప్రయత్నించసాగాడు, కానీ భటులు అతన్ని కదలనివ్వ లేదు. వాళ్లు బైటికి వచ్చినప్పుడు మాట్లాడవచ్చు లెమ్మనుకుని బైటే వేచి ఉన్నాడు. కానీ ప్రముఖ వ్యక్తులు బైటికి వెళ్లేదారి వేరే ఉందనీ, వాళ్లు తమ భవనాలకి అటునుంచే వెళ్లిపోతారనీ అతనికి తెలీదు. అతను నిలబడి ఉన్న ద్వారం సామాన్య ప్రజలు బైటికి వెళ్లేందుకు దారి. కొన్ని గంటలపాటు అలా ఎదురుచూస్తూ నిలబడ్డాక అతను భటులకి మళ్లీ ఒకసారి తను రాజుగార్ని కలుసుకునేందుకు వచ్చానని గుర్తుచేద్దామని అనుకున్నాడు. వాళ్లు అతన్ని పూర్తిగా మర్చిపోయారు. అతను గుర్తుచేశాక వాళ్లు అతన్ని రాజభవనానికి వెళ్లమని చెప్పారు. సరేనని అతను బైలుదేరాడు. తీరా అక్కడికి వెళ్లాక రాజుగారు ప్రముఖులకి విందుభోజనం నిర్వహించే కార్యక్రమంలో ఉన్నాడని అతన్ని లోపలికి వెళ్లనివ్వలేదు. మళ్లీ ఆ బ్రాహ్మణ్ణి రాజుగారి అతిథిగృహంలో విశ్రమించేందుకు తీసుకువెళ్లారు. అతను ఎంత అభ్యంతరం చెప్పినా వాళ్లు వినిపించుకోలేదు. రాకుమారుడు ఉదయనుడికి ఆ వార్త మర్నాడు ఉదయానికి గాని అందదు.

* * *

కొత్తగా బిరుదు గెలుచుకున్న ధర్మవీరుడికి నగరప్రముఖులూ, దక్షిణ రాజ్య కూటమికి చెందిన రాజులూ బహుమతులిచ్చి సత్కరించారు. బ్రాహ్మణులు ఉత్సాహంగా పరశురాముణ్ణీ, ఆయన శిష్యుడైన కర్ణుణ్ణీ భుజాలమీదికి ఎత్తుకుని రాజభవనంలో జరుగుతున్న విందు భోజనానికి తీసుకువెళ్లారు. దక్షిణ రాజ్యకూటమికి చెందిన ప్రముఖులందరూ అక్కడ ఉన్నారు. కర్ణుడు వాళ్లందరితో కలిసి ఆ సాయంకాలాన్ని బ్రహ్మాండంగా జరుపుకున్నాడు. తన కుమారుడు ఓడిపోయినందుకు తను పడుతున్న బాధని చేరరాజు చాలా హుందాగా మనసులోనే దాచుకున్నాడు. కర్ణుడికి బోలెడన్ని బహుమతులూ, బిరుదులూ ఇచ్చి సత్కరించాడు. మౌనంగా ఉన్న చేర రాకుమారుడు అర్ధరాత్రిదాకా ఉండి వెళ్లేందుకు అనుమతి కోరాడు, కానీ ఆ విందు తెల్లవారేదాకా జరిగింది. తన గురువు ఇంటికి చేరేవేళకి కర్ణుడు విపరీతంగా అలిసిపోయాడు. కానీ ఆరుబైట ఉద్యానవనంలో నిద్రపోదామని గురువు కోరగానే ఒప్పుకున్నాడు. ఆ రథసారథి కుమారుడి తొడమీద తన తలపెట్టుకుని పడుకున్నాడు పరశురాముడు. లోకంలోకల్లా గొప్ప బ్రాహ్మణయోధుణ్ణి తీర్చిదిద్దగలిగానన్న సంతృప్తితో ఆయనకి సుఖంగా నిద్రపట్టింది.

సూర్యకిరణాలు కొబ్బరాకుల మొనలని బంగారురంగులోకి మార్చేవేళకి కర్ణుడి కాళ్లు మొద్దుబారిపోయాయి. కానీ గురువుకి నిద్రాభంగం చేసే ధైర్యం లేక, కదలకుండా అలాగే కూర్చున్నాడు. ఎంతో ప్రశాంతంగా ఉన్న ఆయన ముఖంవైపు చూస్తూ, బ్రాహ్మణులు కానివారి పట్ల అంత ద్వేషం ఈయనకి ఎందుకుందా అని ఆలోచించసాగాడు. గత ఎనిమిదేళ్లలో కర్ణుడికి పరశురాముడంటే ప్రేమ, గౌరవం పెరిగాయి. ఆ వృద్ధుడు తనపట్ల చూపే ఆప్యాయత కర్ణుణ్ణి

ఆనందంలో ముంచెత్తింది. అతని దృష్టికి ఆయన చాలా దయగలవాడిలా, ఉదారుడిలా తోచాడు. కులవ్యవస్థ నియమాలని అందరూ సవ్యంగా అనుసరిస్తున్నారన్న నమ్మకం కలిగాక, దక్షిణ రాజ్యకూటమికి చెందిన రాజులు న్యాయంగా పరిపాలిస్తున్నారా లేదా అనే విషయాన్ని పరశురాముడు పరిశీలించి, అలా జరిగేట్టు చర్యలు తీసుకున్నాడు. ఆయనకి తనదంటూ ఎటువంటి సంపదాలేదు. సన్యాసిలాగ బతికాడు. వారసత్వంగా ఆయనకి ఒక భవనం దక్కింది, కానీ తన ఎరికలోకి వచ్చిన బ్రాహ్మణులందరికీ అందులో ఆశ్రయం కల్పించాడు. తను మాత్రం చిన్న గదిలో ఒక నులకమంచం తప్ప ఏమీ లేకుండా నివసించాడు. ఆయన భవనంలో భరతఖండం నలుమూలలనుంచీ వచ్చిన బ్రాహ్మణులు ఎందరో ఉన్నారు. వాళ్లందరూ ఆయనవద్ద శిష్యరికం చేసేందుకు వచ్చినవారే.

హస్తినాపురంతో పోల్చిచూస్తే పరశురాముణ్ణి గురువుగా అంగీకరించిన ప్రాంతాల్లో ఉండే ప్రజలు మంచి క్రమశిక్షణ కలిగి ఉన్నారు. ఇక్కడి ప్రజాసౌకర్యాలు బాగా పనిచేస్తున్నాయి, లంచగొండితనం బాగా తక్కువగా ఉంది. తక్కువ కులాలకి చెందినవారిపట్ల జంతువులకన్నా హీనంగా వ్యవహరించినప్పటికీ, వాళ్లు దుర్భరమైన జీవితాలు గడుపుతున్నప్పటికీ, ఆ ప్రాంతంలో కరువుకాటకాలనేవి లేకుండా, ఎవరూ ఆకలిచావులు చావకుండా పాలనా యంత్రాంగం జాగ్రత్తలు తీసుకుంటుంది. ముఖ్యమైన పదవులన్నీ బ్రాహ్మణులకోసం అట్టే పెడతారు, కానీ బంధుప్రీతి, లంచగొండితనమూ లేకుండా పరశురాముడు చర్యలు తీసుకున్నాడు. స్త్రీలని బానిసల్లాగ చూసినప్పటికీ రాత్రిపూటైనాసరే వాళ్లు బైటికివస్తే ఎటువంటి ప్రమాదమూ ఉండదు. శాంతిభద్రతలు పటిష్టంగా పనిచేస్తాయి. వికారమైనవీ, ఆశించదగ్గవీ కలగలిసి ఉన్న వింత వ్యవస్థ అది. యుక్తవయస్కుడుగా మొదటిసారి ముచిర పట్టణంలో కాలుపెట్టినప్పుడు కర్ణుడు ఆ ప్రాంతాన్ని అసహ్యించుకున్నాడు. కానీ కాలక్రమాన అక్కడ కనిపించిన ఎన్నిటినో గౌరవించటం, కొన్నిటిని చూసి బాధపడటం జరిగింది. పరశురాముడే అతనికి ఒక చిక్కు ప్రశ్నలా కనిపించాడు. ఆయన చాలా నీచంగా, పిచ్చివాడిలా, సంప్రదాయవాదిలా, రక్తపిపాసిలా, పిడివాదిలా, ఉదారంగా, పండితుడిలా, ధీశాలిలా, నిష్ణాతుడిలా, దయామయుడిలా, సూత్రబద్ధుడిలా, అంకితభావం ఉన్నవాడిలా, దృఢనిశ్చయం గలవాడిలా – ఈ గుణాలన్నీ ఒకే వ్యక్తిలో రాశిపోసినట్టు కనిపించాడు. ఎనిమిదేళ్లపాటు ఎంతో సన్నిహితంగా మెలిగినప్పటికీ ఆయన గురించి ఒకే ఒక్క విషయం కచ్చితంగా చెప్పగల స్థితిలో ఉన్నాడు కర్ణుడు. ఆ బ్రాహ్మణుడు ఎంత సంప్రదాయవాది అయినప్పటికీ తనని ఒక పుత్రుడిలా ప్రేమిస్తున్నాడని మాత్రం చెప్పగలడు.

మళ్లీ ఒకసారి ప్రశాంతంగా నిద్రిస్తున్న గురువు ముఖంవైపు చూసి కర్ణుడు నిట్టూర్చాడు. క్రితం రోజు జరిగిన పోటీల్లో, విందు వినోదాల్లో పాల్గొనటంవల్ల అతను బాగా అలసిపోయి, నిద్రమత్తు కమ్ముకురాగా జోగటం మొదలుపెట్టాడు. విజయం సాధించిన ఉత్సాహమంతా అణగిపోయి, ఎనిమిదేళ్లపాటు తాను పట్టుబడకుండా మోసంచేసి, అబద్ధాలు చెప్పి ఇంతదాకా వచ్చినందుకు మనసు భయంతో నిండిపోయింది. ఇప్పుడు తనకి పేరుప్రఖ్యాతులు వచ్చాయి కాబట్టి ఆ అబద్ధాల ముసుగు తొలగిపోయే అవకాశాలు ఎక్కువ అవుతాయి. అలా జరిగే లోపల చేర రాజ్యంనుంచీ, దక్షిణప్రాంతంనుంచీ వెళ్లిపోవాలని అనుకున్నాడు కర్ణుడు. నిజం తెలిస్తే తన గురువు ఏమంటాడో అతనికి తెలీలేదు.

చెట్లమీద పక్షులు లేచి కిలకిలారావాలు చేస్తున్నాయి. తన గురువు నిద్రలేస్తే బావుండునని అనుకున్నాడు కర్ణుడు. నిజం చెప్పేయాలన్న తీవ్రమైన కోరిక అతన్ని ముంచెత్తింది. తనని కుమారుడిలా భావించి ప్రేమించిన వ్యక్తికి ఇంకా అబద్ధాలు చెప్పటం సాధ్యం కాదు అనుకున్నాడు. తన తలిదండ్రులు తప్ప తనపట్ల అంత ప్రేమ ఇంకెవరూ చూపించలేదు. పరశురాముడు అతనికి తన తండ్రిలా అనిపించాడు. 'నిజం చెప్పేస్తే ఏమవుతుంది?' అని కర్ణుడు తన మనసులో తర్కించుకోసాగాడు. గురువుకి తప్పక ఆగ్రహం వస్తుంది, కానీ తరవాత శాంతిస్తాడు అని సర్దిచెప్పుకున్నాడు. 'ఎంతైనా పరశురాముడు నన్ను ఒక వ్యక్తిగా ప్రేమించాడే తప్ప, నేను బ్రాహ్మణుడిని అయినందువల్ల కాదు. నేను సూతుణ్ణని తెలిస్తే ఆ ప్రేమ మాయ మవుతుందా? ఇప్పుడు వెళ్లిపోవాలని నిశ్చయించుకున్నాక, ఆ నిజాన్ని ఎలా దాచిపెట్టగలను?'

కర్ణుడి మనసులో ఆలోచనల సుడిగాలి చెలరేగింది, అందుకే తన ధోవతి మడతల్లోకి ఒక కందిరీగ దూరటం అతను గమనించలేదు. తన తొడని ఎవరో కితకితలు పెడుతున్నట్టు అనిపించినా పట్టించుకోలేదు. తన ఆలోచనల్లోనే మునిగి ఉండిపోయాడు. తన ధోవతి లోపలికి దూరింది కందిరీగ అని తెలియగానే దాన్ని చేత్తో పట్టుకునేందుకు ప్రయత్నించాడు. ఇంతలో అతని తొడ విపరీతంగా మంట పుట్టటం తెలిసింది. కందిరీగ అతన్ని కుట్టింది. కర్ణుడు పళ్లబిగువున నొప్పిని ఓర్చుకున్నాడు. ఆ నొప్పి, మంటా తొడ మొత్తం వ్యాపించి భరించలేనంత బాధ కలగటంతో కర్ణుడు సన్నగా మూలిగాడు. వెంటనే తన నోటిని చేత్తో మూసి వేళ్లనీ తరవాత నాలుకనీ పళ్లతో గట్టిగా కొరికాడు. నొప్పి అతని మొత్తం శరీరాన్ని కుదిపి వేయసాగింది. కదలకుండా ఉండాలని ప్రయత్నించినప్పటికీ అతని కండరాలు అదర సాగాయి. గురువుకి నిద్రాభంగం కలిగించలేదు. కాలివేళ్లు మట్టిలోకి నొక్కిపెట్టాడు. దూరంగా కనిపించే నీలి పర్వతాల వెనుకనుంచి సూర్యుడు పైకి రావటం చూస్తూ తనకి శక్తినిమ్మని ఆయన్ని ప్రార్థించాడు. తన గురువు నిద్రపోయేందుకని ఆ రథసారథి కుమారుడు తన శరీరంలోని శక్తిని చివరి బొట్టుదాకా ధారపోశాడు. కానీ కళ్లనుంచి కారే కన్నీళ్లని మాత్రం ఆపుకోలేకపోయాడు.

బాధతో కర్ణుడు కార్చిన కన్నీటి చుక్కలు తనమీద పడి పరశురాముడు మేల్కొన్నాడు. లేచి కూర్చుని తన అరచేతితో కర్ణుడి నుదుటిని తాకిచూసి జ్వరమేమైనా తగిలిందా అని పరీక్షించాడు. "ఏమయింది, నాయనా?" అన్నాడు.

కర్ణుడు తన ధోవతి మడతల్లోకి చెయ్యి పోనిచ్చి కందిరీగని పట్టుకున్నాడు. వేళ్లమధ్య నలిపివేస్తూ దాన్ని బైటికి తీశాడు. అప్పుడు నీళ్లు నిండిన కళ్లతో గురువుకేసి చూశాడు. తను చేసిన త్యాగానికి గురువు సంతోషిస్తాడని మనసులో ఏమూలో ఆశించిన కర్ణుడు, గురువు ముఖంలోని భావాన్ని చూసి బిత్తరపోయాడు.

"ఎవరు నువ్వు?" అన్నాడు పరశురాముడు. ఆయన గొంతులో తనకి ప్రమాదం పొంచిఉన్నట్టు తోచింది కర్ణుడికి.

మరుక్షణం తాను చేసిన మోసం గురువుకి తెలిసిపోయిందని అతనికి అర్థం అయింది. "నేను...నేను..." అంటూ తడబడి ఆగిపోయాడు కర్ణుడు. నిజం ఎలా చెప్పాలో అతనికి తెలీలేదు. నోట మాట రాలేదు. తను చేసింది ఎంత పెద్ద మోసమో అర్థమవగానే అతని గొంతుకి ఏదో అడ్డుపడినట్టు అయింది.

"నువ్వు బ్రాహ్మణుడివి కాదు. నాకు ఆ విషయం రూఢిగా తెలుసు. ఏ బ్రాహ్మణుడూ అంత నొప్పిని ఓర్చుకోలేడు. నువ్వు క్షత్రియుడివై ఉండాలి... ఓరీ, దుర్మార్గుడా...మోసకారీ... నన్నే మోసం చేస్తావా! నువ్వు మా కులానికి చెందినవాడివి కాదు. మోసంతో జ్ఞానం సంపాదించుకున్నావు. నాకు బద్ధవిరోధి అయిన కులానికి చెందినవాడివి నువ్వు! మా కుటుంబం అరవైనాలుగుసార్లు క్షత్రియులతో పోరాడింది. ఇప్పుడు ఒక క్షత్రియుడు నాదగ్గర నుంచి జ్ఞానాన్ని దొంగిలించటమా?" అని గర్జించాడు పరశురాముడు.

కర్ణుడు పరశురాముడి పాదాలమీద పడి, "గురువర్యా! నన్ను మన్నించండి... నేను క్షత్రియుణ్ణి కాను..." అంటూ ఆయన పాదాలని పట్టుకుని విడవకుండా ఏడ్చాడు.

"ఇంకా అబద్ధాలు చెపుతున్నావా? నువ్వు క్షత్రియుడివి కావా? మరి కందిరీగ కుడితే గంటలతరబడి ఓర్చుకోగలిగిన నువ్వు, మౌనంగా ఆ బాధని భరించగలిగిన నువ్వు, ఏ కులస్థుడివి?... బ్రాహ్మణుడివా? నన్ను ఆ మాట నమ్మమంటావా? నేను నీకంత మూర్ఖుడిలా కనిపిస్తున్నానా? ఇప్పుడే నీకు శాపం ఇస్తాను," అంటూ కర్ణుడి చేతులని పరశురాముడు తన కాళ్లతో తన్ని విడిపించుకున్నాడు.

కర్ణుడు ఇంకా నేలమీద అదే భంగిమలో ఉండి, "స్వామీ... నేను మీ పుత్రుణ్ణి... నన్ను శపించకండి... నేను క్షత్రియుణ్ణి కాను..." అన్నాడు.

"దుష్టుడా! ఇంకా అబద్ధాలు చెపుతున్నావా? నిన్ను శపించక మానను... మోసం చేసి, అబద్ధాలు చెప్పి నువ్వు నేర్చుకున్నదంతా నువ్వు మరిచిపోతావు... అది కూడా నీ జీవితంలో గొప్ప ఆపద, భయంకరమైన సంకటపరిస్థితి నెలకొన్న సమయంలో! నీకు ఏ పరిస్థితిలో అయితే నాదగ్గర నేర్చుకున్న విద్య అత్యవసరం అవుతుందో, ఆ సమయంలోనే అది నీకు గుర్తురాదు. నన్ను మోసం చేసినందుకు ఫలితాన్ని అనుభవించు! ఇక నాకు కనపడకుండా వెళ్లిపో!" అంటూ ఏహ్యాభావంతో పరశు రాముడు ముఖం పక్కకి తిప్పుకున్నాడు.

"స్వామీ, నేను క్షత్రియుణ్ణి కాను. నేను వెళ్లిపోతాను. కానీ నేను మీకు మీ సొంత కుమారుడిలా సేవలు చేశాను...నన్ను శపించకండి, స్వామీ!"

"ఇతను నిజమే చెపుతున్నాడు. ఇతను క్షత్రియుడు కాడు," అన్న మాటలు వినిపించగానే పరశురాముడూ, కర్ణుడూ ఆశ్చర్యంగా అటుతిరిగి చూశారు. చేరరాజు, ఉదయనుడూ, ఒక బ్రాహ్మణుడూ, ముగ్గురూ వాళ్లిద్దర్నీ చూస్తూ నిలబడి ఉన్నారు. ఉదయనుడి పెదవులమీద వ్యంగ్యంతో కూడిన నవ్వు కనబడింది.

కర్ణుడు బాధగా కళ్లు మూసుకున్నాడు. తనకి కృపుడు వేదాలు నేర్పుతూండగా అభ్యంతరం చెప్పిన ఆ బ్రాహ్మణుణ్ణి కర్ణుడు గుర్తుపట్టాడు. ఇక ఏం జరగబోతోందో కర్ణుడికి తెలిసిపోయింది. 'ఇక మరణమే గతి', అనుకున్నాడు. సుదూర దక్షిణ ప్రాంతంలో, కులవ్యవస్థే రాజ్యమేలుతున్న ప్రాంతంలో, దక్షిణరాజ్యకూటమి ఆధిపత్యంలో మతంకోసం ప్రజలు ప్రాణాలని అర్పించే ప్రదేశంలో ఉన్నాడు తను. ఆత్మగౌరవమే ప్రధానంగా జీవించే అసుర రాజులని మోసంచేసి ధర్మవీరుడు అనే బిరుదుని తాను సొంతం చేసుకున్నాడు. ఒక శూద్రుడు ధర్మవీరుడా? మొత్తం భరత ఖండం ఈ వార్త వినగానే ఆ రాజ్యకూటమినీ, పరశురాముణ్ణీ ఎగతాళి చేస్తుంది.

"క్షత్రియుణ్ణి చూడగానే గుర్తుపట్టగలను," అన్నాడు పరశురాముడు.

బ్రాహ్మణ దూత ముందుకి వచ్చి పరశురాముడికి నమస్కరించగానే చేరరాజు సంతృప్తిగా నవ్వాడు. "అయ్యా, నేను హస్తినాపురం నుంచి వచ్చాను. ఈ యువకుణ్ణి చిన్నపిల్లవాడుగా ఉన్నప్పట్నించీ ఎరుగుదును. నేను మోసుకొచ్చిన సమాచారం ఏమిటంటే, ఇతను వసుసేన కర్ణుడు, హస్తినాపురవాసులైన అతిరథుడూ, రాధా అనే దంపతుల కుమారుడు," అన్నాడు బ్రాహ్మణుడు. తన మాటల ప్రభావం ఎలా ఉందో చూసేందుకు ఆగాడు. ఆ తరవాత అతను ఉచ్చరించబోయే మాటలు ఏమిటో గ్రహించిన కర్ణుడు భయంతోనూ, అవమానంతోనూ తల వంచుకున్నాడు.

పరశురాముడి ముఖం కోపంతో ఎర్రబడింది, "మరి కులమో?" అన్నాడు.

బ్రాహ్మణుడు చేరరాజుకేసి చూశాడు. ఆయన విసుగ్గా తన ఊపాడు. "స్వామీ... ఇతను సూతుడు. రథసారథి పుత్రుడు... శూద్రుడు."

పరశురాముడు కొయ్యబారిపోయాడు. మరుక్షణం కళ్ళు తేలేసి నేలమీద వెల్లకిలా పడిపోయాడు. అందరూ ఆయన దగ్గరకి పరిగెత్తారు. ఇక తనని కుక్కని వేటాడినట్టు వేటాడ తారని కర్ణుడికి తెలిసిపోయింది. సంప్రదాయవాదులైన దక్షిణరాజ్య కూటమి సైన్యాలన్నీ ముచిరపట్టణంలోనే ఉన్నాయి. కావాలనుకుంటే తను పోరాడుతూ మరణించవచ్చు. కానీ తను యుక్తవయసులో ఉన్నాడు. కృపుడు మొదట్లో లోకజ్ఞానం గురించి బోధించిన పాఠం గుర్తుకొచ్చింది. వెంటనే కర్ణుడు ప్రాణాలు అరచేత పట్టుకుని పరిగెత్తాడు.

కింద పడిపోయిన పరశురాముడి మీదే అందరి ధ్యాసా ఉండటంవల్ల కర్ణుడు జారుకోవటాన్ని ఎవరూ గమనించలేదు. కర్ణుడు అక్కడ లేడని చేరరాజు గమనించే వేళకి అతను రేవుకి చేరుకున్నాడు. ఉదయనుడు భటులని పిలిచి, పారిపోయిన కర్ణుణ్ణి ప్రాణాలతో గాని, శవంగాగాని తనకి తెచ్చి అప్పగించమని ఆజ్ఞాపించాడు. రాజభవనం నుంచి భటులు తనవైపుకి వేగంగా పరిగెత్తిరావటం కర్ణుడికి కనిపించింది. రేవులో ఒక ఓడ తెరచాపల్ని ఎత్తి బైలు దేరేందుకు సిద్ధంగా ఉంది. ఓడలోకి ఎక్కటానికి వేసిన పలకని తొలగిస్తున్నారు. ఓడ కదిలింది. కర్ణుడు పలకకీ ఓడకీ మధ్య ఉన్న దూరాన్ని ఒక్క గెంతుతో దాటి ఓడ అంచుమీదికి చేరుకోగలిగాడు.

"ఏయ్! ఎవరునువ్వు?" అని పలికింది ఒక గొంతు.

కర్ణుడు అటు చూసేసరికి గోధుమరంగు జుట్టుతో ఉన్న ఒక పొడవాటి అనాగరికుడు కనబడ్డాడు. అతని శరీరం రంగు దెయ్యం శరీరంలా పాలిపోయి ఉంది. 'మ్లేచ్ఛుడు,' అనుకున్నాడు కర్ణుడు మనసులో. ఆ వ్యక్తి భాషనిబట్టి అతను యవన దేశస్థుడు అయిఉంటాడని అనుకున్నాడు కర్ణుడు. ఆ ఆజానుబాహువు కర్ణుణ్ణి దగ్గరకి వచ్చి శ్రద్ధగా చూశాడు. నువ్వు నిన్న పోటీలో పాల్గొన్న యోధుడివి, బిరుదుని గెలుచుకున్నవాడివి, అవునా? 'ధమ' అంటూ ఏదో బిరుదు...?" అని అడిగాడతను వచ్చీరాని తమిళభాషలో.

"ఈ ఓడ ఎక్కడికి వెళ్తోంది?" అంటూ కర్ణుడు ధారాళమైన యవనభాషలో అడిగాడు.

"నువ్వు నా భాష మాట్లాడుతున్నావే? మా దేశస్థుడివా?... అయి ఉండవు... మావాళ్ళు నీ అంత నల్లగా ఉండరు. ఈ ఓడకి ముఖ్య నావికుడిని. మేము మిరియాలూ, సుగంధద్రవ్యాలూ

తీసుకెళ్తున్నాం." అపరిచిత వ్యక్తి ఓడలోకి వచ్చాడని అతన్ని ఎదుర్కొనేందుకు వచ్చిన నావికులని ముఖ్యనావికుడు చేత్తో సైగచేసి పంపి వేశాడు.

చేర రాజ్య సైనికులు సముద్రతీరాన నిలబడటం, తన విలుకాండ్రని ఉదయనుడు వరుసగా నిలబెట్టటం కర్ణుడు చూశాడు. గాలి నిలిచి వీస్తూ ఉండటంచేత ఓడ వేగాన్ని పుంజుకుంది. తన వెంట చేరరాజు పడవల్లో సైనికులని ఎందుకు పంపలేదానని కర్ణుడికి అనుమానం వచ్చింది. తీరం మీద ఉన్న అసుర సైనికులు అయోమయంలో పడ్డారు. యువరాజు కర్ణుణ్ణి పట్టుకునేందుకు పొడవాటి సర్పాల్లాంటి నావలను పంపించాలని అనుకున్నాడు. ఒక్కొక్క నావలోనూ వందమందిదాకా తెడ్డువేస్తూ నడిపే యుద్ధనావలు అవి. వాటికి అమితమైన వేగం ఉంటుంది. నింపాదిగా వెళ్లే ఓడని వెంబడించి పట్టుకోవటం ఆ నావలకి చాలా సులభం, కానీ సముద్రాన్ని దాటాలంటే తమ కులంనుంచి భ్రష్టులు కావలసిందేనని పరశురాముడి ఆదేశం. ఒక శూద్రుణ్ణి పట్టుకోవటం కోసం తాము అస్పృశ్యులుగా పరిగణించబడేందుకు ఎవరూ ఒప్పు కోలేదు. వాళ్లకి అటువంటి మినహాయింపు ఇవ్వగలిగినవాడు పరశురాముడు ఒక్కడే. కానీ ఆయన స్పృహ కోల్పోయిన స్థితిలో ఉన్నాడు. చేసేదేమిలేక యువరాజు ఓడ మీదికి బాణాలు వెయ్యమని చెప్పాడు. ఆ బాణాలు ఓడదాకా రాకుండానే సముద్రంలో పడిపోవటం చూసి కర్ణుడు హాయిగా ఊపిరి పీల్చుకున్నాడు.

"ఏమిటిది? ఎందుకు వాళ్లు మనమీద బాణాలు వేస్తున్నారు? వాళ్లు నీవెంట పడ్డారా?" అని అడిగాడు ముఖ్య నావికుడు.

క్రితం రోజు తనకి ఎవరో బహూకరించిన బంగారుగొలుసు మెడలోనుంచి తీసి ఆ యవనుడి చేతిలోపెట్టి, "నేను హస్తినాపురవాసిని. నాది తక్కువకులం. నన్ను ప్రభాసలోగాని, ద్వారకలోగాని దింపివెయ్యండి. అక్కడినుంచి మా నగరానికి దారి వెతుక్కుని వెళ్లిపోతాను. దయచేసి నాకు సాయం చెయ్యండి. నా ప్రాణాలకి అపాయం వాటిల్లింది," అన్నాడు కర్ణుడు.

కర్ణుడివైపు ఆ యవనుడు అయోమయంగా చూశాడు. నిన్న ఇదే వ్యక్తి ఒక అతిగొప్ప వీరుడిగా గౌరవించబడ్డాడు, కానీ ఈరోజు అదే మనుషులు ఇతన్ని బాణాలతో కొడుతున్నారేమిటి? అనుకుని చివరికి, "నిన్ను ద్వారకలో దింపగలను. అక్కడ పత్తి కొనేటందుకు ఎలాగూ ఆగుతాం. కానీ నిన్ను ఎందుకు చంపాలనుకుంటున్నారు వాళ్లు? నిన్న అద్భుతమైన యుద్ధవిద్యలు ప్రదర్శించి ప్రథమస్థానాన్ని సంపాదించుకున్నావు కదా?" అని అడిగాడు.

"నేను శూద్రుడిని, అంటే నిమ్నకులంలో జన్మించినవాణ్ణి. యుద్ధవిద్యలు నేర్చు కోవటం నాకు నిషిద్ధం. వాటిని నేర్చుకున్న నేరానికి వాళ్లు నన్ను చంపివెయ్యాలని అనుకుంటున్నారు."

"ఏమిటీ? మీ రాజ్యంలో నేర్చుకోవటం నేరమా? మీరు ఎంత అనాగరికులు! చూడు, నేను ఒకటి చెపుతాను వింటావా? నువ్వు మా దేశానికి వచ్చి నిన్న నువ్వు చూపిన ప్రతిభలో సగం చూపిస్తే చాలు, నిన్ను నెత్తిమీద పెట్టుకుంటారు. నువ్వు విలువిద్యలో సాటిలేనివాడివి! నాతో వచ్చి నీ ప్రతిభకి ఎటువంటి సత్కారాలు జరుగుతాయో చూడు. నువ్వు ప్రతిభ ప్రదర్శిస్తే ఏదైనా ప్రాంతానికి పరిపాలనాభారాన్ని కూడా నీకు అప్పగిస్తాం. ఇక్కడ నీతో పోటీ చేసినవాళ్లు నిన్ను చంపాలనుకుంటున్నారు. అందుకే నావెంట రా."

కర్ణుడు వెనక్కి తిరిగి చూశాడు. చేర రాజ్య సముద్రతీరం ఎంతో ఆహ్లాదకరంగా

కనిపించింది. కానీ దక్షిణరాజ్యకూటమికి చెందిన సైనికులు తన రక్తం కళ్లజూడాలని తహతహలాడటం కూడా కనిపించింది. అతను ఒక నైపుణ్యాన్ని సాధించినందుకు వాళ్ల యుద్ధవిద్యలలో వాళ్లనే ఓడించి ప్రతిభ చూపించినందుకు, కేవలం అతను నిమ్న కులంలో జన్మించినందుకు వాళ్లు క్రోధంతోనూ, పక్షపాతంతోనూ అంధులైపోయారు. 'ఇది నా భరతఖండం, నా దేశం. ఒక పేద రథసారథి కుమారుడు పెద్దపెద్ద కలలు కనే ధైర్యం చేసినందుకు అతనిపట్ల ఎలా వ్యవహరిస్తున్నారో వీళ్లు!' అనుకున్నాడు కర్ణుడు బాధగా. అతని కళ్లల్లో నీళ్లు చిప్పిల్లాయి. ప్రస్తుతానికి తను దక్షిణరాజ్య కూటమిలోని సంప్రదాయవాదులకి పట్టుబడకుండా తప్పించుకున్నాడు నిజమే, కానీ ఇంటి దగ్గర తనకోసం ఎటువంటి పరిస్థితులు వేచి ఉన్నాయో? తను చేసిన మోసం గురించి త్వరలోనే అక్కడ అందరికీ తెలిసిపోతుంది. క్షత్రియుడుగా మారాలని ప్రయత్నించిన సూతుడిని అని అందరూ ఎగతాళి చేస్తారు. సరైన తలిదండ్రులకి జన్మించే అదృష్టం లేనివాడు ఎంత జ్ఞానం సంపాదించినా, నైపుణ్యం సాధించినా ఏమిటి లాభం? ఇక ఇప్పుడు తనకి రథసారథిగానైనా పని దొరుకుతుందా లేదా అనేది అనుమానమే. భవిష్యత్తు అతనికి అంధకారమయంగా తోచింది. 'నా రాజ్యం నన్ను బహిష్కరింపబడినవాడిగా చూస్తుంది. దక్షిణప్రాంతపు బలశాలురైన రాజులందరూ నా ప్రాణాలని కోరుతున్నారు. ఇక ఈ అన్యదేశస్థుడు ఆధిక్యాన్ని బంగారు పళ్లెంలో పెట్టి మరీ నాకు ఇస్తానంటున్నాడు. ఇటువంటి మనిషినా నేను అనాగరికుడని అనుకున్నాను!' కర్ణుడి మనసులో రకరకాల ఆలోచనలు సుళ్లు తిరగసాగాయి.

ముఖ్య నావికుడికి ఆ యువ యోధుడి కళ్లలో కన్నీళ్లు కనిపించాయి. అతను సుతారంగా కర్ణుడి భుజాన్ని తాకి, "వీరుడా, ఏమైంది?" అన్నాడు.

కర్ణుడు యవనుడివైపు చూసి, "మీరు నన్ను మీ దేశానికి రమ్మన్నందుకు కృతజ్ఞుణ్ణి. కానీ ఇది నా దేశం, నా సంస్కృతి, నా మతం. ఆ సముద్రతీరాన ఎంతమంది వెర్రివాళ్లు ఉన్నారో అంతమంది ఉదాత్తమైన మనుషులు కూడా ఈ పవిత్రమైన గడ్డమీద ఉన్నారు. నా రాజ్యం నాలాంటి కొన్ని లక్షలమందిపట్ల అన్యాయంగా ప్రవర్తించింది. మీరు మీ దేశానికి రమ్మని పిలవటం నాలో ఆశ రేకెత్తిస్తోంది, కానీ ఈ లోకంలో ఎవరు, ఎంత పెద్ద ప్రలోభం చూపినా నేను నా రాజ్యాన్ని వదలలేను. కులం గురించి తప్ప ఇంకేమీ ఆలోచించలేని సంకుచిత మనస్తత్వంగల రాజులెందరు ఉన్నా, ప్రతిభని గుర్తించి, కులం గురించి పట్టించుకోకుండా, మనుషులని మనుషుల్లా చూసేవారు కూడా ఎక్కడో ఒకచోట ఉండకపోరు. ఒకవేళ అటువంటివారు లేకపోయినట్టయితే, అందరిలాగే నేను కూడా ఈ క్రూరవ్యవస్థ రాకాసి కోరల్లో చిక్కి మరణిస్తాను. కానీ ఏది ఏమైనా భరతఖండాన్ని మాత్రం వదిలివెళ్లను. నా భవితవ్యం ఇక్కడే ఉంది!" అన్నాడు.

ఆకాశంలో వెలుగులు చిమ్ముతున్న సూర్యుడివైపు చూస్తూ కర్ణుడు తన అందమైన ముఖంమీద కారే కన్నీటికి సిగ్గుపడ్డాడు. యవనుడు తల అడ్డంగా ఆడిస్తూ, ఇంత వెనకబడ్డ దేశం ఇటువంటి యువకులకి ఎలా జన్మనిచ్చిందా అని అనుకో సాగాడు. ఆశలని పండించే ఓడ కొత్త నగరం వైపు కదిలింది. ఆ ద్వారకని, అద్భుతమైన వెలుగులతో నిండిన తను కలలుకన్న ఆ నగరాన్ని ఎన్నో కష్టాలకోర్చి నిర్మించాడు బలరాముడు.

# 14. గురుదక్షిణ

కిందపడ్డ ఏకలవ్యుడు ప్రాణాలతో బతికి బైటపడ్డాడు కానీ అతని గాయాలు పూర్తిగా మానేందుకు రెండు నెలల సుదీర్ఘ కాలం పట్టింది. నాగులగూడెంనుంచి అతను అదృష్టంకొద్దీ బైటపడ్డాడు. తరవాత మళ్లీ దట్టమైన కీకారణ్యం లోపలికి ఎక్కువ దూరం పోకుండా జాగ్రత్త పడ్డాడు. దానికి బదులు రాకుమారులు శిక్షణ పొందే స్థలం అంచున ఉన్న చెట్టుమీదికి ఎక్కి ద్రోణాచార్యుడు శిష్యులకి శిక్షణ ఇవ్వటాన్ని గమనించసాగాడు. శిక్షణ ముగిసి గురుశిష్యులు నిష్క్రమించిన తరవాత ఏకలవ్యుడు చెట్టుదిగి తను చూసిన యుద్ధ విద్యలని అభ్యసించేవాడు. కాలక్రమాన అతని నైపుణ్యం మెరుగై మంచి వేటగాడుగా రూపొందాడు. అతని పినతల్లికీ, ఆమె పిల్లలకీ ఆకలి అనేది గతానికి సంబంధించిన విషయం అయింది.

ఒకనాటి సాయంకాలం ఏకలవ్యుడు ఒక జింకని చంపి పినతల్లికి ఇచ్చాడు. మాంసం కాలుతూ ఉంటే, నక్షత్రాలతో నిండిన ఆకాశం కింద వాళ్లు ఎన్నో విషయాలు మాట్లాడుకున్నారు. పినతల్లి పిల్లలు పెరిగి పెద్దవుతున్నారు. ఏకలవ్యుడు తనకి వచ్చిన విద్యలు వాళ్లకి కూడా కొద్దికొద్దిగా నేర్పటం మొదలుపెట్టాడు. ఎటో తప్పిపోయిన జరుడి గురించి మాట్లాడుకుంటూ, ఆ మందమతి ఎటుపోయాడో అని విచారించారు. ఏకలవ్యుడు, జరుణ్ణి వెతికి వెనక్కి తీసుకురావాలని నిశ్చయించాడు. వాళ్లు ఇప్పటికీ పేదవారే, కానీ ఇంకొక కడుపు నింప లేనంత పేదవారు కాదు. కడుపునిండా తింటున్న ఏకలవ్యుడికి ఉదారంగా ఉండాలన్న ఆలోచన వచ్చింది.

చెదరని పట్టుదలతోనూ, శ్రద్ధతోనూ నిషాదుడు విలువిద్యలో అద్భుతమైన కౌశలం సాధించి రాజ్యంలో ఏ విలుకాడితోనైనా పోటీపడే స్థాయికి చేరుకున్నాడు. రాకుమారులకి విలువిద్యలో అంతిమపరీక్ష పెట్టబోతున్నారన్న విషయాన్ని ఏకలవ్యుడు విన్నాడు. తను కూడా అందులో పాల్గొంటే బావుంటుందన్న కోరికతో తహతహలాడాడు. అర్జునుడితో పోటీచెయ్యాలన్న బలమైన కోరిక కలిగింది. అర్జునుణ్ణి అతనికే సొంతమైన విలువిద్యా నైపుణ్యంలో ఓడించి ద్రోణుణ్ణి ఆశ్చర్యపరచాలని అనిపించింది. గురువు తనని కౌగలించుకుని, 'నీ నైపుణ్యాన్ని ముందే గుర్తించకపోవటం నేను చేసిన పొరపాటు,' అని అనే రోజు రాకపోతుందా, అని కలలు కన్నాడు.

ఏకలవ్యుడు బంకమన్నుతో ద్రోణుడి ప్రతిమని తయారుచేసి చెట్లమధ్య ఉన్న చిన్న ఖాళీస్థలంలో ప్రతిష్ఠించాడు. ప్రతిరోజూ నిద్ర లేవగానే దానిముందు భక్తిశ్రద్ధలతో మోకరిల్లి, ఆశీస్సులు ఇమ్మని ప్రార్థించి, మూడు గంటలసేపు విలువిద్య అభ్యసించేవాడు. ఆ తరవాత

శిక్షణాస్థలికి వెళ్లి రాకుమారులు శిక్షణ పొందటాన్ని చూసేవాడు. తను ఎన్నడూ చూడని తన తండ్రిని ద్రోణుడి రూపంలో ఏకలవ్యుడు మనసులో ముద్రించుకున్నాడు. ద్రోణుడు తనతో ప్రవర్తించిన విధం అతనికి కోపం తెప్పించినప్పటికీ, ఆ గొప్ప యోధుడిపట్ల అతనికి ఉన్న అభిమానం దాదాపు ఆరాధన స్థాయికి చేరుకుంది. తను అభిమానించే ఆ వీరుడి ప్రేమని మొత్తం సంపాదించుకున్న అర్జునుణ్ణి చూస్తే అసూయవేసింది. అర్జునుణ్ణి కాక ద్రోణుడు ఇంకెవరినైనా పట్టించుకుంటున్నాడు అంటే అది తన కుమారుడు అశ్వత్థామని మాత్రమే. కానీ ఆ ఇద్దరిలో అర్జునుడంటేనే ఆయనకి ఎక్కువ ఇష్టం అనే విషయం తేటతెల్లం అవుతూనే ఉంది. అశ్వత్థామకి అర్జునుడికి ఉన్నంత ఆత్మవిశ్వాసం లేదు, అహంకారమూ లేదన్న విషయం ఏకలవ్యుడు గమనించాడు. అతని తండ్రి తరచు అర్జునుడి విలువిద్యా నైపుణ్యంతో అశ్వత్థామని పోల్చి, అతన్ని కించపరుస్తూ ఉండేవాడు. ద్రోణుడు తనని ప్రశంసించాలని అశ్వత్థామ తహతహలాడేవాడు, కానీ చాలా అరుదుగా అలా జరిగేది.

ఒకరోజు తెల్లవారగట్ట ఏకలవ్యుడికి అనుకోకుండా సుయోధనుడు ఎదురుపడ్డాడు. రాకుమారులు అక్కడే పారవేసి వెళ్లిన బాణాలేవైనా దొరికితే తన అభ్యాసానికి పనికివస్తాయన్న ఆలోచనతో ఏకలవ్యుడు ఎవరూ రాకముందే శిక్షణాస్థలానికి వచ్చాడు. కానీ అక్కడ ఒక పొడవాటి, కండలు తిరిగిన పురుషుడూ, అందమైన ఒక యువతీ, రాకుమారుడి తోనూ, అతని మిత్రులతోనూ కబుర్లు చెప్పటం అతనికి కనిపించింది. వాళ్లు ఏకలవ్యుడికన్నా ముందే అక్కడికి వచ్చి గదలతో అభ్యాసం చేస్తున్నారు. ఏకలవ్యుడు ఆ తరవాత మరింత పెందలాడే అక్కడికి రావటం ప్రారంభించాడు. దాదాపు ఒక నెలరోజులు ఆ పొడవాటి వ్యక్తి వచ్చి గదావిద్యలో సుయోధనుడికీ, సుశాసనుడికీ, అశ్వత్థామకీ శిక్షణ ఇచ్చాడు. అతని వెంట వచ్చిన యువతి కనులకి విందు చేసేంత అందంగా ఉంది. ఆమె తల తిప్పి అరణ్యంవైపు చూసి నప్పుడల్లా ఏకలవ్యుడి గుండె వేగంగా కొట్టుకోవటం మొదలుపెట్టింది. ఆ పొడవాటి వ్యక్తి బలరాముడనీ, ద్వారకానగరంలోని యాదవులకి నాయకుడనీ, ఆ యువతి అతని సోదరి సుభద్ర అనీ ఏకలవ్యుడికి తెలిసింది.

సుయోధనుడిలోనూ, అతని మిత్రులలోనూ ఏకలవ్యుడికి మార్పు కనిపించింది. మొదట్లో అది అంత స్పష్టంగా లేదు, కానీ నెల గడిచేసరికి అందరికీ స్పష్టంగా కనిపించింది. యువరాజు శిక్షణా తరగతుల్లో భీముడిని ధైర్యంగా ఎదుర్కోసాగాడు. సుశాసనుడిలోనూ, అశ్వత్థామలోనూ ఇలాంటి మార్పే వచ్చింది. తమలో వాళ్లకి తరగని ఒక ఊట ఏదో దొరికినట్టూ, దానినుంచి ఎంతో బలాన్నీ, ధైర్యాన్నీ వాళ్లు తోడి తీసుకుంటున్నట్టూ అనిపించింది. పరిస్థితి తారుమారవటం చూసి స్వయంగా ద్రోణుడే ఆశ్చర్యపోయాడు. మొదటిసారి సుయోధనుడు భీముణ్ణి ఓడించినప్పుడు తను దాగి ఉన్నచోటినుంచి ఉత్సాహంతో ఈల వెయ్యాలనిపించింది ఏకలవ్యుడికి. సుయోధనుడు సాధించిన విజయం చూసి అతనికి కొత్త ఉత్సాహం వచ్చింది. రాకుమారుడి శరీరాకృతి భీముడిలో సగమే ఉన్నప్పటికీ బలశాలి అయిన ఆ పాండవుణ్ణి గదతో ఎదుర్కోవటం చూసి ఏకలవ్యుడు చాలా ఆనందించాడు. సుయోధనుడు చురుగ్గా, చాకచక్యంగా గద తిప్పుతూ ఉంటే భీముడు కేవలం పశుబలంతో దాడి చేస్తున్నాడు. మదపుటేనుగులా ఢీకొంటున్న భీముడు ఒక పక్కా పులిలాగ లాఘవంగా కదులుతున్న సుయోధనుడు మరోపక్కా ప్రతిసారీ సుయోధనుడే గెలుస్తున్నాడు, అది చూసి పాండవులకి మండిపోతోంది. ఇక వాళ్ల జీవితంలో చోటుచేసుకున్న మార్పు ఎన్నటికీ అలాగే ఉండిపోతుంది.

మొదటిసారి సుయోధనుడు భీముణ్ణి ఓడించినప్పుడు తను చూసిన ఆ దృశ్యం ఏకలవ్యుడి మనసులో శాశ్వతంగా నిలిచిపోయింది. దాదాపు మరో నెలరోజులు గడిచి పోయాయి. యాదవ నాయకుడు వెనక్కి వెళ్లిపోయే సమయం ఆసన్నమైంది. సుయోధనుడూ, సుభద్రా కలిసి ఉండటం కనిపించింది ఏకలవ్యుడికి. వాళ్లిద్దరూ అరణ్యం లోపల చాలా దూరంవెళ్లి, కొండవాగు పక్కన, దాని చల్లని నీటిలో కాళ్లు వేలాడేసుకుని, ఏవో కబుర్లు చెప్పుకుంటూ ఆనందంగా గడుపుతున్నారు. ఏకలవ్యుడిని అసూయా, కోరికా కాల్చివేయటం మొదలుపెట్టాయి, కానీ వాళ్లకి కనబడకుండా దూరంగా ఉంటూ వాళ్లని అతను వెంబడించ సాగాడు. అరణ్యం చెట్ల ఆకుల్లో దాక్కోవటం అతనికి బాగా అనుభవమే. సుభద్రవైపు తదేకంగా చూస్తూ నిట్టూర్చాడు. అటువంటి అందం తనకి దక్కే అవకాశం ఎంతమాత్రం లేదు. తను కేవలం ఒక నిషాదుడు. ఆ యువతీ, రాకుమారుడూ ఇంకొక ప్రపంచానికి సంబంధించినవాళ్లు. అలాంటి అమ్మాయిని తను బాహువుల్లో బంధించటం ఎప్పటికైనా సాధ్యమేనా? తన నల్లని శరీరంవైపూ, ఆ తరవాత సుభద్ర తెల్లని ముఖంవైపూ చూసి అలా ఎన్నటికీ జరిగే అవకాశం లేదని అనుకున్నాడు.

హఠాత్తుగా రాకుమారుడు సుభద్రని వదిలి లేచి నిలబడ్డాడు. "క్షమించు ప్రియా! మనం చేస్తున్న పని తప్పు. నా గురువు బలరాముడికి ద్రోహం చెయ్యలేను," అన్నాడు. అతని గొంతు బాధగా, నిరాశగా పలికింది.

"దీనికీ నా సోదరుడికీ ఏమిటి సంబంధం?"

"సుభద్రా, నేను నిన్ను పెళ్లిచేసుకోవాలని అనుకుంటున్నాను. నిజానికి మర్యాదగా నీ సోదరుణ్ణి నేను అనుమతి కోరాలి. ఆ పని చెయ్యమంటావా?"

సుభద్ర ముఖంలో కోపం మాయమైంది. ఆమె ముఖం సిగ్గుతో లేత ఎరుపు రంగుని సంతరించుకుంది. నక్షత్రాల్లా మెరుస్తున్న కళ్లని పైకెత్తి రాకుమారుడివైపు చూసి, అతన్ని గట్టిగా వాటేసుకుంది. అతను ఆమె పెదవులని సున్నితంగా ముద్దు పెట్టుకున్నాడు.

పొదలమాటున దాక్కుని చూస్తున్న ఏకలవ్యుడు తను చేస్తున్న పనికి సిగ్గుపడ్డాడు. రాజులూ, రాకుమారులూ తమ కోరికలని తీర్చుకునేందుకు అమ్మాయిలని ఎత్తుకెళ్లటం గురించి విని ఉన్నాడు. కానీ ఈ రాకుమారుడు తను ప్రేమించిన యువతి స్వయంగా ఇష్టపడి దగ్గరకి చేరినా ఆమె గౌరవాన్ని కాపాడేందుకు ప్రయత్నిస్తున్నాడు.

సుభద్ర రాకుమారుణ్ణి దూరంగా నెట్టి, "సుయోధనా, నాకు ఎందుకు ఇంత భయం వేస్తోందో తెలీటం లేదు. నా ఆనందాన్ని చూసి బహుశా నేనే భయపడుతున్నట్టున్నాను. నాకు ఎంత ఆనందంగా ఉందో చెప్పలేను. కానీ మన ప్రేమ ఫలిస్తుందని నేను అనుకోను. మా సోదరుడి గురించి భయం..."

"ఎందుకు సుభద్రా? బలరాముడు అభ్యంతరం చెపుతాడని నాకు అనిపించటం లేదు."

"కాదు, కాదు... ఆయన గురించి కాదు. నేను చెప్పేది నా ఇంకో సోదరుడు, కృష్ణుడి గురించి. అతనికి నువ్వంటే అసహ్యం."

"నేనంటే అసహ్యమా? అతన్ని నేను కలుసుకోను కూడా లేదే. అతనికి అంత ద్వేషం

కలిగించే పని ఏం చేశాను? అతని అందమైన సోదరిని ప్రేమించాను, అంతే కదా?" అన్నాడు. సుయోధనుడి అందమైన పెదవులు చిరునవ్వుతో విచ్చుకున్నాయి.

"నాకు తెలీదు. కానీ ఈ భయం నన్ను వెంటాడుతూనే ఉంటుంది. నువ్వు చాలా పాపాత్ముడవనీ, మన రాజ్యాన్నీ, మతాన్నీ నాశనం చేసేందుకే పుట్టావనీ అంటాడు. అతని చుట్టూ ఎప్పుడూ ఒక అర్చకుల గుంపు ఉంటుంది. వాళ్లు ఎప్పుడూ నీ గురించి అంతా చెడే చెపుతూ ఉంటారు."

"నేనెంత పాపిష్టివాడినో చెపుతారా? జాగ్రత్తగా చూడు, సుభద్రా! నా తలలోనుంచి కొమ్ములేమైనా పైకి పొడుచుకు వస్తున్నాయా?" అంటూ రాకుమారుడు పగలబడి నవ్వాడు.

"నవ్వకు, రాకుమారా! కొంతమంది నీగురించి ఎంత ఘోరంగా మాట్లాడుతున్నారో నీకు తెలీదు. నేను కథలుగా విన్న ఆ పాపిష్టి రాకుమారుణ్ణి స్వయంగా చూసేందుకే ఇక్కడికి వచ్చాను... ఒక నేరస్థుడు తన దాయాదిని విషంపెట్టి హత్య చేసేందుకు ప్రయత్నించి, ఏదో కారణంగా తప్పించుకున్న వ్యక్తి, వేదాలని ఎంత మాత్రం లెక్కచెయ్యని దురహంకారి, బ్రాహ్మణులని అగౌరవపరిచే దుష్టుడు... నీ గురించి ఇలాంటి వివరాలకి అంతూ పొంతూ లేదు. నిజం చెప్పాలంటే, అటువంటి వ్యక్తి నాకు అద్భుతమైనవాడుగా తోచాడు. మనం కలుసుకోకముందే నీతో సగం ప్రేమలో పడ్డాను. నిన్ను ప్రేమించి సంస్కరించాలన్న ఒక ఊహ నన్ను కట్టి పడవేసింది. కానీ నిన్ను చూశాక అందరూ చెప్పిన పిశాచంలా నువ్వు లేకపోవటం చూసి కాస్త నిరాశపడ్డాననే అనాలి. కానీ నువ్వు తెలివితక్కువవాడివి, అంతే. అంత ఆదర్శంగా జీవించటం ఈలోకంలో సాధ్యం కాదు. నీ మనసులో ఉన్నదాన్ని దాచుకోవటం నీకు చేతకాదు. పండితులు ఆదేశించిన నియమాలనీ, నిషేధాలనీ ఎందుకు ఉల్లంఘిస్తావు, సుయోధనా?" అని సుభద్ర సుయోధనుడికేసి చూసింది. ఆమె ముఖంలో ప్రేమా, భయం ఒకదాన్నొకటి అధిగమించేందుకు ప్రయత్నిస్తున్నాయి.

"నాకు తెలీదు, సుభద్రా! నిజం చెప్పావు, నేను మూర్ఖుణ్ణే. ఎవరితోనూ పోట్లాట పెట్టుకోను, ఎందుకంటే నాలో అహంకారం వుంది, నాకే అన్నీ తెలుసని అనుకుంటాను. కొంతమందితో పోట్లాడటానికి కారణం వాళ్లలో గౌరవించదగ్గ గుణాలు ఏవీ నాకు కనిపించకపోవటమే. కృపుడితో, భీష్ముడితో, వ్యాసుడితో, విదురుడితో నేనెప్పుడూ పోట్లాడలేదు, అయితే ధౌమ్యుడిని కాని, అతనివెంట ఉండే ముసలి బ్రాహ్మణులని కానీ నేను భరించలేనన్నది మాత్రం వాస్తవం."

"మనిద్దరి మధ్యా ఏర్పడిన ఈ సంబంధాన్ని గురించి తెలిస్తే కృష్ణుడు ఏమంటాడోనని నాకు భయంగా ఉంది." సుభద్ర అన్న ఈ మాటలకి సుయోధనుడు సమాధానమేమీ చెప్పకుండా ఆమెవైపు చూసి నవ్వాడు.

వాగు పక్కన ఉన్న ఆ ఖాళీప్రదేశం వైపు ఎవరో వస్తున్నట్టు అడుగుల చప్పుడు అయేసరికి ఏకలవ్యుడు అప్రమత్తుడయాడు. బలరాముడూ, అతని వెనకే అశ్వత్థామా, సుశాసనుడూ రావటం కనిపించింది. ఖాళీ ప్రదేశానికి చేరుకోగానే యుక్తవయస్కులైన ఇద్దరు కుర్రవాళ్లూ నవ్వు ఆపుకోలేకపోయారు. సుభద్ర ఉలిక్కిపడి కేక వేసింది. అప్పుడు గాని సుయోధనుడు వాళ్ల వైపు చూడలేదు. అతను మాట్లాడటానికి ప్రయత్నించాడు కానీ మాట పెగల్లేదు. బలరాముడు ఛాతీమీద చేతులు కట్టుకుని నిలబడి చూడసాగాడు.

నవ్వుతున్న తన మిత్రులవైపు సుయోధనుడు నిస్సహాయంగా చూశాడు. "నేను... నన్ను... నన్ను మన్నించండి... నేను మీ సోదరిని వివాహం చేసుకోవాలని అనుకుంటున్నాను..." అని తడబడుతూ సుయోధనుడు అంటూ ఉంటే బలరాముడు అతనివైపే తదేకంగా చూస్తూ ఉండిపోయాడు.

"నా సోదరిని వివాహం చేసుకోవాలని అనుకుంటున్నందుకు మన్నించమని అడుగుతున్నావా?" అన్నాడు బలరాముడు ముఖంలో ఎటువంటి భావాన్నీ కనబడనీయకుండా. అందరూ పకాలుమని నవ్వారు. "ఈరోజే మేము కాశీకి వెళ్లిపోతున్నాము, సుయోధనా! వర్షాకాలం ముగిసే సమయానికి ద్వారక చేరుకుంటాం. మీ పెద్దవాళ్లని వెంటపెట్టుకుని ద్వారకకి రా. అప్పుడు మీ ఇద్దరికీ పద్ధతి ప్రకారం నిశ్చితార్థం చేసుకుందాం," అన్నాడు బలరాముడు.

సుయోధనుడు తన చెవులను నమ్మలేకపోయాడు, చుట్టూ చూశాడు, అక్కడ ఉన్న వారందరి ముఖాల్లోనూ ఆనందం తాండవిస్తోంది. సామాన్యంగా ధైర్యంగా ఉండే సుభద్ర సిగ్గుపడటం చూసి సుయోధనుడు తడబడ్డాడు. ఆమెని దగ్గరకి లాక్కుని ముద్దులతో ముంచెత్తాలనిపించింది అతనికి. ఒక్క క్షణం, అక్కడ ఉన్న మిగతా వాళ్లందరూ మాయమై పోయి, ప్రేమోత్సవం జరుపుకునేందుకు తామిద్దరినీ ఒంటరిగా వదిలితే బావుండుననిపించింది.

"ప్రస్తుతం విద్యార్జన మీద ధ్యాస ఉంచు, సుయోధనా! విద్య సమాప్తం అయేందుకు కొన్ని నెలలు మాత్రమే మిగిలాయి. హస్తినాపుర ప్రజలముందు మూర్ఖుడిలా తెలివితక్కువతనాన్ని నువ్వు ప్రదర్శించటం నాకిష్టం లేదు. నీ కాబోయే భార్యని నావెంట కాశీయాత్రకి తీసుకుపోతున్నాను. ఆమె ఇక్కడ ఉండకపోతే నీ దృష్టి చెదరదు. సుభద్రా, సుయోధనుడికి వీడ్కోలు చెప్పు. ఈ రోజు మధ్యాహ్నామే మన ప్రయాణం." అన్నాడు బలరాముడు.

వీడ్కోలు చెప్పేందుకు కూడా సమయం లేకపోయింది. కన్నీళ్లు నిండిన కళ్లతో ఆమె అతనికేసి చూసింది. సుయోధనుడు కరిగిపోయాడు. చాలా ప్రయత్నంమీద తన కన్నీళ్లు ఆపుకున్నాడు. ఏడవటం పురుషలక్షణం కాదు! ఎన్నో మాటలు ఆమెకి చెప్పాలని అనిపించింది, కానీ నోటివెంట ఒక్క మాటకూడా రాలేదు. హఠాత్తుగా సుభద్ర తన చేతులని అతని పట్టునుంచి విడిపించుకుని సోదరుడివెంట ముందుకి నడిచింది. వాళ్లిద్దరూ రాజభవనంవైపు నడిచి పోతూ ఉంటే సుయోధనుడి మనసు కుంగిపోయింది.

"ఇంక చాలు సుయోధనా! రా మనం అభ్యాసం చేద్దాం," అని అశ్వత్థామ అనటంతో సుయోధనుడు మళ్లీ ఈ లోకంలోకి వచ్చాడు.

"బలరాముణ్ణి మీరిద్దరేనా ఇక్కడికి వెంటపెట్టుకు వచ్చారు?" అన్నాడు సుయోధనుడు వాళ్లిద్దరి తలకాయలూ బద్దలుకొట్టాలన్నంత కోపంగా.

"అవును, ఈ పిచ్చి బ్రాహ్మణుడి ఆలోచనే అది," అన్నాడు సుశాసనుడు. అశ్వత్థామ దొంగనవ్వు నవ్వుతూ నిలబడ్డాడు.

"మూర్ఖుడా! మా ఇద్దర్నీ అలాటి స్థితిలో..." అంటూ వాక్యం పూర్తిచెయ్యకుండా మౌనం దాల్చాడు సుయోధనుడు. మరీ ఎక్కువగా మాట్లాడానా అనిపించింది అతనికి.

"ఎలాంటి స్థితిలో...?" అని అడిగాడు అశ్వత్థామ, సుశాసనుణ్ణి చూసి కన్ను గీటుతూ.

"శివపురాణం చదువుతూ ఉండగా అయి ఉంటుందిలే," అన్నాడు సుశాసనుడు. ఇద్దరు యువకులూ పగలబడి నవ్వారు. సుయోధనుడికి కూడా నవ్వొచ్చింది.

"పిచ్చివాడా! బలరాముణ్ణి నేనిక్కడికి తీసుకురాకపోయి ఉంటే, వాళ్లిద్దరూ వెళ్లిపోయి ఉండేవాళ్లు. నువ్వు నీ గార్దభ స్వరంతో విరహగీతాలు పాడుకుంటూ తిరుగుతూ ఉండేవాడివి. ఆమెని ఇంకెవరో రాకుమారుడికిచ్చి వివాహం జరిపేసి ఉండేవాళ్లు, నువ్వు మాత్రం ఆమె కోసం ఎదురుచూస్తూ ఉండిపోయేవాడివి. నాకు నువ్వు నిజానికి ఏదైనా బహుమతి ఇవ్వాలి. అయినా నీకు నా ఆశీస్సులని అందజేయనంత అహంకారిని కానులే. నువ్వు కృతజ్ఞతతో నా కాళ్లమీద పడతానని అన్నా వద్దనను," అన్నాడు అశ్వత్థామ గొప్పగా.

సుయోధనుడు వెక్కిరిస్తున్నట్లున్న అతని ముఖాన్ని పిడికిలితో కొట్టేందుకు ముందుకి ఉరికాడు. మరుక్షణం ముగ్గురు మిత్రులూ నవ్వుకుంటూ, పాటలు పాడుకుంటూ, గెంతుకుంటూ వెర్రివేషాలు వెయ్యసాగారు. వాళ్లు వెళ్లిపోయిన చాలా సేపటివరకూ అరణ్యం వాళ్ల ఆటపాటలని ప్రతిధ్వనిస్తూనే ఉంది. ఏకలవ్యుడు అప్పుడు వాళ్లు ఖాళీచేసి పోయిన ప్రదేశానికి వచ్చాడు. అక్కడి వాతావరణంలో ఇంకా తేలుతూ ఉన్న సుభద్ర శరీరపు సుగంధాన్ని పసిగట్టాడు. అంత ఆనందాన్ని భరించలేకపోయాడు. సున్నితస్వభావంగల రాకుమారుడి మీద అతనికి జాలి వేసింది. ఈ యాదవ రాకుమారి సుయోధనుడికి ఆనందాన్ని అందివ్వాలని కోరుకున్నాడు. కానీ ఏకలవ్యుడు నిషాదుడు. జీవితం మనిషి మనసులని ఎలా విరిచివేయగలదో అతనికి తెలుసు. అలాంటి సందర్భాలని అతను చాలా దగ్గరనుంచి చూశాడు. సుయోధనుడు మంచివాడు, అతను సంతోషంగా ఉన్నందుకు ఏకలవ్యుడు ఆనందించాడు. కానీ అటువంటి ఆనందానికీ, జీవితానికీ పొత్తు కుదరదని ఏకలవ్యుడికి బాగా తెలుసు. ఆత్మగౌరవం గల ఏ దేవుడూ మంచి మనుషులని ఎక్కువకాలం ఆనందంగా ఉండ నివ్వడు. మంచివాళ్లు బాధపడితేనే దేవుడి ఉనికి సార్థకమవుతుంది.

మరో ఆలోచన తలెత్తటంతో ఏకలవ్యుడు రాకుమారుడి ప్రేమ వృత్తాంతం మరిచి పోయాడు. బలరాముడు విద్యాతరగతులు ముగిసి, పట్టాలు ఇవ్వటం గురించి మాట్లాడాడు. ఏకలవ్యుడికి ఆ ఉత్సవంలో పాల్గొనాలన్న కోరిక బలంగా కలిగింది. ఒకవేళ తన కౌశలంతో ద్రోణుణ్ణి ఆకట్టుకోగలిగితే, జీవితంలో మెరుగైన మలుపు ఏదైనా వస్తుందేమో! ఆ కోరిక అసాధ్యమైనదని అతనికి తెలుసు. అసలు ఆ చుట్టు పక్కలకే తనని రానివ్వరు, అందరితోపాటు ప్రేక్షకుడిగా మిగిలిపోవలసిందే. కానీ, కలలు కనటంలో తప్పేముంది?

"ఓ వనదేవతలారా! నాకు కావలసింది ఒకే ఒక అవకాశం," అని గట్టిగా అరిచాడు, ఏకలవ్యుడు. అతని కోరిక అన్నివైపులా ప్రతిధ్వనించింది. మళ్లీ మళ్లీ అరిచాడు, ప్రతిసారీ అరణ్యం సమాధానం చెప్పింది. ఆ ఆట విసుగు పుట్టాక, పచ్చిక మీద పడుకుని పల్చని తెలిమబ్బులు ఆకాశంలో తేలిపోవటం చూడసాగాడు. 'ఏదో ఒకరోజు నాకూ అవకాశం వస్తుంది' అని గుర్తుచేసుకోసాగాడు. ఉక్కుతీగలా ఉన్న అతని సన్నని శరీరాన్ని పలకరిస్తూ గాలి వీచసాగింది. జనం చేసే హర్షధ్వానాలూ, అరుపులూ అతనికి ఊహల్లో వినిపించసాగాయి. రాజు ముందు తను వినయంగా వంగి నమస్కరిస్తున్నట్టు ఊహించుకున్నాడు. తన గురువు ముఖం సంతోషంతో వెలిగిపోవటం ఊహించుకున్నాడు. పొద్దెక్కిన కొద్దీ, ఆ నిషాదుడి కలలు రంగుల్ని సంతరించుకున్నాయి, జయధ్వానాలు మరింత గట్టిగా వినిపించసాగాయి. చెట్ల నీడలు

పొడుగ్గా సాగుతూ తూర్పువైపు కదం తొక్కుతూ పోతూ ఉంటే, అతనింకా పచ్చిక మీద పడుకుని ఆకాశంవైపు తదేకంగా చూస్తూనే ఉండిపోయాడు. జీవితం తనకి అవకాశాన్నే కాదు, ఎంచుకునే సందర్భాన్ని కూడా ఇవ్వబోతోందని అతనికి తెలీదు.

మర్నాడు ఏకలవ్యుడు నిద్రలేచేసరికి ఉదయం ఎంతో ఆహ్లాదకరంగా, గొప్పగా తోచింది. తను చుట్టూ ఉన్న ప్రకృతితో మమేకమైపోయినట్టు, జీవశక్తి కొత్తగా శరీరమంతా నిండినట్టు అనిపించింది అతనికి. రకరకాల ఆకుపచ్చ రంగులు అతనికి సేదతీర్చినట్టూ, పక్షుల కలరవాలు చెవులలో మధువు నింపినట్టూ అనిపించింది. ఆ రోజు తన జీవితంలో చాలా ముఖ్యమైనది కాబోతున్నదని అతనికి తన మనసు చెప్పినట్టు తోచింది. కొండవాగులోకి దూకి ఆ చల్లనినీటిలో ఈదులాడాడు. గొంతు విప్పి హాయిగా పాడుకున్నాడు. కోయిల కూతని అనుకరిస్తూ, దాన్ని ఏడిపిస్తూ అయోమయానికి గురిచేశాడు. గురువుని మనసారా ప్రార్థించి వింటినీ, బాణాల పొదినీ అందుకున్నాడు.

శిక్షణాస్థలికి రాకుమారులు ఒక్కొక్కరుగా రావటం ఏకలవ్యుడికి కనిపించింది. అతను ఎప్పటిలాగే చెట్టుమీదికి ఎక్కి దట్టమైన ఆకుల వెనక దాక్కున్నాడు. వాళ్ళు అభ్యాసంలో మునిగి ఉండటం గమనించాడు. రాకుమారుల నైపుణ్యం బాగా మెరుగులు దిద్దుకుంది. ద్రోణుడు ఆ యువకుల మధ్యనుంచి నడుస్తూ గట్టిగా సూచనలిస్తున్నాడు, ఒక రాకుమారుని చేతిని పట్టుకుని సరిదిద్దుతున్నాడు, ఇంకొక రాకుమారుడి దృష్టి గురిపెట్టిన లక్ష్యంమీద లేనందుకు కోప్పడుతున్నాడు. మధ్యాన్నం అయేసరికి, ఆ రాకుమారులందరూ బృందాలుగా చెదిరిపోయి భోజనానికి కూర్చున్నారు. పాండవుల్లో నలుగురు ఒక మూలకి చేరటం, సుయోధనుడూ అతని మిత్రులూ రాజభవనంవైపు నడుస్తూ వెళ్ళిపోవటం ఏకలవ్యుడికి కనిపించింది. గురువు ఆ సమయంలో కాసేపు కునుకు తీస్తాడు. మరో రెండు గంటలు గడిచాక మళ్ళీ అందరూ అదే ప్రదేశానికి వచ్చి చేరుతారు.

ఏకలవ్యుడు అసూయతోనూ, విస్మయంతోనూ అర్జునుణ్ణి గమనించసాగాడు. ఆ పాండవ రాకుమారుడు మిగతావారిలా విశ్రాంతి తీసుకోవటం లేదు. ఎంతో లాఘవంగా బాణాలని వేస్తూనే ఉన్నాడు. 'నాకు ఒక అవకాశం కావాలి, ఒకే ఒక్క అవకాశం లభిస్తే ఇతనికన్నా నేను విలువిద్యలో ఎక్కువ నైపుణ్యం గలవాడినని నిరూపించగలను,' అని అనుకున్నాడు ఏకలవ్యుడు. అతని గుండె బరువెక్కింది. తన విల్లువైపు విచారంగా చూశాడు. అది వెదురుతో చేసినది, బాణాలు కూడా పేముతో చేసినవి. తన మనసులోని అతితీవ్రమైన కోరిక తీరే సమయం ఆసన్నమైందనీ, కానీ దాని పర్యవసానం దారుణంగా ఉండబోతోందనీ ఏకలవ్యుడు ఎరగడు.

నగరంవైపునుంచి శిక్షణాస్థలిలోకి ఒక గజ్జికుక్కపిల్ల ప్రవేశించింది. ప్రతిరోజూ లాగే అది ఆహారాన్ని వెతుక్కుంటూ వచ్చింది. పొడుచుకొచ్చిన దాని పక్కటెముకలూ, పుల్లల్లా ఉన్న కాళ్ళూ చూస్తే, దానికి కడుపునిండా తిండి దొరకటంలేదన్న విషయం తెలుస్తోంది. ఒళ్ళంతా పుళ్ళతో నిండిన ఆ నల్లటి కుక్కపిల్ల కంటగింపుగా ఉంది. మరోపక్క జీవితం సృష్టించే సమస్యలకి ధైర్యంగా చెప్పే సమాధానంలాగ కూడా ఉంది. అది ప్రాణాలతో ఉండాలని గట్టిగా నిర్ణయించుకోబట్టే మృత్యువు దరిచేరటం లేదు. కానీ దాని నిర్ణయం త్వరలోనే బలహీనపడబోతోంది. ఆ కుక్కపిల్ల అక్కడ ఉన్న యువకులకేసి అనుమానంగా చూస్తూ ఒక్క క్షణం ఆగింది. దాని

సహజజ్ఞానం దాన్ని అరణ్యంలోకి పారిపొమ్మని చెపుతున్నట్టు దాని చెవులు కదలసాగాయి. కానీ ఆకలి జయించింది. ఒక్క అడుగు ముందుకు వేసి రాకుమారుల మధ్యనుంచి దూసుకుపోయే అవకాశం కోసం వేచి చూడసాగింది.

అర్జునుడు ఆ కుక్కపిల్లను చూశాడు. వెంటనే తన విల్లంబులని అందుకుని దాని కుడికంటికి బాణాన్ని గురిపెట్టాడు. ఏకలవ్యుడు ఆందోళనపడుతూ చూడసాగాడు. కుక్కపిల్ల చాలా దూరంలో ఉంది, అర్జునుడి బాణం పక్కనుంచి వెళ్ళిపోతుంది అనుకున్నాడు. కానీ అతని అంచనా తప్పయింది. అంతదూరంనుంచి కొట్టినా ఆ బాణం సూటిగా వెళ్ళి కుక్కపిల్ల కుడికంట్లో గుచ్చుకుంది. ఒక్కక్షణంపాటు చీమ చిటుక్కుమంటే వినబడేంత నిశ్శబ్దం ఆవరించింది. మరుక్షణం కుక్కపిల్ల బాధతో కేకలుపెట్టి నేలమీద పొర్లిగింతలు పెట్టసాగింది. దాని కంట్లోంచి రక్తం చిమ్మటం మొదలుపెట్టింది. అందరూ ఏం జరుగుతోందా అని అటు దృష్టి సారించారు. దూరంగా ఉన్న సుయోధనుడూ, అతని మిత్రులూ అర్థంకానట్టు అయోమయంగా చూడసాగారు. యువరాజుకి ఏదో జరగకూడనిది జరిగింది అనిపించి అందరూ వెనుదిరిగారు.

ఏకలవ్యుడు అర్జునుడి నైపుణ్యాన్ని ప్రశంసించకుండా ఉండలేకపోయాడు. 'ఎంత సూటిగా గురిపెట్టాడు, అర్జునుడు!' అనుకున్నాడు. అర్జునుడు చిరునవ్వు నవ్వుతూ నిలబడితే పాండవ రాకుమారులు అతని వద్దకి వచ్చి అభినందించసాగారు. ద్రోణుడు గర్వంతోనూ, ఆనందంతోనూ ముఖం విప్పారగా తన ప్రియశిష్యుణ్ణి చూడసాగాడు. గురువు ద్రోణుడి ముఖంలో ఆనందం కనిపించేసరికి, ఇదే సరైన సమయమని ఏకలవ్యుడికి ఎందుకో అనిపించింది. తను ఎంతో కాలంగా వేచి ఉన్నాడు. అర్జునుడు దాదాపు డెబ్బై అడుగుల దూరంనుంచి కుక్కపిల్లని కొట్టాడు, అది కూడా సూటిగా లక్ష్యాన్ని ఛేదించాడు. ఈ కులీనులకి తన సామర్థ్యం చూపించి చకితుల్ని చెయ్యాలంటే ఏకలవ్యుడు అర్జునుడికన్నా ఎక్కువ కౌశలాన్ని ప్రదర్శించాల్సి ఉంటుంది. అతను దాక్కున్న చోటికి కుక్కపిల్ల దాదాపు వంద అడుగుల దూరాన ఉంది, పైగా అది కదులుతోంది. అర్జునుడు బాణం వేసినప్పుడు నిలబడి ఉన్నట్టు లేదిప్పుడు. బాధతో మెలికలు తిరుగుతూ, పొర్లుతూ అటూఇటూ పరిగెత్తుతూ, మళ్ళీ కిందపడుతూ బాణాన్ని వదిలించుకునేందుకు నానా యాతనా పడుతోంది.

తన వెదురు విల్లంబులని తీసుకుని గురిపెట్టాడు ఏకలవ్యుడు. అతని చేతులు మానసిక ఆందోళనవల్ల వణకసాగాయి. మనసులోనే మౌనంగా ప్రార్థించుకుని దృష్టిని మళ్ళీ కేంద్రీకరించాడు. మరుక్షణం బాధతో విలవిలలాడుతున్న ఆ కుక్కపిల్లని ఆ నిషాదుడు బాణంతో కొట్టాడు. అది పాండవ రాకుమారుల పక్కనుంచి, అర్జునుడి మెడకి వెంట్రుకవాసి దూరం నుంచి రివ్వుమని దూసుకుంటూ వెళ్ళి దాని లక్ష్యాన్ని, కుక్కపిల్ల ఎడమకంటిని ఛేదించింది. నల్లని ఆ నిషాదుడు తాను దాక్కున్న చోటినుంచి బైటికి వచ్చాడు. కాలగమనం నిలిచిపోయినట్టు అనిపించింది. అందరి కళ్ళూ అతని వైపు తిరిగాయి. కుక్కపిల్ల రక్తపుమడుగులో కదలకుండా ఉండిపోయింది. ఏకలవ్యుడు గురువుకి నమస్కరించి, ఆయన ప్రశంసావాక్యాలకోసం చాలా నమ్మకంతో ఎదురుచూశాడు. గురువు ఆనందబాష్పాలు రాలుస్తూ తనని కౌగలించుకుంటాడని అనుకున్నాడు. తాను విద్య నేర్పమని వస్తే కులంపేరు చెప్పి నిరాకరించటం పొరపాటు అయిపోయిందని ఆయన ఒప్పుకుంటాడని ఆశపడ్డాడు. రాకుమారులందరూ తనని

అభినందిస్తారనీ, గొప్ప విలుకాడు అర్జునుడు స్వయంగా తన దగ్గరకి వచ్చి, తనని తాకి, తనకి సమఉజ్జీగానూ, మిత్రుడిగానూ అంగీకరిస్తాడనీ వేచి చూశాడు. వాళ్లు ఇంతక్రితం తనపట్ల చూపించిన ప్రవర్తనని చాలా గొప్ప మనసుతో క్షమించేస్తాననీ, హస్తినాపుర సైన్యంలో చేరి, కులనియమాలని ఉల్లంఘించిన మొదటి నిషాదుడు తానే అవుతాననీ, ఉత్సాహంగా కలలు కన్నాడు. భవిష్యత్తులో గొప్ప విలుకాడిగా పేరు సంపాదించుకుంటాననీ, బంగారు భవిష్యత్తు ద్వారాలు తెరిచి తనని ఆహ్వానిస్తోందనీ ఊహించుకున్నాడు.

"గురువర్యా! ఈ నిషాదుడు నన్ను అవమానించాడు!" అని అరిచాడు అర్జునుడు.

దించుకున్న తలని నిర్ఘాంతపోతూ పైకెత్తాడు ఏకలవ్యుడు. ద్రోణుడు ఏవో ఆలోచనల్లో మునిగి మౌనంగా నిలబడ్డాడు. తన కుమారుడూ, సుయోధనుడూ, గాయపడిన కుక్కపిల్లకి సుశ్రూషలు చెయ్యటం కనిపించింది ఆయనకి. అది చనిపోకపోవటం ఆశ్చర్యం కలిగించింది. యువరాజు దాన్ని తాకిన ప్రతిసారీ అది కదులుతోంది. అశ్వత్థామ అది కదలకుండా దాన్ని పట్టుకుని ఉండేందుకు ప్రయత్నిస్తున్నాడు. "బుద్ధిలేదు వీడికి! కుక్కలాంటి అపరిశుభ్రమైన ప్రాణులని తాకటం అపవిత్రం అని వీడికి ఎప్పుడు అర్థమవుతుందో! బ్రాహ్మణజన్మ ఎత్తినవాడు వీటికి దూరంగా ఉండాలి," అనుకున్నాడు, ద్రోణుడు.

"గురువర్యా! గురువర్యా... ఈ అన్యాయాన్ని చూశారా?"

అర్జునుడి కేకలు ఆయన్ని మళ్లీ ప్రస్తుత సమస్య గురించి ఆలోచింపజేశాయి. ఒక యోధుడిగా, గురువుగా, ఆ నిషాదుడు చూపిన విలువిద్యానైపుణ్యం ద్రోణుణ్ణి మెప్పించింది. ఆ నిషాదుడు బాణాలు వెయ్యటంలో అంత అసమాన ప్రతిభని ఎలా సాధించగలిగాడు అన్న అనుమానం కూడా కలిగింది. ఇతనికి విలువిద్య నేర్పిన గురువు ఎవరై ఉంటారు?

"నీ గురువు ఎవరు నాయనా?" ద్రోణుడు కోపంగా అడగాలని అనుకున్నప్పటికీ ఆయన గొంతులో ఏకలవ్యుడి పట్ల మెచ్చుకోలు ధ్వనించింది.

అర్జునుడు దాన్ని గమనించి కోపంతో పెదవులు బిగబట్టాడు. "మీరే నా గురువు! నేను నేర్చుకున్నదంతా మీ చలవవల్లనే!" అన్నాడు ఏకలవ్యుడు.

"గురువర్యా! వీడు అబద్ధమాడుతున్నాడు. ఇది అన్యాయం. మీరు మమ్మల్ని మోసం చేశారు. మా అమ్మకీ, ధౌమ్యుడితోసహా మిగతా అందరు బ్రాహ్మణులకీ మీరు మాటిచ్చారు. ఈ లోకంలో నన్ను సాటిలేని విలుకాడుగా నిలబెడతానని వాగ్దానం చేశారు. ఆ విషయం మరిచిపోయారా? హస్తినాపురం ఉప్పు తిన్నవారు మీరు, కానీ ఈ రాజ్యంలోని రాకుమారు లందరికన్నా మెరుగైన విలుకాడుగా రూపొందేందుకు ఒక నిషాదుడికి విద్య గరిపారు. మాకు నేర్పని ఎన్నో విద్యలు మీరు వీడికి నేర్పి రాజద్రోహానికి పాల్పడ్డారు," అని అరిచాడు అర్జునుడు.

ద్రోణుడు కొయ్యబారిపోయాడు. తనకి అత్యంత ప్రీతిపాత్రుడైన శిష్యుడి నోట ఇలాంటి మాటలు వినవలసి రావటం ఆయన్ని దిగ్భ్రాంతికి గురిచేశాయి.

"ఆయన్ని క్షమించు, అర్జునా! అదనంగా ధనసంపాదనకోసం అటువంటి పనిచేసి ఉంటాడు. గురువుని అంతలేసి మాటలనటం సమంజసం కాదు," అన్నాడు యుధిష్ఠిరుడు శాంతంగా.

ఆత్మాభిమానంగల ద్రోణుణ్ణి అర్జునుడి దురుసు మాటలకన్నా యుధిష్ఠిరుడు అన్న ఈ మాటలు ఎక్కువ బాధపెట్టాయి. తన నిజాయితీని శంకించినట్టు అనిపించింది. 'నాలో ఎన్నో లోపాలు ఉన్నాయి, కానీ నిజాయితీ లేకపోవటం అనేది మాత్రం నాలో ఎంతమాత్రం లేదు,' అనుకున్నాడు ద్రోణుడు. "ఓరీ, అధముడా! నీకు నేనెప్పుడు విద్యాబోధన చేశానురా? అబద్ధాలు చెపుతావా?" అని ఆయన నిర్ఘాంతపోయి చూస్తున్న ఏకలవ్యుడి మీద అరిచాడు.

"స్వామీ, మీరు నాకు ప్రత్యక్షంగా విద్య నేర్పలేదు. రాకుమారులకి మీరు ఇచ్చే శిక్షణని చూసి నేర్చుకున్నాను," ఎంత ప్రయత్నించినా ఏకలవ్యుడికి కన్నీళ్లు ఆగలేదు.

తనముందు గజగజ వణికిపోతూ నిలబడ్డ ఆ అస్పృశ్యుడివైపు జాలిగానూ, భయపడుతూనూ చూశాడు ద్రోణుడు. ఆయన మనసులో రకరకాల భావాలు ఒకదానితో మరొకదానికి సంబంధం లేకుండా సంఘర్షించసాగాయి. ఆయనలో ఉన్న యోధుడు ఆ కుర్రవాణ్ణి అక్కున చేర్చుకోవాలని అనుకున్నాడు. అందరికన్నా ప్రతిభాసంపన్నుడైన విలుకాణ్ణి కనుక్కున్నానని ఈ లోకానికి ఎలుగెత్తి చాటాలని అనిపించింది ఆయనకి. ఎన్నో ఒడిదుడుకులకి ఓర్చి ఇంత నైపుణ్యాన్ని సాధించిన ఆ పేద నిషాదుడి ప్రతిభని కొనియాడాలని ఆయనలోని మానవుడికి ఎంతో ఉత్సాహం కలిగింది. కానీ అటువంటి మూర్ఖపు ఆలోచనలని కులవివక్ష అణచివేసింది. తనని ఇటువంటి చిక్కులో పడవేసిన ఆ అస్పృశ్యుడిమీద చెప్పలేనంత ద్వేషం కలిగింది.

"ఓరీ, చోరుడా! నీలాంటివారినుంచి ఇలాంటి ప్రవర్తన కాక ఇంకేమి ఎదురు చూడగలం?" అని గొణిగారు ఎవరో.

"వీడు అబద్ధాలు చెపుతున్నాడు, గురువర్యా!" అన్నాడు అర్జునుడు ఇంకా అసూయతో రగిలిపోతూ. ఆగ్రహంతో వణికిపోతూ, "అసలు క్షత్రియులు కూడా ఇతరులు చేసే అభ్యాసాన్ని చూసి ఇంత నైపుణ్యాన్ని సాధించలేరు. వీడు, కేవలం ఒక నిషాదుడు తాను చూసి నేర్చుకున్నానని మనని నమ్మమంటాడా?" అన్నాడు అర్జునుడు.

"వీడు అశ్వత్థామకన్నా తెలివైనవాడు లాగుంది," అన్నాడు యుధిష్ఠిరుడు.

ఆ మాటతో గురువు మనసులో చెలరేగుతున్న సంఘర్షణ పూర్తిగా మాయమైంది. కేవలం చూసి నేర్చుకున్నంత మాత్రాన ఎవరైనా అంత నైపుణ్యాన్ని సాధించగలరన్న నమ్మకం ఆయనకి కూడా కలగలేదు. ఆయన కుమారుడు అశ్వత్థామ మంచి యోధుడే, అర్జునుడు అతనికన్నా మెరుగు. కానీ వాళ్లిద్దరూ తన దగ్గర కావలసినంత శిక్షణ పొందారు. ఈ నల్లటి, అపరిశుభ్రంగా ఉన్న బికారి రాకుమారుడికన్నా, అశ్వత్థామకన్నా తెలివైనవాడు అవటానికి వీలులేదు.

"నాయనా, నువ్వు చెప్పేది నిజమే అయితే, అది నిజంగా అద్వితీయమైన సాఫల్యం. నాకు చాలా గర్వంగా ఉంది. నా ఆశీస్సులు నీకెప్పుడూ ఉంటాయి," అన్నాడు ద్రోణుడు ఏకలవ్యుడితో.

రాకుమారులందరికీ ఒక్కక్షణం శ్వాస ఆగినట్టనిపించింది. ఏకలవ్యుడు తన చెవులను తానే నమ్మలేకపోయాడు. చివరికి తాను పడ్డ కష్టానికి ఫలితం దక్కింది. ఆకలిదప్పులను పట్టించుకోకుండా గంటలతరబడి చేసిన అభ్యాసం, లెక్కలేనన్ని రోజులు గురువు ఇచ్చే శిక్షణని శ్రద్ధగా గమనించటం, అవన్నీ వృథా కాలేదు. ఈ క్షణాన ఆ ప్రయాసకి తగిన మూల్యం లభించింది. ఏకలవ్యుడి శరీరం భావోద్రేకంతో కంపిస్తూ ఉండగా, అతను ద్రోణుడి పాదాలమీద

పడ్డాడు. ఆ మహనీయుడి పాదాలని ముద్దాడాలన్న కోరిక కలిగింది, కానీ తాను తాకితే ఆ బ్రాహ్మణుడు పవిత్రత కోల్పోతాడన్న భయంతో ఆ కోరికని నిగ్రహించుకున్నాడు. ఆయన పాదాల దగ్గర ఉన్న నల్లటి మట్టిని ముద్దుపెట్టుకుని, ఈ పావనమైన భూమిలో జన్మించినందుకు తాను అదృష్టవంతుడని అనుకున్నాడు.

నిషాదుడు చూపిన ఈ వినయం, భక్తీ గురువు మనసులో ఎక్కడో గుచ్చుకున్నాయి. తన కుమారుడు ఇంకా కుక్కపిల్ల దగ్గరే దానికి సుశ్రూష చేస్తూ కనిపించాడు. 'తను మరణించాక అశ్వత్థామ ఈ లోకంలో ఎలా నెగ్గుకురాగలుగుతాడు?' అనుకున్నాడు ద్రోణుడు. తనలో ఎంతో నైపుణ్యం, ప్రతిభా ఉన్నప్పటికీ, హస్తినాపుర రాకుమారులకి విద్య నేర్పే పని దొరికేదాకా పేదరికం ఆయన్ని నిరంతరం పట్టి పీడించింది. కుంతి తనపట్ల కరుణ చూపి ఈ పని ఇప్పించినందుకు ఆయన సదా ఆమెకి ఋణపడి ఉంటాడు. తన కుమారుడికి సరైన విద్య నేర్పించటానికి ఆయనకి దొరికిన ఒకేఒక మార్గం ఇదే. కానీ బుద్ధిలేని అశ్వత్థామ రాకుమారులందరిలోకీ పనికిమాలినవాణ్ణి తన మిత్రుడుగా ఎంచుకున్నాడు. 'కుంతీకుమారులు కోరినది చెయ్యటం వరకే తన కర్తవ్యం. కానీ ఈ నిషాదుడు కూడా యుద్ధవిద్యలో నా కుమారుడిలాగే అనిపిస్తున్నాడు,' అనుకున్నాడు ద్రోణుడు. తన కాళ్ల దగ్గర సాష్టాంగప్రణామం చేసిన ఆ అస్పృశ్యుడి పట్ల జాలీ, అభినందనా కనబరిచినందుకు ఆయన తనని తాను తిట్టుకున్నాడు. తన గురువు పరశురాముడి ముఖం ఆగ్రహంతో నిండి ఉండటాన్ని ఊహించు కున్నాడు, తన మనసులో ఊగిసలాడుతున్న భావాలని పరశురాముడి మీద కేంద్రీకరించాడు. అకస్మాత్తుగా ఆయనకి అంతా స్పష్టమైనట్టు తోచింది. ఈ నిషాదుడు తన ప్రియ శిష్యుడినీ, కుమారుణ్ణీ ఎదిరించటమే కాదు, ధర్మం అనే భావననే ఎదిరిస్తున్నాడు. హఠాత్తుగా ప్రతిభని ప్రదర్శించే ఇటువంటి వారిపట్ల సానుభూతి కనబరచనక్కర్లేదు. ఎన్నో సంవత్సరాలక్రితం తాను ధర్మవీరుడు అనే బిరుదుని సంపాదించుకున్న ఆ గొప్ప తరుణం గుర్తుచేసుకుని ద్రోణుడు గుండెలనిండా ఊపిరిపీల్చుకున్నాడు. ఆ రోజు ధర్మాన్నీ, గోవులనీ, బ్రాహ్మణులనీ, శాశ్వతమైన మతాన్నీ పరిరక్షిస్తానని తను ప్రతిజ్ఞ పూనలేదా? ఇంత మూర్ఖంగా... అది ఒక్క క్షణమే అవుగాక... ఒక నిషాదుణ్ణి ప్రోత్సహించాలన్న మూర్ఖపు ఆలోచన తనకి ఎలా వచ్చింది?

"సరే, ఆచారం ప్రకారం నువ్విప్పుడు నాకు గురుదక్షిణ సమర్పించుకోవాలి," అన్నాడు ద్రోణుడు, ఏకలవ్యుడితో.

ఏకలవ్యుడు నిదానంగా లేచి నిలబడి, "ఆజ్ఞాపించండి, స్వామీ!" అన్నాడు వంచిన తల ఎత్తకుండా. ఆ నిషాదుడి మనసులో పరమానందం అలల్లా ఎగసి పడుతోంది. ఇది సాధికారంగా అంగీకరింపబడుతోంది... హస్తినాపుర యోధుల్లో కల్లా గొప్పవాడు తనని శిష్యుడిగా అంగీకరిస్తున్నాడు. నా కల నిజమైంది. "శివా! విశ్వేశ్వరా! ఈ అస్పృశ్యుడిపట్ల నీకు ఎంత దయ కలిగిందయ్యా!" ఏకలవ్యుడు మనసులోనే కృతజ్ఞత తెలిపాడు.

"గురుదక్షిణగా నాకు నీ కుడిచేతి బొటనవేలు కావాలి!"

ద్రోణుడు ఈ మాటలు ఉచ్చరించిన మరుక్షణం అక్కడ నిశ్శబ్దం ఆవరించింది. రాకుమారులందరూ ప్రాన్పడిపోయారు. చివరికి అర్జునుడు కూడా బాధగా నొసలు చిట్లించాడు. ఒక్క భీముడికి మాత్రం ఏమీ అర్థం కాలేదు. నకుల సహదేవులవైపు తిరిగి, "గురువుగారు ఏకలవ్యుడి బొటనవేలిని ఏం చేసుకుంటారు?" అని అడిగాడు.

ఏకలవ్యుడికి మిన్నువిరిగి మీద పడినట్టు అనిపించింది. అతని శరీరమూ, మెదడూ స్పందన కోల్పోయి మొద్దుబారిపోయాయి. తన కలలసౌధం నేలమట్టమైందని గ్రహించాడు. అతనిది ఎడమచేతివాటం, అందుకే కుడిబొటనవేలు అతనికి చాలా అవసరం. అది లేకపోతే అంత బరువైన వింటిని గట్టిగా పట్టుకోవటం సాధ్యం కాదు. ఒక్క దెబ్బతో ఈ బ్రాహ్మణుడు ఏకలవ్యుడిలోని విలుకాడిని పడగొట్టాడు. ఏకలవ్యుడు నిటారుగా నిలబడి తల ఎత్తాడు. తనచుట్టూ ఉన్న రాకుమారుల ముఖాలవైపు చూశాడు. ధనం, ఐశ్వర్యం వెంటపెట్టుకుని జన్మించటంవల్ల కలిగే లాభాల గురించి ఆలోచించాడు. తరవాత కాయలుకాచిన తన నల్లని అరచేతులవైపు చూసుకున్నాడు. అరణ్యంలోపల ఎక్కడో ఒక మృగం అరిచింది. అతన్ని తను ఉండదగిన చోటికి వచ్చెయ్యమని పిలుస్తున్నట్టు అనిపించింది. అర్జునుడి వైపు తలఎత్తి చూసేసరికి అతను చూపులు మరల్చుకున్నాడు. వెంటనే ఏకలవ్యుడు పదునైన వేట కత్తిని తీసుకుని, తను ఎంతో గౌరవించే ద్రోణుడికి చివరిసారి వంగి నమస్కరించాడు. మోకాళ్లమీద కూర్చుని కుడిచేతివేళ్లని నేలమీద పరచి ఉంచాడు.

తను చూడబోయే దృశ్యాన్ని తల్చుకుని యుధిష్ఠిరుడి ముఖం పాలిపోయింది. అతను ముఖం తిప్పుకున్నాడు. కుక్కపిల్లకి సేవ చేస్తున్న సుయోధనుడు అక్కడ నిశ్శబ్దం పరుచు కోవటం గమనించి ఆశ్చర్యపోతూ వెనక్కి తిరిగి రాకుమారులవైపు చూశాడు. ఏదో ఘోరం జరగబోతోందని అనిపించి, కుక్కపిల్ల కంట్లోనుంచి తీసిన బాణాన్ని అక్కడే నేలమీద వదిలి వాళ్లవైపు పరిగెత్తాడు. అశ్వత్థామా, సుశాసనుడూ అతన్ని అనుసరించారు.

కిందికి వేగంగా దిగుతున్న కత్తి వెలుతురు పడి మెరిసింది. అది చూసి సుయోధనుడు కేకపెట్టాడు. వేటకత్తి పదునైన అంచు ఏకలవ్యుడి కుడి బొటనవేలిని క్షణంలో తెగగొట్టింది. అది చేతినుంచి విడివడి కింద పడింది. ఆ గాయంనుంచి రక్తం చిప్పిల్లసాగింది. కొంత గురువుగారి ధోవతిమీద కూడా చిందింది. ద్రోణుడు కిందికి చూడటం అనవసరం అనుకున్నట్టు అస్తమిస్తున్న సూర్యుణ్ణి చూస్తూ ఉండి పోయాడు. సుయోధనుడు ద్రోణుడి మీద అరిచాడు, కానీ అతని ఆగ్రహానికి గురువు చలించలేదు. భీముడు కల్పించుకుని సుయోధనుణ్ణి తోశాడు. ఆ తరవాత పాండవులూ, కౌరవులూ పిచ్చికుక్కల్లా కొట్లాడుకోసాగారు. గురువు అక్కడే ఉన్నా పట్టించుకోలేదు. ఆ నల్లని నిషాదుడు ద్రోణుడి పాదాలవద్ద బోర్లాపడి ఉన్నాడు, రాకుమారులు ఒకరినొకరు హత్యచేసే ప్రయత్నంలో పడ్డారు. అయినా అదేమీ లెక్కచేయకుండా, తను చేసిన పని సరైనదేనని వేదాల్లో ఎక్కడైనా ఆధారం దొరుకుతుందా అని ద్రోణుడు మేధోమథనం ప్రారంభించాడు. కానీ ఆయనకి నిశ్శబ్దమే సమాధానం అయింది.

అశ్వత్థామ కోపంగా అన్న మాటలు చివరికి మొద్దుబారిన ద్రోణుడి మస్తిష్కంలో చలనాన్ని కలిగించాయి. పెద్దపెద్ద వృక్షాలవెనుక సూర్యుడు మాయమయాడు. ఒక అస్పృశ్యుడి కలలు ఛిద్రం కావటంలాంటి పనికిమాలిన విషయం గురించి కొందరు మూర్ఖులు కొట్టాడు కుంటున్నారు. గురువు గుండెలమీద చేతులు కట్టుకుని కదలకుండా నిలబడ్డాడు. దుమ్ము కొట్టుకున్న ఒక నల్లని బొటనవేలు ఆయన పాదాలవద్ద పడి ఉంది. తన విద్వత్తునీ, గొప్పదనాన్నీ అది వెక్కిరిస్తున్నట్టు తోచింది ద్రోణుడికి. "నాయనా, నీ తండ్రి ప్రేమని గుర్తించలేని అంధుడివా నువ్వు? నేను ఇదంతా నీ భవిష్యత్తు కోసమే చేశానని అర్థం అవటంలేదా? అర్జునుడికోసం ఇలాంటి పని చేశానని నువ్వు అనుకోవచ్చు, కానీ నేను నిజంగా నీకోసమే ఇలా చేశాను,

అశ్వత్థామా!" అనుకోగానే ద్రోణుడి కళ్లల్లోంచి ఎలాగైతేనేం కన్నీళ్లు కారసాగాయి. ఆయన మనసులోని ఒత్తిడి మొత్తం కరిగి కన్నీళ్లుగా ఆయన గడ్డంలోకి ఇంకిపోసాగింది.

* * *

ఆ బ్రాహ్మణుడి కాళ్లమీద సొమ్మసిల్లినట్టు పడి ఉండిన నిషాదుడు నెమ్మదిగా స్పృహలోకి రావటం ప్రారంభించాడు. తనకోసం యువరాజు తన దాయాదులతో సలిపే పోరాటాన్ని అతను చూడలేదు. అలాగే ఒక బ్రాహ్మణ యువకుడు తన తండ్రితో కోపంగా అన్న మాటలు కూడా అతని చెవులకి సోకలేదు. తను కోరినది అంత అసాధ్యమైనదేమీ కాదు. తను అభివృద్ధి చెందేందుకు కాస్త అవకాశం, తాను ఆరాధించే ద్రోణుడి నోటినుంచి ప్రోత్సాహాన్నిచ్చే మాటలూ, తను ఎంతో అంకితభావంతో కష్టపడి నేర్చుకున్న విద్యకి కాస్తంత గుర్తింపూ. ఏకలవ్యుడి గొప్ప అకాంక్ష ముక్కలు చెక్కలు కాగా, అతను గురుదక్షిణ చెల్లించాడు. ఎందుకంటే తాను ఆ విద్యని దొంగతనంగా నేర్చుకున్నాడు. హస్తినాపురాన్నీ, అక్కడ నివసించే పవిత్రమైన మనుషులనీ వదిలి ఏకలవ్యుడు అరణ్యంలోకి పరిగెత్తాడు. అరణ్యం ఆప్యాయంగా చేతులుచాచి అతన్ని అక్కున చేర్చుకుంది. ప్రకృతి ఒడిలోకి తాను సురక్షితంగా చేరుకున్నానన్న నమ్మకం కలిగేదాకా అతను పరిగెత్తాడు. ఆ తరవాత తడిగా ఉన్న నేలమీదికి ఒరిగిపోయాడు. అరణ్యం ఆ రోజు మరీ ఎక్కువ వెచ్చగా ఉండి, గాలిలో తేమ నిండి ఉంది. గర్భంలో ఉండే శిశువుకి కలిగే భద్రతాభావంలాంటిది ఏకలవ్యుడికి ఆ అరణ్యగర్భంలో కలిగింది. తన బొటనవేలిని తన చేత్తోనే నరికేసినప్పుడు, తన కలలు ఛిద్రం అయినప్పుడు రాని ఏడుపు, ఒక్కసారిగా పెల్లుబికి ఆ అరణ్యపుత్రుడు పొగిలిపొగిలి ఏడ్చాడు. అతని ఏడుపుకి అక్కడ ఉన్న సాక్షులు చుట్టూ ఉన్న చెట్లూ, పైన ఆకాశంలోంచి తొంగిచూస్తున్న నెలవంకా మాత్రమే.

ఆ నిషాదుడి శరీరం వెక్కిళ్లతో ఎగసిపడటం మరో జత కళ్లు కూడా చూశాయి. అవి ఒక వంగిపోయిన చెట్టుకి అల్లుకున్న తీగల వెనుకనుంచి ఏకలవ్యుడి శోకాన్ని చూశాయి. ఏకలవ్యుడి ఎక్కిళ్లు క్రమంగా పెడబొబ్బలుగా మారి అతను బావురుమని ఏడవసాగాడు. గత రెండు రోజులుగా అతన్ని వెన్నంటి వస్తున్న ఇద్దరు నాగులు అరణ్యంలోని చెట్ల కొమ్మలమీది నుంచి కోతుల్లా దూకుతూ తక్షకుడికి సమాచారాన్ని అందించేందుకు వేగంగా వెళ్లారు. ఆ రోజు రాత్రి నాగుల నాయకుడు నమ్మకస్తుడైన తన మిత్రుడు కాళీయుడితో, విప్లవం ప్రారంభించేందుకు సమయం ఆసన్నమైందని అన్నాడు. ఒక నల్లజాతి యువకుడి తెగిన బొటనవేలు అగ్గిని రగిలిస్తుందని చెప్పాడు.

* * *

అందరూ నిష్క్రమించిన తరవాత కూడా ద్రోణాచార్యుడు చాలాసేపు అక్కడే ఒంటరిగా నిలబడ్డాడు. చీకటిరాత్రి ఆయనకి ఆచ్ఛాదన అయింది. ఏకలవ్యుడు వెళ్లిపోవటం ఆయన గమనించలేదు. విదురుడు అక్కడి గోల విని, అదేమిటో తెలుసుకునేందుకు అక్కడికివచ్చి, రాకుమారులనీ, అశ్వత్థామనీ రాజభవనానికి వెంటపెట్టుకుని వెళ్లటాన్ని కూడా ఆయన పట్టించుకోలేదు. ద్రోణుడు శిలాప్రతిమలా తలదించుకుని ఉండిపోయాడు. కదలక మెదలక తన కాళ్ల దగ్గర పడి ఉన్న అస్పృశ్యుడి బొటనవేలినే చూస్తూ, తను చేసిన పని ఏమిటి అని తర్కించుకోసాగాడు.

ఆయన వెనక్కి తిరిగి ఉంటే, గాయపడిన కుక్కపిల్ల నెమ్మదిగా లేచి, అరణ్యంలోకి వెళ్లి క్రూరమృగాల వాతపడటం మంచిదా, లేక నగరంవైపు వెళ్లటం మంచిదా అని వాసన చూస్తూ పసిగట్టటం కనపడి ఉండేది. అది మూర్ఖంగా, అడవిలోని క్రూరమృగాలకన్నా మనుషులే తక్కువ ప్రమాదకరమైన వాళ్లు అని నమ్మింది. తడబడే కాళ్లతో జనంతో నిండిన హస్తినాపుర వీధులవైపు దారితీసింది. అదృష్టంకొద్దీ అది ఏ రథం కిందో పడకుండా తప్పించుకుంది. త్వరత్వరగా నడిచే ఒకరిద్దరు మనుషులు దాన్ని పక్కకి తన్నినమాట నిజమే. అయినా అది కబోదిలా తడబడుతూ ముందుకే సాగింది. తిండి వాసన వెయ్యగానే ఆగింది. ఒక మానవహస్తం దాని నోటి దగ్గరకి ఆహారాన్ని తీసుకెళ్లింది. హఠాత్తుగా ఎవరో తనపట్ల అంత దయ చూపించేసరికి అది కాస్త జంకింది. కానీ ఆకలి జయించింది. ఆ నల్లని చేతిలోని పదార్థాన్ని నోటితో గబుక్కున లాక్కుంది.

ద్రోణుడు అర్ధరాత్రికి ఇల్లు చేరాడు. వీధి వార పడుకున్న మనిషిని కానీ, వాడి చేతుల్లో ముడుచుకుని పడుకున్న గుడ్డి కుక్కపిల్లనిగాని ఆయన చూడలేదు. అలాంటి దృశ్యాలని ఆయన లెక్కచెయ్యడు, కానీ ఒకవేళ చేసి ఉంటే, ఇల్లూ వాకిలీలేని ఆ మనిషి ముఖంలో ప్రశాంతతా, సంతోషమూ ఆయనకి కనిపించేవి.

# 15. ధర్మం

అర్జునుడు ఉలిక్కిపడి నిద్ర లేచాడు. అతని శరీరం చెమటతో తడిసి ముద్దయింది. బైట కన్ను పొడుచుకున్నా కనిపించనంత చీకటి. ఒక్క ఆకు కూడా కదలటం లేదు. తన తల్లీ, సోదరులూ మెత్తగా ఊపిరి తియ్యటం వినిపిస్తోంది. ఎంత భయంకరమైన పీడ కల! నెమ్మదిగా తలుపు తీసి మిద్దెమీదున్న పిట్టగోడని ఆనుకుని నిలబడ్డాడు. మట్టిలో పడి ఉన్న ఆ రక్తసిక్తమైన బొటనవేలిని తన మనసులోంచి ఎంత తొలగిద్దామని ప్రయత్నించినా అది అతన్ని వెంటాడుతూనే ఉంది. తనేం చేశాడు? గురువు ఉచ్చరించటానికే సంకోచం కలిగే ఇటువంటి ఘోరమైన పని ఎందుకు చేశారు? ఆ నిషాదుడి ముఖాన్ని గుర్తు తెచ్చుకునేందుకు ప్రయత్నించాడు అర్జునుడు, కానీ తెగిపోయి గురువు పాదలవద్ద పడి ఉన్న ఆ బొటనవేలు మాత్రమే అతనికి గుర్తుకు రాసాగింది.

"ఇక్కడ నిలబడ్డావేమిటి, అర్జునా?" తల్లి గొంతు విని అర్జునుడు మళ్లీ ఈ లోకంలోకి వచ్చాడు. "ఇలా చెమటలు పడుతున్నాయేమిటి? జ్వరమేమైనా తగిలిందా?" అంటూ కుంతి గాభరాపడుతూ తన కుమారుడిని సమీపించి, కాలిపోతున్న అతని నుదుటిమీద తన చల్లని చేతిని ఉంచింది.

"అమ్మా, నిన్నొకటి అడగాలి. ప్రతిసారీ నేనే పోటీలో నెగ్గటం అంత అవసరమా? అందరికన్నా గొప్ప విలుకాడినని పేరు సంపాదించటం అంత ముఖ్యమా?"

"అర్జునా, మనం ఒంటరివారమనీ, ఒక్క ధౌమ్యుడు తప్ప మనకి ఆసరా ఇచ్చేవారెవరూ లేరనీ నీకు తెలుసు. నేను వితంతువుని, కానీ నా కుమారుల జీవితం అత్యుత్తమంగా ఉండాలని కోరుకుంటాను. ఎవరూ కూడా కుంతి తన పిల్లలని సరిగ్గా పెంచలేదు అని అనకూడదు."

"కానీ, అమ్మా! ఈరోజు నావల్ల భయంకరమైన ఒక ఘోరం జరిగిపోయింది. ఒక వ్యక్తి తక్కువ కులంలో జన్మించినంత మాత్రాన అతనికి విద్య నేర్పనని నిరాకరించటం సరైన పనేనా? నా గురువు చేసిన పనికి ఒక్క క్షణం నాకు ఆయనమీద ఏహ్యభావం కలిగింది. ఆయన అలా చెయ్యటానికి కారణం నేనే అనుకుంటే నాకు సిగ్గేసింది."

"ఒక నిషాదుడి కోసం అంత మథనపడకు, అర్జునా! యుధిష్ఠిరుడు నాకు ఆ సంఘటన గురించి చెప్పాడు. నిషాదుడిపట్ల గురువు ప్రవర్తించిన విధం నాకు సమ్మతం కాకపోయినప్పటికీ, ఈ ఒక్క సంఘటన ఆధారంగా ద్రోణుణ్ణి అసహ్యించుకోవద్దు. ఆయన నీ మంచికోసమే పాటుపడుతున్నాడు. ఏమో, ఆ నిషాదుడు తక్షకుడి సైన్యంలో చేరిపోయేవాడేమో, ఎవరికి

తెలుసు? ద్రోణుడు చేసిన పని అందరి మంచినీ దృష్టిలో పెట్టుకుని చేసినది. ధర్మం గురించి ఎవరి నిర్వచనం వారిది. ఒక క్షత్రియుడిగా నీ ధర్మం - ఒక గొప్ప యోధుడిగా రూపొందటం. యుధిష్ఠిరుడి సోదరుడిగా అతను సింహాసనాన్ని హస్తగతం చేసుకునేందుకు సాయం చెయ్యటం కూడా నీ ధర్మం. అతనికి నీ సమర్థన కావాలి. అతనికే కాదు, ఇంకా..."

"అమ్మా, నాకు అదంతా తెలుసు. అయినా ఆ నిషాదుడి బొటనవేలు నా మనసులోంచి బైటికి పోవటం లేదు. అతను చాలా నేర్పుగల విలుకాడు. నాకన్నా ఎక్కువ నైపుణ్యం గలవాడు. నాకిప్పుడు ధర్మానికి మనం చెప్పుకునే నిర్వచనం మీదే సందేహం కలుగుతోంది."

"ధర్మమార్గం ఎప్పుడూ సులభంగా ఉండదు, నాయనా. ధర్మంకోసం రేపు నువ్వు నీవాళ్ళమీదే ఆయుధం ఎత్తవలసి రావచ్చు. ధర్మానికి లభించే బహుమతి ధర్మమే."

"మనిషిని హింసించైనా ధర్మం నిలబెట్టాలా? దాని ఫలితం మరణమే అయినా ధర్మమే ముఖ్యమా?

కుంతి నిట్టూర్చింది. తనకే సరిగ్గా అర్థం కాని విషయాన్ని ఎలా వివరించాలో ఆమెకి తెలీలేదు. అర్జునుణ్ణి సమీపించి, గడ్డం పట్టుకుని అతని ముఖాన్ని పైకి ఎత్తింది. "అర్జునా, నీ సోదరుడి కోసం, జీవితంలో కష్టాలు తప్ప ఇంకేమీ అనుభవించని నీ తల్లికోసం పోరాడతానని మాటియ్యి. ఒక క్షత్రియుడిలా, దుష్టుడైన నీ దాయాది ఆ గాంధారి పుత్రుణ్ణి ఓడిస్తానని వాగ్దానం చెయ్యి," అంది.

చాలాసేపటివరకూ అర్జునుడు మౌనంగా ఉండిపోయాడు, అతను ఏమంటాడా అని కుంతి ఆత్రుతగా చూడసాగింది. "నాకు ధర్మం గురించి ఏమీ తెలీదు. నా దాయాది, సుయోధనుడు దుష్టుడని కూడా నేను అంత రూఢిగా చెప్పలేను. కానీ అమ్మ ఏమైనా అడిగితే కాదని ఎలా అనగలను? నా సంతోషాన్ని పణం పెట్టయినా సరే, నా సోదరుణ్ణి రాజు చేసేందుకు శాయశక్తులా ప్రయత్నిస్తాను. ఆ సమయం వచ్చినప్పుడు నా చెయ్యి వణకకుండా ఉంటుందని మాత్రం ఆశిస్తున్నాను," అన్నాడు అర్జునుడు.

తన తల్లి హాయిగా నిట్టూర్చటం వినటానికి అర్జునుడు అక్కడ ఆగలేదు, చీకటిలో కలిసిపోయాడు. దూరంగా ఒక ఇంట్లోంచి వచ్చే మసక వెల్తురువైపు చూస్తూ నిలబడింది కుంతి. 'పాండు, ధృతరాష్ట్రుడికన్నా వయసులో పెద్దవాడయితే ఎంత బావుండేది!' అనుకుంది కుంతి. అప్పుడు యుధిష్ఠిరుడు రాజవటం విషయంలో ఎటువంటి అనుమానమూ ఉండేది కాదు. గాంధారితో ఈ ప్రచ్ఛన్న యుద్ధం చెయ్యవలసిన అవసరమూ ఉండేది కాదు. ఒక్కోసారి కుంతికి మా ఇద్దరిలో ఎవరు ఎక్కువ దురదృష్టవంతులు? అని అనుమానం వచ్చేది. 'నేను చాలా బాధలు అనుభవించాను. నా పెద్ద కుమారుడు ఈ రాజ్యానికి చక్రవర్తి అయేవరకూ నాకు శాంతి లేదు,' అనుకుంది కుంతి గట్టి సంకల్పంతో. మనసులో పాత బాధ మళ్ళీ కలుక్కుమంది. దానికి మందు లేదు. పెద్ద కుమారుడు! మొదటి సంతానం!! తన మొదటి సంతానం ఎక్కడున్నాడు? వాడే కనక వెనక్కి వస్తే అంతా మారిపోతుందేమో. అప్పుడిక అందరిలోకీ పెద్దవాడు ఎవరన్న సమస్యే ఉండదు. యుధిష్ఠిరుడూ, సుయోధనుడూ న్యాయ ప్రకారం సింహాసనానికి వారసులు కారు. ఇంతకుముందు లక్షలసార్లు అనుకున్నట్టే, తన పెద్ద కుమారుడు జీవించి ఉన్నాడో, లేడో, ఉంటే చూసేందుకు ఎలా ఉంటాడో అనుకుంది.

దూరంగా ఉన్న మసక వెల్తురు ఒక్కసారి పెద్దగా వెలిగి ఆరిపోయింది. తన చుట్టూ ఆవరించిన చీకట్లో ఆమె నిస్తబ్ధంగా, నిశ్శబ్దంగా ఉండిపోయింది.

* * *

చివరి దీపం కూడా ఆరిపోయిన ఒక ఇంట్లో జ్వరంతో ఒళ్లు కాలిపోతూ ఉంటే గజగజ వణుకుతూ పడుకున్న ఒక బ్రాహ్మణుడు, "కృపీ, వాడు వచ్చేశాడా?" అని అడిగాడు.

అదే ప్రశ్నకి ఆమె ఎన్నోసార్లు "ఇంకా రాలేదు," అని సమాధానం చెప్పింది. భర్త ఇల్లు చేరిన తరవాత ఆ ప్రశ్న ఎన్నిసార్లు అడిగాడో లెక్కలేదు.

ఉన్నట్టుండి ద్రోణుడు లేచి కూర్చున్నాడు. "వాడొచ్చాడు, తలుపు తియ్యి!" అన్నాడు.

కృపి పరిగెత్తి వీధి తలుపు తెరిచింది. అశ్వత్థామ లోపలికి వచ్చి మౌనంగా తన గదివైపు నడిచాడు. "నాయనా, వచ్చి భోజనం చెయ్యి," అంది కృపి. కానీ ఆమెకి ఏ సమాధానమూ చెప్పకుండా అతను తలుపు ధడాలున మూసుకున్నాడు. వాడు వెళ్లినవైపే తన భర్త కన్నార్పకుండా చూడటం కృపి గమనించింది. వీధి తలుపు మూసి, ఆమె సుతారంగా భర్తని పక్క మీదికి జరిపింది. మళ్లీ ఆయన నుదుటిమీద చల్లటి నీళ్లలో తడిపిన గుడ్డ వేస్తూ కూర్చుంది.

"కృపీ, మనం మన ఊరికి వెళ్లిపోదామా?" అని అడిగాడు ద్రోణుడు నెమ్మదిగా. ఆమె ఏమీ మాట్లాడకపోయేసరికి మళ్లీ తనే, "ఈరోజు నేను ఒక పని చేశాను... ఏ మనిషీ చెయ్యకూడని పని!" అంటూ ముఖం మరో పక్కకి తిప్పుకుని గోడవైపు కళ్లప్పగించి చూడసాగాడు.

కృపి దీపం వెలిగించేందుకు లేచింది, కానీ ఆయన ఆమె చేతి మణికట్టుని పట్టుకుని కూర్చోబెట్టాడు. పేద యువకుడైన నిషాదుడి వద్ద తను తీసుకున్న గురుదక్షిణ గురించి చెప్పాడు. ఆమె స్థాణువైపోయింది. చీకటిలో తన ముఖం భర్తకి కనిపించనందుకు సంతోషించింది.

"నేను ఆ పని చేసిందే వీడికోసం, కానీ చూడు వాడు నా ముఖం కూడా చూసేందుకు ఇష్టపడటం లేదు. ఆ దుర్మార్గుడైన రాకుమారుడితో వీడికి స్నేహం. వాడే మన కుమారుణ్ణి పాడు చేస్తున్నాడు. వాడెలాగూ భ్రష్టు పట్టిపోయాడు, ఆ సుయోధనుడు మనం ప్రాణంలా కాపాడుకునే వాటన్నిటినీ ధ్వంసం చేసేందుకు దుష్టశక్తులని విడుదల చేయనున్నాడు. సామాజిక నియమాలూ, నిబంధనలూ అన్నీ మట్టికొట్టుకు పోవలసిందే. ఆ నిషాదుడితో నాకు విరోధమేమీ లేదు. ఆ మాటకొస్తే ఇంకెవరితోనూ విరోధం లేదు. కానీ మన తాత ముత్తాతలు ఒక ఉద్దేశంతో కొన్ని నియమాలని సృష్టించారు. వాటి ప్రాముఖ్యం ప్రతి ఒక్కరికీ తెలియాలి. నీ సోదరుడు కృపుడి ఉపదేశంవల్ల పరిస్థితి ఎంతదాకా వచ్చిందో చూడు. భీష్ముడి వింత ఆలోచనలు మన సమాజంమీద ఎలాంటి ప్రభావాన్ని కలిగించాయో చూడు. ఎక్కడా ఎటువంటి నియమాలూ లేవు. శూద్రులు ప్రధానమంత్రులవుతున్నారు, నిషాదులకి క్షత్రియులై పోవాలన్న అత్యాశ. సమాజ నిర్మాణం కూలిపోతోంది."

"మనం బ్రాహ్మణులం కదా, మన ధర్మం ఏమిటి?" అని అడిగింది కృపి.

"విద్య బోధించటం, సత్యాన్ని తెలుసుకోవటం, నేర్చుకోవటం, ఆలోచించి దిశానిర్దేశం

చెయ్యటం..." అంటూ మధ్యలో ఆగి ద్రోణుడు కోపంగా భార్యవైపు చూశాడు. "అంటే నాకు నా కులధర్మం తెలీదని నన్ను ఎద్దేవా చేస్తున్నావా?" అన్నాడు.

"ఆ ప్రశ్న మిమ్మల్ని మీరే వేసుకోండి," అంటూ కృపి నీళ్ల పాత్రా, తడి గుడ్డా తీసుకుని వంటింట్లోకి వెళ్లింది.

నెలవంక మబ్బుల చెరనుంచి బైటపడి ఆ చీకటి ఇంట్లోకి దొంగతనంగా తొంగి చూసింది. తన భార్య మాటలకి కోపం తెచ్చుకున్న ద్రోణుడు లేచి నిలబడి పూజా గృహంవైపు కదిలాడు. వెన్నెలలో తళతళ మెరుస్తున్న నటరాజు విగ్రహంవైపు చూశాడు. అసంకల్పితంగా నేలమీద మోకరిల్లి శివుడి నూట ఎనిమిది నామాలనీ ఉచ్చరిస్తూ అలజడితో నిండిన మనసుని శాంతింపజేసేందుకు ప్రయత్నించసాగాడు. తన మనసు శాంతించి, నెమ్మదించిందని అనిపించగానే తల నెమ్మదిగా పైకి ఎత్తి తన ఆరాధ్యదైవం వైపు చూశాడు. మరుక్షణం హడలిపోతూ గావుకేక పెట్టాడు!

వంటింట్లో ఉన్న కృపి పరిగెత్తుకుని వచ్చింది. ఆ హడావిడిలో గిన్నెలన్నీ కింద పడ్డాయి. అశ్వత్థామ కూడా వేగంగా పరిగెత్తుకుంటూ వచ్చాడు. కాస్తలో తన తల్లిని ఢీకొట్టి ఉండేవాడే.

"అశ్వత్థామా... చూడరా... అటు చూడు... నా దేవుడికి నాలుగు వేళ్లే ఉన్నాయి. ఆయన బొటనవేలు కనిపించటం లేదు, ఆయన ముఖాన్ని చూశావా? ఆ నిషాదుడి ముఖంలా లేదూ? అవును వాడే... ఎంత పని చేశాను, కృపీ?"

తల్లీ తనయులు ఆశ్చర్యపోతూ ఒకర్నొకరు చూసుకున్నారు. దక్షిణం నుంచి వచ్చేటప్పుడు తమ వెంట తెచ్చిన శివుడి ఇత్తడి విగ్రహం వాళ్లకి కూడా కనిపించింది. శిల్పి దాన్ని చాలా అద్భుతంగా మలిచాడు.

"కృపీ, నాకు కనిపించటం లేదా? నేను పాపం చేశాను... భగవంతుడు నన్ను పరీక్షించేందుకు వచ్చాడు, కానీ ఆ పరీక్షలో నేను ఓడిపోయాను. ఒక గురువుగా నేను వైఫల్యం పొందాను... ఒక బ్రాహ్మణుడిగా... ఒక మనిషిగా... అయ్యో, ఎంత పని చేశాను?" అంటూ దుఃఖం పట్టలేక ఏడవసాగాడు.

ఉన్నట్టుండి ఎవరో తలుపు మీద బాదటం వినిపించింది. కృపి తన భర్తని ఓదార్చేందుకు ప్రయత్నిస్తూ ఉంటే అశ్వత్థామ వెళ్లి తలుపు తీశాడు.

"ఏమిటా గోల?" ధౌమ్యుడు కొందరు బ్రాహ్మణులతో లోపలికి వచ్చాడు.

"రండి, గురువర్యా! నేను అంతా వివరంగా చెపుతాను," అంటూ ద్రోణుడి పక్కన కూర్చునేందుకు కదిలాడు. ద్రోణుడు ఇంకా నేలమీద అలాగే మోకరిల్లి ఉన్నాడు. "మనిద్దరం ఈ విషయం గురించి చర్చించుకుంటే అన్ని విషయాలూ తేటతెల్ల మవుతాయి. జరిగింది బాధాకరమైన సంఘటనే, కానీ మీరు చేసిన పని తగినదే. నా వెంట రండి," అన్నాడు ధౌమ్యుడు.

చివరికి ద్రోణుడు కిందినుంచి లేచి, ధౌమ్యుణ్ణి చూసి తల ఊపాడు.

"మీరు మా తండ్రిని ఎక్కడికీ తీసుకువెళ్లేందుకు వీలులేదు," అంటూ అశ్వత్థామ వాళ్ల దారికి అడ్డంగా నిలబడ్డాడు. ధౌమ్యుడూ, అశ్వత్థామా ఒకర్నొకరు కళ్లెర్రచేసి చూస్తూ ఉండిపోయారు.

"ఆయన్ని వెళ్లనీ, నాయనా," అంది కృపి తన కుమారుడితో. అశ్వత్థామ అయిష్టంగా అడ్డం తొలగి దారి ఇచ్చాడు. ద్రోణాచార్యుడు ఆ బ్రాహ్మణుల వెంట గంగానదీ తీరానికి వెళ్లటం చూస్తూ నిలబడ్డారు, కృపీ, ఆమె కుమారుడూ.

* * *

ఏకలవ్యుడి దగ్గర్నుంచి తప్పించుకుని పారిపోయిన కొన్ని నెలలకి జరుదు, దుర్జయుడి ప్రమాదకరమైన ప్రపంచానికి చేరుకున్నాడు. రాత్రంతా నడిచి రాజమార్గానికి వచ్చాడు. తెల్లవారేసరికి వాడు పూర్తిగా అలిసిపోయి, ఆకలిదప్పులతో బాధపడుతూ ఎక్కడైనా విశ్రమించాలని అనుకున్నాడు. దారిన పోయేవాళ్లు తనకేసి కోపంగా చూసే చూపులని వాడు లెక్కచెయ్యలేదు. వాడొక నిరక్షరకుక్షి. వేదాలూ, స్మృతుల గురించి వాడికి ఏమీ తెలీదు. తనవంటి వారికి నిషేధించబడిన వీధుల్లో నడుస్తున్నానన్న ధ్యాస గాని, కులవ్యవస్థ నిర్దేశించిన నియమాలను ఉల్లంఘిస్తున్నానన్న అవగాహన గాని వాడికి లేవు. వీధుల్లో భటులు ఉన్నారు. రాజ్యాధికారం అస్పృశ్యులకి వ్యతిరేకంగా ఎటువంటి నియమాలనీ ఆదేశించలేదు. అందుకే ఎవరూ వాణ్ణి అడ్డగించే ధైర్యం చెయ్యలేకపోయారు. బాహాటంగా వివక్ష చూపిస్తే భీష్మపితామహుడి ఆగ్రహానికి గురికావలసి ఉంటుందని అర్చకులకి తెలుసు. అందుకే ఒక అస్పృశ్యుడు హస్తినాపుర రాజవీధులని అపవిత్రం చేస్తూ ఉంటే చూసి కూడా లోలోపల మండిపడుతున్నా పైకి ఏమీ అనలేకపోయారు. రాజ్యం నిర్దేశించిన ఏ నియమాన్నైనా వాడు ఉల్లంఘించక పోతాడా అని వేచి చూశారు.

అటువంటి అవకాశం వాళ్లు అనుకున్న దానికన్నా ముందుగానే వచ్చింది. ఆకలిగొన్న ఆ బికారిగాడిని అర్చకులు తక్కువ అంచనా వేశారు. వాళ్ల దృష్టిలో ఆకలి అనేది అమూర్తమైన భావన, మాయ. కానీ జరుడికి అది కఠోర వాస్తవం. ఆ అస్పృశ్యుడు ఒక దేవాలయంలోకి నడిచాడు. అర్చకులు భయంతో అవాక్కయారు. వాళ్లకి ఊపిరి ఆగినంత పనైంది. శివుడు తనవైపు చూసి సంతోషంతో నవ్వటం జరుడికి కనిపించలేదు. ఆ రాతి విగ్రహం తినేటందుకు ఒక వెండిపళ్లెం నిండా నైవేద్యం పెట్టిన తినుబండారాల మీదే ఉంది వాడి దృష్టి. ఆ తినుబండారాలని వాడు రెండు చేతులతోనూ ఆత్రంగా తీసుకున్నాడు. మరుక్షణం వాడి వీపుమీద ఏదో కుట్టినట్టు విపరీతమైన నొప్పి కలిగింది. అర్చక ప్రముఖుడు కళ్లలో నిప్పులు కురిపిస్తూ, చేతిలో కొరడా పట్టుకుని వాడివెనుక నిలబడి ఉండటం కనిపించింది. ఈసారి పడిన దెబ్బ జరుడి ముఖం మీద పడింది. ముఖం మీద గాటు పడింది. అయినా వాడు చేతిలోని తినుబండారాలని వదల్లేదు. పైగా వాటిని నోట్లో కుక్కుకుంటూ, ఆబగా తింటూ మళ్లీ చేతులు జాపి మరికొన్నిటిని తీసుకోబోయాడు. తన బుగ్గలమీదినుంచి కారుతున్న రక్తాన్ని తుడుచు కునేందుకైనా ప్రయత్నించలేదు వాడు. ఎవరో ఆ వెండి పళ్లాన్ని కాలితో తన్నారు, అందులోని పదార్థాలన్నీ ఆలయం నేలమీద వెదజల్లబడ్డాయి. ఇక అది దేవుడి నైవేద్యానికి పనికిరాదు. అపరిశుభ్రమైన నల్లని చేతులు తాకటంతో అది మైలపడి, అపవిత్రం అయిపోయింది.

తినుబండారాలని వదలకుండా గుప్పిట్లో పట్టుకుని జరుదు కింద పడిపోయాడు. ఈసారి ఎవరిదో కాలు వాడి గడ్డాన్ని తన్నింది. "ముదనష్టపు వెధవా! ఇప్పుడే స్నానం చేసి వచ్చాను, ఇప్పుడు మళ్లీ స్నానం చెయ్యాలి!" అన్నాడు ఒక అర్చకుడు పదేపదే జరుణ్ణి తంతూ. మిగతా అర్చకులందరూ జరుణ్ణీ, వాణ్ణి తాకటం వల్ల అపవిత్రుడైన ఆ బ్రాహ్మణ్ణీ తాకేందుకు

ఇష్టంలేక దూరంగా ఉండిపోయారు. తను ఇంక చనిపోతాననే అనుకున్నాడు జరుడు. వాళ్లు వాడిని చంపేలోపల వీలైనంత తిండి తినాలన్న ఆలోచన తప్ప వాడి మనసులో ఇంకే ఆలోచనా రాలేదు. తల పైకెత్తి ఏం జరుగుతోందో చూడాలని ప్రయత్నించాడు. తన మీద దాడి చేస్తున్న బ్రాహ్మణుడు హఠాత్తుగా గాలిలోకి లేవటం చూసి జరుడు ఆశ్చర్యపోయాడు. అలా ఎగిరిన వాడు తిన్నగా వెళ్లి దేవుడి విగ్రహాన్ని ఢీకొని, కుప్పకూలిపోయాడు. దగ్గర్లోనే మహాకాయుడైన ఒక బ్రాహ్మణుడు నిలబడి ఉన్నాడు. అర్చక ప్రముఖుడి చేతిలోని కొరడా ఆయన లాక్కోవటం చూసిన జరుడు తన బక్కపల్చటి శరీరం మీద పడబోయే కొరడా దెబ్బకి సిద్ధం అయాడు. భయంతో కళ్లు మూసుకున్నాడు. కొరడా ఝళిపించటం, ఎవరో బాధతో గట్టిగా కేక వెయ్యటం చెవులకి వినిపించింది కానీ వాడికి నొప్పి తెలీలేదు. నెమ్మదిగా కళ్లు తెరిచి చూశాడు. ఆ దృశ్యాన్ని చూసి తన కళ్లని తానే నమ్మలేకపోయాడు.

"ఇప్పుడెలా ఉందిరా, తుచ్ఛుడా? ఎలా అనిపిస్తోంది? చిన్న పిల్లవాడిని పట్టుకుని కొడతావా? ఏ పవిత్ర గ్రంథాలు అలా చెయ్యమని చెప్పాయిరా నీకు?"

ఆ మహాకాయుడైన బ్రాహ్మణుడికి కొరడాని ఎలా ఉపయోగించాలో తెలిసినట్టే ఉంది. దాన్ని ఝళిపించటంలో, అనుకున్న చోటిని సూటిగా తాకటంలో నేర్పు సంపాదించినట్టు తోచింది. కొరడా దెబ్బల్నించి తప్పించుకునేందుకు అర్చకులు అటూ ఇటూ పరిగెత్తసాగారు. తనని రక్షించటానికి వచ్చిన బ్రాహ్మణుడు ఆలయ ద్వారాన్ని మూసివేసి, అర్చకులని లోపలే బంధించాడన్న విషయాన్ని గమనించాడు జరుడు. ఆ దాడికి సాక్షులు ఇద్దరే, జరుడూ, నవ్వుతున్న శివుడూ.

"కృపా, నువ్వు నరకంలో కుళ్లి కుళ్లి చస్తావు! బ్రాహ్మణులని బాధపెడుతున్నావు... పాపం... మహాపాపం చేస్తున్నావు..." బాధతో అరుస్తూ కూడా అర్చక ప్రముఖుడు శపించేందుకు ప్రయత్నించాడు. అతని ఒంటినుంచి రక్తం కారుతూ ఉంది, అతని పొట్టమీదా, వీపు మీదా నీలంగా వాతలు తేలుతున్నాయి.

కృపుడు గట్టిగా నవ్వి అసహాయులైన అర్చకులని ఇంకా అలాగే కొట్టసాగాడు. వాళ్లు ఏడవటం, అర్థంలేని ప్రేలాపన చెయ్యటం మానాకే ఆయన కూడా కొట్టటం ఆపాడు. సంతృప్తి పడిన కృపుడు కొరడాని అర్చక ప్రముఖుడి మీదికి విసిరేసి, "ఆ మూర్ఖుడు ధౌమ్యుడి దగ్గరికిగాని, ఆ కుంతి దగ్గరికి గాని నామీద చాడీలు చెప్పేందుకు పరిగెత్తావో, నేను మళ్లీ వస్తాను. ఈసారి నేనింత సమయం వృథా చెయ్యను, కొరడా బదులు నా ఖడ్గాన్ని ఉపయోగిస్తాను. అర్థమైందా, బుద్ధితక్కువ దద్దమ్మల్లారా? లేక నన్ను సంస్కృతంలో, కవితాత్మకంగా చెప్పమంటారా?" అన్నాడు.

అర్చకులకి సమాధానం చెప్పే ధైర్యం కూడా లేకుండా పోయింది. జరుడు కిందపడి ముక్కలైన తినుబండారాలవైపు ఆశగా చూడటం కృపుడికి కనిపించింది. ఆయన ఆ పిల్లవాణ్ణి లేపి, ఆలయం తలుపులని ఒక్క తన్నుతో తెరిచాడు. జరుణ్ణి ఎత్తుకుని బైటికి నడిచాడు. తను ఎప్పుడూ కూర్చునే మర్రిచెట్టు వద్దకి చేరుకున్నాకే వాణ్ణి కిందికి దింపాడు. "ఆలయంలోని ఆ తినుబండారాలని తీసుకున్నావు, నీకు మతి లేదా?" అని నమ్మశక్యం కానివిధంగా జరుణ్ణి అడిగాడాయన.

"నాకు ఆకలేస్తోంది," అన్నాడు జరుడు అమాయకంగా, వినేవాళ్ల హృదయం కదిలి పోయేలా.

చాలాకాలం తరవాత మళ్లీ కృపుడి కళ్లలో నీళ్లు తిరిగాయి. "నా వెంట రా, నీకు తిండి కొనిపెడతాను," అన్నాడు. వీధికి అటు పక్క ఒక అంగడిలో పండిన మామిడి పళ్లూ, ఇంట్లో వండిన వంటకాలూ అమ్ముతూ ఉండటం చూసి అటువైపు నడిచాడు.

జరుడు ఆయన్ని అనుసరించాడు. అంగడికి చేరుకున్నాక కృపుడు తన ధోవతి మడతల్లో ధనం కోసం వెతికాడు. ఎక్కడా ఏమీ దొరకలేదు. క్రితం రోజు ఆటలో ఉన్నదంతా పోగొట్టు కున్నాడు. అటుగా వెళ్తున్న ధనవంతుడైన ఒక వర్తకుణ్ణి కేకేశాడు, "ఇక్కడ ఒక బ్రాహ్మణుడు నిలబడి ఉన్నాడని నీకు కనిపించటం లేదా? నాకు ఏమీ ఇవ్వకుండా పోతున్నావేమిటి?" అన్నాడు.

ఆ వైశ్యుడు మన్నించమన్నట్టు కృపుడివైపు చూసి తన గుడ్డ సంచీకి ఉన్న తాళ్లని విప్పి కొన్ని నాణాలను బైటికి తీశాడు. అవమానానికి గురైన బ్రాహ్మణుడికి నమస్కరించి ఆ ధనాన్ని ఆయనకి ఇచ్చాడు. కృపుడు అతన్ని ఆశీర్వదించేసరికి అతను సంతోషంగా అక్కడినుంచి వెళ్లిపోయాడు.

"నావైపు అలా చూడకు," అంటూ జరుడికి కన్నుగీటి, అంగడిలోని మనిషికి కొంత ధనాన్ని ఇచ్చాడు. "ఇలాంటి పని నేను తరచు చెయ్యను. కష్టపడి పనిచేసి సంపాదించు కుంటాను. ఈరోజు నీకు నా సంకల్పాన్ని ప్రదర్శించే అవకాశం దొరకలేదు. నీకు బాగా ఆకలిగా ఉంది. అన్ని సూత్రాలనీ ఏదో ఒక రోజు ఉల్లఘించక తప్పదు. అది సవ్యమైన కారణంకోసం జరిగితే అందులో తప్పేమీ లేదు. నీ ఆకలి నా దృష్టిలో సరైన కారణమే. ఆశ్చర్యంగా ఉందా? అదేమీ పట్టించుకోకుండా ముందు తిను," అన్నాడు కృపుడు.

జరుడు నిశ్శబ్దంగా తిన్నాడు. కృపుడు వాడివైపే చూస్తూ చాలా సంతృప్తి చెందాడు. ఎంతో కాలంగా ఆలయంలోని అర్చకులని బాగా చావబాదాలన్న కోరిక మనసులో ఉండింది. ఆ అవకాశాన్ని కలిగించినందుకు జరుడి పట్ల ఆయనకి కృతజ్ఞతాభావం కలిగింది.

అక్కడ తిండి సంపాదించుకోవటం ఎంత తేలికో చూసి జరుడు అబ్బురపడ్డాడు. అడిగితే చాలు ఇచ్చేస్తారు. అలాగే, నాణాలు ఇస్తే తిండి దొరుకుతుందని కూడా వాడికి తెలిసింది. ఆరోజు రాత్రి కృపుడు నిద్రపోతున్న సమయంలో ఆ బ్రాహ్మణుడి ధోవతి మడతల్లో నాణాల కోసం వెతికి, వాటిని దొంగిలించి నగరంలో పేదప్రజలు నివసించే చోటికి పారిపోయాడు. తను చేసిన పనికి పశ్చాత్తాపపడలేదు, అది తప్పనికూడా అనిపించలేదు. ఆ తరవాత వాడికి ఆ నాణాలు తిండి సంపాదించి పెట్టాయి. అవి అయిపోయేదాకా కడుపునిండా తిన్నాడు. మళ్లీ పస్తులుండటం మొదలైంది. వాడు అందరినీ తిండికోసం ధనం ఇమ్మని అడగసాగాడు. కానీ ఎవరూ వాడి గోడు వినిపించుకోలేదు. వాళ్లని ఒప్పించాలంటే ఇంకేమైనా చెయ్యాల్సి ఉంటుంది. కృపుడు తన యజ్ఞోపవీతాన్ని వాడుకున్నాడు, కానీ జరుడికి ఆ అవకాశం లేదు. దానికి బదులు వాడు చిన్న కత్తితో జనాన్ని బెదిరించసాగాడు. ఒక్కోసారి ఫలితం దక్కింది, కానీ కొందరు ధనం ఇవ్వకపోగా వాణ్ణి చితకతన్నారు. అన్నిటినీ భరించాడు జరుడు. అదంతా జీవితంలో భాగమే అని అనుకున్నాడు. ఇరుగుపొరుగువారు వాడి గురించి చెడ్డగా చెప్పుకోవటం మొదలుపెట్టారు. పగలంతా తాను దాక్కునే చిన్న వంతెన కిందికి గుంట నక్కలా పాకుతూ

చేరుకున్నాడు. రాత్రిళ్ళు దొంగతనంగా సంచరిస్తూ, వేటాడుతూ, ఎంగిలి కూడు ఏరుకుంటూ గడుపుతాడు. ఏకలవ్యుడి చేతిలో చావుదెబ్బలు తిన్న తరవాత వాడిలోని మృగం నిద్రలేచింది. ఇప్పుడు అది పూర్తిగా మేలుకుని నగరారణ్యంలో మనుగడ సాగించటం ఎలాగో నేర్చుకుంటోంది.

అర్చకుల చేతిలో తను తిన్న దెబ్బలని జరుడు మరిచిపోలేదు. అందుకే బ్రాహ్మణులపట్ల వాడి ప్రవర్తన మరీ దారుణంగా ఉండేది. వాడు చేసే దుర్మార్గాల గురించిన సమాచారం అరాచకాలతో నిండిన ప్రపంచానికి రాజైన దుర్జయుడి చెవుల దాకా వెళ్ళింది. అటువంటి కుర్రవాళ్ళ అవసరం అతనికి ఎంతైనా ఉంది. అందుకే దుర్జయుడి ప్రపంచం జరుణ్ణి అవలీలగా తనలో కలుపుకుంది. ఆ కొత్త జీవితం జరుడిని ఉత్సాహంతో నింపింది. ఎవరూ వాడి కులం గురించి అడగలేదు. అక్కడ అన్ని కులాలవారూ, మతాలవారూ ఉన్నారు. వాళ్ళలో విచిత్రమైన సమానత్వం, పరస్పరం మర్యాదగా మెలగటం ఉన్నాయి. ధనానికీ, తిండికీ కొదవేమీలేదు.

ఆ మహానగరంలోని ఇతర మురికివాడల్లో ఇటువంటి ముఠాలు నిరంతరం తలెత్తుతూనే ఉన్నాయి. తరచు ఆ ముఠాలు ఒకదానితో ఒకటి కొట్లాడుకునేవి. హస్తినాపురంలోని చీకటి సందుగొందుల్లో అవి ప్రమాదకరమైన పోట్లాటకు దిగుతుండేవి. ఒక్కోసారి నగరంలోని రక్షక భటులు కూడా వాళ్ల సరదాలో పాలుపంచుకునేవారు. కానీ దుర్జయుడితో పోలిస్తే అవి చాలా చిన్న ముఠాలు. దుర్జయుడికి సాయం సరిహద్దు అవతలినుంచి అందుతుంది. పైగా గాంధార రాకుమారుడు తను చేసే పనులకి సంతోషించటం అతనికి వెన్నుదన్నుగా ఉంది. కానీ అటువంటి అండని వృథాగా వాడుకోకుండా దుర్జయుడు జాగ్రత్తపడ్డాడు. సాహసకృత్యాలతో కూడుకున్న నేర ప్రపంచంలో తన వద్ద ఉన్న ఆడపిల్లలకీ, కుర్రవాళ్లకీ వాళ్లలో వాళ్లకి పోటీ పెట్టి ప్రోత్సహించేవాడు దుర్జయుడు. విధి జోక్యం కలిగించుకుని ఉండకపోతే జరుడు మాత్రం త్వరలో ఆ నగరంలోని ఏ మురికికాలవలోనో గుర్తు తెలియని శవంలాగ తన జీవితాన్ని చాలించేవాడే. పదిహేడేళ్ల జరుడు ముఠాల దాడుల్లో వీరమరణం పొలవలాని విధి వాడి నొసట రాయలేదు. దేవతలు అతనికి వేరే లక్ష్యం కల్పించారు. అంత సులభంగా చనిపోయి, తన బాధలన్నింటినుంచీ విముక్తుడవటం వాళ్లకి ఇష్టం లేనట్టు తోచింది.

కృపుడి వద్ద జరుడు ధనం అపహరించి ఐదు సంవత్సరాలయింది. ఇప్పుడు జరుడు పెరిగి పెద్దయాడు. యౌవనంలో ఉన్న జరుడిలో జీవశక్తి ఉరకలు వేస్తోంది. యుక్తవయస్కులైన కుర్రవాళ్ల బృందానికి ఇప్పుడు వాడు ఉపనాయకుడు. ఆ బృందంలోని కుర్రవాళ్లు అర్ధరాత్రి పూట ఇళ్లల్లోకి జొరబడి దొంగతనాలు చేస్తారు. ఇరవయ్యో పడిలో అప్పుడే అడుగుపెట్టిన దయ అనే కుర్రవాడు ఆ బృందానికి నాయకుడు. జరుడికీ, దయకీ మధ్య గట్టిపోటీని సృష్టించేందుకు దుర్జయుడు ఒక అందమైన అమ్మాయిని ఎరగా ఉపయోగించాడు. ఆ అమ్మాయి వాళ్లిద్దర్నీ ఉసికొల్పుతూ, సాహసకృత్యాలు చెయ్యమని ప్రేరేపించేది. ఆ అమ్మాయికీ, తమ నాయకునికీ సంతోషం కలిగించేందుకు హింసాత్మకమైన నేరాలు చెయ్యటంలో ఇద్దరూ విపరీతంగా పోటీపడేవారు. దయ తనకన్నా కాస్త మెరుగ్గా ఉండటం చూసి జరుడు అసూయ తోనూ, ఆగ్రహంతోనూ రగిలిపోయేవాడు. తన శక్తి నిరూపించుకోవాలని అనుకునేవాడు.

కొన్నాళ్లుగా జరుడు ఒక బ్రాహ్మణుడి ఇంటిమీద కన్నువేసి ఉంచాడు. ఆ ఇల్లు కోటకి సమీపంలో ఉంది, అందుచేత ఎక్కువ ప్రమాదంతో కూడుకున్నది. కాపలా భటులతో ఎప్పుడూ అప్రమత్తంగా ఉండే కోటకి దగ్గర్లో ఉన్న ఆ ఇంటిని దోచుకోవటం జరుడికి సరదాగానూ,

సాహసకార్యంలాగానూ తోచింది. ఆ బ్రాహ్మణుడు ఒక గాయకుడు. చాలా మంది ధనికులు దాదాపు ప్రతిరోజూ అతని పాట వినేందుకు ఆ ఇంటికి వస్తూ ఉంటారు. బ్రాహ్మణుడు ధనికుడిలా కనిపించలేదు. కానీ ఒకవేళ తన దగ్గర అంత ధనం ఉందన్న విషయాన్ని రహస్యంగా ఉంచుతున్నాడేమో! ధనవంతుడు కాకపోతే తన ఇంటికి వచ్చే వారందరికీ భోజనం ఎలా పెడుతున్నాడు? ఒక్కో రోజు అతని ఇంటి ముందు జనం గుంపుగా ఉంటారు, కానీ ఒక్కోసారి అసలు ఎవరూ ఉండరు. జరుడు వర్షాకాలం కోసం ఎదురు చూడసాగాడు. వర్షం కురుస్తున్నప్పుడు తన పని మరింత సులభం అవుతుందని వాడి ఆలోచన. పైగా ఆ హోరులో తను దోచుకుంటున్న వాళ్ళు పెట్టే కేకలు ఎవరికీ వినిపించవు.

వర్షాకాలం ప్రారంభమైన పది రోజులకి, హస్తినాపురంలోని మురికి కాలవలన్నీ పొంగిపొర్లే సమయంలో జరుడు తన ప్రణాళికని ముఠా సభ్యులకి తెలియజేశాడు. దయకి అదేమీ అంత నచ్చనట్టు ఊరుకున్నాడు. నిజమైన సంపద బ్రాహ్మణుల దగ్గరా, క్షత్రియుల దగ్గరా ఉండదనీ, వర్తక శ్రేష్ఠుల దగ్గరే ఎక్కువ ధనం మూలుగుతూ ఉంటుందని దయకి తెలుసు. ఆ రాత్రి వాడు పట్టు వస్త్రాలు అమ్మే ఒక వర్తకుడి ఇంటిని దోచుకోవాలని తీర్మానించాడు, అందుకే ఎవరో పాటగాడి ఇల్లు దోచుకోవటం గురించి జరుడు చెప్పే మాటలు వినదల్చుకోలేదు. వాళ్ళిద్దరూ ప్రేమిస్తున్న అమ్మాయి కిలకిలా నవ్వింది. అది చూసి జరుడు కోపంగా తాను తాగుతున్న ద్రాక్షసారా పాత్రని విసురుగా నేలకేసి కొట్టాడు. ఈ పళ్ళికిలించే మూర్ఖులకి తన తెలివితేటలెలాంటివో చూపాలి, అనుకున్నాడు. అర్ధరాత్రి ముఠాలోని సభ్యులందరూ కలిసికట్టుగా బైలుదేరారు, కానీ గాయకుడి ఇంటికి చేరుకునే సరికి జరుడు చల్లగా జారుకున్నాడు. దయ తల అడ్డంగా ఆడించి ముందుకి సాగాడు.

తనతో పోటీచేస్తున్న దయ కళ్ళలో ఎగతాళి చేస్తున్న భావాన్ని చూసి జరుడు పళ్ళు కొరుక్కున్నాడు. వీధివైపు ఉన్న చిన్న గోడ మీదినుంచి దూకి వాడు ఆ ఇంట్లోకి ప్రవేశించాడు. వర్షం కుండపోతగా కురుస్తోంది. ఎక్కడో ఒక కుక్క మొరిగింది, ఆకాశంలో మెరుపు మెరిసి ఉరుము వినబడింది. ఇంటి చుట్టూ వాడు ఒకసారి తిరిగాడు, ఒక్కొక్క గవాక్షాన్నీ, ద్వారాన్నీ తేలిగ్గా తడుతూ ఏదో ఒకటి తెరిచి ఉంటే లోపలికి పోవచ్చునని అనుకున్నాడు. అన్నీ గడియలు పెట్టి ఉండటం చూసి, గడ్డి కప్పిన పైకప్పుమీదికి ఎక్కాలనీ, అక్కణ్ణించి లోపలికి దూకాలనీ నిశ్చయించుకున్నాడు. వానకి తడిసిన పైకప్పు మీదకి ఎక్కటం చాలా కష్టం అనిపించింది. అది జారుడుగా ఉండటం వల్ల గబగబా ఎక్కలేకపోయాడు. రెండుసార్లు మెరుపులు మెరిశాయి. ఆ వెల్తురులో కోటగోడల మీద ఉన్న కాపలా భటులు వాడికి కనిపించారు. అటువైపు వంట ఇల్లు ఉంటుందని ఊహించి అటు కదిలాడు, పైకప్పులో రంధ్రం చేసి లోపలికి తొంగి చూశాడు. భోజనాల గదిలోనుంచి మాటలు సన్నగా వినిపించాయి, మసక వెల్తురు చిమ్ముతున్న ఒక దీపం కూడా కనిపించింది. జరుడు తిట్టుకున్నాడు, ఆసరికి ఇంట్లో అందరూ నిద్రపోయి ఉంటారని అనుకున్నాడు వాడు. ఎక్కువసేపు అక్కడే ఉంటే భటులు తనని చూస్తారేమో అని భయం వేసింది. పై కప్పులో తను చేసిన రంధ్రం గుండా నెమ్మదిగా దూరి కిందికి దూకి చప్పుడు చెయ్యకుండా నేల మీదికి చేరుకున్నాడు.

కృష్ణా! మాకు కావలసిన ఆహారం నువ్వే. నీ కృప వల్లే మా ఆకలి కడుపులు నిండు తున్నాయి. నేనూ, నా భార్యా, పిల్లలూ నీ లీలలు గానం చేస్తూ ఆనందం అనుభవిస్తూ, నీ

మార్గంలో మమ్మల్ని మేము మరిచిపోతున్నాం, అచ్యుతా... మాధవా... అని పాడుతున్న ఆ గాయకుడి గొంతు విని జరుడు మంత్రించినట్టు ఆగిపోయాడు. కత్తి బైటికి తీసి పట్టుకున్నాడు. వంట ఇంటి అవతల గదిలో నీడలు కదలాడటం వాడికి కనిపించింది.

"మీ ప్రార్థన ఇంక ఆపండి. పిల్లలు ఆకలితో ఉన్నారు. నిన్నటినుంచీ వాళ్లు ఏమీ తినలేదు. మనకి తిండి కూడా సమకూర్చలేని మీ కృష్ణుడి వల్ల ఏమిటి ఉపయోగం?" అని ఒక స్త్రీ గట్టిగా అనటం విని జరుడు జంకాడు. రెండు రోజులుగా వీళ్లకి తిండి లేదా? ఇలాంటి వాళ్ల ఇంటిని దోచుకునేందుకా తను వచ్చింది? అనుకుని జరుడు నిర్ఘాంతపోయాడు.

నాలుగేళ్లు కూడా నిండని ఒక పసిపిల్ల వంట ఇంట్లోకి వచ్చింది. జరుడు నీడలోకి జరిగి దాక్కునేందుకు ప్రయత్నించాడు. కానీ ఆ పిల్ల ఈ లోపలే జరుణ్ణి చూసి నవ్వింది. జరుడికి ఏం చెయ్యాలో పాలుపోలేదు. చేతిలోని కత్తిని దాచేందుకు ప్రయత్నించాడు. ఆ బ్రాహ్మణుడి ఇంట్లో వాళ్లు ఆకలితో బాధపడుతున్నారన్న విషయం విని ఉండకపోతే వాడిలోని క్రూరమృగం ఆ పసిపిల్ల మెత్తని శరీరాన్ని కత్తితో కసుక్కున పొడిచేందుకు వెనకాడేదే కాదు. కానీ వాడికి ఆకలి బాధ తెలుసు, అది ఎంత నరకాన్ని సృష్టిస్తుందో తెలుసు. ఆకలితో ఉన్నవారినెవరినీ వాడు చంపలేదు.

"భవానీ, ఇలా రా తల్లీ, భోం చేద్దువు గాని," అని పిలిచింది ఆ స్త్రీ. ఎంతకీ ఆ పిల్ల రాకపోయేసరికి ఆమే వంట ఇంటిలోకి వచ్చింది. అక్కడ ఒక యువకుడు చేతిలో కత్తి పట్టుకుని ఉండటం చూసి కొయ్యబారిపోయింది. మరుక్షణం సర్దుకుని పసిపిల్లని దగ్గరకి తీసుకుని కేకలు పెట్టింది. బైట వర్షం ఆగకుండా భోరుమని కురుస్తోంది. ఆ పాత ఇంటి తలుపులనీ, గవాక్షం రెక్కలనీ టపటపలాడిస్తోంది. ఆ స్త్రీ భవానిని ఎత్తుకుని తన ఇద్దరు కుమారుల వద్దకి పరిగెత్తి, ముగ్గుర్నీ చేతులతో చుట్టి దగ్గరికి పొదువుకుంది. మగపిల్లలిద్దరూ కవలలు, భవానికన్నా చిన్నవాళ్లు. రెండు మూడేళ్ల వయసు ఉండవచ్చు. ఆ స్త్రీ ముగ్గురు పిల్లల్నీ తీసుకుని ఒక మూల నక్కింది. భయంతో ఆమె గజగజ వణుకుతోంది.

బ్రాహ్మణుడు తల ఎత్తి జరుడివైపు చూశాడు. జరుడు కత్తిని మరింత గట్టిగా పట్టుకున్నాడు. అవసరమైతే దాన్ని ఉపయగించాలని వాడి ఉద్దేశం. "కృష్ణా, నువ్వు వచ్చావా...!" అని అరిచాడు బ్రాహ్మణుడు. అతని గొంతులో భయం లేదు. బ్రహ్మానందం, అలౌకికమైన సంతోషం ఛాయలు మాత్రమే కనిపించాయి. జరుడు విస్తుపోయాడు. తను వచ్చింది ఒక పిచ్చివాడి ఇంటికి కాదు కదా! అనుకున్నాడు. ఆ బ్రాహ్మణుడు నాట్యం చేస్తూ జరుడి పాదాలమీద పడి, "ఏదో ఒక రోజు మా ఇంటికి వస్తావని తెలుసు, ప్రభూ! నువ్వంటే నాకెంత ప్రాణమో తెలుసు కదా?" అని సంతోషంపట్టలేక అరిచాడు. తరవాత భార్యవైపు చూసి, "చూడు ఎవరొచ్చారో! అరిటాకు తీసుకు రా. నా కృష్ణుడికి భోజనం వడ్డించు! ఆ మూల ఏం చేస్తున్నావు? అతిథి సత్కారం చెయ్యాలన్న విషయం మరిచిపోయావా?" అన్నాడు.

జరుడు రాతి విగ్రహంలా నిలబడిపోయాడు. వాడి బుర్ర మొద్దుబారింది. బ్రాహ్మణుడు మళ్లీ తన భార్యని కేకేశాడు. ఆమె జరుడి చేతిలోని కత్తివైపు చూసింది. ఆమె కళ్లలో తనపట్ల ఏహ్యభావం కనిపించి జరుడు సిగ్గుపడ్డాడు. కత్తిని నేలమీదికి గిరవాటేశాడు. అది చూసి ఆమె పెదవులమీద చిరునవ్వు మెరిసింది. వాళ్లకి హాని కలిగించే ఉద్దేశంతో ఆ ఇంట్లోకి జొరబడినందుకు జరుడికి సిగ్గేసింది. బ్రాహ్మణుడు ఇంకా ఆనందం పట్టలేక గంతులు వేస్తూనే

ఉన్నాడు. తన అతిథికోసం భోజనానికి కావలసిన ఏర్పాట్లు చెయ్యసాగాడు. జరుడి జీవితంలో ఇంతవరకూ వాణ్ణి చూసి అంత ఆనందం వెల్లడించినవారు ఎవరూ లేరు. అందరూ వాణ్ణి తన్నారు, చావగొట్టారు, రాళ్లు రువ్వారు పిడిగుద్దులు కురిపించారు, వాడి మీద అరిచారే తప్ప, వాణ్ణి ఒక దేవుడిలా కాదు కదా, ఒక మనిషిలా కూడా చూడలేదు. కృష్ణుడి గురించి జరుడికి తెలిసింది అంతంతమాత్రమే. అతన్ని అందరూ భగవంతుడి అవతారం అంటున్నారని తెలుసు. అద్భుతాలు చెయ్యగలవాడని ఎంతోమంది అతన్ని ఆరాధిస్తున్నారనీ తెలుసు. విష్ణువే కృష్ణుడి రూపంలో అవతరించాడని అందరూ అనటం విన్నాడు. మురికివాడల్లోని ప్రజలకి దుర్భరమైన దైనందిన బాధలనుంచి తప్పించుకునేందుకు అద్భుతాలు కావాలి. కృష్ణుడు అలాంటి అద్భుతమే.

"నీ తుంటరివేషాలు నాకు తెలుసులే, కృష్ణా! నేను నిన్ను గుర్తుపట్టలేదని అనుకుంటున్నావు కదూ? నేను ఇచ్చే ఆతిథ్యాన్నీ, పెట్టే నైవేద్యాన్నీ స్వీకరించు భగవాన్..." అంటూ బ్రాహ్మణుడు జరుడి చేతుల్ని అందిపుచ్చుకుని నేలమీద కూర్చోపెట్టాడు. వాడిముందు అరిటాకు పరిచి చిక్కటి గంజి వడ్డించాడు. "తిను కృష్ణా..." అని బతిమాలుతూ మళ్లీ కృష్ణుడ్ని ఆరాధించే మరోపాట పాడసాగాడు.

ఆ మధురమైన గొంతు ఆ నిషాదుడి కాలిపోతున్న మనసుని శాంతింపజేసింది. ఆ పాట కృష్ణుడి కృప గురించి, తన భక్తులని కృష్ణుడు ఎలా పరీక్షిస్తాడో వివరించే పాట. ప్రతి ఆత్మలోనూ, ప్రతి జీవిలోనూ, ప్రాణంలేని వస్తువులోనూ కృష్ణుడు ఎలా దాగి ఉన్నాడో, ప్రేమ ద్వారానూ, ఇతరుల మీద చూపించే సానుభూతి ద్వారానూ అతను ఎలా ప్రకటితం అవుతాడో తెలిపే పాట. శూన్యంలో మహదానందం గురించీ, అంతటా పరచుకున్న శాశ్వతానందం గురించి చెప్పే పాట. ఆ పాట అర్థం తెలుసుకునేంత జ్ఞానం జరుడికి లేదు. ఆ పాట అతని మెదడుకి అందలేదు కానీ హృదయాన్ని కదిలించింది. మరుక్షణం వాడు వెక్కి వెక్కి ఏడవసాగాడు. "స్వామీ నేను మీ కృష్ణుణ్ణి కాను. కేవలం ఒక అస్పృశ్యుడిని," అన్నాడు వెక్కిళ్ల మధ్య కష్టపడి నోరు పెగుల్చుకుని. తనని తంతారనీ, తిడతారనీ అనుకున్నాడు వాడు. ఆ బ్రాహ్మణుడు అటువంటిదేదైనా చేసి ఉంటే వాడిలోని క్రూరమృగం కత్తిని అందుకునేదే.

కానీ ఆ బ్రాహ్మణుడు శాంతంగా, "నువ్వు స్పర్శకి లొంగవు, అలాగే అస్పృశ్యుడివీ కావు. నువ్వు నువ్వే! నువ్వే బ్రహ్మవి, విష్ణువువి, మహేశ్వరుడివి. నువ్వే నాకు తల్లీ, తండ్రీ, పుత్రుడివి, సోదరుడివి. నా పేద ఇంటికి ఆహారం కోరి వచ్చావు. నువ్వు నా అతిథివి, నా దైవానివి. దయచేసి ఆహారం తీసుకో, కృష్ణా!" అంటూ పాత్రలో ఉన్న గంజిని మొత్తం జరుడి ముందున్న ఆకులోకి ఒంపేశాడు.

కన్నీళ్లు నిండిన కళ్లతో జరుడు స్పష్టంగా చూడలేకపోయాడు. కానీ వడ్డించిన గంజిని చేతిలోకి తీసుకున్నాడు. అది వాడి వేళ్ల సందుల్లోంచి కారింది. హఠాత్తుగా వాడిని తీవ్రమైన ఆకలి బాధించసాగింది. ఆకులోని గంజి మొత్తం నాకి తినటం పూర్తిచేశాడు.

ఆ పిచ్చి బ్రాహ్మణుడు ఇంకొక పాట అందుకున్నాడు. పాట పాడటం అయిపోయాక తన తలని నేలకి తాటించి జరుడికి నమస్కరించి, "నా జన్మ ధన్యమైంది, ప్రభూ! ముందు నువ్వు ఆకలిగొన్న మనిషి ఎదుటికి ఆహారంగా వచ్చావు. ఆ తరవాత నువ్వే ఆకలిగొన్నవాడిలా

ఆ ఆహారం కోసం వచ్చావు!" అని, తన భార్యవైపు చూసి, అతిథి చేతులు కడుక్కునేటందుకు నీళ్లు తీసుకురమ్మని ఆమెకి పురమాయించాడు.

ఆ స్త్రీ నిద్రపోయిన కవలలని నేలమీద పడుకోబెట్టి నీళ్లు తెచ్చేందుకు వంట ఇంటిలోకి వెళ్లింది. తలుపు తెరవగానే చల్లటిగాలి వీచి దీపం అల్లల్లాడింది. ఆమె నీళ్ల పాత్రతో బైట నిలబడింది. జరుదు కవలపిల్లలకేసి చూశాడు, అతని శరీరం జలదరించింది. వాళ్లు సరైన పోషణ లేనట్టు పాలిపోయి ఉన్నారు. చేతులు కడుక్కునేందుకు వాడు బైటికి వెళ్తూ ఉంటే భవాని వాడివెంట వచ్చింది. ఖాళీ అయిన గంజిపాత్రవైపు ఆ పిల్ల ఆశగా చూడటం కనిపించింది వాడికి. ఆ కుటుంబంలోని వారందరికోసం వాళ్లు వండుకున్న ఆహారం తను ఒక్కడే తినేశాడనీ, ఈ రోజుకి వాళ్లందరూ పస్తులు ఉంటారనీ గ్రహించి జరుదు ఉలిక్కిపడ్డాడు. ఆ స్త్రీ వాణ్ణి చూసి పరిహసిస్తున్నట్టు నవ్వింది.

"అమ్మా... నన్ను క్షమించండి..." ఏమనాలో తెలీక జరుదు ఆమెవైపు చూడలేక పోయాడు.

"ఆయన ఇలా మతిలేకుండా ప్రవర్తించటం మాకు అలవాటే," అంది ఆమె. ఆమె పెదవులు బాధతోనో, వ్యంగ్యంతోనో వంపు తిరిగాయి.

"మీరు ధనవంతులని అనుకున్నాను. ఎంతోమంది ధనవంతులు మీ ఇంటికి రావటం గమనించాను. అందుకే..." మళ్లీ జరుదు వాక్యం పూర్తి చెయ్యలేకపోయాడు.

"అయితే మమ్మల్ని దోచుకునేందుకు వచ్చావా? నువ్వు అడిగి ఉంటే ఆయన నీకు ఏది కావాలంటే అది ఇచ్చి ఉండేవారు... అంటే మా దగ్గర అంత సంపద ఉందని కాదు."

ఆ చిన్న పిల్ల వచ్చి తల్లి పక్కన నిలబడింది. ఆమె పిల్లని ఎత్తుకుని బుగ్గల్ని ముద్దాడింది. ఆ పిల్ల దేవతలా అద్భుతంగా నవ్వింది. "ఆయనకి అంతటా కృష్ణుడే కనిపిస్తాడు. గానకళలో మంచి ప్రావీణ్యం ఉంది. అదృష్టం బావుంటే జనం ఆయన పాట వినేందుకు తండోప తండాలుగా వస్తారు... అందరికీ చోటు సరిపోనంతగా. ప్రతి ఒక్కరూ తృణమో పణమో తెచ్చి మా ఇంటిని నింపివేస్తారు. ఇంకొకరైతే ఈపాటికి ధనవంతులు అయిపోదురు. కానీ ఈయన ఆ బహుమతులు తనవి కావనీ, తన దైవానివనీ, వాటిని తీసుకునే అధికారం తనకి లేదనీ చెప్పి, అలా అందరూ ఇచ్చినదంతా అదే రోజు దానం చేసేస్తాడు. భవిష్యత్తు గురించి ఆలోచించి, ధనం, వస్తువులూ దాచుకోవటం తన దైవంపట్ల తను చేసే అపరాధం అనుకుంటాడాయన. నారు పోసినవాడే నీరు పోస్తాడు అంటాడు. సాయంకాలం అయేసరికల్లా మా గుమ్మంలోకి ఎవరు వస్తే వారికి మొత్తం బహుమతులన్నిటినీ పంచేస్తాడు. సోమరిపోతులూ, బిచ్చగాళ్లూ, సన్యాసులూ, కులీనులూ, దొంగవైద్యులూ అందరూ వాటిని అందుకునేందుకు పెద్ద సంఖ్యలో వస్తారు. ప్రతి జీవిలోనూ ఆయనకి కృష్ణుడే కనిపిస్తాడు, తన కుటుంబం ఆకలితో అలమటించినా లెక్కచెయ్యడు. ఇది నా తలరాత! నా భర్త పరాయివారికీ, దొంగలకీ దోచిపెడుతూంటే నా పిల్లలు ఆకలితో అలమటిస్తూ బాధపడటం చూడవలసి వస్తోంది..." అంటూ హఠాత్తుగా మాట్లాడటం ఆపివేసింది.

"అమ్మా, నన్ను క్షమించండి. మిమ్మల్ని దోచుకునేందుకే వచ్చాను." అంటూ జరుదు ఆ పసిపిల్లవైపు చూశాడు. ఆ పిల్ల తన బొటనవేలిని నోట్లో పెట్టుకుంది. తల్లి కుమార్తెని

సున్నితంగా ముద్దుపెట్టుకుంది. జరుడి పొట్టలో తిన్న తిండి అరుగుతున్న చప్పుడు అయింది. పైకప్పులో తను రంధ్రం చేసుకుని లోపలికి దూకటం వల్ల దానిలోంచి వానజల్లు లోపలికి వచ్చి నేలమీద మడుగు కట్టటం కనిపించింది జరుడికి. పక్కగదిలోంచి బ్రాహ్మణుడు కృష్ణుడి పేరుని ఉచ్చరించటం వినబడుతోంది. జరుడి కళ్లూ ఆ స్త్రీ కళ్లూ కలుసుకున్నాయి. వాడికి ఏడుపొచ్చింది, "అమ్మా, ఈరోజు రాత్రి మీరు పస్తు పడుకోవక్కర్లేదు. ఆహారం తీసుకుని వస్తాను," అన్నాడు వాడు, ఇంకేమనాలో తెలీక. ఆ స్త్రీ నవ్వి ఊరుకుంది. ఆవిడ కుమార్తె హాయిగా నిద్రలోకి ఒరిగిపోయింది.

జరుడు ఒక్క క్షణం తటపటాయించి వెనక్కి తిరిగి బైటికి వానలోకి నడిచాడు. వానకి వీధి దీపాలు ఎప్పుడో ఆరిపోయాయి. వీధులు చీకటిగా, తడిగా ఉన్నాయి. వర్షం నీరు మురికి కాలువల్లో ప్రవహించే శబ్దం తప్ప ఆ రాత్రి ఇంక ఎటువంటి చడీచప్పుడూ లేదు. అంత రాత్రివేళ తనకి ఆహారం ఎక్కడ దొరుకుతుందో జరుడికి తెలీలేదు. అంత మతిలేకుండా ఎవరైనా తమ దగ్గర ఉన్నదంతా ఎలా దానం చేసేస్తారో వాడికి అర్థంకాలేదు. మునుపు తిండి కావాలని అడిగితే అందరూ తనని తన్ని పంపించటమే వాడికి తెలుసు. ఇప్పుడు తనే అవతలివాళ్లని తన్నే స్థితికి చేరుకున్నాడు. ఆలయంలోని అర్చకుడు కొట్టిన కొరడాదెబ్బలు వాణ్ణి ఇంకా బాధపెడుతూనే ఉన్నాయి... కనీసం మానసికంగా. వాడికి ఈ లోకం అర్థం కాలేదు. అక్షరజ్ఞానం లేని ఆ నిషాదుణ్ణి జీవితం అయోమయానికి గురిచేసింది. ఒకే సమయంలో కొందరు అంత క్రూరంగానూ, ఇంకొందరు అంత జాలిగుండె కలవారుగానూ ఎలా ఉండగలరు? భిన్నంగా ఉన్నవారు దుష్టులు అని అనుకోవటం సులభంగానూ, సౌకర్యంగానూ అనిపిస్తుంది. ఆలయంలో జరిగిన సంఘటన తరవాత వాడికి బ్రాహ్మణు లందరిపట్లా ఏహ్యభావం కలిగింది. కానీ ఈ రాత్రి తను కలుసుకున్న వెర్రి బ్రాహ్మణుడిలాంటి వారు వాడి ద్వేషం తాలూకు పునాదులని పూర్తిగా కుదిపివేసి వాడిని అయోమయానికి గురి చేశారు. వాడు ఎటు పోతున్నాడో కూడా తెలీకుండా నడవసాగాడు.

వాడికి ఒక కసాయివాడి అంగడి కనిపించింది. అక్కడ వసారాలోని ఒక మంచం కోడుకి ఒక పొట్టేలు కట్టివేసి ఉంది. అంగడి మూసివేసి కసాయివాడు మంచంమీద గుర్రుపెట్టి నిద్రపోతున్నాడు. ఇక్కడ ఆహారం ఉంది! 'ఆ పిచ్చి బ్రాహ్మణుడికి రుణం తీర్చుకుని నన్ను బాధపెడుతున్న ఈ ఆలోచనలనుంచి బైటపడగలుగుతాను,' అనుకున్నాడు ఆ నిషాదుడు. ఆ బ్రాహ్మణుడికి రుణపడి ఇన్నేళ్లుగా కష్టపడి పోగు చేసుకున్న అహంకారాన్నీ, ద్వేషాన్నీ కోల్పోతానేమోనని వాడికి భయం వేసింది. మళ్లీ నేర ప్రపంచంలోకి వెళ్లి సాహసాలు చెయ్యాలని అనిపించింది. ఆ పొట్టేలుకున్న కట్టు విప్పి, అక్కణ్ణించి నిష్క్రమించాడు. ఆ ఇంటిని గుర్తుపట్టటానికి వాడికి కొంత సమయం పట్టింది, కానీ చివరికి అక్కడికి చేరి, ఉత్సాహంగా ఆవరణలోకి అడుగుపెట్టాడు. ప్రస్తుతం వాడు దొంగతనంగా జొరబడేందుకు కాదు, దానం చేసేందుకు వచ్చాడు. వింతైన సంతోషంతో వాడి మనసు నిండింది. వాడి చీకటి హృదయంలోకి ఇవ్వటంలో ఉన్న ఆనందం తొలిసారి ప్రవేశించింది. అన్నీ దానం చేసే ఆ బ్రాహ్మణుడు ఇప్పుడు అంత పిచ్చివాడుగా అనిపించలేదు.

జరుడు తలుపు తట్టగానే బ్రాహ్మణుడు తలుపు తెరిచాడు. జరుడి నల్లటి ముఖం ఆనందంతోనూ, గర్వంతోనూ మెరిసిపోసాగింది. గింజుకుంటున్న పొట్టేలుని తాడు పట్టి దగ్గరకి

లాగాడు. "స్వామీ, మీకోసం దీన్ని బహుమానంగా తెచ్చాను. కొన్నాళ్ల వరకూ దీని మాంసాన్ని తిని కడుపు నింపుకోండి. ఇది అయిపోయాక మళ్లీ మీకోసం ఆహారం తీసుకు వస్తాను," అంటూ జరుడు బ్రాహ్మణుడి భార్యవైపు ఆమె సంతోషిస్తుందనుకుని చూశాడు. కానీ ఆమె విచారంగా తల అడ్డంగా ఆడించింది.

"కృష్ణా, వచ్చేశావా? నామీద ఎంత దయ ప్రభూ నీకు! నీ లీలలు అంతులేనివి. ఇలా నన్ను పరీక్షించటం న్యాయమా?" బ్రాహ్మణుడు కలలో ఉన్నట్టు మాట్లాడాడు. అతను మోకాళ్లమీద కూర్చుని పొట్టేలు ముఖాన్ని నిమిరాడు. అది ఆయన దయాళువని గ్రహించినట్టు కదలకుండా నిలబడింది. ఇంతలో బ్రాహ్మణుడు లేచి ఇంటి పెరటివైపు చీకట్లోకి నడిచాడు.

"అమ్మా ... మీరైనా నేను తెచ్చిన బహుమతిని తీసుకోరా?" అన్నాడు జరుడు. వాడి మనసులో కోపం తలెత్తసాగింది. తను ఇచ్చే బహుమతిని వాళ్లు ఎందుకు స్వీకరించటం లేదో వాడికి తెలుసు. ఆ స్త్రీ తన తల అడ్డంగా ఆడిస్తూ నిద్రపోతున్న పిల్లలవైపు చూసింది. "నేను అస్పృశ్యుడిననే కదా మీరు నేనిచ్చే బహుమతిని తీసుకోవటం లేదు?" అన్నాడు జరుడు కోపంగా. ఆ మాటలు అనేప్పుడు ఎప్పటిలాగే వాడికి తన నోరు చేదుగా ఉన్నట్టు అనిపించింది. ఆమె వైపు చూడలేక, వాడు కళ్లు దించుకున్నాడు.

"కాదు, నాయనా! దేవుడు తన వద్దకు పిలిపించుకునేదాకా ప్రతి జీవికీ జీవించి ఉండే హక్కు ఉందని నా భర్త నమ్మకం. ఆకలి తీర్చుకునేందుకు వినోదం కోసం ప్రాణులని చంపటం అయనకి సమ్మతం కాదు. నువ్విచ్చే బహుమతి మరొక ప్రాణి కడుపు నింపుతుంది, అంతే!" అంది ఆమె నెమ్మదిగా.

బ్రాహ్మణుడు పెరటివైపునుంచి కాస్త పచ్చగడ్డి పట్టుకుని వచ్చి దాన్ని పొట్టేలు ముందు పడవేశాడు. అది నింపాదిగా గడ్డి తినటం చూస్తూ ఉండిపోయాడు. జరుడిని ఆ దృశ్యం విపరీతమైన ఇబ్బందికి గురిచేసింది. దాన్ని వాడు భరించలేకపోయాడు. ఆ బ్రాహ్మణుడి మీద ద్వేషం పుట్టింది. ఈ వ్యక్తి రుణం చెల్లించుకోకపోతే అపరాధ భావాన్నీ, ద్వేషాన్నీ ఎప్పటికీ తప్పించుకోలేనని అనిపించింది. వాడు వెనుతిరిగి వేగంగా చీకట్లోకి పరిగెత్తాడు.

ఈసారి ఒక అంగడిలో బియ్యం మూట దొంగిలించి మళ్లీ ఆ ఇంటికి వచ్చి చూసేసరికి, ఆ ఇల్లు మంటల్లో కాలిపోతూ కనిపించింది. కొందరు ఇంటిముందు వీధిలో నిలబడి వింత చూస్తున్నారు. అడవి మృగంలా కేకపెట్టి జరుడు బియ్యంమూటని కింద పడవేసి మంటల్లోకి దూసుకుని వెళ్లాడు. భగభగ మండుతున్న ఆ ఇంట్లోకి ఒక నల్లటి యువకుడు వెళ్లటం చూసి జనం కొయ్యబారిపోయారు. వాణ్ణి వాళ్ళు వారించే లోపలే వాడు ఆ మంటల్లోకి దూకాడు. లోపల బ్రాహ్మడి కోసం, అతని కుటుంబం కోసం ఆత్రుతగా వెతికాడు. ఒక దూలం కూలింది, జరుడు దాదాపు దానికింద చిక్కుకునేంత పనయింది. వాడు కెవ్వుమని కేకవేసి నలువైపులనుంచీ కమ్ముకుంటున్న మంటలలోనుంచి బైటపడేందుకు ప్రయత్నించాడు. ఎవరో వాణ్ణి బైటికి లాగి వాడి శరీరం కుడివైపున అంటుకున్న మంటల్ని ఆర్పేందుకు ప్రయత్నించసాగారు. వాణ్ణి నేలమీద దొర్లించి నీళ్లు కుమ్మరించారు. వాడు ప్రమాదం నుంచి బైటపడ్డాడని నిర్ధారణ చేసుకున్నాక, ఇంట్లో చిక్కుకుపోయిన వారిని కాపాడేందుకు ఉపాయం ఆలోచించసాగారు.

జరుడు మూలుగుతూ నేలమీద పడి ఉండిపోయాడు. కాలి కట్టెలుగా మారిన ఒక్కొక్క

శవాన్నీ జనం బైటికి తీసుకువస్తూ ఉంటే వాడి నోటి వెంట ఒక్క మాట కూడా రాలేదు. అందరూ మరణించారు, పసిపిల్ల భవాని, కవలలు, తను అమ్మా అని పిలిచిన ఆ స్త్రీ, ఆ వెర్రి బ్రాహ్మణుడు, చివరికి ఆ పొట్టేలు సైతం అగ్నికి ఆహుతి అయింది. వాడు కొయ్యబారి పోయాడు, నోరు పెగల్లేదు. వాణ్ణి వైద్యశాలకి తీసుకువెళ్ళి గాయాలకి కట్టు కట్టించినప్పుడు కూడా ఎవరితోనూ మాట్లాడలేదు. పేదలకి ఉచితంగా వైద్యం అందే విభాగంలో వాణ్ణి వదిలేసి జనం వెళ్ళిపోయారు. వాడు చనిపోతాడా, ప్రాణాలతో ఉంటాడా అనే విషయం వాళ్ళకి పట్టలేదు.

వాడి గాయాలు మానేందుకు ఆరు నెలల కాలం పట్టింది. వైద్యులకి వాడి పేరు తెలియనందువల్ల వాణ్ణి బంగారు ముంగిస అని పిలవసాగారు. వాళ్ళు తనని అలా ఎందుకు పిలుస్తున్నారో జరుడికి అర్థం కాలేదు. కానీ ఒకరోజు వైద్యశాలలోని చెత్తకుండీలో వాడికి విరిగిపోయిన అద్దం ముక్క ఒకటి దొరికింది. అందులో తన ప్రతిబింబం చూసుకున్నాక తనని వైద్యులు బంగారు ముంగిస అని ఎందుకు పిలుస్తున్నారో అర్థమైంది. అప్పటికి వాడి కాలిన శరీర భాగాలు పూర్తిగా కోలుకున్నాయి. కానీ తన ముఖాన్నీ, శరీరాన్నీ చూసి వాడు నిర్ఘాంతపోయాడు. వాడి శరీరంలోని ఎడమ భాగం ఎప్పటిలా నున్నగా, నల్లగా ఉంది, కానీ కుడిభాగం బాగా ముడతలు పడి బంగారానికి మురికి అంటినట్టు అసహ్యంగా ఉంది. వాడి ముఖంలో కొంత భాగం కాలిపోవటం వల్ల కుడివైపు పళ్ళు బైటికి కనిపిస్తున్నాయి, అక్కడ పెదవులు కాలి ముడుచుకుపోయాయి. తనకి వైద్యులు పెట్టిన పేరు అప్పటికి అర్థమైంది వాడికి. వాడు చూసేందుకు పరమ వికారంగా ఉన్నాడు. కానీ జరుడు ఏడవలేదు. వాడి కన్నీళ్ళు ఏనాడో ఇంకిపోయాయి. ఆ అద్దం ముక్కని దూరంగా పారవేసి తన మంచం దగ్గరికి నడిచాడు. వాడికి ఇక అద్దంలో ప్రతిబింబం చూసుకోవలసిన పనిలేదు.

* * *

జరుడికి ఇక ప్రాణభయం లేదని రూఢి చేసుకున్నాక వైద్యులు వాణ్ణి బైటికి పంపివేశారు. బ్రాహ్మణ కుటుంబం అగ్నికి ఎందుకు ఆహుతి అయిందో వాడికి తరవాత తెలిసింది. ఆరోజు రాత్రి దయా, వాడి ముఠా తిరిగి తమ స్థావరానికి వెళ్ళేదారిలో తను ఎక్కడున్నాడో, ఏం చేస్తున్నాడో చూసేందుకని ఆ బ్రాహ్మణుడి ఇంట్లోకి జొరబడ్డారు. ఆ సమయంలో జరుడు వాళ్ళకి ఆహారం తెచ్చేందుకు వెళ్ళాడు. బ్రాహ్మణుడి పిచ్చి ప్రవర్తన దయకి పిచ్చి కోపం తెప్పించింది, ఆ ఉద్రేకంలో వాడు పాటలుపాడే ఆ బ్రాహ్మణుణ్ణి హత్య చేశాడు. ఆ తరవాత ఇంట్లో ఉన్న వారందరినీ హతమార్చటం తప్ప వాడికి వేరే దారి లేకపోయింది. ఎవరైనా ప్రాణాలతో ఉంటే తనకి విరుద్ధంగా సాక్ష్యం చెపుతారని భయపడ్డాడు. అందులో పెద్ద దుర్మార్గం ఉన్నట్టు తోచలేదు వాళ్ళకి. చివరికి తాము చేసిన పనికి ఎటువంటి రుజువూ ఉండకూడదని ఆ ఇంటికి నిప్పు ముట్టించి మరీ వెళ్ళిపోయారు. ఒకటి రెండు రోజులు తను చేసిన పనికి దయ బాధ పడ్డాడు, కానీ త్వరగానే ఆ బాధని మరిచిపోయాడు. వాళ్ళు తాగుతూ సరదా చేసుకునే సమయంలో ఆ బ్రాహ్మణుణ్ణి అనుకరిస్తూ ఎగతాళి చెయ్యటం ఒక గొప్ప వినోదంగా మారింది. దుర్జయుడు సందేశం పంపి జరుణ్ణి మళ్ళీ వచ్చి తమ ముఠాలో చేరమని కోరాడు, కానీ జరుడు అతని కోరికని నిరాకరించాడు. వాడిలోని క్రూరమృగం ఆ మంటల్లో కాలి చనిపోయింది. చనిపోయిన బ్రాహ్మణుడిలాగే తను కూడా వెర్రివాడినని అనిపించింది. ఆ దుండగులనుంచి బ్రాహ్మణుడు నమ్మిన దైవం అతన్ని కాపాడలేక పోయాడన్న విషయాన్ని

వాడు పట్టించకోలేదు. వాడిని ఏదో ఆవేశం ఆవహించింది. కొత్త జరుడు జన్మించాడు. వాడు ఈ లోకంలో జీవించేందుకు పనికిరాడు.

జరుడు కాస్త కోలుకుని నడవగల స్థితికి చేరుకున్నాక, బిచ్చం ఎత్తి కొన్ని నాణాలు సంపాదించుకున్నాడు. ఆ తరవాత కృపుణ్ణి కలిసేందుకు వెళ్లాడు. అర్చకులకి కోపం వస్తుందనుకుని రాత్రి ఆలయం మూసివేసిన తరవాత వెళ్లాడు. చాలాకాలం క్రితం కృపుడి దగ్గర ధనం దొంగిలించినందుకు క్షమించమని ఆయన్ని అడగాలని బైలుదేరాడు. జరుడు మర్రి చెట్టు దగ్గరకి చేరుకునేవేళకి కృపుడు గాఢ నిద్రలో ఉన్నాడు. జరుడు ఆయన్ని పిలిచాడు. కృపుడు కదల్లేదు. అప్పుడు వాడు ఆయన భుజం పట్టి కుదిపాడు. కృపుడు శాపనార్థాలు పెడుతూ నిద్రలేచాడు. జరుడి భయంకరమైన ముఖాన్ని చూసి భయంతో బిగుసుకుపోయాడు. మరుక్షణం వాణ్ణి గుర్తుపట్టి చిరునవ్వు నవ్వాడు.

"స్వామీ, ఎన్నో సంవత్సరాల క్రితం చాలా పెద్ద తప్పు చేశాను. మీ వద్ద దొంగిలించిన సొమ్ము ఇదిగో, నన్ను క్షమించండి," అన్నాడు జరుడు. వాడికి గుండెల మీదినుంచి పెద్ద బరువు దింపుకున్నట్టు అనిపించింది.

"అహహ! దొంగిలించింది నువ్వు కాదు, నేను. ఒక మూర్ఖుణ్ణి నా యజ్ఞోపవీతం చూపించి భయపెట్టి అతని దగ్గర ధనం కాజేశాను. నువ్వలా తెలివిగా నా దగ్గర దాన్ని దొంగిలించి పారిపోయావు. ముందు ఒక గంటసేపు నిన్ను తిట్టుకున్నాను, కానీ తరవాత నువ్వా పని చేసినందుకు సంతోషించాను. నా దగ్గరున్న ధనం మాయమవటం చూసి నువ్వు ఈ లోకంలో మనగలవు, అనుకున్నాను. ఈ లోకంలో ఉండ గలవాడివే. నాకింక నీగురించి చింత లేదు. ఈ లోకంలో సజ్జనుడిలా జీవించగలనని నువ్వు ఎలా అనుకున్నావు? లోభులనీ, అమాయకులనీ దోచుకుంటే తప్ప అది సాధ్యం కాని పని!"

జరుడు సమాధానం చెప్పలేదు. కారణం, కృపుడి తర్కం వాడికి అర్థం కాలేదు కానీ ధనం తీసుకోమని కృపుణ్ణి బతిమాలాడు. చివరికి కృపుడు విసిగిపోయి, కోపగించుకుని వాణ్ణి అక్కణ్ణించి వెళ్ళిపొమ్మనీ, తనని నిద్రపోనిమ్మనీ కసురుకునేదాకా విడిచి పెట్టలేదు. మళ్లీ నిద్రకి ఉపక్రమించే ముందు కృపుడు సన్యాసులనీ, భక్తులనీ అనరాని మాటలు అన్నాడు.

అదేరోజు శకుని భీముణ్ణి నదిలోకి తొయ్యటం చూశాడు జరుడు. తన దాయాదిని హత్య చేసిన నేరానికి సుయోధనుణ్ణి న్యాయస్థానంలో ప్రవేశపెట్టినప్పుడు, జరుణ్ణి సాక్షిగా ఆ సభలోకి బలవంతాన తీసుకువెళ్ళారు. ఆ రాజభవనం వైభవం చూసి ముందు జరుడు కొంచెం వెనకాడినప్పటికీ, రాజూ, సభలోని కులీనులూ వాణ్ణి నిటారుగా నిలబడమనీ, ధైర్యంగా గట్టిగా మాట్లాడమనీ గదమాయించేసరికి, సుయోధనుణ్ణి ఆ అభియోగం నుంచి తప్పించ గలిగినందుకు చివరికి వాడు ఆనందించాడు. భటులు ఆ తరవాత వాణ్ణి చితకతన్నినా అది దేవుడు తనకి పెట్టిన పరీక్షగానే భావించాడు వాడు. 'ఇదంతా కృష్ణుడి లీల!' అనుకున్నాడు ఆ నిషాదుడు, తన శరీరం దెబ్బలతో కమిలి పోయి, ఎముకలు విరిగిపోయినప్పటికీ.

జరుడు చాలా మందిని కృష్ణుడు ఎక్కడ ఉంటాడని అడిగాడు. కొందరు, అతను ద్వారకలో ఉండే యాదవ రాకుమారుడని అన్నారు, శూన్యం నుంచి దేన్నైనా సృష్టించగల తెలివీ, సామర్థ్యం అతనికి ఉందనీ, అందుకే అతన్ని అందరూ అవతారపురుషుడని అంటారనీ

చెప్పారు. ఇంకొందరు, అదంతా బూటకమనీ, కృష్ణుడికి అటువంటి శక్తులేవీ లేవనీ, అందరు రాకుమారుల్లాగే అతనూ తుచ్ఛ రాజకీయాలూ, కుతంత్రాలూ చేస్తాడనీ అన్నారు. అటువంటి అభిప్రాయాలు విని జరుడికి కోపం వచ్చింది. చనిపోయిన ఆ బ్రాహ్మణుడు కృష్ణుడు దేవుడని అన్నాడు. ఆయన అబద్ధం చెప్పి ఉండడు, అనుకుని జరుడు పిచ్చి ఆవేశంతో కృష్ణుడి అంతులేని దయాగుణాన్నీ, సర్వశక్తులూ గల అతని సామర్థ్యాన్నీ మనసారా నమ్మాడు. ఇక ప్రతిక్షణం అతన్ని ఆరాధిస్తూ, తను చేసే ప్రతి పనినీ అతనికే అర్పిస్తూ జీవించసాగాడు. కొద్దికాలానికే హస్తిన ఇరుకు సందుల్లో ఎప్పుడూ వినబడే రణగొణధ్వనిలో మరొక కొత్త గొంతు వినిపించసాగింది. పేదవారి కష్టాలతో కూడుకున్న జీవితాలలో దైవాన్ని ప్రశంసిస్తూ తియ్యని గొంతుతో పాటలు పాడే జరుడు కాస్త శాంతినీ, సుఖాన్నీ నింపాడు.

తన రెండు కళ్లూ పోగొట్టుకున్న గుడ్డి కుక్కపిల్ల ఆశ్రయించింది ఈ జరుడినే, ద్రోణుడు, నిద్రపోతున్న ఆ ఇద్దర్నీ దాటుకుని నడిచాడు. మరొక నిషాదుడి బొటనవేలినీ, కలలనీ దోచుకుని వెనక్కి వెళ్తున్నాడాయన. మర్నాడు ఉదయం కుక్కపిల్ల జరుడి ముఖాన్ని నాకి నిద్రలేపింది. మురికిగా ఉన్న తన ముఖాన్ని దాని మెత్తటి నాలుక నాకుతూ ఉంటే వాడికి హాయనిపించింది. ఈ అందమైన ప్రపంచంలో ప్రాణాలతో ఉండటమే ఒక వరం. అలవాటు ప్రకారం జరుడు నేలని ముర్కొని కృష్ణుడి కరుణకి ధన్యవాదాలు తెలిపాడు. కృష్ణుడి వివేకాన్నీ, మాయనీ, లీలలనీ, ప్రేమనీ పాటలుగా అల్లిపాడాడు. కుక్కపిల్ల కళ్లల్లో రక్తం ఎండిపోయి గడ్డకట్టింది. అది తోక ఊపుతూ వాడు పాడే పాటలు శ్రద్ధగా వింటూ ఉండిపోయింది. ఆ బిచ్చగాడి ముందు పరిచిన చింకిపాత మీద దారినపోయే వాళ్లు కొందరు నాణాలు విసిరారు.

మధ్యాన్నానికల్లా జరుడికి ఒక పిచ్చికోరిక కలిగింది. తన పెంపుడు కుక్కకి పేరు పెట్టాలని అనిపించింది. ఎన్నో పేర్లు తట్టాయి, కానీ ఒకే ఒక పేరు దానికి బావుంటుందని అనుకున్నాడు. ఎంతోమంది పూజారులూ, అర్చకులూ ఆ మాటని ఎన్నోసార్లు ఉచ్చరించటం విన్నాడు వాడు. ఆ మాట అందరూ ఎంత యదాలాపంగా ఉపయోగించేవారంటే అందరి నోటా ఆ మాట వినిపిస్తూ ఉండేది. ఆ అస్పృశ్యుడు, జరుడికి ఆ మాటకి అర్థం తెలీదు, కానీ అది అంత పెద్ద విషయమేమీ కాదు, అది తన కుక్క, తన రాజ్యంలో దానికి ఏ పేరు పెట్టినా అడిగేవారుండరు అనుకున్నాడు జరుడు. జరుడు కుక్కపిల్లని ఎండలోకి ఎత్తి పట్టుకున్నాడు. అది కుయ్యోమంది. నామకరణ మహోత్సవంలో ఒక తండ్రి చేసినట్టు వాడు దాన్ని ఒళ్లో కూర్చోబెట్టుకుని, దాని చెవిలో మూడు సార్లు, 'ధర్మం, ధర్మం, ధర్మం' అని రహస్యంగా గొణిగాడు.

అజ్ఞానంతో ఆ బిచ్చగాడు తన కుక్కకి ఒక విచిత్రమైన పేరుని ఎంచుకున్నాడు. అర్జునుడూ, ఏకలవ్యుడూ దాని రెండు కళ్లనీ బాణంతో కొట్టారు. ఆ అస్పృశ్యుడు ప్రేమగా దాని తల నిమురుతూ ఉంటే ధర్మం అనే ఆ కబోది కుక్కపిల్ల ఆనందంగా తోక ఊపింది. భరతఖండంలోని వీధుల్లో జీవితం, వీళ్లిద్దర్నీ పట్టించుకోకుండా, యథాప్రకారం సాగి పోయింది.

# 16. సూతుని రాక

అంతటా పొగమంచు కమ్ముకున్న ఒక ఉదయాన ఓడ ద్వారకకి చేరుకుంది. యవన నావిక ప్రముఖుడికి ధన్యవాదాలు తెలిపిన కర్ణుడితో ఆ యవనుడు మళ్లీ తనవెంట తన దేశానికి రమ్మని అన్నాడు. ఓడ పైభాగాన వాళ్లు నిలబడిన చోటినుంచి బలరాముడి భవనం మీది బంగారు గుమ్మటాలూ, నగరంలోని ఆలయ గోపురాలూ స్పష్టంగా కనిపిస్తున్నాయి. కర్ణుడు యవనుణ్ణి చూసి చిరునవ్వు నవ్వుతూ తల అడ్డంగా ఆడించాడు. ఆ సూతుడికీ యవనుడికీ మధ్య ఆత్మీయబంధం ఏదో ఏర్పడింది. తనకి ధర్మవీరుడు అనే బిరుదుతోపాటు అందిన సొమ్ములోనుంచి కొంత ధనాన్ని కర్ణుడు ఆ యవనుడికి ఇవ్వబోయాడు. కానీ కర్ణుడిలాంటి యోధుడి దగ్గర ధనం తీసుకుంటే తాను తన దేశానికే ద్రోహం చేసినవాడిని అవుతాను అని చెప్పి అతను దాన్ని తీసుకోలేదు. కొన్నాళ్లక్రితం, ఆకాశంనిండా నక్షత్రాలు వెదజల్లబడ్డట్టు ఉన్న ఒక రాత్రివేళ, సముద్రయానం ప్రశాంతంగా సాగుతూ, ఆ అనంత మహా విశ్వంలో ఆ ఓడ ఒక చిన్న నలుసు మాత్రమే అనిపిస్తూ ఉంటే, కర్ణుడు తన కష్టాల గురించీ, సంఘర్షణల గురించీ, ఆకాంక్ష గురించీ, సాధించిన విజయాల గురించీ, తన గురువు శాపం గురించీ ఆ యవనుడికి విడమర్చి చెప్పాడు. ఎందుకోగాని కర్ణుడి కథ ఆ మ్లేచ్ఛుణ్ణి కన్నీళ్లు కార్చే విధంగా కదిలించింది.

ఓడ రేవులోకి వచ్చాక యవనుడు కూడా ఓడదిగి కర్ణుడివెంట వచ్చాడు. గోధుమరంగు జుట్టుగల ఆ అనాగరికుడు, అనాగరికుడిలా వేషం ధరించిన పొడవాటి భారతీయుణ్ణి కౌగలించుకుంటూ ఉంటే జనం కుతూహలంగా చూశారు. వాళ్లిద్దరికీ ఇక ఎన్నటికీ తాము కలుసుకోలేమని తెలుసు, కాబట్టే వాళ్ల మైత్రి ఎంతో వాస్తవమైనది గానూ, శాశ్వతమైనది గానూ వాళ్లకి తోచింది. కర్ణుడు మోకరిల్లి నేలని ముద్దుపెట్టుకోవటం చూసిన ఆ యవనుడికి కర్ణుడి దేశాన్ని చూస్తే చెప్పలేనంత ఈర్ష్యాభావం కలిగింది. ఎన్నో అద్భుతమైన ఆలయాలూ, గొప్ప నగరాలూ ఉండికూడా భరతఖండం ప్రతిభావంతులైన స్త్రీ పురుషులని కులం పేరిట వివక్ష చూపించి, నీచంగా చూసినంత కాలం, ఎక్కువ కాలం తనమీదికి దండెత్తి వచ్చే శత్రువులని నిరోధించలేదు, ఆ యవనుడు భరతఖండాన్ని ఆక్రమించుకోవటం గురించి కంటున్న కలలని భగ్నం చేస్తూ సరిహద్దు పన్ను విధించే అధికారి రాకతో ఆ యవనుడు మళ్లీ వాస్తవలోకంలోకి వచ్చాడు.

కర్ణుడి దగ్గర విల్లంబులూ, అమ్ముల పొదీ, మొలకి చుట్టుకున్న ఉరుమి, నావిక ప్రముఖుడి దగ్గర అరువు తీసుకున్న దుస్తులూ తప్ప ఇంకేమీ లేవు. భవిష్యత్తు అయోమయంగానూ, భయం

గొలిపేట్టూ కనిపించింది అతనికి. యాదవ నాయకుణ్ణి కలిసి ఏదైనా పని ఇమ్మని అడిగితే బావుంటుందేమో అనుకున్నాడు. కానీ వాడి మనసు హస్తినలోనే ఉండిపోయింది. తన తలిదండ్రులని చూడాలనీ, తన మిత్రులకి తాను కొత్తగా నేర్పుతున్న విద్యలన్నీ చూపించాలనీ తహతహలాడాడు. చల్లని గంగనీటిలోకి దూకి, ప్రవాహానికి ఎదురీదాలని అనిపించింది. ముచిరపట్టణంలో ప్రశాంతంగా ప్రవహించే పూర్ణానదిలో తేలుతూ ఈదటం నమ్మశక్యం కానంత ఆహ్లాదకరమైన అనుభవం అనిపించింది కర్ణుడికి. కొబ్బరి చెట్ల ఆకుల వెనుక దోబూచులాడే చందమామని చూడటం వాడికి లభించిన గొప్ప అనుభూతి. కానీ గంగానది ఉధృతిని అతను ఎప్పుడూ గుర్తుచేసుకునేవాడు. హిమాలయాల నుంచి వేగంగా ప్రవహించే గంగానది, దానికిరువైపులా ఉన్న ఆలయాల్లోనూ, భవనాల్లోనూ వెలిగే దీపాలూ, నదినీటిలో వాటి ప్రతిబింబాలూ... అదొక అద్భుత ప్రపంచం! దానికి సాటి రాగలది ఈ లోకంలో మరొకటి లేనే లేదు. కర్ణుడికి మిగతా నదులు ఇవ్వలేనిదీ, గంగానది మాత్రమే ఇవ్వగలదీ ఒకటి ఉంది. తన చిన్ననాటి సువాసనలూ, మళ్లీ మళ్లీ కావాలనుకునే అనుభవాలూ. అతనికి తన ఇంటికి వెళ్లిపోవాలని అనిపించింది.

కర్ణుడు తన గుండెల్ని తడుముకున్నాడు, వేళ్లకి నున్నగా ఉన్న కవచం స్పర్శ తెలిసింది. దాంతో జ్ఞాపకాల వెల్లువ అతన్ని ముంచెత్తింది. కళింగ మహారాజు పరశురాముణ్ణి కలిసేందుకు వచ్చినప్పుడు కర్ణుడికి ఆ కవచాన్ని బహుమతిగా ఇచ్చాడు. కర్ణుడి ప్రతిభని చూసి సంతోషించి, కళింగ దేశ రాజుల కులదైవం సూర్యుడు ప్రసాదించిన కవచమనీ, దాన్ని తయారుచేసిన కమ్మరివాళ్లు గొప్ప నైపుణ్యం గలవారనీ చెప్పాడు. ప్రాచీన సూర్య భగవానుడి దేవాలయంలోని కమ్మరి పనివారు ఆ అద్వితీయమైన కవచాన్ని ఏడు సంవత్సరాల దీర్ఘకాలం శ్రమించి తయారుచేశారు. ఎంతో తేలికగా ఉంటూనే దృఢంగా ఉండి శరీరాన్ని ఆయుధాల నుంచి కాపాడగలదు అది. పండితోత్తములైన పురోహితులు దాన్ని సూర్యభగవానుడి పాదాల చెంత ఉంచి ప్రతిరోజూ పూజలు చేసేవారు. కర్ణుడు ధరించిన కవచం ఎంత ప్రాచీనమైనదో ఎవరికీ ఇదమిత్థంగా తెలీదు. ధర్మాన్నీ న్యాయాన్నీ కాపాడుతూ సద్వర్తనుడై జీవించే యోధుడికి దాన్ని బహూకరించటం ఆనవాయితీ. ప్రతి సంవత్సరం, సూర్యభగవానుడి వార్షికోత్సవం నాడు జ్యోతిష్కులు గ్రహ నక్షత్రాలని పరిశీలించి, ఆ కవచాన్ని పొందే అర్హతగల వాడెవడో, దేవుడి ఆశీస్సులు ఎవరికి అందజేయాలో నిర్ణయిస్తారు. చాలా సంవత్సరాలుగా దేవుడు తన నిర్ణయం తెలుపకుండా మౌనంగా ఉండిపోయాడు. అర్చకులు కవచాన్ని మళ్లీ యదాతథంగా సూర్య భగవానుడి పాదాల వద్దకి చేర్చేవారు. అటువంటి యోధుడు అంత వరకూ జన్మించలేదు. అటువంటి యోధుడికి దాన్ని అందజేసే అదృష్టం తమకే దక్కుతుందని కొన్ని తరాలుగా కళింగ రాజులు ఆశిస్తూ వచ్చారు.

ఎట్టకేలకు సూర్యభగవానుడు ప్రస్తుతం కళింగ రాజ్యాన్ని ఏలుతున్న రాజుని అనుగ్రహించాడు. గ్రహనక్షత్రాలు అటువంటి యోధుడు ఉన్నాడని సూచించాయి. శక్తిమంతుడైన ఆ రాజు ఇరవై రెండు సంవత్సరాల వయసున్న ఆ యోధుడికి పాదాభివందనం చేశాడు. తన శిష్యులందరిలోకీ తలమానికమైన కర్ణుడివైపు గర్వంగా చూశాడు పరశురాముడు. సూర్యభగవానుడు నిజంగానే కళింగ రాజుని అనుగ్రహించాడనీ, కర్ణుడు గొప్ప యోధుడే కాక, గొప్ప పాండిత్యం సంపాదించుకున్న బ్రాహ్మణోత్తముడనీ గురువు అన్నాడు. ముచిర పట్టణ రాజాస్థానం జయజయధ్వానాలతో మారుమోగుతూ ఉంటే కర్ణుడు లోలోపల కుంచించుకు

పోయాడు. రాజు కర్ణుడిపట్ల చాలా వినయంగా ప్రవర్తిస్తూ, చేర రాజ్యాన్ని అతను వదిలి వెళ్లేదాకా ప్రతిరోజూ ఉదయం తనని ఆశీర్వదించవలసిందిగా అభ్యర్థించాడు. అంత వినయం, గౌరవం ప్రదర్శించిన ఆ రాజు, తను సూతుడని తెలియగానే తమ మధ్యనున్న సంబంధాన్ని అలా విచ్ఛిన్నం ఎలా చెయ్యగలిగాడు? తన కులదైవం, సూర్యభగవానుడి కోరికని తోసిపుచ్చటం కాదా అది అని చాలా బాధపడ్డాడు కర్ణుడు.

అలా ఆలోచనల్లో మునిగి కర్ణుడు భవన ద్వారం వద్దకి చేరుకున్నాడు. కాస్త మంచి దుస్తులు కొనుక్కోనందుకు తనని తాను తిట్టుకున్నాడు. ప్రధాన నావికుడి దగ్గర అరువు తీసుకున్న దుస్తులే ఇంకా అతను ధరించి ఉన్నాడు. అవి అతని ఒంటికి అక్కడక్కడా గుచ్చు కుంటున్నాయి. భటులు అతని వైపు అనుమానంగానూ, కుతూహలంగానూ చూడసాగారు. తమ రాజ్యంలో ఎవరూ అటువంటి దుస్తులు ధరించటం వాళ్లు చూడలేదు. రక్షకభట నిలయంలోని అధికారిని కర్ణుడు ఒక తాళపత్రం ఇమ్మని అడిగాడు. దానిమీద 'వసుసేనుడు' అని రాసి, దాన్ని యాదవ నాయకుడికి అందజేయమని కోరాడు. రెండు నాణాలు లంచం కింద అధకారికి ఇవ్వబోయాడు, కానీ అతను నవ్వి, వాటిని కర్ణుడికి తిరిగి ఇచ్చేశాడు. కర్ణుడికి ఒకేసారి ఆనందమూ, ఆశ్చర్యమూ కలిగాయి. అతను బైట ఒక చింతచెట్టు కింద నీడలో నిలబడి వేచి చూడసాగాడు. గత ఎనిమిది సంవత్సరాల్లో నగరం ఎంతో అభివృద్ధి అయిందని అతనికి అనిపించింది. ఇక్కడికి ఇంతకుముందు ఎప్పుడూ కర్ణుడు వచ్చి ఉండలేదు, కానీ ఒకప్పుడు అక్కడ బంజరు భూమి తప్ప ఇంకేమీ ఉండేది కాదని జనం చెప్పుకోగా విన్నాడు. బలరాముడి కళ్లలోని ఉత్సాహం, ఆకాంక్షా అందర్నీ ప్రేరేపించి వాళ్లలో స్ఫూర్తిని నింపి ఉండాలి. బలరాముడు ఎంత కష్టపడి ప్రయత్నిస్తే ఏమీలేని ప్రదేశంలో ఇంత అందమైన నగరాన్ని నిర్మించగలిగాడో తలుచుకుంటే కర్ణుడికి అతని మీదున్న గౌరవం ఇనుమడించింది.

ద్వారకా నగరంలో ఒక కొత్త స్ఫూర్తి ఉన్నట్టు తోచింది కర్ణుడికి. మెరిసిపోయే కట్టడాలూ, ఆడంబరమైన అంగళ్లు, కొత్త రకం రథాలూ, వాటికి రకరకాల అలంకరణలూ, వీధుల్లో అవి అతివేగంగా పరిగెత్తటం, గుర్రాలచుట్టూ గంతులు వేసే యుక్తవయసు పిల్లవాళ్లు, కులీన స్త్రీ పురుషులని కూర్చోబెట్టుకుని ఠీవిగా నడిచే ఏనుగులూ, అవి కదిలిపోయాక కూడా చెవులకి సోకే వాటి మెడలోని చిరుగంటల ధ్వనులూ. ఒక పద్ధతి అంటూ లేకుండా ఎప్పుడూ గందరగోళంగా ఉండే హస్తినాపురానికీ, అన్ని రకాల మనుషులతోనూ నిండి ఉండే ముచిర పట్టణానికీ, ఈ ద్వారకకీ అసలు పోలికే లేదు. అది ప్రస్తుతం భరతఖండంలోని నగరాలన్నింటి లోకి పెద్దది కాదు, కానీ అలా రూపొందే మార్గంలో కచ్చితంగా ముందుకి పోతోంది. కాశీలోనూ, కాంచీపురంలోనూ ఉన్న కళలూ, సంస్కృతీ ఇక్కడ లేకపోవచ్చు, మథురలాగ ఇది దేదీప్యమానంగా లేకపోవచ్చు, కానీ ఆ లోటు పూర్తి చేసే యౌవనోత్సాహం ఇక్కడ మెండుగా ఉంది. బలరాముడి ఇంద్రజాలం మంచి ఫలితాలని ఇస్తోంది. ఏమీలేని ప్రదేశంలో అతను ఒక నగరాన్ని నిర్మించాడు. నియమాలని పాటించే నగరాన్ని తాను నిర్మించగలనని అతను లోకానికి నిరూపించుకున్నాడు. పరిశుభ్రమైన వీధులు, మంచి మురికినీటి కాలువలు, ఆరోగ్యాన్ని పాటించే భోజనశాలలు, రెండు వైపులా చెట్లుపాతిన పెద్ద మార్గాలూ, వీధులకి ఇరువైపులా జనం నడిచేందుకు నాపరాళ్లు పరిచిన కాలిబాటలూ. బలరాముడు ఎప్పుడైనా, ఎక్కడైనా ఇలాంటి సౌకర్యాలు అమర్చటం సాధ్యమేనని అందరికీ నిరూపిస్తున్నాడు.

ఒక భటుడి రాకతో కర్ణుడు మళ్లీ ఈలోకంలోకి వచ్చాడు. అతను కర్ణుడికి వంగి నమస్కరించి తన వెంట రమ్మని చెప్పాడు. బలరాముడి మందిర ద్వారం దాకా ఆ భటుడు కర్ణుణ్ణి తీసుకువెళ్లి అక్కడనుంచి వెళ్లిపోయాడు. యాదవ నాయకుడు తనకి ఎలాంటి స్వాగతం పలుకుతాడో, అనుకుని కర్ణుడు ఒక్క క్షణం లోపలికి వెళ్లేందుకు తటపటాయించాడు. తరవాత గుండెల నిండా ఊపిరి పీల్చుకుని లోపలికి అడుగుపెట్టాడు. బలరాముడు మునుపటికన్నా వయసు పైబడినవాడిలా కనిపించాడు. జుట్టు వెనక్కిపోయి నుదురు విశాలమైంది. తన గదిలో రాతప్రతుల కట్టలముందు కూర్చుని వాటిని శ్రద్ధగా చదువుతున్నాడు. చూడగానే కర్ణుణ్ణి ఆకట్టుకున్నది అతని శరీరం మీద పూర్తిగా తెల్లని దుస్తులే ఉండటం. తెల్లని ధోవతి, భుజాలమీద కప్పుకున్న తెల్లని అంగవస్త్రం తప్ప ఇంకే ఆభరణాలూ లేని ఆ గొప్ప యాదవ నాయకుడు సామాన్య మానవుల్లో ఒకడిలాగే కనబడ్డాడు. ఒకటే తేడా, కళ్లకి కనిపించని అయస్కాంత శక్తి ఏదో అతని శరీరంనుంచి ప్రసరిస్తున్నట్టు తోచింది. స్వర్ణాభరణాలూ, ధగధగమెరిసే వజ్రాలూ, ముత్యాలూ పొదిగిన హారాలూ లేని దక్షిణ రాజ్య కూటమికి చెందిన రాజులని కర్ణుడు చూసి ఉండలేదు. అందుకే బలరాముడు అతని కళ్లకి నగ్నంగా ఉన్నట్టు తోచాడు. కర్ణుడు నిలబడ్డ చోటే ఓపిగ్గా బలరాముడు తలెత్తి తనవైపు చూసేంతవరకూ వేచి ఉండి ఎదురు చూడసాగాడు. అతనికి ఇబ్బందిగానూ, చికాకుగానూ అనిపించింది, కానీ అది తన ముఖం మీద కనబడటం లేదు కదా, అనుకున్నాడు. తన మార్గదర్శి తనని ఇంకా ఆప్యాయంగా ఆహ్వానిస్తాడని అతను ఆశించాడు.

చివరికి బలరాముడు రాతప్రతి కట్టలు చూడటం ఆపి, తలెత్తి కర్ణుణ్ణి చూసి ఆప్యాయంగా నవ్వాడు. కర్ణుడికి ఒక యుగం గడిచాక అతను తనవైపు చూసినట్టు అనిపించింది! కర్ణుడు కాస్త స్థిమితపడ్డాడు. “ఓహ్! బాగా పొడుగ్గా, అందంగా కనిపిస్తున్నావే! ఎన్నో సంవత్సరాల క్రితం నా ముందు తన కలల గురించి చెప్పిన ఆ కుర్రవాడి రూపమే నా కళ్లల్లో ఇప్పటికీ మెదులుతోంది. కర్ణా, నిన్ను మళ్లీ కలుసుకోవటం ఎంత సంతోషంగా ఉందో!” అన్నాడు బలరాముడు. వెంటనే లేచి బిగుసుకుపోయి నిలబడిన కర్ణుణ్ణి కౌగలించుకునేందుకు గబగబా వచ్చాడు. “నీలో ఇంకా అభిమానాలు తగ్గిపోలేదు, ఆపేక్షలూ, ఆప్యాయతలూ అలాగే ఉన్నాయి. నువ్వు వచ్చావనీ, నేను ఏమైనా మాట్లాడతానని వేచి చూస్తున్నావనీ నాకు అర్థమైంది. నీలో ఏమైనా మార్పువచ్చిందేమో చూద్దామని ఆగాను. ఎటువంటి మార్పూ లేకపోవటం చూస్తే సంతోషంగా ఉంది. నీలో ఇంకా మానవత్వం జీవించే ఉంది. నీకు లభించిన శిక్షణవల్ల నీలోని సహృదయత మాయమై, ఈ లోకంలో సాఫల్యం సాధించటం ఒక్కటే లక్ష్యంగా భావించే స్వార్థమూ, కుతంత్రాలూ నీ మనసులో చోటుచేసుకుని ఉంటాయని అనుకున్నాను. కానీ నీ ముఖంలో నీ మంచితనం ప్రతిబింబిస్తోంది, కర్ణా! అందుకే నాకు సంతోషంగా ఉంది.”

కర్ణుడు తనని తాను తిట్టుకున్నాడు. ‘నిజంగా నా ముఖంలో నా మనసులోని ఆలోచనలు కనిపిస్తున్నాయా?’ అనుకున్నాడు. బలరాముడు అతన్ని ఒక మూలనున్న ఆసనం వద్దకి తీసుకెళ్లి, కర్ణుడి చేతిని గట్టిగా పట్టుకుని కూర్చోపెట్టాడు. తనుకూడా అతని పక్కనే కూర్చున్నాడు. కర్ణుడి కవచాన్ని తాకి అభినందన పూర్వకంగా, “నీ శరీరం మీద ఇది చాలా అందంగా అమరింది. పనితనం చాలా గొప్పగా ఉందే! నీకిది ఎక్కడ దొరికింది?” అన్నాడు.

ఆ మాటలు కర్ణుడి మౌనాన్ని బద్దలుకొట్టాయి. దక్షిణ దేశంలో తను చేసిన సాహస

కృత్యాలన్నిటినీ వర్ణించటం మొదలుపెట్టాడు. మెరిసిపోయే అసురుల రాజ్యాల గురించీ, ఆత్మగౌరవంతో జీవించే ఆ రాజుల గురించీ చెప్పాడు. హస్తినాపురంలోకన్నా కఠినంగా పాటించే కులవ్యవస్థ గురించీ, పిడివాదంతో దాన్ని అమలుచేసే ముఖ్యుల గురించీ వివరించాడు. నిమ్నకులాలకి చెందిన అస్పృశ్యుల జీవితాలు ఎంత నరకప్రాయంగా ఉంటాయో, మరో పక్క ధనవంతుల జీవితాలు ఎంత ఐశ్వర్యంతో నిండి ఉంటాయో చెప్పాడు. కర్ణుడు అక్కడి గొప్ప నాట్యకళ గురించీ, అద్భుతమైన ఆలయాల గురించీ, వాస్తుకళా, నిర్మాణ కళ గురించీ, సంగీతం గురించీ చెప్పాడు. దక్షిణ రాజ్య కూటమికి చెందిన భూభాగంలోని ప్రకృతి సంపద గురించి వర్ణించాడు. కానీ ఎవరికీ అంత సులభంగా అంతుపట్టని తన గురువు, పరశురాముడి గురించి మాట్లాడేప్పుడు అతని గొంతు గద్గదంగా మారింది. తానొక యోధుడినన్న గర్వం ఏ కోశానా లేనట్టు. ఏ తప్పూ చెయ్యకుండానే తండ్రిచేత తిట్లు తిన్న పిల్లవాడిలా కనిపించాడు.

బలరాముడు కర్ణుణ్ణి గమనిస్తూ, అతను మాట్లాడటం ఆపగానే అతని భుజాన్ని పట్టి నొక్కాడు. భావోద్రేకాలని దాచుకునేందుకు కర్ణుడు ప్రయత్నిస్తున్నాడని అతనికి అర్థమైంది. "ఆ తరవాత ఏం జరిగింది? ఆయన మెప్పు పొందగలిగావా?" అని అడిగాడు మృదువుగా.

"నాకు... ఆయన... ఆయన తండ్రిలాంటి వాడు, కానీ..." కర్ణుడు మళ్ళీ మధ్యలో ఆగిపోయి తల పక్కకి తిప్పుకున్నాడు. లేచి గవాక్షం దగ్గరికి నడిచాడు. తన కన్నీళ్ళు బలరాముడికి కనిపించటం అతనికి ఇష్టం లేకపోయింది. 'ఇలాంటి చిన్న చిన్న విషయాలకి ఏడవటానికి నేనేమైనా ఆడదాన్నా?' అని అనుకున్నాడు. బైట ఉద్యానవనంలో ఒక అందమైన అమ్మాయి తిన్నెమీద కూర్చుని ఉంది. ఆమె మధురంగా పాడుతోంది. చెవికింపైన ఆమె గొంతునుంచి వచ్చే ఆ సంగీతం ఆ వనంలోని పూవులని ముద్దాడి, గాలితో కలిసి ఒక ప్రత్యేకమైన సువాసనని వెదజల్లుతూ ఉంటే, ఆమె సఖులు కూర్చుని ఆ గాన మాధుర్యంలో పూర్తిగా మునిగిపోయి వింటున్నారు. ఆమె కంఠం అతని మనసుకి హాయిగా తోచింది. వర్ణింపనలవికాని భావాలేవో అతని మనసులో మెదిలి ఆనందాన్ని పంచాయి.

"ఆయనకి నువ్వెవరో తెలిసిపోయిందా?"

కర్ణుడు గబుక్కున వెనుదిరిగి చూశాడు. అతని ఆత్మవేదన కళ్ళలో ప్రతిఫలించింది. బలరాముడికి తన కథ చెప్పాడు – కుర్రవాడుగా తను ప్రభాస తీరాన్ని వదిలినప్పట్నుంచీ ఎందరో ఆశించే ధర్మవీరుడు అనే బిరుదుని గెలుచుకునేదాకా జరిగిన సంఘటనలని వరసగా చెప్పుకొచ్చాడు. కానీ తన గురువు తనని శపించిన విషయం చెప్పేటప్పుడు అతని గొంతు దాదాపు రహస్యం చెపుతున్నట్టు పలికింది. "నేను ప్రస్తుతం పలాయనం చేస్తున్న మనిషిని, దక్షిణరాజ్యకూటమికి చెందిన రాజులందరూ నా రక్తం కళ్ళజూసేందుకు తహతహలాడు తున్నారు. పరశురాముణ్ణి మోసగించినందుకు నా ప్రాణాలు తీసేందుకు సిద్ధంగా ఉన్నారు. నా గురువు ఎక్కడున్నాడో తెలీదు. నేను వాళ్ళని మోసగించాను, నాకు శిక్ష పడవలసిందే," అంటూ బాధగా నవ్వాడు కర్ణుడు.

"నా గూఢచారుల ద్వారా నీకు ఏదో కీడు జరిగిందనీ, పరశురాముడు ఇంకా స్పృహలో లేడనీ, ఉత్తరదేశం నుంచి వచ్చిన శిష్యుడెవరో ఆయనపట్ల ఘోరంగా ప్రవర్తించాడనీ నాకు తెలిసింది. గోకర్ణం రాజు నాకు సందేశం పంపేదాకా నువ్వు మరణించి ఉంటావనే

అనుకున్నాను," అంటూ బలరాముడు తన బల్ల దగ్గరకి వెళ్లాడు. దానిమీదున్న తాళపత్రాన్ని ఒకదాన్ని తీసుకుని దాన్ని కర్ణుడికి అందించాడు. అందులో ఉన్నది చదవగానే కర్ణుడి ముఖం నల్లబడింది.

"కర్ణా, నువ్వు ఇక్కడ ఉండిపోతే నాకు సంతోషమే, కానీ ద్వారకలో పరిస్థితులు పైకి కనిపిస్తున్నంత సవ్యంగా లేవు. ఇక్కడి సంప్రదాయవాదులతో నేను హోరాహోరీ పోరాడు తున్నాను. ప్రచ్ఛన్నయుద్ధం ప్రారంభం కాకుండా ఉండేందుకు నేను కొంత సర్దుకుపోవలసి వస్తోంది. ఏదో ఒక రోజు యాదవులందరం కొట్లాడుకుని, ఒకర్నొకరం హతమార్చుకుని నేను ఎంతో కష్టపడి సాధిస్తున్నదంతా కోల్పోతామని నాకు భయంగా ఉంది. ఇవాళ్టికి విశ్రాంతి తీసుకుని రేపు ఉదయాన్నే హస్తినకి బైలుదేరు. అక్కడి పరిస్థితులని భీష్ముడు అదుపులో ఉంచాడనే అనుకుంటాను. అదీగాక, ద్రోణుడి శిష్యుల అంతిమపరీక్షకి ఒక్క నెల రోజుల సమయమే ఉంది. సుయోధన రాకుమారుడిని అడిగితే నీకు ఏదైనా పని ఇవ్వకపోడు. నీకు తెలుసుకదా, విద్య పూర్తిచేశాక యువరాజుకి కొంత స్వేచ్ఛ లభిస్తుంది, రాజ్యానికి సంబంధించిన వ్యవహారాల్లో నిర్ణయాలు తీసుకునే అధికారం ఉంటుంది. నీకు ఏదైనా అధికార పదవి ఇమ్మని నేను అతనికి లేఖ రాస్తాను... అంటే నీకు పదవి ఇమ్మని ఎవరూ చెప్పక్కర్లేదనుకో..." అంటూ నవ్వాడు బలరాముడు.

కర్ణుడు తలతిప్పి ఉద్యానవనం వైపు చూశాడు. ఆ అమ్మాయి అక్కణ్ణించి వెళ్లిపోయింది. కొన్ని సీతాకోకచిలుకలూ, పిచ్చుకలూ తప్ప అక్కడ ఇంకేమీ లేవు. కర్ణుడి మనసు అలజడికి గురైంది. భవిష్యత్తు అంధకారమయంగా తోచింది. గోకర్ణం రాజు సందేశం స్పష్టంగానే ఉంది, కర్ణుడికోసం వెతుకుతున్నారు. ఉత్తరదేశ రాజులు అతన్ని ప్రాణాలతోగాని, హత్యచేసిగాని పట్టుకుని దక్షిణరాజ్యకూటమికి అప్పగించవలసి ఉంది. అంతటా ప్రమాదం పొంచి ఉంది. అతను బుద్ధిలేనివాడిలా, ఆ విషయం గురించి తెలీనట్టు ఆనందంగా ద్వారకనగర వీధుల్లో తిరుగుతున్నాడు. ఏ చెట్టు వెనకో, స్తంభం చాటునో నిలబడి ఎవరైనా ఒక్క బాణంతో అతన్ని తుదముట్టించవచ్చు. ఒక్క క్షణంలో ఆ శూద్రుడు, ధర్మవీరుడు కన్ను మూయవచ్చు.

"నమస్కారం, సోదరా!"

పరిచితమైన గొంతు వినగానే కర్ణుడికి కడుపులో పేగులు మెలిపెట్టినట్టు అనిపించింది. తలతిప్పి ద్వారం దగ్గర తను ద్వేషించే శత్రువు నిలబడి ఉండటం చూశాడు.

"ఆc, కృష్ణా! పూజకి అన్నీ సిద్ధంగా ఉన్నాయా?" బలరాముడు సామాన్యంగా ఉండేందుకు ప్రయత్నిస్తూ అడిగాడు. పసుపు పచ్చని పట్టు పీతాంబరం, వంకీలు తిరిగిన జుట్టులో నెమలీక, ఒంటినిండా ఆభరణాలూ, మొలలో దోపిన వేణువు, మెడలో పూవుల మాలతో కృష్ణుడు దివ్యపురుషుడిలా ఉన్నాడు. బలరాముడు ధరించిన తెల్లని దుస్తులకీ, కృష్ణుడి ఆడంబరమైన అలంకరణకీ ఎక్కడా పోలికలేదు. ఇద్దరిలోకీ చిన్నవాడైన యాదవ రాకుమారుడి అందాన్ని కర్ణుడు గమనించకుండా ఉండలేకపోయాడు.

"నమస్కారం!" అన్నాడు కర్ణుడితో కృష్ణుడు చిరునవ్వు నవ్వుతూ. "ఈ యువకుణ్ణి ఎక్కడో చూసినట్టుంది, సోదరా!" అన్నాడు మళ్లీ తనే.

"ఇతను హస్తినాపురానికి చెందిన వసుసేన కర్ణుడు. నాకు చిరకాల మిత్రుడు. మొత్తం

భరతఖండంలో ఇతన్ని మించిన విలుకాడు మరొకడు కనిపించడు," అన్నాడు బలరాముడు గర్వంగా. కర్ణుడికి ఇలా తనని ప్రశంసించటం ఇబ్బందిగా అనిపించి సిగ్గుపడ్డాడు.

"ఆc! ఇప్పుడు గుర్తుపట్టాను. యుద్ధవిద్యలు నేర్చేందుకు దక్షిణ ప్రాంతానికి వెళ్లిన సూతుడు కదూ? ఇతను నీ మిత్రుడే అవచ్చు, కానీ ఒకప్పుడు ఇతన్ని ఆదరించిన దక్షిణ రాజ్యకూటమి ఇతనికోసం వెతుకుతోంది. ఇతను ఇక్కడేం చేస్తున్నాడు? దక్షిణ రాజ్య కూటమి సేనలు ద్వారకమీదికి దండెత్తి వచ్చి సర్వనాశనం చెయ్యాలని ఉందా నీకు? పైగా, అర్జునుడి విషయం కూడా మరిచిపోయినట్టు ఉన్నావు. అందుకే ఈ ప్రపంచంలో ఈ వసుసేనుణ్ణి మించిన విలుకాడు లేడని అంటున్నావు," అన్నాడు కృష్ణుడు చిరునవ్వు నవ్వుతూ.

ఆ అవమానానికి కర్ణుడి మనసు దహించుకుపోయింది. కృష్ణుడు కేవలం తనని ఉసికొల్పి, తను ప్రతిక్రియ చూపాలనే అలా మాట్లాడుతున్నాడని కర్ణుడికి అర్థమైంది. తను ఎదురు తిరిగి ఏమైనా అంటే ఆ వంకన తనని చెరసాలలో వేసినా వేస్తారు. కానీ కర్ణుడు మౌనంగా ఉండిపోయాడు.

"కృష్ణా ఎందుకు ఊరికే అతన్ని భయపెడతావు? దక్షిణ ప్రాంతపు రాజులతో నాకు సత్సంబంధాలూ, మంచి పలుకుబడీ ఉన్నాయి, నువ్వేమీ ఆందోళనపడకు. ఇప్పుడు మనతో యుద్ధానికి వచ్చేందుకు వాళ్లు సాహసించరు. మన నగరాన్ని చుట్టి ఉన్న కోటగోడలు చాలా దృఢమైనవి, వాటిని ఛేదించటం కష్టం. ఇక మా ఇద్దరినీ చర్చించుకోనీ. పూజకి కావలసిన ఏర్పాట్ల గురించి తరవాత నీతో మాట్లాడతాను," అన్నాడు బలరాముడు.

కృష్ణుడు అలా కర్ణుడివైపు చూసి ఇంకా నవ్వుతూనే, సోదరుడితో, "అలాగే, మన ప్రజలు దక్షిణ రాజ్య కూటమి దాడికి గురి అవకుండా ఉండేట్టు రక్షణ చర్యలు చేపట్టమని మన సేనకి చెప్పు," అని మర్యాదగా నమస్కరించి, కర్ణుడివైపు చూసి చేతులు జోడించి అక్కడినుంచి నిష్క్రమించాడు. అతను వెళ్లిపోయిన చాలాసేపటివరకూ కర్ణుణ్ణి ఆ చిరునవ్వు వెంటాడుతూనే ఉంది.

బలరాముడు కర్ణుడికేసి చూశాడు. ఆ తరవాత నుదురు చిట్లించి, "నువ్వు ద్వారక నుంచి వెళ్లిపో. హస్తినాపురానికి వెళ్లాక కూడా అప్రమత్తంగా ఉండు. కాస్త ఒదిగి ఉండు. మన చుట్టూ ఎంతోమంది శత్రువులు పన్నాగాలు పన్నుతున్నారు. పరశురాముడి శక్తిసామర్థ్యాలనీ, పలుకుబడినీ తక్కువ అంచనా వెయ్యకు. దక్షిణాన ఎక్కడో స్పృహతప్పి ఉన్నాడులే అని అజాగ్రత్తగా ఉండకు. తెల్లవారే లోపల ద్వారకని విడిచి వెళ్లిపో," అన్నాడు.

ఆ యాదవుడి గొంతులో వినిపించిన హెచ్చరికకి కర్ణుడి వెన్ను జలదరించింది. బలరాముణ్ణి ఎన్నో విషయాలు అడగాలని అనుకున్నాడు, కానీ అతను నోరు విప్పే లోపల బలరాముడు ఒక సేవకుణ్ణి పిలిచి కర్ణుణ్ణి అతని మందిరానికి తోడ్కొనిపొమ్మని చెప్పాడు. బలరాముడి వద్ద వీడ్కోలు తీసుకుంటూ కర్ణుడు అతని పాదాలని తాకి నమస్కరించాడు. అతని మనసు అలజడికి గురైంది. తన భవిష్యత్తు ఎలా ఉంటుందో అతనికి తెలీదు. ప్రతిమలుపు దగ్గరా ప్రమాదం పొంచి ఉందని మాత్రం అర్థమైంది. దక్షిణరాజ్యకూటమికి చెందిన గూఢచారులు ఏ క్షణమైనా, ఎక్కడైనా తనని కనిపెట్టి పట్టుకోవచ్చు. అతిథిగృహంలోని తన మందిరానికి చేరుకుంటున్న కర్ణుడికి నీడలు పరుచుకున్న ఆ వసారా చివర్న కృష్ణుడు చేతులు కట్టుకుని నిలబడి ఉండటం కనిపించింది. కర్ణుడి చెయ్యి అప్రయత్నంగా నడుముకి ఉన్న

ఉరుమిమీదికి వెళ్లింది. కృష్ణుడు దాన్ని చూడనే చూశాడు. మరుక్షణం అతను చేసిన అట్టహాసం ఖాళీగా ఉన్న ఆ వసారాలో ప్రతిధ్వనించింది. కర్ణుడు గబుక్కున గదిలోకి ప్రవేశించి తలుపులు మూసి వాటికి ఆనుకుని, ఏం చెయ్యాలా అని తీవ్రంగా ఆలోచించసాగాడు. తలుపుకి గడియపెట్టి ఒక మూలగా ఉన్న ఆసనం మీద కూర్చున్నాడు. చాలాసేపు అక్కడే కూర్చుని, ఎవరిదైనా అడుగుల చప్పుడు వినిపిస్తుందా, లేక సందేహాస్పదమైన కదలికలేవైనా తెలుస్తాయా అని వేచి చూశాడు. అలా తీవ్రమైన ఒత్తిడికి గురైన కర్ణుడు చివరికి దస్సిపోయి, నిద్ర ముంచుకురాగా పడకమీదికి చేరాడు. రాజభవనం అంతటా కమ్ముకున్న నిశ్శబ్దం భయం గొలిపేదిగా తోచింది.

ఎవరో తలుపు మీద నెమ్మదిగా తట్టిన చప్పుడై కర్ణుడు ఉలిక్కిపడి మేలుకున్నాడు. ఇంకా చీకటి వీడలేదు. చాలాసేపు నిద్రపోయి ఉండాలి. జాగ్రత్తగా తలుపు తెరిచాడు, ఒక చేత్తో కత్తిని గట్టిగా పట్టి ఉంచాడు. అందమైన ముఖం ద్వారం బైటినుంచి అతన్నే చూడసాగింది. కర్ణుడి గుండె క్షణంపాటు కొట్టుకోవటం మరిచిపోయింది. ఆరోజు మధ్యాన్నం ఈ యువతే తన పాటతో కర్ణుణ్ణి సమ్మోహితుణ్ణి చేసింది. అతనికి ఏం చెయ్యాలో పాలుపోలేదు. ఆమెని లోపలికి రమ్మని ఆహ్వానించాలా? అలా బైటే నిలబెట్టి ఉంచటం బాగుండదేమో?

కర్ణుడి ముఖంలో అయోమయం చూసి ఆమె ఎర్రని పెదవులు విచ్చుకున్నాయి. ముత్యాల్లాటి పళ్లు కనిపించాయి. "నాపేరు సుభద్ర, మీ మిత్రుడి సోదరిని," అంటూ రెండు చేతులూ జోడించింది. కర్ణుడు ఆమెకి నమస్కరించి బైటికి వచ్చాడు. "రాకుమారా, మీరు రేపు హస్తినాపురానికి తిరిగి వెళ్లిపోతున్నారని విన్నాను. అక్కడికి వెళ్లాక యువరాజుని కలుసు కుంటారా?" అంది. ఆమె గొంతులో కొద్దిగా సిగ్గులాంటి భావం తొణికిసలాడింది.

"నేను రాకుమారుణ్ణి కాను, నా పేరు కర్ణుడు, రథసారథి పుత్రుణ్ణి. రేపు నేను నా నగరానికి వెళ్తున్నమాట నిజమే," అన్నాడు కర్ణుడు ఆమెవైపు చూసి చిరునవ్వు నవ్వుతూ.

"ఓహో, మీరు కూడా హస్తినాపుర రాకుమారులే అని అనుకున్నాను... పరవాలేదు లేండి, సుయోధనుడికి నా సందేశాన్ని అందించగలరా?" అని సుయోధనుడు అన్నందుకు, యువరాజు అని సంబోధించనందుకు తప్పు చేసినదానిలా కింది పెదవిని కొరుక్కుంది.

కర్ణుడు ఆమెవైపు చూడగానే ఆమె కళ్లు దించుకుంది. కందిపోయిన ఆమె బుగ్గలవైపు చూస్తూ కర్ణుడు ఆమెని ఆట పట్టించాడు, "నావంటి సామాన్యమైన వాళ్లకి రాజులనీ, రాకుమారులనీ కలవటం అంత సులభమైన పని కాదు!"

"లేదు, మీరు కలవాలి. నా పేరు చెపితే చాలు మీకు అనుమతి లభిస్తుంది," అంది సుభద్ర ఉల్లాసంగా. "విద్యాభ్యాసం ముగిశాక జరిగే ఉత్సవానికి నేను వస్తాననీ... అతను నాకు చాలా గుర్తొస్తున్నాడనీ చెప్పండి," అంది మళ్లీ.

మెరిసే ఆమె కళ్లనీ, నడుము వరకూ దట్టంగా పరుచుకున్న ఆమె కురులనీ చూశాడు కర్ణుడు. 'బలే అదృష్టవంతుడు!' అనుకున్నాడు సుయోధనుణ్ణి తలచుకుని. వలలో చిక్కుకున్న సీతాకోకచిలుకలా అతని మనసు రెపరెపలాడింది. ఆమె ఇంకొకరిని ప్రేమిస్తోంది, తను అలాంటి ఆలోచనలని ఇక మరిచిపోవాలి అనుకుంటూ విచారంగా నిట్టూర్చాడు. కొందర్ని అదృష్టం అలాగే వరిస్తుంది... కులీనుల ఇంట్లో జన్మించి, అందమైన రాకుమార్తెల ప్రేమకి నోచుకుంటారు.

"సోదరీ!" అన్నాడు కర్ణుడు, సుభద్రని ఉద్దేశించి. అలా పిలవగానే అతనిలోని ఒత్తిడి సమస్తం మాయమైంది. "యువరాజుకి మీ సందేశాన్ని అందించేందుకు తప్పక ప్రయత్నిస్తాను," అన్నాడు కర్ణుడు.

"కృతజ్ఞురాలిని," అని అతనికి నమస్కరించి వెనుతిరిగి చీకటిలోకి నడుచుకుంటూ వెళ్లిపోయింది. ఆమె పట్టువస్త్రాల గరగరలూ, కాలి అందెల చిరుసవ్వడీ క్రమంగా దూరమై పోయాయి.

కర్ణుడు నెమ్మదిగా తలుపు గడియపెట్టాడు. ఆమె రాసుకున్న సుగంధం వాసనలు కొద్దిగా మందిరంలోకి ప్రవేశించాయి. తెరచి ఉన్న గవాక్షం దగ్గరకి వెళ్లి మళ్లీ కూర్చున్నాడు. అతని మనసులో ఆలోచనలు సుళ్లు తిరగసాగాయి. మబ్బులతో దోబూచులాడుతూ ఆకాశంలో తేలిపోయే చంద్రుడి వంక చూడసాగాడు. జీవితం ఎంత అందంగా ఉంది! సుభద్ర అందించమన్న సందేశం గురించి మననం చేసుకున్నాడు. యువరాజుని కలిసేందుకు అనుమతి తనకి ఎలా లభిస్తుంది? సుభద్ర అమాయకమైన ప్రేమ మనసుకి ఎంత హాయిని ఇస్తోంది! తనకి కూడా ఏదో ఒక రోజు జీవితం అటువంటి నిష్కపటమైన ప్రేమని అందిస్తుందేమో. తన పేద ఇంటినీ, తలిదండ్రులనీ కర్ణుడు గుర్తుచేసుకున్నాడు. ఇన్నాళ్లుగా ఇంటికి దూరంగా ఉంటూ వాళ్లని తలుచుకోనైనా తలుచుకోనందుకు అతనికి తప్పు చేసినట్టు అనిపించింది. కొత్త ప్రపంచాన్ని జయించాలనీ, కొత్త జీవితాన్ని అందుకోవాలనీ ప్రయత్నిస్తూ ఉండిపోయాడు. తలిదండ్రులు అంత దూరాన ఉండిపోయారు, తనేమో కలలని వెంటాడటంలో మునిగిపోయాడు. కానీ ఇప్పుడు ద్వారకలో ఆ చీకటి గదిలో కూర్చున్న కర్ణుడికి హస్తినాపురం లోని తమ పూరిపాక ఎంతో దూరంగా ఉన్నట్టు తోచలేదు. తను వాళ్ల దగ్గర లేనప్పుడు వృద్ధులైన తన తలిదండ్రులు కష్టాలు పడి ఉంటారు. వాళ్లని అతను ఇప్పుడు బాగా అర్థం చేసుకోగలుగుతున్నాడు. అదే ఇంట్లో ఉంటూ వాళ్లు తను పడుకున్న మంచాన్నీ, తను చిన్నప్పుడు ఆడుకున్న విరిగిపోయిన బొమ్మలనీ, తను వేసుకుని పారవేసిన దుస్తులనీ నిరంతరం చూస్తూ, ప్రతిరోజూ తన గురించే ఆలోచిస్తూ ఉంటారు. తండ్రి మృదువుగా నవ్వే చిరునవ్వునీ, తల్లి వంటనీ, తన తలని నిమిరే ఆమె చేతినీ తలుచుకుని కర్ణుడికి వెంటనే ఇంటికి వెళ్లాలన్న కోరిక తీవ్రంగా కలిగింది.

అతని ఆలోచనలకి ఎవరిదో అడుగుల చప్పుడు అడ్డు వచ్చింది. కర్ణుడి స్థానంలో ఇంకొక సామాన్య మానవుడు ఉండి ఉంటే అతనికి అది వినిపించి ఉండేది కాదు. కానీ భరతఖండలో కెల్లా గొప్పవాడైన గురువు వద్ద శిక్షణ పొంది ఉండటం వల్ల ఆ అడుగుల చప్పుడు అతని చెవులకి సోకకముందే అతని ఇంద్రియాలు ఆ ప్రమాదాన్ని గ్రహించాయి. మందిరం వెలుపల ఎవరో ఉన్నారు! అతనికి ఆ విషయం తెలుస్తోంది. ఎవరైనా తలుపు ఎంత బలంగా ఉందో పరీక్షించేందుకు దాన్ని కొద్దిగా నెట్టారా? బైట గాలి తప్ప ఇంకేమీ లేదేమో అనుకుందామంటే ఒక్క ఆకు కూడా కదలటం లేదు. సరిగ్గా అదే సమయంలో చంద్రుణ్ణి ఒక కారుమబ్బు కమ్మేసి, చలిగాలి వీచసాగింది.

కర్ణుడు మౌనంగా తన మూట తీసుకుని, ఆయుధాలు సరిగ్గా ఉన్నాయో లేదో చూసుకుని చెవులు రిక్కించి వినసాగాడు. 'నేను అనవసరంగా బెదిరిపోతున్నానా?' అనుకుంటూ గవాక్షం దగ్గరికి మునివేళ్లమీద నడిచాడు. బైట ఆకాశం మబ్బులతో నిండి ఉంది. భవనం చుట్టుపక్కల

ఉన్న కాగడాల్లో చాలా మటుకు ఆరిపోయాయి. కోట ద్వారం వద్ద ఒకే ఒక కాగడా అయిష్టంగా వెలుగుతూ, ఆరుతూ జోగుతున్న ఇద్దరు కాపలాభటులమీద తన వెలుగుని ప్రసరిస్తోంది. కర్ణుడు ఏం చేస్తే బావుంటుందా, అని ఆలోచించాడు. ద్వారక ప్రమాదకరమైన స్థలం, అక్కడి నుంచి తెల్లవారేలోపున వెళ్లిపోవటం మంచిది అనుకున్నాడు. అక్కడినుంచి హస్తినాపురం వెళ్లే దారిలో అరణ్యాలూ, ఎడారులూ వస్తాయి. ప్రయాణం చిక్కులతో నిండి ఉంటుంది. దారిలో తగిలే ఎడారుల్లోనూ, ప్రాచీన నగరాల శిథిలాలలోనూ దారి తప్పే ప్రమాదం ఉంది. అతనికి ఒక గుర్రం అవసరం అనిపించింది. కాలినడకన ప్రయాణం చెయ్యటం అసంభవం. రాకుమారులకి పట్టాలు అందించే రోజు దగ్గరపడింది. అధికారంలో ఉన్నవారిని ఆకట్టుకుని ఉద్యోగం సంపాదించుకునేందుకు కర్ణుడు ఒక ప్రణాళికని సిద్ధం చేసుకున్నాడు కానీ అది అస్పష్టంగా ఉంది. యాదవ నాయకుడు తను కోరితే ఒక గుర్రం ఇస్తాడేమో. కానీ ఇంకా చీకటి తొలగలేదు.

ఈసారి కర్ణుడికి ఎటువంటి అనుమానమూ కలగలేదు. తలుపు టకటకమని చప్పుడు చేసింది. తలుపుకీ, ద్వారబంధానికీ ఉన్న సందులో ఎవరో కత్తిని దూర్చారు. ఎవరో గడియ తీసేందుకు ప్రయత్నిస్తున్నారు. కర్ణుడి గుండె దడదడలాడింది. బైట వసారాలో తనకోసం చాలామంది యోధులు వేచి ఉన్నారేమో! 'నిలబడి వాళ్లతో పోరాడాలా, లేక ఆలస్యం అవకముందే ఇక్కణ్ణించి పారిపోవాలా?' అని ఆలోచించాడు. ఎవరో కాలితో తలుపుని తన్నారు, కానీ అది తెరుచుకోలేదు. కర్ణుడు తన వస్తువులని తీసుకుని గవాక్షంలోంచి దూకేశాడు. తనమీద దాడిచేసేందుకు వచ్చినవాళ్లు తను కోట ద్వారం వైపో, ఉద్యానవనం వైపో వెళ్తాడని అనుకుంటారు. వాళ్లని యుక్తితో మోసగించాలి, అనుకుని అతను గవాక్షం కింద నక్కికూర్చుని, ఊపిరి బిగబట్టాడు.

ఒక నల్లటి ముఖం గవాక్షంలోంచి తొంగిచూసి, "ఈ నీచ సూతుడు తప్పించుకు పోయినట్టున్నాడు!" అని తిట్టుకున్నాడు. ఆ మాట అన్నవాడు బల్లని ఒక్క తన్ను తన్నేసరికి గాజుతో చేసిన ఆ బల్ల బద్దలై ఆ శబ్దం భవనమంతటా మారుమోగింది.

"మూర్ఖుడా, అందర్నీ లేపాలనా ఇలాంటి పనిచేశావు?" అని తిట్టింది మరో గొంతు. ఆ తరవాత అంతా నిశ్శబ్దం.

వాళ్లు ఏ క్షణాన్నైనా ఇక్కడికి రావచ్చు. రాజుగారి అశ్వశాల ఎటువైపు ఉందో? తూర్పు వైపున ఆ కనిపించేది పైకప్పు కాదు కదా? కానీ స్పష్టంగా కనిపించటం లేదు. వాళ్లు తనని ఏ నిమిషాన్నైనా పట్టుకోవచ్చు. కర్ణుడు బైటికి పరిగెత్తాడు. ఎటునుంచైనా ఒక బాణం వచ్చి తన గొంతులో గుచ్చుకోవచ్చన్న అనుమానం అతనికి లేకపోలేదు. తన కవచాన్ని తడిమి చూసుకున్నాడు. అది తనని రక్షిస్తుందన్న భావన అతనికి ఊరటనిచ్చింది. కర్ణుడు ఆయాస పడుతూ గుర్రపుశాలకి చేరుకున్నాడు. వేగంగా పరిగెత్తటం వల్ల అతనికి ఊపిరి అందటం లేదు. నాలుగు నల్లని ఆకారాలు రాజోద్యానంలో అటూ ఇటూ తిరగటం అతనికి కనిపించింది. వాళ్లు ప్రతి పొదమాటునా, చెట్టుచాటునా అతనికోసం వెతుకుతున్నారు. ద్వారం దగ్గర ఉన్న కాగడా పరిచే మసక వెలుతురులో వాళ్ల నీడలు రాక్షసాకారాలని సంతరించుకున్నాయి. గుర్రాలు ఒక అపరిచిత వ్యక్తి తమ శాలలోకి రావటం గ్రహించి అలజడికి గురవసాగాయి. వాటిలో ఏ ఒకటి గాని సకిలించిందంటే బైట తనకోసం వెతుకుతున్న వాళ్లు అప్రమత్త

మవుతారు. అప్పుడిక పోరాడటం తప్ప మరో మార్గం ఉండదు. చంపటమో, చనిపోవటమో, అంతే!

అశ్వశాలలో వందల సంఖ్యలో గుర్రాలు ఉన్నాయి. కర్ణుడు త్వరగా వాటి సామర్థ్యాన్ని అంచనా వేశాడు. చివరికి ఒక నల్లటి గుర్రాన్ని ఎంచుకుని దాన్ని సమీపించాడు. అది సకిలించకూడదని ప్రార్థించాడు. జాగ్రత్తగా దాన్ని సమీపించి, మృదువుగా మాట్లాడుతూ దాని అలజడిని పోగొట్టేందుకు ప్రయత్నిస్తూ ఆ తరవాత దాన్ని విప్పి అశ్వశాల బైటికి నడిపించు కుంటూ వెళ్లాడు. అశ్వశాల కాపలా భటులు ఆరుబైట పడుకుని నిద్రపోతున్నారు. కర్ణుడు గుర్రాన్ని వాళ్లకి దూరంగా తీసుకువెళ్లి ద్వారం వైపు నడవసాగాడు. బలమైన కోటగోడ పరిచిన నీడలో నడిచేట్టు జాగ్రత్తపడ్డాడు. అశ్వశాలనుంచి తగినంత దూరం వెళ్లానని రూఢి చేసుకున్న తరవాతనే గుర్రం మీదికి ఎక్కాడు. మరుక్షణం ద్వారం వైపు దౌడు తీయించి, ప్రశాంతంగా ఉండమని తనకి తాను నచ్చచెప్పుకున్నాడు.

తూర్పుదిక్కున ఆకాశంలో ఎర్రని చారలు పొడసూపాయి. శుక్రగ్రహం దేదీప్యమానంగా వెలిగిపోతోంది. తనని వెంబడించే వారిమీద కర్ణుడు ఒక కన్ను వేసి ఉంచాడు. వాళ్లు చాలా ఉద్వేగం కనబరుస్తున్నారు. హఠాత్తుగా ఒకడు ఆగి కర్ణుడి వైపు చూశాడు. కర్ణుడు ఆగిపోయాడు. కదలటం కన్నా ఆగిపోవటమే మేలనీ, అలా చేస్తే వాళ్ల దృష్టిని ఆకర్షించే అవకాశం ఉండదనీ అనుకున్నాడు. అదే క్షణాన చంద్రుడు మబ్బుల చాటునుంచి తప్పించుకుని బైటికి వచ్చాడు. వెంబడించే వారిలో ఒకడు గుర్రంమీద ఉన్న కర్ణుణ్ణి చూశాడు. నోటితో గట్టిగా చప్పుడు చేసి తన తోటివారిని హెచ్చరించాడు. వాళ్లు వెంటనే వెనుతిరిగి కర్ణుణ్ణి చూసి అతివేగంగా అతన్ని వెంబడించసాగారు. కర్ణుడు ద్వారం వైపు గుర్రాన్ని దౌడు తీయించాడు. తన శత్రువులు తనని సమీపించే లోపల అతిపెద్దవైన కోట ముఖద్వారాలని భటులచేత ఎలా తెరిపించాలో అతనికి ఎంతమాత్రమూ తెలీలేదు. గోడ మరీ ఎత్తుగా ఉండటం చేత దూకటం సాధ్యం కాదు. తన దారికి అడ్డు ఉండటంతో గుర్రం విసుగ్గా సకిలించింది. నిద్రపోతున్న భటులు మేలుకుని గుర్రాన్ని అదుపు చేసేందుకు అవస్థ పడుతున్న కర్ణుణ్ణి చూశారు. కోట నలువైపులనుంచీ ఇంకా ఎంతోమంది తనవైపు పరిగెత్తుకుంటూ రావటం చూసి కర్ణుడు తనని తాను తిట్టుకున్నాడు. అతను వాళ్లకి పట్టుబడ్డాడు!

తనని వెంబడించిన నలుగురు మనుషులూ ఎటో మాయమయారు. విచ్చుకత్తులూ, బల్లేలూ పట్టుకుని తనని చుట్టుముట్టిన భటుల్లో వాళ్లు కనిపించలేదు. వాళ్ల గురించి ఇతరులకి తెలియటం వాళ్లకి ఇష్టంలేదని తెలిసిపోతోంది. అందువల్ల కర్ణుడికి వాళ్లు మరీ ప్రమాదకరమైన వాళ్లుగా తోచారు. ప్రస్తుతానికి ఎలాగో మాటలతో ఏమార్చి తాను బైటపడగలిగినా ఆ తరవాత హస్తినాపురం వరకూ తను చెయ్యబోయే సుదీర్ఘ ప్రయాణంలో ఆ ప్రమాదకరమైన వ్యక్తులు తనకు తప్పక ఎదురవుతారని కర్ణుడికి తెలుసు.

రక్షణ శాఖాధికారి అక్కడికి చేరుకున్నాడు. కత్తిని కర్ణుడికి గురిపెట్టి గుర్రం మీదినుంచి దిగమని ఆజ్ఞాపించాడు. మారుమాటాడకుండా కర్ణుడు ఆజ్ఞ పాటించాడు. ఎదురు తిరగటం మూర్ఖత్వమే అనిపించుకుని ఉండేది. తన చుట్టూ సాయుధులైన భటులు కొన్ని వందలమంది ఉన్నారు. రాజుగారి అశ్వశాలలోని గుర్రం తనవద్ద ఎందుకు ఉందో వివరించటం అతనికి కష్టసాధ్యం అనిపించింది. తనకి ఆతిథ్యం ఇచ్చిన వారికి ఈ విషయం తెలిస్తే తను ఎంతో అవమానానికి గురికావలసి వస్తుంది.

"ఏయ్, నువ్వు ఈరోజు ఉదయం రాజుగారి దర్శనం కోరి వచ్చిన వాడివే కదూ?" అన్నాడు రక్షణ శాఖాధికారి. కర్ణుడు కళ్లు దించుకున్నాడు. ఒక సామాన్యమైన దొంగలా పట్టుబడటం చాలా అవమానకరం. "నువ్వు ఇచ్చుకునే వివరణ ఏమైనా ఉందా?" అన్నాడు అధికారి ఈసారి మర్యాదగా.

అబద్ధం చెప్పకుండా ఆ ప్రశ్నకి సమాధానం ఎలా ఇవ్వాలో కర్ణుడికి తెలీలేదు. అధికారి తన సహాయకులలో ఒకరిని పిలిచి, అతనితో నెమ్మదిగా ఏదో అన్నాడు. అతను నమస్కరించి రాజభవనం వైపు పరిగెత్తాడు. దానికి అర్థం ఏమిటో గ్రహించిన కర్ణుడు, తన కాళ్ల కింది భూమి విచ్చుకుని తనని మింగివేస్తే బావుండునని అనుకున్నాడు. ఆ వ్యక్తి బలరాముణ్ణి పిలుచుకు వచ్చేందుకు వెళ్లాడు.

* * *

"ఇక్కడ ఏమిటీ గొడవ?" యాదవ నాయకుడి గంభీరమైన గొంతు వినబడగానే భటులు వినయంగా వంగి నమస్కరించారు.

"మహాప్రభూ! ఇతను దొంగిలించేందుకు ప్రయత్నం..." అధికారి అలా చెప్పటం మొదలుపెట్టాడో లేదో బలరాముడు అతని మాటలకి అడ్డు తగులుతూ, "దొంగతనమా? అతనెవరో తెలుసా నీకు? ఈ గుర్రాన్ని నేనే ఇతనికి బహూకరించాను. నువ్వు నా అతిథిని అవమానించావు. ఈ సంఘటన గురించి ప్రజలకి తెలిసిందంటే నిన్ను చూసి నవ్వుతారు. యాదవులు తమ మిత్రులతోనూ, అతిథులతోనూ ఇలాగేనా వ్యవహరించేది? ఎంత పని చేశావు?" అన్నాడు.

అధికారి సిగ్గుతో తల వంచుకున్నాడు. కర్ణుడు నిర్ఘాంతపోతూ బలరాముడికేసి చూశాడు. "నేను జోక్యం చేసుకోవటం తప్పయితే క్షమించండి మహానుభావా! కానీ దయచేసి ఈ సేవకుణ్ణి క్షమించండి," అన్నాడు అధికారి కర్ణుడికి నమస్కరిస్తూ. మరోపక్క అతను అవమానంతో రగిలిపోతూనే ఉన్నాడు.

కర్ణుడికి ఏమనాలో తోచలేదు. అధికారి తన కర్తవ్యం నిర్వర్తించాడు అంతే, కానీ అలా చేసినందుకు తన కింద పనిచేసేవారి ఎదుట అవమానించబడ్డాడు. ఇప్పుడు కర్ణుడు ఏం మాట్లాడినా అసంగతంగానే ఉంటుంది.

"బాధపడకు," అంటూ ఆ అధికారి భుజాన్ని తట్టాడు బలరాముడు. మళ్లీ తనే, "నీ కర్తవ్యం నువ్వు బాగానే నిర్వర్తించావు. నాదే తప్పు. మన అతిథి పెందలాడే వెళ్లిపోతాడని నీకు ముందే తెలిపి ఉండవలసింది. మీరందరూ ద్వారకకి అద్భుతమైన సేవలని అందించారు," అంటూ భటులందరివైపూ చూశాడు. అంతకుముందు ఆందోళన నింపుకున్న వారి ముఖాల మీద చిరునవ్వులు విరిశాయి.

"ప్రభూ, మీరు దయగల ప్రభువులు. మేము మా కర్తవ్యాన్ని నిర్వర్తించాం..." అంటున్న అధికారి తలవంచుకునే ఉన్నా అంతకుముందే అతనిలో కనిపించిన ఒత్తిడి మాయమైంది.

కర్ణుడు బలరాముడికి పాదాభివందనం చేసి, తను చేసిన పనికి క్షమించమని రహస్యంగా కోరాడు. తొలి సూర్యకిరణాలు భూదేవిని నిద్ర లేవమని తట్టి లేపసాగాయి.

"జాగ్రత్త, కర్ణా! నువ్వు ఎంచుకున్న మార్గం సులభమైనది కాదు. ఇంత హఠాత్తుగా నువ్వు బైలుదేరి వెళ్లిపోవాలని ఎందుకు అనుకున్నావో, ఏం ముంచుకు వచ్చిందో నాకు తెలీదు. కానీ ప్రమాదం నీకు ఎల్లప్పుడూ ఒక అడుగు దూరంలో నిన్ను వెన్నంటే ఉంటుంది. శతాబ్దాల బట్టీ ఉన్న సంప్రదాయాలని ఎదుర్కోవాలని చూశావు. ప్రాచీన భరతఖండం నిన్ను అంత సులువుగా తప్పించుకు పోనివ్వదు. మహాదేవుడి కరుణ నీకు ఎల్లప్పుడూ అండగా ఉండుగాక. ఏం జరిగినా సరే, ఒక విషయం మాత్రం గుర్తుంచుకో - జీవితం నీకు ప్రసాదించిన వరాలకి కృతజ్ఞుడవై ఉండు, ముఖ్యంగా అదృష్టం, విధి వక్రించినప్పుడు ఔదార్యం ప్రకటించు. త్వరగా వెళ్లు, కర్ణా! హస్తినాపురం కళ్లు నీ సామర్థ్యాన్ని చూస్తాయి తప్ప నీ కులాన్ని కాదు."

కర్ణుడు గుర్రం ఎక్కిన మరుక్షణం అతనికి మరొక గొంతు వినిపించింది. వెంటనే అది అతన్ని భయకంపితుణ్ణి చేసింది. వెంటనే తలతిప్పి చూసేసరికి కృష్ణుడి దివ్య రూపం కనబడింది. అతను తన సోదరుడి పక్కనే నిలబడి ఉన్నాడు. బలరాముడు నొసలు చిట్లించాడు. ఇంతకుముందు అన్న మాటలనే కృష్ణుడు మళ్లీ ఇంకా కాస్త గట్టిగా అన్నాడు, కానీ అతని ముఖం మీది చిరునవ్వు మాత్రం చెక్కుచెదరలేదు, "హస్తినాపురం, చాలా దూరంలో ఉంది మిత్రమా... నిజంగా చాలా దూరం. దారి కూడా ప్రమాదాలతో కూడుకుని కష్టంగా ఉంటుంది. ఈ ప్రయాణం పూర్తిచేసి హస్తినకి చేరుకునే సామర్థ్యం నీకు ఉందా, కర్ణా?" అన్నాడు.

కృష్ణుడు అలా ఎద్దేవా చేసేసరికి కర్ణుడికి కోపం వచ్చింది, కానీ దాన్ని అణచుకున్నాడు. ఏమీ మాట్లాడకుండా చేతులు జోడించి తలవంచాడు. ఉదయిస్తున్న సూర్యుడికి అభిముఖంగా గుర్రాన్ని నడిపిస్తూ మౌనంగా ప్రార్థించాడు. ఇంటికి వెళ్తున్నాను అన్న సంతోషంతో అతని మనసు ఎగసిపడింది. 'హస్తినాపురం నాకోసం ఎదురుచేస్తోంది,' అనుకుని, క్షణంపాటు కళ్లు మూసుకుని ఆ ఆనందాన్ని మనసారా అనుభూతి చెందేందుకు ప్రయత్నించాడు. తను ఎదుర్కోబోయే ప్రమాదాల గురించి ఆలోచించలేదు. జీవితంపట్ల కృతజ్ఞతాభావంతో అతని మనసు నిండిపోయింది. ఏమాత్రం పోలికలేని ఆ ఇద్దరు యాదవ సోదరులనీ, వాళ్ల మధ్య ఉన్న ప్రచ్ఛన్న యుద్ధాన్నీ అక్కడే వదిలి కర్ణుడు ముందుకి సాగాడు. తన భవితవ్యం గురించీ, ప్రయత్నాల గురించీ ఎంతమాత్రం పట్టించుకోని ద్వారకా నగరవాసులని ఆ వీధుల్లో వదిలి కర్ణుడు ఉత్తర దిశగా తన గుర్రాన్ని నడిపించాడు. ఉక్కపోతతో నిండిన అరణ్యాల గుండా, మండే ఎడారుల దారుల్లో, ఎండిపోయిన నదుల ఇసుక తిన్నెలని దాటుకుంటూ రాబోయే కొన్ని రోజులపాటు అతను ప్రయాణం చెయ్యబోతున్నాడు - కలలు కనే సాహసం కనబరిచిన సూతుడి కోసం హస్తిన వేచి ఉంది.

అతనికి తెలీకుండా నలుగురు సైనికులు ద్వారకని వదిలి అతని వెంట వచ్చారు. వాళ్ల లక్ష్యం ఒక్కటే, సూతుణ్ణి ప్రాణాలతో పట్టుకోవటం, లేదా హత్య చెయ్యటం. ఒక వార్తాహరుడు కూడా హస్తినకు బైలుదేరాడు. ధౌమ్యుడికి అంచెలంచెలుగా సందేశాన్ని అందించేందుకు బైలుదేరిన మొదటి వ్యక్తి అతను, ఆ సందేశం కర్ణుడు హస్తినకి చేరేలోగా అతి వేగంగా ధౌమ్యుడికి అందుతుంది... అసలు కర్ణుడు హస్తినకి చేరుకోవటం అనేది జరిగినట్టయితే. ఎవరో అన్నీ కట్టుదిట్టంగా జరిగేటట్టు జాగ్రత్తలు తీసుకుంటున్నారు! అదే విధంగా ఇంకా కొందరు వార్తాహరులు దక్షిణ రాజ్యకూటమికి చెందిన నగరాలకి కూడా బైలుదేరారు. అన్ని సందేశాల సారాంశం ఒకటే, *పక్షి వలలో పడింది!*

# 17. పట్టి బంధించండి

హస్తినాపురం ఉత్సవానికి ఏర్పాట్లు చేస్తోంది. పన్నెండేళ్ల శిక్షణ పూర్తి అయిన సందర్భం అది. ధృతరాష్ట్రుడి వందమంది పుత్రులూ, అతని సోదరుడు పాండు ఐదుగురు పుత్రులూ ద్రోణాచార్యుడి శిక్షణలో ఎంత గొప్ప యోధులుగా రూపొందారో ప్రదర్శించబోయే తరుణం. అన్ని రాజ్యాలకీ ఆహ్వానాలు పంపారు. పశ్చిమాన ఉన్న గాంధారదేశం నుంచి తూర్పున ఉన్న కామరూపందాకా, ఉత్తరదిశలోని కాశ్మీరం నుంచి దక్షిణకొసన ఉన్న లంకాపురిదాకా ఆహ్వానాలు వెళ్లాయి. ఆహ్వానితుల్లో ఎక్కువమంది సామంతరాజులు, అందుచేత రాజప్రతినిధి పంపిన ఆ ఆహ్వానాలలోని భాష ఉత్సవానికి వేంచేయమని మర్యాదాపూర్వకంగా ఉన్నప్పటికీ, అది ఆజ్ఞాపించినట్టే ఉంది. ఇంకా కొన్ని మిత్ర రాజ్యాలు కూడా ఉన్నాయి - ద్వారక, వంగ వంటివి. అక్కడి రాజులు మైత్రీ సంబంధాలు పటిష్టం చేసుకునేందుకు ఆ ఉత్సవానికి వచ్చారు.

భీష్ముడు అర్ధరాత్రి వేళ విదురుణ్ణి తన మందిరానికి పిలిపించాడు. "దక్షిణ రాజ్యకూటమి గురించి నాకు ఆందోళనగా ఉంది. మనం ఇంత బాహాటంగా మన యోధులనీ, ఆయుధాలనీ ప్రదర్శిస్తే వాళ్లకి అభద్రతాభావం కలుగుతుందేమో. పరశురాముడి గురించి వినవస్తున్న వదంతులలో నిజం ఎంత ఉందంటావు?" అన్నాడు భీష్ముడు. ఆయన కళ్లు తన ముందున్న తాళ పత్రాలమీదే ఉన్నాయి.

"ఆయనకి ఇంకా స్పృహ రాలేదనే చెప్పారు గూఢచారులు. ఒకవేళ ఆమాట అసత్యం అయి, ఆయన ఆరోగ్యంగా ఉన్నట్టయితే, రాజ్యకూటమి ఆగ్రహానికి మనం గురికావటం ప్రమాదకరం అవుతుంది," అని భీష్ముడు తల ఎత్తి తనవైపు చూసేదాకా ఆగాడు విదురుడు.

"విదురా, ఎవరితోనైనా యుద్ధం చేసేందుకు నేను వెరుస్తానని అనుకుంటున్నావా? నన్ను అడ్డుకుంటున్న ఒకే ఒక విషయం మన మధ్య రెండు దశాబ్దాలుగా కొనసాగుతున్న శాంతియుతమైన సంబంధం. దక్షిణ రాజ్యకూటమి సుదూరాన ఉంది, కానీ ఖాండవం దగ్గర్లో ఉంది. చిట్టచివరి ఇంద్రుణ్ణి తక్షకుడు ముందే పదవీచ్యుతుణ్ణి చేసి తన ఇష్టం వచ్చినట్టు ఆడిస్తున్నాడు. అతని వెంట ఉన్న దుండగుల ముఠా మనమీద ఏ క్షణాన్నైనా దాడి చెయ్యవచ్చు," అంటూ మరో తాళపత్రాన్ని చదివి భీష్ముడు ఎడమవైపున్న దొంతిలో చేర్చాడు.

"ప్రభూ, నగరంలో పెరిగిపోతున్న అవినీతీ, అత్యాచారాలూ అంతకన్నా ప్రమాదకర మైనవి. ఆ గుంటనక్క, దుర్జయుణ్ణి మట్టుపెట్టమంటారా? తను చేసే ఘోరమైన దుర్మార్గపు పనులకి వాడు గాంధార అంగడి ప్రాంతాన్ని ఉపయోగించుకుంటున్నాడు. ఆ అంగడిని మట్టిలో

కలిపి వెయ్యవలసిన సమయం ఆసన్నమైంది," అంటూ విదురుడు తనని తాను సంబాళించుకుని, గాంధార రాకుమారుని పేరు చెప్పకుండా ఆగాడు.

తను చదువుకున్న తాళపత్రాన్ని కిందపెట్టి భీష్ముడు అలసిపోయిన తన కళ్లని రుద్దు కున్నాడు. "విదురా, భిన్నమైన జాతులపట్లా, మతాలపట్లా ఎప్పుడూ ఉదారంగా ఉండాలనే ప్రయత్నించాను. రాజ్యకూటమికి ఉత్తరాన మరొక ఉదాహరణగా మారాలని లేదు నాకు. గాంధార అంగడి ప్రాంతాన్ని ధ్వంసం చేస్తే అల్పసంఖ్యాకుల హక్కులని కాలరాసినట్టు అవుతుంది. దుర్జయుడు ఒక చిన్నకారు దుర్మార్గుడు. మనం ఎప్పుడు కావాలంటే అప్పుడు వాణ్ణి అంతమొందించవచ్చు. నువ్వు నాగులమీద దృష్టిపెట్టు, రాజ్యకూటమి మీద ఒక కన్నువేసి ఉంచు."

ఎంతో ఔదార్యం చూపించే భీష్ముడి రాజ్యంలో తనవంటి అధికసంఖ్యాకులకీ, శూద్రులకీ, అస్పృశ్యులకీ ఎటువంటి హక్కులూ లేవని విదురుడు ఎదురు జవాబు చెప్పాలని అనుకున్నాడు. కానీ ఆ మాట పైకి అనలేదు, కురువృద్ధుడి ఆగ్రహానికి అందుకే గురికాలేదు. కానీ అలా తప్పుపడితే అది అన్యాయమే అయేది. రాజప్రతినిధి స్వయంగా ప్రభుత్వ పదవులు బ్రాహ్మణులకే దక్కాలన్న ధౌమ్యుడి అభిప్రాయాన్ని ఆరోజు ఉదయమే తోసిపుచ్చాడు. కాలాతీతమైంది. విదురుడికి ఇంటికి వెళ్లాలని కోరికగా ఉంది. తన పిల్లల్ని అక్కున చేర్చుకుని గాఢనిద్రలోకి జారిపోవాలని ఉంది. ఆయన గవాక్షంలోనుంచి బైటికి చూశాడు. వెలుగులు చిమ్ముతున్న చంద్రుడి వెండి వెన్నెల అంతటా పరుచుకుని ఉంది. ప్రశాంతంగా కనిపిస్తున్న ఆ రాత్రి పూట నిజానికి అది లోపించింది, కానీ ఎవరికీ ఆ విషయం తెలీలేదు.

"ఏమిటిది?"

భీష్ముడి ప్రశ్న విదురుణ్ణి కుదిపింది. తన ఆలోచనల్లోనుంచి బైటపడి భీష్ముడి చేతిలో నుంచి తాళపత్రాన్ని తీసుకుని, మసక వెల్తురులో దాన్ని చదివేందుకు అవతలికి వెళ్లాడు. దాన్ని చదువుతూండగా అతని ముఖం వివర్ణమైంది. "పితామహా! ఈ సందేశం విధ్వంసాన్ని సృష్టించేదిగా ఉంది," అంటూ వణికే చేతులతో దాన్ని తిరిగి భీష్ముడికి అందించాడు.

"హుఁ... ప్రస్తుతం కాదు కానీ అలా మారే అవకాశం చాలానే ఉంది. ఇతన్ని మనం అడ్డుకోవాలి," అన్నాడు భీష్ముడు గంభీరంగా. ఆయన మళ్లీ ఒకసారి ఆ సందేశాన్ని చదివాడు. అది వాతాపి మహారాజు వద్ద నుంచి వచ్చింది. ఆయన దక్షిణ రాజ్యకూటమికి చెందిన బలవంతుడైన రాజు. ఒక శూద్రుడు ధర్మవీరుడు అనే బిరుదుని చేజిక్కించుకుని దక్షిణ రాజ్యకూటమిలోని రాజులని మోసగించాడు, అవమానించాడు. హస్తినాపురం ఆ దుష్టుణ్ణి బంధించి తమకి అప్పగించవలసిందని వారు ఆదేశించారు. అలా చెయ్యకపోయి నట్టయితే శాంతి ఒప్పందం కొట్టివేయబడుతుందని అన్నారు. అది యుద్ధానికి సన్నద్ధం కమ్మని ఇచ్చిన హెచ్చరికలాగే అనిపించింది.

"వాడికోసం వెతకండి, సమర్థులైన కొందర్ని అన్నివైపులా పంపండి. నగరానికి చేరుకునే మార్గాలన్నింటినీ మూసివెయ్యండి. ఎలాగైనాసరే వాణ్ణి పట్టి బంధించాలి," అని భీష్ముడు తన ఆసనం మీది నుంచి లేచి, ఇటూ అటూ పచార్లు చెయ్యసాగాడు.

"అది అసంభవం, ప్రభూ! రాకుమారులు పట్టభద్రులయే ఉత్సవానికి రాజ్యం

నలుమూలలనుంచీ కొన్ని వేలమంది నగర ప్రవేశం చేస్తారు. ఆ ఉత్సవం రోజున బయలు ప్రదేశంలో ఇరవై వేలమంది దాకా వస్తారని అనుకుంటున్నాం. ఇంకొన్ని వేలమంది పక్కనే ఉన్న మైదానంలో జరిగే తిరనాళ చూసేందుకు తండోపతండాలుగా వస్తారు. ఇలాంటి ఉత్సవం జరిగి రెండు దశాబ్దాలు అవుతోంది, జనం ఎంతో ఉత్సాహంతో దీనికోసం ఎదురు చూస్తున్నారు. అలాంటప్పుడు ఒక్క వ్యక్తిని నగరంలోకి ప్రవేశించకుండా ఎలా ఆపగలం?" అంటూ విదురుడు సందేశాన్ని రాసిన పత్రాన్ని అందుకుని చదవసాగాడు.

అతని చేతులు కంపించాయి. పట్టభద్ర ఉత్సవంలో ఎటువంటి అపశృతీ పలకటానికి వీల్లేదు. ఆ బాధ్యత తన మీదే ఉంది. "అదీగాక నాగులు మన మీద దాడి చెయ్యకుండా చూసేందుకు అదనంగా రక్షణ దళాలను ఆయత్తం చేశాం. ఒక ప్రత్యేకమైన వ్యక్తికోసం గాలించేందుకు ప్రస్తుతం మన వద్ద తగినంత అంగబలం లేదు. దుర్జయుడి ముఠా చేసే చిన్నచిన్న దొంగతనాలని నివారించేందుకు రక్షకభటులని ఆ పనికి నియమించాం. పితామహా, ఇప్పటికే ఈ పనులకి చాలినంతమంది భటులు మనవద్ద లేరు," అన్నాడు విదురుడు బతిమాలుతున్నట్టు. మళ్లీ ఏదో స్ఫురించినట్టు, "అంతేకాదు, ప్రభూ! ఆ వ్యక్తి చూసేందుకు ఎలా ఉంటాడో, ఎక్కడి వాడో వంటి వివరాలేవీ మనకి తెలీదు," అన్నాడు.

"విదురా, కంగారు పడకు. సావకాశంగా, నిర్మలమైన మనసుతో ఆలోచించు. నాకు గుర్తున్నంతవరకూ, నువ్వు ఈ కుర్రవాడినే ద్రోణుడి వద్దకు కొన్ని సంవత్సరాల క్రితం తీసుకువెళ్లావు. ఆ రథసారథి నీకు గుర్తున్నాడా? అతని పేరు ఏదో ఉండాలే! అతని కుమారుడు యోధుడవాలని ఆశపడ్డాడు, కానీ వాడు సూతుడని ద్రోణాచార్యుడు విద్య నేర్ప నిరాకరించాడు."

"వసుసేన కర్ణుడు, అధిరథుడి కుమారుడి గురించేనా?" అంటూ విదురుడు నిర్ఘాంత పోయాడు. ఆ రథసారథి కుమారుడు విదురుడికి బాగానే గుర్తున్నాడు. ఆ ప్రతిభావంతుడైన, తెలివైన కుర్రవాడిని ఆప్యాయంగా గుర్తుచేసుకున్నాడు. ద్రోణుడు వాడిని అవమానించినందుకు విదురుడికి ఇప్పటికీ బాధగానే ఉంది.

"అవును వాడేనని నా నమ్మకం. వాడి పట్టుదలా, సంకల్పబలం చూసి అభినందించ కుండా ఉండలేకపోతున్నాను. కానీ మనం నివసిస్తున్న ప్రపంచం చాలా సంకీర్ణమైన దృష్టి గలది. రక్తపాతమూ, ప్రాణహానీ జరగకుండా చూడాలంటే, మనం వాడిని బలిచెయ్యక తప్పదు. వాణ్ణి ప్రాణాలతో బంధించండి. వాడి రక్తంతో మన చేతులు తడవటం నాకిష్టం లేదు. తప్పు కులంలో పుట్టటం ఒక్కటే వాడు చేసిన అపరాధం. వాణ్ణి పట్టి బంధించి దక్షిణ రాజ్య కూటమికి అప్పగించి చేతులు దులుపుకోండి. వాణ్ణి పట్టుకునేందుకు నువ్వు ఏదో ఒక మార్గాన్ని వెతకగలవని నాకు నమ్మకం ఉంది. కానీ వాడు కూడా నాగుల నాయకుడిలా మరో తిరుగుబాటుదారుగా మారకుండా చూడు. ఏదో విధంగా వాణ్ణి ఆ కృపుడికి దూరంగా ఉంచు. కృపుడి అల్లరిని ఎదుర్కొనే సందర్భం ఇది కాదు. సరే నాయనా, రేపు ఉదయాన్నే నా మందిరానికి వచ్చి నన్ను కలు," అంటూ రాజప్రతినిధి తన శయనమందిరంలోకి నిష్క్రమించాడు. విదురుడు విచారంలో మునిగి ఒంటరిగా మిగిలాడు.

వసారాలో ఆరిపోతూ వెలుగుతున్న కాగడాలు నీడల్ని సృష్టిస్తున్నాయి. అక్కడ నిలబడి విదురుడు తన ఆలోచనల్ని కూడగట్టుకో సాగాడు. స్పష్టంగా ఆలోచించేందుకు శాయశక్తులా ప్రయత్నించసాగాడు. ఈసరికి ఆ కుర్రవాడు పెరిగి పెద్దవాడై ఉంటాడు. ఉత్సవానికి నగరానికి

తరలివచ్చే అన్ని వేల మందిలో అతన్ని గుర్తుపట్టటం ఎవరికి సాధ్యం? విదురుడు నిండా ఆలోచనల్లో మునిగి తన ఇంటివైపు నడవటం మొదలుపెట్టాడు. కర్ణుడు తప్పకుండా తన తల్లిదండ్రులని కలిసేందుకు వెళ్తాడు. అవును, అదే సరైన అవకాశం! తను అధిరథుడి ఇంటి పరిసరాల్లో భటులని మారువేషాల్లో కాపలా పెడతాడు. కానీ ఒక వేళ కర్ణుడు తన తల్లిదండ్రులని కలిసేముందు ఉత్సవం జరిగే బయలు ప్రదేశానికి వస్తేనో? లేదు రథసారథి ఇంటిమీద కన్నువేసి ఉంచితే సరిపోదు. అతన్ని ఊరి పొలిమేరల్లోనే పట్టుకుని దక్షిణ రాజ్యకూటమి వద్దకి పంపివేయటమే మంచిది. అప్పుడు ఏ గొడవా ఉండదు. తక్షకుడి అనుచరులూ, కర్ణుడూ కలుసుకుంటే వినాశం తప్పదు.

'రేపు నేను రథసారథి ఇంటికి రాజాస్థానంలోని చిత్రకారుణ్ణి వెంటపెట్టుకుని వెళ్తాను,' అనుకున్నాడు విదురుడు. బహుశా కర్ణుడు తండ్రిని పోలి ఉంటాడేమో! తండ్రి రూపురేఖలని చూసి చిత్రకారుడు కర్ణుడి చిత్రం గీయగలుగుతాడు... వయసులో చిన్నవాడైన అధిరథుడి చిత్రం. ఆ యువకుడు గొప్ప యోధుడని అన్నారు కాబట్టి శరీరాకృతిని బలంగా, కండలు తిరిగినట్టు చిత్రించాల్సి ఉంటుంది. ఆ చిత్రానికి నకళ్ళు తయారుచేసి నగరం నలుమూలలకీ గూఢచారుల ద్వారా వాటిని పంపించవచ్చు. ఆ చిత్రంలోని యువకుణ్ణి, కర్ణుణ్ణి, ప్రాణాలతో పట్టి ఇచ్చిన వారికి బహుమతి కూడా ప్రకటించవచ్చు. కర్ణుడు నేరస్థుడనీ, అతని కోసం రాజులు వెతుకుతున్నారనీ, పట్టి ఇచ్చిన వారికి పదివేల బంగారునాణాలు ఇస్తామనీ ప్రకటిస్తే ఆ ధనంకోసం ఎంతోమంది ముందుకి రావచ్చు. ఈ యుక్తి పనిచేస్తుందేమో. విదురుడు తన ఇంట్లో ప్రవేశించి సుతారంగా తలుపులు మూశాడు. 'ఈరోజు మళ్లీ నా కుటుంబం నన్ను కలవకుండానే నిద్రపోతుంది', అనుకున్నాడు విచారంగా. హస్తినాపుర ప్రధానమంత్రిని నిద్రాదేవి కరుణించే వేళకి తూర్పు తెలవారబోయే సమయం అయింది.

* * *

రాజభవనం మరో భాగంలో మరో ప్రాణి ఉత్సాహంతో మేలుకొని ఉంది. భీష్ముడు తన మందిరంలోకి నిద్రపోయేందుకు వెళ్లిపోయాక, పురోచనుడు శకుని తలుపు తట్టాడు. కొంతసేపు గడిచాక ఆ ప్రభుత్వాధికారి గాంధార రాకుమారుడి మందిరం నుంచి అసంతృప్తితో బైటికి వెళ్లిపోయాడు. అతను అందించిన సమాచారం పట్ల రాకుమారుడు అంత ఆసక్తి చూపలేదు.

"ఒక సూతుడు దక్షిణ రాజ్యకూటమిలోని సంప్రదాయవాదులని అవమానిస్తే గాంధార దేశానికి ఏ విధంగా లాభం ఒనగూడుతుంది?" అని పురోచనుణ్ణి అడిగి, పనికిరాని ఆ సమాచారాన్ని పొందేందుకు ఆ ప్రభుత్వాధికారి చేతిలో శకుని కొన్ని నాణాలు ఉంచాడు.

పురోచనుడు లోలోపల మొత్తం గాంధార వంశాన్ని శాపనార్థాలు పెడుతూ అక్కడి నుంచి నిష్క్రమించాడు.

పురోచనుడు వెళ్లిపోయాక తలుపులు భద్రంగా వేసుకుని శకుని చిరునవ్వు నవ్వాడు. అతనికి ఆనందంతో కేకలు వెయ్యాలని అనిపించింది. తన మొలలో దోపుకున్న పాచికలను తీసి చలువరాతి బల్లమీదికి విసిరి, "పన్నెండు!" అని అరిచాడు. పాచికలు గిరగిర తిరిగి ఆ సంఖ్య దగ్గర ఆగటం చూసి సంతోషంతో అరచేతులని రుద్దుకున్నాడు. హత్యకి గురైన తన

తండ్రి తొడ ఎముక నుంచి తాను స్వయంగా మలిచిన ఆ పాచికలని చూసి నిశ్శబ్దంగా నవ్వుతూ, "నాన్నా! నువ్వు కోరుకున్నట్టే అన్నీ జరుగుతున్నాయి. నాకు నెత్తురు కనబడుతోంది. మృత్యువు వాసన సోకుతోంది. భరతఖండమా... నీ అంతు చూస్తాను... యుద్ధం... ఘోరమైన భయంకరమైన యుద్ధం... భీష్మా, తుచ్ఛుడా... నీ రాజ్యాన్ని ఒక గాంధారదేశ రాకుమారుడు ఎలా సర్వనాశనం చేస్తాడో చూద్దువుగాని!" అంటూ శకుని గట్టిగా నవ్వాడు. నేలమీద మోకరిల్లి మళ్లీమళ్లీ పడమటి దిక్కుకి వంగి ప్రణమిల్లాడు.

కొంతసేపటికి ధ్యానమగ్నుడైన శకుని లేచి తను రాసుకునే బల్ల దగ్గరికి గబగబా వెళ్లాడు. అత్యవసరంగా అతను చెయ్యవలసిన పని ఒకటి ఉంది. దుర్జయుడికి పంపవలసిన సందేశాన్ని హడావిడిగా రాశాడు. చీకటి రాజ్యాన్ని ఏలే దుర్జయుడు ఆ మూర్ఖుడు, సూతుణ్ణి పట్టుకుని బంధించగలిగితే బావుంటుంది. ఈ లోపల హస్తినాపురానికీ, రాజ్యకూటమికీ మధ్య ఒత్తిడి పెరిగిపోతుంది.

వాణ్ణి దొంగతనంగా గాంధారానికి తరలించి అక్కడి కొండల్లోని ఒక గుహలో దాచి పెట్టగలిగితే భరతఖండంలోని రాజులు ఒకరితో ఒకరు యుద్ధం చేసి సర్వనాశనమైపోతారు. తను చెయ్యవలసినది ఒక్కటే, హస్తినాపురం కర్ణుణ్ణి దాచి, ఆశ్రయం కల్పించిందన్న విషయాన్ని ప్రచారం చెయ్యాలి. దక్షిణప్రాంతపు అహంకారులందర్నీ అవమానించిన కర్ణుడికి హస్తిన ఆశ్రయం కల్పించిందంటే ఇక తన ఆశయం నెరవేరినట్టే. శకుని ఎదురుచూసిన దానికన్నా వేగంగానే అన్నీ అతనికి అనుకూలంగా జరగసాగాయి.

* * *

"ఆ పరదేశీయుడు, దుర్మార్గుడు. అతను చెయ్యమన్న పనులన్నీ చేశాను. నగరంలో అభద్రత కల్పించాను, ఎవరూ ప్రశాంతంగా నిద్రపోలేని పరిస్థితులని కల్పించాను. దోపిడీలూ, అగ్నిప్రమాదాలూ సృష్టించాను. ఛీ! చివరికి నా అనుచరులని పడమటి దిక్కుకి తిరిగి ప్రార్థించమని కూడా ఆజ్ఞాపించాను... అతని బంజరు దేశం అటువైపే ఉంది! దాన్ని గురించి నాకు ఒక అభిప్రాయమంటూ లేదు. ఇంకా ఏం చెయ్యమంటాడు?" అని పురోచనుడివైపు చూసి దుర్జయుడు మండిపడ్డాడు.

"దుర్జయా, నీకు అప్పజెప్పిన పనిని చక్కగా చేశావు. రాకుమారుడు సంతోషించాడు. కానీ ఆయన నిన్ను మిగతా నగరాలలో కూడా ఇలాంటి పరిస్థితులు కల్పించమంటున్నాడు, దక్షిణ రాజ్యకూటమికి చెందిన నగరాలలో సైతం అశాంతి నెలకొనేట్టు చూడమంటున్నాడు. భరత ఖండంలోని ప్రతి నగరంలోనూ, గ్రామంలోనూ అల్లకల్లోలం సృష్టించి ప్రజల్లో అభద్రతా భావం రేకెత్తించగలవా?" అని అడిగాడు పురోచనుడు ద్రాక్షాసవాన్ని తాగుతూ. దుర్జయుడికి బహూకరించేందుకు అతను విలువగల ద్రాక్షాసవాన్ని తెచ్చాడు.

"మళ్లీ భీష్ముడు నా మెడకి చుట్టుకోవాలని అనుకుంటున్నావా? మీ రాకుమారుడు నా ముఖాన పారేసే ఆ కొద్ది సొమ్ముకి నేను అందించిన సాయం ఎక్కువే."

"ధనానికేముంది? ఇంకా కావాలంటే ఇస్తాడు. ఈ పని చెయ్యటం నీకు సాధ్యమా లేక నగరంలో ఉన్న నీ విరోధుల ముఠాని అడగమంటావా?"

"నన్ను బెదిరిస్తున్నావా, పురోచనా?"

"నీకు భయం వేస్తోందా, మిత్రమా?"

పారిశుధ్య పర్యవేక్షకుడి వైపు ద్వేషం నిండిన కళ్లతో చూశాడు దుర్జయుడు. పురోచనుడు మరో గుక్క ద్రాక్షాసనం తాగి చిరునవ్వు నవ్వాడు. "సరే రాకుమారుడు నాకు ఎంత ముట్ట చెపుతాడో చెప్పు," అన్నాడు దుర్జయుడు చివరికి.

పురోచనుడు తల ఊపాడు. చాలాసేపు బేరం చేసిన తరవాత భరతఖండాన్ని వెయ్యి ముక్కలు చేసి రక్తసిక్తం చేసేటందుకు వెల నిర్ణయించబడింది. మళ్లీ ఏదో గుర్తుకొచ్చినవాడిలా, "ఒక సూతుణ్ణి పట్టిబంధించమని నిన్ను అడగటం తప్పేమీ కాదు కదా?" అన్నాడు పురోచనుడు.

"ఊరికే తికమక పెట్టే ప్రశ్నలు అడగటం మాని ఎంత ధనం ఇస్తావో చెప్పు. సూతుడేమిటి?"

నగరమంతా విదురుడు అంటించిన కర్ణుడి చిత్రం ఉన్న వస్త్రాన్ని తీసి దుర్జయుడి బల్లమీద పరిచాడు పురోచనుడు.

"అబ్బే, పదివేల నాణాలకోసం నన్నీ పని చెయ్యమంటున్నావా? చిల్లర చూపించి నన్ను అవమానించాలనా నీ ఉద్దేశం?"

"మూర్ఖుడా!" పురోచనుడు అలా అనేసరికి దుర్జయుడు ముఖం చిట్లించాడు. పురోచనుడు మనసులో నవ్వుకుంటూ, తను మొదటిసారి దుర్జయుణ్ణి కలిసేందుకు వచ్చినప్పటికీ, ఇప్పటికీ పరిస్థితి ఎంత తలకిందులైపోయింది, అనుకున్నాడు. "వాణ్ణి పట్టుకో, బంధించి ఉంచు. నీకు సమాచారం అందగానే రహస్యంగా వాణ్ణి గాంధారదేశానికి తరలించు. నువ్వు కలలో కూడా ఊహించనంత ధనవంతుడివైపోతావు," అన్నాడు పురోచనుడు.

"ఈ మనిషి ఎవరు? అతని కోసం అంత తీవ్రంగా ఎందుకు గాలిస్తున్నారు?" అని అడిగాడు దుర్జయుడు అనుమానంగా.

"ఈ రాజ్యం చరిత్రని మొత్తంగా మార్చివేసే శక్తిగలవాడతను."

"దుర్జయుడు కన్నార్పకుండా పురోచనుణ్ణీ, తరవాత తన ముందున్న చిత్రాన్నీ చూశాడు. "సరే, ఎంత మొత్తం ఇస్తావో చెప్పు," అన్నాడు.

* * *

మర్నాడు సాయంకాలం అయేసరికి హస్తినాపురమంతటా కర్ణుడి కోసం వెతుకులాట ప్రారంభమైంది. విదురుడి గూఢచారులూ, దుర్జయుడి ముఠావాళ్లూ వీధుల్లో తిరుగాడుతూ కొత్తముఖం కనిపిస్తే చాలు పరికించి చూడసాగారు. అన్ని కూడళ్లలోనూ కర్ణుడి చిత్రపటాలు అందరికీ కనిపించే విధంగా అమర్చబడ్డాయి. అందులో కర్ణుడు తన తండ్రి అధిరథుడు యువకుడిగా ఉన్నప్పటిలా ఉన్నాడు. కర్ణుడి జాడ తెలిపినవారికి ప్రకటించబడిన ధనరాశికి ఆశపడి చాలామంది నిద్రాహారాలు మాని ఆ పనిలో పడ్డారు.

జరుడికి రెండుసార్లు నిద్రాభంగమైంది. ఇంకా అర్ధరాత్రైనా దాటకముందే ఇద్దరు రక్షకభటులు అటుగా వచ్చి జరుడి కుక్క ధర్మాన్ని మురికికాలవలో పడేట్టు తన్నారు. తరవాత ఆ బిచ్చగాణ్ణి కొట్టి లేపి నేరస్థుడి చిత్రాన్ని వాడికి చూపించారు. జరుడికి ఆ ముఖం ఎక్కడో

చూసినట్టు అనిపించింది. కానీ వాడు భుజాలు ఎగరేసి భటులని చూసి తన వంకర పళ్లు కనిపించేట్టు నవ్వాడు. వాళ్లు వాణ్ణి నాలుగు తిట్టి ఆ చిత్రంలోని మనిషి ఎక్కడైనా కనిపిస్తే తమకి తెలియజేయమని చెప్పి అక్కణ్ణించి కదిలారు. జరుడు మళ్లీ నిద్రలోకి జారుకున్నాడు. గుడ్డికుక్క దేకుతూ వచ్చి వాడి పక్కన చేరింది. అర్ధరాత్రి దాటాక దుర్జయుడి మనుషులు వాణ్ణి మళ్లీ నిద్రలేపారు. పక్కటెముకల్లో కాలితో బలంగా తన్నేసరికి వాడు బాధతో మేలుకున్నాడు. వాళ్లు కూడా వాడికి అదే చిత్రాన్ని చూపించి అవే ప్రశ్నలు వేశారు. ఏదో పెద్ద విషయమే అయి ఉంటుంది, అనుకున్నాడు జరుడు.

ఆ దుండగులు భటులు చెప్పినట్టుగానే జరుడికి అప్రమత్తంగా ఉండమని హెచ్చరించి వెళ్లిపోయారు. అప్పటికి గాని చిత్రంలోని మనిషి ఎవరో జరుడికి అర్థం కాలేదు. ఆ చిత్రం రథసారథి అధిరథుడిది, కానీ చిత్రంలో అతను చాలా చిన్నవాడిలా కనిపిస్తున్నాడు. తక్షకుడు హస్తినాపురం కోటమీద దాడి చేసినప్పుడు, చాలా సంవత్సరాలు క్రితం, తనూ, ఏకలవ్యుడూ అధిరథుడి ఇంటికి వెళ్లటం వాడికి జ్ఞాపకం వచ్చింది. ఆ రాత్రి అతని భార్య వాళ్లిద్దరికీ కడుపునిండా భోజనం పెట్టింది. జరుడు ఇంకేదైనా మరిచిపోతాడు కాని అవతలివాళ్లు తన పట్ల చూపిన దయాదాక్షిణ్యాలని మరవడు, ఎందుకంటే వాడి జీవితంలో అలాంటివి చాలా అరుదుగా జరుగుతాయి. రథసారథి కుటుంబం తనకి భోజనం పెట్టినందుకు వాళ్లకి తాను ఇంతకాలంగా రుణపడి ఉన్నాడు. బహుశా వీళ్లందరూ రథసారథి కోసం కాక, అతని కుమారుడికోసం వెతుకుతూ ఉండాలి అనుకున్నాడు జరుడు. ఒక రథసారథిని వెతికేందుకు ఇంత ధనం ఎవరిస్తారు? ఒకవేళ అతని కుమారుడికి ప్రాణసంకటం ఉన్నట్టయితే, తను ఏదో విధంగా సాయం చెయ్యాలి.

అలా అనుకుని జరుడు తాను పడుకున్న చోటినుంచి లేచి, నగరం దక్షిణ పొలిమేరల్లో ఉన్న సత్రం వైపు నడవసాగాడు. నగరంలోకి ప్రవేశించేందుకు ఎన్నో దారులున్నాయి, కానీ జరుడు తన మనసు చెప్పినట్టు విన్నాడు. పారిపోయిన కర్ణుడు తప్పకుండా ఈ దారినే ఎంచుకుని ఉంటాడని వాడికి అనిపించింది. అతని రాకకోసం అక్కడే వేచి ఉండి, వీలైతే అతన్ని ముందుగా హెచ్చరించాలని నిశ్చయించుకున్నాడు.

ముందు సత్రం యజమాని వాణ్ణి తరిమెయ్యబోయాడు, కానీ ఆ బిచ్చగాడు భగవంతుడి గురించి అద్భుతమైన పాటలు పాడగలడని తెలిశాక, బాటసారులు వాడిపాటలని వినేందుకు ఆగటం చూశాక, వాణ్ణి సత్రంలో ఉండనిచ్చేందుకు ఒప్పుకున్నాడు. తన వ్యాపారానికి వాడి పాటల వల్ల లాభం ఉంటుందనీ, వాడు పాడేది సానుభూతిపరుడైన కృష్ణుడి గురించి అనీ, ఆ పాటలు జనాన్ని కంటతడి పెట్టిస్తున్నాయనీ అతను గమనించాడు. పైగా, పాటలుపాడి తాను సంపాదించిన నాణాలని తనని అక్కడ ఉండనిచ్చినందుకు వాడు సత్రం యజమానికి చెల్లిస్తున్నాడు. అది సత్రం యజమానికి బాగానే అనిపించింది. అలా జరుడు తన కుక్కతో సహా అక్కడ ఉండిపోయి, పాటలు పాడుతూ, కర్ణుడి కోసం ఎదురుచూడసాగాడు.

* * *

తనకోసం ప్రమాదం పొంచి ఉందని ఎంతమాత్రం తెలియని కర్ణుడు గుర్రాన్నెక్కి వేగంగా హస్తినవైపు రాసాగాడు. చాలా దూరం నుంచి కష్టపడి చేసిన ప్రయాణం అది. మార్గంలో తనకి తారసపడ్డ ఒక వర్తకుడు, ఎండిపోయిన సరస్వతీనది గుండా వెళితే అడ్డుదారిన హస్తినకి

త్వరగా చేరుకోవచ్చుని సలహా ఇచ్చాడు. మడమలోతు నీరున్న ఆ నది గుండా తన గుర్రాన్ని దౌడుతీయిస్తున్న కర్ణుడు నదిలో చాలా భాగం ఎండిపోయి ఇసుకమేటలు బైటపడి ఉండటం చూశాడు. కొన్ని వేల సంవత్సరాల క్రితం ఆ నదీ తీరాన విలసిల్లిన నాగరికత అతనికి సహజంగానే గుర్తుకొచ్చింది. గొప్ప అసుర నాగరికతకి సంబంధించిన చరిత్ర, ఆ కాలంలో వెల్లివిరిసిన విశాలమైన నగరాలూ, మొదటి ఇంద్రుడి అబ్బురపరచే గాథలూ, ఆ నగరాలని ధ్వంసం చేసి వాటి స్థానంలో దేవతల రాజ్యాలని అతను నెలకొల్పిన వివరాలూ అతని మనసులో మెదిలాయి. 'వేదాలు పుట్టినది ఇక్కడే,' అనుకున్నాడు కర్ణుడు. 'ఈ నదీ తీరాలలోనే ప్రాచీన రుషులూ, మునులూ కూర్చుని గ్రహ నక్షత్రాల గురించీ, సులభంగా అంతుపట్టని జీవితాన్ని గురించీ దీర్ఘంగా ఆలోచించేవారు. ఆ మహాత్ములందరూ ఎక్కడికి పోయారు? రాముడు, రావణుడు, బలిచక్రవర్తి, ఇంద్రుడు, వాలి అందరూ ఎక్కడున్నారు? దేవ, అసుర, నాగులు కాక ఇతర తెగల నాయకులు ఎందరో ఈ లోకంలో, పవిత్ర భూమి మీద, నివసించారు, ఇప్పుడు వాళ్లందరూ ఏరీ? అటువంటి వాళ్లు ఈనాడు ఎక్కడా కనబడటం లేదేం? వర్తమాన యుగం గురించి నేను మరీ కఠినంగా విమర్శిస్తున్నానా? చరిత్ర సామాన్యమైన సంఘటనలకి కూడా బంగారం అద్ది గొప్పగా చూపిస్తుందేమో! నిజంగా ఆ గొప్ప వీరులందరూ ఎలాంటి వారో, నిజ జీవితంలో ఎలా ప్రవర్తించేవారో ఎవరికి తెలుసు? వాళ్లలో కొందరు నిరంకుశులూ, క్రూరులూ అయి ఉండవచ్చు. కాలంతోపాటు అవాస్తవాల రంగు మారుతూ వస్తుంది. బహుశా బలరాముడూ, చివరికి కృష్ణుడూ కూడా గొప్ప వీరులుగానో, మరీ మాట్లాడితే కాలక్రమాన దేవుళ్లు గానో రూపుదాల్చే అవకాశం ఉంటుందేమో!'

ఆ ఆలోచనకి కర్ణుడికి నవ్వు వచ్చింది. కృష్ణుణ్ణి ఇప్పుడే అందరూ దైవంగా భావిస్తున్నారు. అతను చాలా ఉపాయంగా తను విష్ణువు అవతారం అని అందరికీ అర్థమయేట్టు ప్రవర్తిస్తున్నాడు. అతను చేసే ప్రతి పనీ ఒక అద్భుతం అని ప్రచారం కూడా జరుగుతోంది. పశుకాపరులూ, నిమ్నవర్గంవారూ ఇప్పటికే అతన్ని దేవుణ్ణి చేసి పూజలు కూడా చేస్తున్నారు. కృష్ణమార్గం చాలా సులభమైనది. తనని నమ్మితే చాలు, తన భక్తుల జీవితాలలో అద్భుతాలు జరుగుతాయని అంటాడు కృష్ణుడు. అతన్ని ఆరాధించటం అంత కష్టమేమీ కాదు. బలరాముడు ఇలాంటి అద్భుతాల గురించి మాట్లాడడు, కష్టపడి పని చెయ్యమంటాడు. స్వర్గమూ, నరకమూ ఈ భూమ్మీదే ఉన్నాయి తప్ప మరెక్కడో లేవు, ఇక తనని తాను నమ్మటం కన్నా గొప్ప రక్షణ ఇంకేదీ లేదు, అంటాడు. మూర్ఖులైన ప్రజలని ఏలుతున్న వివేకి అతను. 'నా రాజ్యానికి బలరాముణ్ణి పొందే అర్హత లేదు,' అనుకున్నాడు కర్ణుడు బాధగా.

అలా ఆలోచనల్లో మునిగిపోయి ఉన్న కర్ణుడు తన కవచానికి ఎక్కడి నుంచో ఒక బాణం వచ్చి తగిలేసరికి ఉలిక్కిపడ్డాడు. అది ఎటునుంచి వచ్చిందో తెలుసుకునేందుకు చుట్టూ చూశాడు. నదీ తీరానికి ఎడమవైపు ఉన్న దట్టమైన పొదలు కనబడేసరికి గుర్రాన్ని అటుకేసి మళ్లించాడు. తన విల్లంబులని తీశాడు. రాళ్లలా స్థిరంగా ఉన్న అతని వేళ్ల మధ్య బాణం మెరిసింది. తన మీద బాణం వేసిన శత్రువు రవంత కదిలితే చాలు అతన్ని తుదముట్టించేందుకు వేచి చూడసాగాడు. కానీ ఒక్క ఆకు కూడ కదల్లేదు. శత్రువులు సమీపంలోనే ఉన్నారనీ, తన ప్రతికదలికనీ వాళ్ల కళ్లు గమనిస్తున్నాయనీ కర్ణుడు గ్రహించాడు. తను బయలు ప్రదేశంలో ఉన్నాడు, శత్రువు సులభంగా తనని గాయపరచగలడు. కవచం తనని కాపాడింది. కానీ ఈసారి తన ముఖం మీదికి బాణం వేస్తారనీ, తనని గాయపరచ కుండా వదలరనీ అనిపించింది.

మరో బాణం అతని చెవిని దాదాపు తాకుతున్నట్టుగా దూసుకుపోయింది. ఇది మొదటి బాణం వచ్చినవైపునుంచి కాక, మరోవైపునుంచి వచ్చింది. తన కంఠాన్ని మరో బాణం ఛేదించేవరకూ వేచి ఉండటం మూర్ఖత్వమే అవుతుంది.

కర్ణుడు తన గుర్రాన్ని మెరుపు వేగంతో వెనక్కి తిప్పి వేగంగా దౌడు తీయించాడు. హఠాత్తుగా బాణాల వర్షం కురవటం మొదలుపెట్టింది. ఎండిపోయిన పొదలమాటున దాక్కుంటూ, శిలల మీది నుంచి గుర్రాన్ని గెంతిస్తూ, వీలైనంత వేగంగా పారిపోయేందుకు ప్రయత్నించసాగాడు కర్ణుడు. సూర్యుడు అగ్నిగోళంలా నడినెత్తిన మండుతున్నాడు. ఎడారిలా ఉన్న ఆ ప్రాంతం రగిలిపోతున్నట్టుగా ఉంది. పవిత్ర నది మధ్య నుంచి వెళ్తూ కర్ణుడు ప్రార్థించసాగాడు. ఏదైనా బాణం గురిగా తనకి వచ్చి తగిలే లోపల తను ఎక్కడైనా దాక్కోవాలి అనుకుంటూ కర్ణుడు ఒక ముళ్ల పొద మీదినుంచి గుర్రాన్ని దూకిస్తూ తల తిప్పి చూశాడు. అప్పుడు అతనికి వాళ్లు స్పష్టంగా కనిపించారు. నలుగురు యోధులు కర్ణుణ్ణి వేగంగా సమీపిస్తున్నారు. గుర్రాన్ని అదే వేగంతో నడుపుతూ కర్ణుడు బాణాన్ని సంధించి వాళ్ల మీదికి వేశాడు. ముందు ఉన్న యోధుడి తలకి బాణాన్ని గురిపెట్టి వదిలాడు. కానీ వాడు వంగి, దాన్ని తప్పించుకుని మరింత వేగంగా కర్ణుడివైపు రాసాగాడు. మరో బాణం కర్ణుడి కవచానికి తగిలి దాదాపు కవచాన్ని ఛేదించినంత పని చేసింది. తన పరిస్థితి దారుణంగా ఉందని కర్ణుడికి అర్థమైంది. తను ఒక్కడు, వాళ్లు నలుగురు, పైగా తనే వాళ్లకి అందకుండా పారిపోతున్నాడు. తన వెన్ను వాళ్ల వైపు ఉంది. వెనక్కి తిరిగి బాణం వేసే క్రమంలో విలువైన క్షణాలని అతను చేజార్చుకున్నాడు. ఇక ఏమైతే అదే అవుతుందన్న మొండి ధైర్యం చూపించటం తప్ప అతనికి వేరే దారి లేకపోయింది.

హఠాత్తుగా కర్ణుడు గుర్రం కళ్లేలని గట్టిగా లాగేసరికి అది ఉన్నట్టుండి ఆగిపోయింది. ఒక్క ఉదుటున కర్ణుడు గుర్రం దిగి బాణాన్ని సంధించి వదిలాడు. అది ఒక యోధుడి కంటిలో గుచ్చుకునేసరికి అతను గుర్రంమీదినుంచి కింద పడ్డాడు. మిగతా ముగ్గురూ తమ తోటి యోధుడికి ఏమైందో చూసేందుకైనా ఆగలేదు. మృత్యువుని లెక్క చెయ్యకుండా ఉండటం వాళ్లకి బాగా అలవాటు, వాళ్లు ఎన్నో యుద్ధాలలో పోరాడిన యోధులు. వాళ్లు తనకి బాగా సమీపానికి చేరుకుంటున్నారని గ్రహించిన కర్ణుడు తన భయాన్ని అణచుకునేందుకు ప్రయత్నించాడు. మరో బాణం వదిలాడతను. అది మరో యోధుడి భుజానికి గుచ్చుకుంది. గాయం వైపు చూడనుకూడా చూడకుండా, బండ బూతులు తిడుతూ వాడు ఆ బాణాన్ని పెరికివేశాడు. యోధుల నాయకుడు వేసిన బాణం కర్ణుడిని దాదాపు గాయపరిచేంత దగ్గరగా వచ్చింది. కర్ణుడి కంఠాన్ని వెంట్రుకవాసిలో దాటిపోయిన ఆ బాణం గుర్రం పొట్టలో దిగబడింది. అది సకిలిస్తూ గిలగిలా కొట్టుకోసాగింది.

తమకి చిక్కిన కర్ణుణ్ణి సమీపించగానే ఆ యోధులు తమ విల్లంబులని వదిలి కత్తులని ఝళిపించసాగారు. కర్ణుడు వాళ్లమీదికి బాణాల వర్షం కురిపించసాగాడు. ఎన్నోసార్లు అతను వదిలిన బాణాలు యోధులకి గురిగా తగిలాయి, కానీ ఒక్కటి కూడా వాళ్లని ఆపటం కానీ, తీవ్రంగా గాయపరచటం కానీ చెయ్యలేకపోయింది. చివరికి కర్ణుడు తన విల్లంబులని పారవేసి, నడుముకున్న పట్టీని తడమసాగాడు. యోధుల నాయకుడు భయంకరంగా తనని సమీపించటం కనబడింది అతనికి. తన నడుముకి ఉన్న ఖడ్గాన్ని బైటికి తీసేందుకు కర్ణుడు

హడావిడిగా ప్రయత్నించాడు. గుర్రం కింద పడి విపరీతమైన బాధతో విలవిల తన్నుకోసాగింది. చివరి క్షణంలో కర్ణుడు ఖడ్గాన్ని బైటికి లాగాడు, వెంట్రుకవాసిలో మృత్యువుని తప్పించుకో గలిగాడు. ఖడ్గాలు ఒరుసుకుని నిప్పురవ్వలు లేచి అతనిమీద పడ్డాయి. కర్ణుడు విపరీతంగా అలసిపోయి రొప్పటం ప్రారంభించాడు.

నలుగురు యోధులూ కర్ణుణ్ణి చుట్టుముట్టారు. నాయకుడు కర్ణుణ్ణి చూసి చిరునవ్వు నవ్వాడు. వాళ్లు యుద్ధవిద్యల్లో బాగా ఆరితేరిన యోధులు. కర్ణుడు నిర్లక్ష్యంగా చూపించే తెగువ వాళ్లకి వినోదాన్ని అందించింది. వాళ్లు తమ గుర్రాల మీదినుంచి దిగి, దాడి చేసేందుకు సిద్ధంగా ఉన్నట్టు నిలబడ్డారు. తమ ఖడ్గాలని సుతారంగా తిప్పుతూ ఆ సూతుణ్ణి ఎత్తి పొడుస్తున్నట్టు ప్రవర్తించసాగారు. కొన్ని రోజులుగా వాళ్లు కర్ణుణ్ణి వెంటాడుతున్నారు. అంతకన్నా ఎక్కువ ఏమీ జరగకపోయేసరికి వాళ్లు విసిగిపోయారు. ఇంక ఒక్కరోజులో హస్తినకి చేరుకోవచ్చు. ఈలోపల వాళ్లకి లభించిన నిర్మానుష్యమైన ప్రదేశాలలో ఇదే చివరిది. ఇంక కొన్ని కోసులు ప్రయాణం చేస్తే హస్తినాపురానికి చేరుకునే ముఖ్యమార్గానికి ఇరువైపులా చిన్న చిన్న గ్రామాలూ, ఊళ్లూ కనిపించటం మొదలవుతుంది. తాము చెయ్యబోయే నేరానికీ తమ నాయకుడికీ సంబంధం ఉందని ఎవరైనా సాక్ష్యం చెప్పే వ్యక్తి ఎదురుపడకముందే హఠాత్తుగా గొప్ప పేరు తెచ్చుకున్న ఈ యువకుణ్ణి అంతమొందించాలి. వాళ్లు పని పూర్తి చేసి వెనక్కి వెళ్తే దారిలో ఎన్నో సత్రాలూ, అక్కడ మత్తెక్కించే మద్యమూ, అందమైన స్త్రీలూ దొరుకుతారు. ఇక ఈ చిన్న పనిని ముగించమని నాయకుడు తన అనుచరులలో ఒకడికి సైగ చేశాడు.

కర్ణుణ్ణి చంపేందుకు ముందుకు వచ్చిన యోధుడికి తన సామర్థ్యంమీద అపారమైన నమ్మకం ఉంది. దాన్ని గురించి అతనికి అహంకారం కూడా ఉంది. ఎన్నో యుద్ధాలలో పాల్గొన్న తనవంటి వీరుణ్ణి, అనుభవజ్ఞుడైన యోధుణ్ణి, నిన్నమొన్న యుద్ధవిద్యలు నేర్చిన ఈ కుర్రకుంక ఏం చెయ్యగలడు? అనుకున్నాడు. తన ప్రాణాలని కాపాడుకునేందుకు కర్ణుడు ఎలాంటి నైపుణ్యాన్నీ, భీకరమైన పోరాటపటిమనీ ప్రదర్శించగలడో ఆ యోధుడు ఊహించలేకపోయాడు. తప్పించుకునే మార్గం లేని క్రూరమృగంలా కర్ణుడు ఆ యోధుడి మీదికి లంఘించి కొద్ది నిమిషాలలోనే అతన్ని తీవ్రంగా గాయపరిచాడు. ఆ యోధుడి గాయాలనుంచి రక్తం స్రవించ సాగింది. కర్ణుణ్ణి వెంటాడిన వాళ్ల పరిస్థితి అనుకున్నంత సవ్యంగా కనిపించలేదు. ముగ్గురు కలిసికట్టుగా ఒక యుక్తవయసులో ఉన్న కుర్రవాణ్ణి హత్యచేసేందుకు ప్రయత్నించటం చూడటానికి అక్కడ ఇంకెవరూ లేరు. అదే అదనుగా చేసుకుని యోధుల నాయకుడు ఒకవైపు నుంచి కుయుక్తితో కర్ణుణ్ణి ఎదుర్కొంటూ, వెనుకనుంచి అతనిమీద దాడిచెయ్యమని తన తోటివారికి సైగ చేశాడు. ఈ పొగరుబోతుని వెన్నుపోటు పొడవటం నేరం అనిపించుకోదు అనుకున్నాడు నాయకుడు. కానీ అతని యుక్తి పారలేదు. కర్ణుడే అతని మోకాలి కింది భాగాన్ని బలంగా తన్ని కింద పడవేశాడు. నాయకుడికి తన ఖడ్గాన్ని ప్రయోగించే అవకాశం కూడా లభించలేదు.

"ఎందుకిలా నన్ను పీడిస్తున్నారు? మీపట్ల నేను చేసిన నేరం ఏమిటి? వెళ్లండి, నేను ప్రాణాలు తీయకముందే ఇక్కణ్ణించి పొండి. మీ మిత్రుణ్ణి హతమార్చినందుకు నన్ను మన్నించండి."

యోధులు ఆశ్చర్యపోతూ ముఖాముఖాలు చూసుకున్నారు. తమ తోటి వ్యక్తి చనిపోయి

నందుకు వాళ్లు ఎంతమాత్రం బాధపడలేదు. మృత్యువు ఒక యోధుడిని ఎప్పుడూ నిరాశ పరచని మిత్రుడిలాంటిది. కానీ ఒక సూతుడు తమ ఎదుట నిలబడి చంపుతానని అనే సాహసం చెయ్యటం వాళ్లు సహించలేకపోయారు. "నీ నాటకాలు చాలించు!" అంటూ కర్ణుడిమీద అరిచి, "వీడికి తగిన గుణపాఠం నేర్పవలసిందే," అన్నాడు నాయకుడు మిగతా ఇద్దరు యోధులతో.

వెంటనే ముగ్గురూ విచ్చుకత్తులతో కర్ణుడిమీదికి లంఘించారు. కర్ణుణ్ణి దుర్భాషలాడుతూ, అతని కులాన్ని ఎద్దేవా చేస్తూ దాడికి దిగారు. ఇంతలో హఠాత్తుగా ఆగిపోయారు. కర్ణుడి కుడిచేతిలో మెలికలు తిరుగుతూ పాములా తళతళ మెరుస్తున్న ఆయుధాన్ని చూసి నిర్ఘాంత పోయారు. అలాంటి ఆయుధాన్ని వాళ్లు ఇంతవరకూ ఎప్పుడూ చూసి ఉండలేదు.

"ఏమిటిది? ఏరా ఆటలాడుతున్నావా? మీ అమ్మ తలకి కట్టుకునే పట్టీయా?" అన్నాడు నాయకుడు. అతని అనుచరులిద్దరూ పగలబడి నవ్వారు. రెప్పపాటులో ఉరుమి నాయకుడి మెడకి చుట్టుకుంది, వెంటనే వాళ్ల ముఖాల్లో నవ్వు మాయమైంది. నాయకుడి ముఖంలో కత్తివాటుకు నెత్తురుచుక్క లేదు. అది ఏమిటో అతనికి ఇప్పుడు అర్థమైంది. దాన్ని అతనెప్పుడూ చూసి ఉండలేదు కానీ అసురులు ఉండే ప్రాంతాలకి వెళ్లినవాళ్లు చెప్పగా దాన్ని గురించి విన్నాడు. తనకంటూ ఒక ఆలోచన ఉన్నట్టు ప్రవర్తించే ప్రాణాంతకమైన ఆయుధం అది. పదునైన దాని అంచు తన కంఠాన్ని గాయపరచటం అతనికి తెలిసింది.

"నన్ను నా దారిన పోనిస్తే మీకు ఎటువంటి హానీ చెయ్యను," అన్నాడు కర్ణుడు మళ్లీ ఒకసారి బతిమాలుతున్నట్టు.

సూతుడి మాటల్లో న్యాయం ఉందని అనిపించింది యోధుల నాయకుడికి. కానీ అతను ఏమైనా అనేలోపల అతని అనుచరులు కత్తులు దూసి కర్ణుడిమీదికి వేగంగా వెళ్లారు. నాయకుడు, "వద్దు!" అని అనేలోపలే జరగవలసిన ఘోరం జరిగిపోయింది. పవిత్రనది సరస్వతి ఇసుకమేటలు నాగరికత ఉద్భవించినప్పటినుంచీ రక్తంతో తడుస్తూనే ఉన్నాయి. ఇప్పుడు మొండెం నుండి విడిపడిన నాయకుడి శిరస్సు దానికి అదనంగా వచ్చి చేరింది. ఇద్దరు అనుచరులకీ కూడా అదే గతి పట్టింది. ప్రారంభం అవకముందే అది ముగిసిపోయింది!

ఆ తరవాత అనుకోనిది జరిగింది. తమ ధ్యాసలో ఉన్న కొన్ని కాకులూ, ఎండిపోతున్న ఒక నదీ, కొన్ని ముళ్లపొదలూ తప్ప జరిగిన ఘోరాన్ని చూసేందుకు అక్కడ సాక్షులెవరూ లేరు. అవతారాలని పొగిడే కవులు, వాళ్ల కొలువులో ఉండటం చేత ఇటువంటి దృశ్యాలని తమ కవితల్లో పొందుపరిచి, క్షత్రియకులంలో జన్మించిన వారు మాత్రమే యోధులుగా రూపొందగలరని విజ్ఞులు చెప్పిన మాటలు ఎంత వాస్తవమో వర్ణించి ఉండేవారు. లేకపోతే, తను బలిగొన్న ప్రాణాల గురించి బాధపడుతూ, పశ్చాత్తాపపడుతూ, ఆ ఇసుకమేటల మీద కూర్చుని ఉన్న రథసారథి సూత పుత్రుడి ప్రవర్తనని ఏమనాలి? వాడు ఎంత మూర్ఖుడై ఉంటే గాయపడిన తన గుర్రానికి శుశ్రూష చేస్తూ ఆ ఎడారి ప్రాంతంలో రెండు రోజులు గడుపుతాడు? అదే ఒక యోధుడైతే ఒక్క క్షణం కూడా తటపటాయించకుండా తన ఖడ్గాన్ని దాని గుండెల్లో దింపి దాని వేదనని అంతమొందించేవాడే! చివరికి అది చనిపోయాక మండే ఎండలో దాన్ని పాతిపెట్టేందుకు ఏ యోధుడైనా చెమటలు ధారపోసేవాడా? ఆ సూతుడి స్థానంలో క్షత్రియుడే ఉండి ఉంటే మరణించిన తన శత్రువులకి దహనక్రియలు జరిపేందుకు ఎండుకట్టెలు పోగుచేసేవాడా? లేదు, వాటిని నక్కలకీ, రాబందులకీ, తోడేళ్లకీ వదిలిపెట్టి వెళ్లిపోయేవాడు.

ధర్మం అంటే అసలు అర్థమే తెలియకపోయినందుకు ఈ సూతుడు సిగ్గు పడాలి. అతని ధర్మం హతమార్చటం, అంతేకానీ పర్యవసానం గురించి విచారించటం కాదు. దాన్ని నేర్చుకోనంత కాలం అతను క్షత్రియుడు కాలేడు.

ఇలాంటి మూర్ఖత్వంవల్ల మరో రెండురోజులు కర్ణుడు అక్కడే ఉండిపోవలసి వచ్చింది. తనని వెంటాడిన యోధుల గుర్రాలు ఎడారిలో ఎటో పారిపోయాయి. అందుకని మిగిలిన దూరం అతను కాలినడకన ప్రయాణం చెయ్యవలసి వచ్చింది. యోధులని చంపిన మూడో రోజున రథసారథి పుత్రుడు హస్తినాపురానికి బైలుదేరాడు. విధిరాత ఎలా ఉందో, తనకోసం ఎటువంటి ప్రమాదం పొంచిఉందో అతనికి తెలీదు. నగరం తను వేటాడి పట్టుకోబోయే వ్యక్తికోసం వేచి ఉంది. నగరపు సందుల్లో, సత్రాల్లో, హడావిడిగా ఉండే కూడళ్లలో, అంగళ్లలో, ఇద్దరు ముగ్గురు కలిసి మాట్లాడుకునే ప్రదేశాలలో ఎప్పుడూ వాళ్లు మాట్లాడేది ఒకటే, నడమంత్రపు సిరి దక్కించుకున్న సూతుడి ప్రస్తావన. విదురుడూ, ధౌమ్యుడూ, దుర్జయుడూ నియమించిన మనుషులు నగరంలోకి ఏ కొత్త వ్యక్తి అడుగుపెట్టినా వాళ్ల ముఖాల్లో చిత్రపటంలోని వ్యక్తి కవళికలు ఉన్నాయేమోనని నిశితంగా పరిశీలిస్తున్నారు. ఎంతోమంది ఉత్సాహ వంతులైన యువకులు బహుమతిగా లభించే ధనం కోసం, గుంపులు గుంపులుగా వీధుల్లో కాపలా కాస్తున్నారు, రాత్రిళ్లు అపరిచిత వ్యక్తులు ఎదురైతే ఒక్కొక్కరినీ ఆపి పరిచయం అడుగుతున్నారు. యౌవనంలో అధిరథుడిని పోలిన వ్యక్తికోసం అందరూ ఎదురుచూస్తున్నారు. కర్ణుడు ఏ అర్ధరాత్రో దొంగతనంగా నగరంలోకి ప్రవేశిస్తాడని వాళ్లందరికీ నమ్మకం.

మహోత్సవం ముందురోజు రాకుమారుల ఊరేగింపు మహాగొప్పగా హస్తినాపుర నగరవీధుల వెంట బైలుదేరింది. అందరూ ఆ సందడిలో మునిగి ఉండగా కర్ణుడు సునాయాసంగా నగరంలోకి ప్రవేశించాడు. అతన్ని ఎవరూ అడ్డగించగలేదు. ఢంకాల లయలకి అనుగుణంగా జనం విజృంభించి నాట్యం చెయ్యసాగారు. శృంగనాదాలు మారుమోగాయి. మద్యం మత్తులో జనం ఒకరిమీద ఒకరు ఒరిగిపోతూ వీధుల పక్కన పడిపోసాగారు. వీధుల్లో జరిగే ఉత్సవం మీదే అందరి చూపూ నిలిచి ఉంది. ఆ ఉత్సవాల్లో పాల్గొనాలని ఎంత కోరికగా ఉన్నా నగరద్వారం దగ్గర కాపలా కాయటం తప్పనిసరి అయిన ఇద్దరు భటులు విసుగ్గా కర్ణుణ్ణి అందరినీ సోదా చేసినట్టే పైపైన చూసి వదిలేశారు. చిత్రంలో ఉన్న మనిషి ముఖంతో అతని ముఖాన్ని పోల్చి చూశారు, వాళ్లకి ఎక్కడా పోలిక కనిపించలేదు. అందుచేత అందరి దగ్గరా తీసుకున్నట్టే లంచం తీసుకుని అతన్ని నగరంలోకి వెళ్లనిచ్చారు.

ద్వారం దాటి సత్రంలోకి వచ్చిన కర్ణుడికి నలుగురూ తన గురించే మాట్లాడటం వినిపించింది. తనని పట్టి బంధించమని రాజ్యం ఉత్తరువు ఇచ్చిందన్న విషయం అర్థమైంది. తనని పట్టిచ్చినవారికి పెద్ద బహుమతి కూడా ప్రకటించారని తెలిసింది. ఇంతవరకూ అదృష్టవశాత్తూ తనని ఎవరూ గుర్తించలేదు. కానీ త్వరలోనే తన చిన్ననాటి మిత్రుడు ఎవరైనా తనకి ఎదురుపడి, తనని గుర్తించే అవకాశం ఉందని కర్ణుడు గ్రహించాడు. అతని ఆకలి మాయమైంది. భయంతో పేగులు లుంగచుట్టుకోసాగాయి. కళ్లు బైర్లు కమ్మసాగాయి. తన ముందు అరటి ఆకులో వడ్డించిన పదార్థాలను అతను తాకనుకూడా తాకలేదు. భోజనానికి వెల చెల్లించి ఆకు మడిచేశాడు. అలా ఆకులో పదార్థాలు వదిలేస్తే ఎవరైనా చూసి అనుమానిస్తారని భయపడ్డాడు. ఆకు మడిచి చేత్తో పట్టుకుని అతను ఏమీ ఎరగనట్టు బైటికి

నడిచాడు. చాలామంది భోజనాన్ని అలా ఇంటికి తీసుకెళ్లి తినటం సామాన్యంగా జరిగేదే.

ఆ రాత్రికి ఎక్కడైనా దాక్కోవాలని అనుకున్నాడు. మర్నాడు ఉదయం ఎలాగైనా రాకుమారులని ఎదిరించేందుకు మైదానంలోకి ప్రవేశించాలి. బహుశా తన ప్రావీణ్యాన్ని ప్రదర్శించే అవకాశం వాళ్లు ఇవ్వకపోవచ్చు. మైదానంలోకి ప్రవేశించే ముందే తనని బంధించి హతమార్చవచ్చు. లేదా తన నైపుణ్యాన్ని ప్రదర్శించేందుకు కొన్ని క్షణాల వ్యవధి మాత్రమే ఇవ్వవచ్చు. తన ఆకాంక్ష నెరవేర్చుకునేందుకు కులం అడ్డురాకుండా ప్రయత్నించినందుకు భరతఖండం మొత్తం తనకోసం గాలిస్తోంది. ఈ పవిత్రభూమి ఎంతో కాలంగా గౌరవిస్తూ వస్తున్న సంప్రదాయాలని తాను ఉల్లంఘించాడు. దీనికి మూల్యం చెల్లించక తప్పదని అతనికి తెలుసు. 'శివా! నాకు ఇంకొక్కరోజు జీవించి ఉండేట్టు వరమివ్వు. ఏమాత్రం అవకాశం దొరికినా ఒక సూతుడు ఎంత నైపుణ్యాన్ని సాధించగలడో నా ప్రజలకి చూపించాలి,' అని ప్రార్థించాడు.

కర్ణుడు ఆహారాన్ని చెత్తకుప్పమీద పారవేయబోయాడు, ఇంతలో అతనికి అక్కడ ఒక చెట్టుకింద కూర్చున్న బిచ్చగాడు కనిపించాడు. వాడి ఒళ్లో తలపెట్టుకుని ఒక కుక్క వాడి పక్కనే కూర్చుని ఉంది. కర్ణుడు వాడి దగ్గరికి వెళ్లి ఆకులో ఉన్న ఆహారాన్ని వాడిముందు ఉంచాడు. ఆ బిచ్చగాడు కర్ణుణ్ణి చూసి కృతజ్ఞతాపూర్వకంగా నవ్వాడు. వాడి కళ్లు అయస్కాంతాల్లా కర్ణుడి మనసుని తమవైపు ఆకర్షించాయి.

"అయ్యా! మావంటివారి ఆకలితీర్చే దయామయులు మీరు. నాపాలిటి కృష్ణుడిలా నాకోసం భోజనం తీసుకొచ్చారు," అన్నాడు ఆ బిచ్చగాడు, మర్యాదగా చేతులు జోడించి కర్ణుడికి నమస్కరిస్తూ.

కృష్ణుడి పేరు వినగానే కర్ణుడి వెన్నులోంచి వణుకు పుట్టుకొచ్చింది. అతనికి మళ్లీ భయం వెయ్యసాగింది. ఈ బిచ్చగాడికి నాకోసం రాజభటులు వెతుకుతున్నారని తెలుసా? తరవాత రక్షకభటులు వీడిని ప్రశ్నించినప్పుడు వీడు తన ముఖాన్ని గుర్తుకు తెచ్చుకుంటాడేమో! త్వరగా ఇక్కణ్ణించి వెళ్లిపోవాలి, అనుకున్నాడు కర్ణుడు.

"అయ్యా! మీరు నాకు భోజనం పెట్టటం ఇది రెండోసారి. మీరు నగరంలోకి ప్రవేశిస్తున్నప్పుడే మిమ్మల్ని గుర్తుపట్టాను. ఇక్కడ అందరూ సరైన వ్యక్తికోసం వెతకటం లేదు. మీ తల్లి వంట రుచి నేనెలా మరవగలను? నేను చిన్నపిల్లవాడుగా ఉన్నప్పుడు మీ ఇంటికి మరో మిత్రుడితో కలిసి వచ్చాను. మీరు ఎంతో ధైర్యసాహసాలు కనబరిచి తక్షకుణ్ణి అడ్డుకున్న ఆ రాత్రి మీ ఇంటికి వచ్చాను. నేను మీకు జ్ఞాపకం ఉన్నానా, స్వామీ?"

అప్పటికిగాని కర్ణుడికి ఆ బిచ్చగాడెవరో జ్ఞాపకం రాలేదు. ప్రధానమంత్రి విదురుడి వెంట తమ ఇంటికి వచ్చిన అస్పృశ్యుడే వీడు. 'భగవంతుడా! వీడికి నేనెవరో తెలుసు! నాపని అయిపోయింది,' అనుకున్నాడు కర్ణుడు. పదివేల బంగారు నాణాలు సంపాదించుకుంటానని వీడు కలలో కూడా అనుకుని ఉండడు. క్షణంల్లో బికారి నుంచి ధనవంతుడుగా మారిపోతాడు! తను వాడికి భోజనం ఇచ్చినందుకు కర్ణుడు మనసులోనే తిట్టుకున్నాడు. కొందరు భటులు సత్రం ద్వారం దగ్గరకి వచ్చి అందరు ప్రయాణీకులనీ ప్రశ్నిస్తున్నారు. కర్ణుడు నిస్సహాయంగా నిలబడిపోయి పారిపోవాలా, అక్కడే ఉండాలా అనే అయోమయంలో పడ్డాడు. మనసులో ఏమూలో ఒక చిన్న ఆశ మెరిసింది, వాళ్లు తనని గుర్తుపట్టకపోవచ్చు అనుకున్నాడు.

"అయ్యా, భయపడకండి. కృష్ణభగవానుడు ఎప్పుడూ మీవెంటే ఉంటాడు. నన్ను నమ్మండి. ఈ చెట్టుమీదికి ఎక్కండి. అక్కడ ఒక తొర్ర ఉంది, అందులో మనిషి పట్టేంత చోటుంది. త్వరగా ఎక్కండి–" రహస్యంగా అంటూ జరుడు కర్ణుణ్ణి తొందరపెట్టాడు.

కర్ణుడు చెట్టు వెనక్కి పరిగెత్తి గబగబా పైకి ఎక్కాడు. అతని గుండె దడదడలాడసాగింది. తనేదో నేరస్థుడైనట్టు ఎందుకలా వేటాడుతున్నారు వీళ్లు? కర్ణుడు తొర్రలోకి దూరి ఊపిరి బిగబట్టి కూర్చున్నాడు. కుక్క మొరగటం వినిపించి దట్టమైన ఆకులలోనుంచి తొంగి చూశాడు. ఇద్దరు భటులు బిచ్చగాడి దగ్గరకి వచ్చి చిత్రపటాన్ని వాడి ముఖం ముందు ఉంచారు. జరుడు ఏదో అస్పష్టంగా గొణిగాడు. భటులు వాణ్ణి కర్రలతో కొట్టటం ప్రారంభించారు. దారినపోయే జనం కుక్క మొరగటం, జరుడు బాధతో కేకలు పెట్టటం విని ఆగి చూసి, తమ దారిన పోయారు. ఆ భటులని ఆపలేకపోయినందుకు కర్ణుడికి తనమీద తనకే రోత కలిగింది. 'పట్టభద్ర ఉత్సవం జరిగేదాకా నేను ప్రాణాలతో ఉండాలి,' అని మళ్లీమళ్లీ తనలో అనుకున్నాడు. చివరికి కుక్కని మురిక్కాలవలోకి తన్ని భటులు వెళ్లిపోయారు. పాపం అది కుయ్యో మొర్రోమంటూ అరవ సాగింది. కర్ణుడికి మళ్లీ ఊపిరి తీసుకునే అవకాశం దొరికే వేళకి జరుడు కృష్ణనామ కీర్తన చేస్తున్నాడు.

జరుడికి మిగిలిపోయిన ఆహారం ఇచ్చినందుకు కర్ణుడు గర్వించాడు. ఆ బిచ్చగాడి కృతజ్ఞతాభావం తను ఎంతో గొప్పవాడినన్న భావం కలిగించింది. కానీ ఇప్పుడు జరుడు తనకి చేసిన సహాయం ముందు తాను చాలా సామాన్యమైనవాడినన్న భావన కలిగించింది. అంత పెద్ద మొత్తాన్ని కాదనుకునేంత త్యాగం ఆ బిచ్చగాడు ఎలా చెయ్యగలిగాడు? తన వేలిని పైకి ఎత్తిచూపిస్తే ఈపాటికి ఐశ్వర్యం వాణ్ణి వరించి ఉండేదే! ఎప్పుడో వాడికి పెట్టిన ఆ పిడికెడు అన్నమే దానికి కారణమా లేక మాటలకి అందని ఇంకేదైనా కారణం ఉందా? కర్ణుడి మెదడు బాగా అలిసిపోయింది, అంతకు మించి అతను ఆలోచించలేకపోయాడు.

రాత్రి పొద్దుపోయేకొద్దీ వీధిలో జనం పల్చబడసాగారు. సత్రం తలుపులు కూడా మూసుకున్నాయి. ఆకాశంలో లక్షలకొద్దీ తారలు పొడిచాయి. జరుడు ఏదో కూనిరాగం తీయసాగాడు. కుక్క మూలగటం మాని వాడి పక్కకి చేరింది. కాయలు కాచిన జరుడి చేతులు దాని తల నిమిరాయి. రాత్రి నిశ్శబ్దంగా, దేనికోసమో ఎదురుచూస్తున్నట్టుగా ఉంది. జరుడు హఠాత్తుగా ఆనందంతో పాట పాడసాగాడు. సన్నగా గాలివీచి ఆకులు పాటకి లయబద్ధంగా కదలసాగాయి. కర్ణుడి మనసుని శాంతి మంచుపొగలా ఆవరించింది. దేవుడి కృప, సానుభూతి గురించి జరుడు పాడుతూ, ఈ లోకం దేవుడి దయవల్ల ఎంత అందంగా ఉందో, జనం ఎంత కరుణామయులో, వీటివల్ల జీవితం స్వర్గంలా ఎలా మారుతుందో వర్ణిస్తూ అద్భుతంగా గానం చేస్తూనే ఉన్నాడు. ఆ గానం వింటూ కర్ణుడు గాఢనిద్రలోకి జారుకున్నాడు.

# 18. పట్ట ప్రదానం

ద్రోణుడు అక్కడికి రాగానే సమావేశమైన వారందరూ గౌరవంగా లేచి నిలబడ్డారు. తన తండ్రి వెంట వచ్చిన అశ్వత్థామ వెంటనే సుయోధనుడి వద్దకి చేరుకున్నాడు. అది చూసి ద్రోణుడు లోలోన మండిపడ్డాడు. ఆయన కుంతి దగ్గరకి వెళ్ళగానే ఆమె వినయంగా చేతులు జోడించింది. అర్జునుడు ఆయనకి పాదాభివందనం చెయ్యగానే గురువుగారి దృష్టిని ఆకర్షించేందుకు మిగతా పాండవులు పోటీపడ సాగారు.

ద్రోణుడు తనకి సాష్టాంగపడ్డ అర్జునుణ్ణి ఎంతో సుతారంగా లేవనెత్తి అందమైన ఆ పాండవ రాకుమారునికేసి చూశాడు. అర్జునుడివంటి పుత్రుణ్ణి పొందేందుకు తాను ఏం చెయ్యటానికైనా సిద్ధమే అనిపించింది. భవిష్యత్తు పాండవులదే. తన కుమారుడికి ఈ విషయం ఎందుకు అర్థం కాదో? గెలిచేవారి పక్షాన ఉండటం, వారితో సహవాసం చెయ్యటం తెలివైనవారు చేసే పని. అసలు ఇక్కడ సమావేశమైన రాజప్రముఖులని చూస్తేనే ఆ విషయం స్పష్టంగా అర్థమైపోతోంది. ధౌమ్యుడి ఆధ్వర్యంలో ఉన్న బ్రాహ్మణులందరూ పాండవుల పక్కనే నిలబడ్డారు. కౌరవులవైపు నిలబడ్డ ఒకేఒక బ్రాహ్మణుడు ఆ వెర్రి కృపుడు మాత్రమే. కృపుణ్ణి భీష్ముడు ప్రత్యేకంగా ఆహ్వానించాడు. ధౌమ్యుడు అప్పుడప్పుడూ అనే మాట వాస్తవమేనేమో, భీష్ముడికి చాదస్తం వచ్చినట్టుంది. లేకపోతే రాజసభలో కృపుడు పాల్గొనటం ఏమిటి? విదూషకుడిలా వింతగా ప్రవర్తించే అతన్ని చూస్తేనే తెలిసిపోతుంది. చిరుతిళ్ళూ, పానీయాలూ అందించే సేవకులతో కబుర్లు చెపుతున్నాడు, ఛలోక్తులు విసురుతూ తనకన్నా చిన్నవారి వీపు చరుస్తూ రాజ్యసభలో ఉన్న కులీనులైన స్త్రీపురుషులపట్లగాని, ప్రముఖులపట్లకానీ ఏమాత్రం మర్యాద లేకుండా ప్రవర్తిస్తున్నాడు. కుంతి వెంట ఉన్న బ్రాహ్మణులకి కోపం రావటం ద్రోణుడు గ్రహించాడు. ఇలా బాహాటంగా నియమోల్లంఘన జరగటం చూసి వారు కోపంతో రగిలిపోసాగారు. ద్రోణుడు తనవైపు చూడగానే కృపుడు చెయ్యి ఊపి వ్యంగ్యంగా వంగి నమస్కరించాడు. తన కోపాన్ని వెళ్ళగక్కకుండా ఉండేందుకు ద్రోణుడు యోగాభ్యాసంతో సంపాదించుకున్న మొత్తం ఆత్మనిగ్రహాన్ని ఉపయోగించు కోవలసి వచ్చింది.

"గురువర్యా! ఎన్నో సంవత్సరాల క్రితం దీనురాలైన ఒక వితంతువు తన కుమారులని మీకు అప్పజెప్పింది. ఈనాడు వాళ్ళని ఎంత ఉదాత్తులుగా తీర్చిదిద్దారు, ఆచార్యా!" అంది కుంతి ద్రోణుడితో భక్తిశ్రద్ధలతో చేతులు జోడించి.

"కుంతీదేవీ! మంచితనం, ఉదాత్తగుణం మీ కుమారుల్లో జన్మతః ఉన్న గుణాలు. ఆ విత్తనాలు మొలకెత్తించేందుకు అప్పుడప్పుడూ కురిసే వర్షంలాంటివాడిని మాత్రమే నేను.

ఈనాడు వాళ్లు మనందరం గర్వంతో తల ఎత్తుకునేలా రూపొందారు. అటువంటి శిష్యులు లభించటం నా అదృష్టం!" అన్నాడు ద్రోణుడు వినయంగా. అర్జునుణ్ణి ఆయన దగ్గరకి తీసుకుని ఆజానుబాహువుగా ఎదిగిన ఆ రాకుమారుడి వైపు చిరునవ్వు నిండిన ముఖంతో చూశాడు. అర్జునుడు కూడా ఆయనవైపు చిరునవ్వు నవ్వుతూ చూశాడు. ద్రోణుడి మనసుని ఆ చిరునవ్వు చూరగొంది. తన పుత్రుడు ఈ యువకుడిలా ఉంటే ఎంత బావుండేది అనుకున్నాడు. ఇతనిలో ఎంత వినయం, ఎంత ప్రతిభ! పరిపూర్ణత్వం మూర్తీభవించినట్టు ఉంటాడు అర్జునుడు. పవిత్ర గ్రంథాలలో రాసిన అన్ని విషయాలగురించీ ఎప్పుడూ వాదిస్తూ అశ్వత్థామ ఎందుకూ కొరగాని ఆ సుయోధనుడితో సావాసం ఎందుకు చేస్తున్నాడో! మరోపక్క అర్జునుడు ధౌమ్యుడి వంటి మేధావులు చెప్పినవన్నీ అంగీకరిస్తూ ఎటువంటి సందేహాలూ వెలిబుచ్చటం లేదు. తనకన్నా మెరుగైన వివేకవంతులు వేదాలు రాశారనీ, వాటిని అనుసరించటం మాత్రమే తన ధర్మమనీ తెలిసిన వినయశీలి, అర్జునుడు.

"గురువర్యా! ఈ లోకంలో సాటిలేని మేటి యోధుడిగా అర్జునుణ్ణి తీర్చిదిద్దుతానని మీరు నాకు వాగ్దానం చేశారు. మా ఆశలూ, ప్రార్థనలూ ఈనాటితో తీరాలి. ఈ వితంతువు ఎప్పటికీ మీకు రుణపడి ఉంటుంది."

"కుంతీదేవీ, ఈనాడు మీ కుమారులు అందరు రాకుమారులనీ తలదన్నేలా తమ ప్రతిభని ప్రదర్శిస్తారని నమ్మండి. అర్జునుడితో పోటీచెయ్యగల విలుకాడు ఈ లోకంలో ఇంకెవరైనా ఉన్నారా? బల్లెం విసరటంలో యుధిష్ఠిరుడిని మించిన యోధుడు ఉన్నాడా? బలాన్నీ, నైపుణ్యాన్నీ కలగలిపి ఎలా ప్రయోగించాలో భీముడు ప్రదర్శిస్తాడు. తన నైపుణ్యం ముందు సుయోధనుడివంటి మూర్ఖుడూ, గర్విష్ఠీ నిలవలేడని ఈనాడు భీముడు నిరూపిస్తాడు. అంటే గదాప్రయోగంలో సుయోధనుడికి అసలు నైపుణ్యమే లేదని అనను, కానీ భీముడిముందు అతనెంత? నకుల సహదేవులు ఖడ్గచాలనంలో అద్భుతమైన నేర్పు సంపాదించుకున్నారు. వాళ్లతో కత్తియుద్ధం చేసేందుకు నేను సైతం భయపడతాను! గుణవంతులైన పుత్రులని దైవం మీకు ప్రసాదించింది. ఈనాడు నేను నా మాట ఎంత బాగా నిలబెట్టుకున్నానో మీరే చూస్తారు," అన్నాడు ద్రోణుడు.

భీష్ముడు సభలోకి ప్రవేశించి యువకులందరూ తనవైపు ఆరాధనగా చూడటం గమనించాడు. ఆయన హృదయం గర్వంతో పొంగింది. రాకుమారుల జీవితంలో ఇది చాలా ముఖ్యమైన దినం. హస్తినాపుర భవిష్యత్తుకి వాళ్లు ప్రతినిధులు. ఆయనకి కుడివైపున యుధిష్ఠిరుడూ, అతని సోదరులూ ధగధగ మెరిసిపోయే దుస్తులు ధరించి నిలబడ్డారు. ఎడమవైపు ధృతరాష్ట్రుడి కుమారులు నిలబడ్డారు. అందరికన్నా ముందు యువరాజు సుయోధనుడు నిలబడ్డాడు. మహారాజు వ్యక్తిగత సహాయకుడు, లేఖకుడు సంజయుడు ఆయన పక్కనే నిలబడి అంధులైన రాజదంపతులకి అక్కడి దృశ్యాన్ని వివరిస్తున్నాడు. కుంతీ, ధౌమ్యుడూ, ద్రోణుడూ ఒకచోట కలిసి నిలబడ్డారు. వారి అభివందనాలకి భీష్ముడు సమాధానం చెప్పాడు. తనచుట్టూ జరుగుతున్న కోలాహలంపట్ల ఎటువంటి ఆసక్తీ కనబరచ కుండా సుయోధనుడు అహంకారం ప్రదర్శిస్తూ కనిపించేసరికి భీష్ముడు చిరునవ్వుని అణచుకోలేక పోయాడు.

సభలో జనం మాటలు సద్దుమణిగాక అందరూ భీష్ముడివైపు చూశారు. ఆయన

మహారాజు పక్కనే నిలబడ్డాడు. ఒకసారి సభని కలయజూసి పట్టం తీసుకోబోయే యువకులతో ఇలా అన్నాడు, "నాయనలారా, మీ జీవితంలో ఈరోజు అతి ముఖ్యమైనది. ఈరోజు మీరు మీ బాల్యాన్ని వదిలి యువకులుగా మారబోతున్నారు. ద్రోణాచార్యులవద్ద మీ విద్యాభ్యాసం ముగిసింది. మీలో ఒక్కొక్కరూ ఆయన నేర్పిన విద్యకి తార్కాణంగా నిలుస్తారు. ఈనాడు హస్తినాపురమే కాదు, సమస్త భరతఖండం మీవైపు ఆశతో చూస్తోంది. మీరే ఈ రాజ్య భవిష్యత్తు. గతంలో మన రాజ్యం అనేక సంఘర్షణలనీ, సమస్యలనీ ఎదుర్కొంది, కానీ భవిష్యత్తుకి మార్గాన్ని నిర్ణయించేది మీరే... మీ యువతరం. మా మనసుల్లో కోటి ఆశలతో మేమిక్కడ నిలబడి ఉన్నాం. ఏదో ఒకనాడు సుయోధన రాకుమారుడు తన తండ్రిని అనుసరించి ఈ ప్రాచీన భరతఖండానికి రాజు అవుతాడు. ఆ గొప్ప బాధ్యతని తలకెత్తుకునే విధంగా గురువు ద్రోణుడు అతనికి శిక్షణనీ, వివేకాన్నీ అందించాడనే నా నమ్మకం. మీరందరూ కూడా ముఖ్యమైన పదవులని చేపడతారు. మంత్రులూ, రాజ్యపాలురూ, సైన్యాధిపతులూ, నిర్వాహకులూ మొదలైన బాధ్యతలు వహిస్తారు. ఎవరైనా సూచనలూ, ఉపదేశాలూ ఇస్తే నచ్చే వయసు కాదు మీది. కానీ దురదృష్టవశాత్తూ అటువంటి సూచనలూ, ఉపదేశాలూ ఇవ్వటానికి ఇష్టపడే వయసు నాది."

అందరూ నవ్వేసరికి భీష్ముడు మధ్యలో ఆగాడు. కులీనవర్గానికి చెందిన ఆయన ముఖం నిండా నవ్వు విరిసింది. "నేను మీకిచ్చే మొదటి సూచన, పట్టాలు పుచ్చుకోగానే మీరు నేర్వడం మానకూడదు. నేర్చుకోవటం అనేది నిరంతరం సాగుతూనే ఉండాలి. మీకు అందిన శిక్షణ ఆ అనంతయాత్రని విడవకుండా కొనసాగించేందుకు మిమ్మల్ని సిద్ధం చేస్తుంది, అంతే. ప్రతిచోటా, ప్రతిదానినుంచీ, ప్రతివ్యక్తినుంచీ నేర్చుకోండి. ప్రతి క్షణాన్నీ ఆ కార్యానికే వినియోగించండి. కాలమనే యముడు తన లోకానికి రమ్మని పిలిచేముందు మేము మీకు వారసత్వంగా ఇవ్వగలిగినది ఇదొక్కటే. ఇక నా రెండో సూచన, మీరు అధికారంలో ఉన్నప్పుడు ఆ అధికారం మిమ్మల్ని అన్ని రకాల చిక్కుల్లోనూ పడవేస్తుంది. తరచు ఆ చిక్కులు మీరు సరైన నిర్ణయం తీసుకోకుండా అడ్డుపడతాయి. మీ మనసు ఎటువంటి నిర్ణయమూ తీసుకోలేని స్థితికి గురైనప్పుడు మంచి చెడుల విచక్షణకి ఒక మంత్రం పనిచేస్తుంది, మీరు ఎటువంటి నిర్ణయం తీసుకున్నా అది కొందరికి మేలు చేస్తే మరికొందరికి కీడు చేస్తుంది. అందుకే సరైన నిర్ణయం అనేది ఏదో ఒక సమూహానికి పనికివచ్చేది కాకుండా ఎక్కువమందికి మేలు చేసేదిగా ఉండాలి."

భీష్ముడు మాట్లాడటం ఆపి ధౌమ్యుడికేసి చూశాడు. ఆ బ్రాహ్మణుడు భీష్ముడి వైపు ఉదాసీనంగా చూశాడు. "మీ అందరినీ విజయలక్ష్మి వరించుగాక!" అన్నాడు భీష్ముడు తల ఎత్తి తనవైపు చూస్తున్న యువకులతో. వాళ్లలో ఉప్పొంగే ఉత్సాహం చూస్తే భీష్ముడికి తనకి మళ్లీ యౌవనం వచ్చినట్టు అనిపించింది. భీష్ముడు నాటకీయంగా ఒరలోనుంచి కత్తిని దూసి పైకి ఎత్తి పట్టుకుని, "కురువంశ రాకుమారులారా, మన రాజ్యానికి పేరుప్రతిష్ఠలు తెచ్చి గర్వించేలా చెయ్యండి. గుణవంతులైన యువకులు ఏం సాధించగలరో ఈ లోకానికి తెలియజేయండి. మీ రాజ్య పౌరులు బైట మైదానంలో మీకోసం ఎదురుచూస్తున్నారు. భవిష్యత్తులోకి మిమ్మల్ని ఆహ్వానిస్తున్నాను!" అన్నాడు.

భీష్ముడి కంఠం ఆ ఆవరణలో ఎంతో గంభీరంగా పలికి ఆ సభలో ఉన్నవారికి గొప్ప

స్ఫూర్తిని అందించింది. శంఖనాదాలూ, భేరీల మోతా, బాజాభజంత్రీల శబ్దాలతో ఆ ప్రాంత మంతా మారుమోగిపోయి అంతటా ఆనందోత్సాహాలు తాండవించాయి. మహారాజు లేచి నిలబడగానే భటులు సభాద్వారాలని పూర్తిగా తెరిచారు. నవయౌవనంలో ఉన్న రాకుమారులు ఉత్సాహంగా బైటికి పరిగెత్తారు.

* * *

రాజమార్గానికి ఇరువైపులా నిలబడిన జనం, ప్రముఖులూ, కులీనవంశాలకి చెందిన స్త్రీపురుషులూ, రాకుమారులూ మెరిసిపోతున్న రథాలలో బైటికి వస్తూ ఉంటే జయజయ ధ్వానాలు చేశారు. కొందరు కవచాలు తొడిగిన ఏనుగులమీదా, మేలుజాతి గుర్రాలమీదా మైదానంవైపు వేగంగా వెళ్లసాగారు. ఆ ఊరేగింపు బ్రహ్మాండమైన ఆ మైదానంలోకి ప్రవేశించ గానే, అక్కడి జనం సముద్రంలోని అలల్లా ఎగసిపడ్డారు. చెవులు దద్దరిల్లే భేరీలమోతా, శంఖనాదాలూ, బూరలు ఊదే ధ్వనులూ అక్కడి వాతావరణాన్ని మారుమోగిస్తూ ఉంటే రాజ్యప్రముఖులు తమ ఆసనాలమీద కూర్చున్నారు. రాకుమారులు మైదానం మధ్యకి చేరుకున్నారు. మహోత్సవం ప్రారంభ మైంది.

అస్పృశ్యులకోసం, నిమ్నకులంవారికోసం ప్రత్యేకించబడ్డ స్థలంలో, ఇరవైవేల మంది మధ్య ఒక నల్లటి యువకుడు కదలకుండా కూర్చున్నాడు. అతను కనీసం రెప్ప కూడా వెయ్యటం లేదు. అతని చుట్టూ శివమెత్తినట్టు నృత్యం చేస్తున్నవాళ్లకి అతను అలా రాతిబొమ్మలా కూర్చోవటం ఎంతమాత్రం నచ్చలేదు. అతను తన కుడిచేతిని అంగవస్త్రం మడతల్లో దాచుకున్నాడు. గురువుగారి ఆదేశానుసారం తన బొటనవేలిని నరికేసుకున్నప్పుడు కలిగిన శారీరకమైన బాధ ఎప్పుడో తగ్గిపోయింది, కానీ అతని మనసుకి తగిలిన గాయం మాత్రం మాననంటూంది. కుడిచేతికి ఇంకా ఆ బొటనవేలు ఉన్నట్టే అనిపిస్తుంది అతనికి. దాన్ని గురించి ఆలోచించినప్పుడల్లా ఆ గాయం మళ్లీ రేగి పచ్చిగా అతన్ని బాధిస్తుంది.

రాజసం ఉట్టిపడేటట్టు నిర్మించిన మైదాన ప్రవేశద్వారం బైటి మరో యువకుడు లోపలికి ప్రవేశం ఎప్పుడు దొరుకుతుందా అని బిచ్చగాళ్లతోనూ, చిన్నచిన్న వస్తువులు అమ్మేవారితోనూ ఎదురుచూస్తూ కూర్చున్నాడు. ఉత్సవ ప్రాంగణంలోకి ప్రవేశించటం సులువే, కానీ అతను తనవెంట ఆయుధాలు పట్టుకుని వచ్చాడు, అదే సమస్య. రక్షణ వ్యవస్థ చాలా పటిష్ఠంగా ఉంది. ప్రేక్షకులవద్ద ఎటువంటి ఆయుధం కనిపించినా భటులు వాటిని బైటే వదిలివెళ్ల మంటున్నారు. ఇదే తనకి లభించే చివరి అవకాశం అని కర్ణుడికి తెలుసు. ఏదో విధంగా విల్లంబులనీ, అమ్ములపొదినీ తీసుకునే లోపలికి వెళ్లాలి. జరుడు తన కుక్క ధర్మం పక్కన కూర్చుని సంతృప్తిగా ఉన్నట్టు కనిపించాడు. బిచ్చగాడు కనుక వాడిని లోపలికి పోనివ్వరు. చుట్టూ ఉన్న జనాన్ని చూడటంలో మునిగి ఉన్నాడు వాడు. వాడి జీవితం వీధిలో ఉన్నా, ఆవరణలోకి ప్రవేశించినా ఒకే రకంగా ఉంటుంది. ఆవరణలోపల ఉన్నవారు ప్రతిష్ఠకోసం పోటీపడతారు, యుద్ధానికి సన్నద్ధులవుతారు, రాబోయే కాలంలో పోరాటాలు సలుపుతారు. లోపలినుంచి జయధ్వానాలు వినిపించిన ప్రతిసారీ కర్ణుడు ఒత్తిడికి గురి అవసాగాడు. జరుడు అతని భుజం తట్టి, భగవంతుడి మీద నమ్మకం ఉంచమని చెప్పసాగాడు. కర్ణుడు నిరుత్సాహానికి గురి అవకుండా ఉండాలని వాడి ఉద్దేశం. వాడు అలా చేస్తూ ఉంటే కొంతసేపటికి అసలే ఒత్తిడిలో ఉన్న కర్ణుడికి చిరాకు పుట్టుకొచ్చింది. నోరు మూసుకోమని జరుడిమీద అరిచాడు.

ఆ యువకుడి ఆకాంక్ష చూసి జరుడికి నవ్వొచ్చింది, అయినా ఓదార్పుగా కర్ణుడి భుజాన్ని తాకాడు.

ఆవరణ లోపల ద్రోణాచార్యుడి శిష్యులు తను యుద్ధవిద్యలతోనూ, అశ్వారోహణకి సంబంధించిన రకరకాల విన్యాసాలతోనూ జనాన్ని మంత్రముగ్ధులని చేశారు. ఒక్కొక్క రాకుమారుడూ తన నైపుణ్యాన్ని ప్రదర్శించినప్పుడల్లా ఉత్సాహంతో జయజయధ్వానాలు చేస్తున్నారు. కానీ జనం ఆశ్చర్యంతో తిలకిస్తున్న ఆ ప్రదర్శనని ఎంతమాత్రం లెక్కచెయ్యకుండా, ద్రోణాచార్యుడు అహంకారాన్ని ప్రదర్శిస్తూ ఉండిపోయాడు. 'మరి ద్రోణుడి శిష్యులంటే ఏమనుకున్నారు వీళ్లు?' అనే భావన ఆయన ముఖంలో కనిపించింది. భీముడూ, సుయోధనుడూ బరిలోకి దిగేందుకు ఆయన వేచి చూడసాగాడు. ఆ తరవాత అక్కడ ఉన్న జనాన్నందర్నీ మంత్రముగ్ధులు చెయ్యగల అర్జునుడి విలువిద్యా ప్రదర్శనపట్ల అపారమైన నమ్మకంతో ఎదురుచూడసాగాడు.

ద్రోణుడికి సమీపంలోనే అశ్వత్థామ విచారంగా కూర్చుని ఉన్నాడు. ఆయన అతన్ని తన విల్లంబులు తీసుకురానివ్వలేదు. ఆ మహోత్సవంలో తనని కూడా పాల్గొన నివ్వమని అతను ఎంతగా బతిమాలినా వినకుండా, ఆ మహోత్సవం కేవలం హస్తినాపుర రాకుమారుల కోసమేనని తన కుమారుణ్ణి కసురుకున్నాడు. తన కుమారుడి ప్రతిభని స్వయంగా తనే అణచివేస్తున్నాడని అశ్వత్థామ ప్రతిఘటించాడు, కానీ ద్రోణుడు అప్పటికీ అంగీకరించలేదు. అర్జునుడు తనతో పోటీచేస్తే ఓడిపోతాడని ఆయనకి భయం అని కూడా అశ్వత్థామ ఎత్తిపొడిచాడు. ఆ మాటలు ద్రోణుడికి ఆగ్రహాన్ని కలిగించాయి, ఎందుకంటే వాటిలో నిజం ఉంది. చేసేదేమీలేక ద్రోణుడు తన కుమారుణ్ణి చెంపదెబ్బ కొట్టాడు. తను చేసిన పనికి ద్రోణుడు పశ్చాత్తాపపడుతూ ఉండగా, అశ్వత్థామ నిస్పృహతో అక్కణ్ణించి నిష్క్రమించాడు. ఈ సంఘటన ఇక్కడికి రాకముందు జరిగింది. కానీ ఇంత జరిగినా తన కుమారుడు సుయోధనుడితో కాక తన పక్కనే కూర్చోవటం ద్రోణుడికి సంతోషాన్ని కలిగించింది.

* * *

సుయోధనుడికీ, భీముడికీ మధ్య ద్వంద్వయుద్ధం ప్రారంభమయేసరికి కర్ణుడికి తాను కోరుకున్న అవకాశం లభించింది. భటుల్లో కొందరు భీముణ్ణీ, ఇంకొందరు సుయోధనుణ్ణీ ప్రోత్సహించటంలో పూర్తిగా మునిగిపోయారు. అదే అదనుగా కర్ణుడు పిల్లిలా ప్రాంగణంలోకి ప్రవేశించాడు. అక్కడి మెట్లన్నీ పూర్తిగా నిండిపోయి ఉన్నాయి. అయినా ఒక గ్రామీణుడు కొద్దిగా జరిగి కర్ణుడికి కూర్చునేందుకు చోటిచ్చాడు. కర్ణుడి చేతిలో విల్లంబులు ఉండటం చూసి ముఖం చిట్లించాడు. అందరూ తననే తేరిపార చూస్తున్నా పట్టించుకోకుండా, ఎవరి దృష్టినీ ఆకర్షించకుండా నిశ్శబ్దంగా ఇద్దరు రాకుమారుల మధ్యా జరుగుతున్న ద్వంద్వ యుద్ధాన్ని చూడసాగాడు కర్ణుడు.

భీముడు సుయోధనుడికన్నా ఒక అడుగు పొడవుంటాడు. కండలు తిరిగిన బలమైన శరీరం అతనిది. బరువైన గద అతని పెద్ద పెద్ద చేతుల్లో చిన్న కర్రలా ఇమిడిపోయింది. దాడి చేసే భంగిమలో తన రెండుకాళ్లూ ఎడంగా పెట్టి నిలబడ్డాడు భీముడు. అలవోకగా గదని గిరగిరా తిప్పాడు, సుయోధనుణ్ణి ఉసికొల్పుతూ అతనికి కోపం తెప్పించేందుకు ప్రయత్నించ సాగాడు. భీముడికి జయధ్వానాలు పలికే ఒక బ్రాహ్మణ సమూహానికి ధౌమ్యుడు నాయకత్వం

వహించాడు. కానీ సామాన్య జనానికి సుయోధనుడు సుపరిచితుడు. యువరాజైన అతను తరచు వీధుల్లో తిరిగేవాడు, జనం ఇళ్లకి వెళ్లి వాళ్లని పలకరించేవాడు. వాళ్లకి తమ యువరాజే గెలవాలని ఉంది. కానీ ఇద్దరు యోధుల ఆకారాల్లోనూ ఉన్న వ్యత్యాసాన్ని చూసి, జనం నిశ్శబ్దంగా ఉండిపోయారు. జనంలో ఎక్కువమంది గ్రామీణ ప్రాంతాలనుంచి వచ్చినవారే, నగరవాసుల సంఖ్య తక్కువగా ఉంది. వాళ్ల దృష్టిలో భీముడే గొప్ప వీరుడు, సుయోధనుడు కేవలం అహంకారంతో నిండిన ఒక రాకుమారుడు. వాళ్ల ఊళ్లోని కవులు తమ కావ్యాల్లో అదే చెప్పారు. ఆ కవులని నమ్మకపోవటానికి గ్రామస్థులకి కారణమేమీ కనిపించలేదు. తమకి ఎవరు ఎక్కువ ధనం ముట్టజెపితే వాళ్లని పొగుడుతూ ఆ కవులు కావ్యాలు రాస్తారని ఆ అమాయకులైన జనానికి తెలీదు. నిజం ఎటు కావాలంటే అటు వంగుతుందనీ, వెలకి అమ్ముడుపోతుందనీ వాళ్లు ఎరగరు.

రాజప్రముఖులు కూర్చున్న స్థలంలో సుయోధనుడు ఆ అందమైన కళ్లకోసం వెతికాడు. ఆమె కనిపించగానే అతని మనసు ఆనందంతో గంతులు వేసింది. తన గదని ఎత్తి ఆమెకి అభివాదనం చేశాడు. సుభద్ర కూడా లేచి నిలబడి అతనివైపు చూసి చెయ్యి ఊపింది. భీముడు మొదటిసారి గదాప్రహారం చెయ్యగానే ఇది కేవలం ప్రదర్శన కోసం జరుగుతున్న ద్వంద్వ యుద్ధం కాదని సుయోధనుడు గ్రహించాడు. భీముడి గద కరాళనృత్యం చెయ్యసాగింది, సుయోధనుడు ఎటు తిరిగితే అటు తిరిగింది. మదమెక్కిన ఏనుగులా పాండవ రాకుమారుడు సుయోధనుడితో కలబడ్డాడు. రాజ ప్రముఖులు అతన్ని ప్రోత్సహించసాగారు. ధనవంతులు కాని సామాన్యజనం ముందు నిశ్శబ్దంగా ఆ పోటీని గమనిస్తూ వచ్చారు కానీ త్వరలో వాళ్లు కూడా భీముడి పక్షాన జయధ్వానాలు చెయ్యసాగారు. యువరాజు తప్పకుండా ఓడిపోతాడని అనుకుని సమాజంలోని పైవర్గాలవారినే వాళ్లు కూడా అనుకరించారు. సుయోధనుడికి తాను ఓడిపోతానని అనిపించినా పోరాటం మానలేదు. అతనికి ఒంటరివాడినని అనిపించింది, ఈ లోకమంతా తన పరాజయాన్నే కోరుకుంటోందని అనుకున్నాడు.

భీముడు భీకరంగా పోరాడసాగాడు, సుయోధనుడి ప్రాణాలు తీయాలన్నదే అతని లక్ష్యం అన్నట్టు గదాప్రహారం చెయ్యసాగాడు. పెద్దలు ఎవరూ జోక్యం చేసుకోలేదు, పోరాటాన్ని ఆపలేదు. అందరూ సుయోధనుడు ఓడిపోతాడనే అనుకున్నారు. ధౌమ్యుడూ, అతనివెంట ఉన్న బ్రాహ్మణులూ సంతోషం పట్టలేకపోయారు. ఏ క్షణాన్నైనా సుయోధనుడు మట్టి కరవవచ్చు, ఆ తరవాత హస్తినాపుర సింహాసనం మీద అతనికి హక్కు లేకుండా పోతుంది. ప్రాణాలతో తప్పించుకున్నా బహిరంగంగా అంతటి అపజయం పాలైన తరవాత అతను రాజ్యాన్ని పొందే అవకాశమే ఉండదు. సంప్రదాయవాదుల ముద్దుబిడ్డ, యుధిష్ఠిరుడు రాజయే మార్గం త్వరగా తెరుచు కుంటోంది. యువరాజు పతనమయే క్షణం కోసం రాజప్రముఖులు కూడా ఎదురు చూస్తున్నారు. కానీ సుయోధనుడు అంత సులభంగా ఓడిపోదల్చుకోలేదు. ఎంతో పట్టుదలతో, సంకల్పబలంతో పోరాడాడు. కనీకనిపించకుండా భీముడి పరాక్రమం తగ్గిపోసాగింది. తన గురువు, బలరాముడి బోధన సుయోధనుడికి జ్ఞాపకం వచ్చింది. అహంకారాన్ని తృప్తిపరుచుకునేందుకు కాకుండా ఇంకా ఉదాత్తమైన ఫలితం కోసం పోరాడాలని బలరాముడు చెప్పాడు. ఆ విషయం గుర్తుకు రాగానే సుయోధనుడి గదాప్రహారాలు మరింత ప్రాణాంతకంగా మారాయి.

అర్చకుల కోరికలని కాదని, అంధరాజు కుమారుడు, దైవాంశసంభూతుడూ, తనకన్నా బలశాలీ అయిన యోధుడితో వీరోచితంగా పోరాడాడు. సుయోధనుడు స్వార్థపరుడనీ, కీడుకి ప్రతిరూపమనీ ప్రచారం చేసిన బ్రాహ్మణసమూహం, ఇలా పరిస్థితులు తారుమారు కావటం జీర్ణించుకోలేకపోయింది. ఓదార్పుకోసం కృష్ణుడివైపు చూశారు, కానీ అతని ముఖంలో ఎప్పటిలాగే అందమైన దరహాసమే కనిపించింది. బ్రాహ్మణులూ, రాజప్రముఖులూ జయధ్వానాలు చెయ్యటం క్రమంగా తగ్గిపోయింది. కానీ సామాన్య జనం కూర్చున్న చోటినుంచి కోలాహలం మిన్నుముట్టి త్వరలో సుయోధనుడికి పలికే జయధ్వానాలు చెవులని దద్దరిల్లజేశాయి. అర్చకులు తమ కళ్లని తామే నమ్మలేకపోయారు. ఇన్ని సంవత్సరాలుగా వాళ్లు యువరాజు గురించి ప్రచారం చేసిన వదంతులన్నీ వ్యర్థమైపోయాయి. ప్రతినాయకుడు నాయకుడుగా మారేలోపల, అతను జనం మనసుని చూరగొనేలోపల, ఏమైనా చెయ్యాలి అనుకున్నారు వాళ్లు.

ద్రోణుడు భయభ్రాంతుడై ఆ దృశ్యాన్ని చూడసాగాడు. కుంతి ఆగ్రహంతో చూసే చూపులు ఆయన వెన్నుకి గుచ్చుకుంటున్నట్టు అనిపించింది. తను ఇచ్చిన మాట నిలబెట్టు కోలేకపోయాడు.

"ఎలాగో ఒకలాగ దీన్ని ఆపించండి!" అని ధౌమ్యుడు రహస్యంగా ద్రోణుడి చెవిలో చెప్పాడు.

ద్రోణుడు ఒక్కక్షణం తటపటాయించాడు. సూచనకోసం కృష్ణుడివైపు చూశాడు. తరవాత లేచి పోరాటం జరుగుతున్న బరివైపు నడిచాడు. వెంటనే ద్వంద్వయుద్ధం ఆపవలసిందని ఆదేశించాడు. సుయోధనుడు ఆచార్యుడి మాటని పెడచెవిన పెట్టి పోరాటం కొనసాగించాడు. "భీమా, నీ గదని పారవెయ్యి!" అని అరిచాడు ద్రోణుడు.

ముందు భీముడు గురువు మాటలు అర్థంకానట్టు అయోమయంగా చూశాడు. ఆయన ఆదేశం అర్థమైన తరవాత, గదని దూరంగా విసిరివేసి, ఆగ్రహంతో వేగిపోతున్న తన శత్రువు ఎదుట నిరాయుధుడై నిలబడ్డాడు. భీముడి తలకి కొన్ని అంగుళాల దూరంలో సుయోధనుడి గద ఆగింది. సుయోధనుడి స్వభావాన్ని ద్రోణుడు సరిగ్గానే అంచనా వేశాడు. నిరాయుధుడి మీద యువరాజు ఎన్నడూ దాడి చెయ్యడని ఆయనకి తెలుసు. రాజప్రముఖులు హాయిగా ఊపిరి పీల్చుకున్నారు. అది మైత్రీభావంతో చేసే ద్వంద్వ యుద్ధమే తప్ప, యుద్ధభూమి కాదని ద్రోణుడు సుయోధనుణ్ణి మందలించాడు. సుయోధనుడు మారుమాటాడలేదు. సమర్థించు కోవటం వల్ల ఎటువంటి ప్రయోజనమూ ఉండబోదని అతనికి తెలుసు. తల పైకి ఎత్తి ద్రోణుడివైపు కన్నార్పకుండా చూస్తూ నిలబడ్డాడు. ద్రోణుడు మాట్లాడి మాట్లాడి అలసిపోయే దాకా అలా చూస్తూనే ఉన్నాడు. భీముడు, కోపంగా ఉన్న తన తల్లి వద్దకి వెళ్లటం అక్కడి జనం అందరూ చూశారు. సుయోధనుడు మాత్రం ఒంటరిగా అక్కడినుంచి నిష్క్రమించాడు.

"ఛీ! అసహ్యం వేస్తోంది!" అంటూ ఒక గొంతు అస్పృశ్యులు కూర్చున్న చోటినుంచి బిగ్గరగా వినబడింది. అందరూ ఏకలవ్యుడివైపు చూశారు. ఎవరూ ఎదురుచూడనిది జరుగు తోంది, రాజగురువు గురించి ఒక అస్పృశ్యుడు తన అభిప్రాయాన్ని వెలిబుచ్చుతున్నాడు! బ్రాహ్మణులు కూర్చున్నచోటినుంచి అభ్యంతరం చెపుతూ చాలమంది మహారాజుతోనూ, భీష్ముడితోనూ వెంటనే ఆ దుష్టుణ్ణి బంధించి వాడికి గుణపాఠం నేర్పవలసిందని అన్నాడు. భీష్ముడి ముఖంలో ఏ భావమూ కనిపించలేదు. ధృతరాష్ట్రుడు తన ఆసనంమీద కదలకుండా

కూర్చున్నాడు. నిషాదుడు అన్న మాటలకి కృపుడు ఎగతాళిగా నవ్వటంవల్ల పరిస్థితి మరింత విషమంగా మారింది. రాజప్రముఖులకీ, బ్రాహ్మణులకీ ఒంటికి కారం రాసుకున్నట్టు అనిపించింది. దీనికి తగిన సమాధానం ఇవ్వాలి, సరైన చర్య తీసుకోవాలి, లేకపోతే పరిస్థితి తమ చెయ్యిదాటిపోయే ప్రమాదం ఉంది అనుకున్నారు వాళ్ళు.

"అర్జునా!" అని కేకపెట్టింది కుంతి. అర్చకులు ఆవిడ ఉద్దేశాన్ని అర్థం చేసుకుని పాండవమధ్యముడి పేరు జపించసాగారు. హఠాత్తుగా వాళ్ళ ముఖాల్లో ఆశ మెరిసింది. ఈ పరిస్థితిని మార్చగలవారంటూ ఉంటే, అది విలుకాడు అర్జునుడు మాత్రమే.

ద్రోణుడు తన ప్రియశిష్యుడిపేరు ప్రకటించేందుకు లేచాడు. "హస్తినాపుర పౌరులారా, మీరు ఇంతవరకూ చూసింది ఒక ఎత్తైతే, ఇకమీదట చూడబోయేది మరో ఎత్తు," అంటూ తన మాటల ప్రభావం ఎలా ఉందో చూసేందుకు ఆగాడు. వెంటనే మేఘాలు గర్జిస్తున్నట్టు గొంతెత్తి, "అటు చూడండి! ఈ లోకంలో అందరికన్నా గొప్ప విలువిద్యా నిష్ణాతుడు, అర్జునుడు వస్తున్నాడు..." అన్నాడు.

మేలుజాతి అశ్వాలు పూనిన స్వర్ణరథం ఆవరణలో ప్రవేశించి, అతివేగంతో గుండ్రంగా ఆ మైదానాన్ని చుట్టివచ్చింది. ఆ రథంలో అర్జునుడు దివ్యపురుషుడిలా నిలబడ్డాడు. పట్టువస్త్రాలూ, ధగధగ మెరిసే ఆభరణాలు ధరించిన అతని సుందర రూపంవైపు చాలామంది స్త్రీలు ప్రేమగానూ, తమకంతోనూ చూస్తూ ఉండిపోయారు. రాజప్రముఖులు కూర్చున్న స్థలం కిందుగా అతని రథం వెళ్ళే సమయంలో అతి చాకచక్యంగా కొన్ని బాణాలు సంధించి వదిలాడు అర్జునుడు. ఒక్కొక్క బాణమూ ఒక్కొక్క ప్రముఖుడి పాదాలచెంత నమస్కారబాణంలా వెళ్ళి పడింది. అది ఆ విలుకాడు వారికి చేసిన పాదాభివందనం, అసాధ్యమని అనిపించే గొప్ప నైపుణ్యం అది. ఒక బాణానికి పూలహారం తగిలించి అతను దాన్ని హస్తినాపుర పతాకం మీదికి వదిలాడు. హారాన్ని పతాకంమీద పడవేసి బాణం శరవేగంతో దూసుకెళ్ళింది. జనం ఒక్కసారిగా లేచి ఆవరణ దద్దరిల్లేట్టు జయజయధ్వానాలు చేస్తూ కరతాళధ్వనులు చేశారు. ఆ తరవాత అర్జునుడు అక్కడక్కడా ఉంచిన లక్ష్యాలని బాణాలతో అలవోకగా ఛేదించాడు. జనం ఆనందం పట్టలేకపోయారు. భీముడికీ సుయోధనుడికీ మధ్య జరిగిన ద్వంద్వ యుద్ధాన్ని వాళ్ళు మర్చిపోయారు. అర్జునుడు రాజప్రముఖుల గౌరవాన్ని ఆ రోజుకి కాపాడగలిగాడు.

గర్వంతో ద్రోణాచార్యుడు కుంతివైపు చూసి, "కుంతీదేవీ! నా మాట నిలుపుకున్నాను," అన్నాడు. కుంతి కృతజ్ఞత తెలిపేలోపల ఒక బాణం వచ్చి ద్రోణుడి పాదాలవద్ద పడింది. ఆశ్చర్యంతో ద్రోణుడు తన ప్రియశిష్యుడివైపు చూశాడు, కానీ రథం ఎక్కడికీ పోలేదు, అక్కడే ఉంది. ఆగిఉన్న ఆ రథం ముందు మరో యువకుడు వింటి నారిని సంధించి నిలబడి ఉన్నాడు. అందర్నీ ఆశ్చర్యపరిచేంత వేగంగా శర పరంపరగా అతను బాణాలు వదిలి అతికష్టమైన పాదాభివందనాలు చేశాడు. ఆ బాణాలన్నీ రాజప్రముఖుల పాదాలవద్ద వెళ్ళి వాలాయి. అర్జునుడు వేసినంత అలవోకగా, నేర్పుగా ఆ యువకుడు అతన్ని అనుకరిస్తూ బాణాలు వేశాడు.

అలా తనని ఎదిరించిన యువకుడి సాహసాన్ని అర్జునుడు భరించలేకపోయాడు. రథం మీదినుంచి కిందికి దూకి మరింత దూరంగా ఉన్న లక్ష్యాలని తన బాణాలతో ఛేదించసాగాడు. కానీ దురదృష్టవశాత్తూ అర్జునుడు తన బాణాన్ని సంధించేలోపలే ప్రతిసారీ ఆ యువకుడి

బాణం లక్ష్యాన్ని తాకుతూ వచ్చింది. మంత్రముగ్ధులై చూస్తున్న జనం అప్రయత్నంగా ఆ అనామకుడైన యోధుడికి జయధ్వానాలు పలకసాగారు. ఆ పోటీచేసే ఇద్దరు యోధులమధ్యా ఉన్న తేడా స్పష్టంగా తెలిసిపోతూనే ఉంది. కులీనుడైన క్షత్రియుడి వేషధారణలో అర్జునుడు దర్పం ఉట్టిపడుతూ ఉన్నాడు. బంగారు ఆభరణాలూ, వజ్రాలు పొదిగిన శిరస్త్రాణమూ ధరించి బంగారు పూత పూసిన విల్లు పట్టుకుని నిలబడ్డాడు. దివినుంచి భువికి దిగివచ్చిన దివ్యపురుషుడిలా ఉంది అతని రూపం. అతన్ని ఎదిరించిన యోధుడు చింకి పాతలు ధరించి, తలకీ, పాదాలకీ ఎటువంటి రక్షణ కవచాలూ లేకుండా, అప్పుడే వీధిలోనుంచి వచ్చిన పేద అనాథలా, నిమ్నకులానికి చెందినవాడిలా ఉన్నాడు. అక్కడ గుమిగూడిన జనంలో ఒకడిలా, ఏ ప్రత్యేకతాలేని సామాన్యమానవుడిలా కనిపించాడు.

కులీన వంశానికి చెందిన ప్రముఖులు మళ్లీ భయభ్రాంతులయారు. కుంతికి మూర్ఛ వచ్చినంత పనయింది. ఒక సామాన్యుడు, ఏమాత్రం సంకోచించకుండా తన ప్రతిభని అలా ప్రదర్శించటం రాజప్రముఖులకి ఆగ్రహాన్ని కలిగించింది. అది ఆ రోజు రాకుమారులకి సుదినమని నిర్ణయించిన జ్యోతిష్కుడి మీదికి మళ్లింది. తారాబలం, గ్రహబలం రాకుమారులకి అనుకూలంగా లేదని వాళ్లకి అనిపించింది. ద్రోణుడు మరోసారి మైదానం మధ్యకి వచ్చాడు. అర్జునుడి చేతులు వణకటం, ఆ గాభరాలో అతని బాణాలు గురితప్పటం ఆయన గమనించాడు. లోకంలోకెల్లా గొప్ప విలుకాడైన అర్జునుడి పట్టువస్త్రాలు చెమటతో తడిసి ముద్దయాయి. కానీ అతన్ని ఎదిరించిన విలుకాడు ప్రశాంతంగా, తొణక్కుండా, బాణాలవర్షాన్ని కురిపిస్తూనే ఉన్నాడు.

"ఆగండి!" అని అరిచాడు ద్రోణుడు. ఇద్దరు యువకులూ తమ ఆయుధాలని కింద పడవేశారు. ఆయనవైపు తిరిగి నమస్కరించారు. తన గొంతులో వీలైనంత వ్యంగ్యాన్ని పలికిస్తూ ఆ పేద యువకుడితో ద్రోణుడు, "ఈ ఉత్సవం రాకుమారుల కోసం ఏర్పాటు చేసినది. నీ తండ్రి ఏ రాజ్యానికి ఏలికో కాస్త చెపుతావా?" అన్నాడు.

ప్రేక్షకుల వికటాట్టహాసం ఆ యువకుడి చెవుల్లో మారుమోగింది. అర్జునుడు స్థిమిత పడ్డాడు. ఆ అనామక యువకుడు సమాధానం చెప్పేలోపల ఒక వృద్ధుడు సంతోషంగా అక్కడికి పరిగెత్తుకుని వస్తూ, "కర్ణా! నాయనా, వచ్చేశావా...?" అని అరిచాడు. ఎన్నో సంవత్సరాలుగా తనకి దూరంగా ఉండిన కుమారుణ్ణి అక్కున చేర్చుకోవాలని ఉవ్విళ్లూరుతూ వచ్చిన అధిరథుడు, అతని కుమారుని ముఖంలో అవమానం కనిపించి హఠాత్తుగా ఆగిపోయాడు. కర్ణుడు తనని చూసి సిగ్గుపడుతున్నాడని గ్రహించి అధిరథుడికి బాధ వేసింది. కర్ణుడు తలఎత్తి తనకేసి చూస్తాడని ఆశించాడు. చిన్నప్పట్లోలాగ కర్ణుడు తనని చూడగానే పరిగెత్తుకుంటూ దగ్గరకి వస్తాడని అనుకున్నాడు. కానీ కర్ణుడు కళ్లు దించుకుని నిలబడే ఉండిపోయాడు. తిట్లు తిన్న కుక్కలా అధిరథుడు చిన్నబుచ్చుకుని జనంలో కలిసి మాయమయాడు.

"ఓహో, సూతుడివా?" అంటూ నవ్వాడు ద్రోణుడు. రాజప్రముఖులు పగలబడి నవ్వారు. నుదుటిమీది చెమటని తుడుచుకుంటూ అర్జునుడు చిరునవ్వు నవ్వాడు.

చివరికి ధౌమ్యుడి ముఖం మీద కూడా చిరునవ్వు కనబడింది. ఇది అతనికి సంబంధించిన విషయం. ఆయన మైదానంలోకి వచ్చి స్పష్టంగా, "ఓరీ నీచకులపు భ్రష్టుడా, వెళ్లి అశ్వశాలలను శుభ్రం చేసుకోరాదూ?" అంటూ జనంవైపు చూసి వాళ్లతో కలిసి

నవ్వసాగాడు. "రథసారథి పుత్రుడివా?" అంటూ కర్ణుడివైపు తేరిపార చూసేసరికి ధౌమ్యుడికి ఏదో గుర్తుకి వచ్చింది. "అధిరథుడి కుమారుడివి... కొన్ని రోజులుగా భరతఖండం నీకోసమే అంతటా గాలిస్తోంది... హాహాహా, చివరికి న్యాయం చేతికి దొరకనే దొరికావురా, సూతుడా! పరశురాముడంతటివాడిని అవమానించి తప్పించుకోవాలని చూశావా? నీ పని ఇక అయిపోయినట్టే!" అన్నాడు మళ్లీ.

జనం కూడా కర్ణుణ్ణి గుర్తుపట్టి చెవులు కొరుక్కోవటం మొదలుపెట్టారు. రాకుమారుడు శకుని రాజప్రముఖులతో కలిసి కూర్చున్నాడు. అతను తనని తాను తిట్టుకోసాగాడు. 'దక్షిణ రాజ్య కూటమికీ, హస్తినాపురానికీ మధ్య యుద్ధం జరిపించాలన్న పన్నాగం పనికిరాకుండా పోయింది. ఆ దుర్జయుడు రాహువులా అడ్డుపడ్డాడు, దుర్మార్గుడు! 'వాడికోసం నా ధనాన్ని ఎందుకు వ్యర్థం చేస్తున్నానో తెలీదు!' అనుకున్నాడు కోపంగా శకుని. ఇక ఈ సూతుణ్ణి దక్షిణ రాజ్యకూటమికి అప్పజెపుతారు, దాంతో రెండు రాజ్యాలమధ్యా ఉన్న సంబంధం మునుపటి స్థితికే చేరుకుంటుంది.

తన తండ్రి తనవైపు పరిగెత్తుకుని వచ్చినప్పుడే తన కథ ముగిసిపోయిందని కర్ణుడు గ్రహించాడు. 'ఆయన అలా ఎందుకు చెయ్యవలసి వచ్చింది? ఉత్సవం ముగిశాక, అర్జునుడి కన్నా నేనే మెరుగైన విలుకాడినని లోకం గుర్తించాక నేనే ఆయన దగ్గరికి వెళ్లి ఉండేవాణ్ణి. నా తండ్రి చేసిన మూర్ఖపుపనివల్ల ఇప్పుడు అందరిముందూ నేను తలవంచుకోవలసివచ్చింది. నా మృత్యువుకి తనే కారణమయాడని ఆయనకి తెలీదు,' అనుకున్నాడు.

ఒక బలమైన చెయ్యి కర్ణుడి మణికట్టుని పట్టుకుంది. అతను తలెత్తి చూశాడు. ఆ చెయ్యి యువరాజు సుయోధనుడిది. కర్ణుడివైపు చూసి చిన్నగా నవ్వి, తన కత్తిని ఒరనుంచి బైటికిలాగి పైకెత్తి పట్టుకున్నాడు సుయోధనుడు. నింపాదిగా, స్పష్టంగా జనంతో ఇలా అన్నాడు, "ఒక యోధుడి కులం ఏమిటని అడిగేందుకు మనకి సిగ్గు వెయ్యదా? నదుల మూలాలూ, వీరుల పుట్టుపూర్వోత్తరాలూ తెలుసుకోవటం మన సంప్రదాయంలో ఉందా? కర్ణుడి తండ్రి రథసారథి అయినంతమాత్రాన అది అడ్డంకి ఎందుకు అవాలి? లేక తనకన్నా మెరుగైన యోధుడి చేతిలో ఓడిపోతానేమోనని అర్జునుడు భయపడుతున్నాడు?" అని సుయోధనుడు అర్జునుడివైపు చూసి, "అర్జునా, నీలో పౌరుషమే ఉంటే, నువ్వు యోధుడివే అయితే ఈ పనికిమాలిన నమ్మకాల వెనక దాక్కోకుండా ఈ సూతుడితో పోటీచేసి ఓడించి చూపించు," అన్నాడు.

ద్రోణుడు సుయోధనుడి మాటలకి అడ్డువస్తూ, "నీ అహంకారాన్ని, ఇక చాలించు, రాకుమారా! ఉచితానుచితాలు పాటించు. నువ్వు నా శిష్యుడివని చెప్పుకునేందుకు సిగ్గుగా ఉంది నాకు," అన్నాడు.

సుయోధనుడు ఆయన్ని లెక్కచెయ్యకుండా అర్జునుడివైపు కన్నార్పకుండా చూడ సాగాడు. జనం మధ్య ఏకలవ్యుడు ఊపిరి బిగబట్టి కూర్చున్నాడు. అర్జునుడు నిస్సహాయంగా ధౌమ్యుడికేసి చూశాడు. ధౌమ్యుడు అయోమయంలో ఉన్నట్టు కనిపించేసరికి తన మిత్రుడు కృష్ణుడివైపు చూశాడు. దాంతో తన దాయాదికి సమాధానం చెప్పే ధైర్యం వచ్చింది. "సుయోధనా, నిమ్నకులస్థుడైన సూతుడితో నేను పోరాడను. నేను హస్తినాపుర రాకుమారుణ్ణి," అన్నాడు అర్జునుడు అహంకారంగా.

"సరే, నువ్వు రాకుమారుడివైతే ఇక రాజుతో పోరాడు," అని ఎదురు సమాధానం ఇచ్చాడు సుయోధనుడు. ఆ తరవాత అందరికీ వినిపించేలా గట్టిగా, "పౌరులారా, మీరిప్పుడు చాలా అరుదైన విషయాన్ని చూడబోతున్నారు," అని భీష్మ పితామహుడినీ, మహారాజునీ ఉద్దేశించి, "మహాప్రభూ, పితామహా, మీరు దయతో అనుమతిస్తే..." అని బ్రాహ్మణులవైపు చూసి "నేనిప్పుడు చెయ్యబోయే పని పవిత్ర వేదగ్రంథాలలోని సంప్రదాయం అనుమతించేదే. వేదాలని యథాతథంగా అర్థం చేసుకున్న నిజమైన బ్రాహ్మణుణ్ణి నేను ఆహ్వానిస్తున్నాను," అన్నాడు.

బ్రాహ్మణుందరూ మూకుమ్మడిగా దిగ్గున లేచి యువరాజు మీద కేకలు పెట్టటం మొదలుపెట్టారు. కృపుడు సుయోధనుణ్ణి రక్షించేందుకు అతని దగ్గరకు పరిగెత్తాడు. అశ్వత్థామ కూడా కృపుడి వెనకాలే పరిగెత్తటం చూసి ద్రోణుడు తన కళ్లనే నమ్మలేక పోయాడు. కృపుడు అమాంతంగా కర్ణుణ్ణి కౌగలించుకున్నాడు. ఆ బ్రాహ్మణుడి చేతుల్లో కర్ణుడు నలిగిపోయాడు. అశ్వత్థామ సుయోధనుణ్ణి చూసి నవ్వి, తన విశాలమైన ఛాతీ మీద బలమైన చేతులని కట్టుకుని అతని పక్కనే నిలబడ్డాడు. పవిత్ర గ్రంథాలనీ, పవిత్రులైన బ్రాహ్మణులనీ అవమానించవద్దని సుయోధనుణ్ణి హెచ్చరించమని ధౌమ్యుడు భీష్ముణ్ణి వేడుకున్నాడు. కానీ భీష్ముడు తన ముఖంలో ఎటువంటి భావమూ చూపలేదు. కంగారులో ఉన్న విదురుడు బ్రాహ్మణులని శాంతింప జేసేందుకు ప్రయత్నించాడు, కానీ ఆయన మాటలు ఎవరూ వినిపించుకోలేదు. శకుని ఉత్సాహంగా తన అరచేతులని రుద్దుకున్నాడు. తను అనుకున్నదానికన్నా పరిస్థితులు బాగా రూపొందు తున్నాయి. తను జాగ్రత్తగా మసులుకుంటే చిలికిచిలికి ఇది గాలివాన అయే అవకాశం ఉంది. తను ఆశించినదానికన్నా ఘోరమైన పరిణామాలనే ఇది సృష్టించవచ్చు. బ్రాహ్మణులవైపు చూసి, అక్కడ ఉన్న అధికసంఖ్యాకుల మేలును పక్కనపెట్టి, వాళ్ల గౌరవంపట్ల కనీసం కాస్తయినా ఆలోచన లేకుండా బ్రాహ్మణులకే వంతపాడుతూ నవ్వాడు.

సుయోధనుడు మళ్లీ ఒకసారి గొంతెత్తి అక్కడ సమావేశమైన రాజులని ఉద్దేశించి ఇలా అన్నాడు, "భరతఖండంలోని గొప్ప రాజుల్లారా, మీలో చాలామందికి రాజ్యాలు వంశపారం పర్యంగా దక్కాయి. కానీ అసలుసిసలు క్షత్రియుడిగా పరిగణించదగిన యోధుడు మన మధ్య ఉన్నాడు. దయ ఉంచి మీరందరూ నాకు సహకరించి నేను చెయ్యబోయే పనిని సమర్థించండి."

అక్కడ చీమ చిటుక్కుమంటే వినబడేటంత నిశ్శబ్దం ఆవరించింది. రాజులందరూ తమకి ఏమీ అర్థంకానట్టు సుయోధనుడివైపు చూస్తూ ఉండిపోయారు. ఒక్కరు కూడా కదల్లేదు. కొంతసేపటికి ఒక రాజు నెమ్మదిగా లేచి నిలబడ్డాడు. ఒక్కొక్క అడుగే వేస్తూ సుయోధనుడివైపు నడిచాడు. రాకుమారుడికి నమస్కరించి, "నా పేరు జయద్రథుడు, సింధు రాజ్యానికి రాజుని. మీరు చేస్తున్న పని సరైనదే, మీకు నా సహకారం ఉంటుంది. మీవంటి వ్యక్తితో మైత్రి కుదరటం అదృష్టం, నన్ను మీ మిత్రుడిగా స్వీకరించగలరా?" అన్నాడు.

అంతమంది రాజుల్లో తనకి సహకరిస్తానని ముందుకొచ్చిన ఆ ఒకేఒక రాజుని చూసి సుయోధనుడు నవ్వి, అతని చేతిని స్నేహపూర్వకంగా గట్టిగా పట్టుకున్నాడు. జనం ఊపిరి బిగబట్టి చూస్తున్నారు. సుయోధనుడు జనపారావారంతో నిండిన ఆ మెట్లవైపు చూస్తూ ఉంటే కర్ణుడు అతన్నే గమనించసాగాడు.

"జనులారా, నేనొక కల గన్నాను! మీలో కొందరికి ఆ కల అసాధ్యమైనదిగా కనిపించవచ్చు. కానీ అది అందమైన కల. అన్ని అడ్డంకులూ కూలిపోయి, మన మందరం స్వేచ్ఛగా జీవించే రేపటిరోజు వస్తుందని నా నమ్మకం. భవిష్యత్తులో ఎవరూ కులప్రసక్తి తీసుకురారనీ, ఒకరినొకరు సమానంగా భావిస్తారనీ ఊహిస్తున్నాను. తర్కానికి లొంగని మూఢనమ్మకాలని నా రాజ్యం వదిలివేస్తుంది. ఎవరైనా, దేన్నైనా సాధించగలిగే స్వేచ్ఛ ఉంటుందనీ, దానికి ఎవరూ పరిమితులు విధించరనీ అనుకుంటున్నాను. పుట్టుకని బట్టి ఎవరు ఏమి సాధించాలి అనే విషయాన్ని ఎవరూ నిర్ణయించకూడదు. ఇదే నేను కనే కల.

"కులానికీ ప్రతిభకీ సంబంధం లేదని అనటానికి ఈ యువకుడే నిదర్శనం. మన సమాజంలో కొన్ని శక్తులు ఉన్నాయి. అవి స్వార్థపూరితమైనవి. అన్ని వెసులుబాట్లూ, లాభాలూ తామే దక్కించుకోవాలని చూస్తాయి. మిగిలినవాళ్లందర్నీ తమ కాలికి అంటుకున్న మట్టికింద జమకడతాయి. ఈ యువకుణ్ణి మహత్తరమైన దక్షిణ రాజ్యాలు వెంటాడి వేటాడుతున్నాయి. కానీ ఇతను చేసిన నేరమేమిటి? విద్య నేర్వాలని అనుకున్నాడు. కలలు కనే సాహసం చేసినందుకు ఇతన్ని శిక్షించాలని అంటున్నాడు పరశురాముడు. ఉన్నతకులంలో జన్మించ నందుకు అతన్ని అవమానం పాలు చెయ్యాలనుకుంటున్నాడు. ఇలా చెయ్యటం మంచిదేనా? ప్రతి వ్యక్తికీ జ్ఞానాన్ని సంపాదించుకునే అర్హత ఉంది, దాన్ని వాళ్లకి అందకుండా చేస్తే ఈ భరతఖండం పరిస్థితి ఎలా మారుతుందో ఎవరైనా ఆలోచించారా? అధికసంఖ్యాకులు పేదరికం లోనూ, అజ్ఞానంలోనూ కొట్టుమిట్టాడుతూ జీవిస్తున్నారు. ఎవరు పవిత్రులు, ఎవరు కారు అనేది కొద్దిమంది నిర్ణయిస్తారు! వీళ్లు ఏ పవిత్రగ్రంథాల ఆధారంగా ఆ మాటలు అంటున్నారు? అందరూ వేదాలు నేర్చుకుంటారేమో అని వాళ్లకి భయమెందుకు? అందరినీ ఎందుకు నేర్చుకోనివ్వరు? అలా అందరూ వేదాలని చదవగలిగితే వాళ్లు విధించే నిషేధాలూ, అమానుషమైన ఆచారాలూ బూటకమనీ, అలాంటివాటిని వేదాలు సమర్థించవనీ వాళ్లకి తెలిసిపోతుందని భయమా? ఇలాంటివాళ్లు మన భరతఖండాన్ని ఏ దిశగా తీసుకెళ్తున్నారు? ఇక చాలు, అనే తరుణం ఆసన్నం కాలేదంటారా?"

సుయోధనుడు ఆగి ఊపిరి పీల్చుకున్నాడు. ఆవరణలో అందరూ అతను ఇంకా ఏం చెపుతాడా అని ఎదురుచూడసాగారు. "హస్తినాపుర యువరాజుగా నేను మీకు ఒక్క వాగ్దానం మాత్రం చెయ్యగలను. పరశురాముడూ, అతని చాదస్తపు పరివారమూ మన రాజ్యాన్ని హస్తగతం చేసుకోకుండా కాపాడతాను. అంతేకాదు, ధర్మం, న్యాయం పేరుతో మన మతాన్నీ సంస్కృతినీ సర్వనాశనం చేసేవారి పిడికిలిలో నుంచి మన పొరుగువారైన దక్షిణరాజ్య కూటమికి చెందిన రాజులు బైటపడాలని కోరుకుంటున్నాను. ఈనాడు, ఈ పట్టప్రదానం శుభసందర్భాన నేను వయస్కుడినయాను. అందుకే నా ప్రియమైన పౌరులారా నేను మీకు మాటిస్తున్నాను. నా జీవితంలో ప్రతిక్షణాన్నీ ఈ రాజ్యంలోని ఆకలినీ, అజ్ఞానాన్నీ, కష్టాలనీ నిర్మూలించేందుకే వినియోగిస్తాను. నా కలలని మన పవిత్రగ్రంథాలు సమర్థిస్తాయి. నా దైవం పరమశివుడు నా భుజాలకి బలాన్నిస్తాడు. నా చివరి శ్వాసదాకా శాపాలవంటి ఆకలినీ, కులవ్యవస్థనీ, అసమానతనీ తొలగించేందుకు ప్రయత్నిస్తాను, సుదూర ఉత్తరదిశలోనున్న హిమాలయాల నుంచి అటు దక్షిణకొసన మూడు సముద్రాలు సంగమించే స్థలంవరకూ వ్యాపించిన వ్యాధిలాంటివి అవి. ఇదే నా కల, నా వాగ్దానం, నా కర్తవ్యం."

ఇరవైవేలమంది సమావేశమైన ఆ ప్రాంగణం పూర్తిగా నిశ్శబ్దంగా ఉండిపోయింది. ఆ తరవాత కనిపించని ఏదో అదృశ్యహస్తం వాళ్లందరినీ ఒక్క శరీరంలా పైకి లేపినట్టు అందరూ ఒకేసారి లేచి నిలబడి ఆకాశం దద్దరిల్లేలాగ హర్షధ్వానాలు చేశారు. సూర్యుడి బంగారురంగు కిరణాలు ప్రతి ఒక్కరి ముఖంమీదా ప్రతిఫలించాయి.

సుయోధనుణ్ణే గమనిస్తున్న కర్ణుడికళ్లు నీళ్లతో నిండాయి. అప్పుడు సుయోధనుడు ఒక చారిత్రాత్మకమైన ప్రకటన చేశాడు, "పౌరులారా, కొన్ని వేల సంవత్సరాల తరవాత ఒక రాజుకి జరగబోయే పట్టాభిషేకాన్ని ఇప్పుడు చూడండి. ఈ పట్టాభిషేకం కేవలం గుణగణాలని లెక్కలోని తీసుకుని జరిగేది. మహత్తరమైన మన రాజ్యపు తూర్పుదిక్కునగల, సమృద్ధవంతమైన అంగదేశాన్ని, వారసత్వంగా నాకు లభించిన ఆ ప్రాంతాన్ని నేను నా మిత్రుడు కర్ణుడికి దానం చేస్తున్నాను. అతను సూతుడు కావటం యాదృచ్ఛికం. ఈనాటినుంచీ అందరూ అతన్ని అంగదేశపు రాజుగా గుర్తించాలి. పౌరుషం, ప్రతిభగల యోధుడిగా గుర్తింపు పొందినందుకే అతన్ని రాజుగా ప్రకటిస్తున్నాను."

ముందు అందరూ కొయ్యబారిపోయారు. ఎవరూ ఏమీ అనలేదు. అర్చకులు పెద్ద ఎత్తున ఆగ్రహంతో మండిపడేవరకూ ఆ నిశ్శబ్దం కొనసాగింది. కొందరు బ్రాహ్మణులు మైదానంవైపు పరిగెత్తుతూ, తమ దుస్తుల్లో దాచుకున్న బాకుల్ని బైటికి తీయబోయారు. కానీ వాళ్లని రాకుమారుడు సుశాసనుడు మధ్యలోనే అడ్డుకున్నాడు. కౌరవ రాకుమారులందరూ సుయోధనుడి చుట్టూ వలయాకారంలో రక్షణకవచంలా నిలబడ్డారు. సామాన్యప్రజలు చేసిన హర్షధ్వానాలతో ఆ ప్రాంగణం మారుమోగింది. అది సంప్రదాయవాదులని చాలా ఇబ్బందికి గురిచేసింది.

"అంగరాజు పట్టాభిషేకాన్ని ప్రారంభించవలసిందని నేను ఆజ్ఞాపిస్తున్నాను," అన్నాడు సుయోధనుడు.

* * *

జనంలో కూర్చున్న ఏకలవ్యుడు భారమైన మనసుతో లేచి నిలబడ్డాడు. కన్నీళ్లని ఆపుకునేందుకు ప్రయత్నం చేస్తూ ఉంటే అతని లేని బొటనవేలు సలపసాగింది. కులమనే బలిపీఠం మీద తన బొటనవేలిని సమర్పించిన తరవాత దురదృష్టవశాత్తూ ఆ రాజ్యంలో జన్మించినందుకు తనను తాను తిట్టుకున్నాడు. ఇప్పుడు కర్ణుడి దశ ఈ విధంగా తిరిగేసరికి తను ఎంత గొప్ప అవకాశాన్ని కోల్పోయాడోనని గ్రహించి తీవ్రమైన బాధకి గురి అయాడు. 'నా భవిష్యత్తుని మోసంతో ద్రోణుడు నాశనం చేసి ఉండకపోతే కర్ణుడి స్థానంలో నేనే ఉండేవాణ్ణి' అనుకున్నాడు ఆ నిషాదుడు. అక్కడ కూర్చుని కర్ణుడు ఒక రాజ్యానికి రాజు పదవిని పొందటాన్ని చూడటం సహించలేక, బైటికి నడిచాడు.

ఏకలవ్యుడు వెళ్లిపోవటం చూసిన జరుడు, "సోదరా...!" అని కేక పెట్టాడు. అపరాధ భావనలో పూర్తిగా కూరుకుపోయిన ఏకలవ్యుడు జరుడి పిలుపుని వినిపించు కోలేదు. కొన్ని నాణాలు వాడివైపు విసిరి, వాడివైపు చూడకుండా వెళ్లిపోసాగాడు. ఆ ప్రాంగణంలోని కోలాహలం దూరమైనకొద్దీ ఏకలవ్యుడి మనసులో మళ్లీ ఆశ చిగురించసాగింది.

ఒక రాకుమారుడు వ్యవస్థని ఎదిరించాడు. బహుశా భవిష్యత్తు అంత సాహసం చూపిన

అతనిదే అయి ఉండాలి. ఈ భూఖండంలోనే సుయోధనుడివంటివాడు జన్మించాడు కనుక ఇది తాను అనుకుంటున్నంత పనికిమాలిన రాజ్యం కాదేమో. 'బొటనవేలు లేనంత మాత్రాన నా కలలు ఎందుకు కూలిపోవాలి? ఇది అడ్డంకి ఎందుకు కావాలి?' అనుకున్నాడు ఆ నిషాదుడు. వెంటనే తన జీవితానికి కీడు చేసే నిర్ణయం తీసుకున్నాడు. దుమ్ముకొట్టుకుని ఒకమూల పడి ఉన్న తన విల్లు దగ్గరికి వెళ్లాడు. దాన్ని సుతారంగా చేతుల్లోకి తీసుకుని మళ్లీ అభ్యాసం ప్రారంభించాడు. బొటనవేలు లేకపోయినా అర్జునుణ్ణి ఓడించటం సాధ్యమేనేమో అనుకున్నాడు.

* * *

బ్రాహ్మణుల దృష్టిలో ప్రాంగణం లోపల పరిస్థితులు చెయ్యి దాటిపోతున్నట్టు కనిపించాయి. దట్టమైన మేఘాలు సూర్యుణ్ణి కప్పివేశాయి, ఆకాశం నిండా మెరుపులు మెరవటం మొదలుపెట్టాయి. కానీ ఇరవైవేల కంఠాలనుంచి వెలువడుతున్న హర్షధ్వానాలని ఇవేవీ ఆపలేకపోయాయి. కృపుడూ, అశ్వత్థామా స్మృతులు విధించిన పవిత్ర నియమాలని ఉల్లంఘించి ఎవరూ ఊహించని పనులు చెయ్యటం చూసి ధౌమ్యుడూ, అతని వెంట ఉన్న బ్రాహ్మణులూ హడిలిపోయారు. ఒక సూతుణ్ణి రాజుగా ప్రకటించి, క్షత్రియులకి జరిపే విధులన్నీ జరపటమే కులనియమాలని ఉల్లంఘించటం అనిపించుకుంటుంది. అది చాలనట్టు మంత్రాలలోకెల్లా పవిత్రమైన గాయత్రీమంత్రాన్ని కృపుడూ, అశ్వత్థామా అందరిముందూ పఠించటం మొదలుపెట్టారు. దాన్ని రహస్యంగా పఠించాలని ఈ మూర్ఖులకి తెలీదా? బ్రాహ్మణుల చెవులు తప్ప ఇంకెవరి చెవులూ ఆ మంత్రాన్ని వినకూడదే! పొరపాటున ఒక శూద్రుడు కాని, స్త్రీకాని ఆ మంత్రాన్ని విన్నట్టయితే వాళ్ల చెవుల్లో సీసం కరిగించిపోయాలని స్మృతులు చెప్పలేదా? ఆ వెర్రి బ్రాహ్మణుడు కృపుణ్ణీ, ద్రోణుడి కుమారుడు, బుద్ధిహీనుడు అశ్వత్థామనీ ఎవరు ఆపుతారు? ఇంకా వాళ్లు ఆ మంత్రాన్ని గట్టిగా ఉచ్చరిస్తూ జనాన్ని కూడా తమవెంట దాన్ని ఉచ్చరించమని ప్రోత్సహిస్తున్నారు! అన్ని కులాలకీ, మతాలకీ, వర్ణాలకీ చెందిన స్త్రీపురుషులందరూ ఆ ప్రాంగణం దద్దరిల్లేలా గాయత్రిని జపిస్తూ ఉంటే ధౌమ్యుడు బాధతో మెలికలు తిరగసాగాడు.

మొత్తానికి కర్ణుడు అంగదేశానికి రాజుగా సాధికారంగా నిర్ణయించబడ్డాడు. ఎన్నో శతాబ్దాల తరవాత ఒక శూద్రుడికి ఇటువంటి ఉన్నతపదవి దక్కింది. ఆ ఒక్క చర్యతో తనకీ సంప్రదాయవాదులకీ మధ్య ఉన్న చివరి సంబంధాన్ని సుయోధనుడు తెంచివేశాడు. సుయోధనుడి రూపంలో ఈ లోకంలోకి వచ్చిన దుర్మార్గాన్ని ఎలాగైనా సరే రూపుమాపవలసిందే అని ధౌమ్యుడు నిశ్చయించుకున్నాడు. భరతఖండం భవిష్యతూ, ధర్మపరిరక్షణా దానిమీదే ఆధారపడి ఉన్నాయి. ఓదార్పుకోసం ధౌమ్యుడు కృష్ణుడివైపు చూశాడు, కానీ కృష్ణుడు కుంతివైపు చూస్తూ కనిపించాడు.

సేవకుల సాయంతో కుంతి ఆ ఆవరణనుంచి వెళ్లిపోవటం చూశాడు కృష్ణుడు. అది చూసి తల అడ్డంగా ఆడించాడు. యుధిష్ఠిరుడు ఒక స్వర్ణావకాశాన్ని జారవిడుచుకున్నాడు. ప్రతిభావంతుడైన సూతుణ్ణి మిత్రుడుగా చేసుకుని సుయోధనుడు తన యుక్తితో అందరినీ అధిగమించాడు. యుధిష్ఠిరుడికి ఏమాత్రం తెలివితేటలు ఉన్నా తనే ఆ పనిచేసి ఒక సాటిలేని మేటి యోధుణ్ణి తన మిత్రుడుగా చేసుకునేవాడే. 'ఈ మూర్ఖులకి నేను ఏ రకంగా తెలివితేటలు

వచ్చేట్టు చెయ్యగలను?' అనుకున్నాడు కృష్ణుడు. కుంతి ఎందుకు మూర్ఛపోయింది? ఎక్కడో ఏదో మెలిక ఉంది! సూతుడి పట్టాభిషేకాన్ని కృష్ణుడు చిరునవ్వుతో చూశాడు. నాటకం మరింత క్లిష్టదశకి చేరుకుంటోంది, అది తనకి చాలా ఆనందంగా ఉంది. కృష్ణుడు తన సోదరి సుభద్రవైపు చూశాడు. ఆమె చూపులు సుయోధనుడిమీద లేకపోవటం గమనించాడు. ఆమె కలువకన్నులు నీటితో నిండి ఉన్నాయి. ఎవరూ పట్టించుకోని అర్జునుడు ఒకపక్కగా నిలబడ్డాడు. అందరూ మరిచిపోయిన ఆ అర్జునుణ్ణే చూస్తోంది సుభద్ర. నెమ్మదిగా కృష్ణుడి మనసులో ఒక ప్రణాళిక రూపుదిద్దుకోవటం ప్రారంభించింది.

"సుయోధనుడు ఆ విధంగా అర్జునుణ్ణి అవమానించి ఉండకూడదు. అర్హత లేనివాడికి ఎందుకు పట్టం కట్టాడతను?" అని తన సోదరుణ్ణి అడిగింది సుభద్ర.

"పద, వెళ్దాం!" అంటూ కృష్ణుడు తన సోదరి చెయ్యి అందుకున్నాడు.

* * *

బైట ఏకలవ్యుడు తనవైపు విసిరేసిన రాగినాణాలని జరుడు అటూఇటూ తిప్పి చూడసాగాడు. ఏకలవ్యుడు తనవైపు ఒక్కసారైనా చూడనందుకు వాడికి బాధ కలిగింది. నిరాశగా తన ఇంటివైపు వెళ్తున్న అధిరథుడు జరుడికి కనిపించాడు. వాడు అతన్ని పిలిచాడు. కానీ అతను వెనుదిరిగి చూడలేదు. తమ కుమారుడు తిరిగివచ్చిన విషయం భార్యకి ఎలా చెప్పాలా అన్న ఆలోచనతో సతమతమవుతూ, జరుడు తనని పిలవటం వినిపించుకోలేదు. కుమారుడు రాజయాడని తల్లికి ఎలా చెప్పగలడు? అంత జరిగినా తండ్రివైపు తలెత్తి ఒక్కసారైనా చూడలేదని ఆమెకి చెప్పటం ఎలా? దూరమవుతున్న ఆ ఆకారంవైపు చూస్తూ జరుడు గట్టిగా కేకపెట్టాడు, "ఓ కృష్ణా! దీనులనీ, పేదలనీ ఎందుకయ్యా ఇలా పరీక్షిస్తావు?" తనకి అర్థంకాని మంత్రోచ్చారణ లేవో ప్రాంగణం లోపలినుంచి జరుడికి వినిపించాయి. వాడికి హఠాత్తుగా ఆకలి వేసింది. తినుబండారాలమ్మే అంగడిలోని మనిషికి ఒక నాణెం ఇచ్చాడు. అతను అరిటాకు ఇచ్చాడు. జరుడు అస్పృశ్యుడు కాబట్టి వాడికి ఆహారం ఆకులోనే వడ్డిస్తారు. ఆ ఆకుని నేలలోని ఒక గుంటలో ఉంచాడు జరుడు. తనకి ఎవరైనావచ్చి ఆహారం వడ్డిస్తారని ఎదురుచూస్తూ కూర్చున్నాడు. మధ్యమధ్య తోక ఆడిస్తూ, జరుడి ముఖాన్ని నాకుతూ కుక్క ధర్మం కూడా ఓపిగ్గా కూర్చుంది. వర్షం మొదలైంది. వానకి తడుస్తున్నా పట్టించుకోకుండా జరుడు చాలాసేపు అక్కడే కూర్చున్నాడు. చివరికి ఎవరోవచ్చి గుంటలోని వాడి ఆకులో అన్నం వడ్డించారు. తిండి దొరికినందుకు ఎప్పటిలాగే కృష్ణుడికి కృతజ్ఞతలు తెలిపేందుకు జరుడు కళ్లు మూసుకున్నాడు.

సరిగ్గా అదే సమయంలో ఒక రథం శరవేగంతో వాడి పక్కనుంచి దూసుకెళ్లింది. వానకి వీధిలో నిలిచిన మురికినీళ్లు జరుడి ముందున్న అన్నంలో పడ్డాయి. జరుడు కళ్లు తెరిచి చూసి ఏడ్చినంత పనిచేశాడు. మురికినీళ్లు చిందిన ఆ అన్నం తినటానికి పనికిరాకుండా పోయింది. మాయమవుతున్న రథాన్నీ అందులో నెమలి ఈకలని తలమీద ధరించిన ఆకారాన్నీ మాత్రమే వాడు చూడగలిగాడు. ఆ రథంలో ఉన్న వ్యక్తి పక్కన ఒక స్త్రీ కూడా ఉంది. 'ఆకలిగొన్నవాడి ముందు అన్నం ఉంచి దాన్ని తీసేసు కుంటావెందుకు? నీకు దయా కరుణా లేవా ప్రభూ?' అని అరిచాడు ఆకలితో ఉన్న ఆ బిచ్చగాడు.

ఆ తరవాత కొంతసేపటికి జనం ఆ ప్రాంగణంనుంచి ఇళ్లకి వెళ్లిపోయాక కర్ణుడూ, యువరాజూ కలిసి బైటికి రావటం చూసిన జరుడికి ఆనందాశ్చర్యాలు కలిగాయి. వాడు కర్ణుడికి మంచి జరగాలని కోరుకున్నాడు. కానీ దేవుళ్లు వెలిసిన ఆ రాజ్యంలో ఒక బిచ్చగాడి దీవెన ఏపాటిది! గుంటలోని అన్నంలో పడ్డ మురికినీళ్లు ఇంకిపోయాయేమోనని చూశాడు, కానీ ఒక చీమలబారు ఆ అన్నాన్ని ఆక్రమించటం కనిపించింది వాడికి. వెంటనే కృష్ణుణ్ణి నిందించినందుకు బాధపడ్డాడు. ప్రేమస్వరూపు డైన ఆ ప్రభువుకి ఈ చిన్న ప్రాణుల ఆకలి జరుడి ఆకలికన్నా ఎక్కువ అని తెలుసు. ఆయన దృష్టిలో చీమలైనా, జరుడైనా ఒకటే. కృష్ణుడు తనపట్ల క్రూరంగా ప్రవర్తించాడని ఎంత అహంకారంతో ఆలోచించాడు తను! ఇది ఆయన లీలల్లో ఒకటి. జరుడు లోభత్వాన్ని కనబరుస్తున్నాడనీ, తోటిప్రాణుల గురించి ఆలోచించటం లేదనీ తెలియజెప్పేందుకే ఆయన ఇలా చేశాడు. క్రితం రోజు తను భోజనం చేశాడు కదా? ఈ వర్షంలో ఈ చిరుప్రాణులు ఆహారంకోసం ఎంత తల్లడిల్లుతూ ఉంటాయో కదా? అనుకున్నాడు జరుడు. ఆ చీమలు ఆహారాన్ని తీసుకుపోవటాన్ని ఆనందంగా చూడ సాగాడు.

* * *

రాజభవనం లోపల ధౌమ్యుడూ, పంచపాండవులూ ఒకచోట కూర్చుని భవిష్యత్తు నిర్ణయించటం గురించి చర్చించసాగారు. ద్రోణుడి కుటుంబం విచ్ఛిన్నమవుతోంది. తండ్రితో మళ్లీ ఒకసారి వాదించి సుయోధనుణ్ణి కలుసుకునేందుకు అశ్వత్థామ ఇంట్లోనుంచి బైటికి వెళ్లిపోయాడు. జయద్రథుడూ, కర్ణుడూ, సుశాసనుడూ ఆ సుదినాన్ని పండగలా జరుపుకునేందుకు ఒకచోట చేరారు. సుయోధనుడు సింధు దేశ రాజుమీద ఒక కన్నువేసి ఉంచాడు. అతనికి తన సోదరి సుశలమీద మనసైందని సుయోధనుడు గమనించాడు. ఆమె అన్నగా ఆమెని రక్షించే బాధ్యత సహజంగానే తనది అనిపించింది. మరో గదిలో శకుని మేలుకుని, తన లక్ష్యాన్ని నెరవేర్చేందుకు రకరకాల ఉపాయాలూ, యుక్తులూ పన్నుతున్నాడు.

రోజంతా హడావిడిగా గడిపిన విదురుడు వెళ్లిపోయేముందు కర్ణుణ్ణి దక్షిణ రాజ్య కూటమికి అప్పజెప్పే విషయంలో ఏం నిర్ణయించారని భీష్ముణ్ణి నెమ్మదిగా అడిగాడు. భీష్ముడు తన ప్రధానమంత్రికేసి కాసేపు సూటిగా చూసి, అది ఇక సాధ్యం కాదన్నట్టు తల అడ్డంగా ఆడించాడు. శక్తివంతమైన రాజ్యకూటమితో యుద్ధం జరిగే అవకాశం ఉందన్న భయాన్ని విదురుడు వ్యక్తం చేశాడు. దానికి భీష్ముడు కొన్ని యుద్ధాలు చెయ్యదగినవే అని గూఢమైన సమాధానం చెప్పాడు. తన మందిరంవైపు వెళ్తూ భీష్ముడు చెప్పిన సమాధానానికి విదురుడు చిన్నగా నవ్వుకున్నాడు. అటువంటి సందర్భాలు అనుభవజ్ఞుడైన భీష్మపితామహుడి వద్ద పనిచెయ్యటం విదురుడికి అమితమైన ఆనందాన్ని కలగజేస్తాయి.

* * *

అరణ్యంలో ఏకలవ్యుడు విలువిద్య అభ్యసించేందుకు బాధతోనూ, భయంతోనూ పోరాటం సాగించాడు...

తన పూరిపాకలో వయసుమళ్లిన రథసారథి దుఃఖం పట్టలేక తల్లడిల్లుతున్న భార్యని ఊరడిస్తూ, నెమ్మదిగా ఆమెకి నచ్చజెప్పసాగాడు. మర్నాడు తమ కుమారుడు తమని కలిసేందుకు, ముఖ్యంగా ఆమెని చూసేందుకు తప్పక వస్తాడని అన్నాడే కాని, మనసులో ఆ మాటలమీద అతనికే నమ్మకం కుదరలేదు...

ద్వారకవైపు వేగంగా వెళ్తున్న రథంలో, ఏదో ఆలోచనలో మునిగిన రాకుమారుడు గుర్రపు కళ్లేలని పట్టుకుని కూర్చున్నాడు. అతని పక్కన ఉన్న రాకుమారి నిరాశతో చిన్నబోయిన అర్జునుడి ముఖాన్నే జ్ఞాపకం చేసుకోసాగింది. ఇద్దరూ మౌనంగా ప్రయాణం కొనసాగించారు...

హస్తినాపుర వీధుల్లో ఆకలిగొన్న జరుడూ, అతని గుడ్డి కుక్కపిల్లా నెమ్మదిగా నడవటం కొనసాగించారు. కృష్ణుడి లీలల గురించి గానం చేస్తూ, ఆయన తన భక్తుల పట్లే కాక ఈ లోకంలోని అతిచిన్న ప్రాణులపట్ల కూడా సానుభూతి చూపిస్తాడనీ, అంత దయగల ప్రభువనీ పాడుతున్న జరుడి పాట నగరంలోని చిన్నా, పెద్దా ఇళ్లమీదినుంచి గాలిలో తేలిపోతూ ఉంటే క్రమక్రమంగా భరతఖండంలోని అతిగొప్ప నగరం, హస్తినాపురం నిద్రలోకి జారుకుంది. ఆ ప్రాచీన రాజ్య సుదీర్ఘ చరిత్రలో మరో రోజు ముగిసి రాత్రి ప్రవేశించింది.

# 19. ఒక బ్రాహ్మణుడి ప్రతీకారం

ధృతరాష్ట్రుడు తన కుమారుడి రాకకోసం ఆత్రుతతో ఎదురుచూడసాగాడు. తన భార్య ఏమీ మాట్లాడకపోవటం ఆయన్ని అయోమయానికి గురిచేసింది, "గాంధారీ, ఆ సూతపుత్రుడు అర్జునుడికన్నా మెరుగైన విలుకాడని అంటున్నారు. అన్నట్టు అతని పేరేమిటి? మన కుమారుడు చాలా గొప్ప పనిచేశాడు. అలా చెయ్యటానికి ఎంతో ధైర్యం కావాలి. ఈ కొత్తగా వచ్చిన యువకుడూ, అశ్వత్థామా తనకి తోడుంటే ఇక అర్జునుణ్ణి చూసి సుయోధనుడు భయపడక్కర్లేదు. కానీ సుయోధనుడు ఇంకా రాలేదేమిటి చెప్మా? గాంధారీ, నువ్వేమీ మాట్లాడవేమిటి? నీ కుమారుణ్ణి చూస్తే నీకు గర్వంగా లేదా? ఈరోజు వాడు చేసిన సాహసాన్ని మనలో ఎంతమంది చెయ్యగలిగి ఉండేవాళ్ళం?"

"వాళ్ళు వచ్చేశారు," అంది గాంధారి మెత్తటి గొంతుతో. ఆమె తన భర్త కిరీటాన్నీ, ఆభరణాలనీ ఎంతో అనుభవంగల వేళ్ళతో సవరించింది. ఆ తరవాత ఆయన పక్కన కూర్చుంది.

"మహాప్రభూ! మిమ్మల్ని కలిసేందుకు ఎవరొచ్చారో చూడండి," అని పలికింది ఒక పరిచితమైన కంఠం.

"రావయ్యా, శకునీ! పిల్లలేరీ?" అంటూ ధృతరాష్ట్రుడు గొంతు వినిపించినవైపు తలతిప్పాడు.

"ఎందుకంత గంభీరంగా ఉన్నావు, సోదరీ?" అని వంకర నవ్వు నవ్వుతూ గాంధారి వైపు నడిచాడు శకుని.

"నీకిక్కడేం పని శకునీ?"

"గాంధారీ, ఎందుకు ఎప్పుడూ నీ సోదరుణ్ణి కసురుతావు? మనతో కలిసి ఈ దినాన్ని ఆనందంగా గడపనీయరాదూ? కానీ ఆ కొత్త విలుకాడూ, సుయోధనుడూ ఏరీ?" అన్నాడు ధృతరాష్ట్రుడు.

"ఇక్కడే ఉన్నాను, నాన్నా," అంటూ సుయోధనుడు ఆ గదిలోకి వచ్చాడు. అతనివెంట కర్ణుడూ, అశ్వత్థామా కూడా లోపలికి వచ్చారు.

"ఆఁ, వచ్చావా! ఈనాడు నీదేనని నిరూపించావు!" అంటూ మహారాజు లేచి కుమారుణ్ణి కౌగలించుకున్నాడు. "నీ మిత్రుడు ఎక్కడున్నాడు?" అంటూ ఆయన చెయ్యి ముందుకి చాపాడు. కర్ణుడు ముందుకి వచ్చి ఆయనకి పాదాభివందనం చేశాడు. కర్ణుడి కండలు తిరిగిన

భుజాలని చేతులతో తడుముతూ మహారాజు చిన్నగా నవ్వి, "గొప్ప విలుకాడికి ఉండవలసిన పొడవాటి చేతులు నీవి," అన్నాడు.

"ఈ రాజ్యంలోకెల్లా గొప్ప విలుకాడు, బహుశా ఈలోకంలోనే ఇతనికి సాటి రాగల విలుకాడు లేడేమో, ప్రభూ!" అని మధ్యలో జోక్యం కలిగించుకున్నాడు శకుని. "అన్నట్టు అర్జునుడు ఉన్నప్పటికీ..." అని మళ్లీ అన్నాడు.

"సుయోధనా, నువ్వు భీముణ్ణి పూర్తిగా లొంగదీసుకున్నావని విన్నాను. మంచిది నాయనా, ఇక నువ్వు యోధుడివనిపించుకున్నావు. నీకు అండగా ఉన్నవాళ్లు యుద్ధభూమిలో నీకెప్పుడూ ద్రోహం తలపెట్టరు. చిన్నతనంలో నీ దాయాదుల ప్రతిభ చూసి ఎప్పుడూ భయపడేవాడివి. ఇక అలాంటి పరిస్థితి రాదు..." అంటూ ఉంటే గాంధారి ఆయన్ని ఆపేందుకు ఆయన చేతిని తాకింది. "లేదు గాంధారీ, నా తరవాత నా కుమారుడు ఈ హస్తినకి రాజవటం నేను చూడాలి. ఒక తల్లికీ తండ్రికీ పుట్టనివాడు ఈ సింహాసనాన్ని అధిష్ఠించటం నాకిష్టం లేదు. అందులో తప్పేముంది?" అన్నాడు ధృతరాష్ట్రుడు.

"మృత్యులోకానికి అధిపతి యమధర్మరాజు కుమారుడు యుధిష్ఠిరుడు" అంటూ శకుని ఆగ్రహంతో ఎర్రబడుతున్న ధృతరాష్ట్రుడి ముఖంవైపు చూశాడు.

ధృతరాష్ట్రుడు తన చేతిలోని దండంతో నేలని కోపంగా తట్టాడు. "కాదు, వాడు అనామకుడైన ఒక బ్రాహ్మణుడి పుత్రుడు. గాంధారీ, ఈ విషయాల్లో నువ్వు జోక్యం చేసుకోవద్దు. రాజుని నేను, నా తరవాత ఎవరు రాజు పదవిని చేపట్టాలో నిర్ణయించే హక్కు నాకుంది. నేను ఇంతవరకూ అనుభవించిన కష్టాలు చాలు. నేను అంధుడిగా పుట్టటం నా తప్పా? నేను యువకుడుగా ఉన్నప్పుడు, అంధుడినైనా, నన్ను గదాయుద్ధంలో ఎవరైనా ఓడించగలిగారా? నాయనా సుయోధనా, నీకొక కానుక ఇవ్వాలనుకుంటున్నాను. గాంధారీ, గంట మోగించు," అన్నాడు ధృతరాష్ట్రుడు.

ముగ్గురు యువకులూ, శకునీ చూస్తూ ఉండగానే నలుగురు భటులు ఒక యోధుడి నిలువెత్తు లోహ విగ్రహాన్ని కష్టపడి మోసుకుంటూ లోపలికి వచ్చారు. ఆ విగ్రహంలోని యోధుడు యుద్ధానికి సిద్ధంగా ఉన్నట్టు గదని పైకి ఎత్తి పట్టుకుని ఉన్నాడు.

"మనందరికీ తెలిసిన వ్యక్తి పోలికలు ఈ విగ్రహంలో కనిపిస్తున్నాయే!" అన్నాడు శకుని విస్మితుడై. అయిష్టంగా ఉన్నా ఆ విగ్రహం తయారుచేసిన వ్యక్తి పనితనాన్ని అతను మెచ్చుకోకుండా ఉండలేకపోయాడు.

"ఇది నీకోసమే సుయోధనా. దీన్ని తీసుకుని దీనితో నీ అభ్యాసాన్ని కొనసాగించు," అన్నాడు మహారాజు.

"అవును నాయనా, భీముడి తల బద్దలుకొట్టటం అభ్యసించు. త్వరలోనే రక్తమాంసాలతో ఉన్న భీముణ్ణి మట్టుపెట్టే సమయం వస్తుంది," అన్నాడు శకుని.

గాంధారి లేచి నిలబడింది. ఆమె చేతులు వణకసాగాయి. తన సోదరుడితో, "శకునీ, నీకెన్నిసార్లు చెప్పాను... మా విషయాల్లో జోక్యం చేసుకోవద్దు. గాంధారదేశానికి వెళ్లి అక్కడి వ్యవహారాలు చూసుకో. నువ్విక్కడ ఉండటం నాకిష్టం లేదు," అంది.

"నేను రాజప్రతినిధి భీష్ముడితో మాట్లాడతాను. ఆయన అనుమతిస్తే..."

"శకునీ, దయచేసి తక్షణం మమ్మల్ని వదిలి వెళ్లు. నేను నా కుమారుడితో మాట్లాడాలి," అంది గాంధారి ఆజ్ఞాపిస్తున్నట్టు.

శకుని వెంట కర్ణుడూ, అశ్వత్థామా కూడా బైటికి నడిచారు. ఆ కుటుంబ వ్యవహారంలో నుంచి బైటికి వెళ్లగలిగినందుకు సంతోషించారు.

వాళ్లు బైటికి వెళ్లగానే గాంధారి తన కుమారుణ్ణి ఒక పక్కకి లాక్కెళ్లి, అతని ముఖాన్ని చేతులతో తడిమి చూసింది. అతని ముఖం చూడాలని తహతహలాడింది ఆమె మనసు. ఎంత పొడవుగా ఎదిగాడు? తన తండ్రి మంచంకింద దాక్కున్న చిన్న పిల్లవాడు కాదు, ఇప్పుడు అతను బలిష్టమైన యువకుడు!" ఎందుకలా చేశావు, నాయనా?" అని అడిగిందామె గంభీరంగా. "ఒక సూతుణ్ణి రాజుగా చేసి ప్రముఖుల సహకారాన్ని కోల్పోయే పరిస్థితి ఎందుకు కొనితెచ్చుకున్నావు? ఈరోజు కొందరు శక్తిమంతులు నీకు శత్రువులుగా మారారు. నీ తండ్రి సింహాసనం నీకు దక్కకుండా ఉండేందుకు వాళ్లు అన్ని రకాలుగా ప్రయత్నిస్తారు. ఎందుకు చేశావా పని సుయోధనా?" అని ఆమె తన కుమారుడు చెప్పే సమాధానం ఎలా ఉంటుందోనని భయపడుతూనే వేచి చూసింది.

"అమ్మా! అదే సరైన పని కాబట్టి అలా చేశాను."

గాంధారి కన్నీళ్లకి తడిసిన తన కళ్లమీది పట్టీ కుమారుడికి కనబడకూడదని ముఖం పక్కకి తిప్పుకుంది. అదృష్టంకొద్దీ, అదే సమయంలో ద్రోణాచార్యుడు రాకుమారుడిని తన మందిరానికి వచ్చి కలవమని చెప్పాడని ఒక భటుడు వచ్చి తెలియజేశాడు. తన కుమారుడు తండ్రికీ, తనకీ వీడ్కోలు చెప్పటం విని ముఖం అతనివైపు తిప్పకుండానే ఆమె సరేనని తల పంకించింది. అతని అడుగుల చప్పుడు దూరమయ్యేదాకా గవాక్షం దగ్గరే నిలబడింది. అంత ఉదాత్తమైన గుణాలున్న పుత్రుడికి జన్మనిచ్చినందుకు ఆమెకి గర్వం అనిపించినప్పటికీ, ఆమెలోని మాతృమూర్తికి భయంవేసింది. సరైన పని చేస్తే ఎప్పుడూ శిక్షనుంచి తప్పించుకోలేరని ఆమెకి తెలుసు.

* * *

సుయోధనుడు ద్రోణుడి మందిరంలోకి ప్రవేశించే వేళకి పాండవులు అక్కడికి ముందే వచ్చి ఉన్నారు. అతన్ని చూడగానే వాళ్లు హఠాత్తుగా మాట్లాడటం ఆపివేశారు. సుయోధనుడు తన గురువుకి నమస్కరించి, దాయాదులని పలకరించి, ద్రోణుడు ఏమంటాడోనని చూస్తూ నిలబడ్డాడు.

సుయోధనుడి కళ్లలోకి చూడకుండా, "రాకుమారా, నీ గురుదక్షిణ చెల్లించే సమయం ఆసన్నమైంది. నాకు ధనమూ, భూమీ అక్కర్లేదని నీకీపాటికి అర్థమయే ఉంటుంది. నేను బ్రాహ్మణ్ణి, అటువంటి లౌకికమైన సంపద నేను కోరుకోను. కానీ చాలా సంవత్సరాల క్రితం నాకు ఒక మిత్రుడు ఉండేవాడు. మేమిద్దరం పరశురాముడి శిష్యులం. అతనొక ధనవంతుడైన రాకుమారుడు, నేనేమో బ్రాహ్మణ్ణి. మా విద్యాభ్యాసం ముగించి ఇద్దరం వేరు దారులు పట్టేముందు, నాకు జీవితంలో ఎప్పుడైనా ఏదైనా అవసరమైతే తాను సహాయం చేస్తానని నాకు మాటిచ్చాడు.

"ధర్మవీరుడు అనే బిరుదుని నేను పొందినప్పటికీ ఎన్నో సంవత్సరాలపాటు నా ప్రతిభకి తగిన ఉద్యోగం ఏదీ నాకు దొరకలేదు. పేదరికం, ఆకలి నా శాశ్వత సహచరులై పోయాయి. మా పొరుగున ఉన్న కొందరు కుర్రవాళ్లు నీళ్లలో పిండి కలిపి, పాలని చెప్పి అశ్వత్థామకి తాగమని ఇచ్చారు. అప్పుడిక నా పాత మిత్రుణ్ణి కలిసేందుకు అదే సరైన సమయమని నాకు అనిపించింది. అప్పటికి అతను ఒక రాజ్యానికి రాజుగా ఉన్నాడు. అతన్ని వేడుకునేందుకు ఎంతో దీనంగా అతని రాజ్యానికి చేరుకున్నాను. అతన్ని కలిసేందుకు నేను రెండు వారాలు వేచి ఉండవలసి వచ్చింది. సాయం చెయ్యకపోగా నన్ను అవమానించాడు. నా నిస్సహాయతని రాజు ఎగతాళి చేస్తూ ఉంటే పాంచాల రాజాస్థానంలోని సభ్యులు పరిహసించటం నేనెన్నటికీ మరిచిపోను. కొత్తగా లభించిన విలాసాల మత్తులో పడి అతను నన్ను చాలా నీచంగా చూశాడు. నా ఒంటిమీద సరైన దుస్తులు కూడా లేవని ఎకసెక్కంగా మాట్లాడుతూ, ఎంత ప్రతిభ ఉన్నప్పటికీ జీవితంలో నేను ఏమీ సాధించలేనని తనకి ముందే తెలుసని అన్నాడు. ఒక మారుమూల గ్రామంలోని ఊరూపేరూ లేని పాఠశాలలో చిన్న అధ్యాపకుడి ఉద్యోగం ఇస్తానని అన్నాడు. నేను ఆ మాటలు భరించలేక అతన్ని ద్వంద్వ యుద్ధానికి పిలిచాను. దానికతను, బిచ్చగాళ్లతో రాజులు ద్వంద్వ యుద్ధాలు చెయ్యరని సమాధానం ఇచ్చాడు.

"అవమానంతో, హృదయం బద్దలైన స్థితిలో ఆరోజు పాంచాల రాజ్యాన్ని వదిలివేశాను, కానీ ప్రతీకార జ్వాల ఇంకా నా మనసుని దహిస్తూనే ఉంది. ఆ రాజు ఎవరో కాదు, పాంచాల రాజు ద్రుపదుడు. రాకుమారా, నాకు అతని ముఖంమీద ఉమ్మివేయాలని ఉంది. అతన్ని నావద్దకు తీసుకురా. హస్తినాపుర యువరాజుగా నువ్వు నీ గురువు కోసం ఆ మాత్రం చెయ్యగలవు," అంటూ ద్రోణుడు సుయోధనుడికేసి చూశాడు.

సుయోధనుడికి ఏమనాలో పాలుపోలేదు. అతను సంకోచించటం చూసి ద్రోణుడు చిరాగ్గా, "నీకు ఈ పని చెయ్యటం ఇష్టం ఉండదని నాకు ముందే తెలుసు. నీ గురువుని గాని, పెద్దవారిని గాని, బ్రాహ్మణులని గాని నువ్వెప్పుడు గౌరవించావని? అర్జునుడు తక్షణం ఈపని చేసి ఉండేవాడు, కానీ ముందు నిన్ను అడగటమే భావ్యమని యుధిష్ఠిరుడు అన్నాడు. ఎందుకంటే ఈ రాజ్యానికి కాబోయే యువరాజుని నువ్వే," అన్నాడు.

లోపల్నించి పొంగుకొస్తున్న ఆగ్రహాన్ని అణచుకుంటూ, "తగిన కారణం లేకుండా పొరుగున మన ఆధీనంలో ఉన్న రాజ్యం మీదికి దండెత్తి వెళ్లటం ఉచితమైన పని కాదు. పైగా అటువంటి కార్యభారాన్ని భీష్మపితామహుడూ, మహారాజూ అనుమతించనిదే నేను తలకెత్తుకోలేను," అన్నాడు సుయోధనుడు.

"తగిన కారణమా? మరి ఒక బ్రాహ్మణుణ్ణి అవమానించటం నీ దృష్టిలో తగిన కారణం కాదా రాకుమారా? ఒక్క గంటలో నీకు మహారాజునుంచి అనుమతి లభిస్తుంది. ఆ తరవాత నా శిష్యుడిగా నా ఆదేశాలని పాటించి నీ కర్తవ్యం నిర్వర్తించుకుందువుగాని. ఒకవేళ నువ్వు ఈ పని చెయ్యలేకపోయినట్టయితే, చెయ్యలేవనే నా నమ్మకం ఆ ద్రుపదుడి పాపిష్టి రాజ్యానికి అర్జునుణ్ణి పంపిస్తాను. వెళ్లు, వెళ్లి ప్రయాణానికి సిద్ధం అవు."

సుయోధనుడు గురువుకి నమస్కరించి అక్కడినుంచి వెళ్లిపోయాడు. తన మందిరంవైపు వెళ్తూ విచారంలో కూరుకుపోయాడు. అశ్వత్థామా, సుశాసనుడూ, జయద్రథుడూ, కొత్తగా రాజు పదవిని పొందిన అంగదేశపు రాజు, కర్ణుడూ అతని కోసం అక్కడ ఎదురుచూస్తున్నారు.

యువరాజుని చూడగానే కర్ణుడు లేచి నిలబడి అభివాదనం చేశాడు. రథసారథి కుమారుడికి కులీనుల సాంగత్యం ఇంకా ఇబ్బందికరంగానే ఉంది, అతని కదలికల్లో ఆత్మవిశ్వాసం లోపించినట్టు తోచింది. క్షత్రియులకీ, బ్రాహ్మణులకీ ఒక సూతుడు చూపవలసిన గౌరవాన్ని చూపించి తన మిత్రులకి పరాయివాడిలా కనిపించాలో, లేక నిబ్బరంగా, గంభీరంగా ఉంటూ అహంకారి అనిపించుకునే ప్రమాదాన్ని కొనితెచ్చుకోవాలో అతనికి అర్థం కాలేదు.

కర్ణుడు ఎటూ తేల్చుకోలేని స్థితిలో ఉండటం గమనించి సుయోధనుడు ముందు కర్ణుడి దగ్గరకి వెళ్లి అతన్ని తన పక్కన కూర్చోబెట్టుకున్నాడు. "కర్ణా, ఇక్కడ అందరం మిత్రులం. మా సమక్షంలో నువ్వు ఇబ్బందికి గురి కావాల్సిన పనిలేదు. నిజానికి నీతో మైత్రి మాకు గర్వకారణం. నీ కోసం నేనేదో గొప్ప సాయం చేశానని ఏమాత్రం అనుకోవద్దు. నీవంటి ప్రతిభావంతుడికి ఇంకా ఎక్కువ సాయం చెయ్యలేకపోయినందుకు నాకు బాధగా ఉంది."

"మనందరిలోకీ గౌరవాన్ని సంపాదించుకోగల నిజమైన అర్హత గలవాడు కర్ణుడు ఒక్కడేననీ, మిగతా అందరం అదృష్టం కొద్దీ ఉన్నత వంశాల్లో జన్మించటం వల్లే గౌరవం పొందగలుగుతున్నామనీ నేను ఎప్పటినుంచో చెపుతూనే ఉన్నాను," అన్నాడు జయద్రథుడు.

"మీ మైత్రిని పొందే అర్హత లేని నేను ఏంచేసి మీ రుణం తీర్చుకోగలను, ప్రభూ?" అన్నాడు కర్ణుడు.

"ముందుగా నన్ను సుయోధనా అని పిలవటంతో ప్రారంభించు. లేదా కావాలంటే నన్ను కొందరు పిలిచినట్టు, దుర్యోధనా అని పిలు. ధౌమ్యుడికీ, అతని శిష్యులకీ నన్ను అలా పిలవటమే ఇష్టం," అన్నాడు సుయోధనుడు. అతని మాటలకి అందరూ నవ్వారు.

"ఆ పేరే నీకు బాగుంది. నిజంగానే నీకు ఆయుధాలు ప్రయోగించటం చేతకాదు. తెలిస్తే ఆరోజు ఆ మందబుద్ధి భీముడి కపాలాన్ని నీ గదతో మోది బద్దలు కొట్టి ఉండేవాడివి కదా దుర్యోధనా!" అన్నాడు అశ్వత్థామ మరింత హాస్యాన్ని జోడిస్తూ.

సుయోధనుడి మనసులోని ఒత్తిడి తగ్గిపోయింది. "చూడండి, మనకి ఒక సమస్య ఎదురైంది. ద్రోణాచార్యులు నన్ను పాంచాల దేశాన్ని ఆక్రమించి ద్రుపదుణ్ణి పట్టి బంధించమని కోరారు. అదే నేను ఆయనకి చెల్లించవలసిన గురుదక్షిణ అన్నారు," అన్నాడు సుయోధనుడు తన మిత్రులతో, అశ్వత్థామ ముఖకవళికలని గమనిస్తూ.

ఆ బ్రాహ్మణ యువకుడు చిన్నగా నవ్వి, "నాకు తెలుసు! మా తండ్రి మనసులో ఎంతోకాలంగా ఉన్న పగ అది. పాంచాల రాజ్యంలో తనకి ఏనాడో జరిగిన అవమానం గురించి ప్రతిరాత్రీ మాకు చెప్పి చెప్పి విసిగిస్తూ ఉంటాడు."

"కానీ ఇది చాలా బావుంది! కాలం మరీ మందకొడిగా సాగుతోంది, ఏదైనా ఇలాంటి సంఘటన జరిగితే బావుణ్ణు అని అనుకుంటున్నాను," అన్నాడు సుశాసనుడు ఉత్సాహంగా తన ఆసనంలోంచి లేస్తూ.

"కూర్చో, బుద్ధిహీనుడా!" అంటూ జయద్రథుడు ఆ కౌరవ రాకుమారుణ్ణి పక్కకి తోశాడు. "ఒక వ్యక్తి వ్యక్తిగతంగా తీర్చుకోవాలనుకుంటున్న ప్రతీకారాన్ని సాకుగా పెట్టుకుని యుద్ధానికి దండెత్తి వెళ్లటం సమంజసమేనా? పైగా పొరుగున ఉన్న మిత్రరాజ్యంతో యుద్ధానికి వెళ్లటానికి మహారాజు అనుమతిస్తారని అనుకోను," అన్నాడు సుయోధనుడితో.

"సరిగ్గా నాకూ అలాగే అనిపిస్తోంది, జయద్రథా! అంతేకాక, భీష్మ పితామహుడు కాని, మహారాజు కాని అనుమతి ఇవ్వందే నేను ఈ యుద్ధం చెయ్యను."

ఆ తరవాత మిత్రులందరూ మౌనంగా ఉండిపోయారు. ఒక భటుడు తలుపు తట్టి, లోపలికి వచ్చి నమస్కరించాడు. యువరాజుకి ఒక సందేశాన్ని అందించాడు. సుయోధనుడు అతన్ని పంపివేసి సందేశం చదివాడు. వెంటనే ముఖం గంభీరంగా పెట్టి దాన్ని చదవమని తన మిత్రులకి ఇచ్చాడు.

"ఏమిటిది? ద్రోణాచార్యుడు దీన్ని ఎలా సంపాదించగలిగాడు?" అని గట్టిగా అరిచాడు జయద్రథుడు.

సుశాసనుడు మళ్లీ ఒక్క ఉదుటున లేచి జయద్రథుడి చేతుల్లోంచి ఆ తాళపత్రాన్ని లాక్కున్నాడు. పాంచాలదేశం మీదికి దండెత్తి యుద్ధానికి వెళ్లవలసిందిగా ఆదేశిస్తూ మహారాజు ధృతరాష్ట్రుడు పంపిన సందేశం అది. హస్తినాపుర సైన్యానికి సైన్యాధిపతిగా ఆ యుద్ధానికి నాయకత్వం వహించవలసిందిగా సుయోధనుడికి పంపిన సందేశం.

"సుయోధనా, ఇది మరీ దారుణం. అటువైపునుంచి ఎవరూ రెచ్చగొట్టకుండా ఒక ఆశ్రిత రాజ్యం మీదికి దండెత్తి వెళ్లమని మహారాజు ఎలా ఆజ్ఞాపించారు? నేను కూడా ఆశ్రిత రాజ్యానికి రాజునే! నా పరిపాలనలో ఉన్న సింధుదేశం మీదికి హస్తినాపుర సేనలు ఏదో ఒక రోజున దండెత్తి వస్తాయేమో అనే భయంతో నాకు నిద్ర కరువవుతుంది, అవునా? తన అధీనంలో ఉన్న చిన్న రాజ్యాలపట్ల హస్తినాపురం ఇలాగే ప్రవర్తించబోతోందా?" అంటూ జయద్రథుడు మళ్లీ సుశాసనుడి చేతిలోనుంచి తాళపత్రాన్ని లాక్కుని, రెండోసారి చదివి కోపంతో నేలమీదికి విసిరివేశాడు.

అందరూ అశ్వత్థామవైపు చూశారు. అతని ముఖంలో ఎటువంటి ప్రతిక్రియ కనిపిస్తుందోనని జాగ్రత్తగా గమనించసాగారు. "నావైపు అలా చూడకండి, మా నాన్న చేసే మంచి పనులకి గాని చెడ్డపనులకి గాని నేను బాధ్యుణ్ణి కాను. అసలు నన్నడిగితే మనం పాంచాల రాజధాని కాంపిల్య నగరానికి వెళ్లి ఈ సమస్యని పరిష్కరించేందుకు ప్రయత్నించటం మంచిది. ఈ పనికి సుయోధనుడు పూనుకోకపోతే యుధిష్ఠిరుడు తను చేస్తానని ముందు కొస్తాడు, దాంతో అంతా సర్వనాశనమవుతుంది. మా నాన్న అహంకారాన్ని సంతృప్తిపరిచేందుకు ద్రుపదుడు సిద్ధంగా ఉన్నాడా లేదా అనేది తెలుసుకుందాం," అన్నాడు అశ్వత్థామ.

"ఇతను చెప్పేది సమంజసంగానే ఉంది," అన్నాడు కర్ణుడు సుయోధనుడి ముఖంలోని భావాలని గమనిస్తూ.

ఎవరూ మాట్లాడలేదు. సుయోధనుడు అటూ ఇటూ పచార్లు చేయటం ప్రారంభించాడు. చేతులు వెనక్కి కట్టుకుని, తల వంచుకుని ఆలోచనలలో మునిగిపోయాడు. అతని మిత్రులు అతను ఏమంటాడా అని ఆత్రుతగా ఎదురు చూడసాగారు.

"మనకి వేరే దారి లేదు. మహారాజే స్వయంగా ఆదేశించారు," అన్నాడు సుయోధనుడు.

జయద్రథుడు బైటికి పోతూ తలుపులు ధడాలున మూశాడు.

* * *

సాయంకాలానికల్లా హస్తినాపురం నుంచి రెండు అశ్వదళాలూ, మూడు పదాతి దళాలూ పాంచాల రాజధాని, కాంపిల్య నగరం దిశగా బైలుదేరాయి. సుయోధనుడూ, సుశాసనుడూ, కర్ణుడూ, అశ్వత్థామా ఆ సైనికులకి నాయకత్వం వహిస్తూ ముందుకి సాగారు. ఆ దండయాత్రలో పాల్గొనేందుకు నిరాకరించిన జయద్రథుడు హస్తినలోనే ఉండిపోయాడు. అలాంటి నిర్ణయం తీసుకోవటానికి అతనికి మరో కారణం కూడా ఉంది. సుయోధనుడికి అదేమిటో తెలుసు. జయద్రథుడు చాలా మర్యాదస్తుడనీ, తన సోదరి సుశలకి అతను నచ్చినట్టయితే, వారిద్దరికీ వివాహం చెయ్యటానికి తనకి ఎటువంటి అభ్యంతరమూ ఉండదనీ సుయోధనుడు అనుకున్నాడు.

హస్తినాపుర సేనలు మర్నాడు మధ్యాన్నానికి పాంచాల రాజ్యానికి చేరుకున్నాయి. సరిహద్దుల్లోని బలహీనమైన రక్షణ వ్యవస్థని ఛేదిస్తూ అవి రాజధాని నగరాన్ని చుట్టుముట్టాయి. మిగిలిన పాంచాల సైనికులు నగరంలోని కోటలోకి వెళ్ళి దాడిని కాచుకునే ప్రయత్నంలో పడ్డారు. సేనాపతులు ఆశ్చర్యపోయేట్టు, సుయోధనుడు తాను మహారాజుని కలవాలని అనుకుంటున్నానని సందేశం పంపాడు. పాంచాల రాజ్య ప్రముఖులు ఒక రాత్రంతా తీవ్రంగా చర్చించుకున్నారు. యువరాజుని ఎంతవరకు నమ్మవచ్చు అనేదే వాళ్ళు చర్చించిన విషయం. దండయాత్ర చేసేందుకు వచ్చిన సైన్యాధిపతి అటువంటి సందేశాన్ని పంపించాడంటే అందులో ఏదో కుట్ర గాని కుతంత్రం గాని ఉంటుందని వాళ్ళ అనుమానం. చివరికి నపుంసకుడూ, మహారాజు దత్తపుత్రుడూ శిఖండి శత్రు సైన్యాధిపతిని తాను వెళ్ళి కలుస్తానని ముందుకొచ్చాడు.

సుయోధనుడు నిరాయుధుడై రాజభవనంలోకి ప్రవేశించాడు. అతనివెంట కర్ణుడూ, అశ్వత్థామా వచ్చారు. రెండు ఘడియలలోపల మేము తిరిగి రానట్టయితే సైన్యంతో వెళ్ళి కోటని ముట్టడించమని సుయోధనుడు తన సోదరుడు సుశాసనుడికి చెప్పాడు. ప్రవేశద్వారం వద్ద వాళ్ళకి స్వాగతం పలికేందుకు ఒక మహాకాయుడు నిలబడ్డాడు. అతన్ని సమీపిస్తూ ఉండగానే అశ్వత్థామ కళ్ళు ఆశ్చర్యంతో విప్పారాయి. ఈ మనిషి స్త్రీయా, పురుషుడా? అర్థంకాక కర్ణుణ్ణి మోచేత్తో పొడిచాడు, కర్ణుడు ఆ మనిషి నపుంసకుడని అశ్వత్థామ చెవిలో రహస్యంగా చెప్పాడు. సుయోధనుడు వెనక్కి తిరిగి మౌనంగా ఉండమని సైగ చేశాడు. శిఖండి సుయోధనుడికి నమస్కరించి అతన్నీ, అతనివెంట ఉన్నవారినీ ఐశ్వర్యంతో ఉట్టిపడుతున్న ఒక మందిరం లోపలికి తీసుకెళ్ళాడు. అది పాంచాల రాజ సభ. వీళ్ళు ప్రవేశించగానే హస్తినాపుర యువరాజుకి స్వాగతం చెప్పేందుకు సభలోని వారందరూ సాదరంగా లేచి నిలబడ్డారు. మహారాజు గొప్ప ఆందోళనలో ఉన్నట్టు కనిపించాడు. ఒక అందమైన యువకుడు రాజుగారి పక్కన నిలబడి ఆయన చెవిలో ఏదో చెపుతున్నాడు. సుయోధనుడూ, అతని మిత్రులూ సభ మధ్యలో నిలబడ్డారు.

మహారాజు సింహాసనం మీదినుంచి లేచి నిలబడ్డాడు. "రాకుమారా, సుయోధనా! సెలవివ్వండి మావల్ల మీకు ఎటువంటి అవసరం పడింది? ఒక్క మాట చెప్పి ఉంటే మేమే హస్తినాపురానికి వచ్చి ఉండేవాళ్ళం కదా! ఎంతైనా మీ ఆశ్రయంలో ఉన్న మీ మిత్రులం. శక్తివంతమైన హస్తినాపుర రాజ్యానికి కూడా అది లాభమే. మా శత్రువుల బారినుంచి మమ్మల్ని మీరు రక్షిస్తున్నారు, అందుకే మీపట్ల వినయ విధేయతలు గలిగి ఉంటున్నాం. మీరే మాకు శత్రువులుగా మారితే మా చిన్న రాజ్యానికి ఎవరు రక్షణ కల్పిస్తారు? మీరు ఇలా దండెత్తి

వచ్చిన విషయం భీష్మాచార్యుల వారికి తెలుసా లేక ఇది మీరే స్వయంగా చేసిన సాహస కార్యమా?" ద్రుపదుడి మాటలు విని ఆయన పక్కన నిలబడ్డ యువకుడు ఆయన భుజాన్ని చేత్తో నొక్కాడు. రాజు ఏమైనా పొరపాటుగా అంటే మొదటికే మోసం వచ్చి పరిస్థితి మరింత విషమిస్తుందేమోనని అతను భయపడ్డాడు.

"రాజా, మేము ఆక్రమణ చేసేందుకు రాలేదు, మిత్రులుగా మిమ్మల్ని కలుసు కునేందుకే వచ్చాం. మీ పాత మిత్రుడు ఒకరు పంపగా ఇక్కడికి వచ్చాం. చాలాకాలం క్రితం మీరు ఆహ్వానించిన తీరు గురించి ద్రోణాచార్యులవారు ఇంకా ఆగ్రహంతో ఉన్నారు," అన్నాడు సుయోధనుడు.

"ఓ, ద్రోణుడా! ఆ రోజు అలా అనాగరికంగా ప్రవర్తించినందుకు ఎప్పుడో పశ్చాత్తాప పడ్డాను. ప్రతిరోజూ, అనుక్షణం బాధపడుతూనే ఉన్నాను. అప్పుడు వయసులో ఉన్న నేను అధికారమదం, మద్యం, స్త్రీలోలత్వంలో నిండా మునిగి ఉన్నాను. అతని పేదరికం నాకు చాలా విచిత్రంగా తోచింది. గొప్ప ప్రతిభగల ద్రోణుడు, ఏమీ చేతకానివాడిలా, తన దుస్థితిని తలుచుకుని చింతిస్తూ, జీవితాన్ని ప్రయోజనకరంగా తీర్చిదిద్దుకోకుండా, నిరుపేదగా బతుకుతున్నాడు. అతన్ని చూసి, అతని పేదరికాన్నీ, దుర్భర పరిస్థితినీ చూసి ఎగతాళి చేశాను. ఆ రోజు నేను నా కళ్లకి ఎంతో ఎత్తున ఉన్న గొప్పవాడిలా కనిపించాను. తరవాత ఆ అహంకారం తగ్గిపోయాక, అప్పటికే ఆలస్యం అయిపోయింది. నా పాతమిత్రుడు రాజ్యం విడిచి వెళ్లి పోయాడు. మా మైత్రిని పునరుద్ధరించేందుకు ప్రయత్నించాను, కానీ అతను అంగీకరించలేదు. ఇప్పుడు నా రాజ్యాన్ని నాశనం చెయ్యమని తన శిష్యుణ్ణి పంపాడు."

"రాజా, అనవసరమైన రక్తపాతం మాకూ ఇష్టంలేదు. పాత మిత్రుల మధ్య తలెత్తిన అపార్థం ఇది. ఈ యువకుడు ద్రోణాచార్యులవారి కుమారుడు, ఇక..."

సుయోధనుడు మాట పూర్తిచేసేలోపల ద్రుపదుడు అశ్వత్థామ దగ్గరకి గబగబా వచ్చి అతన్ని కౌగలించుకున్నాడు. "నువ్వు అచ్చం మీ నాన్నలాగే ఉన్నావు. నీ వయసులో ఆయన నీలాగే ఉండేవాడు. నిన్ను చూసిన మొదటిసారే ఆ విషయం ఎందుకు గ్రహించలేదో నాకు అర్థం కావటం లేదు. నీ పేరేమిటి, నాయనా?"

"అశ్వత్థామ! మహారాజా ఇతను కర్ణుడు, అంగరాజ్యానికి రాజు."

"మీ రాక మాకెంతో గౌరవాన్ని కలగజేసింది, రాజా!" అంటూ ద్రుపదుడు చేతులు జోడించి కర్ణుడికి నమస్కరించాడు.

మహారాజు తన మిత్రుడికి నమస్కరించటం సుయోధనుడికి ఎంతో ఆనందాన్ని కలగజేసింది. కులంపట్ల చిన్నచూపుతో ద్రుపదుడు కర్ణుడితో సవ్యంగా ప్రవర్తించడేమో నని అతను భయపడ్డాడు, కానీ రాజు అటువంటి ధోరణి ఏదీ కనబరచలేదు. ఆయన వారిని శిఖండికి పరిచయం చేశాడు. తరవాత తన పక్కనే నిలబడి ఉన్న పాంచాల యువరాజు ధృష్టద్యుమ్నుణ్ణి పరిచయం చేశాడు.

పరిచయాలు అయిపోయాక, సుయోధనుడు చాలా సున్నితంగా పాంచాల రాజ్యం తమ అధీనం అవటం గురించీ, వాటికి సంబంధించిన వివరాల గురించీ ప్రస్తావించాడు, కానీ 'అధీనం' అనే మాటని మాత్రం ఉపయోగించలేదు. సుయోధనుడికి అవసరమయే ధన

సహాయం తనే చేస్తాననీ, రెండు ఎడ్లబళ్లనిండా బంగారం, విలువైన రత్నాలూ, పట్టువస్త్రాలూ, యాభై అశ్వాలూ, వంద గోవులూ ద్రోణుడికి కానుకగా సమర్పించుకుంటాననీ అన్నాడు ద్రుపదుడు. ఒక మహారాజుగా అధికారం ప్రదర్శించకుండా తన చిరకాల మిత్రుడికి బహుమతులు పంపమని సుయోధనుడు అడిగిన విధానం ద్రుపదుడికి నచ్చింది. త్వరలో హస్తినాపురానికి వచ్చి ద్రోణుడికి తానే స్వయంగా క్షమాపణ చెపుతానని కూడా ఆయన మాటిచ్చాడు. అతిథులని మరొక్క రోజు తన ఆతిథ్యం స్వీకరించమని బలవంతపెట్టాడు. మర్నాడు పాంచాల రాకుమారి ద్రౌపదికి పద్ధెనిమిది సంవత్సరాలు నిండే సందర్భంగా ఉత్సవం జరుగుతుందనీ, అందులో పాల్గొన్న తరవాత వెళ్లమనీ కోరాడు. ద్రౌపది అపూర్వ సౌందర్యరాశి అని విని ఉండటంవల్ల ఆ ఉత్సవాల్లో పాల్గొనమని మహారాజు కోరగానే వాళ్లు సంతోషంగా అంగీకరించారు. ఎంతో పెద్ద చిక్కు సమస్యని ఇంత తెలివిగా పరిష్కరించానని సుయోధనుడు గర్వించాడు. భీష్మ పితామహుడు తనని తప్పక మెచ్చుకుంటాడని అతనికి అనిపించింది.

ఆ రాత్రి కొన్ని వేల నూనె దీపాల కాంతితో రాజభవనం బంగారు రంగుతో వెలిగిపోయింది. యువకులు వినోదాలతో మునిగి తేలారు. జానపద గీతాలని ఆలపించే గాయకులు ప్రాచీనకాలపు ప్రేమగీతాల మధురిమలని అంతటా నింపివేశారు. సుయోధనుడూ, సుశాసనుడూ భేరీల లయకి అనుగుణంగా నాట్యంచేసి అందరికీ ఆహ్లాదాన్ని కలిగించారు. సిగ్గరిగా ఉండే కర్ణుణ్ణి కూడా లాక్కుని వచ్చి నృత్యం చేయించారు. అంతలో అశ్వత్థామా, పాంచాల రాకుమారుడు ధృష్టద్యుమ్నుడూ కూడా వాళ్లతో వచ్చి కలిశారు. ఆ యువకులు అలా నృత్యం చేస్తూ ఉండగా కర్ణుడి కదలికల్లో ఏదో తేడా వచ్చిందని ధృష్టద్యుమ్నుడు గమనించాడు. కర్ణుడి చూపులని అనుసరించి అతను చూస్తున్నవైపు చూశాడు. తనకి కొత్తగా పరిచయమైన ఆ అంగరాజు ఎందుకు తడబడుతున్నాడో అర్థమై చిన్నగా నవ్వుకున్నాడు. కొంతదూరంలో అతని సోదరి ద్రౌపది, అందమైన దుస్తులూ, ధగధగా మెరిసిపోయే నగలూ ధరించి అద్భుత సౌందర్యరాశిలా వెలిగిపోతూ కూర్చుని ఉంది. చూసేందుకు దేవకన్యలా ఉంది. తళతళ మెరిసే ఆమె కళ్లు చెక్కిన శిల్పంలా ఉన్న కర్ణుడి శరీరాన్ని నఖశిఖ పర్యంతం పరిశీలిస్తున్నాయి. అశ్వత్థామ కూడా కర్ణుడిలో వచ్చిన మార్పు చూసి పకపక నవ్వాడు. సుశాసనుడికి ఏదో సంకేతం అందినట్టు జానపదుల ప్రేమగీతాలకి అతిగా చేతులు ఊపుతూ, భంగిమలు మారుస్తూ నృత్యం చెయ్యసాగాడు. సుయోధనుడు తన ప్రాణమిత్రుణ్ణి చూసి నవ్వాడు.

ధృష్టద్యుమ్నుడు తన సోదరి వద్దకి పరిగెత్తి ఆమెని కూడా తమ మధ్యకి లాక్కుని వచ్చాడు. "ఇతను కర్ణుడు, అంగరాజు," అన్నాడతను ముందుగా కర్ణుణ్ణి పరిచయం చేస్తూ. ఆ తరవాత మిగతావారిని పరిచయం చేశాడు.

ద్రౌపది కర్ణుడికి నమస్కరించింది. కర్ణుడు ఆమె అందమైన ముఖాన్నీ, నునుపుగా ఉన్న చామనచాయ రంగునీ, విల్లులా వంగిన పెదవులనీ, ముత్యాల్లా ఉన్న పలువరసనీ చూసి గాభరా పడ్డాడు. ఆమెని అంత దగ్గరగా చూడగలనని అతను ఊహించలేదు. అందుకే ఏమనాలో తెలీక, ఇబ్బందిగా నిలబడిపోయాడు. అతని గుండె వేగంగా కొట్టుకోసాగింది. ఆమె కన్నార్పకుండా అతని ముఖాన్ని చూడసాగింది. ఆమె చూపులు సోకిన చోటనల్లా కర్ణుడికి చర్మం రగిలిపోతున్నట్టు అనిపించింది. ఆమె ముఖం మీద చిన్నగా చిరునవ్వు మొలిచింది. అప్పుడు ఆమె దేవలోకంనుంచి దిగివచ్చిన అప్సరసలా తోచింది కర్ణుడికి. అతను ఆమెనుంచి

చూపులు మరల్చు కోలేకపోయాడు. ఏం చెయ్యాలో తోచనట్టు ఆమెనే చూస్తూ ఉండిపోయాడు. తన మిత్రులు నవ్వుతూ చేసే ఎగతాళిని కూడా అతను పట్టించు కోలేదు. ఇద్దరిమధ్యా నిశ్శబ్దం ఇబ్బందికరంగా మారేసరికి ఆమె మళ్లీ ఒకసారి అభివాదం చేసి తను కూర్చున్నచోటికి వెళ్లిపోయింది. అశ్వత్థామ కర్ణుణ్ణి మళ్లీ నృత్యం చేసే చోటికి లాక్కుపోయాడు. ముందు కొన్ని నిమిషాలు ఉత్సాహంగా ఉండేందుకు ప్రయత్నించాడు కానీ ఆ తరవాత కర్ణుడి కాళ్లు కదలటం మానేశాయి.

అలా సంగీతం, నాట్యం చాలాసేపు సాగాయి. రాత్రి తెల్లవారబోయే సమయంలో ధృష్టద్యుమ్నుడు రహస్యంగా కర్ణుడి దగ్గరకి వెళ్లి చెవిలో ఇలా చెప్పాడు, "త్వరలో మా సోదరికి స్వయంవరం జరుగుతుంది. మీకు కూడా ఆహ్వానం అందేట్టు చూస్తాను కర్ణా. మళ్లీ వచ్చి అసలు సిసలు యోధుడిలా పోటీచేసి మా సోదరిని గెలుచుకోండి!" అన్నాడు.

"నేనిక్కడ అతనికి పోటీగా ఉంటే అది జరిగే పని కాదు," అన్నాడు అశ్వత్థామ.

సుశాసనుడు ఆ బ్రాహ్మణ యువకుడి తలమీద మొట్టి, "మూర్ఖుడా, కర్ణుడితో పోరాడి గెలుద్దామనుకుంటున్నావా? నీకు మతిపోయిందా?" అన్నాడు.

* * *

మర్నాడు వాళ్లు కాంపిల్య నగరాన్ని వదిలివెళ్తూ ఉంటే వాళ్ల మనసులు అవర్ణనీయమైన ఆనందంతో నిండి ఉన్నట్టు తోచింది. అశ్వత్థామా, సుశాసనుడూ క్రితంరోజు రాత్రి తాము నేర్చుకున్న తుంటరి పాటలు పాడసాగారు. కర్ణుడు ఊహాలోకంలో తేలిపోతూ, ఎటుచూసినా ద్రౌపది రూపమే, ఆమె పేరే దర్శనం ఇస్తున్నట్టు తన కలల ప్రపంచంలో ఉండిపోయాడు. సమస్తలోకం అతనికి అతిసుందరంగా తోచింది. దారిలో పాడుపడిన ఒక గ్రామం కనిపించింది. అక్కడ ఆగుదామని కర్ణుడు పట్టుబట్టాడు. అక్కడ తాగేందుకు నీళ్లు లేవు, అక్కడి జనం దుస్థితి చూశాక ఎవరూ ముందుకి సాగలేరని అనిపించింది. సుయోధనుడు అక్కడ బావి తవ్వమని తన సైనికులని ఆదేశించాడు. దానివల్ల వాళ్ల ప్రయాణం నాలుగు రోజులు ఆలస్యంగా ముందుకి సాగింది. కానీ దానివల్ల వాళ్లకీ, గ్రామస్థులకీ కలిగిన ఆనందం ముందు ఆ ఆలస్యం లెక్కలోకి రాలేదు. బావి గోడ కట్టటం ముగిశాక అశ్వత్థామ కొంటెగా ఆ గోడమీద 'ద్రౌపది బావి' అని రాశాడు. ఎప్పుడూ సరదాకి ఆటపట్టించే తన బ్రాహ్మణ మిత్రుణ్ణి మందలించటం అనవసరం అనుకున్నాడు కర్ణుడు. అందరితో కలిసి నవ్వటం తప్పనిసరి అయిందతనికి. కర్ణుడు సంతోషంగా ఉండటం చూసి సుయోధనుడికి తన ప్రియురాలు గుర్తుకొచ్చింది. సుభద్ర స్పర్శకోసం తహతహలాడాడు. అలసిపోయిన అతని శరీరాన్ని ఆమె చిరునవ్వు జ్ఞాపకం సేదతీర్చింది. ఆ స్ఫూర్తితో అతను హస్తినాపురం చేరుకునే వరకూ ఉత్సాహంగా ఉండగలిగాడు.

విజేతగా తిరిగివచ్చిన రాకుమారునికి స్వాగతం పలికేందుకు ప్రజలు రాజమార్గానికి రెండువైపులా బారులు తీరారు. వాళ్లు చేసే హర్షధ్వానాల మధ్య రాకుమారులు రాజభవనం ప్రాంగణంలోకి ప్రవేశించారు. భవనం లోపలికి వెళ్లే మెట్లమీద పైన ద్రోణుడు తన రెండు చేతులూ నడుంమీద పెట్టుకుని నిలబడి ఉన్నాడు. ఆయన పక్కనే పాండవులూ, కొందరు బ్రాహ్మణులూ నిలబడి ఉన్నారు. బ్రాహ్మణులలో ధౌమ్యుడు కూడా అగ్రస్థానంలో ఉన్నాడని చెప్పక్కర్లేదు!

యువరాజు సుయోధనుడు ద్రోణుడి ఎదుటికి వెళ్ళి, నమస్కరించి, "గురవర్యా, మీ కోరిక ప్రకారమే పాంచాల దేశాన్ని జయించాను. పాంచాల మహారాజు పంపిన కానుకలు అదిగో అక్కడ ఉన్నాయి చూడండి. మీపట్ల తప్పుగా ప్రవర్తించినందుకు ద్రుపదుడు పశ్చాత్తాపపడు తున్నాడు. ఇంకా..."

"ద్రుపదుడెక్కడ?" అన్నాడు ద్రోణుడు కోపంగా.

"ఆచార్యా, ఆయన దాసోహం అని ఈ కానుకలు మీకోసం పంపాడు. తరవాత స్వయంగా వచ్చి మీకు క్షమాపణ చెప్పుకుంటాడు."

"చాలించు, దుర్యోధనా! కానుకలట కానుకలు... హా! అతను పంపిన కానుకలు ఎవరిక్కావాలి? ఒక బ్రాహ్మణుడు ఈ కానుకలని ఏం చేసుకుంటాడు? నాకు లౌకిక ధన ధాన్యాలమీద ఆసక్తి లేదని నీకు ముందే చెప్పాను. అతను నన్ను అవమానించాడు. అతన్ని గొలుసులతో బంధించి నా సమక్షానికి తీసుకువచ్చి నా కాళ్ళమీద పడవెయ్యమని నీకు చెప్పాను. గుప్పెడు బంగారునాణాలకోసం నీ గురువు గౌరవాన్ని అమ్మేసి వచ్చావా? ఒకవేళ పాంచాల రాజ్యం నిన్ను పరాజయానికి గురిచేసిందేమో, వెనక్కి వచ్చే దారిలో ఊళ్ళని కొల్లగొట్టి వాటినే నాకు పంపిన కానుకలని అంటున్నావేమోనని నాకు అనుమానంగా ఉంది. నువ్వు ఆలస్యంగా రావటానికి కారణం కూడా అదే అయి ఉంటుందని నా నమ్మకం."

ఆగ్రహంతో కంపించిపోతూ ద్రోణుడు కానుకలు ఉన్న బల్లవద్దకి వెళ్ళి వాటిని తన్నేసరికి, కొన్ని వస్తువులు కింద పడిపోయాయి. నాణాలు నేలంతా చెల్లాచెదరుగా పడ్డాయి. శిష్యుడు తనపట్ల ద్రోహం చేశాడనే ఇంకా నమ్ముతూ ద్రోణుడు అతనివైపు తిరిగాడు. "నీవెంట ఈ సూతుణ్ణీ, మూర్ఖుడైన నా పుత్రుణ్ణీ తీసుకువెళ్తానని అన్నప్పుడే నాకు తెలుసు, ఇంతకన్నా ఏమీ సాధించలేవని. వాటిని ఉపయోగించటం మాట అటుంచు మీలో ఒక్కరికైనా కనీసం ఆయుధాలని ఎలా పట్టుకోవాలన్నది తెలుసా? నువ్వు నన్ను అవమానించావు. ధర్మాన్ని అనుసరించే యోధులు ఎలా ప్రవర్తిస్తారో నీకు చూపిస్తాను. గురువుపట్ల గౌరవభావం ఉన్న శిష్యులు ఏం చేస్తారో చూడు, అర్జునా!" అని పిలిచాడు ద్రోణుడు. ఆ పాండవ రాకుమారుడు ముందుకి వచ్చి గురువుకి నమస్కరించాడు. "సులువైన ఆదేశాలని ఎలా పాటించాలో ఈ పిరికిపందకి ఒకసారి చూపించు. నా శత్రువుని నా వద్దకి తీసుకురా. నా పాదాల ముందు తుచ్ఛమైన క్రిమికీటకంలా పాకేటట్టు చెయ్యి!" అన్నాడు.

"మీ ఆజ్ఞ శిరసావహిస్తాను, గురువర్యా!" అని మళ్ళీ వినయంగా నమస్కరించి తన శంఖాన్ని పూరించాడు అర్జునుడు.

సుయోధనుడు ప్రతిస్పందించే లోపలే కొన్ని వందల మంది సైనికులు అశ్వాలమీద శరవేగంతో అక్కడికి వచ్చి దాడికి సిద్ధం అన్న భంగిమలో నిలబడ్డారు. ఏదో సంకేతం అందినట్టు ఐదుగురు పాండవులూ అశ్వదళాలవైపు పరిగెత్తి గబగబా గుర్రాలమీదికి ఎక్కారు. స్థాణువుల్లా నిలబడ్డ సుయోధనుడూ, అతని మిత్రులూ నిర్ఘాంతపోయి చూస్తూ ఉండగానే వాళ్ళ పక్క నుంచి దూసుకెళ్ళారు. మరిన్ని అశ్వదళాలు వారితో వచ్చి చేరాయి. వందల సంఖ్య వేలకి చేరుకుంది. హస్తినాపుర రాజ్య సేన, అర్జునుడి నాయకత్వంలో, ఇలాంటి దాడికి ఎంతమాత్రం ఎదురు చూడని పాంచాలరాజ్యం వైపు వేగంగా కదిలింది.

దారికి ఇరుపక్కలా ఇంతకుముందు నిలబడి సుయోధనుడికి హర్షధ్వానాలతో స్వాగతం పలికి వెళ్లిపోతూ ఉన్న జనం మళ్లీ వెనక్కి వచ్చి ఈసారి అర్జునుడికి జయధ్వానాలు పలకసాగారు. ధౌమ్యుడు రాజ్యభక్తి జ్వాలల్లో ఆజ్యం పోసి వాటిని మరింత పెంచాడు. తమ రాజ్యం ఒక సామంత రాజ్యం పట్ల వ్యవహరించే ధోరణి అందరిలోనూ నూతనోత్సాహాన్ని నింపింది. కొన్ని ఘడియల కాలంలోనే సుయోధనుణ్ణి పాంచాలరాజ్యం ఓడించిందనీ, గర్విష్ఠి అయిన పాంచాల రాజ్యానికి గుణపాఠం నేర్పేందుకు అర్జునుడి నేతృత్వంలో సేనలు పాంచాలరాజ్యంతో యుద్ధానికి వెళ్లాయనీ ధౌమ్యుడు వదంతులు పుట్టించి ప్రచారం చెయ్యటంలో కృతకృత్యుడయాడు.

అర్జునుడి సేనలు పాంచాల రాజ్యం మీద దండయాత్ర చేసిన సమయంలో అక్కడ అందరూ నిద్రాదేవి ఒడిలో సేదతీరుతున్నారు. ఇటువంటి పరిణామానికి ఎదురు చూడని ఆ రాజ్యం ఏం జరుగుతోందో గ్రహించేలోపే అర్జునుడు నగరంలోని రక్షణ కవచాన్ని ధ్వంసం చేశాడు, కోటలోకి ప్రవేశించాడు. భీముడు నగరంలోనే ఉండి అగ్గి ముట్టించటం, దోచుకోవటం వంటి పనులని పర్యవేక్షించాడు. యుద్ధం త్వరగానే ముగిసిపోయింది. అర్జునుడు ద్రుపదుడి శయనమందిరం ప్రవేశించి ఆయన్ని నిద్రలేపాడు. మరుక్షణం ఆయన్ని బంధించాడు. యుధిష్ఠిరుడు ధృష్టద్యుమ్నుడినీ, నపుంసకుడైన శిఖండినీ పట్టుకున్నాడు. మధ్యాన్నం అయే లోపలే హస్తిన సైన్యం వెనుతిరిగింది. ద్రుపదుణ్ణి గొలుసులతో కట్టి అందరికీ కనిపించే విధంగా ఒక బండిలో ఎక్కించి తీసుకువచ్చారు. ధృష్టద్యుమ్నుడినీ, శిఖండినీ కూడా అదే విధంగా బంధించారు. విజయం సాధించిన ఆ సేనలు ఊరేగింపుగా హస్తినవైపు బైలుదేరాయి. వెనక కాంపిల్య నగరం పూర్తిగా ధ్వంసమై శిధిలమైంది. అంగళ్లూ, ఆలయాలూ అగ్నికి ఆహుతి అయాయి. వీధుల్లో తెగిపడిన అవయవాలూ, శవాలూ చెల్లాచెదరుగా పడి ఉన్నాయి. పాపం ఆ రాజ్యంలో ఎటు చూసినా దాడి, ఓటమి తాలూకు చిహ్నాలే కనిపించాయి.

సాయంకాలం అయేసరికి విజయం సాధించిన అర్జునుడి సైన్యం హస్తినలో ప్రవేశించింది. జనం రాజమార్గం వద్దకి తండోపతండాలుగా వచ్చి బంధితుడైన పాంచాల రాజుని చూసి అతన్ని దుర్భాషలాడసాగారు. వాళ్లు ధీశాలురైన అర్జునుణ్ణీ అతని సోదరులనీ ప్రశంసించారు. యువరాజు సాధించలేని ఫలితాన్ని వాళ్లు సాధించినందుకు జయధ్వానాలు చేశారు. ఈ లోకంలో అందరికన్నా మెరుగైన విలువిద్యానిపుణుడు రాజ్యగౌరవాన్ని కాపాడటమే కాక, శత్రువుని బంధించి రాజమార్గంలో ఈడ్చుకెళ్తున్నాడు. జనం అతన్ని చూసి గర్వించారు. కొందరు తమ ఆనందాన్ని శత్రువుల మీద ఉమ్మివేసి ప్రదర్శిస్తే, మరికొందరు తనివి తీరా దుర్భాషలాడి తమ కసి తీర్చుకున్నారు. కొందరు సాహసవంతులు బంధితుల మీద పడి గుద్దులు కురిపించారు. ఆ ఊరేగింపులో యువకులు ఉత్సాహంతో నాట్యం చేశారు, కొందరు భేరీలు మోగించారు. బ్రాహ్మణులు ధర్మం గెలిచిందని చాటుతూ అర్జునుణ్ణీ, యుధిష్ఠిరుణ్ణీ కొనియాడుతూ నినాదాలు చేశారు.

ద్రోణుడు రాజభవనం ముఖద్వారం వద్ద నిలబడ్డాడు. ఉద్యానంలోకి దారి తీసే విశాలమైన మెట్ల మీద పూవులూ, పన్నీరూ పట్టుకుని కొందరు బ్రాహ్మణులు నిలబడ్డారు. అర్జునుడూ, అతని సోదరులూ అశ్వాలు దిగి తమ గురువువైపు నడుస్తూ ఉంటే ఆ బ్రాహ్మణులు పవిత్ర మంత్రోచ్చారణ చేస్తూ వారి మీద పూలవర్షం కురిపించారు. యుధిష్ఠిరుడు ముందు ద్రోణాచార్యుడికి పాదాభివందనం చేసి, తరవాత ధౌమ్యుడి పాదాలని స్పృశించాడు.

తీవ్ర భావోద్వేగానికి గురైన ద్రోణుడికి మాట పెగల్లేదు. ఆయన అర్జునుణ్ణి అక్కున చేర్చుకున్నాడు. "నాయనా, నా ప్రియశిష్యుడివనిపించుకున్నావు, ఇంతకన్నా ఒక గురువు ఏమాశించగలడు?" అని పదే పదే అంటూ ఉంటే ఆయన కన్నీళ్లకి అర్జునుడి విశాలమైన భుజాలు తడిసిపోసాగాయి.

ధౌమ్యుడు చెయ్యి పైకెత్తి సైగ చెయ్యగానే భేరీల మోత ఆగిపోయింది. బ్రాహ్మణుల మంత్రోచ్చారణకి మధ్యలో అవాంతరం వచ్చేసరికి మిగతా అక్షరాలని వాళ్లు మింగివేశారు. "హస్తినాపుర చరిత్రలోనే ఇది ఒక గర్వించదగ్గ సందర్భం. ఈనాడు మన యువకులు, మన రాజ్యంలో బ్రాహ్మణుల పట్ల జరిగే అవమానాన్ని ఎంత మాత్రం సహించమని తెలియజేశారు. మన శాశ్వత ధర్మాన్ని నిలబెట్టేందుకు రాకుమారుడు యుధిష్ఠిరుడు చేసిన మొదటి ప్రయత్నం ఇది. అతను కేవలం ఒక రాకుమారుడే కాదు, ధర్మానికి నిలువెత్తు నిదర్శనం అతను. ఈనాటి నుంచీ అతన్ని అందరూ 'ధర్మపుత్రుడు యుధిష్ఠిరుడు' అని పిలిచెదరు గాక! అతను నిజంగానే ధర్మం పుత్రుడు."

ధౌమ్యుడు మళ్లీ చెయ్యి పైకెత్తి సైగ చెయ్యగానే బ్రాహ్మణులు మంత్రోచ్చారణ చెయ్యటం ప్రారంభించారు. బ్రాహ్మణులకి ఎంతో వినయంగా యుధిష్ఠిరుడు వంగి నమస్కరించాడు. జనం చేసిన హర్షధ్వానాలు మిన్నుముట్టాయి. ఎవరో, "జయము జయము ధర్మపుత్రుడు యుధిష్ఠిరుడికి!" అని ఎలుగెత్తి అరిచారు. ఆ నినాదం వెయ్యి గొంతులలో ప్రతిధ్వనించింది. మళ్లీ భేరీలు మోగసాగాయి. కుంతి తన మందిరంలోనుంచి గబగబా బైటికి వచ్చి, జనం మధ్యనుంచి తన కుమారుల దగ్గరకి చేరుకుంది. వెనక్కి తిరిగి జనంవైపు చేతులు ఊపింది, జనం కోలాహలంగా ఆమెకి అభివాదాలు తెలిపారు.

"మన ఆచార్యులవారిని అవమానించే దుస్సాహసం చేసిన ఆ దుష్టుడు ఎక్కడ?" అన్నాడు ధౌమ్యుడు.

బంధింపబడి బండిలో కూర్చున్న ద్రుపదుడి దగ్గరకి అర్జునుడూ, భీముడూ వేగంగా వెళ్లారు. భీముడు ఆయన్ని గొంతు పట్టుకుని కిందికి ఈడ్చి, అర్జునుడు ముందు నడవగా ఆయన్ని నెట్టుకుంటూ ద్రోణుడివైపుకి లాక్కెళ్లాడు. నకుల సహదేవులు ధృష్టద్యుమ్నుడినీ, శిఖండినీ అదేవిధంగా లాక్కెళ్లారు. మెట్లమీదనుంచి వెళ్తూ ఉండగా అర్చకులు ఆ బంధితులమీద ఉమ్మివేశారు. భీముడు పాంచాల రాజుని ద్రోణుడి పాదాలమీద పడవేశాడు.

గురువు పగలబడి నవ్వాడు, తొడ కొట్టాడు. తన పాత మిత్రుడు, తనతో కలిసి విద్యాభ్యాసం చేసిన ద్రుపదుడు బోర్లాపడగానే ద్రోణుడు అతన్ని కాలితో తన్నాడు. జనం హర్షధ్వానాలు చేశారు. "హా... హా... ఇప్పుడు ఎవరు ఎవరి కాళ్లదగ్గర పడ్డారు, చెప్పు క్షత్రియాహంకారీ? దాసోహం అంటున్నది ఎవరు? సాయం చేయవలసింది ఎవరు? ఓరీ, దురహంకారీ... ఆరోజు గుర్తుందా? నేను నీ వద్దకి సాయంకోరి వచ్చినప్పుడు నువ్వు నాతో ఎలా ప్రవర్తించావు? ఇది నీ పొగరుబోతుతనానికి తన్నే తన్ను... ఇది నీ గర్వాన్ని అణిచేందుకు..." అంటూ రెండుసార్లు కాలితో తన్నాడు ద్రోణుడు.

శృంగనాదాలు భీష్మ పితామహుడి రాకని తెలియజేస్తూ మోగేసరికి సుయోధనుడూ, అతని మిత్రులూ అర్చకుల వరసలని చీల్చుకుంటూ ద్రోణుణ్ణి సమీపించారు. భీష్ముణ్ణీ, విదురుణ్ణీ కూర్చోబెట్టుకున్న రథం రాజభవనం ముఖద్వారం వద్దకి చేరుకుంది, అది లోపలికి

రావటం చూసి జనం నిశ్శబ్దంగా ఉండిపోయారు. పక్కకి తొలగి వారిద్దరికీ దారిచ్చారు. భీష్ముడు వేగంగా మెట్లు ఎక్కాడు. పాంచాలరాజు దగ్గరకి వచ్చి ఆగాడు. ద్రుపదుడు గర్భస్థ శిశువులా ముడుచుకుపోయి ద్రోణుడి దెబ్బలను కాచుకుంటున్నాడు. భీష్మాచార్యుడి ముఖం రాయిలా కఠినంగా మారటం, కళ్లు నిప్పులు చెరగటం చూసి ద్రోణుడి ముఖం పాలిపోయింది.

భీష్ముడు కిందపడిఉన్న వ్యక్తిని లేపాడు. ఆ వ్యక్తి తమ సామంతరాజుల్లో ప్రముఖుడైన ద్రుపదుడని గుర్తించి ప్రూన్పడిపోయాడు. "ఏం జరుగుతోందిక్కడ?" అని అడిగాడు భీష్ముడు. ఆయన కంఠంలో ద్రోణుడి పట్ల ద్వేషం ధ్వనించింది. అందరూ భయంతో వణికిపోయారు. భీష్ముడికి ఆగ్రహం వస్తే ఆయన ఎదుట నిలిచే ధైర్యం ఎవరికీ ఉండదు.

ద్రోణుడు నోరువిప్పి ఏమీ చెప్పదల్చుకోలేదని గ్రహించిన ధౌమ్యుడికి జరిగిన సంఘటనకి కారణాలని వివరించవలసిన బాధ్యత తనమీద పడిందని అర్థమైంది. అతను ముందుకి వచ్చి, "మహాప్రభూ, ఈ మనిషి ఒక బ్రాహ్మణుణ్ణి అవమానించాడు, దానికి తగిన శిక్ష మేం ఇతనికి విధిస్తున్నాం," అన్నాడు.

"బ్రాహ్మణుణ్ణి అవమానించాడా? ఈయన ఎవరో నీకు తెలుసా? పాంచాలమహారాజు. ఈయన్ని ఒక నేరస్థుడిలా చూసి శిక్షిస్తున్నారా? ఎవరిని అవమానించాడు? ఎప్పుడు జరిగింది అది?" భీష్ముడి ప్రశ్నలకి జవాబు చెప్పే ధైర్యం ఎవరికీ లేకపోయింది. భీష్ముడు కత్తిదూసి పాంచాలరాజుని బంధించిన గొలుసులని తెగ్గొట్టాడు. శిఖండినీ, పాంచాల రాకుమారుణ్ణీ కూడా బంధాల నుంచి విముక్తులని చేయమని ఆజ్ఞాపించాడు. తరవాత ధౌమ్యుడివైపు చూసి, "చెప్పు, ఎవరు ఎవర్ని అవమానించారు? ఎప్పుడు అవమానించారు? ఏ విధంగా అవమానించారు?" అని అడిగాడు.

"ప్రభూ, ఇతను మన రాజగురువు ద్రోణాచార్యులవారిని అవమానించాడు," అన్నాడు ధౌమ్యుడు.

"ఎప్పుడు?"

ధౌమ్యుడు ద్రోణుడికేసి చూశాడు. ఇక ద్రోణుడు ముందుకి వచ్చి మాట్లాడక తప్పలేదు, "మహాప్రభూ! పదిహేడు సంవత్సరాల క్రితం నేను ఇతని సాయంకోరి వెళ్లినప్పుడు నన్నితను అవమానించాడు."

"ద్రోణా, ఏమిటిది? హాస్యాస్పదంగా లేదూ? పదిహేడు వత్సరాల కిందట ఈయన మిమ్మల్ని అవమానిస్తే, ఇప్పుడు ఈయన్ని పట్టి బంధించేందుకు మీరు హస్తినాపుర సైన్యాన్ని ఉపయోగించుకుని మాకు ఈ సామంతరాజ్యంతో ఉన్న సత్సంబంధాలను నాశనం చేస్తారా? నా అనుమతి తీసుకోకుండా ఈ మిత్రరాజ్యంపై దాడి చెయ్యమని ఆదేశించింది ఎవరు? ఎన్నో ప్రశ్నలకి మీరు సమాధానం చెప్పుకోవలసి ఉంది ద్రోణా!"

భీష్ముడి మాటలు విని ద్రుపదుడు గట్టిగా నవ్వాడు. అది విని బ్రాహ్మణులకి మరింత కోపం వచ్చింది, "అధర్మం! అధర్మం! ఈ రాజ్యంలో బ్రాహ్మణుడి గౌరవానికి విలువే లేదా? హస్తినాపురం అంత దిగజారిపోయిందా?" అంటూ అందరూ కలిసి అరవసాగారు. చుట్టూ జనం పోగవటంవల్ల ఆ అరిచేది ఎవరో అక్కడి వారికి తెలీలేదు, అది బ్రాహ్మణులకి లాభించింది.

భీష్ముడు అదేమీ పట్టించుకోకుండా భయంకరంగా ద్రోణుడివైపు నడిచాడు. ద్రోణుడు

తన కత్తిని బైటికి తీశాడు. భీష్ముడి దాడిని ఎదిరించి ధర్మం కోసం అమరత్వాన్ని పొందేందుకైనా సిద్ధపడ్డాడు.

కుంతి వారిద్దరి మధ్యకి పరిగెత్తి, "పితామహా, నా కుమారుల పేరుప్రతిష్ఠలని ఎందుకిలా నాశనం చేస్తున్నారు? యువరాజు సాధించలేనిది వాళ్ళు సాధించి చూపారనేనా?" అంది.

భీష్ముడు ఆమె ప్రశ్నకి ఎన్నో రకాల సమాధానాలు ఇవ్వగలిగే స్థితిలో ఉండి కూడా, సజ్జనుడు కాబట్టి మౌనంగా ఉండిపోయాడు. బహిరంగంగా గాని, వ్యక్తిగతంగా గాని భీష్ముడు ఏ స్త్రీతోనూ కఠినంగా ప్రవర్తించడని కుంతికి తెలుసు. భీష్ముడు నిస్పృహతో తల అడ్డంగా ఆడించాడు. పాంచాల మహారాజు చేతులు పట్టుకుని, "ప్రభూ, జరిగినదానికి నేను క్షమాపణ చెప్పుకుంటున్నాను, మన్నించండి. నా బాధనీ, పశ్చాత్తాపాన్నీ మాటల్లో చెప్పలేను. నా వెంట రాజసభకి దయచేయండి. హస్తినాపురం చేసిన ఈ తప్పిదాన్ని సరిదిద్దేందుకు నన్ను ప్రయత్నించనివ్వండి," అన్నాడు భీష్ముడు.

ఇతరులు వెంటరాగా భారమైన హృదయంతో భీష్ముడు రాజసభవైపు నడిచాడు. జరిగిన సంఘటన గురించి తీవ్రమైన చర్చలు ప్రారంభమయాయి. ద్రోణుడు తన పదవి నుంచి తొలగిపోతానని అన్నాడు. స్వయంగా పదవీ విరమణ చెయ్యకపోయినా, ద్రోణుణ్ణి రాజగురువు పదవి నుంచి తానే తొలగించేవాడినని అన్నాడు భీష్ముడు కోపంగా.

రాజ ప్రముఖులందరూ ఒక్కసారి లేచి నిలబడి అభ్యంతరం తెలిపారు. ప్రస్తుతం భరతఖండానికి రాజధాని అయిన హస్తినాపురంలో పరిపాలనా విధానం ఎలా ఉందో చూసి ద్రుపదుడూ, అతని కుమారులూ నవ్వుకున్నారు. సుయోధనుణ్ణి సభకి పిలిపించి భీష్ముడు తీవ్రంగా విమర్శించాడు. ఎటువంటి కారణమూ లేకుండా సేనలను వెంటబెట్టుకుని సామంతరాజ్యం మీదికి దండెత్తటం రాజధర్మాన్ని విస్మరించటమేనని చీవాట్లు పెట్టాడు. తనని అలా దండెత్తమని ఆదేశించినది హస్తినాపుర మహారాజేనని సుయోధనుడు సమర్థించుకునే సరికి భీష్ముడు అపనమ్మకంతో చక్రవర్తివైపు చూశాడు. ఆదేశాలు ఎవరు ఇచ్చినప్పటికీ అవి ధర్మవిరుద్ధమైతే వివేకంతో నిర్ణయం తీసుకోవాలనీ, ఆ బాధ్యత సుయోధనుడిదేననీ ఆయన గుర్తుచేశాడు. సుయోధనుడు సమాధానం చెప్పలేదు. ద్రోణుడి ఆజ్ఞని మొదట్లోనే తిరస్కరించి ఉండవలసిందని అతని మనసుకి తెలుసు. తను తప్పు నిర్ణయం తీసుకున్నానని సుయోధనుడు అంగీకరించాడు.

కానీ ద్రోణుడు బెదరదల్చుకోలేదు. బ్రాహ్మణులు తన పక్షాన ఉన్నారని తెలిశాక తిరగబడి మొండిగా క్షమాపణ చెప్పుకోనని అన్నాడు. అంతగా అయితే ప్రతీకారం తీర్చుకున్నాను కాబట్టి ద్రుపదుణ్ణి మళ్ళీ మిత్రుడిగా స్వీకరిస్తానని అన్నాడు. ఆ సంఘటనని ఇక మరిచిపోవటం మంచిదని సూచించాడు.

తరవాత భీష్ముడు యుధిష్ఠిరుణ్ణి పిలిపించాడు. అతను చాలా శాంతంగా, ఫలితం గురించి విచారించకుండా ధర్మాన్ని అనుసరించి కర్తవ్య నిర్వహణ చేశానని అన్నాడు. అర్జునుణ్ణి ఆ సంఘటన గురించి ప్రశ్నించినప్పుడు అతను కూడా అదే సమాధానం ఇస్తూ, ద్రోణుడి శిష్యుడిగా తన ప్రథమ కర్తవ్యం గౌరవనీయులైన గురువర్యులు కోరిన పని చెయ్యటమేనని కూడా అన్నాడు. ఇద్దరు పాండవ రాకుమారులూ చెప్పిన సమాధానాలకి సభలోని రాజ ప్రముఖులు హర్షధ్వానాలు చేశారు.

భీష్ముడు నిస్సహాయంగా ద్రుపదుడివైపు చూశాడు. ద్రుపదుడి పెదవుల మీద వ్యంగ్యంతో కూడిన చిరునవ్వు కనిపించింది. తను అందరికీ ఒక మూర్ఖుడిలా కనిపిస్తున్నానని భీష్ముడు గ్రహించాడు. పాంచాలరాజు ద్రోణుడికి పంపిన కానుకల గురించి అడిగి, తక్షణం వాటిని వెనక్కి పంపివేయమని ఆజ్ఞాపించాడు. ధౌమ్యుడు జోక్యం చేసుకుంటూ, బ్రాహ్మణులకి ఒకసారి ఇచ్చిన కానుకలని వెనక్కి తీసుకోవటం సాధ్యం కాదని అన్నాడు. అయినప్పటికీ ద్రోణుడు సన్యాసి కాబట్టి, లౌకిక భోగభాగ్యాలతో ఆయనకి పని లేదు కాబట్టి, ఆ కానుకలని ఆయన బ్రాహ్మణులందరికీ పంచవచ్చని కూడా ధౌమ్యుడు అన్నాడు. పిడికిలి బిగించి సింహాసనం మీద చరుస్తూ భీష్ముడు తీవ్రంగా మండిపడ్డాడు. పరిస్థితి మరీ దారుణంగా పరిణమిస్తోంది.

అప్పుడు ద్రుపదుడు లేచి నిలబడి తను ఇచ్చిన కానుకల్లో వేటినీ వెనక్కి తీసుకోనని అన్నాడు. బ్రాహ్మణులు అతని మాటలు విని హర్షధ్వానాలు చేసి పాంచాల మహారాజుని ఉదారస్వభావుడని కొనియాడారు. ఇంతక్రితం తనమీద ఉమ్మివేసిన అదే బ్రాహ్మణులకి ద్రుపదుడు చేతులు జోడించి నమస్కరించాడు. వాళ్లు అతన్ని దీర్ఘాయుష్మాన్‌భవ అని దీవించారు.

తన ఎదుట జరుగుతున్న ఆ ప్రహసనాన్ని చూసి భీష్ముడికి రోతపుట్టింది. సభ ముగిసిందని ప్రకటించి అలసటతో తన మందిరానికి బైలుదేరాడు. ద్రోణుడు ద్రుపదుడి దగ్గరకి వెళ్లి ఆయన్ని కౌగలించుకునే వరకూ ఆయన అక్కడ నిలవలేదు. భీష్ముడు తన పక్కనుంచి వెళ్తూ ఉంటే, శిఖండి వంకర నవ్వు నవ్వుతూ ఆయన తలతెగనరుకుతానని సైగ చేశాడు. తన ఆలోచనల్లో మునిగి ఉన్న పితామహుడు అతను చేసిన సైగని చూడలేదు, కానీ విదురుడు ఆ గాజుగోళాల్లాంటి కళ్లలోని ద్వేషాన్ని చూసి కంపించిపోయాడు. భీష్ముడికి రక్షణ కవచంలా అతను శిఖండికీ, భీష్ముడికీ మధ్యన నడిచాడు. భీష్ముడు సురక్షితంగా శిఖండిని దాటాకగాని విదురుడు హాయిగా ఊపిరి పీల్చుకోలేకపోయాడు. భీష్ముడి శరీరం అలసిపోయింది, మనసు గాయపడింది. ఓటమికి గురై తలవంచుకుని తన మందిరంలో ప్రవేశించి, బరువైన పెద్ద తలుపులని విదురుడు మూసేదాకా వేచి చూశాడు.

* * *

సభలో పాంచాలరాజు ద్రుపదుడు, ద్రోణుడి ఆహ్వానాన్ని మన్నించి అందరితో కలిసి విందు భోజనం చేసి తమ మధ్య మైత్రిని పునరుద్ధరించేందుకు భోజనశాలవైపు కదిలాడు. సుయోధనుడు ద్వారం వద్ద నిలబడి పరిస్థితులు అలా తారుమారవటం గురించి తన మిత్రులతో ఉత్సాహంగా చర్చిస్తున్నాడు. ఇంతలో ఎవరో అశ్వత్థామ భుజం మీద చిన్నగా తట్టారు. అతను వెనుదిరిగి చూసేసరికి నిప్పులు చెరిగే కళ్లతో ధృష్టద్యుమ్నుడు తననే చూస్తూ ఉండటం కనిపించింది. లోపలున్న విషాన్నంతా బైటికి కక్కుతూ అతను, "ఓరీ బ్రాహ్మణాధమా! ముందు నువ్వు నా మిత్రుడివని అనుకున్నాను. మా తండ్రిపట్ల ఎలా ప్రవర్తించావో తెలుసా? నిన్ను నమ్మి నీకు కానుకలు సమర్పించుకున్నాం, యుద్ధం నివారిద్దామని ప్రయత్నించాం, కానీ మా ఆతిధ్యానికి బదులుగా నువ్వు చేసిందేమిటి? జంతువులని బంధించినట్టు గొలుసులతో బంధించి వీధులవెంట ఈడ్చుకొచ్చావు. వినండి పిరికి పందల్లారా, దీనికి మీరూ, మీ గురువూ పెద్ద మూల్యమే చెల్లించవలసి ఉంటుంది. ఆ ముసలితొత్తుని రోజూ తన మెడ తడిమి చూసుకోమని చెప్పండి. ఏదో ఒక రోజున ఉదయం నిద్రలేచినప్పుడు మొండేనికి తల ఉండదు!"

అశ్వత్థామ పాంచాల రాకుమారుడి గొంతు పట్టుకున్నాడు. "తుచ్ఛుడా, మా తండ్రి గురించి మరొక్క మాట మాట్లాడితే ప్రాణాలు దక్కవు!" అన్నాడు అశ్వత్థామ.

సమాధానంగా ధృష్టద్యుమ్నుడి చేతులు అశ్వత్థామ కంఠాన్ని పెనవేసుకున్నాయి. ఇద్దరు యోధులూ ఒకరినొకరు గొంతు నులిమి చంపాలని ప్రయత్నించసాగారు. సుయోధనుడూ, కర్ణుడూ పరిగెత్తి వచ్చి వాళ్ళిద్దరినీ విడదీసేందుకు బ్రహ్మప్రయత్నం చేశారు.

"మన్నించు, మిత్రమా! గతం గతః, మరిచిపోదాం," అన్నాడు సుయోధనుడు ధృష్టద్యుమ్నుడితో.

అతని మాటలకి సమాధానంగా పాంచాల రాకుమారుడు నేల మీద ఖాండ్రించి ఉమ్మి అక్కడి నుంచి వెళ్ళిపోయాడు. కత్తి దూసి అశ్వత్థామ అతన్ని వెంబడించబోయాడు, కానీ కర్ణుడి బలమైన చేతులు అతన్ని పట్టి ఆపాయి. శిఖండి వాళ్ల వెనక నిలబడి వ్యంగ్యంగా నవ్వుతూ ఆ నాటకాన్ని చూడసాగాడు. ధృష్టద్యుమ్నుడు అక్కడినుంచి వెళ్ళిపోయాక శిఖండి సుయోధనుడి వద్దకు వెళ్లాడు. ఆడంగితనం ప్రదర్శిస్తూ అతన్ని తాకాడు. "రాకుమారా, నా సోదరుడికి ద్రోణుడు కావాలి. కానీ ఈ అందమైన భామకి ఎవరు కావాలి? చెప్పు అందగాడా! నీకు తెలీదా? అయ్యో, ఎంత విషాదం! నాకు నీ కురువృద్ధుడు, రాజప్రతినిధి కావాలి, భరతఖండం లోని బ్రహ్మచారులు అందరిలోకీ తలమానికమైన ఆయనతో ప్రేమలో పడ్డాను. భీష్ముడు నాకు దక్కనీ, అప్పుడు చూద్దువుగాని," అన్నాడు శిఖండి కీచుగొంతుతో వగలాడి అయిన ఒక స్త్రీని అనుకరిస్తూ. ఆ తరవాత గాలిలో సుయోధనుడి వైపు ముద్దు విసిరి, వెళ్తూ వెళ్తూ కర్ణుడి బుగ్గని ముద్దాడాడు. శిఖండి స్పర్శకి కర్ణుడి శరీరం జలదరించింది. సుయోధనుడు శిఖండి మాటలకీ, చర్యలకీ దిగ్భ్రాంతి చెందాడు. వారి చుట్టూ ద్వేషం మరింతగా అల్లుకుపోసాగింది.

* * *

భీష్ముడి మందిరంలో ఇద్దరు వ్యక్తులు విచారంతో తలమునకలై భవిష్యత్తులో ఏం చెయ్యాలన్న విషయం గురించి చర్చించుకోసాగారు. కుంతీ, ఆమె పుత్రులూ హస్తినాపురం వదిలి వెళ్లిపోవాలని భీష్ముడు అభిప్రాయపడ్డాడు. తను అక్కడ లేని సమయంలో జరిగిన ఆ సంఘటన ఆయనకి ఆగ్రహాన్ని కలిగించింది. విదురుడు ఆయన్ని శాంతింపజేయటానికి ఎంత ప్రయత్నించినా ఏమీ లాభం లేకపోయింది. ద్రోణుడు చేసిన తెలివితక్కువ పనికి పరిణామాలు ఎలా ఉంటాయో విదురుడు అర్థం చేసుకోలేదనీ, పరశురాముడు స్పృహలో లేనందున దక్షిణ రాజ్యకూటమి బలహీనమవటం హస్తినాపురానికి దొరికిన అదృష్టమనీ, లేకపోతే మిత్ర రాజ్యమైన పాంచాల దేశాన్ని అవమానించటం చూసి వాళ్లు తప్పక రంగంలోకి దిగేవారేననీ భీష్ముడు విదురుడితో అన్నాడు. ఉత్తర ప్రాంతపు రాజ్యాలలోకి కులం చాపకింది నీరులా క్రమక్రమంగా ప్రవేశించటం భీష్ముడికి ఆందోళన కలిగించింది. ధౌమ్యుడి ప్రభావాన్ని అణచివేసేందుకు ప్రయత్నించాలని అనుకున్నాడాయన. సంప్రదాయ వాదులకి కుంతీ, పంచపాండవులూ, బ్రాహ్మణులూ ఏకమయేందుకు ఒక కారణంగా తోచారు. ఆ కూటమి బలహీనపడి చెదిరిపోవాలంటే కుంతీ, ఆమె పుత్రులూ రాజ్యం నుంచి వెళ్లిపోక తప్పదు.

కురువృద్ధుడి ఆగ్రహం కొంచెం చల్లబడ్డాక, విదురుడు తన అభిప్రాయాన్ని తెలియ జేశాడు. కుంతినీ, పాండవులనీ రాజధానికి ఎంతో దూరంలో ఉన్న వారణావతానికి పంపివేస్తే బాగుంటుందని అన్నాడు. భీష్ముడు ఆ సూచనని అంగీకరించి ఆ ప్రయత్నాలు ప్రారంభించమని

తన ప్రధానమంత్రికి చెప్పాడు. అది ఒక కుగ్రామమనీ, అక్కడ రాజ కుటుంబీకులకి తగిన సదుపాయాలేవీ ఉండవనీ విదురుడు ఆయనకి గుర్తుచేశాడు.

"వ్యయానికి వెనకాడవద్దు, విదురా! లేకపోతే నేను తనపట్ల చాలా ఘోరంగా ప్రవర్తించానని కుంతి ప్రచారం చేస్తుంది. అక్కడ ఒక భవనాన్ని నిర్మించమని ఆదేశించు. ఆ పని త్వరగా పూర్తికావాలి. అంతటి నిపుణుణ్ణి ఎక్కడ నుంచి తీసుకురాగలవు?"

"నా దృష్టిలో ఒక వ్యక్తి ఉన్నాడు, పితామహా! అతను మంచి నేర్పుగలవాడు, వేగంగా పని పూర్తి చెయ్యగలడు, కానీ..."

"కానీ, ఏమిటి? అతన్ని పిలిపించి పని మొదలుపెట్టమను", అన్నాడు భీష్ముడు అసహనంగా.

"ప్రభూ, అతను పెద్ద లంచగొండి, ఇక..."

"ఓ... లంచగొండి అనా? ఈ రాజ్యంలో లంచగొండి కానిదెవరు? కొంత ధనం సంపాదించుకుంటే సంపాదించుకోనీ, కానీ ఈరోజే నిర్మాణం మొదలుపెట్టమను. ఊఁ, అతన్ని పిలిపించు!" అన్నాడు భీష్ముడు మరింత తొందర పడుతూ.

విదురుడు ఆయనకి నమస్కరించి అప్పజెప్పిన పనిచేసేందుకు బైటికి నడిచాడు.

* * *

"ఇదంతా చేసింది ఆమేనని నాకు అనిపిస్తోంది, కృష్ణా!" అంది కుంతి తన మేనల్లుడికి ఒక పాత్రనిండా మజ్జిగ అందిస్తూ. "మహారాజు అంత దుర్మార్గుడు కాదు. మమ్మల్ని వారణావతానికి పంపాలన్న కుట్ర ఆమె పన్నినదే. లేకపోతే మహారాజు మమ్మల్ని పంపేవాడు కాదు. భీష్మ పితామహుడు కూడా మమ్మల్ని హస్తిన వదిలి వెళ్లమని అనేవాడు కాదు. ఆమే, ఆమె సోదరుడూ మన రాజ్యాన్ని ధ్వంసం చేసేందుకు కంకణం కట్టుకున్నారు," అంది మళ్లీ.

"నీకు జరిగే అన్యాయానికి గాంధారిని నిందించకు. శకుని గురించి అలా అంటే ఒప్పుకుంటాను," అన్నాడు కృష్ణుడు మనసులో మెదిలిన ఏదో పాటకి వేళ్లతో తాళం వేస్తూ.

"నాకోసం మనిషిని పంపగానే ద్వారక నుంచి పరిగెత్తుకుని వచ్చాను. ఏదో ఘోరం జరిగిపోయిందని భయం వేసింది. కానీ నువ్వూ, నీ పుత్రులూ కొన్నాళ్లు దూరంగా వెళ్లిపోతేనే అందరికీ మంచిది. భీష్ముడు మిమ్మల్ని వారణావతానికి పంపాలని అనుకోవటం సరైన నిర్ణయమే."

"నాకు ఇందులో ఏదో కుతంత్రం ఉందని తోస్తోంది, కృష్ణా. అందుకే నాకు భయంగా ఉంది. ఈ సంగతి చెప్పుకునేందుకు నాకు నువ్వు తప్ప ఇంకెవరూ లేరు. పాంచాలరాజ్యాన్ని జయించి వచ్చాక భీష్ముడికి అర్జునుడంటే కూడా కంటగింపుగా ఉంది. ఎవరో పితామహుడి మనసులో విషం నింపుతున్నారు, ఆ విదురుడే అయుంటాడు."

"విదురుడు ఎవరికీ శత్రువూ కాదు, మిత్రుడూ కాదు. ఎటువంటి స్వార్థమూ లేని వ్యక్తి ఆయన ఒక్కడే," అన్నాడు కృష్ణుడు చిన్నగా నవ్వుతూ.

"అయితే మరి ఆయన పితామహుడికి చెప్పవచ్చు కదా? అర్జునుడు తన గురువుపట్ల కర్తవ్యపాలన మాత్రమే చేశాడని నచ్చచెప్పకూడదా?"

కృష్ణుడు మజ్జిగ ఒక గుక్క తాగి, పాత్రని కింద పెట్టి కుంతివైపు చూసి నవ్వుతూ, "అర్జునుడు ఎప్పుడూ తన కర్తవ్యాన్ని నిర్వహిస్తాడు. అతనిలో నాకు నచ్చే గుణం అదే," అన్నాడు.

"నేను నా కుమారులని గాంధారి పెంచినట్టు పెంచలేదు. దుర్యోధనుడు చిన్నప్పుడు చాలా బుద్ధిమంతుడిలా ఉండేవాడు. కానీ ఇప్పుడు పెరిగి పెద్దవాడు అయాక ఎలా మారి పోయాడో చూడు, పెద్దవాళ్లంటే గౌరవం లేదు, వేదాలంటే లక్ష్యంలేదు, సంప్రదాయాలని గౌరవించడు. పరదేశీయురాలి కుమారులు ఇలాకాక ఇంకెలా ఉంటారు?"

"అయినా నువ్వు ఆ సూతపుత్రుణ్ణి దుర్యోధనుడితో సహవాసం చెయ్యనివ్వటం తప్పయి పోయింది. యువరాజు ఇప్పుడు అందరి దృష్టిలో గొప్పవాడయిపోయాడు. ఆ సూతుణ్ణి పట్టి బంధించి దక్షిణ రాజ్యకూటమికి అప్పజెప్పి ఉండవలసింది, లేదా మహోత్సవంనాడు మన పక్షాన చేర్చుకుని ఉండవలసింది. నేను ఏమైనా చేసేలోపల కర్ణుడు కాస్తా అంగరాజై కూర్చున్నాడు. దుర్యోధనుడు అంత యుక్తిపరుడని నేను అనుకోలేదు. అది ఒక గొప్ప ఎత్తుగడ అని ఒప్పుకోక తప్పదు," అంటూ కృష్ణుడు గవాక్షంలోనుంచి బైటికి చూశాడు. కొంతసేపు ఏమీ మాట్లాడకుండా ఏదో ఆలోచిస్తూ ఉండిపోయాడు. తరవాత కుంతివైపు తిరిగి, "నీ ఆరోగ్యం బాగా లేదా, అత్తా? ఎందుకు ముఖం అలా పాలిపోయింది? ఏమైంది నీకు?" అన్నాడు.

"ఏం లేదు... అబ్బే బాగానే ఉన్నాను... వాతావరణం మారింది కదా..." అంటూ కుంతి ఎర్రబడిన తన ముఖాన్ని విసనకర్రతో విసురుకోసాగింది.

"ఆ సూతుడు సమస్య సృష్టించేట్టు ఉన్నాడు," అన్నాడు కృష్ణుడు కుంతి ముఖంలోకి తదేకంగా చూస్తూ. కుంతి కదిలి కృష్ణుడు తాగిన మజ్జిగ పాత్రని అందుకుంది. ఆమె కృష్ణుడి చూపులని తప్పించుకునేందుకు తల వంచుకుంది. కృష్ణుడు ఆమెకి ధైర్యం చెబుతూ, "బెంగపడకు, నీ కుమారులకి ఏ ఆపదా రాదు. ఎప్పుడూ వాళ్లవెంట నేనుంటాను. అర్జునుడి కన్నా ప్రియమైన వ్యక్తి నాకు ఎవరూ లేరు. సమయం వచ్చినప్పుడు అతని చేతులకి బలాన్నీ, స్థిరత్వాన్నీ చేకూరుస్తాను. దుర్యోధనుడి ధోరణి చూస్తే త్వరలోనే యుద్ధం అనివార్యమని అనిపిస్తోంది," అన్నాడు.

"నాకు యుద్ధం అనే ఆలోచనంటేనే అసహ్యం. ఒక వేళ..."

"యుద్ధం అవసరం. నేను యుద్ధ ప్రియుణ్ణి కాను, దానివల్ల కలిగే ఘోర పరిణామాలు ఎలాంటివో నాకు తెలుసు. కానీ దుర్యోధనుడూ, అతని మిత్రులూ మన సమాజ నిర్మాణాన్నే కుదిపివేస్తున్నారు. కులవ్యవస్థ అంత గొప్పదేమీ కాదు, అయినప్పటికీ చతుర్వర్ణ వ్యవస్థవల్ల మన సమాజం బలపడుతుంది. దుర్యోధనుడు కోరుకుంటున్న మార్పువల్ల అల్లకల్లోలం నెలకొంటుంది. ఎవరైనా ఎలాగైనా రూపొందగలిగితే మరి ప్రత్యేకతగల వారెవరూ మిగలరు. సమాజం బలహీనమవుతుంది. ప్రజలకి తమ కర్తవ్యమేమిటో తెలీకుండా పోతే అనారోగ్య కరమైన పోటీతత్వం తలెత్తుతుంది. ఆ పోటీలో జనం ఒకరినొకరు అకారణంగా హత్యచేస్తారు. మన సామాజిక వ్యవస్థని పరిరక్షించేందుకే నేను జన్మించానని నా నమ్మకం."

"కృష్ణా! నీ ఆలోచనలు అర్థమయేంత తెలివితేటలు గలదాన్ని కాను. నిన్ను ఒక్కటే

కోరగలను. నేనూ, నా కుమారులూ ఈలోకంలో ఒంటరివాళ్లం. మా శత్రువులు బలవంతులు. మహారాజుకీ, రాణికీ మేమంటే ద్వేషం. ఇక దుర్యోధనుడు మమ్మల్ని వదిలించుకునేందుకు ఎంతకైనా దిగజారగలడు. ఎలాగైనా సరే, నా కుమారుడు హస్తినాపుర సింహాసనాన్ని అధిష్టించాలి. దాన్ని సాధించేందుకు నువ్వు సాయం చేస్తావా? ఇంకా ముఖ్యమైన విషయం, నేను జీవించి ఉండగా గాంధారిపుత్రుల్లో ఎవరూ హస్తినని పరిపాలించటం నేను సహించలేను. ఇంతవరకూ నేను అనుభవించిన బాధలు చాలు!"

కృష్ణుడు వెళ్లిపోయేందుకు లేచి నిలబడ్డాడు. "ఇక నేను వెళ్లాలి. భీష్మడికి అభివాదనలు తెలిపి, రేపు ఉదయమే ద్వారకకి ప్రయాణం అవాలి. మహారాజు చెప్పినట్టు నువ్వు వారణావతానికి వెళ్లిపోవటమే మంచిది. మిమ్మల్ని తుద ముట్టించేందుకు కుట్ర జరగదని నేను రూఢిగా చెప్పలేను, కానీ దాన్ని తప్పించుకునే మార్గం కనిపెడదాం. దుర్యోధనుడితో తలపడాలంటే మీకు శక్తిమంతులైన మిత్రులు ఉండాలి. దురదృష్టవశాత్తూ ద్రోణాచార్యుల కోసం అర్జునుడు రాజు ద్రుపదుణ్ణి శత్రువు చేసుకున్నాడు. ఆ విషయంలో ఏమైనా చేయ గలనేమో చూస్తాను. ద్వారక వెళ్లే దారిలో పాంచాలరాజ్యంలో ఆగి జరిగిపోయిన పొరపాటుని సరిదిద్దేందుకు ప్రయత్నిస్తాను. వారణావతానికి వెళ్లండి. ఈ నాటకంలో పాత్రలు పోషించండి. కర్తవ్య నిర్వహణలో దయాదాక్షిణ్యాలు ఎంతమాత్రం చూపించవద్దు. ఏమీ సంకోచించవద్దు. ప్రాణాలు నిలబెట్టుకోవటమే అన్నిటికన్నా పెద్ద ధర్మం. ప్రమాదంలో ఎలా ప్రవర్తించినా తప్పులేదని ధర్మగ్రంథాలే ఘోషిస్తున్నాయి. దాన్నే ఆపద్ధర్మం అంటారు. ఆలోచిస్తే మార్గం దానంతట అదే తెలుస్తుంది."

"నువ్వు మాకు తోడుగా ఉండు, కృష్ణా! నువ్వు తప్ప మాకు ఇంకెవరూ లేరు."

"తప్పకుండా, అత్తా! చివరిదాకా నీకూ, నీ ఐదుగురు పుత్రులకీ తోడుంటాను," అని కుంతి పాదాలకి మొక్కి కృష్ణుడు బైటికి నడిచాడు.

"కృష్ణా, నాకు... లేదు, ఏమీ లేదులే..." అంది కుంతి.

కృష్ణుడు నమస్కరించి నిష్క్రమించాడు. తన కుమారులు ఐదుగురినీ కాపాడతానని కృష్ణుడు మాటిచ్చినప్పటికీ అలజడికి గురైన కుంతి మనసు కుదుటపడలేదు.

* * *

కొన్ని రోజులు గడిచాక ఒక రోజు అర్ధరాత్రివేళ గాంధార రాకుమారుడు ఉలిక్కిపడి నిద్రలేచాడు. ఎవరో నెమ్మదిగా అతని గది తలుపు తడుతున్నారు. నిద్రాభంగం అయినందుకు తిట్టుకుంటూ తన బాకు ఎక్కడుందా అని తడిమి చూసి దాన్ని తీసి తన దుస్తుల్లో దాచాడు. బల్లమీద ఉన్న చిన్న దీపాన్ని పట్టుకుని జాగ్రత్తగా తలుపు తెరిచాడు. బైట పురోచనుడు నిలబడి ఉన్నాడు. "ఏం ముంచుకొచ్చిందిప్పుడు?" అని విసుక్కున్నాడు. పురోచనుడు ధనం కోసం వచ్చాడని అనుకున్నాడు శకుని.

పురోచనుడు లోపలికి వచ్చి శకుని మంచంమీద కూర్చున్నాడు. మెత్తటి దిళ్లని చేతులతో గట్టిగా కొడుతూ, "చాలా సౌకర్యంగా ఉంది నీ మందిరం, పరదేశీ!" అన్నాడు.

"ఏం కావాలి నీకు?" అన్నాడు శకుని కోపంగా.

"ఆహాఁ... అంత విసుగు తగదు. నేను చెప్పేది వింటే వెంటనే నన్ను వాటేసుకుని ముద్దులతో ముంచెత్తుతావు! కానీ పోయినసారిలాగ నన్ను మోసగించకూడదు సుమా! నాకు వెయ్యి బంగారు నాణాలు కావాలి. ఇంకా ఏమైనా చర్యలు చెయ్యవలసివస్తే వాటికిగాను ఆ సొమ్ముకి మూడింతలు ఇవ్వాల్సి ఉంటుంది, సరేనా?"

శకుని మనసుకు ఇదేదో ముఖ్యమైన విషయమేనని అనిపించింది. లేకపోతే ఈ విషప్పురుగు ఇంత రాత్రివేళ తనను నిద్రలేపే ధైర్యం చేసి ఉండేవాడు కాదు. "అలాగే," అంటూ అరలోనుంచి నాణాలు తీసి, రెండుసార్లు లెక్కపెట్టి వాటిని మంచంమీదికి విసిరేశాడు.

పురోచనుడు వాటిని నింపాదిగా లెక్కపెట్టుకుంటూ ఉంటే, శకునికి ఆత్రుత ఎక్కువవసాగింది. అప్పుడు గాంధార రాకుమారుడికి సమాచారం అందించాడు పురోచనుడు. పాండవుల కోసం ఒక పెద్ద భవనాన్ని నిర్మించే బాధ్యత విదురుడు తనకి అప్పగించాడనీ, ఆ నిర్మాణంకోసం భీష్ముడు కోశాగారం నుంచి పెద్దమొత్తాన్ని ఇచ్చేందుకు అంగీకరించాడనీ చెప్పాడు. శకుని ఆనందం పట్టలేక అరిచాడు. ఇంతలో అతనికి మెరుపులాంటి ఆలోచన తట్టింది. ఆ ఆలోచన ప్రకారం ఏం చెయ్యాలో పురోచనుడికి వివరించాడు. లక్కతో భవనం నిర్మించటం ప్రమాదకరమని అన్నాడు పురోచనుడు. కానీ తెల్లవారే లోపల బేరం కుదిరి పోయింది. శకుని పదివేల బంగారు నాణాలు ఎర చూపి పురోచనుణ్ణి ఒప్పించాడు. పని ప్రారంభించేందుకు కాలకృత్యాలైనా తీర్చుకోకుండా పురోచనుడు వారణావతానికి బైలు దేరాడు. ఎట్టకేలకు అతని దశ తిరిగింది.

ఆనందంతో మనసు ఉరకలు వేస్తూ ఉంటే శకునికి నిద్రపట్టలేదు. పాచికలు బైటికి తీసి, "ఆరు!" అని అరుస్తూ వేశాడు. అవి గిరగిర తిరిగి చెరి మూడు సంఖ్యలో వచ్చి ఆగాయి. సంతోషంతో నవ్వాడతను. పాచికలు తను అనుకున్నట్టే పడుతున్నాయి. అంతా ప్రణాళిక ప్రకారం జరిగితే పాండవులు లక్క ఇంట్లో మంటల్లో చిక్కుకుంటారు. కానీ వాళ్లకి ఎటువంటి హానీ జరగకముందే వాళ్లని కాపాడేట్టు జాగ్రత్తపడతాడు అతను. వాళ్లు చనిపోవాలని శకుని కోరుకోవటం లేదు. అది మరీ సులభంగా సమస్యని పరిష్కరిస్తుంది. అటువంటిది జరిగితే సుయోధనుడికి పట్టాభిషేకం జరుగుతుంది. దురదృష్టం పాలైన అతని దాయాదులని అందరూ త్వరగా మరిచిపోతారు. తమ దాయాదులు తమని హత్య చెయ్యటానికి ప్రయత్నించారన్న గ్రహింపుతో పాండవులు తప్పించుకోవాలి. పాండవులని అంత మొందించేందుకు ప్రయత్నాలు జరిగాయన్న వార్త ఆ మూర్ఖుడు, విదురుడికి చేరాలి. ప్రతి విషయంలోనూ తన అంతరాత్మ చెప్పిన ప్రకారం నడుచుకునే ప్రధాని ఆ తరవాత జరగబోయేదాన్ని చూసుకుంటాడు.

తూర్పు దిక్కున సూర్యుడు పైకి వస్తూ ఆకాశానికి నారింజరంగు అద్దుతూ ఉంటే శకుని అంత ఆహ్లాదకరమైన దృశ్యానికి వెన్నుచూపి పడమటి దిక్కువైపు మోకరిల్లి ప్రార్థించసాగాడు. పడమటి దిక్కున ఉన్న తన మాతృభూమి అభివృద్ధి కోసం ప్రార్థించాడు. ఆ విదేశీయుడికి ఇంతకన్నా కావలసింది ఇంకేముంటుంది?

# 20. లక్క ఇల్లు

విదురుడు సెలవు కావాలని భీష్ముడికి సందేశం పంపించటం చూసి పార్శవి ఆశ్చర్య పోయింది. తమకోసం కొత్తగా ఇల్లు నిర్మించుకునే స్థలానికి వెళ్తున్నామని ఆమెకి విదురుడు చెప్పాడు. ఆ మాటలు ఆమె నమ్మలేకపోయింది. విదురుడి పుత్రులు తాము ఎక్కడికో విహార యాత్రకి వెళ్లబోతున్నామనీ, తమ తండ్రికూడా తమ వెంటే వస్తున్నాడనీ విని ఆనందం పట్టలేకపోయారు. పది సంవత్సరాలు వయసుగల ఆ పిల్లల కేకలకి విదురుడి చిన్న ఇల్లు దద్దరిల్లిపోయింది. ఇంట్లోనుంచి బైటికి వచ్చేసరికి ద్వారం బైట భీష్ముడు పంపిన రథం తమకోసం వేచి ఉండటం చూసి వాళ్లు ఆశ్చర్యపోయారు.

"అయ్యా, రాజప్రతినిధులవారు తమకోసం ఈ రథాన్ని పంపారు," అంటూ సారథి వినయంగా ప్రధానమంత్రికి వంగి నమస్కరించాడు.

తాము వెళ్లేది రాచకార్యం మీద కాదనీ, సొంత పని నిర్వహించేందుకనీ విదురుడు అభ్యంతరం చెప్పబోయాడు, కానీ రథాన్ని తిప్పి పంపితే భీష్ముడు కోపగించుకుంటాడని ఊరుకున్నాడు. పార్శవి రథంలోకి ఎక్కి తన కుమారులకి చెయ్యి అందించి లోపలికి లాగింది. రాజులూ, మహారాజులూ ఉపయోగించే ఆ రథంలోకి ఎక్కేందుకు విదురుడు సందేహించాడు, కానీ భార్యా, పిల్లలూ ఆసరికే ఎక్కి కూర్చునే సరికి ఆయనకి ఎక్కక తప్పలేదు. రథం ముందుకి సాగింది.

"అంత బాధ పడాల్సిందేమీ లేదు, మీరు నేరం చెయ్యటం లేదు కదా! ఇది ప్రధాన మంత్రిగా మీరు ఉపయోగించుకునే రథం కాదు. మీ గురించి భీష్మపితామహుడికి బాగా తెలుసు, అందుకే తన సొంత రథం పంపారు," అంటూ పిల్లలు చేస్తున్న గోల విదురుడికి వినబడకుండా ఆయన చెవులు మూసింది పార్శవి. గమ్యం చేరుకున్న పార్శవి ఆ ప్రదేశాన్ని చూసి అవాక్కయింది. "ఈ అరణ్యంలోనా మనం ఇల్లు నిర్మించుకోబోతున్నాం?" అంది ఆశ్చర్యం నుంచి తేరుకున్నాక. పిల్లలు పక్కనే ఉన్న వాగులోకి దూకేందుకు పరిగెత్తారు. వందలాది సీతాకోకచిలుకలు అంతటా ఎగురుతున్నాయి. కోయిలలు కూస్తూ సంభాషించు కుంటున్నాయి. తన కుమారులు ఉత్సాహంగా వేసే కేకలతో బాటు ఆమెకి కీచురాళ్ల రొద, పక్షుల కిలకిలారావాలూ వినిపించాయి. పరిమళంతో నిండిన గాలి తెర అలలా ఆమె ముంగురులను తాకి ఆకులతో ఆడుకునేందుకు పారిపోయింది.

"నీకు ఈ ప్రదేశం నచ్చలేదా?" అని అడిగాడు విదురుడు.

పార్శవి కళ్లనీళ్ల పర్యంతం అయింది. ఎటువంటి నాగరికతా స్పృశించని ఆ ప్రదేశం కోలాహలంతో నిండిన హస్తినాపుర వీధులకి ఎంతో భిన్నంగా ఉంది. అక్కడి జనసందోహం, అంగళ్లూ, విక్రయ కేంద్రాలూ ఇక్కడ లేవు. విదురుడు తమకి ఈ అరణ్యంలో నివాసం ఏర్పరిస్తే తను ఇల్లు ఎలా నడపగలదు? విహారానికైతే బావుంది, కానీ...

"స్వయంగా నా చేతులతో నేను ఇల్లు నిర్మించబోతున్నాను," అన్నాడు విదురుడు హడావుడిగా ఆ ప్రాంతమంతా తిరుగుతూ. తను అధ్యయనం చేసే గది ఎక్కడ ఉంటుందో, పాకశాల ఎక్కడ కడతాడో ఎంతో ఆత్రుతగా చెప్పసాగాడు.

లేని ఉత్సాహాన్ని నటిస్తూ పార్శవి అతని మాటలు వింటోంది. సాయంకాలానికల్లా ఆయన గృహనిర్మాణ కార్యక్రమంలో తన పిల్లలని కూడా చేర్చుకున్నాడు. ఆ రోజు వాళ్ల జీవితాల్లోని అతి సుందరమైన రోజుగా గుర్తుండిపోయేట్టు గడిచింది. వెనక్కి వచ్చేప్పుడు తన కలల సౌధం గురించి విదురుడు మాట్లాడుతూనే ఉన్నాడు. పార్శవి ఆయనకి అడ్డు రాకుండా వింటూ కూర్చుంది. రథం హస్తినాపురం వీధుల్లోకి చేరుకుంది.

తన కుమారులు నిద్రలోకి జారుకోవటం చూశాడు విదురుడు, ఆయన జీవితంలో అది చాలా అరుదైన దృశ్యం. "నగర వాస్తు శిల్పితో మాట్లాడి, రాజభవనంలో పనిచేసే తాపీపని వాళ్లకి నిర్మాణం పని అప్పగించకూడదూ?" అంది పార్శవి.

"పార్శవీ, మనకోసం మనం ఇల్లు కట్టుకుంటున్నాం, ప్రజలకోసం కాదు. నా స్వార్థం కోసం నా హోదాని దురుపయోగం చెయ్యటం భావ్యం కాదు. పైగా మన ఇంటిని నా చేతులతోనే కట్టుకోవాలన్నది నా కోరిక. అది కట్టటం పూర్తయాక, మనం ఎటువంటి వాస్తుశిల్పి సహాయమూ తీసుకోనందుకు నువ్వే సంతోషిస్తావు."

తన జీవితకాలంలో ఆ గృహనిర్మాణం జరగదని పార్శవికి తెలుసు. ఆమె భర్త కుటుంబంతో ఒక రోజంతా గడపటం అదే చివరిసారి. తీరుబాటు దొరికినప్పుడల్లా ఎవరికీ చెప్పకుండా ఆయన అరణ్యానికి వెళ్లి ఎవరి సాయమూ, సూచనలూ స్వీకరించకుండా స్వయంగా ఆ ఇంటిని నిర్మించడం ప్రారంభించాడు. మండే ఎండలోనూ, గడ్డకట్టించే చలిలోనూ ఆయన శ్రమించాడు. రెండు మూడుసార్లు ఆయన వెంట పుత్రులు కూడా వెళ్లారు, కానీ ఆ తరవాత వాళ్లకి ఆసక్తి సన్నగిల్లింది. వర్షాకాలంలో అంతవరకూ ఆయన నిర్మించినదంతా కూలిపోయేది. తనకి తీరిక లేదని తిట్టుకునేవాడే తప్ప నైపుణ్యం లేదని ఒప్పుకునేవాడు కాదు విదురుడు. కొన్ని రోజులు సణుక్కుంటూ గడిపేవాడు. తరవాత మళ్లీ ఇల్లు కట్టటం ప్రారంభించేవాడు. ఎంతకీ పూర్తికాని ప్రధాని గృహనిర్మాణం హస్తినాపురవాసులకి ఎగతాళిగా మారింది.

* * *

ఏకలవ్యుడికి మనసు ఏమీ బాగా లేదు. అతని పినతల్లి మళ్లీ పోట్లాట పెట్టుకుంది. అతను విల్లంబులతో మళ్లీ అభ్యాసం మొదలుపెట్టినప్పటినుంచీ ఆమె అతన్ని చికాకుపెడుతూనే ఉంది. తననీ తన పుత్రులనీ ఏకలవ్యుడు పట్టించుకోకపోవటం వల్ల ఆమె కోపంగా ఉందనీ, ఆమెకి కోపం రావటం భావ్యమేననీ ఏకలవ్యుడికి తెలుసు. బొటనవేలిని కోల్పోయాక ఆ దుఃఖం నుంచి నెమ్మదిగా బైటపడి ఏకలవ్యుడు నిమ్నకులం వారికి అందుబాటులో ఉండే ఒకే

ఒక పని, వీధులూ, దొడ్లూ శుభ్రం చేసే పనిలో చేరి, కుటుంబాన్ని పోషించసాగాడు. ఆ పని అతనికి రోత పుట్టించింది. ముఖ్యంగా ఇతరులు విసర్జించిన మలమూత్రాలు శుభ్రంచేసి, వాటిని మోసుకువెళ్లి ధనవంతులుండే భవనాలకి దూరంగా పారవేయటం చాలా అసహ్యకరంగా తోచింది. ఎన్నిసార్లు స్నానం చేసినప్పటికీ తన శరీరం అపరిశుభ్రంగా ఉన్నట్టే అనిపించేది. అతని నల్లటి శరీరం చూడటమే అపవిత్రం అన్నట్టుగా జనం అతన్ని చూడగానే పారిపోయేవారు.

కుక్కలూ, పందులూ వీధుల్లో తిరిగినా పట్టించుకోని జనం ఏకలవ్యుడు నడిచి వెళ్లిన దారుల్ని పేడనీళ్లతో శుద్ధిచేసేవారు. అతని అడుగుజాడలే అపవిత్రం అనుకునే వారు. తన జీవితమన్నా, తన దురదృష్టమన్నా, తను నివసించే రాజ్యమన్నా, తను చేసే పని అన్నా ఏకలవ్యుడికి ద్వేషం పెరిగిపోసాగింది. కానీ ఈ పని లేకపోతే పస్తులతో ప్రాణం పోతుందని అతనికి తెలుసు. కర్ణుడి జీవితంలో వచ్చిన మార్పు చూసేదాకా దుర్గంధభరితమైన తన జీవితానికి అతను సర్దుకుపోయాడు. కర్ణుడి విజయం అతనిలో ఆశరేపింది. కష్టపడి పనిచేసేవారికీ, కలలను అనుసరించేవారికీ, సుయోధనుడిలాంటి రాకుమారులు ఉన్నంత వరకూ బంగారు భవిష్యత్తు ఉందని అనిపించింది. ఆనాటినుంచీ తన విలువిద్యని మెరుగు పరుచుకునేందుకు నిరంతరం కృషి చెయ్యసాగాడు. రెండు రకాలుగా తను నిస్సహాయుడు, కులం, బొటనవేలు కోల్పోవటం అతనికి గొప్ప అడ్డంకులే, కానీ వాటిని అధిగమించాలని గట్టిగా నిర్ణయించుకున్నాడు. కొద్దికాలానికి ఆ నిషాదుడి కుటుంబం ఆకలి బాధకి గురైంది. కానీ ఏకలవ్యుడి భవితవ్యానికి అడ్డుపడే శక్తి ఆ పేద కుటుంబానికి లేకపోయింది.

ఆ ఉదయం ఏకలవ్యుడికీ అతని పినతల్లికీ మళ్లీ వాగ్యుద్ధం జరిగింది. ఆమె తన కుమారులతో సహా వారణావతానికి తరలి వెళ్లాలని ఉందని చెప్పింది. కానీ ఏకలవ్యుడికి హస్తినలోనే ఉండాలని ఉంది. ఇక్కడే ఉంటే ఏదో ఒకరోజు యువరాజు తన ప్రతిభని కూడా గుర్తించే అవకాశం ఉంటుంది. తను కూడా కర్ణుడిలా ముఖ్యమైన పదవిని పొంధగలడేమో! "వారణావతం లాంటి కుగ్రామంలో నేను ఏం చెయ్యగలను?" అని అడిగాడు ఏకలవ్యుడు తన పినతల్లిని. అతను తన దాయాదులని పట్టించుకోవటం మానివేశాడనీ, అతనికి తిండిపెట్టి పోషించటం ఇక తనవల్ల కాదనీ అంది ఆమె ఏడుస్తూ. "పనిచెయ్యటం మాని ఎప్పుడూ విల్లంబులతో ఆడుకుంటూ ఉంటావు, నాకు ఎవరూ పని ఇచ్చేందుకు ముందుకి రారు, నువ్వు చేసే వృత్తివల్ల నన్ను కూడా దూరంగా ఉంచుతారు. నువ్వు ఇలా పిచ్చిలో పడి విల్లంబులతో పగలూ రాత్రి గడుపుతూ ఉంటే మనం ఎలా బతికేది?" అంటూ ఆమె గుండెలూ, తలా బాదుకో సాగింది.

ఏకలవ్యుడు ఆమెమీద అరిచాడు. కుటుంబం కోసం తనని వాడుకుంటోందని అన్నాడు. తన్ను ఇతరుల మల మూత్రాలు శుభ్రం చేస్తూ ఉంటే ఆమే, ఆమె పుత్రులూ ముప్పూటలా తిని లావెక్కుతున్నారని క్రూరంగా దూషించాడు. అలాంటి మాటలు అన్న మరుక్షణం ఏకలవ్యుడు ఎందుకలా అన్నానా అని బాధపడ్డాడు, కానీ అప్పటికే ఆలస్యం అయిపోయింది. అతని పినతల్లి సమాధానం చెప్పలేదు. కళ్లు తుడుచుకుని, ఉన్న కాసిని వస్తువులనీ చిన్న మూటలో కట్టి, తన పిల్లల్లో అందరికన్నా చిన్నవాణ్ణి వీలైనంత శుభ్రం చేసింది. ఏకలవ్యుడి క్షమాపణలను ఆమె వినిపించుకోలేదు. ఆ చిన్న మూటనీ, తన పిల్లలనీ తీసుకుని బైటికి

నడిచింది. ఏకలవ్యుడు ఆమె వెంట పరిగెత్తి ఉండిపొమ్మని ఒప్పించేందుకు ప్రయత్నించాడు, కానీ వారణావతానికి వెళ్లి అక్కడ తన జీవితం ఇంకా మెరుగ్గా ఉంటుందేమో చూస్తానని అంది ఆమె. ఏకలవ్యుడు ఆమె పాదాలమీద పడి తనని మన్నించమని వేడుకున్నాడు.

శ్రమించటం వల్ల ముడతలు పడ్డ తన చేతిని ఆమె ఏకలవ్యుడి తలమీద సుతారంగా ఉంచి దీవించింది. ఆ తరవాత, "నీ మీద నాకు కోపం లేదు ఏకలవ్యా, కాని ఇక మనం విడిపోవలసిన సమయం వచ్చిందని తెలుసుకున్నాను. నువ్వు ఇప్పుడు పెరిగి పెద్దవాడివయావు. నా భర్త సోదరుడిపట్ల నా కర్తవ్యం నెరవేర్చుకున్నాను. నేనూ, నా పిల్లలూ జలగల్లాగ నీ రక్తం పీలుస్తూ బతకలేం. నిన్ను పెంచేటప్పుడు నీనుంచి నేనేమీ ఆశించలేదు. ఇప్పుడు నీ ఆకాంక్ష తీరేందుకు ప్రార్థించటం తప్ప ఇంకే సాయమూ చెయ్యలేను. ఎప్పుడూ ఆ పరమ శివుడు నీకు తోడుగా ఉండుగాక! నీ కలలు నిజమవుగాక! నన్నూ, నా పిల్లలనీ చూడాలని అనిపించినప్పుడు నువ్వే వారణావతానికి రా. న్యాయపరులైన పాండవులకోసం రాజప్రతినిధి అక్కడ ఒక పెద్ద భవనాన్ని నిర్మించారనీ, ఇప్పుడు ఆ గ్రామం అభివృద్ధి చెందుతోందనీ విన్నాను. పాండవ ప్రథముణ్ణి ఇప్పుడు అందరూ ధర్మపుత్ర యుధిష్ఠిరుడు అని పిలుస్తున్నారట. ఈ లోకంలో అందరినీ మించిన సత్యసంధుడు అతడేనట. పాండవులు కృష్ణుడి మిత్రులు. ఆయన శ్రీవిష్ణువు అవతారం. హస్తినాపురం కన్నా మనకి వారణావతమే మేలైన ప్రదేశమని అనిపిస్తోంది. ఈ రాజ్యం మనపట్ల క్రూరంగా ప్రవర్తించింది. అందరూ మనని తుచ్ఛమైన క్రిమికీటకాల్లాగ చూస్తారు. కానీ ధర్మపుత్రుడు రాజ్యమేలేచోట, కృష్ణుడు దీవించిన ప్రాంతంలో ఒక పేద నిషాద స్త్రీకీ, ఆమె పుత్రులకీ ఎంతో కొంత చోటు దొరుకుతుందనే నా నమ్మకం," అంది ఏకలవ్యుడి పినతల్లి.

ఏకలవ్యుడు తన పినతల్లి కుమారులని ఒక్కొక్కరినీ కౌగలించుకున్నాడు. వాళ్లలో అందరికన్నా పెద్దవాడు, ఏకలవ్యుడికన్నా కొన్ని సంవత్సరాలు మాత్రమే చిన్నవాడు. కానీ అందరికన్నా చిన్నవాణ్ణి కౌగలించుకోగానే వాడు భోరుమని ఏడవటం ప్రారంభించాడు. వాడికి దాదాపు పదమూడేళ్లు ఉంటాయి. ఏకలవ్యుడు వాడికి విలువిద్య నేర్పటం ప్రారంభించాడు. వాడు కూడా మంచి నేర్పు చూపసాగాడు. ఏకలవ్యుడి పినతల్లి వెళ్లిపోతూ ఉంటే పెద్ద పిల్లలు అయిష్టంగా ఆమెని అనుసరించారు. ఏకలవ్యుడు తన మొలలోనుంచి చిన్న కత్తి తీసి దాన్ని చిన్నవాడికి ఇచ్చాడు. ముందు కాస్త తటపటాయించినప్పటికీ వాడు దాన్ని తీసుకుని పరిగెత్తి వెళ్లి మిగతావారిని కలుసుకున్నాడు. తన బంధువులని చెప్పుకోదగ్గ ఒకే ఒక కుటుంబం దూరంగా వెళ్లి కనుమరుగయే దాకా వాళ్లవైపే చూస్తూ నిలబడ్డాడు ఏకలవ్యుడు.

* * *

ఏకలవ్యుడి పినతల్లీ, ఆమె పిల్లలూ చాలా రోజులు కాలినడకన ప్రయాణంచేసి వారణావతానికి చేరుకున్నారు. ఆ కుగ్రామం చిన్న ఊరుగా అభివృద్ధి చెందుతూ ఉంది. కానీ ఆమెకి అది నిరాశనే మిగిల్చింది. ఆ ఊరు ఇంకా పెద్దదిగా ఉంటుందని ఆమె ఎదురుచూసింది. అక్కడ కొత్తగా నిర్మించిన ఒక పెద్ద భవనం మాత్రమే విలక్షణంగా కనిపించింది. గొప్ప ధనికులు నివసించే సౌకర్యవంతమైన భవనంలా ఉంది అది. ఆరుగురు మనుషులు నివసించేందుకు అంత పెద్ద భవనమా, అని ఆశ్చర్యపోతూ దానివైపే చూస్తూ నిలబడిపోయిందామె. ఆ భవనం ఎండలో మెరిసిపోతూ కనిపించింది. ఆ భవనం ముందున్న వీధిలో నడిచేందుకే ఆమె

జంకింది. తాము అపవిత్రులమనీ, తమని అక్కడినుంచి తరిమివేస్తారనీ అనిపించిందామెకు.

అందరికన్నా చిన్న పిల్లవాడు ఆమె చెయ్యి పట్టుకుని గుంజాడు. వాడికి ఆ భవనాన్ని ఇంకా దగ్గర్నుంచి చూడాలనిపించింది. "అమ్మా, ఈ వీధిలోనుంచి వెళ్దాం. ఆ భవనానికి ఇంత దూరంగా ఎందుకు నడుస్తున్నాం? దాన్ని దగ్గర్నుంచి చూడాలనుంది," అన్నాడు వాడు.

"నువ్వు ఎవరనుకుంటున్నావురా? పట్టపగలు ప్రధానవీధిలో నడిచేందుకు నువ్వు ఏమైనా బ్రాహ్మణుడివా, రాకుమారుడివా? మనం అంటరానివాళ్ళం. మనం ఆ వీధిలో నడిస్తే అది అపవిత్రమైపోతుంది." కానీ వాడు ఆమె మాట వినలేదు. "వాళ్ళకెలా తెలుస్తుందమ్మా? మనం ఉన్నది హస్తినాపురం కాదు కదా. ఇక్కడ మనకి తెలిసిన వాళ్ళెవరూ లేరు కదా?" అన్నాడు.

"మన శరీరం రంగు చూస్తే తెలిసిపోతుంది రా!"

ఆ పిల్లవాడు తలవంచి తన ఒంటిని చూసుకుని మౌనంగా ఉండిపోయాడు. దాన్ని మార్చటం వాడివల్ల కాదు. ఆమెకి ఏం చెయ్యాలో పాలుపోలేదు. అందరికీ బాగా ఆకలి వేస్తోంది. ఆరు రోజుల క్రితం ఒక అర్ధరాత్రి ఆలయం పక్కన గుంటలో పడిఉన్న ఎంగిలి ఆకుల్లోని ఆహారం తిన్నారు. క్రితం రోజు అక్కడ ఒక బ్రహ్మాండమైన విందు జరిగింది. తన పాపాలనీ, లోభ గుణాన్నీ ప్రక్షాళన చేసుకునేందుకు ఒక ధనిక వ్యాపారి బ్రాహ్మణులకి సంతర్పణ చేశాడు. పెద్ద పిల్లవాడు కర్ర పట్టుకుని మొరిగే కుక్కలని తరముతూ ఉంటే అతని తల్లీ, సోదరులూ ఆ గుంటలో ఆహార పదార్థాలు ఎంగిలాకుల్లోంచి ఏరుకున్నారు. ఉదయకాలపు ప్రార్థనలకోసం ఆలయ పూజారులు వచ్చే వేళ అవటంవల్ల వాళ్ళు తమ పని వేగంగా పూర్తి చేసుకోవలసి వచ్చింది. ఆ పవిత్ర దేవాలయం ప్రాంతాల ఎవరైనా వాళ్ళని చూసి ఉంటే మిన్ను విరిగి మీద పడేదే. వీలైనంత ఎక్కువ ఆహారాన్ని వాళ్ళు పోగుచేసుకున్నారు. వీధి కుక్కలకోసం కొంత ఆహారాన్ని వదిలిపెట్టటం మర్చిపోలేదా తల్లి. ఆమెకి ఆకలి బాధ ఎలా ఉంటుందో తెలుసు. ఒకటి రెండు రోజులు ఆ ఆహారంతో వాళ్ళ కడుపులు నిండాయి. కానీ గత రెండు రోజులుగా వాళ్ళకి తినటానికి ఏమీ దొరకలేదు.

ఆ నిషాద కుటుంబం ఆ బ్రహ్మాండమైన భవనం దాటి, దాని వెనకనున్న నది దగ్గరకి చేరుకుంది. ఆ గంగానదిలోకి దిగి పొట్టలు పగిలేవరకూ నీళ్ళు తాగారు. రంగురంగుల చేపలు వాళ్ళ కాళ్ళ చుట్టూ తిరిగాయి, వాటిని చూసి తమ ఆకలిని త్వరగానే మరిచిపోయారు వాళ్ళు. ఆ చేపలని పట్టుకునేందుకు పిల్లలు వాటివెంటపడి అటూఇటూ పరిగెత్తుతూ ఉంటే ఆ తల్లి ఆనందబాష్పాలు రాల్చింది. ఆమె కూడా కాసేపు తను వదిలి వచ్చిన రగిలే భూమినీ, అక్కడి యాతనలనీ మరిచిపోయింది.

"అమ్మా!" అని ఎవరో పిలిచారు.

తనని ఎవరో అలా పిలవటం విని ఆమె నిర్ఘాంతపోయింది. వెనక్కి తిరిగి చూసింది. కులీనుడిలా ఉన్న ఒక వ్యక్తి చేతులు జోడించి నిలబడి ఉండటం చూసి హడిలిపోయిందామె. అసంకల్పితంగా ఆమె వెనక్కి తగ్గింది. కుల వ్యవస్థ అనుమతించే నియమాలకి విరుద్ధంగా ప్రవర్తించి అతనికి మరీ దగ్గరగా వచ్చానని గ్రహించి ఆమెకి భయం వేసింది. ఆమె కుమారులు నదిలోంచి ఇవతలికి వచ్చారు. అందరికన్నా చిన్నవాడు ఆమె దగ్గరికి పరిగెత్తాడు. వాడి ముఖం భయంతో పాలిపోయింది.

"అమ్మా!" అన్నాడు ఆ అపరిచిత వ్యక్తి. విలువైన పట్టు వస్త్రాలూ, ఆభరణాలూ ధరించిన అతను చింకిపాత్రల్లో ఉన్న ఆ అంటరాని స్త్రీని పలకరించాడు. "నా పేరు యుధిష్ఠిరుడు, పాండురాజు జ్యేష్ఠపుత్రుణ్ణి. మా తల్లి, కుంతీదేవి మిమ్మల్ని చూడా లంటోంది. మీ పుత్రులతో మా ఇంటికి రాగలరా?" అన్నాడు మళ్ళీ.

"అయ్యా, మేమెవరమో మీకు తెలిసినట్టు లేదు. అన్ని కులాల్లోకీ నీచకులం మాది. మీ భవనంలో కాలుపెట్టి దాన్ని ఎలా అపవిత్రం చెయ్యగలం?" అంది ఆ నిషాద స్త్రీ.

ఆమె ముఖంలో కనబడుతున్న ఆశ్చర్యాన్ని పట్టించుకోకుండా అతను మళ్ళీ, "అమ్మా, పేదవారిని సేవించుకోవటం అన్నిటికన్నా ఉత్తమమైన సేవ అంటారు. వచ్చి మా ఇంటిని దీవించండి," అన్నాడు.

అందరికన్నా పెద్ద పిల్లవాడు భుజాలు ఎగరేసి భవనంవైపు నడవటం ప్రారంభించాడు. వాడి సోదరులు వాణ్ణి అనుసరించారు. రాజ భవనాన్నీ, రాకుమారులనీ ప్రత్యక్షంగా చూడగలగటం అనే భావన వాళ్ళకి గగుర్పాటుని కలిగించింది. ఆ స్త్రీ తన కుమారుల్లో అందరికన్నా చిన్నవాడికేసి చూసింది, వాడు ఆత్రుతగా ఆమెవైపు చూడసాగాడు. ఆ తరవాత దయాభావం ఉట్టిపడుతున్న రాకుమారుడి ముఖంకేసి చూసి, సమ్మతి తెలుపుతూ తల ఆడించింది. తన చిన్న కొడుకు పక్కనే నడుస్తూండగా ఆమె యుధిష్ఠిరుణ్ణి అనుసరించింది. తన అదృష్టాన్ని తానే నమ్మలేక వసపిట్టలా వాగుతున్న చిన్నపిల్లవాడివైపు చూసి నవ్వింది.

పశుల కాపరి ఒకడు అక్కడ నిలబడి ఇదంతా చూశాడు. అతను ఆ స్త్రీ వద్దకు వచ్చి ఆమె చెవిలో రహస్యంగా, "ఆయన వెంట వెళ్ళకమ్మా. వలలో చిక్కుకుంటావు. బలవంతులైన పైకులంవారిని నమ్మకు," అన్నాడు. మరుక్షణం వెనుదిరిగి వెళ్ళిపోయాడు.

ఎటూ తేల్చుకోలేక ఆమె ఒక్క క్షణం నిలబడి ఉండిపోయింది, కానీ ఆమె పుత్రులు ముందుకి సాగిపోయారు. చివరికి ఏమీ కాదులే అనుకుని ధర్మపుత్రుని వెంట నడిచింది. భవనం చేరుకుంటూ ఉండగా భటులు వినయంగా రాకుమారుడికి నమస్కరించారు. రాకుమారుడి వెంట కొందరు అస్పృశ్యులు రాజభవనంలోకి నడిచిరావటం చూసి ఆశ్చర్యంతో వాళ్ల కళ్లు పెద్దవయాయి. ఆ విషయం ఆ స్త్రీ గమనించింది. ఆశ్చర్యంతో వాళ్లు అనే మాటలు తనకి వినబడుతున్నట్టే తోచి ఆమె గర్వంగా తలపైకెత్తింది. కానీ రాకుమారుడు మెట్లెక్కి ముఖద్వారం దగ్గరికి చేరుకునేసరికి ఆమె లోపలికి వెళ్లేందుకు జంకింది. ఆయన వెంట తాము లోపలికి వెళ్లాలా వద్దా? దేన్నైనా తాకి అపవిత్రం చేస్తే వాళ్లు తనని బంధించమని ఆజ్ఞాపిస్తారేమో? యుధిష్ఠిరుడు వెనక్కి తిరిగి చూసి చిరునవ్వు నవ్వాడు. లోపల నిలబడి ఉన్న కుంతి అందమైన ముఖం ఆమెకి కనిపించింది. ఆమె పక్కనే అందగాళ్లు ఆమె కుమారులు కూడా నిలబడి ఉన్నారు. ఆ అస్పృశ్యురాలిని చూడగానే కుంతి ఆమెకి నమస్కరించింది. ఆమె కుమారులు వంగి నమస్కరించారు.

ఈ రాజవంశపు కులీనులు తనకి నమస్కరించటం చూసి దిగ్భ్రాంతికి గురైన ఆ నిషాద స్త్రీ తెప్పరిల్లే లోపల అర్జునుడు పరిగెత్తుకుని వచ్చి ఆమె పెద్ద కుమారుడి చెయ్యి పట్టుకున్నాడు. తాము నిషాదులమనీ, తమని అతను తాకరాదనీ ఆమె అర్జునుణ్ణి హెచ్చరించబోయింది, కానీ ఆమె పుత్రుడు లోకంలో అందరికన్నా గొప్ప విలుకాడు అర్జునుడివైపు ఆనందంగా నవ్వుతూ చూసి అతని వెంట వేగంగా మెట్లు ఎక్కి పైకి వెళ్లాడు. అతని సోదరులు అతన్ని అనుసరించారు.

ఆమె తేరుకునే లోపల ఆమె కుమారులు రాజవంశపు రాకుమారులతో కబుర్లు చెప్పటం ప్రారంభించారు. ఆమె నెమ్మదిగా మెట్లెక్కి కుంతీదేవి ఎదుట నిలబడి వినయంగా తలవంచి నమస్కరించింది.

"మీ రాక మాకు వరప్రసాదం, అమ్మా! లోపలికి రండి. మీకూ మీ పుత్రులకీ ఉండేందుకు ఒక మందిరం ఏర్పాటు చేశాం," అంటూ కుంతి ఆమెని ఒక గదిలోకి తీసుకువెళ్లింది. అంత పెద్ద గదిలో ఆ పేద స్త్రీ ఏనాడూ నివసించి ఉండలేదు. ఒక పెద్ద మంచం, పాత్రలలో పూవులూ, పళ్లూ, తినుబండారాలూ ఉన్నాయి. అటువంటివి ఆమె ఎన్నడూ ఎరగదు. ఎంతో ఆకలిగా ఉన్నప్పటికీ, తాము వందేళ్లు బతికినా అక్కడి పదార్థాలని పూర్తిగా తినటం అసంభవమని ఆమె అనుకుంది.

"అమ్మా, కుంతీదేవీ! ఇంత కరుణ మీకు నామీద ఎందుకు కలిగింది? నేను చేసిన పుణ్యం ఏమిటి?" అంది ఆమె కంటతడి పెడుతూ.

కుంతి పెదవులు అద్భుతమైన చిరునవ్వుతో విచ్చుకున్నాయి, "నువ్వు మహోపకారం చెయ్యబోతున్నావు. నువ్వు, నీ ఐదుగురు కుమారులూ మీ ధర్మం నెరవేర్చబోతున్నారు," అంది.

"ధర్మమా? అంటే ఏమిటి?" అని అడిగింది ఆమె ఐదుగురు మహాయోధుల తల్లి కుంతిని.

"ఇప్పుడే నీకది అర్థం కాకపోవచ్చు, కానీ దానిగురించి ఆలోచించకు. కడుపునిండా తిని మీరందరూ విశ్రాంతి తీసుకోండి," అని కుంతి మళ్లీ చిన్నగా నవ్వింది.

సరిగ్గా అదే సమయంలో ఆమె కొడుకుల్లో అందరికన్నా చిన్నవాడు గదిలోకి పరిగెత్తాడు. కుంతిని చూసి ఒక్క క్షణం జంకాడు, ఆ తరవాత తన తల్లి దగ్గరకి పరిగెత్తి వెళ్లాడు. తన కుమారుడు వణకటం ఆ తల్లి గమనించింది. ఆ పిల్లవాడి భయం చూసి ముఖం చిట్లించిన కుంతివైపు నిస్సహాయంగా చూసింది. వాడు అలా ప్రవర్తించటానికి ఏదైనా కారణం చెప్పాలని ఆలోచిస్తూ ఉండిపోయింది. కానీ ఆ లోపలే ఆమె పెద్ద కుమారులు నలుగురూ గది దద్దరిల్లేలా పగలబడి నవ్వారు. వాళ్లు ఉత్సాహంతో కేకలు వేస్తూ పరిగెత్తి పూలతో నిండిన పాత్రలనీ, విలువైన విగ్రహాలనీ బద్దలు కొడుతూ ఉంటే బలిష్ఠంగా ఉన్న భీముడు వాళ్లని తరమసాగాడు. ఆమె భయపడుతూ కుంతివైపు చూసింది. కానీ కుంతి కూడా వాళ్ల అల్లరి చూసి ఆనందిస్తూ ఉండేసరికి ఆమె మనసు కుదుటపడింది.

పిల్లలు బల్లమీద ఉన్న తినుబండారాలని ఆబగా తినసాగారు. కుంతి మళ్లీ చిన్నగా నవ్వి భీమకాయుడు భీముణ్ణి తన దగ్గరకి రమ్మని పిలిచింది. తనకి లభించిన కొత్త మిత్రులతో కలిసి ఆ తినుబండారాలని తినాలని అనుకున్న భీముడికి తల్లి తనని పిలిచేసరికి నిరాశ కలిగింది. కొన్ని మిఠాయిలని తీసుకుని సణుక్కుంటూ తల్లి దగ్గరికి వచ్చాడు భీముడు.

"హాయిగా నిద్రపోండి, రేపు మాట్లాడుకుందాం," అంటూ కుంతి బైటికి నడిచింది. నిషాద స్త్రీ కృతజ్ఞతా భావంతో ఆమెవైపు చూస్తూ నిలబడింది.

భీముడు ఆశగా తినుబండారాలు ఉన్న బల్లవైపూ, ఆకలిగొన్న జంతువుల్లా వాటిని మెక్కుతున్న ఆ పిల్లలవైపూ చూశాడు. కానీ ఏమీ చెయ్యలేక నిట్టూరుస్తూ తల్లిని అనుసరించాడు.

కుంతి భీముడికోసం బైట వేచి ఉంది. "నీ చేతిలోని మిఠాయిలను అవతల పారెయ్యి," అంది భీముడితో.

"కానీ... అమ్మా..." అంటూ దాచుకున్న మిఠాయిలను భీముడు బైటికి తీశాడు.

"మూర్ఖుడా, వాటిలో మత్తుమందు కలిపామని తెలీదా నీకు? నీ బుర్రలోకి తెలివితేటల్ని ఎలా జొప్పించాలో నాకు అర్థం కావటం లేదు!" అంటూ కుంతి భీముడి చేతిలోని మిఠాయిలని లాక్కుని బైటికి విసిరివేసింది.

* * *

కుంతి తన కుమారుడు భీముడితో అన్న మాటలు ఆ నిషాద స్త్రీ వినలేదు. వాళ్ళిద్దరూ వెళ్ళేదాకా ఆగి తన ఆకలి తీర్చుకునేందుకు ఆమె తన పుత్రులున్న గదిలోకి వెళ్ళింది. ఆ తినుబండారాలు కొంచెం చేదుగా ఉన్నాయని అనిపించినా ఆమె పట్టించుకోలేదు. ఇంతకన్నా అధ్వాన్నంగా ఉన్న ఆహారాన్ని తినటం ఆమెకి అలవాటే. పాసిపోయిన పదార్థాలూ, కుళ్ళిపోయిన పళ్ళూ లాంటివి ఎవరూ తినకుండా పారవేస్తే, వాటినే ఏరుకుని పొట్ట నింపుకునేది. అలాంటి నికృష్టమైన జీవితం గడిపిన ఆమెకి ఈ మిఠాయిలు అమృతంలా తోచి ఒక్కొక్క ముక్కా కొరికి తింటూ తనని ఇంతగా ఆదరించిన కుంతీ, ఆమె పుత్రులూ చల్లగా ఉండాలని ప్రార్థించింది. అన్ని సౌకర్యాలూ ఉన్న ఆ గది తలుపు బైటనుంచి నెమ్మదిగా తాళం వేసిన శబ్దం ఆమెకి వినబడలేదు. పాపం ఆ అస్పృశ్యులు తాపీగా తినసాగారు. ఈ 'స్వర్గం' లో తాము బందీలమనీ, భవనం కింది అంతస్తులో తమకి ఈ సాయం చేసిన పెద్ద మనుషులు ధర్మం గురించి నిర్ణయిస్తున్నారనీ వాళ్ళకి ఏమాత్రం తెలీదు.

* * *

"అన్నయ్యా, ఇది అన్యాయం, వాళ్ళు అమాయకులు..." అంటూ అర్జునుడు తన జ్యేష్ఠ సోదరుడి మాటకి అడ్డు చెప్పబోయాడు.

యుధిష్ఠిరుడు తల్లికేసి చూశాడు. ఆమె నిస్పృహతో తల అడ్డంగా ఆడించింది. భీముడు తాను తినలేకపోయిన మిఠాయిల గురించి కలలు కంటూ, తీవ్రంగా సాగుతున్న చర్చలో పాల్గొనలేదు. అతను అదృష్టవంతుడు. సొంత ఆలోచన అంటూ లేనివాడు. తల్లీ, సోదరులూ ఎలా చెపితే అలా చేస్తాడు. ధర్మం గురించి అక్కడ జరిగే చర్చ మొత్తం అతనికి విసుగు పుట్టిస్తోంది. కానీ అర్జునుడు ఏ విషయాన్నైనా వాదించి, చర్చించిన తరవాతే ఒప్పుకుంటాడు. కవలలిద్దరూ ఒక పక్కగా కూర్చుని మద్యం గురించీ, మగువల గురించీ మాట్లాడుకుంటున్నారు. వాళ్ళ సంభాషణ ఇంకా ఆసక్తికరంగా ఉందనిపించి భీముడు వాళ్ళ పక్కకి వెళ్ళాడు.

"అర్జునా, ఈ అస్పృశ్యుల జీవితాలు దయనీయంగా ఉంటాయి. ఒక మంచి ఫలితం కోసం వాళ్ళు మరణించేటట్లు చేసి మనం వాళ్ళకి ఉపకారమే చేస్తాం. మరుజన్మలో ఈ కారణంగా వాళ్ళు బ్రాహ్మణ జన్మ ఎత్తుతారు," పట్టు విడవని తన సోదరుణ్ణి ఒప్పించేందుకు యుధిష్ఠిరుడు ఓర్పుతో ప్రయత్నించాడు.

"అందరికన్నా చిన్నవాడికి నిండా పదమూడేళ్ళు కూడా లేవు. ఆహారం ఎరగా చూపి జంతువులని ఉచ్చులో పడవేసినట్టు ఈ అమాయకులని బంధించటం చాలా క్రూరం," అని అర్జునుడు సమాధానం చెప్పాడు.

కుంతి అలసిపోయినట్టుగా, నచ్చచెపుతున్నట్టు, "నాయనా, దుర్యోధనుడు మనని ఇక్కడ సజీవంగా దహనం చేసేందుకు కుట్ర పన్నాడన్న సంగతి మనకి ముందే తెలియటం మన అదృష్టం. మీ పినతండ్రి విదురుడు ముందుగా హెచ్చరించి ఉండకపోతే ఏమయేదో ఒక్కసారి ఊహించు! ఇక్కడ ఇంక ఒక్క క్షణం ఉన్నా మనకి ప్రమాదమే. విదురుడి సందేశం అందిన వెంటనే ఈ భవనం గోడలని పరీక్షించాం, నిజంగానే దీన్ని లక్కతో నిర్మించారు. ఎండు గడ్డికన్నా వేగంగా అంటుకుంటాయి లక్క గోడలు. విదురుడు మనకి విరోధి అనే అనుకుంటూ వచ్చాను, కానీ ఈ సంఘటనతో దైవ నిర్ణయం లోతుపాతుల్ని మనం గ్రహించలేమని అర్థమైంది. దేవుడి దయ ఉండబట్టే మనకి మారుగా ఈ భవనంలో చనిపోయేందుకు ఈ స్త్రీ, ఆమె కుమారులూ వచ్చారు. అంతేకాదు, అపద్ధర్మం గురించి నీ గురువు చెప్పినది ఒక్కసారి గుర్తుచేసుకో. ఆత్మ రక్షణార్థం ఎటువంటి పనిచేసినా తప్పులేదు. దైవనిర్ణయాన్ని కాదనటానికి మనమెవరం? రేవు వద్ద ధౌమ్యుడు మనకోసం నావలో ఎదురుచూస్తూ ఉంటాడు. ఈ రాత్రి మనం ఏదో ఒకటి చెయ్యకపోతే సమయం మించిపోతుంది. రేపు దుర్యోధనుడు పంపే మనుషులు ఈ భవనానికి నిప్పు ముట్టించబోతున్నారు. మనం కాలి బూడిదవటం తథ్యం. కానీ మనం వాళ్ల ఎత్తుకి పై ఎత్తువేసి ఆ పని ఈరోజే చేసేద్దాం."

ఒప్పుకోను అన్నట్టు అర్జునుడు తల అడ్డంగా ఆడించాడు. తల్లి మాటలను పట్టించు కోకుండా యుధిష్ఠిరుడితో మొరపెట్టుకున్నాడు, "అన్నా, ఇదంతా సుయోధనుడి కుట్రే అనేది నిజమే అయితే మనం క్షత్రియుల్లా అతనితో పోరాడదాం, సవ్యమైన పద్ధతిలో పోరాడి అతన్ని ఓడిద్దాం."

యుధిష్ఠిరుడు తల్లివైపు చూశాడు. చాలాసేపు మౌనంగా ఉన్న తరవాత, నెమ్మదిగా, "బలమైన మిత్రులని సంపాదించుకునేదాకా మనం అజ్ఞాతంగా ఉండాలి. అందుకోసం ఆ దుష్టుడి ఎత్తుకి పై ఎత్తు వెయ్యాలి. భీష్మపితామహుడికి మనమీద కోపంగా ఉంది, అందుకే హస్తినకి వెళ్లటం ప్రస్తుతం సాధ్యం కాదు. ఈ పని చెయ్యక తప్పదు అర్జునా! మనకి వేరే మార్గం లేదు. కాలి మసైన ఆరు దేహాలు మనం చనిపోయామని నిరూపించాలి. లేకపోతే దుర్యోధనుడి గూఢచారులు మనకోసం వెతుకుతారు, వెంటాడతారు. ఈ నిషాద స్త్రీ, ఆమె కుమారులూ సజీవంగా దహనం అయాక వాళ్ల శరీరాలని గుర్తించటం అసాధ్యం. ఆ చనిపోయినది మనమే అని ఈ లోకం అనుకోనీ. నీ కర్తవ్యం గురించి ఆలోచించు, ఫలితం గురించి విచారించకు. వీళ్లు ఒక గొప్ప ప్రయోజనం కోసం ప్రాణత్యాగం చేస్తారు, అర్జునా. ధర్మాన్ని నిలబెట్టినందుకు గర్వించు," అన్నాడు.

"అన్నా, ఐదుగురు కుర్రవాళ్లు చనిపోతారు. నిజమే, కానీ అందరికన్నా చిన్నవాడు మరీ చిన్న పిల్లవాడు. వాణ్ణి చూసి అనుమానం తలెత్తవచ్చు," అన్నాడు సహదేవుడు.

"సహదేవుడు చెప్పింది నిజమే," అంది కుంతి ఆ ఆలోచన తనకి అంతవరకూ రానందుకు చింతిస్తూ. తరవాత తన పెద్ద కుమారుడివైపు చూసి, "యుధిష్ఠిరా, ఎంతమంది భటులున్నారు?" అని అడిగింది.

"ఏడుగురున్నారమ్మా!"

"వాళ్లకి కూడా భవనంలో విందు భోజనానికి ఏర్పాటు చేయించు. అప్పుడు శరీరాలు ఎక్కువై గూఢచారులు అయోమయంలో పడతారు," అంది కుంతి.

"ఇది చాలా ఘోరం! రాజప్రతినిధి భీష్మాచార్యుడు ఈ భటులని మనకి రక్షణగా ఉండేందుకు పంపారు," అని ఒక్క ఉదుటున అర్జునుడు లేచి నిలబడ్డాడు.

"అర్జునా, భటుల ప్రధాన కర్తవ్యం ఏమిటి? మనని ప్రమాదం నుంచి రక్షించటం. మన ప్రాణాలకు ముప్పు వాటిల్లే ఆపద వచ్చినప్పుడు, తమ ప్రాణాలకి తెగించి మన ప్రాణాలు కాపాడటం వారి ధర్మం కాదా? మనకోసం వాళ్ళ ప్రాణా లర్పించటంలో అంత ఘోరం ఏముంది? మన పవిత్ర గ్రంథాల్లో చెప్పినట్టు, వాళ్ళ తమ కర్తవ్యం నిర్వహిస్తున్నారు, అంతే. కర్తవ్యం నిర్వహిస్తూ మరణించటం కన్నా పవిత్రమైనది ఇంకేముంది? అటువంటి వాళ్ళ విష్ణువు కొలువుండే స్వర్గాన్ని చేరుకుంటారు. నిజానికి, కష్టాలతో నిండిన ఈ లోకం నుంచి విముక్తి పొంది వైకుంఠం చేరుకునేందుకు మనం వాళ్ళకి సాయం చేస్తున్నాం," అన్నాడు యుధిష్ఠిరుడు ఓర్పు నశించినవాడిలా, విసుగ్గా.

"కానీ..."

"చాలించు, అర్జునా! నీ దాయాది దుర్యోధనుడిలా మాట్లాడకు," అంటూ ఇక వాదన చాలు అన్నట్టు కుంతి కూడా లేచి నిలబడింది.

అర్జునుడు తాను ఓడిపోయానని గ్రహించాడు. తను కేవలం ఒక యోధుడు, కానీ అతని సోదరుడు పండితుడు. అతను ఎప్పుడూ అసత్యం పలకడు, బ్రాహ్మణులందరూ అతన్ని సద్గుణ సంపన్నుడనీ, న్యాయానికీ, ధర్మానికీ ప్రతిరూపమనీ కొనియాడతారు. అసలు ధర్మం అనేది ఏమిటో అర్థం కాని అయోమయంలో పడి అర్జునుడు అక్కడినుంచి నిష్క్రమించాడు. తన తల్లి చెప్పిన పని చేసేందుకు అతని అంతరాత్మ సమ్మతించలేదు. దానికి కారణం ఎవరో ఒకరు ఏదో ఒకరోజు తనకి విడమర్చి చెపుతారని అతను ఆశించాడు. ఒకప్పుడు తన గదిగా ఉన్నచోట ఆ నిషాద స్త్రీ నిద్రపోతూ సన్నగా గురక పెట్టటం అర్జునుడికి వినిపించింది. దూరంగా ప్రవహిస్తున్న గంగానదివైపు కన్నార్పకుండా చూస్తూ కాసేపు నిలబడిపోయాడు అర్జునుడు. తమని నమ్మి వచ్చిన ఆ స్త్రీ గురించీ, ఆమె కుమారుల గురించీ ముసురుకుంటున్న ఆలోచనలని పట్టించుకోకుండా ఉండేందుకు ప్రయత్నించసాగాడు. తప్పొప్పుల చిక్కుముడి నుంచి తప్పించుకునేందుకు పెనుగులాడాడు. తల్లీ, సోదరుడూ తన ముందు ఉంచిన వాదనలు అతనికి నిరర్థకమైనవిగా తోచాయి. అయోమయంలో చిక్కుకున్న అతని మనసులో అవి విషాదాన్నే నింపాయి.

సూర్యుడు నెమ్మదిగా గంగానదీ పవిత్ర జలాలలోకి దిగిపోసాగాడు. ఆ నది తన ప్రియుడి స్పర్శకి సిగ్గుతో కందిపోయే నవవధువులా ఎర్రబారింది. వారణావతాన్ని చీకట్లు ముసురుకోసాగాయి. నదీతీరాన ఉన్న రెల్లుగడ్డి పొదలపై పొగమంచు పరుచుకోసాగింది. ఆ సమయంలో చిన్న నావలో తీరానికి చేరుకున్న నల్లని ఆకారం కిందికి దిగింది. దూరంగా దేదీప్యమానంగా వెలిగిపోతున్న పాండవుల భవనాన్ని చూసి అతను గర్వంతో పొంగిపోయాడు. అది చాలా దృఢంగా ఉన్నట్టు కనబడింది. దాన్ని లక్కతో కట్టారని ఎవరూ ఊహించలేదు. ఈ భవనాన్ని నిర్మించాక ఇక తను పదవీవిరమణ చెయ్యవచ్చు. హస్తినాపురం వదిలి అన్నిటికన్నా ధనానికి ఎక్కువ గౌరవం లభించే మరో నగరానికి వెళ్ళిపోవచ్చు, హేహయ నగరం వంటి చోటికి పడమటితీరాన ఉన్న ఆ నగరాన్ని గురించి కలలు కంటూ ఆలోచించ సాగాడు అతను. అనాకారి భార్యని వదిలేసి అందమైన వయసు తక్కువ స్త్రీని వివాహం చేసుకోవాలని

కూడా అనుకున్నాడు. ప్రభుత్వాన్నీ, ప్రజలనీ మోసం చేసి సంపాదించిన ధనమంతా అతను రహస్య ప్రదేశంలో పాతిపెట్టాడు. ఇంతవరకూ, రాజాస్థానంలోని నిజాయితీపరులైన అధికారులని అనుకరిస్తూ, చాలా పేదవాడిలా జీవించాడు. తనకి మంచి పేరు లేదని అతనికి తెలుసు, కానీ తను చేసే పనుల తాలూకు రుజువులేవీ ఇతరులకి దొరక్కుండా జాగ్రత్తపడ్డాడు. ఆ విధంగా ప్రధానమంత్రి పంపిన మనుషులు వేసిన ప్రశ్నలన్నిటినీ ఎదుర్కొన్నాడు, సరైన సమాధానాలు చెప్పి తప్పించుకున్నాడు. 'ఇంక ఒక్క వారం రోజుల్లో పదవీ విరమణ చేసి, హేహయ నగరంలో, సముద్ర తీరాన పెద్ద భవనంలో, అందమైన యువతుల సాంగత్యంలో అద్భుతమైన జీవితాన్ని గడుపుతాను," అనుకున్నాడు పురోచనుడు.

గాంధార రాకుమారుడు చాలా విచిత్రమైన మనిషి. పాండవులకోసం ఆ లక్క భవన నిర్మాణానికి అవసరమయ్యే మొత్తం ధనాన్ని అతనే సమకూర్చాడు. దానివల్ల రాజ్యంనుంచి లభించిన టేకు చెక్కని పురోచనుడు రహస్యంగా అమ్ముకుని సొమ్ము చేసుకోవటం సాధ్యం అయింది.

శకునే పాండవులని తుదముట్టించేందుకు ఇలాంటి కుట్రపన్నాడని ముందు అనుకున్నాడు పురోచనుడు. ఆ కుట్రలో తనకి కూడా భాగం ఉందని తెలిస్తే దాని పర్యవసానం ఎలా ఉంటుందో అని హడిలిపోయాడు. ఎంతో నిజాయితీపరుడని పేరు తెచ్చుకున్న ప్రధానమంత్రికి శకుని ఈ కుట్ర గురించిన రహస్యాన్ని వెల్లడించాడని తెలిసి అతను మండిపడ్డాడు. ఆ కుట్ర గురించి తనకి తెలియగానే విదురుడు పాండవులని అప్రమత్తంగా ఉండమని హెచ్చరించాడు. ఆగ్రహానికి గురైన పురోచనుణ్ణి భవన నిర్మాణం ఆసాంతం చేసి ముగించేందుకు శకుని బోలెడంత ధనం ఇచ్చి మరీ ఒప్పించవలసివచ్చింది.

ఆ దుర్మార్గుడికోసం తను ఏమైనా చెయ్యటం ఇదే చివరిసారి అని పురోచనుడు తనకి తాను సర్ది చెప్పుకున్నాడు. శకుని పన్నిన ఈ పన్నాగం అతనికి అర్థం లేనిదిగా తోచింది. భవనం ద్వారాలు బైటివైపు తాళం వేసి, దాన్ని పూర్తిగా కాల్చివెయ్యమని ఆదేశించాడు ఆ విదేశీ రాకుమారుడు. పురోచనుడు కోపం తెచ్చుకుని, తాను హంతకుణ్ణి కానని గట్టిగా చెప్పాడు. అప్పుడు శకుని, సరైన అదను చూసుకుని ద్వారాలు తెరవమనీ, పాండవులు తప్పించుకునేట్టు చూడమనీ చెప్పాడు. ఇది హత్య కాదు, పరిహాసం కోసం చేసే పని, అని శకుని నచ్చచెప్పాడు. పురోచనుడు స్థిమిత పడ్డాడు. ఆ వ్యవహారం గురించిన బేరసారాలు ముగిశాక అతను పదవీ విరమణ గురించి కలలు కనసాగాడు. ఇక భోగభాగ్యాలతో జీవితం కొనసాగుతుంది. లక్క భవనాన్ని తగలబెట్టటం పాండవులని వదిలించుకునేందుకు సుయోధనుడు పన్నిన పన్నాగమేనని పాండవులకి చెప్పేందుకు పురోచనుడు అంగీకరిస్తే అతనికి అదనంగా ధనం ముట్టజెపుతానని శకుని అతన్ని ప్రలోభానికి గురిచేశాడు. పురోచనుడు వెంటనే అందుకు సమ్మతించాడు. ఆ పని చేసినందుకు పాండవులు తనపట్ల కృతజ్ఞత ప్రకటించి తనకి బహుమతి కూడా ఇస్తారని అతను నమ్మాడు.

మర్నాడు అర్థరాత్రివేళ భవనానికి నిప్పు ముట్టించి దాన్ని భస్మీపటలం చెయ్యాలని పురోచనుడు నిశ్చయించుకున్నాడు. ఒక్కరోజు ఎవరికీ కనబడకుండా దాక్కుని పాండవుల కదలికలని గమనించాలని అనుకున్నాడు. భవనంవైపు నడిచేటప్పుడు తాను నీడలో ఉండేట్టు జాగ్రత్తపడ్డాడు. ఆ ప్రాంతంలో నెలకొన్న నిశ్శబ్దం అతనికి భయంగొలిపేదిగా అనిపించి

మాటిమాటికీ ఉలిక్కిపడేట్టు చేసింది. వాతావరణం అశుభాన్ని కలగజేసేదిగా అనిపించింది. అతని అంతరాత్మ ప్రమాదం వాటిల్లబోతోందని ఘోషపెట్టింది. నావ నడుపుకుంటూ వెనక్కి వెళ్లిపోవాలని ఎంతగా అనిపించినప్పటికీ శకుని ఇస్తానన్న ధనం ప్రలోభపెట్టి అతన్ని ఆపింది. ప్రవేశద్వారం వద్ద భటులెవరూ లేకపోవటం అతనికి చాలా విచిత్రంగా తోచింది. దీపాలన్నీ ఆరిపోయి, శవం మీద కప్పిన వస్త్రంలా ఆ భవనాన్ని చీకటి ఆవరించింది. గబ్బిలం ఒకటి పురోచనుడి తలని దాదాపు రాచుకుంటూ ఎగిరి చీకటిలో కలిసిపోయింది. పురోచనుడు భయంతో కేకపెట్టినంత పని చేశాడు.

జాగ్రత్తగా అడుగులు వేస్తూ పురోచనుడు భవనంవైపు నడవసాగాడు. కంపించే చేతులని అదుపులో పెట్టుకుంటూ, ఆ విదేశీ రాకుమారుడి మాట విని, ఈ పనికి ఒప్పుకున్నందుకు తనని తాను తిట్టుకోసాగాడు. భవనాన్ని సమీపిస్తూ ఉంటే అతనికి మూసిన ఒక గవాక్షం వెనుకనుంచి ఎవరివో మాటలు అస్పష్టంగా వినిపించాయి. ఆగి వినటానికి ప్రయత్నించాడు, కానీ హస్తినాపుర రాజపురోహితుడి పేరు ఎవరో ఉచ్చరించటం తప్ప ఇంకేమీ అర్థం కాలేదు. తన కత్తిని బైటికి తీసి దానితో గవాక్షం తలుపులని కొద్దిగా తెరిచేందుకు ప్రయత్నించాడు. ఇంకా అలా ప్రయత్నిస్తూ ఉండగానే ఎక్కడో ఒక తలుపు తెరిచిన శబ్దం అతనికి వినబడింది. అంత లావైన మనిషీ గబుక్కున వెనక్కి నక్కాడు. ఆ తలుపులోనుంచి ఒక స్త్రీ, ఆమె వెంట నలుగురు పురుషులూ బైటికి రావటం చూశాడు. కొన్ని నిమిషాలపాటు వాళ్లు దగ్గరగా గుమిగూడి నిలబడ్డారు. ఆ తరవాత మరో పురుషుడు చేత దీపం పట్టుకుని వాళ్ల దగ్గరకి వచ్చాడు. ఆ స్త్రీ తలుపు మూసి సరిగ్గా గడియవేసి ఉందా లేదా అని పరీక్షించింది. నలుగురు పురుషులవెంట ఆమె వేగంగా వెళ్లిపోయింది. వాళ్లు సురక్షితంగా దూరంగా వెళ్లిపోయాక దీపం పట్టుకున్న వ్యక్తి కొన్ని గుడ్డపేలికలని వసారాలోని గోడల పక్కనా, స్తంభాల చుట్టూతా పరిచాడు. మరో చేతిలో ఉన్న పెద్ద పాత్రలోని నూనెని ఆ పేలికలమీద పోశాడు. కొన్ని క్షణాలు ప్రార్థిస్తున్నట్టు కదలకుండా నిలబడ్డాడు. ఆ తరవాత దీపంలోని జ్వాలతో ఆ పేలికలకి నిప్పు ముట్టించాడు. వెంటనే వెనుతిరిగి తన తోటివారివైపు పరిగెత్తాడు.

తను నిర్మించిన ఆ భవనం త్వరగా అగ్నికి ఆహుతైపోతుందనీ, కొన్ని క్షణాల్లో కాలి బూడిదైపోతుందనీ పురోచనుడు ఒక్క క్షణం మరిచిపోయాడు. ఎక్కడో ఏదో పేలటం వల్ల అతను కొన్ని అడుగుల దూరం వెళ్లిపడ్డాడు. భయంతో కొయ్యబారిపోయాడు పురోచనుడు. ఏం జరిగిందో అతను గ్రహించేలోపలే భవనాన్ని భగభగమని మంటలు చుట్టుముట్టాయి. కాలే ఆ భవంతి వెలుగులో పాండవులు నదివైపు పరిగెత్తటం చూసిన అతను వారిని గుర్తుపట్టాడు. రేవు వద్దకి ఒక నావ రావటం కూడా అతనికి కనిపించింది. అబ్బ! పాండవులు తప్పించుకున్నారు, తన ఎత్తుకి పై ఎత్తు వేశారు. మంటల వేడిని భరించలేక పురోచనుడు దూరంగా వెళ్లాడు, కానీ ఏం జరుగుతోందో అతనికి బొత్తిగా అర్థం కాలేదు. పారిపోతున్న పాండవులని అనుసరించాలని అనుకున్నాడు, కానీ అతనికి అప్పగించిన పని వారిని హతమార్చటం కాదు. పారిపోయి కార్యసాధనలో విజయం సాధించానని చెప్పటం మంచిది. ఆ విదేశీయుడు ఇచ్చే ధనాన్ని తీసుకుని కనపడకుండా మాయం అవటమే మేలు.

అతను వెనక్కి తిరుగుదామని అనుకునేంతలో ఒక స్త్రీ భయంతో పెట్టిన కేకలు అతని కాళ్లని కదలనివ్వలేదు. మంటల్లో చిక్కుకున్న ఆ భవనం లోపల కాలిపోతున్న మనుషులు

అతనికి కనిపించారు. వాళ్లు ఎలాగైనా బైటపడాలని బ్రహ్మప్రయత్నం చేస్తున్నారు. 'దురదృష్ట వంతులు, పాపం!' అనుకున్నాడు పురోచనుడు. మళ్లీ వెనక్కి తిరిగి పరిగెత్తుదామని అతను అనుకునేంతలో ఒక చిన్నపిల్లవాడి కేకలు వినిపించాయి. దాంతో అంతా తలకిందు లైంది. ఒక చిన్నపిల్లవాణ్ణి వాడి తల్లి గవాక్షం గుండా బైటికి తోసేందుకు ప్రయాసపడుతోంది. పర్యవసానం గురించి ఆలోచించకుండా, పురోచనుడు భవనంవైపునుంచి దూరంగా పారిపోవటానికి బదులు భవనంవైపు పరిగెత్తాడు.

"అయ్యా... అయ్యా!" అంటూ అతనివైపు చూసి ఆ స్త్రీ గావుకేకలు పెట్టింది. కాలిపోతున్న గవాక్షంలోనుంచి తన పిల్లవాణ్ణి బైటికి తోసేందుకు ప్రయత్నిస్తున్న ఆమె జుట్టు ఒక పక్క కాలిపోతూ ఉంది. ఆ పిల్లవాడు భయంతో ఏడుస్తూ గవాక్షానికి ఉన్న చువ్వల్ని చిన్న కత్తితో కోసివేసేందుకు ప్రయత్నిస్తున్నాడు. ఆ స్త్రీ అస్పృశ్యురాలని తెలుస్తూనే ఉంది, అయితేనేం? ఒక పిల్లవాడు ప్రమాదంలో చిక్కుకున్నాడు తను వాడిని కాపాడాలి, అనుకున్నాడు ఆ రాజ్యాధికారి ఉద్రేకంగా. మంటల వేడిని లెక్కచెయ్యకుండా పురోచనుడు గవాక్షం దగ్గరకి పరిగెత్తాడు. 'ఒక అస్పృశ్యుడైన బికారి పిల్లవాడికోసం నా ప్రాణాలకి ముప్పు తెచ్చుకుంటున్నానేమిటి?' అంటూ అతని మనసు ఒక వైపు ఘోషిస్తోంది. కానీ, తనలో తనకే తెలియని గుణమేదో అతన్ని ఆ గవాక్షం దగ్గర్నించి కదలకుండా నిలబడేట్టు చేసింది.

అటువంటి సానుభూతిపూర్వకమైన పనులకి దండన తప్పకుండా వెంటనే లభిస్తుంది. ఆ ప్రతిఫలం కాలుతున్న భవనంలోని ఒక పెద్ద గోడ కూలటం ద్వారా పురోచనుడికి లభించింది. పైనుంచి ఎవరో కోపంగా దాన్ని కింద పడవేసినట్టు అనిపించింది. అది వచ్చి సూటిగా పురోచనుడి మీద పడింది. దానికింద చిక్కుకున్న ఆ రక్షణాధికారి కదల్లేకపోయాడు. తల్లినీ పిల్లవాడినీ అగ్నిజ్వాలలు కబళించటాన్ని నిస్సహాయంగా చూస్తూ ఉండిపోయాడు. ఆ మంటలు అతన్ని సమీపించి అతని లావాటి శరీరాన్ని కాల్చివేస్తూ ఉంటే, జీవితాంతం మోసంతో సంపాదించిన ధనమంతా తను ఎక్కడ దాచిఉంచాడో తన భార్యకి సైతం తెలీదన్న ఆలోచన అతని మనసుకి బాధ కలిగించింది. 'జీవితాన్నంతా వ్యర్థంగా గడిపి, ఇప్పుడు నిరర్థకమైన ప్రయోజనం కోసం చనిపోతున్నాను,' అన్నది అతనికి వచ్చిన చివరి ఆలోచన.

* * *

దూరంగా గంగానదిలో ఒక నావ నిలిచి ఉంది. ధౌమ్యుడూ, అతని అనుచరులు మరో ఇద్దరూ, కుంతీ, ఆమె కుమారులూ అగ్నిదేవుడు భవనాన్ని జ్వాలలతో కాల్చివేయటం చూస్తూ ఉండిపోయారు. అర్జునుడు మాత్రం తన పాదాలవైపు చూస్తూ కూర్చున్నాడు.

"ఇది చాలా ఘోరం అని నాకు తెలుసు, కానీ మాకు ఇంకో మార్గం ఏదీ లేకపోయింది కదా ధౌమ్యా?" అంది కుంతి రగులుతున్న భవనంకేసి చూస్తూ.

ధౌమ్యుడు ఆమెకేసి చూసి, "కుంతీదేవీ! ప్రాణాపాయంలో ఏం చేసినా తప్పులేదు. కానీ ఇకమీదట మీరు జాగ్రత్తగా ఉండాలి. అగ్నిదేవుడు అందరి శరీరాలనీ గుర్తుపట్టలేనంతగా భస్మంచేసి ఉంటాడనే అనుకుంటాను. ఆ నిషాదులని భవనంలోకి రప్పించటం అనేది చాలా గొప్ప యుక్తి, కుంతీదేవీ! మిగతా విషయాలు నాకు వదిలెయ్యండి. పాండవులు అగ్నికి ఆహుతై చనిపోయారన్న వదంతిని మేము అంతటా పుట్టిస్తాం. బలవంతులైన మిత్రులని సంపాదించుకునే దాకా మీరు కాస్త అజ్ఞాతంగా ఉండండి. పాంచాలదేశానికి వెళ్లండి. అక్కడ స్వయంవరం

జరగబోతోంది. మహారాజు తన కుమార్తెని అందరికన్నా గొప్ప విలుకాడికిచ్చి వివాహం జరిపించబోతున్నాడు. అర్జునుడు అందమైన పాంచాల రాకుమారి ద్రౌపదిని సులభంగా గెలుచుకోగలుగుతాడు."

దిగులుగా ఉన్న అర్జునుడు ధౌమ్యుడి మాటలు పట్టించుకోలేదు. అతను ఎటువంటి ప్రతిక్రియా కనబరచలేదు. కుంతీ, రాజపురోహితుడూ ఒకర్నొకరు చూసుకున్నారు. యుధిష్ఠిరుడు నిరాశగా తల అడ్డంగా ఆడించాడు. అజ్ఞాని అర్జునుడికి ధర్మం గురించీ, కర్మ గురించీ ఎవరైనా వివరించాల్సి ఉంది, అనుకున్నాడతను.

పురోహితుడు అర్జునుడి పక్కన కూర్చున్నాడు. అందగాడు అర్జునుడు తక్షణం లేచి నిలబడగానే నావ ఊగింది. "జంతువులని వల పన్ని పట్టినట్టు వాళ్లని భవనంలో బంధించాం," అన్నాడు ఆవేశంగా.

"రాకుమారా, భయం లేదు. ఇంద్రుడి సభనుంచి శాపవశాత్తూ ఈ భూమిమీదికి దిగి వచ్చిన దేవలోకవాసులు వాళ్లు అని అనుకో. ఎవరో మహర్షిని అవమానించినందుకే వాళ్లు అస్పృశ్యులుగా జన్మించారు. కానీ ధర్మం నిలబెట్టటానికి ప్రాణాలు పోగొట్టుకున్నందుకు వాళ్లు చేసిన పాపాలన్నీ ప్రక్షాళనం అయిపోయాయి. అది చాలా మంచి కట్టుకథ. మన పురజనులు దాన్ని వెంటనే నమ్మేస్తారు. అన్ని దేవాలయాల్లోనూ ఇదే కథని చెబుదాం, త్వరలోనే దాన్ని ప్రామాణికతను నిరూపించేందుకు మూర్ఖులు ప్రాణాలర్పిస్తారు," అన్నాడు ధౌమ్యుడు. అర్జునుడు తప్ప మిగిలిన వారందరూ ధౌమ్యుడి మాటలకి నవ్వారు.

"మనం ఎటువంటి మారువేషాలు వేసుకోవాలి?" అని యుధిష్ఠిరుడు రాజ పురోహితుణ్ణి అడిగాడు.

ఏమాత్రం సంకోచించకుండా, "బ్రాహ్మణుల వేషం ధరించండి. అలా చేస్తే మీకు ఎప్పుడు కావాలంటే అప్పుడు ఆహారం, గౌరవం దొరుకుతాయి. మీరు వద్దన్నా దొరుకుతాయి!" అన్నాడు ధౌమ్యుడు.

తూర్పు దిక్కున సూర్యుడు తొంగి చూడగానే, వాళ్లు నావని నడుపుకుంటూ పాంచాల దేశం దిశగా ప్రయాణమయారు. నదిలో కొంతదూరం వెళ్లాక వాళ్లకి మరొక పడవ ఎదురుపడింది. అది జనంతో పూర్తిగా నిండిపోయి ఉంది. వారణావతానికి వెళ్లే ఆ పడవ అంచుమీద కూర్చున్న నల్లని యువకుణ్ణి పాండవులు చూడలేదు. కానీ ఆ నిషాదుడి చూపులు ఒక్క క్షణం కూడా వాళ్లమీదినుంచి మరలలేదు.

# 21. స్వయంవరం

రేవులోకి పడవ చేరుకోగానే ఏకలవ్యుడు కిందికి దిగాడు. అందరితోబాటు అతని చూపులు కూడా వెంటనే కాలిపోయిన భవనం తాలూకు అవశేషాలవైపు వెళ్లాయి. పడవలో ప్రయాణం చేస్తున్నప్పుడే అతనికి భవనం కాలిపోవటం గురించి అందరూ మాట్లాడుకోవటం వినిపించింది. క్రితం రాత్రి వారణావతంలోని ఆ భవనానికి నిప్పంటుకుందనీ, కుంతీ, పాండవ కుమారులూ అందులో కాలిపోయి మరణించారనీ విన్నాడు. జనం కంగారుగా ఆకాశంవైపు లేస్తున్న దట్టమైన నల్లటిపొగవైపు చూపిస్తూ, దురదృష్టవంతులైన పాండవులని తలుచుకుని బాధపడసాగారు. కాలి మసిబారిన ఆ భవన శిథిలాలవైపు అందరితోపాటు ఏకలవ్యుడు కూడా కదిలాడు. తమకి ఎదురుపడిన నావలోని పురోహితుడు ఎవరో అతనికి ఇదమిత్థంగా తెలీలేదు, కానీ తలవంచుకుని కూర్చున్న యువకుడు మాత్రం అర్జునుడే అని గ్రహించాడు.

తన కుటుంబం విడిచివెళ్లినప్పట్నించీ వాళ్ల జ్ఞాపకాలు ఏకలవ్యుణ్ణి బాధపెట్టసాగాయి. వాళ్లని కలుసుకోవాలన్న బలమైన కోరికని అణచుకునేందుకు అతను విలువిద్య అభ్యాసాన్ని పొడిగించి కఠినమైన శ్రమకి తన శరీరాన్ని గురిచేశాడు. కానీ అందరికన్నా చిన్నపిల్లవాడి కొంటెనవ్వు అతన్ని అదేపనిగా వెంటాడసాగింది. ఇక ఏమీ ఆలోచించకుండా వారణావతానికి ప్రయాణం కట్టాడు. న్యాయపరులైన పాండవుల రాజ్యంలో వాళ్లు ఎలా జీవిస్తున్నారో చూడాలని ఆత్రుతతో బైలుదేరాడు.

ఏకలవ్యుడు భవనానికి చేరుకునే వేళకి అక్కడ ఏమీ మిగల్లేదు. మాంసం, జుట్టూ కాలిన దుర్గంధం అంతటా అలుముకుని ఉంది. అక్కడక్కడా మురికినీరు మడుగులు కట్టి ఉంది. మృత్యువువల్ల వాతావరణంలో నిండిన దుర్గంధాన్ని భరించలేక జనం ముక్కులు మూసుకున్నారు. కొందరు భటులు కాలిపోయిన శవాలని చండాలులచేత బైటికి తీయిస్తున్నారు. వాటిని కొద్దిదూరంలో ఉన్న ఎడ్లబండిలో పడవేయిస్తున్నారు. అలా శవాన్ని బైటికి తీసిన ప్రతిసారీ అక్కడ ఉన్న స్త్రీలు శోకంతో కేకలు పెడుతున్నారు. వాళ్లు ఒక స్త్రీ శవాన్ని మోసుకొస్తూ ఉంటే చూసిన జనం ఊపిరి బిగబట్టారు. మృత్యువు సృష్టించిన ఆ నిశ్శబ్దంలో వెక్కిళ్లూ, ముక్కు ఎగబీల్చటాలూ తప్ప ఇంకేమీ వినిపించటం లేదు. "రాజమాత కుంతి," అని నెమ్మదిగా అన్నారెవరో. ఆ తరవాత కాటికాపర్లు ఆమె కుమారుల శవాలని మోసుకువచ్చారు. చనిపోయిన పాండవులని చూసేందుకు జనం ఒకరిని ఒకరు తోసుకుంటూ ముందుకి రాసాగారు. దృఢకాయులైన పాండవులకన్నా ఈ శవాలు మరీ చిన్నవిగా ఉన్నాయని అనుకున్నాడు ఏకలవ్యుడు. కానీ అగ్ని ఏం చేస్తుందో ఎవరికి తెలుసు? "భీముడు ఏడీ?"

అని ప్రశ్నించాడు ఏకలవ్యుడి పక్కనే నిలబడ్డ వ్యక్తి. మంటలు లేకపోయినా ఇంకా లోపల్లోపల రగులుతున్న భవన అవశేషాలనుంచి ఆ తరవాత వాళ్లు బైటికి తీసుకువచ్చిన శవం అతని ప్రశ్నకి సమాధానం ఇచ్చింది. "భీమా!" అంటూ అరిచారు జనం. వాళ్లు భయంతో పెట్టిన కేకలో కాస్తంత సంతోషం ఛాయలు కనిపించాయి. కొందరు స్త్రీలు గోడుగోడున శోకాలు పెట్టారు. రక్షణాధికారి భారీకాయాన్ని మొయ్యలేక చండాలులు ఆయాసపడసాగారు. వాళ్లు అతని శవాన్ని బండిలోకి ఎత్తి పడవేశారు. మిగతా శవాలకి చోటు చేసేందుకు అతని శవాన్ని ఒక పక్కకి తోశారు. అప్పుడు చూశాడు ఏకలవ్యుడు దాన్ని. ఒక శవం ఛాతీమీద ఏదో మెరుస్తూ కనిపించింది. ఆ నిషాదుడి వెన్ను జలదరించింది, గుండె కంపించింది. దుఃఖంతో అతని మనసు మొద్దుబారింది. తను చూసింది నిజం కాదని సర్ది చెప్పుకోబోయాడు, కానీ అందులో అబద్ధం ఏమాత్రం లేదని అతనికి తెలుసు. భయంతో అడుగులో అడుగు వేసుకుంటూ శవాలని పేర్చిన బండివైపు నడిచాడు.

పురోచనుడి పక్కనే ఏకలవ్యుడి పినతల్లి పుత్రుల్లో అందరికన్నా చిన్నవాడి శవం ఉంది. విడిచి వెళ్లేప్పుడు ఏకలవ్యుడు వాడికి ఇచ్చిన కత్తి ఇంకా వాడి చేతిలోనే ఉంది. కాలిపోయిన వాడి వేళ్లు ఇంకా దాన్ని పట్టుకునే ఉండటం చూసి ఏకలవ్యుడి కళ్లనుంచి కన్నీళ్లు ధారలు కట్టాయి. ఏకలవ్యుడు వాడి శవాన్ని బండిలోనుంచి బైటికి లాగేందుకు ప్రయత్నించే దాకా చండాలురు అతన్ని గమనించలేదు. గమనించగానే వాళ్లు అతన్ని దూరంగా నెట్టారు. శవాలమీదున్న విలువైన వస్తువులనన్నిటిమీదా హక్కు వాళ్లదే. ఈ భయంకరమైన వృత్తిలో చేరేందుకు వాళ్లకి దొరికే లాభాలలో ఇదీ ఒకటి. రాకుమారుల శవాల మీదా, రాజమాత శవంమీదా అంతవరకూ తమకి ఏమీ దొరకలేదని అసలే వాళ్లకి విసుగ్గా ఉంది. మరో అస్పృశ్యుడు వచ్చి తమకి దక్కవలసినదాన్ని దోచుకుపోవటాన్ని వాళ్లు భరించలేకపోయారు.

ఏకలవ్యుడు మళ్లీ తన బంధువు దగ్గరకి పరిగెత్తటం చూసి, ఒక కాటికాపరి తన పొడవాటి కర్రతో అతన్ని కొట్టాడు. మిగతావాళ్లు కూడా వచ్చి ఏకలవ్యుణ్ణి ఏమాత్రం జాలి తల్చకుండా చావగొట్టారు. ఏకలవ్యుడికి వాళ్లతో పోరాడాలని అనిపించలేదు సరికదా, ఆ దెబ్బలు అతనికి సుఖంగా తోచాయి. వాటివల్ల తన గుండెలోతుల్లో కురుపులా సలుపుతున్న బాధని తాత్కాలికంగా మరిచిపోగలిగాడు. ఏకలవ్యుడికి ఇప్పట్లో స్పృహరాదని నిర్ధారణ చేసుకున్నాక, వాళ్లు మూటని లాగినట్టు అతన్ని పక్కకి లాగి ఒక చెట్టుకింద పడవేశారు.

శవాలతో నిండిన బండి ఒక్క కుదుపుతో బైలు దేరింది. నది సమీపంలో ఉన్న శ్మశానం వైపు అది భారంగా కదిలింది. కాటికాపర్ల నాయకుడు శవం చేతిలోని కత్తిని బలంగా లాగాడు. అది చాలా చవకరకమైన కత్తి, కానీ దాన్ని అమ్మితే ఒక పాత్ర నాటుసారా దొరికే అవకాశం ఉంది అనుకుంటూ వాడు దాన్ని తన మొలకి చుట్టుకున్న బట్టల్లో దాచుకున్నాడు.

* * *

ఏకలవ్యుడికి స్పృహ వచ్చేసరికి సూర్యుడు పడమటి దిక్కుకి వాలుతూ ఉన్నాడు. చితులు కాలి చల్లారిపోయాయి. గ్రామపెద్ద మృతుల ఆత్మశాంతికై ఏర్పాటు చేసిన భోజనాలు చేసి బ్రాహ్మణులు ఇంటిదారి పట్టారు. ఏకలవ్యుడిని శరీరబాధకన్నా ఎక్కువగా మనసుకి తగిలిన గాయం బాధపెట్టసాగింది. లేచి నిలబడేందుకు ప్రయత్నిస్తూ ఉంటే తనని రెండు బలమైన చేతులు ఆసరాగా పట్టుకోవటం గమనించి అతను ఆశ్చర్యపోయాడు. తలఎత్తి చూస్తే ఒక

పశులకాపరి తనవైపే చూస్తూ చిన్నగా నవ్వటం కనిపించింది. "అశ్వసేనా!" నెమ్మదిగా అతన్ని గుర్తుపడుతూ ఏకలవ్యుడు చిన్నగా అన్నాడు. తక్షకుడి దండులోని అతని మిత్రుడు, ఆ నాగుడు ఏకలవ్యుణ్ణి గట్టిగా గుండెలకి హత్తుకున్నాడు.

అయోమయంగా తనవైపే చూస్తున్న ఏకలవ్యుడితో, "ఆమెని హెచ్చరించేందుకు ప్రయత్నించాను, కానీ నా మాట వినిపించుకోలేదు," అన్నాడు అశ్వసేనుడు. మళ్ళీ తనే, "నువ్వు మళ్ళీ విలువిద్యాభ్యాసం కొనసాగించినప్పటినుంచీ మావాళ్ళు నిన్ను గమనిస్తూనే ఉన్నారు. ద్రోణాచార్యుడిని సంతృప్తిపరిచేందుకు నువ్వు నీ బొటనవేలిని త్యాగం చేసినప్పటి నుంచీ మహానాయకుడు నీమీద ఆశలు వదులుకున్నాడు. కానీ నువ్వు మళ్ళీ పోరాటపటిమతో అభ్యాసం కొనసాగించటం తక్షకుణ్ణి మెప్పించింది. ఆయన ప్రతి ఉపన్యాసంలోనూ నీ గురించిన ప్రస్తావన ఉంటుంది. మా జట్టులో ఉన్న నాగజాతి యువకులందరికీ నువ్వే ఆదర్శం. ఇప్పుడు వాళ్ళ దృష్టిలో నువ్వొక వీరుడివి. తక్షకుడు నిన్ను కలవాలని అనుకుంటున్నాడు. మన లక్ష్యాన్ని విడిచిపెట్టినందుకు ఆయనకి నీమీద ఎటువంటి పగా లేదు. కుల వ్యవస్థని తలకిందులు చేస్తే తప్ప ఈ రాజ్యంలో మనవంటి వారికి భవిష్యత్తు లేదని తెలుసుకున్నాక నువ్వు మళ్ళీ ఎదురు తిరుగుతావని అన్నాడాయన. నీకూ, నీ కుటుంబానికీ కలిగిన అనుభవం అరుదైనదేమీ కాదు. కొన్నివేల సంవత్సరాలుగా మనవాళ్ళు అన్యాయానికి గురవుతూనే ఉన్నారు. ఏకలవ్యా, నావెంట ఖాండవ వనానికి రా. మనలాంటి అణచివేతకి గురైన వారికీ, పేదవారికీ, పీడితులకీ అదొక్కటే మార్గం. హత్యకి గురైన నీ కుటుంబం కోసం తెగిపోయిన నీ బొటనవేలి కోసం మనలాంటి నిర్భాగ్యులకోసం, ఖాండవ ప్రస్థానికి తిరిగి వచ్చెయ్యి," అన్నాడు అశ్వసేనుడు.

ఏకలవ్యుడు తన మిత్రుడికేసి చూసి, "నువ్వు సరిగ్గా తక్షకుడిలాగే మాట్లాడుతున్నావు, నీ మాటలూ, ధోరణీ అతనిలాగే ఆడంబరంగా, నాటకీయంగా ఉన్నాయి," అన్నాడు.

"నావెంట వస్తావా?"

ఏకలవ్యుడు నాలుగే వేళ్ళున్న తన కుడిచేతిని చూసుకున్నాడు. మాయమైన బొటనవేలు దురదవేయసాగింది. తన దాయాది చిన్నపిల్లవాడు చేత్తో గట్టిగా పట్టుకున్న కత్తి అతని మనసులో మెరిసింది. లేచి నిలబడిన మరుక్షణం శరీరం నొప్పితో వణికింది, కానీ అతను దాన్ని లెక్కచెయ్యలేదు. నాగుడి ముఖంవైపే కన్నార్పకుండా చూస్తూ, "వస్తాను," అన్నాడు.

అశ్వసేనుడు తన మిత్రుణ్ణి వాటేసుకుని ఆనందంతో అరిచాడు. చీకట్లు ముసురుతూ ఉండగా ఇద్దరు మిత్రులూ దట్టమైన కీకారణ్యం, ఖాండవవనంవైపు సుదూర ప్రయాణం సాగించారు.

* * *

"నా గుండె ఆనందంతో కొట్టుకుంటోందో, భయంతో దడదడలాడుతోందో నాకే తెలీటం లేదు."

గాంధారి తన భర్త చల్లటి వేళ్ళు వణకటం వాటిని తాకటంవల్ల తెలుసుకుంది. వారి చుట్టూ చీకటి ప్రపంచం ఆవరించి ఉంది. విదురుడు అంతకుముందే వాళ్ళని వదిలి వెళ్ళాడు. ప్రధానమంత్రి ఎదుట మహారాజు గంభీరంగా ఉన్నట్టు నటించినా, విదురుడి అడుగుల చప్పుడు దూరమవటం వినగానే ఆయన భార్యవైపు తిరిగాడు. ఆమె ఏమీ మాట్లాడలేదు, మాట్లాడాలని

అనిపించలేదు కూడా. ప్రార్థించాలని ప్రయత్నించింది కానీ ఆమెకి ఓదార్పు నిచ్చే మాటలు దొరకనేలేదు ఆమె మనసు పూర్తిగా మొద్దుబారిపోయింది.

విదురుడు చెప్పినవార్త విని మహారాజు మౌనం దాల్చినప్పటికీ ఆయన సంతోషించాడని ఆమె గ్రహించింది. కానీ ఆమె నరనరానా భయం వ్యాపించింది. విదురుడు అన్నమాటల వెనుక భావమేమిటో తన భర్తకి అర్థమైందో లేదోనని ఆమెకి సందేహం కలిగింది. తను అన్నమాటలు ప్రమాదకరంగా ప్రతిధ్వనిస్తూండగా విదురుడు నిష్క్రమించాడు. అప్పుడు ధృతరాష్ట్రుడు, "సుయోధనుడు నిజంగానే అటువంటి పనిచేసి ఉంటాడా?" అని గాంధారిని అడిగాడు.

ధృతరాష్ట్రుడి దృష్టిలో తమ ప్రథమ సంతానం ఎటువంటి అపరాధమూ చెయ్యగలవాడు కాదు. కానీ గాంధారి అంత రూఢిగా ఆ విషయం చెప్పలేకపోయింది. ఆమె భర్తనుంచి దూరంగా జరిగి గవాక్షం ఎక్కడుందా అని తడుముకుంటూ దానివైపు నడిచింది. దానిగుండా వచ్చే చల్లటిగాలిని అనుభవించాలని అనుకుందామె. భర్త భారంగా ఊపిరి పీల్చటం ఆమెకి వినిపించింది. పాపం మహారాజు! ఎన్నో సంవత్సరాల క్రితం భీష్ముడు ఆమెని రాజభవనానికి తీసుకు వచ్చినప్పుడు, తనకి భర్త కాబోయే వ్యక్తిని చూసి ఆమె నిర్ఘాంతపోయింది. హస్తినాపుర రాకుమారులకోసం భార్యలని వెతికేందుకు రాజ్యాలన్నిటినీ గాలించటం తప్ప భీష్ముడికి వేరే మార్గం లేకపోయిందని అనటం అతిశయోక్తి కాదేమో. తనకి కాబోయే భర్త కళ్లని చూసి ఆమె శరీరం జలదరించింది. తమచుట్టూ ఉన్న అద్భుతమైన ఐశ్వర్యాన్ని చూస్తూ ఆమె శకుని భుజం చుట్టూ చెయ్యివేసి ఉంచింది. తన సోదరుణ్ణి దుష్టులైన వ్యక్తులనుంచి కాపాడాలని అనుకున్నట్టు కనిపించింది. కుతూహలంగా ఆమెనే చూస్తున్న సభికుల ముందు ఏమాత్రం తొణకకుండా ఉండాలని విశ్వప్రయత్నం చేసింది. అంధుడైన ధృతరాష్ట్రుడికి భీష్ముడు సమర్పించబోయే అపురూపమైన కానుకని చూసేందుకు అక్కడ సమావేశమైన స్త్రీపురుషులు లోగొంతుతో మాట్లాడుకోవటం గాంధారికి వినిపిస్తూనే ఉంది. వాళ్ల సానుభూతినీ, జాలినీ కూడా ఆమె గ్రహించగలిగింది. మతిభ్రమించినట్టు ఆవేశంతో ఆమె తన భుజాలమీది వస్త్రం నుంచి ఒక ముక్క చింపి కళ్లకి కట్టేసుకుంది. ఆనాటినుంచీ ఆమె ధృతరాష్ట్రుడి అంధత్వాన్ని పంచుకుంటూనే జీవిస్తోంది.

"అమ్మా, ఎందుకలా చేస్తున్నావు?" ఆనాడు భీష్ముడు వేసిన ప్రశ్న, ఆయన గొంతులోని దిగ్భ్రమ ఆమెకి ఈనాటికీ వినిపిస్తూనే ఉన్నాయి. ఆయన గొంతులోని వ్యథ, అపరాధభావం ఆమెకి ఒక విధమైన తృప్తినిచ్చాయి. ఇన్ని సంవత్సరాలు గడిచినా దాన్ని తల్చుకుంటే ఆమెకి ఏదో తెలీని తృప్తి కలుగుతోంది. ఆనాటి జ్ఞాపకాలు మనసులో వేసిన ముద్ర ఇంకా కొంచెం కూడా చెరిగిపోలేదు. తన కనుచూపును దోచుకున్న ఆ రాజ్యాన్ని సర్వనాశనం చెయ్యాలన్న కోరికని ఆమె తన సోదరుడితో పంచుకుంది. కానీ ఈ దుమ్ము ధూళితో నిండి పొడిగా ఉండే భూభాగం తన మనసులో ఎంతగా ఇంకిపోయిందో తల్చుకుంటే విచిత్రమనిపిస్తుంది. సుగంధ ద్రవ్యాల వాసనలు, ఆలయంలో మోగే గంటల నాదం, ఉక్కపోతతో నిండిన వేసవి ఋతువులో చర్మంలోని ప్రతి రంధ్రంలోనూ నిండే సన్నని ధూళి ఆమె గుండెలో గూడు కట్టుకున్నాయి. చాలాకాలం క్రితమే ప్రతీకారం తీర్చుకోవాలన్న కోరికా, సర్వనాశనం చెయ్యాలన్న ఆలోచన మాయమైనాయి. తను ఎప్పుడూ వెగటుతో దూరంగా తొలగాలనుకునే వ్యక్తి తన భర్త స్థానంలో వున్నాడు. అభద్రతా భావంతో ఉన్న ఆ వికలాంగుడి మీద తనకి ఉన్నది ప్రేమా, సానుభూతా?

తనని తానే ఆ ప్రశ్న అడిగేందుకు ఆమె భయపడేది. తను కూడా కళ్లకి గంతలు కట్టు కుంటానన్న భయంకరమైన ప్రతిజ్ఞ చేసినప్పుడు, ఆమె భీష్ముడి మనసుని గాయపరిచేందుకే ఆ పని చేసింది. తన తండ్రినీ, తన రాజ్యాన్నీ సర్వనాశనం చేసినందుకు భీష్ముణ్ణి ఎప్పటికీ క్షమించలేనని అనుకుంది. కానీ సంవత్సరాలు గడిచేకొద్దీ ఆమె మనసులో ఆయనపట్ల గౌరవ భావం ఇనుమడిస్తూ పోయింది. ఎంత ప్రయత్నించినప్పటికీ ఆమెని ఆ భావం వీడలేదు.

"ఒకప్పుడు వాళ్లు వారసత్వంగా నాకు దక్కవలసిన రాజ్యాన్ని నానుంచి దోచుకుని నా సోదరుడు పాండుని సింహాసనం అధిరోహించేట్టు చేశారు. నేను ఒక పక్కన సేవకుడిలా నిలబడి ఉండిపోయాను," అన్నాడు ధృతరాష్ట్రుడు పళ్లు కొరుకుతూ. కాస్త ఆగి, "నేను అంధుణ్ణి, చీకటిని తప్ప ఇంక దేన్నీ చూడలేనివాణ్ణి... నా తలపైన ఉన్న కిరీటం సైతం నా సోదరుడు నాకు కానుకగా ఇచ్చినదే... నాకు జన్మహక్కుగా చెందవలసిన సింహాసనాన్ని, పాండు చనిపోయిన తరవాత దయాధర్మంతో భిక్షగా ఇచ్చినట్టు ఇచ్చారు. నేను కేవలం పేరుకే రాజుని. ఈ రాజ్యాన్ని పాలించేది నిజానికి భీష్ముడూ, విదురుడూ," అన్నాడు.

తన భర్త లేచి గదని అందుకోవటం గాంధారికి వినిపించింది. తన రెండు చేతులనీ కలిపి గట్టిగా పట్టుకుందామె. తన భర్త బలహీనుడనీ, సులభంగా హానికి గురి అవగలడనీ అనుకోవడం భరించలేకపోయింది. ఆయన హస్తినాపురానికి మహారాజు, ఒక మహాద్వీప మంతటి భూభాగానికి ఏలిక. అయినప్పటికీ తన నీడని సైతం చూసి భయపడతాడు! అందరిపట్లా మర్యాదగా, వినయంగా మాట్లాడే మృదుభాషి. ఏ మాటైనా ముందుగా ఆలోచించి మాట్లాడే సహృదయుడు. కానీ తమ అంతఃపురంలో మాత్రం ఆయన పద్ధతి పూర్తిగా మారిపోతుంది. ప్రస్తుతం ఏం జరగబోతోందో గాంధారికి తెలిసిపోయింది. ఆ ధ్వనులు ఆమెకి సుపరిచితాలే. ఆమె భర్త భీముడి ప్రతిమమీద గదాప్రహారం చేసి తన కోపాన్ని ప్రదర్శిస్తున్నాడు. అది తమ ప్రథమ సంతానానికి ఎవరో సమర్పించిన కానుక, కానీ సుయోధనుడు దాన్ని ఎన్నడూ ఉపయోగించుకోలేదు. ప్రస్తుతం అది రాజూ రాణీ శయనించే మందిరంలో ఉంది. ధృతరాష్ట్రుడి గద ఆ లోహప్రతిమని ఢీకొని ఖంగుమన్న శబ్దం వినవచ్చింది.

"ఆ గదాప్రహారం ఆపుతారా?" అంది గాంధారి బాధనిండిన గొంతుతో.

కొంతసేపు గదాప్రహారం ధ్వని వినబడలేదు, కానీ మళ్లీ ఆయన దాన్ని కొనసాగించి లోహప్రతిమని మరింత బలంగా బాదటం ప్రారంభించాడు. కనీసం తన శయనమందిరంలో తాను శక్తిమంతుడైన రాజునే అని నిరూపించేందుకు అలా ప్రవర్తిస్తున్నాడేమో అనిపించింది. మహారాజు తిప్పుతున్న గదపట్ల ఎంతమాత్రం భయంలేనిదానిలా గాంధారి ఆయనవైపుకి నడిచింది. ఆమె తన సమీపానికి వచ్చిందని గ్రహించిన మహారాజు గదాప్రహారాన్ని ఆపాడు. ఆయన చేతిలోని గదని లాక్కుని గాంధారి ఆయన్ని మంచంమీద కూర్చోబెట్టింది. ఓడిపోయిన వాడిలా మహారాజు తన ముఖాన్ని ఆమె భుజంమీద ఉంచాడు. కానీ గాంధారి ఆయన ముఖాన్ని పైకెత్తి వేళ్లతో తడిమింది. ఆమె సాన్నిధ్యంలో ఎంతో నిస్సహాయంగా ఉన్న ఆయన్ని చూసి ఆమెకి ఏడుపొచ్చింది. కానీ గాంధారదేశపు స్త్రీలు ఎన్నడూ కంటతడిపెట్టరు అనే విషయాన్ని గాంధారి గుర్తుచేసుకుంది. 'పాపం ఈ మనిషి ఎన్ని అవమానాలని ఎదుర్కొన్నాడు' అనుకుంది గాంధారి తన భర్త దట్టమైన జుట్టుని నిమురుతూ. ధృతరాష్ట్రుడి జుట్టు సుయోధనుడి జుట్టుని పోలి ఉందని అనిపించింది ఆమెకి. బహుశా తన భర్త జుట్టు ఈసరికి నెరిసిపోయి

ఉంటుందేమో, పూర్తిగా ముగ్గుబుట్ట కూడా అయిపోయి ఉండవచ్చు అనుకుంది. కానీ భర్త జుట్టు స్పర్శకి తన కుమారుడి జుట్టులాగే ఉంది. వారి ప్రపంచంలో రంగు ప్రసక్తి లేదు. తన ప్రథమ సంతానం రూపురేఖలు ఇప్పుడు ఎలా ఉండి ఉంటాయో ఊహించేందుకు ప్రయత్నించింది గాంధారి.

"ఇప్పుడు తనకి హక్కుగా దక్కవలసినదాన్ని మన కుమారుడు సొంతం చేసుకుంటాడు. వాడు మనలా అంధుడు కాడు గాంధారీ. ఈ విషయం ఇంకెవరికీ చెప్పలేను, కానీ నువ్వు అర్థం చేసుకోగలవు. పాండవులు చనిపోయినందుకు నాకు ఊరటగా ఉంది. అది ప్రమాద వశాత్తూ జరిగిన సంఘటనేననీ, మన కుమారుడికి దానితో ఎటువంటి సంబంధమూ లేదనీ అనుకుంటున్నాను. వాడు అటువంటి పని చేసి ఉంటాడని నాకు నమ్మకం కలగటం లేదు. సుయోధనుడు ఎన్నడూ క్రూరంగా ప్రవర్తించలేదు. కాని నువ్వు వాడు ఈ పని చేసి ఉంటాడని...?"

గాంధారి సమాధానం చెప్పలేదు. తన భర్త మాట నమ్మాలనే అనుకుందామె. తమ కుమారుడు అటువంటి నీచమైన పని ఎన్నడూ చెయ్యడని ఆమెకి రూఢిగా తెలుసు. కాని శకుని విషయమో? పాపం కుంతి! నిజంగానే ఆమె చనిపోయిందా? ఆమెకీ, ఆమె కొడుకులకీ ఎంత ఘోరమైన మృత్యువు అది! నిజంగా ఆమె చనిపోయిందా లేక ఇది ఇంకొకసారి వాళ్ళు చేసిన మోసమా? గాంధారి ఆమెని మనసారా ద్వేషించింది, కానీ ఆమె చనిపోయిందన్న విషయాన్ని ఎందుకో నమ్మలేకపోయింది. కుంతి అంత సులభంగా చనిపోదు. కానీ వారి కొత్త భవంతి కాలి నేలమట్టం అవటంతో కుంతీ, ఆమె ఐదుగురు కుమారులూ మరణించారని విదురుడు చెప్పాడు. తన మనసులో ముసురుతున్న ఆలోచనలకి గాంధారి సిగుపడింది. సంతోషం ఒక చిన్న బుడగలా ప్రారంభమై ఆమె మనసుని ఆక్రమించే ప్రయత్నం చెయ్యటం చూసి ఆమె బెదిరిపోయింది. అటువంటి ఆలోచనలని తొలగించేందుకా అన్నట్టు ఆమె తన తల విదిల్చింది.

ధృతరాష్ట్రుడు నిలకడలేనివాడిలా ఇబ్బందిపడసాగాడు. గాంధారి చేతుల్ని తోసివేసి ఆయన లేచి నిలబడ్డాడు, మళ్ళీ గదకోసం వెతకసాగాడు. మళ్ళీ ఒకసారి లోహాన్ని లోహం తాకే కర్ణకఠోరమైన ధ్వనులు గదిలో నిండాయి. ధృతరాష్ట్రుడి గదనుంచి వెలువడే ద్వేషాన్ని వినకుండా ఉండేందుకు ప్రయత్నిస్తూ గాంధారి మంచంమీదే కూర్చుని ఉండిపోయింది. ఆమె శరీరమంతా మంచులాంటి చల్లటి భయం పాకసాగింది. భరతఖండంలోని దృశ్యాలని చూడకుండా కళ్ళకి గంతలు కట్టుకోగలదు, భర్త ఆగ్రహావేశాలని వినకుండా చెవులు మూసుకో గలదు, కానీ తన నరనరానా పాకుతున్న భయాన్నించి ఎలా తప్పించుకోగలదామె? విదురుడు చెప్పింది పూర్తిగా అసత్యమనీ, తన కుమారుడు నిర్దోషి అనీ ఆమెకి స్పష్టంగా అనిపించింది. కుంతి పంచపాండవులతో వెనక్కి వస్తుందనీ, తమని ఊహించలేనటువంటి అగాధంలోకి తొక్కివేస్తుందనీ ఆమె నమ్మింది. సుయోధనుణ్ణి చూడాలనీ, అతన్ని తన చెంతనే ఉండేట్టు చెయ్యాలని అనిపించింది. 'ఒక్కసారి వాడి ముఖాన్ని వేళ్ళతో తడిమి కాకుండా కళ్ళతో చూడాలి,' అనుకుంది గాంధారి. శకునీ, కృష్ణుడూ వంటివారు నివసిస్తున్న ఈ లోకంలో తన కుమారుడు ఒంటరివాడనీ, నిరర్థకమైన పోరాటం సలుపుతున్నాడనీ ఆమెకి తెలుసు. ఈ లోకంనుంచి తన కుమారుణ్ణి రక్షించాలనీ, అక్కున చేర్చుకోవాలనీ అనిపించిందామెకి.

* * *

పాండవులు మరణించారన్న వార్త కార్చిచ్చులా వ్యాపించింది. దుర్యోధనుడే తన దాయాదులను హతమార్చాడన్న ఆ వదంతిలో ధౌమ్యుడి అనుచరులు ఆజ్యం పోశారు. వీధుల్లో ఆగ్రహావేశాలు పేట్రేగిపోయాయి. దుర్జయుడి ముఠా వాళ్లు దాన్ని సాకుగా తీసుకుని దొమ్మీలు సృష్టించారు. ప్రజాధనాన్ని కొల్లగొట్టారు, రాజ్యానికి సంబంధించిన ఆస్తులని తగలబెట్టారు. బహిరంగంగా యువరాజుని హేళన చేశారు జనం. ప్రధానమంత్రి అసలు జరిగినదేమిటో విచారించేందుకు వారణావతానికి వెళ్లాడు. కానీ ఈ దోపిడీలు నగరంనుంచి గ్రామాలకి కూడా పాకటం గమనించిన భీష్ముడు ఆయన్ని వెనక్కి పిలిపించాడు. విదురుడు తన గృహనిర్మాణాన్ని మధ్యలోనే వదిలిపెట్టి రాజధానికి రావలసివచ్చింది. దొమ్మీలు సృష్టించిన కొందరు దుండగులకి బహిరంగంగా మరణదండన విధించటంతో పరిస్థితి కొంత అదుపులోకి వచ్చింది. ప్రధానమంత్రి సమర్థుడు కావటంతో ఒక వారం రోజుల్లో నగరంలో శాంతిభద్రతలు నెలకొనేట్టు చెయ్యగలిగాడు. దుర్జయుడి అనుచరులు ఎవరూ చూడకుండా తమ రహస్య స్థావరానికి జారుకున్నారు. తమ నాయకులు మళ్లీ పని చెప్పేదాకా వాళ్లు అలా అణగిమణగి ఉండిపోతారు.

సుయోధనుడిని నిస్పృహ ఆవరించింది. జరిగిన సంఘటనలు అతని మనశ్శాంతిని పాడుచేశాయి. తను పరిపాలించబోయే రాజ్యం నలుమూలలా తిరుగుతూ, ప్రజలతో కలిసిపోయి గడపటమంటే అతనికి చాలా ఇష్టం. సామాన్య మానవులు చూపే ప్రేమా, ఆదరణా అతనిలో ఎప్పటికప్పుడు కొత్త స్ఫూర్తిని నింపేవి. పాండవుల మరణానికి తానే కారణమని వదంతులు పుట్టటంతో పరిస్థితులు అతనికి ఎదురుతిరిగాయి. పాండవులకీ కౌరవులకీ మధ్య పొత్తులేదన్న విషయం అందరికీ తెలిసినదే, కానీ తన దాయాదులనే హతమార్చేంత నీచానికి తను ఒడిగట్టగలడని ప్రజలు నమ్మటాన్ని అతను అంగీకరించలేకపోయాడు. ఒకరోజు వీధిలో జనం అతన్ని చుట్టుముట్టి తన్నేంత పనిచేశారు. వాళ్లు అతడ్ని చీల్చి చెండాడి ఉండేవాళ్లే, కానీ సరిగ్గా అదే సమయంలో ఒక బిచ్చగాడు తన కుక్కతో వచ్చి జనానికీ, తనకీ మధ్యన అడ్డుగోడలా నిలిచాడు. భటులు వచ్చి సుయోధనుణ్ణి సురక్షితమైన ప్రదేశానికి తీసుకుపోయేదాకా వాడు కదల్లేదు.

ఆ సంఘటన తరవాత భీష్ముడు సుయోధనుణ్ణి భవనం వదిలి బైటికి వెళ్లవద్దని ఆదేశించాడు. ఆ దుర్దినాలు గడిచి యించుమించు ఒక సంవత్సరం దాటినా, దాన్ని గురించి ఆలోచించినప్పుడల్లా సుయోధనుడి మనసు కలత చెందేది. జనం, "దుర్యోధనుడు హంతకుడు!" అని గావుకేకలు పెట్టేవారు. హంతకుడు అనే మాట కన్నా తన పేరు దుర్యోధనుడుగా మారటం అతన్ని ఎక్కువ బాధపెట్టింది. తన మిత్రుడు కర్ణుడు అక్కడ లేకపోవటం పెద్ద లోటుగా తోచిందతనికి. కర్ణుడు అంగరాజ్యంలో తలమునకలుగా ఉండి ఎంతో సామర్థ్యంతో తనకి దక్కిన మాన్యం వ్యవహారాలని చూస్తున్నాడు. సుశాసనుడు కొందరు మిత్రులని సంపాదించుకుని తన సమయాన్ని వారితోనే గడుపుతున్నాడు. సోదరులిద్దరూ ఇప్పుడు అంత సన్నిహితంగా ఉండటం లేదు. సుశలకి సింధురాజు జయద్రథుడితో వివాహం నిశ్చయమైంది. ఆమె తన కలలలోకంలో విహరిస్తూ ఉండి సుయోధనుడితో కబుర్లు చెప్పేందుకు అతని మందిరానికి రావటం మానివేసింది. బలవంత నిర్బంధంలో ఉన్న సుయోధనుడికి అశ్వత్థామ మాత్రమే సహవాసిగా మిగిలాడు. ఒంటరితనం వల్ల సుయోధనుడి మనసు సుభద్రకోసం మరింతగా తహతహలాడసాగింది. పట్టభద్ర మహోత్సవం తరవాత

తను పంపిన సందేశాలలో ఒక్కదానికి కూడా ఆమె సమాధానం ఇవ్వలేదు. అది అతనికి మరింత బాధగా అనిపించింది. అతను జయద్రథుడికి కూడా లేఖ పంపాడు. ద్వారకకి హస్తినాపురం కన్నా సింధుదేశం దగ్గరగా ఉంది. తన గురువు బలరాముడికి కూడా తను ఏం చెయ్యాలో సూచించమని కోరుతూ సందేశం పంపాడు. ఆయన నుంచి వచ్చే సమాధానం కోసం ఆత్రుతతో ఎదురుచూడసాగాడు.

ఒక భటుడు వచ్చి సుయోధనుడికి నమస్కరించి ఒక సందేశాన్ని అతనికి అందజేశాడు. పాంచాల రాకుమారి స్వయంవరానికి రమ్మని పంపిన ఆహ్వానపత్రిక అది. ఒకసారి చూసి దాన్ని నిర్లక్ష్యంగా పక్కన పడవేశాడు సుయోధనుడు. అతని ఆలోచనలు మళ్లీ సుభద్ర చుట్టూ తిరగసాగాయి. ఆమె మౌనానికి కారణం ఏమై ఉంటుంది? తను ద్వారకకి వెళ్లి ఆమెని కలవాలి. సవ్యమైన పద్ధతిలో ఆమెని తనకిచ్చి వివాహం చెయ్యమని అడిగితే బహుశా తన కోరిక నెరవేరవచ్చు. అవును, అదే సరైన పని. తమ సంబంధాన్ని తాను కొనసాగిస్తూ ముందుకి పోకపోవటం వల్లే ఆమె తనని దూరంగా ఉంచుతోంది. ఆ ఆలోచన రాగానే అతను ఉత్సాహంగా బలరాముడికి ఒక లేఖ రాసేందుకు ఉద్యుక్తుడయాడు. ఆ లేఖలో సుభద్రని తనకిచ్చి వివాహం జరిపించవలసినదని కోరాడు. తన వ్యక్తిగత భటుడికిచ్చి దాన్ని వెంటనే ద్వారకకి పంపాక అతనికి ఊరటగా, సంతోషంగా అనిపించింది.

ద్రౌపది స్వయంవరానికి సంబంధించిన ఆ ఆహ్వానపత్రికని సుయోధనుడు యధాలాపంగా చదివాడు. స్వయంవరంలో పోటీచేసేందుకు వచ్చినవారు పైన గుండ్రంగా తిరిగే మత్స్యయంత్రాన్ని కింద ఉన్న నీటిమడుగులో దాని ప్రతిబింబాన్ని చూస్తూ ఛేదించాల్సి ఉంటుంది. తమ కుమార్తెలకి వరులని ఎంచుకునే రకరకాల వింత పద్ధతులని చూసి సుయోధనుడు లోలోపల నవ్వుకున్నాడు. పోటీలో గెలుచుకునేందుకు ద్రౌపది ఏమైనా విజయచిహ్నమా? అతను అందమైన ఆ రాకుమారిని జ్ఞాపకం చేసుకున్నాడు. అందరికన్నా నిపుణుడైన విలుకానికి వేలం వెయ్యబడేంత సౌమ్యురాలు కాదు ద్రౌపది. తెలివైనది, ధైర్యం గలది, చురుకైనది, ఆమె జీవితంలో ప్రేమకి చోటులేదా? కర్ణుడు! అవును, కర్ణుడి మిత్రుణ్ణని చెప్పుకునే తాను ఆ విషయం ఎలా మర్చిపోయాడు? సుయోధనుడు నుదురు కొట్టుకున్నాడు. పాంచాలరాజ్యంలో ఆ రోజు రాత్రి కర్ణుడి కళ్లలోనూ, ద్రౌపది కళ్లలోనూ తను ప్రేమా, కాంక్షా చూడలేదా? బద్ధకాన్ని వదిలించుకుని అతను అశ్వత్థామకీ, సుశాసనుడికీ కబురంపాడు. వాళ్లు వచ్చేవరకూ వేచిఉండడం కష్టమై గదిలో సింహంలా అటూ ఇటూ నడవసాగాడు. వాళ్లు రాగానే వాళ్లకి ఆహ్వానపత్రిక చూపించి ఏమంటారోనని ఎదురుచూడసాగాడు.

"మన మిత్రుడికి ఇది శుభసమాచారం కాదు," అన్నాడు అశ్వత్థామ.

"ఏమంటున్నావు, అశ్వత్థామా?" అని నొచ్చుకుంటూ, "కర్ణుడికన్నా గొప్ప విలుకాడెవరైనా ఈ పోటీలో గెలుస్తాడని నువ్వు అనుకుంటున్నావా? అలాంటి విలుకాడిని నువ్వు ఎరుగుదువా? అతనికి దీటుగా నిలబడగలవాడివి నువ్వు మాత్రమే," అన్నాడు సుయోధనుడు.

"నాకు కర్ణుడి చేతిలో ఓడిపోవాలని లేదు. అసలు అతనికి ఎవరైనా ఆహ్వానం పంపారా లేదా అనేదే తెలుసుకోవాలి."

"ఎందుకు పంపరు? అతను అంగదేశానికి రాజు. నీ ఉద్దేశం అతని కులాన్ని పట్టించుకుని పాంచాలరాజు ఆహ్వానం పంపడనా?"

అశ్వత్థామ మౌనంగా తన మిత్రుడివైపు కన్నార్పకుండా చూశాడు. సుయోధనుడిలో క్షణక్షణానికీ ఆగ్రహం పెరిగిపోవటం అతను గమనించాడు.

"సుశాసనా, మన సేనలని సిద్ధం చెయ్యి. మనం ద్రౌపది స్వయంవరానికి వెళ్తున్నాం. మనవెంట కర్ణుడు కూడా వస్తున్నాడు. దారిలో మనని వచ్చి కలవమని అతనికి సందేశం పంపించు. జయద్రథుడికి కూడా సందేశం పంపే ఏర్పాటు చెయ్యి. ఎవరైనా కర్ణుణ్ణి అవమానించే సాహసం చేస్తే, జన్మలో వాళ్ళు మరిచిపోలేనట్టుగా వాళ్ళకి గుణపాఠం చెబుదాం."

ఆరోజు సాయంకాలానికల్లా అన్ని ఏర్పాట్లూ జరిగిపోయాయి. సుయోధనుడూ, అతని మిత్రులూ పెద్ద సైన్యాన్ని వెంటబెట్టుకుని పాంచాల రాజ్యానికి బైలుదేరారు. దారిలో కర్ణుడు వారిని కలుసుకునేసరికి అశ్వత్థామ భయపడ్డట్టు ఏమీ జరగలేదని తెలుసుకుని ఊరట చెందారు. పాంచాల రాజు పంపిన ఆహ్వానాన్ని కర్ణుడు వాళ్ళకి చూపించాడు. ఆ ప్రయాణంలో ఆ ఐదుగురు మిత్రులూ సమయాన్ని ఎప్పుడూ లేనంత ఆనందంగా గడిపారు. గుర్రాలను ఎవరు ఎక్కువ వేగంగా పరిగెత్తిస్తారని పందేలు వేసుకున్నారు, ఎంతో రుచికరమైన అరుదైన ద్రాక్షాసవాన్ని సేవించారు, ప్రజలతో మాట్లాడారు, మారుమూల గ్రామాలకి వెళ్లారు, ఆశ్రమాలకి వెళ్లారు, అడవుల్లో వేటాడారు, పాడారు, నృత్యం చేశారు. కర్ణుణ్ణి మాటిమాటికీ ఏడిపించారు. సుశాసనుడూ, అశ్వత్థామా కాస్త అశ్లీలంగా మాట్లాడేసరికి వాళ్ల మధ్య కొట్లాట కూడా జరిగింది. ఉదయం వేళల్లో వాళ్లు విలువిద్య అభ్యసించటం చాలా ఉద్రేకంగా సాగింది. అశ్వత్థామ కర్ణుడికి దీటుగా విలువిద్యా ప్రదర్శన చేశాడు. రాకుమార్తెని అతనే గెలుచుకుంటా డేమోనన్న అనుమానం అందరికీ వచ్చింది. జయద్రథుడు సుభద్ర గురించి సుయోధనుడితో ఏదో అనాలని అనుకున్నాడు కానీ, మళ్లీ మాట్లాడకపోవటమే మంచిదని మౌనంగా ఉండిపోయాడు. అందరూ ఎంతో సరదాగా గడుపుతూ ఉంటే రాకుమారుడి ఆనందానికి అడ్డుపడటం అతనికి ఇష్టంలేకపోయింది. కాంపిల్య నగరం ప్రవేశించగానే పాంచాల రాజధాని అయిన ఆ నగరం ఉత్సవ సందోహంలో మునిగి కనిపించింది. వీధులకి అడ్డంగా బంతిపూల తోరణాలు కట్టారు, భవనాలన్నిటికీ కొత్త రంగులు వేశారు. వీధులన్నిటినీ అద్దంలా మెరిసిపోయేట్టు కడిగారు. కొన్నివేలమంది కొత్త బట్టలు తొడుక్కొని ఉత్సవంలో పాల్గొనేందుకు వీధుల్లోకి వచ్చారు. బళ్లమీదా, తోపుడు బళ్లమీదా సరుకులు అమ్ముకునేవారి కేకలతో, గారడీవాళ్లూ, పాములని ఆడించేవాళ్ల ప్రదర్శనలతో ఆ ప్రాంతమంతా సందడిగా ఉంది. బంగారం తాపడం చేసిన రాకుమారుల రథాలు వీధుల్లో కనబడసాగాయి. వివిధ రాజ్యాల రాజులు ఏనుగులమీద దర్పంగా కూర్చుని నగరంలోకి ప్రవేశించటం ప్రారంభించారు. బ్రాహ్మణసమూహాలు పాటలు పాడుకుంటూ తిరుగాడసాగారు. అది ఒక గొప్ప సందర్భం.

రాజభవనం సమీపిస్తూ ఉండగా సుయోధనుడి పరివారాన్ని ఒక పెద్ద ఊరేగింపు దాటుకుంటూ వెళ్లింది. కులీనుడైన వృద్ధుడు ఏనుగు అంబారీలో కూర్చుని ఉన్నాడు. ఇద్దరి కళ్లూ కలుసుకోగానే ఆయన సుయోధనుడివైపు చూసి చిన్నగా నవ్వాడు. యువరాజూ, అతని మిత్రులూ సాదరంగా ఆయనకి నమస్కరించారు. ఆ ఏనుగు వెనుక అందమైన తెల్లని గుర్రం మీద నడివయస్కుడైన ఒక నల్లని బలిష్ఠమైన వ్యక్తి ఉన్నాడు. గర్వంగా తలెత్తి అతను సూటిగా ముందుకి చూస్తున్నాడు. ఒకసారి సుయోధనుడివైపు చూసి తల పంకించి మళ్లీ శిలాప్రతిమ భంగిమలోకి మారిపోయాడు.

"ఎవరతను?" అని కర్ణుడు సుయోధనుణ్ణి అడిగాడు.

"మగధ మహారాజు జరాసంధుడు గొప్ప వ్యక్తి, మనకి ఉన్న గొప్ప పరిపాలనాదక్షులలో ఒకడు. భీష్ముడికి ఆయనపట్ల చాలా గౌరవం ఉంది. పడమటి దిక్కున బలరాముడూ, తూర్పు దిక్కున జరాసంధుడూ ఉన్నంతకాలం దక్షిణ రాజ్యకూటమి భరతఖండం మొత్తాన్ని ఆక్రమించలేదనీ, అంతటా పరశురాముడి నియమాలని బలవంతంగా పాటించేట్టు చెయ్య లేదనీ భీష్ముడు తరచు అంటూ ఉంటాడు. ఆయన వెనకాల గుర్రంమీద ఉన్న నల్లని వ్యక్తి హిరణ్యధనుషుడు. అతను మగధ సైన్యాధిపతి ఒక నిషాదుడు. భరతఖండంలోని అత్యుత్తమ మైన సేనాధిపతుల్లో ఒకడు. అతన్ని ఉన్నత పదవిలో ప్రతిష్ఠించేందుకు జరాసంధుడు కులనియమాలని అన్నింటినీ ఉల్లంఘించాడు. పరశురాముడు ఆ పనిచేసినందుకు ఆయన్ని కోప్పడినప్పుడు, తాను తన రాజ్యాన్ని ప్రతిభమీద ఆధారపడి ఏలుతున్నాననీ, పవిత్రగ్రంథాలు చెప్పే పాతబడిన నియమాలని తాను లెక్కచెయ్యననీ సమాధానం చెప్పాడు. ఆగ్రహానికి గురైన పరశురాముడు కళింగ రాజ్యాన్ని మగధ మీదికి దండెత్తివెళ్లమని ఆదేశించాడు. కానీ నిషాద సేనాధిపతి కళంగ సేనని మట్టి కరిపించి, జరాసంధుడు తనమీద ఉంచిన విశ్వాసాన్ని నిరూపించుకున్నాడు."

సాగిపోతున్న ఆ ఊరేగింపువైపు కర్ణుడు కొత్తగా చూస్తున్నట్టు దృష్టి సారించాడు. అయితే కుల నియమాలని అతిక్రమించటంలో తాను మొదటివాడు కాదన్నమాట, అనుకున్నాడు. తనకన్నా తక్కువ కులంలో జన్మించినవాడు తనకన్నా ముందే ఆ పనిచేశాడు. అలాగే కఠినమైన కులనియమాలని త్రోసిపుచ్చినవారిలో సుయోధనుడు కూడా మొదటివాడు కాదు. కానీ పరశురాముడి పేరు ఆ సూతపుత్రుడి మనసులో సున్నితమైన భాగాన్ని స్పృశించి బాధపెట్టింది.

"తన లక్ష్యసాధన కోసం వెతుక్కుంటూ వెళ్లిపోయిన ఈ నిషాద సైన్యాధిపతికి ఒక కుమారుడు ఉన్నాడనీ, వాణ్ణి ఇతను తన సోదరుడివద్ద వదిలి వెళ్లిపోయాడనీ నీకు తెలుసా?" అని జయద్రథుడు తన మిత్రుణ్ణి అడిగాడు.

"అవును, విన్నాను. అర్జునుడి కోసం తన బొటనవేలిని గురుదక్షిణగా ఇవ్వమని ఆదేశించినది కూడా ఆ నిషాదుడి కుమారుడినే అన్న వదంతులు కూడా విన్నాను. అతని పేరు, ఏకలవ్యుడు... అవును ఆ పేరే. పాపం ఆ పిల్లవాడి పట్ల మానాన్న చేసిన ఘోరమైన అన్యాయాన్ని నేనింతవరకూ మరిచిపోలేదు," అన్నాడు అశ్వత్థామ.

అతని మాటలకి ఎలాంటి ప్రతిక్రియ కనబరచాలో తెలీక అందరూ ఇబ్బందిగా మరోవైపు చూశారు. స్వయంవరం జరగబోయే మండపం చాలా విశాలంగా ఉంది. మండపంలోకి ప్రవేశించగానే వారికి బలరాముడూ, జరాసంధుడూ మాట్లాడుకుంటూ కనిపించారు. సుయోధనుడు తనకి మార్గదర్శీ, గురువూ అయిన బలరాముణ్ణి సమీపించి పాదాభివందనం చేశాడు. అతని మిత్రులు కూడా ఒక్కరొక్కరుగా అతన్ని అనుసరించి అలాగే చేశారు. బలరాముడు వారిని మగధ రాజుకీ, ఆయన సైన్యాధిపతికీ పరిచయం చేశాడు. జరాసంధుడు వారిదగ్గర సెలవు తీసుకుని తనకోసం నిశ్చయించిన ఆసనంవైపు తన సేనాధిపతివెంట కదిలిరాగా నడిచాడు.

"నాకు నీ సందేశం అందింది సుయోధనా. మీ ఇద్దరినీ తల్చుకుంటే నాకు ఆనందంగా ఉంది. వర్షాకాలం ముగిసిపోయాక మీ ఇద్దరికీ వివాహం నిశ్చయం చేస్తాను. నువ్వు ఆ

విషయం ప్రస్తావించవేమోననీ, నా సోదరి మనసు విరిచివేస్తావేమోననీ భయపడ్డాను. హస్తినాపురానికి వచ్చి సంప్రదాయం ప్రకారం మహారాజు ధృతరాష్ట్రుడి అనుమతినీ, రాజప్రతినిధి భీష్మపితామహుడి సమ్మతినీ పొంది ఈ సంబంధాన్ని నిశ్చయం చేసుకుంటాను," అన్నాడు బలరాముడు. సుయోధనుడి ఆనందానికి అవధులు లేవు, జయద్రథుడు ఇబ్బందిగా చేతులు నలుపుకోసాగాడు. "ఓ, అంగరాజా కర్ణా... నిన్ను చూస్తే నాకు గర్వంగా ఉంది. ప్రతిభకి అడ్డంకులు లేవని నిరూపించావు," అంటూ ఆ యాదవ నాయకుడు కర్ణుడి భుజాలని ఆప్యాయంగా తాకాడు.

కర్ణుడు గొంతుకి ఏదో అడ్డుపడినట్టు గుటకలు మింగుతూ అన్ని అవరోధాలనీ అధిగమించేందుకు తనకి స్ఫూర్తినిచ్చిన ఆ వ్యక్తివైపు చూసి చిరునవ్వు నవ్వాడు. చుట్టూ పరికించి చూసిన కర్ణుడికి వేదికమీద సర్వాభరణాలంకృత అయిన ద్రౌపది కూర్చుని ఉండటం కనిపించింది. ఇద్దరి కళ్లూ కలుసుకునేసరికి కర్ణుడి హృదయం ఒక్కసారిగా పొంగింది. ఆమె అతన్ని చూసి నవ్వేసరికి తను అక్కడే నేలకొరిగి చనిపోతానని అనుకున్నాడు కర్ణుడు. చూపులు మరల్చుకుని బలరాముడు చెప్పేది వినేందుకు ప్రయత్నించసాగాడు.

"వివాహం నిర్ణయించేందుకు ఇది చాలా అనాగరికమైన పద్ధతి. ఒక స్త్రీ ఆత్మగౌరవాన్ని అవమానించటమే. యాదవ రాకుమారులు ఎవరూ ఈ పోటీలో పాల్గొనకుండా చూసేందుకే నేనిక్కడికి వచ్చాను. స్త్రీ పురుషులిద్దరూ ప్రేమించుకుని వివాహం చేసుకోవాలి లేదా వాళ్ల వివాహాన్ని పెద్దలు నిర్ణయించాలి."

కొత్తగా మొదలైన స్వయంవరం వంటి అనాగరిక ఆచారాన్ని దుయ్యబడుతూ బలరాముడు ఆవేశంగా మాట్లాడటం కర్ణుడూ, అతని మిత్రులూ మంత్రముగ్ధులై వింటూ ఉండిపోయారు. కృష్ణుడు ద్రౌపది వద్దకు వెళ్లటం వాళ్లు గమనించలేదు. శిఖండీ, ధృష్టద్యుమ్నుడూ, పాంచాలరాజ పురోహితుడూ అతన్ని అనుసరించారు. ఈ మిత్రులు వేదికవైపు చూసి ఉంటే కృష్ణుడు సున్నితంగా పాంచాల రాకుమారిని మందలించటం, ఆమె ముఖంలో ఆశ్చర్యం చోటుచేసుకోవటం వారికి కనిపించి ఉండేదే. కానీ కృష్ణుడు కర్ణుణ్ణి చూపిస్తూ ఆమెతో ఏదో అనటం వాళ్లు చూడలేదు. ఆమె సోదరుడు కూడా ఆమె చెవిలో రహస్యంగా ఏదో చెప్పాడు. తన కళ్లలో నిండుతున్న నీళ్లని దాచుకునేందుకు ద్రౌపది ముఖాన్ని తిప్పుకుంది. అప్పుడు కృష్ణుడు ఒక బ్రాహ్మణుల సమూహంవైపు చూపించాడు. వాళ్ల మధ్యలో మంచి ఒడ్డూ పొడుగూ ఉన్న ఐదుగురు పురుషులు ఆమెకి కనిపించారు. వాళ్లు చూసేందుకు బ్రాహ్మణుల్లా కాక, యోధుల్లా ఉన్నారనిపించింది ఆమెకి. వారిలో ఒకరు తనవైపే కన్నార్పకుండా చూస్తూ ఉండటం గమనించింది ద్రౌపది. ఇద్దరి కళ్లూ కలుసుకోగానే సిగ్గుపడుతున్నట్టు అతను చూపులు మరల్చుకున్నాడు. ఆమె ఏమైనా అనే లోపల పాంచాల రాజురాకని సూచిస్తూ బాకాలు మోగాయి. మహారాణి సమేతంగా పాంచాల మహారాజు ద్రుపదుడు ఆ ప్రాంగణంలోకి ప్రవేశించగానే అందరూ లేచి నిలబడ్డారు. ఆయన ఏమంటాడో వినేందుకు అందరూ నిశ్శబ్దంగా ఎదురుచూడసాగారు.

"భరతఖండం నలుమూలలనుంచీ వేంచేసిన రాజులకీ, రాకుమారులకీ పాంచాల రాజ్యం వినయంగా స్వాగతం పలుకుతోంది. మీరు ఇక్కడికి వచ్చినందుకు మీ అందరికీ కృతజ్ఞతలు. ఒక ఆడపిల్ల జన్మించినప్పటినుంచీ ఈ శుభఘడియ కోసమే ఆమె తల్లిదండ్రులు

వేచిచూస్తూ ఉంటారు. ఈనాడు నా ప్రియమైన కుమార్తె తన జీవితభాగస్వామిని సంపాదించు కుంటుంది. ఈనాడు ఇక్కడ సమావేశమైన రాకుమారులందరూ మంచి యోధులే, కానీ తన కుమార్తెకి మంచి కలగాలన్న ఒక తండ్రి కోరికకి అంతే ఉండదు. అందరిలోకీ అత్యుత్తమమైన యోధుడే ఆమెని గెలుచుకోవాలనీ, తన ప్రతిభతో మనందరినీ అప్రతిభులని చెయ్యాలనీ ఆశిస్తున్నాను. పోటీ నియమాలని మా ప్రధానమంత్రి వివరిస్తారు," అని మహారాజు సంతృప్తిగా నవ్వుతూ కూర్చోగానే, అక్కడ సమావేశమైన ప్రముఖులందరూ తమ ఆసనాలని అలంకరించారు.

ఆ ప్రముఖులందరూ ఉద్వేగంగా మాట్లాడుకుంటూ ఉండగా ప్రధాని లేచి పోటీ నియమాలని వివరించటం చూసి వాళ్ళు మౌనం దాల్చారు. ఆ మండపం పైకప్పుమీద విపరీతమైన వేగంతో తిరుగుతున్న మత్స్యయంత్రంవైపు ప్రధాని అందరి దృష్టినీ ఆకర్షించాడు. ఒక అతిపెద్ద రాగిపాత్రలో అంచులదాకా నీరునింపి సరిగ్గా దానికింద ఉండేట్టు అమర్చారు. అల్లల్లాడే నీటిలో ఆ మత్స్యయంత్రం ప్రతిబింబం కొద్దిగా కదులుతూ ఉన్నట్టు కనిపిస్తోంది. పోటీదార్లు ఒక్కొక్కరే వచ్చి ఆ పాత్రపైన ఉన్న వింటికి నారిని సంధించాలి. ఆ తరవాత ఆ మత్స్యయంత్రం ప్రతిబింబాన్ని మాత్రమే చూస్తూ దాని కంటిని గురిగా బాణంతో కొట్టాలి. ప్రతివారికీ రెండు నిమిషాల సమయం కేటాయించబడుతుంది.

తాము ఇంతకుముందు వెళ్ళిన స్వయంవరాలలోని పోటీలకన్నా ఈ పోటీలోని నియమాలు రాకుమారులకి తేలికైనవిగా అనిపించాయి. ఒక రాకుమారుడు ప్రస్తుతం తన భార్యగా ఉన్న రాకుమారిని గెలుచుకునేందుకు పులితో ఎలా పోరాడవలసివచ్చిందో చెప్పాడు. దానితో పోలిస్తే ఈ పోటీ చిన్నపిల్లల ఆటలా తోచింది అతనికి. కర్ణుడు తన చుట్టూ ఉన్నవారి ముఖాలు చూసి చిన్నగా నవ్వాడు. ఈ పోటీ ఎంత కష్టమైనదో తను సరిగ్గానే ఊహించాడు. అతని గుండె వేగంగా కొట్టుకుంటూ ఉంటే, అతని కళ్ళు మాత్రం ద్రౌపదినే తదేకంగా చూడసాగాయి. ఆమె తనవైపు చూడదెందుకని? కర్ణుడు ఆ అతి అందమైన కళ్ళలోకి ఒక్కసారి చూడాలని తహతహలాడాడు. కానీ రాకుమారి కళ్ళు దించుకుని తన పాదాలవైపే చూస్తూ కూర్చుంది.

బలరాముడు మాట్లాడేందుకు లేచి నిలబడగానే, పోటీదార్లు కోపంగా తమలో తాము లోగొంతుతో మాట్లాడుకోసాగారు. "మహాప్రభూ! నాది అధిక ప్రసంగం అయితే మన్నించండి. కానీ నా ఉద్దేశంలో మీ కుమార్తె ఇంతకన్నా మంచి అవకాశం పొందేందుకు అర్హురాలు. ఆమెని పందెపు గుర్రంలా వేలం వెయ్యటం తగదు. ఈ ఆచారాన్ని ఇక వదిలిపెడితేనే మంచిది. ప్రాచీనకాలంలో స్వయంవరంలో పోటీలు ఉండేవి కావు. కన్యలు సమావేశమైన వరుల్లో తమకి నచ్చినవారి మెడలో పూలమాల వేసి అతన్ని భర్తగా ఎన్నుకునేవారు. ఒక స్త్రీ ఎవర్ని ఎంచుకుంటే అతనే ఆమె భర్త. ఇలా శౌర్యాన్ని ప్రదర్శనకి పెట్టి దీన్ని ఒక క్రీడలా మార్చటం స్త్రీని అవమానించటమే అనిపించుకుంటుంది. ఒక వస్తువులా ఆమెని మార్పిడి చేసుకోవటం, విక్రయించటం, గెలుచుకోవటం లేదా కోల్పోవటం తగదు. ఆమె పట్ల అలా ప్రవర్తించి ఒక గోవునో, గుర్రాన్నో పోటీకి పెట్టినట్టు వ్యవహరించటం తగదు. ద్రౌపది ఎవరిని కోరుకుంటే వారిని ఎంచుకునేందుకు మీరు అనుమతించండి. ఆమె కోసం ఇటువంటి వికృతమైన పోటీని నిర్వహించకండి," అన్నాడు బలరాముడు.

"మహాశయా, మీరు అన్యథా భావించనంటే, ఇది నా కుమార్తె భవిష్యత్తుకి సంబం

ధించిన విషయం. ఒక తండ్రి అందరికన్నా గొప్ప యోధుడినే తన కుమార్తె వరించాలని అనుకోవటంలో తప్పేముంది? ఆమె ఇంకా వయసులో చిన్నది, సరైన నిర్ణయం తీసుకునే పరిపక్వత ఇంకా రాలేదు. అందరికన్నా అందమైన యువకుడినే ఎంచుకోవచ్చు. యుక్త వయసులో ఉన్న అమ్మాయిలు అలాగే ఎంచుకుంటారు. అందరికన్నా గొప్ప వరుడు నా కుమార్తెని వివాహమాడాలన్నది నా కోరిక. ఒక క్షత్రియుడిగా ఆమె భర్త గొప్ప యోధుడై ఉండాలని నేను కోరుకోవటం సహజమే కదా!" అంటూ పాంచాల రాజు చాలా వినయంగా బలరాముడికి సమాధానం చెప్పాడు. కానీ తనకి ఆతిథ్యం ఇచ్చిన ద్రుపదుడి గొంతులో క్షత్రియులు కానివారిపట్ల ఉన్న ద్వేషం ఆ యాదవ నాయకుడికి అర్థం అయింది.

"మహారాజా, ఆమె నాకు కూడా కుమార్తె వంటిదే. కానీ అందరికన్నా గొప్ప యోధుడు, అందరికన్నా మంచి భర్త కాకపోవచ్చు. నాకు కూడా ఆమె భవిష్యత్తు గురించి ఆందోళన ఉంది. అసలు రాకుమారికి భర్తని ఎంచుకునే స్వేచ్ఛ లేనప్పుడు దీన్ని స్వయంవరం అని అనటం దేనికి? కానీ అందరి సమయాన్నీ వ్యర్థం చెయ్యటం నాకు ఇష్టం లేదు. బహుశా నా ఆలోచనలు పాతకాలం నాటివై ఉండవచ్చు, ఈ కొత్త ధోరణులని అందుకోవటం నాకు సాధ్యం కాదేమో. కానీ యాదవుల నాయకుడిగా నా ప్రజల పక్షాన నా అభిప్రాయాన్ని వెలిబుచ్చగలను. ఈ ఆచారాన్ని మేము వ్యతిరేకిస్తున్నాం, అందుచేత యాదవులెవరూ ఈ పోటీలో పాల్గొనరాదని ఆదేశిస్తున్నాను," అని బలరాముడు కూర్చున్నాడు. ఆయన ముఖంలో ఎటువంటి భావమూ లేదు. యాదవ యువకులు కూర్చున్నవైపు నుంచి నిరాశతో కూడిన నిట్టూర్పు వినిపించింది. తమ నాయకుడికి రోజురోజుకీ చాదస్తం పెరిగిపోతోందని విసుగు చెందారు వాళ్ళు.

తన మార్గదర్శకుడు మాట్లాడిన మాటల్లో సగం కర్ణుడు విననేలేదు. సుయోధనుడు తనతో ఏదో అన్నాడు, కానీ అది కూడా అతని చెవులని దాటిపోయింది. అతని పెదవులు ఎండిపోసాగాయి. ఇంకొక్కసారి ఆమె తనవైపు చూడాలని దేవుణ్ణి ప్రార్థించాడు. పోటీ ప్రారంభమైంది అన్నదానికి సూచనగా ఘంటారావం వినిపించింది. కర్ణుడు ఉలిక్కిపడి ద్రౌపది వైపు నుంచి చూపులు మరల్చుకున్నాడు. అతని కళ్ళూ కృష్ణుడి కళ్ళూ కలుసుకున్నాయి. ఆ యాదవుణ్ణి చూసి కర్ణుడు చిరునవ్వు నవ్వాడు. కృష్ణుడు కూడా సమాధానంగా నవ్వాడు. 'బహుశా నా మీద ఇతనికి మునుపు ఉన్నంత ద్వేషం లేదేమో,' అనుకున్నాడు కర్ణుడు, తన పాత శత్రువు తనపట్ల స్నేహంగా ప్రవర్తించటం చూసి ఊరట చెందుతూ.

పోటీ పూర్తి స్థాయిలో ప్రారంభమైంది. మొదట పోటీ చేసిన రాకుమారులకి మత్స్య యంత్రాన్ని ఛేదించటం తాము అనుకున్నంత సులభం కాదని అర్థమైంది. విల్లు చాలా బరువుగా ఉంది. ఒకవేళ దాన్ని ఎత్తగలిగినా, ఆ కుదుపుకి నీటిలో చిన్న చిన్న అలలు లేచి ప్రతిబింబం అస్పష్టంగా అయి కనబడకుండా పోయింది. ఒకరి తరవాత ఒకరు దాన్ని ఛేదించటంలో విఫలులవసాగారు. తమకి కేటాయించిన సమయం మరీ తక్కువ అని కోపంగా సణుగుతూ అభ్యంతరం చెప్పటం మొదలుపెట్టారు. సమయం గడిచేకొద్దీ ఎక్కువ సంఖ్యలో అసంతృప్తితో నిండిన ముఖాలు కనబడసాగాయి. కొందరు వింటినైతే ఎత్తారు కానీ వారి గురి తప్పటంతో అవమానం పాలయారు. మగధ రాజు జరాసంధుడు దాదాపు విజయాన్ని సాధించాడు, కానీ చేపకన్ను ఆయన వేసిన బాణాన్ని వెంట్రుకవాసిలో తప్పించుకుంది. ఆయన చిరునవ్వు చూసి ఆయన గెలవాలని అనుకోలేదని అందరికీ అర్థం అయింది. తన స్థానానికి తిరిగి వెళ్తూ ఆయన బలరాముడివైపు చూసి కన్ను కొట్టాడు.

మగధరాజు తన ఆసనం మీద కూర్చుంటూ ఉండగా, "మహారాజా, మీరు ద్రౌపదికి తండ్రి కాగల వయసులో ఉన్నారు," అన్నాడు బలరాముడు.

"నేనిక్కడికి వచ్చింది గెలిచేందుకు కాదు, నా రాజ్యంపట్ల నా బాధ్యతని నెరవేర్చేందుకు," అన్నాడా రాజు.

కర్ణుడి వంతు వచ్చింది. అశ్వత్థామ తనకి శుభాకాంక్షలు తెలపటం అతను వినలేదు. సుయోధనుడి చెయ్యి తన భుజాన్ని తాకటం తెలిసింది. అచేతనావస్థలో ఉన్నవాడిలా వింటివైపు నడిచాడు. 'భగవంతుడా, ఒక్కసారి ఆమె నాకేసి చూస్తే చాలు,' అని ప్రార్థించాడు. కానీ ద్రౌపది తల వంచుకుని శిలావిగ్రహంలా కూర్చుంది. ఘంటారావం మళ్లీ వినిపించింది. కర్ణుడిలోని యోధుడు ప్రేమికుణ్ణి అవతలికి నెట్టివేశాడు. కొంత సమయాన్ని వింటిని పరిశీలించేందుకు వెచ్చించాడు. దాని ఆకారాన్నిబట్టి బరువుని అంచనా వెయ్యసాగాడు. తరవాత పైన తిరుగుతున్న మత్స్యయంత్రాన్ని చూశాడు. చివరికి వింటికి కొంత దూరంలో నిలబడి అవలీలగా దాన్ని ఎత్తాడు. ఈసారి నీటిలో అలలు లేవలేదు. కర్ణుడు వింటికి నారిని సంధించి దాన్ని తన తలపైకి ఎత్తిపట్టుకోవటం చూసి అందరూ ఆత్రుతగా అతన్నే చూడసాగారు. మరోచేత్తో బాణాన్ని తీసుకుని ఎక్కుపెట్టాడు, అతని కళ్లు మాత్రం నీటిలో తాను ఛేదించవలసిన చేప కన్నునే తదేకంగా చూడసాగాయి.

"నేను ఒక సూతుణ్ణి వివాహం చేసుకోను," ద్రౌపది గొంతు మెత్తగా పలికింది. కానీ నిశ్శబ్దంగా ఉన్న ఆ ప్రాంగణంలో ఆ మాటలు పిడుగుపాటులా ధ్వనించాయి.

అందరూ మ్రాన్పడిపోయారు. ఎవరికీ నోట మాటరాలేదు. కానీ కర్ణుడికి ఆ మాటలు వినిపించలేదు. అతని శరీరంలోని అణువణువూ తాను ఛేదించవలసిన గురిమీదే లగ్నమై ఉంది. అతను వదిలిన బాణం సూటిగా వెళ్లి చేప కంటిని ఛేదించి ఖంగుమన్న శబ్దం వినవచ్చింది. కర్ణుడు విజయగర్వంతో ద్రౌపది వైపు చూశాడు. ఆ ప్రాంగణం కరతాళ ధ్వనులతో మార్మోగిపోయింది. కానీ ద్రౌపది వంచిన తల ఎత్తలేదు. రాకుమారుడు ధృష్టద్యుమ్నుడు కర్ణుణ్ణి సమీపించి అతన్ని తన స్థానంలో ఆసీనుడు కమ్మని కోరాడు. కర్ణుడికి ఏమీ అర్థం కాలేదు. తను చేప కంటిని ఛేదించాడు కదా?

ఒక అర్చకుడు కోపంగా అరిచాడు, "నీకు వినబడలేదా సూతుడా? రాకుమారి నిమ్నకులస్థుడిని వివాహమాడేందుకు అంగీకరించలేదు. వెళ్లి నీ రథాన్ని తోలుకో!"

కర్ణుడి కళ్లు కోపంతోనూ, అవమానంతోనూ అగ్నిగోళాలే అయాయి. అతను ద్రౌపది వైపు చూశాడు. నన్ను ఇలా అవమానించేందుకు మీకెంత ధైర్యం? నన్ను ఇక్కడికి మీరే ఆహ్వానించారు. పోటీలో న్యాయంగా నెగ్గాను,' అని అరవాలనుకున్నాడు. ఇంతలో ద్రౌపది తలపైకెత్తి అతన్నే చూడటం కనిపించింది. తనకి కలిగిన బాధ కన్నా ఎక్కువ బాధ అతనికి ఆమె నల్లని కళ్లలో కనిపించింది. ఆమె పక్కనే కృష్ణుడు తన సహజమైన చిరునవ్వు నవ్వుతూ నిలబడి ఉన్నాడు. తాను ఓడిపోయానని కర్ణుడికి అర్థమైంది.

సుయోధనుడూ, అశ్వత్థామా సభ మధ్యకి పరిగెత్తారు. వాళ్ల చేతుల్లో కత్తులు తళతళ లాడుతున్నాయి. వారి వెనకే జయద్రథుడూ, సుశాసనుడూ అక్కడికి చేరుకున్నారు. శిఖండీ, ధృష్టద్యుమ్నుడూ వాళ్లని అడ్డుకున్నారు. మరుక్షణం అక్కడికి వచ్చిన రాజులు, రాకుమారులూ

సభ మధ్యకి పరిగెత్తి ఎవరికి తోచినట్టు వారు ఇరుపక్షం వారినీ సమర్థించసాగారు. అక్కడ పెద్ద కొట్లాట మొదలై రక్తపాతం జరుగుతుందేమోనన్నట్టు ఉద్రేకపూరితమైన పరిస్థితి తలెత్తింది. వేడి రక్తం ఉరకలు వేసే ఆ యువకులని మందలించి శాంతింపజేసేందుకు అక్కడ ఉన్న పెద్దలు కేకలు వెయ్యసాగారు. చివరికి బలరాముడూ, జరాసంధుడూ, హిరణ్య ధనుషుడు ధైర్యంగా వారి మధ్యకి వెళ్ళి పోరాడుతున్న రాకుమారులని విడదీశారు. వాళ్ళు కాస్త శాంతించాక చూస్తే నేలమీద ఎంతోమంది తీవ్రమైన గాయాలతో విలవిల్లాడుతూ కనిపించారు. కొందరైతే తమ ప్రాణాలని పోగొట్టుకున్నారు. ఖిన్నుడై అక్కడినుంచి నిష్క్రమించిన కర్ణుణ్ణి ఎవరూ చూడలేదు.

కర్ణుడికి తన ప్రపంచమే నేలమట్టమైనట్టు తోచింది. తన రథంలోకి దూకి, గుర్రాలని పరిగెత్తించాడు. కాంపిల్య నగరంలోని వీధుల గుండా రథం శరవేగంతో కదిలింది. దాని వేగం చూసి భయపడి జనం పక్కకి తొలిగారు. రథసారథి పుత్రుడి మనసులో ఆగ్రహం, ద్వేషం ఉప్పొంగుతూ ఉండగా అతని ముఖం భీకరంగా మారింది. 'ఇక్కడ కులానికి తప్ప ఇంక దేనికీ ప్రాముఖ్యం లేదు,' అనుకున్నాడు విరక్తిగా. 'ఇలాంటి అవమానం పాలు అయేందుకు నేనేం తప్పు చేశాను?' అని బాధపడుతూ హస్తినవైపు వెళ్తూ కర్ణుడు తన కోపాన్నంతా పాపం ఆ గుర్రాలమీద వెళ్ళగక్కాడు. ముఖ్యమార్గాన అతను ప్రమాదకరమైన వేగంతో రథం నడిపాడు. హఠాత్తుగా ఒక బిచ్చగాడూ, వాడి కుక్కా అతని దారికి అడ్డుగా వచ్చారు. కర్ణుడు వాళ్ళని తిట్టుకుంటూ కళ్ళేలని బలంగా పట్టిలాగాడు. ఇంకాస్తలో ఆ బిచ్చగాడూ, వాడి కుక్కా రథచక్రాల కింద పడి నలిగిపోయేవారే. ఆ బిచ్చగాణ్ణి చూడగానే వాణ్ణి తిడదామని అనుకున్న కర్ణుడికి నోట మాట రాలేదు. తన ప్రాణాలని కాపాడినవాడు ఈ బిచ్చగాడే అని గుర్తించాడు.

"నేను గుర్తున్నానా స్వామీ? నేను చిన్నపిల్లవాడిగా ఉన్నప్పుడు మీరు నాకు తిండి పెట్టారు. జరుణ్ణి... నా పేరు జరుడు... గుర్తున్నానా? నా కృష్ణుడు మిమ్మల్ని ఎలా దీవించాడో చూడండి. ఇప్పుడు మీరు ఒక రాజు. సహృదయుడు సుయోధనుడు మీ మిత్రుడు. పట్టభద్రోత్సవం రోజున మీరు ఆయనవెంట రథంలో వెళ్ళటం చూశాను. ఆ రోజే మనం చివరిసారి కలిశాం. మీకు గుర్తుందా స్వామీ?"

కర్ణుడు సంతోషంతో నిండి ఉన్న జరుడి ముఖాన్నీ, పక్కనే తోక ఆడిస్తూ నిలబడిన వాడి కుక్కనీ చూశాడు. మరుక్షణం అతనిలోని ఆగ్రహం మొత్తం కరిగి పోయింది. తన ప్రాణాలను కాపాడటంలో వహించిన పాత్ర గురించి ఆ బిచ్చగాడు మాట్లాడటంలేదు. పరశురాముడి శిష్యుడు కర్ణుడు పిరికివాడిలా చెట్టు వెనుక దాక్కుని ఉన్నప్పుడు ఈ జరుడు తాను తిన్న దెబ్బలగురించి మాట్లాడటం లేదు. అంతే కాదు, ఎన్నో సంవత్సరాల క్రితం కర్ణుడి తల్లి వాడికి ఇచ్చిన చిన్న గిన్నెడు అన్నంపట్ల కృతజ్ఞతాభావం ప్రకటిస్తున్నాడు!

"ఎందుకంత విచారంగా ఉన్నారు స్వామీ? ఒక రాజ్యానికి రాజయాక కూడా మీకు ఎందుకంత విచారం?"

"జరా, నీ దేవుడు కనిపించే చోటికి నన్ను తీసుకెళ్ళు. నా జీవితానికి అర్థం లేకుండా పోయింది," అంటూ ఆ బిచ్చగాడికి తన చెయ్యి అందించాడు కర్ణుడు.

"నా వెంట రండి," అని జరుడు ఆ మార్గాన పరిగెత్తసాగాడు.

కర్ణుడు వాణ్ణి రథంలో ఎక్కమని కేకవేశాడు. కానీ జరుడు వినిపించుకోలేదు, వాణ్ణి వెన్నంటే వాడి కుక్క కూడా పరిగెత్తసాగింది. కర్ణుడు రథంలోనే వాణ్ణి అనుసరించి కొంతసేపటికి కుష్ఠురోగులూ, అనారోగ్యంతో బాధపడుతున్నవారూ నివసిస్తున్న ప్రాంతానికి చేరుకున్నాడు. అప్పుడతనికి అంతా స్పష్టంగా అర్థమైంది. ఈ రాజ్యంలోని ప్రతి గడ్డిపరకకీ రుణపడి ఉన్నాడని బలరాముడు తనకి చెప్పిన మాటలు జ్ఞాపకం వచ్చాయి. ఆ రోజు తను సంపాదించుకున్న చిన్న మొత్తంలో నుంచి తనకన్నా దుఃస్థితిలో ఉన్నవారికి జరుడు దానం చెయ్యటం కర్ణుడు చూశాడు. కర్ణుణ్ణి అపరాధభావం చుట్టుముట్టింది. 'నేను కేవలం ఒక సూతుణ్ణి, అయినప్పటికీ నా మిత్రుడు నాకు రాచరికం కట్టబెట్టాడు. అందరికన్నా గొప్ప గురువుల వద్ద శిక్షణ పొందాను. నాకు అన్నీ ఉన్నాయి, అయినా కులాన్ని అధిగమించి ఆలోచించలేని ఒక స్త్రీ నన్ను నిరాకరించిందని బాధపడుతున్నాను,' అనుకున్నాడు.

క్షణికోద్రేకానికి లోనై కర్ణుడు తన ఆభరణాలన్నింటినీ దానం ఇచ్చెయ్యసాగాడు. తరవాత తన రథానికి తాపటం చేసిన బంగారు రేకులని తొలగించి వాటిని కూడా ఇచ్చేశాడు. మరుక్షణం అతని చుట్టూ ఇంకా ఇవ్వమని పేదలు మూగసాగారు. అతను దాదాపు తన వద్ద ఉన్నదంతా ఇచ్చేశాడు. జరుడు ఒక మూల కూర్చుని కృష్ణుడి ప్రేమ స్వభావం గురించి పాటలు పాడటం ప్రారంభించాడు. పొద్దు గూకే వేళకి ఆ సూతుడి వద్ద దానం పట్టేందుకు మరింతమంది గుమిగూడారు. అతని మిత్రులు కూడా అక్కడికి వచ్చారు. అశ్వత్థామ కర్ణుణ్ణి అవతలికి లాక్కెళుతూ, ద్రౌపదిని పోరాడి గెలుచుకోమని చెప్పాడు. కానీ కర్ణుడు అక్కణ్ణించి కదల దల్చుకోలేదు. సుయోధనుడు తన మిత్రుణ్ణి అర్థం చేసుకున్నాడు. కర్ణుణ్ణి వదిలిపెట్టమని అశ్వత్థామకి సైగచేసి, తన వెంటరమ్మన్నాడు సుయోధనుడు. ఇద్దరూ మాట్లాడుకుని కర్ణుడి పక్కన వచ్చి నిలబడ్డారు.

కర్ణుడి శరీరంమీది కవచకుండలాలూ, దుస్తులూ తప్ప ఇంకేమీ మిగలకపోయేసరికి సుయోధనుడు మౌనంగా తను ధరించిన అమూల్యమైన రత్నహారాలని తీసి కర్ణుడికి అందించ సాగాడు. కర్ణుడు వెంటనే వాటిని కూడా దానం ఇచ్చేశాడు. జరుడు కృష్ణుణ్ణి తల్చుకుని రాధ పాడే విరహగీతాలు పాడటం మొదలుపెట్టాడు. ఎంత మర్చిపోదామని అనుకున్నా, 'నేను ఒక సూతుణ్ణి వివాహమాడాను,' అని ద్రౌపది అన్న మాటలు కర్ణుడి గాయపడిన హృదయాన్ని బాధపెడుతూనే ఉన్నాయి.

* * *

చనిపోయిన వారినీ, గాయపడిన వారినీ భటులు అక్కణ్ణించి తొలగించిన తరవాత బలరాముడు పాంచాలరాజుతో, "మహారాజా, ఇటువంటి కొట్లాటలు గర్వించదగినవి. శూరుడైన యువకుడు, అంగరాజుని అకారణంగా మీరు అవమానించారు. కుల ప్రాతిపదిక మీద అతను మీ కుమార్తెని వివాహమాడేందుకు అర్హుడు కాదని అనుకుని ఉంటే అసలు మీరు స్వయంవరానికి అతన్ని ఆహ్వానించి ఉండకూడదు," అన్నాడు.

కృష్ణుడు లేచి మృదుమందహాసం చేస్తూ, "అన్నా, కర్ణుడి గురించి గాని, అతని కులం గురించి గాని మహారాజు ఒక్క పొల్లు మాట కూడా మాట్లాడలేదు. రాకుమారి స్వయంగా తక్కువ కులంలో పుట్టిన వ్యక్తిని వివాహమాడటం తనకి ఇష్టంలేదని చెప్పింది. కొద్ది నిమిషాల క్రితమే నువ్వూ మా అందరితో, ఒక స్త్రీకి తన భర్తని స్వయంగా ఎంచుకునే స్వేచ్ఛ ఉండాలని అన్నావు. మరి పాంచాల రాకుమారికి ఆ స్వేచ్ఛని మనం ఎందుకు ఇవ్వకూడదు?" అన్నాడు.

బలరాముడు తన సోదరుడికేసి కళ్లెర్రజేసి చూశాడు. తను అన్న మాటలు తనకే అప్పజెప్పి కృష్ణుడు తన నోరు మూయించాడని అతను గ్రహించాడు. ఎంత టక్కరి తనం!

జరాసంధుడు ఓదార్పుగా తన మిత్రుడి భుజాన్ని తాకి, అతని చెవిలో రహస్యంగా, "వదిలెయ్యి, బలరామా!" అన్నాడు. ఒక్కక్షణం పాటు తన మిత్రుడి కళ్లలోకి చూసి బలరాముడు బాధగా తల ఆడించాడు. జరాసంధుడు అతని భుజాన్ని నొక్కి బలవంతంగా కూర్చోబెట్టాడు. కృష్ణుడు ధృష్టద్యుమ్నుడివైపు చూసి చిన్నగా నవ్వాడు.

అక్కడ ఉన్న రాకుమారులందరూ పోటీలో పాల్గొన్నారు, తమ అదృష్టాన్ని పరీక్షకి పెట్టారు, కానీ ఒక్కరు కూడా గెలవలేకపోయారు. ఎటువంటి ఫలితమూ లేకుండా గంటలకి గంటలు గడిచిపోయాయి. పాంచాల రాజుకి ఆందోళన పెరిగిపోసాగింది. కృష్ణుడి సూచన మేరకు ద్రౌపది తనని న్యాయంగా గెలుచుకున్న ఏకైక విలుకాడిని, కులం పేరుతో నిరాకరించింది. ఇక ఆ తరవాత రాకుమారుల్లో ఒక్కరు కూడా మత్స్యయంత్రాన్ని ఛేదించటం అటుంచి, వింటిని ఎత్తటం కూడా సాధ్యం కాక ప్రయత్నం విరమించుకున్నారు. పాంచాల రాజు బతిమాలుతున్నట్టు కృష్ణుడికేసి చూశాడు. కృష్ణుడు చిరునవ్వు నవ్వుతూ ఆయన్ని ఓర్పు వహించమని సైగ చేశాడు. చివరికి ఇక ఒక్క రాకుమారుడు కూడా మిగలకపోయేసరికి ఆజానుబాహుడైన ఒక బ్రాహ్మణుడు ముందుకి వచ్చి మహారాజుకి నమస్కరించాడు. అర్చకులు చేసిన కరతాళధ్వనులతో ప్రాంగణం దద్దరిల్లింది, కానీ ఆ బ్రాహ్మణ యువకుడి వైపు మిగతా వారందరూ అనాసక్తంగా చూశారు. నిరాశలో కూరుకుపోయిన రాజు ఆ యువకుణ్ణి ప్రయత్నించమని తల పంకించాడు. బ్రాహ్మణుడు ధైర్యాన్ని కూడగట్టుకోవటం కోసం కృష్ణుడి వైపు చూశాడు. తన పిడికిలిని గుండెలకి తాకించుకుని ముందుకి వెళ్లమన్నట్టు కృష్ణుడు అతనికి సైగ చేశాడు.

ఆ యువకుడు వింటివద్దకు వెళ్లి దాన్ని శ్రద్ధగా గమనించాడు. కొన్ని గంటల క్రితం పోటీలో గెలిచిన సూతుడిని అనుకరిస్తూ దాన్ని సుతారంగా పైకి ఎత్తాడు. సభలో ఉన్నవారు దాంతో నిశ్శబ్దంగా అయారు. ఆ యువకుడి విలువిద్యా ప్రదర్శనని ఇంకా స్పష్టంగా చూసేందుకు కొందరు లేచి నిలబడ్డారు. వాతావరణంలో ఒత్తిడి చోటు చేసుకుంది. భరతఖండంలోని గొప్ప రాజులూ, రాకుమారులూ గెలవని ఈ పోటీలో ఈ బ్రాహ్మణ యువకుడు నెగ్గుతాడా? ప్రేక్షకులు ఊపిరి బిగబట్టి చూడసాగారు. తన శరీరంలోని ప్రతి అణువునీ గురిమీదే కేంద్రీకరించి నిలబడ్డాడు ఆ యువకుడు. నిర్ధారించిన సమయం ఇంకా ఒక్క క్షణం ఉందనగా అతని బాణం పైన తిరుగుతున్న మత్స్యయంత్రం వైపు దూసుకెళ్లింది. సూటిగా అది తన గురించి ఛేదించింది. సభికులు మ్రాన్పడిపోయారు. అసాధ్యమనుకున్న పనిని ఆ బ్రాహ్మణుడు సాధించాడు!

కృష్ణుడు అతని దగ్గరికి పరిగెత్తి గట్టిగా వాటేసుకున్నాడు. తరవాత రాజువైపు తిరిగి గర్వంగా, "పాండవ రాకుమారుడు అర్జునుడు ఇతనే. ద్రౌపదికి భర్త కాగల అర్హత గలవాడు ఇతనొక్కడే," అంటూ ప్రకటించాడు.

ఆ ప్రకటన వినగానే అందరూ దిగ్భ్రాంతికి గురై మౌనం దాల్చారు. వారణావతంలో పాండవులు అగ్నికి ఆహుతై మరణించారని వాళ్లు విని ఉన్నారు. అర్జునుడి సోదరులు ఒక్కరొక్కరే వచ్చి అతన్ని కౌగిలించుకున్నారు. కృష్ణుడు కూడా వాళ్ల దగ్గరికి వచ్చి ఇంకా తమ

కళ్లని తామే నమ్మలేని స్థితిలో అవాక్కయి ఉన్న సభికులని ఉద్దేశించి ఇలా అన్నాడు.

"దుర్యోధనుడూ, అతని సహచరులూ పగతో అంటించిన అగ్నిలో పాండవులు కాలి మరణించలేదన్న విషయం మీరందరూ ఇక్కడ ప్రత్యక్షంగా చూస్తున్నారు. వాళ్లు సామాన్యులు కారు, దైవాంశతో జన్మించినవాళ్లు, అందుకే అగ్నిజ్వాలల్లో నుంచి వాళ్లు సురక్షితంగా బైటికి వచ్చారు. ధర్మానికి మారుపేరులాంటి యుధిష్ఠిరుడు ఇడుగో. ఇతను మృత్యుదేవత కుమారుడు. ఇతను భీముడు, వాయుపుత్రుడు. ఇంద్రసూనుడు అర్జునుడు, దేవేంద్రుడి కుమారుడు. అశ్వినీదేవతల పుత్రులు నకుల సహదేవులు వీళ్లు," అని సభికుల ప్రతిక్రియని చూసేందుకు కృష్ణుడు ఆగాడు. తన సోదరుడి వైపు మాత్రం చూడలేదతను. ఎన్ని అభిప్రాయ భేదాలున్నా, అధికారం కోసం ఇద్దరూ ఎంత సంఘర్షించినా బలరాముడికి తనమీద ఎనలేని ప్రేమ ఉందని కృష్ణుడికి తెలుసు. యాదవ నాయకుడు అమాయకుడు, సున్నిత హృదయుడు. ఇదంతా ముగిసిపోయాక ఆయన్ని శాంతింపజేసేందుకు కావలసినంత సమయం ఉందనీ అతనికి తెలుసు. జరాసంధుడి పెదవులమీది వ్యంగ్యంతో కూడిన చిరునవ్వు, హిరణ్యధనుషుడి కళ్లలోని తీవ్రతా కృష్ణుణ్ణి కలతపెట్టాయి. మిగతావారందరూ తన మాటలకి ప్రభావితులవుతున్నారని గమనించగానే, తన వాక్పటిమ మీదా, ఇతరులని ఒప్పించగల నేర్పు మీదా కృష్ణుడికి నమ్మకం కలిగింది.

కృష్ణుడు మళ్లీ తన ఉపన్యాసాన్ని కొనసాగించాడు, "కౌరవులవంటి దుర్మార్గుల వాదనలని విని అయోమయానికి గురి కావద్దు. పాండవులు పాండు రాజుకి జన్మించినవారు కారు కాబట్టి సింహాసనం అధిష్ఠించే హక్కు వీళ్లకి లేదన్నది కౌరవుల వాదన. పాండురాజు నపుంసకుడని కౌరవులు అంటున్నారు. అంతకన్నా పెద్ద అసత్యం మరొకటి ఉండదు. యుక్తవయసులో పాండురాజు ఒక బ్రాహ్మణుణ్ణి అవమానించి తెలీక తప్పు చేశాడు, ఆ బ్రాహ్మణుడు రాజుని స్త్రీతో శారీరక సంపర్కం పెట్టుకుంటే నీకు తక్షణం మరణం సంభవించును గాక!" అని శపించాడు. అదే నిజం, ఈ రాజ్యంలోని అందరు పండితులకీ ఆ విషయం ఎరుకే. భర్త అనుమతితో ఏ స్త్రీ అయినా బ్రాహ్మణుడి వల్ల గాని, దేవతల వల్ల గాని పుత్రులకి జన్మనివ్వవచ్చని మన పవిత్ర గ్రంథాలలో ఉంది. అటువంటి స్త్రీని మనం పతివ్రత అనే అంటాం. పండితులు మరో విషయం కూడా చెపుతారు, ఇలాంటి స్త్రీలకి జన్మించిన సంతానం మీద ఆ బ్రాహ్మణులకి గాని, దేవతలకి గాని ఎటువంటి అధికారం, బాధ్యతా ఉండవు. ఆ భర్తలకి కూడా ఆ దివ్యపురుషుల దీవెనలు అందుతాయి. వారి వరప్రసాదంగా జన్మించిన ఆ పుత్రులకి ఆ భర్తలే తండ్రులుగా భావించబడతారు. పాండవులు అక్రమ సంతానం అన్న వదంతిని దుర్యోధనుడు ప్రచారం చెయ్యాలని అనుకుంటున్నాడు. అధికార మదంతో అతను అంధుడైనాడు. అందుకే సింహాసనానికి వారసుడు యుధిష్ఠిరుడు కాడనీ తానేననీ అనుకుంటున్నాడు. అహంకారంతో కళ్లు మూసుకుపోయి ధర్మాన్ని లెక్కచెయ్యడు దుర్యోధనుడు.

"పురజనులారా, ఇటువంటి దుర్మార్గుల వల్ల ధర్మం ఘోరమైన దాడికి గురై నశించిపోతోంది. దుర్యోధనుడు ఒక సూతుడికి అంగరాజ్యాన్ని కట్టబెట్టాడు. ఇటువంటి చర్యలని మొగ్గలోనే మనం తుంచివేయాలి. లేకపోతే సంప్రదాయాల పట్ల ఇంత బాహాటంగా జరిగే ఉల్లంఘనలవల్ల మహోన్నతమైన మన నాగరికత ధ్వంసమైపోతుంది. ఆ రథసారథి పుత్రుడు అదృష్టవశాత్తూ మత్స్యయంత్రాన్ని ఛేదించగలిగాడు. మొదట నాకు ఆందోళన కలిగింది, కానీ

ద్రౌపది తెలివైనది, వివేకంతో ఆ సూతుణ్ణి తిరస్కరించింది, అందుకు నాకు ఆనందంగా ఉంది. బుద్ధి మనసుకి లొంగిపోకుండా ఆమె చూపిన ధైర్యానికి నేను ఆమెని మనసారా అభినందిస్తున్నాను. కర్ణుడు అతి సులభంగా ఇతరులని ప్రభావితం చెయ్యగలడు. అందగాడు, విలువిద్యలో కొంతవరకూ నైపుణ్యం సాధించాడు. కానీ ఆ కాస్త విద్యనీ నేర్వటానికి అతను పరశురాముడి వంటి మహాగురువుని మోసగించాడని తెలుసుకోండి. గొప్ప వీరుడిలా కనిపించే ఇతను నిమ్నకులానికి చెందిన వంచకుడని తెలుసుకోండి. ఒక గొప్ప వ్యక్తికి అబద్ధాలు చెప్పి ఈ స్థితికి చేరుకున్నాడు. ఆ గురువు ఇతన్ని స్వయానా తన పుత్రుడిలా ప్రేమించాడు, నిజంగానే ఇతను బ్రాహ్మణుడని నమ్మాడు. కానీ నిజం తెలుసుకున్నాక ఆయన స్పృహ కోల్పోయి, ఇప్పటిదాకా మృత్యువుతో పోరాడుతూనే ఉన్నాడు. ఈ వంచకుడి కోసం దక్షిణప్రాంత రాజ్యకూటమి ఇంకా వెతుకుతూనే ఉంది."

ఆ సూతుడిపట్ల ఏ మాత్రం సానుభూతి మిగిలి ఉన్నా దాన్ని ధ్వంసం చేసి నందుకు సంతృప్తి చెందుతూ కృష్ణుడు ఆగాడు. జరాసంధుడు గాని, బలరాముడు కాని తనకి వ్యతిరేకంగా ఏమైనా అనే లోపల కృష్ణుడు పాంచాల రాకుమారి కూర్చున్న చోటికి వెళ్లాడు. ద్రౌపది ముఖం కళావిహీనంగా ఉంది, ఆమె కళ్లు కిందికి దించుకుని ఏమాత్రం ఉత్సాహం లేనిదానిలా కూర్చుని ఉంది. "ద్రౌపదీ, మాకు నిన్ను చూస్తే గర్వంగా ఉంది. ఇంతకన్నా మంచి యువకుడు నీకు వరుడుగా దొరకడు. కలకాలం సుఖసంతోషాలతో వర్ధిల్లుతూ వందమంది పుత్రులకు తల్లివి అవుగాక!" అంటూ ఆశీర్వదించాడు కృష్ణుడు.

కృష్ణుడి చిరునవ్వు చూసి జరాసంధుడు నిశ్శబ్దంగా నవ్వుతూ, బలరాముడితో ఇలా అన్నాడు, "ఈ ప్రహసనం చూస్తూ ఇక ఇక్కడ ఉండటం నాకు సాధ్యం కాదు, నేను వెళ్లిపోతున్నాను!" ఆ తరవాత తన మిత్రుడి రెండు చేతులనీ గట్టిగా పట్టుకుని గుండెలకి ఆనించుకున్నాడు. విశ్వాసపాత్రుడైన తన సేనాధిపతిని వెంటబెట్టుకుని ఆయన ఆ సభ నుంచి నిష్క్రమించాడు. బలరాముడు లేచి ఆయన్ని అనుసరించాడు. గౌరవనీయుడు మగధ నరేశుడు తన ఏనుగు మీదికి ఎక్కబోతూ ఉండగా బలరాముడు అక్కడికి చేరుకున్నాడు, వయసు మీరిన ఆ రాజు, "బలరామా, ఈ రాజ్యం అధోగతి పాలవబోతోంది, జిత్తులమారి నీ సోదరుణ్ణి చూస్తే నాకు నిజంగా చాలా జాలిగా ఉంది," అన్నాడు.

సభలో ద్రౌపదీ అర్జునుల వివాహం జరుగుతోంది, పురోహితులు చదివే మంత్రాలు వాళ్లిద్దరికీ వినిపించాయి. సంప్రదాయబద్ధంగా, వేదోక్తంగా అన్ని ఆచారాలనీ అనుసరిస్తూ ఆ వివాహం ముగిసింది.

"నా తమ్ముడి ఆలోచనలు సంప్రదాయబద్ధమైనవి. జనం ధర్మమార్గాన్ని వదిలి దారి తప్పుతున్నారని అనుకుంటాడు. విభిన్నమైన ఆలోచనలు గలవారి నుంచి ఈ ప్రపంచాన్ని రక్షించే బాధ్యత అతను తన తలకెత్తుకున్నాడు, అంతే. ఈ లోకంలో ధర్మాన్ని నెలకొల్పేందుకే తాను జన్మించానని అంటాడు," అన్నాడు బలరాముడు జరాసంధుడితో. ఆయన తన సోదరుడి గురించి తక్కువగా అంచనా వెయ్యటం బలరాముడికి ఇష్టం లేకపోయింది.

"నువ్వు నన్ను నమ్మించాలని అనుకుంటున్నట్టు, అతను కేవలం ఒక దురభిమాని మాత్రమేననీ, ప్రమాదకరంగా మారడనీ ఆశిస్తాను. కానీ అతని ఉద్రేకం జనాన్ని రెండు పక్షాలుగా విడగొడుతుందేమో అన్నదే నా భయం. పరిపూర్ణమైన ధర్మం ఇదే అంటూ చెప్పటం

సాధ్యం కాని పని. ఆ విషయం తెలుసుకునేటంత వివేకం నీ సోదరుడు అలవరచుకోక పోయినట్టయితే తప్పకుండా అది భయంకరమైన యుద్ధానికి దారితీస్తుంది. అప్పుడు మొత్తం భరతఖండం పరిస్థితి సుడిగుండంలో చిక్కుకున్న నావలా అల్లకల్లోలం అవుతుంది. అటువంటి సంఘర్షణా సమయంలో కొద్దిమంది అర్చక బ్రాహ్మణులు తప్ప అందరూ నశించిపోతారు. వాళ్లు మాత్రం ప్రాణాలతో మిగిలి వర్ధిల్లుతారు," అన్నాడు జరాసంధుడు విచారంగా. కృష్ణుణ్ణి ఇంకా కఠినంగా విమర్శించాలని ఉన్నప్పటికీ ఆయన ఆ కోరికని అణచుకున్నాడు, ఎందుకంటే తన సోదరుడి ఆకట్టుకునే వ్యక్తిత్వాన్ని బలరాముడు అమితంగా ప్రేమిస్తాడని ఆయనకి తెలుసు.

"నేను కృష్ణుడికి నచ్చచెప్పేందుకు ప్రయత్నిస్తాను. కానీ మీరు చెప్పినట్టు పరిస్థితులు స్థిరంగా లేవు. చాలామంది దృష్టిలో మీరు కూడా భరతఖండంలోని దుష్టులైన రాజుల్లో ఒకరు. నాగులవంటివారు మిమ్మల్ని తప్పుదారి పట్టించి ప్రమాదంలో పడవేయకుండా జాగరూకతతో మెలగండి," అన్నాడు బలరాముడు తన మిత్రుడితో, కోపంగా చూస్తున్న ఆయన నిషాద సేనాధిపతిని ఒక వంక కనిపెడుతూ.

"బలరామా! ఈ డెబ్బై సంవత్సరాల నా వయసునీ నేను పిరికివాడిలా గడపలేదు. ఇక తక్షకుడు నన్ను మట్టుపెట్టాలని చూస్తున్నాడని నేను నమ్మను. నువ్వు బాధపడకు. ఈ హిరణ్యధనుషుడిలాంటి విశ్వాసపాత్రులు నా వెంట ఉన్నంతకాలం నాగుల గురించిగాని, పాతాళలోకవాసుల గురించిగాని, మనని ఉద్ధరించేందుకు ఈ పాపపంకిలమైన లోకంలోకి దిగివచ్చిన అవతారాల గురించిగాని నేను భయపడను. ఇక సెలవు బలరామా! ఎప్పుడైనా నన్ను కలిసేందుకు వస్తావుగా?" అని మగధరాజు మావటివాడిని కదలమని ఆదేశించాడు. ఏనుగు మందగమనంతో ముందుకి సాగింది. హిరణ్యధనుషుడు బలరాముడికి నమస్కరించాడు. ఆ యాదవ నాయకుడు అంతే మర్యాదగా అతనికి తిరిగి నమస్కరించాడు.

నిషాద సేనాధిపతి వంటి వాడు అంగరక్షకుడుగా ఉన్నంతకాలం జరాసంధుడు దేనికీ భయపడనక్కర్లేదని అనుకున్నాడు బలరాముడు, వెళ్లిపోతున్న జరాసంధుణ్ణీ, అతని పరివారాన్నీ చూస్తూ. ఒకానొకప్పుడు జరాసంధుడు బలరాముడికి బద్ధశత్రువుగా ఉండేవాడు. కృష్ణుడూ, బలరాముడూ కలిసి తమ మేనమామ మధురకి రాజైన కంసుణ్ణి వధించిన తరవాత, కంసుడి బావమరిది జరాసంధుడు ప్రతీకారవాంఛతో ఆ నగరాన్ని చుట్టుముట్టాడు. ఆ రోజులు చాలా కష్టాలతో కూడుకున్నవి. బలరాముడు చిన్నతనం వల్ల దూకుడుగా ప్రవర్తించేవాడు. జరాసంధుడూ, ఆయన నిషాద సేనాధిపతీ మధురానగరాన్ని పదిహేడుసార్లు ఆక్రమించి కొల్లగొట్టారు. ఎలాగైనా జరాసంధుణ్ణి అంతమొందించాలని కృష్ణుడు అనుకున్నాడు. మగధ రాజధాని పాటలీపుత్రానికి శాంతి చర్చలకోసం రమ్మని ఆహ్వానం రావటంతో కృష్ణుడికి అటువంటి అవకాశం అనుకోకుండా చిక్కింది. పాటలీపుత్రానికి వెళ్లినప్పుడు అన్యాయంగా తమ నగరాన్ని ఆక్రమించిన జరాసంధుణ్ణి హతమార్చాలని కృష్ణుడు కుట్ర పన్నాడు, బలరాముణ్ణి కూడా ఆ కుట్రలో పాత్ర వహించమని కోరాడు. కానీ మగధ రాజ్యానికి వెళ్లి అక్కడి పరిస్థితులు చూసిన తరవాత బలరాముడి దృక్కోణమూ, జీవితమూ గొప్ప మార్పు చెందాయి. మనసు నిండా ద్వేషం నింపుకుని పాటలీపుత్రానికి వెళ్లిన బలరాముడు జరాసంధుడి పట్ల అమితమైన గౌరవభావంతో వెనక్కి వచ్చాడు. కృష్ణుడి కుట్రలో పాల్గొనేందుకు నిరాకరించాడు. ఆగ్రహావేశుడైన తన సోదరుణ్ణి వదిలి, యాదవులని భరతఖండం పడమటి

దిక్కుకి తరలించి తను కలలు కన్న ఆదర్శ నగరాన్ని నిర్మించాలని నిశ్చయించాడు. దాన్ని నిజం చేస్తూ ద్వారకని నిర్మించాడు. జరాసంధుడు అతనికి ప్రాణమిత్రుడైపోయాడు.

* * *

ఉత్సాహంతో వెల్లువెత్తిన జనం నవ వధూవరులని పల్లకిలో ఎక్కించి పాండవుల ఇంటికి మోసుకుపోయారు. నవదంపతుల చుట్టూ మూగి పాటలు పాడారు, నృత్యం చేశారు. ద్రౌపది కళ్లలో బలరాముడికి విచారం కనిపించింది. 'అమ్మా, కులం పేరు చెప్పి కర్ణుణ్ణి తిరస్కరించటం ఎంత పెద్ద పొరపాటో నీకు తెలీదు. అర్జునుడు నిన్ను సుఖంగా ఉంచుగాక!' వేగంగా కదిలిపోతున్న పల్లకీని చూస్తూ బలరాముడు ప్రార్థించాడు. ఆ పెళ్లి ఊరేగింపు తన వాకిట్లోకి రాగానే కుంతి ఒక క్షణికమైన నిర్ణయం తీసుకుంటుందని ఆ సమయంలో బలరాముడికి తెలీదు. ఆ నిర్ణయం చరిత్ర గమనాన్ని శాశ్వతంగా మార్చివేస్తుందనీ తెలీదు.

# 22. వివాహం

పాండవుల పేద ఇంటికి వధూవరులు ఊరేగింపుగా చేరుకోవటం చూస్తూ కుంతి ప్రాన్పడిపోయి నిల్చుంది. వారి నివాసం చిన్నది, పరిశుభ్రంగా ఉంది, చుట్టూ వృక్షాలతో నిండిన ఆశ్రమం అది. అక్కడ ఉన్న పర్ణకుటీరాలన్నిటిలోనూ బ్రాహ్మణులూ, రుషులూ, మునులూ కాపురం ఉంటున్నారు. పాండవులు తమ తల్లి తలుపు తెరిచి తమని ఆహ్వానిస్తుందని ఓరిమితో ఎదురుచూడసాగారు. స్త్రీసహజమైన జ్ఞానంతో ద్రౌపది ఇబ్బందికి గురైంది, గాభరాపడుతూ సన్నగా వణుకుతూ నిలబడింది. అర్జునుడి నలుగురు సోదరులూ ఆమె వెనుక నిలబడ్డారు. విజేత అయిన తమ సోదరుడిపట్ల ఈర్ష్యతో రగులుతున్న వాళ్ల కళ్లలోని సెగ తన వెన్నుని తాకటాన్ని ఆమె గ్రహించింది.

"అమ్మా, అర్జునుడు నీకోసం ఒక కానుక తెచ్చాడు," అని అన్నాడు యుధిష్ఠిరుడు కొంచెం గట్టిగా.

తలుపు సందులోంచి తననే రెండు కళ్లు గుచ్చి చూడటం కనబడింది ద్రౌపదికి. చివరికి లోపల చీకటిలోనే నిలబడి కుంతి ఇలా అంది," అర్జునా, నువ్వు తెచ్చిన కానుక ఏదైనా సరే దాన్ని నీ సోదరులతో పంచుకో!"

తను సరిగ్గానే విన్నదా? 'సోదరులతో పంచుకో! దాన్ని!?' తన అత్తగారు కుమారుడితో అన్నమాటలు విని ద్రౌపదికి ఆగ్రహం ముంచుకొచ్చింది. కుంతి అన్న ఒక్కొక్క మాటా ముల్లులా ఆమె మనసుని పొడిచి ఛిద్రం చేసింది. సంవత్సరాలు గడిచిన తరవాత కూడా కుంతి అన్న ఆ మాటలు తలుచుకున్నప్పుడల్లా వాటిలోని ఉదాసీనతా, తను వణుకుతూ బైట నిలబడ్డ సమయంలో పాండవ సోదరుల కళ్లలో కనిపించిన కామభావనా తరచు జ్ఞాపకం వచ్చేవి. అందరికన్నా గొప్ప విలుకాడు, అసమాన యోధుడు తనని పోటీలో గెలుచుకున్న తన భర్త నిస్సహాయంగా చూస్తూ ఉండిపోయాడు.

"అది సవ్యమైన పనేనా అమ్మా?" అన్నాడు అర్జునుడు, తనకి ఎంతో ఇష్టమైన ఆటవస్తువుని తోబుట్టువులు తీసేసుకుంటే ఏడుపు ముఖంతో తల్లికి చెప్పుకునే చిన్నపిల్లవాడిలా.

ద్రౌపది కోపంతో మండిపడింది. వాళ్లు తన గురించే చర్చించుకుంటున్నారు, అయినా తన భవిష్యత్తుని నిర్ణయించే అధికారం తనకి లేదు. ఆమె కేవలం ప్రాణంలేని వస్తువు. మనసూ, మనోభావాలూ లేని ఆ వస్తువుని మార్పిడి చేసుకోవచ్చు, పంచుకోవచ్చు, దాని కోసం ఘర్షణ పడవచ్చు, దాని ఉపయోగం అయిపోయాక దాన్ని తాకట్టు కూడా పెట్టవచ్చు. కానీ ఆమె

కన్నీళ్లు కార్చకుండా తనని తాను నిగ్రహించుకుంది. మొదట తను పాంచాల రాకుమారి, ఒక రాజుకి కుమార్తె అని గుర్తు చేసుకుంది.

కుంతి తలుపు తెరిచి వాళ్లని లోపలికి ఆహ్వానించింది. కృష్ణుడితో, “కృష్ణా! అర్జునుడికి కర్మమూ, ధర్మమూ అంటే ఏమిటో కాస్త వివరించు. ఎందుకు అంత కోపంగా ఉన్నాడు? దుర్యోధనుణ్ణి ఓడించాలంటే సోదరులందరూ కలిసికట్టుగా ఉండాలని అర్జునుడికి తెలీదా? ఈ యువతి గురించి సోదరులు పోరాడుకోవటం నాకిష్టం లేదు. అసమాన ప్రతిభగల నా ఐదుగురు కుమారులూ ఈమెని పంచుకుంటారంటే ఆమె గర్వపడాలి. నేనూ, నా భర్త రెండవ భార్య మాద్రీ కూడా మా కాలంలో అదే చేశాము. ఈ ఐదుగురూ ఆ విధంగానే జన్మించారు,” అంది.

“మీ ఐదుగురు కుమారులకీ భార్యగా ఉండేందుకు నేనేమైనా వేశ్యనా?” అంటూ అంత ఘోరమైన అవమానం జరుగుతూ ఉంటే మౌనంగా ఉండలేక ద్రౌపది మండిపడింది. తరవాత అర్జునుడివైపు చూసి, “మీరు నన్ను గెలుచుకున్నారు కనుక నేను మీ భార్యని. మీ సోదరులని కూడా భర్తలుగా స్వీకరించమంటున్నారా? ఎందుకలా మౌనంగా ఉన్నారు? మీరు క్షత్రియులు కారా?” అంది.

కృష్ణుడు కల్పించుకుంటూ, “అత్తా, ఈ విషయం నాకు వదిలెయ్యండి,” అని ద్రౌపది చెయ్యి పట్టుకుని పక్కకి తీసుకెళ్లాడు. అర్జునుడు వాళ్లిద్దర్నీ అనుసరించాడు.

యుధిష్ఠిరుడు నేలమీద చాప పరిచి, కూర్చుని ప్రశాంతంగా కళ్లు మూసుకున్నాడు. భీముడు ఆహారం వెతుక్కుంటూ వంటశాలలోకి వెళ్లాడు. కవలలిద్దరూ ద్రౌపదినే తదేకంగా చూస్తూ నిలబడ్డారు. కుంతి తన జ్యేష్ఠపుత్రుడి ప్రశాంతమైన ముఖాన్ని చూసింది. ఆమె తెగించి ఈ నిర్ణయం తీసుకుంది. ఆత్మాభిమానం గల ద్రౌపదిని కృష్ణుడు ఒప్పించగలుగుతాడని ఆశించింది. గాంధారి కుమారుల బలానికి కారణం వాళ్లలోని ఐకమత్యం. ద్రౌపది అపురూప సౌందర్యవతి. ఐదుగురు యువకులతో కలిసి ఒకే ఇంట్లో ఉంటే సమస్య తలెత్తవచ్చు. తన కుమారులు ఐదుగురూ రహస్యంగా ఆమెని ప్రేమిస్తున్నారని కుంతికి తెలుసు. ఆమె ఒకరికి మాత్రమే మనసులుకుంటే మిగతా నలుగురూ నిరాశా నిస్పృహలకి లోనవుతారు.

కృష్ణుడు కుంతి వద్దకి తిరిగి వచ్చేసరికి అతను సమస్యని పరిష్కరించినట్టే అనిపించింది ఆమెకి. ద్రౌపది కళ్లు దించుకునే ఉండిపోవటంవల్ల ఆమె కోపంగా ఉన్నదో, సిగ్గుపడుతున్నదో కుంతికి తెలీలేదు. అందరు సంప్రదాయబద్ధులైన భార్యల్లాగే ఆమె కూడా తన విధికి తలవంచినట్టే కనబడింది. తల్లినికాని, సోదరులనుకాని, భార్యనికాని ఎదుర్కోవటం ఇష్టం లేనట్టు అర్జునుడు చూపులు మరల్చుకున్నాడు. కృష్ణుడు భుజం తట్టగానే యుధిష్ఠిరుడికి ధ్యానభంగం కలిగింది. కుంతిని ఉద్దేశించి నచ్చజెపుతున్న ధోరణిలో కృష్ణుడు ఇలా అన్నాడు,” ఆమె అర్థం చేసుకుంది. నేను అంతా వివరంగా చెప్పాను. వేదాలు కూడా ఈ పద్ధతిని ఆమోదిస్తాయని చెప్పాను. అర్జునుడు దీనికి సమ్మతిస్తాడా అని అతన్నే అడిగింది ద్రౌపది. నేను ఎలాంటి నిర్ణయం తీసుకున్నా తనకి సమ్మతమేనని అన్నాడు అర్జునుడు. అందుకే సరైన పద్ధతి ఏమిటో అతనికి చెప్పాను. మొదటి సంవత్సరం యుధిష్ఠిరుడికి భార్యగా ఉంటుంది ద్రౌపది. తరవాత సంవత్సరం భీముడు ఆమెని భార్యగా స్వీకరిస్తాడు. ఆ తరవాత వరుసగా

అర్జునుడు, నకులుడూ, సహదేవుడూ ఒక్కొక్క సంవత్సరం ఆమెకి భర్తలుగా వ్యవహరిస్తారు. ఇదే విధంగా ఐదేళ్లకి ఒకసారి మారుతూ పంచపాండవులకీ ఆమె భార్యగా వ్యవహరిస్తుంది."

మనసులో ఉరకలు వేసే ఉత్సాహాన్ని దాచుకునేందుకు యుధిష్ఠిరుడు కళ్లు దించుకున్నాడు. అందరికన్నా పెద్దవాడు కాబట్టి మొదటి అవకాశం తనదే. తల్లికేసి చూసి, "ఆయుధ విద్యలో సాధించే నైపుణ్యంకన్నా ధ్యానం, ప్రార్థన ద్వారా లభించే శక్తి గొప్పదమ్మా! అర్జునుడే ఈమెని గెలుచుకున్నాడు. కానీ అతనికి తన కర్తవ్యం ఏమిటో తెలుసు. మాలో ఎవరు దేన్ని గెలుచుకున్నా అందరం పంచుకోవలసిందే," అంటూ అతను ద్రౌపది వద్దకి నడిచాడు. "ఇంకేమీ విచారం వద్దు. త్వరలోనే మా ఐదుగురితోనూ నీ వివాహం వేదోక్తంగా జరుగు తుంది. నువ్వు ఇప్పుడు మాదానివి. ప్రాణాలున్నంతవరకూ నిన్ను కాపాడతాం," అన్నాడు.

"కానీ నా భర్త అర్జునుడు స్వయానా మీ సోదరుడు..." అంటూ బతిమాలుతున్నట్టు అర్జునుడివైపు తిరిగి ఏమైనా అంటాడేమోనని ఆశగా చూసింది. కానీ శక్తిమంతుడైన ఆ వీరుడు, ఆమె కళ్లలోకి చూడలేక పక్కకి తిరిగాడు. అతని హృదయం చెప్పలేనంత సంకోచంతో కుంచించుకుపోయింది. కానీ అతను ధర్మాన్నే అనుసరిస్తున్నాడు, కదూ?

ద్రౌపది కుంతివైపు చూసి, "అమ్మా నీకు జన్మించిన కుమారులు ఈ ఐదుగురేనని ఆశిస్తాను," అంది.

"ఏం... ఎందుకలా అడుగుతున్నావు తల్లీ?" కుంతి గొంతులో ఇంతకు ముందు వినిపించిన అధికార దర్పం మటుమాయమైంది. తన ముందు ఎంతో గర్వంగా నిలబడ్డ ద్రౌపది ముఖంలోకి చూడకుండా ఉండేందుకు ప్రయత్నించింది.

"ఎందుకంటే, ఏదో ఒకరోజు ఉదయం నిద్ర లేవగానే నాకు ఆరో భర్త కూడా ఉన్నాడని తెలుసుకోవలసి వస్తుందేమోనని భయం. ఆరో భర్తని స్వీకరించటం కూడా నా ధర్మమేనని నొక్కి వక్కాణించే పవిత్ర గ్రంథాలు ఉండే ఉంటాయని కచ్చితంగా చెప్పగలను."

యుధిష్ఠిరుడు తల్లి సమాధానం చెప్పేదాకా ఆగలేదు. వేదోక్తంగా వివాహాన్ని జరిపించే పురోహితులని తీసుకువచ్చేందుకు సహదేవుడు పరిగెత్తాడు. మిగతావాళ్లు యుధిష్ఠిరుడి వెనకాలే ఇంట్లోకి నడిచారు. అర్జునుడు మాత్రం బైటే ఉండిపోయాడు. తలుపు మూస్తున్న శబ్దం మృత్యువు వినిపించే చివరి ఆదేశంలా తోచింది.

* * *

ఆ తరవాత ద్రౌపది పడకమీద కొయ్యబొమ్మలా, ప్రాణం లేనట్టు పడుకున్నప్పుడు ఆమె తనని గెల్చుకున్న గొప్ప విలుకాడు, అర్జునుణ్ణి గురించి ఆలోచించలేదు, అలాగే తన పక్కనే పడుకుని నిద్రపోతున్న యుధిష్ఠిరుడి గురించీ ఆలోచించలేదు. తన తండ్రి సభలోనుంచి కుక్కలా తరిమివేయబడ్డ యువకుడు మౌనంగా నిష్క్రమించిన దృశ్యం ఆమె కళ్లముందు కదలాడింది. ఆమె మనసూ శరీరమూ అత్యాచారానికి గురైనట్టు, ఓడిపోయినట్టు మొద్దుబారిపోయాయి. తను స్వయంగా అన్న మాటలు, "నేను ఒక సూతుణ్ణి వివాహమాడను," ఆ నిశ్శబ్ద వాతావరణంలో అవిరామంగా ఆమె చెవుల్లో మారుమోగసాగాయి.

* * *

అర్జునుడి ముఖం భీకరంగా ఉంది. తన చుట్టూ ఎగురుతున్న మిణుగురులవైపు చూస్తూ అతను మౌనంగా కూర్చుని ఉన్నాడు. పాండవుల వివాహం సందర్భంగా వందమంది బ్రాహ్మణులకి భోజనాలు ఏర్పాటు చేసే క్రమంలో ఆ ఆశ్రమ ప్రాంగణం హడావిడిగా ఉంది. కృష్ణుడు తన మిత్రుడి సరసన కూర్చునేందుకు వచ్చాడు. తన వేణువుని బైటికి తీసి వాయించసాగాడు. కొద్దిసేపట్లోనే వాళ్లచుట్టూ ఒక అతిలోక వాతావరణం ఏర్పడింది. మంత్రముగ్ధులని చేసే ఆ సంగీతం గాయపడ్డ అర్జునుడి మనసుని సేదతీర్చింది. నెలవంక నల్లని మేఘాల చాటునుంచి తొంగి చూసింది. చడీ చప్పుడు లేని భూప్రపంచం మీద తన వెండి వెన్నెలని కురిపించింది. గాలికి ఊగుతున్న చెట్ల వెనుకనుంచి ఎక్కడో దూరాన రాత్రి వేళల్లో పాడే పక్షి కూజితం కృష్ణుడి వేణువుకు వంతపాడింది. అర్జునుడు కళ్లు మూసుకుని ఆ సంగీత మాధురిలో ఓలలాడాడు.

"నీకోసం ఎవరో వేచి ఉన్నారు... నిన్ను ప్రేమించే వ్యక్తి. ఈ రాత్రే మనం ద్వారకకి బైలుదేరవచ్చు," అన్నాడు కృష్ణుడు మురళీగానం ఆపి. ఆ సంగీతం చుట్టూ కమ్ముకువస్తున్న పొగమంచులో కలిసిపోయింది. అర్జునుడు సమ్మోహన స్థితి నుంచి నెమ్మదిగా బైటపడి ప్రశ్నార్థకంగా కనుబొమలు ఎత్తి కృష్ణుడివైపు చూశాడు. "ద్రౌపది విషయం మరిచిపో అర్జునా. రాజకీయ కారణాలకోసం ఆమెని వివాహం చేసుకున్నావు. పాంచాల రాకుమారిని వివాహమాడటంవల్ల పాండవులు దుర్యోధనుణ్ణి ఎదిరించే సాహసాన్ని సమకూర్చుకుని శక్తిమంతులయారు. ఇప్పుడు ఇక ప్రేమకి అనువైన తరుణం ఇది. నావెంట ద్వారకకి రా. నీ కోసం ఇంకా సౌందర్యవతి అయిన రాకుమారి వేచి ఉంది. నావెంట వచ్చి నా సోదరి సుభద్ర హృదయాన్ని చూరగొను."

"సుభద్రా? కానీ ఆమె వివాహం సుయోధనుడితో నిశ్చయం అయింది కదూ? నేను అటువంటి అమర్యాదకరమైన పని ఎలా చేస్తాను?"

"నా సోదరి గురించి అందరికన్నా నాకు బాగా తెలుసు. ఆమె ఇప్పుడు దుర్యోధనుడిని ప్రేమించటం లేదు. నువ్వంటే వల్లమాలిన ఆరాధన. రథసారథి పుత్రుడికి పట్టం కట్టి ఆ రోజు దుర్యోధనుడు నిన్ను అవమానించటం గుర్తుందా? నడమంత్రపు సిరి దొరికిన ఆ కర్ణుడిమీదే అందరి కళ్లూ ఉన్న ఆ సమయంలో నా సోదరి మాత్రం నిన్నే చూస్తూ ఉండిపోయింది. ఆమెకి మాత్రమే నీమీద సానుభూతి కలిగింది. రాకుమారా, అర్జునా! ఆ రోజు నీకు దక్కవలసిన ఘనతని ఆ సూతుడు దోచుకున్నాడు, కానీ నువ్వు అంతకన్నా విలువైనదాన్ని చేజిక్కించుకున్నావు. నా సోదరి హృదయాన్ని చూరగొన్నావు. మిత్రమా, ఆమె దుర్యోధనుణ్ణి వరిస్తే నేను చూస్తూ ఊరుకుంటానని అనుకుంటున్నావా?"

"అంత అన్యాయానికి ఎలా ఒడిగట్టమంటావు? ఆమె ఇంకొకరికే సొంతం..." అంటూ ఆగి అర్జునుడు చిరునవ్వు నవ్వుతున్న కృష్ణుడికేసి చూశాడు. హఠాత్తుగా విపరీతమైన ఆగ్రహం అతని మనసుని పిడుగుపాటులా తాకింది. అన్యాయమూ లేదు ఏమీ లేదు! ధర్మం పేరిట స్వయానా తన సోదరుడు తన భార్యని చేజిక్కించుకున్నాడు. యుధిష్ఠిరుడే తన పట్ల అటువంటి అన్యాయం చేసినప్పుడు, దుర్యోధనుడి విషయంలో తానూ పని ఎందుకు చెయ్యకూడదు? అర్జునుడు కృష్ణుడివైపు చూసి చిన్నగా నవ్వి అతనితో చెయ్యి కలిపాడు.

* * *

కృష్ణుణ్ణీ, అర్జునుణ్ణీ ఎక్కించుకున్న రథం వేగంగా ద్వారకవైపు కదిలింది. దారిలో ఒక సత్రంలో ఆగి వాళ్లు ఆహారం సేవించి, సేదతీరారు. గుర్రాలకి కూడా ఆహారం పెట్టించారు. కొందరు యాత్రీకులు చలిమంట వేసి దాని చుట్టూ కూర్చుని కనిపించారు. ఇద్దరూ మళ్లీ తమ ప్రయాణం కొనసాగించేందుకు బైలుదేరుతూ ఉండగా, భక్తిగీతాన్ని ఆలపిస్తున్న ఒక తీయని కంఠం అర్జునుణ్ణి ఆకట్టుకుంది. అతను ఆ గుంపు దగ్గరకి వెళ్లి పాట వింటూ ఉంటే కృష్ణుడు త్వరపడుతూ రథం దగ్గర వేచి చూడసాగాడు. అతను ఎవరికీ కనిపించకుండా పోయేంతగా అతని నల్లని శరీరం నీడల్లో కలిసిపోయింది.

ముఖమంతా భయంకరమైన మచ్చలతో నిండి వికారంగా ఉన్న ఒక బిచ్చగాడు మంట దగ్గర నాట్యం చేస్తూ, చేతులతో తాళం వేస్తూ పాడుతున్నాడు. పక్కనే ఒక కుక్క పడుకుని తోకని లయబద్ధంగా ఊపుతూ చూపులేని తన కళ్లతో ఆకాశంకేసి చూస్తోంది. ఈ సమస్య సృష్టిపట్లా భగవంతుడికి గల ప్రేమ గురించీ, జీవితం వరంగా లభించిన మానవుని కృతఘ్నతా భావం గురించీ పాడుతున్నాడు. ప్రతి శ్వాసా ఆనందంతో నిండిన సంగీతం, ప్రతిక్షణం ఒక ఉత్సవం, ప్రతి చర్యా ఒక ప్రార్థన, ప్రతి ఆలోచనా కృష్ణుడి దివ్యచరణాలకి సమర్పించే నైవేద్యం, అంటూ పరవశుడై పాడుతున్నాడు ఆ బిచ్చగాడు. ఆ బిచ్చగాడి పాట తనని అంతగా ఎందుకు కదిలించి వేస్తోందో అర్జునుడికి అర్థం కాలేదు. తను ఏదో తప్పు పని చేస్తున్నాననీ, పాపానికి ఒడిగడుతున్నాననీ అతనికి అనిపించింది. కొంతమంది యువకులు సత్రంలోనుంచి బైటికి వచ్చి అందరికీ భోజనాలు వడ్డించసాగారు. ఆ ఆహారాన్ని అందుకుంటున్న వారిలో ఎక్కువ మంది పేదవారు, అస్పృశ్యులు. గాలికి ఆ మంటలు పైకి లేచినప్పుడు ఆ యువకుల్లో ఒకరి ముఖం అర్జునుడికి స్పష్టంగా కనిపించింది. మరుక్షణం అతను దిగ్భ్రాంతికి గురయాడు. ఆ ముఖం కర్ణుడిది! కళ్లులేని ఆ కుక్కతో ఆడుతున్న వ్యక్తి ముఖం కూడా అర్జునుడు గుర్తుపట్టాడు. అతను అశ్వత్థామ. ఆహారం వడ్డిస్తున్న మిగతా ముగ్గురూ, సుయోధనుడూ, సుశాసనుడూ, జయద్రథుడూ.

అర్జునుడికి హఠాత్తుగా తనని చూస్తే తనకే సిగ్గు వేసింది. ఇది తన వివాహం జరిగిన రోజు రాత్రి. మరి తను ఇక్కడ ఉండటం గురించి ఎలాంటి వివరణ ఇచ్చుకోగలడు? గబగబా రథం వద్దకి వెళ్లి అందులో ఎక్కి కూర్చున్నాడు. కృష్ణుడు గుర్రాలని అదిలించగానే, "ఆ బిచ్చగాడు నీగురించే పాడుతున్నాడు. అటువంటి దీనులైన ప్రాణుల్లో అంత భక్తిని నింపటానికి నువ్వు నిజంగానే భగవంతుడివా?" అన్నాడు అర్జునుడు.

కృష్ణుడు నవ్వి ఊరుకున్నాడు. రథం ముందుకి ఉరికింది. రాకుమారుడు అర్జునుడి మనసులో రకరకాల ఆలోచనలు సుళ్లు తిరగసాగాయి. అందరూ దుష్టులని అంటున్నవాళ్లు ఆ రాత్రి పేదలతో సమయం గడుపుతున్నారు. మూర్తీభవించిన ధర్మం అని అందరూ కొనియాడే తన అన్న అపహరించిన స్త్రీతో రాత్రి గడుపుతున్నాడు. ఇటువంటి క్లిష్టమైన విషయాలని భగవంతుడే తనకి వివరించగలడు. ప్రయాణం పొడుగూతా ఆందోళనతో నిండిన అర్జునుడి మనసుని ఆ బిచ్చగాడి పాటా, తను చూసిన దృశ్యాలూ అదేపనిగా వెంటాడసాగాయి.

* * *

హస్తినాపురానికి తన కాబోయే భార్యని వెంటపెట్టుకుని వచ్చే ఊరేగింపుకోసం సుయోధనుడు అసహనంతో వేచి చూడసాగాడు. ఎంత గంభీరంగా ఉండాలని ప్రయత్నించినా

అతని ముఖంలోని సంతోషం బైటపడిపోతూనే ఉంది. ద్వారకా రాకుమారి సుభద్రకీ యువరాజుకీ జరగబోయే వివాహానికి ఇంక మూడు రోజుల వ్యవధి మాత్రమే ఉండటం చేత రాజభవనం కోలాహలంగా ఉంది. ఉత్సవం జరుపుకునేందుకు ఈ కారణం సరిపోదు అన్నట్టు రాకుమారి సుశల వివాహం సింధు రాజు జయద్రథుడితో నిశ్చయమై, రెండు పెళ్ళిళ్లూ ఒకే సమయంలో, ఒకే వేదికమీద జరగబోవటం ఈ ఉత్సాహాన్నీ, కోలాహలాన్నీ ఇనుమడింప జేసింది.

స్వయంవరంలో అర్జునుడు ద్రౌపదిని గెలుచుకుని దాదాపు ఒక సంవత్సర కాలం గడిచింది. పాండవ సోదరులందరూ ద్రౌపదిని భార్యగా పంచుకుంటున్నారని విని అందరూ దిగ్భ్రాంతులయారు. కానీ క్రమక్రమంగా అది అపహాస్యం చేసే విషయంగా మారింది. ఆరు నెలల క్రితం బలరాముడు తన సోదరి వివాహాన్ని సుయోధనుడితో నిశ్చయించేందుకు హస్తినాపురానికి వచ్చాడు. అతని వెంట కృష్ణుడు రాలేదు. సుభద్ర రాకపోవటం సుయోధనుణ్ణి నిరాశపరిచింది. కానీ మొత్తం మీద పరిస్థితులు తనకి అనుకూలంగా ఉండటం చూసి ఆనందించాడు. సుభద్ర అర్జునుడిపట్ల ఆకర్షితురాలైందని జయద్రథుడు అతన్ని హెచ్చరించినప్పటికీ సుయోధనుడు ఆ మాట నమ్మలేదు. అయినప్పటికీ తన వేగులవాళ్లని పంపి అర్జునుడి ఆచూకీ ఎప్పటికప్పుడు తెలియచేస్తూ ఉండమని ఆదేశించాడు. వివాహం అయిన రోజునుంచీ అర్జునుడు కనిపించటంలేదనీ, ద్రౌపది భార్యగా యుధిష్ఠిరుడికి సేవలని అందిస్తూ ఉందనీ, ఆమెకి భర్త అయేందుకు భీముడు ఆత్రుతగా రోజులు లెక్క పెట్టుకుంటున్నాడనీ, ఆ వేగులవాళ్లు అతనికి సమాచారం అందించారు. కృష్ణుడి రథంలో అతనివెంట అర్జునుడు కూడా ఉన్నాడనీ, ఇద్దరూ ద్వారకవైపు వెళ్తూ ఉండగా చూశామనీ కొందరు అన్నారు. కానీ ద్వారకలోని రాజభవనానికి కృష్ణుడు ఒక్కడే చేరుకున్నాడు. అర్జునుణ్ణి ఎవరూ చూడలేదు. అది విని సుయోధనుడి మనసు స్థిమితపడింది. జయద్రథుడు చెప్పినమాట నిజంకాదు అని అనుకున్నాడు.

భీష్మపితామహుడూ, మహారాజు ధృతరాష్ట్రుడూ యాదవ రాకుమారితో ఈ సంబంధానికి తమ సమ్మతి తెలిపిన తరవాత సుయోధనుడు వివాహానికి శుభఘడియ నిశ్చయించమని బలరాముడికి చెప్పాడు. జయద్రథుడి హెచ్చరిక గుర్తు వచ్చి మనసు కలత చెందినప్పటికీ దాన్ని పట్టించుకోకుండా ఉండేందుకు ప్రయత్నించాడు. తన ప్రాణమిత్రుడితో తన సోదరి వివాహం నిశ్చయం అవటం అతనికి అదనపు ఉల్లాసాన్ని కలిగించింది. ఇద్దరి వివాహోత్సవమూ ఒకే సమయంలో జరిపించాలన్న ఆలోచన సుయోధనుడిదే. సింధు దేశం నుంచి రావలసిన వరుడి పక్షం బంధువులు ముందే వేంచేశారు, దాంతో వేడుకల్లో ఉత్సాహం ఇనుమడించింది. రాజభవనంలో ఎటు నడిచినా ఎవరో ఒకరు ఎదురు పడుతూనే ఉన్నారు. భవనం శోభాయమానంగా కనిపించింది.

అశ్వత్థామ సుయోధనుడి మందిరంలోకి పరిగెత్తుకు వచ్చి అతని రెండు భుజాలూ గట్టిగా పట్టుకుని, "రాకుమారా, నిజమైన ప్రేమ గురించి నీ అభిప్రాయం ఏమిటి? నీ హృదయాన్ని చీల్చుకుని వచ్చే ప్రేమ భావన..." అంటూ ఏదేదో మాట్లాడసాగాడు.

ఆ తుంటరి బ్రాహ్మణుడి వెనకే సంకోచిస్తూ నిలబడ్డ కర్ణుణ్ణి చూసి సుయోధనుడికి సరదా వేసింది. "ఏమైంది? ద్రౌపది కర్ణుణ్ణి తన ఆరవ భర్తగా స్వీకరించేందుకు ఒప్పుకుందా?" ఆ మాట వినగానే కర్ణుడి ముఖం కోపంతో ఎర్రబడటం చూసి తను చేసిన మోటు హాస్యానికి

సుయోధనుడు బాధపడ్డాడు. పాపం, కర్ణుడు! గత సంవత్సరం కాంపిల్య నగరంలో జరిగిన అవకతవక సంఘటనని ఇతను ఇంకా మరిచిపోలేదు లాగుంది.

అశ్వత్థామ నవ్వి, "అబ్బే, అదేం కాదులే! అంత ఘోరం ఇంకా జరగలేదు. కానీ మన మిత్రుడు ద్రౌపదికి ఆరవ భర్తగా ఉండేందుకు అభ్యంతరం చెప్పడని నాకు రూఢిగా తెలుసు. ఈ ప్రేమ వ్యవహారం వేరు. తనని ప్రియురాలు మోసం చేసినందుకు ఈ కథానాయకుడు సన్యాసిగా మారాడు. కర్ణుణ్ణి వెతుక్కుంటూ ద్రౌపది స్వయంవర మండపం నుంచి మనం హడావిడిగా బైలుదేరటం నీకు జ్ఞాపకం ఉంది కదా? ద్రౌపది అతన్ని భర్తగా స్వీకరించేందుకు నిరాకరించిందే, ఆ రోజు. ఇక మనకి అతను ఎక్కడ కనబడ్డాడు?

"ఆమె నన్ను అందరి ముందూ అవమానించింది. నన్ను వివాహం చేసుకోవటం కన్నా ఐదుగురు పురుషులతో భార్యగా జీవితం గడపటమే ఆమెకి నచ్చినట్టుంది. ప్రస్తుతం ఆమెపట్ల అసహ్యం తప్ప నా మనసులో ఇంకేమీ లేదు. కానీ ఆ రోజు రాత్రి నేను మీకు దొరికిన చోటుకీ దీనికీ ఎటువంటి సంబంధమూ లేదు. ఆ జనం దీనావస్థకి నేను నిజంగానే చలించి పోయాను. ఎంతైనా నేను కూడా వారిలాంటి వాడినే," అన్నాడు కర్ణుడు ముఖం పక్కకి తిప్పుకుంటూ.

"అవును, నిజమే. అది అసంకల్పితంగా చేసిన ప్రతిక్రియ. నిన్ను మేము నమ్మక పోవటమా?" అంటూ పళ్లికిలించాడు అశ్వత్థామ. అది చూసి కర్ణుడు మరింత కోపం తెచ్చుకున్నాడు. కానీ కర్ణుడు అతనికి సమాధానం చెప్పే లోపల ఆ బ్రాహ్మణ యువకుడు సుయోధనుడి వైపు తిరిగి, "రాకుమారా ఆనాటి దృశ్యం గుర్తుందా? కర్ణుడు మనకి కొందరు బిచ్చగాళ్ల మధ్య కనిపించాడు. మద్యం మత్తులో ఉన్నవాడిలా ధనం వెదజల్లుతూ రుచికరమైన పదార్థాలన్నీ కొని వాళ్లకి పంచుతున్నాడు. ద్రుపదుడి రాజ్యానికి వెళ్లి బలవంతంగా ద్రౌపదిని లాక్కుపోదామని అంటే ఇతను అంగీకరించలేదు! ఆ రాత్రి నీకు గుర్తు ఉండే ఉంటుంది. తన వెంట కుక్కని కూడా తెచ్చుకున్న ఆ బిచ్చగాడు కృష్ణుణ్ణి కీర్తిస్తూ పాటలు పాడాడు. తన కవచకుండలాలు తప్ప కర్ణుడు అంగరాజ్యం నుంచి వెంట తెచ్చుకున్నది సమస్తం దానం చేసేశాడు. కొంతసేపటికి బిచ్చగాళ్లే కాక బ్రాహ్మణులు కూడా కర్ణుడి ఔదార్యాన్ని అందు కునేందుకు బారులు తీరారు. పైగా, మనని కూడా తనలాగే దానం ఇమ్మని బలవంత పెట్టాడు. ఈ వెర్రివాడు ఆ మత్తునుంచి బైటపడే వేళకి నేను కూడా ఆ బిచ్చగాళ్లలాగే నిరుపేదనై పోయాను! ఆ రోజు జరిగిన సంఘటనల ప్రభావం వల్ల కర్ణుడు అలా ప్రవర్తించాడని మనం అనుకున్నాం. కానీ ఈ వెర్రి అంతటితో ఆగలేదు, అది ఒక అలవాటుగా మారిపోయింది."

"మూర్ఖుల్లా మాట్లాడకండి. నా ఈ ప్రవర్తనకీ ద్రౌపదిపట్ల ఉన్న నా భావానికీ ఎటువంటి సంబంధమూ లేదని మీకు ఎన్నిసార్లు చెప్పాలి? నిజానికి ఆ రోజు తనే నా కళ్లు తెరిపించింది. నేను కేవలం ఒక సూతుణ్ణి. క్షత్రియుడిలా నటించాను. రాకుమారుడు సుయోధనుడి ఔదార్యం వల్ల అంగరాజ్యం దక్కింది గాని, లేకపోతే నేను కేవలం ఒక రథసారథి పుత్రుణ్ణి. ఆమె తిరస్కరించటంవల్లే నేనెవరో నాకు జ్ఞాపకం వచ్చింది. ఆ ప్రాంగణం నుంచి బైటికి వచ్చి బిచ్చగాళ్ల గుంపుని చూసినప్పుడు, నాకు దక్కిన అదృష్టంపట్ల నేను కృతజ్ఞత చూపలేదని అనిపించింది. రాకుమారుడు శక్తిమంతమైన సమస్త సామ్రాజ్యాన్నీ ఆపదకి గురిచేసి, నా కోసం బలమైన శత్రువులని సంపాదించుకోగా లేనిది, నేను నా అదృష్టాన్ని దురదృష్టవంతులతో

ఎందుకు పంచుకోకూడదు? అనుకున్నాను. నాకన్నా దీనస్థితిలో ఉన్న ఆ మనుషులకి నేను ఏదైనా ఇచ్చినప్పుడు నాకు కలిగే భావాన్ని నేను మాటల్లో వివరించలేను," అంటూ తన భావోద్వేగానికి తానేభయపడుతూ కర్ణుడు మరోవైపుకి చూడసాగాడు.

"అశ్వత్థామా, అసలు విషయం చెప్పనీయకుండా కర్ణుడు మాట మారుస్తున్నాడు. అసలు నువ్వు ఇక్కడికి ఏం చెప్పాలని వచ్చావో ఆ విషయం సుయోధనుడికి చెప్పు," అంటూ సుశాసనుడు లోపలికి వచ్చి తన సోదరుడి పక్కన కూర్చున్నాడు.

"సరే, అయితే విను, కర్ణుడు మళ్లీ ప్రేమలో పడ్డాడు. నీ వివాహం అయాక తన వివాహం గురించి చెప్పేందుకు ఎదురుచూస్తున్నాడు," అన్నాడు అశ్వత్థామ నోరారా నవ్వుతూ.

సుయోధనుడు పరిగెత్తి వెళ్లి కర్ణుణ్ణి వాటేసుకున్నాడు, "చెప్పు మిత్రమా, ఆ అదృష్ట వంతురాలు ఎవరు? ఎవరా రాకుమార్తె?" అన్నాడు.

కర్ణుడు సూటిగా సుయోధనుడి కళ్లలోకి చూస్తూ, "రాకుమారి కాదు, సూతకన్య, ఆమె పేరు వృషాలి. అంగరాజ్యంలో ఉన్నప్పుడు తరచు నేను రాత్రుళ్లు మారువేషంలో రాజ్య మంతటా తిరుగుతూ ఉంటాను, అలాంటి ఒక రాత్రి పూట నేను ఆమెని కలుసుకున్నాను. విధి మమ్మల్ని పరిచయం చేసింది. ఆమె తన తల్లితో ఉంటుంది. తండ్రి రాజ్యసేవ చేస్తూ మరణించాడు. అతనికి దక్కవలసిన నష్టపరిహారం కోసం ఆమె కార్యాలయాల చుట్టూ తిరుగుతూ ఉంది. కానీ అధికారుల ప్రవర్తన నీకు తెలుసు కదా? నేను ఆమెకి దక్కవలసిన ధనం ఇప్పించి, లంచగొండులైన కొందరు అధికారులని పదవుల నుంచి తొలగించాను. మేమిద్దరం ప్రేమలో పడ్డాం. ఇప్పటికీ నేను అంగరాజునన్న విషయం ఆమెకి తెలీదు. గుర్రాల వ్యాపారం చేస్తాననీ, అధికార స్థానంలో ఉన్న వారితో పరిచయాలవల్ల నా మాట అక్కడ చెల్లుబాటు అవుతుందనీ అనుకుంటోంది. ఆమెని ఇక్కడికి తీసుకువచ్చి నీకు పరిచయం చెయ్యాలనే అనుకున్నాను, కానీ హస్తినాపుర యువరాజు సమక్షంలోకి వచ్చేందుకు ఆమెకి చాలా సంకోచంగా ఉంటుందని ఆ పని చెయ్యలేదు. నువ్వు నా ప్రాణమిత్రుడివని ఆమెకి ఎన్నోసార్లు చెప్పాను, అయినా ఆ మాట నమ్మలేదు. తనని ఆకట్టుకునేందుకు ప్రగల్భాలు పలుకుతున్నానని అనుకుంటోంది," అన్నాడు.

అందరూ పగలబడి నవ్వారు. అశ్వత్థామ ఆ గదిలో నృత్యం చేస్తూ బొంగురు గొంతుతో, "ఆమెని ఎప్పుడు చూస్తానా అనుకుంటున్నాను, కర్ణా! కలిసినప్పుడు ఆమెకి కొన్ని ఉదంతాలు చెప్పాలి... కాంపిల్య నగరం సమీపంలో ఉన్న ద్రౌపది బావి గురించీ... ఆమె తిరస్కరించిన రోజు అంగరాజు బిచ్చగాళ్లకిచ్చిన విందు గురించీ... ఎంత పెద్ద మూర్ఖుడిలా కనిపిస్తాడో నిజానికి అంతే మూర్ఖుడన్న విషయం గురించీ..." అన్నాడు.

కర్ణుడు గురుపుత్రుణ్ణి బలంగా నెట్టి పడవేశాడు. వెంటనే మిగతా మిత్రులందరూ అతని మీదికి లంఘించారు, పిడిగుద్దులు కురిపించారు. తలుపు తట్టిన శబ్దం వినపడగానే అందరూ హడావిడిగా లేచి సర్దుకున్నారు, దుస్తులూ, జుట్టూ సవరించుకుంటూ మర్యాదస్తుల్లా కనిపించేందుకు ప్రయత్నించసాగారు. విదురుడు లోపలికి వచ్చాడు. అందరూ గౌరవంగా నమస్కరించారు. ఆ గది మొత్తం అస్తవ్యస్తంగా ఉండటం, ఆ యువకుల ముఖాల్లో దొంగనవ్వు పొడసూపటం ఆ ప్రధానమంత్రి దృష్టిని దాటిపోలేదు, కానీ ఆయన దాన్ని గమనించనట్టే

ఉండిపోయాడు. సుయోధనుడి వైపు తిరిగి, భీష్మపితామహుడు తక్షణం అతన్ని కలవాలనుకుంటున్నాడనీ, ఆయన వద్దకి వెళ్లమనీ అతనికి చెప్పాడు.

విదురుడి గొంతు పలికిన తీరుకి సుయోధనుడు అప్రమత్తుడయాడు. అది ఎంతో ముఖ్యమైన విషయం కాకపోతే తన పినతండ్రి స్వయంగా తన వద్దకి వచ్చేవాడు కాదు. తనకి అత్యంత ఆప్తులైన వారికి ఎవరికైనా ప్రమాదం వాటిల్లిందేమోనని భయం వేసింది. రాజసభ ప్రవేశించేవరకూ విదురుడు ఇంకేమీ మాట్లాడలేదు. లోపలికి వెళ్లగానే సుయోధనుడి భుజాన్ని నొక్కి వెళ్లి భీష్ముడి పక్కన ఉన్న తన ఆసనం మీద కూర్చున్నాడు. లోపల దీపాలు దేదీప్యమానంగా వెలుగుతున్నాయి. తన తలిదండ్రులు భీష్ముడి పక్కన కూర్చుని ఉండటం సుయోధనుడికి కనిపించింది. తనకి పరిచయం ఉన్నట్టు తోచిన ఒక ఆకారం నీడల్లో నిలబడి ఉండటం చూశాడతను. ఆ వ్యక్తి వెలుతురులోకి వచ్చేదాకా అతనెవరో సుయోధనుడు గుర్తించలేకపోయాడు. అతను బలరాముడు! ఆ యాదవ నాయకుడి ముఖం నిస్పృహతో ముడుచుకుపోయింది. అందుకే ఆయన్ని గుర్తుపట్టేందుకు సుయోధనుడికి ఒక్క క్షణం పట్టింది. గతసారి చూసినప్పటికన్నా బలరాముడు వయసు పెరిగాడు. ఆయన సుయోధనుడి కాళ్లమీద పడేందుకా అన్నట్టు మోకరిల్లాడు, కానీ సుయోధనుడు ఆయన్ని వారించి భుజాలు పట్టి లేపాడు. "ఏమిటిది, మహాశయా?" అంటూ ఆయన్ని లేవనెత్తి ఆయనకి పాదాభివందనం చేశాడు.

"నన్ను క్షమించు రాకుమారా! మీకు అన్యాయం చేశాను. మీకూ మీ రాజ్యానికీ తీరని అవమానాన్ని తెచ్చిపెట్టాను. మీ ఇష్టం వచ్చిన శిక్ష విధించండి, నేను దాన్ని శిరసావహిస్తాను," అన్నాడా యాదవ నాయకుడు.

సుయోధనుడు అయోమయంగా అందరి వైపూ చూశాడు. చీమ చిటుక్కుమంటే వినబడేంత ఆ నిశ్శబ్దంలో బలరాముడు బరువుగా తీసే ఊపిరి తప్ప ఇంకేమీ వినిపించటం లేదు. ఏదో అనుమానం సుయోధనుడి హృదయాన్ని కీటకంలా తొలిచివేయటం ప్రారంభించింది.

"సుయోధనా!" ఇబ్బందికరంగా ఉన్న ఆ నిశ్శబ్దాన్ని భంగం చేస్తూ భీష్ముడి కంఠం ఖంగుమంది. సుయోధనుడు ఆయన ఏమని చెప్పబోతున్నాడో దాదాపు గ్రహించాడు. "తన సోదరి సుభద్ర వివాహం నీ దాయాది అర్జునుడితో నిశ్చయం అయిందని తెలియజేసేందుకు బలరాముడు ఇక్కడికి వచ్చాడు. ఆ వివాహానికి నీ ఆశీస్సులు కూడా కోరుతున్నాడు. కొన్ని మాసాల క్రితం తన సోదరి వివాహం నీతో నిశ్చయించేందుకు ఇతను వచ్చినప్పుడు, నీ మనసులో కూడా అటువంటి కోరికే ఉందని తెలిసి మేము అంగీకరించాం. కానీ ప్రస్తుతం యాదవులు మనసు మార్చుకున్నట్టు తోస్తోంది. బలరాముడి సోదరి అర్జునుడితో లేచిపోయింది. ద్వారకాపురి రాజభవనం నుంచి ఆమె అలా పారిపోయేందుకు కృష్ణుడే స్వయంగా సాయం చేశాడు."

"నన్ను మన్నించు సుయోధనా... నాకా విషయం తెలీదు..." అన్నాడు బలరాముడు నొసలు చిట్లిస్తూ.

సుయోధనుడికి మిన్ను విరిగి మీద పడ్డట్టు అనిపించింది. అణువణువూ ఆగ్రహంతో రగిలిపోయింది. జ్వరం వచ్చినట్టు అనిపించింది. కుంతికి జన్మించిన అక్రమ సంతానం, అర్జునుడు ఎంత ధైర్యం ఉంటే తాను ప్రేమించిన రాకుమారిని తాకగలిగాడు?

"సుయోధనా, ఇది హస్తినాపురానికి జరిగిన ఘోరమైన అవమానం అనటంలో ఎటువంటి సందేహమూ లేదు. వింధ్య పర్వతాల ఉత్తరదిశన భరతఖండం మీది ఆధిపత్యం మనదే. ఒక మిత్రదేశం మనని అవమానించేటంత సాహసానికి ఒడిగట్టింది. మన బద్ధ శత్రువులు, దక్షిణ రాజ్యకూటమికి చెందినవారు కూడా ఇంత నీచంగా ప్రవర్తించలేదు. నీ ఎదుట ప్రస్తుతం రెండే మార్గాలున్నాయి సుయోధనా! యాదవుల బలహీనమైన రాజ్యాన్ని పూర్తిగా కొల్లగొట్టటం లేదా నువ్వు కోరుకుంటున్న రాకుమారిని పొందేందుకు అర్జునుడితో యుద్ధం చెయ్యటం. ఈ విషయం నీతో చర్చించాలని అనుకుంటున్నాను," సుయోధనుడు తల అడ్డంగా ఆడించటం చూసి భీష్ముడు ఆగాడు.

కొంతసేపు యువరాజు ఏమీ మాట్లాడలేదు. తనకి మొదటినుంచీ మార్గదర్శకుడిగా ఉన్న బలరాముడి వైపు కన్నార్పకుండా చూశాడు. చివరికి యాదవ నాయకుడే రాకుమారుడి చూపులని ఎదుర్కోలేక కళ్లు దించుకున్నాడు. సుయోధనుడు బలరాముడితో, "గురువర్యా! నాకు ఒక్క విషయం చెప్పండి. వాళ్లిద్దరూ పారిపోయిన రథాన్ని ఎవరు నడిపారు? నా దాయాది అర్జునుడా, లేక..."

నిజం చెప్పటం బలరాముడికి చాలా బాధాకరంగా తోచింది. తన సోదరిని ఆయన ఒక తండ్రిలా ప్రేమించాడు. ఆ ప్రేమకి ఆమె ఇచ్చిన ఫలితం అవమానం. గుటకలు మింగుతూ ఆయన తన శిష్యుడి వైపు చూశాడు. "నాయనా రథాన్ని నడిపింది నీ దాయాది కాదు, సుభద్రే," అన్నాడు.

సుయోధనుడు సభకి నమస్కరించి వెళ్లిపోసాగాడు.

భీష్ముడు లేచి నిలబడి, "సుయోధనా, నాకు సమాధానం చెప్పు! యుద్ధం చేసి సుభద్రని గెలుచుకోవాలనుకుంటే హస్తినాపుర సైన్యం మొత్తం నీ వెంట వస్తుంది. ఒక క్షత్రియుడిగా నీ కర్తవ్యం నుంచి విముఖుడివి కావద్దు. నీకు కాబోయే భార్యకోసం, నీ రాజ్యం కోసం, నీ ఆత్మాభిమానం కోసం పోరాడు," అన్నాడు.

సుయోధనుడు ఆగి, వెనుదిరిగి, "పితామహా, సుభద్ర నా దాయాది అర్జునుణ్ణి వరించేందుకు ఇష్టపడుతూ ఉందని తెలుస్తోంది. ఆమెకోసం పోరాడటం నాకిష్టం లేదు. వ్యక్తిగతమైన వ్యవహారం పరిష్కరించేందుకు రాజ్యానికి సంబంధించిన సైన్యాన్ని వినియోగించుకోవటం కూడా నాకు సమ్మతం కాదు," అన్నాడు.

"నిన్ను అందరూ వెటకారం చేస్తారు, పిరికిపందవని అంటారు," అన్నాడు భీష్ముడు కటువుగా తను అనుకున్నది నిర్మొహమాటంగా చెపుతూ.

"అర్జునుడూ, సుభద్రా సుఖసంతోషాలతో జీవించాలని కోరుకుంటున్నాను. నా వ్యక్తిగతమైన సమస్యలవల్ల రాజ్యానికి సంబంధించిన వ్యవహారాలు దెబ్బ తినకూడదు. నా గురువు, బలరాముడు స్వయంగా వచ్చి ఈ వార్త ధైర్యంగా మనకి చెప్పినందుకు, ఆయన్ని గౌరవిస్తున్నాను. ఈ చిన్న సంఘటన వల్ల ద్వారకతో మన సంబంధాలపై ఎటువంటి చెడు ప్రభావమూ పడకూడదని ద్వారకతో మన సంబంధాలపై ఎటువంటి చెడు ప్రభావమూ పడకూడదని నా విన్నపం," అని సుయోధనుడు బైటికి వెళ్లేందుకు నడిచాడు, కానీ ద్వారం కొన్ని లక్షల యోజనాల దూరం ఉన్నట్టు అనిపించిందతనికి.

"సుయోధనా!" భీష్ముడి కంఠం పలికిన తీరుకి సుయోధనుడు వెంటనే ఆగిపోయాడు. వెనుదిరిగి చూసేసరికి భీష్ముడి లోతైన కళ్లలో తడి మెరవటం కనిపించింది. ఆయన ఏమంటాడా అని అతను వేచి చూశాడు. "నాయనా, నిన్ను చూస్తే నాకు గర్వంగా ఉంది," అన్నాడాయన.

సుయోధనుడు మళ్లీ తలవంచి ఆయనకి నమస్కరించి వీలైనంత వేగంగా అక్కణ్ణించి నిష్క్రమించాడు. ద్వారపాలకుల నమస్కారాలకి ప్రతినమస్కారం చెయ్యటం అతను మరవలేదు, కానీ సభనుంచి తగినంత దూరం వెళ్లి ప్రశాంతంగా, నీడగా ఉన్న ప్రదేశాన్ని ఎంచుకుని, తన ముఖాన్ని చల్లని చలువరాతి గోడకి ఆనించి నొక్కి పెట్టాడు. అంతవరకూ అణచిపెట్టుకున్న భావోద్వేగం వెల్లువలా అతన్ని ముంచెత్తింది. చిన్న పిల్లవాడిలా మనసారా విలపించాడు సుయోధనుడు. అర్జునుడి మీద రగిలే ద్వేషాన్ని అణచివెయ్యాలని ప్రయత్నించాడు, కానీ సుభద్ర అందమైన ముఖం తనని ఎగతాళి చేస్తున్నట్టూ, తన అమాయకత్వాన్నీ, మూర్ఖత్వాన్నీ ఎద్దేవా చేస్తున్నట్టూ అనిపించింది. తన పరిస్థితి చూసి అర్జునుడు నవ్వుతున్నట్టే అనిపించింది. తను ఇలా అవమానానికి గురి కావటం బ్రాహ్మణులకి చాలా సంతోషాన్ని కలిగిస్తుందని అతనికి తెలుసు. తను ఎందుకూ కొరగానివాడిననీ, అందరూ తనని ఉపయోగించు కుంటున్నారనీ సుయోధనుడికి అనిపించింది. అంధులకి జన్మించినందువల్లనేమో, సుభద్ర తన ప్రేమని ఆటపట్టిస్తోందని, చూడలేక తాను కూడా అంధుడిలా ప్రవర్తించాడని అనుకున్నాడు సుయోధనుడు కాలుతూన్న తన ముఖాన్ని చల్లటిరాతికి గట్టిగా ఆనిస్తూ.

ఒక గంటసేపు గడిచాక అశ్వత్థామ అక్కడికి వచ్చాడు. అంతవరకూ సుయోధనుడు అదే భంగిమలో ఉండిపోయాడు. ముందు తన వ్యథకి కారణం ఏమిటనేది సుయోధనుడు తన మిత్రుడికి చెప్ప నిరాకరించాడు. చివరికి జరిగినదేమిటో చెప్పి, సుభద్రకీ అర్జునుడికీ వివాహం జరిగిపోయిందని చెప్పాక అతని మిత్రులకి ఆగ్రహం వచ్చింది. అర్జునుణ్ణి వెతుకుతానని ఆవేశంగా అశ్వత్థామ బైలుదేరాడు, కర్ణుడూ, జయద్రథుడూ కలిసి తమ బలాన్నంతా ఉపయోగిస్తే కాని వాళ్లు అతన్ని ఆపలేకపోయారు. తన ఇద్దరు మిత్రుల కాబోయే భార్యలని ముందు ద్రౌపదినీ, ఇప్పుడు సుభద్రనీ కాజేసినందుకు, అర్జునుడి మీద ప్రతీకారం తీర్చుకుంటానని అశ్వత్థామ ప్రతిజ్ఞ చేశాడు. ఈ లోపల బలరాముడి మీద దుర్భాషల వర్షం కురిపించేందుకు సుశాసనుడు అక్కణ్ణించి చల్లగా జారుకున్నాడు. బలరాముడు తలవంచుకుని ఆ అవమానాన్ని మౌనంగా భరించాడు. ఇంతలో ఎవరో ఆ విషయాన్ని భీష్ముడి చెవిన వేశారు. భీష్ముడు మరుక్షణం సుశాసనుణ్ణి నిర్బంధించవలసినదని ఉత్తరువిచ్చాడు. మర్నాడు ఉదయం సుశల వివాహం జరిగేదాకా సుశాసనుణ్ణి బైటికి రానివ్వవద్దని ఆదేశించాడు. హస్తినాపురం పక్షాన విదురుడు బలరాముడికి వేనవేల క్షమాపణలు చెప్పుకున్నాడు.

* * *

సుశల వివాహ సందర్భంగా కొన్ని వింతైన సంఘటనలు జరిగాయి. అటువంటి సంఘటనలు ప్రాచీనరాజ్యానికిగాని, నాగరికతకిగాని మంచి శకునాలు కాజాలవని పండితులు అన్నారు.

'దేవతలు దుర్యోధనుడి స్థానమేదో అతనికి చూపించారు. మూర్ఖుడు కనుకనే తనకి కాబోయే వధువుని అర్జునుడు ఎత్తుకుపోతే ఏమీ చెయ్యలేకపోయాడు,' అంటూ అర్చకులు

చెవులు కొరుక్కున్నారు. అయినా ఆ అహంకారి గుణపాఠం నేర్చుకోలేదు. తన వివాహం జరగవలసిన అదే మండపంలో ఇద్దరు సూతులకి వివాహం జరిపించే టంత నిర్భయత్వాన్ని ప్రదర్శించిన యువరాజు మీద ధౌమ్యుడికి ఎక్కువ కోపం వచ్చింది. ధౌమ్యుడి కింద ఉన్న పురోహితులెవరూ కర్ణుడికీ, వృషాలికీ వివాహం జరిపించేందుకు అంగీకరించలేదు, కానీ అశ్వత్థామా, కృపుడూ ఆ కార్యం నెరవేర్చేందుకు ముందుకొచ్చారు. ఆ విధంగా సింధురాజూ, సుశల సరసన వాళ్ళకి కూడా వివాహం జరిగింది. కర్ణుడి దానగుణానికి ప్రభావితులై అతన్ని అనుసరించేవాళ్ళు ఎంతోమంది రహస్యంగా ఆ వధూవరులని ఆశీర్వదించి కర్ణుడు అందించిన కానుకలని స్వీకరించారనీ, కర్ణుడి దానగుణం ఎంతో ప్రాచుర్యం పొందిందనీ తెలిసి ధౌమ్యుడికి మరింత ఆగ్రహం కలిగింది. ఆ పవిత్ర భూమిలో దేవతలు అటువంటి దుష్టులు వర్ధిల్లేందుకు ఎందుకు అనుమతిస్తున్నారో అతనికి అర్థం కాలేదు. ఇవి బహుశా కలికాలం రాబోయే సూచనలేమో. అధర్మ యుగం అడుగపెట్టబోతోంది! ధౌమ్యుడు తన ఇంట్లో అర్చకు లందరినీ సమావేశపరిచి సుయోధనుడూ, అతని మిత్రుల వంటి పాపాత్ముల నుంచి విముక్తి కలిగించమని చాలా నిజాయితీగా ప్రార్థించాడు. ఇంతకుముందు భగవంతుడు తమని రావణుడూ, బలి చక్రవర్తి వంటి రాక్షసులనుంచి రక్షించలేదా? "దేవుడి దివ్యజ్ఞానం మీద విశ్వాసం ఉంటే చాలు," అన్నాడు ధౌమ్యుడు నిరాశతో కుంగిపోయిన తన అనుయాయులతో. అర్చక ముఖ్యుడి ఓదార్పు మాటలు తప్ప ఇంక ఎటువంటి ఆధారమూ లేకపోవటంతో ఆ అర్చకులు సుయోధనుడి విషయం, అతని మిత్రుల విషయం దేవతలే చూసుకుంటారు లెమ్మని అనుకున్నారు.

* * *

తక్షకుడు హస్తినాపురం మీద చెయ్యబోయే దాడి గురించి ఏకలవ్యుడు తనమిత్రుడు అశ్వసేనుడితో మాట్లాడుతూ కూర్చున్నాడు. వారిచుట్టూ ఖాండవవనంలోని ఎత్తైన చెట్లు కావలి సైనికుల్లా నిలబడి ఉన్నాయి. దాదాపు ఒక సంవత్సరం గడిచాక ఏకలవ్యుడు అక్కడికి వచ్చాడు. తక్షకుడు అతనికి వీరోచితమైన స్వాగతం పలికాడు. మెరుపుదాడి చేసే ఒక సైనికదళానికి అతన్ని నాయకుడిగా నియమించాడు. అయినప్పటికీ వృద్ధరాజు వాసుకి మాత్రం అతను తిరిగిరావటం చాలా పెద్ద పొరపాటు అనీ, తక్షకుడు సృష్టించే ఆ మతిలేని ప్రపంచం నుంచి తప్పించుకు పొమ్మనీ ఏకలవ్యుడికి పదేపదే చెప్పాడు.

పక్షుల కూజితాలూ, అప్పుడప్పుడూ గాలికి చిన్నగా కదిలే ఎండిన ఆకుల సవ్వడీ తప్ప అక్కడి నిశ్శబ్దం భయంగొలిపేలా ఉంది. ఆకాశం నిండా కారుమబ్బులు కమ్ముకున్నాయి. ఎన్నాళ్ళుగానో మండే ఎండలకి ఆర్చుకుపోయిన నేల వాన చినుకులకోసం ఆశగా ఎదురు చూస్తోంది. మయాసురుడు అనే ఒక అసుర యువకుడు వాళ్ల పక్కన కూర్చున్నాడు. ఇరవయ్యో పడిలోకి ఇప్పుడే ప్రవేశించిన అతను ఒక వాస్తుశిల్పి. మౌనంగా కూర్చుని నేలమీద అద్భుతమైన భవనాల బొమ్మలూ, ఆలయాల బొమ్మలూ గీస్తున్నాడు. ఆ విద్యని అతను ఒక గొప్ప వాస్తుశిల్ప విద్యాలయంలో నేర్చుకున్నాడు. చివరి అసుర చక్రవర్తి రావణుడు కూలిపోయాక దక్షిణ సాగరతీరాన ఒకప్పుడు వర్ధిల్లిన ఆ విద్యాలయం తన ప్రభావాన్ని కోల్పోయింది. కానీ ఆ సంప్రదాయం ఇంకా రహస్యంగా కొనసాగుతూనే ఉంది. ఆ వాస్తుశిల్ప విద్యాలయంలో నేర్పించిన భవనాలూ, దేవాలయాల నిర్మాణాలూ ప్రస్తుతం ఎవరూ చేపట్టక పోవటంవల్ల విద్యార్థులు కేవలం మట్టితో చిన్న ఆకారంలో మాత్రమే వాటిని నిర్మిస్తున్నారు. వాళ్లది అంతరించిపోతున్న కళ. ఆ కళని అభ్యసించినవాళ్లు దిక్కులేనివాళ్లయి, అస్పృశ్యుల

వర్గం వైపుకి నెట్టబడుతున్నారు. ఎందుకంటే విశ్వకర్మ విద్యాలయానికి ప్రాచుర్యం పెరగ సాగింది. ఈ సామాజిక మార్పు మయాసురుణ్ణి కూడా దెబ్బతీసింది. తక్షకుడి సైన్యంలో కొత్తగా చేరినవారిలో మయుడు కూడా ఉన్నాడు.

అందరూ విస్మరించిన భరతఖండపు భూభాగంలో, ఖాండవవనంలో నాగుల రహస్య స్థావరం ఏర్పడింది. ఏదారీ లేనివారందరూ అతన్ని ఆశ్రయించసాగారు. ఆ వనాలు ఒక ప్రాచీన నగర ప్రాంతంలో ఉన్నాయి. మొదటి ఇంద్రుడు భరతఖండాన్ని కొన్ని వేల సంవత్సరాల క్రితం పరిపాలించింది ఈ ప్రాంతం నుంచే. తరవాత ఆధిపత్యం బ్రాహ్మణుల చేతుల్లోకి వచ్చే సరికి, ఇంద్రుడి వంటి రాజుల సంఖ్య తగ్గిపోయింది. వృద్ధుడైన ఇంద్రుడు అన్నీ పోగొట్టుకుని, శిధిలమైన తన భవనంలో కీకారణ్యం మధ్యలో నివసించసాగాడు. అర్జునుడికి తండ్రి అతనే అనీ, ఆ సహాయం చేసినందుకు కుంతి అతనికి కొంత ధనం ఇచ్చిందనీ వదంతులు వినవచ్చాయి. ద్వేషంతోనూ, తుచ్ఛమైన బుద్ధితోనూ అతను నాగులతో చెయ్యి కలిపి, ప్రసిద్ధులైన తన పూర్వీకుల పేరు ప్రతిష్ఠలని కొద్దో గొప్పో తిరిగి పొందగలనన్న ఆశతో అవకాశం కోసం ఎదురుచూడసాగాడు. తక్షకుడు యుక్తిగా ఆ అవకాశాన్ని తనకి అనుకూలంగా మలుచుకుని, ఇంద్రుడు రాజుగా పరిపాలిస్తున్న ఆ కీకారణ్యంలోకి తన సేనలని తరలించాడు. ఖాండవ వనం నుంచి రెండు రోజుల్లో హస్తినకి చేరుకోవచ్చు. తక్షకుడు నిర్వహించే యుద్ధతంత్రం వంటి దానికి ఆ అరణ్యం ఎంతో అనువైనది.

ఇక ప్రస్తుతం తక్షకుడూ, కాళీయుడూ జంటగా ఏకలవ్యుడు కూర్చుని ఉన్న చోటికి వచ్చారు. విప్లవ సేనకి నాయకుడిని చూడగానే ఏకలవ్యుడు గౌరవంగా లేచి నిలబడ్డాడు. తనకి తానుగా నాటకీయమైన పేర్లు పెట్టుకుని ఆ పేర్లతో పిలిపించుకోవటం అనే సరదా తక్షకుడికి పెరిగిపోసాగింది. ప్రస్తుతం మహానాయకుడు అనే పేరు తగిలించుకున్నాడతను. ఏకలవ్యుణ్ణి కౌగలించుకుని, "నువ్వు నీ వెంట అదృష్టాన్ని తీసుకువస్తావని మాకు తెలుసు. మాకు బలమైన మిత్రుడి అవసరం ఉందని తోచింది. ఇప్పుడు హిరణ్యధనుషుడి కుమారుడే స్వయంగా మాతో కలిశాడు!" అన్నాడు తక్షకుడు.

"ఎందుకంత ఆలోచన ఏకలవ్యా?" అన్నాడు కాళీయుడు చిరునవ్వు ఆపుకుంటూ. "మగధ సైన్యాధిపతి మా మహానాయకుడికి ఈ లేఖ పంపాడు. ఇదిగో చదువు," అన్నాడు మళ్ళీ.

వణికే చేతులతో ఏకలవ్యుడు ఆ తాళపత్రాన్ని అందుకున్నాడు. తన తండ్రి జీవించే ఉన్నాడన్న వార్త అతన్ని దిగ్భ్రాంతికి గురిచేసింది. మగధ రాజముద్ర ఉన్న ఆ పత్రాన్ని అతను ఆత్రుతగా చదివాడు. దానిమీద కేవలం 'తక్షకుల వారికి' అని ఉంది. సేనాధిపతి హిరణ్యధనుషుడు అందులో ఏకలవ్యుడు ఏనాడో తాను విడిచిపెట్టి వచ్చిన తన కుమారుడేనని స్పష్టంగా రాశాడు. తన కుమారుణ్ణి సురక్షితంగా మగధకి చేర్చమని కోరుతున్నట్టు కూడా రాశాడు.

తక్షకుడు మరో సందేశాన్ని కూడా ఏకలవ్యుడికి అందించాడు. అది ఏకలవ్యుడికి అతని తండ్రి రాసిన లేఖ. చిన్నపిల్లవాడుగా ఉన్నప్పుడు ఏకలవ్యుణ్ణి వదిలి వెళ్ళిపోయినందుకు క్షమాపణ కోరుతూ ఆ సేనాని రాసినది. భార్య చనిపోయిన తరవాత తన అదృష్టాన్ని వెతుక్కుంటూ వెళ్ళిన హిరణ్యధనుషుడు పసివాడైన తన కుమారుణ్ణి తన సోదరుడికి

అప్పగించాడు. కాలక్రమాన అతను గొప్ప యోధుడుగా రూపొందాడు. అదృష్టం కొద్దీ అతనికి తారసపడిన రాజుది కులంకన్నా ప్రతిభే గొప్పదని అనుకునే స్వభావం. ఆ రాజు హిరణ్య ధనుషుణ్ణి ప్రతిభగలవాడని నమ్మాడు. కాలక్రమాన అతను మగధసేనకి సైన్యాధిపతి అయాడు. ఎన్నోసార్లు ఏకలవ్యుణ్ణి వెతికేందుకు ప్రయత్నించాడు కానీ కృతకృత్యుడు కాలేక పోయాడు. తన సోదరుడి భార్యా, ఆమె ఐదుగురు కుమారులూ ఘోరప్రమాదంలో చనిపోయిన వార్త ఆయనకి చేరింది. ఏకలవ్యుడు జీవించే ఉన్నాడనీ, తక్షకుడి సైన్యంలో కలిశాడనీ కూడా విన్నాడు. తన కుమారుణ్ణి చూడాలన్న కోరికతో అతన్ని మగధ రాజధాని, పాటలీపుత్రానికి రమ్మని సందేశం పంపాడు.

ఏకలవ్యుడు కోపంగా, రోతగా ఆ లేఖని విసరివేశాడు. తను ఆకలికి అలమటిస్తూ, అష్టకష్టాలూ పడుతున్నప్పుడు ఈయన ఏమయాడు? తన పేదరికం, ఏదైనా పనికివచ్చే విద్య నేర్చుకునేందుకు తను సలిపిన పోరాటం, అవమానాలూ, తన వారిపట్ల ఇతరులు వ్యవహరించిన తీరూ, తన పినతల్లీ, దాయాదుల మరణం, అన్నింటి జ్ఞాపకాలూ అతని మనసుని వెల్లువలా ముంచెత్తాయి. పక్కకి తిరిగి పొదలవద్దకి వెళ్లి వాంతి చేసుకోసాగాడు.

"నాకు తండ్రి లేడు. ఆ గొప్ప మనిషి నాకేమీ కాడు..." అంటూ ఏకలవ్యుడు నదివైపు పరిగెత్తాడు. యమునానదీ జలాలు నల్లటి లోతుల్లోకి తనని పిలుస్తున్నట్టు అనిపించిందతనికి. అసలే దెబ్బపై దెబ్బ తగిలి గాయాలతో నిండిన ఏకలవ్యుడి మనసు తన తండ్రి జీవించే ఉన్నాడన్న వార్తని భరించలేకపోయింది.

తక్షకుడు అతన్ని అనుసరించి వచ్చి అతని భుజాన్ని తాకాడు, కానీ ఏకలవ్యుడు స్పందించలేదు. ముఖాన్ని రెండు చేతులతోనూ కప్పుకుని పరవళ్లు తొక్కుతున్న ప్రవాహానికి మరీ దగ్గరగా నిలబడ్డాడు. అతనే స్వయంగా శాంతిస్తాడు లెమ్మని అనుకున్న తక్షకుడు దూరంగా వెళ్లిపోయాడు. ఆ తరవాత తక్షకుడూ, వాసుకీ అతన్ని వెళ్లి తన తండ్రిని ఒకసారి కలుసుకోమని ఒప్పించేందుకు ప్రయత్నించారు. అతని తండ్రి చాలా శక్తిమంతుడనీ, తాము ప్రారంభించిన విప్లవానికి అటువంటి వారి అండదండలు అవసరమనీ నచ్చజెప్పారు. హస్తినాపురం మీద దాడి చేసే సమయం ఆసన్నమైందని అన్నారు. ఏకలవ్యుడి తండ్రి అణచివేతకి గురైన అస్పృశ్యకులంలో జన్మించి, స్వయంకృషితో అంత ఉన్నతపదవికి చేరుకున్న యోధుడనీ, ఏకలవ్యుడికి ఆయన అవసరం లేకపోయినా విప్లవానికి ఆ అవసరం ఉందనీ అన్నారు. చివరికి విప్లవ సైన్యానికి సహకరించకపోయినట్టయితే ఏకలవ్యుడు ఘోరమైన పర్యవసాన్ని ఎదుర్కోవలసి వస్తుందని కూడా బెదిరించారు. కానీ ఏకలవ్యుడి మనసు మారలేదు. విప్లవానికి ఎదురు తిరిగినవారిపట్ల చర్య తీసుకుంటామని సూచిస్తూ తక్షకుడు కోపంగా వెనుదిరిగాడు.

చిట్టచివరికి ఏకలవ్యుడి కఠిన హృదయాన్ని వాసుకి కరిగించగలిగాడు. ఏకలవ్యుడి ఆగ్రహం నెమ్మదిగా కుతూహలానికీ, ఆ తరవాత గర్వానికీ దారి తీసింది. ఆ నిషాదుడు తన తండ్రిని కలుసుకునేందుకు మగధకి వెళ్లేందుకు అంగీకరించాడు. హస్తినాపురంలో కర్ణుడి వివాహ మహోత్సవం జరిగే సమయంలో ఏకలవ్యుడు తూర్పు రాజ్యం మగధకి బైలుదేరాడు. ఏకలవ్యుడికి తండ్రిని చూడాలన్న ఆత్రుత కలిగింది. ఏకలవ్యుడి వెంట తనుకూడా వెళ్లేందుకు మయాసురుడు అనుమతి కోరాడు. ప్రసిద్ధి పొందిన పాటలీపుత్రాన్ని చూడాలని అతనికి

కోరికగా ఉంది. కానీ ఏకలవ్యుడే అతనికి అభ్యంతరం చెపుతూ, "మరెప్పుడైనా వద్దురుగాని మయాసురా," అన్నాడు. తన తండ్రిని ప్రత్యక్షంగా చూస్తే తనలో ఎటువంటి ప్రతిక్రియ ఉంటుందో ఏకలవ్యుడికి ఇదమిత్థంగా తెలీలేదు. అందుకే తనవెంట రెండో మనిషిని తీసుకువెళ్ళేందుకు అతను ఇష్టపడలేదు.

ఆ నిషాదుడి నల్లటి ఆకారం గుర్రంమీద కూర్చుని క్షితిజం వైపు వెళ్తూ ఉంటే, దాన్ని చూస్తూ ఆ వాస్తుశిల్పి నిరాశగా నిట్టూర్చాడు. తను వాస్తు శిల్పకళ గురించి గ్రంథాలలో చదువుకున్నాడు తప్ప ఎప్పుడూ పెద్ద నగరాలని చూడలేదు. పైగా పద్ధతి ప్రకారం నిర్మించిన నగరాలనైతే అసలే చూడలేదు. అస్పృశ్యుడు అవటం చేత భవనాలకీ, దేవాలయాలకీ సమీపంగా వెళ్ళేందుకు అతనికి అనుమతి లభించదు. గొప్ప భవనాలని చూడాలనీ, శిలలనీ, శిల్పాలనీ చేతులతో స్పృశించాలనీ, రాళ్ళు పరచిన వీధుల్లో నడవాలనీ తహతహలాడాడు. అతని మనసులోతుల్లో ఒక కోరిక దాగి ఉంది. అది సామాన్యమైన కోరిక కాదు, తీవ్రమైన ఆకాంక్ష. ఒక అందమైన ఆలోచన అతన్ని నిద్రపోనిచ్చేది కాదు, నిద్రపోతే ప్రతిరోజూ ఒకే కల వచ్చేది, కలలోనుంచి మేలుకోగానే ఒకే రకమైన ప్రార్థన అతని పెదవులమీదకి వచ్చేది. అది అసాధ్యం కాబట్టే అంత అందంగా ఉండేది. వేల సంవత్సరాల క్రితం భరతఖండంలోని గొప్ప ఆలయాలను నిర్మించిన తన పూర్వీకులను తలుచుకుని మయాసురుడు మోకరిల్లి చేతులు జోడించి, "ఓ మహాదేవా! అర్హత లేని కోరిక కోరుతున్నందుకు నన్ను మన్నించు. ఓ దయామయా! ఈ ఒక్క వరం ఇస్తే చాలు. ఈ లోకంలోకల్లా అందమైన నగరాన్ని నిర్మించే అవకాశాన్ని అందించు. నా నగరం శాశ్వతంగా ఉండిపోయేటట్టూ... నా పవిత్ర జన్మభూమిలో హృదయంవంటి ప్రముఖస్థానాన్ని పొందేటట్టూ అనుగ్రహించు!" అంటూ ప్రార్థించాడు.

అతని ప్రార్థన విన్నట్టు ఆకాశంలో ఉరుములూ, మెరుపులూ కనిపించాయి. మయాసురుడి సమీపంలోని ఒక వృక్షం మీద పిడుగు పడి జ్వాలలు ఎగసిపడ్డాయి. ఆ యువ వాస్తు శిల్పి హడలిపోతూ ఆకాశంకేసి చూశాడు. నల్లని ఆకాశంలో కారుమేఘాలు ఒరుసుకుంటూ మెరుపులని పుట్టిస్తున్నాయి. ఈ తుచ్ఛుడైన మానవ మాత్రుడి గొప్ప కోరిక విని స్వర్గంలోని దేవతలు ఆగ్రహిస్తున్నారా అనిపించేట్టు మారింది వాతావరణం. మయుడు తన పర్ణకుటీరం వైపు పరిగెత్తాడు. తన మెడలో వేలాడుతున్న చిన్న శివలింగాన్ని రెండు చేతులతో గట్టిగా పట్టుకున్నాడు. ఆ భయంకరమైన వాతావరణం కళ్ళబడకుండా శిథిలావస్థలో ఉన్న తలుపు మూసివేశాడు. మింటినుంచి వెలువడిన ఆ ఆగ్రహావేశాలు చల్లారేందుకు చాలా సమయం పట్టింది.

# 23. నాగరికత గమనం

"మనకి వేరే మార్గం లేదు విదురా! ఖాండవ వనాన్ని పరిపాలించే బాధ్యతని పాండవులకి అప్పజెప్పవలసిందే," అన్నాడు భీష్ముడు తన ప్రధానమంత్రితో.

"ప్రభూ, ఆ ప్రాంతం ఎక్కువ భాగం అడవులతో నిండి ఉంది. అక్కడి నది గురించి చెప్పలేం, వేసవిలో కూడా మైదానప్రాంతాలని తరచు ముంచెత్తుతూ ఉంటుంది. అదీగాక, తక్షకుడి బృందంలోని తిరుగుబాటు దారులు ఆ అడవుల్లోనే స్థావరాలు ఏర్పరచుకున్నారన్న వార్తలు వినవస్తున్నాయి," అన్నాడు విదురుడు భీష్ముడి నిర్ణయానికి ఇబ్బంది పడుతూ.

"విదురా! ఇంతకన్నా మంచి ఉపాయం నువ్వు సూచించగలవా? కుంతి తన కుమారులనీ, కోడలినీ వెంటబెట్టుకుని రాజభవనానికి వచ్చేసింది. వారణావతంలో అగ్నికి ఆహుతై వాళ్లు చనిపోలేదని అందరికీ తెలిసిపోయింది. ఆమె చుట్టూ ఉన్న కుట్రదారులు మహారాజు ఆమె విషయంలో విభేదాలని సృష్టిస్తున్నాడన్న వదంతులు పుట్టిస్తున్నారు. గాంధారికీ కుంతికీ మధ్య రగులుతున్న ప్రచ్ఛన్న యుద్ధం నాకు ఇష్టంలేదు. అదీగాక, తక్షకుడు ఖాండవ వనంలో ఉన్నాడన్న వార్తలు నిజమే అయితే ఆ సమస్యని పాండవులు ఏ విధంగా పరిష్కరిస్తారో చూడాలని ఉంది నాకు. వాళ్లకి సాయం చేసేందుకు మనం ఎల్లకాలం ఉండబోము. ఇటువంటి సమస్యలని నవతరం ఎలా పరిష్కరిస్తుందో కాస్త చూడనీ. వాళ్లకి కూడా పరిపాలించటంలో అనుభవం కావాలి కదా! పాండవులు ఖాండవ వనంలో ఉండి సగం రాజ్యాన్ని అక్కడినుంచి పరిపాలిస్తే అందరికీ మంచిది. ఈ విషయం సుయోధనుడి దగ్గర ప్రస్తావించాను. అతను ఏమీ అభ్యంతరం చెప్పలేదు. తను ప్రేమించిన అమ్మాయి అర్జునుడికి భార్య అయినందువల్ల కలిగిన నిస్పృహనుంచి అతనింకా కోలుకోలేదు. కానీ వ్యక్తిగత విషయాలని రాజ్యానికి సంబంధించిన మేలుతో ముడిపెట్టేంత అపరిపక్వత అతనికి లేదనే నా నమ్మకం.

"సుయోధనుడి ఆలోచనల గురించి నాకు అంత రూఢిగా తెలీదు. వారణావతంలోని లక్క ఇల్లు..."

విదురుడి మాటలకి అడ్డుపడుతూ, "వారణావతాన్ని గురించి ఎంత తక్కువ మాట్లాడితే అంత మంచిది. నువ్వు స్వయంగా ఆ సంఘటనని పర్యవేక్షించావు, అందుచేత దాన్ని గురించి నీకే బాగా తెలియాలి. కుట్ర జరిగి ఉండవచ్చు అనేదానికి ఒకే ఒక నిదర్శనం కనిపిస్తోంది, ఆ భవనాన్ని దహనశీల పదార్థంతో నిర్మించారు. దాన్ని నిర్మించిన పురోచనుడు కూడా ఆ ప్రమాదంలో పాపం మరణించాడు. ముందు పాండవులు ఆ అగ్నిప్రమాదంలో చనిపోయారని

అనుకున్నాం, కానీ నువ్వు ఆచూకీ తీసిన వివరాలను బట్టి పాపం ఆ అగ్నికి ఆహుతైనది ఒక నిషాద స్త్రీ, ఆమె కుమారులూ అని తెలిసింది. ఆ అమాయకుల హత్యకి కారణం ఎవరు? సుయోధనుడా, పాండవులా? పురోచనుడు లంచగొండి అని మనం అనుకున్నాం, కానీ అతను చనిపోయిన తరవాత అతని ఇంటికి వెళ్లినప్పుడు, ఆ ఇల్లు మనకి సమృద్ధితో నిండినట్టు కనిపించలేదు. నేను ఏర్పాటు చేసిన భరణం తాలూకు చిన్న మొత్తం అతని భార్యకి ఆధరువుగా ఉంది. ఒక అస్పృశ్యుడిని కాపాడేందుకు పురోచనుడిలాంటి వ్యక్తి తన ప్రాణాలని ఎందుకు పణంగా పెట్టాడు? ఒకవేళ కుంతినీ, ఆమె కుమారులనీ అంతమొందించేందుకు కుట్ర జరిగి ఉంటే, అది సుయోధనుడి పని కాదని నేను కచ్చితంగా చెప్పగలను. భీముణ్ణి హత్యచేశాడని సుయోధనుడి మీద కుంతి నేరారోపణ చెయ్యటం, దాన్ని విచారించేందుకు మనం బోలెడంత సమయాన్ని వ్యర్థం చేసి సభ నిర్వహించటం గురించి మరిచిపోయావా?"

"చిత్తం ప్రభూ! నేను ఆ ఏర్పాట్ల విషయం చూస్తాను. ఇంకొక ముఖ్యమైన సమాచారం ఏమిటంటే కృష్ణుడు భీముణ్ణీ, అర్జునుణ్ణీ మగధకి వెంటపెట్టుకుపోయాడు. ఎందుకో తెలీదు," అన్నాడు విదురుడు. భీష్ముడితో ఆ విషయం ప్రస్తావించటం ఆయనకి ఇబ్బందిగా అనిపించింది.

"ఆ సంగతి నాకు తెలుసు, ఈసారి కృష్ణుడి పన్నాగం ఏమిటో తెలీదు. పోయినసారి అర్జునుణ్ణి వెంటపెట్టుకుని వెళ్తే సుభద్ర వ్యవహారం ఎలా ముగిసిందో చూశాం కదా! ఈసారి ఏం చెయ్యబోతున్నాడో మరి? భీముడు ఒక అసుర స్త్రీకి కుమారుణ్ణి కన్నాడు, అవునా?"

"అవును, ఆమె పేరు హిడింబి. మద్యం మత్తులో కొట్లాటకి దిగి భీముడు ఆమె సోదరుణ్ణి చంపివేశాడు. ఆ సమయంలో సంవత్సరం పాటు ద్రౌపది యుధిష్ఠిరుడితో ఉన్నది కాబట్టి భీముడు హిడింబిని పెళ్లాడేందుకు కుంతి సమ్మతించింది. వాళ్లిద్దరికీ పుట్టిన కుమారుడే ఘటోత్కచుడు," అన్నాడు విదురుడు నిర్లిప్తంగా.

"ఒక్కోసారి కుంతీ, ఆమె కుమారుల ప్రవర్తన చూసి నేను సిగ్గుపడాల్సి వస్తూ ఉంటుంది. నీతి, ధర్మం గురించిన సమాచారం వాళ్లు ఏ గ్రంథాలనుంచి సేకరిస్తారో తెలీదు. భీముడూ, అర్జునుడూ కృష్ణుడి వెంట మగధకి వెళ్లటం వల్ల మంచే జరుగుతుందని ఆశిద్దాం. ఖాండవ వనం గురించి మనం తీసుకున్న నిర్ణయాన్ని మహారాజుకి తెలియజేయి, ఆయన అనుమతి తీసుకో. అంతా చివరికి సవ్యంగానే ముగుస్తుందని ఆశిద్దాం," అన్నాడు భీష్ముడు అలసినట్టు నిట్టూరుస్తూ. రాజ్యభారాన్ని మోసీ మోసీ ఆయన డస్సిపోయాడు. అన్నీ విడిచిపెట్టి హిమాలయాలకి వెళ్లిపోయి, ప్రశాంతంగా దైవ ధ్యానంలో జీవితం గడపాలన్న కోరిక ఆయనకి కలిగింది.

విదురుడు భీష్ముడికి నమస్కరించి ధృతరాష్ట్రుడితో ఆ ఏర్పాట్ల గురించి చర్చించేందుకు వెళ్లిపోయాడు.

* * *

"ఖాండవ వనమా? నరకం లాంటి ఆ ప్రాంతం ఎవరికి కావాలి? అమ్మా! మనని మళ్లీ మోసగించారు," అంటూ మహారాజు వద్దనుంచి అందుకున్న ఆదేశాన్ని చదివి నకులుడు మండిపడ్డాడు.

"ఆ ప్రాంతమంతా ఊబితో నిండిన కీకారణ్యం. క్రూరమృగాలూ, మెరుపుదాడి చేసే తిరుగుబాటుదారులూ విచ్చలవిడిగా తిరిగే ప్రదేశం," అన్నాడు సహదేవుడు చికాకు వ్యక్తపరుస్తూ.

"ఊరికే ఆవేశపడకండి, కృష్ణుణ్ణి మగధనుంచి తిరిగి రానివ్వండి. ఏం చెయ్యాలో కృష్ణుడికి తెలుస్తుంది," అని యుధిష్ఠిరుడు మళ్లీ ధ్యానముద్రలోకి వెళ్లిపోయాడు.

అలా ఆ ముగ్గురు సోదరులూ, ఏమీ పట్టించుకోని వారి భార్యా, ఆత్రుతతోనున్న తల్లీ అర్జునుడూ, భీముడూ తాము తలపెట్టిన కార్యాన్ని ముగించుకుని ఎప్పుడు వెనక్కి వస్తారా అని వేచి చూడసాగారు. ఎంతైనా ఒక సామ్రాజ్యాన్ని నిర్మించవలసిన బాధ్యత వాళ్లమీద ఉంది.

* * *

ఈలోపల కృష్ణుడూ, అర్జునుడూ, భీముడూ మగధ చేరుకున్నారు. నగర ద్వారాన్ని సమీపించి రాజు జరాసంధుడిని కలుసుకునేందుకు అనుమతి కోరారు. ఎక్కువ సేపు వేచి చూడవలసిన అవసరం లేకపోయింది. మహాశివుడి పరమభక్తుడైన మగధరాజు తమకి అందించిన ఆప్యాయమైన స్వాగతం చూసి కృష్ణుడు విస్తుపోయాడు. బ్రహ్మాండమైన శివాలయ ప్రాంగణంలో జరాసంధుడు కృష్ణుడికి విందు భోజనం ఏర్పాటు చేశాడు.

కృష్ణుడు చుట్టూ చూశాడు. తన యుక్తి పారాలంటే ఉసికొల్పేందుకు ఏదైనా కారణం దొరకాలి. అర్జునుడు జరాసంధుడితో మాటల్లో పడ్డాడు. భీముడి పక్కనే కూర్చుని మౌనంగా భోజనం చేస్తున్న హిరణ్యధనుషుడి మీద కృష్ణుడి చూపు నిలిచింది. జరాసంధుడి మగధ రాజ్యంలో తప్ప, ఒక రాజు సరసన కూర్చుని భోజనం చేసే అవకాశం ఒక అస్పృశ్యుడికి మరెక్కడా లభించేది కాదు. పేరుపొందిన ఆ సైన్యాధిపతి గురించి ఏమీ పట్టించుకోకుండా ఎన్నాళ్లుగానో ఆకలితో ఉన్నవాడిలా భీముడు ఆబగా ఆహారం తినసాగాడు. కొంతసేపటికి భీముడు కృష్ణుడివైపు చూశాడు. అరటి ఆకుకి ఎడమ పక్కన పద్ధతి ప్రకారం నీళ్లతో నిండిన పాత్రలు ఉన్నాయి. హిరణ్యధనుషుడి నీటి పాత్రని అతను భోజనం చేస్తున్న ఆకుమీదికి పొర్లించమని భీముడికి కృష్ణుడు సైగ చేశాడు. భీముడికి ఈ వింత ఆదేశం అర్థం కాలేదు, కానీ కారణాలూ, సందేహాలూ భీముణ్ణి ఏనాడూ ఇబ్బంది పెట్టవు. కృష్ణుడు ఏం చెయ్యమన్నా జంకూ గొంకూ లేకుండా చేసేస్తాడు. పొరపాటున చెయ్యి తగిలినట్టు ఆ పాత్రని అతను దొర్లించాడు. నీరు ఆ సేనాధిపతి ఆకు మీదికి కారింది. మరుక్షణం అతను ఆ నీటిని చేత్తో బైటికి తోశాడు. ఆ ప్రయత్నంలో కొన్ని చుక్కలు భీముడిమీద పడ్డాయి. "అయ్యో! ఎంత అవమానం!" అన్నాడు కృష్ణుడు ఒక్క ఉదుటున లేచి నిలబడి. అందరూ తలలెత్తి ఏమిటా అని ఆశ్చర్యంగా చూశారు.

భీముడికి కృష్ణుడి మాటల్లో గూఢార్థం అర్థమై, "ఎంగిలి నీళ్లు ఒక క్షత్రియుడి మీద వెయ్యటానికి ఎన్ని గుండెలు నీకు, అంటరాని వెధవా?" అంటూ భీముడు పెడబొబ్బలు పెట్టాడు.

సైన్యాధిపతితో అలా మాట్లాడేందుకు ఎవరూ ఎన్నడూ ధైర్యం చేసి ఎరగరు. ఆగ్రహం పట్టలేక జరాసంధుడు కూడా లేచి నిలబడ్డాడు.

"రాకుమారా భీమా, వెంటనే మా సైన్యాధిపతి హిరణ్యధనుషుడికి క్షమాపణ చెప్పండి. నా ఆతిథ్యానికి కూడా కొన్ని పరిమితులు ఉన్నాయి. నా రాజభవనానికి వచ్చి నా మిత్రుడు, నా సైన్యాధిపతిని అవమానించే అధికారం మీకు లేదు. అలా చేస్తే పర్యవసానం అనుభవించాల్సి ఉంటుంది."

"మహాప్రభూ, ఇదేమంత పెద్ద విషయం కాదు," అని క్రోధావేశంలో ఉన్న మహారాజుతో హిరణ్యధనుషుడు హుందాగా, వినయంగా అన్నాడు. తరవాత భీముడి వైపు చూసి, "రాకుమారా, నాదే పొరపాటు, నన్ను మన్నించండి," అన్నాడు.

"నువ్వు ఒక క్షత్రియుణ్ణి అవమానించావు. ఒక యోధుడి ఆగ్రహం ఎలా ఉంటుందో చూడబోతున్నావు. నిన్ను ద్వంద్వయుద్ధానికి రమ్మని పిలుస్తున్నాను," అన్నాడు భీముడు నేలమీద కాలు తాటిస్తూ గొప్ప క్రోధాన్ని ప్రదర్శిస్తూ.

ఆ పాండవుడి మాటలకి అచ్చెరువొందిన హిరణ్యధనుషుడు కాస్త సంకోచించాడు.

"వద్దు భీమా, వదిలెయ్యి. సైన్యాధిపతికి నీతో ద్వంద్వ యుద్ధం చెయ్యటం ఇష్టం లేనట్టుంది. అతను రాజాస్థానంలో కేవలం అలంకారప్రాయంగా సైన్యాధిపతి పదవిని పొందాడు. జరాసంధుడు అర్హతలేని ఒక మనిషికి సైన్యాధిపతి పదవి ఇచ్చాడు," అన్నాడు కృష్ణుడు చెరగని చిరునవ్వుతో.

ఇక సైన్యాధిపతికి వేరే మార్గం లేకుండా పోయింది. అతని కింది అధికారులూ, సైనికులూ అతన్నే చూడసాగారు. భీముడి ఆహ్వానాన్ని తోసిపుచ్చినట్టయితే అతన్ని వాళ్ళు గౌరవించరు. జీవితమంతా గౌరవంగా జీవించాడు, తన రాజుకీ, రాజ్యానికీ సేవలందించాడు, తలెత్తుకుని గర్వంగా ఈ లోకం నుంచి నిష్క్రమించాలని అనుకున్నాడు. తనకన్నా ముప్పై సంవత్సరాలు చిన్న వారైన పాండవుల ధాటికి తాను సరితూగనని తెలిసినప్పటికీ ఆయన భీముడి పిలుపుని స్వీకరించి చేతులు కడుక్కునేందుకు వెళ్ళాడు. చిన్న గూట్లో ఉన్న శివలింగానికి శిరసు వంచి నమస్కరించాడు. భారమంతా ఆ శివుడి మీదే వేసి ప్రశాంతమైన మనసుతో ప్రార్థించాడు. శివుడు అతనిపట్ల దయగా ఉన్నాడు. నిమ్నకులస్థులు కలలో కూడా ఊహించనంత ఉన్నత పదవి అతనికి లభించింది. అతని మనసుకి ఒకే ఒక తీరని కోరిక బాధ కలిగించింది, తన కుమారుడు ఏకలవ్యుణ్ణి తాను కలుసుకోలేనన్న విచారం. "ఈశ్వరా, నా కుమారుణ్ణి చల్లగా చూడు," లేచి నిలబడి జరాసంధుడి సభలోకి నడిచేముందు దేవుణ్ణి ప్రార్థించిన చివరి ప్రార్థన అదే.

తన పక్కన దృఢంగా నిలబడ్డ జరాసంధుడివైపు చూశాడు హిరణ్యధనుషుడు తన కోసం సంప్రదాయాన్ని కూడా ఎదిరించి సైన్యాన్ని తనకి అప్పగించాడాయన. జరాసంధుడు తన సైన్యాధిపతిని కౌగలించుకుని అతని చెవిలో రహస్యంగా, "మనం ఉచ్చులో చిక్కుకున్నాం హిరణ్యా! వీళ్ళలో ఎవరూ ప్రాణాలతో మగధ వదిలిపోలేరు. నీకు ఏదైనా హాని కలిగితే వీళ్ళని నిరాయుధుడినై నా చేతులతో చంపివేస్తాను," అన్నాడు.

సైన్యాధిపతి తల పంకించి, "వీడ్కోలు మహాప్రభూ! నా హృదయం ఎల్లప్పుడూ మీ పాదాక్రాంతమై ఉంటుంది," అన్నాడు.

ద్వంద్వయుద్ధం ప్రారంభమైన వెంటనే భీముడు తనకన్నా పెద్దవాడైన హిరణ్య ధనుషుణ్ణి నిమిషాల్లో మట్టి కరిపిస్తానని అనుకున్నాడు. కానీ అనుభవజ్ఞుడైన సైన్యాధిపతిని గెలవటం అంత సులువైన విషయం కాదని త్వరగానే అర్థమైంది. ధైర్యం, దృఢసంకల్పంగల హిరణ్య ధనుషుడు కేవలం తన అనుభవమూ, నేర్పూ సాయంతో తన విరోధి భీమకాయాన్ని ఎదుర్కొన్నాడు. రెండు ఘడియలు గడిచిన తరవాత కూడా ఇద్దరూ సమఉజ్జీలుగా ద్వంద్వ

యుద్ధాన్ని కొనసాగిస్తూనే పోయారు. సైన్యాధిపతి భీముణ్ణి రెండుసార్లు వెల్లకిలా పడవేశాడు. కానీ రెండుసార్లూ యోధుల నిబంధనని పాటించి భీముడు లేచి నిలబడేవరకూ వేచి ఉన్నాడు. కానీ వయసు పైబడటంవల్ల విడువకుండా పోరాడుతున్న ఆ సైన్యాధిపతిలో అలసట పొడసూప సాగింది. తన శత్రువు అలసిపోతున్నాడని గ్రహించిన భీముడికి సైన్యాధిపతి జారి కింద పడిపోవటంతో మంచి అవకాశం దొరికింది. కర్మసిద్ధాంతాన్ని నేర్చుకున్న భీముడికి న్యాయం విధించే నిబంధనలేవీ అడ్డు రాలేదు. అందుకే అతను కిందపడిపోయిన హిరణ్య ధనుషుడి మీదికి లంఘించి లేవకుండా నేలకి నొక్కి పట్టి ఉంచాడు. ఒక్క దెబ్బతో భరతఖండంలోని మొట్టమొదటి నిషాద సేనానాయకుడి మెడ ఎముక విరిచివేశాడు.

తన ప్రాణమిత్రుడు మరణించటం చూసి జరాసంధుడు విపరీతంగా ఆవేశపడి, క్రోధావేశంతో గర్జిస్తూ బరిలోకి దూకాడు. మగధ రాజు అలా ఆగ్రహించటం చూసి కృష్ణుడు చిరునవ్వు నవ్వాడు. సరిగ్గా అలాంటిది జరుగుతుందని అతను ముందే ఊహించాడు. వినేవాళ్లు ఎవరైనా ఉంటే అన్ని రకాల దుఃఖాలకీ, బాధలకీ మూలకారణం మమకారాలే అని అతను సూచిస్తూ ఉంటాడు. తటస్థంగా ఉన్నవాడే మోక్షాన్ని సాధించ గలడు. కానీ మూర్ఖుడైన ఆ రాజు తన మిత్రుడు చనిపోవటం చూసి చలించిపోయాడు, అసహనాన్ని ప్రదర్శించాడు. ఆ విధంగా ఈ లోకంలోని మాయకి వశుడై జరాసంధుడు అజ్ఞాని అనిపించుకున్నాడు. చనిపోయిన మిత్రుడి మీద ఎనలేని ప్రేమవల్ల ఆత్మ మరణించదనీ, మరణం కేవలం ఒక భ్రమ అనీ తెలుసుకునే వివేకాన్ని కోల్పోయాడు. తన మిత్రుడు కేవలం బాహ్య వలువలని మార్చుకున్నాడనీ, అతని ఆత్మ మళ్లీ జన్మించేందుకు వేరొక శరీరాన్ని వెతుక్కుంటూ వెళ్లిందనీ తెలుసుకోలేకపోయాడు. భీముడు ఆ సైన్యాధిపతి ఆత్మని చంపలేదు, అందుచేత అతను భీముడి చేతిలో మరణించలేదు.. ఇదంతా కేవలం మాయ.

డెబ్భై సంవత్సరాల వయసున్న తన ప్రతిద్వంద్విని చూసి భీముడు గట్టిగా నవ్వాడు. అతని శవాన్ని కాలితో ఒక పక్కకి తన్ని జరాసంధుణ్ణి పట్టుకునేందుకు ఉరికాడు. రాజు చురుగ్గా పక్కకి తప్పుకుని భీముడి మెడని తన మోచేతి వంపులో బంధించాడు. ఎడమ చేత్తో భీముణ్ణి గట్టిగా బంధించి బలమైన తన కుడిచేత్తో ఆ మోసకారిని చావుదెబ్బలు కొట్టసాగాడు. భీముడు ఎంత గింజుకున్నా జరాసంధుడి పట్టు విడిపించుకోలేకపోయాడు. అప్పుడు దీనంగా కాపాడమని కృష్ణుడివైపు చూశాడు. కృష్ణుడి కనుసైగతో ఏం చెయ్యాలో భీముడికి చెప్పాడు. వెంటనే భీముడు జరాసంధుడి తొడల మధ్య పిడికిలితో బలంగా కొట్టాడు. మరుక్షణం జరాసంధుడి పట్టు సడలింది. బాధతో, కోపంతో ఆ రాజు మెలికలు తిరిగిపోయి భీముడిమీద ఉమ్మివేశాడు. యుద్ధంలో సామాన్యంగా సైనికులు కూడా నడుము కింది భాగం మీద దెబ్బ కొట్టరు. కానీ ఎప్పటిలాగే ఎదురు ప్రశ్నలు వేయని భీముడు కృష్ణుడి ఆదేశాన్ని పాటించాడు. అతను తన శత్రువు మీదికి ఉరికి అతన్ని నేలమీదకి పడదోశాడు. సైన్యాధిపతి విషయంలో చేసినట్టే జరాసంధుడి గుండెలమీదికి లంఘించబోయాడు, కానీ వృద్ధుడైన ఆ రాజు అనుభవం వల్ల ఒనగూడిన యుక్తులతో పక్కకి దొర్లాడు. భీముడు బోర్లా పడ్డాడు. మెరుపులా లేచి జరాసంధుడు అతని వీపు మీద కూర్చున్నాడు. భీముడి గొంతు పట్టుకుని నొక్కేందుకు ప్రయత్నించాడు, కానీ భీముడు అతని పట్టునుంచి విడివడగలిగాడు. తాను అలసిపోతున్నానని జరాసంధుడు గ్రహించాడు. అంతసేపు సుదీర్ఘంగా కొనసాగిన ఆ ద్వంద్వయుద్ధంలో తన మిత్రుడికి పట్టిన గతే తనకీ పడుతుందని కూడా ఆయన గ్రహించాడు.

కృష్ణుడు ఆ పోరాటాన్ని చాలా ఆసక్తితో గమనించాడు. తను అనుసరించే తత్వం ప్రకారం అతనికి భీముడి మీద కాని, పాండవుల్లో ఎవరిమీద గాని ప్రేమలేదు. వాళ్లందరూ అతని కోసమే జీవిస్తూ, అతనికోసం ప్రాణాలు సైతం అర్పించేందుకు సిద్ధంగా ఉన్నారని కృష్ణుడికి తెలుసు. కానీ అతను చాలా తెలివైనవాడు. ఒక భీముడు కానీ, అర్జునుడు కానీ చనిపోతే వారి స్థానాన్ని ఆక్రమించేందుకు వందలమంది ఉన్నారు. అయినప్పటికీ జరాసంధుడు గెలిస్తే కృష్ణుడు నమ్మినదంతా, అతను దేనికోసం జీవిస్తున్నాడో అదంతా వ్యర్థం అయిపోతుంది. భీముడి వల్ల అర్జునుడి వల్ల కన్నా ఎక్కువ ప్రయోజనం ఉంది. అర్జునుడిలా ఇతను ఇబ్బందికరమైన ప్రశ్నలు అడగడు. భీమకాయుడైన భీముడు చెప్పింది చేస్తాడు, అంతే. జరాసంధుడు కృష్ణుడు ఆడే చదరంగంలో ఒక పావులాంటి వాడు, కానీ భీముడు అనేక రకాలుగా పనికివస్తాడు. కృష్ణుడు ఒక తమలపాకుని చేతిలో పట్టుకుని భీముడు తనకేసి ఎప్పుడు చూస్తాడా అని వేచి ఉన్నాడు. భీముడు తనవైపు చూడగానే ఆ ఆకుని అతను మధ్యలో చీల్చాడు. వెంటనే రెండు సగభాగాలనీ చెరోవైపూ విసిరివేశాడు. అర్థం అయింది అన్నట్టు భీముడు తల పంకించాడు.

ఈసారి జరాసంధుడు కిందపడగానే భీముడు తన మెడని దొరకబుచ్చు కుంటాడని అనుకుని కాచుకునేందుకు సిద్ధం అయాడు. ఆయన ఆశ్చర్యపోయేట్టుగా భీముడు ఆయన కుడి కాలుని పట్టుకుని తన బలమైన కాలితో ఆయన ఎడమకాలిని నేలకి నొక్కిపెట్టాడు. ఆ తరవాత బ్రహ్మాండమైన తన బలాన్నంతా ఉపయోగించి జరాసంధుడి శరీరాన్ని తొడల మధ్యనుంచి చీల్చటం ప్రారంభించాడు. కొద్దికొద్దిగా అలా భీముడు ఆయన శరీరాన్ని చీలుస్తూ ఉంటే ఆ బాధ భరించలేక జరాసంధుడు అరవసాగాడు. మధురమీదికి పదిహేడు మార్లు దండెత్తి వెళ్లి, కృష్ణుణ్ణీ, బలరాముణ్ణీ, ద్వారక వదిలి పారిపోయేట్టు చేసిన జరాసంధుడి వంటి మహారాజు, సంప్రదాయాలనీ, వేదాలనీ, కులవ్యవస్థనీ కాదని, తన సామ్రాజ్యాన్ని ప్రతిభ అనే పునాది మీద నిర్మించిన ఆ మహనీయుడు నెమ్మది నెమ్మదిగా అలా చిత్రహింస అనుభవిస్తూ, తను చేసిన పాపాలకి ప్రాయశ్చిత్తంగా ప్రాణాలు విడిచాడు.

గెలిచినందుకు ఆనందం పట్టలేక భీముడు తన గుండెలమీద పిడికిళ్లతో కొట్టుకున్నాడు. కృష్ణుడు ఎటువంటి ప్రతిక్రియా ప్రదర్శించలేదు. తమ సైన్యాధిపతీ, మహారాజూ చనిపోవటం చూసి సైనికులలో అలజడి తలెత్తటం కృష్ణుడు గమనించాడు. ఈ సమయంలో సైన్యం తిరుగుబాటు చెయ్యటం తమకి మంచిది కాదని అతనికి తెలుసు. ఆ నగరంలో ఉన్న చెరసాల వైపు పరిగెత్తాడు. ప్రమాదాన్ని శంకించిన భీముడు అతన్ని అనుసరించాడు. ఆగ్రహించిన సైనికులని ఎలాగైనా అక్కడే కదలకుండా ఉండేట్టు చూడమని అర్జునుడికి చెప్పి కృష్ణుడు పరిగెత్తి పోసాగాడు. ముందే అనుకున్న ప్రకారం జరాసంధుడి కొలువులో ఉన్న కృష్ణుడి వేగులు అతన్ని చేరుకున్నారు. ఎన్నో సంవత్సరాల క్రితం తనని ఎదిరించిన నేరానికి జరాసంధుడు తొంభైఐదుమంది సామంతరాజులని చెరసాలలో బంధించాడు. వారిని చెర విడిపించాలన్నది కృష్ణుడి యోచన. ఆ సామంతులందరూ జరాసంధుడు స్థాపించిన ఉదారమైన వ్యవస్థకి ఏదో ఒక సమయంలో ఎదురుతిరిగినవారే. వారిలో సుదేవుడు ఒకడు. అతను జరాసంధుడి కుమారుడు. ఒక అస్పృశ్యుణ్ణి సైన్యాధిపతిగా నియమించినప్పుడు అతను తిరుగుబాటు చేసేందుకు ప్రయత్నించాడు.

కృష్ణుడు చెరసాల తలుపులు తెరిచి త్వరగా బందీలను విడుదల చేశాడు. అర్జునుడూ, అతనికి కొత్తగా లభించిన మిత్రులూ సైనికుల ఆగ్రహాన్ని శాంతింపచేస్తున్న ప్రాంతానికి

చేరుకున్నారు. మగధ యువరాజు కనిపించగానే పరిస్థితి కొంత అదుపులోకి వచ్చింది. సైన్యాధిపతీ, మహారాజూ క్షత్రియుల్లా పోరాడి ప్రాణాలు కోల్పోయారని కృష్ణుడు సైనికులతో అన్నాడు. క్షత్రియ ధర్మం పోరాడటం. తమ ధర్మాన్ని నిర్వర్తించి వారిద్దరూ మోక్షాన్ని సాధించారని అన్నాడు. తియ్యగా మాట్లాడగల వాక్చాతుర్యంతో కృష్ణుడు సైనికులని శాంతింప జేశాడు. సంప్రదాయులకి అత్యంత ప్రీతిపాత్రుడైన సుదేవుడు సైన్యాధిపతీ, జరాసంధుడి చితులు చల్లారకముందే – మగధకి రాజు పదవిని పొందాడు.

కృష్ణుడూ, అతని మిత్రులూ మగధ వదిలి వెళ్లిపోయిన తరవాత సైన్యంలో ఒక చిన్న భాగం మగధ నుంచి పారిపోయి, ఆశ్రయాన్ని కోరుతూ చేది రాజ్యానికి వెళ్లిపోయింది. ఆ కొద్దిమంది సైనికులూ మరణించిన హిరణ్యధనుషుడికీ, రాజు జరాసంధుడికీ విశ్వాస పాత్రులు. చేది రాజ్యానికి రాజు శిశుపాలుడు. అతను చాలా కాలంగా జరాసంధుడికి మిత్రుడు. చేది రాజ్యానికి వెళ్లేదారిలో సైనికులకి హిరణ్యధనుషుడి కుమారుడు ఏకలవ్యుడు ఎదురొచ్చాడు. తన తండ్రి మరణవార్త విని కుంగిపోయాడు, ఆయన్ని కలుసుకోవాలని ఎంతో ఆశతో వచ్చాడతను.

హస్తినాపురానికి తిరిగి వెళ్లే దారిలో కృష్ణుడికి ఆ తిరుగుబాటు గురించి తెలిసింది. అది చాలా చిన్న సమస్య, సమయం వచ్చినప్పుడు దాని విషయం చూడవచ్చని అనుకున్నాడతను. మహా యుక్తిపరుడైన కృష్ణుడికి తరవాత అది చాలా పెద్ద తప్పిదంగా పరిణమించింది.

* * *

"దాన్ని సమస్యగా కాదు, ఒక అవకాశంగా భావించు," అన్నాడు యుధిష్ఠిరుడితో కృష్ణుడు నవ్వుతూ.

"కానీ ఖాండవ వనం దట్టమైన కీకారణ్యం. దానిలోకి ప్రవేశించటం అసాధ్యం అని విన్నాను. పైగా అరణ్యంలో క్రూర మృగాలూ, భయంకరమైన ఆదివాసులూ ఉంటారని కూడా విన్నాను. అక్కడ ఒక నగరాన్ని ఎలా నిర్మించగలను? మా పెదనాన్న ధృతరాష్ట్రుడు మామీద ద్వేషంతోనే ఈ పన్నాగం పన్నాడు," అన్నాడు యుధిష్ఠిరుడు శాంతంగా ఉండేందుకు ప్రయత్నిస్తూ. కానీ ఆ అన్యాయాన్ని గురించి ఆలోచించినకొద్దీ అతనిలో ఆగ్రహం మరింత పెరగసాగింది.

"మిత్రమా, నేనిక్కడ ఉండగా నీకు విచారం దేనికి? నేనూ, అర్జునుడూ ఈసారి ఖాండవ వనానికి బహుశా వెళ్లవలసి రావచ్చునేమో," అంటూ అర్జునుడివైపు చూసి చిన్నగా నవ్వాడు కృష్ణుడు. ఏమీ అర్థం కాకపోయినా అర్జునుడు చిరునవ్వుతోనే అతనికి సమాధానం ఇచ్చాడు.

ఒక వారం రోజుల్లో కృష్ణుడూ, అర్జునుడూ తమ సేనతో ఖాండవ వనం వైపు కదిలారు. దారిలో కృష్ణుడు అర్జునుడికి చివరి ఇంద్రుడి దీనగాథ వినిపించి, నిజానికి ఆ అరణ్యం ఇంద్రుడిదేనని చెప్పాడు. వాళ్లు ఖాండవవనం మొదట్లో ఉన్న కొండ ప్రాంతానికి చేరుకుంటూ ఉండగా కృష్ణుడు అన్న మాటలకి పాండవ మధ్యముడు గుర్రం మీదినుంచి కింద పడిపోయేంత పనైంది.

"ఏమిటి కృష్ణా నువ్వనేది? నాకున్న అతిపెద్ద అనుమానాలు నిజమని అంటున్నావా? మమ్మల్ని సుయోధనుడు ఎప్పుడూ అక్రమ సంతానం అనేవాడే, అది నిజమేనా? మేము దేవతల

కుమారులం అని వ్యాపించిన వదంతులు కేవలం ప్రచారం అనుకున్నానే. కానీ ఇప్పుడు నా తండ్రి జీవించే ఉన్నాడనీ, నశించిన దేవతల వంశానికి చెందినవాడనీ చెపుతున్నావా?" అన్నాడు అర్జునుడు నిర్ఘాంతపోతూ. మరోపక్క తీవ్రమైన కోపంతో అతని శరీరం కంపించ సాగింది.

కృష్ణుడు కొంటెనవ్వు నవ్వుతూ, "ఇప్పుడు అది అప్రస్తుతం. మీ అమ్మని అడుగు. లేకపోతే ఇంద్రుణ్ణి కలుసుకున్నప్పుడు ఆయన్నే అడుగు. నువ్వు చివరి ఇంద్రుడికి జన్మించినవాడివి అర్జునా. ఆ విషయానికి గర్వపడు. ఇప్పుడు ఉన్న ఇంద్రుడు చేతకాని వాడు కావచ్చు, కానీ ఎంతో గొప్పవంశానికి చెందిన నీ పూర్వీకుల రక్తమే నీ శరీరంలో ప్రవహిస్తోంది."

"కానీ అలాంటప్పుడు హస్తినాపురానికి రాజయే అధికారం మాలో ఎవరికీ లేనట్టే కదా? అంటే సుయోధనుడికే రాజ్యం దక్కుతుంది. మేము ఐదుగురం అక్రమ మార్గంలో జన్మించిన వాళ్లం. సుయోధనుడు రాజ్యభారం వహిస్తున్న మహారాజు ప్రథమ సంతానం. అంతకన్నా ముఖ్యమైన విషయం, మా పెదనాన్న ధృతరాష్ట్రుడు ఆయన తండ్రికి ప్రథమ సంతానం, అసలు వారసుడు. మా తండ్రి పాండురాజు... ఆయనకి సింహాసనాన్ని అధిష్ఠించే అధికారం లేదు. ఇంక ఎందుకు ఈ విషయం మాట్లాడటం కృష్ణా? నా చేత ఈ పనులన్నీ ఎందుకు చేయిస్తున్నావు?" అన్నాడు అర్జునుడు తన మిత్రుడికేసి అయోమయంగా చూస్తూ.

"ప్రియ నేస్తమా, అర్జునా... ఇటువంటి స్వల్ప విషయాల గురించి ఆందోళన వద్దు. మన రాజ్యాన్ని అధర్మం పాలు కాకుండా రక్షించగలవాడు యుధిష్ఠిరుడు మాత్రమే. దుర్యోధనుడు రాజైనట్టయితే ఈ పవిత్ర భూమి నాశనమైపోతుంది. అతను ఎటువంటి వారితో మైత్రి చేస్తున్నాడో ఒకసారి చూడు, సూతుడు కర్ణుడు, దీనావస్థలో ఉన్న బ్రాహ్మణుడు అశ్వత్థామ, వెర్రి బ్రాహ్మడు కృపుడు, నాస్తికుడు చార్వాకుడు, ఇలా అతని మిత్రులని లెక్కిస్తూ పోతే దానికి అంతే ఉండదు. అతను పరిపాలన చేపడితే ఎలా ఉంటుందో ఊహించు. మన పూర్వీకులు ఎంతో ఆలోచించి నెలకొల్పిన ఈ వ్యవస్థకి ఎలాంటి గతి పడుతుందో ఆలోచించు. మన సామాజిక వ్యవస్థ ఏమవుతుంది? దుర్యోధనుడు మహారాజు ప్రథమ సంతానం కావటం అనేదాన్ని మనం పట్టించుకోనక్కర్లేదు. సమయం వచ్చినప్పుడు దాని సంగతి చూద్దాం. ప్రస్తుతం ఒక క్షత్రియుడిగా నీ కర్తవ్యం నిర్వహించు. నీ ధ్యాసంతా ఖాండవ అరణ్యప్రాంతాన్ని నాశనం చెయ్యటం మీదే ఉంచు. నేలమట్టమైన ఆ ప్రాంతం నుంచి ఒక కొత్తనగరం రూపొందుతుంది. ఆ నగరం నుంచే సమస్త భరతఖండం పరిపాలించబడుతుంది."

ఆ యువ వీరుడి కళ్లలో కృష్ణుడికి అనుమానం కనబడింది. "అర్జునా, ఏదో ఒకనాడు ఈ విషయాలన్నీ నీకు విశదంగా వివరిస్తాను. సమయం వచ్చినప్పుడు నీ అనుమానాలన్నిటికీ సమాధానం చెపుతాను. నీ కర్తవ్యం, నీ ధర్మం ఏమిటో బోధిస్తాను. ప్రస్తుతం మన ముందున్న కార్యం మీద దృష్టి పెడదాం. దుర్యోధనుడి బలాన్ని ఎదుర్కోవాలంటే మీ పాండవులకి ఒక సొంత రాజ్యం ఉండాలి. మీ భార్యలని జీవితాంతం పర్ణకుటీరాల్లోనే ఉంచేస్తారా? మీ రాకుమారులకి ఇంకా మెరుగైన జీవితం అవసరం లేదా? నీ తల్లికోసం, నీ సోదరులకోసం పోరాడాలి నువ్వు!"

కృష్ణుడి మాటలు అర్జునుడి మనసులో నాటుకున్నాయి. తన తల్లికీ, సోదరులకీ మరింత మెరుగైన జీవితం పొందే అర్హత తప్పకుండా ఉంది. తన నైపుణ్యంతో గెలుచుకున్న ద్రౌపదికీ,

ప్రాణం కన్నా మిన్నగా ప్రేమించిన సుభద్రకీ మంచి జీవితాన్ని అందించాల్సిన బాధ్యత ఉంది. కృష్ణుడు తనకి ప్రగతి సాధించి నాగరికంగా జీవించే మార్గం చూపిస్తున్నాడు. అరణ్యం అంటే కేవలం చెట్లూ, పొదలూ. అందులో పక్షులూ, జంతువులూ నివాసం ఉంటాయి. కొన్ని అనాగరిక తెగలకు అది స్థావరం. వారికి వెలుగు చూపించటం తన కర్తవ్యం. కృష్ణుడు చెప్పింది నిజమే. ఈ అరణ్యాన్ని కాల్చి బూడిద చెయ్యాలి. దాని స్థానంలో ఒక నగరం నిర్మితమవుతుంది. కొండలు ఉన్న చోట ప్రగతి శిఖరాలు వెలుస్తాయి. ఎత్తైన చెట్లు అంగళ్లకి చోటివ్వాలి. పులులు సంచరించిన చోట రథాలు వేగంగా పరిగెడతాయి. జలపాతాలు ప్రవహించిన చోట మురికి కాలువలు ప్రవహిస్తాయి.

తూర్పువైపు విస్తరించిన పచ్చని కొండల శ్రేణులని చూశాడు అర్జునుడు. యమునా నది అడవి గుండా పాములా మెలికలు తిరుగుతూ ప్రవహిస్తోంది. దట్టమైన చెట్లతో దాగుడు మూతలు ఆడుతున్నట్టు ఒకసారి కనిపిస్తూ, మరుక్షణం కనుమరుగవుతూ, రెండు తీరాలమీదా ఉన్న పచ్చని చెట్ల మధ్య నల్లని నదీజలాలు కనులపండువగా ఉన్నాయి. ఒక పక్షుల గుంపు అరుస్తూ ఆకాశమార్గాన వచ్చి చెట్లకొమ్మల్లో అదృశ్యమైంది. గాలిలో మత్తెక్కించే పూల పరిమళం తేలి వస్తోంది, అర్జునుడి చుట్టూ ఎన్నో రంగురంగుల సీతాకోకచిలుకలు ఎగర సాగాయి. వర్షం వచ్చేందుకు సూచనగా గాలిలో తేమ ఉండటం గమనించాడతను. ఎక్కడో అరణ్య గర్భంలో, మోహావేశంతో నెమలి ఒకటి కేక వేసింది. తేమ గాలి కెరటం ఒకటి అందమైన అర్జునుడి ముఖాన్ని ముద్దాడి, చెట్ల ఆకులనీ, అర్జునుడి దుస్తులనీ తాకి, నిట్టూరుస్తూ నిష్క్రమించింది. చినుకులు ప్రారంభం అయాయి. పచ్చని అడవి మీద హరివిల్లు పొడసూపింది. చిరుజల్లులు నేలని తడుపుతూ ఉంటే కప్పల చెకబెకలూ కీచురాళ్ల బృందగానం కలిసి సంగీతాన్ని సృష్టించసాగాయి. భావుకతతో అర్జునుడు నీరస పడిపోయాడు. విల్లు పట్టుకున్న అతని బలమైన చేతులు కంపించసాగాయి. "కృష్ణా...!" అన్నాడు అర్జునుడు దీనంగా.

కానీ కృష్ణుడి ముఖంలో ఏ భావమూ లేదు. ఆకాశం తన కన్నీరు తుడిచివేసుకున్న తరవాత, తానే దేవుణ్ణని నమ్మే ఆ వ్యక్తి అర్జునుడి చేతులని కదలకుండా పట్టుకుని నెమ్మదిగా, "బాణం వెయ్యి!" అన్నాడు.

ములికికి నిప్పు ముట్టించిన బాణం ఒకటి చెట్ల మీది నుంచి దూసుకుంటూ అడవి మధ్యలో పడింది. అర్జునుడి వెంట ఉన్న యోధులు ఉత్సాహంగా అడవిలోని ఎక్కువ భాగాన్ని నరికివేయసాగారు. కొద్దిసేపట్లోనే అగ్నిదేవుడు ఆబగా ఆ అరణ్యాన్ని కబళించటం మొదలు పెట్టాడు. ఏ మృగమూ, మనిషీ అరణ్యం వదిలి పారిపోకుండా చూసేందుకు సైనికులు అరణ్యం చుట్టూ వలయాకారంలో నిలబడ్డారు. భయాక్రాంతమై ఒక జింక అరణ్యం బైటికి రాగానే కృష్ణుడు అర్జునుడితో, "అదిగో, కొట్టు!" అన్నాడు. అర్జునుడు దాని గుండెల్లో దిగబడేట్టు బాణం వేశాడు. కొన్ని నిమిషాలు అది కాళ్లూ చేతులూ వణికించి, నిశ్శబ్దంగా ప్రాణాలు విడిచింది. ప్రాణం లేని దాని కళ్లు అర్జునుణ్ణే చూస్తూ ఉండిపోయాయి. ఆ కళ్లల్లో తనని నిందిస్తున్న భావం కనబడగానే అర్జునుణ్ణి విచిత్రమైన హడలు తన పిడికిట్లో బంధించింది.

"నీ కర్తవ్యం నెరవేర్చావు అర్జునా. అనంతమైన జనన మరణాలు మళ్లీ మళ్లీ కలగకుండా ఆ దీన ప్రాణిని నువ్వు రక్షించావు. దానికి స్వేచ్ఛ ప్రసాదించావు. నేను దానికి మోక్షం ప్రసాదించాను. సంకోచించకు... చూడు... అక్కడ కొన్ని పక్షులున్నాయి... వాటిని బాణం వేసి చంపు!" అని కృష్ణుడు అరవగానే అర్జునుడు అతని ఆజ్ఞ పాటించాడు.

అడవిలో నలువైపుల నుంచీ భగభగమని కమ్ముకువస్తున్న మంటల్లో నుంచి తప్పించుకునేందుకు వన్యప్రాణులు ప్రాణభయంతో పరిగెత్తసాగాయి. కనిపించిన ప్రతి జంతువునీ అర్జునుడూ, అతని సైనికులూ నిర్దయగా వధించసాగారు. ఏ ప్రాణినైనా వాళ్లు గమనించకపోతే కృష్ణ భగవానుడు దాన్ని చూపించి వధించమని చెప్పసాగాడు. "ఒక్క ప్రాణి కూడా తప్పించుకుపోరాదు. ఎంతమాత్రం దయ చూపించవద్దు. ఇక్కడ ఒక మంచి నగరాన్ని నిర్మిద్దాం. కొత్త పనిని ప్రారంభించేముందు ఆ ప్రదేశాన్ని పూర్తిగా పరిశుభ్రం చెయ్యటం అవసరం. కదిలేదీ, ఎగిరేదీ, పాకేదీ ఏది కనిపించినా బాణాలతో చంపివెయ్యండి," అంటూ కృష్ణుడు సైనికులని ఉత్సాహ పరిచాడు.

కొద్దిసేపట్లోనే ఆ ప్రాంతమంతా జంతువుల, పక్షుల, పాములవంటి సరీసృపాల కళేబరాలతో నిండిపోయింది. ప్రమాదాన్ని ముందే పసిగట్టిన కొన్ని ప్రాణులు అడవి లోపలికి పరిగెత్తాయి. మనిషికన్నా ఆ మంటలే మేలనుకున్నాయేమో! ఆ మంటలు వాటికి స్వాగతం పలికి ఈ తుచ్ఛమైన జీవితం నుంచి మోక్షాన్ని ప్రసాదించాయి. అక్కడి వాతావరణం కాలిపోతున్న శవాల వాసనతో నిండిపోయింది.

అరణ్యం లోపలి భాగంలో తిరుగుబాటు చేస్తున్న దాదాపు రెండు వేల మంది నాగుల స్థావరాలున్నాయి. తక్షకుడు తన సైనికులతో దక్షిణాన ఉన్న దండకారణ్యం వైపు వెళ్లినందున అక్కడ వృద్ధులూ, స్త్రీలూ, పిల్లలూ మాత్రమే మిగిలారు. విద్రోహం చేసిన సేనలు దక్షిణ ప్రాంతంలో జొరబడి, అక్కడ ఉన్న నాగులని కలిసి, వారిని కూడా తిరుగుబాటుకు సిద్ధం చెయ్యాలన్నది తక్షకుడి ఆలోచన. ఖాండవవనం మీద దాడి జరుగుతుందని ఎదురు చూడకపోవటంవల్ల అతను అక్కడి రక్షణ బాధ్యత చిన్నవాడైన అశ్వసేనుడికి అప్పగించాడు.

తన పర్ణకుటీరం పై కప్పు మీద బాణం వచ్చి పడిన సమయంలో మయాసురుడు ముంగిట్లో కూర్చుని ఆకాశంలో విరిసిన హరివిల్లు అందాలని ఆస్వాదిస్తూ ఉన్నాడు. తన తలపై నుంచి వరసగా అగ్నిబాణాలు దూసుకుపోవటం చూసి అతను ఆశ్చర్యంతో తల ఎత్తి చూశాడు. ఇంకా కొంతమంది పురుషులు తమ ఇళ్లలో నుంచి బైటికి వచ్చి నిర్ఘాంతపోతూ ఆకాశంవైపు చూడసాగారు. కొయ్యబారిపోయిన వాళ్లు తేరుకోకముందే వాళ్ల కుటీరాలు నిప్పు అంటుకుని కాలిపోసాగాయి. స్త్రీలూ, పిల్లలూ హడిలిపోయి పెట్టిన కేకలు అక్కడి వాతావరణాన్ని భయంకరంగా మార్చాయి.

"ఏమిటలా గుడ్లప్పగించి చూస్తున్నారు? మూర్ఖులారా, ముందు స్త్రీలనీ, పిల్లలనీ బైటికి చేర్చండి", అని గట్టిగా అరిచాడు వాసుకి.

మయాసురుడు ఆ వృద్ధుడివైపు పరిగెత్తాడు. కొంతమంది యుక్తవయసులో ఉన్న నాగులు ఆ అనుభవజ్ఞుడైన వృద్ధుడి చుట్టూ చేరారు. ఆయన వారికి సూచనలిస్తూ రక్షణ కార్యక్రమం ప్రారంభించాడు. మయాసురుడు ఆయన సమీపానికి వచ్చేసరికి, అశ్వసేనుడు ఆయనతో వాదించటం అతనికి కనిపించింది. "ఇది వాదించటానికి సమయం కాదు. నువ్వు చెప్పింది నిజమే కావచ్చు, ఈ అగ్నిని ముట్టించినది హస్తినాపుర రాకుమారుడే అయుండవచ్చు. ముందు ఈ మంటలనుంచి మనని మనం రక్షించుకున్న తరవాత ఆ విషయం గురించి మాట్లాడదాం. బలశాలులైన యువకులందర్నీ పోగు చేసి, మంటలని ఆర్పి, బలహీనులని రక్షించేందుకు ప్రయత్నించు," అంటూ కోప్పడ్డాడు వాసుకి.

"వయసు పెరిగి నీకు బుద్ధి లేకుండా పోయింది. ఈ మంటలని ఆర్పటం సాధ్యం కాని పని. అగ్ని బాణాల వర్షం ఆగకుండా మన మీద ఎలా కురుస్తోందో చూడు! మనం వారిని ఎదుర్కొంటే గాని లాభం లేదు. మన గుర్రాలనీ, ఆయుధాలనీ కాపాడుకోకపోతే మహా నాయకుడు వెనక్కి వచ్చాక మనని ఊరికే వదలడు," అశ్వసేనుడు వాసుకి మీద మండిపడుతూ ఉంటే, అతని పక్కన ఉన్న మరో కుటీరం కాలి నేలకి ఒరిగింది.

వారి పక్కనున్న ఎత్తైన చెట్లు కాలిపోసాగాయి. ఆ మంటలవేడి భరింపరానిదిగా ఉంది. మయాసురుడి మనసు పారిపొమ్మని అంది, కానీ వాసుకి కనబరుస్తున్న ధైర్యం అతన్ని ఆపింది. మంటల్లో కాలిపోతూ స్త్రీలూ, పిల్లలూ అరుస్తున్న అరుపులు కంపరం పుట్టిస్తున్నాయి.

అన్ని వైపులనుంచీ అగ్ని కీలలు కమ్ముకొస్తూ ఉంటే, అశ్వసేనుడూ, వాసుకీ ఒకర్నొకరు చూపులతోనే కాల్చివేసేట్టు చూసుకున్నారు. "వెళ్ళు నాయనా, తెలివితక్కువగా చెయ్యాలనుకున్న యుద్ధం ప్రారంభించు. నా ప్రథమ కర్తవ్యం నా ప్రజలని రక్షించుకోవటం, ఏవో నాలుగు గుర్రాలూ, కొన్ని ఆయుధాలూ కాలిపోకుండా కాపాడుకోవటం కాదు," అని నేలమీద ఉమ్మివేసి వాసుకి వెనక్కి తిరిగాడు.

అశ్వసేనుడు లెక్కచెయ్యనట్టు భుజాలు ఎగరేసి, "నువ్వు నరకానికే పోతావు!" అంటూ అరిచి అశ్వశాలల వైపు పరిగెత్తాడు. మంటలు తమవైపు వస్తూ ఉండటం చూసి గుర్రాలు బెదిరిపోయి సకిలించసాగాయి. యువకులు ఎక్కువ సంఖ్యలో వాసుకిని వదిలి అశ్వసేనుణ్ణి అనుసరించారు. వందలమంది యువకులు మండుతున్న అశ్వశాలలో ప్రవేశించటం చూస్తూ మయాసురుడు హడిలిపోయాడు.

"ఏమిటలా కళ్ళప్పగించి చూస్తున్నావు? వెళ్ళి స్త్రీలని రక్షించేపని చూడు," అని మయాసురుడి మీద అరిచాడు వాసుకి.

మయాసురుడు కుటీరాలవైపు పరిగెత్తాడు. మరికొంతమంది అతన్ని అనుసరించారు. మంటలనుంచి వచ్చే వేడి భరింప శక్యం కాకుండా ఉంది. చెట్లు ఎక్కువ లేని బయలు ప్రదేశం అంచున ఉన్న కుటీరాలలో చాలావాటిని మంటలు దగ్ధం చేశాయి. కాలుతున్న మాంసం వాసన ముక్కుపుటాలను అదరగొడుతోంది. కొంతమంది స్త్రీలూ, పిల్లలూ ఆ బయలు ప్రదేశం దక్షిణ దిశలో ఒక మూల ఒదిగి ఉండటం మయుడికి కనిపించింది. కానీ మంటలు క్రమక్రమంగా వారిని చుట్టుముట్ట సాగాయి. మంటలని తప్పించుకుంటూ మరోవైపునుంచి అడవివైపు పరిగెత్తాడతను. మధ్యలో ఉన్న కుటీరాలను జ్వాలలు కబళించే లోపల అక్కడికి చేరుకోగలిగితే, వాటిలో ఉన్న వాళ్ళని అతను కాపాడగలుగుతాడు. అతను అరణ్యం వైపు పరిగెత్తుతూ ఉండగా గుర్రాలమీద స్వారీ చేస్తున్న నాగులు వేగంగా అతని పక్కనించి వెళ్లారు. అతని కళ్ళూ అశ్వసేనుడి కళ్ళూ ఒక్క క్షణంసేపు కలుసుకున్నాయి. ఆ ఒక్క క్షణంలోనే అశ్వసేనుడి కళ్లలో మయుడికి తనపట్ల ఉన్న ద్వేషం కనబడింది. అశ్వసేనుడి దృష్టిలో మయుడిలాంటి వారు పిరికిపందలు, కార్యరంగంలోకి దిగకుండా గ్రంథాల వెనుక దాక్కుంటారు. అటువంటి ఆడంగి మనుషులతో సమయం వృథాగా గడిపే తీరిక అశ్వసేనుడికి లేదు. అర్జునుడి మీద ప్రతీకారం తీసుకునే అవకాశంకోసం ఎదురు చూస్తూ, అలాటి అవకాశం వస్తే మహానాయకుడి మెప్పు పొందవచ్చని అతని ఆలోచన.

గుర్రాలమీద నాగసైన్యం కాలుతున్న చెట్ల వెనక్కి, ఆకాశాన్ని అంటే నల్లటి పొగలోకి

మాయమవటం కనిపించింది మయుడికి. అర్జునుడి శక్తివంతమైన సైన్యాన్ని ముఖాముఖి ఎదుర్కొనేందుకు వేగంగా వెళ్తున్నారు వాళ్లు. చెవులు చిల్లులు పడేట్టు ఫెళఫెళమంటూ ఒక మహావృక్షం కూలిన శబ్దానికి మయుడు తన ఆలోచనల్లోనుంచి బైటపడ్డాడు. అప్రయత్నంగా వెనక్కి గెంతాడు. అతని వెంట ఉన్నవాళ్లు ఇంకా కనుమరుగవుతున్న నాగసైనికులనే గమనిస్తూ ఉండిపోయారు. తనవెంట రమ్మని మయుడు వాళ్లమీద అరిచాడు మంటలని తప్పించుకుంటూ అందరూ ఆ స్త్రీలూ, పిల్లలూ ఉన్నచోటికి పరిగెత్తారు. జ్వాలల నాల్కలు వాళ్లని అందుకునేంత సమీపానికి రాసాగాయి. ఆ వేడికి తన కళ్లు కాలిపోతాయేమోనని మయుడు భయపడ్డాడు. గాలివాటుకు మంటలు అటూఇటూ కదలసాగాయి, నల్లటిపొగ పైకి లేస్తూ సుడులు తిరగసాగింది. మయుడికి పిల్లలు భయంతో ఏడవటం కనిపించింది. మంటలమీది నుంచి దూకుతూ ఆ కుటీరాలవైపు వేగంగా పరిగెత్తాడు. కుటీరాలకీ, అటువైపునుంచి విస్తరిస్తూ వస్తున్న జ్వాలలకీ మధ్య చిక్కుకుపోయి ఉన్నారు ఆ పిల్లలూ, స్త్రీలూ. మయుడి వెంట ఉన్న వారిలో కొందరు పొగ పీల్చటం వల్ల ఉక్కిరి బిక్కిరి అయి దగ్గుతూ, తమ దుస్తులకి అంటుకున్న మంటలని ఆర్పుకుంటూ అవస్థ పడసాగారు. మయాసురుడు కుటీరాలకి నిప్పు ముట్టించటం చూసి వాళ్లు నిర్ఘాంతపోయారు. అతనికి పిచ్చి పట్టిందని కొందరు కేకలు వేశారు. వాళ్లు ఎంత అభ్యంతరం చెపుతున్నా లెక్కచేయక అన్ని కుటీరాల పైకప్పులమీదికీ మయుడు కాలుతున్న కర్రలని విసరసాగాడు. అతను చేస్తున్నదేమిటో కొందరికి అర్థం అయింది. ముందుకి వస్తున్న మంటలని ఆపేందుకు అతను ఆ కుటీరాలకు నిప్పు ముట్టిస్తున్నాడు. మిగిలిన వారు కూడా అతనికి సాయం చేసేందుకు ముందుకి ఉరికారు. కొద్దిసేపట్లో రెండు వైపుల నుంచీ అలుముకుంటున్న మంటల మధ్య కొంత చోటు ఏర్పడింది. ప్రస్తుతానికి స్త్రీలూ, పిల్లలూ రక్షింపబడ్డారు. చుట్టూ జ్వాలలు రగులుతున్నప్పటికీ మధ్యలో సురక్షితమైన ఒక ద్వీపంలాంటి స్థలాన్ని ఏర్పరచగలిగాడు మయాసురుడు.

వాసుకి వాళ్లవైపు నడిచివచ్చాడు. ఆరిపోతున్న మంటలని అవలీలగా, ఒక యువకుడిలా దాటుతూ వచ్చి మయాసురుణ్ణి ప్రేమగా కౌగలించుకున్నాడు. మృదుభాషీ, వినయశీలీ మయాసురుడు తమ ప్రాణాలని కాపాడాడు, అని రక్షింపబడిన వాళ్లు ఆనందంతో అరిచారు.

అయినప్పటికీ వాసుకి తన చేతిలోని రాజదండాన్ని పైకెత్తి అందర్నీ నిశ్శబ్దంగా ఉండమని అరిచాడు. అప్పుడు వినబడింది వాళ్లకి తమ కాళ్లకింది నేలలోనుంచి వస్తున్న సన్నని గర్జన. వాళ్లు అడవి పుత్రులు, ఆ ధ్వని ఏమిటో వాళ్లకి బాగా తెలుసు. భయంతో బిక్క చచ్చిపోయి తమ తల్లుల్ని కరుచుకున్న పిల్లలూ, స్త్రీలూ పెద్దగా ఏడవసాగారు.

"నాపక్కన అటూ ఇటూ వచ్చి నిలబడండి.. ఊఁ, వెంటనే!" వాసుకి గొంతు చించుకుని అరిచాడు. గుంపు రెండుగా విడిపోయింది.

దక్షిణ ప్రాంతపు నగరాల శివార్లలోనే ఎక్కువకాలం నివసించిన మయాసురుడికి ఆ ధ్వని ఏమిటో, తను కాపాడినప్పటికీ ఆ ఆటవికులు ఎందుకు భయభ్రాంతులై విలపిస్తున్నారో అర్థం కాలేదు. కానీ మరుక్షణం అతనికి ఆ విషయం తెలియవచ్చింది. కాలి మసిబారిన వృక్షాలు కంపించటం గ్రహించాడు. భూమి మరింత తీవ్రంగా కంపించసాగింది. హఠాత్తుగా ఒక ఏనుగుల గుంపు అడవిలోనుంచి పరిగెత్తుకుంటూ వచ్చింది. మనుషుల మీదికి అతివేగంగా రాసాగాయవి. దూరంగా అగ్నిజ్వాలలు వాటిని తరుముకుంటూ వస్తున్నాయి.

వాళ్లు కంగారుపడుతూ ఆ ఏనుగులు వెళ్లిపోయేదాకా ఒక పక్కకి ఒదిగి నిలబడ్డారు. దారిలో ఉన్న వాటన్నిటినీ మట్టగిస్తూ, చెట్లని పెకలిస్తూ అశ్వసేనుడి అశ్వదళం వెళ్లిన దారినే ఏనుగులు వెళ్లిపోయాయి. కారెనుములూ, ఖడ్గమృగాలూ, అడవి దుప్పులూ, ఇతర అడవి మృగాలూ, ఏనుగుల వెనకే వెళ్లాయి. అడపాదడపా పులులూ, సింహాలూ కూడా పరిగెత్తి పారిపోయాయి. వాటిని చూసి జనం మరింత హడిలిపోయారు. అరుదైన పక్షులు ఆకాశంలో ఎగురుతూ అరవసాగాయి. అలా ఒకదాన్నొకటి తొక్కుకుంటూ పారిపోతున్న క్రూర మృగాలని చూసి జనం భయంతో కొయ్యబారిపోయారు.

చివరకి మిగిలిన జంతువులు కూడా బైటికి వెళ్లిపోయాక, "వాటిని అనుసరించి వెళ్లండి. ఈ దావానలంనుంచి బైటపడే మార్గం వాటికి తెలుసు,' అని గట్టిగా అరిచాడు వాసుకి.

వెంటనే నాగులు ఏమాత్రం ఆలస్యం చెయ్యకుండా జంతువులు వెళ్లిన దారినే బైలు దేరారు. క్రూరమైన ఆ అగ్నిగుండంలోనుంచి తాము తప్పించుకుంటున్నామని అనుకున్నారు కానీ, అటు చివర ఈలోకంలోకల్లా గొప్ప యోధుడు దైవాంశగల తన మిత్రుడితో కలిసి తమకోసం ఎదురుచూస్తున్నాడని తెలుసుకోలేకపోయారు. అగ్నికీలలు వేగంగా పారిపోతున్న మనుషులవైపూ, జంతువులవైపూ విస్తరించసాగాయి. ఆ తొక్కిసలాట అరణ్యం అంచుకి చేరుకుంటూ ఉండగా వాళ్లమీద శరపరంపరగా బాణాలవర్షం కురవసాగింది. భయాక్రాంతులైన ఆ ప్రాణులూ, మనుషులూ పారిపోయే దారి లేకపోవటంతో అక్కడ అల్లకల్లోలం నెలకొంది. ఏనుగులూ, కారెనుములూ, ఖడ్గమృగాల వంటి పెద్ద జంతువులు గుడ్డిగా అటూ ఇటూ పరిగెత్తటం ప్రారంభించాయి. కొన్ని వెనక్కి తిరిగి, తమవైపు వస్తున్న గుంపును ఢీకొన్నాయి. స్త్రీలూ, పిల్లలూ భయంతో అటూఇటూ చెదిరిపోయారు. చాలామంది ఏనుగుల కాళ్లకింద పడి నలిగిపోయారు. తమవైపే వస్తున్న జ్వాలలని చూసిన ఆ మృగాలు మళ్లీ వెనుదిరిగి పరిగెత్తసాగాయి. నాగులని తొక్కుకుంటూ పరిగెత్తిపోతున్న ఆ భీమకాయ మృగాల కాళ్లకింద నలిగి మరికొందరు నాగులు చనిపోయారు. వాటిలో కొన్ని అర్జునుడి సైనికులమీద దాడి చేశాయి. వారిలో చాలామందిని చంపివేశాయి, కానీ సైనికులు వెంటనే కత్తులతోనూ, బల్లేలతోనూ, విషంపూసిన బాణాలతోనూ వాటిని గాయపరిచి చంపివేశారు.

"అటు... అక్కడ..." అంటూ కృష్ణుడు చూపిస్తూ ఉంటే అర్జునుడు గురితప్పకుండా బాణాలు వేసి తుదముట్టించసాగాడు.

ప్రాణాలతో బైటపడ్డ నాగులు అడవి అంచుకి చేరుకోగలిగారు. కానీ అక్కడ నేలమీద పడిఉన్న లెక్కలేనన్ని జంతువుల కళేబరాలనీ, మనుషుల శవాలనీ చూసి వాళ్లు అవాక్కయారు. వాటిని దాటుకుంటూ పారిపోదామని ప్రయత్నిస్తూ ఉంటే కొందరు అక్కడ పరచుకున్న రక్తపు మడుగుల్లో జారిపడ్డారు. ధీశాలి అశ్వసేనుడూ, అతని అనుచరులూ ప్రాణాలు పోగొట్టుకున్నారని మయుడు గ్రహించాడు. తన బృందంలోని వారు ఎందరు మరణించారో అతనికి తెలీలేదు. మృత్యువు అంతటా కరాళ నృత్యం చేస్తూ కనిపించింది. చాలామంది నాగులు భయంతో కొయ్యబారిపోయి కదలలేని స్థితిలో ఉండిపోయారు, మృత్యువు తమని పొట్టన పెట్టుకునేదాకా ఏం చెయ్యాలో వాళ్లకి అర్థం కాలేదు. తనకి కూడా చావు మూడిందని మయాసురుడికి అర్థమైంది. భయభ్రాంతులైన జనాన్ని ఊరడించే ప్రయత్నంలో ఉన్న వాసుకి అతనికి కనబడ్డాడు. తన చుట్టూ అంత భయంకరమైన రక్తపాతం జరుగుతున్నా, ధైర్యం వీడక రాయిలా నిలబడ్డ వాసుకిని చూసి మయుడు అచ్చెరువొందాడు.

"మయాసురా... దేవతల రాజుని కాపాడు..." అంటూ వాసుకి కేక పెట్టాడు.

వాసుకి చూపించినవైపు చూసిన మయుడికి ఒక ఏనుగు పిచ్చి ఆవేశంతో ఇంద్రుడిమీద దాడి చెయ్యటం కనిపించింది. తనకి మరణం తప్పదన్నట్టు ఇంద్రుడు అలా చూస్తూ నిలబడి ఉన్నాడు. తన పక్కనుంచి ప్రమాదకరంగా దూసుకుపోతున్న బాణాల గురించి ఆలోచించ కుండా మయాసురుడు ఇంద్రుడి దగ్గరకి పరిగెత్తాడు. ఆసరికే ఏనుగు తొండంతో ఇంద్రుణ్ణి పడగొట్టి ఒక కాలు పైకెత్తి ఆయన తలని తొక్కేందుకు సిద్ధంగా ఉంది. మరో ఆలోచన లేకుండా మయుడు కిందికి దూకి, ఇంద్రుణ్ణి పట్టుకుని ఎడమవైపుకి దొర్లాడు. ఒక్క రెండు అంగుళాలు కుడివైపున ఉండి ఉంటే ఆ వృద్ధ మహారాజు పచ్చడి అయిఉండే వాడే. ఏనుగు కాలు బలంగా నేలను తాకింది. వెంటనే అది ముందుకి కదిలింది. భయంతో గజగజ వణికిపోతున్న ఇంద్రుణ్ణి మయాసురుడు సాయంపట్టి లేపి నిలబెట్టాడు. వాసుకి మెచ్చుకోలుగా తల పంకించటం చూసి మయుడి హృదయం ఉప్పొంగింది. తనలో అంత ధైర్యసాహసాలు ఉన్నాయని మయుడు ఏనాడూ అనుకోలేదు. ఒక్కక్షణం తానెక్కడున్నాడో మరిచిపోయి తాను చేసిన పనికి గర్వపడ సాగాడు.

ఇంద్రుడు అతని మణికట్టుని గట్టిగా పట్టుకుని నొక్కేసరికి మయుడు ఈలోకంలో కొచ్చాడు. ఇంద్రుడి ముఖంలో 'ఇక నాపని అయిపోయింది' అన్న భావం కనబడింది. ఆయనకి అంత భయం ఎందుకు వేసిందా అని మయుడు వెనక్కి తిరిగి చూశాడు. అలా చూసిన మరుక్షణం అతని రక్తం గడ్డకట్టుకునేంత భయం వేసింది. అతని ధైర్యం పూర్తిగా నీరు కారిపోయింది. ఆ ఏనుగు మళ్ళీ ఇంద్రుడిమీదికి అతివేగంగా రాసాగింది. మయాసురుడూ, ఇంద్రుడూ మ్రాన్పడిపోయినట్టు ఒకరి చేయి ఒకరు పట్టుకుని, మృత్యువు తమ మీదికి దూసుకువచ్చే ఆ దృశ్యాన్ని మంత్రముగ్ధులై చూస్తూ ఉండి పోయారు. ఏనుగు దారిలోనుంచి పక్కకి తొలగమని వాసుకి అరిచిన అరుపులు వారికి లీలగా వినిపించాయి కానీ వాళ్ళ శరీరాలు కదలటానికి మొండికేశాయి. దుమ్ము రేపుకుంటూ తమ మీదికి లంఘిస్తున్న ఏనుగు కళ్ళు వాళ్ళకి కనబడ్డాయి. ఏనుగు ఆరడుగుల దూరంలో ఉన్నప్పుడు ఇద్దరూ కళ్ళు మూసుకున్నారు. భూమి కంపించేట్టు ధడాలుమని ఆ ఏనుగు నేలకి ఒరిగింది కానీ దాని తొండం దాదాపు మయుడి శరీరాన్ని రాసుకుంటూ కిందికి వాలింది. దుమ్మూ ధూళీ చెదిరిపోయి, వాళ్ళిద్దరి గుండెలూ సామాన్యంగా కొట్టుకునే స్థితికి వచ్చాక చూస్తే ఆ ఏనుగు కుంభస్థలంలోకి ఒక బాణం దాదాపు మూడు అడుగుల లోతుకి దిగబడి ఉండటం కనిపించింది. కొద్ది క్షణాలపాటు ఏనుగు శరీరం అదిరింది. ఆ తరవాత అది ప్రాణాలు విడిచింది.

ఆ బాణం ఎటువైపునుంచి వచ్చిందా అని మయుడు వెనక్కి తిరిగి చూశాడు. అజాను బాహువు అర్జునుడు బాణాన్ని తన కంఠానికి గురిపెట్టి నిలబడి ఉండటం కనిపించిందతనికి. భయంతో ఇంద్రుడి పట్టు విడిపించుకుని పరిగెత్తాడు. బాణం అతని కుడిచెవి పక్కనుంచి ఝుమ్మంటూ దూసుకుపోయింది. అసంకల్పితంగా మయుడు వెనుదిరిగి అర్జునుడివైపు పరిగెత్తాడు. రెండు చేతులూ పైకెత్తి దాసోహం అనే భంగిమలో, "స్వామీ... స్వామీ..." అంటూ అరిచాడు.

కృష్ణుడికి మయుడు కనిపించేసరికి అతన్ని మట్టుపెట్టమని మహావీరుడు అర్జునుడికి సైగచేశాడు. అర్జునుడు బాణాన్ని గురిపెట్టాడు కానీ ఆ యువకుడు మయుడి కళ్ళలోని ఏదో

భావం అతన్ని ఆపింది. అర్జునుణ్ణి సమీపిస్తూ ఉండగా మయుడు కాళ్లు తడబడి కింద పడ్డాడు. కానీ వెంటనే లేచి పరిగెత్తసాగాడు. అర్జునుణ్ణి సమీపించి మయుడు అతని పాదాలమీద వాలాడు. "స్వామీ... స్వామీ... మామీద దయ చూపండి," అంటూ తన వారిని వదిలి పెట్టమని బతిమాలాడు. "మీకు జీవితాంతం సేవ చేసుకుంటాం. ఇక్కడ మిగిలింది అసహాయులైన స్త్రీలూ, చిన్న పిల్లలూ మాత్రమే. యోధులందరూ మరణించారు. మేము చేసిన నేరానికి దయచేసి మమ్మల్ని క్షమించండి..." అంటూ పిచ్చివాడిలా శోకాలు పెట్టసాగాడు మయుడు.

అర్జునుడు కృష్ణుడివైపు చూశాడు, "ఊఁ... వీళ్లు మనకి ఏదో విధంగా పనికి రావచ్చు. అతనేం చెయ్యగలడో అడుగు," అన్నాడు కృష్ణుడు.

మయాసురుడి ఏడుపు హఠాత్తుగా ఆగిపోయింది. అతను ఒక వాస్తుశిల్పి, శిల్పాలు చెక్కే శిల్పి, సాంకేతిక నిపుణుడు, కానీ ఇప్పుడు కేవలం ఒక సేవకుడు. ఆ గొప్ప వ్యక్తుల ముందు తన ప్రతిభని గురించి చెప్పేందుకు అతని నోరు పెగల్లేదు, కానీ నెమ్మదిగా లేచి నిలబడ్డాడు. తన వేళ్లతో తన నైపుణ్యాన్ని ప్రదర్శించేందుకు తడిమట్టికోసం వెతికాడు. కేవలం మాటల్లో చెపితే సరిపోదు. తను వెతుకుతున్నది కనిపించగానే దాన్ని తన వేళ్లతో మలిచి దానికి ఒక రూపం ఇవ్వసాగాడు. ఎంతో మంది తనవాళ్లూ, మూగజీవాలూ చనిపోతే ఆ రక్తంతో తడిసిన మట్టి అది అని అతను పట్టించుకోలేదు. తన చుట్టూ ఉన్న శవాల గురించి ఆలోచించ లేదు. ఇంకా మరణవేదనతో అరుస్తున్న ప్రాణుల ఆర్తనాదాలు అతని చెవులకి వినబడలేదు. కొద్ది నిమిషాల క్రితం తను మృత్యువుకి అతిదగ్గరగా వెళ్లానన్న స్పృహ కూడా లేదతనికి. తను చేసే సృజనతో మమేకం అయిపోయాడు. ఎర్రటి మట్టిని అతని వేళ్లు ముద్దాడుతూ, తడుతూ ఉంటే అతను ఒక రకమైన సమాధి స్థితిలోకి వెళ్లిపోయాడు. ఇంద్రజాలంలా ఆ మట్టి ఒక నగరంగా రూపొందటం మొదలుపెట్టింది.

అర్జునుడు మంత్రముగ్ధుడిలా చూస్తూ ఉండిపోయాడు. మారణకాండ ఆపివెయ్యమని తన సైనికులని ఆదేశించాడు. వాళ్లు కూడా మయాసురుడి చుట్టూ మూగి అతను మట్టితో నిర్మిస్తున్న నగరాన్ని చూడసాగారు. సగం మంది నాగులు ఆ భయంకరమైన నరసంహారంలో అసువులు బాసారు. ఖాండవవనం చరిత్రలో భాగం అయిపోయింది. ఒక కల తమ కళ్లముందు రూపుదాల్చటం చూస్తూ యోధులందరూ నిలబడి ఉండగా కొన్ని ప్రాణులు వాళ్లకి తెలీకుండా తప్పించుకున్నాయి. ప్రాణాలతో మిగిలిన స్త్రీలూ, పిల్లలూ మయాసురుడి వద్దకు వచ్చి నిలబడ్డారు. ఆ వాస్తుశిల్పి తన పరిసరాలని మరిచిపోయాడు. తన ప్రతిభే ఈసారి కూడా తనవారిని రక్షించిందన్న అవగాహన కూడా అతనికి కలగలేదు. అతని వేళ్లు ఒక నగరం బొమ్మని మలిచాయి. భవంతులూ, శిల్పాలు చెక్కిన ఆకాశాన్నంటే ఆలయ గోపురాలూ నిర్మించాడు. నగర వీధులనీ, జలయంత్రాలనీ, ఉద్యానవనాలనీ, అంగళ్లనీ, అందమైన చెరువులనీ నిర్మించాడు.

ఆ నిర్మాణం పూర్తి అయాక, అర్జునుడు తనని తాను మరిచి ఆ అస్పృశ్యుణ్ణి కౌగలించుకున్నాడు. "మా కోసం దీన్ని రాతితో నిర్మించగలవా?" అని ఆ నిమ్నజాతి మనిషిని ఆ మహావీరుడు అడిగాడు.

మయాసురుడు అర్జునుడి పాదాలమీద పడి కృతజ్ఞతాభావంతో వాటిని ముద్దు పెట్టుకున్నాడు. జనం హర్షధ్వానాలు చేశారు. మయాసురుడి కల నిజమైంది.

# 24. శాపగ్రస్త నగరం

సుభద్రని కోల్పోవటంవల్ల కలిగిన మనోవేదనని మరిచేందుకు సుయోధనుడు మరింత పనిమీద ధ్యాస ఉంచాడు. రాజ్యపాలన ఎలా చెయ్యాలన్న విషయంలో భీష్ముడు అతనికి శిక్షణ ఇస్తున్నాడు. కానీ పాండవులు మళ్లీ రాజభవనం చేరుకునేసరికి తనకి సుభద్ర తన భర్తతోపాటు ఎక్కడ ఎదురు పడుతుందోనని భయపడసాగాడు. అందుకే హస్తినాపురానికి వీలైనంత దూరంగా ఉంటూ, రాజ్యంలోని సుదూర ప్రాంతాలకీ, కుగ్రామలకీ, సరిహద్దు ప్రాంతాల్లో ఉన్న ఊళ్లకీ ప్రయాణాలు చెయ్యటం ప్రారంభించాడు. ఆ ప్రయాణాల్లో అతని వెంట అశ్వత్థామ కూడా తప్పకుండా వెళ్లేవాడు. విదురుడు రాజ్యం పనులమీద ఎటైనా వెళ్తూ ఉంటే సుయోధనుడు ఆయన వెంట వెళ్లేవాడు. అలా వెళ్లిన ప్రతిసారీ ఆ ప్రధానమంత్రి మీద అతనికి ఉన్న గౌరవం ఇనుమడించేది. ఒక్కోసారి తీరిక చేసుకుని సుశలని చూసేందుకు సింధు రాజ్యానికి వెళ్లేవాడు. అలాంటి సందర్భాల్లో కర్ణుడు కూడా అతని వెంట వెళ్లేవాడు. మిత్రులందరూ కలుసుకునేవారు. సింధు రాజ్యానికి వెళ్లేటప్పుడు అప్పటికప్పుడు నిర్ణయించు కుని ద్వారకకి వెళ్లి బలరాముణ్ణి కలిసేవారు. కానీ అక్కడ కృష్ణుడు ఉన్నాడని తెలిస్తే మాత్రం వెళ్లేవారు కాదు. కృష్ణుడు ఎక్కువ సమయం పాండవులతో ఖాండవవనంలోనే ఉండటం వాళ్లకి లాభించింది. ఖాండవవనంలో కొత్త నగరాన్ని నిర్మించే పనిలో ఉన్నారు వాళ్లందరూ. సుభద్ర అర్జునుణ్ణి వివాహం చేసుకోకముందు బలరాముడితో ఆమెకి ఉన్న అనుబంధం ప్రస్తుతం బీటలు వారింది. ఇప్పుడు ఆమె తన మరో సోదరుడు కృష్ణుడితో ఆప్యాయంగా మెలుగుతోంది.

ఒకసారి సుయోధనుడు బలరాముణ్ణి కలిసేందుకు వెళ్లినప్పుడు అతను కాశీకి వెళ్దామని అన్నాడు. కలిసి ప్రయాణం చెయ్యటం అందరికీ ఇష్టమే కాబట్టి ఆ ప్రయాణానికి అందరూ అంగీకారం తెలిపారు.

బలరాముడి మార్గదర్శకత్వంలో ఆ బృందం ఆ ప్రాచీన నగరానికి ప్రయాణమయింది. జయద్రథుడూ, సుశలా కూడా వాళ్లతో కలిశారు. వివాహం అయి రెండు సంవత్సరాలు గడిచినా సంతానం కలగకపోవటం చేత వాళ్లిద్దరూ కాశీ విశ్వనాథుడి ఆలయంలో పూజలు చెయ్యాలనుకున్నారు. తన కుటుంబాన్ని వెంట పెట్టుకుని వచ్చేందుకు కర్ణుడు అంగరాజ్యానికి వెళ్లాడు. అందరూ కాశీలో కలుసుకున్నారు. కర్ణుడు ఇప్పుడు ఒక కుమారుడికి తండ్రి అయాడు.

కాశీకి వెళ్లే దారిలో వాళ్లకి మరో సంతోషకరమైన అనుభవం అనుకోకుండా కలిగింది. ఆ తీర్థయాత్రలో పాల్గొనేందుకు విదురుడు ధృతరాష్ట్రుణ్ణీ, గాంధారినీ వెంట పెట్టుకుని

వచ్చాడు. విదురుడి కుటుంబం కూడా వారివెంట వచ్చింది. మహారాజుకీ, మహారాణికీ తననుంచి కాస్త ఆటవిడుపు కోసం విదురుడు పన్నిన పన్నాగం అని అందరూ హాస్యంగా చెప్పుకున్నారు. విదురుడు కాదని నిరాకరించినా అలా పనులనుంచి సెలవు తీసుకుని సరదాగా గడపటం విదురుడికి కూడా ఆనందం గానే ఉందని అందరూ గ్రహించారు.

ఆ రాజపరివారం ప్రాచీన నగరం ప్రవేశించిన మరుక్షణం హస్తినాపుర మహారాజూ, ద్వారకాపురి మహారాజూ, అంగరాజ్యపు రాజూ, సింధుదేశ నరేశుడూ కాశీకి తీర్థయాత్రగా వచ్చారన్న వార్త కార్చిచ్చులా వ్యాపించింది. దళారులూ, అర్చకులూ వారిని చుట్టుముట్టారు. వీళ్ళు వేదాంతులూ, జ్ఞానులూ కారు. దేవుణ్ణి అమ్ముకునే చిన్నకారు వ్యాపారులు. విదురుణ్ణీ, కర్ణుణ్ణీ గర్భగుడిలోకి ప్రవేశించకుండా ఆపారు వాళ్ళు. వాళ్ళు శూద్రులని అభ్యంతరం తెలిపారు. కానీ వారి దగ్గర వెండి నాణాలు పొందగానే పక్కకి తొలగిపోయి దారి ఇచ్చారు. వాటి అర్థం ఏమిటో కూడా తెలీకుండా మంత్రాలు వల్లె వేశారు. అప్పటికప్పుడు ఏవేవో కథలని సృష్టించి అవి పురాణాల్లో ఉన్నవేనని తమనితాము సమర్థించుకున్నారు. తమ ఆచారకర్మలు పవిత్రమైనవనీ, తాము ఉన్నతులమనీ మాటిమాటికీ నమ్మ బలికేందుకు ప్రయత్నించినప్పటికీ, ఆ నగరమూ, నదీ ఎంతో అపరిశుభ్రంగా, చెత్తాచెదారంతో నిండి కనిపించాయి. రాబందుల్లా శవాలమీద ఆధారపడి జీవిస్తున్నారు వాళ్ళు. తమ ప్రియబాంధవులని పోగొట్టుకున్న వారి అపరాధభావం వీళ్ళకి లాభించింది. సగం కాలిన శవాలని నదిలోకి విసిరివేసి కట్టెలని ఆదా చేసి తమ లాభం చూసుకున్నారు. భరతఖండంలోని అతి పవిత్ర నగరంగా భావించే కాశీలో మరణం ఒక వ్యాపారంగా మారింది. భరతఖండాన్ని ద్వేషించే ఎంత పెద్ద శత్రువైనా పవిత్ర గంగానదిని అలా మలిన పరిచి ఉండేవాడు కాదు. విచిత్రమేమిటంటే హిమాలయాలనుంచి దక్షిణ కొసదాకా కులం, జాతి భేదాలు లేకుండా భరతఖండంలోని ప్రతి ఒక్కరూ గంగానదీ జలాలు పవిత్రమైనవని నమ్మేవారే. అయినప్పటికీ ఈ అర్చకులు తాము మాత్రమే పుణ్యాత్ములమని నమ్ముతూ మిగతా అందరితోనూ నీచంగా ప్రవర్తిస్తారు.

ధృతరాష్ట్రుణ్ణి సాదరంగా ఆహ్వానించేందుకు స్వయంగా కాశీ సామంతరాజు వచ్చి రాజభవనంలో విడిది చెయ్యమని వినయంగా కోరాడు. మహారాజు అతని ఆహ్వానాన్ని అంగీకరించాడు. వాళ్ళు నదీ తీరాన వేచి ఉండగా కొన్ని వందలమంది స్త్రీలు చేతుల్లో దీపాలు పట్టుకుని మెట్లు దిగి అక్కడికి వచ్చారు. అస్తమిస్తున్న సూర్యుడి వెలుగులో నదీజలాలు కాషాయరంగు పులుముకుంటూ ఉండగా, మానవసృష్టి ప్రారంభదశ కాలానికి సంబంధించిన పాటలు పాడసాగారు వాళ్ళు. చేతిలోని నూనె దీపాలను గుండ్రంగా తిప్పుతూ ఉంటే అవి గాలిలో సృష్టించే వెలుగు రేకలని మొదటిసారి చూసిన సుయోధనుడు ఆ దృశ్యాన్ని అప్రతిభుడై తిలకించసాగాడు. ఆ స్త్రీలు పాడే పాటల్లోని భావంలో ఆ మహానదిపట్ల ప్రాచీన నాగరికత వినయంగా సమర్పించే ఆరాధన నిండి వుంది. గంగ నిశ్శబ్దంగా పారుతూ ఉంది, చుట్టుపక్కల ఉన్న నేలని తన పవిత్రజలాలతో ముద్దాడుతోంది. మంచుతో కప్పబడిన హిమ నగరిలోని గంగోత్రిలో జన్మించి వంగ సముద్రపు వెచ్చని నీటిలోకి పారుతూ, పూజలనీ, తన సంతానంపట్ల వాళ్ళు చేస్తున్న అన్యాయాలనీ సమభావంతో స్వీకరిస్తోంది. గంగ మృత్యువుని స్వీకరించి భరతఖండానికి జీవితాన్ని ఇస్తుంది.

రాజ పరివారం సమ్మోహితులై ఆ దృశ్యాన్ని చూస్తూ ఉండగా ఆ స్త్రీలు దీపాలని నదిలో

వదిలిపెట్టారు. విశాలంగా పరుచుకున్న ఆ అంధకారంలో ఆ దీపాలు చిన్నచిన్న వెలుతురు ద్వీపాలని సృష్టించాయి. చివరిగా ఆ స్త్రీలు భరతఖండంలోని గంగ, సింధు, యమున, బ్రహ్మపుత్ర, సరస్వతి, నర్మద, కావేరి మొదలైన అన్ని పావన నదీజలాలకీ ధన్యవాదాలు తెలుపుతూ ప్రార్థనా గీతాన్ని ఆలపించారు. నదులపట్ల అంత భక్తిభావంగల ఆ సంస్కృతి వాటిని నిర్దయగా అంతగా ఎలా మలినపరుస్తోందా అని సుయోధనుడికి ఆశ్చర్యం వేసింది.

సేవకులు రాజకుటుంబానికి దీపాలు అందించారు. అల్లరి గాలికి అల్లల్లాడుతున్న దీపాన్ని ఆరిపోకుండా సుయోధనుడు చెయ్యి అడ్డుపెట్టి మెల్లిగా మెట్లు దిగాడు. నీటిలో అడుగుపెట్టబోయేంతలో అతని వెనక ఒక మెత్తని గొంతు," వద్దు, పవిత్రమైన నదీమతల్లిని ముందుగా పాదాలతో తాకవద్దు. అది మహాపాపం," అనటం వినిపించింది. ఆశ్చర్యంగా వెనుదిరిగి చూసిన సుయోధనుడి గుండె ఒక్క క్షణం కొట్టుకోవటం మరిచింది. తను చూసిన వ్యక్తి మీదినుంచి చూపులు మరల్చుకోకపోయినట్టయితే మళ్లీ ఒకసారి తన మనసుని పరుల వశం చెయ్యవలసి వస్తుందేమోనని భయపడ్డాడు. సుభద్ర తన హృదయానికి కలిగించిన గాయాలు ఇంకా మాననేలేదు, అందుకే ప్రేమంటే అతను భయపడసాగాడు. చూపులు తిప్పుకుని దూరంగా, నది వంపు తిరిగిన చోటిని చూశాడు. అక్కడ ఇంకా కొన్ని చితులు మండుతున్నాయి. ఒక అర్చకుడు సగం కాలిన శవాన్ని నీటిలోకి దొర్లించమని కాటికాపరికి చెప్పటం కనబడింది. అది నీటిలో పడిన చప్పుడు వినిపించినట్టు, ఆ ధాటికి నదిలో తేలుతున్న దీపాలు స్థానభ్రంశం చెందినట్టూ అతను ఊహించుకున్నాడు.

వెనక్కి తిరగకుండా, "మీరు ఈ నది ఎంతో పవిత్రమైనదనీ ముందుగా పాదాలని ఉంచి నదిలోకి దిగకూడదనీ అంటున్నారు. నదిలో సగం కాలిన శవాలు తేలుతూ ఉండటం మీకు కనబడటం లేదా? నీటిలో ఎన్ని మలిన పదార్థాలు తేలుతున్నాయో చూడండి!" తను అన్న మాటలు ఆమెకి కోపం తెప్పిస్తాయనీ, ఆమె వాదనకు దిగటం గాని, అక్కణ్ణించి నిష్క్రమించటం గాని చేస్తుందనీ సుయోధనుడు ఆశించాడు. ఆమె నల్లని కళ్ల లోతుల్లోకి అతను చూడదలుచుకోలేదు. ఆమె చేతిలోని బంగారు రంగు దీపకాంతి పడి మెరుస్తున్న ఆమె పెదవులకేసి కూడా చూడాలని అనుకోలేదు. సమాధానం కోసం ఎదురు చూడకుండా అతను వెళ్లేందుకు వెనక్కి తిరిగాడు.

ఆమె దుస్తులు రెపరెపలాడే శబ్దం వినగానే మళ్లీ ఆమెవైపు తిరిగి చూశాడు. ఆమె నీటిలోకి వంగి తన దోసిలిలోకి నీళ్లని తీసుకుంటోంది. నీటిలో ఆమె వదిలిన దీపం గుండ్రంగా తిరుగుతూ సుదూర సముద్ర తీరాలకి తన ప్రయాణం ప్రారంభించింది. ఆమె పొడవాటి వేళ్ల మధ్యనుంచి నీరు బొట్లుబొట్లుగా కారుతూ ఉంటే ఆమె కళ్లు మూసుకుని ధ్యానినిమగ్ను రాలైంది. సుయోధనుడు చూపులు మరల్చుకోలేకపోయాడు. అతను ఎదురు చూడని విధంగా ఆమె కళ్లు తెరిచి, తననే కన్నార్పకుండా చూస్తున్న సుయోధనుడివైపు చూసింది. అతని తడబాటు చూసి ఆమె చిన్నగా నవ్వింది.

ఆమె పక్కనే అతను అలవోకగా ఒంగి సుతారంగా తన దీపాన్ని నీటిలో వదిలాడు. అది దూరంగా తేలుతూ పోవటం ఇద్దరూ కలిసి చూశారు. "రాకుమారీ, మీ పేరేమిటో తెలుసుకోవచ్చా?" అని అడిగాడు కానీ లోలోపల అతని గుండె గుబగుబలాడింది. వెంటనే ఆమెనుంచి సమాధానం రాకపోయేసరికి అతని నోరెండి పోయింది.

చివరికి ఆమె నోరు విప్పి, "నా పేరు భానుమతి, ప్రాగ్జ్యోతిష రాజ్యాన్ని ఏలే భగదత్త మహారాజు కుమార్తెని" అంది.

"నా పేరు సుయోధనుడు. ధృతరాష్ట్ర మహారాజు జ్యేష్ఠపుత్రుణ్ణి."

"నాకు తెలుసు, మీ గురించి విన్నాను."

"ఆ విన్నవేవో నాలుగు మంచి మాటలే అనుకుంటాను," అన్నాడు సుయోధనుడు నవ్వుతూ.

"అన్నీ కాదులెండి!" అంది భానుమతి కొంటెగా నవ్వుతూ.

"నన్ను వివాహం చేసుకుంటావా?" అన్నాడు రాకుమారుడు అలా అడిగినందుకు తనే ఆశ్చర్యపోతూ. ఆ మాటలు నోటివెంట వచ్చిన మరుక్షణం తాను అలా అడిగి ఉండవలసింది కాదని అనుకున్నాడు.

"నన్నిలా అడగటం భావ్యమేనా?" అంది భానుమతి సిగ్గుతో ఎర్రబడ్డ తన ముఖాన్ని అటువైపు తిప్పుకుంటూ.

సుయోధనుడి ముఖం కూడా ఎర్రబడింది. తను చిక్కుకున్న ఆ పరిస్థితిలో ఏం చెయ్యాలో అతనికి తెలీలేదు. 'నావంటి మూర్ఖుడు మరొకడు ఉంటాడా? హఠాత్తుగా నాకేమైంది?' అనుకున్నాడు. అతని ఛాతీలో గుండె వేగంగా కొట్టుకోసాగింది.

"కానీ నాకు భావ్యం కానివి నచ్చుతాయి. మా నాన్న ఆలయంలో ఉన్నాడు," అనేసి నవ్వు ఆపుకుంటూ భానుమతి సుతారంగా మెట్లెక్కి పైకి వెళ్లిపోయింది. అలా పరిగెత్తుతూ దాదాపు విదురుణ్ణి ఢీకొన్నంత పనిచేసింది. ఆయనకి క్షమాపణ చెప్పి స్త్రీల బృందంలో కలిసిపోయింది.

తాను అలా వివాహప్రసక్తి అనుకోకుండా తెస్తే దాన్ని భానుమతి అంగీకరించిందని సుయోధనుడికి అర్థమయేందుకు కొంత సమయం పట్టింది. అప్పుడే కలిసిన ఒక కన్యని తనని వివాహం చేసుకోమని ఎందుకు అడిగాడో అతనికే అర్థం కాలేదు. సుభద్రమీద తనకి ఉండిన ప్రేమ అంత బుద్బుదప్రాయమైనదా?

విదురుడు సుయోధనుణ్ణి సమీపించి మెరిసే కళ్లతో చూస్తూ, "ఆమె తండ్రితో నన్ను మాట్లాడమంటావా?" అని అడిగాడు. విదురుడి కళ్లలో కనిపిస్తున్న కొంటె నవ్వు చూసి సుయోధనుడు సిగ్గుపడ్డాడు.

"దయచేసి ఆ పని చెయ్యండి, మంత్రివర్యా! లేకపోతే సుయోధనుడు తొందరపడి ఏమైనా పొరపాటు చెయ్యగలడు!" అంటూ చీకటిలోనుంచి ఒక గొంతు పలికింది.

ఆ గొంతు వినగానే సుయోధనుడికి తన తలని రేవుమీది మెట్లకేసి గట్టిగా బాదుకోవాలని అనిపించింది. తనవెంట అశ్వత్థామ ఉన్నాడన్న విషయం అతను పూర్తిగా మరిచాడు. అతను తప్పకుండా తను చూసిన ఆ దృశ్యాన్ని అందరికీ నటించి మరీ చూపిస్తాడు. 'అసలు వీడు ధ్యానంలో ఉండవలసింది కదా!' అనుకున్నాడు సుయోధనుడు.

అశ్వత్థామ వారిద్దరినీ సమీపించి, "నన్ను వివాహం చేసుకుంటావా?" అని సుయోధనుడి గంభీరమైన గొంతుని అనుకరిస్తూ పలికాడు. సుయోధనుడు ఆ బ్రాహ్మణ యువకుడి

ముఖంమీద పిడికిలి బిగించి కొట్టబోయాడు కానీ అశ్వత్థామ ఆ దెబ్బని తప్పించుకుని ఆడ గొంతుతో, "నన్ను అలా అడగటం భావ్యమేనా? కానీ నాకు భావ్యం కానివి నచ్చుతాయి..." అని అంటూ ఉంటే సుయోధనుడు అతని మీదికి లంఘించి ఆ తరవాత ఏమీ అనకుండా ఆపబోయాడు. కానీ అశ్వత్థామ అతని పట్టు విడిపించుకుని పరిగెత్తుతూ, "కర్ణా... కర్ణా... భావ్యం కాని విషయం నీకు వినాలని ఉందా? నన్ను వివాహమాడతావా?" అని అరవసాగాడు.

సుయోధనుడు అశ్వత్థామ వెంట పరిగెత్తాడు, కానీ అతను జనం మధ్యనుంచి అతనికి అందకుండా పరిగెత్తసాగాడు. అందరూ ఆ ఇద్దరినీ వింతగా చూడసాగారు. తామిద్దరూ తెలివితక్కువగా ప్రవర్తిస్తున్నామని సుయోధనుడు గ్రహించాడు. కాశీకి నిజమైన భక్తిశ్రద్ధలతో వచ్చిన వారికి వాళ్ల వినోదం, నవ్వులూ సంప్రదాయాన్ని ఎకసెక్కం చేస్తున్నట్టు కనబడటం తథ్యం. భరతఖండం నలుమూలలనుంచీ భక్తులు అక్కడికి వచ్చి చనిపోవాలని అనుకుంటారు, కానీ వీళ్ళేమో జీవకళ ఉట్టిపడుతూ, కేరింతలు కొడుతూ ఉత్సాహంగా పరిగెత్తుతున్నారు. అసలే చెడ్డపేరున్న తనకి ఈ ప్రవర్తన మరింత హాని చేస్తుంది. కానీ సుయోధనుడి ప్రస్తుత కర్తవ్యం కర్ణుడికి ఈ విషయం చెప్పకుండా అశ్వత్థామని ఆపటం. ఆ రాత్రంతా వాళ్లిద్దరూ తనని వెటకారం చేస్తూ ఉంటే తను నెమ్మదిగా ఉండలేదు.

"అయితే నేను అడిగిన ప్రశ్నకి నీ సమాధానం సరేననే అనుకోమంటావా?" అని కేకపెట్టాడు విదురుడు తాను నిలబడిన చోటినుంచి. కానీ ఆయనకి సుయోధనుడి దగ్గర్నించి ఎటువంటి సమాధానమూ రాలేదు.

* * *

తాము కలుసుకున్న పధ్నాలుగు రోజుల అనంతరం వారిద్దరికీ కాశీ విశ్వనాథుడి ఆలయంలో ఏ ఆర్భాటాలూ లేకుండా వివాహం జరిగిపోయింది. కర్ణుడు ఆ నగరవాసులందరికీ విందు భోజనం ఏర్పాటు చేసి, కులం, వర్ణం, భాషాభేదం ఏదీ లేకుండా అందరికీ కానుకలు పంచి దానకర్ణుడనే తన పేరును మరోసారి సార్థకం చేసుకున్నాడు. తన భార్యని ఏ పోటీలోనూ, పందెంలోనూ గెలుచుకోనందుకు సుయోధనుడు సంతోషించాడు. అందరూ హస్తినాపురం చేరిన తరవాత భీష్ముడు నగర ప్రముఖులకీ, సామంత రాజులకీ బ్రహ్మాండమైన విందుభోజనం ఏర్పాటుచేసి ఆహ్వానాలు పంపాడు. దక్షిణ రాజ్య కూటమికి కూడా ఆహ్వానాలు వెళ్లాయి. అది రాజ్యోత్సవం. యువరాజు వివాహ మహోత్సవం కాశీలో లాగ సామాన్యంగా కాకుండా ఎంతో ఆడంబరంగా, అద్భుతంగా జరిగింది. నవ వధూవరులని దీవించేందుకు విచ్చేసిన అతిథుల్లో కృష్ణుడు కూడా ఉన్నాడు. పాండవులు కూడా దాయాదులతో కలిసి ఆ ఉత్సవంలో పాల్గొనేందుకు వచ్చారు. కురువంశంలోని ఇద్దరు శక్తిమంతులైన స్త్రీలూ ఒకరి సరసన ఒకరు నిలబడి అతిథులకు స్వాగతం పలికారు. దక్షిణ రాజ్య కూటమికి చెందిన ప్రతినిధులు కౌరవులందరూ అలా స్నేహంగా కలసిమెలసి ఉండటం చూసి, కురువంశంలో అంతః కలహం ఉందని తమకి అందిన వార్తలు కేవలం అతిశయోక్తా, లేక గూఢచారులు తమ మెప్పుకోసం అందించిన కట్టు కథా? అన్న ఆలోచనలో పడ్డారు.

"ఏదీ నువ్వు ఆశించినట్టు జరగలేదు గాంధారీ!" రహస్యంగా అంది కుంతి తన పెదవుల మీది చిరునవ్వుని చెరగనీయకుండా.

"నువ్వు ఏమంటున్నావో నాకు అర్థం కావటం లేదు కుంతీ," అంది గాంధారి. కుంతి

కంఠంలో ధ్వనించిన సంతోషాన్ని గాంధారి గ్రహించింది. కుంతి మాటలు ధృతరాష్ట్రుడికి వినిపించి ఆయన ఏమైనా చెడు మాట అంటాడేమోనని భయపడింది.

"మేము వారణావతం నుంచి ప్రాణాలతో బైటపడ్డాం. నా కుమారులు పాంచాల రాకుమారిని వివాహమాడారు. నీ కుమారుడు ఎంత ప్రయత్నించినా దాన్ని ఆపలేక పోయాడు."

"సుయోధనుడు అందులో జోక్యం చేసుకోలేదు. ఎందుకు ఎప్పుడూ సుయోధనుణ్ణి అనుమానిస్తావు?"

"అనుమానమేమిటి నాకా విషయం రూఢిగా తెలుసు. అతను మాకోసం లక్క ఇల్లు ఎందుకు కట్టించాడో అడుగు. లేక ఆ పని చేసింది నీ భర్తా?"

"ఇది సంతోష సమయం. ఇటువంటి ఆలోచనలతో ఆ సంతోషాన్ని పాడుచేయకు. కుంతీ, ఆ లక్క ఇంటిని కట్టించినది ఎవరైనప్పటికీ, అందులో కాలి చనిపోయినది ఒక పేద నిషాద స్త్రీ, ఆమె కుమారులే గాని నువ్వూ నీ కుమారులూ కాదు కదా!"

"అది మేమే అయితే నీకు బావుండేదా?" తూర్పు తీరాన గల ఒక చిన్న దేశం నుంచి వచ్చిన రాకుమారునికి స్వాగతం పలుకుతూ చేతులు జోడించి గాంధారితో ఈ మాటలు అంది కుంతి.

గాంధారి సమాధానం చెప్పలేదు. కుటుంబంలో నానాటికీ అపార్థాలూ, ద్వేషాలూ పెరిగిపోవటం ఆమెకి ఆందోళన కలగజేస్తోంది. "దీన్ని గురించి మనం తరవాత మాట్లాడు కుందాం కుంతీ. ఇవాళ శుభదినం. యువరాజుకి వివాహం జరుగుతున్న రోజు."

"యువరాజా? అలాంటి ఆలోచనలు నీకు ఎక్కణ్ణించి వస్తున్నాయి? యుధిష్ఠిరుడికి ఏనాడో వివాహం జరిగిపోయిందిగా గాంధారీ!"

"నువ్వు నెమ్మదిగా ఉండదలుచుకోలేదు కదూ? రాజ్యాన్ని ఏలే మహారాజు ప్రథమ సంతానం సుయోధనుడు, అంతే!"

"చివరికి హస్తినాపురం సింహాసనాన్ని ఎవరు అధిష్ఠిస్తారో చూద్దాంగా! మేమేం అంత సులభంగా ఓటమిని అంగీకరించే రకం కాదు."

గాంధారి విషపూరితమైన నవ్వుతో కుంతి వైపు చూసి, "చూద్దాం. సుయోధనుడు నాకు సక్రమ మార్గాన జన్మించిన కుమారుడు. అతనే ఈ రాజ్యాన్ని ఏలతాడు."

కుంతి ఎదురు సమాధానం చెప్పే లోపల పాండవులూ, ద్రౌపదీ అక్కడికి వచ్చారు. "మీ పెదనాన్న, పెద్దమ్మ వద్ద దీవెనలు అందుకోండి," అంది కుంతి. ఆమె కంఠంలో ఎటువంటి భావమూ లేదు. పాండవులూ, ద్రౌపదీ ఇద్దరికీ పాదాభివందనం చేశారు. గాంధారి చెయ్యి జాపి ద్రౌపదిని తాకబోయింది. ఆమె గర్వంగా, నిటారుగా నిలబడటం చూసి గాంధారి ఆశ్చర్య పోయింది. ఈమెలో జంకూ గొంకూ ఎంతమాత్రం లేవు, అనుకుంది. ఈమె రూపురేఖలు ఎలా ఉండి ఉంటాయో? చాలా అందగత్తె అని వింది. కానీ అంత ధైర్యవంతురాలు, అందగత్తె ఐదుగురికి భార్యగా ఉండేందుకు ఎందుకు అంగీకరించింది? ఆ ప్రశ్న గాంధారిని వేధించ సాగింది. తరవాత వాళ్లిద్దరూ కలిసి కూర్చున్నప్పుడు పాంచాల రాకుమారినే సూటిగా అడిగేందుకు గాంధారికి అవకాశం చిక్కింది.

"అసలు మీరు నన్నా ప్రశ్న అడగకూడదు. భీష్మపితామహుడు మిమ్మల్ని ఇక్కడికి తెచ్చినప్పుడు మీరు అంధత్వాన్ని ఎందుకు ఎంచుకున్నారు?" అంది ద్రౌపది. తరవాత తను మరీ అంత సూటిగా అడిగి ఉండవలసింది కాదని తోచి, "మా అత్తగారికి తన కుమారులు నాకోసం పోట్లాడుకుంటారని భయం వేసిందేమో. వాళ్లు ఐదుగురూ ఐకమత్యంతో మెలగా లన్నది ఆమె కోరిక," అంది.

"తల్లీ, నాకు నూరుగురు కుమారులున్నారు. కలిసిమెలిసి ఉండేందుకు వాళ్లందరూ ఒకే స్త్రీని వివాహమాడనవసరం లేదు. అంటే తమ సోదరుడి భార్యకోసం కొట్లాడుకునేంత ఓర్పులేని వారిగా కుంతి తన కుమారులని పెంచిందా?" వాళ్ల సంభాషణ వింటున్న ధృతరాష్ట్రుడు జోక్యం చేసుకున్నాడు.

ద్రౌపది తన తడబాటుని దాచుకునేందుకు బాగా వంగి ఆయనకి నమస్కరించింది. తన భర్త పలికిన కఠిన వాక్కులు కుంతి ఎక్కడ వింటుందోనని గాంధారి భయపడింది.

మరుక్షణం ఆమె భయపడ్డట్టే జరిగింది. కుంతి కోపంగా తన కోడలితో "యుధిష్ఠిరుడు నీకోసం వెతుకుతున్నాడు. ఇక్కడేం చేస్తున్నావు?" అనటం గాంధారికి వినబడింది.

ద్రౌపది దూరంగా వెళ్లిపోవటం వినిపించింది గాంధారికి. తన భర్త ఇబ్బందిగా దగ్గటం వినిపించింది. కుంతి అక్కడే కూర్చుని ఉందని పాపం ఆయనకి తెలీలేదు. అదృష్టంకొద్దీ అదే సమయంలో విదురుడు అక్కడికి వచ్చి, కొందరు సామంతరాజులు ఆయన్ని అభినందించేందుకు వేచి ఉన్నారని చెప్పాడు. కుంతి మళ్లీ తనని నిలదీస్తుందన్న భయంతో ధృతరాష్ట్రుడు తన ప్రధానమంత్రితో ఏవేవో ముఖ్యమైన విషయాలు చర్చిస్తున్నట్టు నటిస్తూ అక్కడినుంచి నిష్క్రమించటం గాంధారికి తెలిసింది. కుంతి ఆయన్ని ఏమీ అనదనీ, తనమీదే విరుచుకు పడుతుందనీ తెలిసిన గాంధారి కుంతి వాగ్బాణాలని ఎదుర్కొనేందుకు సిద్ధం అయింది.

"నన్నూ నా సంతానాన్నీ అవమానించే అవకాశం వచ్చిందంటే వదులుకోవు కదూ గాంధారీ?" అంటూ గాంధారి చెవిలో బుసలు కొట్టింది కుంతి. గాంధారి సమాధానం చెప్పలేదు, క్షమాపణ కూడా కోరలేదు. కుంతినీ, ఆమె మాటలనీ లెక్కచెయ్యనట్టు కోపంగా ఏమీ మాట్లాడకుండా లేచి నిలబడింది. కుంతి కోపంతో వణికిపోతూ అక్కణ్ణించి వెళ్లిపోయింది. తన అత్తగారు రాజకీయ పన్నాగాలు పన్నేందుకు అనువుగా ద్రౌపది ఐదుగురు భర్తలతో కాపురం చెయ్యవలసి వచ్చినందుకు గాంధారి విచారిస్తూ ఉండిపోయింది. 'ద్రౌపది స్థితి కూడా దాదాపు నా స్థితిలాగే ఉంది, ఈ రాజ్యంలో పురుషులకి లాభం కలిగించేందుకు ప్రతి స్త్రీనీ ఒక పరికరం కింద ఉపయోగించుకోవటం సామాన్యమైపోయింది,' అనుకుంది గాంధారి.

* * *

మహోత్సవం సందర్భంగా జరిగిన విందు భోజనం తరవాత సుయోధనుడు దేన్ని గురించి భయపడుతూ ఉన్నాడో అది జరగనే జరిగింది. అర్జునుణ్ణి వివాహం చేసుకున్న తరవాత మొదటిసారి సుభద్ర సుయోధనుడికి ఎదురుపడింది. తన కుమారుణ్ణి ఎత్తుకుని సుభద్ర భానుమతి వెంట వచ్చింది. మౌనంగా ఆ పసివాణ్ణి సుయోధనుడికి అందించింది. అలా అందించే సమయంలో ఆమె వేళ్లు అతని వేళ్లని తాకాయి. మరుక్షణం ఆమె అందమైన ముఖం మీది నుంచి అతను చూపులు మరల్చుకున్నాడు. పసిపిల్లవాడు సుయోధనుణ్ణి చూసి బోసినోరు తెరిచి నవ్వాడు, కేరింతలు కొట్టాడు, అది చూసి సుయోధనుడు కరిగిపోయాడు. అతని

మెడలోని ముత్యాలహారాలతో వాడు ఆడుకుంటూ ఉంటే సుయోధనుడు మాటలు కరవైనట్టు చూస్తూ ఉండిపోయాడు. ఒకప్పుడు తను పిచ్చిగా ప్రేమించిన యువతి తనని పెళ్లాడిన నవవధువుతో, వాళ్లిద్దరూ చిరకాల మిత్రులైనట్టు ఏవేవో విషయాలు మాట్లాడుతోంది. ఇద్దరూ అంత నిశ్చింతగా ఎలా ఉండగలుగుతున్నారు? 'నా ప్రేమ సుభద్రకి ఏమాత్రం గుర్తు లేదా? అది ఆమె దృష్టిలో చాలా సామాన్యమైన విషయమా?' అనుకున్నాడు సుయోధనుడు.

పసివాడు అతన్ని తడిపివేసి ఏడవటం ప్రారంభించేసరికి ఆ స్త్రీలిద్దరూ నవ్వుతూ అతనివైపు చూశారు. సుభద్ర పిల్లవాణ్ణి అతని దగ్గర్నుంచి తీసుకుని వాడితో ఏమేమో అనసాగింది. ఆ భాష తల్లులకీ పిల్లలకీ మాత్రమే అర్థమయే భాష! పిల్లవాడు ఏడవటం ఆపేసి చిరునవ్వులు చిందించసాగాడు. "వీడు అచ్చం వాళ్ల నాన్నలాగే ఉన్నాడు కదూ?" అని అడిగింది సుభద్ర సుయోధనుణ్ణి. ఆమె పిల్లవాడిని చూస్తూ, వాణ్ణి ముద్దు చేస్తూ సుయోధనుడి ముఖంలో పొడసూపిన బాధని గమనించలేదు.

పిల్లవాడు సుయోధనుడివైపు చేతులు చాచాడు. సుయోధనుడు వాణ్ణి ఎత్తుకుని తన మెడలోని మేలిముత్యాలహారాన్ని తీసి దాన్ని నాలుగుగా మడిచి పిల్లవాడి మెడలో వేశాడు. వాడి బోసినవ్వుల్ని మంత్రముగ్ధుడిలా చూస్తూ ఉండిపోయాడు.

అర్జునుడు లోపలికి రాబోతూ వాళ్లని చూసి ఆగిపోయాడు. సుభద్ర తన భర్తని సమీపించి, "సుయోధనుడు వీడికి దీన్ని బహూకరించాడు," అంటూ గర్వంగా తమ కుమారుడికి సుయోధనుడు ఇచ్చిన విలువైన కానుకని చూపించింది.

అర్జునుడు సుయోధనుడికీ, భానుమతికీ పాదాభివందనం చేసేందుకు వంగాడు. ఎంతైనా వాళ్లు తనకన్నా వయసులో పెద్దవాళ్లు. కొంతసేపు మాట్లాడుకున్న తరవాత అర్జునుడూ, సుభద్రా వెళ్లేందుకు వెనుదిరిగేసరికి "వాడికి పేరేం పెట్టారు, అర్జునా?" అని అడిగాడు సుయోధనుడు.

కానీ దానికి సమాధానం సుభద్ర చెప్పింది, "అభిమన్యుడు".

ఆ రాత్రి నవవధూవరులిద్దరూ భానుమతి తండ్రి కానుకగా ఇచ్చిన పెద్ద మంచం మీద పడుకుని ఉండగా భానుమతి తన భర్త పెదవులమీద ముద్దుపెట్టుకుని, "సుభద్ర అదృష్ట వంతురాలు. నాకు కూడా అభిమన్యుడిలాంటి కుమారుడు ఉంటే బావుండుననిపిస్తోంది," అంది.

సుయోధనుడు ఆమె ముంగురులని సవరిస్తూ ఊరకుండిపోయాడు. ఒకప్పుడు సుభద్రని ప్రేమించినంత తీవ్రంగా ప్రస్తుతం తన బాహువుల్లో ఉన్న ఈ స్త్రీని ప్రేమించేందుకు గట్టిగా ప్రయత్నించసాగాడు.

* * *

మరోపక్క అదే సమయంలో యమునానది రెండు తీరాల్లోనూ ఒకప్పుడు ఉండిన దట్టమైన అరణ్యాలు కాలిపోయి, ఖాండవ వనంలోని ఆ ప్రాంతంలో కొత్త నగరం నిర్మించటం ప్రారంభమైంది. ఆ మూడు సంవత్సరాలు మయాసురుడి జీవితంలో అతిముఖ్యమైనవిగా గడిచాయి. ప్రతి పనీ నిర్దుష్టంగా జరిగేవరకూ విడిచిపెట్టని నైజం అతనిది. ఆ గొప్ప నగరాన్ని నిర్మించే పనిలో ప్రాణాలతో ఉన్న నాగజాతి స్త్రీలూ, పిల్లలూ శ్రామికులుగా చేరారు. కాల్చే

వేసవిలో, కుంభవృష్టి కురిసే వర్షాకాలంలో, శీతాకాలంలో ఎముకలు కొరికే చలిలో మయాసురుడు నీరసించిన ఆ స్త్రీల చేతా, పోషణ లేక బక్కచిక్కిన పిల్లలచేతా కఠిన శ్రమ చేయించటమే కాకుండా తాను కూడా శ్రమించాడు. పాండవుల కోసం అతిసుందరమైన ఆ నగర నిర్మాణానికి పూనుకున్నాడు. కడుపు నిండా తిండి కోసం, తలదాచుకునేందుకు కాస్తంత చోటుకోసం నాగ స్త్రీలూ, పిల్లలూ చెమటోడ్చి పాండవులు నివసించేందుకు అద్భుతమైన ఆ భవనాన్ని నిర్మించారు. రాజభవనంతోపాటు అంగళ్లు, రాళ్లు పరిచిన వీధులూ, అందమైన ఉద్యానవనాలూ, గృహాలూ కూడా నిర్మింపజేశాడు మయాసురుడు. ఒక్కొక్క రాయీ పేర్చి భరతఖండంలోని అతి గొప్ప నగరాన్ని నిర్మించారు వాళ్లు. ద్వారక కన్నా పెద్ద నగరం, ఎంతో శ్రద్ధగా ప్రణాళికాబద్ధం చేసి హస్తినాపురం కన్నా మెరుగ్గా నిర్మించిన నగరం. హేహయ, ముచిర పట్టణాల లాగ తీరూతెన్నూ లేకుండా నిర్మించిన నగరం కాదది. రకరకాల వాస్తుకళల సమాహారంతో మయుడు దాన్ని నిర్మించాడు. అసుర సామ్రాజ్యంలో నిర్మించిన దేవాలయాల పద్ధతిని ఇతర శిల్పరీతులతో మేళవించాడు మయుడు. గంధర్వుల శైలిలో నిర్మించిన సంగీత ప్రాంగణాలలో మేలైన ధ్వని విన్యాసాలు చక్కగా వినిపించేట్టు నిర్మాణం జరిగింది. పడమటి తీరాన ఉన్న హేహయ నగరంలోని అంగళ్లు ఈ నగరంలో నిర్మించిన అంగళ్లకి ప్రేరణ కల్పించాయి. సత్రాలూ, యాత్రీకులు విశ్రమించేందుకు గృహాలూ ముచిర పట్టణంలోని నిర్మాణాలని పోలి ఉన్నాయి. శిల్పాలు గాంధార కళకి ప్రతీకలుగా నిర్మించబడ్డాయి. మయాసురుడు నిర్మించిన ఆ కళాఖండం భరతఖండం ఆత్మని ప్రతిబింబిస్తున్నదిగా రూపొందింది. దాని నిర్మాణం పూర్తి కాకముందే దాని పేరు ప్రతిష్ఠలు దూరదూరాలకు చేరాయి.

ఆ నిర్మాణం పనులని పర్యవేక్షించేందుకు పాండవులు యమునా నదీ తీరాన విడిది చేశారు. నిర్మాణానికి అవసరమైన నిధులు కరవైనప్పుడల్లా పన్నుల రాశి పెంచారు, లేదా గ్రామాల మీద దాడిచేశారు. అంత అద్భుతమైన నగరం రూపొందటం చూసి గర్వించారు, తృప్తి చెందారు. దాన్ని గురించి అందరూ ప్రశంసిస్తూ ఉంటే విని అమితానందాన్ని పొందారు. దేవతలు వారి పట్ల దయ చూపించారు కానీ అది చూసి వాళ్లు ఆశ్చర్యపోలేదు. తామెప్పుడూ భగవంతుడి మాట విని ధర్మమార్గాన్నే అనుసరించారు కదా? అందుకే ఇటువంటి దయను పొందే అర్హత తమకి ఉంది అనుకున్నారు. ఇక నగర నిర్మాణం పూర్తి కావస్తుందనగా వారికి మార్గనిర్దేశం చేసే పురోహితుడు, ధౌమ్యుడు తన శిష్యులతో అక్కడికి వచ్చాడు. హస్తిన నుంచి వచ్చిన ధౌమ్యుడు, యుధిష్ఠిరుడు ఎప్పుడూ ధర్మమార్గాన్నే ప్రయాణం చేస్తాడని రూఢి చేసుకునేందుకే అక్కడికి వచ్చాడు.

మయాసురుడు కొత్త నగరానికి శంకుస్థాపన చేసిన కొన్ని రోజులకి, తాను ఎంచుకున్న కొందరిని వెంటబెట్టుకుని వాసుకి అక్కణ్ణించి వెళ్లిపోయాడు. మయాసురుడి మనసు మార్చేందుకు ఆయన ప్రయత్నించలేదు. తాను ఎన్నాళ్లు గానో నిర్మించాలని ఎదురుచూస్తున్న ఆ నగర నిర్మాణం నుంచి ఏ శక్తీ అతన్ని ఇవతలికి లాగలేదని వాసుకి గ్రహించాడు. కానీ వాసుకికి ఒక అత్యవసర పరిస్థితి ఎదురైంది. ఖాండవ వన మారణకాండ తరవాత తక్షకుడు హస్తినాపురం మీద ప్రతీకార వాంఛతో శర పరంపరగా ఆ నగరం మీద ఉగ్రవాద దాడులు చేశాడు. భీష్ముడు నిర్దయగా ఆ తిరుగుబాటును అణచివేశాడు. ప్రస్తుతం తక్షకుడు ఎక్కడ ఉన్నాడో ఎవరికీ తెలీదు. దుర్జయుడి ముఠాని విదురుడు మట్టుపెట్టిన తరవాత హస్తినాపురంలోని పేదవర్గం మీద తక్షకుడి పట్టు సడలింది. దుర్జయుడి వంటి నీతి మాలిన వారితో నాగులు

స్నేహం చెయ్యటం వాసుకికి ఎప్పుడూ నచ్చలేదు. ఏమాత్రం దయలేని, శక్తిమంతుడైన వారెవరో వెనక ఉండి వీళ్లచేత అల్లకల్లోలం సృష్టింపజేస్తున్నారనీ, తాము మాత్రం బైట పడకుండా చూస్తూ ఆనందిస్తున్నారనీ వాసుకికి ఎప్పుడూ అనుమానంగానే ఉండేది. ఈ మైత్రివల్ల ఎటువంటి మేలూ జరగదని అనుభవజ్ఞుడైన వాసుకి గ్రహించాడు.

సేనాధిపతి హిరణ్యధనుషుడూ, జరాసంధుడూ ఏవిధంగా మృత్యువు వాత పడ్డారన్నది వాసుకి విన్నాడు. ఏకలవ్యుడు తొందరపడి ఏమైనా చేసే లోపల అతన్ని కలుసుకోవాలి. తన వారికి మిగిలిన చివరి ఆశ ఏకలవ్యుడే, అనుకున్నాడు వాసుకి. తాను వృద్ధుడైపోతున్నాడు, ఇక ఎక్కువకాలం జీవించే ఆశ లేదు. తాను గాని, ఏకలవ్యుడు గాని నాగజాతి నాయకుడు కాగలిగితే, ఏమైనా మంచి జరగవచ్చు. ఆ అహంకారి, అధికార దాహం గల తక్షకుణ్ణి నాయకత్వం పదవి నుంచి ఎలాగైనా తొలగించాలి. విపరీతమైన విచారంలో మునిగిపోయిన వాసుకి మయాసురుణ్ణి వదిలి ఏకలవ్యుణ్ణి వెతుక్కుంటూ బైలుదేరాడు.

ఆ బృందంలోని మరో వృద్ధుడు మయుడితోనే ఉండిపోదలచాడు. ఆయనకి నాగులతో ఎటువంటి సంబంధమూ లేదు, కానీ తానున్న దీన స్థితిలో వారితో మైత్రి చేయక తప్పలేదు. మరో యుగంలో ఆయన ఇంద్రపదవిలో సింహాసనాన్ని అధిష్ఠించేవాడే. తక్షకుడి వంటి తుచ్ఛుల మీద మరీ మాట్లాడితే భీష్ముడి మీద సైతం ఆధిపత్యం చేస్తూ ఉండేవాడు. ప్రాచీన అసుర సామ్రాజ్యాన్ని నిర్దయగా సర్వనాశనం చేసి దేవతల సామ్రాజ్యాన్ని స్థాపించిన మొదటి ఇంద్రుడికీ, తక్షకుడి వంటివారు దయతో విదిల్చిన ఎంగిలి మెతుకులని చిట్టెలుకలా ఏరుకుంటూ జీవిస్తున్న ప్రస్తుత ఇంద్రుడికీ హస్తిమశకాంతర భేదం ఉండటం అతని దైన్య స్థితిని తెలియజేస్తోంది. యౌవనంలో ఉండగా ఇంద్రుడు తన సామ్రాజ్యాన్ని తిరిగి వశం చేసుకోవాలని కలగన్నాడు. కానీ వయసు పెరిగేకొద్దీ ఆ కల కలగానే మిగిలిపోయి ఎప్పుడూ చిరాగ్గా ఉండే వృద్ధుడిలా మారిపోయాడు.

కుంతి కొన్ని వారాల పాటు తన శయనాగారంలో గడపమని ఇంద్రుణ్ణి ఆహ్వానించటం ఆయన జీవితంలో అతి ఉచ్చ దశ. ఖాండవ వనంలో శిథిలమైన తన రాజభవనాన్ని విడిచి కాలినడకన హస్తినాపురానికి వెళ్లాడు. అరణ్యం బైట ఉన్న ఆమె భవనం ముందు సామాన్యుడైన గ్రామస్థుడిలా పడిగాపులు పడుతూ వేచి ఉన్నాడు. చివరికి ఆమెనుంచి పిలుపు అందుకుని లోపలికి వెళ్లినప్పుడు ఆమె కళ్లల్లో తనపట్ల ఏహ్యభావాన్నే చూశాడు. పురోహితుడు ధౌమ్యుడు కూడా అప్పుడు అక్కడే ఉన్నాడు. ఆయన ప్రోద్బలంతోనే కుంతీ, నపుంసకుడైన ఆమె భర్తా తనని అక్కడికి ఆహ్వానించేందుకు ఒప్పుకున్నారని ఇంద్రుడికి అర్థమైంది. అవమానకరమైన ఆచారకర్మలూ, మంత్రాలూ భరిస్తూ ఆయన తన గతి ఏం కానున్నదో అని అనుకోసాగాడు. తను ప్రస్తుతం మరొకరి భార్యతో సహజీవనం చెయ్యబోతున్నాడు. తన భర్త నుంచి కాక పరపురుషులతో ఆమెకి కలిగిన ఇద్దరు కుమారులున్నారు. తాను రాజకుటుంబానికి చెందిన స్త్రీకి గర్భాధానం చెయ్యటానికి వచ్చాడన్నమాట! తనకి వాళ్లిచ్చే ధనం అవసరం ఎంతైనా ఉంది, లేకపోతే వాళ్లందర్నీ శాపనార్థాలు పెట్టి దర్పంగా బైటికి నడిచేవాడే.

బైట అర్చకులు తాత్విక చర్చలో ఉండగా, లోపల ఇంద్రుడు ఉక్కపోతతో నిండిన ఆ గదిలో కుంతితో గడుపుతూ ఆమె ఏహ్యభావంతో నవ్వటం చూసి లోలోపల మండిపడసాగాడు. మొదటి రెండు రోజులూ ఏమీ చెయ్యలేకపోయినందువల్ల తన మీద తనకే సిగ్గేసింది. చివరికి

తనకి అప్పగించిన పనిలో కృతకృత్యుడైన తరవాత శారీరకసౌఖ్యంకన్నా మానసికమైన శాంతిని అనుభవించాడు. తనకి అందిన కానుకలనూ, ధనాన్నీ తీసుకుని వెళ్లిపోతున్నప్పుడు ఆయనకి తానొక వెలయాలినన్న భావన కలిగింది. ఈ వింత లోకం గురించీ, దాని నైతికత గురించీ ఆలోచనలు మనసులో తలెత్తాయి కానీ మళ్లీ పేదరికం ఆయన్ని వరించగానే అటువంటి నిరర్థకమైన ఆలోచనలు మనసులోనుంచి చెరిగిపోయాయి.

ఇంద్రుడు మయాసురుడి కుటీరంలో ఆశ్రయం సంపాదించుకున్నాడు. కానీ ఎప్పుడూ కలల్లో విహరించే ఆ వాస్తుశిల్పిని చూస్తేనే ఆయనకి చిర్రెత్తుకొచ్చేది. చివరి ఇంద్రుడైన తాను జీవించి ఉన్నందుకు ఈ ఆడంగి అసురుడికి రుణపడి ఉన్నానన్న నిజం ఆయనకి చేదుమందు తాగినంత రోతగా అనిపించేది. అవకాశం దొరికినప్పుడల్లా మయుణ్ణి ఏదో ఒక కారణంగా తిట్టేవాడు. తన కలల లోకంలో ఎప్పుడూ మునిగి ఉండే మయాసురుడు ఈ వృద్ధుడు ఎంత సేపు సణిగినా పట్టించుకునేవాడు కాదు. విపరీతమైన పనిలో మునిగితేలే మయుడికి అది అంత కష్టంగా తోచలేదు. ఇంద్రుడు నిద్ర మేల్కొనేముందే ఇల్లు విడిచివెళ్లి, ఆయన నిద్ర పోయాకగాని ఇల్లు చేరుకోకుండా జాగ్రత్త పడేవాడు. అయినప్పటికీ అప్పుడప్పుడూ ఇద్దరి మధ్యా వాదనలు తప్పేవి కావు. ఇంద్రుడి వాదనలు విని మయుడు ఎకసక్కెంగా నవ్వే నవ్వు ఆయనకి పిచ్చికోపం తెప్పించేది. అలా వాదించుకునే సమయంలో ఒకసారి ఇంద్రుడు పొరపాటున అర్జునుడు తన ద్వారా జన్మించిన వాడేనని చెప్పేశాడు. అటువంటి అభూతకల్పనని విని మయుడు నవ్వుతూ నేలమీద పొర్లిగింతలు పెట్టాడు. ఇంద్రుడు ఆ అస్పృశ్యుణ్ణి దుర్భాషలాడుతూ వేగంగా బైటికి వెళ్లి పాండవుల విడిదివైపు నడిచాడు. విడిది సమీపానికి చేరుకుంటూ ఉండగా ఆయన చూపిన ధైర్యం నీరుకారిపోసాగింది. విడిది బైటే నిలబడిపోయిన ఆయన్ని గద్ద చూపు గల ధౌమ్యుడు చూసి ఉండనట్టయితే ఆయన వెనక్కి తిరిగి వెళ్లిపోయి ఉండేవాడే. తన మిత్రులని కలిసేందుకు వచ్చిన కృష్ణుడితో ధౌమ్యుడు ఏదో అనగానే, ఇంద్రుడు ఆ విషయం గమనించే లోపలే వాళ్లందరూ ఆయనవైపు రావటం మొదలుపెట్టారు.

కృష్ణుడు ఇంద్రుడికి వంగి నమస్కరించి, "మహాప్రభూ, పాండవుల పర్ణకుటీరానికి స్వాగతం!" అన్నాడు నవ్వుతూ.

తరవాత యుధిష్ఠిరుడు వచ్చి ఆయన పాదాలు తాకి నమస్కరించాడు. తనని మహాప్రభూ అని పిలిచినందుకూ, పాండవ ప్రథముడంతటివాడు తనపట్ల అంత గౌరవం చూపినందుకూ ఇంద్రుడు ఆశ్చర్యపోయాడు. తనని ఎవరైనా 'మహాప్రభూ' అని పిలిచి ఎంత కాలం అయిందో! ఆ పిలుపు ఆయన చెవులకి వింతగా తోచింది. వాళ్ల నవ్వుల వెనక వెటకారం ఏమైనా దాగి ఉందా అని వెతికాడు, కానీ ఇంద్రుడు ఇంకా భరతఖండానికి చక్రవర్తి అయినట్టూ, సింహాసనాన్ని అధిష్ఠించిన మహారాజైనట్టూ వాళ్లు గౌరవంగా నమస్కరిస్తూ నిలబడ్డారు.

"ఇతనే మీ కుమారుడు మహాప్రభూ!" అంటూ ఎంతమాత్రం ఆసక్తి కనబరచని అర్జునుణ్ణి ముందుకి తోశాడు కృష్ణుడు.

ఇంద్రుడు అమితమైన భావోద్రేకానికి గురయాడు. పెరిగి పెద్దవాడయిన తన కుమారుణ్ణి ఆ విధంగా పరిచయం చెయ్యగానే గతం తాలూకు చేదు జ్ఞాపకాలు ఆయన్ని చుట్టుముట్టాయి. చివరి ఇంద్రుడికి తాను ఎందుకూ కొరగానివాడిననీ, జీవితంలో ఏదీ సాధించలేకపోయానన్న కఠోర వాస్తవం గుర్తొచ్చింది. తనకి పాదాభి వందనం చేస్తున్న కుమారుణ్ణి పైకి లేవనెత్తి

తున్నప్పుడు దుఃఖాన్ని అణచుకోలేక వెక్కివెక్కి ఏడవసాగాడు. ఇంద్రుడి రాజవంశం తనతో అంతరించిపోదు, ఈ పాండవుడు దాన్ని కొనసాగిస్తాడు, అని అనుకునేసరికి ఆ వృద్ధ మహారాజుకి తన జీవితానికి కూడా అర్థం ఉందనీ, ప్రయోజనం ఉందనీ అనిపించింది. "నాయనా... కుమారా..." అని పదేపదే అంటూ కన్నీళ్లు కారుస్తూ, ఏ స్పందనా లేకుండా నిలబడ్డ అర్జునుడి శరీరాన్ని ఆయన ఆప్యాయంగా నిమురుతూ ఉండిపోయాడు.

తాము నిర్మిస్తున్న ఆ అద్భుతమైన నగరాన్ని వాళ్లు ఇంద్రుడికి చూపారు. అలా నగరాన్నంతా తిరిగి చూస్తున్న ఇంద్రుడికి ఒక్కొక్క దృశ్యాన్నీ చూస్తున్నకొద్దీ ఆనందం ఇనుమడించసాగింది. ఖాండవవన దహనం నాడు ఆయన మీదికి లంఘించిన ఏనుగును చంపి ఆయన ప్రాణాలని రక్షించినవాడు అర్జునుడేనని ఆయనకి తెలుసా అని కృష్ణుడు ఇంద్రుణ్ణి అడిగాడు. ఇంద్రుడు తన కుమారుడివైపు గర్వంగా చూశాడు. తాను ఆ అసురుడికి రుణపడిలేనన్న విషయం తెలిశాక ఆయన మనసు ఊరట చెందింది. ఆ అస్పృశ్యుడు కాదు, తన కుమారుడే తనని రక్షించాడు. ఆ విషయం తెలియగానే మయాసురుడిపట్ల ఆయనకి ఉండిన ద్వేషం మాయమైంది. పైగా మాయాసురుడి ప్రతిభని ఆకాశానికెత్తుతూ ఆ వాస్తు శిల్పిని పొగడసాగాడు. కానీ మయాసురుణ్ణి నగరనిర్మాణానికిగాను నియమించిన పాండవులు ఇంద్రుడి ప్రశంసావాక్యాలని పట్టించుకోలేదు. పదచ్యుతుడైన ఆ రాజుని చూసి కృష్ణుడు చిన్నగా నవ్వుతూ, మయాసురుడు కేవలం తన కర్తవ్యం నిర్వహిస్తున్నాడనీ, అందులో అంత చెప్పుకోదగ్గ విషయమేమీ లేదనీ అన్నాడు. మయుడు కూడా అర్జునుడి నుంచి ప్రాణభిక్ష పొందినవాడేననీ, దానికి గాను రుణం తీర్చుకుంటున్నాడనీ అన్నాడు.

కృష్ణుడి మాటలకి ఇంద్రుడు ఏమీ సమాధానం చెప్పలేకపోయాడు. శక్తిమంతుడైన అతనితో వాదించటం ఎందుకులే అనుకున్నాడు. ప్రస్తుతం తనకి దక్కిన సంతోషాన్ని పోగొట్టుకోవటానికి ఇష్టపడలేదు. మాట మార్చే ఉద్దేశంతో తమ కొత్త నగరానికి పేరు ఏం పెట్టాలో ఆలోచించారా అని పాండవులని అడిగాడు.

"మహారాజా, ఆ పేరు మీ గౌరవార్థం పెడదామని అనుకుంటున్నాం," అన్నాడు యుధిష్ఠిరుడు. ఎప్పుడూ గంభీరంగా ఉండే అతని ముఖంమీద చిరునవ్వు కనిపించింది. ఇంద్రుడి గుండె ఒక్క క్షణం కొట్టుకోవటం మరిచిపోయింది. యుధిష్ఠిరుడు మళ్లీ, "దాని పేరు..." అని ఆగి సోదరులందరివైపూ దృష్టి సారించి, "అర్జునా, మనం నిశ్చయించిన పేరేమిటో మహారాజుకి నువ్వే చెప్పరాదూ?" అన్నాడు.

అర్జునుడు తల పంకించి, "ఈ నగరం పేరు ఇంద్రప్రస్థం... ఇంద్రుడి నగరం," అన్నాడు. ఆ మాటలు అతను అతినెమ్మదిగా అనటం చేత అందరూ జాగ్రత్తగా వినవలసి వచ్చింది.

చివరి ఇంద్రుడి ఆనందానికి అంతులేకుండా పోయింది. ఆయన కళ్లు చెమర్చాయి. తన జీవితంలోని చివరి దశలో, దేవతలు తనని ఇంకా మరవలేదన్న నమ్మకం కలిగింది ఆయనకి. భరతఖండంలోని అతిగొప్ప నగరానికి తన పేరు జోడించబడుతుంది. తన కుమారుడు తన వంశాన్ని కొనసాగిస్తాడు. తన జీవితం వృథా అవలేదు. ఇంద్రుడు మౌనంగా నిలబడి ఉండిపోయాడు. అంత సంతోషాన్ని భరించటం ఆయనకి అసాధ్యం అనిపించింది.

"నగరానికి ఆ పేరు మొదటి ఇంద్రుడు, పురందరుడి గౌరవార్థం పెట్టాం," అన్నాడు కృష్ణుడు.

ఆ మాటలు ఆకాశంలో విహరిస్తున్న ఇంద్రుణ్ణి ఒక్కసారిగా నేలమీద పడవేశాయి. ఆ విషయం గుర్తు చెయ్యటం ఎంత క్రూరం! తను పూర్తిగా కుంగిపోయిన ఒక వృద్ధుడు, పూర్వీకుల గొప్పదనం వల్ల తను కూడా గొప్పవాడయానని అనుకుంటున్నాడు, అంతే. ఆయన మనసు అవమాన భారంతో బరువెక్కింది, మరుక్షణం వెళ్లిపోయేందుకు వెనక్కి తిరిగాడు.

"మహారాజా, మిమ్మల్ని బాధపెట్టాలన్నది మా ఉద్దేశం కాదు. నిజానికి పురందరుడు మహేంద్రుడి రక్తం మా అర్జునుడి శరీరంలో మీ ద్వారా వచ్చి ప్రవహిస్తున్నందుకు మాకు చాలా గర్వంగా ఉంది," అన్నాడు యుధిష్ఠిరుడు ఇంద్రుడితో.

కానీ ఇంద్రుడి మనసులో ఆసరికే అంధకారం కమ్ముకుంది. ఆ కొత్త భవనమూ, నగరమూ ఆయన కళ్లకి ఇప్పుడు అందంగా కనబడటం లేదు. అక్కణ్ణించి పారిపోయి తన కుటీరంలో దాక్కోవాలని అనిపించింది. తాను జీవితాంతం మయాసురుడికి రుణపడి ఉన్నానన్న భావన ఎంత రోతగా అనిపించిందో, ఇప్పుడు ఆ రోత అర్జునుడి మీదికి మళ్లింది. 'దేవుడు దయతలిస్తే నా కుమారుడి రుణం తీర్చుకుంటాను,' అని ఆ చివరి ఇంద్రుడు ప్రతిజ్ఞ చేశాడు. ఆ పని ఎలా చెయ్యాలో ఆయనకి తెలుసు. కర్ణుడనే సూతుడు మహాయోధుడిగా పేరుపొందాడనీ, అతను అర్జునుడికి ప్రమాదకరంగా మారుతున్నాడనీ ఆయన విని ఉన్నాడు. కర్ణుడు ధరించే కవచాన్ని సామాన్యమైన బాణాలు ఛేదించలేవని కూడా ఆయనకి తెలియ వచ్చింది. దేని వల్లా ఛేదించటం సాధ్యం కాని వాటిని ఒక లోహపు బాణం ములికికి వజ్రాన్ని పొదిగి ఛేదించవచ్చు అనే ఆ పద్ధతి ఇంద్రుడికి ఇంకా జ్ఞాపకం ఉంది. తూర్పు తీరాన సూర్య భగవానుణ్ణి ఆరాధించేవారు నిర్మించే కవచాలని సైతం అటువంటి బాణం ఛేదించగలదు. ఆ ఆయుధాన్ని రూపొందించింది మొదటి ఇంద్రుడు. దాని పేరు వజ్రాయుధం. దాన్ని రూపొందించే రహస్యం ఇంద్రుల వంశంలో తరతరాలుగా తండ్రులనుంచి కుమారులకి అందుతూ వస్తోంది. కానీ దాన్ని తయారుచెయ్యగల కమ్మరులు ప్రస్తుతం ఎక్కడా లేకుండా పోయారు.

ఒకవేళ మయాసురుడు అలాంటి ఆయుధాన్ని మళ్లీ కనుగొనగలడేమో అని అనుకోగానే ఇంద్రుడి ఉత్సాహం పెరిగిపోసాగింది. 'వజ్రాయుధాన్ని నా కుమారుడికి ప్రసాదించి, బలశాలి కర్ణుణ్ణి ఎదుర్కోమని చెపుతాను. ఆ విధంగా రుణవిముక్తుణ్ణి అవుతాను. అంతవరకూ పాండవుల భవనంలోకి ప్రవేశించను, అర్జునుణ్ణి చూడను. చివరి ఇంద్రుడు కూడా అంత పనికిమాలిన వాడేమీ కాదని అప్పుడు ఈ లోకానికి తెలుస్తుంది' అనుకుని ఇంద్రుడు హడావుడిగా కృష్ణుడికీ, పాండవులకీ వీడ్కోలు తెలిపి బైలుదేరాడు. ఉండిపొమ్మని వాళ్లు కోరినా నిరాకరించటంలో ఆయన ఆనందాన్ని అనుభవించాడు. కానీ యుధిష్ఠిరుడు ఆయన్ని ఇంటిదాకా సాగనంపుతానని అన్నప్పుడు మాత్రం వద్దనలేదు. తన ఇరుగుపొరుగు శ్రామిక జనం తను రాజుగారి రథంలోనుంచి గుమ్మం వద్ద దిగటం చూడాలని ఉబలాట పడ్డాడు. అంతకన్నా ముఖ్యంగా తాను సాధించినదాన్ని మయాసురుడు చూడాలని కోరుకున్నాడు.

మయాసురుడు పెందలాడే ఇల్లు చేరాడు. తన ప్రభువు రథం తన ఇంటి ద్వారం దగ్గర ఆగటం చూసి ఆయన్ని మర్యాద చేసేందుకు గబగబా బైటికి వచ్చాడు. కానీ ఆ రథంలోనుంచి తృప్తిగా నవ్వుతూ దిగుతున్న వృద్ధుడు ఇంద్రుణ్ణి చూసి అతను అయోమయానికి గురయాడు. అర్జునుడి తండ్రిపట్ల గౌరవంతో మెలగమని యుధిష్ఠిరుడు ఆ అసురుణ్ణి ముందే హెచ్చరించాడు.

సన్యాసం పుచ్చుకున్న ఇంద్రుడికి లౌకికసుఖాల మీద ఆసక్తి లేదనీ, అందుకే భవనంలోకన్నా కుటీరంలో ఉండటానికే ఇష్టపడతాడనీ చెప్పాడు. ఆ వాస్తుశిల్పి మౌనంగా నమస్కరించి ఊరుకున్నాడు.

ఇంద్రుణ్ణి ఆ అస్పృశ్యుడి కుటీరంలో దింపి మళ్లీ తమ విడిదికి తిరిగి వచ్చిన యుధిష్ఠిరుడు విసుగ్గా తల ఆడించాడు. ఆ శ్రామికులుండే వాడకి వెళ్లటమంటే అతనికి అసహ్యం. ఇప్పుడు స్నానం చెయ్యవలసి ఉంటుంది. అలాగే శరీరాన్నీ, ఆత్మనీ పవిత్రంగా ఉంచుకోవలసిన అవసరం గురించి గురువు ధౌమ్యుడు ఇవ్వబోయే ఉపన్యాసం వినాలని కూడా అనిపించలేదు. ప్రస్తుతం తను చేసిన ఈ పాపానికి పరిష్కారంగా బ్రాహ్మణులకి కొన్ని కానుకలు సమర్పించుకుంటే సరిపోతుంది. కానీ మయుడు నిర్మించబోయే భవనం తను ఊహించిన దానికన్నా ఆడంబరంగా రూపొందుతోంది, నిధులు నిండుకుంటున్నాయి. మళ్లీ ఒకసారి పన్నులు పెంచక తప్పదు.

ఒక్క క్షణం యుధిష్ఠిరుడి మనసులో సుయోధనుడిపట్ల అసూయ తలెత్తింది. ఎందుకంటే అతను ధౌమ్యుడిలాంటి వాళ్లకి ఎదురుతిరిగే ధైర్యం ప్రదర్శిస్తున్నాడు. “దుర్యోధనా! ఎప్పుడు ఎందుకూ నీ ముందు నేను బలహీనుడైన మూర్ఖుడిలా మిగిలి పోతున్నాను?’ అనుకున్నాడు యుధిష్ఠిరుడు. ధర్మమార్గం చాలా కఠినమైనది నా వల్ల ఏదైనా పాపకార్యం జరుగుతుందేమో, బ్రాహ్మణుల క్రోధానికీ, దేవతల శాపాలకీ గురి అవవలసివస్తుందేమోనని ప్రతి అడుగూ భయపడుతూ వెయ్యవలసిన పరిస్థితి అతనిది. ఎప్పుడూ సత్ప్రవర్తనా పరుడనే పేరు తెచ్చుకునేందుకు వేసుకునే వేషాన్ని వేసుకోకుండా, ఆ భారాన్ని దించుకుని తన మందిరంలో ఒంటరిగా మిగిలిన యుధిష్ఠిరుడు అద్దంలో తన ప్రతిబింబాన్ని చూసుకోవటానికి భయపడసాగాడు. అతని జీవితమంతా ఒక అబద్ధం. ఎప్పుడూ భయపడుతూ జీవించవలసిందే. అతనికి హస్తినాపుర సింహాసనం మీద కూర్చునే అర్హత లేదని అతని మనసుకి తెలుసు. ఆ అధికారం ఉందని సమర్థించుకునేందుకు అతనికి అస్పష్టమైన వేదాల సాయం, వాటి భాష్యాలని వక్రీకరించి చెప్పే నీతిలేని బ్రాహ్మణుల సహకారం అవసరం. కానీ అతనికి వేరే దారి లేదు. ధౌమ్యుడి వంటివారికి యుధిష్ఠిరుడి అండ ఎంత అవసరమో అతనికి కూడా వారి సాయం అంతే అవసరం.

విడిదికి తిరిగివచ్చిన యుధిష్ఠిరుడు భార్యవైపూ, తల్లివైపూ చూడకుండా తిన్నగా స్నానం చేసేందుకు వెళ్లాడు. అతను దేన్నైనా భరించగలడు కాని ద్రౌపది వ్యంగ్యంగా నవ్వే నవ్వుని భరించలేడు. ఏదో ఒకరోజు యుద్ధభూమిలో దుర్యోధనుణ్ణి గాని, కర్ణుణ్ణి గాని ఎదుర్కోవలసి రావచ్చున్న నిజం అతన్ని అంతగా భయపెట్టదు, కానీ తమ అంతఃపురంలో తన భార్యని ఏకాంతంలో కలుసుకోవటమంటే అతను హడిలిపోతాడు. తన గురించి తనకి తెలిసినదాని కన్నా ఆమెకే ఇంకా బాగా తెలుసేమోనని అతని అనుమానం. అందరూ గొప్పగా ప్రశంసించే అతని నిజాయితీ వెనక దాగి ఉన్న అలజడితో కూడిన అంధకారం గురించి ఆమె ఆసరికే గ్రహించిందని అతని భయం. ఆమె అందమైన కళ్లలోకి చూసి ఆ నల్లని లోతుల్లో తన ప్రతిబింబాన్ని చూడటం అతనికి ఇష్టం లేకపోయింది.

* * *

ఆరోజు తరవాత ఇంద్రుడికీ, మయాసురుడికీ మధ్య ఉన్న సంబంధంలో మార్పు చోటు చేసుకుంది. ఆ వృద్ధుడు మాటిమాటికీ మయుణ్ణి విమర్శించటం తగ్గించాడు, మయుడు కూడా ఇంద్రుడి పట్ల గౌరవంగా మసులుకోసాగాడు. నగర నిర్మాణం చివరి దశకి చేరుకుంది. హస్తిన నుంచీ రాజ్యం ఇతర ప్రాంతాలనుంచీ జనం అక్కడికి రావటం హెచ్చింది. పైకులంవారు చాలా ప్రాంతాల్లో నాగులు సంచరించరాదని ఆంక్షలు విధిస్తున్నారని మయుడు విన్నాడు, కానీ ఆలయ నిర్మాణం పూర్తి చెయ్యాలన్న ధ్యాసలో మునిగి ఆ విషయాన్ని లెక్క చెయ్యలేదు. సమయం మించిపోకముందే ఆ పరిణామాలని గమనించి ఉంటే బావుండేది.

త్వరలోనే పరిస్థితి విషమించింది. నిర్మాణం పనులు అయాక ఇంటికి వస్తూ తమ మురికివాడ మొదట్లో ఎంతోమంది గుమిగూడి ఉండటం చూశాడు మయుడు. అప్పుడు అర్ధరాత్రి కావస్తోంది. అంత రాత్రివేళ అంతమంది స్త్రీలు వీధుల్లోకి సామాన్యంగా రారు. అర్థంకాని భయమేదో మనసులోనుంచి పొంగి వస్తూ ఉంటే దాన్ని అణిచే ప్రయత్నం చేస్తూ త్వరత్వరగా తన కుటీరం వైపు నడిచాడు. తమ పక్కనుంచి వెళ్తున్న అతన్ని ఏహ్యాభావంతో చూశారే తప్ప ఎవరూ అతను కంగారుగా అడిగే ప్రశ్నలకి సమాధానం చెప్పలేదు. కొందరు స్త్రీలు తమ ఇంట్లోని కాసిని వస్తువులని కంగారుగా సర్దుతూ ఇల్లు వదిలి వెళ్లేందుకు సిద్ధంగా ఉన్నట్టు కనిపించారు. ఇంద్రుడు వసారాలో దీనంగా కూర్చుని ఉండటం చూసి మయుడు ఆయన వైపు పరిగెత్తాడు.

"రాజుగారి భటులు వచ్చారు. ఈ వాడని కూల్చివెయ్యబోతున్నామని చెప్పారు. యమునానది ఆవలి తీరాన అస్పృశ్యులకీ, నిమ్నజాతివారికీ స్థలం కేటాయించారట. మనందరినీ అక్కడికి వెళ్లిపొమ్మని చెప్పారు. ఇక్కడ ఒక ఉద్యానవనం నిర్మిస్తారట."

మయాసురుడు గుమ్మం దగ్గరే కూలబడిపోయాడు. కాయలు కాచిన తన చేతులతో ముఖాన్ని కప్పుకున్నాడు. కన్నీళ్లు వస్తాయేమోనని ఎదురుచూశాడు కానీ అవి ఇంకిపోయి చాలాకాలం అయింది. ఆగ్రహం కలుగుతుందని వేచి చూశాడు, అదీ మాయమైపోయింది. రాత్రి కరిగిపోయి వేకువ వెలుగులు చీకటిని ఆక్రమించేవేళ ఏనుగులు వచ్చి కుటీరాలని పడగొట్టసాగాయి. జనం మౌనంగా నదీతీరంవైపు నడిచి నది దాటించే పడవకోసం ఎదురుచూడసాగారు. ఆ నగరానికి వారి అవసరం తీరిపోయింది. మళ్లీ ఒకసారి వాళ్లు ఎవరికీ అక్కరలేనివాళ్లుగా మిగిలారు. వృద్ధుడైన దేవేంద్రుడూ, యువకుడు మయాసురుడూ ఒక్కమాట కూడా మాట్లాడకుండా కూర్చుని ఉండిపోయారు. వాళ్ల కుటీరాన్ని కూల్చేందుకు ఏనుగులు రాగానే మౌనంగా లేచి అవతలికి వెళ్లి తమ ఇల్లు కూలిపోవటం చూస్తూ నిలబడ్డారు.

ఉదయకిరణాలు పొడిచేవేళకి జనం వెళ్లిపోయి నిర్మానుష్యంగా ఉన్న ఆ మురికివాడ మీద చిరుజల్లులు కురవసాగాయి. ఆ ప్రాంతంలోని ఇళ్లన్నిటినీ కూల్చివేసిన తరవాత మావటి వాళ్లు ఏనుగులని తోలుకుంటూ వెళ్లిపోయారు. మూడు సంవత్సరాలుగా నాగులు గడిపిన ఆ ప్రదేశం ఇప్పుడు రాళ్లురప్పలతో నిండిపోయింది, క్రితం రాత్రి జీవకళ ఉట్టిపడుతూ పిల్లల ఆటపాటలతో సందడిగా ఉండిన అక్కడి సందులు ఇప్పుడు అవేమీ లేకుండా బోసిపోయాయి. ప్రభుత్వం వాళ్ల మూడు సంవత్సరాల జీవితాన్నీ నామరూపాలు లేకుండా చేసేసినట్టు అనిపించింది.

చివరి ఇంద్రుడు మయాసురుడి భుజం మీద తలవాల్చి నీటితో నిండిన గుంటల్లో కప్పలు లోపలికీ, బైటికీ గెంతటం చూడసాగాడు. గద్గదస్వరంతో, "దేవుడికి ఈ అన్యాయం కనిపించదా?" అని అడిగాడు.

అది ప్రశ్నకాదు, ఆయన మనసులోంచి వచ్చిన ఆక్రోశం. కానీ అది మయాసురుణ్ణి నిద్రలేపింది. "అయ్యో, ఎలా మరిచిపోయాను, చెప్మా?" అన్నాడు గట్టిగా. ఇంద్రుడి చేతిని వదిలించుకుని ఆలయంవైపు పరిగెత్తాడు. ఇంద్రుడికి అతనేం చేస్తున్నాడో అర్థం కాలేదు.

రొప్పుతూ, ఆయాసపడుతూ ఇంద్రుడు కూడా మయుణ్ణి అనుసరించి రాజమార్గం వైపు బైలుదేరాడు. అక్కడ ఒక పెద్ద ఊరేగింపు చీమలా నెమ్మదిగా ముందుకి సాగుతోంది. మార్గానికి రెండువైపులా బంతిపూవులు, మల్లెలతో అల్లిన మాలల్ని అలంకరించారు. కంచు గంటలూ, శంఖారావాలూ వినవస్తున్నాయి. వాటితోబాటు వినబడే మంత్రోచ్చారణలు మిన్నుముట్టసాగాయి. వాతావరణం శుభప్రదంగా ఉంది. దూరంగా కొత్తగా నిర్మించిన దేవాలయ గోపురాలు సూర్యరశ్మి పడి తళతళలాడుతున్నాయి. ఆ ఊరేగింపు చాలా నిడివిగలది. యువతీయువకులు ఉల్లాసంగా నడుస్తున్నారు. మయాసురుడు ఆలయంవైపు పరిగెత్తటం చూసి వాళ్ళు ఆశ్చర్య పోయారు. 'వాడు అస్పృశ్యుడు, పవిత్రమైన వాటన్నిటినీ తాకి అపవిత్రం చేసేలోగా వాణ్ణి ఆపండి," అని ఎవరో అరిచారు. మయాసురుడు ఏదో అంటురోగం ఉన్నవాడు అన్నట్టు జనం బెదిరిపోయి పక్కలకి తొలగారు.

మయాసురుడు ఆ ఊరేగింపు ముందుభాగానికి చేరుకున్నాడు. అక్కడ యుధిష్ఠిరుడూ, అతని భార్యా కూర్చుని ఉన్న రథం అతినెమ్మదిగా ముందుకి పోతోంది. అతని సోదరులు రథం వెనకభాగంలో నిలబడి తాము నిర్మించిన గొప్ప నగరాన్ని గర్వంగా చూస్తున్నారు. కృష్ణుడు కూడా రథంలోనే కూర్చుని ఉన్నాడు మయుడు రథం వెంట పరిగెత్తుతూ వీలైనంత గట్టిగా అరవసాగాడు. యుధిష్ఠిరుడు సారథిని రథం ఆపమన్నాడు. సంగీతం, మంత్రోచ్చారణా క్రమక్రమంగా ఆగిపోయాయి.

వెనకనున్న రథంలో ఉన్న ధౌమ్యుడూ, కుంతీ ఊరేగింపు హఠాత్తుగా ఆగిపోయిన కారణం తెలుసుకునేందుకు కిందికి దిగారు. మయాసురుడు పాండవుల రథం పక్కన నిలబడి ఉండటం చూసి ధౌమ్యుడు, "ఓరీ, తుచ్ఛుడా, మమ్మల్ని తాకి అపవిత్రం చెయ్యకురా," అని అరిచాడు.

మయాసురుడు హడిలిపోయి వెనక్కి గెంతాడు. నోట మాట రాలేదు, ధైర్యం నీరు కారిపోయింది. అకస్మాత్తుగా అర్జునుడి కళ్ళవైపు చూశాడు. ఆ కళ్లలో లీలగా తనపట్ల సానుభూతిలాంటిది కనిపించింది. మూడు సంవత్సరాల క్రితం తనని ప్రాణాలతో వదిలిపెట్టిన ఆ మహాయోధుణ్ణి చూస్తూ, "నన్ను మన్నించండి స్వామీ. వాళ్ల కళ్ళు మూసుకుపోయాయి. వాటిని తెరిచేందుకు నాకు అనుమతి ఇవ్వండి" అన్నాడు. ఆలయంలో తను మలిచిన నిలువెత్తు శివపార్వతుల శిల్పాలవైపు చూపించాడు. ఆ శిల్పకళ మనోహరంగా ఉంది. కళ్ళ తప్ప మిగిలిన అవయవాలన్నీ జీవకళ ఉట్టిపడేట్టు ఉన్నాయి. శివపార్వతులిద్దరూ కళ్ళు మూసుకుని ఉన్నట్టు కనిపిస్తున్నారు. మనిషి చేసే పనులు వాళ్ల కళ్లకి కనిపించనట్టు ఉన్నారు. ఆ శిల్పాలలో మిగిలి ఉన్న ఆ పనిని పూర్తిచేసేందుకు మయుడు వాటివైపు నడిచాడు.

"ఆగు!" అని అరిచాడు ధౌమ్యుడు. మరుక్షణం ఇద్దరు భటులు అతని దారికి అడ్డుగా నిలబడ్డారు.

ఆసరికి యుధిష్ఠిరుడూ, పాండవులూ ఉన్న రథం వద్దకి ఇంద్రుడు చేరుకోగలిగాడు. భటులని తప్పించుకుని మయాసురుడు ముందుకి పోయేందుకు ప్రయత్నించటం ఆయనకి కనిపించింది. ఆ దృశ్యాన్ని చూసి ఆయన నిర్ఘాంతపోయాడు.

"వాళ్ల కళ్లు తెరవనివ్వండి... దయచేసి నా పని పూర్తి చెయ్యనివ్వండి..." అని ఆ పవిత్ర శిల్పాల దగ్గరకి వెళ్లేందుకు మయుడు పెనుగులాడసాగాడు.

"మరేదైనా తాకి దాన్ని అపవిత్రం చేసే లోపల వీణ్ణి ఇక్కణ్ణించి తీసుకుపొండి," అని ధౌమ్యుడు ఆజ్ఞాపించాడు.

యుధిష్ఠిరుడి ఆదేశం కోసం భటులు అతనివైపు చూశారు. అతను తల పంకించగానే మూడు సంవత్సరాలు విపరీతంగా శ్రమించి నిర్మించిన ఆ దేవాలయం వద్దనుంచి భటులు మయాసురుణ్ణి ఈడ్చుకుపోయారు. అతను ఎంతో ప్రేమగా రుద్ది మెరిసేట్టు చేసిన ఆలయం మెట్ల మీదుగా అతన్ని ఈడ్చారు. స్వయంగా తన చేతులతో నిర్మించిన స్తంభాలని పట్టుకునేందుకు ప్రయత్నిస్తే భటులు అతని చేతులని కాళ్లతో దూరంగా తన్ని స్తంభాలు అపవిత్రం కాకుండా చూశారు. దేవాలయాన్ని పవిత్ర జలాలతో శుద్ధిచేశారు. దాన్ని నిర్మించిన వాడికి ప్రస్తుతం ప్రవేశం నిషిద్ధం. ఇక అక్కడ అతనికి పనేమీ లేదు. దేవుళ్లు కొత్త యజమానుల వశం అయిపోయారు. వారి నివాసస్థానంలో ఇప్పుడు మయుడికి చోటులేదు.

"అన్నా, దేవతలకి కళ్లు లేకపోవటం అశుభం కాదా?" అని అడిగాడు అర్జునుడు యుధిష్ఠిరుణ్ణి.

"అర్జునా నీకు ఇంకా కొంత వయసు పెరిగాక, జ్ఞాన సంపన్నులకి దేవాలయాలు అవసరం లేదన్న నిజాన్ని తెలుసుకుంటావు. ఈ లోకపు మాయలో నిండా మునిగి ఉండే సామాన్య మానవులకి మాత్రమే అవి ఒక రకమైన ఆశ్రయాలు. ఆ అసురుడి గురించి ఆందోళన పడకు. అతని ప్రతిభకి బదులుగా అతన్ని ప్రాణాలతో విడిచిపెట్టావు. నువ్వు నీ కర్తవ్యాన్ని నెరవేర్చటమే కాదు ధర్మాన్ని అనుసరించి ప్రవర్తించావు."

ఇంద్రుడు రథం వద్ద నిలబడి ఉండటం అర్జునుడు చూశాడు. వెంటనే రథం దిగి తన తండ్రిని రథంలోకి రమ్మని ఆహ్వానించాడు. ఇంద్రుడు వ్యంగ్యంగా నవ్వి ఏమీ మాట్లాడకుండా అక్కణ్ణించి వెళ్లిపోయాడు. మయాసురుణ్ణి నెడుతూ తీసుకువెళ్తున్న భటులని ఇంద్రుడు అనుసరించటం అర్జునుడికి కనబడింది. "వాళ్ల కళ్లు మూసుకుని ఉండిపోయాయి... వాళ్ల కళ్లని చెక్కనివ్వండి... నాకు ఒక్క అవకాశం ఇవ్వండి... దేవుళ్లు అంధులుగా ఉండిపోయారు... వాళ్ల కళ్లు తెరవాలి నేను..." అంటూ మయుడు పదేపదే ఘోషించసాగాడు. ఆ అరుపులు అర్జునుడి మనసులో ఒక వింత భయాన్ని ఉసిగొల్పాయి. కృష్ణుడి చూపులు తనమీదే ఉన్నట్టు అనిపించి అతను వెనక్కి తిరిగి చూశాడు. అతని మిత్రుడు అతనికి చెయ్యి అందించి మళ్లీ రథంలోకి ఎక్కించాడు. ఊరేగింపు ముందుకి సాగిపోయింది.

* * *

భటులు మయాసురుణ్ణి నదీతీరాన పడవేశారు. అతన్ని తాకినందువల్ల తమ శరీరాలు మైలపడ్డాయని వాళ్లు నదిలో స్నానం చేసేందుకు వెళ్లారు. ఇంద్రుడు మయుడి పక్కనే కింద కూర్చుని అతని తలని సున్నితంగా నిమరసాగాడు. తీవ్ర జ్వరంతో ఒళ్లు కాలిపోతూ ఉంటే మయుడు పలవరించటం మొదలుపెట్టాడు. గాలిలో తేలివస్తున్న మంత్రోచ్చారణ వినిపిస్తోంది, కర్పూరం, అగరొత్తుల పరిమళం లీలగా తెలుస్తోంది. ఇంద్రుడు తన ఉత్తరీయాన్ని నదిలో ముంచి మయుడి నుదుటిని తుడిచాడు. కొన్ని కోసుల దూరంలో పురోహితులు భరత ఖండంలోని అతి గొప్ప నగరానికి ప్రారంభోత్సవం చేస్తూ ఉంటే, ఆ నగరానికి తన పేరు ఇచ్చిన వ్యక్తీ, దాన్ని నిర్మించిన వ్యక్తీ ఆ నది ఒడ్డునే కూర్చుని ఉండిపోయారు. వాళ్ల గురించి ఎవరూ పట్టించుకోలేదు. ఇంద్రప్రస్థ నగరం సాధికారంగా అస్తిత్వాన్ని సంపాదించుకునే సమయంలో, ఏదో ఒకనాడు అది భరతఖండానికి రాజధాని అవగలదని అర్చకులు భవిష్యవాణి పలికిన ఆ సమయంలో దేవతల చివరి రాజు, పేరుప్రతిష్ఠలు గల తన పూర్వీకులు చాలాకాలం క్రితం సర్వనాశనం చేసిన అసురజాతి పుత్రుడి నుదుటిని తడివస్త్రంతో తుడుస్తూ ఉండిపోయాడు. తామిద్దరినీ ఆ స్థితిలో చూసి యమునానది పరిహాసం చేస్తున్నట్టు ఆ నదీజలాలు గలగలమని శబ్దం చేశాయి. ఇంద్రుడు కూడా ఆ నవ్వులో శృతి కలిపాడు. మయాసురుడు పలవరింతలు ఆపివేశాడు. ఆ వృద్ధుడి ఒళ్లో తలపెట్టుకుని నిద్రపోతున్నాడు. మయుడు నిద్ర లేస్తాడేమోనన్న భయంతో ఇంద్రుడు కదల్లేదు. ఇప్పుడు అంత కొంప మునిగే పనులేవీ ఎలాగూ లేవు!

తన పొడవాటి కాళ్లుచేతులమీద పాకుతూ భూమిని తన నీడలతో కప్పుతూ పొద్దు వాలింది. అప్పుడు నిద్రలేచాడు మయాసురుడు. అతని చేతులు అప్రయత్నంగా తన పరికరాల కోసం వెతికాయి. మరీ ఎక్కువసేపు నిద్రపోయి సమయానికి పనిలోకి వెళ్లలేకపోయానేమో నని అతను భయపడ్డాడు. అప్పటికి గాని జరిగినది గుర్తు రాలేదతనికి. అలా గుర్తు రాగానే అతను నిలువెల్లా వణికిపోయాడు. తాను సృష్టించిన దాన్ని కళ్లారా చూసుకునేందుకు ఇక అతనికి అనుమతి లేదు. తాను చెక్కిన శిల్పాలతో తన రహస్యాలూ, కలలూ పంచుకునేందుకు వీలులేదు. తన శివుడి నునుపైన శరీరాన్ని నిమిరే అవకాశం ఇక దొరకదు. ఆ దేవుడు ఇకమీదట తనవాడు కాదు. ధనం, అధికారం ఉన్నవాళ్లకే చెందుతాడు. లావాటి అర్చకుల రక్షణలో ఆ ఆలయంలో ఆయన బందీ. తన దేవుడు అంధుడు! తనలో అంత తీవ్రమైన ఉద్వేగం ఉందని అతనికే తెలియని స్థితిలో అతను ఒక్కసారిగా గెంతి నిల్చుని దివ్యంగా మెరిసిపోతున్న ఆ నగరాన్ని దూరంనుంచే చూశాడు. వెంటనే నేలమీద ఉమ్మివేసి పట్టరాని ద్వేషంతో తను సృజించిన ఆ నగరాన్ని తానే ఘోరంగా శపించాడు. అది విన్న ఇంద్రుడు, ఆ నగరం అక్కడ ఉన్నన్నాళ్లూ మయుడి శాపం దాన్ని వెంటాడుతూనే ఉంటుందేమోనని భయపడ్డాడు. జీవితానికి అర్థం కోల్పోయిన ఒక వ్యక్తి మనసు లోతుల్లోంచి వచ్చిన ఘోరమైన శాపనార్థాలు అవి. ఒక్కొక్క మాటే అన్నప్పుడల్లా నేలని రెండు అరచేతులతోనూ చరచసాగాడు మయా సురుడు.

"అంధులైన దేవతలారా! నా మాటలు వినండి. నా కళలో ఏమాత్రం నిజాయితీ ఉన్నా నేను అనే మాటల్లో శాశ్వత సత్యం ఉండేలా చూడండి. నాగజాతి స్త్రీలు తమ రక్తం, చెమటా ఓడ్చి ఈ నగరాన్ని నిర్మించారు, కానీ మీరు వారిని నగరం నుంచి బహిష్కరించారు. ఈనాటినుంచీ ఈ నగరంలో ఏ స్త్రీకీ కూడా భద్రత లేకుండా పోవుగాక! ఈ దిక్కుమాలిన

నగరాన్ని ఎల్లప్పుడూ లంచగొండులూ, దుర్మార్గులూ పరిపాలింతురుగాక! ప్రతి పురుషుడూ స్త్రీలోలత్వం, ధనపిపాస, అధికారమదం, పేరూ, పదవుల దాహంతో కామాంధుడైపోవుగాక! అందరూ ఒకరితో ఒకరు పోరాడుకుంటూ, అన్నదమ్ములు ఒకరినొకరు నరుక్కుంటూ, తమ సోదరీమణులనే బలాత్కరింతురు గాక! ఇంట్లోంచి కాలు బైటపెట్టినప్పటినుంచీ స్త్రీలు తమమీద అత్యాచారం జరుగుతుందేమోనని భయపడుతూ జీవిస్తారు. ఇక్కడ దుర్మార్గులైన స్త్రీ పురుషులకే ఆశ్రయం లభిస్తుంది. కులీనులూ, బలవంతులూ ఎప్పుడూ ప్రాణభీతితో ఇళ్లనే చెరసాలలుగా చేసుకుని తమచుట్టూ రక్షణ కవచాన్ని ఏర్పాటు చేసుకుని జీవిస్తారు. ప్రజలు పరిపాలకులని అసహ్యించుకుంటారు, పాలకులు ప్రజలకి భయపడతారు. ఈ నగరం శ్మశానవాటికలతో నిండిపోవుగాక! పదేపదే సరిహద్దు అవతలినుంచి శత్రువులు ఈ నగరాన్ని కొల్లగొడతారు, పీడించేవారూ, పీడితుల పాత్రలు అంతులేకుండా మారిపోతూనే ఉంటాయి. మళ్లీ మళ్లీ శత్రువులు దాడిచేసి ఈ నగరంలోని సంపదని దోచుకుంటారు. ఈ నగరంలో నమ్మకం అనేది కరవవుతుంది, ఆగ్రహం, హింస, అదుపు తప్పిన ఆవేశాలూ ఇక్కడ వర్ధిల్లుతాయి. పుణ్యాత్ముల రక్తం ఇక్కడ ప్రవహిస్తుంది. ఇక్కడి నాగరికులు తమ పవిత్రమైన నదిని మైల పరుస్తారు. దాన్ని మురికి కాలువగా మారుస్తారు. గాలిలో విషం, వీధుల్లో చెత్తా చెదారం, జన సందోహం పెరిగిపోతుంది. ఈ నగరం శాశ్వతంగా శాపగ్రస్తం అవుగాక!"

అలా ఆపకుండా నగరాన్ని శపించిన మయాసురుడు హఠాత్తుగా వెక్కివెక్కి ఏడవ సాగాడు. తడినేలమీద పడుకుని మట్టిని వేళ్లతో పెకలించసాగాడు. ఇంద్రుడు అతన్ని ఓదార్చి స్థిమితపరచిన చాలాసేపటి తరవాత, తాను నిర్మించిన నగరం గురించి అటువంటి ఘోరమైన మాటలు అన్నందుకు ఆ వాస్తుశిల్పి పశ్చాత్తాపపడ్డాడు. శాపనార్థాలు కేవలం మాటలే అని ఇంద్రుడు అతన్ని ఊరడించాడు. వాటిని నమ్మటం మూఢ విశ్వాసం అన్నాడు. ఇంద్రుడు అలా అనేసరికి మయుడి మనసు కుదుటపడింది. వజ్రాయుధాన్ని నిర్మించటం గురించి ఇంద్రుడు అతనితో ప్రస్తావించాడు. నెమ్మది నెమ్మదిగా దేవేంద్రుడు అడుగుతున్న విషయం మీదికి ఆ అసురుడి ధ్యాస మళ్లింది. ఆ వజ్రాయుధాన్ని నిర్మిస్తానని మయుడు వాగ్దానం చేశాడు.

వాళ్లు పడవ ఎక్కి అవతలి తీరానికి వెళ్లిపోయారని రూఢి చేసుకునేందుకు వాళ్ల వెంట వచ్చిన భటుడు మయాసురుడి శాపం గురించి తెలియజేసేందుకు యుధిష్ఠిరుడి వద్దకు పరిగెత్తాడు. ఆ శాపనార్థాలు వినగానే భటుడి గుండె జారిపోయింది. రహస్యంగా వజ్రాయుధాన్ని నిర్మించేందుకు వాళ్లు యోచన చెయ్యటం ఆ భటుడు వినలేదు. కంగారువల్ల నోటమాటలు సరిగ్గా రాని ఆ భటుడు తేరుకుని విషయం చెప్పేసరికి యుధిష్ఠిరుడి కళ్లలో విచారం తాలూకు నీడలు కమ్ముకున్నాయి.

"ఎవడో శపించాడని నీకంత ఆందోళన దేనికి యుధిష్ఠిరా? నేను నీకు మాటిస్తున్నాను, ఇంద్రప్రస్థం వంటి మహత్తరమైన నగరం ఈలోకంలో మరొకటి ఉండబోదు. ఈ నగరాన్ని పాలించేవాళ్లు అష్టైశ్వర్యాలతో తులతూగుతూ భోగభాగ్యాలతో విలసిల్లుతారు. అధికారులకీ, బంధుమిత్రులకీ, తమ సంపదని రక్షించుకునేందుకు రక్షణ బృందం ఉంటుంది. వాళ్ల పేరుప్రతిష్ఠలకూ, అధికారానికీ ఎటువంటి హానీ కలగదు. పరిపాలకులు తమ కర్తవ్యాన్ని నిర్వర్తిస్తూ నియమాలు విధిస్తారు, కానీ అవసరం వచ్చినప్పుడు వాటిని అధిగమిస్తారు, అది వాళ్లకి ఉన్న అధికారం, వెనకాల రాజులని ఎవరైనా శపించవచ్చు, కానీ బహిరంగంగా వారికి

ఎప్పుడూ గౌరవం లభిస్తుంది, వాళ్లని చూసి అందరూ అసూయపడతారు, భయపడతారు. ఈ నగరాన్ని పాలించేవారి మీద దైవం ఎప్పుడూ దీవెనల వర్షం కురిపిస్తుంది. ఇది నీకు నేను చేసే వాగ్దానం," అన్నాడు కృష్ణుడు.

కృష్ణుడి మాటలు విని యుధిష్ఠిరుడు ఊరట చెందాడు. కానీ ఎప్పుడూ అసందర్భంగా ఇబ్బందికరమైన ప్రశ్నలు వేసే అర్జునుడు, "కృష్ణా, నువ్వు కేవలం రాజుల గురించే చెప్పావు. కానీ సామాన్య మానవుడి మాటేమిటి? వాళ్లకి ఈ శాపం తగులుతుందా?" అని అడిగాడు.

నగరద్వారం దగ్గర ప్రవాసం వచ్చిన జనం బారులు తీరి ఉండటం చూస్తూ కృష్ణుడు సమాధానం చెప్పలేదు. అధికారులు వారికి గుర్తింపు కోసం రాగిరేకులు పంచుతున్నారు. ద్వారానికి కొంత దూరాన ఒక బిచ్చగాడు ఒక నల్లకుక్కతో కూర్చుని ఉండటం అతనికి కనబడింది. జనం వాడి పాట వినేందుకు వాడిచుట్టూ మూగారు. వాడి పాట గాలిలో తేలివచ్చి కృష్ణుడికి లీలగా వినబడింది. ఆ మధురగీతానికి తన మురళీనాదాన్ని జోడించాలన్న తీవ్రమైన వాంఛ కలిగింది కృష్ణుడికి. తన మురళిని బైటికి తీసి, వీధిలో ఆ బిచ్చగాడు పాడుతున్న పాటకి అనుగుణంగా వాయించసాగాడు. వాళ్లిద్దరూ కలిసి సృష్టిస్తున్న ఆ దివ్యగానం విని అందరూ అర్జునుడి సందేహాన్ని గురించి మరిచిపోయారు. కొన్ని ప్రశ్నలకి సమాధానం చెప్పకపోవటమే మేలు!

# 25. రాజసూయం

జరాసంధుడికి విశ్వాసపాత్రులై సేననుండి విడిపోయిన సైనికులు చేది రాజ్యం దిశగా పారిపోతూ మధురానగరి శివార్లలో ఏకలవ్యుడికి ఎదురుపడ్డారు. అతను ఒక సామాన్య నిషాదుడనీ, సైన్యంలో చేరేందుకు మగధకి వెళ్తున్నాడనీ ముందు వాళ్ళు అనుకున్నారు. రాజు జరాసంధుణ్ణీ, సైన్యాధిపతి హిరణ్యధనుషుణ్ణీ కృష్ణుడూ అతని తొత్తులూ హతమార్చారనీ, ఆ తరవాత నిషాదులు సైన్యంలో యోధులుగా స్థానం సంపాదించుకునే రోజులు ముగిసి పోయాయనీ వాళ్ళు అతనికి చెప్పారు. తన తండ్రి మరణవార్త విన్న ఏకలవ్యుడు దుఃఖంతో కుంగిపోయాడు. తన తండ్రిని కలుసుకోవాలని తహతహలాడుతూ అక్కడికి వచ్చిన ఏకలవ్యుడికి ఆయన రూపురేఖలు అసలు గుర్తే లేవు. తను జీవించి ఉన్నప్పుడే చరిత్ర సృష్టించిన తన తండ్రితో కలిసి జీవితాన్ని గడపటం గురించి అతని మనసు ఏవేవో ఊహించుకుంది. ఇక తన తండ్రినిగాని, మహారాజు జరాసంధుణ్ణిగాని చూసే అవకాశమే లేదని అనుకోగానే అతనికి తీవ్రమైన మనోవేదన కలిగింది. తాను అనాథనన్న భావం, మళ్ళీ ఒకసారి తన ఉనికి కోసం ఒంటరి పోరాటం సలపాలన్న ఆలోచన అతన్ని విపరీతంగా బాధించింది.

ఆ యువకుడి ముఖంలో స్పష్టంగా కనిపిస్తున్న విషాదాన్ని చూసి ఆ సైనికుల బృందం నాయకుడు దానికి కారణం ఏమిటని అడిగాడు. ఏకలవ్యుడు హిరణ్యధనుషుడి కుమారుడని తెలియగానే ఆ సైనికులకి గగుర్పాటు కలిగింది. వాళ్ళలోవాళ్ళు తమకి తెలియవచ్చిన ఆ వాస్తవం గురించి ఉత్సాహంగా మాట్లాడుకోసాగారు. నాయకుడు మళ్ళీ ఏకలవ్యుడి వద్దకు వెళ్ళి, "అయ్యా, మహాయోధుడు, మా సేనాని కుమారుణ్ణి కలుసుకోవటం మాకు చాలా ఆనందంగా ఉంది. నా పేరు సాల్వుడు. ఒకప్పుడు జరాసంధుడికి సామంతరాజుగా ఉండేవాణ్ణి. ప్రస్తుతం కృష్ణుడికి ఆగర్భ శత్రువుని. నీలాగే మాకు కూడా ఎలాగైనా ఆ కృష్ణుణ్ణి అంతం చెయ్యాలని ఉంది. మన రాజ్యానికి దాపురించిన దుష్టగ్రహం అతను. అతను గొప్ప రాజు కాకపోవచ్చు కానీ మోసం చెయ్యటంలోనూ, కుయుక్తులు పన్నటంలోనూ అందె వేసిన చెయ్యి. చాలామంది అమాయక ప్రజలని తాను విష్ణువు అవతారమని నమ్మించాడు. ఈ లోకంలో ధర్మం నిలబెట్టేందుకే అవతరించాడట. అంటే అతనికి పనికివచ్చేదే ఆ ధర్మం అన్నమాట! మా మహారాజు ఏ సిద్ధాంతాలని నమ్మి ఆచరించాడో వాటికి ఇతను పూర్తిగా విరుద్ధం. తాను విష్ణువు అవతారమని చెప్పుకునే మరో వ్యక్తి పరశురాముడు. నర్మదానది దక్షిణాన ఉన్న ప్రాంతంలో నివసించే ప్రజల జీవితాన్ని ఆయన నరకప్రాయం చేశాడు. పరశురాముడూ, కృష్ణుడూ కలిసి భరతఖండం సంపూర్ణంగా వారి ఆధిపత్యం కిందికి వచ్చేట్టు చూస్తారు. దానిని మనం ఎలాగైనా అడ్డుకోవాలి. చిన్న చిన్న బహుమతులకీ, ధనానికీ ఆశపడి మగధసేనలో అధికభాగం

విడిపోయి కొత్తరాజు పక్షం చేరిపోయింది. కానీ కృష్ణుడు నిలబెట్టిన తోలుబొమ్మను మగధ రాజుగా మేం అంగీకరించలేదు. ఎటువంటి నీతి నియమాలూ లేని ఆ యాదవుడికి ఎదురు తిరిగింది అదృష్టవశాత్తూ మేము మాత్రమే కాదు. దంతవక్రుడూ, శిశుపాలుడూ ఉన్నారు. ఇద్దరూ శక్తిమంతులైన చక్రవర్తులు. వారు మాకు సాయం చేస్తారు. మేము శిశుపాల మహారాజుని కలిసేందుకు చేది రాజ్యానికి వెళ్తున్నాం. ఆయన సాయం కోరాలని అను కుంటున్నాం. మీరు కూడా మావెంట వస్తారా?

అన్ని వందలమంది తనవైపు కుతూహలంగా చూడటం ఏకలవ్యుడు గమనించాడు. అతని స్వభావాన్ని వాళ్లు అంచనా వేస్తున్నట్టు కనబడింది. ఏకలవ్యుడు ఇంద్రప్రస్థంలో గాని, ద్వారకలోగాని రహస్యంగా జొరబడి తను ద్వేషించే ఆ మనిషిని హత్య చెయ్యాలని అనుకున్నాడు. కానీ సాల్వుడు తనకి అంతకన్నా మంచి అవకాశాన్ని అందిస్తానంటున్నాడు. కృష్ణుడిపట్లా అతని మిత్రుడు అర్జునుడిపట్లా ద్వేషంతో రగిలిపోయాడు ఏకలవ్యుడు. వాళ్లని తుదముట్టించేందుకు ఏమైనా చేసేందుకు సిద్ధంగా ఉన్నాడు. “సేనాపతీ, మీ సేనలో నన్ను చేర్చుకోవటం నా భాగ్యంగా భావిస్తున్నాను,” అంటూ ఏకలవ్యుడు సాల్వుడికి నమస్కరించాడు. సైనికులు హర్షధ్వానాలు చేశారు.

* * *

వాళ్లు అతివేగంగా చేది రాజ్యంవైపు బైలుదేరారు. జరాసంధుడి సిద్ధాంతాలకు అనుగుణంగా సైనికులందరినీ, వారి దళాల నాయకులందరినీ వారి ప్రతిభనిబట్టే సైన్యంలో చేర్చుకున్నారు. ఏ పదవీ వారసత్వంగా లభించేది కాదు. సైన్యంలో బ్రాహ్మణులూ, నిషాదులూ, మ్లేచ్ఛులూ, చండాలులూ, అసురులూ, నాగులూ, వైశ్యులూ, క్షత్రియులూ కాక మరెన్నో కులాలవారు ఉన్నారు. కానీ వారి కులానికీ వారు చేపట్టిన పదవికీ సంబంధం లేదు. నిషాదుల కింద పనిచేసే బ్రాహ్మణులున్నారు, బ్రాహ్మణుల కింద పనిచేసే నిషాదులూ ఉన్నారు. సాల్వుడు ఇదంతా వివరంగా చెప్పిన తరవాత యాదవులు ద్వారకకి పారిపోకముందు మధురని జరాసంధుడు పదిహేడుసార్లు ఎలా జయించాడో ఏకలవ్యుడికి అర్థమైంది. ఆయన సైన్యం మంచి శిక్షణ పొంది యుద్ధవిద్యలో ఆరితేరింది.

చేది రాజ్యం పొలిమేరల్లో వారికి వాసుకి, ఆయన అనుచరులూ కనిపించారు. ఖాండవ వనంలో కృష్ణుడూ, అర్జునుడూ జరిపిన మారణకాండ గురించి వాసుకి వారికి చెప్పాడు. అరణ్యాన్ని నేలమట్టం చేసిన తరవాత అక్కడ వాళ్లు నిర్మిస్తున్న కొత్త నగరం గురించి కూడా వివరంగా చెప్పాడు. ఆ వివరాలు అగ్నిలో ఆజ్యం పోసినట్టయి, సైనికులకి వెంటనే అర్జునుడి మీదికీ, కృష్ణుడి మీదికీ దాడి చెయ్యాలన్న ఉద్రేకం కలిగింది. కానీ వాసుకి వారిని జాగ్రత్తగా ఉండమన్నాడు. సరైన ప్రణాళిక లేకుండా బలశాలి అయిన శత్రువుని ఎదుర్కోవటం ఆత్మహత్యలో సమానమని హెచ్చరించాడు.

వాళ్లు మహారాజు శిశుపాలుణ్ణి కలిసినప్పుడు, జరాసంధుణ్ణి చంపేందుకు కృష్ణుడు భీముణ్ణి ఉసిగొల్పాడని విని ఆయన ఆగ్రహంతో రెచ్చిపోయాడు. ఏం చెయ్యాలి, ఎలా చెయ్యాలి అనే విషయం దంతవక్రుణ్ణి అడిగి అతని అభిప్రాయం తెలుసుకోవాలని నిశ్చయించారు వాళ్లు. దంతవక్రుడు చేది రాజ్యానికి వచ్చేందుకు నెలరోజుల సమయం పట్టింది. అతను వాసుకి అభిప్రాయంతో ఏకీభవించాడు. వెంటనే శిశుపాలుడు, దంతవక్రుడు, సాల్వుడు, ఏకలవ్యుడు

సైనికులకి శిక్షణ ఇవ్వటం ప్రారంభించి, యుద్ధభూమిలో కృష్ణుడినీ, అతని మిత్రులనీ ఎదుర్కొనేందుకు సిద్ధం చెయ్యసాగారు. ఆ నలుగురూ తరచు యుద్ధంలో ఎటువంటి పన్నాగాలు పన్నాలి అనే విషయంపై భిన్నాభిప్రాయాలు వెలిబుచ్చేవారు. తీవ్రంగా వాదించుకునే వారు. భరతఖండంలోని చిన్న చిన్న ప్రాంతాలనుంచి వచ్చి శిశుపాలుడితో చేతులు కలిపిన నాయకులు కృష్ణుడి పద్ధతులని వ్యతిరేకించినవారే. కొందరు ఎటూ తేల్చుకోలేక అయోమయంలో పడిపోయారు. కృష్ణుడు దివ్యపురుషుడన్న వదంతిని అంతటా ప్రచారంచేసి చిన్నకారు కులీనుల మనసుల్లో బ్రాహ్మణులు భయం పుట్టించారు. సామాన్య ప్రజల్లో అతన్ని విష్ణువు అవతారం అనిచెప్పి ఆరాధించే ఒక ధార్మిక పద్ధతి ప్రారంభమైంది.

యుధిష్ఠిరుడు తలపెట్టిన రాజసూయానికి ఆహ్వానం అందిన సమయంలో కూడా వాళ్లు ఇంకా పాండవులతో ఎలా తలపడాలో పూర్తిగా ప్రణాళిక వేయలేదు. రాజసూయ యజ్ఞం ద్వారా యుధిష్ఠిరుడు వారికి పంపిన సందేశం, 'నా సార్వభౌమత్వాన్ని అంగీకరించండి, లేదా నాతో యుద్ధానికి సిద్ధం అవండి', అనేదే. యుధిష్ఠిరుడి ఆహ్వానాన్ని అంగీకరించవద్దని వాసుకి వారిని హెచ్చరించాడు. ఆయనకి అందులో ఏదో పన్నాగం ఉన్నట్టు తోచింది. కానీ ఎవరైనా అలా బాహాటంగా ఎదిరించినప్పుడు ఆత్మగౌరవంగల ఏ రాజూ వెన్ను చూపడు. ఏకలవ్యుణ్ణి వెంటపెట్టుకుని తానుమాత్రం ఇంద్రప్రస్థానికి వెళ్లాననీ, మిగిలిన ఇద్దరూ నగరం పొలిమేరల్లో సేనలతో సిద్ధంగా ఉండి అవసరం వస్తే వారికి సాయం రావాలనీ శిశుపాలుడు నిర్ణయించాడు. కావాలనే ఏకలవ్యుణ్ణి యుధిష్ఠిరుడి ఆస్థానానికి తీసుకెళ్లాలని అనుకున్నాడు శిశుపాలుడు. పాండవులని ఉసికొల్పటమే ఆయన ఉద్దేశం. ఆ రాజ ప్రముఖుల సభలో ఒక నిషాదుడు ప్రవేశించటం వల్ల పాండవులూ, వారి పక్షాన ఉన్న బ్రాహ్మణులూ ఏమంటారో చూడాలని అనుకున్నాడాయన.

* * *

ఒక సంవత్సరం క్రితం భానుమతికి కవలపిల్లలు జన్మించారు, ఒక కుమారుడూ, ఒక కుమార్తె. సుయోధనుడికి పిల్లలమీద వల్లమాలిన ప్రేమ ఉందని ఆమె గ్రహించింది. తరచు అతను పిల్లలతో ఆడుకుంటూనో, లేదా వాళ్లు నిద్రపోతున్నప్పుడు తృప్తిగా వాళ్లవైపే చూస్తూ ఉంటూనో కనిపించేవాడు. సుభద్ర వాళ్ల భవనానికి వచ్చినప్పుడల్లా అభిమన్యుణ్ణి వెంటపెట్టుకు వచ్చేది. ఆ పిల్లవాడికి సుయోధనుడితో గాఢమైన అనుబంధం ఏర్పడింది. తరచు సుయోధనుడి పక్కనే కూర్చుని, అతని ఒళ్లో ఉన్న కవలలని చూస్తూ ఉండేవాడు. కుమారుడికి లక్ష్మణ కుమారుడనీ, కుమార్తెకి లక్ష్మణ అనీ పేరెందుకు పెట్టారని అభిమన్యుడు సుయోధనుణ్ణి అడిగాడు, కానీ సుయోధనుడు వాడికి ఎప్పుడూ స్పష్టంగా సమాధానం ఇవ్వలేదు. ప్రతిసారీ ఆ పేర్ల గురించి ఏవేవో కట్టుకథలు కల్పించి చెప్పేవాడు. ఆ కథల్లో రాక్షసులూ, భూతాలూ, దేవతలూ, గంధర్వులూ, జంతువులూ కచ్చితంగా ఉండేవి. తన పిల్లలు సుయోధనుడు కనబడగానే నవ్వటం, బుడిబుడి అడుగులతో అభిమన్యుడి వెనకాలే వెళ్లటం చూసినప్పుడల్లా భానుమతి ఆనందానికి అంతుండేదే కాదు.

సుభద్రతో భానుమతికి గాఢమైన మైత్రి ఏర్పడింది. ఆమెని సుయోధనుడు ఒకప్పుడు ప్రేమించాడన్న విషయం ఆ మైత్రికి అడ్డు రాలేదు. తన భర్తమీద ఆమెకి అపారమైన నమ్మకం, అతను దారి తప్పడన్న విశ్వాసం ఉన్నాయి. తమ అంతఃపురాలని అపురూపమైన అందగత్తెలతో

నింపివేసేందుకు ఒకరితో ఒకరు సదా పోటీపడే ఇతర రాజులూ, రాజకుమారుల్లాటివాడు కాడని సుయోధనుడి మీద నమ్మకం. పదహారువేల ఎనిమిది మంది 'భార్యలు' గల శ్రీకృష్ణుణ్ణి ఆరాధించే సంస్కృతి విలసిల్లిన ఆ కాలంలో తన భార్యపట్ల విశ్వాసపాత్రుడిగా ఉన్న సుయోధనుణ్ణి అందరూ ఎగతాళి చేసేవారు. తమ దాంపత్య జీవితం అంత ప్రశాంతంగా, ఎటువంటి కలతలూ లేకుండా గడిచిపోతున్నందుకు భానుమతి మనసారా సంతోషించింది. సుయోధనుడిలాగే ఆమెకి కూడా ప్రకృతిపట్ల, కళలపట్ల, సంగీతంపట్లా ప్రేమ ఉంది. సామాన్య మానవులపట్ల అతను కరుణతో మెలగటం ఆమెకి చాలా నచ్చేది. తనకి ఏహ్యాభావం ఉన్నవారివద్ద అతను పొగరుగా ప్రవర్తించటం, నిజాన్ని నిర్మొహమాటంగా చెప్పటం కూడా ఆమెకి బాగుండేవి. గదా యుద్ధంలో అతని ప్రతిభనీ, అతని ఆత్మగౌరవాన్నీ, నిజాయితీని ఆమె ప్రేమించింది. అతనిమీద ఆమెకి ఉన్న ప్రేమకి కారణాలు అసంఖ్యాకం, కానీ అతను తన మిత్రులమీద ఉంచిన ప్రగాఢమైన విశ్వాసమే అన్నిటికన్నా అతనిలో ఆమెకి నచ్చిన గుణం.

అతను వాళ్లని ప్రేమించినంతగా అతని మిత్రులు సుయోధనుణ్ణి ప్రేమించటం లేదని భానుమతికి అనుమానంగా ఉండేది. అతను యువరాజు, విశాలమైన సామ్రాజ్యం వారసత్వంగా అతనికి దక్కుతుంది. ఒక రథసారథి పుత్రుడితోనో, బ్రాహ్మణ కుమారుడితోనో మైత్రి చేసినంత మాత్రాన సుయోధనుడికి లాభం ఏమీ ఉండదు, కానీ వాళ్లకి బోలెడంత లాభం ఉంటుంది. అయినప్పటికీ వారిపట్ల సుయోధనుడు చూపే విశ్వాసపాత్రత ఇంకెవరివల్లా సాధ్యం కాదు. సూతకులంలో జన్మించిన కర్ణుణ్ణి సామంతరాజుగా చెయ్యటంలో సుయోధనుడు చూపిన ధైర్యసాహసాలూ, దృఢనిశ్చయం చూసి అతనిపట్ల ఆమెకి ఆరాధనా భావం కలిగింది. అయినా ఆమె మనసులో ఎక్కడో ఒక అసూయా బీజం నాటుకుని మొలకెత్తటం ప్రారంభించింది. విలువిద్యలో అర్జునుడికి దీటైన యోధుడిగా నిలబడగలిగిన ప్రతిభని సాధించినందుకు కర్ణుడంటే ఆమెకి గౌరవభావం ఉంది. ఒక పేదసూత కుటుంబంలో జన్మించిన వారెవరికైనా అది అసాధారణమైన పనే. కర్ణుడు నిజంగానే ఉత్తముడనీ, తన భర్తకి నమ్మకమైన మిత్రుడనీ భానుమతికి తెలుసు. అతని దానశీలత గురించి భరతఖండ మంతటా వార్తలు విస్తరించి అతని పేరు ప్రతిష్ఠలు పెరిగిపోతున్నాయి. అయినప్పటికీ తన భర్త పేరుప్రతిష్ఠలకన్నా మైత్రికీ, వారి సంక్షేమానికే ఎక్కువ ప్రాధాన్యత ఇస్తాడనీ, అటువంటి పరిస్థితే ఎదురైతే కర్ణుడు మైత్రిని పక్కన పెట్టి తన పేరు ప్రతిష్ఠలకే ప్రాధాన్యం ఇస్తాడన్న అనుమానం భానుమతి మనసుని పురుగులా తొలచసాగింది. వారి వివాహం జరిగిన తొలిరోజుల్లో జరిగిన ఒక సంఘటనే దానికి కారణం అయిఉండవచ్చు.

తన గర్భంలో కవల పిల్లలు ఉన్నప్పుడు ఒకనాడు అనుకోకుండా కర్ణుడు వారి భవనానికి వచ్చాడు. ఆ సమయంలో భానుమతి ఎందుకో కాస్త దిగులుగా ఉంది. సుయోధనుడు భీష్ముడిని కలిసేందుకు వెళ్లాడు. అతనికోసం వేచి ఉండే సమయంలో తనతో పాచికలాట ఆడమని అడిగింది భానుమతి. కర్ణుడు సంతోషంగా సరేనన్నాడు. అతను సూతుడు కాబట్టి తను ఆటలో సులువుగా గెలవచ్చని అనుకున్న భానుమతి అతని నేర్పు చూసి అచ్చెరువొందింది. రాజవంశీయులకి మాత్రమే పరిమితమైన ఆ ఆటని అతను యుద్ధభూమిలో ఉన్నంత శ్రద్ధగా ఆడుతున్నాడనీ, అతన్ని గెలవటం తేలిక కానేకాదనీ ఆమెకి అర్థం అయింది. భానుమతి ఓడిపోదల్చుకోలేదు. కర్ణుడి దృష్టి మరల్చేందుకు కొంటెగా నవ్వుతూ గెలుపుని అందించే పావుని ఒకదాన్ని ఆమె దొంగిలించింది. అతను ఆమెను చూసి చిన్నగా నవ్వి దాన్ని మళ్లీ దాని స్థానంలో

పెట్టెయ్యమని అన్నాడు. తను పట్టుబడినందుకు అలిగి, బుంగమూతి పెట్టి ఆట వదిలి లేచి వెళ్లిపోబోయింది భానుమతి.

కర్ణుడు కూడా గెలిచేందుకే ఆడుతున్నాడు. ఆవేశంగా ఆమె చేతి మణికట్టును గట్టిగా పట్టుకుని ఆమెని ఆసనం మీదికి తోశాడు. అతని పట్టు నుంచి తప్పించుకుని ఆ గదిలోంచి ఆమె పారిపోయేందుకు ప్రయత్నించింది. అతను ఒక్క ఉదుటున లేచి ఆమె నడుమును పట్టుకున్నాడు. అదే సమయంలో సుయోధనుడు అక్కడికి వచ్చాడు. కొద్దిక్షణాలపాటు ముగ్గురూ రాతిబొమ్మల్లా కొయ్యబారి పోయారు. తన భార్యని తన ప్రాణమిత్రుడు అలా పట్టుకోవటం చూస్తూ నిలబడ్డాడు సుయోధనుడు. ముందుగా భానుమతే తెప్పరిల్లి కర్ణుడి చేతులని విడిపించుకునేందుకు ప్రయత్నించింది. ఆమె సన్నని నడుమును లోహపు ఉచ్చులా పట్టుకున్న ఆ బలమైన చేతులని విడిపించటం సాధ్యం కాలేదు. అతన్ని దూరంగా నెట్టింది. హఠాత్తుగా కర్ణుడు ఆమెని వదిలివేశాడు. ఆమె నడుముకు ఉన్న ముత్యాల వడ్డాణం తెగిపోయి వందలకొద్దీ ముత్యాలు నేలమీద దొర్లసాగాయి. అవి ఆ గదిలోని నిశ్శబ్దాన్ని ఛేదించసాగాయి.

"ఈ ముత్యాలన్నిటినీ నేనే ఏరాలా, లేక మీరిద్దరూ సంభ్రమం నుంచి తేరుకుని నాకు సాయం చేస్తారా?" అన్నాడు సుయోధనుడు నవ్వుతూ ఇద్దర్నీ చూస్తూ, మరోపక్క గది నలుమూలకీ దొర్లిపోతున్న ముత్యాలని పట్టుకునేందుకు ప్రయత్నిస్తూ. భానుమతి మంచం మీద కూర్చుని ముఖాన్ని చేతులతో కప్పుకుని వెక్కి వెక్కి ఏడవసాగింది. కర్ణుడు నేలమీద పడ్డ ముత్యాలని ఏరటంలో మిత్రుడికి సాయం చెయ్యసాగాడు.

"ఏమిటిది? మద్యం తాగిన మత్తులో నేలమీద ఇలా పాకుతున్నారా?" అశ్వత్థామ లోపలికి వస్తూనే ఎప్పటిలాగే తన హాస్యంతో వాళ్లని నవ్వించాడు. అతను కూడా వాళ్లతో బాటు ముత్యాలు ఏరటం మొదలుపెట్టాడు. కొద్దిసేపటికల్లా ఏరిన ముత్యాలన్నిటినీ మాలగా గుచ్చి ఆ ముగ్గురు మిత్రులూ బైటికి వెళ్లిపోయారు. వాళ్ల నవ్వులు వినిపించకుండా పోయేంత వరకూ ఆగి భానుమతి లేచి నిలబడింది. తామిద్దరూ ఏకాంతంగా ఉన్నప్పుడు సుయోధనుడు ఆ సంఘటన గురించి ప్రస్తావిస్తాడని ఆమె భయపడింది. ఆ రోజంతా తన భవిష్యత్తు ఏమవుతుందో అని భయపడుతూనే గడిపింది. ఆ రాత్రి వారి మందిరానికి సుయోధనుడు ఎంతసేపటికీ చేరుకోకపోయే సరికి, ఆమె ఆందోళన చెందింది, తను మితిమీరి ప్రవర్తించినందు వల్ల అతను తనని శిక్షిస్తున్నాడనుకుని కలత చెందింది. చివరికి బాగా పొద్దుపోయాక వచ్చాడు సుయోధనుడు. ఆమె పెదవులని ముద్దాడి, ఒక్క మాటైనా మాట్లాడక మంచం మీద పడుకున్నాడు. భయం భయంగా ఆమె అతని విశాలమైన ఛాతీని మునివేళ్లతో తాకింది. అతను ఊపిరి పీల్చే పద్ధతిలో ఏదో మార్పు వచ్చినట్టు గ్రహించిందామె. ఆరోజు ఉదయం జరిగిన సంఘటన గురించి అతను ఏమైనా అంటే బావుండుననీ, తనని తిట్టినా మంచిదే అనీ అనుకుంది. కానీ సుయోధనుడు మౌనంగా ఆమె తల నిమరసాగాడు. ఏడుపు ఆపుకోవటం ఇక కష్టం అనిపించేసరికి ఆమె నెమ్మదిగా అతనితో, "మీరు ఊహిస్తున్నట్టు ఏమీ..." అంటూనే తాను అన్న మాటలు అసంబద్ధంగా ఉన్నాయనిపించి ఆగిపోయింది.

"నేనేమీ అనుకోలేదు," అన్నాడు ఆమె చెవిలో గుసగుసగా అతను. ఆమె మనసు ఆనందంతో ఉప్పొంగిపోయింది. తమకంతో అతన్ని ఆమె ముద్దుపెట్టుకుంది. ఊపిరి తీసుకునేందుకు అతన్నించి దూరంగా జరిగింది. అప్పుడు అతను అన్న మాటలు ఆమె

జీవితాంతం మరవలేదు. "నాకు కర్ణుడి మీద అపారమైన నమ్మకం. ఇతరులని అగౌరవపరిచే పని అతను ఎన్నడూ చెయ్యడు," అన్నాడు సుయోధనుడు.

ఆ మాటలు వినగానే భానుమతి బిగుసుకుపోయింది. అతను ఆ మాటలు అనకుండా ఉంటే బావుండేదని అనుకుంది. 'అంటే, అతనికి నా మీద కన్నా కర్ణుడి మీదే ఎక్కువ నమ్మకం అన్నమాట!' అనుకుంది. ఇద్దరి మధ్యా పెరుగుతున్న తీవ్రమైన భావోద్రేకాలు ఆ మాటతో చప్పు చల్లారిపోయాయి. ఆమె కదలికల్లో వచ్చిన మార్పుని సుయోధనుడు గ్రహించాడు. పరిస్థితిని మెరుగుపరిచేందుకు తనకి ఆమెపట్ల ఎంత ప్రేమ ఉందో మాటల్లో చెప్పాడు, కానీ జరగవలసిన అనర్థం జరిగిపోయింది. తరవాత సుయోధనుడు నిద్రలోకి జారుకున్నాడు. భానుమతి చాలాసేపు అతనికేసే చూస్తూ, తన మిత్రులమీద అంత నమ్మకం ఉంచి సుయోధనుడు తప్పు చెయ్యటం లేదు కదా అన్న ఆలోచనలో పడింది. అతన్ని రక్షించేదానిలా తన చేతులతో అతన్ని చుట్టివేసింది. నిద్రలో చిరునవ్వు నవ్వుతున్న సుయోధనుడి ముఖం మీద గవాక్షం నుంచి వస్తున్న చంద్రకిరణాలు పడి అందగాడైన అతని ముఖం మరింత అందంగా కనిపించింది. ప్రేమతో భానుమతి మనసు కరిగిపోయింది. ఇంకా గట్టిగా అతన్ని కౌగిలించుకుంది. తన మనసులో తమ భవిష్యత్తు గురించి తలెత్తుతున్న భయాలను అణచుకునేందుకు ప్రయత్నించసాగింది.

రాజసూయ యజ్ఞానికి రమ్మని ఆహ్వానం అందగానే సుయోధనుణ్ణి వెళ్లవద్దని కోరింది భానుమతి. కృష్ణుడంటేనూ, యుధిష్ఠిరుడంటేనూ ఆమెకి భయం. వాళ్లిద్దరూ తన భర్త కోసం వల పన్నుతారని ఆమె నమ్మింది. అతన్ని ఆపేందుకు ప్రయత్నించింది. కానీ హస్తినాపుర యువరాజుగా ఆ యాగానికి తాను వెళ్లక తప్పదని అన్నాడతను. రాజసూయానికి వెళ్లాలన్న కోరికతో కర్ణుడు కూడా హస్తినకి వచ్చాడు. సింధురాజ్యం నుంచి జయద్రథుడు వచ్చాడు. అతను కూడా సుయోధనుడు వెళ్లాలన్న అభిప్రాయాన్నే వెలిబుచ్చాడు. ఒక్క అశ్వత్థామ మాత్రం భానుమతి అభిప్రాయంతో ఏకీభవించి రాజసూయ యజ్ఞం చెయ్యటం వెనుక ఏదో కుట్ర ఉందనీ, అక్కడికి వెళ్లకపోవటమే మేలనీ వాదించాడు. చివరికి శకుని కల్పించుకుని సుయోధనుడు యాగానికి వెళ్లి తీరాలనీ, నిరాకరించటం పిరికితనం అనిపించుకుంటుందనీ, ఒక క్షత్రియుడికి అది తగని నిర్ణయం అనీ సుయోధనుణ్ణి ఒప్పించాడు. భానుమతికి ఆ గాంధార రాకుమారుడి మీద పట్టలేనంత కోపం వచ్చింది! కానీ మరో మార్గం లేక గంగానది ఒడ్డున ఉన్న ఆలయానికి ఆమె కూడా వాళ్ల వెంట వెళ్లింది. అక్కణ్ణించి వాళ్లందరూ ఇంద్రప్రస్థానికి ప్రయాణమవుతారు.

వాళ్లు ఆలయం నుంచి బైటికి రాగానే ఎప్పటిలాగే కృపుడు మర్రిచెట్టుకింద కూర్చుని ఉండటం కనిపించింది. సుయోధనుడు ఆయన ఆశీస్సులు పొందేందుకు ఆయన దగ్గరకి వెళ్లాడు. ఆయనకి నమస్కరించి ఆ రాకుమారుడు వెనుతిరిగేంతలో, "సుయోధనా, ఏం జరిగినా ఆవేశం చెందకు," అన్నాడు కృపుడు.

శకుని ఎవరికీ కనిపించకుండా నవ్వుకున్నాడు. సుయోధనుడు ఒక్క క్షణం తటపటాయించాడు. ఆ మాటలకి భానుమతి వెన్ను జలదరించింది. తన మనసులోని భయాన్నే కృపుడు వెలిబుచ్చాడు. ఆమె సుయోధనుడి చేతిని గట్టిగా పట్టుకుంది. తమ యువరాజు ఇంద్రప్రస్థానికి ప్రయాణమవుతున్నాడని అతన్ని చూసేందుకు జనం తండోప తండాలుగా

అక్కడికి వచ్చారు. వాళ్లు అతనికి జయధ్వానాలు పలుకుతూ ఉంటే సుయోధనుడు ఆమెని చూసి చిరునవ్వు నవ్వుతూ తన భార్య చేతిని విడిపించుకున్నాడు. ఆ తరవాత తన కవల పిల్లలిద్దరికీ వీడ్కోలు తెలిపి పాండవుల రాజధానివైపు సాగిపోతున్న ఊరేగింపుతో వెళ్లి కలిశాడు.

అశ్వత్థామ వెనక్కి తిరిగి చూశాడు. అతని కళ్లూ, భానుమతి కళ్లూ కలుసుకున్నాయి. తాను తన మిత్రుణ్ణి వెన్నంటే ఉంటానని ఆమెకి ధైర్యం చెపుతున్నట్టు తల పంకించాడు. తన పిల్లలిద్దరివెంటా పల్లకీ దగ్గరకి నడిచి భానుమతి మెత్తటి దిండ్ల మీద వాలి సేదతీరింది. తన మనసుని పట్టి పీడిస్తున్న భయాన్ని మరిచేందుకు పిల్లలతో ఆడుకునేందుకు ప్రయత్నించింది. వదలని అనారోగ్యంలా కృపుడి హెచ్చరిక మాటిమాటికీ ఆమెకి గుర్తు రాసాగింది. దూరంగా యుద్ధం జరుగుతున్నట్టు ఏవేవో ధ్వనులు వినిపించసాగాయి. భయంతో ఆమె తన పిల్లలిద్దర్నీ దగ్గరకి తీసుకుంది.

* * *

చూసేందుకే అసహ్యంగా ఉన్న ఆ బిచ్చగాడూ, గుడ్డిదైన వాడి కుక్కా బ్రాహ్మణులకి ఆగ్రహం తెప్పించాయి. వీడికి ఈ పవిత్రమైన యజ్ఞమండపాన్ని అపవిత్రం చేసేందుకు ఎన్ని గుండెలు? అని వాళ్లు ఒకరినొకరు ప్రశ్నించుకున్నారు. యుధిష్ఠిరుడు ఇబ్బందిగా కదిలాడు. అంతక్రితమే అతను బోలెడంత సంపదనీ, దుస్తులనీ, గోవులనీ బ్రాహ్మణులకి దానం చేశాడు. వాళ్లు తనని ప్రశంసిస్తూ ఉంటే విని మురిసిపోతున్నాడు. అదే సమయంలో ఆ అనాకారి అస్పృశ్యుడు ఆ ఆవరణలోకి ప్రవేశించి పాడటం ప్రారంభించింది. యుధిష్ఠిరుడు వాడికి మరణదండన విధించేవాడే, కానీ ఆ బిచ్చగాడు తను ఆరాధించే కృష్ణభగవానుడి ప్రేమ గురించి పాడుతున్నాడు. ధౌమ్యుడూ, అతని చుట్టూ ఉండే బ్రాహ్మణులూ తప్ప మిగతావారందరూ మంత్రముగ్ధుల్లా ఆ పాట ఆలకిస్తున్నారు. తాను ఏదో ఒక నిర్ణయం తీసుకోవలసిన అవసరం రాకముందే కృష్ణుడూ, అర్జునుడూ అక్కడికి వస్తే బావుండునని అనుకున్నాడు యుధిష్ఠిరుడు. ఆ మురికి బిచ్చగాణ్ణి బైటికి తరిమివెయ్యమని ధౌమ్యుడూ, ఇతర బ్రాహ్మణులూ అరవటం మొదలుపెట్టారు. ఇంకా మాట్లాడితే వాణ్ణి చంపినా పాపం లేదని అన్నారు. యుధిష్ఠిరుడు ఆ బిచ్చగాడివైపు చూశాడు. వాడి శరీరం ఒక పార్శ్వం నల్లగానూ, మరో పార్శ్వం మకిలి పట్టిన బంగారం రంగులోనూ ఉంది. బైటికి పొడుచుకు వచ్చిన కళ్లతో, కాలిన మచ్చలతో వాడొక ముంగిసలా కనిపించాడు. ఆ బిచ్చగాడు మైమరిచి పాడుతున్న పాటలోని లయకి అనుగుణంగా ఆ కుక్క తన తోకను ఆడిస్తూ కూర్చుని ఉంది.

ధౌమ్యుడు హఠాత్తుగా గర్జించేసరికి యుధిష్ఠిరుడు లేచి నిలబడ్డాడు. "మహాప్రభూ, ఆ వెధవని వధించండి! వాడు పాడే పాట మీకు వినబడటం లేదా?" అన్నాడు ధౌమ్యుడు గట్టిగా.

ఈసారి యుధిష్ఠిరుడు వాడి పాటని శ్రద్ధగా విన్నాడు, మరుక్షణం అతని ముఖంలో కత్తివాటుకు నెత్తురుచుక్క లేకుండా పోయింది. ఆ పాట తననీ, పండితులైన బ్రాహ్మణులనీ, అంతేకాక తను నిర్వహిస్తున్న ఆ యజ్ఞాన్ని సమర్థించే వేదాలని సైతం అవమానిస్తోంది. ప్రేమలేని పాండిత్యం వృథా అని పాడుతున్నాడు వాడు. పరిశుద్ధమైన మనసుతో చెయ్యని యజ్ఞయాగాదులు వ్యర్థమనీ, అనర్హులైనవారికి సమర్పించే కానుకలు మట్టితో సమానమనీ పాడుతున్నాడు. ఈ రాజసూయ యజ్ఞం కేవలం పేరు ప్రతిష్ఠల కోసం చేస్తున్న బూటకమే తప్ప ఇంకేమీ కాదనీ, నిజమైన యాగాలు గుప్తంగా ఎవరికీ తెలియకుండా చేస్తారనీ, వాటికి

ప్రతిగా పేరుగాని, సంపదగాని, స్వర్గం గాని, మోక్షం గాని కావాలని ఆశించరనీ... ప్రతిఫలం కోరకుండా చేసే యజ్ఞ యాగాదులకే దేవతల దీవెనలు లభిస్తాయనీ అన్నది వాడి పాట సారాంశం.

యుధిష్ఠిరుడు పట్టరాని కోపంతో వణికిపోయాడు. అసలు ఆ అస్పృశ్యుడు ఆ యాగ స్థలాన్ని అపవిత్రం చెయ్యటం చాలదన్నట్టు రాజునీ, పండితులైన బ్రాహ్మణులనీ ఈవిధంగా అవమానించటం అతనికి ఆగ్రహం తెప్పించింది. "వాణ్ణి పట్టి బంధించండి!" అని ఆజ్ఞాపించాడు. భటులు ఆ బిచ్చగాడి వైపు పరిగెత్తారు.

"ఏమైంది, అన్నా? పాట ఎందుకు ఆపించావు? నేను విందామని వచ్చానే. వాడి గొంతులో ఏదో ఇంద్రజాలం ఉంది," ఆ మాటలు వినవచ్చిన వైపుకి తిరిగి చూశాడు యుధిష్ఠిరుడు. అక్కడ అర్జునుడు కనిపించాడు. యుధిష్ఠిరుడి వెనక నిలబడిన ద్రౌపది నవ్వు ఆపుకుంది. అతను చిరాగ్గా ఆమెవైపు చూశాడు. "మనం పవిత్రంగా భావించేవాటినన్నిటినీ వాడు అవమానిస్తూ ఉంటే నీకు నవ్వులాటగా ఉందా?" అన్నాడు కోపంగా.

"బుద్ధి ఉన్నవాడెవడూ ఇక్కడికి వచ్చి నిన్ను అవమానించడు. వీడు పిచ్చివాడైనా అయి ఉండాలి, గొప్ప యోగి అయినా అయి ఉండాలి. వాడు అలాంటి పాట ఎందుకు పాడు తున్నాడో వాణ్ణే అడిగితే సరిపోతుందేమో?" అన్నాడు అర్జునుడు తన సోదరుణ్ణి శాంతింపజేస్తూ.

ద్రౌపది అర్జునుడి వైపు చూసి మెచ్చుకోలుగా నవ్వింది. యుధిష్ఠిరుడు వెంటనే, "వాణ్ణి వదిలిపెట్టండి. వాడేమంటాడో విందాం," అన్నాడు.

తాము ఆ బిచ్చగాణ్ణి తాకి మైలపడకముందే అటువంటి ఆదేశం వచ్చినందుకు సంతోషిస్తూ భటులు వెనక్కి తగ్గారు. అర్చకుల బృందం ఉన్న చోటినుంచి, "పాపం!... పాపం!" అనే మాటలు లీలగా వినిపించాయి. బిచ్చగాడు అటూ ఇటూ చూశాడు. ఎవరూ తనని బంధించటం లేదని తెలిశాక వాడు మళ్ళీ పాట అందుకున్నాడు. ఈసారి ఒక రాత్రివేళ తాను దొంగతనం చేసే ఉద్దేశంతో ఒక పేద బ్రాహ్మణుడి ఇంట్లో ప్రవేశించటం గురించీ, అక్కడ తాను చూసిన దృశ్యాల గురించీ, ఆ బ్రాహ్మణుడు తన కుటుంబాన్నీ, ఇంటినీ, ప్రాణాలనీ త్యాగం చేసి తనలాంటి ఒక పేద అస్పృశ్యుడి ఆకలి తీర్చటం గురించీ పాడాడు. ఏమీలేని పేదవాడు చేసిన త్యాగం, ఏమీ కాని అనామకుడికోసం చేసిన ఆ త్యాగమే నిజమైన త్యాగం. అతని ఇల్లు లాంటి స్థలాలు నిజంగా పవిత్రమైనవి తప్ప రాజసూయం జరుగుతున్న ఇలాంటి ప్రదేశాలు కావు. ఇక్కడ లోభం, కార్పణ్యం రాజ్యమేలుతున్నాయి. ఆ పేదవాని గుడిసెలోనే తన కృష్ణుడు ఉంటాడు. నిర్మలమైన మనసున్నవారే ఆయన మురళినుంచి వెలువడే దివ్యగానం వినగలుగుతారు అని పాడి, ఆ తరవాత ఇలా అన్నాడు, "ఓ రాజా, ఆ దివ్యగానం వినాలంటే ఈ బ్రాహ్మణుల బెకబెకలు ఆపించు. వేదాలని కాల్చి వేసెయ్యి, అర్థంలేని ఆచార కర్మలనుంచీ, సంప్రదాయాల నుంచీ స్వతంత్రుడివి కా!"

ధౌమ్యుడూ, అతనివెంట ఉన్న బ్రాహ్మణులూ గొడవ ప్రారంభించారు.

"ఎవరు నువ్వు?" అని అడిగింది ద్రౌపది.

"నేనొక అనామకుణ్ణి. నేను వాళ్ళ దగ్గరకి రావటం వాళ్ళకి ఇష్టం ఉన్నా, లేకపోయినా నేను అందరి దగ్గరికీ వెళ్తాను. నా పేరు జరుడు, ఇది నా కుక్క నేను ప్రాణాలతో ఉన్నందుకూ,

జీవితం నాకు అందించిన దీవెనలకీ కృతజ్ఞుడినై ఉండాలని ఇది నాకు గుర్తుచేస్తూ ఉంటుంది. వీధుల్లో నివసిస్తాం, ఆలయాల చుట్టుపక్కలకీ, భవనాల దగ్గరకీ వెళ్తే మమ్మల్ని తరిమేస్తారు. అయినప్పటికీ జీవితం మాకు ఒక వరమే. అందుకే ఆనందంగా, ఉల్లాసంగా గడుపుతాం. మాకు ఏ లోటూ లేదు, దేవుడు మాయందు కరుణ చూపిస్తున్నందుకు రోజూ ఆయనకి ధన్యవాదాలు తెలుపు కుంటాం."

అర్జునుడికి ఇబ్బందిగా అనిపించింది. ఒక చిన్న కుక్కపిల్లని తాను బాణంతో కొట్టి దాని కళ్లు పోగొట్టినందుకు బాధపడ్డ ఆ సంఘటనని గుర్తుచేసుకున్నాడు. అంతే కాక ఒక నిషాదుడి బొటనవేలు తెగి మట్టిలో పడటం, తన గురువు భావరహితంగా దాన్ని చూస్తూ నిలబడటం జ్ఞాపకం వచ్చి అతని అంతరాత్మ బాధపడింది. తనవల్ల చూపు కోల్పోయిన ఆ కుక్క పేరేమిటో తెలుసుకోవాలన్న అర్థం లేని ఆత్రుత కలిగింది అర్జునుడికి. "నీ కుక్క పేరేమిటి?" అని అడిగాడు.

ఆగ్రహంతో అర్చకుల ముఖాలు ఎర్రబడటం చూశాడు జరుడు. ధౌమ్యుడి కళ్లలోకి చూశాడు. ఆ అస్పృశ్యుడి చూపులు తాకితేనే మైలపడతానని భయపడినట్టు వెంటనే ధౌమ్యుడు చూపులు మరల్చుకున్నాడు. "ధర్మం", అన్నాడు జరుడు. వెంటనే కుక్కతోక ఆడించింది.

అందరూ కొయ్యబారిపోయారు, మరుక్షణం అర్చకులు తెప్పరిల్లి ఆగ్రహంతో "మహాపాపం... మహాపరాధం... కుక్క పేరు ధర్మం ఏమిటి? వీడు మన మతాన్నీ, పవిత్రమైన వేదాలనీ అవమానిస్తున్నాడు. చంపండి! హతమార్చండి, వీణ్ణి!" అంటూ కేకలు పెట్టారు. యుధిష్ఠిరుడు తన ఒర నుంచి ఖడ్గాన్ని బైటికి తీసేవరకూ వాళ్లు శాంతించలేదు. "వాణ్ణి ఏమీ చెయ్యకండి. వాడొక యోగి," అంది ద్రౌపది తన భర్త చేతిని పట్టి ఆపుతూ.

యుధిష్ఠిరుడు వెనకాడటం చూసి ధౌమ్యుడు ఆదేశిస్తున్నట్టు గట్టిగా, "ఒక రాజు ధర్మానుసారం చేసే పనిని అడ్డగించవద్దు. అంతకన్నా మహాపాపం మరొకటి ఉండదు. నువ్వు దానికి పర్యవసానం అనుభవించవలసి ఉంటుంది," అన్నాడు.

యుధిష్ఠిరుడు ద్రౌపది కళ్లలోకి చూశాడు. అతను అణచిపెట్టిన భయాలన్నీ మరోసారి వెల్లువెత్తాయి. ఆమె ముందు తాను నగ్నంగా నిలబడ్డట్టు అనిపించి ఖడ్గాన్ని జారవిడిచాడు.

ఆ పొగరుబోతు బిచ్చగాడు తప్పించుకుపోతాడని అనిపించి ధౌమ్యుడు మళ్లీ అరిచాడు, "యుధిష్ఠిరా, నీ ధర్మాన్ని విస్మరించావు. ఏదో ఒకనాడు ఆ ధర్మం కూడా నిన్ను విస్మరిస్తుంది. ఇంతకింతా అనుభవిస్తావు. ఒక అస్పృశ్యుడు బ్రాహ్మణులనీ, వేదాలనీ అవమానిస్తూ ఉంటే ఏమీ పట్టనట్టు ఉండిపోయావు," అన్నాడు.

ఆ అల్లకల్లోల పరిస్థితిలోకి కృష్ణుడు ప్రవేశించి యుధిష్ఠిరుడు మరింత అవమానానికి గురికాకుండా కాపాడాడు. తాను ఆరాధించే దైవం ఎదురుగా ప్రత్యక్షం కావటంతో జరుడు పరమానందంతో ఉక్కిరిబిక్కిరి అవుతూ కృష్ణుడి వద్దకి పరిగెత్తాడు. ధర్మం వాడి వెనకాలే వెళ్లింది. కానీ ఒక పెద్ద అర్చకుల బృందం కృష్ణుణ్ణి చుట్టుముట్టింది. యుధిష్ఠిరుడి ధోరణినీ, అతని భార్య ధోరణినీ తప్పుపట్టసాగింది. కృష్ణుడు చిన్నగా నవ్వుతూ, అప్పుడప్పుడూ కొత్త ఆలోచనలని వినటం మంచిదేనని అన్నాడు. కృష్ణుడు ఆ సంఘటనకి ఎక్కువ ప్రాధాన్యం ఇవ్వకపోవటంతో యుధిష్ఠిరుడి మనసు తేలికపడింది. కృష్ణుడు అతన్ని విమర్శించలేదు కానీ ధౌమ్యుడి ముఖం చిన్నబోయింది.

జరుడు కృష్ణుణ్ణి సమీపించేందుకు అవకాశం కోసం ఎదురుచూశాడు, కానీ కృష్ణుడిని చుట్టుముట్టిన వారి సంఖ్య పెరగసాగింది. "ఈయన ఆ అర్చకులకి బందీ అయిపోయాడు!" అన్నాడు జరుడు తన కుక్కతో. కుక్క వాడి చేతిని నాకింది. జరుడు నెమ్మదిగా నడుచుకుంటూ దూరంగా వెళ్లిపోయాడు. వాడు ఒక సందులోకి తిరిగేంతలో ఒక అశ్వదళం వాడి పక్కనుంచి వేగంగా వెళ్లిపోయింది. ఆ వెళ్లింది ఏకలవ్యుడూ, శిశుపాలుడూ. వాళ్లు యుధిష్ఠిరుడి రాజసూయానికి వెళ్తున్నారు.

వాళ్లిద్దరూ ఆ ప్రాంగణానికి చేరే వేళకి జరుడివల్ల నెలకొన్న ఉద్రిక్తత పూర్తిగా సమసిపోయింది. యజ్ఞపీఠానికి సమీపంలో ఉన్న ఆసనం దగ్గరకి శిశుపాలుడు ధైర్యంగా నడిచివెళ్లి కూర్చుని, ఏకలవ్యుణ్ణి తన పక్కన వచ్చి కూర్చోమని ఆహ్వానించాడు. అతను చేసిన పనికి అక్కడి జనం ఆగ్రహించి గొణుక్కోవటం మొదలుపెట్టారు. ఒక నిషాదుణ్ణి పవిత్రమైన యజ్ఞపీఠానికి అతిసమీపంగా కూర్చోమని ఆహ్వానించటం, చేది రాజు యుధిష్ఠిరుడినీ, అర్చకులనీ రెచ్చగొట్టేందుకేనని వాళ్లు అనుకున్నారు. యుధిష్ఠిరుడు లేచి నిలబడబోయేంతలో కృష్ణుడు అతన్ని ఆపాడు. యజ్ఞం ప్రారంభమైంది.

తమకి అక్కడ జరిగే వ్యవహారంపట్ల ఉన్న అయిష్టాన్నీ, వారిపట్లగల శత్రుత్వాన్నీ దాచుకోకుండా శిశుపాలుడూ, ఏకలవ్యుడూ ఆ తంతుని తిలకించసాగారు. ఆ యజ్ఞానికి గౌరవ అతిథి కృష్ణుడని ధౌమ్యుడు ప్రకటించగానే మర్యాదగా కాసేపు కరతాళధ్వనులు చేశారు. అక్కడికి విచ్చేసిన రాజులూ, రాకుమారులూ తమలోతాము లోగొంతుతో ఏదో మాట్లాడుకుంటూ ఉండగా, గొప్ప ఆత్మవిశ్వాసాన్ని ప్రదర్శిస్తూ కృష్ణుడు తనకి కేటాయించిన ఆసనంవైపు నడిచాడు.

"ఆగు!" అంటూ శిశుపాలుడు కత్తిదూసి లేచి నిలబడ్డాడు. అందరూ అతనివైపు చూశారు.

శిశుపాలుడు అక్కడ సమావేశమైన రాజులనీ, ఇతర రాజప్రముఖులనీ ఉద్దేశించి ఇలా అన్నాడు, "గౌరవనీయులైన మహారాజుల్లారా, ఇది మనకి జరిగిన గొప్ప అవమానం. ఇంద్రప్రస్థ మహారాజు క్షత్రియులందరినీ వదిలి ఒక పశువుల కాపరిని గౌరవ అతిథిగా ఎంచుకున్నాడు. ఈ గౌరవం పొందేందుకు అతనేం చేశాడని? అతనొక చోరుడు, దుర్మార్గుడు. ఇతని గురించి ఎన్నో కథలు విన్నాం. వాటిని మర్యాదస్తుల సమక్షంలో చెప్పేందుకు సిగ్గుపడాల్సి వస్తుంది. ఇతను చెయ్యని నేరమంటూ ఏదైనా ఉందా? కపటోపాయంతో ఎంతమందిని హత్యచేశాడో లెక్కలేదు. ఇతను ఒక పురుషుడిలా ఎదురుగా నిలబడి పోరాటం చెయ్యడు. తన మేనమామనే కుట్రచేసి హతమార్చాడు. మన భరతఖండంలోని అతిగొప్ప మహారాజుల్లో ఒకర్ని హత్యచేశాకే ఇతను ఇక్కడికి వచ్చాడు. జరాసంధుణ్ణి చూసి ఇతను భయపడ్డాడు. అంత గొప్ప వ్యక్తితో సరితూగలేనని ఇతనికి బాగానే తెలుసు. తన శత్రువైన జరాసంధుణ్ణి మోసంతో లోబరుచుకుని భీముడి సాయంతో హతమార్చాడు. ఆ శత్రువు ఇతన్ని పదిహేడుసార్లు ఓడించాడు. సేనాపతి హిరణ్యధనుషుణ్ణి హత్య చేయించింది కూడా ఇతనే. ఆ మహాసేనాని ఇక్కడ కూర్చుని ఉన్న ఈ యువకుడి తండ్రి..." అంటూ జనం మీద తన మాటల ప్రభావం ఎలా ఉందో చూసేందుకు శిశుపాలుడు ఆగాడు.

అర్చకులు అరుస్తున్నారు, కానీ రాజులూ, రాకుమారులూ తన మాటలని శ్రద్ధగా వింటున్నారని శిశుపాలుడు గ్రహించాడు. శ్రోతలని ఆకట్టుకున్నానన్న ధీమాతో అతను మాట్లాడటం కొనసాగించాడు, "ఇలాంటి వ్యక్తిని ముఖ్యఅతిథిగా గౌరవించటం ఏం బాగుంది? రాజా, యుధిష్ఠిరా, ఏనాడూ ధర్మం తప్పని వ్యక్తిని గౌరవించదలచు కుంటే కురువృద్ధుడు భీష్ముణ్ణి ఎంచుకో. గొప్ప యోధుడు కావాలంటే ద్రోణుణ్ణి గౌరవించు. వివేకం, జ్ఞానం ఉన్న మనీషిని ఎంచుకోవాలంటే విదురుడున్నాడు. సానుభూతిపరుడికీ, న్యాయవర్తనుడికీ, ఈ గౌరవాన్ని అందించాలనుకుంటే నీ దాయాది సుయోధనుణ్ణి ఎంచుకో. బుద్ధికుశలతా, మేధోసంపత్తి ఉన్న కృపుణ్ణి ఎంచుకో. విచక్షణాజ్ఞానం ఉన్న చార్వాకుణ్ణి గౌరవించు. వ్యతిరేక పరిస్థితులకి ఎదురీది విజయాన్ని సాధించిన వ్యక్తిని గౌరవించాలంటే నీకు ఎవర్ని ఎంచుకోవా లన్నది కష్టమే అవుతుంది. విశాలహృదయంగల అంగరాజు కర్ణుడూ, ఇక్కడ కూర్చున్న ధీరుడైన ఈ యువకుడూ, ఇద్దరూ అటువంటివారే. లేదూ ఎల్లప్పుడూ విశ్వాసపాత్రుడై మెలిగేవాడు కావాలంటే అశ్వత్థామ ఉన్నాడు. ఈ గుణాలన్నిటినీ అధిగమించిన మహనీయుడు ఒకడున్నాడు, అతనే వేదవ్యాసుడు, ఆయన్ని గౌరవించు. కానీ దయచేసి మానవత్వం వర్ధిల్లాలంటే అధర్మానికి మారుపేరు వంటి ఇతన్ని మాత్రం గౌరవించకు."

కృష్ణుడు శిశుపాలుడి దగ్గరకి నడిచి సాదరంగా అతనికి వంగి నమస్కరించి, "మహాప్రభూ, నన్ను మీరు అవినీతిపరుడని ఎందుకు అంటున్నారో దయచేసి చెపుతారా?" అని అడిగాడు. మాట్లాడుతున్నంతసేపూ అతని పెదవులు వ్యంగ్యంగా చిరునవ్వు నవ్వుతూనే ఉన్నాయి.

ఏకలవ్యుడి శరీరం ఒత్తిడికి గురైంది, కానీ శిశుపాలుడు నిర్భయంగా తన శత్రువు కళ్లలోకి చూశాడు. ఒక్క క్షణం ఇద్దరూ ఒకరినొకరు కన్నార్పకుండా చూసుకున్న తరవాత శిశుపాలుడు అక్కడ సమావేశమైన వారివైపు తిరిగి స్పష్టంగా ఇలా పలికాడు, "గొప్ప గొప్ప మహారాజులు ఉన్న ఈ సభలో మన ముఖ్యఅతిథి దుస్సాహసకృత్యాల గురించి ప్రస్తావించటం నాకిష్టం లేదు, కానీ ఇతను నాకు వేరే దారి లేని పరిస్థితి కల్పించాడు. నేనేమైనా కఠోరంగా మాట్లాడితే దయచేసి నన్ను మన్నించండి, కానీ ఈ నేల మీద ఇంతవరకూ ఇతనికన్నా ప్రమాదకరమైన మనిషి జన్మించలేదు. మనని వినాశనంవైపూ, యుద్ధంవైపూ తీసుకు పోతున్నాడు. ఇతను కోరుకునే సామాజిక వ్యవస్థలో కొందరికి మాత్రమే అన్ని సౌకర్యాలూ, సౌలభ్యాలూ ఉంటాయి. మిగతావారందరి జీవితమూ నరకప్రాయమే అవుతుంది. ఇతను తాను విష్ణువు అవతారమని చెప్పుకుంటూ ఉంటే ధౌమ్యుడిలాంటివాళ్లు ఆ మాటని సమర్థించటంలో ఆశ్చర్యమేమీ లేదు. అర్చకులు ఉత్సాహంగా ఇతను దివ్యపురుషుడని ప్రచారం చేస్తున్నారు, ఎందుకంటే ప్రజలు ఆ మాట నమ్మితే వాళ్లకి లాభం దురదృష్టవశాత్తూ పేదవారు ఆ మాటని నమ్ముతున్నారు.

"ఇతను చేసే పనుల్లో దైవత్వం ఎంత ఉంది? ఎనిమిది సంవత్సరాల వయసు లోనే ఇతను హత్యలు చేశాడు, అది అలా కొనసాగుతూనే ఉంది. తన ఇరుగుపొరుగు గొల్లవారి నుంచి పాలూ, వెన్నా దొంగిలించాడు. కాళీయుడిలాంటి నాగులని తరిమివేసి వాళ్ల భూమిని ఆక్రమించాడు. మేనమామని హతమార్చాడు. స్నానం చేస్తున్న స్త్రీల వలువలని సైతం ఎత్తుకుపోయాడు, తరవాత వారిని నగ్నంగా తన ముందుకి రమ్మన్నాడు. జరాసంధుడికి

భయపడి ద్వారకకి పారిపోయి తన ప్రియురాలు రాధకి ద్రోహం చేశాడు. వయసుతోపాటు అతనిలో వివేకం చోటుచేసుకుంటుందని పెద్దవాళ్లు అనుకున్నారు. కానీ ఇతను నీతి లేనివాడు. ఇతని అంతఃపురంలో పదహారు వేల ఎనిమిది మంది స్త్రీలు ఉన్నారు, కానీ వారిలో రాధ మాత్రం లేదు. అయినప్పటికీ తాను విష్ణువు అవతారాన్నని చెప్పుకుంటాడు. ఏకపత్నీ వ్రతుడైన శ్రీరాముడితో తనకీ సమానమైన స్థానం కావాలని కోరుకుంటాడు. రాముడు సీతకోసం రాక్షసరాజు రావణుడితో యుద్ధం చేశాడు. అతనితో తనని సరిపోల్చుకోవటమంత విచిత్రం ఇంకేమైనా ఉందా?"

"అయ్యో..." అంటూ ఏకలవ్యుడు కేకపెట్టాడు. శిశుపాలుడు నేలకి ఒరగడం కనిపించిందతనికి. అతని కంఠం నుంచి రక్తం చిమ్ముతోంది. చేది రాజు శరీరం మృత్యువేదన తట్టుకోలేక ఎగిరెగిరి పడసాగింది.

కృష్ణుడు తన చక్రాన్ని తన శత్రువు కంఠం నుంచి తొలగించి దానికి అంటుకున్న రక్తాన్ని తుడిచివేశాడు.

"ఇది అతిఘోరమైన హత్య!" అని ఎవరో అరిచారు. కొందరు రాజులు కత్తులు దూసి కృష్ణుడి మీదికి లంఘించారు. వెంటనే పాండవులు తమ మిత్రుణ్ణి కాపాడుకునేందుకు లేచారు. రాజసూయం కోసం ఏర్పాటు చేసిన ఆ ప్రాంగణం యుద్ధరంగంగా మారింది. ఏకలవ్యుడికి శిశుపాలుణ్ణి హత్యచేసిన హంతకుడితో తలపడాలన్న ఆలోచన ముందు వచ్చింది, కానీ వివేకం ఆవేశానికి అడ్డుపడింది. హత్యకి గురైన రాజుని సమర్థించేవారి సంఖ్య చాలా తక్కువ అనీ, కృష్ణుడి పక్షాన ఉన్నవారి సంఖ్యే పెద్దదనీ ఏకలవ్యుడు గ్రహించాడు. కృష్ణుడూ, పాండవులూ ఏమాత్రం దయలేకుండా వారిని అవమానించే ఒక్కొక్కరినీ నరికి పారవేస్తున్నారు. సాల్వుడూ, దంతవక్రుడూ ఇంద్రప్రస్థం పొలిమేరల్లో తమ సైన్యాలతో వేచి ఉన్నారు. ఎలాగైనా తను వాళ్లని చేరుకోగలిగితే పరిస్థితిని తారుమారు చెయ్యటం సాధ్యమవు తుంది. ఏకలవ్యుడు ఆ ప్రాంగణం వదిలి పరిగెత్తుతూ తనకి అడ్డం వచ్చిన భటులని నరుకుతూ ఆగకుండా ముందుకి సాగాడు. ప్రాంగణం మధ్య జరుగుతున్న కొట్లాటలో ఇంకా ఎక్కువమంది భటులు వచ్చి చేరటం మొదలుపెట్టారు. బ్రాహ్మణులు నిశ్శబ్దంగా అక్కణ్ణించి జారుకోవటం ప్రారంభించారు. ఏకలవ్యుడు తన గుర్రం మీదికి ఎక్కి ఇంద్రప్రస్థం వీధుల గుండా తన మిత్రులు ఉన్న చోటికి గుర్రాన్ని దౌడు తీయించాడు. వీధుల్లో బెదిరిపోయి అటూ ఇటూ పరిగెడుతున్న జనాన్ని చీల్చుకుంటూ గుర్రం వేగంగా పరిగెత్తింది. దారికి అడ్డం వచ్చిన ఒక బిచ్చగాణ్ణి ఏకలవ్యుడు కాలితో తన్నగానే వాడు బోర్లా పడిపోయాడు. ఒక కుక్క కోపంగా మొరుగుతూ ఏకలవ్యుణ్ణి కొంతదూరం తరిమి, తిరిగి తన యజమాని దగ్గరకి వెళ్లిపోయింది. దెబ్బలు తగిలిన బిచ్చగాడు బాధతో మెలికలు తిరిగిపోసాగాడు. ఏకలవ్యుడు బిచ్చగాణ్ణీ, కుక్కనీ శాపనార్థాలు పెట్టి ముందుకి సాగాడు. ఏ పనీ లేక సోమరుల్లా ఇతరుల దారికి అడ్డు వచ్చేవారంటే అతనికి విపరీతమైన అసహ్యం.

దంత వక్రుడూ, సాల్వుడూ ఉన్న చోటికి చేరేవేళకి ఏకలవ్యుడు ఉద్రిక్తతతోనూ, కోపంతోనూ బుసలుకొట్టసాగాడు. రొప్పుతూనే అతను జరిగిన విషయం చెప్పి, శిశుపాలుణ్ణి చంపినందుకుగాను కృష్ణుడి మీద పగ తీర్చుకోవాలని అన్నాడు. ఆగ్రహా వేశంతో అతని మిత్రులిద్దరూ ఆ యాదవుణ్ణి దుర్భాషలాడారు. సైన్యాన్ని వీలైనంత వేగంగా నగరం చేరుకోమని

ఆదేశించారు. సైనిక దళాలు ముందుకి ఉరికాయో లేదో వాసుకి వాళ్లదారికి అడ్డుగా వచ్చి నిలబడ్డాడు. ఆ నాగవృద్ధుడు తన దండాన్ని పైకెత్తి అందర్నీ శాంతంగా ఉండమని అన్నాడు. బారులు తీరి ముందుకి సాగిన సైనికులు అయోమయంగా చూస్తూ ఆగిపోయారు. హఠాత్తుగా కళ్లేలు లాగి ఆపటం వల్ల గుర్రాలు చిరాగ్గా సకిలించాయి.

"ఏయ్, మూర్ఖుడా! పక్కకి తొలగు, లేకపోతే గుర్రాల డెక్కల కింద నలిగి నశించి పోతావు!" అన్నాడు దంతవక్రుడు.

వాసుకి అతని వైపు ఎగతాళిగా నవ్వుతూ చూసి ఊరుకున్నాడు. ఏకలవ్యుడి వైపు తిరిగి, "ఇంద్రప్రస్థం చాలా శక్తివంతమైన రాజ్యం. ఇంత చిన్న సేనతో దాన్ని ఎదుర్కోవటం సాధ్యం కాని పని. అంతే కాక, ఇంద్రప్రస్థం మీద ఎలాంటి దాడి జరిగినా భీష్ముడికి ఆగ్రహం వస్తుంది. మనం దాడి చేస్తే ఆయన ఆగ్రహించి హస్తినాపుర సేనలని మన మీదికి పంపుతాడు. మనని మట్టు పెట్టేందుకు వాటికి ఆట్టే సమయం పట్టదు. మంచి సైన్యాన్ని సమకూర్చుకోవాలంటే మనకి ధనం అవసరం. అలాగే పోరాటం సలిపేందుకు మనకి ఒక నగరం, ఒక సురక్షితమైన దుర్గం అవసరం. కృష్ణుడికి ఇదంతా ఏదో ఆటలా ఉన్నట్టుంది. అతని యుక్తిని మనం తిప్పి కొడదాం. ద్వారకని శాంతికాముకుడైన తన సోదరుడు బలరాముడికి ఇచ్చేశాడు కృష్ణుడు. ఆ నగరం మీద దాడి చేసి యాదవులని తరిమివేద్దాం. ద్వారక పతనమవగానే దక్షిణ రాజ్యకూటమీ, హస్తినాపురం మన కైవసం అవుతాయి. ఆ రెండు రాజ్యాల మధ్యా నేలమార్గానా, సముద్రమార్గానా జరిగే వర్తకానికి మనం అడ్డుగోడ వెయ్యవచ్చు. ద్వారక ఇక్కడికి చాలా దూరాన ఉంది. కానీ ఏకలవ్యా, ఎడారులూ, అరణ్యాలూ దాటి అక్కడికి చేరుకునే మార్గం నీకు తెలుసు కదూ? కృష్ణుడి నగరాన్ని ముట్టడిద్దాం పదండి! నేను ఎలాగో ఒకలాగ తక్షకుణ్ణి కలుసుకుంటాను. తన నగరాన్ని కాపాడుకునేందుకు కృష్ణుడు మిమ్మల్ని వెన్నంటి వచ్చి నట్టయితే, ఆకస్మికంగా దాడి చేసి అతన్ని పట్టుకునే ప్రయత్నం చేద్దాం. తక్షణం ద్వారకకి బైలుదేరండి!" అంటూ వాసుకి వాళ్లని ప్రోత్సహించాడు.

ఏకలవ్యుడూ, సాల్వుడూ విస్తుపోయి ఒకరివైపొకరు చూశారు. ఆ వృద్ధుడి యుద్ధ వ్యూహం ప్రమాదంతో కూడుకున్నది, కానీ తిరుగులేనిది. బలరాముడు శాంతి ప్రియుడు, యుద్ధానికి దిగడు. కృష్ణుడి ద్వారకని అతని అధీనంలోనుంచి తప్పించి చేజిక్కించుకోవటం తమకి చాలా తేలికైన పని. దంతవక్రుడు శంఖాన్ని పూరించగానే సైనికులు నైరుతి దిశగా తిరిగి వాసుకి పక్కనుంచి ఉరుములు ఉరిమినట్టు అడుగులు వేస్తూ ముందుకి సాగారు. వాసుకి సంతృప్తిగా నవ్వుతూ, వారివైపు చూస్తూ నిలబడ్డాడు. వీళ్ల ద్వారకని తమవశం చేసుకోవటంలో కృతకృత్యులైనట్టయితే, మధ్యలో వచ్చిన ఆ తక్షకుణ్ణి పక్కకి తొలగించగలిగితే నాగుల విప్లవం మళ్లీ తన చేతిలోకి వస్తుంది. కానీ కృష్ణుడి మీద ఆకస్మికంగా దాడిచేసేందుకు ఒక నాగుడి కోసం తాను వెతకాలి. తక్షకుణ్ణి వెతుక్కుంటూ వాసుకి తనకి సాధ్యమైనంత వేగంగా అరణ్యంలోకి నడిచాడు.

* * *

సుయోధనుడు తన సైన్యంతో యమునానదీ తీరాన ఉన్న కొండలవద్దకి చేరుకుంటూ ఉండగా నైరుతి దిశగా పైకి లేస్తున్న దుమ్ముని చూడమని అశ్వత్థామ వారి దృష్టిని అటు మరల్చాడు. అశ్వదళం చివరి వరుస ఎడారివైపు దౌడు తీస్తూ కనుమరుగవటం వాళ్లకి కనబడింది.

"ఎవరు వాళ్లు?" అన్నాడు సుయోధనుడు ఆశ్చర్యపోతూ.

హఠాత్తుగా మరుక్షణం మరొక అశ్వదళం విపరీతమైన వేగంతో అటే వెళ్లింది. దానికి కృష్ణుడు నాయకత్వం వహిస్తున్నాడు. అతని ముఖంలో గాంభీర్యం, కంగారూ కనిపించాయి. సుశాసనుడు జీనుమీదినుంచి వంగి తనకి సమీపంగా వెళ్తున్న సైనికుడి గుర్రం కళ్లేలు పట్టి లాగాడు. గుర్రం భయంతో సకిలిస్తూ పక్కకి ఒరిగింది. దాని వెనకే వస్తున్న వాళ్లు గింజుకుంటున్న గుర్రం విషయం పట్టించుకోకుండా, ఆగకుండా వెళ్లసాగారు. గుర్రం డెక్కల కింద నలిగిపోకుండా ఆ సైనికుణ్ణి సుశాసనుడు పక్కకి లాగాడు. చివరి గుర్రం తోక కనుమరుగయే దాకా వేచి ఉండి, తాము పట్టుకున్న ఆ సైనికుణ్ణి ఈ గొడవకి కారణం ఏమిటని అడిగారు వాళ్లు. ఆ సైనికుడు శిశుపాలుడు హత్యగావించబడటం గురించీ, దంతవక్రుడూ, మరో నిషాదుడూ తమ మిత్రుడి హత్యకి ప్రతీకారం తీర్చుకునేందుకు సైన్యంతో ద్వారకమీద దాడి చేసేందుకు వెళ్లటం గురించీ వివరంగా చెప్పాడు.

తన మేనల్లుడి వెంట రాజసూయానికి వచ్చిన శకుని, కృష్ణుడు ఇంద్రప్రస్థం వదిలి వెళ్లాడన్న వార్త విని, తన దుస్తుల్లో దాచుకున్న పాచికలని ప్రేమగా నిమిరాడు. ఈ ఆట చాలా ఆసక్తికరమైన మలుపులు తిరుగుతోంది. భరతఖండం వినాశానికి ఇదే ప్రారంభం, అనుకున్నాడు మనసులో. నవ్వు ఆపుకోలేకపోయాడు. ఆ ఆనందం గాంధార రాకుమారుడి ముఖంలోకి ఎంత త్వరగా వచ్చిందో అంతే త్వరగా మాయమైంది. పాచికలాటలో ఆరితేరిన శకుని తరవాత తను పన్నవలసిన వ్యూహం ఏమిటా అనే ఆలోచనలో పడ్డాడు.

# 26. పతనం

నగర ద్వారాన్ని సమీపిస్తూ, "అబ్బ, ఎంత అద్భుతంగా ఉంది!" అన్నాడు సుయోధనుడు ఆశ్చర్యపోతూ.

అశ్వత్థామా, కర్ణుడూ ఆ మధ్యాహ్నం వేళ ఎండలో తళతళలాడుతున్న ఆ భవనం పైనున్న బంగారు గోపురాలని చూస్తూ ఉండిపోయారు. "ఇటువంటి మహాద్భుతాన్ని సృష్టించేందుకు ఎంత ధనం వెచ్చించి ఉంటారో కదా!" అన్నాడు అశ్వత్థామ అందమైన ఉద్యానవనాలని కళ్లారా చూస్తూ. వాళ్లు నెమ్మదిగా ఇంద్రప్రస్థం వీధులవెంట ముందుకి నడిచారు. ఒక్కొక్క అద్భుతాన్నీ చూస్తూ, ఆశ్చర్యపోతూ, శిల్పాలనీ, జలయంత్రాలనీ ఒకరికొకరు చూపించుకుంటూ భవనం దగ్గరకి చేరుకుంటున్నామన్న ఉత్సాహాన్ని అనుభవించసాగారు.

"మన రాజ్యాన్ని పట్టిపీడించే అతిపెద్ద సమస్యని పరిష్కరించటంలో యుధిష్ఠిరుడు ఎలా కృతకృత్యుడయాడో? వీధిలో ఒక్క పేదమనిషి కూడా కనిపించటం లేదు చూశావా? అంతటా ఐశ్వర్యం, సమృద్ధి తాండవమాడుతోంది," అన్నాడు సుయోధనుడు ఈర్ష్యవల్ల కలిగిన బాధని అణచుకునేందుకు ప్రయత్నిస్తూ.

కర్ణుడు సుయోధనుడి పక్కకి తన గుర్రాన్ని నడిపించి, "సుయోధనా, నీకు ఇక్కడ ఒక విచిత్రం కనిపిస్తోందా? వీధుల్లో కొద్దిమంది మాత్రమే కనిపిస్తున్నారు, పైగా అందరూ ప్రముఖ వ్యక్తుల్లాగే ఉన్నారు. సామాన్యజనం ఎక్కడా కనిపించటం లేదేమిటి? ఇంత పెద్ద నగరం జనంతో నిండి ఎంత హడావుడిగా ఉండాలి? ముఖ్యంగా రాజసూయ యజ్ఞం జరుగుతున్న ఈ సమయంలో!" అన్నాడు.

"ఈ నగర వీధుల్లో ఏదైనా పోరాటం కాని, అల్లర్లు గాని జరిగిన సూచనలు లేనే లేవు. అంతా క్రమబద్ధంగా ఉంది. అందరూ యజ్ఞం జరిగే స్థలంలో ఉన్నారేమో!" అన్నాడు సుయోధనుడు శాంతంగా. కానీ అతనికి కూడా ఆ నగరంలో అంతటా అంత నిశ్శబ్దం పరుచుకుని ఉండటం ఆందోళనకరంగానే అనిపించింది. రక్షకభటుల రథాలు గంటలు మోగించుకుంటూ వీధుల్లో తిరగటం కనిపించింది వారికి. కానీ ఆ గంటల ధ్వని నగరంలోని నిశ్శబ్దాన్ని మరింత భయంకరంగా మార్చింది.

"అటు చూడండి!" అంటూ హఠాత్తుగా అరిచి కర్ణుడు తన గుర్రంమీది నుంచి కిందికి దూకాడు. మూసి ఉన్న ఒక అంగడి ముందు పడి ఉన్న చింకిపాతల మూటవైపు కర్ణుడు పరిగెత్తటం చూశాడు సుయోధనుడు. కర్ణుడు వంగి ఆ మూటని చూస్తూ ఉండగా ఎక్కడినుంచో హఠాత్తుగా ఒక కుక్క భయంకరంగా పళ్లు బైటపెట్టి కర్ణుడివైపు పరిగెత్తింది.

ఆ మూట కదిలింది. "అరె, అది మూట కాదు, మనిషి! అతను ప్రాణాలతోనే ఉన్నాడు!" అని అరుస్తూ సుయోధనుడు గుర్రం దిగి కర్ణుడున్న చోటికి పరిగెత్తాడు.

అశ్వత్థామ తన మిత్రులని అనుసరించాడు. ఆ కుక్క వాళ్లని దూరంగా ఉంచేందుకు ప్రయత్నించసాగింది. ఆ చిరుగుల కంబళి కదిలింది, దానికింద ఉన్న మనిషి మూలుగుతూ దాహం వేస్తోందని అన్నాడు. కర్ణుడు మరో అడుగు ముందుకి వేశాడు కానీ ఆ కుక్క అతని మీదికి ఉరికింది. కర్ణుడు చురుగ్గా పక్కకి కదిలేసరికి కుయ్యో అంటూ ఆ కుక్క కింద పడిపోయింది.

"ఈ కుక్క గుడ్డిది," అన్నాడు అశ్వత్థామ తన చేతితో దాని తలని జాగ్రత్తగా తాకుతూ అది కరవబోతే అతను దానితో మృదువుగా మాట్లాడుతూ దాన్ని సుతారంగా నిమరసాగాడు. వెంటనే అది శాంతించి తన ముందుకాళ్లు రెండింటినీ ఆ బ్రాహ్మణుడి భుజాలమీద పెట్టింది. అది నాకుతూ ఉంటే అశ్వత్థామ చిరునవ్వుతో దాన్ని భరించాడు. ఒక వింత ఆలోచన అతని మనసులో తళుక్కుమంది. తన తండ్రి ఈ స్థితిలో తనని చూస్తే బావుండుననిపించింది. ఒక వీధికుక్క తనమీద కురిపించే ప్రేమని ఆయన చూడగలిగితే? తన చిన్నతనంలో జరిగిన ఒక సంఘటన అశ్వత్థామకి జ్ఞాపకం వచ్చింది. అతనికి అప్పుడు నిండా ఆరేళ్లు కూడా లేవు, ఒకసారి కుక్కపిల్లని ఇంటికి తెచ్చాడు. అది చూసి అతని తండ్రి అగ్గిమీద గుగ్గిలమే అయాడు. వెదురు బెత్తం విరగిపోయేదాకా అశ్వత్థామని కొడుతూనే ఉన్నాడు. ఒక బ్రాహ్మణుడు కుక్కపిల్లని పెంచటం మహాపాపమని తిట్టాడు. కుక్కలు అపరిశుభ్రతకి ప్రతీకలనీ, బ్రాహ్మణుల లోకంలో అన్ని రకాల పాపాలకీ అవే ప్రతినిధులనీ అన్నాడు. కుక్కలు తమ యజమానులని ప్రేమిస్తాయనీ, తమకి చెందిన ప్రాంతాన్ని రక్షించుకుని దానికోసం కొట్లాడుకుంటాయనీ, వాటికి భావోద్రేకం ఎక్కువనీ, జీవితాన్ని అమితంగా ప్రేమిస్తాయనీ వాటిని తప్పుపట్టాడు. ఈ మాయా ప్రపంచం మీద మనిషికి ఉన్న మమకారానికి అవి ప్రతీకలని అన్నాడు. కానీ అదే గోవులు అలా కాదనీ తమ యజమాని పట్ల ఎటువంటి మమకారాలూ లేకుండా తటస్థంగా జీవితం గడుపుతాయనీ వాటిని మెచ్చుకున్నాడు. కానీ తన తండ్రి ఏ కారణాలు చెప్పి కుక్క పనికిమాలిన ప్రాణి అన్నాడో, ఆ కారణాలవల్లే అతనికి కుక్కలపట్ల ప్రేమా, గౌరవం కలిగాయి. అతను ఆ గుడ్డి కుక్కని వాటేసుకున్నాడు. అది అతని ముఖాన్ని నాకటం మొదలుపెట్టింది. అటువంటి ప్రేమ ప్రదర్శించటం ఏ మనిషికీ సాధ్యం కాదు.

కర్ణుడు సుతారంగా చింకి కంబళిని తొలగించేసరికి సుయోధనుడు హడలిపోయి ముఖం పక్కకి తిప్పుకున్నాడు. కాలిన మచ్చలతో నిండి ఉన్న ఆ మనిషి ముఖం కదుములు కట్టి నీలంగా మారింది. ఆ కంబళి రక్తంతో తడిసి ఉంది. కర్ణుడు నీళ్లు తెమ్మని కేకపెట్టాడు. వెంటనే ఒక భటుడు కుండలో నీళ్లు తెచ్చి ఇచ్చాడు. అతను ఆ బిచ్చగాడి గొంతులో నీళ్లు పోస్తూ ఉంటే వాడు గటగటా ఆ నీటిని తాగాడు. వణికిపోతూ లేచి నిలబడేందుకు ప్రయత్నించాడు, కానీ ఒళ్లంతా గాయాలతో నిండిఉన్నవాడు బాధతో మళ్లీ నేలమీదికి ఒరిగిపోయాడు.

సుయోధనుడు వాడికి చెయ్యి అందించి పైకి లేపాడు. "ఏమైంది నీకు?" అని అడిగాడు.

"నా దైవాన్ని చూసేందుకు వెళ్లే హడావిడిలో దారికి అడ్డుగా ఉన్నానని ఎవరో నన్ను పక్కకి నెట్టారు. ఆ తరవాత నన్నే అక్కడికి వెళ్లే దారిగా చేసుకుని నా దైవమే నన్ను తొక్కుకుంటూ వెళ్లిపోయాడు," అన్నాడు ఆ బిచ్చగాడు.

"ఏమిటి వీడు అనేది? ఏమీ అర్థం కావటం లేదు," అన్నాడు అశ్వత్థామ.

"ముందు ఏకలవ్యుడి సేన వీణ్ణి కింద పడవేసింది, ఆ తరవాత కృష్ణుడి సేన ఏకలవ్యుణ్ణి వెంబడిస్తూ వీడిమీది నుంచి వెళ్లిందని అంటున్నాడు," అన్నాడు సుయోధనుడు.

"కృష్ణా, నాకు ఎంత గొప్ప వరాన్ని ప్రసాదించావు! నా శరీరాన్ని నీ కాళ్లకింద తొక్కి నన్ను ధన్యుణ్ణి చేశావు. జరుడి జీవితం సార్థకమైంది, అంత హడావుడిలోనూ దీనుడైన నీ భక్తుడి శరీరాన్ని నీ గుర్రం డెక్కలు తాకే భాగ్యాన్ని కలగజేశావు. నీ లీలలు మాకు అర్థం కావు కదా! నీ ప్రేమ అపారమైనది కదా ప్రభూ!"

"చూశావా సుయోధనా? నీ ప్రశ్నకి ఒక సమాధానం ప్రస్తుతం నీముందే నిలబడి ఉంది. ఇంద్రప్రస్థంలో పేదవాడు వీడే," అన్నాడు కర్ణుడు సుయోధనుడితో. ఆ తరవాత మనసులో, 'జరా, ఎప్పుడూ ఎందుకు నా హృదయాన్ని బాధ పెట్టేందుకు వస్తూ ఉంటావు?" అని అనుకున్నాడు.

"వీణ్ణి ఎక్కడో చూసినట్టు నాకు..."

సుయోధనుడు వాక్యం పూర్తి చెయ్యకముందే, "ఈ నగరంలో ఉండే పేదవారిని చూడాలని ఉందా మీకు? నా వెంట రండి. పేదవారిదే నిజమైన భాగ్యం, వాళ్లే నా దైవాన్ని ఆరాధించే నిజమైన భక్తులు. ఎవరైతే నిష్కపటంగా ఆయన్ని ప్రేమిస్తారో, వారికి ఆయన మరెన్నో రెట్లు ప్రేమని అందిస్తాడు. ముందుగా ఆయన సంపదనంతా తీసేసుకుంటాడు. తన భక్తులకి దుఃఖాన్నీ, బాధలనీ అందిస్తాడు. ఎందుకంటే కష్టాల్లోనే ఎవరైనా ఆయన గొప్పదనాన్ని గుర్తు చేసుకుంటారని ఆయనకి తెలుసు. ధనం, సంతోషం ఉన్నప్పుడు మనం ఆయన్ని గుర్తుచేసుకోం, లౌకిక సుఖాల్లో మునిగి తేలుతూ ఉంటాం. మనని దురదృష్టం వెంటాడేలా చేసి ఈ లోకాన్ని ద్వేషించేటట్టూ, మోక్షం కోసం ప్రయత్నించేటట్టూ చేస్తాడు. ఆయన దయామయుడు. రండి, వచ్చి నా హరి దీవించిన వాళ్లని చూడండి, అప్పుడు స్వర్గం అంటే ఏమిటో మీకు తెలుస్తుంది."

"వీడి దైవం ఎవరోగాని అభద్రతాభావంతో బాధపడుతున్న వాడిలా ఉన్నాడు. తనని గురించి అందరూ ప్రశంసిస్తూ ఆరాధించాలన్న కోరికనుంచి బైటపడలేనివాడిలా కనిపిస్తున్నాడు," అన్నాడు అశ్వత్థామ ఎగతాళిగా. జరుడూ, సుయోధనుడూ మినహా మిగతా అందరూ నవ్వారు.

"కృష్ణా, కృష్ణా..." అని అరుస్తూ, ఆనందాతిరేకంతో తన ఆరాధ్యదైవం పేరు స్మరించుకుంటూ జరుడు నదివైపు పరిగెత్తాడు.

'ధర్మం' అశ్వత్థామ పట్టు విడిపించుకుని జరుడి వెంట పరిగెత్తింది. సుయోధనుడూ, అతని మిత్రులూ వారిని అనుసరించారు. రేవు దగ్గరకి చేరుకున్నాక జరుడు తమని ఆవలి తీరానికి తీసుకువెళ్లమని నావికుణ్ణి బతిమాలటం వాళ్లకి కనిపించింది. నావికుడు ఎందుకో కోపంగా ఉన్నాడు, కానీ సుయోధనుణ్ణీ, అతని వెంట ఉన్నవారినీ చూసిన తరవాత అతని ధోరణి హఠాత్తుగా మారిపోయింది. అమితోత్సాహంతో నావ దగ్గరకి పరిగెత్తాడతను.

నదీ తీరాన తమ సైన్యాన్ని వదిలి వాళ్లు ఆ బిచ్చగాడి వెంట ఆవలి తీరానికి బైలు దేరారు. ఆ నావ పేదవారూ, అస్పృశ్యులూ ఉన్న అటువైపుకి కదులుతూ ఉండగా సూర్యుడు

యమునానది నల్లని నీటిలో నెమ్మదిగా కరిగిపోయాడు. క్షితిజం దగ్గర తమ గూళ్లకి చేరుకుంటున్న పక్షుల గుంపులు కనిపించాయి. పగలు ముగిసిపోతున్నందుకు కాకులు దుఃఖించసాగాయి. జరుదు తన దైవాన్ని పొగుడుతూ పాటలు పాడసాగాడు. ఆ నది అందచందాలకి ముగ్ధులై వాళ్లందరూ దాన్నే చూస్తూ ఉండిపోయారు. ఆ బిచ్చగాడు మధురమైన గొంతుతో పాడే పాటలూ, అతని అద్భుతమైన పాటకి లయగా వేస్తున్న తెడ్ల శబ్దమూ, తమని అలలతో తాకి ముద్దాడుతూ ముందుకి తీసుకుపోతున్న నదీజలాలూ తప్ప వాళ్లు మిగిలినవన్నీ మర్చిపోయారు. నావ ఆవలి రేవుకి చేరుకునే వేళకి వెండి చంద్రవంక తూర్పు ఆకాశంలో నుంచి తొంగిచూసింది. ఆ చంద్రవంక ప్రతిబింబం నీళ్లలో తళుక్కున మెరిసి కదిలే చిన్నచిన్న అలలలో వెయ్యి ముక్కలయింది.

రేవులోకి అడుగుపెట్టారో లేదో వారి ముందు హఠాత్తుగా ఒక నల్లని మనిషి ప్రత్యక్షమయాడు. అలా అకస్మాత్తుగా తమ ముందుకి వచ్చిన అతన్ని చూసి సుయోధనుడు నివ్వెరపోయాడు, తక్షణం అతని చెయ్యి తన ఖడ్గం మీదికి వెళ్లింది. మెరుపు వేగంతో ఆ నల్లని మనిషి సుయోధనుడి చేతిని గట్టిగా ఒడిసిపట్టుకుని, "నువ్వు రాకుమారుడివా? అవునులే ఇంత ధనవంతుడిలా కనబడుతున్నావుగా! అయినా ఒక రాకుమారుడు మా ప్రాంతానికి ఎందుకు వస్తాడు? మేం అస్పృశ్యులం, మా దగ్గరకి ఎవరూ రారు, కనీసం నీవంటి రాకుమారులైతే అసలే రారు. ఇక్కడికి వస్తే నువ్వు అపవిత్రుడివై నీచస్థితికి చేరుకుంటావు. నన్ను వెతుక్కుంటూ రాలేదు కదా? మీ రాజ్యంలో ఏదైనా నగరం నిర్మించేందుకు వాస్తుశిల్పి కావలసి వచ్చాడా? నేనా పని చెయ్యగలను. నన్ను నీవెంట తీసుకు పో. నీ కోసం అద్భుతమైన నగరాన్ని నిర్మిస్తాను. దాని ముందు శాపగ్రస్తమైన ఈ ప్రదేశం పిల్లలు ఇసుకతో కట్టే గుజ్జనగూళ్లలా ఉంటుంది. ఈ నగరాన్ని నేను వాళ్ల కోసం నిర్మించాను, ఆ పని ముగిసిపోగానే నన్ను వాళ్లు నగరం నుంచి బహిష్కరించారు. నీ కోసం నగరాన్ని నిర్మించానంటే మావంటి వారికి నగరంలోనే ఏదో ఒక మూల కాస్త చోటు ఇవ్వాలి మరి. మిమ్మల్ని తాకి మైలపడేట్టు చెయ్యం అని మాటిస్తున్నాను. మేము కోరేది కాస్తంత చోటు... కాస్త గౌరవం... కొంచెం సానుభూతి, అంతే. మేము కూడా మనుషులమే. నల్లటి శరీరాలతో పుట్టటం మా తప్పు కాదు. నీ కోసం బ్రహ్మాండమైన నగరాన్ని నిర్మిస్తానని మాటిస్తున్నాను. ఇంద్రప్రస్థ నగరాన్ని చూశావా? దాన్ని నిర్మించినది నేనే... మేమందరం కలిసి నిర్మించాం... ఎండనక వాననక కష్టపడి మా స్త్రీలూ, పిల్లలూ తమ చేతులతో నిర్మించారు దాన్ని... అంతటా బంగారు మెరుగులుదిద్ది నిర్మించాం... దేవాలయంలో దేవుడి శిల్పాలని చెక్కినదీ నేనే... కానీ ఆ దేవుడికి కళ్లు లేవు... శిల్పాలని చెక్కేపని పూర్తి కాకుండానే నన్ను తరిమి వేశారు. నీ కోసం ఇంకా పెద్ద దేవాలయాన్ని నిర్మిస్తే దేవుడికి కళ్లు చెక్కనిస్తావా?" అన్నాడు.

సుయోధనుడు నిలదొక్కుకునేందుకు అశ్వత్థామ చేతిని ఆధారం చేసుకున్నాడు. కర్ణుడు పళ్లు కొరికాడు. ఆ వదరుబోతు పిచ్చివాడెవరో వాళ్లకి అర్థమైంది. అసమానమైన పేరుప్రతిష్ఠలు గల మయాసురుడు అతను. పాండవులు మయాసురుడిలాంటివారిని యమున ఆవలి తీరానికి, తమ గొప్ప నగరాన్నించి దూరంగా పేదవారూ, అసహాయులూ ఉండే ప్రాంతానికి బహిష్కరించారు. అక్కడ పరచుకున్న మలమూత్రాల దుర్గంధం వారికి భరింప శక్యం కానిదిలా తోచింది. అక్కడి మసక వెల్తురుకి వాళ్ల కళ్లు అలవాటుపడ్డాక అక్కడ వరసగా ఉన్న గుడిసెలతో ఒక మురికివాడ కనిపించింది. అక్కడక్కడా గుడ్డిదీపాలు మినుకుమినుకుమంటున్నాయి.

తాగుబోతులు అరుచుకుంటూ కొట్లాడు కోవటం వారికి వినిపించింది. తమ జీవితాలని అసహ్యించుకునేందుకు కావలసినన్ని కష్టాలూ, బాధలూ ఇక్కడి వారి జీవితంలో ఉన్నాయి. మోక్షం కోరుకోవటం తప్ప ఇంకేం చెయ్యగలరు వాళ్ళు? వీళ్ళమీద భగవంతుడి కరుణ అపారంగా ఉంది!

"మయాసురా, ఏమిటిది, ఏం చేస్తున్నావు నువ్వు?" అంటూ ఒక వృద్ధుడు వచ్చి మయుడి చెయ్యి పట్టుకున్నాడు. కానీ కర్ణుణ్ణి చూడగానే ఆయన మరి మాట్లాడలేకపోయాడు. ఆయన కళ్ళు కర్ణుడి కవచం మీదే తచ్చాడాయి. ఆ యోధుడి కళ్ళు తననే తదేకంగా చూడటం గమనించి ఆయన సుయోధనుడివైపు తిరిగి, "ఇతనికి ఒంట్లో బాగాలేదు. ఒక్కోసారి చేతినిండా పని లేకపోతే మతిపోయినట్టు ఇలాగే ఏదేదో వాగుతాడు. మీరు అనుకుంటున్నట్టు ఇతను పిచ్చి వాడేమీ కాదు. నిజానికి ఇతను ఒక గొప్ప మేధావి," అన్నాడు.

కర్ణుడి కవచాన్ని చూడగానే మయాసురుడు గట్టిగా, "నాన్నా, మనం తయారు చేసిన కవచం ఇతని కవచమంత దృఢంగా ఉందా? మన కవచ నిర్మాణాన్ని మార్చాలేమో?" అన్నాడు.

అక్కడ అలా మాట్లాడటంవల్ల తామిద్దరికీ ప్రమాదం వాటిల్లే లోపల మయాసురుణ్ణి అక్కడినుంచి లాక్కెళ్ళిపోవాలని ఆ వృద్ధుడు ప్రయత్నించాడు. మయాసురుడి మతి సవ్యంగా ఉందా లేదా అని అక్కడ గుమిగూడిన కొందరు కోపంగా అరవటం మొదలుపెట్టారు.

వాళ్ళు చీకట్లో మాయమవుతూ ఉండగా అశ్వత్థామ వెనకనుంచి, "కవచం గురించి ఏమంటున్నావ్, మయాసురా?" అని అరిచాడు.

ఆ వాస్తుశిల్పి వెనక్కి తిరిగి, "కర్ణుడి కవచాన్ని ఛేదించగల ఆయుధాన్ని మేం నిర్మిస్తున్నాం. కర్ణుడి గురించి వినే ఉంటారు. అతను అర్జునుడికి గర్భ శత్రువు, అర్జునుడు మా తండ్రి కుమారుడు. నా తండ్రి ఇంద్రుడు, దేవతల రాజు ఆయన. కానీ తన కుమారుడికి మిన్నగా నన్ను ప్రేమిస్తాడు, అందుకే నాతోనే ఉంటాడు. మేము ఒక బాణాన్ని నిర్మించి అర్జునుడికి బహుమతిగా ఇవ్వాలని అనుకుంటున్నాం. ఆ బాణంతోనే అర్జునుడు కర్ణుణ్ణి వధిస్తాడు. అందుకు సంతోషించి ఆ రాకుమారుడు ఆలయంలోని శివుడి విగ్రహానికి నన్ను కళ్ళు చెక్కనిస్తాడు. అప్పుడు ఆ దేవుడి కళ్ళు తెరుచుకుంటాయి..." ఇంద్రుడు మయుణ్ణి లాక్కెళ్ళటంవల్ల మయుడి గొంతు ఆ తరవాత మురికివాడలోని గోలలో వినబడకుండా పోయింది. కర్ణుడుగాని సుయోధనుడుగాని తమని వెంబడిస్తారని ఇంద్రుడు భయపడ్డాడు.

వాళ్ళు వెళ్ళిన వైపే చూస్తూ, "ఆ వృద్ధుణ్ణి ఇంతక్రితం ఎక్కడో చూసినట్టు అనిపిస్తోంది," అన్నాడు కర్ణుడు.

"అతనే పతనమైన దేవతల రాజు, ఇంద్రుడు. అతన్ని ఎక్కడో చూసినట్టు నీకు అనిపించడానికి కారణం, అతను అర్జునుడి అసలు తండ్రి," అన్నాడు సుయోధనుడు.

"అవును. నా వెనక ఎందుకు పడ్డాడో అర్థమవుతోంది," అంటూ కర్ణుడు వక్రంగా నవ్వాడు.

ఇంతలో జరుడు మురికి వాడలో నివసించేవాళ్ళు ఎలా ఉంటారో చూసేందుకు తన వెంట రమ్మని వాళ్ళని పిలిచాడు. ఆ నరకకూపం లోపలి ప్రాంతాలకి వెళ్ళి అక్కడ ఉండేవారి పరిస్థితిని చూసినకొద్దీ వాళ్ళకి బాధ ఎక్కువ కాసాగింది. వారి వెంట వచ్చిన శకుని అంత

వరకూ మౌనంగానే ఉన్నప్పటికీ అతని మనసు ఉత్సాహంతో ఉరకలు వేస్తోంది. ఈ రాజ్యంలోని దేవతలూ, దేవుళ్లూ, అర్చకులూ తాను అనుకున్న పనిని మరింత సులభసాధ్యం చేస్తున్నారు. తక్షకుడు తన విప్లవకారుల సైన్యంలో మరింత మందిని చేర్చుకుని దాన్ని బలోపేతం చేసుకునేందుకు యుధిష్ఠిరుడు అవకాశం కల్పించాడు. 'ఈ విషయం దుర్జయుడి దృష్టికి కూడా తేవాలి,' అనుకున్నాడు ఆ గాంధార రాకుమారుడు, ఈ భరతఖండం ఇంకా ఎన్నాళ్లు తన శత్రువుని నిరోధించగలదు? ఇక్కడి క్రూరమైన కులవ్యవస్థా, అర్థంలేని ఆచారాలూ, లంచగొండి రాజులూ, బాధ్యతలేని ప్రజలూ, ఊహల్లో మాత్రమే లభించే సంతోషం కోసం వాస్తవ ప్రపంచాన్ని విస్మరించే మతం, ఇవన్నీ ఎంత పెద్ద అడ్డంకులు? 'నీ శరీరం నిండా గాయాలే, ఆ రక్తం ఓడే గాయాలవల్ల నువ్వు పతనమవటం తథ్యం,' అనుకున్నాడు ఆ విదేశీయుడు పగతో. యుద్ధం, రక్తపాతం, సర్వనాశనం జరగబోతున్నాయి. భరతఖండం లోని అన్ని రాజ్యాలూ ఒకదానితో ఒకటి తలపడి, నాశనం అవబోతున్నాయి శకునికి రక్తం వాసన వేస్తున్నట్టు అనిపించింది. గాలిలో మృత్యువు ఛాయలు ఉన్నట్టు తోచాయి. అంతం దగ్గర పడింది. యుద్ధభేరీల ధ్వనికి చెవులు చిల్లులు పడుతున్నట్టు అనిపించింది.

"ఇక దీన్ని భరించటం నావల్ల కాదు. యుధిష్ఠిరుడు ఇటువంటి ప్రపంచాన్ని సృష్టించా దేమిటి? ఇది శాపగ్రస్త నగరం. వేలకొద్దీ మనుషులనీ, జంతువులనీ వధించి ఆ శవాలమీద నిర్మించిన నగరమిది. ఖాండవవనాన్ని ధ్వంసం చేసి అందులో ప్రాణాలతో ఉన్న వాటి నన్నింటినీ వధించారు. కొద్దిమంది అర్చకులని సంతృప్తిపరిచేందుకు నగరంలోని అధిక సంఖ్యాకులని క్రిమికీటకాల్లా హీనంగా చూస్తున్నారు. పదండి యుధిష్ఠిరుడి భవనానికి వెళ్లి ఆ ధర్మపుత్రుణ్ణి కొన్ని అడగవలసిన ప్రశ్నలు అడుగుదాం," అన్నాడు సుయోధనుడు. తను చూసిన దృశ్యాలు అతని మనసునీ, హృదయాన్నీ వేదనకి గురిచేశాయి.

సుయోధనుడు రేవువైపుకి వేగంగా వెళ్లి తమని మళ్లీ నగరానికి తీసుకువెళ్లమని నావికుడిని ఆదేశించాడు. అతని స్నేహితులు అతని వెంటే ఉన్నారు. జరుదు నదీతీరందాకా వారివెంట వచ్చాడు. ఎవరూ మాట్లాడలేదు. యువరాజు శాంతంగా ఉండేందుకే ప్రయత్నించి నప్పటికీ, అతనికి కోపం వస్తే మాత్రం ప్రళయమే సృష్టించబడుతుంది. ప్రస్తుతం అతని కంఠంలో కోపం స్పష్టంగా వినవచ్చింది, "ముందు వారణావతంలో ఒక నిషాద స్త్రీనీ, ఆమె ఐదుగురు కుమారులనీ హతమార్చారు వీళ్లు. తరవాత కృష్ణుడూ, అర్జునుడూ కలిసి ఖాండవ వనంలో మారణకాండ జరిపారు. ఆ తరవాత మోసం చేసి జరాసంధుణ్ణీ అతని మహా సేనానినీ హత్య చేశారు. శిశుపాలుణ్ణి క్రూరాతిక్రూరంగా చంపారు. వాళ్ల రాజ్యకాంక్షకి ఇంకా ఎంతమంది బలి కావాల్సి ఉంది? ధర్మం పేరుతో ఇంకా ఎంతమందిని ఇలా చంపుతారు? కొద్దిమంది అర్చకుల అండ చూసుకుని హత్యలూ, దహనకాండలూ, స్త్రీలమీద అత్యాచారాలూ చేశారు. ఈ నయవంచనని ఇంక భరించటం సాధ్యం కాదు. మయాసురుడిపట్ల వాళ్ల ప్రవర్తన ఎలా ఉందో చూశాం. ఇంకే రాజ్యంలోనైనా అతని విగ్రహాలని నెలకొల్పి గౌరవించి ఉండేవారు. రాజులు అతని ప్రతిభని ఉపయోగించుకునేందుకు పోటీపడేవారు. ఇక్కడ అతన్ని దుర్గంధంతో నిండిన ఈ నగర శివార్లలో నివసించమని బహిష్కరించారు. ఎందుచేత? తక్కువ కులంలో పుట్టాడు కనుకా, అస్పృశ్యుడు కనుకా. ఇక్కడ ఎంతోమంది కటిక పేదరికంలో పందులకన్నా హీనంగా జీవిస్తున్నారు. ఆ పాండవులు, ఒక తల్లికీ తండ్రికీ పుట్టని ఆ దుష్టులు, ధనికవర్గం మాత్రమే నివసించే నగరాన్ని నిర్మించామని విర్రవీగుతున్నారు. ఇటువంటి పనులే తక్షకుణ్ణీ,

దుర్జయుణ్ణీ సృష్టించాయి. ఆ బిచ్చగాడు జరుడి లాంటి వారి గురించి నాకు భయంగా ఉంది. గుడ్డిగా అందర్నీ నమ్ముతూ నిర్మలమైన మనసున్న అమాయకులు వాళ్లు. విపరీతమైన రాజ్యకాంక్షతో ఉన్న యుధిష్ఠిరుడిలాంటివారికి జరుడి లాంటివారే బలిపశువులు అవుతారు."

సుయోధనుడి మిత్రులు ఓర్పుతో అతని దీర్ఘోపన్యాసం విన్నారు. వాళ్ల మనసులో ఉన్న ఆలోచనలనే అతను పైకి చెపుతున్నాడు. శకుని నిండా ఆలోచనల్లో మునిగిపోయి కుడి చేతితో పాచికలని కదపసాగాడు, రెండో చేత్తో నెరిసిన తన పొడవాటి గడ్డాన్ని నిమురుకోసాగాడు. బంగారు రంగులో వెలిగిపోతున్న భవనాన్ని చూస్తూ ఉంటే యమునకి ఆవల ఉన్న చీకటితో నిండిన ప్రాంతం గుర్తుకొచ్చింది సుయోధనుడికి. రెంటికీ మధ్య ఉన్న తేడా అతని ఆగ్రహాన్ని ఇనుమడింపజేయసాగింది. నది ఆవలితీరంనుంచి జరుడి పాట గాలిలో తేలి వినవస్తోంది. వాడి దృష్టిలో ఆ పాట ఒక పూజ, తన భక్తికి నిదర్శనం. రాకుమారుడికీ, అతని మిత్రులకీ అది నిస్సహాయులు చేసే ఆక్రందనలా వినిపించింది. ఈ ఒడిదుడుకులతో నిండిన లోకంలో విశ్వాసం అనే చిన్న కర్రముక్కని ఆధారం చేసుకుని జీవితం వెళ్లదీస్తున్నవారి దీనాలాపనలా తోచింది.

* * *

సుయోధనుడూ, అతని మిత్రులూ భవనంలోకి సుడిగాలిలా ప్రవేశించే సమయానికి ఇంద్రప్రస్థ రాజు సంగీత, నృత్యాలతో వినోదంగా గడుపుతూ ఉన్నాడు. సభ నిండుగా వేశ్యలూ, పురప్రముఖులూ, అర్చకులూ, యుధిష్ఠిరుడి రాజ్యాధిపత్యాన్ని అంగీకరించిన రాజులూ, రాకుమారులూ కొలువుతీరి ఉన్నారు. శిశుపాలవధ అనంతరం జరిగిన కొట్లాటలో చాలామంది యోధులూ, రాకుమారులూ మరణించారు. కానీ దానివల్ల ఉత్సవం జరుపుకోవటంలోని ఉత్సాహంలో ఎటువంటి మార్పూ రాలేదు. యుధిష్ఠిరుడి సోదరులూ, ద్రౌపదీ అతని పక్కనే కూర్చున్నారు. అర్చకులు కూడా అతనికి సమీపంలోనే ఉన్నారు. సుయోధనుడు సభలోకి రాగానే అందరూ నిశ్శబ్దంగా అతని వైపు చూశారు. అక్కడి వైభవం, ఐశ్వర్యం చూసి అతని ముఖంలో ఏహ్యాభావం చోటు చేసుకుంది. అతని వెనక కర్ణుడూ, సుశాసనుడూ, అశ్వత్థామా నిలబడ్డారు. యువరాజు ముఖంలోని తిరస్కారభావమే వాళ్ల ముఖాల్లోనూ కనిపించింది. శకుని చిరునవ్వు నవ్వుతూ నిలబడ్డాడు. సుయోధనుడు కన్నార్పకుండా యుధిష్ఠిరుడినే చూడసాగాడు.

"స్వాగతం, సుయోధనా!" అన్నాడు యుధిష్ఠిరుడు లేస్తూ.

"ఓహో! శవాలమీద నిర్మించిన నగరం ఇదేనన్నమాట! చేదిరాజుని క్రూరంగా హత్య చేసినది కూడా ఇక్కడే కదూ? యుధిష్ఠిరా, నీ రాజ్యం జనాభాలో సగం మందిని నగరం నుండి బహిష్కరించావు. ఇంద్రప్రస్థ నగరాన్ని నిర్మించిన వారిపట్ల నువ్వు ప్రవర్తించిన తీరుకి సిగ్గుతో తలవంచుకోవాలి."

"చాలించు, దుర్యోధనా!" అంటూ ధౌమ్యుడు కల్పించుకున్నాడు. "ఈ ఆదర్శనగరాన్ని ఎప్పుడూ వేదాలని అనుసరించే పరిపాలించటం జరుగుతుంది. ఇక్కడికి వచ్చి మూర్తీభవించిన ధర్మంలాంటి యుధిష్ఠిరుణ్ణి అవమానించేందుకు నీకెంత ధైర్యం? అసలు ధర్మం గురించి నీకేం తెలుసు? నిమ్నకులానికి చెందిన సూతుడితో స్నేహం చేసి అతన్ని రాజుని చేసినందుకు నిజానికి నువ్వే సిగ్గు పడాలి. బ్రాహ్మణులందరికీ చెడ్డ పేరు తెచ్చే అశ్వత్థామలాంటివాడితో స్నేహం చేసినందుకు అవమానంతో తలవంచుకోవలసింది నువ్వు. మన సమాజాన్ని ధ్వంసం

చేసేందుకు ప్రయత్నిస్తున్నావు. నేను జీవించి ఉన్నంతకాలం నీ ప్రయత్నం నెరవేరదు," అన్నాడు ధౌమ్యుడు. కానీ సుయోధనుడు కత్తిదూసి తనమీదికి లంఘించటం చూసి ఆ వాక్ప్రవాహానికి ఆనకట్ట వేశాడు. అతని శిష్యులు పక్కకి తప్పుకున్నారు. ధౌమ్యుడు భయంతో కేకలు వేశాడు, "అయ్యో... ఇతను నన్ను చంపేస్తున్నాడు! ఈ రాజ్యంలో నాలాంటి పేద బ్రాహ్మణుడికి రక్షణే లేదా? అర్జునా, భీమా నన్ను కాపాడండి..."

జరుగుతున్నది ఏమిటో పాండవులకి అర్థం అయేలోపల పిల్లిని చూసి ఎలుకలు పారిపోతున్నట్టు అటూ ఇటూ పరిగెత్తుతున్న అర్చకుల బృందాన్ని చేరుకున్నాడు సుయోధనుడు. ధౌమ్యుడు యుధిష్ఠిరుడి దగ్గరకి పరిగెత్తాడు. దారికి అడ్డం వచ్చినవారిని పక్కకి నెడుతూ సుయోధనుడు అతని వెంట పడ్డాడు. సుయోధనుడి మిత్రులు అతన్ని ఆపేందుకు ప్రయత్నించారు, కానీ సుయోధనుడు ఆగ్రహించాడంటే అతను చెయ్యి దల్చుకున్న పని చేసే తీరుతాడు. కానీ విధి ఒక్కోసారి చాలా విచిత్రంగా జోక్యం చేసుకుంటుంది. ఆగ్రహంతో అంధుడైపోయిన సుయోధనుడు తన దారిలో ఒక జలాశయం ఉందని గమనించలేకపోయాడు. ఒక అడుగు లోతూ, మూడు అడుగుల వెడల్పూ ఉంది ఆ జలాశయం. అది ఆ సభా భవనంలోని ఒక గోడ నుంచి మరో గోడ వరకూ విస్తరించి ఉంది. సభలోని నేల రంగుతో కలిసిపోయి సులభంగా కళ్లకి కనిపించేటట్టు లేదు దాని నిర్మాణం. నునుపైన నేలా, జలాశయంలోని నీరూ వెల్తురు పడి ఒకేరకంగా మెరుస్తున్నాయి. ధౌమ్యుడు ఆ జలాశయాన్ని దాటేందుకు దూకాడు. కానీ సుయోధనుడికి అక్కడ జలాశయం ఉందని తెలీక పరిగెత్తుతూ ఆ నీటిలో బోర్లా పడిపోయాడు. ఆ కుదుపుకి అతని చేతిలోని ఖడ్గం ఎగిరి వెళ్లి యుధిష్ఠిరుడి కాళ్ల దగ్గర పడింది.

ఒక్కక్షణం అక్కడ పూర్తి నిశ్శబ్దం పరచుకుంది. సుయోధనుడి మిత్రులు అతనికి సాయం చేసేందుకు పరిగెత్తి వచ్చారు. కానీ వాళ్లు అతని దగ్గరకి చేరుకునే లోపల సుయోధనుడే లేచి నిలబడ్డాడు. అతను మొలకి కట్టుకున్న ధోవతి ఊడి కిందికి జారిపోయింది. అక్కడ జరుగుతున్న నాటకాన్ని అందరూ దిగ్భ్రాంతులై చూడసాగారు. హస్తినాపుర యువరాజు అర్ధనగ్నంగా కౌపీనం తప్ప శరీరం మీద ఇంకే ఆచ్ఛాదనా లేకుండా నిలబడి ఉన్నాడు. అందరి ముందూ జరిగిన అవమానానికి బాధతోనూ, ఆగ్రహంతోనూ అతని ముఖం ఎర్రబడింది. కానీ ఎవరికీ నోరు విప్పి ఏమైనా అనే ధైర్యం లేకపోయింది.

కర్ణుడు నీటిలో పడిన సుయోధనుడి ధోవతిని తీసేందుకు వంగాడు. మరుక్షణం ఆ సభా భవనం నవ్వులతో దద్దరిల్లింది.

"అంధుడు! తన తండ్రిలాగే కళ్లులేని కబోది!" అలా అన్నది ద్రౌపది. నవ్వు ఆపుకోలేక పెదవులని బిగబట్టి ఆమె సుయోధనుడి నగ్న శరీరం వైపు చెయ్యి చూపించి మరుక్షణం పకపకా నవ్వింది.

మళ్లీ ఒకసారి ఆ ప్రదేశంలో నవ్వులు మారుమోగాయి. సభికులందరూ పగలబడి నవ్వసాగారు. ఆ సభ మధ్యలో నగ్నంగా, అవమానానికి గురై, ఆ అపహాస్యాన్ని భరించలేక ఏమీ చెయ్యనూలేక సుయోధనుడి పరిస్థితి దారుణంగా మారింది. కొద్దిక్షణాలక్రితం అతన్ని చూసి భయపడి పారిపోయిన బ్రాహ్మణులు ధైర్యంగా తిరిగి వచ్చి అతనిమీద దుర్భాషల వర్షం కురిపించటం ప్రారంభించారు. సుయోధనుడు కర్ణుడి దగ్గర్నుంచి ధోవతిని తీసుకోవటానికీ, జలాశయంలోనుంచి బైటికి రావటానికీ ఒప్పుకోలేదు. అన్ని వైపులనుంచీ అతనిమీద

అవమానం, అపహాస్యం దాడిచేస్తూ ఉన్నప్పటికీ మొండిగా అక్కడే నిలబడి ఉండిపోయాడు.

"అంధుడి కుమారా, నీకు తగిన శాస్తి జరిగింది!" అన్నాడు ధౌమ్యుడు సుయోధనుడితో. ఆ తరవాత సభలో ఉన్నవారి వైపు చూసి, "ఇక్కడ సమావేశమైన రాజులూ, క్షత్రియులూ ఈ దృశ్యాన్ని చూడండి. ఇది అందరికీ ఒక గుణపాఠం. ఒక బ్రాహ్మణ్ణి అవమానిస్తే చెల్లించవలసిన మూల్యం ఇది. ఇలా జరగటానికి దైవేచ్ఛే కారణం. ఒక సూతుణ్ణి ఉన్నత స్థానంలో కూర్చోబెట్టి, రాచరికం కట్టబెట్టినందుకు ఫలితం ఇది. మన వేదాలకి వ్యతిరేకంగా మాట్లాడినందుకు జరిగిన అవమానం. కానీ ఇది ఇంకా ప్రారంభమే. ఈ దుర్మార్గుడు తన పాపాలకి ఇంకా హెచ్చు మూల్యం చెల్లించవలసి ఉంటుంది. నగ్నంగా, ఒక బానిసలా ఎలా నిలబడి ఉన్నాడో చూడండి," అన్నాడు.

అందరూ గేలిచేస్తూ, రకరకాల కూతలు కూస్తూ ఉంటే, అర్చకులు "అంధుడు... అంధుడు..." అంటూ ముక్తకంఠంతో సుయోధనుణ్ణి పరిహాసం చెయ్యసాగారు. అర్జునుడు ఒక్కడే గంభీరంగా, తలవంచుకుని చేతులు కట్టుకుని ఉండిపోయాడు. ద్రౌపది తన ఆనందాన్ని దాచుకునేందుకు ప్రయత్నించలేదు.

తన మిత్రుడికి జరుగుతున్న అవమానాన్ని చూసి కర్ణుడు మండిపడసాగాడు. ద్రౌపది కళ్లూ అతని కళ్లూ కలుసుకున్నాయి. తాను మనసులో రహస్యంగా ప్రేమిస్తున్న కర్ణుడు కనబడేసరికి, తాను ఐదుగురు భర్తలతో కాపురం చేస్తున్నానన్న వాస్తవం గుర్తుకొచ్చి మళ్లీ ఒకసారి ఆమె మనసు బాధగా మూలిగింది. తనకి ఉండే తీవ్రమైన కోరికని దాచుకునే స్త్రీకి మాత్రమే సాధ్యమయే నటనతో ఆమె కర్ణుణ్ణి ఉద్దేశించి ఇలా అంది, "నీ మిత్రుడు తన కౌపీనాన్ని కూడా జార్చుకునే లోపల అతన్ని నీ రథంలో ఎక్కించుకుని ఇక్కడి నుంచి తీసుకుపో!"

మరుక్షణం కర్ణుడి కత్తి ఒరలోంచి బైటికి వచ్చింది, కానీ అశ్వత్థామ అతన్ని పట్టుకుని ఆపాడు.

"ఈ సూతుడు అర్జునుడితో పోరాడగలనని అనుకుంటున్నాడా? నేను నవ్వు ఆపుకోలేకపోతున్నాను!" అని ధౌమ్యుడు అనగానే మరోసారి సభలోని వారు పగలబడి నవ్వారు.

తన చుట్టూ ఉన్న ఆ మూర్ఖులు అలా నవ్వటం చూసి శకుని తన అదృష్టం పండినందుకు సంతోషించాడు. భరతఖండంలోకల్లా అతిశక్తివంతమైన రాజ్యానికి యువరాజు సుయోధనుణ్ణి చూసి నవ్వుతున్నారు వాళ్లు. ఎందుకంటే ఆ బాన పొట్టలు పెంచిన అర్చకులకి అతనంటే ఇష్టం లేదు. రాజ్యంలోని అతిసమర్థుడైన విలుకాడిని అవమానిస్తున్నారు, కారణం అతను నిమ్నకులంలో జన్మించటమే. ఆ గాంధార రాకుమారుడికి, వెంటనే మోకరిల్లి, గాంధారరాజ్యం వైపు పడమటి దిక్కుకి తిరిగి ఈ అనుకోని అదృష్టానికి దైవానికి కృతజ్ఞతలు చెప్పాలనిపించింది. కానీ తన మేనల్లుణ్ణి అందరూ అలా ఎగతాళి చేస్తూ ఉంటే చూస్తూ నిలబడ్డ అతని ముఖంలో ఆనందపు ఛాయలన్నీ గంభీరమైన ముఖకవళికల వెనుక దాక్కుని ఉండిపోయాయి.

సుయోధనుడు తలెత్తి తన కళ్లమీద పడిన నల్లని నొక్కుల జుట్టును పైకి తోసుకున్నాడు. తలవిదిల్చి తడిసిన జుట్టు దులుపుకున్నాడు. అప్పుడు కళ్లెర్రజేసి యుధిష్ఠిరుడివైపు చూశాడు. ఇంద్రప్రస్థ రాజు ఒక్క క్షణం ఖంగు తిన్నాడు. సుయోధనుడు తలతిప్పి ద్రౌపదికేసి చూశాడు,

వెంటనే ఆమె నవ్వటం ఆపివేసింది. సుయోధనుడి చూపులని ఎదుర్కోలేక తన కాలివేళ్ల వైపు కళ్లుదించి చూసుకుంది. సుయోధనుడు జలాశయంలో నుంచి అడుగు బైట పెట్టాడు. ధౌమ్యుడు వెనక్కి తగ్గి అర్చకుల బృందం వెనుక దాక్కున్నాడు. అశ్వత్థామ సుయోధనుడికి ధోవతి అందించాడు, కానీ దాన్ని అతను తీసుకోలేదు, ఒక చేత్తో పక్కకి తోశాడు. మళ్లీ సభలో నిశ్శబ్దం ఆవరించింది. ఒక్క మాట కూడా మాట్లాడకుండా తన నగ్న శరీరాన్ని వస్త్రంతో కప్పుకునేందుకు ప్రయత్నించకుండా హస్తినాపుర యువరాజు ఆ సభలో నుంచి బైటికి నడిచాడు. అతని మిత్రులు అతన్ని అనుసరించారు. కేవలం కౌపీనం ధరించి వారి మధ్య నుంచి సుయోధనుడు తలెత్తుకుని నడిచివెళ్తూ ఉంటే రాజులూ, రాకుమారులూ భయంతో, గౌరవభావంతో అతనికి వంగి నమస్కరించారు. తమ ప్రవర్తనకి వారు సిగ్గుపడ్డారు, కానీ ఒక ప్రముఖ వ్యక్తి పతనం క్షణకాలంపాటు వారికి నవ్వు తెప్పించిన మాట మాత్రం నిజం. వారి నమస్కారాలని అందుకుంటూ, తల పంకిస్తూ అతను బైటికి చీకటిలోకి నడిచాడు, అతని కళ్లు ఎవరినీ చూడకుండా సూటిగా ముందుకే చూస్తూ ఉండిపోయాయి. యుధిష్ఠిరుడి రాజభవనంలో శ్మశాన నిశ్శబ్దం అంతటా అలముకుంది.

* * *

అశ్వత్థామా, కర్ణుడూ, సుశాసనుడూ సుయోధనుణ్ణి ఇంద్రప్రస్థం మీదికి యుద్ధం చేసేందుకు వెళ్లమని బలవంతపెట్టారు. మిట్టమధ్యాన్నం వేళలో, ఇంద్రప్రస్థంలో ఆ సంఘటన జరిగిన మూడురోజుల అనంతరం వాళ్లు రాకుమారుడి మందిరంలో సమావేశ మయారు. ఎవరూ కూడా అటువంటి అవమానాన్ని దిగమింగి ఊరుకోకూడదనీ, తాను చేసిన తప్పు పనికి ఇంద్రప్రస్థం మూల్యం చెల్లించి తీరాలనీ వాళ్లు అనుకున్నారు. తమకి న్యాయం జరిగేట్టు చూడమని భీష్మపితామహుణ్ణి ఒప్పించటం సాధ్యమే అనిపించింది వాళ్లకి. హస్తినాపురం శక్తి ముందు ఇంద్రప్రస్థంలాంటి అతిచిన్న రాజ్యం ఎన్నాళ్లు నిలబడగలదు? అదీగాక కృష్ణుడు అక్కడ లేడు, నిషాదుడితో పోరాడేందుకు వెళ్లాడు. అతను ద్వారకను చేరుకోగలిగాడో లేదో! పరశురాముడి నేతృత్వం కోల్పోయిన దక్షిణ రాజ్య కూటమి బలహీన పడిపోయింది. పరశురాముడు ఇంకా మూర్ఛ నుంచి బైటికి రాలేదు. పాండవులని అంతమొందించేందుకు ఇదే సరైన సమయం. ఎటువంటి పవిత్ర గ్రంథాలమీదా ఆధారపడని నియమాలని విధించి, అన్ని మతాలకీ సమానమైన గౌరవాన్ని కల్పించి, కులం ప్రాతిపదిక మీద ఎవరికీ ఏ లాభమూ కలగకుండా ఉండేటట్టు చూసి, సమానత్వాన్ని స్థాపించే మానవత్వపు విలువలని అనుసరించే సమాజ వ్యవస్థని నిర్మించటానికి అనువైన సమయం ఇది. తక్షకుడు కోరిన అరాజకత నుంచీ, ధౌమ్యుడూ, పాండవులూ స్థాపిద్దామనుకున్న దైవాజ్ఞే రాజాజ్ఞగా చెలామణీ అయే వ్యవస్థనుంచీ భరతఖండానికి విముక్తి కలిగించే అవకాశం ఇదే.

సుయోధనుడు కాస్త వెనకాడాడు. తన మిత్రులు సూచించినదే చెయ్యాలని అతనికీ అనిపించింది. అవమానాన్ని దిగమింగి ఊరుకోవటం, క్షమించి మర్చిపోవటం కష్టంగానే తోచింది. 'నేను క్షత్రియుణ్ణి, విరాగిని కాను,' అని పదేపదే అనుకోసాగాడు. కానీ యుద్ధం గురించి ఆలోచించినప్పుడల్లా తాను చూసిన మురికివాడలే కళ్ల ముందు కదలాడసాగాయి. జరుడి ముఖం, వాడి గుడ్డి కుక్క రూపం పదేపదే గుర్తుకి రాసాగాయి. ఆ అందమైన నగరాన్ని నిర్మించిన మయాసురుడూ, నాగజాతి స్త్రీలూ, పిల్లలూ గుర్తుకు వచ్చి అతనికి ఏదో

ఒక నిర్ణయం తీసుకోవాలని అనిపించసాగింది. స్థూలంగా చూస్తే తను అవమానంపాలు కావటం అంత పెద్ద విషయమేమీ కాదు. తను పగ చల్లార్చుకునేందుకు ఎంతమంది ప్రాణాలు కోల్పోతారు? పేదలే ప్రాణాలిచ్చి దానికి మూల్యం చెల్లిస్తారు. ఆ ఆలోచన అతని నిర్ణయాన్ని బలహీనపరిచింది. అయినప్పటికీ ద్రౌపది నవ్విన నవ్వు అతని చెవుల్లో మారుమోగుతూనే ఉంది. 'నన్ను వాళ్లు అంత ఘోరంగా ఎలా అవమానించలిగారు?' యుధిష్ఠిరుడి సభ మధ్యలో తాను నగ్నంగా నిలబడటం గుర్తుకు వచ్చినప్పుడల్లా అతను అవమానంతో రగిలిపోసాగాడు. పాండవులు మూల్యం చెల్లించేట్టూ, అయినా యుద్ధం జరగకుండా ఉండేట్టూ చూసే మార్గం ఏదైనా ఉందా?

శకుని సుయోధనుణ్ణి జాగ్రత్తగా గమనిస్తున్నాడు. ఇంద్రప్రస్థంలో జరిగిన సంఘటనకి మొదట శకుని మహదానందం అనుభవించాడు. జరగబోయే యుద్ధం కోసం, శత్రునాశనం కోసం ఆత్రుతగా ఎదురుచూశాడు. కానీ గడచిన మూడు రోజుల్లో ఆ సంఘటనని అతను తర్కదృష్టితో చూశాడు. మొదట కొట్లాట జరిగినా, భీష్ముడు కల్పించుకుని దాయాదుల మధ్య సంధి కుదురుస్తాడనీ, తాను కలలు కన్న యుగాంతాన్ని సృష్టించే యుద్ధం జరగదేమోననీ భయపడ్డాడు. అంతేకాక, కృష్ణుడు అక్కడ లేడు. తను కోరినంతగా యుద్ధాన్ని కోరేవాడు కృష్ణుడు ఒక్కడే. దక్షిణ రాజ్య కూటమి ఇందులో పాలుపంచుకోవటం గురించి సందేహమే. ఇక ద్వారకలో అంతర్యుద్ధం జరుగుతోంది. 'లేదు ఇలాంటి సమయంలో యుద్ధం జరగటం వల్ల నా లక్ష్యం నెరవేరదు,' అనుకున్నాడు శకుని. అతనికి కావలసినది అన్ని రాజ్యాలూ యుద్ధంలో పాల్గొనాలి. తూర్పు ప్రాంతంలోని ప్రాగ్జ్యోతిష, అంగ, వంగ మొదలైన రాజ్యాలూ, పడమరన ఉన్న ద్వారక, సింధు, గాంధార రాజ్యాలూ, పోరాటంలో పాల్గొనాలి. హిమాలయ ప్రాంతం నుంచి చేర, పాండ్య వంటి దక్షిణాత్య అసుర రాజ్యాలు సైతం పాల్గొనే మహాయుద్ధం జరగాలి. మానవాళిని నామరూపాల్లేకుండా నాశనం చేసే ఆ మహాసంగ్రామం భరతఖండం లోని ఏ ఒక్క రాజ్యాన్నీ వదలకూడదు. ఈ శాపగ్రస్త భూఖండం, దానిలోని భయంకరమైన కష్టాలూ సమూలంగా తుడిచిపెట్టుకుపోవాలని అతను తహతహలాడాడు.

"రాకుమారా, ఒక్క బాణం కూడా వెయ్యకుండా, ఒక్క చుక్క రక్తం కూడా చిందకుండా ప్రతీకారం తీర్చుకుని, విజయాన్ని సాధించేందుకు మరో మార్గం ఉంది," అన్నాడు శకుని సుయోధనుడి మనసులో జరుగుతున్న సంఘర్షణని గ్రహించినట్టు. అందరూ అతనివైపు కుతూహలంగా చూశారు. "ఆ మార్గం మీ... అంటే మన వేదాల్లో కూడా చెప్పబడినదే. ఒక రాజు మరో రాజ్యాన్ని వివాహం ద్వారా గాని, యుద్ధం చేసి గాని, ధనం చెల్లించి గాని, లేదా పాచికలాట ఆడి గాని జయించవచ్చు. మనం యుధిష్ఠిరుణ్ణి పాచికలాటకి ఆహ్వానిస్తే ఎలా ఉంటుంది?" అన్నాడు శకుని నవ్వుతూ.

అందరూ ఒకరి ముఖం ఒకరు చూసుకున్నారు. అశ్వత్థామ ముందుగా నోరు విప్పి, "పాచికలాటలో గెలుపు ఓటములు యాదృచ్ఛికం. యుధిష్ఠిరుడు గెలవడని ఎలా చెప్పగలం?" అన్నాడు.

శకుని తన దుస్తుల్లో దాచిన పాచికలను బైటికి తీశాడు. కళ్లు మూసుకుని మౌనంగా మనసులోనే ప్రార్థించాడు. అలా కళ్లు మూసుకునే "పన్నెండు!" అని అరిచాడు.

పాచికలు నేలమీద గిరగిరా తిరుగుతూ ఒకదాన్నొకటి ఢీకొంటూ తాము తిరిగే దిశని

ఒక్క క్షణకాలం మార్చుకుని చివరికి ఆగిపోయాయి. రెండూ ఆరు సంఖ్య చూపాయి, అంటే పన్నెండు!

"ఎనిమిది," అంటూ ఆ గాంధార రాకుమారుడు మళ్లీ పాచికలను వేశాడు. అవి దొర్లి ఎనిమిది సంఖ్య చూపించి ఆగాయి. "ఆరు," అన్నాడు శకుని. పాచికలు అతను చెప్పిన మాట విన్నాయి. వందసార్లు పాచికలు వేశాడు శకుని. ప్రతిసారీ అతను చెప్పిన సంఖ్యే పడింది.

కర్ణుడూ, సుయోధనుడూ, సుశాసనుడూ, అశ్వత్థామా వంతుల వారీగా సంఖ్యలు చెప్పారు. మూడు దశాబ్దాలుగా పాచికలు వెయ్యటంలో మంచి అభ్యాసం ఉన్న శకుని పాచికలు వేస్తే ఆ సంఖ్యలే వచ్చాయి.

ఆ ప్రదర్శన ముగిశాక, తన అభిమానులకి శకుని వంగి అభివాదనలు తెలిపాక, సుయోధనుడు లేచి నిలబడ్డాడు. "సరే, పాచికలాట ప్రారంభిద్దాం. నిరాకరించటానికి సాధ్యం కాని ఆహ్వానాన్ని యుధిష్ఠిరుడికి పంపుదాం. అతని ధర్మం తోనే అతన్ని గట్టిగా బంధిద్దాం. మనకీ ఆటలు ఆడటం వచ్చు!" అన్నాడు.

అతని మిత్రులు ఒకర్నొకరు కౌగలించుకుని హర్షాన్ని వెలిబుచ్చారు. శకుని ఆ దృశ్యాన్ని వినోదంగా చూడసాగాడు. నూట ఒకటోసారి పాచికలు వేసి 'పన్నెండు' అని అరిచాడు. అది భరతఖండాన్ని పరిపాలించే మూర్ఖులని జగడానికి రమ్మని పిలిచే ఒక పిలుపు. ఆ పిలుపు నిచ్చింది భరతఖండం పొలిమేరల్లో ప్రాచీన నాగరికతకి చెందిన ఒక చిన్న అనామక పర్వత రాజ్యపు రాకుమారుడు. భాష, కులం, మతం, జాతి, దురహంకారాలూ పేరిట మాటిమాటికీ తమలో తాము కొట్లాడుకునే భరత ఖండంవాసులు పవిత్రమైన తమ నేలమీద ఆ పాచికలు దొర్లే శబ్దాన్ని వినటం లేదు, వాటిని చూడటం లేదు. పాచికలు ఎప్పటిలాగే ఆ విదేశీయుడు చెప్పిన మాట విన్నాయి.

# 27. పాచికలాటకు ప్రారంభం

"మీరు యుధిష్ఠిరుణ్ణి పాచికలాటకి ఆహ్వానించారట కదా?" అని భానుమతి అన్యమనస్కంగా ఉన్న సుయోధనుణ్ణి మృదువుగా అడిగింది. అతను "హూఁ" అని ఊరుకున్నాడు. రెండోసారి అడిగేసరికి ఏమీ చెప్పకుండా బైటికి వెళ్లిపోయాడు. అతని మనసు గాయపడిందని ఆమె గ్రహించింది. కానీ ఆ గాయం ముదిరి పుండుగా మారటం ఆమెకి ఇష్టం లేదు. వాళ్ల చుట్టూ అప్పటికే బోలెడంత ద్వేషం పరుచుకుని ఉంది. సుయోధనుడు ఎక్కువ సమయం తన మేనమామ శకునితోనే గడుపుతూ ఉండటంవల్ల ఆమెకి అతను చాలా అరుదుగా కనబడేవాడు. తన భర్త మనసు ఆగ్రహంతోనూ, వ్యథతోనూ నిండి ఉండటం చూసి ఆమె మనసు కూడా కలత చెందింది. ఉదారహృదయుడైన తన భర్తలో మునుపటి దయా, సానుభూతీ చూసేందుకు ఆమె తహతహలాడింది.

తన దాయాదులతో సుయోధనుడు పాచికలాట ఆడటానికి కొద్దిరోజుల ముందు తమ అంతఃపురంలో సుయోధనుణ్ణి నిలదీసి విషయం ఏమిటని తెలుసు కునేందుకు భానుమతి వేచి ఉంది. అతను అంతఃపురం చేరే వేళకి కవలలిద్దరూ గాఢనిద్రలో ఉన్నారు. ద్వారం దగ్గర అతను ఆగటం, పిల్లలు నిద్రపోతున్నారా లేదా అని చూడటం ఆమెకి కనబడింది. ఆమె కూడా నిద్రపోతున్నట్టు నటించింది. అతను దీపాన్ని ఊది ఆర్పటం, తన పక్కనే వచ్చి పడుకోవటం ఆమెకి తెలిసింది. అప్పుడు అతనివైపు తిరిగి సుతారంగా అతని భుజాన్ని తాకింది. వెంటనే అతని శరీరం ఒత్తిడికి గురై బిగుసుకుపోయింది. ఒక పక్క భయంగా ఉన్నా ఆరోజు ఎలాగైనాసరే అడిగెయ్యాలని అనుకుంది. ఆగలేక, "ఈ విషయం గురించి ఇంత గొడవ చెయ్యటం నిజంగా అవసరమేనా?" అంది.

అతను ఏమీ అనలేదు. ఆమె మృదువుగా, "అది ఒక ప్రమాదం, అంతే..." అంది.

"ఈ విషయంలో నువ్వు జోక్యం చేసుకోవద్దు!" అంటూ ఒక్క ఉదుటున సుయోధనుడు మంచం మీది నుంచి లేచాడు. అతని కాలు తగిలి మంచం పక్కన ఉన్న చిన్న బల్ల ఒరిగిపోయింది. "ఇది నాకూ, నా దాయాదికీ సంబంధించిన విషయం మాత్రమే కాదు. ఈ రాజ్యానికి సంబంధించినది. ప్రజల భవిష్యత్తుకి సంబంధించినది. నువ్వు ఇంద్రప్రస్థాన్ని చూడలేదు. పాండవులు నిర్మించిన ఆ ఆదర్శ నగరంలో పేదలు ఎలా జీవిస్తున్నారో నువ్వు చూడలేదు. ఇంకా నువ్వు చూడనివి..."

"ఈ ఉపన్యాసాలు మీ మిత్రులకి ఇవ్వండి. అవన్నీ మీకు ఆగ్రహం తెప్పించి ఉండవచ్చు, కానీ ఈ పాచికలాట అంతకన్నా మీ అహంకారం..."

"వాళ్లు నన్ను మాత్రమే అవమానించలేదు. కర్ణుణ్ణి కూడా అవమానించారు. ద్రౌపది అతనితో నా రథాన్ని తోలమని చెప్పింది."

"అయితే ఇది మీ గురించి కాదు, మీ మిత్రుడు కర్ణుడి గురించి, అంతేగా?"

"చాలించు!" సుయోధనుడి కంఠంలో కోపం తొంగిచూసింది. అతను అంత కోపంగా మాట్లాడటం భానుమతి ఇంతకుముందు ఎన్నడూ చూడలేదు. "అవును నా అహం దెబ్బ తింది. నాకు అవమానం జరిగింది. అటువంటి అవమానాలని తలవంచి స్వీకరించమనా నువ్వనేది? నేను క్షత్రియుణ్ణి. భీష్ముడి మనవణ్ణి. ఏమీ జరగనట్టు మౌనంగా భరించాలా? మయాసురుడి వంటివారిని క్రిమికీటకాలకన్నా హీనంగా చూస్తూ ఉంటే నోరు విప్పకుండా ఉండాలా?"

"అయితే పోరాడండి. మోసం చెయ్యకండి," భానుమతి ఉద్రేకంతో వణికిపోయింది.

"అవును, వందలమంది మరణానికి బాధ్యుణ్ణి అవమంటావు, అంతేనా? సర్వనాశనం సృష్టించే యుద్ధానికి నన్ను కారకుడిని అవమంటావా? ఇలా అయితే రక్తపాతం నివారించ గలుగుతాను."

"నాకు తెలిసిన సుయోధనుడు ఇలాంటివాడు కాదు. ఈ మాట్లాడేది నా భర్త కాదు, గాంధార రాకుమారుడు."

"నేను శకుని చేతిలో కీలుబొమ్మననా నీ ఉద్దేశం? నాకు సొంతంగా ఆలోచించే శక్తి లేదంటావా?"

పట్టు తెరల గుండా లోపలికి ప్రసరిస్తున్న మసక వెలుగులో భానుమతికి సుయోధనుడి కళ్లు ఉన్మాదంతోనూ, ద్వేషంతోనూ మెరవటం కనిపించింది. ఆమెకి భయం వేసింది. నిద్రలో కదిలిన తన కుమార్తె వైపు తిరిగి ఆ పిల్లని జోకొట్టి మళ్లీ నిద్రపుచ్చింది. కన్నీళ్లు ఆపుకునేందుకు ప్రయత్నించింది. తన భర్త వైపు తిరగకుండా, "మీరు ఎంచుకున్న మార్గం మనందరినీ విధ్వంసం వైపే తీసుకెళ్తుంది. ద్రౌపదినీ, ఆమె అనాలోచితంగా అన్న మాటలనీ, మూర్ఖులైన ఆమె భర్తలనీ క్షమించండి. అంతకన్నా పనికిమాలిన వారి తప్పులనే క్షమించేటంత ఔదార్యం ఉంది మీలో," అంది.

భర్త వైపు మళ్లీ తిరిగి చూసేసరికి గాలికి రెపరెపలాడుతున్న తెరలు మాత్రమే కనిపించాయి ఆమెకి. సుయోధనుడు లేచి వెళ్లిపోయాడు. చీకట్లో అతను ఎక్కడున్నాడో కనిపించలేదు. భానుమతి తన పిల్లల్ని దగ్గరకి తీసుకుని, అపశకునాన్ని సూచిస్తూ బైట ఎక్కడో కూస్తున్న గుడ్లగూబ కూతని వినకుండా ఉండేందుకు ప్రయత్నించసాగింది. ఆ నిమిషాన ఆమె ద్రౌపదిని మనస్ఫూర్తిగా ద్వేషించింది.

* * *

"అదిగో ఆమె అక్కడుంది," అంటూ మిద్దె మీది నుంచి సుభద్ర పరిగెత్తుకుంటూ వచ్చింది. భీష్మపితామహుడు ఆమె కుమారుణ్ణి చూడాలని ఉందని అనేసరికి సుభద్ర హస్తినాపురానికి వచ్చింది. ఆమెని హస్తినకి రమ్మని పిలుస్తూ ఆయన ఒక సందేశం పంపాడు. ఇంద్రప్రస్థ మహారాజూ అతని సోదరుల ఆగమనాన్ని తెలుపుతూ శంఖం మోగింది. "నేను వెళ్లి ఆమెని పిలుచుకు వస్తాను," అంటూ ఆమె తన కుమారుడు, అభిమన్యుడితో కలిసి బైటికి వెళ్లింది. అభిమన్యుడు తన తండ్రి దగ్గరకి పరిగెత్తాడు.

భానుమతి కదలలేనట్టు కూర్చుని ఉండిపోయింది. భవన ద్వారం దగ్గరకి పాండవుల రథం వచ్చి ఆగిన ధ్వని ఆమెకి వినిపించింది. అర్జునుడు అభిమన్యుణ్ణి గాలిలోకి ఎగరేసి పట్టుకుంటూ ఉంటే వాడు కిలకిల నవ్వటం కూడా వినిపించింది. తన భర్త పాండవులకి స్వాగతం పలకటం వినిపించింది. అభిమన్యుడు తన తండ్రి చేతుల్లోంచి తన పెదనాన్న మీదికి దూకటం, ఆ తరవాత అందరూ నవ్వటం వినిపించింది. అభిమన్యుణ్ణి కూడా తన కుమారుడి లాగే ప్రేమిస్తాడు సుయోధనుడు. సుభద్ర కూడా అందరితో కలిసి నవ్వసాగింది. తన కుమారుడికి తనకన్నా సుయోధనుడంటేనే ఎక్కువ ఇష్టమని అర్జునుడు అనటం వినిపించి భానుమతి మనసు గద్గదమైపోయింది. యుధిష్ఠిరుడు భానుమతి ఎక్కడ ఉందని అడిగాడు. ఆమె తలుపు వైపే చూస్తూ కూర్చుంది. క్షణక్షణానికీ ఆమె మనసులో భయం ఇనుమడించ సాగింది. ఏ క్షణాన్నైనా తాను ద్వేషించే స్త్రీ తన ఎదుటికి రావచ్చు.

"భానుమతీ, నీకోసం ఎవరొచ్చారో చూడు!" సుభద్ర గొంతు ఉత్సాహంగా పలికేసరికి భానుమతి ముఖం పాలిపోయింది. సుభద్ర ద్వారం దగ్గరకి వచ్చింది. ఆమె నవ్వుతో గదంతా వెలుగుతో నిండిపోయింది. ఆమె వెనకే ద్రౌపది భానుమతి వైపు కన్నార్పకుండా చూస్తూ నిలబడి ఉంది.

భానుమతి అయిష్టంగా చేతులు జోడించి, "ద్వారం దగ్గరే నిలబడ్డారేమిటి? లోపలికి రండి," అంది అతి కష్టం మీద, నోరు పెగుల్చుకుని.

ద్రౌపది వేగంగా లోపలికి వచ్చి భానుమతి చేతులు పట్టుకుంది. చేతులు వదిలేస్తే ధైర్యం ఎక్కడ సడలిపోతుందో అన్నట్టు వాటిని గట్టిగా అదుముతూ, "మీకూ, మీ భర్తకీ నేను క్షమాపణ చెప్పుకోవాలి. నేను తప్పు చేశాను. కానీ కావాలని అలా చెయ్యలేదు. నన్ను క్షమించు భానుమతీ! సుయోధనుడు నాకు సోదరుడితో సమానం. ధృష్టద్యుమ్నుడూ, శిఖండీ లాంటి వాడు. వాళ్లని కూడా ఎప్పుడూ ఆటపట్టిస్తూ ఉంటాను, కానీ వాళ్లు ఏమీ అనుకోరు. ఈ సంఘటన కూడా అటువంటిదే," అంది.

భానుమతి గుండె జారిపోయింది. ఆమె ద్రౌపది ఇలా అంటుందని ఎదురు చూడలేదు. ద్రౌపదిని అవమానించేందుకు ఎలాంటి అపశబ్దాలూ, ఆగ్రహం ప్రదర్శించాలో మనసులో అభ్యసించుకుంది. ద్రౌపది తనకి సహజంగా ఉండే పొగరుబోతుతనాన్ని ప్రదర్శిస్తుందని అనుకుంది. కానీ క్షమాపణ కోరి ద్రౌపది ఆమె ఖంగు తినేలా ప్రవర్తించింది.

ద్రౌపది చెప్పేది ఇంకా అయిపోలేదు. "సుయోధనుడు మంచివాడని నాకు తెలుసు. జరిగిన సంఘటన గురించి బాధపడి ఉంటే మమ్మల్ని పాచికలాటకి ఆహ్వానించి ఉండేవాడు కాదు. దీన్నిబట్టి అతను మమ్మల్ని క్షమించాడని తెలుస్తోంది. యుధిష్ఠిరుడికి అన్నిటికన్నా ఇష్టమైనది పాచికలాటేనని సుయోధనుడికి తెలుసు. తన సోదరి చేసిన తప్పుని క్షమించటం సుయోధనుడి మంచితనానికి నిదర్శనం."

"మీరు అసలు ఎవరిని చూసి నవ్వారో నాకు తెలుసు ద్రౌపదీ," అంది సుభద్ర కొంటెగా. ద్రౌపది అందమైన పెదవులు చిరునవ్వుతో విచ్చుకోవటం భానుమతికి కనిపించింది. "అతనికి ఇంకా మీ హృదయంలో చోటుందా? అతన్ని అంత గాయపరచటం అవసరమేనా?" అని అడిగింది సుభద్ర వంకరగా నవ్వుతూ.

ద్రౌపది ముఖం తిప్పుకుని ఏ భావమూ కనిపించనీయకుండా, "నువ్వు ఏ సూతుడి గురించి చెపుతున్నావో నాకు తెలీదు సుభద్రా," అంది.

"నేనసలు సూతుడని అననేలేదే!" అంది సుభద్ర నవ్వుతూ.

ద్రౌపది ముఖం ఎర్రగా కందిపోయింది. మరుక్షణం ఇద్దరూ నవ్వేశారు. ఇంకా సయోధ్యకి ఆశ మిగిలి ఉన్నట్టే ఉంది, అనుకుంది భానుమతి. తనతో అన్న మాటల్లో సగం దుర్యోధనుడితో ద్రౌపది అన్నా కూడా అంతా సర్దుకుంటుంది. సుయోధనుడు తామున్న గదిలోకి రావాలని ఆమె దేవుణ్ణి ప్రార్థించింది.

తనకి ప్రతినెలా వచ్చే బహిష్టువల్ల కడుపులో నొప్పిగా ఉందనీ, యుధిష్ఠిరుడు బలవంత పెట్టటం వల్లే తానక్కడికి వచ్చాననీ ద్రౌపది అంది. అది యుధిష్ఠిరుడికి ముఖ్యమైన రోజు, అందుకే తాను రాకుండా ఉండలేకపోయానని చెప్పింది. తాను అవివేకంగా ప్రవర్తించినందుకు సుయోధనుడికీ, భానుమతికీ క్షమాపణ కూడా చెప్పుకోవచ్చని అనుకుని హస్తినకి వచ్చేందుకు ఒప్పుకున్నానని అంది.

* * *

హస్తినాపుర సభలో సమావేశమైన రాజప్రముఖులవైపు యుధిష్ఠిరుడు కలయచూశాడు. సుయోధనుడి ఆహ్వానాన్ని తోసిపుచ్చమని అర్జునుడు అతనికి చెప్పాడు. దారిలో ఎవరైనా అతనిమీద రహస్యంగా దాడి చేసే ప్రమాదం ఉందని కుంతి వారించింది. చివరికి ధౌమ్యుడి దగ్గరకి వెళ్లి ఏం చెయ్యమంటారని అడిగాడు యుధిష్ఠిరుడు. అతను తన శిష్యులతోనూ, ఇతర పండితులతోనూ మంతనాలు జరిపి పాచికలాట ఆడటం క్షత్రియ ధర్మమని అన్నాడు. అది వినగానే యుధిష్ఠిరుడు చిరునవ్వు నవ్వాడు. అతనికి జూదం అంటే ఎంతోకాలంగా చాలా ఇష్టం. పాచికలాట కలిగించే ఉత్సాహం అతనికి ఇక ఏదీ కలిగించ లేదు. అంతేకాక, సుయోధనుడు తన యువరాజు పదవిని ఇంద్రప్రస్థానికి బదులు పణంగా పెడతానని మాట ఇచ్చాడు. అతని మేనమామ, సుయోధనుడి పక్షాన గాంధార రాకుమారుడు శకుని ఆట ఆడతాడు.

యుధిష్ఠిరుడు గెలిస్తే శక్తివంతమైన హస్తినాపుర సామ్రాజ్యం అతనిది అవుతుంది. అర్చకులవర్గం తనను సమర్థించటంవల్ల దక్షిణ రాజ్య కూటమిని తనకి విధేయులై ఉండమని ఒప్పించవచ్చు. అప్పుడు తను భరతఖండానికే చక్రవర్తి అవుతాడు. హిమాలయాలనుంచి దక్షిణాది సముద్రాలదాకా అతని సామ్రాజ్యం విస్తరిస్తుంది. ఎప్పుడూ ధర్మం తప్పక నడుచు కుంటాడు కాబట్టి పాచికలాటలో యుధిష్ఠిరుడే గెలుస్తాడని ధౌమ్యుడు భవిష్యవాణి చెప్పాడు. ఇంకా ఆ విషయాన్ని రూఢి చేసుకునేందుకు వాళ్లు ఒక జ్యోతిష్కుడి దగ్గరకి వెళ్లారు. అతను నేలమీద గవ్వలు దొర్లించి, అర్థంకాని లెక్కలు ఏవో వేసి, కొన్ని గవ్వలని ఒక పెట్టెలోనుంచి మరో పెట్టెలోకి మార్చి, అన్ని గ్రహస్థితులూ అతనికి అనుకూలంగా ఉండటం వల్ల అతను గెలుస్తాడనటంలో ఎటువంటి సందేహమూ లేదని చెప్పాడు. చివరగా అర్చకులు యుధిష్ఠిరుడు గెలిచేందుకు అతని చేతికి మంత్రించిన రక్షని కట్టారు. అతను తన సోదరులతో హస్తినాపుర రాజభవనం ప్రవేశించినప్పుడు ఆ రక్ష గురించి కొందరు ఏమేమో అనుకున్నారు. ఎందుకంటే అతను ధరించిన ముత్యాల, వజ్రాల నగల మధ్య అది కొట్టొచ్చినట్టు కనిపించింది.

* * *

ముందుగా పందెం వెయ్యకుండా పాచికలు వేసినప్పుడు దాదాపు అన్ని ఆటల్లోనూ యుధిష్ఠిరుడే గెలిచి, శకుని కొన్ని మాత్రమే గెలిచాడు. అసలు ఆట ప్రారంభమయాక పాచికలు వెయ్యటం, పావులు కదపటం మీద ఆధారపడి, నైపుణ్యమూ, అదృష్టమూ తోడైతేనే గెలుపు సాధ్యమయే పరిస్థితి నెలకొంది. జీవితమూ అంతే కదా!

"ప్రభూ, ఇక ఆట ప్రారంభిద్దాం. పణంగా ఏం పెట్టాలో ఆలోచిద్దామా?" అన్నాడు శకుని సుయోధనుడివైపు నిర్లిప్తంగా చూస్తూ.

"నేను నా ముత్యాల హారాన్ని పెడుతున్నాను," అన్నాడు యుధిష్ఠిరుడు. కర్ణుడు వ్యంగ్యంగా నవ్వేసరికి మిగతా పాండవులకి చిరాకు వేసింది.

"నేను కూడా దాన్నే పెడుతున్నాను," అన్నాడు సుయోధనుడు శాంతంగా తన ముత్యాల హారాన్ని మెడలోంచి తీసి కింద పెడుతూ.

పాచికలాట ప్రారంభమైంది.

* * *

ఆట ఎలా సాగుతోందో సంజయుడు వర్ణించి చెపుతూ ఉంటే ధృతరాష్ట్రుడు వింటూ కూర్చున్నాడు. తన కుమారుడే గెలవాలని ఆయన కోరిక. గాంధారి ఇంకా అక్కడికి రానందుకు ఆయన ఊరట చెందాడు. ఆమెకి ఎప్పట్నుంచో ఆ ఆటంటే గిట్టదు. క్షత్రియుడైన వాడు ఆ ఆటలో నైపుణ్యం సాధించాలని ఆయనే కుమారుణ్ణి ఎప్పుడూ ప్రోత్సహిస్తూ వచ్చాడు. ఆమె పేదలకి అన్నదానం చేసేందుకు దేవాలయానికి వెళ్లింది. ఆమెతో పోటీగా కుంతి కూడా ఆమెవెంట వెళ్లింది. మనసులోనే నవ్వుకుంటూ, వాళ్లిద్దరినీ అక్కడే ఉండనీ అనుకున్నాడు మహారాజు. ఎంతైనా సభలో స్త్రీలకి ఏం పని? అది పురుష ప్రపంచం. భీష్ముడిని అనాలి, ఏవేవో కొత్త పద్ధతులు ప్రవేశపెట్టాలని ఆలోచిస్తూ ఉంటాడాయన!

మొదటి పందెం ముగిసింది. "హో... నేనే గెలిచాను," అన్నాడు శకుని ఆనందాన్ని దాచుకోలేక. అందరూ మెడలు చాచి ఆటకేసి చూశారు.

ధృతరాష్ట్రుడు తనలో తాను నవ్వుకున్నాడు. "గాంధారీ నీకు పాచికలాట అంటే విపరీతమైన ఏవగింపు. ఇప్పుడు మన కుమారుడు ఎంత సులభంగా యుధిష్ఠిరుణ్ణి ఓడిస్తున్నాడో చూడు" శకుని సద్యస్ఫూర్తి గల మనిషి అని అనుకున్నాడు ధృతరాష్ట్రుడు. మళ్లీ శకునికి అనుకూలంగా పాచికలు పడేసరికి సభలోని జనం హర్షధ్వానాలు చేశారు. తన భార్యకి ఆమె సోదరుడంటే ఎందుకు గిట్టదో? అని వందోసారి ధృతరాష్ట్రుడు అనుకున్నాడు. అతను రాజ్యాన్ని వెండి పళ్లెంలో పెట్టి సుయోధనుడికి అందిస్తున్నాడు. పురుషులు గెలిచేందుకు జూదం ఆడతారు, స్త్రీలు పూజలు చేసేందుకు దేవాలయాలకు వెళ్తారు. ధృతరాష్ట్రుడు మౌనంగా కూర్చుని పాచికలు శకునికి అనుకూలంగా పడాలని కోరుకోసాగాడు.

* * *

సూర్యుడు అయిష్టంగా, బద్ధకంగా పొగమంచు కప్పిన చెట్లచాటునుంచి పైకి లేస్తున్న సమయంలో ఒక రౌతు వేగంగా సింధురాజ్య రాజధానివైపు తన గుర్రాన్ని దౌడు తీయించాడు. రెండు రోజులుగా దాదాపు ఎక్కడా ఆగకుండా ప్రయాణం చేస్తున్నాడు అతను. అతనికి వెన్ను నొప్పిగా ఉంది, ప్రతి కీలూ బాధపెడుతోంది, కానీ రాజుకి సందేశాన్ని అతిత్వరగా

అందజేయాలన్న సంగతి అతనికి తెలుసు. నగర ద్వారం సమీపానికి చేరుకున్నాక ఎవరూ తనని గమనించకుండా ఉండేందుకు అతను గుర్రం వేగం బాగా తగ్గించాడు. ఆ తరవాత గుర్రం దిగి జనసందోహంతో నిండి ఉన్న వీధులగుండా కాలినడకన బైలుదేరాడు. భవనం వైపు సాగిపోతూ గుర్రాన్ని తన వెంట నడిపించసాగాడు. తన ముఖానికి పట్టిన చెమటని తలపాగా కొసతో తుడుచుకుంటూ దారి పక్కన సత్రాల బైట చెట్ల నీడలో కూర్చుని చల్లని పాలూ, ద్రాక్షాసవం తాగుతూ సేదతీరుతున్న వాళ్లవైపు ఆశగా చూశాడు. అతను పూర్తిగా డస్సిపోయాడు. వంద సంవత్సరాల పాటు నిద్రపోవాలని అనిపించింది అతనికి. కానీ అతను చేరవేయవలసిన సమాచారం భరతఖండంలోని ఎంతోమంది ప్రముఖుల నిద్రని నాశనం చేసేటంత విస్ఫోటకమైనది.

అతను కోట ద్వారాన్ని చేరుకున్నాడు. భటులు అతని వివరాలు రాసుకుంటూ చాలాసేపు అతన్ని ఆపి ఉంచారు. వాళ్లు అతన్ని అర్థం లేని ప్రశ్నలు అడుగుతూ ఉంటే అతని కళ్లు మాత్రం కోట లోపలి ఆవరణని పరిశీలించటం మొదలుపెట్టాయి. అది దాదాపు నిర్మానుష్యంగా ఉంది. "మహాప్రభువు కోటలో లేరా?" అని అడిగాడతను చివరికి.

భటులు తలెత్తి ఒకర్నొకరు చూసుకున్నారు. "నీకు తెలీదా? మహారాజు జయద్రథుడు హస్తినాపురానికి వెళ్లారు," అన్నారు వాళ్లు.

"హస్తినాపురానికా? అదేమిటి...?" అని ఆగిపోయాడతను.

"రాజుగారు ఎప్పుడు ఎక్కడికి వెళ్తారో అడిగే హక్కు మనకి ఉండదు కదా? ఆయన పాచికలాటకి వెళ్లారని అనుకుంటా. ప్రభువుకు ఏమైనా చెప్పాలంటే ఆ సందేశాన్ని మాకు అందజెయ్యి. ఆయన తిరిగి రాగానే దాన్ని ఆయనకి ఇచ్చే పూచీ మాదీ. కానీ అందుకు నువ్వు మాకు రెండు వెండి నాణాలు చెల్లించవలసి ఉంటుంది," అన్నాడు ఇద్దరు భటుల్లోనూ వయసులో చిన్నవాడు అధికారపూర్వకంగా. కానీ ఆ వార్తాహరుడు తల అడ్డంగా ఆడించి వెళ్లిపోవటానికి వెనుదిరిగాడు.

"ఏయ్... ఇదిగో... మహారాజుగారికి ఏదో సందేశం ఇచ్చేందుకు వచ్చానన్నావు కదా? పోనీ ఒక వెండి నాణెం ఇయ్యి చాలు. దాన్ని వారికి అందజేస్తాను," అని కేకపెట్టాడు భటుడు. కానీ అప్పటికే ఆ రౌతు గుర్రం మీదికి ఎక్కేశాడు.

'మూర్ఖుడు! దుర్జయుడు కొన్ని వందలమంది అనుచరులతో గాంధారదేశం చేరుకున్నాడనీ, మన నగరాలమీద దాడి చేసి విధ్వంసం సృష్టించబోతున్నాడనీ ఈ మూర్ఖుడికి చెప్పగలనా?' అనుకున్నాడు ఆ గూఢచారి ఈశాన్యదిశలో ఉన్న హస్తినాపురంవైపు గుర్రాన్ని నడిపిస్తూ, భరతఖండం నాశనమయే సమయంలో రాజులందరూ పాచికలాటలో నిమగ్నులై ఉండటం ఎంత విలక్షణమైన విషయం! తనని ఎవరైనా గుర్తిస్తే గుర్తించనీ అనుకుంటూ అతను గుర్రాన్ని గట్టిగా, కసిగా తన్నాడు. వెంటనే అది నురుగులు కక్కుతూ శరవేగంతో పరిగెత్తసాగింది. జనం బెదిరిపోయి అటూఇటూ పరిగెత్తారు. అలసిపోయి, విసిగిపోయిన రౌతుని తీసుకుని అది హస్తినాపురం వైపు దూసుకుపోయింది.

* * *

యుధిష్ఠిరుడు తన చేతికి కట్టిన రక్షని తడిమాడు. పందెం కాయకముందు ఆడిన ఆటల్లో

ఆ విదేశీయుడు అంత గొప్ప ఆటగాడిలా కనిపించలేదు. తనకి యాదృచ్ఛికంగా లభించిన గెలుపేమో అది అని అనుకుని యుధిష్ఠిరుడు కొంచెం భయపడ్డాడు. కానీ తల పైకెత్తి, "నాకున్న బంగారు రథాలన్నింటినీ పణంగా పెడుతున్నాను," అన్నాడు.

శకుని పాచికలని చేతుల్లో ఆడించి సుయోధనుడితో, "బంగారు రథాలా, ప్రభూ? అది అన్యాయం కదా? ఇంద్రప్రస్థంలో ఉన్న రథాలకన్నా హస్తినలో ఉన్న రథాల సంఖ్య హెచ్చు కదా?" అన్నాడు.

"యుద్ధంలో శిక్షణ పొందిన గజసైన్య దళాలని కూడా రథాలకి జోడిస్తున్నాను," అన్నాడు యుధిష్ఠిరుడు వెంటనే. అతని గుండె ఎంత వేగంగా కొట్టుకుంటోందో గాని బైటికి అతను ఎటువంటి కంగారూ కనబరచలేదు.

పాచికలు మళ్లీ పడ్డాయి.

"మీ అదృష్టం బాగాలేదు ప్రభూ! మీ రథాలూ, గజ సైన్యం ఇక సుయోధనుడికి సొంతం అయిపోయాయి!" అన్నాడు శకుని నవ్వుతూ.

యుధిష్ఠిరుడు ఎవరికీ వినబడకుండా తిట్టుకున్నాడు. అదెలా సాధ్యం? ఇంతవరకూ అతన్ని పాచికలాటలో దెబ్బతీసినవారెవరూ లేరు. అతన్ని ఆట ఆపి వెయ్యమని అర్జునుడు చెవిలో రహస్యంగా చెప్పాడు. తమ సైన్యంలో అధిక భాగాన్ని ఆసరికే పోగొట్టుకున్నారు వాళ్లు. కానీ కౌరవుల ముఖాల్లో గెలిచామన్న తృప్తి కనిపించేసరికి యుధిష్ఠిరుడికి అవమానం అనిపించింది. సాధారణంగా ప్రశాంతంగా ఉండే యుధిష్ఠిరుడు ఆవేశపడి తన భవంతులనీ, అశ్వాలనీ, బంగారాన్నీ, వజ్రాలనీ, బొక్కసాన్నీ, గోవులనీ, తన రాజ్యంలోని గ్రామాలన్నిటినీ, ఆయుధశాలనీ, రాజ్యంలోని వర్తకులందరి సంపత్తినీ పణంగా పెట్టాడు.

మళ్లీ పాచికలు పడ్డాయి. తరవాత పదిసార్లు పాచికలు వేసేసరికల్లా యుధిష్ఠిరుడి వద్ద ఉన్న సమస్తం అతని చేజారిపోయింది.

"రాకుమారా, గుర్రాలూ, గోవులూ కాదు, నిజంగా విలువైన దాన్ని పందెం కాయి. అప్పుడు నువ్వు గెలిస్తే బావుంటుంది. సుయోధనుడు తన యువరాజు పదవినే పణంగా పెడుతున్నాడు. అతను ఓడిపోతే నువ్వే హస్తినాపురానికి యువరాజువి అవుతావు. సమయం వచ్చినప్పుడు రాజ సింహాసనాన్ని సొంతం చేసుకుంటావు. సుయోధనుడు సన్యాసం పుచ్చుకుని రాజ్యం వదిలిపోతాడు. దానితో సమానమైనది ఏదైనా ఉంటే చెప్పు. గెలిస్తే సామ్రాజ్యం నీది, ఓడితే...?"

శకుని నవ్వుతూ అన్న ఆ మాటలు యుధిష్ఠిరుడిలోని జూదరిని ఉసికొల్పాయి. మళ్లీ ఒకసారి చేతికి ఉన్న రక్షని తాకి, గుండెలనిండా ఊపిరి పీల్చుకున్నాడు. "ఇంద్రప్రస్థంలోని రాజభవనాన్ని పణంగా పెడుతున్నాను," అన్నాడు.

పదకొండోసారి పాచికలు పడ్డాయి.

"అయ్యో! ఈరోజు మీ అదృష్టం బావున్నట్టు లేదు, ప్రభూ... మళ్లీ ఓడిపోయారు!" అన్నాడు శకుని ఆశ్చర్యం నటిస్తూ.

అర్జునుడి ముఖంలో కోపం ఛాయలు కనిపించాయి. భీముడూ, నకుల సహదేవుల

ముఖాల్లో నవ్వులు చెరిగిపోయాయి. యుధిష్ఠిరుడు పాలిపోయిన ముఖంతో దిగాలుగా ఉండి పోయాడు. సభలో చీమ చిటుక్కుమంటే వినబడేంత నిశ్శబ్దం ఆవరించింది. సుయోధనుడికి హఠాత్తుగా తన దాయాదిమీద విపరీతమైన జాలి పుట్టుకొచ్చింది. తన పగ తీరింది. పాండవులు సమస్తం కోల్పోయారు. తన దయాధర్మం మీద మనుగడ సాగించవలసిన దుస్థితికి చేరుకున్నారు. ఒక్క రక్తం బొట్టు కార్చకుండా తన దాయాదులని పేరుకి మాత్రమే రాజులుగా చెలామణీ అయ్యే స్థితికి తీసుకొచ్చాడు తను. సుయోధనుడు ఇక ఆట ముగిద్దామని లేచి నిలబడ్డాడు.

అది చూసి శకుని కంగారు పడ్డాడు. ఈ మూర్ఖుడు తన పన్నాగానికి అడ్డుపడేట్టు ఉన్నాడే అనుకున్నాడు. కానీ అతని అదృష్టం బావుండి యుధిష్ఠిరుడు తల పైకెత్తి స్పష్టంగా, "ఇప్పుడు ఆట ఆపేసి నన్ను అవమానించకు. చివరికి నేనే గెలుస్తానని నాకు రూఢిగా తెలుసు," అన్నాడు సుయోధనుడితో. యుధిష్ఠిరుడిలోని జూదరి అతన్ని పూర్తిగా ఆవహించాడు. మళ్ళీ ఒకసారి పాచికలు వెయ్యటం తప్ప అతనికి ఇంకేమీ పట్టలేదు.

తన అదృష్టం పండుతుందని చాలా ధీమాగా ఉన్నాడతను.

తన దాయాది ఎప్పుడూ అలా ప్రవర్తించడు, అతని తొందరపాటుతనాన్ని చూసి నివ్వెరపోతూ సుయోధనుడు మళ్ళీ ఆటకి కూర్చున్నాడు. తన దాయాదికి ఆటలో ఎంత నైపుణ్యం ఉన్నప్పటికీ ఆరోజు పాండవులు గెలవలేరని సుయోధనుడికి తెలుసు.

సుశాసనుడు తన సోదరుడి చెవిలో రహస్యంగా, "ఎందుకు ఇప్పుడు ఆట ఆపటం? మనం గెలుస్తున్నాం కదా?" అన్నాడు.

సుయోధనుడు తన తమ్ముడికేసి చూశాడు. అతను అసందర్భంగా ఆనందం మత్తులో ఉన్నాడు. సుశాసనుడు బైటికి వెళ్ళి వస్తూ ఉన్న ప్రతిసారీ మద్యం సేవించి వస్తున్నాడని సుయోధనుడు గ్రహించాడు. "వెళ్ళి నీ మందిరంలో నిద్రపో. ఇక్కడ ఏమీ గొడవ చెయ్యకు," అన్నాడు సుయోధనుడు నెమ్మదిగా. కానీ సుశాసనుడు దానికి సమాధానంగా వంకర నవ్వు మాత్రం నవ్వి ఊరుకున్నాడు.

"నా తమ్ముడు, నకులుణ్ణి పందెంగా పెడుతున్నాను," అంటూ ఉంటే యుధిష్ఠిరుడి కంఠం వణికింది.

ఒక్క క్షణం అందరూ విస్మయానికి గురై నిశ్శబ్దంగా ఉండిపోయారు. మరుక్షణం సభలో అందరూ మాట్లాడుతూ చర్చించుకోసాగారు. పాచికలు మళ్ళీ పడ్డాయి. మళ్ళీ యుధిష్ఠిరుడు ఓడిపోయేసరికి సుశాసనుడు గట్టిగా నవ్వాడు.

"ఇంకా ఒక్కసారి ఆడు చాలు, నువ్వు పోగొట్టుకున్న వాటిని అన్నిటినీ మళ్ళీ సంపాదించుకోగలుగుతావు. అంతేకాదు, హస్తినాపుర సింహాసనం కూడా నీదవుతుంది. కానీ ఆదే ధైర్యం చెయ్యగలవా?" అని యథాలాపంగా యుధిష్ఠిరుణ్ణి అడిగాడు శకుని.

అర్జునుడు యుధిష్ఠిరుణ్ణి ఆపేందుకా అన్నట్టు అతని భుజం మీద చెయ్యి వేసి, "ఇక చాలు, మనం వెళ్ళిపోదాం," అన్నాడు.

"లేదు, నకులుణ్ణి సుయోధనుడికి బానిసగా చేసి ఇప్పుడు ఆట వదిలి ఎలా వెళ్ళను? నకులుణ్ణి మళ్ళీ గెలుచుకోవాలి," అన్నాడు యుధిష్ఠిరుడు. జూదం అతనికి ఒక వ్యసనం, దాని

ప్రభావం వల్ల అతని కళ్లు ఉద్రిక్తతతో మెరవసాగాయి. వణుకుతున్న చేతులతో పాచికలు వేశాడు. నకులుడు సుయోధనుడికి బానిస అయ్యాడు. కానీ ప్రస్తుతం యుధిష్ఠిరుడు ఎవరు చెప్పినా వినిపించుకునే స్థితిలో లేడు. మరోసారి పాచికలు వేస్తూ, "ఈసారి సహదేవుణ్ణి పణంగా పెడుతున్నాను," అని మరుక్షణం ఆ పందెంలో కూడా ఓడిపోయాడు.

"మూర్ఖులారా! పాచికలు వేస్తున్నది ఒక విదేశీయుడు. భరతఖండాన్ని పరిపాలించే రాజులు మీరు. మీ రాజ్యంతో జూదం ఆడుతున్నారా? వెంటనే ఆపండి!" ఆటని చూస్తున్న కృపుడు అసహనంగా అరిచాడు.

"జూదం ఆడటం తప్పు కాదు. వేదాలు దాన్ని సమర్థిస్తున్నాయి. రాజు పాచికలు ఆడటం అతని ధర్మం," వేదాల గురించి అందరికన్నా తనకే ఎక్కువ తెలుసునని ప్రదర్శించుకోకుండా ఉండలేకపోయాడు ధౌమ్యుడు. కృపుడి మాటని ఖండించే అవకాశం అతనికి చాలా అరుదుగా లభిస్తుంది. ఇద్దరూ ఒకర్నొకరు కళ్లెర్రజేసి చూసుకున్నారు.

కృపుడు నవ్వుతూ, "మూర్ఖులు! తెలివితక్కువ దద్దమ్మలు!" అని గొణగటం ప్రారంభించాడు. పాచికలు పడుతూనే ఉన్నాయి. యుధిష్ఠిరుడు అర్జునుణ్ణీ, భీముణ్ణీ, చివరికి తనని తాను పందెం కాసి ఓడిపోయాడు. ఇక పణంగా పెట్టేందుకు అతనివద్ద ఏమీ లేదు. అతనూ, అతని సోదరులూ ఇప్పుడు సుయోధనుడికి బానిసలు.

శకుని ధౌమ్యుడివైపు చూసి, "పండితోత్తమా, నాకొక విషయం చెప్పండి! బానిసలు ఏ దుస్తులు వేసుకోవాలో నిర్ణయించే అధికారం వారి యజమానులకి ఉంటుందని వేదాలు చెపుతున్నాయా?" అని అడిగాడు.

ధౌమ్యుడు ఇబ్బందిగా కదిలాడు కానీ సమాధానం చెప్పక తప్పలేదు. "యజమాని కోరిన దుస్తులు బానిస ధరించాలి, కానీ..."

"ధన్యవాదాలు," అంటూ శకుని అతన్ని వాక్యం పూర్తి చెయ్యనివ్వకుండా అడ్డుపడ్డాడు. ఇక ప్రతీకారం తీర్చుకోమన్నట్టు సుయోధనుడికేసి చూశాడు శకుని.

కొన్ని రోజుల క్రితమే సుయోధనుడు యుధిష్ఠిరుడి సభలో నగ్నంగా నిలబడ్డాడు. లోకమంతా అతన్ని చూసినవ్వింది. చక్రం గుండ్రంగా తిరిగి యథాస్థితికి వచ్చింది. పాండవులు ఇప్పుడు అతనికి బానిసలు. వాళ్లతో ఎలాగైనా ప్రవర్తించవచ్చు. "మీ దుస్తులు విప్పేసి అక్కడ నిలబడండి," అని అతను తన దాయాదులని ఆజ్ఞాపించాడు. సభలో అందరూ నిశ్చేష్టులై మౌనంగా ఉండిపోయారు.

పాండవులు జంకారు, కానీ ఆదేశం పాటించక తప్పదని వారికి తెలుసు. ఒక్కొక్కటిగా దుస్తులూ, ఆభరణాలూ శరీరం మీదనుంచి తొలగించారు. చివరికి కేవలం కౌపీనం ధరించి, అవమానంతో, సిగ్గుతో చితికిపోతూ నిలబడ్డారు. కర్ణుడూ, అశ్వత్థామ ఎగతాళిగా నవ్వటం వినిపించింది వాళ్లకి. పాండవులు నవ్వినప్పుడు కూడా సుయోధనుడికి ఇలాగే అనిపించింది. వెంటనే కౌరవ సోదరులు అందరూ పగలబడి నవ్వటం ప్రారంభించారు.

శకుని సుయోధనుడివైపు భయపడుతూ చూశాడు. అతని ప్రతీకార వాంఛ ఇక చల్లారింది కాబట్టి గెలుచుకున్నదంతా తన దాయాదులకి తిరిగి ఇచ్చివేస్తాడేమోనని భయపడ్డాడు. వెంటనే తన చివరి ఎత్తు వేస్తూ, "చివరిసారి పాచికలు వెయ్యబోతున్నాం. యుధిష్ఠిరా ఇంకా ఏమైనా పందెంగా ఒడ్డదల్చుకున్నావా?" అని అడిగాడు.

గాంధార రాకుమారుడు ఈసారి తనని పేరుపెట్టి పిలిచాడన్న విషయం యుధిష్ఠిరుడు గమనించకపోలేదు. తానిప్పుడు ఒక బానిస తనని అందరూ ఏ పేరుతోనైనా పిలవవచ్చు. జ్యోతిషం ఇలాంటి తప్పైన భవిష్యత్తుని ఎలా చెప్పింది? అర్చకులు చెప్పినవన్నీ తు.చ. తప్పకుండా అనుసరించాడే, అయినా సుయోధనుడు ఎలా గెలిచాడు?" ఇక పణంగా పెట్టేందుకు నావద్ద ఏమీ లేదు!" అన్నాడు యుధిష్ఠిరుడు. భావోద్రేకంవల్ల అతని గొంతు జీరబోయింది.

"నీ దగ్గర ఉన్న అతి విలువైన సంపదని మరిచావా యుధిష్ఠిరా?" అన్నాడు శకుని ఆశ్చర్యంగా చూస్తూ. "ఆమెని పణంగా పెట్టి పోగొట్టుకున్నదంతా తిరిగి పొందే అవకాశం నీకు ఉంది. ఆమె నీ అదృష్ట దేవత, కదా? నీ జ్యోతిష్కులు అబద్ధం చెప్పరు. ఎంతైనా అది కూడా శాస్త్రమే కదా? ఇంతవరకూ అదృష్టం నా పక్షాన ఉంది, కానీ ఒకే ఒక్క ఆటతో పోగొట్టుకున్నవన్నీ సంపాదించుకోవటమే కాదు, హస్తినాపుర సింహాసనం కూడా నీ హస్తగతం కాగలదు. ఈసారి పాచికలు ఎవరికి అనుకూలంగా పడతాయో ఎవరు చెప్పగలరు?"

"అతను భయపడుతున్నాడు, మామా!" అన్నాడు సుశాసనుడు. తాగిన మత్తులో అతని మాటలు అస్పష్టంగా వచ్చాయి. కాసేపు ఆగి "పాపం, బానిస అయాడు కదా!" అన్నాడు.

ఇక ఆ అవమానాన్ని యుధిష్ఠిరుడు సహించలేకపోయాడు. "సరే, నా భార్యని పణంగా పెడుతున్నాను," అన్నాడు నెమ్మదిగా. అతని గుండె అతివేగంగా కొట్టుకోసాగింది. ఇంకొక్కసారి పాచికలు వేస్తే చాలు. తన ధైర్యం చూసి దేవతలు తప్పక సంతోషిస్తారు.

యుధిష్ఠిరుడి మాటలు అర్జునుడి ముఖానికి పిడిగుద్దుల్లా తగిలాయి. ఇలాంటి పని తన అన్న ఎలా చేశాడు? ప్రతిభతోనూ, శౌర్యంతోనూ ద్రౌపదిని గెలుచుకున్నది తాను అని గట్టిగా అరవాలని అనిపించింది అర్జునుడికి. తన సోదరుడు కేవలం తల్లి కోరిక ప్రకారం నడుచుకుని వేదాల పేరు చెప్పి ఆ పనిని సమర్థించుకున్నాడు. ద్రౌపదిని పందెంలో ఒడ్డి, ఇటువంటి ప్రమాదకరమైన ఆటలు ఆడటానికి అతనికి అధికారం ఏముంది? అయినా తన ముందు దెబ్బతిన్నవాడిలా కుంగిపోయి నిలబడి ఉన్న అన్నని చూశాక, అటువంటి ప్రశ్న వేసి క్రూరంగా ప్రవర్తించలేను అని అనిపించింది అర్జునుడికి.

"మీ అందరికీ భార్యగా ఉన్న స్త్రీ... అవునా?" అన్నాడు శకుని పుండుమీద కారం చల్లినట్టు. పాండవుల్లో ఒక్కరు కూడా ఆ ప్రశ్నకి సమాధానం చెప్పలేదు.

మౌనం పాటిస్తూ ఒక పక్కగా నిలబడి ఉండటం విదురుడికి ఇక అసాధ్యం అనిపించింది. చివరి ప్రయత్నంగా భీష్ముణ్ణి ఉద్దేశించి, "పితామహా! ఇంకా పెద్ద ఘోరం జరగకముందే దీన్ని ఆపించండి," అని మొరపెట్టుకున్నాడు.

కానీ భీష్ముడు తల అడ్డంగా ఆడించి, "మనిషి మూర్ఖుడైతే దేవుడు కూడా అతన్ని రక్షించలేడు. రాజ్యాన్ని ఒక జూదరి చేతుల్లో ఎలా పెట్టగలం? జూదం ఆడమని అతన్ని ఎవరూ బలవంతం చెయ్యలేదే! అత్యాశతో ఆడాడు, ఇప్పుడు దానికి ప్రతిఫలం అనుభవిస్తున్నాడు. అర్హత లేని వారిని తొలగించటానికి ప్రకృతి అనుసరించే విధానం అది. అందులో మనం జోక్యం కలిగించుకోవద్దు," అన్నాడు.

"గురువర్యా! ఈ బానిస తన భార్యని పణంగా పెడతానంటున్నాడు. ఆమె అతని

సోదరులందరికీ కూడా భార్య. ఒక వ్యక్తి తన భార్యని పందెంలో పణంగా పెట్టవచ్చా? దీన్ని గురించి శాస్త్రాలు ఏమంటున్నాయి?" అని ధౌమ్యుణ్ణి అడిగాడు శకుని.

శాపగ్రస్తమైన ఆ సభనుంచి బైటికి పారిపోవాలని అనిపించింది ధౌమ్యుడికి, కానీ ఆ ప్రశ్నకి సమాధానం చెప్పకపోతే తన పరువు దక్కదని అతనికి తెలుసు. "ఒక వ్యక్తి దీనస్థితిలో ఉన్నప్పుడు, తన ఇంటినీ, భార్యనీ, పిల్లలనీ, గోవులనీ అదే క్రమంలో పణంగా పెట్టవచ్చు లేదా అమ్ముకోవచ్చు. ఒక స్త్రీ, స్వేచ్ఛకి అర్హురాలు కాదు, ఎందుకంటే ఆమె తన భర్త ఆస్తి. కానీ అది..."

యుధిష్ఠిరుడికి అనుకూలంగా ధౌమ్యుడు ఇంకా ఏవైనా వివరణలు ఇచ్చే లోపల శకుని, "ధన్యవాదాలు ధౌమ్యా!" అని అతని మాట తుంచివేశాడు.

కానీ ధౌమ్యుడి విచారం, యుధిష్ఠిరుడు రాజ్యాన్ని కోల్పోతాడేమోనని కాదు. అది తాత్కాలికమైన ఓటమి. ఒక రాజు పోతే ఆ స్థానంలో మరొక రాజు వస్తాడు. రాజులు బ్రాహ్మణుల చేతుల్లో కేవలం కీలుబొమ్మలు. ప్రస్తుతం ఈ కీలుబొమ్మ నిరుపయోగమైపోతే, ఆటని కొనసాగించేందుకు మరొకదాన్ని సంపాదించాలి. అందుకే అతను తన ముందు జరుగుతున్న నాటకాన్ని ఆసక్తిగా గమనిస్తున్నాడు. ఇంకా ఏమైనా చెప్పమని నన్ను వీళ్ళు అడగరు కదా అనుకుంటూ వేచి చూస్తున్నాడు. మౌనమే తనకి లాభకారి అనుకున్నాడు.

"నీవు పందెంగా ఒడ్డినదాన్ని మేం అంగీకరిస్తున్నాం," అన్నాడు శకుని.

కృపుడు మళ్ళీ నవ్వాడు. నిజం, మూర్ఖుణ్ణి ఎవరూ రక్షించలేరు అనుకున్నాడు.

"పన్నెండు!" అని అరిచాడు శకుని.

"ఎనిమిది," అన్నాడు యుధిష్ఠిరుడు వణికే గొంతుతో.

పాచికలు వేగంగా దొర్లుతూ ఉంటే యుధిష్ఠిరుడు తాను గెలవాలని మనస్ఫూర్తిగా ప్రార్థించాడు. కానీ ఆ ప్రార్థన నిరర్థకమై పోయింది. యుధిష్ఠిరుడు చేతికి కట్టుకున్న రక్షకీ, మూడు దశాబ్దాలుగా పాచికలు విసరటంలో శ్రద్ధతో చేసిన అభ్యాసానికీ, నైపుణ్యానికీ మధ్య జరిగిన ద్వంద్వయుద్ధంలో రెండవదే గెలిచింది.

"ఆహా! ఇక ద్రౌపది మన సొత్తు!" అన్నాడు శకుని విజయోత్సాహంతో. వెంటనే సుశాసనుడు లేచాడు, కానీ అతని కాళ్ళు తడబడ్డాయి.

"గురువర్యా! బానిస ఏ కులానికి చెందుతాడు? సూతులకన్నా వాళ్లది హెచ్చు కులమా?" అన్నాడు శకుని అతి వినయం ప్రదర్శిస్తూ.

ధౌమ్యుడు ఆ గాంధార రాకుమారుడికేసి చూసి, నీరసంగా, "బానిసలకి ఒక కులమంటూ ఉండదు, వాళ్లు అస్పృశ్యులు," అన్నాడు.

"నిజంగానా?" అన్నాడు శకుని చాలా మృదువుగా. "అయితే ఇక వీళ్లు అస్పృశ్యులన్నమాట? అర్జునుడు కూడా బానిసేనా? ఆ బానకడుపు భీముడూ, కవలలూ అందరూ బానిసలే! ఇక ధర్మపుత్రుడి మాట చెప్పేందుకేముంది? ఈయనగారు కూడా అస్పృశ్యులే కదూ? అయితే రాజభవనాన్ని గోవిష్టంతో శుద్ధి చెయ్యమంటారా? ఇక మీదట కర్ణుడు పాండవులలో ఎవరినైనా తాకితే స్నానం చెయ్యవలసి ఉంటుంది, అవునా?"

తను ప్రేమించిన స్త్రీ తనని అవమానించి నిరాకరిస్తే బాధపడే పురుషుడు మాత్రమే ఆ బాధని వ్యక్తం చేసేంత ఆగ్రహంతో, "ఐదుగురు పురుషులతో కాపురం చేస్తున్న ఆ స్త్రీని ఇక్కడికి తీసుకురండి. మన బానిస ఎలా ఉంటుందో అందరం చూద్దాం," అన్నాడు కర్ణుడు. 'నేను ఒక సూతుణ్ణి వివాహమాడను,' అని ద్రౌపది అన్న మాటలూ, దాదాపు నగ్నంగా ఉన్న సుయోధనుణ్ణి రథంలో ఎక్కించుకుని తీసుకుపొమ్మని ఆమె వ్యంగ్యంగా మాట్లాడినతీరూ మళ్లీ ఒకసారి గుర్తుకొచ్చి కర్ణుడి మనసుని తీవ్రంగా గాయపరిచాయి.

సుయోధనుడు ఆశ్చర్యపోతూ కర్ణుడికేసి చూశాడు. తన మిత్రుడిమీద అతనికి అపారమైన జాలి కలిగింది. కర్ణుడి స్వభావంలో ఇంత క్రూరత్వం లేదు. అతను ఎంత తీవ్రంగా బాధపడకపోతే ఇటువంటి మాటలు మాట్లాడగలడు? సుయోధనుడు అశ్వత్థామ వైపు చూశాడు. ఆ బ్రాహ్మణ యువకుడు తల అడ్డంగా ఆడిస్తూ, విషయం చాలా దూరం వెళ్లిపోతోందని హెచ్చరించాడు.

"ఆమె నవ్వు మరిచిపోయావా, సుయోధనా? నగ్నంగా, ఎగతాళికి గురై సభలో నిలబడ్డ రోజు నీకు గుర్తులేదా?" అన్నాడు శకుని రహస్యంగా సుయోధనుడితో.

సుయోధనుడి మనసులో ఆరిపోతున్న అగ్నిని శకుని మాటలు మరోసారి ప్రజ్వలింప జేశాయి. "ద్రౌపదిని ఇక్కడికి తీసుకురండి!" అన్నాడతను.

ఆ అన్యాయాన్ని ఆపించమని విదురుడు మరోసారి భీష్ముడికి విన్నవించుకున్నాడు. కానీ భీష్ముడు చలించలేదు. మౌనం వీడలేదు.

* * *

"సుయోధనుడు ఏం చేస్తున్నాడు సంజయా?" అని అడిగాడు ధృతరాష్ట్రుడు అతని చెయ్యి గట్టిగా పట్టుకుని.

"మీ కుమారుడు మీ సోదరుడి కోడలిని ఈ సభలోకి ఈడ్చుకుని రమ్మని అంటున్నాడు ప్రభూ!" అన్నాడు సంజయుడు తటస్థంగా, తన అభిప్రాయం చెప్పకుండా. అతని పని అంధ రాజుకి జరుగుతున్నదాన్ని వర్ణించి చెప్పటం వరకే పరిమితం. రాజ్య వ్యవహారాల గురించి వ్యాఖ్యానించటం, తనకన్నా ముఖ్యుల చర్యలని గురించి తన అభిప్రాయాలు వెల్లడి చెయ్యటం అతని పనికాదు.

రకరకాల ఆలోచనలు మహారాజు మనసుని మథించసాగాయి. గాంధారి ఎక్కడికి పోయింది? ఆమె అవసరం ఇక్కడ ఉన్నప్పుడు ఇంతసేపు దేవాలయంలో ఏం చేస్తోంది? సుయోధనుడు ఇలాంటి పని ఎందుకు చేస్తున్నాడు? దీనికి తప్పకుండా అతని మిత్రులే కారణం. ఆ సూతుడి కోసమో, ఆ బ్రాహ్మణ యువకుడికోసమో ఇలాంటివి చేస్తున్నాడు. ఈ ప్రహసనానికి ఇక స్వస్తి చెప్పి నా కుమారుడికోసం ఇంతవరకూ శకుని గెలుచుకున్నదంతా పోగొట్టుకోవటం సరైన పనేనా? ఇలా తెగని ఆలోచనలతో ఆయన సతమతమవసాగాడు. అన్నీ తెలిసిన వివేకి, భీష్ముడు ఎందుకు మౌనంగా ఉన్నాడు? సంజయుడి చేతిమీద మహారాజు పిడికిలి మరింత బిగిసింది. చూపులేని ఆయన కళ్లు రెప్పవేయకుండా సభ వేపు నిదానంగా చూస్తున్నట్లు ఉండి పోయాయి.

* * *

"ఆ కుర్రవాడు చాకులా ఉన్నాడు. ద్వారక పతనానికి ఇక ఎక్కువ సమయం పట్టేట్టు లేదు," అడవిలోని కొండరాళ్ల వెంబడి రేగుతున్న దుమ్ము గాలిలో కలిసిపోవటం చూస్తూ అన్నాడు తక్షకుడు. ఎప్పటిలాగే కాళీయుడు తన నాయకుడితో ఏకీభవించాడు. ఏకలవ్యుడు, సాల్వుడూ, దంతవక్రుడూ ముందుండి నడిపిస్తున్న సైన్యం వేగంగా ద్వారకవైపు దూసుకు పోతోంది.

వంగిపోయిన తన దండాన్ని ఆసరాగా చేసుకుని అక్కడే నిలబడ్డ వాసుకి చత్వారపు కళ్లతో క్షితిజంవైపు చూపులు సారించాడు. అస్తమిస్తున్న సూర్యుడి కిరణాలు కళ్లలో పడకుండా చెయ్యి అడ్డం పెట్టుకున్నాడు. వాతావరణం ఉక్కపోతతో నిండి ఉంది. ముడతలు పడ్డ వాసుకి ముఖంమీద చెమటధారలై కారుతోంది. "అదిగో, వాళ్లు వస్తున్నారు!" అంటూ హఠాత్తుగా అరిచాడు వాసుకి. అతను చూపించిన వైపుకి తక్షకుడూ, కాళీయుడూ తలతిప్పి చూశారు.

"కృష్ణా, ఈనాటితో నీ కథ ముగిసిపోతుంది!" అంటూ నవ్వాడు తక్షకుడు.

తమవైపే వస్తున్న ఆకారాలని దీక్షగా చూస్తున్న వాసుకి ఆ నాగుడి ఆనందంలో పాలుపంచుకోలేదు. తూర్పు దిక్కున దూరంగా కనిపించిన నలుసులాంటి ఆకారం కొద్దిసేపట్లో పెద్ద సైన్యం రూపు దాల్చింది. అది ఒక పెద్ద అశ్వసైన్యం. తక్షకుడు తన ఖడ్గాన్ని పైకి ఎత్తి ఝుళిపించాడు. దాని మొనమీద అస్తమించే సూర్యుడి కిరణాలు పడి అది ఎర్రగా మెరిసింది. చెట్లూ పుట్టల వెనకా, బండరాళ్ల వెనకా దాగి ఉన్న అతని మనుషులు అతని సైగని అర్థం చేసుకుని అప్రమత్తం అయారు. వాళ్లు తమని తాము సిద్ధం చేసుకోవటం తక్షకుడికి తెలిసివచ్చింది. కత్తిని అలాగే ఎత్తి పట్టుకుని తక్షకుడు కదలకుండా నిలబడ్డాడు. తన ఒక్కొక్క కదలికనీ తన మనుషులు గమనిస్తున్నా రని అతనికి తెలుసు. వాసుకీ, కాళీయుడూ కొండరాళ్లమీది నుంచి కిందికి దిగారు.

"ఖాండవవనాన్ని గుర్తుచేసుకోండి!" అని అరిచాడు తక్షకుడు. మరుక్షణం తమకి ఎదురుగా వస్తున్న అశ్వసైనికుల దళంవైపు కత్తి చూపించాడు. తన సైనికులలో తాను ఉసికొల్పిన ఆగ్రహాన్ని తల్చుకుని నవ్వుకున్నాడు. నాటకీయంగా రెండు చేతులనీ పైకెత్తి, "విప్లవం వర్ధిల్లాలి!" అని గట్టిగా అరిచాడు. వందలాది గొంతులు ఆ నినాదాన్ని ప్రతిధ్వనించాయి. తక్షకుడు కొండరాతిమీది నుంచి కిందికి గెంతి రహస్య స్థలంలోకి దొర్లిపోయాడు.

చీకట్లు ముసురుతూ ఉండగా వాళ్లు బాణాలు ఎక్కుపెట్టి కృష్ణుడూ, అతని సైన్యమూ తమ సమీపానికి ఎప్పుడు వస్తారా అని వేచి చూడసాగారు.

* * *

బలరాముడు తన పూజామందిరంలో పద్మాసనం వేసుకుని కూర్చుని ఉన్నాడు. మూసిన తలుపుల బైట నిలబడిన అతని భార్య రేవతి తన రెండు సంవత్సరాల కుమార్తె, వత్సల గుక్కపట్టి ఏడుస్తున్నా పట్టించుకోవటం లేదు. కృష్ణుడు ఎక్కడున్నాడు? అతను ఇక్కడ ఉంటే ఎటువంటి సందిగ్ధావస్థా ఉండేది కాదు. మందిరం బైట యాదవ మంత్రిమండలి లోగొంతులతో మాట్లాడు కోవటం ఆమెకి వినిపిస్తూనే ఉంది. బలరాముడి నిర్ణయం కోసం వాళ్లు ఉదయం నుంచీ ఎదురుచూస్తున్నారు. తన భర్త ఎటువంటి మానసికక్షోభకి గురి అయి ఉన్నాడో ఆమెకి తెలుసు. అహింసని నమ్మిన వ్యక్తి ఆయన. తను పరిపాలించే ప్రజలంటే ఆయనకి వల్లమాలిన ప్రేమ. ఆయన దృష్టిలో ప్రపంచంలో ఇంకేదీ ఆ ప్రేమకి సాటి రాదు. అందుకే ఇది చాలా క్లిష్ట పరిస్థితి.

రేవతి చివరికి ఏడుస్తున్న వత్సలని ఎత్తుకుని బుజ్జగించేందుకు ప్రయత్నించింది. సాధారణంగా అలా ఏడుస్తూ ఉంటే ఆ పసిపిల్లని గవాక్షం వద్దకి తీసుకెళ్లి బైటి దృశ్యాలూ అవీ చూపించి ఏడుపు మాన్పించేదే. కానీ ఈరోజు అన్ని రోజుల్లాంటిది కాదు. వాతావరణంలో ఏదో కీడు జరగబోతోందన్న సూచనలు కనిపిస్తున్నాయి. సామాన్యంగా జనంతో నిండి ఉండే వీధులు నిర్మానుష్యంగా కనిపిస్తున్నాయి. ద్వారక మీద దాడి జరిగింది. రేవతి కుమార్తెని ముద్దాడి, చిన్నివేళ్లని సుతారంగా లాగుతూ నవ్వించేందుకు ప్రయత్నించింది. కోట అటువైపు నుంచి ఒక ఏనుగు ఘీంకరించింది. దానికి సమాధానంగా మరోవైపు నుంచి మరో ఏనుగు ఘీంకారం వినబడింది. వత్సల తల్లి ఒడిలోనుంచి దిగటానికి గింజుకోసాగింది. ఆ పిల్లకి ఏనుగులంటే ఇష్టం. మావటివాళ్లు గజసేనని సిద్ధం చేస్తూ ఉండి ఉంటారు అని అనుకుంది రేవతి. యుద్ధం పేరు తలుచుకోగానే ఆమె గుండె జారిపోయింది.

పూజామందిరం తలుపు హఠాత్తుగా తెరుచుకుంది. తన భర్త భుజం మీద గదతో బైటికి రావటం చూసి రేవతి నివ్వెరపోయింది. కన్నీళ్లు కారుస్తూ ముందుకి పరిగెత్తింది. "మీరు అహింసని సమర్థిస్తానని అన్నారు. మళ్లీ ఇంక ఎప్పుడూ ఆయుధాన్ని తాకనని చెప్పారు. మరి ఇప్పుడు ఇలాంటి పని చేస్తున్నారేమిటి?"

"ఆత్మగౌరవం గలవాడికి వేరే మార్గం ఏముంది రేవతీ?" అన్నాడు బలరాముడు గదని నేలమీద పెట్టి కుమార్తెని ఎత్తుకుంటూ. ఆ పిల్ల రెండు బుగ్గలూ ముద్దాడుతూ ఉంటే అతని కుమార్తె అతని చెవులకి ఉన్న కుండలాలని లాగి కేరింతలు కొట్టింది.

రేవతి వత్సలని భర్త చేతుల్లోంచి తీసుకుంది. అతను ఆమెని గుండెలకి హత్తుకున్నాడు. ఆమె తన తలని అతని భుజానికి ఆనించి తన్నుకువస్తున్న ఏడుపు ఆపుకుంది. అతని నిర్ణయాన్ని ఏ దేవుడూ మార్చలేడని ఆమెకి తెలుసు.

"నేను పోరాడకపోతే వాళ్లు ఈ నగరాన్ని ధ్వంసం చేస్తారు. నాకు యుద్ధం చేయాలని లేదు, కానీ యాదవుల నాయకుడిగా నా ప్రజలని నిషాద సేనల దయాదాక్షిణ్యాలకి వదిలి పెట్టలేను. నాకు యుద్ధమన్నా, హింస అన్నా అసహ్యమే, కానీ నేను పిరికివాణ్ణి కాను. అహింస అనేది శక్తితో చెయ్యవలసిన చర్య. పిరికితనాన్ని కప్పుకునేందుకు ఉపయోగించే మురికి ముసుగు కాదు. మనం గెలిచే స్థితికి చేరుకునేదాకా నేను శాంతివార్తలు ప్రారంభించను. అహింస అనేది నా వ్యక్తిగత విశ్వాసం. నా ప్రజల సంక్షేమానికి అది అడ్డంకి కాకూడదు. దేవుడు మనని రక్షించుగాక రేవతీ!"

అతను వెళ్లిపోవటం చూస్తూ నిలబడింది రేవతి. వత్సల ఆమె చేతులని తప్పించుకుని కిందికి దిగి తండ్రి వెంట పరిగెత్తింది. చిరునవ్వుతో వికసించిన తన కుమార్తె అమాయకమైన ముఖాన్ని ముద్దాడేందుకు బలరాముడు కిందికి వంగాడు.

"అయితే మీరు కవచం తొడుక్కోలేదేం?" అంది రేవతి గట్టిగా. ఆమెకి తన గుండె బరువెక్కి రాయిలా అనిపించింది.

"అటువంటి కృత్రిమమైన రక్షణ నాకు ఇష్టం ఉండదు. నా రాజ్యాన్ని నేను సవ్యంగా పాలించి ఉంటే, ప్రజలని నిజంగా ప్రేమించి ఉంటే, కోట వెలుపల నిలబడి మన రక్తం కళ్ల జూస్తామని ఓండ్రపెడుతున్న ఆ మనుషులకి ఆగ్రహం తెప్పించే పని నేను చేసి ఉండకపోతే, నేను విజయం సాధించి ప్రాణాలతో తిరిగి వస్తాను. నన్ను ఎటువంటి ఆయుధమూ తాకదు!"

రేవతికి నీరసం అనిపించింది. కన్నీళ్లు అడ్డుపడి అంతా మసకబారినట్టు కనిపించ సాగింది. 'కృష్ణా, ఎక్కడున్నావు? నీ అవసరం ఇక్కడ ఎంతో ముఖ్యమైన ఈ తరుణంలో నీ అన్నని వదిలి ఎందుకు వెళ్లిపోయావు?' అని మనసులోనే బాధపడింది రేవతి.

"తల్లీ, వెళ్లు... అమ్మ పిలుస్తోంది చూడు!" అన్నాడు బలరాముడు వత్సలతో. ఆ పసిపిల్ల తనవైపు పరిగెత్తుకురావటం, బలరాముడు బైటికి వెళ్లిపోవటం మౌనంగా చూస్తూ నిలబడింది రేవతి. ఆరోజు ఉదయం పూర్తిగా తన భర్త పూజామందిరంలోనే గడిపాడు. రేవతి ఆ గదిలోకి వెళ్లి తలుపు మూసేసింది. వత్సల పూజా సమయంలో మోగించే గంటతో ఆడుకోసాగింది. కర్ణపేయమైన దాని ధ్వని రేవతికి అసందర్భంగా ఉన్నట్టు అనిపించింది. బైట జయధ్వానాలూ, యుద్ధనినాదాలూ వినవచ్చాయి. ద్వారకలో యుద్ధం ఎందుకు ప్రారంభమైంది? బృందావనం వదిలి ఇక్కడికి వచ్చాక ఈ సముద్ర తీరాన జీవితం ప్రశాంతంగా గడిచిపోయింది. బృందావనంలో కూడా ఆహ్లాదాన్ని అనుభవించిన మాట నిజమే. కానీ తన భర్త రాజకీయాలలో ప్రవేశించి యాదవుల నాయకుడు అయేంతవరకే ఆ ఆనందం నిలిచింది. ఆయన మనసులో తన ప్రజలకి సేవచెయ్యాలనీ, ఆదర్శ నగరాన్ని నిర్మించాలనీ ఆలోచన ఎప్పుడు వచ్చిందో? పురుషులు ఇటువంటి అసాధ్యమైన కలలు ఎందుకు కంటారో? తమ కుటుంబాలతో సంతోషంగా ఎందుకు గడపలేరో? ప్రమాదకరమైన పనులు చేసి దగ్గరవారికి దుఃఖాన్నీ, కన్నీళ్లనీ ఎందుకు ప్రసాదిస్తారో?

రేవతి నేలమీద మోకరిల్లి నుదుటిని నేలకి తాటించింది. తల ఎత్తి రాముడి విగ్రహాన్నీ, ఆయన భార్య సీత విగ్రహాన్ని చూడాలని ఆమెకి అనిపించలేదు. ఆ సీత కోసమే కదా రాముడూ అతని సోదరుడూ ఎన్నో నగరాలని ధ్వంసం చేసి వేలమందిని హతమార్చారు? ఆ విగ్రహం తన మరిది శ్రీకృష్ణుణ్ణి పోలి ఉండటం చూసి రేవతికి భయం వేసింది. అసలు నిషాదులు తమ నగరం మీదికి ఎందుకు దాడిచేశారు? నిషాదులపట్లా, ఇతర దురదృష్టవంతులపట్లా బలరాముడు ఒక్కడే కదా సానుభూతి చూపించాడు? మిగతా రాజులందరూ పట్టించుకోక పోయినా బలరాముడు వారి క్షేమంకోసం ఎప్పుడూ ఆలోచిస్తూనే ఉన్నాడు. అయినప్పటికీ అతని మంచితనానికి బదులుగా వాళ్లు అతనిమీదికి యుద్ధానికి వచ్చారు. ఆమెకి చాలా బాధ కలిగింది. తన వాకిట్లో రక్తపాతం సృష్టిస్తున్న ఆ నిషాద నాయకుణ్ణి ఆమె శాపనార్థాలు పెట్టింది. కృష్ణుడు త్వరగా వెనక్కి రాకపోతే సర్వనాశనం అయిపోతుంది అని అనుకుంది.

కోట ద్వారాలు బరువుగా తెరుచుకోవటం, తన భర్త సైన్యం 'హరహర మహాదేవ!' అంటూ గర్జించటం రేవతికి వినిపించింది. ఆమె కళ్లుమూసుకుని తన ముఖాన్ని చల్లని చలువరాతి నేలకి ఆనించింది. ఆమె కుమార్తె ఇంకా గంటతో అమాయకంగా ఆడుకుంటూ, పెద్ద వాళ్లని అనుకరిస్తూ విగ్రహాల మీద పువ్వులు చల్లసాగింది. వానర దేవుడు హనుమంతుడు ఆపిల్లకి ఆసక్తికరంగా కనిపించాడు లాగుంది, మంచి పువ్వులనన్నింటినీ ఆయన పాదాల మీదికే విసరసాగింది. యుద్ధఘోష తీవ్రస్థాయికి చేరుకుని క్రమక్రమంగా వినిపించకుండా పోయింది...

* * *

దక్షిణాన దక్షిణ రాజ్యకూటమికి చెందిన రాజులు బాగా కుంగి కృశించిపోయిన ఒక వృద్ధుడి మంచం చుట్టూ నిలబడ్డారు. కర్ణుడి పాత శత్రువు ఉదయనుడు ప్రస్తుతం చేర రాజ్యానికి రాజు, అతని పట్టాభిషేకం కోసమే శక్తిమంతులైన అసుర రాజులందరూ ముచిర

పట్టణంలో సమావేశమయారు. వారి గురువు పరశురాముడు ఇంకా మూర్ఛనుంచి తేరు కోలేదు. కానీ ఆయనకి స్పృహ వచ్చిందనీ, ఇంకా జీవించే ఉన్న లక్షణాలు కనిపిస్తున్నాయనీ వైద్యులు ప్రకటించగానే ఆ రాజులందరూ ఆయన వద్దకి పరిగెత్తుకుని వచ్చారు.

పరశురాముడు అతికష్టంమీద కళ్లు తెరిచాడు. రాజులందరూ ఊరట చెందారు. ఉదయనుడు ముందుకి వచ్చాడు. వృద్ధుడు పరశురాముడు కళ్లలో ఏ భావమూ లేకుండా అతనివైపు చూశాడు. ఆయన ఏదో చెప్పాలని ప్రయత్నించాడు. కొత్తగా రాజైన ఉదయనుడు ఆనందంగా ఆయనకి మరింత దగ్గరగా వెళ్లాడు. 'నేనెంత అదృష్టవంతుణ్ణి, ఇంతమంది రాజులు ఇక్కడ ఉండగా ఈయన నాతో మాత్రమే మాట్లాడాలని అనుకుంటున్నాడు!' అనుకున్నాడు ఉదయనుడు. తన గురువు చెప్పాలనుకుంటున్న విషయాన్ని వినేందుకు అతను చెవులు రిక్కించాడు. కానీ వృద్ధుడి నోటినుంచి అస్పష్టంగా వచ్చిన మాటలు అర్థం అయిన మరుక్షణం ఉదయనుడి ముఖం అమావాస్య రాత్రిలా నల్లబడింది.

"కర్ణుడు... నా కర్ణుడు ఏడీ? ఎక్కడున్నాడు? నా కర్ణుణ్ణి చూడాలి నేను!" అంటూ గొణగసాగాడు పరశురాముడు.

రాజులకి ఉద్రేకం వచ్చింది. దక్షిణ ప్రాంతపు అతిగొప్ప మహారాజులు పరశురాముణ్ణి చూసేందుకు వస్తే గురువుగారు స్పృహలోకి వచ్చాక మొట్టమొదట ఆయన నోటివెంట ఆ సూతుడి పేరు వచ్చింది! తమని అవమానించి పారిపోయిన ఆ మోసగాడి పేరు! తామందరం అపహాస్యానికి గురైనట్టు అనిపించింది వాళ్లకి. తమ గురువుని మందులతో మతిలేనివాడిలా మార్చినందుకు వైద్యులని తిట్టుకుంటూ వాళ్లు బైటికి నడిచారు.

"కర్ణుణ్ణి తన దగ్గరకి తీసుకురమ్మని గురువుగారు చెప్పాలని అనుకున్నారేమో. ఆ దుర్మార్గుడికి తగిన గుణపాఠం నేర్పాల్సిందే," అన్నాడు వాతాపి రాజు.

ఆ ఆలోచన అందరి మనసుల్లోనూ దావానలంలా వ్యాపించింది. అవును గురువుగారు ప్రతీకారం తీర్చుకోవాలని అనుకున్నారు. ఆ నిమ్నకులస్థుడు, మోసగాడు కర్ణుణ్ణి దక్షిణ దేశానికి ఈడ్చుకురావాలి. వాడిని ఉదాహరణగా చూపించి గుణపాఠం నేర్పాలి. కళింగరాజు వయసులో పెద్దవాడు. ఆయన తొందరపడవద్దని హెచ్చరించాడు. కానీ దక్షిణరాజ్య కూటమికి చెందిన రాజుల్లో ఉడుకురక్తంగల యువకులే ఎక్కువమంది ఉన్నారు. వాళ్లెవరూ ఆయన మాట వినిపించుకోలేదు.

"ఒక సూతుణ్ణీ వాడి మిత్రుడు దుర్యోధనుణ్ణీ చూసి భయపడతామా? ఇంకా మాట్లాడితే ఆ భీష్ముడంటే మాత్రం మనకి భయం ఏమిటి?" అన్నాడు ఉదయనుడు. ఆ మాటలతో గర్విష్ఠులైన ఆ రాజుల దురహంకారానికి ఆజ్యం పోసినట్టయింది. సభలో అందరూ కోపంగా మాట్లాడుకోసాగారు.

"హస్తినాపురం సుదూరాన ఉంది. మన కోశాగారాల్లో ధనరాశులు పొంగి పొర్లు తున్నాయా? ఇటువంటి సాహసయాత్ర గురించి ఎలా ఆలోచించగలం?" అని అడిగాడు కళింగ నరేశుడు. దక్షిణ రాజ్యకూటమికి చెందిన రాజ్యాల్లో అన్నిటికన్నా ఉత్తరదిక్కున ఉన్న రాజ్యం కళింగ. జరగకూడనిది జరిగితే ముందుగా దెబ్బతినేది తన రాజ్యమూ, తన ప్రజలే.

కళింగరాజు జాగ్రత్త వహించమని ఎందుకు అంటున్నాడో ఉదయనుడికి అర్థమైంది.

ఆయన దగ్గరగా వెళ్లి, “మహారాజా, అందుకే మనం పన్నులు విధిస్తున్నాం. ధర్మాన్ని కాపాడేందుకు ప్రజలు సంతోషంగా పన్నులు చెల్లిస్తారు. మన గురువు రుణం ఆ మాత్రం తీర్చుకోవద్దా? మంచి చెడుల భేదాన్ని విడమర్చి చెప్పిన గురువర్యులకి మనం చెల్లించే అతితక్కువ మూల్యం ఇది. ఆ సూతుడు మనందరినీ అవమానించాడు, కానీ మనం ఏమీ చెయ్యలేదు. ఇప్పుడు గురువుగారు అతన్ని పిలిపించమని కోరుతున్నారు. దేవుడి మీద ప్రమాణం చేసి చెపుతున్నాను. ఆ పొగరుబోతు సూతుణ్ణి పట్టి బంధించి ఇక్కడికి తీసుకు వస్తాం.”

కళింగరాజు ఇంకా ఎటూ నిర్ణయించుకోలేకపోయాడు. ఉదయనుడు ఆయనవైపు తీక్షణంగా చూశాడు. కర్ణుడికి తాను వరంగా ఇచ్చిన కవచం గురించి ఆయన ఇంకా ఆందోళనపడుతూనే ఉన్నాడని ఉదయనుడు గ్రహించాడు. సూర్యభగవానుడు కర్ణుడి అర్హతని తప్పుగా అంచనా వేసి ఉంటాడా అని అతనికి అనుమానం వచ్చింది. ఇప్పుడే ఏదో ఒకటి చెయ్యకపోతే హఠాత్తుగా అదృష్టం వరించిన ఆ కర్ణుడిమీద పగ తీర్చుకునే అవకాశాన్ని చేజార్చుకుంటానని ఉదయనుడు అనుకున్నాడు. ఎన్నో సంవత్సరాల క్రితం కర్ణుడు అతని మనసులో రగిల్చిన ప్రతీకారజ్వాల ఇంకా భగభగ మండుతూనే ఉంది.

“విష్ణుమూర్తి ఆలయంలోని దివ్యమంగళ దీపాన్ని బైటికి తీసుకురండి,” అని ఆదేశించాడు ఉదయనుడు. వెంటనే సేవకులు ఆలయంవైపు పరిగెత్తారు. వాళ్లు దాన్ని తీసుకురాగానే ఉదయనుడు దాన్ని సభ మధ్యలో పెట్టి తన చేత్తో వెలిగించాడు.

బ్రాహ్మణులు పవిత్ర మంత్రోచ్చారణ చేస్తూ ఉండగా, దక్షిణరాజ్య కూటమికి చెందిన రాజులు ఒక్కొక్కరుగా వచ్చి ఆ దీపం పైన చెయ్యి పెట్టి ధర్మం, మతం సాక్షిగా కర్ణుణ్ణి పట్టి తెచ్చి తమ గురువు పరశురాముడి పాదాలమీద పడవేస్తామని ప్రతిజ్ఞ చేశారు. సభలో కాలుతున్న మాంసం వాసన అలుముకోసాగింది. అదే సమయంలో రౌతులు దక్షిణరాజ్య కూటమికి చెందిన రాజ్యాల దిశగా తమ గుర్రాలని దౌడు తీయించారు. వారందరూ అందజేయవలసిన సందేశం ఒకటే - గురువు పరశురాముడు రాజ్యకూటమికి చెందిన రాజులందరికీ తమ తమ సైన్యాలను సమాయత్తం చేసి సిద్ధంగా ఉంచమనీ, రాజ్యసభకి అవసరమైనప్పుడు ఆ సేనలని పంపమనీ ఆదేశాన్ని ఈ సందేశం ద్వారా అందజేస్తున్నారు. ఈ బలగాల ముందున్న విశేష లక్ష్యం హస్తినాపురాన్ని ముట్టడించటమే. తద్వారా ఉత్తర ప్రాంతాన ఉన్న రాజ్యాలను నేల కూల్చటం, సూతుడు కర్ణుణ్ణి బంధించటం. ఆ తరవాత కర్ణుణ్ణి పరశురాముడి పాదాల మీద పడవేసి అతన్ని శిక్షించటం.

“కర్ణా, ఇప్పుడెక్కడికి పారిపోతావు?” చేర రాజ్య దుర్గం దగ్గర సమావేశమవుతున్న యోధులని చూస్తూ ఉదయనుడు మనసులో నవ్వుకున్నాడు. యుద్ధభేరీల మోత మేఘగర్జనలా మారుమోగింది. ఆ శబ్దానికి అతను నిలబడిన నేల సైతం కంపించసాగింది. అతని తండ్రి ఈరోజు జరుగుతున్నదాన్ని చూడకుండా ముందే మరణించటం మంచిదయింది. జీవించి ఉంటే ఆయన కూడా వృద్ధ కళింగరాజులాగే ప్రతిస్పందించే వాడు. ఓర్పు వహించమనీ, సహనం చూపించమనీ అనేవాడు. ప్రస్తుతం కర్ణుణ్ణి ఎదిరించే సమయం ఆసన్నమైంది. ఇక ఏ శక్తీ అతన్ని ఆపలేదు.

* * *

కింద పాచికలాటలో ఏం జరుగుతోందో అర్థం చేసుకునేందుకు ప్రయత్నిస్తోంది భానుమతి. ఆమెతో పాటు అంతఃపురంలో సుభద్రా, ద్రౌపదీ, పిల్లలూ ఉన్నారు. అప్పుడప్పుడూ హర్షధ్వానాలూ, ఒక్కోసారి నిరాశానిస్పృహలతో అనే మాటలూ లీలగా ఆమెకి వినిపిస్తున్నాయి. కింద జరుగుతున్న నాటకం గురించి ఏ మాత్రం అవగాహన లేకుండా ద్రౌపదీ, సుభద్రా మాటల్లో పడ్డారు. తమకి తెలిసిన పురుషుల గురించి వాళ్లిద్దరూ ఏమీ పట్టనట్టు అన్ని విషయాలు ఎలా మాట్లాడుకోగలుగుతున్నారా అని భానుమతికి ఆశ్చర్యం వేసింది. యుధిష్ఠిరుడితో జీవితం ఎంత మందకొడిగా సాగుతోందో చెపుతోంది ద్రౌపది. భీముడి చేత ఏపని కావాలంటే ఆ పని తలుచు కోగానే చేయించగలననీ, నకులుడూ, సహదేవుడూ గొప్ప అందగాళ్లనీ చెపుతోంది. ఇద్దరూ కర్ణుడి గురించి కూడా ఎన్నో వివరాలు మాట్లాడుకుంటూ, అతనే క్షత్రియుడై ఉంటే తప్పక తాము అతన్నే వరించేవారిమని అన్నారు. తామిద్దరికీ భర్తగా మెలుగుతున్న అర్జునుడి ప్రస్తావనని మాత్రం తెలివిగా పక్కన పెట్టేశారు. ఒకే వ్యక్తిని భర్తగా పంచుకుంటున్న వారిద్దరి మధ్యా అంత మైత్రీభావం ఉండటం చూసి భానుమతి నివ్వెరపోయింది. ఇన్ని సంవత్సరాలు గడిచినా, తన భర్త తనని తప్ప ఇంకే స్త్రీనీ ప్రేమింటం లేదని తెలిసినా, ఎప్పుడైనా సుయోధనుడు యధాలాపంగా సుభద్రవైపు చూస్తే చాలు ఆమె గుండె గుబగుబలాడుతుంది.

ఎందుకు సభలో అంత నిశ్శబ్దం అలుముకుందో? ఆ వెర్రి బ్రాహ్మణుడు కృపుడు అంత గట్టిగా ఎందుకు నవ్వుతున్నాడు చెప్మా? అప్పుడు భానుమతికి వినిపించిన మాటలు ఆమెని విపరీతమైన భయాందోళనకి గురిచేశాయి. ఆమె ద్రౌపదివైపు చూసింది. ద్రౌపది ఇంకా అదే ఉత్సాహంతో సుభద్రతో ఏదేదో మాట్లాడుతోంది. ఇక ఇప్పుడు భానుమతికి ఎవరో మెట్లు ఎక్కి పైకి వస్తున్న చప్పుడు వినిపించింది. ఎవరో తామున్న వైపే వస్తున్నారు. అడుగుల శబ్దం తలుపుదాకా వచ్చి ఆగింది. భానుమతి ఊరట చెందినదానిలా హాయిగా ఊపిరి పీల్చుకునేంతలో ఎవరో నెమ్మదిగా తలుపు తట్టారు. భీతిల్లి తలెత్తి చూసింది. ఆమె మనసు భయంకరమైన కీడు జరగబోతోందని శంకించింది. తలుపు తట్టే చప్పుడు ఇంకాస్త గట్టిగా వినిపించేసరికి ఆమె కళ్లు మూసుకుని కన్నీళ్లని నియంత్రించేందుకు ప్రయత్నించింది. తలుపు తట్టటం మాని ఎవరో దాన్ని బాదటం మొదలుపెట్టారు. వీధిలో ఎక్కడో ఒక గుర్రం సకిలించింది. భానుమతి ఇక కన్నీళ్లని ఆపుకోలేకపోయింది.

* * *

తన భార్యతో సహా అన్నిటినీ పందెం కాసి ఓడిపోయిన మూర్ఖుడి వైపు చూశాడు శకుని. తన పక్కనే కూర్చున్న యువరాజువైపు దృష్టి సారించాడు. అతని ముఖం పాలిపోయి నిస్తేజంగా ఉంది. తనకి అంతవరకూ జరిగిన అవమానాలన్నింటికీ రెండు రెట్లు ఎక్కువగా ప్రతీకారం తీర్చుకుంటున్న సూతుడివైపు చూశాడు శకుని. జోక్యం కలిగించుకునేందుకు నిరాకరించి శిలా విగ్రహంలా కూర్చున్న భీష్ముడివైపు చూశాడు. మూగవాడిలా సింహాసనం మీద కూర్చుని, హస్తినాపురానికి తానే రాజునన్నట్టు నటిస్తున్న తన బావని చూశాడు. విలపించే ద్రౌపదిని జుట్టు పట్టుకుని సుశాసనుడు ఎప్పుడు సభలోకి ఈడ్చుకుని వస్తాడా అని ద్వారం వైపే చూడసాగాడు. శిలాప్రతిమల్లా, నిర్వీర్యులై కూర్చుని ఉండిపోయిన ఆమె ఐదుగురు భర్తలనీ చూసి, తమ ఎదుటే తమ భార్యని వివస్త్రను చేస్తూ ఉంటే ఏమీ చెయ్యలేని అసహాయ స్థితిలో మౌనంగా ఉండిపోయే ఆ నపుసంకులని చూసి గట్టిగా నవ్వాలని అనుకున్నాడు శకుని. జరుగుతున్న దాన్ని గురించి తీవ్రంగా వాదించుకుంటూ, అది తప్పొ ఒప్పొ అని చర్చించుకుంటూ

కూర్చున్న అర్చకులవైపు చూశాడు. సందర్భం ఏదైనా వాళ్లు అలా వాదించుకుంటూనే ఉంటారు.

'నాన్నా, నీ కోరిక నెరవేరింది!' మనసులోనే అనుకుని తృప్తిగా నవ్వాడు శకుని. ఏనాడో మరణించిన గాంధార రాజు అస్థికల నుంచి చెక్కిన ఆ పాచికలు ఇప్పుడో, మరుక్షణానో నేలమీద దొర్లటాన్ని ఎవరూ ఆపలేరు. వేగంగా సమీపిస్తున్న మహా సంగ్రామాన్ని శకుని ఊహించుకున్నాడు. రక్తం వాసన, మారణ హోమం, విధ్వంసం అతని కళ్లకి స్పష్టంగా కనిపించాయి. మహాసంగ్రామం సమీపిస్తోంది! అంతా సర్వనాశనం అయిపోతుంది, అని అనుకోగానే ఆనందం పట్టలేకపోయాడు శకుని.

సభలో మృత్యు నిశ్శబ్దం నిండింది. రాజభవనం బైట ఎక్కడో కుక్క మొరిగే శబ్దం చికాకు కలిగిస్తోంది. దానితోపాటు ఆ బిచ్చగాడు రాజ్యం దుస్థితి పాలైనందుకు శోకగీతాలు పాడుతూ బాధని వ్యక్తం చేస్తున్నాడు. ఆ రెండు ధ్వనులు తప్పించి ఎక్కడా ఏ చడీ చప్పుడూ లేదు. ఆ గాంధార రాకుమారుడికి అంతా సవ్యంగానే ఉన్నట్టు అనిపించింది. ఈ నేల కథ ఇంతటితో ముగిసింది. హత్యకి గురై తన రాజ్యంలోని ప్రజలు మరిణిస్తూ చేసిన ఆర్తనాదాలు అతనికి వినిపించినట్టు తోచింది. వాళ్లకి జరిగిన అన్యాయానికి ప్రతీకారం తీర్చుకున్నందుకు ఆనందంతో కేకలు పెట్టాలని అనుకున్నాడు. కానీ అలా చెయ్యటానికి ఇది సందర్భం కాదు. ఇంకా చెయ్యవలసినది చాలా ఉంది. అనివార్యమైనది జరిగేదాకా అతను వేచి చూడదలిచాడు.

పాచికలు పడ్డాయి.

* * *

కొనసాగింపు

**అజేయుడు-2, కలియుగారంభంలో..**

# సంక్షిప్త వివరణ

## ప్రాచీన భారతదేశంలో బహుభర్తృత్వం

బహుభర్తృత్వానికి మొట్టమొదటి ఉదాహరణ మనకి కనిపించేది రుగ్వేదంలో. సూర్య మరో పేరు ఉషస్. సూర్యని ప్రేమించి వెంటపడి పెళ్లాడినవాళ్లు అశ్వినీ సోదరులు, అంటే ఇరు సంధ్యల దేవతలు. ముగ్గురు కూర్చోగల రథంలో ఎక్కి వాళ్లు ఆకాశమార్గాన తమ వధువు సూర్యతోబాటు (ఈ సూర్యని సూర్యుడు అనుకుని పొరబడవద్దు) చేసే ప్రయాణం గురించి వేదకాలంనాటి కవి ఆశ్చర్యపోతాడు. సూర్యకి మరో భర్త ఉన్నాడు. అతని పేరు సోముడు, అంటే సాక్షాత్తూ చంద్రుడే. రుగ్వేదంలో రోదసి (మెరుపు) ప్రస్తావన కూడా ఉంది. ఆమె మేఘాలూ, గాలివానలకి సంబంధించిన దేవతలు మరుత్తుల భార్య. మరో ఉదాహరణ వశిష్ఠ మహర్షి మిత్రుడూ, వరుణుడూ ఇరువురూ ఊర్వశితో సంగమిస్తే ఆమెకి జన్మించిన కుమారు డాయన. ఇటువంటి ప్రస్తావనలని కవితాత్మక కల్పనలు అనుకుని పట్టించుకోకుండా వది లెయ్యటం సులభమే, అయినప్పటికీ వాస్తవం ఏమిటంటే రచయితలు అందరూ ఆ కాలపు సమాజం అంగీకరించి అర్థం చేసుకోగల భావచిత్రాలనూ, కల్పనలనూ మాత్రమే చిత్రిస్తారు. ఆ కాలంలో బహుభర్తృత్వం అంత ఎక్కువగా లేకపోయినప్పటికీ, మహాకావ్యకాలానికి ముందు దాన్నంత ఏవగించుకునేవారు కారని ఈ ఉదాహరణలు మనకి తెలియజేస్తాయి. మన ఆధు నికుల దృష్టికి ఆ కాలమన్నింటినీ అంగీకరించే ఉదారస్వభావాన్ని కలిగివుండేదని అర్థమౌతుంది.

మహాభారత యుగంలో బహుభర్తృత్వం చాలా అరుదుగా కనిపిస్తుంది. ద్రౌపది పంచ పాండవులని వివాహం చేసుకున్నందుకు చూపించిన కారణాలూ, దాన్ని సమర్థించిన తీరూ ఆ కాలంలో మార్పుచెందుతున్న సామాజిక విలువలకి నిదర్శనం తప్ప మరేమీ కాదు. దానికి వాళ్లు ఇచ్చిన వివరణలూ, వాదనలూ కృతకంగా కనిపిస్తాయి. సామాన్యంగా వేదవాఙ్మయంలో కనిపించే ఆత్మవిశ్వాసం వాటిలో లోపించినట్టు అనిపిస్తుంది. మహాభారతంలో పాండవులు ఐదుగురూ అగ్నిసాక్షి సప్తపదిలాంటి వైదిక ఆచారాలననుసరించి ద్రౌపదిని వివాహమాడారని చెప్పబడింది. అందుచేత కొందరు విమర్శకులు కొన్నిసార్లు అభిప్రాయపడ్డట్టు అది కలిసి నివసించటం కాదు. ఒక స్త్రీ ఐదుగురు పురుషులని వివాహమాడటం ఎంతవరకు సమంజసం అనే విషయం మీద ఈ మహాకావ్యంలో కనిపించే వాదనలు ఒక పద్ధతిలో సాగవు. ఒకచోట సంప్రదాయాన్ని ఉదాహరణగా చెపుతూ, ఒక స్త్రీ నలుగురు పురుషులని వివాహమాడవచ్చుననీ, అంతకన్నా ఎక్కువమంది భర్తలుగల స్త్రీని వ్యభిచారిణి కింద లెక్కకట్టాలి అని అంటుంది. ఇటువంటి వివరణలు ముఖ్యంగా ద్రౌపది విషయంలో అయోమయానికి దారితీస్తాయి.

కుంతికి కూడా ఈ విషయం తెలుసు. కానీ పంచపాండవుల్లో ఎవర్ని మినహాయించ గలదు? ద్రౌపది విషయంలో ఆ నియమాన్ని పాటించటం ఎలా అనేది ఆమెకి పెద్ద సమస్యగా మారింది. యుధిష్ఠిరుడు బహుభర్తృత్వానికి ఎన్నో ఉదాహరణలు చూపిస్తాడు. మారిష అనే వృక్షదేవత పదిమంది రుషులని వివాహమాడిందనీ, వార్క్షి పదిమంది ప్రాచేతస సోదరులని వివాహమాడిందనీ ఉదాహరణలు చూపి ఆ సమస్యనుంచి అందరినీ తప్పిస్తాడు. అయినప్పటికీ మహాభారతం తరవాతి భాగాలలో నలుగురికన్నా ఎక్కువమందిని వివాహమాడిన స్త్రీ వ్యభిచారిణితో సమానం అన్న వాదనని ఆధారం చేసుకుని ద్రౌపదిని నిండుసభలో వివస్త్రని

చెయ్యటంలో ఎటువంటి తప్పూ లేదని కర్ణుడు సమర్థించినప్పుడు అది వేరే అర్థాన్ని సంతరించుకుంటుంది. వేదకాలంనాటి నియమాలని పక్కనపెట్టి ఆ కాలంలో చెలామణీలో ఉన్న నియమాల గురించే మాట్లాడతాడు కర్ణుడు.

వేదోక్తమైన ఆచారాలని అనుసరించి జరిపించిన వివాహాన్నే ఆ కాలంలో ఆమోదించారు. అర్జునుడు స్వయంవరంలో ద్రౌపదిని గెలుచుకున్నప్పటికీ, సమాజం ఆమోదాన్ని పొందటం కోసం ఐదుగురు పాండవ సోదరులకీ, వయఃక్రమంలో ద్రౌపదితో వేదోక్తంగా వివాహం జరుగుతుంది. ఆమెని తన కుమారులు ఏ విధంగా పంచుకోవాలన్నది కూడా కుంతే నిర్ణయిస్తుంది. ఒక్కొక్కరూ ద్రౌపదితో ఒక్కొక్క సంవత్సరకాలం కాపురం చేస్తారు. ద్రౌపది గర్భవతిగా ఉన్నప్పుడు ఆమెని పాండవులు ఏ విధంగా పంచుకున్నారన్నది మహాభారతంలో స్పష్టంగా లేదు. కానీ శిశువు జన్మించేదాకా ఆమె ఆ శిశువు తండ్రివద్దే ఉందనీ, ఆ తరవాత శిశువుకి జరగవలసిన ఆచారకర్మలన్నీ ముగిసిన తరవాతే ఆమె అతన్ని వదిలి మరో పాండవుడి దగ్గరకి వెళ్ళిందనీ మనం అర్థం చేసుకోవచ్చు. అదే విధంగా బహిష్టు అయిన నెలరోజుల తరవాతే ఇంకొకరి దగ్గరకి వెళ్ళిందనీ, ఆ విధంగా పుట్టబోయే శిశువుకి తండ్రి ఎవరన్న విషయంలో ఎటువంటి అయోమయానికీ తావుండేది కాదనీ అనవచ్చు.

నియోగ పద్ధతిని ఉదాహరణగా చూపి కుంతి తన ఐదుగురు కుమారులూ ద్రౌపదితో కాపురం చెయ్యటాన్ని సమర్థిస్తుంది. వేర్వేరు గ్రంథాలలో వేర్వేరు విధాలలో దీన్ని వివరించారు. ఈ పద్ధతిని ఎలా కావాలంటే అలా సులభంగా మలుచుకోవచ్చు. మహాకావ్యానికి ముందు యుగంలో జ్యేష్ఠపుత్రుడి భార్యమీద అతని తమ్ములందరికీ అధికారం ఉండేది. కానీ తమ్ముల భార్యలమీద అన్నకి ఎటువంటి అధికారమూ ఉండేది కాదు. ఆ తరవాత యుగాన్ని బట్టి నియమాలు మారుతూ వచ్చినప్పుడు నియోగ పద్ధతి చాలా అరుదుగా విశేషమైన పరిస్థితుల్లో మాత్రమే ఆమోదం పొందేది. మొదట్లో ఈ పద్ధతి ఒక పురుషుడు తన భార్యకి సంతానాన్ని కలిగించలేకపోయినా, లేదా సంతానం లేకుండానే మరణించినా, మరో పురుషుణ్ణి ఆ స్త్రీ సంతానాన్ని పొందటం కోసం ఆశ్రయించవచ్చు. ఈనాడు వీర్యదానం చెయ్యటం వంటిదే ఇది. అదే విధంగా వదిన యౌవనంలో ఉండగానే భర్తని కోల్పోయి, ఆమెకి పుత్రులు లేని పక్షంలో నియోగ పద్ధతిని అనుమతించేవారు. ఆ నియమాన్ని అంబికా, అంబాలికా విషయంలో భీష్ముడు ఉదాహరణగా చెపుతాడు. అప్పుడు వేదవ్యాసుడు ధృతరాష్ట్రుడికీ, పాండుకీ, విదురుడికీ కన్నతండ్రి అవుతాడు. ఒక రకంగా చూస్తే ఇది కూడా బహు భర్తృత్వమే. కాలక్రమాన నియోగానికి, భర్త అనుమతిస్తే భార్య మూడు కులాలకి చెందిన పురుషులతో సంగమించవచ్చు అనే అర్థం ఏర్పడింది. లేదా ఆమె సపిండ (సోదరులు, ఒకే పిండం నుంచి జన్మించినవారు) పురుషులవల్ల గర్భవతి కావచ్చు. కుంతీ, మాద్రీ తమ భర్త పాండు సమ్మతితోనే రకరకాల దేవతలతో బహుభర్తృత్వ సంబంధాలు పెట్టుకున్నారు.

కానీ కుంతి నియోగ పద్ధతిని అనుసరించి సంతానాన్ని కనటంలో సంప్రదాయం కన్నా రాజకీయమే ఎక్కువ ఉన్నట్టు తోస్తుంది. చివరిదాకా ఆమె తన అక్రమ సంతానాన్ని గురించిన రహస్యం విప్పలేదు. అదే విధంగా సంతానప్రాప్తి కోసం అప్పటి ఆచారాల ప్రకారం ఆమె తన భర్త సోదరుల సాయం కోరలేదు. మనుస్మృతిలో నియోగ పద్ధతిని ఎటువంటి సందర్భాల్లో ఉపయోగించుకోవచ్చో చెప్పబడింది. పుత్రులు జన్మించక ఆ వంశం ముందుకి సాగలేని పరిస్థితుల్లో నియోగ పద్ధతిని అనుసరించాలి. కానీ కురు రాజవంశంలో అటువంటి పరిస్థితి లేదు, పాండు నపుంసకుడు అయినప్పటికీ, ధృతరాష్ట్రుడికి పుత్రులు ఉన్నారు. కానీ కుంతి

తన పుత్రుడే హస్తినాపుర సింహాసనాన్ని అధిష్ఠించాలనీ, గాంధారి కుమారుడు రాజు కాకూడదనీ అనుకుంది. అందుచేత, కుంతి విషయంలో ఆమె భర్త సోదరులూ, మానవ మాత్రులూ నియోగ పద్ధతిలో ఆమెకి సంతానాన్ని కలిగించలేదు, దేవతలే ఆ పని చేశారు. ఆ విధంగా పాండవులు దైవాంశసంభూతులన్న పేరు తెచ్చుకున్నారు. ఈ విత్తునుంచే మహాభారతంలో వర్ణించిన సంఘర్షణ మొలకెత్తుతుంది. నియోగ సంబంధం ద్వారా జన్మించిన పుత్రులు భర్త వంశాంకురాలుగానే భావింపబడతారు కనుక యుధిష్ఠిరుడు సింహాసనాన్ని అధిష్ఠించేందుకు అర్హుడే అన్న మాటకి సమర్ధన లభిస్తుంది. దీనికి ఉదాహరణగా ఈ తర్కాన్ని వాడుకున్నారు, ఒక వ్యక్తి మరో వ్యక్తి భూమిలో విత్తులు నాటి, అవి మొలకెత్తితే, ఆ మొక్కలు ఆ మరో వ్యక్తికి చెందుతాయే తప్ప నాటిన వ్యక్తికి చెందవు. అయినా ఇటువంటి ఆలోచనలని పాండవుల విషయంలో మరికొంత ముందుకి తీసుకువెళ్లటం జరిగింది. రకరకాల దేవతలచే గర్భాధానం చేయించటం గురించి ఈ యుగంలో ఏమని అర్థం చెప్పుకుంటారో అన్న అనుమానం వస్తుంది.

నియోగ పద్ధతిని అవలంబించేందుకు పాండూ, ఆయన ఇద్దరు భార్యలూ వానప్రస్థానికి వెళ్లాలని నిర్ణయించుకున్నారు. ఇలా రహస్యంగా నడిపిన ఈ కథకీ, వీరి పూర్వీకుల తరానికి చెందిన సత్యవతి జీవితంలో తలెత్తిన ఇటువంటి పరిస్థితికి సంబంధించిన కథకీ ఎక్కడా పోలిక కనబడదు. వివాహానికి ముందే తనకి జన్మించి సన్యసించిన వ్యాసుణ్ణి సత్యవతి పిలిపించి, వితంతువులైన తన కోడళ్లకి నియోగ పద్ధతిలో సంతానప్రాప్తి కలిగించమని కోరుతుంది. అప్పుడు వ్యాసుడు రాజభవనంలోనే నివసిస్తూ, ఎటువంటి రహస్యాలూ లేకుండా, బాహాటంగానే తన తల్లి కోరికని తీర్చాడు. అప్పటి సమాజం రాణీకి జన్మించిన అక్రమ సంతానాన్నీ, అంటే వ్యాసుణ్ణీ, నియోగ పద్ధతినీ ఆమోదించింది. స్వయంగా పాండు ఇటువంటి పద్ధతిలో జన్మించిన వాడే. బహుశా కుంతీ, పాండూ నియోగ పద్ధతిలో జన్మించిన సంతానాన్ని ప్రజలు ఆమోదించరని అనుకున్నారేమో. అప్పుడు ఇక ధృతరాష్ట్రుడికీ, గాంధారికీ జన్మించిన పుత్రులే హస్తినాపుర సింహాసనానికి నిజమైన వారసులు కాగలరు.

కుంతీ, మాద్రీ నియోగ పద్ధతిలో సంతానాన్ని కన్నది బహుశా అరణ్యవాసులకో, లేక ఎప్పుడూ సంచారం చేసే మునులకో అయి ఉండాలి. యుధిష్ఠిరుడు బ్రాహ్మణుడికి జన్మించి ఉండవచ్చు. ఒక విషయం ఇక్కడ గమనించాలి, అప్పట్లోనే కాదు, ఇప్పటికీ కొందరు బ్రాహ్మణులు హిందూ ఆచారం ప్రకారం దహనక్రియలు జరిపిస్తారు. పిండదానం చేయించే ముగ్గురు బ్రాహ్మణుల్లో, ఆ కర్మ ముగిసేదాకా ఒకరు మృత్యుదేవత యముడిగా వ్యవహరిస్తారు. సంప్రదాయం ప్రకారం ఆ ముగ్గురు బ్రాహ్మణులూ పండితులై ఉండాలి, వేదపారంగతులైన వారు వారి జ్ఞానానికి అందరిచేతా గౌరవింపబడుతూ ఉండాలి. యుధిష్ఠిరుడి తండ్రి అటువంటి పండితుడు అయి ఉండే అవకాశం ఉంది. భీముడు ఆటవికుని సంతతి అయి ఉండవచ్చు. కుంతి ఒక్క భీముడికి మాత్రమే హిడింబి అనే రాక్షసిని పెళ్లాడేందుకు అనుమతి ఇచ్చిందన్న విషయం దీనికి తార్కాణమేనని అనుకోవచ్చు. భీముడి స్వభావంలో హింస, క్రూరత్వం ఉన్నాయి. కొన్ని సందర్భాలలో అతను తన శత్రువు రక్తం తాగినట్టు వర్ణించబడింది. అర్జునుడి విషయం అందరికీ తెలిసినదే, అతను దేవేంద్రుడి కుమారుడు. మహాభారతంలో ఇంద్రుడు ఖాండవవనంలో ఉండేవాడనీ, తక్షకుడి మిత్రుడనీ ఉంది. వాస్తవం ఏమైనప్పటికీ, దేవతలు దివినుంచి భువికి దిగివచ్చి మనుష్యమాత్రులకి సంతానాన్ని ప్రసాదించారని ప్రజలు నమ్మిన ఆ యుగంలో పాండవులు దేవతలకు జన్మించినవారని ప్రచారం చెయ్యటం, కుంతీ, ఆమెకి సాయపడిన యుక్తిపరులూ పన్నిన గొప్ప రాజకీయ పన్నాగం అనే అనుకోవాలి.

మహాభారతంలోని మరో విచిత్రమైన విషయం, విదురుడు బహుభర్తృత్వానికి వ్యతిరేక మైనప్పటికీ అతని ఇద్దరు కుమారులకీ భార్య ఒకతే. మహాభారతం చదువుతున్నప్పుడు ఆ కాలంలో సమాజం ఎంత నిష్కపటంగా ఉందోనని ఆశ్చర్యం కలగక మానదు. మారుతున్న సామాజిక నియమాలలో ఏది ఆమోదయోగ్యమో, ఏది నిషిద్ధమో ఆ మహాకావ్యం ఎంత బాగా పసిగట్టి, ఎంత అమోఘంగా వివరించిందో కదా అనిపిస్తుంది.

## ధృతరాష్ట్రుడికీ, గాంధారికీ జన్మించిన నూర్గురు కుమారులూ, ఒక కుమార్తె

కుంతినీ, మాద్రినీ వెంటబెట్టుకుని పాండు వానప్రస్థానికి వెళ్లిపోయాడు. కుంతి గర్భంలో దైవాంశగల శిశువు ఉన్నాడని తెలిసి గాంధారికి అసహనమూ, అభద్రతాభావమూ పెరిగిపో సాగాయి. ఆమె తనకి నూర్గురు కుమారులు కావాలని కోరుకుంది. ఆమె కోరిక నెరవేరుతుందని వ్యాసుడు ఆమెకి వరం ప్రసాదించాడు. అయినప్పటికీ రెండు సంవత్సరాలు గర్భవతిగా ఉండి కూడా ఆమెకి కుమారుడు కలగలేదు. కుంతి గురించి వార్త వినగానే ఆమె తన కడుపుమీద రెండుచేతులతో గట్టిగా బాదుకుంది. కోపమూ, నిస్పృహా ఆవహించగా ఆవేశంలో ఆమె చేసిన ఆ పనికి ఆమె గర్భంలో నుంచి ఒక మాంసపిండం బైటపడింది. వ్యాసుడు ఆ పిండాన్ని నూటొక్క ఖండాలుగా నరికి ఒక్కొక్క దాన్నీ ఒక్కొక్క మట్టి పాత్రలో ఉంచి గట్టిగా మూతలు బిగించాడు. కాలక్రమాన ఆ ఖండాలు నూర్గురు కుమారులుగానూ, ఒక కుమార్తెగానూ రూపుదాల్చాయి. యుధిష్ఠిరుడు జన్మించటానికి తొమ్మిదిమాసాలముందే గాంధారి ఆ పిండానికి జన్మనిచ్చింది. కానీ అది నూర్గురు కుమారులుగానూ, ఒక కుమార్తె గానూ రూపుదాల్చింది యుధిష్ఠిరుడు జన్మించిన మరునాడు. అలాటప్పుడు యుధిష్ఠిరుడి పుట్టుకకి చాలాకాలం క్రితమే సుయోధనుడు ఆ పిండంలో ఒక భాగంగా పుట్టాడు, కానీ సుయోధనుడుగా రూపుదాల్చింది యుధిష్ఠిరుడు జన్మించిన మరుసటి రోజునే. అందుచేత ఈ ఇద్దరు రాకుమారుల్లో ఎవరు పెద్ద అనేది ఒక చిక్కుప్రశ్నగా మారి మహాభారత యుద్ధానికి మూలకారణం అయింది.

నాది అన్నిటినీ ప్రశ్నించే స్వభావం, అందుకే ఏ భార్యాభర్తాగాని నూటఒక్క మంది సంతానాన్ని కనటం అనే అసందర్భమైన పరిస్థితిని తర్క సంబంధమైన కోణం నుంచి వివరించేందుకు ప్రయత్నించాను. ఈనాటి మనిషి దీన్ని ఎలా అర్థం చేసుకోవాలి? ఏ స్త్రీ కూడా రెండు సంవత్సరాలు గర్భంలో శిశువుని మోయదు. తమ వంశంలో మొదటి మగశిశువుని కనేందుకు కుంతి ఎంత త్వరపడిందో, ధృతరాష్ట్రుడూ, గాంధారీ కూడా కుమారుణ్ణి కనాలని అంతే ఆత్రుత పడి ఉంటారు. ఒకవేళ గాంధారికి గర్భస్రావం జరిగిందేమో. ఆమె రెండు సంవత్సరాలు గర్భవతిగా ఉండి పిండానికి జన్మనిచ్చిందనీ, ఆ పిండాన్ని ఖండాలుగా చేసి కుండలలో ఉంచారనీ చెప్పటం బహుశా యుధిష్ఠిరుడికన్నా ఆమె కుమారుడు వయసులో చిన్నవాడు అన్న వాస్తవాన్ని దాచేందుకే అయి ఉండాలి. లేక, గాంధారికి గర్భస్రావం అయిన తరవాత వ్యాసుడు ఆమెకి ఏదో ఔషధం తాగించటంవల్ల పై సంవత్సరం ఆమెకి ఒకే కాన్పులో ఎక్కువ మంది కుమారులు జన్మించారా? మిగిలిన కౌరవ కుమారులు మహారాజు ఉంపుడు గత్తెలకి జన్మించి ఉండవచ్చు. ఈ వాదన సంభావ్యమైనదిగా అనిపిస్తుంది. ఇంకా కొన్ని అభూత కల్పనలు కూడా వినిపిస్తాయి. ప్రాచీనులకి టెస్ట్‌ట్యూబ్ బేబీస్ (కృత్రిమ గర్భధారణ) గురించీ, క్లోనింగ్ (లింగ సంయోగం లేకుండా కణములనుంచి అదే రకమైన ప్రాణిని పుట్టించటం) తెలుసునంటాయి అవి. కానీ హేతువాద దృష్టితో ఆలోచిస్తే ఒక విషయం స్పష్టంగా తెలుస్తుంది. కౌరవులు అందరూ ధృతరాష్ట్రుడికి పుట్టినవారే కానీ వారందరూ గాంధారి గర్భాన జన్మించిన

వారే కానక్కర్లేదు, ఎందుకంటే ఈ మహాకావ్యంలో తరచు వారిని ధార్తరాష్ట్రులు అని సంబోధించటం కనబడు తుంది. సుయోధనుడు పాండవ వంశం అనేది ఉన్నదని అంగీకరించడు. సింహాసనం మీద వారికి అధికారం లేదన్న విషయాన్ని నొక్కి వక్కాణించేందుకు అతను వారిని కౌంతేయులు, అంటే కుంతీకుమారులు అనే అంటాడు కాని పాండుకుమారులు అనడు. కానీ సుయోధనుడు మాత్రం ధృతరాష్ట్రుడి కుమారుడు, ధార్తరాష్ట్రుడే. ఇంకొక విషయం కూడా స్పష్టంగా తెలుస్తోంది, సుయోధనుడూ, సుశాసనుడూ తప్ప ఇంకే కౌరవ కుమారులనీ గాంధారి పుత్రులని ఎక్కడా పేర్కొనలేదు. వాళ్ళు కేవలం కౌరవులు, లేదా ధార్తరాష్ట్రులు. మిగిలిన కౌరవులు ఉంపుడుగత్తెలకి పుట్టినవారై ఉంటారని చెప్పుకున్నాం, ధృతరాష్ట్రుడి వీర్యాన్ని తమ గర్భంలో వహించిన ఆ స్త్రీలకి పుట్టిన కుమారులు అక్రమ సంతానం కాదని వ్యాసుడు నిరూపించవలసిన పరిస్థితి తలెత్తి ఉండవచ్చు. మొట్టమొదటి సంతానంగా పుత్రుణ్ణి ఎవరు కంటారు అనే పోటీలో పాండు కాని, ధృతరాష్ట్రుడు కాని అదృష్టాన్ని నమ్ముకుని కాలయాపన చేసేందుకు ఇష్టపడలేదన్నది స్పష్టంగా తెలుస్తూనే ఉంది.

ఈ సమస్య గురించి మా నాన్న, స్వర్గీయ ఎల్.నీలకంఠన్‌ని నేను ప్రశ్నించి నప్పుడు ఆయన దీనికి చాలా సరళమైన, అందమైన పరిష్కారాన్ని సూచించాడు. మహాభారతాన్ని కేవలం ఒక కథలా చదవకూడదనీ, అందులో ఎన్నో ప్రతీకలు దాగి ఉన్నాయనీ ఆయన అన్నాడు. నూరుగురు కౌరవులు మనసులోని కోరికలకీ, తెలివి తక్కువగా అది చేసే పనులకీ ఉదాహరణలు. నూరు అనేది 'ఎన్నో' అనే మాటని తెలిపే సంఖ్య మాత్రమే. అందుకే దాన్ని వందమంది అని ఉన్నదున్నట్లు అర్థం చేసుకోకూడదు. ధృతరాష్ట్రుడు అహంకారానికి ప్రతీక. అది గుడ్డిది, లెక్కలేనన్ని కోరికలని పుట్టిస్తుంది. వాటిలో కొన్ని మంచివైతే కొన్ని చెడ్డవి. కౌరవుల పేర్లకి ముందు మంచిని తెలిపే 'సు' లాంటి ఉపసర్గలూ, చెడును తెలిపే 'దుః' లాంటి ఉపసర్గలూ ఉన్నాయి. మనసుకీ, మంచి చెడులని చూడలేని తల్లిప్రేమకీ గాంధారి ప్రతీక. ఆ విధంగా కోరికలు అంధులైన తలిదండ్రుల (మనసు, అహంకారం) సంతానం.

మరో కోణం నుంచి చూస్తే పంచపాండవులు పంచేంద్రియాలకి ప్రతీకలు. ఆ ఐదుగురూ ద్రౌపదికి భర్తలు. ద్రౌపది మరోపేరు కృష్ణ, అంటే నలుపు. నలుపు ఆగ్రహానికి ప్రతీక. పంచేంద్రియాలూ ఆగ్రహంతో ముడిపడితే, కోరికలతో పోరాడేటప్పుడు విధ్వంసం సృష్టించబడుతుంది. పాచికలు ఆడేందుకు కౌరవసభలోకి పాండవులు ప్రవేశించే సందర్భం ఇటువంటి విధ్వంసాన్నే సూచిస్తుంది. కార్యాన్ని కాక విధిని నమ్మి వాళ్ళు కోరికలతో పందెం కాస్తారు, సమస్తాన్నీ కోల్పోతారు. ఆగ్రహం వివస్త్ర కావించబడి కోరికల చేతిలోనూ, విధి చేతిలోనూ అవమానం పాలవుతుంది. పాండవులు ఐదు సద్గుణాలకి కూడా ప్రతీకలే. యుధిష్ఠిరుడు కాలానికి పుత్రుడిగా వివేకానికి ప్రతీక. వాయుపుత్రుడు భీముడు బలానికి ప్రతీక. ఇంద్రుడి పుత్రుడు అర్జునుడు మనోబలానికి ప్రతీక. అశ్వినీ దేవతల (ప్రాతఃకాలం/ప్రారంభదశ దేవతల) పుత్రులు నకుల సహదేవులు అందానికీ, జ్ఞానానికీ ప్రతీకలు. కురుక్షేత్రంలో పాండవులనీ, కోరికలనీ ఒకచోటికి చేర్చేవాడు కృష్ణుడు. ఆయన పరమాత్మ. ఈయన విషయంలో నలుపు విస్తారానికీ, లోతుకీ ప్రతీక. ఈయన సాయం లేనిదే సద్గుణాలు ఓటమికి గురవక తప్పదు. కురుక్షేత్రం ఆత్మకి ప్రతీక. విశ్వచైతన్యం సాయంతో సద్గుణాలు కోరికలని జయిస్తాయి.

మహాభారతం కథలో ప్రచ్ఛన్నంగా ఉన్న విశేషం ఇదేనని మా నాన్న అభిప్రాయం. అయినప్పటికీ ఆయన తిరుగుబాటుదారు కొడుకైన నేను ఈ మహాకావ్యాన్ని 'అజేయుడు'గా మీ ముందు ఉంచుతున్నాను.

# కృతజ్ఞతలు

నా పాఠకులకి ముందుగా ధన్యవాదాలు. వాళ్ల ఆదరణా, ప్రోత్సాహమూ, నా మొదటి నవల 'అసుర', పరాజితులగాథకి వాళ్లు అందించిన విమర్శలూ లభించి ఉండకపోతే ఒక్క ఏడాది లోపల మన మరో ఇతిహాసంలోని ప్రతినాయకుడి గాథని రాసేందుకు ఇంత శ్రమపడి ఉండేవాడిని కాదు. నా మొదటి నవల గురించి దయతో తమ అభిప్రాయాలని తెలియజేసిన ప్రతి ఒక్క పాఠకుడికీ, పాఠకురాలికీ ధన్యవాదాలు.

'అసుర', 'అజయ', ఈ రెండు పుస్తకాల రచనలోనూ నాకు మార్గదర్శనం చేసిన నా మిత్రుడు స్వరూప్ నందాకి.

నా రచనల సంపాదకత్వ బాధ్యత తీసుకుని, సృజనకి కావల్సినంత స్వేచ్ఛ నాకు ఇస్తూనే సలహాలిస్తూ, నా రాతప్రతులని ఓర్పుగా చదివి వాటికి మెరుగులుదిద్దిన చంద్రలేఖ మైత్రాకి.

నామీద నమ్మకంతో నా రెండో పుస్తకం 'అజయ'ని ప్రచురించిన లీడ్ పబ్లిషింగ్ ప్రచురణకర్తలకీ. బృందంలోని ఇతర సభ్యులు, ప్రెట్టీ, ఇష్తికార్, రాజేష్, రాము, సలీమ్, ఇంకా మరెందరో అంకితభావంతో పనిచేయటంవల్లే నా మొదటి పుస్తకం విజయాన్ని సాధించగలిగింది. ఈ రెండో పుస్తకంపట్ల కూడా వాళ్లు అంతే ఉత్సాహాన్ని చూపారు. అందుచేత వారందరికీ.

నాకు పురాణగాథలని పరిచయం చేసినందుకు మా నాన్న, స్వర్గీయ ఎల్.నీలకంఠన్‌కీ, అమ్మ చెల్లమ్మాళ్‌కీ.

నా ప్రయత్నాలన్నిటికీ వెన్నుదన్నుగా నిలిచి, నాపై చూపించే ప్రేమకి నేను నిజంగానే అర్హుడినా అనిపించేటంతగా నన్ను ప్రేమించే నా అపర్ణకీ.

ప్రతిరాత్రీ నన్ను కథలు చెప్పమని అడిగే నా కూతురు అనన్య, కొడుకు అభినవ్, ఏ రచయితైనా భయపడే విమర్శకులు; నాలోని కథకుడిని సజీవంగా ఉంచినందుకు వాళ్లకీ.

నా సోదరి చంద్రిక, బావ పరమేశ్వరన్, సోదరులు లోకనాథన్, రాజేంద్రన్, వారి భార్యలు మీనా, రాధికాకీ. నా సోదరుడి కుమారుడు దిలీప్, కుమార్తెలు రాఖీ, దీపకీ. నా భార్య తరపు బంధువులందరికీ. వాళ్లు నాతో గడిపిన ఆ అద్భుతమైన రోజులకి.

నా వేళ్లు ల్యాప్‌టాప్ మీదినుంచి క్షణంపాటు తీసేస్తే మొరుగుతూ, దానికి శిక్ష వేస్తున్నట్లు తనని వాకింగ్‌కి తీసుకువెళ్లమని నా పెంపుడుకుక్క జాకీ (బ్లాకీ) దబాయిస్తుంది. ఏమాత్రం సోమరితనం కనబరిచినా ఊరుకోదు. నేను ల్యాప్‌టాప్‌కి ఎప్పుడూ అతుక్కు పోయేలా చేస్తుంది. అందుకే జాకీకీ.

ఎన్నో ఏళ్లక్రితం సాయంకాలం పూటల్లో భారతీయ తత్వశాస్త్రం గురించీ, మహాభారతం గురించీ నాతో చర్చిస్తూ గడిపిన సంతోష్ ప్రభు, సుజిత్ కృష్ణన్, రాజేష్ రాజన్‌కీ. ఈ నవల రాయటానికి బీజం పడింది అప్పుడే. నా సృజనాత్మకతకి ప్రేరణ కలిగించిన రాజీవ్ ప్రకాశ్, షెవ్‌లిన్ సెబాస్టియన్ తరచు చేసిన ఫోన్ కాల్స్‌కీ. తన సొంత ఆలోచనలను నాతో పంచుకున్న ప్రేమ్‌జీత్‌కీ. లోతైన విశ్లేషణ చేసిన జిఎమ్‌పి నాయక్‌కీ. (ఎస్సార్పీ) ఎస్.ఆర్. ప్రశాంత్‌కుమార్‌కీ.

నాకు అద్భుతమైన తోడ్పాటుని అందించినందుకు.

విభిన్నమైన దృష్టికోణాలని సహించిన నా దేశానికీ, ప్రజలకీ. మన ఘనమైన చరిత్రకీ, పురాణసాహిత్యానికీ.

నా ఊరు త్రిపూనితుర తాలుకు విలువైన సంప్రదాయాలకీ, కొచ్చిన్ చరిత్రకీ.

భారతీయ రచయితలందరికీ పెద్దదిక్కు, ఈ భూమి మీద జన్మించిన రచయిత లందరిలోకీ గొప్ప రచయిత వేదవ్యాసుడికీ.

భారతీయ భాషలన్నిటిలోనూ కొన్ని శతాబ్దాలుగా ప్రాచుర్యంలో వున్న ఈ గాథలని నా పద్ధతిలో నేను రాసేందుకు ధైర్యం చేసి ప్రయత్నించినందుకు క్షమించమని కోరుతూ ఆ వైతాళికులందరికీ.

పైన పేర్కొన్న వారందరికే కాక ఇంకా చాలామందికి నేను రుణపడి ఉన్నాను. వారందరి పేర్లూ ఇక్కడ చెప్పటం నేను మరిచిపోయి ఉండవచ్చు.

ఆర్. శాంతసుందరి నాలుగు దశాబ్దాలకిపైగా అనువాద రంగంలో కృషి చేస్తున్నారు. ఇంతవరకూ కథ, కవిత, నవల, నాటకం, వ్యాసాలు, ఆత్మకథలు లాంటి అన్ని ప్రక్రియల్లోనూ అనువాదాలు చేసి 68 పుస్తకాలు ప్రచురించారు. ప్రఖ్యాత రచయిత, కొడవటిగంటి కుటుంబరావు వీరి తండ్రి. ఆయన రాసిన నవల, 'చదువు'ని శాంతసుందరి హిందీలోకి అనువదించారు. కేంద్ర సాహిత్య అకాడమి దాన్ని ప్రచురించింది. ఈమె చేసిన అనువాదాలలో, 'మహాశ్వేతాదేవి ఉత్తమ కథలు', 'అసురుడు', డేల్ కార్నెగీ రాసిన రెండు పుస్తకాలూ, బేబీ హాల్దార్ జీవితచరిత్ర వంటివి ముఖ్యమైనవి. ఇవికాక ఎన్నో కవితాసంపుటులనూ, సంకలనాలనీ, కథాసంకలనాలనీ హిందీ-తెలుగు భాషల్లో పరస్పరం అనువదించారు. మంజుల్ పబ్లిషింగ్ హౌస్‌వారికోసమే ఆంగ్లంనుంచి 16 పుస్తకాలని తెలుగులోకి అనువదించారు. ఈమెకి తమిళం కూడా బాగా వచ్చు. వైరముత్తు కవితలని తెలుగులోకి అనువదించి తెలుగు పత్రికల్లో ప్రచురించారు. సాహిత్య కుటుంబంలో జన్మించిన శాంతసుందరికి సంగీతంలో కూడా ప్రవేశం ఉంది. అనేక దేశాలు పర్యటించారు. రెండు తెలుగు సినిమాల స్క్రిప్టులని హిందీలోకి అనువదించారు. ఈమె సొంతంగా రాసిన వ్యక్తిత్వ వికాసానికి సంబంధించిన ఒక పుస్తకం త్వరలోనే ప్రచురింపబడుతోంది. 'ప్రేమ్‌చంద్ బాలసాహిత్యం-13 కథలు' అనువాదానికి పొట్టిశ్రీరాములు తెలుగు విశ్వవిద్యాలయం వారి ఉత్తమ అనువాద పురస్కారం లభించింది. 'ఇంట్లో ప్రేమ్‌చంద్' తెలుగు అనువాదానికి 2014 కేంద్ర సాహిత్య అకాడమీ అవార్డు లభించింది. భర్త గణేశ్వరరావు ఢిల్లీ విశ్వవిద్యాలయంలో 40 ఏళ్ళు ప్రొఫెసర్‌గా పనిచేసి పదవీవిరమణ చేశాక ఇద్దరూ హైదరాబాదు వచ్చి స్థిరపడి పదేళ్ళవుతోంది. వీళ్ళకి ఇద్దరు కుమార్తెలు. ఇద్దరూ అమెరికాలో స్థిరపడ్డారు.